Anh Phương TRẦN VĂN NGÀ

TẬP III

TÌNH YÊU MUÔN THUỞ

CHÍNH VĂN XUẤT BẢN NĂM 2024

Liên lạc:
Anh Phương Trần Văn Ngà
10241 Ivy Hollow Lane
Elk Grove, CA. 95624
hoặc
6672 Spoerriwood Court
Sacramento, CA. 95828
Điện thoại:
916.519.8961
Emails:
tranvannga1935@gmail.com
tiengvangusa@yahoo.com

COPYRIGHT NOTICE

ISBN : 979-8-8693-6929-1

Published by Clover Leaves Publishing Printed in the United States of America

CHÍNH VĂN

Giới thiệu một cây bút mới mà cũ

ANH PHƯƠNG Trần Văn Ngà

Anh Phương Trần Văn Ngà là một nhà báo xuất thân từ trong làng báo tại Thủ Đô Sài Gòn thập niên 1960 và tiếp nối trong Quân Đội - Quân Lực Việt Nam Công Hoà với cương vị Sĩ quan Thông Tin Báo Chí cho đến ngày không còn cầm bút một thời gian dài. Anh Phương là thành viên của hai Nghiệp Đoàn Ký Giả Nam Việt và Việt Nam trước 30.4.1975.

Khi được định cư ở Hoa Kỳ theo diện tỵ nạn chính trị (HO), Anh Phương lại chọn nghề làm báo và viết báo mưu sinh. Anh Phương và ký giả Tô Ngọc (nguyên Tổng Thư Ký Nghiệp Đoàn Ký Giả Việt Nam) chủ trương Bán nguyệt san Tiếng Vang phát hành tại Sacramento từ năm 2000.

Trước năm 1999 Anh Phương cộng tác với tuần báo Sài Gòn Nhỏ của bà Hoàng Dược Thảo và tuần báo SaiGon Post ở miền Nam California của Trung tá Pháo Binh Lê Nguyên Phả.

Với cái duyên chuyên viết phóng sự chiến trường , xã hội, tin tức, bình luận... Đến trước năm 1999, Anh Phương viết trên Saigon Post hàng tuần nhiều bài các món ăn ngon, đặc sản của "Miền Tây Quê Tôi" và in thành sách phát hành năm 1999, may mắn được nhiều độc giả chiếu cố và Anh Phương dùng số tiền bán sách cùng với ký giả Tô Ngọc phát hành tạp chí Tiếng Vang USA.

Với chuyên nghiệp viết phóng sự, tin tức, bình luận cho báo, đài phát thanh Quân Đội, Anh Phương chuyển sang viết bút ký, ký sự, hồi ký... đã in thành sách **Chuyện Đồng Quê - 1999** (trong tiểu sử tác giả có ghi rõ tên các đầu sách).

Một tình cờ sau cơn mổ tim năm 2022, bị biến chứng, Anh Phương nằm bịnh viện gần 20 ngày, tưởng đâu "giả từ vũ khí", về nhà lại bị chứng mất ngủ trong lúc dưỡng bịnh. Anh Phương chữa bịnh mất ngủ bằng cách viết truyện dài theo cách viết dài dòng của người Miền Nam xưa. Quả thật trong vòng 8 tháng, Anh Phương viết Chuyện Tình Trên Đỉnh Núi, trọn bộ 3 tập gần 2 ngàn trang và cũng chửa dứt bịnh mất ngủ. Tập truyện dài **CHUYỆN TÌNH TRÊN ĐỈNH NÚI** chỉ có cốt truyện chính là thật còn lại hoàn toàn tưởng tượng nếu có trùng hợp với thực tế cũng là sự may mắn của tác giả.

CHÍNH VĂN trân trọng giới thiệu.

băng ra cho chị. Còn con sợ các bác sĩ Indonesia xin phép lại băng háng của công chúa Caroline, họ không xỉu mà con không những xỉu mà sẽ còn tắt thở. Cả nhà lại cười vang, quá vui.

Hiếu xin phép ba má và gia đình đặc biệt là hai công chúa, con xin nói nghiêm túc:

- Đây là cơ may, Đoàn Nghiên Cứu sẽ biểu diễn cách sơ cứu về tai nạn xương ở tay và chân mà cả thế giới, qua truyền hình và báo chí còn thấy tay chân thật của hai hoa hậu sinh viên Áo, nay là hai tiến sĩ của Đoàn làm người mẫu, chắc chắn có nhiều người hoan hô sáng kiến của Đoàn nhằm giúp thế giới giảm cắt tay chân những nạn nhân. Viện đại học Yale cũng sẽ có văn thư khen cả Đoàn chúng ta, trước đây chỉ có thư của vài Bộ Y Tế khen Đoàn mà Yale đã tặng cho Đoàn chúng ta có lương tháng mười ba. Nay, biết đâu, Yale thưởng thêm tháng mười bốn hay hình thức khác. Hiếu nói tiếp:

- Tôi sẽ nói với Bộ Y Tế chỉ lo chỗ ở tại Thủ Đô Djakarta của Indonesia, còn vé máy bay do tôi mua cho cả gia đình cùng qua ủng hộ ông Bộ Trưởng và Bộ Y Tế một việc làm rất hữu ích cứu giúp dân chúng mà các nước chưa nghĩ tới. Tôi cho ông Bộ Trưởng uống nước đường, thế nào ông cũng xuất quỹ bồi hoàn hết tiền vé máy bay mà còn dư nữa, tôi xin dành cho hai công chúa số tiền còn lại, nếu có, để hai công chúa mua sữa cho con bú vì sữa của hai công chúa bị bố của chúng dành hết rồi, lại thêm một trận vui cười bất tận.

Hiếu vào tủ lấy ra một túi xách đồ nghề của bác sĩ, dõng dạc nói:

- Nhân có buổi tối quá vui, hai công chúa làm mẫu tôi băng sơ cứu trình các các bậc sanh thành xem coi chúng tôi ba người thực tập cho thật nhuần nhuyễn ít nhất ba lần từ đây đến ngày biểu diễn trước truyền hình, báo chí. Hiếu lấy một cái bàn thật vững chắc xin mời người mẫu Caroline, lên đứng, trình diễn cặp giò thon dài và chị Josephine, đứng dưới kế bên vì chị Josephine chỉ biểu biểu hai cánh tay đẹp. Xin người mẫu Josephine xăn tay áo lên sát nách và người mẫu Caroline, xăn hai ống quần lên khỏi đầu gối. Hiếu gọi hai chị vú cho tất cả con chúng tôi lại xem cho thêm vui.

Tôi xin phép biểu diễn băng tay trước. Trước hết băng bàn tay, Hiếu dùng một cuộn băng mới nguyên, mở ra và băng rất nhanh, nhấp nháy là băng xong một bàn tay, mọi người vỗ tay khen Hiếu làm nhanh quá rất đáng khen. Đến băng cùi chỏ bị thương cũng chỉ băng trong nháy mắt. Hiếu tháo ra và nói bị thương tại cùi chỏ muốn cho vết thương mau lành phải tuyệt đối không cử động, vì vậy cần có nẹp và dùng dây băng buộc từ cánh tay trước lên cổ. Hiếu cho vào một cây nẹp i nốc rất đẹp, nếu gặp vết thương nặng phải dùng hai cái nẹp. Nếu tại hiện trường không có nẹp của ngành y tế, mình dùng một miếng thanh tre nhỏ hay một một mảnh gỗ nhỏ kẹp trước sau cùi chỏ băng chặt tối đa nếu không có phương tiện đến bịnh viện có thể băng sơ cứu kiểu này không nên để lâu hai ngày, sẽ tháo hết ra, băng lại mà không cần nẹp để cho cùi chỏ có thể cử động nhẹ cho quen đến lành hẵn.

Cánh tay thứ hai cũng băng hai chỗ thường bị thương hay gãy là cẳng tay. Nếu băng thêm có nẹp lại càng tốt. Nếu không có nẹp cũng tạm được vì đây chỉ là sơ cứu, đưa về bịnh viện sẽ còn chụp hình lại, nếu vết thương nhẹ, cũng chỉ băng lại thông thường thôi. Nếu vết thương nặng dập xương hay gãy bể, cần phải giải phẩu sắp xếp xương lại cho đúng vị trí mới phải băng lại và có thể sử dụng đến băng bột. Băng tại bả vai vì bị té thường chống tay bị thương bàn tay, cánh tay, cùi chỏ và bả vai là cách băng khó nhứt về băng cánh tay. Có khi băng bả vai cũng có buộc dây từ cánh tay trước đến cổ giữ cho bả vai không bị động nhiều và băng thật chặt.

Tất cả bốn cách băng bàn tay, cánh tay, cùi chỏ và bả vai chỉ là sơ cứu phải đưa về bịnh viện, chụp X ray mới thấy rõ vết thương đó nặng nhẹ thế nào, có cách chữa trị khác nhau. Phần băng cánh tay của công chúa hoa hậu xong, chị Josephine có thể đến cho các nhóc sờ vào chỗ băng cho biết. Tiếp theo là phần băng chân. Chân bị thương cũng thường xảy ra ở bàn chân và cổ chân, ống quyển, đầu gối và háng. Ở đây tôi chỉ băng ba chỗ còn háng là vùng cấm địa, nếu chưa bị thương, người ta không được quyền đụng đến chỗ này dễ bị hiểu lầm "công xúc tu sĩ".

Hiếu băng hai chân cũng bốn chỗ tránh vùng háng. Bàn chân và cổ chân, kế đến là ống quyển. Chân thứ hai, băng đầu gối và băng thứ tư trên đầu gối (giữa đầu gối và háng). Khi chân bị băng đầu gối thì nạn nhân không thể đi đứng vững vàng tự do như trước mà đi đứng phải có nạn hay xe lăn nếu vết thương rất nặng.

Sau khi biểu diễn băng bó tay chân cho hai người mẫu, Hiếu mở ra băng ra cũng rất khoa học và còn nói, chúng ta phải lấy băng ra còn nguyên vẹn. Vì ở vùng quê còn nghèo, chúng ta có thể lấy băng nào còn tốt chưa dính máu mũ, có thể giặc phơi kỹ tái sử dụng. Thông thường băng một lần là phải ném bỏ. Hiếu đến nắm hai tay hai người mẫu đưa lên chào quan khách. Cả nhà vỗ tay hoan nghênh ba chuyên viên của Yale, cả năm thằng cu tý chạy đến ôm chân cha ôm chân mẹ mà tự nảy giờ chúng cũng im lặng theo dõi cha của chúng biểu diễn băng tay chân, cũng làm cho óc tò mò của chúng cũng theo dõi hay hay. Nay thấy xong, chúng vui mừng chạy lại ôm chân cha mẹ.

Về đến phòng ngủ, Josephine gọi điện thoại báo cho chồng và ba má biết có thể thu xếp đi Indonesia tham dự cuộc biểu diễn băng sơ cứu của Đoàn, chỗ ở có Bộ Y Tế đài thọ và kể cả vé máy bay, bây giờ mình mua vé trước... Hiếu gởi email đến các toán cho biết ngày giờ địa điểm tổ chức, nếu các chuyên viên thu xếp được thì mua tự vé máy bay, còn chỗ ăn ở Đoàn sẽ liên lạc với Bộ Y Tế Indonesia cung cấp. Ai tham dự được có đến ba ngày liên tiếp thứ tư, thứ năm và thứ sáu, hai ngày cuối tuần du ngoạn các danh lam thắng cảnh tại Thủ Đô Djakarta của Indonesia.

Các Toán đều có email trả lời tham dự và sẽ gởi về văn phòng Đoàn cho biết chuyến bay và ngày giờ đến. Hiếu thấy quá vui, vội gọi điện thoại nói chuyện trực tiếp với ông Bộ Trưởng Y Tế xin giúp cho mười phòng ngủ và xe đưa đón phái đoàn từ ngày thứ ba đến ngày chúa nhựt. Hai nữ tiến sĩ sẽ đến Indonesia từ ngày thứ hai để lo đón các toán từ các nước khác về từ thứ ba.

Chương trình làm việc từ thứ tư đến trung tâm chỉnh hình, thứ năm đến Viện Đại Học Quốc Gia Djakarta, thứ sáu họp báo...Hiếu nhấn mạnh với ông Bộ Trưởng để cho Yale quan tâm trợ giúp Indonesia, ông thử gởi văn thư mời ông Khoa Trưởng Phân Khoa về Y Học của Viện Đại Học Yale đến tham dự ba ngày làm việc của Đoàn hay chỉ đến ngày cuối họp báo cũng tốt. Mọi chi phí, vé máy bay chỗ ăn ở Bộ Y Tế thay mặt chánh phủ Indonesia hoàn toàn đài thọ. Điều này, tôi tin là khi ông Khoa Trưởng nhận lời thì Viện đại học Yale sẽ lo mọi chi phí cho ông Khoa Trưởng mà Bộ Y tế không phải đài thọ chi phí.

Ông Bộ Trưởng nghe theo lời của tiến sĩ Andre gởi văn thư chánh thức mời ông Khoa Trưởng Y Học của Yale đến tham dự, ông Khoa Trưởng trả lời ngay là ông cũng rất quan tâm cũng đến tham dự. Tuy nhiên bề bộn công việc, ông phải có quyết định giờ chót, còn mọi chi phí ông tự lo và ra phi trường đón tôi có Đoàn chúng tôi ra đón là đủ, ông bộ trưởng không phải quan tâm. Cả hai công văn đều có info cho đoàn. Hiếu nhận được hai công văn, Hiếu nói với ông Bộ Trưởng thế nào ông Khoa Trưởng cũng bay sang tham dự, chúng ta chuẩn bị đón và buổi họp báo tôi đề nghị ông Bộ Trưởng và ông Khoa Trưởng chủ toạ, tôi sẽ là thuyết trình viên trình bày mọi vấn đề liên quan đến bịnh xương.

Hai nữ tiến sĩ có thể phiên dịch nhiều ngôn ngữ ngoài tiếng Anh những câu hỏi của các ký giả quốc tế, ông Bộ Trưởng, ông Khoa Trưởng và tôi chỉ trả lời bằng tiếng Anh. Hai nữ tiến sĩ cũng là hai người mẫu tôi biểu diễn băng sơ cứu. Ông Bộ Trưởng rất vui mừng nghe tiến sĩ Andre qua lời nói tâm tình với mình. Tôi sẽ chuẩn bị dạ yến đãi ông Khoa Trưởng và phái đoàn của tiến sĩ Andre, có ông bà Tổng lãnh Sự Áo ở Sài Gòn cũng có bay qua tham dự, tôi cũng tiếp đón như hàng quốc khách. Tôi mời Thủ Tướng chánh phủ và nhiều Bộ Trưởng trong Nội Các tham dự cho tăng thêm phần long trọng.

Hiếu viết email gởi đến cho các toán và cho biết chương trình của Đoàn mà ba chúng tôi đại diện Đoàn sẽ có mặt tại Djakarta sáng thứ hai, qúy vị muốn đến sớm chiều thứ hai, chúng tôi ra phi trường đón về phòng trọ để quý vị có thêm thì giờ du ngoạn thủ đô Djakarta. Josephine cho bố biết, bố được ông Bộ Trưởng Y Tế tiếp đón hàng quốc khách cùng với ông Khoa Trưởng của Yale.

Đến sáng thứ tư đoàn xe đi thăm viếng trung tâm chỉnh hình phục hồi chức năng của chứng thương tật gãy tay chân, cả đầu cổ và cột sống... Xe cảnh sát dẫn đầu, tiếp theo là xe của ông Bộ Trưởng và Trưởng Đoàn Tiến sĩ Andre. Nối đuôi có xe của ông Tổng lãnh Sự Áo và gia đình, gia đình Caroline hai chiếc. Kế đến là xe của của năm toán của Đoàn Nghiên Cứu, sau cùng thêm hai xe của của Bộ Y Tế và một xe cảnh sát.

Đoàn xe dài trên mười chiếc tới một khúc quanh hai bên cây cối rậm rạp chỉ cách trung tâm chỉnh hình chừng ba cây số, một toán cướp có vũ trang, hung khí, phục kích bên vệ đường để cho xe cảnh sát chạy qua, một tên giả bộ què quặt, bò qua đường, xe chở ông Bộ Trưởng và các xe nối đuôi phía sau đều phải dừng lại, ba tên cướp từ trong bụi rậm nhảy ra cùng với tên bò lết qua lộ, đứng dậy. Một tên dùng mã tấu chỉ vào tài xế bảo tắt máy xe, hai tên hai bên nhảy bổ vào mở cửa xe định bắt ông Bộ Trưởng và người ngồi chung băng với ông. Một tên thấy ông Bộ Trưởng không ra xe, chúng đâm một nhát dao vào vai ông Bộ Trưởng, quyết lôi ông xuống.

Bên cửa trái, như một cái máy, tiến sĩ Andre tung mạnh cửa, trúng vào tên chỉa mã tấu đang trấn áp tài xế, bị cửa xe trúng vào người lảo đảo, tiến sĩ Andre nhảy đến đá mạnh vào hạ bộ, tên này lăn quay xuống đất Andre Hiếu lấy được mã tấu. Hiếu cúi mọp xuống chạy qua đầu xe bên kia nhảy đến đánh mạnh vào tay một tên cầm mã tấu mà có mang súng lục nữa đang khống chế anh cận vệ của ông Bộ Trưởng ngồi băng trước, Hiếu sẵn có mã tấu lia một đường, tay tên này vừa chạm vào bao súng bị đứt gần lìa bàn tay, hắn đau quá cũng lăn kềnh xuống đất. Hiếu chụp lấy súng lục, lên đạn bắn theo môt tên đang bỏ chạy, tên này bị thương chân cũng phải ngồi xuống, một tên chạy thoát. Trong lúc xe cảnh sát biết có cướp chận đường, vội bắn hai bên đường vừa chạy đến giải cứu bắt luôn ba tên, còn chừng năm bảy tên núp gần đó lẻn trốn vào bụi rậm mất hút.

Andre thấy ông Bộ trưởng bị thương cả tay áo dính đầy máu, Andre, cỡi áo ông Bộ Trưởng ra, lấy băng trong túi cứu thương băng cầm máu vết thương và nói đoàn xe tiếp tục chạy đến Trung Tâm chỉnh Hình. Dân chúng hiếu kỳ tụ tập hai bên đường nhìn xem đoàn xe khi biết tin đoàn xe ông Bộ Trưởng Y Tế bị cướp chận đường. Trên xe có một bác sĩ có võ nghệ cao cường dùng tay không đánh gục ngã hai tên và bắn hạ một tên khác, cũng nằm cho một đóng. Cảnh sát quay trở lại bắt cả ba tên còng dính chung nhau và còn tịch thu thêm một khẩu súng lục, một cây mã tấu. Như vậy, chiến lợi phẩm gồm có hai khẩu súng lục đầy đạn và ba mã tấu rất sắc.

Dân chúng hai bên vệ đường vỗ tay hoan nghênh chào đón phái đoàn Bộ Y tế đến viếng trung tâm chỉnh hình. Hiếu vào phòng họp, xin Ban Tổ Chức cho ông Bộ Trưởng Y Tế một chiếc ghế bành rộng và ông có thể nằm ngữa theo dõi cuộc trình bày của phái đoàn Yale vì vết thương ở bả vai ông Bộ Trưởng chỉ xướt thịt chảy máu không nặng, ông có thể ngơi nghỉ trong chốc lát sẽ cùng về với chúng tôi.

Andre gọi cảnh sát đến bảo mở còng hai tên bị thương, một tên bị chém gần đứt cụt một bàn tay và một tên bị thương ở chân. Tiến sĩ Andre tuyên bố trước hàng ngàn người bu quanh và có mời một cảnh sát viên biết tiếng Anh thông dịch cho dân chúng biết. Bác sĩ Andre nói:

- Vì lòng nhân đạo của Đoàn nghiên cứu của Viện đại học Yale bên Mỹ đến đây mà ông Bộ trưởng Y tế của quý quốc bị thương chúng tôi rất đau buồn.

Andre nói lớn xin trung tâm cho một chai nước rữa và thuốc sát trùng cùng với nhiều băng, tôi sẽ biểu diễn băng trước cho quý vị xem cách băng sơ cứu. Dù hai anh này là kẻ cướp muốn xâm phạm đến tính mang ông Bộ trưởng và chúng tôi. Nhưng, hai anh bị thương nặng hơn ông Bộ Trưởng, vì lòng nhân đạo, lương y như từ mẫu, tôi băng sơ cứu cho hai tội phạm trước ông Bộ Trưởng. Cả hội trường vỗ tay như muốn vỡ tung hoan hô vang dậy lòng nhân ái của Đoàn chuyên Viên Yale.

Với thao tác chuyên nghiệp, nhanh nhẹn, tiến sĩ Andre dùng nước sát trùng rữa kỹ vết thương dù máu vẫn tiếp tục chảy nhiều, ông lấy hai cái ben trong túi cứu cấp của mình gắp xương và gân đứt cho ngay đúng khớp, ông dùng thuốc cầm máu cũng như thuốc diệt nhiễm trùng rắc và thoa bao quanh vết thương, ông lấy băng quấn lại chặt rất nhanh và khéo léo nhằm cầm máu. Ông làm nhanh đến đổi các bác sĩ chuyên khoa chỉnh hình phải khâm phục, các bác sĩ chuyên khoa nói nếu chúng tôi làm một công tác này đến hai người cũng sẽ không nhanh bằng tiến sĩ Andre, ông xứng đáng là bậc thầy của ngành băng bó xương.

Bác sĩ Andre còn giúp làm cho tên cướp một sợi dây choàng vào cổ nâng tay lên cho bớt hay hết chảy máu sẽ chuyển tên này đến bịnh viện sau. Còn tên bị bắn trúng chân sau băng bó, tiến sỉ Andre cũng xin Trung tâm chỉnh hình cấp cho một cái nạng gỗ. Cả hai tên cùng còng chung đưa ra xe chở tù cùng với tên thứ ba bị còng cả hai tay, có xe cảnh sát hộ tống đưa về bịnh viện trước.

Tới đây, tiến sĩ Andre đến xin lỗi ông Bộ Trưởng, xin phép cỡi băng ra, dùng thuốc sát trùng rữa thật kỹ từ xung quanh ngoài vết thương đến ngay vết thương và lau rữa sạch các nơi có dính máu và ông dùng thuốc có sẵn trong túi cứu thương của ông rắc lên vết thương và ông băng lại nhanh như chớp chỉ mất vài phút, cả hội trường có dịp vỗ tay tán thưởng. Băng xong cho ông Bộ Trưởng, tiến sĩ Andre lên bục thuyết trình, thưa với ông Bộ Trưởng:

- Kể từ hôm nay tôi xin làm em nuôi ông Bộ trưởng vì trong nguy nan chúng ta có nhau. Nếu ông Bộ Trưởng đồng ý chỉ đưa tay không bị thương lên là đủ. Ông Bộ Trưởng không những đưa tay, mà còn đứng lên đi nhanh lại ôm tiến sĩ Andre rất trìu mến và nói lớn kể từ hôm nay chúng tôi là anh em kết nghĩa. Andre cám ơn ông dìu ông Bộ trưởng về chỗ ngồi.

Andre trở lại bục trình bày cách chửa trị các chứng gãy xương và cách sơ cứu rất cần thiết mà người dân biết tự lo cho mình và gia đình là điều vô cùng hữu ích. Tiến sĩ Andre nhấn mạnh anh tội phạm với vết thương gần đứt lìa từ cườm tay, nếu chúng ta không sơ cứu sớm, đợi chuyển đến bịnh viện chửa trị thì bàn tay của anh ta vô phương cứu chữa chỉ có cắt bỏ, anh ta sẽ hận đời sau năm tháng bị tù tội, lại tiếp tục vào con đường bất chánh cũ. Nay tôi cứu bàn tay không bị cắt bỏ, anh ra tù có đủ hai bàn tay, anh sẽ dễ tìm công ăn việc làm lương thiện. Cái quan trọng nhứt, chúng ta phải biết sơ cứu đúng cách sớm nhứt trước khi đưa đến bịnh viện.

Theo lẽ hôm nay, tôi mời hai nữ tiến sĩ của Đoàn chúng tôi làm người mẫu trong công tác tôi thực hiện cách băng sơ cứu. Nhưng, tới bây giờ hai nữ tiến sĩ trong Đoàn dù có hoàn hồn cũng không còn sự nhanh nhẹn và vui thích khi làm người mẫu. Bây giờ tôi xin mời hai anh thanh niên, một anh mặc quần ngắn và một anh chỉ mặc áo thun. Tôi sẽ dùng làm người mẫu trong băng sơ cứu chỉ trong nửa giờ là xong. Hai thanh niên trẻ chưa tới 20 tuổi tình nguyện lên làm người mẫu.

Xin mời quý vị xem tôi băng mà không có một thứ nước sát trùng hay thuốc gì hết vì là trường hợp đột xuất không có chuẩn bị trước. Tôi băng hai tay trước, một tay băng bàn tay kể cả cườm tay, và cùi chỏ, một tay băng cánh tay bị gẫy và bả vai bị trẹo, trật khớp xương và bong gân. Anh mặc quần đùi tôi cũng băng sơ cứu tại hai chỗ của mỗi chân. Một chân cũng băng bao quanh mắt cá và băng đầu gối, một chân băng ống quyển bị thương hoặc gãy và một nơi khác là háng bị bong gân hay trật khớp xương. Nếu hai em muốn giữ các băng này làm kỹ niệm tôi sẽ tặng cho hai em. Bây giờ hai em sẵn sàng tôi bắt đầu làm ngay.

Tiến sĩ Andre còn nói nếu chúng ta có hai người đều biết sơ cứu cùng làm một lúc sẽ nhanh hơn nhưng nhanh không bao nhiêu thời gian vì chỗ cần băng nhỏ hẹp nên người thứ hai chỉ có giúp đưa dụng cụ, đồ dùng hay băng, bông gòn hoặc có thuốc sát trùng. Vì vậy, tôi không phải cần thêm một bác sĩ phụ giúp mà Đoàn chúng tôi có đến mười bác sĩ.

Xin mời quý vị xem cách tôi bắt đầu băng, vì mình không có thuốc sát trùng hay bông gòn hay các thứ y liệu khác, chỉ có băng sơ cứu để chuyển đến bịnh viện. Tay Andre thoăn thoắt quấn băng chừng hai ba phút xong một chỗ, chỉ có băng đầu gối, háng và cùi chỏ phải băng đến năm phút mới xong. Hai tay có bốn chỗ băng và hai chân cũng vậy. Với tám cách băng khác nhau, tiến sĩ Andre thực hiện chưa đến 30 phút, cả hội trường vỗ tay hoan nghênh.

Tiến sĩ Andre bảo hai em đi một vòng quanh hội trường cho người ngoài sờ vào các chỗ băng coi xem có chặt và đẹp không?. Sau khi hai em đi xong một vòng. Hiếu tuyên bố quý vị xem tôi lấy băng ra một cách nhẹ nhàng, dù vết thương chưa lành cũng không làm đau nạn nhân. Bác sĩ Andre làm việc như một cái máy, cuốn bốn cái băng của một người mẫu cho vào túi ny lông đưa mỗi em giữ làm kỷ niệm cho vui.

Cả hội trường vỗ tay hoan hô nhiệt liệt. Andre cám ơn mọi người quan sát cách băng sơ cứu khi gãy tay chân và thông báo với các y bác sĩ muốn tham dự hai buổi làm việc kế tiếp của Đoàn chúng tôi tại Viện đại học Djakarta vào ngày mai và thứ sáu có buổi họp báo tại Bộ Y Tế.

Cả phái đoàn xin phép rời nơi đây về lại Bộ Y Tế để ông anh tôi bị thương về nhà có chị dâu tôi chăm sóc mà không cần phải đi bịnh viện. Cả hội trường lại một lần nữa vỗ tay reo vang vui mừng thấy phái đoàn của Bộ Y tế chỉ có ông Bộ Trưởng bị thương nhẹ mà phái đoàn còn tịch thu được hai khẩu súng lục, ba mã tấu và bắt giữ ba tội phạm.

Các báo ra buổi chiều tại Thủ Đô Djakarta và các đài phát thanh truyền hình đồng loạt loan tin phái đoàn Bộ Y Tế gặp nạn và may mắn gặp bác sĩ Trưởng Đoàn của Yale với võ nghê cao cường, bằng tay không hạ gục ba tên cướp tịch thu được hai khẩu súng lục và ba mã tấu. Có nhà báo vặn hỏi tên đầu đảng cướp nói có súng sao không bắn, hắn nói:

- Vì sợ có tiếng súng nổ, toán lính cảnh sát đi trước biết gặp nạn, quay lại cứu nên chúng chỉ dùng mã tấu mà thôi, định cướp nhanh và bắt ông Bộ Trưởng đòi tiền chuộc sau. Còn những tên cướp còn lại cũng chưa kịp đến cứu vì nhiệm vụ của chúng cũng có súng mã tấu là đối phó với cảnh sát khi trở lại tiếp ứng, để cho đồng bọn cùng thoát thân.

Tại thủ phủ của tiểu bang Connecticut ở Hoa Kỳ, có báo đăng tin Trưởng Đoàn Nghiên Cứu Yale trên đường công tác cùng với ông Bộ Trưởng Y Tế Indonesia, bị cướp chận đường gây thương tích cho ông Bộ Trưởng, tiến sĩ Andre Trưởng Đoàn, tay không hạ gục ba tên cướp và tịch thu được hai súng lục và ba mã tấu có kèm hình chụp ba tên cướp bị còng cùng với tang vật và tiến sĩ Andre đứng cạnh bên. Cả Viện đại học Yale biết tin này quá vui mừng, ông Viện Trưởng chỉ thị ông Khoa Trường mời thêm vài giáo sư làm thành một phái đoàn của Yale bay qua Indonesia khích lệ khen ngợi tiến sĩ Andre và mang theo bằng khen của Viện cùng một tấm check $200.000 tưởng thưởng công trạng tiến sĩ Andre góp phần làm vẻ vang cho Viện đại học Yale.

Ông Khoa Trưởng trình cho ông Viện Trưởng văn thư chính ông Bộ trưởng Y Tế đã có công văn mời ông Khoa Trưởng tham dự khi Đoàn có hai buổi biểu diễn băng xương gãy sơ cứu tại trung tâm chỉnh hình và tại viện đại học quốc gia Djakarta và một buổi họp báo do Bộ Y Tế Indonesia tổ chức để cho tiến sĩ Andre trình bày sự ích lợi của cách sơ cứu sớm, đúng cách sẽ giúp ích cho nạn nhân tránh bị cưa tay, chân. Tiến sĩ Andre và ông Bộ Trưởng Y Tế mới đi công tác buổi đầu tiên đã gặp ngay tai họa may thoát nạn.

Ông Khoa Trưởng chỉ thị bà chánh văn phòng in lại công văn mời chánh thức khi chưa có vụ cướp táo tợn định bắt cóc ông Bộ Trưởng Y tế trình cho văn phòng Viện Trưởng.

Cũng tối hôm đó, chánh phủ Indonesia có ra Thông Cáo nói rõ nội vụ ông Bộ Trưởng Y Tế thoát nạn bị bắt cóc nhờ tiến sĩ Trưởng Đoàn nghiên cứu Yale giải cứu kịp thời còn bắt được ba tên cướp và tịch thu được năm vũ khí. Chánh phủ Indonesia ghi nhận công trạng của tiến sĩ Andre Trưởng Đoàn của Yale không sợ nguy hiểm đến tánh mạng, với tay không mà dùng võ khống chế được kẻ cướp có hung khí. Chánh phủ sẽ trao bằng khen cũng như gắn huy chương Anh Dũng Bội Tinh cao quý nhứt của Indonesia và có phần thưởng khác cũng rất xứng đáng cho một người hùng, một ân nhân của đất nước Indonesia.

Ông Khoa Trưởng đại học Y Khoa Cần Thơ, đọc báo biết tin này, vội bút vé hai vợ chồng bay sang Djakarta tham dự buổi họp báo ngày thứ sáu nhằm khích lệ khen ngợi học trò ruột của ông. Ông thông báo cho Hiếu biết để có xe ra đón ông bà tại phi trường. Hiếu vô cùng cám ơn ông bà Khoa Trưởng. Hiếu nói với vợ, em lãnh ra mười ngàn bỏ phòng bì biếu ông bà Khoa Trưởng.

Hiếu biết trước chánh phủ Indonesia ngoài huy chương, bằng khen còn tưởng thưởng cho Andre 200.000 đô, Viện đại học Yale cũng thưởng 200,000 và Bộ Y Tế Indonesia cũng tặng cho Hiếu $100,000 bồi hoàn cho các nhà nghiên cứu và thân nhân từ Việt Nam bay sang tham dự ba buổi làm việc ra mắt của Đoàn trước công chúng Indonesia.

Hiếu nói với Caroline, một trăm ngàn Bộ Y tế Indonesia bồi hoàn tất cả tiền mua vé máy bay của các thành viên trong Đoàn về Djakarta tham dự. Mình bồi hoàn cho mọi người kể cà tiền mua vé của gia đình mình, gia đình Josephine và $10,000 biếu thầy Khoa Trưởng. Tiền còn lại hai bạn Josephine và Caroline chia đều như lời anh nói trước đây. Caroline nói em hiểu lòng dạ anh, em cám ơn anh thật nhiều, là một người chồng vô cùng xứng đáng. Anh có lòng nhân ái quá cao cả, đến tên tội phạm mà anh cũng cứu giúp. Vì vậy anh cứu giúp Thu Vân cũng chỉ là một chuyên nhỏ mà thôi, em hiểu anh. Em bái phục anh, em đề nghị với Josephine, thay vì mình trả tiền vé máy may mỗi người có mấy trăm, nay mình vừa trả tiền vé vừa biếu mỗi anh chị $5,000 và năm chuyên viên khác mỗi người $2,000. Hiếu nói em làm như vậy đúng mà em nên thảo luận với Josephine, anh Trai cũng có $5,000 như anh chị mình.

Caroline còn nói, tối nay, em phải tưởng thưởng anh tới bến. Hiếu vội bóc điện thoại gọi khoe với má, em Caroline nói tối nay thưởng con tới bến. Má có thấy con xứng đáng được tưởng thưởng không?

- Má nói ngay, tán thành Caroline thưởng con mà còn phải thưởng đúp nữa, Hiếu cám ơn má, Caroline nghe cười ngất. Hiếu khoe tiếp:

- Viện đại học Yale thưởng con 200.000 đô, ông Khoa trưởng sẽ mang qua còn thưởng đúp có bằng khen của Viện đại học Yale. Chánh phủ Indonesia cũng thưởng đúp vừa tiền vừa tặng huy chương và bằng khen danh dự. Chưa hết Bộ Y tế bồi hoàn tiền con mua vé máy bay. Sau vụ bồi hoàn tiền vé máy bay, tiền còn dư lại, hai người mẫu chia đôi để mua sữa cho con bú. Má cắt ngang, còn sữa mẹ của chúng nó để cho bố bú có phải không?

- Thưa má chí phải, Hiếu nói má đi guốc trong bụng con nên biết hết, con xin cám ơn má ba. Con phải đi tắm, dọn mình chờ vợ con tưởng thưởng cho con nghe má! Bà Ô Kê.

Đến ngày thứ sáu, ngoài giới truyền thông báo chí quốc tế quốc nội trên ba trăm ký giả và một số đông trí thức giáo sư đại học biết tin ông Bộ Trưởng Y Tế và Trưởng Đoàn Nghiên cứu Yale vừa thoát nạn cướp táo bạo gần Thủ đô Djakarta. Không những thoát nạn, tiến sĩ Andre Trưởng Đoàn Nghiên Cứu Yale chỉ có tay không, còn hạ gục và bắt được ba tên cướp với năm hung khí giết người, gồm có hai súng lục, ba mã tấu.

Từ Hoa Kỳ bay sang Thủ đô Djakarta nhằm khen thưởng khích lệ Đoàn Nghiên cứu của Yale, có ông Khoa Trưởng Phân Khoa Y Học trưởng phái đoàn của Yale và bốn Khoa Trưởng khác cùng với bằng khen, tưởng thưởng hiện kim của Viện đại học Yale cho tiến sĩ trưởng Đoàn.

Tham dự buổi họp báo, hầu như các bác sĩ thuộc Phân Khoa Y Học Djakarta đều có tham dự đông đủ vì cảm thấy danh dự chung cho ngành Y. Tiến sĩ Andre là bác sĩ cứu bịnh nhân, còn là một người hùng với sự can đảm cao độ không sợ hiểm nguy, cứu người giúp đời, hạ gục và bắt sống một lúc đến ba tên cướp có vũ trang. Ông bác sĩ của Yale lại ra sức cứu chửa hai tên cướp bị thương, băng bó ưu tiên hơn ông Bộ Trưởng bị thương nhẹ hơn chúng.

Trong cuộc họp báo quan trọng do Bộ Y Tế Indonesia tổ chức với số thức giả, báo giới hơn một ngàn người tham dự, một kỷ lục mà từ trước tới nay chưa hề có cuộc họp báo tại Djakarta đông đảo như vậy.

Sau khi ông ông Bộ Trưởng giới thiệu hai phái đoàn quan trọng từ Viện đại học Yale ở Mỹ và một phái đoàn đông đảo từ Việt Nam.

Ông Bộ Trưởng nói, tôi muốn giới thiệu với dân chúng Indonesia và báo giới một gương can đảm cao cả đã cứu tôi và phái đoàn Bộ Y Tế thoát nạn dù tôi bị thương, nhưng nhẹ. Chúng ta sẽ nghe tiến sĩ bác sĩ Andre Trưởng Đoàn Nghiên Cứu của đại học Yale Hoa Kỳ đến công tác tại Indonesia tường trình chi tiết vụ phái đoàn đoàn Bộ Y Tế chúng tôi bị nạn. Tiến sĩ còn tường trình về cách trị liệu hiệu quả về chứng gãy xương trong cơ thể con người. Đoàn Nghiên Cứu của Viện đại học Yale đã đến Indonesia phục vụ gần hai năm, lần đầu tiên có buổi họp báo này.

Tối nay, chánh phủ đã uỷ nhiệm Bộ Y Tế chúng tôi tổ chức một dạ yến đãi các quốc khách từ Viện Đại học Yale, Việt Nam. Chúng ta sẽ nghe Giáo sư Khoa Trưởng Y Học của Yale nói về tầm quan trọng của Viện đại học Yale có quyết tâm giúp Indonesia và thế giới tránh thoát cảnh tệ nạn bị thương hay gãy tay chân bị cắt bỏ thay vì có cách giúp nạn nhân không mang tật nguyền. Và tiến sĩ Andre sẽ thuật lại vắn tắt cảnh đoàn xe của phái đoàn chúng tôi bị cả chục tên cướp mai phục định bắt sống tôi. Chúng đã tận số gặp một bác sĩ trẻ tài giỏi của Yale đưa tới Indonesia công tác, chỉ có hai tay không mà tiến sĩ Andre đã đánh gục và bắt sống ba tên cướp cùng với hai súng lục và ba mã tấu.

Tôi đại diện Ban Tổ Chức, xin mời các giáo sư của Viện đại học quốc gia Djakarta và đặc biệt mời hết y bác sĩ Phân Khoa Y Học Djakarta tham dự dạ yến tối nay để hoan nghênh một đồng nghiệp y khoa ngoài tài trị bịnh còn trị tội phạm, bắt sống ba tên cướp nguy hiểm có hung khí. Nhân cơ hội này, đất nước Indonesia xin cám ơn phái đoàn cao cấp của Viện Đại học Yale, Đoàn Nghiên cứu và phái đoàn từ Việt nam sang đến chung vui cùng Bộ Y tế chúng tôi. Ban Tổ Chức có mời Nội Các và Thủ Tướng Chánh Phủ tham dự. Quan khách không phải từ Mỹ và Việt Nam đến xin gọi điện thoại ghi danh chúng tôi sẽ sắp xếp chỗ ngồi.

Tiến sĩ Andre lên bục cho biết sẽ trình bày hai nội dung mà ông Bộ Trưởng Y Tế đã thông báo. Tiến sĩ Andre giới thiệu phái đoàn cao cấp của Viện đại học Yale là chủ quản chương trình nghiên cứu về chứng tật bịnh xương. Ngoài giáo sư Khoa trưởng Y Học của Yale trưởng phái đoàn còn bốn vị giáo sư Khoa Trưởng khác trong phái đoàn cũng sẽ có vài lời vắn tắc nói về ý nghĩa đã cắt cử Đoàn Nghiên cứu của Yale đến phục vụ tại Indonesia ba năm và mười bốn quốc gia khác. Chúng tôi cũng xin giới thiệu từ Việt nam sang có ông Tổng Lãnh Sự Áo tại Sài Gòn và giáo sư Khoa trưởng Đại Học Y

Cần Thơ, quý vị đó cũng có vài tâm tư tình cảm của mình đối với dân tộc và đất nước Indonesia.

Tiến sĩ Andre cho biết, sau khi tôi trình bày hai sự kiện mà ông Bộ Trưởng Trưởng Ban Tổ Chức đã thông báo trước, quý vị báo chí truyền thông có thể đặt câu hỏi chúng tôi sẽ giải đáp. Nếu câu hỏi về Y học cao quá, tôi chưa hiểu, tôi sẽ mời các sư phụ của tôi từ Yale ở Mỹ, lên giúp giải đáp hay tôi mời ông thầy ruột của tôi ở Cần Thơ lên giúp đệ tử. Vì vậy quý vị tự do hỏi trong phạm vị y học mà chuyên trị về xương. Chúng ta trao đổi ý kiến, giải đáp thắc mắc tối đa một tiếng Ban Tổ Chức mời quý vị tham dự cuộc họp báo hôm nay dự bữa ăn trưa với Ban Tổ Chức.

Cả năm giáo sư Khoa trưởng của Yale sau cuộc họp báo có gặp riêng mười bác sĩ và hai tiến sĩ của Đoàn trong buổi tiếp xúc ngắn và ông Khoa trưởng có biếu tặng mỗi thành viên trong Đoàn năm ngàn gọi là tiền mua vé máy bay và chi tiêu khi về Djakarta tham dự. Giáo sư Khoa Trưởng hết lời khen bác sĩ Trưởng Đoàn đã làm vẻ vang cho trường Yale trên vũ đài y học thế giới về bịnh xương và còn vô cùng can đảm trấn áp bắt sống ba tên tội phạm có vũ khí.

Giáo sư Khoa trưởng nói với Đoàn, quý bác sĩ nên soạn luận án tiến sĩ về xương như bác sĩ Andre, trường Yale sẽ dành mọi dễ dàng giúp quý vị và có thể mời quý vị cùng với bác sĩ Andre làm một nhóm chuyên khoa về xương trong Phân Khoa của tôi, dạy tại Yale với số tiền lương cao, tôi sẽ hết lòng giúp quý bạn. Tối nay, tôi dự dạ tiệc xong, sáng mai chúng tôi trở về Hoa Kỳ chuyến bay sớm mà bác sĩ Andre khỏi phải đưa ra phi trường vì tôi biết bác sĩ Andre mấy ngày nay đầu óc rất căng thẳng, chúng tôi dành thì giờ cho tiến sĩ Caroline điều trị bịnh căng thẳng thần kinh giúp chồng. Cả Đoàn vỗ tay.

Mọi người ra về sau bữa ăn trưa rất thịnh soạn và nghe bác sĩ Trưởng Đoàn Nghiên cứu Yale trình bày về vụ thoát hiểm khi bị bọn cướp chặn đường và hiểu rõ sự ích lợi của cách băng sơ cứu các nạn nhân bị gãy tay gãy chân.

Buổi dạ yến có Thủ Tướng chánh phủ và phu nhân cùng hàng chục ông bà Bộ trưởng trong Nội Các Indonesia tham dự. Các quan khách đều ca ngợi sự can đảm của một bác sĩ trẻ của Yale đã hết lòng cứu ông Bộ Trưởng Y Tế thoát nạn. Thủ Tướng Chánh Phủ gắn huy chương Anh Dũng Bội Tinh, trao tặng Bằng Khen cấp quốc gia và hiện kim. Giáo Sư Khoa Trưởng Y Học Yale đại diện giáo sư Viện Trưởng Yale tặng tiến sĩ Andre Trưởng Đoàn Nghiên Cứu Yale Bằng Khen và hiện kim. Ông Bộ Trưởng Y Tế cũng trao Bằng Khen của Bộ cho tiến sĩ Trưởng Đoàn Nghiên Cứu Yale. Buổi dạ yến có gần cả ngàn quan khách tham dự, mãi đến gần 11 giờ mới chấm dứt.

Phái đoàn Yale sáng sớm thứ bảy đã bay trở về Mỹ. Phái đoàn Việt Nam đến chiều chúa nhựt mới bay trở về Việt Nam, vợ chồng Caroline và gia đình của Josephine cùng về chuyến này. Còn các chuyên gia của Đoàn phải bay trở về nước đang công tác, tiếp tục công việc sáng thứ hai.

Trưa chúa nhựt, Trưởng Đoàn Nghiên cứu có tổ chức một bữa tiệc chiêu đải tất cả nhân viên theo phái đoàn của ông Bộ Trưởng Y Tế gặp nạn cướp chặn đường sáng thứ tư, tiến sĩ Trưởng Đoàn mời cả gia đình tham dự như là ăn mừng thoát nạn và hầu như tất cả nhân viên cao cấp của Bộ Y Tế đều được mời tham dự.

Tiến sĩ Caroline làm MC giới thiệu tiến sĩ Andre, Trưởng Ban Tổ Chức lên phát biểu ý nghĩa về buổi tiệc ăn mừng cả phái đoàn đều thoát nạn, chỉ có ông Bộ Trưởng bị thương ở bả vai tương đối nhẹ. Tiến sĩ Andre nói, chúng ta đội ơn Thượng Đế đã che chở chúng ta thoát hiểm. Kế đến MC giới thiệu ông Bộ Trưởng Y Tế phát biểu, ông đã hết lời khen tặng tiến sĩ Andre, một mình tả xông hữu đột đã cứu ông thoát nạn và còn hạ gục ba tên cướp tịch thu được hai súng lục đầy đạn và ba mã tấu. Một điều mà tiến sĩ Andre đã chiếm hết lòng yêu quý của mọi người dân chúng tôi đối với ông là ông không sợ hiểm nguy đến tính mạng.

Ngoài lòng nhân ái cao cả của ông đã hết lòng cứu cấp hai tên cướp bị thương ưu tiên hơn tôi vì tôi bị thương nhẹ và đã được ông sơ cứu khi chúng tôi ngồi trên xe đi đến Trung tâm chỉnh hình. Còn hai tên cướp bị trọng thương máu chảy dầm dề, đến hội trường chính tiến sĩ ra tay tế độ cứu hai tên tội phạm, sử dụng thuốc cầm máu và dùng thuốc sát cũng như băng vết thương một cách gọn gàng và nhanh chóng làm cho dân Indonesia hết lòng ngưỡng mộ.

Cũng từ ngày thứ tư đó, tiến sĩ Andre nhỏ tuổi hơn tôi gần hai mươi tuổi cùng tôi kết nghĩa tình anh em. Vì vậy hàng tháng, ông anh ở Indonesia có đặc sản tôm hùm ngon nhất Indonesia, sẽ gởi biếu ông em kết nghĩa với tôi qua đường dây ngoại giao của Indonesia và Toà Tổng Lãnh Sự Áo ở Thành Phố Hồ Chí Minh mà phu nhân của tiến sĩ Andre là nhân viên của Bộ Ngoại Giao Áo. Tất cả mười lăm bàn tiệc vỗ tay hoan nghênh cách gởi quà nhanh của ông Bộ Trưởng.

Sau khi ông Bộ Trưởng Y Tế về chỗ ngồi, MC mời tất cả quan khách nâng ly chúc mừng bình an và hạnh phúc cho mọi người.

MC nhấn mạnh, nhân buổi ăn mừng của chúng ta, tôi và bạn tôi là tiến sĩ Josephine cùng phu quân lên đây trình bày vài bài hát dân ca và hôm nay còn có nhiều công dân Áo đang làm việc ở tòa Đại Sứ Áo ở Indonesia và thân phụ mẫu của tiến sĩ Josephine đang là Tổng lãnh Sự Áo tại Sài Gòn cũng có thể lên đây cùng chúng tôi hát dân ca Áo gởi đến ông bà Bộ Trưởng và tất cả quan khách.

Bây giờ, bốn chúng tôi bắt đầu hát trước xin mời quý vị vỗ tay theo. Caroline bắt giọng, bốn người hát cả mười lăm bàn ăn và trong nhà hàng ở các phòng ăn kế bên cũng vỗ tay vang rền rất vui. Tiến sĩ Andre đến mời ông bà Bộ Trưởng Y Tế cùng lên với ông bà Tổng Lãnh Sự Áo ở Sài Gòn vỗ tay theo điệu nhảy hát dân ca rất phổ thông ở Áo và rất dễ thực hành cho mọi người. Ban đầu chỉ có mấy người trên sân khấu, qua bản nhạc thứ hai lại có thêm các nhân viên Toà Đại Sứ Áo cũng lên vừa hát vừa nhảy múa theo nhạc. Đến bản nhạc thứ ba cả mười lăm bàn đều đứng lên tại chỗ vừa vỗ tay và lắc lư vô cùng sôi động, có nhiều bàn ăn khác ở gần bên cũng khua muỗng nĩa, vỗ tay theo nhịp điệu của bài hát.

Khi chấm dứt bản dân ca Áo thứ ba, mọi người quá vui và cũng cảm thấy mệt về bàn ngồi nghỉ. Ông Bộ trưởng lên máy vi âm mời mọi người cùng nâng ly và gọi nhà hàng cho thêm mười lăm chai rượu ngon Martell XO và thêm mười lăm dĩa tôm hùm hấp cho nhanh và ông nói chúng ta nhậu một bữa cho vui, các chai rượu uống không hết xin Ban Tổ Chức mang hết về để quý vị còn tiếp tục nhậu vì đây là bữa tiệc thân thương đoàn kết ăn mừng ngày vui của chúng ta.

Khi mọi người ra về, tiến sĩ Andre đến thanh toán tiền ăn, nhà hàng cho biết, ông Bộ Trưởng đã cho nhân viên đến trả trước kể cả tiền típ. Về đến phòng trọ, Andre gọi điện thoại đến cám ơn ông Bộ Trưởng và phu nhân đã thương người em kết nghĩa đãi bữa ăn long trọng. Andre-Caroline cùng chúc ông bà luôn bình an hạnh phúc.

Hiếu cho năm chai rượu vào năm túi gởi cho năm toán mang về phòng trọ nơi làm việc nhậu lai rai cho vui. Còn Hiếu mang về Việt Nam mười chai thuộc loại rượu cao cấp đắt tiền với hai chữ XO để cho bố, ba và anh hai có dịp nhăm nhi cho thơm miệng. Ngồi trên máy bay có đến mười mấy người cùng chuyến về Việt Nam. Vợ chồng Hiếu và Josephine, ngồi gần ông bà Tổng Lãnh Sự Áo, ai cũng khen Hiếu lúc nào cũng gặp may mắn.

Hiếu kể lại tỉ mỉ cho ông bà Tổng Lãnh Sự, Josephine và vợ Hiếu rõ câu chuyện may mắn của Hiếu hạ trong tíc tắc ba tên cướp có vũ trang, mà Hiếu tay không có biết võ nghệ gì đâu chỉ có sức khoẻ mà thôi. Hiếu làm gì có học võ, nghèo rớt mồng tơi tiền đâu học thêm võ để tự vệ. May là Hiếu thích đá banh, chạy bộ và hít đất nên hai tay và hai chân rất khoẻ, nay lại ăn uống đầy đủ bổ dưỡng, có vợ chăm sóc kỹ nên khoẻ thêm. Caroline khoái quá cười to...

Xe cảnh sát đi dẫn đầu quay lại, bắt còng cả ba tên cướp đưa lên xe. Hiếu nói đoàn xe tiếp tục chạy đến trung tâm chỉnh hình vì còn cách chừng ba cây số. Ngồi trên xe, Hiếu lấy từ trong túi cứu thương ra một cuộn băng và thuốc sát trùng rửa sạch vết thương ông Bộ Trưởng, chỉ bị thương ở phần mềm, ngoài da thịt, không trúng xương, băng lại tránh chảy máu và trấn an:

- Vết thương nhẹ không nguy hiểm và Hiếu nói chúng ta tiếp tục công tác, ông Bộ Trưởng gật đầu đồng ý...

Về đến phi trường Tân Sơn Nhứt, một đoàn xe của của Toà Tổng Lãnh Sự có đến sáu chiếc và có hai xe cảnh sát hộ tống đưa tất cả mọi người về Toà Tổng Lãnh Sự Áo. Ở Toà Tổng Lãnh Sự chỉ có biết tin là đoàn xe công tác của ông Bộ Trưởng Y tế có ông bà Tổng Lãnh Sự cùng đi mà ông Bộ Trưởng Y Tế lại bị chém nên mọi người ở Toà Tổng lãnh Sự rất lo lắng cho ông bà Tổng Lãnh sự. Sau biết ông bà bình yên, nay về tới Sài Gòn trong giờ làm việc, nên nhân viên của Toà Tổng lãnh sự vô cùng mừng rỡ, đứng dàn chào từ cổng vào. Ông bà Tổng Lãnh Sự bước xuống xe đến bắt tay từ nhân viên cám ơn và mọi người cùng vô phòng khách đã có bày những thức ăn và rượu sâm banh ăn mừng.

Ông bà Tổng Lãnh Sự mời ông bà Khoa Trưởng Y Khoa Cần Thơ, vợ chồng Hiếu và gia đình Hiếu dự buổi tiếp tân ăn mừng đột xuất trước khi phái đoàn ở Cần Thơ có xe của Toà Tổng Lãnh Sự đưa về Cần Thơ và xe của Hiếu cũng có người lái về Cần Thơ cho Hiếu. Ông Tổng Lãnh Sự nói phái đoàn Bộ Y Tế Indonesia và có chúng tôi, thoát nạn cướp trấn lột là công của người hùng cũng là rể của dân tộc Áo của chúng ta.

Ông Tổng Lãnh Sự Áo nắm tay Hiếu đưa lên và nói với vóc dáng thấp, nhỏ con, chỉ hai bàn tay không mà đã hạ gục và bắt sống ba tên cướp. Thế mới biết Bác sĩ Hiếu ngoài tài trị bịnh còn trừng trị bắt sống tội phạm, một lúc ba tên cướp có vũ trang, xin mọi người vỗ tay hoan nghênh bác sĩ Hiếu. Chúng tôi mời quý vị và quý bạn trong Toà Tổng lãnh Sự chúng ta cùng nâng ly chúc mừng mọi người được bình an hạnh phúc và cám ơn bác sĩ Hiếu xứng đáng là một người hùng mà mọi người chúng ta vô cũng ngưỡng mộ.

Một lần nữa, xin mời mọi người nâng ly uống hết rượu mừng của Toà Tổng Lãnh Sự đãi phái đoàn Cần Thơ mà Bác sĩ Hiếu là nhân vật chánh. Chúng ta có ít thời giờ chỉ mời quý phái đoàn Cần Thơ uống hết năm chai champagne, nếu chưa uống hết, nhân viên giúp đưa lên xe và mồi nhậu vì phái đoàn Cần Thơ không có lái xe sẽ nhậu tiếp. Chúng tôi xin chúc quý vị về Cần Thơ thượng lộ bình an và hẹn gặp lại.

Về đến Cần Thơ mới có năm giờ, xe của Toà Tổng Lãnh Sự vội vã quay về Sài Gòn, Hiếu biếu cho mỗi bác tài một trăm đô. Cả một đàn con chạy lên đón ba má, một công chúa nằm trong nôi cũng ọ ẹ chào mừng ba mẹ mới về.

Buổi tối chỉ có ăn cháo trắng với dưa mắm và hột vịt muối. Ai cũng mệt, mất trọn ngày di chuyển hết máy bay, tới xe đi từ Sài Gòn về Cần Thơ. Ăn cháo chiều rồi, tắm xong, Hiếu lại hôn con và vào phòng ngủ, thay quần áo lên giường thăng liền. Còn Caroline, còn phải lo cho con bú, còn sớm chơi với các con đến hơn tám giờ mới vào phòng thấy chồng ngủ ngáy như sấm, mê man vì qua mấy ngày quá vất vả mệt nhọc căng thẳng thần kinh.

Caroline quá thương yêu chồng, nhìn chồng ngủ mà lòng rộn lên một niềm vui vô bờ bến, có một tấm chồng vô cùng cao quý rất xứng đáng. Caroline vội nằm xuống cách xa chồng, quay mặt qua hướng khác cũng thiếp đi hồi nào cũng không biết. Caroline đánh một giấc đầy bảy tiếng, cho đến bốn giờ sáng thức dậy, thấy chồng đang pha cà phê và đang ngồi ăn trứng gà la cót, vội lên tiếng:

- Anh Hiếu xấu ghê, ngồi ăn một mình bỏ em đang đói meo. Hiếu lên tiếng:

- Anh có dành phần cho em ăn đủ cặp để em có sức mà lái tàu cho anh hai chuyến tới bến ăn thua. Caroline nói liền, anh của em sáng sớm nói nghe hay quá, để em vào toi lết súc miệng đánh răng cho sạch lại ăn với anh và lái tàu chở anh về bến mơ. Caroline lại ngồi vào lòng Hiếu, vội kéo mặt Hiếu xuống hôn miệng. Hiếu đang lấy trứng từ trong bình nước nóng, đập đưa cho vợ húp hết một trứng, Hiếu ôm hôn vợ và đập trứng hai cho vợ húp, hai tay Hiếu cỡi hết quần áo vợ và cả quần áo mình đem lại máng lên móc. Caroline lấy cà phê sữa uống một ngụm, và mớm cho chồng một nữa. Uống thêm ngụm thứ hai, vội uống trà cho sạch miệng, nắm tay chồng đưa lên giường.

Cả hai quần nhau một chập xẹt điện, Caroline làm tài công, ngồi lên bụng chồng, siết ga cho tàu chạy nhanh, Hiếu lăn qua lăn lại nói qua hơi thở, bác tài tiếp thêm ga chạy nhanh cho mau tới bến ăn thua nghe em. Caroline chẳng nói năng gì hết, ngồi lên xuống càng tăng tốc đến cực điểm hỏi chồng lên đỉnh chưa, Hiếu nói mới lên hơn nửa đồi hoa sim. Caroline nói em đã lên đến đỉnh đồi rồi để em tăng tốc cực nhanh nghe anh. Hiếu rên khe khẻ và nói anh sắp leo lên đỉnh, Caroline nói lớn em lên đỉnh rồi anh ơi. Hiếu la lớn:

- Vợ cứu tôi với, tới đỉnh rồi sắp trợt té đở tôi dậy mau mau.

- Có em đây, Caroline nói. Cả hai oằn oại trong sung sướng yêu đương vì ba ngày qua quá căng thẳng quá mệt cả hai không gần nhau về xác thịt nên sáng nay quá sung mãn. Cả hai lăn qua nằm nghiêng ôm nhau ngơi nghỉ trong hạnh phúc. Hiếu vói lấy khăn lau sạch cho cả hai, nắm tay Caroline dẫn vào phòng tắm. Hiếu ra trước lau khô mặc quần áo, lại nôi con gái bồng về giường, đợi mẹ tắm xong vào cho con gái bú. Hiếu mở đèn sáng trưng nhìn con gái, sao cái gì nó cũng giống mẹ nó như tạc tượng trông dễ yêu làm sao, cứ hôn liên tục. Từ xa Caroline bắt gặp sự yêu thương con của chồng nàng vô cùng sung sướng, vừa đi lại gần chồng vừa nói em thấy cảnh hai cha con trìu mến nhau, em quá sung sướng em muốn khóc đó. Hiếu nói:

- Con gái sao giống em như khuôn đúc, nhìn con, anh lại càng yêu em. Em cho con bú, anh thấy con đang hở môi như đang thèm sữa mẹ. Con bú xong rồi, còn sữa em cho anh bú vì anh cần có sữa em cho anh tăng thêm sức khoẻ. Caroline nói, em vâng lời anh.

Caroline nằm nghiêng xuống Hiếu đưa con gái cho vào núm vú mẹ, con bú liên tục làm cho mẹ cũng có cảm nhận ngây ngất, hết bầu sữa này, Caroline đưa con sang bú bầu sữa khác. Mới bú một chút, con đã đã ngủ, Hiếu bồng con cho vào nôi để gần giường. Hiếu vội lấy khăn ướt vào lau hai vú vợ. Vừa lau xong, sữa lại chảy ra, Hiếu nằm xuống, thay con ôm bú vú vợ vừa thơm ngon có cảm nhận cạn sữa lại thấy vú bên kia sữa chảy ra. Hiếu vội đổi qua bên kia cũng bú nhè nhè, tay vợ vỗ nhè nhè lên lưng chồng đợi Hiếu bú cạn bầu sữa. Caroline lấy khăn ướt lau sạch, và nắm tay Hiếu đưa lên ngực xoa cho Caroline nóng máy. Thằng bé đã cục cựa, Hiếu làm nhiệm vụ nhẹ nhàng chầm chậm, cảm thấy có nước trơn tru. Hiếu rầm rập tiến, càng lúc càng nhanh càng mạnh, Caroline nói em đã xả nước đến lần hai, còn anh tấn công thêm mạnh để chúng ta cùng cắm cờ chiến thắng trên đỉnh hoa sơn của em. Caroline xàng lắc mạnh, tài công chới với và nói lớn anh mở vòi nước ra cho hai dòng nước hoà quyện nhau trọn tình hạnh phúc.

Hiếu thở mạnh và lăn xuống, ướt cả tấm ra, Hiếu lau vội, kéo Caroline vào phòng tắm. và Hiếu cuốn gọn tấm ra cho vào giỏ giặt quần áo. Lấy tấm ra mới thảy lên giường để đó một chút Hiếu sẽ trải ra sau, vội vào phòng tắm, Caroline ngồi kỳ cọ hai bàn chân đợi chồng vào. Hiếu lấy khăn xát xà bông vào dùng kỳ cọ lưng vai nách và hạ bộ kể cả hai chân tay của người yêu và ôm hôn người yêu, đưa khăn cho vợ và nói Caroline lau lưng, ngực cho anh. Hiếu vội lấy một khăn khác có xà bông thơm lau lại mông, háng, cả hạ bộ cho vợ thêm một lần nữa, Hiếu lấy khăn vừa lau cho vợ và rất tình tứ dùng khăn đó lau hạ bộ và chân mình. Cả hai xả nước kỳ cọ cho nhau và cuối cùng cả hai đều gội đầu vì hai trận chiến quá dữ làm đổ mồ hôi đầu, mồ hôi trán.

Lau sạch, ra ngoài lau lại cho thật khô, cả hai chỉ quấn khăn, Hiếu sấy tóc cho vợ xong lấy quần áo cho vợ thay, vội vàng lại trải ra, sửa lại gối nệm cho ngay ngắn để ba má có đến thăm cháu ngoại sáng sớm và cùng uống cà phê với hai con thấy giường gối đàng hoàng không xốc xếch.

Con gái bắt đầu ọ e đòi bú, Hiếu mở đèn sáng trưng, Caroline, bồng con cho bú. Hiếu nấu nước pha cà phê, pha trà đón ba má đến cùng uống với hai con và thăm cháu ngoại gái bé nhứt. Pha trà xong, nghe có tiếng gõ cửa, Caroline vừa bồng cho con bú vừa lại mở cửa, ba má vào phòng Caroline mời ba má vào uống trà cà phê anh Hiếu vừa mới pha xong, anh đi lấy bánh pía mang lại uống cà phê và trà có chút chất ngọt thêm ngon. Con gái bú no, Caroline đặt con nằm xuống giường ba mẹ ngủ ngon lành. Hiếu vào phòng chào ba má và nói:

- Ba má ngắm cháu ngoại và mẹ nó coi có phải là một pho tượng cóp pi thành hai bản giống nhau. Má nói, con có cái nhìn giống hệt má, mẹ con nó giống nhau không thể tả hết. Ba cũng góp ý, thật ngộ, con trai thì giống bố như khuôn đúc, còn con gái thì giống mẹ từng chi tiết nhỏ. Cháu ngoại bây giờ cách khóc, mút tay, chép miệng đòi bú hay nhỏng nhẻo giống Caroline hồi bé, không khác mảy may nào. Các con đi xa, má lại gần cháu hơn nên mới thấy rõ hết mọi thứ giống nhau của hai mẹ con. Má thương cháu nhiều lại thương mẹ nó lại nhiều thêm.

Hiếu hỏi má, mấy ngày vợ chồng con xa mấy thằng con trai, chúng có nhắc nhở gì không? Bà nói:

- Chúng nó mới bốn năm tuổi mà quá khôn, cứ hỏi ngoại chừng nào bố mẹ về, đi đâu lâu quá. Các con thấy chưa, tình cha mẹ đối với con và con đối với cha mẹ thật giống hệt nhau. Cha mẹ thương con nhiều thì con cũng thương cha mẹ lại nhiều. Sáng nay, chúng thức dậy có đủ ba má tha hồ mà líu lo kể đủ thứ chuyện. Hiếu nói để con bồng cháu ngoại về phòng má. Hai vợ chồng con chạy ra chợ mua thức ăn về ăn sáng. Hiếu nhắc nhở vợ thay quần áo đẹp, trang điểm đàng hoàng cho bắt mắt, anh đi một vòng ra vườn, trở lại đưa em ra chợ mua thức ăn mang về ăn sáng nay. Anh sẽ gọi điện thoại mời thầy cô Khoa trưởng, chú thím Tín và hai bác bố mẹ vợ anh Trung qua nhà mình ăn cơm chiều nay do sếp cút Hiếu có Caroline phụ tá, cho chị hai nghỉ việc một ngày.

Chiều nay, Josephine về Cần Thơ cùng với hai con và cả chị vú, ngày mai đi làm. Hiếu nói với vợ:

- Tuần tới anh sẽ bận nhiều việc, ông Khoa trưởng Yale nói sẽ có công văn gởi cho anh biết tuần tới anh phải làm gì. Nay mình còn ngày nghỉ, cứ vui chơi ăn nhậu ban ngày, tối anh còn ăn nhậu với em, lại còn ngon hơn nữa, em thấy anh nói đúng không?

- Em bái phục sư phụ, về môn nào em cũng đều thua sư phụ hết. Chuyện chăn gối, em đâu có mệt mất sức bằng anh mà em vẫn thua anh mới đáng nể.

Anh đi quan sát vườn coi xem sao, em vào thay quần áo mới và trang điểm chừng nửa tiếng, đợi anh tại ngoài sân trước. Hiếu đi một vòng thấy các ao cá coi bộ có nhiều cá, bông điên điển vàng rực và bông sua đũa trắng muốt, còn bông súng, rau muống có nhiều tại hai ao cá đen tha hồ mà nấu canh chua. Dừa có đến hơn một nửa, gần hai trăm cây đều có trái. Có hàng chục cây ăn trái cũng sẽ có trái chiến trong mùa này. Thửa đất trồng khóm, nay có thể hái ít trái nấu canh chua cũng được dù chưa chín. Heo bò hơn mười mấy con, gà vịt có hai bầy cũng đến năm sáu chục con, cây ăn trái, dừa có trái lớn rất nhiều. Mùa nào cũng có trái ăn.

Hiếu đi một vòng quan sát tổng quát về sân trước gặp vợ đang nói chuyện với chị bếp. Nay Caroline cũng nói được khá nhiều tiếng Việt, những câu nói thông dụng Caroline nói và hiểu trong giao tế, biết trả giá khi đi chợ... Cách trả giá và giọng nói của Caroline cố gắng làm cho người đối diện hiểu nên rặn từng tiếng đỏ mặt tía tai trông thấy rất tội nghiệp. Các bà buôn bán thấy vậy thêm có thiện cảm nên cứ nói giá thật, bán hàng còn cho thêm cả hai cùng vui. Các bà cứ muốn bán rẻ không cần nói thách vì thấy trả giá sao khó khăn, dễ thương quá và biết Caroline có bằng tiến sĩ, rất giỏi lại quá xinh đẹp lại càng thương thêm.

Hiếu xách hết giỏ Caroline mua xong, riêng Hiếu mua nhiều thịt xách rất nặng cả chục ký lô thịt ba rọi và nạc dăm, năm vỉ hột vịt sẽ nhờ chị hai kho một nồi to để gia đình ăn sáng, Hiếu mua hai chục ổ bánh mì lớn. Mỗi sáng nướng lại hoặc hấp lại cho mềm ăn với thịt kho. Hiếu nói với vợ. anh không mua cá kho về nấu canh chua, anh nghỉ một chút em đưa ba ma, bố dượng và anh chị hai ra câu chừng một tiếng tha hồ mà nấu canh chua, kho tiêu ăn cơm chiều nay. Anh chỉ còn mua thêm năm ký lô thịt bò, ướp hết, chiều nay chỉ nướng ngói tối đa hai ký, còn lại để dành cho các ngày tới. Hôm nay, mình nấu canh chua bông điên điển, bông súng, món canh chua này gia đình mình thưởng thức lần đầu tiên tại nhà mình. Kỳ tới nấu canh chua với bông sua đủa, rồi có nồi canh chua với rau muống nữa. Khi có nhiều lá dang mình sẽ nấu canh chua lá dang lại còn ngon bá chấy, em biết các món ăn miệt vườn đơn giản không phải mua mà lại vô cùng ngon miệng.

Hiếu chạy lại mua bánh bao, bánh mì thịt, bánh cuống cho đủ gia đình ăn trên dưới hai mươi người. Thức ăn chất đầy xe, chạy về nhà, năm cu tý chạy a tới xe. cùng với chị vú mang giúp bố mẹ thức ăn vào nhà. Chúng còn bé tí mà có tánh cẩn thận chu đáo không cho đồ mang vào nhà rớt đổ ra. Liệu sức, dành món nào có thể mang đi an toàn, món đồ lớn hay nặng chúng để người lớn.

Mang thức ăn vô tới nhà, Hiếu bảo hai chị bếp dọn bàn cho con trẻ ăn trước, mỗi đứa một ly sữa tươi. Mỗi đứa ăn nửa cái bánh bao lớn, đứa nào muốn ăn thêm, chút nữa, ông bà, cha mẹ sẽ cho ăn thêm. Ăn xong chạy ra sân chơi, đá banh, cút bắt, rượt đuổi một lát có đói lại xin ăn tiếp.

Trong lúc cả nhà ăn sáng, Hiếu cho biết tuần tới con có công tác, chưa biết công tác gì, từ Yale, ông Khoa Trưởng có công điện gởi cho con. Chiều nay, vợ con làm sếp cút, con phụ tá để cho vợ sai vặt. Chị hai nghỉ xả hơi, mai tới phiên chị giúp gia đình. Em có mua mười ký lô thịt heo vừa nạc dăm vừa ba rọi và sáu chục quả trứng vịt. Nhờ hai chị vú luộc và bóc vỏ hột vịt, và giúp chị hai xắt thịt theo chỉ dẫn của chị để chị ướp, chiều tối kho để sáng mai ninh tiếp dùng ăn sáng.

Còn chiều nay, vợ chồng em lo một món chánh là thịt bò nướng ngói, và nấu canh chua cá cùng bông điên điển và bông súng. Nếu cá nhiều còn kho tiêu và thêm món nướng. Nếu câu được ít cá thì em làm thêm một hoặc hai con gà xào sả ớt. Em có mời thêm khách ông bà bác nhạc gia của anh Trung, ông bà Khoa Trưởng Y, chú thím Tín cùng với gia đình. Trong tương lai, mỗi tháng gia đình mình làm một con heo hay một con bò vì đàn bò và đàn heo của mình bây giờ có trên dưới ba mươi con, lo thức ăn cho chúng cũng khá vất vả. Mình ăn bớt dần, còn hai đàn gà vịt có trên năm sáu chục con, mình phải ăn bớt khỏi phải đi chợ.

Cả nhà ồ lên một tiếng, Hiếu tính như vậy, mình thay đổi từ ăn cá sang thịt heo, thịt bò, gà vịt, và các loại rau nấu canh chua không thiếu thứ gì hết. Em sẽ mua đậu xanh về, chị hai chỉ cho các chị vú cách ủ đậu làm giá sống để nấu canh chua hay ăn sống. Khóm sắp có nhiều trái tha hồ mà nấu canh chua, kho cá hay ăn tráng miệng.

Sang năm tới, gia đình mình không cần phải đi chợ mua thức ăn hàng ngày chỉ còn thiếu nước mắm, nước tương, tiêu sọ, đường, muối, bột ngọt và gạo. Còn các thứ khác nhà vườn mình tự cung tự cấp nuôi sống gia đình khoẻ re. Con còn dự định đào thêm một cái ao lớn thông thương với hai cái ao đang có, nuôi thêm cá, có xuồng bơi đi câu cá như ở nhà quê. Ban đêm có trăng, tha hồ mà chúng ta vui chơi, hát dân ca Áo, hay đờn ca tài tử bơi xuồng thả trôi giữa ao uống trà uống rượu hay có cháo gà cháo vịt cho thêm vui như ở cảnh nhà quê thật. Cả nhà vỗ tay hoan nghênh:

- Út Hiếu có sáng kiến độc đáo, quý vị cao niên rất thích vì mình sống ngoài trời với thiên nhiên lại càng rô măn tíc hơn.

Ăn sáng xong, Hiếu bảo anh quản gia, lấy cho vài cái lon đựng mồi trùn cho quý vị cao niên ngồi câu cá, anh mang ra ao nuôi cá đen bốn cái lều dựng lên có ghế ngồi mỗi nơi hai cái và chặt sẵn cho vài quày dừa lửa để ở dãy nhà sau.

Hiếu nói tại mỗi cây dù có hai cái ghế ngồi, có cần câu, có mồi trùn trong lon và có một cái rộng nhỏ cắm ở dưới nước, câu được con cá nào cứ gở ra thả vô rộng, có nước chúng tiếp tục sống, chừng nào nghỉ câu mang hết cá về nhà bếp. Chỗ nào câu cũng được cá. Cả hai chị vú cùng với năm con trai, cũng có một chỗ ngồi câu, chị vú móc mồi cho chúng câu. Khi dính một con cá cả năm đứa la toáng lên như vỡ chợ, chúng có đủ năm cần câu, dây nhợ dài vì sợ chúng ra bờ ao té xuống nước. Hai chị vú phải theo sát để cho năm cu tý câu, chúng câu cũng được hơn hai mươi con, chị vú cùng năm đứa mang cá vào nhà khoe với ba mẹ là chúng câu được cá. Ba chặt dừa thưởng cho mỗi đứa một ly, chúng coi chị bếp đánh vẫy và làm từng con cá của chúng câu được, rửa sạch cho vào bịt ny lông cho vào tủ lạnh để chiều nấu ăn, chúng nghe nói như vậy quá vui.

Chỉ ngồi câu hơn một giờ mà ai cũng có trên hai mươi con cá lớn nhỏ, thật vui, chiều đủ cá nấu một nồi canh chua, một nồi cá kho tiêu. Mọi người vào nhà ngơi nghỉ chuẩn bị ăn cơm trưa. Hai chị vú tập trung cá lại lo làm để cho chiều nấu canh chua, kho tiêu. Hiếu nói với anh quản gia, giúp bắt một con gà trống to làm thịt giúp để lo cho món gà xào sả ớt, cũng nhờ chị cắt sả và hái ớt và xắt giúp, chừng hai ba giờ mang lên bếp với con gà làm sạch.

Ăn cơm xong, nghỉ trưa, chừng hai ba giờ, Hiếu nhờ chị và anh hai dẫn bố mẹ ra coi anh chị hái bông điên điển và xuống xuồng bơi ra giữa ao nhổ chừng hai mươi cọng bông súng.

Hiếu mời hai bác, thầy cô Khoa Trưởng và chú thím Tín đến nhà nhậu lai rai từ năm giờ. Cháu Thu Mai lái xe đưa hai ông bà đến sớm để vui chơi với các vị cao niên và vợ chồng chú thím Tín, cũng có cô con gái lái xe cùng ba má đến thăm chị Caroline. Hiếu nhờ hai chị vú dọn trước hai bàn có trải hai tấm trải mới tinh, ly chén đã có để sẵn. Chảo gà xào sả ớt đã làm xong để lửa riu riu cho chín chậm và luôn nóng. Hiếu mang ra hai chai Martell XO để trên hai bàn. Đến hơn bốn giờ, một chị vú đã nhóm lửa xong và đặt lên bốn miếng gói để nướng thịt bò, mang mỡ, thịt bò ướp sẵn mang ra trước để cạnh bên. Một chị vú lấy cái bàn nhỏ để năm cu tý ngồi ăn, mỗi đứa có một ly nước dừa. Hiếu nướng thịt bò cho năm con ăn trước, chúng vừa ăn vừa líu lo. Hiếu lấy cá của chúng câu được đã có ướp chút muối để lên hai miếng ngói đang nóng. chiên cá cho cho chúng ăn chơi cho vui.

Hai chị vú lo gở xương ra từng con và nói cá này của các con câu, chúng vỗ tay vui mừng. Người lớn lại xem món cá chiên ngói của năm đứa bé câu được, chúng ăn ngon lành và vỗ tay vui mừng vì trong đời chúng đã biết câu được cá và cá làm thức ăn ngon cho chúng. Vừa ăn vừa nói líu lo vui cười, ăn qua một vòng chúng lại tiếp tục ăn thêm thịt bò nướng ngói. Cả năm đứa đã no, chúng chạy ra sân và một đứa vào kho lấy ra một trái banh chia phe lừa đá tha hồ mà hò hét, còn cháu gái biết đi lẩm đẩm theo sát bà ngoại cho ăn uống, còn cháu gái nằm trong nôi, có bà nội và cô hai để ý cho bú sữa bình, nôi để cạnh bên bàn ăn. Còn ba má mẹ chúng lo nướng thịt bò.

Bên cạnh Josephine cũng có một cậu cũng biết đi theo sát chị vú và một cô công chúa nằm trong nôi luôn gần mẹ. Hiếu có để trên bàn tôm khô củ kiệu, khô mực nướng, mời quý vị cao niên nhậu lai rai. Chừng mười phút sau, thịt bò nướng ngói thơm phức đã bưng lên mỗi bàn một dĩa, Hiếu mời quý vị ăn liền, có rau thơm, dưa leo, cà gió cũng do nhà vườn trồng, có bánh tráng, cuốn cho dễ ăn. Đến dĩa thứ hai, bưng lên bàn, vợ chồng Hiếu cũng lên theo ăn cùng với mọi người, bếp lửa nhờ chị bếp trông coi nướng từ từ cho vợ chồng anh quản gia cùng ăn với chị vú, ngồi bàn của các cháu bé. Vừa ăn vừa nướng thêm đợt thứ ba mà làm chỉ còn lại hai tấm ngói. Nướng xong đợt này là tới ăn cơm. Hiếu dặn chị bếp cho hết cá vào trước, đợi sôi hớt bọt và múc nước sôi đổ vô chén me chín lấy nước chua cho vào nồi sau để Hiếu nêm nếm.

Kế tiếp cho bông súng vào, nước sôi lên cho bông điên điển vào sau cùng, vừa sôi lên nhắc xuống, chị bếp lại gọi Hiếu xuống nêm nếm cho thêm nước chua, đường, nước mắm, đủ độ chua, vừa ăn. Hiếu dặn chị bếp múc ra hai tô lớn cho thêm ngò om ngò gai húng quế và ớt lên trên bưng ra bàn với tô cơm và chị bếp hâm lại cho thật nóng món gà xào sả ớt cũng bưng ra mỗi bàn một dĩa, còn nhà bếp bốn người cũng ăn tương tự, để một chút còn lo dọn dẹp. Chị hai của Hiếu nói:

- Em út Hiếu cũng lần đầu biết nấu canh chua bông điên điển, bông súng, biết xào gà sả ớt mà hai món này là độc quyền của mẹ và chị, nay Hiếu học lóm mà nấu ăn sao ngon ghê phải không sếp cút Caroline. Caroline nói:

- Chị hai nói quá đúng. Ngoài mẹ, chị nấu, anh Hiếu bắt chước, em còn chỉ đạo, liếc mắt là anh làm theo ý em thì món này lại quá ngon, xin vỗ tay cho phụ tá sếp cút lên tinh thần, cả nhà cùng cười.

- Hiếu nói, bữa cơm hôm nay ngon là con sử dụng nguyên liệu của nhà vườn, từ cá ba má, bố mẹ và anh hai câu. Anh chị hai còn bơi xuồng nhổ bông súng, hái bông điên điển nên món canh chua ngon nhứt và cũng có nhiều cá tươi nhứt lần đầu tiên câu cá đưa lên nấu ăn liền. Chính năm thằng còn trai của con cũng tập tành câu cá hồi nảy con chiên cho chúng ăn chúng cũng vỗ tay, cá chúng câu được ăn quá ngon.

Lần tới, con nấu canh chua bông sua đũa, rồi tới nấu canh chua rau muống kể cả lá dang nữa mà cá câu mang lên nấu, món canh chua lại thêm ngon. Còn thịt gà xào sả gừng ớt là con học lóm chị hai, cũng là lần đầu có sự chỉ đạo của sếp cút Caroline mà con nấu ăn cũng khá ngon. Thím Tín nói liền:

- Không phải khá ngon mà ngon quá xá, thím khen ba món ăn hôm nay nhờ tài sếp cút Caroline nên món nào món nấy cũng đều ngon. Thím Tín bật sang tiếng Pháp, dịch lại ý của thím nói. Má Caroline nói tôi đi guốc trong bụng con gái tôi, nó mà làm sếp cút có chồng nó làm phụ tá, chắc ăn như bắp các món ăn đều ngon, Caroline vỗ tay trước và cả ba bàn cùng vỗ tay theo.

Hiếu nói còn Martell XO, ở Cần Thơ mình khó kiếm mua mà ông Bộ Trưởng Y Tế Indonesia mua đến mười lăm chai để trên các bàn mời uống chút ít, còn gần nguyên chai, ông Bộ Trưởng cho nhân viên mang hết ra xe cho con. Con sẽ làm quà biếu lại hai bác, thầy Khoa trưởng và chú thím Tín có rượu ngon uống trong các bữa ăn. Còn lại bảy chai con giữ lại đây để đãi bà con đến chung vui với đại gia đình chúng con.

Bác trai nói, hai bác, anh khoa trưởng và chú thím Tín cám ơn cháu Hiếu, nghe tin cháu kỳ này lại nổi tiếng khắp thế giới với tay không mà hạ gục ba tên cướp có vũ trang. Hiếu nói con sẽ gởi biếu hai bác và chu thím một tờ báo viết bằng tiếng Anh có tường thuật chi tiết về vụ phái đoàn ông Bộ Trưởng Y tế và chúng cháu thoát hiểm. Buổi ăn chiều rất ngon, mãi vui nói chuyện đến hơn mười giờ mới chấm dứt.

Mấy vị khách đi về hết, gia đình Hiếu còn ngồi nán lại uống nước trà, ăn mè láu. Má Caroline nói trước chị sui và cô hai, tôi nể phục thằng rể tôi, cái gì nó thấy qua, nó bắt chước làm lại, còn tốt đẹp hơn người làm trước.

Cái vụ nấu bếp, Hiếu làm gì biết mà nó chỉ liếc nhìn các thợ nấu hay ăn ở tiệm là Hiếu đã có thể học cách chế biến món ăn mà lại còn thêm thắt gia vị cho đúng gu, cái này Hiếu lại học sư mẫu chị hai của Hiếu, có phải vậy không con Hiếu?

- Hai vợ chồng vỗ tay, má nói trúng phóc, má đi guốc trong bụng chồng con rồi, Caroline nói.

Cả nhà cùng cười vui có một bữa ăn tối quá ngon, quá vui. Hiếu kê tai nói nhỏ, tối nay em thưởng đúp anh nghe cưng! Caroline gật đầu mà còn đưa lên ba ngón tay nữa. Má thấy hai con to nhỏ ra dấu là bà biết chúng nó tối nay thưởng qua lại đến ba lần, quá siêu, cả hai có sức khoẻ bằng sắt nên con chờ sẵn trong bụng.

Bà nói thầm, đứa bé nhứt vài tháng nữa biết bò, hay đến khi biết đi chập chững thì mẹ nó lại có bầu sanh thêm đứa thứ sáu vừa đúng ba mươi tuổi. Đứa con này có thể sanh ở Mỹ vì là lúc đó Caroline có bầu lớn sắp sanh là lúc Hiếu chuẩn bị trình luận án tiến sĩ về xương tại Viện đại học Yale. Nếu đúng vậy, vợ chồng Caroline, có hai con trai sanh ở Áo, kế đến sanh ở Việt Nam hai đứa con gái và ở Mỹ sanh cũng hai đứa có thể một trai một gái, vì đã có con sanh ở Mỹ rồi, chia đều mỗi nơi hai đứa.

Tại Việt Nam Caroline có hai đứa con extra nữa thành tám đứa con ruột của Hiếu. lúc Hiếu hai mươi tám tuổi cũng là lúc có ba bằng tiến sĩ ở Harvard, Yale và bằng bác sĩ y khoa tại Cần Thơ tương đương như bằng tiến sĩ. Cả hai vợ chồng có đến ba ngôi nhà khang trang rộng lớn. Ngôi nhà ở Áo, là ngôi nhà thừa kế của cha mẹ, ngôi nhà vườn trên năm mẫu tây có đến bốn ao nuôi cá, trên năm trăm cây ăn trái, nhà có đến chín phòng. Còn ngôi nhà mới mua sau này ở Massachusetts gần viện đại học Harvard, nhà này cũng có đến chín phòng, chỉ riêng tầng hầm cũng có đến bốn phòng đầy đủ tiện nghi có cầu tiêu nhà tắm riêng, chung quanh nhà có vườn cây ăn trái và bông hoa cây kiểng, với diện tích cả một mẫu tây.

Hiếu chú ý tạo uy tín tại hai trường Harvard và Yale để cho đàn con của vợ chồng Hiếu sẽ học một trong hai ngôi trường danh tiếng này mà lại không tốn tiền học phí vì cha mẹ là thành viên giảng dạy của Viện. Hiếu tính xa như vậy, có bàn với Caroline và nếu có thể mua thêm một ngôi nhà ở Connecticut, gần trường Yale, con chưa đi học, nhà cho thuê. Chừng con lớn để dành cho con ở học và cũng có chỗ cho hai vợ chồng mỗi năm cũng về đây cả tháng để dạy học giống như ở Massachusetts gần trường Harvard.

Sáng thứ hai vợ chồng Hiếu và Josephine vào văn phòng làm việc. Bao nhiêu giấy tờ về cả đống. Caroline nhận một công điện mới nhứt, Phân Khoa chủ quản Đoàn Nghiên Cứu gọi Hiếu và Caroline về trình diện Phân Khoa Y Học vào tuần tới mang hết tài liệu công tác trong hai năm qua về báo cáo và nghỉ dưỡng sức ở Mỹ mười ngày mới trở lại nhiệm sở.

Hiếu nhận được công điện bàn với Caroline hoàn chỉnh lại các hồ sơ báo cáo và Hiếu sẽ thêm trong báo cáo những sơ đồ diễn tiến để người ngoài nhìn vào không cần đọc, người ta cũng nắm bắt được nội dung. Hiếu gọi điện thoại về nhà nói hai vợ chồng trưa nay không về nhà sẽ ăn trưa với ông bà Khoa trưởng Y Khoa. Josephine vẫn chạy về nhà ăn trưa và cho con bú, đến văn phòng làm việc thì hai vợ chồng Caroline sẽ về nhà sớm. Hiếu gọi gặp thầy Khoa Trưởng nói vợ chồng Hiếu mời thầy ăn trưa tại nhà hàng của trường. Thầy Khoa trưởng nói liền:

- Hai vợ chồng Hiếu, chạy lại nhà thầy gần hơn mình ăn trưa và nói chuyện thoải mái hơn. Hiếu cám ơn thầy và nói đúng 12 giờ chúng con có mặt tại nhà thầy. Hiếu gọi hảng máy bay bút hai chỗ đi Cambridge - Massachusetts sáng thứ hai tuần tới. Hiếu bóc điện thoại gọi cho ông Bộ Trưởng Y Tế Indonesia nói thứ hai tuần tới đến Mỹ, hai vợ chồng về trình diện Viện Đại học Yale. Hiếu muốn có quà đặc biệt tặng cho hai ông Viện Trưởng Yale và Harvard cũng như hai giáo sư Khoa Trưởng Phân Khoa chủ quản của Đoàn Nghiên cứu mỗi bọc đựng tôm hùm to chừng mười hai con, ông anh gởi về địa chỉ của người bạn ở gần Viện Harvard.

Nếu thuận tiện thì gởi vào đúng thời điểm đó, tôi biếu ở Harvard trước và hôm sau, tôi mang qua Yale ở Connecticut và làm việc xong vợ chồng bay về Harvard vì tôi có mua nhà tại nơi này. Trường hợp ông anh có con cháu theo học Harvard thì ở nhà tôi có đến chín phòng và có sẵn hai xe đi tới đi lui. Nếu sau này, vợ chồng tôi có giờ dạy ở đại học Yale, cũng sẽ mua nhà gần trường, mình không ở cho sinh viên mướn khá dễ dàng. Ông Bộ Trưởng nói:

- Tôi hỏi công ty tôi gởi đi mấy ngày tới Mỹ cho Andre biết nay mai. Cũng dễ, nếu hàng tới Mỹ mà vợ chồng Andre về Việt Nam rồi thì nhờ bạn mang đến tặng giúp. Hiếu nói người bạn chí thân cũng là giáo sư của hai Viện đại học này nên mới giới thiệu tôi vào cộng tác. Như vậy, chắc chắn tôi sẽ gởi quà cho Andre được, yên chí sẽ có quà không những tám bóc cho bốn người, tôi sẽ gởi hơn để vợ chồng có quà tặng thêm vài bạn thân:

- Em rất cám ơn ông anh, Andre nói. Ngoài box, anh ghi Bộ Y Tế Indonesia biếu theo lời yêu cầu của tiến sĩ Andre. Ông Bộ Trưởng nói, anh hiểu ý Andre. Đây là chuyện nhỏ. Hàng tháng, anh gởi cho em năm tá năm box tức sáu chục con tôm hùm để em biếu ông bà Tổng Lãnh Sự Áo, ông Khoa Trưởng Y Khoa Cần Thơ và Andre dùng trong gia đình. Gởi cho Andre, lấy địa chỉ Tổng Lãnh Sự Áo ở Sài Gòn, quà sẽ đi rất nhanh có thể tới trong ngày. Hiếu nói:

- Vợ em cũng có gởi lời cám ơn anh chị lúc nào cũng giúp cho hai em và Caroline còn mời anh chị:

- Có dịp nghỉ lễ vài ngày, anh chị bay qua Sài Gòn hai em đón và đưa về Cần thơ ở chơi, có con cháu đi theo đông càng vui. Ông Bộ Trưởng nói:

- Tôi về kể cho bà xã tôi biết hai em có lời thăm hỏi sức khoẻ còn mời sang Việt Nam chơi. Hiếu nói rất cám ơn ông anh, bai bai.

Tối hôm đó, Hiếu gọi cho Robert báo là thứ hai tuần tới sẽ tới Masachusetts và hôm sau bay qua trình diện Yale làm việc chừng một hoặc hai ngày, vợ chồng tôi bay trở lại Massachusetts đến thăm xã giao ông Viện Trưởng và ông Dean. Tôi có quà tôm hùm loại to từ sáu đến tám pounds một con, chúng ta mang đến biếu hai ông sếp.

Khi tôm hùm từ Indonesia đến nhà anh, anh nhận giúp, có thể anh tặng trước cho hai ông, mỗi ông một bóc, mỗi bóc mười hai con. Tôm hùm nhiều quá tủ đá nhà anh đựng không hết, anh có chia khoá nhà tôi, anh mang lại vì còn nhiều tủ đá trống. Các tủ lạnh mình đã rút dây điện, nay cắm lại. Tôi đoán ông Bộ Trưởng Y Tế gởi cả chục bóc, rất nhiều, mấy trăm bao - pounds. Kỳ này bốn anh em mình tha hồ mà ăn tôm hùm. Hiếu, nói cám ơn anh Robert trước, hẹn gặp trưa thứ hai tuần tới - bai bai.

Bốn ngày sau, tối ở nhà, Hiếu nhận được điện thoại của Robert nói, tôm hùm đã đến mười hai bóc, gần cả ngàn pounds, có một xe tải giao hàng tại nhà. Đúng như Hiếu nói, cả mấy tủ lạnh lớn và tủ lạnh nhỏ trong mỗi phòng nhà Hiếu, tôi chất đầy hết mà còn thừa, tôi phải mang lên nhà trên chất thêm hai tủ lạnh lớn ở nhà bếp mới hết số tôm hùm khủng này. Hiếu nói liền, anh Robert quá cực, chiều nay, anh mở ra một bóc ăn thử tôm hùm đặc biệt này của Indonesia coi có ngon bằng tôm hùm Massachusetts của chúng ta không?. Ngoài mỗi box chắc có để số lượng và trọng lượng. Đúng vậy, mỗi box mười hai con, mỗi con trung bình trên bảy bao, toàn là tôm hùm khủng, ăn chắc chắn dai ngon. Hiếu nói, chúng em qua Mỹ có mang Martell XO của ông Bộ Trưởng tặng mà đưa cay nhậu hết sấy, có bố sang chơi tha hồ mời bố nhậu tôm hùm với Martel XO, Robert nói:

- Bố mẹ, chừng một tuần nữa sẽ bay sang thăm cháu ngoại và Thu Vân đang ốm nghén có con thứ ba, chúng tôi quá mừng và hy vọng kỳ này sanh con trai vì thai nhi quậy tợn lắm, tội nghiệp Thu Vân đau quá ôm tôi khóc, thật dễ thương làm sao. Tôi đã bút vé cho bố mẹ qua chơi với con với cháu, đúng dịp có vợ chồng Hiếu đến Mỹ mà lại có tôm hùm rượu Martell XO đưa cay thì bố khoái lắm đó. Tôi sẽ gọi cho bố mẹ biết có vợ chồng Hiếu sang Mỹ và nói cho hách là để đón bố mẹ mà còn mang tôm hùm to nhứt xứ Indonesia và Martell XO đãi bố uống mệt nghỉ. Hiếu nói:

- Anh Robert mang về nhà hai bóc tôm hùm thủ sẵn để chào mừng bố mẹ.

Hiếu cám ơn Robert nói vợ chồng tôi gởi lời chúc sức khoẻ Thu Vân và cầu chúc kỳ này sanh con trai nối dòng họ bố Robert.

Hiếu báo cho vợ và ba má biết tôm hùm của ông Bộ Trưởng Y Tế Indonesia đã đến Mỹ cả ngàn bao, tất cả bốn tủ đá lớn và bốn tủ lạnh các phòng tầng hầm đều chứa tôm hùm chật kín hết. Hiếu gọi điện thoại báo cho ông Bộ Trưởng biết là có đến mười hai bóc tôm hùm đã đến Mỹ, bạn tôi đem hết vô tủ đông đá và tủ lạnh chật hết tại ngôi nhà tôi gần Viện đại học Harvard. Vợ chồng tôi vô cùng biết ơn ông anh Bộ Trưởng, bai bai.

Hiếu nói với Caroline, em mặc thêm đồ ấm và có thêm một chị vú theo em, anh cầm đèn pin mình đi một vòng ban đêm coi vườn tược ra sao, các chuồng bò heo, gà vịt cũng như các ao cá coi có nhiều cá lên quậy trên mặt nước?. Anh muốn em rõ, mình có vườn là phải biết tận hưởng mọi cái. Anh cũng kiểm soát coi vấn đề an ninh ban đêm có gì lưu ý không?

Hiếu vừa cầm đèn pin vừa cầm theo cây làm vũ khí đề phòng mọi thứ. Hiếu vừa đi đến ao nuôi cá đồng, vừa nghe có tiếng sột soạt khá rõ, vội cất tiếng ai vào nhà vườn coi chừng bị bắt nghe, Hiếu lia đèn pin qua lại thấy hai người một trẻ chừng mười lăm mười bảy và một người lớn tuổi chắc là hai bố con. Hiếu ra lệnh hai người đứng yên, tôi có cây dài tôi đập mạnh sẽ gãy giò. Không được chạy nghe. Hiểu hỏi lớn hai người vào đây làm gì?

- Thưa ông, tôi vào đây kéo lưới bắt cá đem ra chợ bán, gia đình tôi nghèo quá. Hiếu nói lớn, không phải nghèo mà đi ăn trộm ăn cắp rất xấu, bị bắt nhốt tù hay bị đánh gãy giò gãy tay hay chết...

Hai người có phải là cha con không? Ông bố lên tiếng:

- Dạ phải. Cháu này có đi học không, Hiếu hỏi tiếp, bố đáp:

- Dạ có, cháu đang học lớp mười. Hiếu thật sự cảm xúc, như ra lệnh:

- Ngày mai cháu và ông đến nhà tôi vào lúc ba bốn giờ chiều đứng trước cổng xin người giữ cổng cho hai bố con vào gặp tôi và nói bác sĩ có hẹn.

Tôi có cách giúp ông, có thể cho ông một ít gạo, tiền và quần áo của tôi để dành chưa mặc. Nếu cháu siêng thích học, tôi lo cho cháu học đến nơi đến chốn. Ngay lớp mười, các môn học mà cháu còn yếu, chưa nắm bắt được. Tôi chỉ giúp cháu cố gắng học ba bốn tháng là tiến bộ ngay để lên lớp mười một, mười hai cố gắng thêm học giỏi thi vào đại học đậu, tôi bao hết tiền ăn học cho cháu đến thành tài ra trường giúp lại cha mẹ và mấy em.

Tôi muốn cháu là một người lương thiện làm lại cuộc đời. Còn anh trước năm 1975 làm nghề gì?

- Thú thiệt với bác sĩ tôi bị động viên ra trường trung sĩ về phục vụ trong một tiểu đoàn của Trung Đoàn 33 Sư Đoàn 21 Bộ Binh, có một thời gian đơn vị tôi đóng quân tại xã Bố Thảo Sóc Trăng. Bác sĩ có biết Sóc Trăng không?

- Tôi vốn sanh trưởng ở gần Đại Ngãi Sóc Trăng. Khi đơn vị đóng ở Bố Thảo, tôi quá mừng như trúng số, nếu có tử trận cũng được chôn cất ở quê nhà có vợ con đưa tiễn. Hiếu nghe tới đây tự nhiên hai hàng nước mắt chảy ra, vợ thấy không biết cái anh đó nói gì mà chồng mình khóc. Cách xa và đêm tối, anh trung sĩ đâu có thấy bác sĩ chảy nước mắt. Anh nói tiếp:

- Vợ tôi cũng là học sinh trường Hoàng Diệu học hết lớp mười một như tôi. Tôi bị động viên vào quân đội ra trường mang lon trung sĩ vài tháng thì đến 30 tháng tư 1975, tôi bị bắt đi học tập cải tạo hết một tháng và đày tôi vào vùng kinh tế ở Chương Thiện tự lo mà sống. Vợ tôi cùng cả gia đình buôn bán làm ăn khá giả tại chợ Sóc Trăng cũng bị đuổi đi vào vùng kinh tế mới. Còn nhà cửa tài sản bị tịch thu hết. Tôi và vợ cùng hoàn cảnh đi vùng kinh tế, cùng học trường Hoàng Diệu nên thông cảm và lấy nhau trong nghèo khổ cùng cực.

Nay có đến ba đứa con. Hôm nay nhà tôi hết gạo, quá nghèo nên tôi rủ con tôi đi kéo cá trộm bán mua gạo. Vì kéo lưới bắt cá phải có hai người mới kéo lưới được. Tội nghiệp con tôi còn nhỏ dại khờ chỉ muốn giúp cha mà liên luỵ tội trộm cắp xấu xa cho con tôi, anh nuốt nước bọt, nói tiếp:

- Vợ chồng tôi trốn về đây ở hơn một chục năm có giấy tờ hộ khẩu gì đâu, sống lây lất làm thuê làm mướn cầu mong con tôi tiếp tục học cho giỏi làm lại cuộc đời. Hiếu nói:

- Qua lời anh nói, tôi đã hiểu, ngày mai anh đưa chị cùng cả gia đình về nhà tôi ăn một bữa cơm và chúng ta còn nói chuyện thêm và tôi cho anh biết lý do tôi đãi gia đình ăn một bữa cơm thân mật. Anh và cháu có nghe rõ không?.

- Dạ tôi nghe rõ, trung sĩ hết thời mạt vận đáp trong buồn lo.

Mai đúng hẹn, chúng ta sẽ nói chuyện tiếp, hai bố con dẫn cả gia đình đến đây, gia đình tôi sẽ giúp đỡ cho gia đình anh chị có cuộc sống đầy đủ và lương thiện. Bây giờ hai bố con cứ lặng lẽ ra về nhớ sửa lại hàng rào giúp tôi. Có bắt được bao nhiêu cá đem hết về nhà nấu ăn.

Tôi rọi đường cho hai bố con đi về, tối nay ngủ ngon nghe.

Hiếu dẫn vợ tiếp tục đi hết khu vườn và chỉ chỗ hai bố con lẻn vào trộm bắt cá, hàng rào còn thưa, dễ vào. Ngày mai mua dây kẽm căn thêm cho kín. Vừa đi Hiếu vừa giải thích cho vợ biết anh sẽ mướn hai bố con ông này để giúp mình, chăm nom vườn tược vì là người địa phương biết rõ ai tốt ai xấu. Anh sẽ thu phục họ trung thành với gia đình mình. Vào nhà, Caroline ôm chồng nói, cái gì anh cũng giỏi, em bái phục anh. Hiếu nói:

- Ngày mai gia đình này đến, mình cho gạo cho tiền nhờ họ giúp gia đình mình thật là an toàn, tránh sợ bị mất trộm trái cây hay gà vịt, cá...

Cả gia đình lê thê lết thết năm người đi chân đất đến nhà, bấm chuông có anh quản gia chạy ra hỏi, anh đi tìm ai?.

Anh trung sĩ thật thà nói, tối qua, ông bác sĩ nhà này bắt tôi trộm cá, có hẹn cho gia đình tôi gặp ông. Anh quản gia nói:

- Anh và gia đình đợi một chút, để tôi thưa lại với bác sĩ, ổng cũng đi làm mới về thì anh tới.

Hiếu ra bắt tay hai cha con và dẫn cả gia đình vào phòng khách, chị bếp mang đến sáu cái ly. Hiếu bảo chị bếp chặt dừa cho mỗi người một ly kể cả tôi nữa. Vừa uống nước dừa. Hiếu mở đầu:

- Tôi cũng vốn xuất thân nhà nghèo, sau năm 1976, gia đình tôi cơm không đủ ăn, bữa cháo, bữa rau, quần áo rách vá, mặc đi học cũng tại trường trung học Hoàng Diệu. Nay cả anh chị em chúng tôi đều phất lên khá giả, gia đình tôi nghèo có biệt danh là gia đình Trần Minh Khố Chuối ở Bố Thảo. May mắn ba anh chị em tôi lại học giỏi, mà nay tôi có cơ ngơi to lớn này cũng chỉ vì tôi lương thiện ham học thoát cảnh nghèo khốn cùng. Ba anh chị tôi đều là học sinh giỏi Hoàng Diệu, anh chị cũng là học sinh Hoàng Diệu, cùng trường cùng tỉnh Sóc Trăng, tôi sẽ giúp anh chị hết lòng.Cả gia đình đứng lên cúi đầu.

Tôi cố gắng giúp gia đình anh chị sẽ tiến lên tạo lại cuộc đời mới. Nếu các cháu siêng năng chịu khó học, tôi sẽ bao hết mọi chi phí cho các cháu học tới nơi tới chốn và có cơ may như hai anh em trai chúng tôi đều bác sĩ, chị gái là hiện là giáo sư cấp ba Hoàng Diệu, chị vừa đỗ bằng thạc sĩ ở nước ngoài, có thể chị sẽ về Cần Thơ dạy đại học sư phạm, chồng chị cũng là bác sĩ.

Hai anh chị và ba cháu thấy, mình nghèo muốn thoát nghèo là phải siêng năng cố gắng học ngày đêm. Nay ba cháu đi học mà nếu bài vỡ không hiểu, cứ hỏi tôi, tôi sẽ chỉ giúp. Lớp mười là lớp căn bản nhứt của cấp ba, lớp mười học giỏi, lên học lớp mười một mười hai có thể sẽ là học sinh xuất sắc thi vào đại học rất dễ đậu. Hiếu nói tiếp:

- Chắc gia đình anh chị chưa có hộ khẩu chưa có chứng minh nhân dân, phải không?

- Dạ phải, anh trung sĩ nói. Hiếu hứa, ngày mai hoặc mốt tôi đưa gia đình anh chị về Sóc Trăng làm chứng minh nhân dân, nhập vô hộ khẩu nhà tôi ở Bố Thảo, tôi lo được. Có hộ khẩu Bố Thảo tôi sẽ chuyển gia đình anh về Cần Thơ và làm việc giúp gia đình tôi, có lương như công chức, anh nuôi con tiếp tục học dễ dàng. Môn nào các cháu còn kém, tôi cho tiền học thêm.

Mình phải học giỏi mới thay đổi cuộc đời nghèo khổ của mình. Một chút nữa, em trai lớn lấy chiếc xe đạp tôi bỏ trong góc. Em học giỏi, tôi sẽ mua cho em một chiếc xe gắn máy mới cáu cạnh. Còn lười làm việc nhà và lười học thì tôi không giúp mua xe gắn mấy. Tôi cho anh chị một ngàn về mua sắm gì thì mua. Nếu anh chị muốn về ở với chúng tôi, thì tôi sẽ cất cho anh chị một cái nhà trong khu nhà vườn và lo giúp việc cho cá, gà vịt, heo bò ăn và chăm sóc vườn hoa kiểng, anh chị có tiền công hàng tháng thừa sức nuôi ba con đi học. Còn ba cháu học giỏi, vợ chồng tôi còn giúp thêm nhiều nữa, ngay bây giờ hai cháu gái cũng tập đạp xe đi học.

Gia đình anh chị, cứ ngồi đây chơi ăn cơm thật no rồi về. Vợ, mẹ, và chị tôi sẽ soạn quần áo biếu cho chị hàng chục bộ quần áo còn tốt. Tôi cho anh và cháu trai hàng chục bộ đồ tôi chưa mặc tới. Chị có biết may máy không. Chị biết may máy, tôi sẽ về Sóc Trăng mang về cho chị một máy may hiệu Singer mà mẹ tôi nuôi chúng tôi bằng cái máy may đó sau khi ba tôi tử trận ở Quảng Trị trong mùa hè đỏ lửa năm 1972. Hiếu vào trong nói với vợ, mẹ, chị:
- Mình có quần áo gì không mặc cho chị này cũng là cựu học sinh Hoàng Diệu Sóc Trăng cùng trường với anh. Giày guốc gì còn tốt cũng cho anh chị và các con. Cả năm người phải đi chân đất sao giống cảnh nghèo của mình năm xưa quá, chị hai thấy có đúng không? Hồi tối, em bắt hai cha con vô kéo cá tại trận, thấy hoàn cảnh nghèo đáng thương, nói hôm nay hết gạo nên đi ăn trộm cá về bán mua gạo.

- Chị hai cho hết gạo cũ, ngày mai em mua gạo lúa mới cơm ăn sẽ dẻo hơn. Hôm nay, chị hai cho gia đình này ăn thịt bò xào cải và thịt kho trứng và một tô canh chua, hôm qua còn lại, mà còn rất nhiều cá. Cả gia đình ăn rất ngon rất tự nhiên trông rất dễ thương, em rất cảm động. Năm đứa con trai của em chạy lại làm quen với hai chị rất dễ thương làm cho hai chị cũng vui.

Caroline kéo ghế lại ngồi gần chị và hai cô con gái, Caroline gắp thịt gắp cá ép nài bà chị và hai cháu gái ăn cho thật no. Chị hai đem lại giày giép hàng chục đôi để cho năm người tìm đôi nào tạm dùng được cứ mang tạm. Số giày giép cứ mang hết về nhà sửa lại đi trong nhà. Chị hai còn gom lại chừng ba chục bộ quần áo phụ nữ và đàn ông. Chị hai dồn vào hai ba bao để trên ghi đông xe đạp. Còn một bao gạo ba bốn chục ký cho lên cái ba ga sau, cháu trai ràng buộc chặt và một quày dừa khô chất lên xe đạp ràng rịt cẩn thận như là xe đạp thồ.

Ăn uống xong, bà chị lật đật đứng lên bưng dọn chén đũa xuống bếp, Caroline cản lại, mời ngồi rót nước trà và mời ăn mè láu của Sóc Trăng. Xong xuôi, cả gia cùng đứng lên hướng về ba má, bố dượng của Hiếu cũng ra xem gia đình cùng quê Sóc Trăng mà vợ chồng Hiếu mời ăn bữa cơm đặc biệt này. Cả gia đình đứng lên chấp tay cúi đầu chào kính cám ơn gia đình bác sĩ, bố mẹ, ba má, anh chị hai có đủ hết. Mọi người rất cảm kích sự lễ phép của một gia đình Việt Nam nghèo còn giữ tập tục xưa mà nước Áo làm gì có.

Cháu trai có vẻ sóc vác nhanh nhẹ, dẫn xe đạp, bố phụ đẩy phía sau. Cả gia đình năm người vừa khuất dạng. Hiếu nói khách ăn rồi ra về, bây giờ tới gia đình mình cho năm cu tý ăn trước. Hiếu lấy chai Martell XO cùng với bốn ly nhỏ mời bố, ba, anh hai cùng Hiếu ngồi nhâm nhi với tôm khô cũ kiệu. Năm bé ăn nhanh còn chạy ra sân chơi. Cả gia đình người lớn vào bàn ăn, ba chị vú cùng ngồi ăn ở bàn trẻ con.

Ngồi ăn cơm Hiếu kể lại bằng tiếng Anh trước để ba má, bố, anh hai, chị Josephine, Caroline rõ lý do tại sao bắt được người trộm cá, anh được tha mang hết cá kéo lưới được về nhà mà anh còn được cho thêm tiền, mời ăn cơm ngày hôm sau. Hiếu giải thích nhằm thu phục gia đình này sẽ sống chết với gia đình mình. Anh này là trung sĩ - sergent thuộc chế cũ, có thừa can đảm vì gốc nhà binh. Bây giờ nghèo quá, ngày mai hết gạo nên phải đi ăn trộm cá về bán có tiền mua gạo. Hiếu nói với hai bà mẹ:

- Khi nghe đến đây con chảy nước mắt nhớ cảnh nghèo của mình năm xưa.

Sau con được biết thêm, cả hai anh chị này học trường trung học Hoàng Diệu cùng sanh đẻ ở Sóc Trăng như ba anh em chúng con. Con lại cảm kích, con có ý nghĩ là giúp gia đình này thoát cảnh nghèo bằng cách thuê anh chị giúp việc cho gia đình về chăn nuôi và chăm sóc vườn hoa. Vườn cây ăn trái và các ao cá càng ngày càng phình lớn ra, cần có thêm người chăm sóc. Thằng con trai của hai anh chị đang lớn ở trong nhà vườn thêm một người đàn ông rất cần thiết giữ gìn tài sản mà mình cũng giúp vực dậy gia đình đáng thương chỉ vì mang chữ nghèo hèn. Khi tiễn anh chị và ba con ra về, Hiếu nhắc ngày mai mua thêm một chiếc xe đạp mới và để còn giúp cho hai đứa con gái tập chở nhau đi học.

Cả nhà ồ lên khen Hiếu có sáng kiến vô cùng hay. Hiếu tóm lược bằng tiếng Việt cho mẹ và chị hiểu lòng dạ Hiếu. Hiếu có lấy địa chỉ của anh chị này để còn liên lạc tiếp.

Hiếu có liên lạc với ông Chủ tịch xã Bố Thảo, Hiếu ngỏ ý nhờ ông giúp cho một gia đình bà con mới gặp ở Cần Thơ, hai vợ chồng trước bảy mươi lăm gốc ở Đại Ngãi bị đưa vùng kinh tế mới trốn về sống ở Cần Thơ gần nhà vườn Hiếu mà không có chứng minh nhân dân và hộ khẩu để cho gia đình thêm vui an tâm mà giúp việc cho gia đình Hiếu. Ông Chủ tịch nói:

- Người lạ thì tôi không dám làm mà của cậu út thì tôi hết lòng, cậu mợ đưa gia đình này đến xã lăn tay chụp hình, tôi làm liền cho cậu mợ.

Hiếu hẹn ngày mai, đưa hết gia đình xuống Bố Thảo làm chứng minh nhân dân tạm và cho nhập hộ khẩu nhà mẹ cậu út. Cậu nhớ mang hộ khẩu nhà cậu ở Bố Thảo theo. Còn chứng minh nhân dân chánh là do ngành công an phụ trách. Khi có chứng minh nhân dân tạm mà có dán hình nữa kể như là người dân chánh thức của Bố Thảo.

Hiếu đưa địa chỉ cho anh quản gia chạy kiếm nhà của anh chị, bảo chiều nay sau sáu giờ đến gặp Hiếu tại nhà. Hôm nay, cơm chiều hơi muộn một chút, đúng sáu giờ hai anh chị đèo xe đạp tới, đi giép đàng hoàng, anh chị mặc quần áo mới được gia đình cho hôm qua.

Anh chị khoe quần áo của bác sĩ, cha con tôi mặc vừa và quần áo của chị, mẹ bác sĩ, vợ tôi mặc cũng khá vừa. Vợ chồng chúng tôi xin đội ơn gia đình bác sĩ. Hiếu nói liền, ngày mai, chúng ta đi về Bố Thảo làm chứng minh nhân dân tạm và gia đình anh chị nhập hộ khẩu nhà mẹ tôi rồi chúng ta trở về Cần Thơ. Nếu anh chị muốn ở lại chơi vài ngày lại càng hợp lý vì anh chị có hộ khẩu chung với mẹ tôi để cho mọi người lối xóm biết.

Anh chị có chứng minh nhân dân tha hồ mà đi về khu nhà cũ thăm lại bà con. Từ Sóc Trăng về Cần Thơ anh chị đi xe đò. Còn ba con của anh chị tôi chở về nhà cho các cháu tiếp tục đi học. Ba cháu có thể ở giữ nhà vài ngày hay muốn lại ở nhà tôi chờ anh chị về, tôi cho ba cháu một phòng rộng hay hai phòng. Anh chị cứ suy nghĩ, mai đúng tám giờ, tôi lái xe lại khu nhà anh chị, bảo cháu trai ra ngoài đường đứng đợi. Nếu anh chị còn khai sanh hay giấy tờ cũ, thẻ học sinh ở Sóc Trăng nên mang theo.

Về xã Bố Thảo có hẹn trước nên vụ làm chứng minh nhân dân tạm và xin nhập hộ khẩu chưa đến một tiếng là xong, Hiếu cũng có phong bì tặng cho ông Chủ tịch xã một ngàn. Hiếu lái xe lại chợ, ghé vào các nơi buôn bán quen, mấy bà bán thấy vợ chồng Caroline tới mừng cuống quýt chào hỏi. Lần này Caroline lại nói tiếng Việt mua bán với mấy bà, Bà nào bà nấy vui cười tở mở. Các bà nói chúng tôi cứ nhắc hai ông bà, bà hôn ông giữa chợ làm chúng tôi cười muốn xón đái.

Caroline nghe vậy lại ôm hôn môi chồng lại làm các bà quên mua bán gì hết đứng hết lên vỗ tay tán thưởng. Hai vợ chồng Caroline mua mười ký ba rọi, thịt nạc, sườn và xương, vài ký cải bẹ xanh hai bó rau muống, cà gió, dưa leo, hành, tỏi ớt...Hiếu còn mua thêm ba ký lô cá he, bốn con cá lóc lớn, ba bốn ký cá trê. Tất cả cá làm ơn làm sạch hết, tôi mang về Cần Thơ nấu ăn để nhớ mấy bà buôn bán ở chợ Bố Thảo. Các bà nhao nhao lên:

- Hai ông bà thật là nhơn đức, có tình có nghĩa với chợ quê Bố Thảo, chúng tôi còn rau cải gì cũng tặng hết cho hai ông bà. Chúng tôi muốn nghe bà Caroline tính tiền nói bằng tiếng Việt chúng tôi rất vui mừng hoan hô. Caroline coi giấy tính tiền, cải giá bao nhiêu, thịt heo, cá giá bao nhiêu, Caroline nói tiếng Việt và móc bóp ra đếm tiền trả từng bà và biếu thêm tiền típ nữa. Bà nào bà nấy vui quá và còn nhắc bà Caroline trong buổi khám bịnh phát thuốc phát quà trước đây bà Caroline đẹp như cô tiên nữ nay thì đẹp như bà tiên nữ. Caroline vui ra mặt nói:

- Bà nói đúng, khi ấy chưa có con nay có năm con rồi. Cả chợ vỗ tay hoan nghênh. Hai bên phố chợ không biết chuyện gì vui quá vậy, cùng chạy đổ xô ra chợ xem, thấy một người nước ngoài tuyệt đẹp mà nói tiếng Việt có giọng nói lơ lớ quá dễ thương cũng tiếp vỗ tay tán thưởng thêm. Gia đình năm người của anh trung sĩ khuân hết đồ mua lên xe chật cả xe. Còn cá thịt cho vô bao ny long hai ba lớp, Hiếu nhờ mua một xô nước đá cục nhỏ cho vào bao cá thịt giữ cho tươi.

Chạy về nhà, Hiếu lấy ra một ít cá thịt, nói anh chị và ba cháu ở nhà lo nấu cơm ăn trưa, ở cho quen nhà, nhớ địa chỉ để Hiếu chạy lại thăm vài chỗ thân quen. Chừng một hai giờ, mình trở về Cần Thơ. Hiếu nói để lần tới về làm chứng minh nhân dân thực thụ, anh chị ở chơi lâu. Hiếu bảo cháu trai ra hái trái cây vào ăn, hái tự do thoải mái, ăn không hết còn mang về Cần Thơ. Và cháu mở nước, tưới vào gốc cây cho thật đẫm dù có mướn người tưới, nhưng cây thiếu nước, lá cây không tươi tốt.

Hiếu lấy điện thoại gọi gia đình bác ba Phi coi có ở nhà không, hai bác nói đang ở nhà. Hiếu nói chừng hai mươi phút nữa hai cháu chạy lại thăm hai bác. Hiếu gọi ông Bí Thư xin phép gặp thăm ông tại văn phòng, chừng một giờ nữa sẽ tới. Hiếu cho vợ biết, thế nào ông Bí Thư cũng mời vợ chồng mình ăn trưa nên dặn gia đình anh muốn nấu món gì thì nấu, vợ chồng tôi sẽ ăn cơm khách, trở lại đây chúng ta cùng về Cần Thơ.

Hiếu vào xem gạo còn quá nhiều, bảo anh chị lấy hết gạo mang về nhà, chừa lại vài ký thôi. Nước mắm, tỏi tiêu đều có đủ. Anh chị và ba cháu coi như là nhà của anh chị, trái cây nhớ hái nhiều mang về Cần Thơ.

Xe Hiếu tới nhà bác ba Phi, thấy cửa cổng đã mở toang ra, Hiếu và Caroline vội chạy vào nhà ôm hai bác và nói, hôm nay hai cháu vừa về xã Bố Thảo làm thủ tục cho một gia đình mới quen nhập hộ khẩu nhà cháu cũng như làm chứng minh nhân dân tạm và có hẹn với ông Bí Thư gặp tại văn phòng trưa nay. Hai cháu xin mời hai bác cùng lên xe cháu đi ra gặp ông Bí Thư cho hai ông già tha hồ mà nói tiếng Tây cho đã. Hai bác đồng ý và nói:

-Hai bác cũng đã có sữa soạn chút món ăn đón hai cháu. Bây giờ bác khoá cửa nhà, chúng ta cùng đi nghe.

Ông Bí Thư đã mở cửa văn phòng, trong có năm sáu người đang ngồi, tất cả mọi người cùng đứng lên. Ông Bí Thư vụt đứng lên trước nhứt bước ra cửa bắt tay đón tiếp và ông nói lớn chúng tôi hân hạnh đón tiếp hai tiến sĩ vừa làm rạng danh người Việt, tiến sĩ Hiếu chỉ có tay không mà hạ gục ba tên cướp còn đoạt được hai khẩu súng và ba mã tấu. Chúng tôi vô cùng ngưỡng mộ.

Để khỏi mất thì giờ, tới bàn tiệc rồi chúng ta giới thiệu sau. Bây giờ cùng nhau lên xe chạy đến nhà hàng quen thuộc, tôi đã đặt bàn rồi. Vợ chồng Caroline và bác ba Phi bắt tay mọi người xong ra xe, chạy lại nhà hàng. Ông Bí thư hai tay nắm tay vợ chồng Hiếu dẫn lên ăn trên lầu để dễ nói chuyện lớn tiếng cũng không làm phiền ai. Nhà hàng đem ra một chai champagne và một chai Martell XO và các món nhấm lai rai. Ông Bí Thư nói, bác hôm nay như trúng số gặp hai vợ chồng cháu Hiếu và anh chị ba Phi. Ông Bí Thư Hưng giới thiệu hai ông Phó Bí Thư, ông Chủ Tịch tỉnh và hai ông Phó Chủ tịch, tất cả sáu người cùng với hai vợ chồng Hiếu, hai vợ chồng bác Phi. Ngẫu nhiên chúng ta trúng số có đủ mười người, hồi nãy bác tính có tám người, còn thiếu hai, linh cảm có đủ mười người.

Vào bàn ăn, trong lúc chờ món ăn, Hiếu vắn tắt thuật vụ hạ gục ba tên cướp, bắt sống và tịch thu vũ khí như bác Bí Thư đã nói. Thú thật, người Sóc Trăng đi đâu cũng gặp may mắn. Con hạ được tên cướp đầu tiên là nhờ may mắn, khi con tung mở cửa ra trúng vào hông tên cướp đang khống chế tài xế, nó xiểng niểng, con nhảy tới đạp đại may trúng hạ bộ, nó té nằm bất tỉnh con lấy được mã tấu cúi mọp trước đầu xe qua hạ tên có súng và mã tấu đang khống chế anh tuỳ viên ngồi băng trước và một tên mở cửa sau lôi ông Bộ Trưởng y tế xuống. Ông Bộ Trưởng kháng cự, tên này chém vào vai ông Bộ Trưởng như thị uy. Nhanh như cắt, con chém nhát thứ nhứt, nó văng cây mã tấu con vội nhặt lấy, tay kia nó móc súng ra, con chém thêm một nhát nữa, nghe một cái bựt nó nằm cho một đống. Con vội lấy súng và lên đạn bóp cò tên cướp thứ ba vừa có mã tấu vừa có súng bỏ chạy. Con bắn đại ba bốn phát, may có một viên đạn trúng chân nó bị thương nằm tại chỗ, con chạy lại lấy súng và lấy mã tấu. Toán xe cảnh sát đi đầu nghe tiếng súng vội quay lại bắt còng ba tên cướp. Con còn chơi ngon, có lẽ có máu Sóc Trăng trong người, con xin phép mọi người băng bó hai tên cướp bị thương nặng trước ông Bộ Trưởng, cả hội trường hoan hô con, nói con cứu kẻ thù trước cứu bạn. Thế là con nổi tiếng, chánh phủ Indonesia tưởng thưởng đủ thứ có cả $200.000 và trường Yale cũng vậy.

Con kính mời bác Bí Thư và năm vị đầu tỉnh Sóc Trăng sang Mỹ ủng hộ gà nhà trình luận án tiến sĩ về xương tại Yale vào năm tới. Lúc bấy giờ bác Bí Thư về hưu, con mời bác và bác gái, cùng năm quý vị cùng phu nhân, tất cả mười vị, tôi bao hết tiền máy bay, ăn ở và du lịch tại Mỹ, ở bao lâu cũng được. Mỗi gia đình tôi xin biếu thêm 2,000 đô dằn túi và bác Bí Thư đã về hưu cháu xin biếu $10,000. Cả bàn vui cười, đi chơi mà còn có tiền dằn túi, Bác Bí Thư nói bác về hưu đi rất dễ dàng và ở chơi bao lâu cũng được.

Còn năm vị tại chức cũng có thể tham dự ủng hộ gà nhà Sóc Trăng chừng một tuần hay hơn. Cả bàn vỗ tay tán đồng ý kiến, ông Bí Thư khui chai champagne uống trước, tiếng nổ champagne như lời chào mừng Hiếu một con dân của tỉnh Sóc Trăng làm vẻ vang cho tỉnh nhà chúng ta. Ông Bí Thư hỏi Hiếu, sau bằng tiến sĩ ở Yale, con có làm luận án tiến sĩ lấy thêm bằng nào nữa không?

- Hiếu thưa chỉ sau bốn tuần ở Yale, con lấy thêm bằng tiến sĩ về Y Học bịnh sốt rét tại Viện đại học Harvard. Luận án về sốt rét con đã nộp rồi và xin trình bày sau Yale. Cả bàn vỗ tay khen, Sóc Trăng mình hay nói cả nước Việt Nam chưa có ai chưa đủ ba mươi tuổi có đến bốn bằng tiến sĩ, tại hai trường danh tiếng của thế giới. Hiếu có đến ba bằng tiến sĩ, Việt Nam chỉ có một bằng bác sĩ tương đương như bằng tiến sĩ. Ông Bí Thư xoay qua giới thiệu vợ Hiếu là Caroline, gốc dân tộc Áo, nay nói tiếng Việt cũng khá mà Caroline biết thêm tiếng Việt là ngoại ngữ thứ sáu. Kể cả tiếng mẹ đẻ Áo là ngôn ngữ thứ bảy. Caroline cùng với chồng cũng đỗ bằng tiến sĩ về bang giao quốc tế tại Viện Đại học Harvard hạng ưu, sau chồng đúng một năm. Cả hai vợ chồng Hiếu bây giờ sống trên núi đô la, mỗi tháng hai vợ chồng lãnh tiền lương $300.000 đô suốt sáu năm. Sau này đi dạy học hay làm những chức vụ lớn, tiền lương còn lên cao hơn. Mặt khác, Bác khen cháu Hiếu khi cháu đúng hai mươi tám tuổi thì đã có đến tám con năm trai ba gái lại là một thành tích khác, trẻ tuổi mà sanh nhiều con.

Ba má vợ Hiếu từng nói, ông bà thấy hai vợ chồng Hiếu rất khoẻ lại thông minh, ông bà muốn vợ chồng Hiếu sanh nhiều con đủ một đội bóng đá mà nay lại giàu nữa có con đông là một điều đại phước.

Ông Bí Thư nhắc các đồng chí lãnh đạo tỉnh chúng ta có lý do đi Mỹ ủng hộ cho một nhà khoa học trẻ tài danh của Sóc Trăng. Nếu chúng ta đi hết một lần cấp lãnh đạo thì sẽ thiếu người làm việc, trung ương sẽ thắc mắc. Các đồng chí có thể chia làm đôi đi hai lần vì lần đầu tại Yale, lần sau đúng bốn tuần tại Harvard cũng trình luận án tiến sĩ nữa thì quá tốt đẹp. Cả bàn vỗ tay hoan nghênh ý kiến của ông Bí Thư.

Bữa cơm trưa rất ngon miệng. Vợ chồng Hiếu và bác ba Phi từ giả ra về. Hiếu nói với bác ba Phi, vợ Robert sắp sanh, Robert rất mừng và Thu Vân cứ khóc hoài vì thai nhi chòi đạp dữ quá, đau nhiều. Hiếu nói, chúng con sẽ đi Mỹ thứ hai tuần tới. Bác gọi lên hảng máy may xin dời chuyến bay cùng đi với con cho thêm vui vì Robert ra phi trường đón vợ chồng con mà có hai bác cùng đi sẽ làm cho vợ chồng Robert ngạc nhiên vui mừng. Bác gái nói:

- Ý kiến của cháu Hiếu coi bộ hay, bác trai xin dời chuyến bay coi còn chỗ không và thu xếp nhà cửa mướn người đến giữ chăm sóc vườn cây. Một chút ghé nhà bác cho hai cháu hai chục cây xoài Hoà Lộc cực kỳ ngon hơn xoài Hoà Lộc trước. Caroline nghe nói khoái quá. Caroline nói chúng con cám ơn hai bác, bác cháu mình cùng đi một chuyến bay, con thế Thu Vân chăm sóc hai bác. Bác gái vói lên vuốt vai Caroline nói:

- Hai bác cám ơn con rất nhiều. Về đến nhà mở cửa vào nhà, bác gái dẫn Caroline vô nhà ngồi đợi hai bố con ra sau vườn, mang hai chục cây xoài Hoà Lộc ươn lên cao chừng bốn tấc rất tươi tốt. Đưa hết lên xe, hai vợ chồng Caroline từ giả hai bác lái xe chạy về nhà đón gia đình anh chị Nghĩa đi về Cần Thơ. Hiếu lái xe đến khu nhà anh Nghĩa cho gia đình xuống và chạy về nhà mới có sáu giờ, cả nhà đợi vợ chồng Caroline về ăn cơm luôn.

Anh quản gia lấy hết đồ đạc xuống, để hai mươi cây xoài Hoà Lộc vào một chỗ. Hiếu nói, ngày mai trồng và là ngày chúa nhựt, Hiếu có nói với anh Nghĩa và cháu trai, sáng mai qua trồng giúp. Hai chị vú lấy cá thịt rau dưa mang hết lên nhà, cho vào tủ lạnh, ngày mai chế biến thức ăn mà khỏi phải đi chợ. Các con chạy ra ôm chân cha mẹ mừng rỡ, hai công chúa cũng tỏ vẽ mừng rỡ cười tươi khi thấy mẹ bồng lên hôn. Thay quần áo xong, Hiếu ra mời ba má, bố dượng, anh chị hai vào bàn ngồi ăn cơm chiều, vợ chồng ăn rất ít vì vợ chồng còn no, ăn ở nhà hàng đến hơn hai giờ.

Sáng sớm hôm sau, Hiếu đi một vòng ra vườn, tìm một chỗ rất tốt đủ trồng hai mươi cây xoài Hoà Lộc. Trước đây cũng có trồng được hai mươi cây xoài Hoà Lộc giống khác, đang trổ bông có trái chiến. Nay có thêm hai mươi cây nữa, tha hồ mà ăn xoài Hoà Lộc, xoài tượng cũng có đến năm cây, các loại xoài khác cũng đều có trồng mỗi thứ vài cây, chỉ có xoài thanh ca loại trái to cũng trồng được cả chục cây. Riêng xoài trồng trên dưới bảy chục cây, mít dừa, mít nghệ, mít ướt, mít Tố nữ mỗi loại trồng đúng năm cây. Quít cam, bưởi, chanh, tắc, mỗi thứ cũng trồng cả chục cây. Các loại cây ăn trái trồng trên ba năm, nay đều to lớn sum suê, có nhiều cây đang trổ bông có trái chiến và có nhiều cây đã có trái cung cấp cho gia đình ăn tráng miệng hàng ngày. Còn dừa lửa có trái đến mấy chục cây và dừa có trên hai trăm cây dùng làm hàng rào, cũng có trái chiến. Riêng chuối và đu đủ trồng gần nhau mỗi thứ cũng có hai mươi cây, đã có nhiều trái rồi. Khu trồng mía, thơm khóm và một thửa đất hai trăm mét vuông để trồng bắp luân phiên trồng đậu phộng, đậu xanh để dùng trong nhà, cây đậu phộng lên xanh um rất tươi tốt.

Hiếu dự trù chỉ hai bố con anh Nghĩa sử dụng máy xúc cào đất làm thành một cái cù lao giữa ao nuôi cá cũng là ao nuôi cá lớn nhứt có đến hàng chục thứ cá giống khác nhau, chỉ trừ cá lóc phải nuôi riêng. Còn trên "đảo" giữa ao chuyên trồng cây điên điển mà Hiếu đặt tên là Đảo Hoa Vàng Caroline-Hiếu có khắc chữ trên một phiến đá to dựng lên giữa đảo, hình vuông dài, rộng bốn mét, dài tám mét dưới gốc điên điển có trồng thêm rau muống.

Còn bốn rảnh cho thông thương nhau, Hiếu sẽ đào sâu thêm chứa được nhiều nước chuyên nuôi cá lóc và có nuôi ếch nhái, cua ốc...

Trên đảo, Hiếu có trồng hai cây cau giữa có trồng thêm nhiều dây trầu thêm ý nghĩa vợ chồng trọng nghĩa tình chung thuỷ quấn quít nhau. Xung quanh đảo Hiếu phải xây một bức tường mỏng bao quanh tránh đất bị sạt lở. Hiếu vẽ đồ án này ra chỉ cho anh Nghĩa làm, anh sẽ chỉ sử dụng cơ giới đở vất vả. Ngày cuối tuần anh nghỉ ngơi, có thằng con trai nhảy vào thay bố vừa tập lao động cho có sức khoẻ và có tiền tiêu xài hàng tuần.

Cuối tuần bỏ ra chừng bốn tiếng mỗi ngày, mất tám tiếng một tuần chạy máy ủi và cào đất có dư tiền xài. Hiếu gọi hai bố con đến giải thích kỹ, mình làm từ từ vừa sức, nghề dạy nghề sẽ lần lần có thao tác nhanh và làm việc có năng xuất hơn. Hiếu nhờ chú Tín cho thợ hồ đến xây tường mỏng chừng một tấc dày cũng đủ giữ đất trên đảo.

Trong ngày chúa nhựt này Hiếu chỉ cách sử dụng máy cào xúc đất vì thứ hai vợ chồng Hiếu đi Mỹ dự trù trong một tuần hay hai tuần mới trở về nhà. Máy cào đất thành từng đống để giữa gần chỗ thợ đang xây tường. Khi tường xây xong, xúc đất đổ lên đảo, cố đào sâu cũng chừng một mét rưỡi hay sâu hơn càng tốt. Đào đến khi nào đến mùa mưa mà mưa dầm không thể đào đất được mới ngưng để ao hứng nước mưa.

Hiếu chỉ dẫn cho hai bố con, cháu Tâm con anh Nghĩa đang học lớp mười rất sáng dạ, hiểu nhanh và đổ xăng đầy bình. Cháu tự lái ra chỗ đào ao, chạy theo đường biên ngoài của ao hết một vòng theo cọc cắm của Hiếu, cào đất đổ lên bờ thành hình rồi. Ăn cơm trưa xong, Hiếu bảo Tâm chạy đường trong cũng giáp một vòng, đất đổ lên đảo. Bây giờ chưa xây bờ thành xung quanh đảo giữ đất tránh bị sạt lở, đất đào ao kéo thành từng đóng, đến khi bức tường bao quanh đảo xây xong thì xúc đất đổ lên đảo. Hiếu nói cháu Tâm đến chỉ giúp bố cách chạy máy và cào đất. Ngày mai cháu đi học còn vợ chồng chú ngày mai đi Mỹ, ở nhà hai bố con cứ làm từ từ. Ban đầu rất mệt sau quen dần rất thoải mái nhớ đội nón lá cho mát. Vườn nhà mình có nhiều dừa, cháu Tâm hỏi chú quản gia chỉ cháu chặt một quày dừa tươi đem ra chỗ đào đất cho bố uống hàng ngày.

Chú cũng có mướn thợ hồ đến xây tường quanh đảo nhân tạo, vài ngày nữa họ sẽ đến, anh Nghĩa chỉ cho họ đường ranh trong cho họ đào sâu sâu xây móng nền cho tường. Họ làm là việc của họ, còn anh Nghĩa làm bên ngoài chỗ họ xây tường, công việc ai nấy làm. Tháng này, tôi gởi bố con một ngàn thay vì một tháng tiền công vài trăm tôi cho anh gấp năm để anh hăng hái làm việc, mấy ngày đầu mệt oải gân, sau sẽ cảm thấy nhàn hạ vì mình chỉ ngồi trên yên chạy máy làm việc thay sức mình.

Làm xong hết giờ về nghỉ, anh Nghĩa lấy tấm ny lông có trong kho đậy bao máy lại để tại chỗ khỏi phải lái vô nhà kho. Hai cha con chỉ nhau tập làm cho quen, xong rồi về, ngày mai lại làm. Nhớ xăng cất trong kho đậy nấp vặn thật chặt và không được hút thuốc trong nhà kho hay chỗ gần xăng nhớt tránh hoả hoạn. Chừng hơn hai giờ chiều, Hiếu bảo hai cha con về nghỉ ngày mai anh Nghĩa làm tiếp. Hai cha con chạy hai chiếc xe đạp đi làm. Hiếu nói:

- Khi cháu gái đạp xe giỏi đèo nhau đi học thì Tâm chở bố lại đây làm, chiều cháu đi học về đón bố về nhà. Cứ như vậy, muốn về đây ở chung với chúng tôi thì tôi còn phải cất nhà cho gia đình anh chị có đủ tiện nghi, sẽ tính sau khi tôi đi Mỹ về. Nếu công việc quá mệt nhọc không thể xong đúng mùa mưa, tôi về sẽ mướn thêm thợ có máy đào tiếp, anh sẽ đào sâu rộng các rãnh nước nuôi cá lóc.

Hiếu cho biết, trên đảo sẽ có làm hai cây cầu hai bên để tiện ra đảo hái rau muống, bông điên điển hay bắt cua ốc. Hiếu mua thêm hai chiếc xuồng con bơi quanh đảo thưởng ngoạn cảnh trời có trăng sao rất nên thơ. Tối chúa nhựt, Hiếu có gọi chú Tín nhờ vài người thợ hồ đến xây tường mỏng tránh bị sạt lở đất, cao một mét rưỡi bao quanh ngang năm mét dài mười hai mét. Đất đào ao sẽ đổ lên đảo trồng cây điên điển và trồng rau muống cùng nuôi ốc nuôi cua, ếch nhái.... Tiền công thợ và mua vật liệu bao nhiêu, chú nói với má vợ cháu sẽ bồi hoàn lại chú. Chú Tín nhận lời.

Ăn cơm trưa tại nhà xong, từ Cần thơ, vợ chồng Hiếu lái xe lên Sài gòn chạy đến Toà Tổng Lãnh Sự gởi xe. Bác trai cho xe đưa ra phi trường lúc năm giờ chiều, tám giờ lên máy may.

Vợ chồng bác ba Phi từ Cần Thơ lên tới sân bay từ bốn giờ chiều cứ lẩn quẩn tới lui trong sân bay đợi vợ chồng Hiếu. Khi gặp nhau, bác ba Phi chạy lại ôm Hiếu và bác gái ôm Caroline. Hiếu dẫn vô nhà hàng gọi hai dĩa bít tết lớn, một dĩa salade và vài lát bánh mì, hai chai bia Saigon, xin nhà hàng cho thêm hai cái dĩa và muỗng nỉa để san sẻ miếng bít tết lớn ra làm đôi. Hai bác rất vui cùng đi chung chuyến bay với vợ chồng Hiếu, mọi chuyện Hiếu lo hết. Bác nói với Hiếu:

- Bác đổi vé máy bay xong, bác có gọi Robert nói là vợ chồng Hiếu rủ bác đổi chuyến bay đi sớm. Robert nghe bố nói qua sớm hơn một tuần lại vô cùng vui mừng vì thấy Thu Vân coi bộ sắp sanh trong nay mai, Thu Vân chuẩn bị hết mọi thứ khi sanh con.

Ra phi trường cùng chồng đón bố mẹ và vợ chồng Hiếu. Vừa lên xe ngồi, Thu Vân nói với chồng lái xe lại ngay bịnh viện vì Thu Vân sắp sanh, bây giờ, em ráng nín chạy tới bịnh Viện. Nhập viện xong, Thu Vân sanh liền đứa con trai, mẹ con đều khỏe mạnh, cả bố mẹ, chồng và hai vợ chồng bạn Hiếu Caroline, đến bắt tay chúc mừng mẹ tròn con vuông bình an khoẻ mạnh. Robert để bố mẹ lại bịnh viện, lái xe đưa vợ chồng Hiếu về nhà nghỉ ngơi, trưa mai bay đi Connecticut.

Về nhà còn sớm, Hiếu bảo vợ ngồi sô pha đợi chừng năm phút, Hiếu vào phòng thổi bụi bặm và xịt thuốc sát trùng xong, lấy chăn và ra mới trải giường. Xong đâu đó, mở quạt trần vài phút xua mùi chất khử trùng, Hiếu gọi vợ vào nằm nghỉ và đi tắm để Hiếu ra thổi bụi ở phòng khách, khắp cả nhà, kể cả nhà bếp, sân trước sân sau đâu đó xong xuôi xịt thuốc sát trùng khắp hết trong ngoài nhà, mở hết quạt máy trong nhà để đó. Hiếu đem máy thổi cất vào kho.

Vào phòng, thấy Caroline đang ngon giấc, Hiếu đi tắm, thay quần áo ngủ. Ra mở tủ lạnh thấy tủ nào cũng đầy tôm hùm, vội lấy ra một bịt có đến mười hai con, bỏ ra ngoài cho tan đá, để trong xinh, rồi vào nằm kế vợ, vừa đặt lưng xuống là ngủ liền. Hơn hai tiếng giựt mình thức dậy thấy khoẻ hẳn, vợ vẫn còn ngủ say và có vẽ mệt nhọc, không còn hiếu động như xưa và có thể có bịnh gì đó, Hiếu dò tìm và sẽ xét nghiệm.

Hiếu lấy ra hai con tôm hùm, cho vào tủ lạnh mười con. Xả nước nóng cho mau tan đá coi lại còn gia vị để ăn món tôm hùm nướng?. Hiếu thấy còn đủ kể cả bánh mì đã khô mà may không có mốc, Hiếu ngửi thấy còn tốt đem ra ngoài, một chút sẽ nướng lại ăn với tôm hùm. Hiếu đi xuống tầng dưới, tủ nào cũng đầy ắp tôm hùm. Lên lấy ra thêm ba con hộp mới khui cho vào bọc ny long gọi Robert nói một chút chở bố mẹ về nhà ghé lấy tôm hùm Hiếu đã rả đá rồi về chỉ cho vô lò nướng ăn với sauce, maggi, nhậu Martell XO nữa thì hai bố con cũng vui rồi. Hiếu nói:

- Hai vợ chồng tôi đang mệt và Caroline có bầu cũng qua tháng thứ sáu đi đứng có vẽ nặng nề, nàng ngủ như chết, tôi lo nướng tôm hùm ăn buổi chiều nay. Chừng hơn một giờ sau, có chuông reo, biết Robert đến, Hiếu ra mở cửa đưa cho Robert ba con tôm hùm tổ bà nái mang về nhà ăn buổi chiều. Robert nói tôi có hai bịt hai mươi bốn con rồi. Hiếu nói đây là phần extra chiều nay, trưa mai nhờ bạn đưa vợ chồng tôi ra phi trường để tôi bay sang Yale. Robert

OK lấy tôm hùm, chạy về nhà, trong lúc bố mẹ ngồi trên xe đã ngủ hồi nào rồi vì đi đường xa quá mệt.

Caroline thức dậy sau hơn bốn tiếng ngủ thẳng giấc quá ngon, thấy vắng chồng vội đi tìm. Thấy chồng mặc quần đùi ở trần lo nướng một con tôm hùm sắp chín. Trên bàn ăn có đủ gia vị, sauce, bơ, maggi, bánh mì nướng vàng, có chai Martell để cạnh bên cùng dao dĩa nỉa đủ hết. Caroline lấy hai cái ly lớn cho đầy nước đá để pha rượu cùng uống. Hiếu thấy vợ ra lấy ly, vội gọi:

- Xin chào sếp cút Caroline, đệ tử đang nướng tôm hùm đãi sếp cút. Caroline lên tiếng, xin cám ơn đệ tử, quá giỏi chắc chút nữa sếp cút sẽ có phần thưởng đặc biệt đó nghe.

- Dạ vâng, đệ tử tuân lệnh. Caroline chạy lại ôm chồng, và nói cái gì anh cũng đều giỏi, dành hết không chừa cho em, nhà cửa sạch bong, quạt vù vù xua chất thuốc tẩy trùng, sân trước sau không có một lá khô. Bây giờ lại làm bếp. Anh là sư phụ của em mãi mãi và chỉ mình em thôi nghe anh.

- Hiếu nói lớn, đệ tử xin chấp hành tuân lệnh bà xã.

Lấy con tôm hùm tổ chảng, đem ra bàn, xẻ ra làm đôi trét bơ lên toả ra mùi thơm ngào ngạt. Lại bàn ăn, cắt một miếng tôm hùm nướng chấm vào sauce đút cho vợ ăn, Caroline nói:

- Ngon quá anh ơi, anh ăn đi kẻo nguội mất ngon, Hiếu cũng ăn một miếng cảm thấy quá ngon hơn ăn tôm hùm ở nhà hàng hay mua tôm hùm về nhà cũng nướng như vậy mà không ngon bằng vì tôm nhỏ chỉ thường cân nửa ký tới một ký. Nay một con tôm hùng nặng đến trên bốn ký, quá to, thịt chắt và vô cùng ngọt cộng thêm bơ và sauce nữa làm cho thịt tôm hùm nướng lại càng ngon thêm.

Ban đầu Hiếu dự trù hai vợ chồng ăn một con là đã đủ no. Càng ăn càng thấy thèm muốn ăn hoài, nên ăn nướng tiếp con thứ hai, vặn lửa to thêm vài phút là tôm thật chín rồi. Hiếu lấy riêng cái đầu và càng tôm để sáng mai, làm món mì tôm hùm ăn điểm tâm. Mất hơn một tiếng hai vợ chồng cứ ăn rỉ rả hết con tôm thứ hai cũng cỡ bốn ký lô, no cành hông. Hiếu uống rượu chỉ với nước đá làm cho lạnh mà không sử dụng thêm soda perrier của Pháp.

Rượu ngon Martell XO mà uống pha sô đa thì rượu còn ngon gì nữa, Hiếu nghĩ như vậy nên tuyệt đối không bao giờ uống rượu XO mà pha với sô đa hay các thứ nước khác kể cả nước lạnh. Rượu ngon là phải uống séc hay cho thêm nước đá vào ly cho thêm lạnh mới hưởng hết hương vị của rượu. Caroline cũng bắt chước chồng chỉ uống tí ti rượu cho mau tiêu vì ăn tôm tôm nhiều mà mặt đã nóng phừng phừng lên rồi. Hiếu thấy tội nghiệp, coi bộ xỉn, hỏi vợ có sao không?

- Caroline nói chỉ nóng mặt thôi để em đi loanh quanh trong nhà cho mau tiêu hoá các thứ trong bụng. Em chờ anh lo vệ sinh cho nhà bếp xong, rồi chúng ta bước ra ngoài đi xung quanh nhà cho mau tiêu hoá và coi lại hai chiếc xe. Hiếu nói, xe mình đã gởi cho Robert lo giúp thỉnh thoảng nổ máy, tránh hư bình điện.

- Hiếu nói, anh thử gọi ông chủ bán nhà cho mình nếu có ở nhà mời ông đến lấy ba con tôm hùm ngon vợ chồng mình biếu. Gọi điện thoại, ông bác nói chúng tôi trông vợ chồng cháu qua Mỹ, đến chúc mừng người hùng của chúng tôi. Bác đọc báo và xem truyền hình biết tin cháu với tay không mà đánh gục và bắt sống ba tên cướp mà còn dễ sợ tịch thu đoạt được hai khẩu súng cùng ba mã tấu dài cả thước của kẻ cướp.

Các con bác đọc được tin này gọi cho bác biết liền, chúng nói khi nào cháu về nhà ở đây cho chúng nó biết, chúng nó sẽ đến chào mừng vì chúng rất ngưỡng mộ cháu không sợ hiểm nguy. Hiếu nói xin bố chạy đến con chơi một chút vì con không có xe, gởi xe bên anh Robert, hai vợ chồng con xin biếu bố ba con tôm hùm trên dưới 20 pounds rất lớn, thịt ngon ngọt lắm.

- Bố nuôi nói, chừng mười lăm phút nữa bố và bà xã đến.

Hiếu vào bếp nấu nước sôi pha trà xong, hai vợ chồng Hiếu đi tới lui ngoài sân đợi bố. Xe bố tới chạy thẳng vô sân. Vợ chồng Caroline đến chào và mở cửa cho bà bước xuống. Dẫn vào nhà, ông khen liền, cháu đi mấy tháng mới về tới nhà vài tiếng mà đã quét thổi rác sạch bon, rất đáng khen. Hiếu nói, chúng con cám ơn bố và mời bố vô nhà uống nước trà, và ăn mè láu là món bánh ngọt đặc biệt quê hương của cháu sản xuất. Hai ông bà nói:

- Hai cháu mới qua Mỹ còn mệt để còn đi qua Yale xong về đây, hai bác làm một bữa cơm tại nhà có con cháu bác nữa mời hai cháu và vợ chồng giáo sư Robert đến dự cho vui, Caroline nói cám ơn hai bác. Hiếu vào tủ lấy ra một bọc ba con tôm hùm cho vào một cái túi ny lông mang ra xe biếu hai ông bà.

Trưa hôm sau, Robert và bố mẹ cùng đưa vợ chồng Caroline đi sang Connecticut trình diện ông Khoa Trưởng Y Học và ông Viện Trưởng. Hiếu có mang theo hai hộp tôm hùm để tặng ông Viện Trưởng và ông Khoa Trưởng. Đến phi trường chưa tới ba giờ bà chánh văn phòng ra đón hai vợ chồng Andre tại phi trường đưa về văn phòng ông Khoa Trưởng. Ông Khoa Trưởng ra tận cửa đón vào, mời ngồi ở sô pha. Ông Khoa Trưởng nói là mời hai vợ chồng về Yale để ông có chương trình kế hoạch giúp hai ông bà có cơ duyên làm việc ở Mỹ để cho con cái đi học thêm thuận tiện dễ dàng mà tiền lương còn cao hơn tiền trợ cấp hiện nay.

Khi Andre trình luận án xong được Hội Đồng Giáo Sư của Viện nhất trí chấm tối ưu thì Andre đã mở thêm con đường tương lai sáng lạn. Ông Viện Trưởng có bàn với tôi, ông sẽ tuyên bố mời Andre làm phụ tá Khoa Trưởng. Tôi dự trù vài năm nữa đến tuổi hưu sẽ mời Andre lên thay, lương hiện tại của tôi và các phụ cấp cộng lại được trên $700,000/tháng chưa kể Andre dạy thêm giờ thì có thêm tiền dạy, một giờ của giáo sư nổi tiếng đến bốn năm ngàn. Như vậy, mặt tài chánh thì Andre chẳng còn phải lo gì nữa. Nếu các đại học khác mời đến thuyết giảng một buổi đến mấy chục ngàn hay họ còn biếu cả trăm ngàn chỉ có một buổi hay một ngày đến trường họ thuyết giảng một đề tài. Ông Khoa Trưởng còn tâm tình với hai vợ chồng Andre:

- Ông muốn nhường chức Khoa trưởng của Phân Khoa này rất danh giá đối với Yale. Ông hưởng đủ tiền hưu vì làm việc ở đây trên hai mươi lăm năm. Ông ra ngoài sẽ giữ chức Tổng Giám Đốc công ty làm tay chân giả và nhiều bộ phận khác trong cơ thể, lương cả triệu/tháng. Vì vậy hai chúng ta đều có lợi hết. Tôi sẽ cho vợ chồng Andre mua nhiều "se" ưu đãi của đại công ty có nhiều tiền lời. Tôi cũng mời Andre vô Hội Đồng chỉ đạo của đại công cũng có thêm tiền gần cả trăm ngàn/tháng mà một năm chỉ tham dự năm ba buổi họp đại hội của công ty. Cách nào bạn cũng có lợi hết.

Tôi sẽ giới thiệu Andre mua ngay bây giờ một ngôi biệt thự rất sang trọng mà chủ nhân là bạn của tôi đang thiếu nợ phải khai phá sản nên phải bán nhà trước mà bán cho tôi giá lại rẻ nữa. Andre vội đứng lên và Caroline cũng đứng lên cúi đầu bắt tay cám ơn. Cả hai ngồi xuống, ông nói tiếp:

- Tiếng tăm của Andre cả thế giới nhứt là trong giới y khoa vô cùng ngưỡng mộ ca tụng Andre tới mây xanh vừa giỏi về thuốc mà lại có lòng nhân cứu kẻ thù, kẻ cướp trước ông Bộ Trưởng Y Tế. Hơn nữa chỉ có tay không mà hạ và bắt sống ba tên cướp có vũ khí. Tôi nghĩ buổi trình luận án của Andre có hai ba chục ngàn thức giả tham dự, không như lúc ban đầu ông Viện Trưởng và tôi ước tính chừng mười ngàn người tham dự. Ông Viện Trưởng nói riêng với tôi sẽ cấp cho Andre thêm $200,000 trước sau $400,000 để lo tổ chức thật chu đáo tạo thêm tiếng vang cho Andre để ông bổ nhiệm Andre vào làm Phó Khoa trưởng có biết bao giáo sư thâm niên đang dòm ngó chức vụ béo bở này để thay tôi lên làm Khoa trưởng. Khi Andre thật sự quá nổi tiếng và luận án được đánh giá tối ưu thì chắc chắn không ai dám tranh giành với Andre. Tôi nói hết cho hai vợ chồng biết, mình nên giữ kín nghe.

- Dạ vâng, Andre đáp. Andre nói tiếp:

- Vợ chồng chúng tôi vô cùng biết ơn ông Khoa Trưởng có mỹ ý giúp gia đình. Chúng tôi được ông Bộ Trưởng Y Tế Indonesia cũng có công ty xuất khẩu tôm hùm, có gởi biếu cho tôi một số tôm hùm thật to nặng mỗi con trên dưới mười bao (pounds), ăn rất ngon. Vợ chồng tôi xin biếu một hộp mười hai con, ông Khoa Trưởng ăn thử so sánh với tôm hùm Mỹ coi xem tôm hùm to con ngon hay không. Tôi sẽ biếu ông Khoa Trưởng hàng tháng từ Indonesia gởi trực tiếp đến địa chỉ nhà ông và ông Viện Trưởng. Ông Khoa Trưởng nói tôi nhận món tôm hùm này.

Ngày mai, đúng mười giờ, hai ông bà đến đây, tôi đưa qua văn phòng Viện, nhớ mang theo báo cáo trình với ông Viện Trưởng.

Đến mười hai giờ, tôi mời hai ông bà cùng với vài người nữa ăn trưa có cả bà chánh văn phòng có thể đưa ông ra phi trường về Massachusetts. Tôi sẽ lấy hẹn cho ông bà bay sang xem nhà trước khi bay về Á Châu làm việc. Như vậy chừng ba giờ, ông bà có thể ra phi trường, tôi gọi cho bà chánh văn phòng bút vé máy bay cho ông bà. Bây giờ, tôi đang bận, có bà chánh văn phòng đưa ông bà đi ăn trưa rồi về phòng trọ. Ông Khoa Trưởng đứng lên, hai vợ chồng Andre cũng đứng lên chào từ giả đi qua văn phòng bà chánh phòng.

Còn chừng một tiếng nữa mới nghỉ ăn trưa, Caroline đến chào nhân viên từng bàn và mời trưa đi ăn, chồng tôi sẽ đặt thức ăn trước, xin các bạn viết tên thức ăn. Mọi người thấy bụng Caroline lớn hỏi chừng nào sanh. Caroline nói, còn chừng năm tháng nữa sẽ sanh mà mấy tuần nay tôi đi nhiều, có thể sanh sớm, biết đâu sanh tại Mỹ nữa. Các nhân viên vỗ tay, bà sanh ở Massachusetts chúng tôi cũng có thể bay qua thăm bà nghe. Caroline nói liền:

- Xin mời bạn nào qua chơi ở Cambridge Massachusetts chúng tôi đều welcome, nhà có chín phòng mà chỉ có ở một phòng có vợ chồng tôi ở, thức ăn có đầy tủ và có hai xe, các bạn có thể lấy xe tha hồ mà đi du ngoạn.

Hiếu nhờ một anh nhân viên đưa ra nhà hàng đặt thức ăn trước, ngồi uống một ly sữa tươi, đợi mọi người trong văn phòng ra ăn trưa. Ăn xong, Hiếu nhờ bà chánh văn phòng đưa vợ chồng Hiếu về phòng trọ quen thuộc mà Hiếu có gọi từ ngày hôm qua. Hai vợ chồng về thay đồ đi tắm và vào nghỉ trưa, Caroline nói:

- Em cảm thấy sẽ sanh sớm, nay mệt mõi nhiều vì cả mấy tuần nay mình đi liên tục. Nếu có triệu chứng sanh sớm thì chúng ta ở Mỹ hai tuần cho hết phép xem sao. Nếu sanh, em có một tháng nghỉ hộ sản ở Mỹ, mời ba má qua ở với em. Nếu ông Khoa Trưởng cho phép anh ở thêm tại Mỹ càng tốt, bằng không, anh về làm việc, đúng một tháng sau, anh qua Mỹ đưa mẹ con và ba má về Cần Thơ.

- Mình sẽ không đòi hỏi nhiều, Hiếu nói, em cứ ở Mỹ chừng một tháng có ba má bên cạnh thì khỏi lo gì hết. Anh sẽ bay qua đón mẹ con và ba má về. Lúc này, có ba má Thu Vân qua Mỹ sẽ lui tới chơi với ba má làm cho hai ông bà cũng đỡ buồn. Chúng ta phải về Cần Thơ chăm sóc các con nhứt là hai cô con gái còn quá nhỏ.

Từ hôm nay, chúng ta giảm chiến đấu, anh thấy em có vẽ mệt thường xuyên. Hiếu đứng sấy tóc cho vợ xong lấy quần áo khác cho vợ thay để đi ăn tối, Hiếu nhắc trang điểm cho thêm đậm. Anh đi tắm, check coi gần đây có nhà hàng nào ăn ngon không. May có một tiệm ăn VietNam bán món ăn Việt Nam. Hiếu hỏi vợ muốn ăn món gì thì vợ nói thích ăn món canh chua, cá kho tộ, cá chiên tươi và món rau muống xào tõi. Hiếu gọi thức ăn xong, gọi thêm một chai bia Heineken nhăm nhi với tôm khô củ kiệu, có một bữa ăn chiều giống hệt ở quê hương Việt Nam mà gần đại học Harvard không có quán ăn Việt nào hết.

Hiếu mượn điện thoại của tiệm gọi bà chánh văn phòng mời ăn cơm chiều, ăn món ăn Việt Nam, Hiếu nói mời luôn hai con gái và chị vú nữa, đến nhà hàng này, địa chỉ... bà chánh văn phòng nói, từ nhà tôi chạy đến chừng mươi lăm phút. Trong nửa tiếng nữa chúng tôi có mặt tại nhà hàng. Hiếu gọi nhân viên nhà hàng đặt thêm một tô canh chua và một tô cá kho tộ. Quán này chuyên làm món ăn với cá cat fish. Hiếu nói nướng thêm cho ba con tôm hùm.

Gia đình bà chánh văn phòng đến, hai con và chị vú đến chào, Caroline đều có bỏ phong bì cho ba người, mỗi người $100. Ba con tôm hùm đem lên trước, Hiếu xin cho thêm ba cái dĩa có dao nĩa. Hiếu xẻ tôm ra làm đôi cho mỗi người nửa con, có thêm một một muỗng sauce, để cạnh bên. Riêng bà chánh văn phòng Hiếu để trọn nguyên con, Caroline ăn nửa con, còn Hiếu thì nhậu tôm khô củ kiệu nhậu hết một chai Heineken, Hiếu gọi thêm một chai nữa và hỏi ai uống thứ gì cứ gọi. Nhà hàng đem ra hai cái bếp ga để hâm nóng canh chua. Các món ăn đem hết ra, có một tô cơm nóng. Hiếu nói các món ăn là món ăn của quê hương tôi, mời gia đình bà chánh ăn thử coi có vừa miệng không. Đầu tiên bà thử húp một chút nước canh chua coi xem thế nào, Bà gật đầu khen ngon.

Các món ăn hoàn toàn xa lạ với gia đình tôi. Hai cháu gái khoái quá ăn rất ngon lành, thoáng một cái hết một nồi canh chua và một tô cá kho tộ. Còn phần canh chua cá kho tộ thứ hai ăn không hết, Hiếu xớt dồn lại canh, cá kho cũng vậy, nói nhân viên cho vào hộp mang về nhà, dẹp bớt cho trống chỗ. Hai cháu và chị vú coi bộ thích món cá khô tộ và món cá chiên tươi ăn với nước mắm gừng và rau dưa leo. Vợ chồng Caroline thấy mấy con của bà chánh văn phòng ăn ngon thấy mà thêm thương vì chưa từng ăn món ăn Việt Nam. Caroline tự hứa trong lòng, có dịp về đây sẽ mời gia đình bà sếp đi ăn tiệm Việt Nam. Tráng miệng, Hiếu gọi năm ly chè ba màu, hai vợ Caroline chỉ ăn chung một ly.

Bữa ăn chiều rất ngon miệng, bà chánh văn phòng đưa hai vé máy bay cho biết đúng ba giờ chiều mai máy bay cất cánh, bà sẽ lái xe đưa hai vợ chồng ra sân bay.

Về đến sân bay Massachusetts có bác ba Phi và Robert ra đón về nhà Robert trước để Hiếu lấy xe chạy về nhà. Hiếu thấy trên bàn phòng khách có một bình hoa quá to. Robert nói vợ cũ của Robert hay tin Thu Vân sanh, bà có chạy đến bịnh viện chúc mừng có tặng bình hoa này. Tôi mang về nhà và bà còn tặng cho Thu Vân một tấm check $100,000 có tiền nuôi con thơ. Bà vợ cũ nói:

- Tôi và anh Robert lấy nhau hơn mười năm mà không con là lỗi tại tôi, tôi xem con của Robert như con tôi mà tôi độc thân, tiền lương xài không hết để dành chết đâu có mang theo, nên tôi sẽ tặng cho Thu Vân dài dài. Tôi hứa sẽ làm giáo sư đỡ đầu cho Thu Vân lấy bằng PhD. của Harvard về xã hội học và khi Thu Vân có bằng tôi sẽ mời vào dạy Harvard. Tôi còn đề bạt làm Phân Khoa Phó ngành Xã Hội Học của Harvard, bà nói với Thu Vân như vậy.

Thu Vân rất vui mừng bắt tay cám ơn và mời bà vài ngày nữa đến nhà ăn cơm sẽ nói chuyện nhiều hơn.

Hiếu cám ơn bố và Robert ra lấy xe chạy về nhà cho vợ nghỉ ngơi. Caroline thấy có vẻ mệt leo lên giường nằm nghẻo ngang ngủ liền. Hiếu lo đi đóng cửa. Vào bếp nấu một nồi cháo lấy ra một con tôm hùm, rữa sạch bóc hết vỏ, để mau tan đá. Nồi cháo chín, Hiếu nhắc để sang bên. Lấy dao thớt ra, Hiếu xắt nhỏ thân tôm và bóc vỏ đầu tôm chặt ra làm bốn phần, trộn chung gia vị, cũ hành, tiêu ớt, nước mắm, bột ngọt đường và cho nước mắm nguyên chất vào trộn đều cho lên bếp, để lửa liu riu coi xem có vừa ăn hay, mặn lạt thế nào sẽ cho thêm nước mắm, hay đường... Nồi tôm hùm kho tiêu món ăn Hiếu vừa có sáng kiến chế biến vì kho tiêu tôm khô thì quá thường rồi. Nay làm món ăn mới đãi vợ. Hiếu thay quần áo, mặc quần đùi cỡi trần ra dùng cây lau nhà, hùng hục đi tới đi lui, vô phòng lau rất nhẹ nhàng, mở toang cửa ra để cho vợ tiếp tục ngủ. Hết lau sàn nhà, lại lau bàn ghế, tủ, nhà bếp, xung quanh các tủ lạnh. Mọi thứ sắp xong, vợ thức dậy thấy khoẻ trong người, đi kiếm chồng thấy chồng đang lau tủ mà tự nhiên Caroline quá xúc động rơi nước mắt nghẹn ngào thấy chồng mình sao giỏi quá, cái gì cũng đảm đang chu toàn và nhứt là tính sạch sẽ vệ sinh.

Vợ vội đi nhanh lại Hiếu mà hai hàng nước mắt cứ chảy dài, Hiếu hỏi có chuyện gì em khóc. Caroline nói:

- Trong lúc em nằm ngủ nhàn hạ, anh hết làm cái này thì đến cái khác. Em cảm kích yêu thương anh quá nước mắt cứ chảy mà em lại không được thưởng anh ân ái, anh nói em sắp sanh sớm phải cử kiêng. Em bái phục anh Hiếu, anh cho em hôn anh thay lời nói cám ơn người chồng kính yêu của em. Hiếu nói:

- Em vào bếp giúp anh cho lửa lên thêm, nêm nếm món tôm hùm kho tiêu coi vừa ăn chưa. Em hăm lại cho cháo nóng, anh đi tắm rồi chúng mình có bữa ăn chiều.

- Caroline, dạ em hiểu, anh đi tắm nghe anh! OK, Hiếu đáp.

Bữa ăn cháo trắng với tôm hùm kho tiêu, không biết có đại gia nào ăn chưa vì là món ăn vô cùng độc đáo có mấy ai dám đem tôm hùm to con đắt tiền mà kho tiêu thành món ăn tầm thường bình dân. Caroline nói chút nữa em sẽ nói cho má biết, má có chàng rể quý vừa sáng chế món ăn vô cùng độc đáo, khi má đến Mỹ, anh Hiếu sẽ làm đãi ba má. Ăn xong, hai vợ chồng. ngồi nói chuyện, Caroline nói cũng ngộ, vợ cũ của anh Robert lại thương Thu Vân hết lòng, dám ký check biếu $100,000 như là một $100 và bà tự trách mình có lỗi sống chung vợ chồng với Robert cả chục năm không có con. Nay Robert có vợ khác mới mấy năm mà sinh đến ba con.Tội nghiệp cho chị muốn có con mà lại không có, nay chị mượn con chồng cũ làm con mình, chị hứa sẽ làm di chúc lại cho mỗi đứa một triệu khi chúng lớn, chị về hưu. Chị tâm sự với Thu Vân là chị sẽ chạy qua lại thăm các con và ở với chúng cho vui tuổi già. Chị cũng dành một phần tài sản cũng trên một triệu, đứa nào nuôi chị đến khi chị về với Chúa thì chị cũng cho hết.

Quả thật trên đời này cái gì cũng có thể xảy ra như chuyện của anh với Thu Vân, đâu có ngờ mà cũng xảy ra và cũng không ai ngờ anh giải quyết một cách vẹn toàn thật đáng nể phục. Anh Robert lại kính nể anh cũng như là anh tặng vợ yêu qúy mà lại vô cùng xinh đẹp cho anh ta. Thật rất vui, em càng nghĩ càng phục anh, Thu Vân đẹp hơn em nhiều mà là người anh thầm yêu trộm nhớ cô ta từ lớp mười mà anh vẫn ngậm ngùi phải chấm dứt tình yêu với cô ta dù anh đã ăn ở với cô ta có hai mặt con.

Chứng tỏ, trên đời này anh chỉ có yêu em cho đến ngày không ở trần gian này nữa có phải vậy không anh Hiếu?

- Hiếu gật đầu, ôm Caroline và hôn say đắm. Hiếu nói chỉ có mối tình của em Caroline hiến tặng cho anh lúc anh chưa có sự nghiệp anh sẽ sống chết với mối tình cao cả của em dành trọn cho anh. Ngoài ra, còn có sự thương yêu của ba má nữa, anh là con người có liêm sỉ đạo đức thì sẽ không bao giờ tái phạm phản bội em. Chỉ vì anh hy sinh dám mạo hiểm có con với Thu Vân, anh có tội lớn với em mà em buông xả tha thứ, anh nguyện nhớ ơn em mãi mãi.

Caroline quá cảm kích chảy nước mắt, ôm siết chặt chồng và nắm tay chồng dẫn vào phòng. Hiếu đi đóng khoá cửa, tắt đèn xong mới vào phòng, ôm vợ hôn say đắm và nói, anh nóng rần trong cơ thể đòi hỏi ham muốn.

Nhưng, anh quyết dành lại đợi em sanh xong một tháng, chúng mình tha hồ mà thưởng cho nhau.

- Caroline nói, em càng lại kính phục anh biết tự chế. Bây giờ chúng ta ôm nhau ngủ cũng hạnh phúc rồi phải không anh? Hiếu nói đúng vậy. Anh cũng mệt, chúng ta ngủ nghe em. Cả hai ôm nhau ngủ một giấc tới sáng. Xem đồng hồ Caroline nói ở Việt Nam mới chín giờ tối, em gọi cho mẹ biết mọi chuyện. Mẹ nói thằng rể của má đẻ bọc điều thật, cái gì nó cũng gặp may mắn hết. Caroline cho biết có triệu chứng sắp sanh, anh Hiếu đã đi mua đủ hết đồ dùng cho baby, anh Hiếu không cho con về Việt Nam lúc này, sợ đẻ rớt trên máy bay. Ba má chuẩn bị giúp con, khi con sanh, ba má bay qua gấp, anh Hiếu phải về Việt Nam lo đi làm. Bà nói chồng con tính như vậy cũng phải. Caroline khoe, anh Hiếu vừa chế biến một món ăn độc đáo, anh dùng tôm hùm to đắt tiền làm món tôm hùm kho tiêu đãi con ăn, quá xá ngon. Chồng con nói, ba má qua Mỹ, anh sẽ làm món ăn này đãi ba má trước khi anh về Việt Nam, anh sẽ làm món ngon này để cho con ăn cả tuần vì mới sanh cần ăn ngon có sữa cho con bú. Má nói:

- Chồng con cái gì nó cũng giỏi hết, ba má thương yêu nó nhiều và ba má cũng thấy con rể kính yêu ba má vô cùng đặc biệt, ba má vui mừng quá Caroline ơi.!

Ba ngày sau, Hiếu nhận được điện thoại của ông Khoa Trưởng gọi bay sang ngay coi nhà, ông cũng đến xem giúp Andre. Andre hẹn sáng sớm bay qua xem nhà xong về liền vì vợ đi nhiều sẽ sanh sớm. Ông Khoa Trưởng OK, ông nói:

- Bà chánh văn phòng ra phi trường đón, trưa Andre ăn lunch với chúng tôi chừng hai ba giờ trở về Cambridge, Andre mua luôn vé khứ hồi cho tiện. Andre cám ơn ông Khoa Trưởng hẹn gặp sáng mai.

Hiếu nói, anh làm đồ ăn cho em sáng trưa, chiều anh về tới, đi chợ mua đồ ăn tươi. Em phải nằm ngơi nghỉ tịnh dưỡng gọi điện thoại nói chuyện với mẹ mình sắp mua thêm nhà ở gần trường Yale vì vợ chồng sau khi hết hợp đồng với Yale, chúng mình có chỗ làm việc ngay tại trường Yale nên bắt buộc phải có nhà ở đó. Cái lâu đài này vô cùng sang trọng, trị giá hàng chục triệu, vì bạn của ông ta phải bán âm thầm với người thân với cách gởi tiền ở đâu do người chủ chỉ trả tiền mặt không qua ngân hàng, cũng hơi lắc léo giống như vụ mình mua đất nhà vườn ở Cần Thơ.

Ông Khoa trưởng nói, thay vì phải mua cả chục triệu, nay mua gấp trả tiền chừng một phần ba thì giá quá hời, thủ tục mua bán có luật sư lo hết chỉ có cách trả tiền là không gởi tiền vào nhà băng của người bán. Như vậy cũng không có gian dối gì quá đáng. Anh phải đến tận chỗ mới biết rõ thực hư.

Sáng sớm, Hiếu lái xe ra phi trường gởi tại phi trường, lên máy bay đi đến Connecticut mới chín giờ sáng. Có xe bà chánh văn phòng đón. Andre nhờ bà lái đến một restaurant ăn sáng xong, gặp ông Khoa Trưởng trước 11 giờ.

Ông Khoa trưởng lái xe chở Andre tới một dinh thự lộng lẫy tại khu vô cùng sang trọng. Dinh thự mở cửa, có người hướng dẫn vào trong phòng tiếp khách thật tráng lệ. Ông chủ nhà mặc veston sang trọng mở lời chào tiến sĩ Andre, bạn tôi giới thiệu bác sĩ cũng cần có nhà ở gần Yale để ở và đi làm cho gần. Chắc bạn tôi đã nói hết cho Andre biết, nay tôi muốn bán nhà một cách chúng ta thoả thuận âm thầm, đúng luật pháp. Chỉ có tiền trả không qua ngân hàng mà viết check trả cho chúng tôi. Nếu ông tin là chúng tôi thành thật thì chúng ta ngồi thảo luận, có bạn tôi làm cố vấn giúp tôi và giúp ông nữa. Hiếu nói chúng tôi luôn tôn trọng chữ tín khi hứa chúng tôi giữ lời. Ông nói:

- Bây giờ tôi dẫn ông đi một vòng quan sát trong ngoài xem nhà xong, mình lại phòng khách uống nước và mới nói gía cả. Nhà này có tám phòng ngủ, rất rộng đều có tiện nghi, mời ông thử vào xem phòng ngủ chánh - master room. Mới bước vào thật choáng ngộp quá to rộng và đầy đủ mọi thứ vừa là phòng làm việc và cả phòng ngủ có phòng spa riêng... Hiếu quan sát không có chỗ nào chê. Đi sang các phòng khác dù có nhỏ ít tiện nghi hơn nhưng cũng rất thoải mái, bảy phòng kích cở cách trang trí rập khuôn nhau. Chỉ có phòng chánh master room là cách bố trí và màu sắc khác hơn bảy phòng kia. Bếp, toi lết dành cho khách vãng lai cũng rất rộng, phòng ăn, nhà bếp đều ngăn nắp, trưng bày hài hoà đẹp mắt. Ông chủ nhà nói, tôi bán ngôi dinh thự này, tất cả đồ đạc trong nhà tôi để lại nguyên vẹn, ông biết lý do tôi không muốn người ngoài biết ngôi biệt thự vắng chủ hay đổi chủ.

Tôi nghe bạn tôi nói tiến sĩ là một bác sĩ tài giỏi mới hai bốn tuổi đã có bằng bác sĩ y khoa, hai mươi sáu có thêm bằng tiến sĩ của Yale và sắp có thêm hai bằng tiến sĩ nữa của Yale và Harvard. Mới đây bác sĩ là người hùng can đảm nhứt trong giới y khoa thế giới với tay không mà hạ và bắt sống ba tên cướp và tịch thu được hai súng, ba mã tấu. Bác sĩ lại có lòng nhân cứu giúp kẻ cướp băng cầm máu cho hai tên cướp bị thương nặng mà ông Bộ trưởng Y tế ngồi chung xe với ông cũng bị thương ở bả vai, nhưng nhẹ hơn hai tên cướp, nên ông có cử chỉ nhân ái cao cả cứu kẻ cướp trước, băng bó cho ông Bộ Trưởng sau. Nghĩa cử cứu người của ông làm cho giới y khoa thế giới phải giở nón cúi chào ngợi khen. Tôi nghe như thế cũng thấy ngưỡng mộ ông, nếu tôi giàu có như xưa, tôi tặng cho ông ngôi biệt thự này cũng là chuyện nhỏ. Nay tôi phải bán lại cho ông với giá thấp nhứt, cách nào đó cho ông thấy sự quý mến của tôi đối với ông.

Ông chủ mời Andre và ông Khoa trưởng uống nước và nói theo giá thị trường, ngôi biệt thự giá hiện tại là mười hai triệu. Nay tôi bán cho ông ba triệu, tôi biếu lại ông một triệu, ông chỉ ký check trả tôi đúng hai triệu và mọi thủ tục giấy tờ tôi lo hết cho ông, sang tên liền khi ông trao check cho tôi, có bạn tôi là anh Khoa trưởng Y Học của Yale làm nhân chứng. Hiếu đứng lên nói nhanh, tôi rất kính trọng ông đã có lời nói thành thật với tôi mà ông mới biết. Tôi không nói gì thêm về vụ nhà mà tôi nói chuyện khác:

- Vợ chồng phải tôn trọng ý kiến nhau, tôi xin phép gọi về Cambridge hỏi ý kiến vợ tôi cho phải lẽ. Tôi có phải đóng thêm thuế gì không? Tôi chưa rành luật ở Mỹ nhờ giáo sư Khoa trưởng giúp tôi về cách làm giấy tờ mua bán cho đúng luật pháp. Mua xong chúng tôi có thể về ở liền mà không cần phải tân trang gì hết vì tất cả mọi thứ đều còn mới, tốt. Ông chủ nói:

- Tôi mời hai ông, mình đi ăn trưa, để ông Andre còn gọi về Cambridge. Ngồi ăn, ông chủ nói, chuyện mua bán bạc triệu, dù ông không quá giàu, rất dửng dưng mà ông còn lại tin tôi mới điều đáng quý, tôi có luật sư riêng, tôi nhờ làm giấy tờ cho đúng luật pháp, ông bà ký tên xong là vào ở được liền.

Trong bữa ăn trưa, ông chủ biệt thự nói với Hiếu:

- Bây giờ tôi không còn gì để mất, từ tỷ phú, nay chỉ còn bấy nhiêu tiền đủ lo chôn cất cho tôi, tình nghĩa vợ con của tôi giờ này kể như cũng hết. Nếu tôi không bán nhanh chỉ tuần sau, nhà này cũng không còn là nhà của tôi nữa.

Tôi có theo dõi báo chí truyền hình và ông bạn tôi có nói qua về cuộc đời của ông từ nghèo khổ không đủ cơm ăn phải ăn rau. Nhưng, ông có quyết tâm từ ngày học cấp hai là học chữ Anh và đọc sách thuốc. Nay ông thành công rực rỡ, ông vừa có chí, có tài, có lòng nhân ái bao la, tôi rất ngưỡng phục ông. Tôi có gọi luật sư riêng của tôi đến ăn trưa nay, và đánh máy đúng thủ tục mua bán nhà đưa anh ký ngay trưa nay, anh sẽ làm chủ ngôi biệt thự xinh đẹp. Nếu không làm gấp ngay e sợ không kịp. Vì vậy, tôi muốn ông Andre xứng đáng làm chủ ngôi biệt thự xinh đẹp này từ ngày hôm nay. Ông Andre, thay vì ký séc ba triệu, bây giờ chỉ ký một cái check $100,000 trả tiền công cho luật sư sẽ làm giấy tờ về vụ mua bán ngôi biệt thự đúng thủ tục pháp lý mua bán nhà đất và tôi chỉ nhận thêm một trăm ngàn.

Tôi sẽ bàn giao lại ông bộ hồ sơ của ngôi biệt thự này kể bản vẽ nữa. Tôi xin ông giúp tôi một chuyện thứ hai, nếu tôi chưa đi ra nước ngoài ngay chiều nay kịp, ông cho tôi ngủ lại nhà này một đêm nay, tôi sẽ gởi chìa khoá nhà cho ông bạn tôi giữ sẽ trao lại ông. Hiếu đứng lên cúi đầu chào ông chủ ngôi biệt thự và nói:

- Tôi sẽ ký cái check trả tiền luật sư và tôi xin biếu ông thêm một trăm ngàn nữa dằn túi. Nếu có thể ông xem tôi là con nuôi của ông vì tôi mồ côi cha sớm, bố tôi tử trận năm 1972 tại mặt trận Quảng Trị mất xác, bố tôi chỉ là hạ sĩ quan của chế độ cũ Sàigòn. May trong khai sanh tôi không có tên cha và tôi thi đậu đầu vào đại học Y. Nếu tôi có tên cha là lính của chế cũ trong khai sanh thì giờ này tôi chỉ có thể là người bán vé số bên vệ đường, đánh giày hay làm bồi bàn mà thôi. Xin ông cho phép tôi gọi ông là bố cho thêm vui cuộc đời của tôi.

- Nếu ông muốn vậy, có bạn tôi làm nhân chứng. Hồi nãy, tôi nói bán 3 triệu rồi xuống hai trăm ngàn và Andre hứa biếu tôi thêm một trăm ngàn nữa, nay tôi chỉ lấy một trăm ngàn và một trăm ngàn trả luật sư phí là đủ rồi:
- Khi tôi qua đời xin ông giúp tôi lo thiêu xác và ông thả tro trôi ra biển. Nếu tôi còn sống, tôi trở lại đây gặp ông xin một vài chục ngàn tiêu xài, chỉ có thế thôi. Hiếu trình bày:

- Bây giờ luật sư chưa tới, con ký một cái check một trăm ngàn không đề tên người nhận và một trăm ngàn ký trả cho luật sư.

Ông chủ ngôi biệt thự nói quả đúng ngôi biệt thự biết tìm đúng chủ của nó vô cùng lương thiện, có lòng nhân. Ba người đang ăn, có ba bốn người trong đó có hai phụ nữ khá xinh, cả bốn người đều ăn diện sang trọng. Ông chủ ngôi biệt thự đứng lên bắt tay và giới thiệu với bạn và Andre là luật sư cùng với nhân viên đã soạn sẵn văn bản nhà cho vợ chồng ông kể từ hôm nay. Hai ngày nữa ngôi biệt thự này bị niêm phong không được quyền bán cho người khác.

- Nay, văn phòng tôi, có tờ bố cáo nói chủ nhân ngôi nhà này có giao trách nhiệm cho công ty luật của chúng tôi bán giúp và đã làm thủ tục mua bán xong, đóng thuế đầy đủ. Nếu có ai thắc mắc xin cứ đến văn phòng tôi tham khảo.

Ông chủ mời mọi người ăn và ông giới thiệu người mua ngôi biệt thự này là bác sĩ y khoa và là tiến sĩ bang giao quốc tế của Harvard khi mới hai mươi sáu tuổi là nhà nghiên cứu của Viện đại học Yale, tiến sĩ Andre nổi tiếng trên thế giới với tay không hạ gục và bắt sống ba tên cướp, tịch thu được hai súng và ba mã tấu chắc quý vị biết tin đó rồi. Cả bốn người cùng ồ lên như đã có biết tin đó rồi. Nay tiến sĩ Andre mua ngôi biệt thự này để ở và đi dạy học trường Yale. Vì vậy, tôi bán gấp thông qua văn phòng luật sư, chỉ có thế thôi. Cả bảy người ăn xong, lên xe chạy về ngôi biệt thự. Luật sư đem hết giấy tờ ra trình cho cả hai bên người mua kẻ bán và với số tiền đóng thuế là bao nhiêu do văn phòng luật sư lo thanh toán với thuế vụ có đủ trong một văn bản mua bán nhà. Một bên mua và bán ký tên trước mặt luật sư có thừa phát lại xác nhận cùng có mặt tại đây. Bên bán chỉ có một người, bên mua có hai vợ chồng đang làm việc với Viện Đại học Yale. Vợ đang mệt vì sắp sanh tại Cambridge có ông Khoa Trưởng Y Học Yale đại diên cho Caroline ký trước mặt luật sư và thừa phát lại, là đại diện chánh thức cho bà Caroline. Sau khi sanh đẻ và về ở ngôi biệt thự sẽ ký tên bổ túc, sẽ không còn có đại diện cho bà Caroline nữa. Luật sư trình tờ Bố Cáo dán trước cửa có chữ ký của luật sư và thừa phát lại, đúng thủ tục luật pháp.

Mọi chuyện mua bán kể như xong xuôi, luật sư, thừa phát lại, nhân viên ra về hết. Ông Philip, tên chủ ngôi biệt thự, nói với bạn, Khoa Trưởng Y Học Yale:

- Tôi cám ơn bạn nhiều. Bây giờ tôi muốn theo con nuôi tôi sang Cambridge chơi vài ngày chúng tôi tha hồ nhậu và tâm sự, cũng như tôi thăm con dâu tôi, là một tiến sĩ bang giao quốc tế của Harvard, tôi quá ngưỡng mộ. Ở nhà vợ chồng Andre chơi vài ngày, sẵn có một trăm ngàn Andre biếu bố sẽ sang Âu Châu chơi hết tiền rồi mới trở về Mỹ.

Lấy điện thoại, Hiếu gọi đến hảng máy bay bút một vé VIP đi Cambridge cùng chuyến. Hảng máy bay nói còn chỗ, cho tên nhanh và hai ông đến sân bay sớm càng tốt, máy bay sắp cất cánh. Hiếu OK.

Ông George, Khoa Trưởng Phân Khoa Y của Yale, chở hai người ra sân bay liền. Vừa đi vào hảng máy bay cũng vừa lúc có thông báo chuyến bay mời hành khách lên tàu. Hai bố con có vẽ mê thích nhau, chiều nay hứa hẹn sẽ có bữa nhậu vui. Ông Philip ngồi sát bên Andre trên máy bay rất vui. Hai bố con gọi tiếp viên cho bia và một dĩa Jambon, hai bố con nhậu lai rai giết thì giờ.

Đến sân bay Cambidge, hai bố con lửng thửng lại gara lấy xe, lái về nhà. Khi xuống máy bay, Hiếu có đến quày bán thức ăn, mua ba ổ bánh mì nhỏ, jambon, saucisse, patê gan về đủ ăn dặm thêm, chiều nay ăn tôm hùm là chánh. Andre lái xe một mạch về nhà. Vào nhà vợ chạy ra đón tưởng chồng đi có một mình, thấy có người lạ vội chạy vào phòng khoác thêm áo ngoài cho lịch sự. Caroline đến cúi đầu chào bắt tay nhìn qua Hiếu như hỏi gọi bằng gì, Hiếu nói:

- Em gọi bằng bố, bố nuôi của anh đó. Ông Philip bắt tay Caroline, nói, bố rất hãnh diện bắt tay Caroline, dâu của bố.

Hiếu mời bố và dẫn Caroline lại phòng khách ngồi. Hiếu xin phép bố, chừng mười phút nữa, bố vào phòng cạnh phòng hai chúng con đi tắm, thay quần áo con có để sẵn. Con phải vào phòng làm vệ sinh vì cả mấy tháng nay, ba má con không có ở nên con phải thổi bụi, xịt thuốc sát trùng... Ông Philip hiểu tính của bác sĩ lo vệ sinh đầy đủ cho khách, cho bố, ông nói cám ơn Andre lo cho bố chu đáo. Hiếu lấy vài bộ pyjama mới cho bố mặc vì bố đi bất chợt đâu có mang gì theo. Hiếu nói sáng mai, bố con mình đi ăn sáng, con mua cho bố vài bộ đồ mới mặc đi đây đi đó. Kể từ bây giờ, vợ chồng con luôn lo mọi thứ cho bố, vài ngày nữa con về Việt Nam. Nếu bố rảnh theo con về Việt Nam chơi cho quên đời nghe bố.

Ở nhà con, bố có thể câu cá giải trí và có cá nướng ăn và nhậu tại chỗ cũng rô măng tíc. Bố Philip nghe gục gặt đầu có vẻ thích thú. Hiếu vào phòng thổi sạch bụi, trải ra mới, thay áo gối, đem mền mới ra cho bố sử dụng, xịt thuốc sát trùng chung quanh giường và cầu tiêu nhà tắm. Ra khỏi phòng, Hiếu mở quạt máy xua mùi hăng hắc của thuốc sát trùng thoát ra khỏi phòng.

Hiếu ra phòng khách mời bố vào phòng tắm và thay quần áo, nghỉ ngơi và chuẩn bị ăn chiều, con làm chỉ một món đãi bố. Con sẽ mời bạn con là Robert cũng là giáo sư dạy Yale và Harvard và có bố mẹ vợ mới sang tuần qua thăm con gái, vợ của Robert đã sanh đôi hai con gái, nay sanh thêm một đứa con trai rất kháu khỉnh. Vợ còn nằm bịnh viện, mai mới về nhà nên con mời cả ba người sang con ăn chiều đơn giản và nhậu Martell XO là chánh.

Thế là bố trúng tủ uống rượu tây bố mới thích hơn bia, vang hay Whisky. Ông bố vào tắm và thay đồ nằm nghỉ đánh một giấc thoải mái đến sáu giờ, Andre vào gọi Philip mới thức, đi ra bàn ăn. Gặp Robert chạy lại ôm nói lâu quá tôi mới gặp lại bạn, Philip học trên Robert ba lớp cùng trường, ngành học và ở cùng chung một khu vực nên hai người rất thân nhau.

Sau nhiều năm ít có dịp gặp nhau vì Philip là một tỷ phú kinh doanh khắp thế giới với nhiều mặt hàng. Nay gặp lại quá vui, Robert giới thiệu bố mẹ vợ mới qua cùng chuyến bay với vợ chồng Andre. Bà mẹ đến ngồi cạnh Caroline, bà cũng nói được tiếng Pháp. Hai bà nắm tay nhau qua bàn khác để bốn ông đàn ông tha hồ mà nói chuyện. Hiếu mang ra một chai Martell XO cùng với bốn cái ly và một dĩa jambon pa tê, saucisse ra làm mồi. Hiếu rót vào ly bốn người và nói xin mời hai bố và anh Robert chúng ta cụng ly cho thêm vui vẻ.

Chiều nay, con xin phép hai bố, mỗi người phải ăn hết một con tôm hùm to, con đem lò than ra đây, nướng ăn tại chỗ luôn.

Tôm hùm con đã rả đá từ trưa. Con mang ra đây cả gia vị, để cạnh bên, mọi người cứ tự nhiên nhậu cho tới bến, chỉ riêng anh Robert nhậu vừa vừa vì còn lái xe về.

Hiếu nổi lửa đem ra một thau to đựng mười con tôm hùm to tổ chảng, một con gần cả chục bao. Hiếu có đặt một cái thau nhỏ cạnh bên lò bếp, rức đầu tôm ra chỉ nướng mình tôm thôi cho mau chín và dễ nướng. Mùi vỏ tôm cháy khét rất thơm toả rộng ra cả phòng khách nực mùi. Hai con chín đầu tiên, Hiếu gắp lại cho hai ông bố, ông Philip cũng gốc Pháp nên ông nói tiếng Pháp ngang bằng với tiếng Anh. Hai ông xí xô xí xào vừa nói vừa nhậu coi bộ thích thân thiện nhau. Hai con tôm thứ hai Hiếu mang qua cho mẹ và vợ.

Hai con nướng sau cùng, Hiếu mang lại cho Robert và Hiếu. Hiếu còn để hai cái đầu trên bếp than, nay than cũng lụn chỉ cháy liu riu cũng đủ làm cho mùi tôm thơm của tôm hùm bay tứ tung. Hiếu lấy một chai perrier với hai cái ly có đá mang đến cho hai phụ nữ. Còn cánh đàn ông cứ nước mắt quê hương Martell tha hồ mà dô dô. Hiếu có mang ra một hủ bơ, xốt, mù tạc có đủ hết, tự do ăn tôm hùm, tự do nhậu. Hai ông bạn già nói tiếng Tây cho bằng thích, cứ cụng ly liên tục. Caroline biết ngày mai Thu Vân về nhà. Thông thường ba ngày ở bịnh viện, mẹ con khoẻ mạnh thì được về nhà. Nhưng, Thu Vân muốn ở nhà bảo sanh thêm mấy ngày nữa mới về.

Đón Thu Vân về nhà, vợ cũ của Robert, tiến sĩ Jane, tình nguyện chở về nhà cùng với mẹ Thu Vân. Còn Robert chỉ chở ông bố. Vợ chồng Hiếu chở bố qua thăm vợ Robert từ bịnh viện mới về nhà.

Ông Philip vừa bước vào nhà Robert gặp ngay tiến sĩ Jane, vợ trước của Robert, bà quá bất ngờ sững sờ vui mừng chạy lại ôm hôn má ông Philip. Mọi người đều vô cùng ngạc nhiên, trố mặt nhìn kể cả Robert. Jane nói:

- Tôi cứ tưởng sẽ không bao giờ gặp lại anh Philip vì hồi anh đi học cùng trường với Robert và tôi. Tôi là đứa con gái si tình, mê anh Philip, mà anh tản lờ chạy theo một giai nhân tuyệt đẹp mà lại con đại gia nên sau này hai người lấy nhau và tôi theo dõi biết hai người thôi nhau khi anh Philip thất bại trong doanh nghiệp đã khai phá sản nhiều công ty.

Tôi nghe anh đã tự tử tưởng anh chết rồi, còn nghe tin đồn anh buồn quá, tự tử mấy lần nữa mà nay còn sống nên tôi quá mừng vui.

Hôm nay, tình cờ gặp lại anh, Jane thố lộ hết tâm can, bây giờ em vẫn còn yêu si mê anh. Anh Robert và em lấy nhau hơn mười năm mà không con nên hai chúng tôi tự ý ly dị, anh Andre giới thiệu bạn học nay là vợ của anh Robert vừa mới sanh con về tới nhà mà anh Philip đến thăm. Tiến sĩ Jane nói tiếp:

- Anh Philip thấy không, trái đất tròn, anh giàu sang có vợ hàng quý phái đâu mảy may nghĩ đến em và bây giờ anh xuống làm một người dân bình thường, may ra em sẽ đến với anh ở tuổi già hủ hỉ có nhau. Em tự nguyện đi dạy học nuôi anh đến hết kiếp này, anh Philip đừng tìm cái chết nữa, em sẽ phụng dưỡng anh. Bây giờ em tình nguyện nuôi anh, em có nhà, có xe có tiền lương cao thừa sức nuôi anh, cấm anh không được tự tử.

Nếu anh đồng ý về sống với em cho vui cả hai người cô đơn thì ngay chiều hôm nay chúng ta làm lễ cưới ngay tại nhà Robert. Vợ chồng anh Robert, bố mẹ vợ cánh nhà gái. Còn anh, vợ chồng Andre thuộc cánh nhà trai chúng ta tuyên bố làm đám cưới để tôi đưa anh về dinh, không còn tự tử nữa.

Anh sống với em chúng mình sẽ đi Việt Nam chơi một chuyến với gia đình anh Robert. Philip nghe đề nghị vội vã không úp mở gì hết của Jane, thấy cũng hợp lý.

Mọi người đổ dồn mắt nhìn Philip, từ từ đứng lên lại Jane vội ôm hôn miệng nàng cả nhà vỗ tay hoan nghênh. Philip nắm tay Jane đưa lên cao và tuyên bố kể từ hôm nay tôi và Jane là hai vợ chồng sống cho hết kiếp này. Cả nhà rất vui mừng, Robert nói thay vì cô dâu chú rể đãi ăn phải đi nhà hàng. Còn tôi xin phép đãi tại nhà tôi cho vợ tôi cùng tham gia tiệc cưới cho vui để chúng tôi chúc mừng cô dâu chú rể, tôi sẽ mời gọi thêm vài người bạn nữa, cô Jane cũng mời thêm bạn đến đông lại càng vui nữa.

Hôm nay, tôi có mời một tiến sĩ nổi tiếng trên thế giói từ Việt Nam bay sang đây làm sếp cút một đám cưới gấp rút vô tiền khoán hậu. Đó là sếp cút Andre, có phụ tá Caroline phụ chỉ dùng ánh mắt chỉ dẫn sếp cút làm món ăn lại càng thêm ngon, có phải vậy không Caroline.

- Anh Robert nói rất đúng, phụ tá chỉ món ăn nào thì sếp cút biết ý làm món ăn thêm ngon có phải vậy ông anh Andre?

- Dạ vâng, đúng quá trời. Bây giờ, anh Robert cho bịt tôm hùm ra, rả đá. Anh chạy mua hai thùng mì ăn liền, mua chừng năm con gà, mình có món súp gà, món gỏi gà. Anh mua vài cái bắp chuối, rau thơm, ớt... Anh đi chợ về, ở nhà tôi chuẩn bị lo làm tôm hùm sẽ có món tôm hùm mì gói, cháo gà, gỏi gà hay anh Robert thấy món ăn nào mà các bạn thích thì cứ mua về. Nhớ mua rượu, nước ngọt, anh đi nhanh để mọi người nói chuyện cho vui. Robert đi xong, Hiếu lại lấy cái ghế bố xếp đem lại để cạnh giường Thu Vân cho vợ ngồi nghỉ lưng vì sắp đến ngày sanh con có vẻ mệt nhọc.

Philip và Jane ra sô pha ngồi kề bên nhau mà tâm tình. Bố mẹ, lo bày bàn ghế mang ly, dao nỉa kể cả đủa nữa ra bàn. Hiếu chạy về nhà coi còn lạp xưởng, tôm khô, rau dưa, mè láu mang hết qua.

Hiếu dự định vài ngày nữa hai vợ chồng về ở nhà mới và sanh con gái ở nhà mới này. Ba má từ Việt Nam cũng ở đây đúng một tháng, trở về Massachusetts đợi Hiếu bay sang đón về Việt Nam.

Tự nhiên, Hiếu có linh cảm phải về ở sớm nhà mới, không chậm trễ. Vài ngày nữa nếu không người ở, thì nhà này sẽ bị niêm phong vì nhà vô chủ, nay có chủ mới đang ở, có giấy thông báo của luật sư dán trước cửa.

Hiếu nói với vợ, tối hôm qua, anh nằm chiêm bao lại thấy anh hai nhà mình tức là anh Ba Cường ở Núi Sam về báo mộng, hợp với linh cảm của anh, bảo anh cùng vợ mau qua nhà mới ở Connecticut ngay vì sẽ có nhiều cơ quan, kể cả ngân hàng đến khám nhà. Nếu không ai ở đó thì sau này rắc rối lắm, tốn nhiều tiền chưa chắc lấy lại được.

Vì vậy, vợ chồng mình nên bay qua Connecticut từ ngày mai, ở nhà mới lấy hên từ tên bán than nay thành vua bán than, ở dinh thự nguy nga, tha hồ mà nói phét. Em sanh con tại đây lại càng tốt, báo hiệu con mình sống trong dinh thự nhà cao cửa rộng giàu sang. Dù anh không tin điềm báo mộng trong các giấc chiêm bao mà anh thấy chiêm bao lần này rất đúng ý, suy nghĩ của anh. Anh quyết định thu xếp sáng mai vợ chồng mình đi qua Connecticut ở nhà mới, sợ có cơ quan nào đó đến dán giấy niêm yết không cho ai vào ở thì cũng kẹt lắm. Sau này vào ở cũng phải trải qua nhiều thủ tục khá rắc rối, anh nghĩ như vậy. Andre báo cho bố biết, qua giấc chiêm bao, con thấy có lý nên bay liền qua ở nhà mới, Hiếu tâm sự với bố, Philip nói:

- Andre, con tính như vậy rất hay. Bố sẽ qua ở chung với Jane, chừng một tuần nữa, bố rủ Jane và hai ông bà bố mẹ vợ Robert bay qua nhà mới của Andre ở chơi vài ngày, cũng là lúc vợ Andre có thể đã sanh rồi và ba má Caroline qua thay thế, Andre sẽ bay về Việt Nam giải quyết công việc xong, bay trở về Mỹ.

Hiếu gom góp thức ăn mang sang hết nhà mới ở Connecticut, cũng như mang theo một vài tấm ra đã ngủ quen hơi, nhờ Robert chở ra phi trường.

Đến Connecticut, có bà Jannette, chánh văn phòng Phân Khoa Y ra đón chạy về nhà mới. Bà vô cùng ngạc nhiên, vợ chồng Andre mua được ngôi biệt thự như nhà Thống Đốc, sao quá nhanh. Hiếu hỏi bà Jannette, coi ai có xe dư cho tôi mượn kể như tôi mướn xe đi tới đi lui chừng một hai tuần, tôi sẽ mua một chiếc xe khác để lại đây. Tôi cần có xe gấp trong ngày mai, người cho mượn lái lại đây hộ, chị Jannette nhớ giúp chở người cho mượn xe trở về chỗ làm. Tôi đoán vợ tôi sẽ sanh trong tuần này hoặc tuần tới nữa.

Chúng tôi phải vội vã về đây, bà chỉ giúp cho biết nhà bảo sanh nào tốt, tôi sẽ đưa vợ tôi vào sanh. Sáng sớm ngày mai, bà chở hai con đến đây để chúng ở đây chơi với chúng tôi vì hai cháu còn đang nghỉ, kể chị vú nữa. Trưa chiều sẽ cùng ăn cơm với chúng tôi chừng hai ba ngày, kể cả bà cũng về đây ăn chiều. Tôi sẽ cho bà biết tại sao tôi làm như vậy, có chủ đích.

Quả đúng như điềm mộng và suy đoán của Hiếu, ngày hôm sau, khoảng mười một giờ có hàng chục người kể cả cảnh sát đến gõ cửa xin phép vào nhà và xin niêm phong nhà nói là nhà vô chủ. Họ vào gara thấy có hai chiếc xe đang đậu, chứng tỏ chủ nhân đã có ở đây lâu nên có xe để trong gara. Hiếu nói nhà này, gia đình tôi mua rồi, có giấy của luật sư và thừa phát lại dán tại cửa. Chị vú và hai đứa con của chị Jannette chạy ra xem. Toán đến niêm phong nhà thấy nhà này có chủ, hiện có sáu người đang ở, có hai xe hơi trong gara và biết hai ông bà chủ nhân ngôi biệt thự sang trọng này đang làm việc với Viện đại học Yale đã hơn hai năm rồi. Đoàn người này, thảo luận, nói chuyện to nhỏ một chặp rút ra đi hết, chúng có ghi số điện thoại văn phòng luật sư.

Hiếu gọi bà Jannette nhờ bà thông báo cho ông Khoa Trưởng Phân Khoa Y biết là tôi đã đến nhà mới ở rồi. Hiếu nói tiếp:

- Chiều nay, chúng ta ăn mừng tại một nhà hàng nào đó, tôi sẽ kể chuyện vụ cái nhà tôi mua cũng khá vui cho chị nghe. Bà Jannette còn nói, ông hỏi tôi coi vụ sanh con ở đâu tốt. Bà nói Viện đại học Yale có đến mấy ngàn nhân viên, có cả nhà bảo sanh riêng của Viện cũng trong khuôn viên Yale, ông đưa bà vô đó sanh là quá tốt và mình không tốn một xu teng nào hết vì là nhân viên, làm việc với Yale. Cả văn phòng lại dễ đến thăm viếng bà, ông thấy ông về đây quá lắc ky mọi chuyện.

Caroline biết Viện Yale có nhà bảo sanh phục vụ nhân viên, người cộng tác làm việc với Yale mà chẳng tốn tiền gì hết. Caroline rất vui mừng, vội điện thoại cho ba má biết và Hiếu đổi chuyến bay thay vì đến Massachusetts nay đến sang tiểu bang Connecticut, gần Viện đại học Yale mà đi sớm, hai ngày nữa là có chuyến bay, ba má chuẩn bị sẵn sàng sang Mỹ. Má chuyển điện thoại cho con nói chuyện với chị hai, Josephine.

Caroline cho chị biết công việc của chồng em vô cùng tốt đẹp, ảnh đẻ bọc điều thật chị hai ơi!. Nhà xây mất mười hai triệu, ảnh chỉ mua có hai trăm ngàn, sang trọng, tiện nghi không thua nhà Tổng Thống, Thủ Tướng. Ba má em qua giúp, anh Hiếu nói vài ngày nữa là sanh nên ba má phải bay qua gấp, đúng một tháng ba má và mẹ con sẽ trở về Việt. Chị giúp chúng em quán xuyến hết mọi thứ và nhứt là chăm sóc bảy đứa cháu.

Ba má em tới Mỹ vài ngày thì anh Hiếu sẽ bay về Việt Nam lo cho gia đình. Có Josephine, Caroline nói hết và cho biết là Yale muốn mời anh Hiếu cộng tác và có thể giữ chức Khoa Trưởng Phân Khoa Y vài năm tới. Vợ chồng Caroline mới về ở nhà mới gần Yale để sau này anh Hiếu đi làm với Yale cho tiện, nhà đẹp lắm, như cung điện vua chúa, sẽ nói sau. Bạn báo cho hai bác và các anh chị mừng cho chúng tôi có nhiều may mắn lắm. Caroline còn nói:

- Gia đình tôi với gia đình bạn Josephine phải luôn gần nhau và thương yêu nhau mãi và chúng ta phải làm sui nữa nghe. Chúng ta sẽ tạo điều kiện cho các con chúng ta quen nhau từ nhỏ, chúng chơi chung tìm hiểu nhau. Khi lớn khôn chúng yêu nhau, chúng ta lo đám cưới cho chúng, Josephine nói liền:

- Tôi đồng ý với bạn và cám ơn vợ chồng bạn lúc nào cũng nghĩ nhớ đến gia đình vợ chồng tôi. Hiếu quay qua nói với chị hai:

- Chị hai để ý giúp các cháu, đề phòng chúng ra sau chơi có ao nuôi cá rất nguy hiểm, nhờ anh hai nói với hai bố con đang đào ao, kiếm cây làm hàng rào tại các bờ ao cho chắc, không cho mấy cu tý đến gần ao cá mà không có người lớn.

Chiều nay, bà Jannette muốn trở lại ăn cơm tiệm Việt Nam, vợ chồng Caroline OK liền. Hiếu mua thêm hai phần cá cat fish kho tộ và tô cơm tổ chảng biếu bà Janette cho con ăn ngày mai. Bà Jannette lái xe về đến nhà, nghe điện thoại Andre nói, nhờ chị chạy lại tôi gấp, vợ tôi có triệu chứng sanh. Bà Jane nói, ông cho địa chỉ, tôi gọi bảo sanh viện cho xe ambulance đến đón ngay bây giờ, tôi sẽ chạy thẳng vô bịnh viện, không lại nhà ông. Andre cám ơn rối rít, bảo Caroline bình tĩnh:

- Có xe cứu thương đến đón, em vào sanh ở Yale, mình không mang gì theo hết, họ có đủ thứ, anh chỉ mang theo cho em cái khăn chúng mình lau chung để em nhớ đến anh mà sanh không đau. Caroline nhìn chồng say đắm và nói :

- Sao anh dễ thương quá, anh cúi xuống cho em hôn. Vừa hôn nghe tiếng còi xe cấp cứu, Hiếu vội mở cổng, xe chạy vào, đưa Caroline lên xe. Hiếu lái xe ra ngoài bấm cửa tự động khoá lại chạy thẳng đến Yale. Caroline vừa nhập viện, lên bàn sanh xong, rất nhanh, con gái dù thiếu tháng nhưng nó vẫn to con không cần chăm sóc đặc biệt gì hết chỉ giúp sản phụ nằm ở bịnh viện đúng một tuần sẽ về nhà.

Sáng hôm sau, bà Jannette báo cáo cho ông Khoa Trưởng George biết, vợ chồng Andre về ở nhà mới và đêm qua bà Caroline sanh con gái rất khoẻ mạnh cho hai mẹ con.

Nhân viên của văn phòng bà Jannette cả chục cô trưa ăn vội đến chào mừng chị Caroline và buổi chiều tan sở cũng có cả chục cô đến thăm. Phòng nằm sản phụ của Caroline lúc nào cũng có các cô đến thăm viếng, bông hoa, quà cáp để đầy bàn. Caroline tặng hết cho các nhân viên phục vụ chỉ chọn vài bó hoa tươi đưa cho chồng mang về chưng tại phòng khách và phòng ngủ của hai vợ chồng.

Hiếu gọi điện thoại cho ba má và gia đình biết Caroline dù sanh thiếu tháng mà con gái rất khoẻ không cần có chăm sóc đặc biệt, đúng một tuần mới đưa về nhà vì trẻ sanh thiếu tháng nên phải ở bịnh viện lâu hơn sanh đúng ngày tháng. Mọi đồ dùng cho baby và sản phụ được Yale cung cấp đầy đủ suốt một tháng. Không tốn một chi phí cỏn con nào hết. Hiếu nói với chị hai:

- Anh hai linh lắm, báo mộng bảo em dọn gấp sang nhà mới nếu chậm trể sẽ gặp nhiều rắc rối, quả đúng như vậy. Vợ em sanh tại một bịnh viện của Yale họ bao hết cho sản phụ và baby trọn một tháng. Chị nói với má, em để bọc điều thật, cái nhà theo giá trị trường trên mười hai triệu mà em mua chỉ trả có hai trăm ngàn.

Đám giỗ anh hai năm nay vợ chồng em bao hết nghe chị hai, mình tổ chức tại Núi Sam và hôm sau tổ chức ở Bố Thảo để em tạ ơn anh hai. Anh đã chết mà hồn còn bay về giúp gia đình vợ chồng em. Chị hai cho anh chị ba, anh chị tư và chị Ngọc Mai biết hồn anh hai phù hộ em mua được nhà như cung điện vua chúa suôn sẻ. Và vợ em sanh chỗ này quá tốt, em nhớ ơn anh hai mãi mãi. Chị hai nghe em út mình nói chị khóc lớn làm cả nhà vô cùng ngạc nhiên.

Chấm dứt cuộc nói chuyện với Hiếu, chị hai kể lại điềm chiêm bao của Hiếu gặp anh hai chỉ cách về ở nhà mới ngay tránh rắc rối vì nhà giá mười hai, hai chục triệu mà chủ nhân bán chỉ lấy hai trăm ngàn và Caroline về sanh ở bịnh viện Yale, được chăm sóc luôn một tháng bao hết đồ dùng cho trẻ và bà mẹ. Hiếu nói năm tới cúng cơm anh hai, vợ chồng nó bao hết tổ chức ở Núi Sam và Bố Thảo luôn hai ngày. Mọi người vỗ tay ăn mừng, các con của Hiếu Caroline không biết gì cũng vỗ tay nhảy tưng vui mừng, cả nhà có dịp cười thêm. Ba má Caroline nói:

- Chỉ còn hai ngày nữa, hai ông bà bay sang Connecticut lo giúp cho Caroline, đúng một tháng, Hiếu bay qua đón hết về Cần Thơ. Josephine cùng chồng cũng đang ở nhà Hiếu nói với ba má Caroline:

- Con gọi Ba con xin cho xe xuống đón và đưa hai bác ra phi trường và đón gia đình con về Sài Gòn thăm ba mẹ vài ngày.

Josephine cũng gởi email và gọi điện thoại cho anh chị của Hiếu biết, Hiếu sẽ giữ ghế Khoa Trưởng Y Khoa Yale sau khi hết hợp đồng về bịnh xương. Nay nhờ ông Khoa Trưởng giới thiệu với bạn, một tỷ phú bị khánh tận tự tử vài lần được cứu thoát, bây giờ cũng dự định tự tử thay vì bán ngôi dinh thự nguy nga này mười hai hay hai chục triệu, ông có cảm tình với Hiếu chỉ lấy một trăm ngàn trả chi phí luật sư và một trăm ngàn tiêu xài trước khi tự tử lần nữa. May ông gặp vợ cũ Robert đã từng yêu mê mệt ông thời con gái. Nay ông muốn chết vì tán gia bại sản, vợ ly dị, con bỏ ông cô đơn một mình không nhà ở vì ngôi dinh thự đó sẽ bị tịch thu. Nay, bà Jane ta đề nghị cưới chàng Philip tỷ phủ nay khánh tận dư định tự tử, nàng rước chàng về dinh. Hai tâm hồn cô đơn có dịp sống chung, nàng bao hết các cái nuôi ăn ở vì nàng còn đang dạy Harvard, lương tháng khá cao.

Hai ngày nữa, ba má Caroline lên đường sang Mỹ, mọi chuyện nhà bà giao lại cho chị hai của Hiếu quán xuyến.

Ở Cần Thơ, Sóc Trăng, giới trí thức khoa bảng nghe tin bác sĩ Hiếu vài năm nữa sẽ làm Khoa Trưởng Phân Khoa Y Học nổi tiếng thế giới của Yale, lương cả triệu năm. Nay bác sĩ vừa mua một dinh thự nguy nga giá thị trường trên $12.000,000 gần đại học Yale để dễ đi làm việc... Người ta đồn thổi thêm đủ thứ chuyện tốt về Bác sĩ Hiếu vốn gia đình phải ăn cháo rau thay cơm, nay thì quá giàu sang phú quý.

Ba má Caroline, tới phi trường Connecticut có chàng rể lái chiếc van mới mua ra đón ba má và đưa thẳng vô bịnh viện thăm con và cháu ngoại. Caroline nắm tay ba má và nói:

- Chúng con đội ơn ba má. Còn hai ngày nữa con sẽ về nhà. Bây giờ, chồng con chở ba má về nhà nghỉ cho khoẻ, sáng mai vào thăm cháu ngoại dễ thương lắm ba má ơi! Hai ông bà lại nôi thăm cháu ngoại, trước khi về nhà.

Hai ông bà cảm thấy choáng ngộp như giấc chiêm bao, làm sao mà một gia đình dân giả bình thường như hai con mình, làm chủ một dinh thự đồ sộ nguy nga như thế này. Hai ông bà bảo con rể mang vào nhà hết đồ đạc, thức ăn từ bên nhà mang qua. Quần áo đồ dùng cá nhân của ba má Hiếu đem vô phòng của ông bà. Còn thức ăn Hiếu cho vào tủ lạnh. Hai ông bà nói với con, để ba má đi một vòng chiêm ngưỡng như vào một cung điện hoàng gia ở Âu Châu để ba má khám phá coi còn cái gì đặc biệt nữa không?

Đầu tiên, đập vào mắt, vườn hoa với các loại bông hoa cây kiểng quý hiếm hài hoà đẹp mắt vô cùng sang trọng mà chúng ta chưa có dịp ngắm chiêm ngưỡng. Thật tình mà nói, các loài hoa cực kỳ quý này cũng chỉ dành riêng cho vua chúa hay các tỷ phú giàu sang chọc trời mới có.

Ba má của Caroline-Hiếu có nhận xét khi trở vô nhà nói với chàng rể, dinh thự này chẳng khác dinh thự của Vua chúa, của Tổng Thống, Thủ Tướng chỉ thiếu có lính gác. Bà nói với Hiếu, Ba má mới xem có một chút xíu sát cạnh nhà đã ngất ngây vui sướng cùng hưởng hạnh phúc với gia đình hai con.

Ba má cần nghỉ ngơi cho khoẻ, chiều tối ba má thưởng ngoạn tiếp phong cảnh đẹp mắt hài hoà, chắc chắn ba má sẽ có giấc ngủ ngon đêm đầu tiên tại đây.

Hiếu đưa ba má về phòng riêng sát cạnh phòng vợ chồng Hiếu. Ông bà lại choáng ngộp, quá đổi vui thích, phòng ngủ này còn rộng gấp rưỡi hay rộng gấp đôi phòng ngủ năm sao của các hotel lớn mà hai ông bà có dịp ngủ qua đêm nhiều nước trên thế giới. So với phòng ngủ ở nhà gần trường Harvard là phòng mới tân trang khá tốn kém, Nhưng so với phòng này thua xa lắm, diện tích và tiện nghi mọi thứ cũng chỉ bằng một nửa mà thôi. Cái gì cũng đẹp cũng sang còn mới nguyên chưa có ai vào ngủ dù chỉ một đêm.

Hiếu cũng vừa thổi bụi sáng nay, trải lại ra mới và thay áo gối mới, chăn mới, cái gì trong phòng cũng mới toanh, cất trong tủ vì từ ngày có phòng này. Theo lời kể của ông chủ Philip, chỉ có phòng ông là có ông ở, còn các phòng khác chưa có ai vào ở vì lúc đó cũng là thời điểm ông đang khai phá sản nhiều công ty, vợ con xa ông, mọi thứ trong phòng đã trải qua hơn hai năm mà cũng như mới vừa mua.

Ba má nghe Hiếu nói sơ qua về lai lịch tiểu sử ông chủ ngôi dinh thự nguy nga lộng lẫy này, ông là tỷ phú có đến mấy chục đại công ty kinh doanh khắp thế giới. Nay, ông tán gia bại sản, muốn tự tử, ba má Hiếu-Caroline cũng thương hại ông chủ Philip, cái gì cũng mất hết. Nay nhờ bán nhà như cho không Hiếu, ông Philip lại trúng số lại có tình yêu mới cứu ông bỏ ý định kết liễu cuộc đời mình càng sớm càng tốt, nay sống với vợ có đầy đủ hạnh phúc.

Ông Philip có chuyển biến trong tư tưởng, dù sống cảnh nghèo, hay sống đơn giản bình thường mà tâm trí thoải mái không quá bận rộn như năm xưa, Philip sống trên đống tiền kếch sù bạc tỷ mà luôn bất an lo nghĩ. Nay sống với tình yêu chân thật dù chỉ sống như một nhà trí thức bình thường bậc trung về hưu mà lại ngập tràn hạnh phúc tình yêu mới. Ông từng nói với Hiếu:

- Hiếu như lôi ông lên từ hố sâu, nay ông vui quá hạnh phúc sống với Jane. Hiếu còn nói:

- Con sẽ giúp bố có tiền đi du lịch, về Việt Nam ở với gia đình chúng con. Bố và cô Jane cứ ở chơi chừng một tháng đi du lịch khắp cả nước thì bố sẽ sống yêu đời và yêu cô Jane thêm lên vì là người tình, người vợ lý tưởng của của bố, có phải vậy không bố?

- Ông gật đầu tán đồng lời nói chân thành của đứa con nuôi đáng yêu.

Hiếu thành thật nói với bố có cô Jane ngồi cạnh, bố cứ tiêu xài bình thường, ăn uống món nào mà bố thích, bố cần tiền con gởi liền, bố xem con như con trai ruột của bố. Ông Philip nghe Hiếu nói mà ông không cầm được nước mắt, ông nói trong nghẹn ngào, bố còn có đức gặp con cứu vớt bố trong cảnh tuổi già về chiều và Jane cũng là đại ân nhân giúp bố sống dai càng tốt, có phải vậy không em Jane?. Hiếu nghe tiếng đáp lớn:

- Dạ phải, em yêu anh suốt cuộc đời còn lại của chúng ta.

Vài ngày nữa ông bà Philip và Jane sẽ bay qua đây thăm Caroline khi đã về nhà. Hiếu lo dọn sạch một cái phòng cạnh ba má, mua bốn bình hoa thật đẹp trang trí tại phòng khách và ba phòng ngủ. Hiếu ọt đơ loại hoa hồng dùng trang trí cho những gia đình quý phái, giàu sang rất đẹp mà cũng rất đắt tiền.

Hiếu mua bốn hình hoa giống nhau chỉ có khác màu để các phòng cho có thêm màu sắc. Ba má có mang cho Hiếu hai chai Martell XO cùng khô mực, tôm khô, lạp xưởng, mè láu, bánh pía và cà phê trà quạu vì biết về ở nhà mới cái gì cũng cần hết. Còn Hiếu mang hết tôm hùm từ bên nhà gần Harvard sang cũng còn mấy chục con tha hồ làm món nhậu cho hai ông cụ.

Trên đường về nhà Hiếu tạt vô tiệm Tàu mua thêm đủ thứ, bốn thùng mì, vài ký lô cá mặn, thịt heo nạc, ba rọi, sang siêu thị Mỹ mua thêm cá salmon, cat fish, tôm, rau cải và hơn một chục pounds thị bò ngon cũng như xương bò nhờ siêu thị cưa nhỏ ra... Đủ các cái kể cả rau dưa, trái cây, chất cho một xe chạy về nhà cho vào các tủ lạnh ở nhà bếp có đến ba tủ lạnh lớn và một tủ freezer to nữa tha hồ để thức ăn.

Hiếu sẽ ít có dịp đi chợ mua thức ăn rất mất thì giờ mà ở nhà thì đông. Hiếu chuyên chú mua sẵn nguyên vật liệu để dành chế biến. Hiếu mua thêm một chục ổ bánh mì to làm theo kiểu bánh mì Pháp. Hồi nãy tại tiệm Tàu, Hiếu có mua một bao gạo mới loại 50 pounds, nước mắm xì dầu, tiêu hành, tỏi ớt đều có đủ kể cả bột ngọt và đường, muối. Chiều ngày đầu, một chốc ba má và con ra nhà hàng mình ăn steak, hai ông bà gật đầu.

Hiếu tắm xong, ra phòng khách gọi điện thoại thăm vợ và nói vợ nhờ bạn tìm giúp cho mình cả hai vợ chồng không con, lớn tuổi cỡ tuổi chị vú càng tốt, mình thuê cả hai vợ chồng, một người lo trong nhà, bếp núc, còn chồng lo chăm sóc bông hoa cây kiểng và lo vệ sinh bên ngoài.

Ngôi dinh thự có đến bốn phòng ngủ dù nhỏ, có đầy đủ tiện, dành cho bồi bếp, người làm vườn. Anh muốn thuê người Áo để ba má, ông bố dượng, anh hai, chị vú gặp nhau, tha hồ nói tiếng Áo cho ba má thêm vui. Caroline nói anh lúc nào cũng kính yêu ba má, em rất cám ơn anh. Để em gọi hai đứa bạn của em ở Áo tìm người giúp làm vú em, biểu hai đứa mười ngàn lo vụ mua vé sang Mỹ. Còn mướn quản gia trông nhà và vườn, mình cũng trả lương như nhân viên làm việc văn phòng. Caroline còn nói tiếp:

- Em thuyết phục hai bạn ở Áo qua xem chỗ ở mới, có xe mới, ở chơi chừng nào về cũng được, mình bao hết. Nếu mời được hai ba má của hai bạn, mời qua chơi mình cũng lo hết.

Caroline gọi cho hai bạn cho biết vừa sanh thêm con gái còn ở bịnh viện hai ngày nữa sẽ về nhà. Chồng Caroline khi công tác hết hợp đồng với Yale và ông Viện Trưởng của Yale ngõ ý mời Andre giảng dạy với chức Phó Khoa Trưởng Phân Khoa Y và sẽ thay thế ông Khoa Trưởng sắp về hưu. Trường lớn họ tính trước mọi cái. Chỉ riêng chi phí cho Andre trình luận án tiến sĩ tại Yale vào mùa hè năm tới, trường cho Andre $400,000 để lo chi phí, họ cho mình bốn trăm ngàn như mình cho ai đó bốn trăm. Nếu cả ba má của hai bạn cũng đi được, chúng tôi bao hết nghe dù ba má hai bạn cũng là đại gia. Hiện nhà mình có xe van mới tám chỗ ngồi vừa mới mua khi tôi vào bịnh viện sanh.

Hôm sau hai bạn cho biết ba má cũng muốn qua Mỹ chơi chừng mười ngày trở lại, công việc làm ăn nhờ người khác lo giúp. Caroline bảo mua vé ngay qua chơi trước còn chuyện mướn người làm tính sau vì anh Hiếu còn ở Mỹ thêm một tuần nữa sẽ bay về Việt Nam làm việc hay mời ba mẹ cùng đi về Việt Nam chơi thêm một tuần, hiện Josephine đang ở Cần Thơ tại nhà vườn của vợ chồng Caroline. Hai cô ồ lên, như vậy, đi Mỹ mà đi luôn Việt Nam có chồng Caroline lo visa chỉ 24 giờ là có ngay.

Hai ngày sau, sáu người từ Áo bay sang Connecticut có Hiếu cùng với má ra phi trường đón hai gia đình, thật quá vui tha hồ mà nói tiếng Áo, chàng rể chỉ nhìn hai bạn chép miệng, chỉ có cười.

Cả nhà lên xe chạy hơn nửa tiếng mới tới nhà. Cả hai gia đình vừa vào cổng như đi lạc vào một cung điện hoàng gia của Âu Châu, quá ngỡ ngàng vui thích, Caroline bồng con đứng đợi tại phòng khách. Một cô lại dành bồng con Caroline khoe với bố mẹ và nói:

- Công chúa con còn xinh đẹp hơn công chúa mẹ. Mẹ hoa khôi của trường còn công chúa con sẽ là hoa khôi của vũ trụ, cả nhà vỗ tay vui cười. Caroline đến ôm chào hỏi sáu người xong dẫn vô ba phòng, cạnh phòng ông Philip-Jane, cũng có bình hoa hồng to vô cùng đẹp. Caroline nói quý chú bác cứ vào phòng ngơi nghỉ, hai bạn trẻ cũng nên đi tắm, thay quần áo rồi ra tiếp sếp cút làm món ăn trưa, chiều mình đi ăn nhà hàng Việt Nam để cho hai bạn nhớ món ăn Việt Nam.

Hai ông bà chủ tiệm ở Áo, nhà hàng cũng thuộc đại gia mà vào ngôi dinh thự này phải giở nón chào thua vợ chồng Caroline, nay thuộc vào giai cấp lãnh đạo quốc gia mới có dinh thự to đẹp như thế này.

Hiếu gọi mời ông bà Khoa Trưởng, bà chánh văn phòng chiều nay ăn cơm Việt Nam vì có sáu khách quý từ Áo sang và vợ chồng ông Philip. Ông Khoa Trưởng nhận lời và nói sẽ lái xe đến đón anh chị Philip, Andre chỉ cho địa chỉ hẹn đúng sáu giờ có mặt tại nhà hàng Tàu.

Chừng bốn giờ tôi đến đón anh chị Philip đưa đi uống cà phê và sẽ đến ăn chiều đúng hẹn. Hiếu nhờ chị chánh văn phòng hết giờ ở sở chạy lại đón giúp những bà con từ Áo sang, đến nhà hàng Việt Nam, xe Hiếu chạy hướng dẫn.

Trong bữa ăn trưa tại nhà, Hiếu giới thiệu ông bà Philip chủ nhân ngôi biệt thự như là ông biếu cho con nuôi của ông là Andre. Hiếu giới thiệu hai gia đình bên Áo mới đến sáng nay, ông chủ tiệm may hứa may tặng ông bố nuôi của Hiếu bốn bộ quần áo đúng mốt thời trang, ông chủ nhà hàng cũng là nhà sang trọng vào bậc nhứt của Thủ đô Vienne hứa mời ăn miễn phí tất cả cả các bữa ăn luôn một tháng. Ông Philip rối rít cám ơn và giới thiệu bà Jane đang là Khoa Trưởng Phân Khoa Xã Hội Học của Viện đại học Harvard, thời còn học chung trường đại học bà yêu tôi chỉ một chiều vì tôi đang chạy theo hình bóng khác. Nay người yêu đó đã ly dị với tôi vì tôi từng là một tỷ phú tuột xuống thành cùng đinh.

May mắn Andre dẫn tôi thăm vợ bạn mới sanh, tôi lại gặp bà Jane cũng đã ly dị chồng, tiếng sét ái tình của bà quá mạnh đốn con tim khô héo nghèo hèn của tôi. Tôi quá cám động tình yêu của bà Jane quá vĩ đại bà còn hứa lo nuôi tôi cho đến chúng tôi rủ nhau về Nước Chúa. Mọi người vỗ tay hoan nghênh. Bây giờ con nuôi tôi là Andre bao hết các cái, tôi dư tiền đi du lịch. Bà xã tôi bao tôi chỗ ăn chỗ ngủ đầy đủ. Nay nghe ông chủ tiệm may nổi tiếng ở Vienne may tặng luôn bốn bộ veston chắc tôi phải làm đám cưới thêm một lần nữa tại nhà hàng của ông anh hứa bao vợ chồng ăn thả giàn mà không tính tiền, mọi người vỗ tay hoan nghênh. Ôn Philip nói tiếp:

- Thưa quý vị, tôi và Jane đang bước đi trên con đường hoa hạnh phúc, chắc chắn tôi không còn ý định tự tử thêm lần thứ tư mà sau này có chết là chết trong tay yêu thương của em Jane của tôi, có phải vậy không?

- Bà gật đầu và đến ôm hôn chồng trước mọi người. Cả nhà quá vui vừa có thêm một câu chuyện tình cao đẹp muôn thuở.

Ngày hôm sau, Hiếu đã nướng sáu con tôm hùm, nhờ hai cô bạn bưng lên bàn hai người một con. Hết tôm hùm nướng đến món mì xào tôm hùm mỗi người một dĩa và nhiều hành để cạnh bên. Mỗi người cũng có một chén súp, xương heo nấu với cải bẹ xanh. Hiếu nói mình ăn sơ sơ nghỉ trưa một chút chiều sẽ ăn ngon ở nhà hàng Việt. Ăn trưa xong, Hiếu nói hai cô bạn cứ tự nhiên vào nằm ngủ cho khoẻ, chiều hai bạn và Caroline thử diện tới bến coi con gái xứ Áo có hơn con gái Mỹ không cho biết.

Dọn dẹp xong mọi thứ cũng vừa qua hai giờ, chợp mắt cạnh bên vợ khá ngon giấc. Hiếu đã gọi đặt trước các món ăn ngon có cá salmon chiên tươi ăn với bơ Pháp và sauce, một món gõi ngó sen tôm thịt, cả hai món này làm mồi nhậu. Hai tô canh chua, hai tô cá kho tộ và cá stergan chiên tươi ăn với nước mắm gừng, rau muống xào tỏi. Hiếu dặn kỹ món canh chua phải có tóp mỡ nổi lên. Cá kho tộ cho thêm một ít thịt ba rọi. Canh chua cá kho tộ chỉ có cá cat fish và phải có bếp làm hai món này phải luôn nóng, bàn ăn trải mặt bàn mới. Cái gì làm extra cứ tính tiền thêm vì tôi đãi một tỷ phú Mỷ, cũng như gia đình chủ tiệm ăn lớn nhứt của Thủ Đô Áo, ông bà chủ tiệm may cũng lớn nhứt ở Vienne, Áo. Tôi là bác sĩ Trần Trọng Hiếu gốc Sóc Trăng đang làm việc với Yale muốn giới thiệu món ăn Việt Nam với người Mỹ, người Áo.

Ông chủ nhà hàng nghe Hiếu tự xưng như vậy, tôi biết tin ông tay không mà đánh gục ba tên cướp có vũ khí. Hôm nay. tôi xin kính biếu một người Việt nổi tiếng ở Mỹ, chỉ lấy nửa giá thôi. Hiếu nói vợ chồng tôi rất cám ơn ông và nhờ làm thêm ba phần cá kho tộ cho vào hộp mang về nhà cho vợ tôi mới sanh ăn cả tuần vì tôi sẽ bay về Việt Nam công tác cho Yale.

Đầu tiên, nhà hàng bưng ra mỗi người có một dĩa với một lát cá salmon chiên bơ ăn khai vị cùng với món gõi, nhậu được vài tua. Bốn món ăn cơm mang ra một lúc. Có hai bếp ga luôn làm nóng canh chua, cá kho tộ. Ông Philip nói:

- Đây là lần đầu tiên, tôi ăn cơm với các món ăn nấu theo kiểu Việt Nam, rất lạ miệng rất ngon. Ông chủ tiệm may, ông chủ nhà hàng, ông bà Philip cũng thú nhận mới ăn món ăn Việt Nam đầu tiên sao hấp dẫn ngon quá. Má Caroline nói:

- Cũng vì mê món ăn Việt Nam, con gái tôi bỏ nước Áo chạy về Việt Nam lấy chồng ăn cho đã. Quý vị thấy không, vì món ăn Việt Nam ngon quá con gái tôi mới hơn sáu năm mà Caroline sanh luôn một lèo năm đứa con, ba trai ba gái. Món ăn Việt Nam dễ sợ thật, ăn nhiều là có con nhiều. Cả bàn vỗ tay hoan nghinh lời nói đùa dí dỏm của mẹ Caroline. Bố nuôi của Hiếu cũng nói vui tiếp:

- Bây giờ tôi yêu đời không còn muốn tự tử nữa vì tôi có Jane, vợ yêu quý của tôi. Con nuôi tôi mời vợ chồng tôi về Việt Nam cho tôi ăn món Việt Nam hàng ngày chắc vợ tôi cũng có bầu phải không Jane?.

- Bà gật đầu và nói có bầu chắc kiếp sau khi chúng mình còn trẻ phải không quý vị. Mọi người vỗ tay cười.

Trong một bữa ăn khác tại nhà Hiếu Caroline có vợ chồng ông George đến dự. Ông George bạn chí thân cùng học chung lớp BA với Philip, sau George chọn ngành Y còn Philip vào nghành thương mại. Mấy chục năm gặp lại, George biết Philip muốn tìm cái chết cho xong nợ đời. Ông George nói:

- Tôi biết vậy, muốn cho Philip có thêm một ít tiền tiêu xài cho đã rồi mới chết. Ai ngờ mọi chuyện ngoài dự tính, người tính không trời tính và ông tiếp:

- Cô Jane hồi còn đi học lấy BA, chúng tôi đang học lấy master, tôi biết Jane yêu mê mệt Philip mà anh ta làm ngơ trong lúc tôi chấm và để ý đến Jane muốn làm quen. Cô Jane chảnh lắm, làm ngơ, xem tôi như người không phải học cùng trường. Sau hai mươi năm lên voi, nay xuống bùn đen, vợ con Philip còn xa lánh, nay có nàng tiên mắc đoạ lở mê người tình Philíp năm xưa mà chàng làm ngơ. Nay, Jane tự nguyện lo nuôi dưỡng Philip suốt đời mới xứng đáng là nàng tiên cao quý, Jane đã long trọng tuyên bố trước mọi người ở nhà Robert như vậy. Jane cưới Philip làm chồng, chớ không phải Philip cưới Jane, mới vui.

Trước khi bán nhà, anh Philip định tự tử nhờ Hiếu thiêu xác thả trôi xuống biển cho mát. Nay Philip đổi ý không muốn chết mà muốn sống mãi với mối tình muộn với Jane và sẽ uỷ nhiệm để di chúc cho con nuôi phải xây hai mộ hai người cạnh nhau ở nghĩa trang gần Harvard. Andre đã hứa làm theo di chúc của bố, sẽ xây lăng mộ khang trang to đẹp trước để cho bố và cô Jane biết mình sẽ bay về Thiên Đàng từ nơi đó. Ông George hào hứng nói tiếp:

- Trái đất tròn thật, Andre có duyên, anh chị Philip lại có đức gặp nhau nên vợ chồng Andre sẽ lo hết mọi thứ khi hai ông bà quy tiên. Cả nhà vỗ tay hoan nghênh lời nói chân tình của ông George. Ông Philip tự nhiên chảy hai hàng nước mắt lăn xuống má vì quá cảm kích nghe lời bạn hiền George tâm tình đúng tâm tư tình cảm của mình. Bữa ăn chiều quá vui trọn đầy tình yêu muôn thuở có nhau.

Vui miệng, ông Philip nói, vợ chồng tôi có thể theo Hiếu về Việt Nam, tôi bàn với vợ tôi gởi thơ về đại học nói về chơi ở Việt Nam lại bị bịnh xin nghỉ một tháng để cùng tôi đi một vòng thế giới. Tôi có dự định sẽ đến những vệ tinh làm ăn với tôi năm xưa biết tôi tự tử ba lần đều được cứu sống, tôi đã khai phá sản hết mọi công ty nên có nhiều công ty vệ tinh cho các đại công ty lớn của tôi lại có số tiền lớn ém lại. Có nhiều bạn cho tôi biết họ nay lại giàu nữa, nếu tôi thăm hỏi và không còn muốn tự tử chết chắc có hàng chục công ty sẽ biếu tôi một số tiền, ước tính vài chục triệu sẽ có. Tôi dẫn vợ tôi theo và còn khoe đây mới là người tình trăm năm chân chính lương thiện vẫn mãi chung tình với tôi. Vợ chánh thức và bốn đứa con tôi, nay giàu sụ đều ngoảnh mặt làm ngơ.

Trước các bạn, tôi hứa sẽ đi một vòng đúng một tháng rồi về Mỹ, tôi thử thời vận đi vét hụi chót coi được bao nhiêu, tôi sẽ chia đều làm hai phần vợ tôi một nửa và con nuôi tôi một nửa. Vợ lo nuôi tôi ăn ở và con nuôi lo cho vợ chồng có mồ yên mả đẹp. Cả nhà đều vỗ tay tán thưởng, cùng nói:

- Ông Philip có một ý nghĩ quá tuyệt vời và không còn biết gì về tiền của nữa, thật quý hoá. Ông George tiếp lời:

- Anh Philip đã từng có tài sản từ mười đến hai chục tỷ USD vì bị người bạn gian manh lập kế hại anh, anh thua trí, hận đời nên mới tìm cái chết. Thế mới biết tiền bạc không có cánh mà chúng lại biết bay xa nên rất khó giữ. Với tuổi đời cao quá năm mươi lăm, có gần ba mươi năm anh Philip sống trong giàu sang tột đỉnh. Bây giờ, nhìn lại với hai bàn tay trắng thật đáng thương.

Nay, có vị tiên nữ Jane ra tay cứu vớt chăm sóc anh, anh có hạnh phúc sống sẽ yêu đời thêm vài chục năm. Anh Philip lại vô cùng may mắn, anh có một người con nuôi thật tuyệt vời sẽ lo hậu sự cho anh và cả Jane nữa, anh yên tâm mà hưởng hạnh phúc tuổi già với người yêu đích thực lý tưởng của anh.

Anh hãy vui mà sống thực tế hiện tại với Jane, vợ chồng tôi luôn đồng cảm và trợ giúp anh khi anh có nhu cầu. Tôi còn vững tin vợ chồng Andre là chỗ nương tựa chăm sóc khi anh cao tuổi hay đau yếu bịnh tật và Jane còn yêu thương anh trong mọi hoàn cảnh. Anh sống cùng với chúng tôi đang hiện diện trước mặt anh. Anh Philip và Jane ráng cố gắng cùng đi với Andre về Việt nam cho quên sự đau buồn của một quá khứ đầy biến động của anh.

- Bữa cơm tối nay là một bữa cơm thân ái vô cùng ý nghĩa của chúng ta, Philip nói như vậy. Ông cám ơn mọi người và đặc biệt gia đình Andre. Philip nói tiếp:

- Tôi sẽ theo Andre bay về Việt chơi vài tuần và tôi séc lại với các bạn thân còn thương mến tôi, lập một chương trình đi thăm hỏi bạn cũ đã từng hợp tác hay làm vệ tinh cho các đại công ty của tôi. Dự trù chừng đúng một tháng, tôi có thể thăm viếng chừng một nửa các bạn cũ, vợ chồng tôi phải bay về Mỹ để Jane còn lo đi dạy học kiếm tiền nuôi tôi.

Những công ty còn lại tôi sẽ đi thăm tiếp một dịp khác cũng mất chừng một tháng hay hơn. Tôi sẽ tổng kết coi xem sao coi bạn bè còn bao nhiêu người thương mến trợ giúp tôi sống hết cuộc đời đau khổ này sẽ cho anh chị George và gia đình Andre biết. Thật ra, theo lẽ tôi chả cần đi đâu hết chỉ lo làm tài xế đưa Jane đi dạy học hay lo các bữa ăn như người nội trợ thì Jane cũng quá vui có phải không em? - Jane đáp lại liền, em muốn anh chỉ làm vậy, anh cũng an phận vui sống với em. Còn tiền chi phí hàng tháng có bao nhiêu đâu, em đủ sức lo cho anh ăn gấp hai chục lần cũng không hết tiền lương của em, em dư sức bao anh ăn ở với em hết kiếp này và kiếp sau nữa, anh Philip có chịu không?

Trước mặt hai vợ chồng bạn hiền George của anh và trước hai vợ chồng cùng gia đình con nuôi yêu quý của anh và bạn bè mới, Jane còn nói tiếp:

- Anh lại hôn em đi để chứng minh anh yêu em thật lòng và chúng ta thề sẽ sống vui bên nhau trọn kiếp này và cả kiếp sau. Philip đứng lên xoay qua ôm Jane và đặt lên môi Jane một nụ hôn nồng thắm. Mọi người vỗ tay hoan nghênh. Đây mới thật là một chuyện tình yêu muôn thuở thề non hẹn biển mãi mãi bên nhau.

Đôi uyên ương Philip-Jane ở ngôi dinh thự chính Philip xây cất nay đã đổi chủ một cách tốt đẹp kỳ diệu.Vợ chồng con nuôi Andre là chủ nhân của ngôi dinh thự này. Philip có thể coi xem như nhà của mình, con làm chủ cho nên sự lui tới đây, ông bà Philip ở bao lâu cũng được không phải hoàn toàn mất như các tài sản khác. Philíp có hàng chục dinh thự như thế này ở trên nhiều nước mà nay Philip chỉ đứng nhìn quanh dinh thự mà không thể vào ở được.

Hai ông bà Philip-Jane quá hạnh phúc, nắm tay vào phòng, Hiếu vội mang theo cho bố một chai champagne và nói vui, con chúc bố có môt đêm tân hôn, động phòng hoa chúc và có ly rượu giao bôi tha hồ say men rượu và say men tình. Ông Philip ôm Hiếu hôn lên tóc và nói trong nghẹn ngào:

- Quả thực bố có phước, con có đức.

Bố vừa chợt nhớ ra, bố còn một hủ to vòng vàng kim cương, bố sẽ dẫn vợ chồng con và bà xã trưa mai, mình khám phá, đem vào phòng con mình khui ra, bố tặng món nào quý giá nhứt cho Jane và Jane lấy thêm bốn món kim cương hột xoàn khác tặng chọ vợ Robert và ba con của Robert-Thu Vân.

Còn lại tất cả vòng vàng hột xoàn kim cương bố tặng hết cho hai vợ chồng con để lo cưới vợ gã chồng cho các con. Hiện nay hai vợ con đã có tám cháu. Bố hy vọng, đi một chuyến thăm viếng các bạn thân đầu tiên bố sẽ có ít nhứt hai mươi triệu, bố cho tám đứa con mỗi đứa một triệu, con mở account saving giữ cho mỗi đứa lại có thêm tiền lời, chờ cho đủ mười tám tuổi chúng có quyền sử dụng chi trả mọi chi phí về học vấn mà vợ chồng hai con khỏi lo. Còn nữ trang thì nhiều lắm, toàn đồ quý kim, Jane lại không con cũng đã uỷ nhiệm cho vợ chồng con lo hết hậu sự cho bố và Jane, nên bố cho hết hai con. Hiếu kính cẩn cám ơn bố và thưa:

- Phòng của bố năm xưa thay vì để lại cho bố, vợ con đã trang trí lại hết theo ý cô ta nên hai con giữ làm phòng riêng cho vợ chồng con. Bảy phòng còn lại, bố chọn phòng nào, con để dành riêng cho bố và cô, luôn khoá lại, bố giữ một chìa khoá muốn đến ở lúc nào cũng được. Con mua một tủ sắt để cho cô cất giữ nữ trang khi không dùng tới.

Sở dĩ con muốn bố về ở với chúng con vì con là bác sĩ sẽ chăm sóc sức khoẻ bố và cô khi về hưu, lớn tuổi già yếu bịnh tật, vợ chồng con lo hết. Chúng con sẽ thuyết phục ba má chúng con cũng về sống cùng với bố thì sẽ vui thêm vì có bạn già tâm sự. Jane chạy lại ôm Hiếu, con là mẫu người vô cùng cao quý luôn nghĩ đến tha nhân. Cô và bố con sẽ chọn nơi này làm quê hương, con tìm nghĩa trang nào đẹp ở quanh đây, mình xây hai ngôi mồ trước để đó, bố và cô biết chỗ mình sẽ gởi nắm xương tàn mà Andre đã lo cho bố cho cô. Còn tủ sắt, tài sản, vòng vàng kim cương gì, hay cả tiền mặt cô cất hết trong đó. Cô giữ một chìa khoá, Andre giữ một chia khoá khi cô lâm chung Andre cứ mở tủ sắt ra sẽ thấy tờ giấy cô giao tặng hết tài sản cho vợ chồng Andre vì không biết tại sao, cô lại yêu quý hai vợ chồng Andre. Khi về hưu cô bán nhà bên Massachusetts cùng với anh Philip về đây sống với gia đình Andre, Hiếu vội lại ôm cô Jane và nói con cám ơn cô và bố.

Hai con chúc cô vui đêm nay như cô tưởng lại đêm tân hôn đầu tiên với bố, con còn có mồi cho bố đưa cay với bia, Martell và nước ngọt, sô đa perrier và vài chai rượu vang của Pháp. Bố uống tự nhiên nghe bố, bố có men rượu sẽ làm tăng say men tình. Con chúc bố và cô thật vui vẻ đêm tân hôn muộn.

Hiếu nói xong về phòng, mời ba má qua:

- Hiếu thuật hết cho ba má và vợ nghe những gì ông bố và cô Jane nói thật nói hết cho Hiếu biết mọi chuyện. Bố Philip nói đây mới thật là con may mắn trúng số rồi. Bây giờ bố không cần gì hết, có trong tay cả chục tỷ còn hết, nay có thêm vài triệu hay vài chục triệu cũng không có nghĩa lý gì đối với bố. Bố chỉ cần tình thương cuối đời bố, con đã cho bố và cô Jane đã hy sinh tất cả cũng chỉ gì yêu bố hồi trẻ mà lấy không được. Nay bố nghèo xác xơ cô vẫn còn yêu bố thật lòng, bố vô cùng bất ngờ và quá hạnh phúc. Bây giờ bố ham sống sợ chết vì bố có hai tình thương chân thật. Thứ nhứt là con yêu kính bố nhiệt tình, con lại là bác sĩ giỏi nổi tiếng sẽ chăm sóc sức khoẻ bố. Kế đến là cô Jane yêu bố chân tình không cần vật chất, nuôi bố ăn ở chẳng đòi hỏi tiền bạc gì hết. Bố trở thành kẻ vô sản chân chính mà lại vô cùng hạnh phúc bên con và cô Jane. Hiếu cảm động nói:

- Con nghe bố Philip nói mà thấy quá yêu kính bố, tự nhiên con quá kính yêu chảy nước mắt, bố Philip còn nói tiếp:

- Trưa mai, bố Philip dẫn con đi đào lấy một hủ kim cương hột xoàn mà bố đã thật sự quên, nay về ngủ ở đây, bố mới sực nhớ nên muốn đào lên cho hết con và cô Jane chỉ lấy sáu món cho cô, vợ Robert và ba con của Robert. Cô Jane cũng tiếp lời:

- Sau khi về hưu, cô bán nhà ở Massachusetts cũng cả triệu mang hết tài sản về cất trong tủ sắt cô giao cho con giữ một chìa khoá. Cô còn nói khi mở tủ sắt ra sẽ thấy có tờ di chúc có thừa phát lại xác nhận cô cho con hết tài sản trong tủ sắt. Hiếu thật lòng nói:

- Ba má và Caroline nghĩ coi, con có biết dùng bùa ngãi gì đâu mà hai ông bà quá thương yêu con. Theo con biết vợ chồng Robert khi ly dị có khoảng mười triệu, chia đôi bà cũng có khoảng năm triệu. Bà nói không có bà con họ hàng và không có con cái gì cả nên mọi thứ bà cất trong tủ sắt. Khi bà nhắm mắt là tài sản của con, cho con hết chỉ với điều kiện là tìm một nghĩa trang đẹp ở vùng này, xây cho hai ông bà một lăng mộ coi cho được, tiền bạc chi phí, bà còn sống bà lo hết. Còn ông bố, ông hy vọng chuyến đi thăm viếng lại các bạn từng có làm việc với ông và còn quý mến ông, thế nào các bạn đó cũng biếu ông có tiền sanh sống cuối đời. Ông sẽ có đủ tiền cho tám đứa con của vợ chồng con mỗi đứa một triệu, con mở account saving để có thêm tiền lời. Khi đứa con nào đúng mười tám tuổi có quyền rút tiền trả chi phí ăn học...

Ba má nhìn Hiếu, con có đức lớn lắm và gặp Caroline cũng có đức nữa, cộng lại hai con mở miệng nói với ai cũng đều gây được thiện cảm. Tự nhiên vợ chồng con giàu ngang xương có nhà cao cửa rộng như dinh thự của các ông hoàng bà chúa rất cao sang. Vợ chồng con sẽ nổi tiếng vang dội ở Vienne khi hai ông bà chủ bố mẹ của hai bạn con về Áo tha hồ mà mô tả ngôi dinh thự này chỉ hàng vua chúa mới có. Lần này con về Việt Nam có ông bà Philip cùng đi lại quá vui, quá đẹp. Má tin hai ông bà chủ hai tiệm may và tiệm ăn cùng với hai cô con gái cũng bay về Việt Nam thăm ông anh Tổng Lãnh Sự và mẹ con Josephine, mới ngày nào về Áo làm đám cưới, nay Josephine cũng có hai con một gái một trai. Nhà mình ở Cần Thơ tha hồ mà vui. À má còn quên:

- Má có nói với má Josephine là má muốn con hai con sẽ cưới con Josephine. Con và Josephine làm sui, tình nghĩa hai con không bao giờ phai truyền qua con lại thêm khắn khít. Caroline vui cười lớn và nói, con và Josephine đã có hứa nhau rồi. Bà má nói tiếp:

Má cũng muốn con Bernard sẽ cưới con của vợ chồng Josephine. Như vậy hai gia đình mình và Josephine sẽ mãi mãi bên nhau, không mất gốc Áo.

Trong bữa ăn sáng đông đủ, ông Philip nói, bà xã tôi đã nhờ bạn Robert xin phép giúp bà nghỉ một tháng về Việt Nam cùng với tôi. Hai ông bà chủ ở Áo và hai con cũng nói sẽ theo Andre về Việt Nam ở chơi tối đa mười ngày trở về Áo. Andre nói quý chú bác và hai bạn muốn về Việt Nam, đưa passeport, con xin visa liền và mua vé về Việt Nam trong tuần này.

Hiếu gọi điện thoại gặp trực tiếp bà Phó Đại Sứ Việt Nam. Hiếu mở loa lớn lên và xin bà nói bằng tiếng Anh giúp tôi vì tôi xin visa cho hai người Mỹ, sáu người Áo du lịch Việt Nam, họ muốn theo tôi. Tôi cũng xin thông báo vợ tôi vừa sanh một cô con gái tại bịnh viện đại học Yale, vợ chồng tôi mời bà và ai trong toà sứ muốn đi du lịch chơi ở Connecticut cứ bay qua nhà tôi, có xe để trống tha hồ mà lái đi đây đó. Tôi cũng xin thưa, tiền vé máy bay và ăn ở tại nhà tôi, vợ chồng tôi lo vì quý vị lãnh lương theo kiểu Việt Nam con nhà nghèo mà sống ở Mỹ cũng khó khăn, chúng tôi có lương cao gấp cả trăm lần hơn ở Việt Nam nên chúng tôi giúp quý vị là chuyện nhỏ.

Bà Phó Đại Sứ nói bằng tiếng Anh, bác sĩ Trần Trọng Hiếu sao cái gì ông cũng giỏi hết, trị bịnh cứu người quá giỏi nay lại bắt sống ba tên cướp có cả vũ khí mới ghê cứu giúp ông Bộ Trưởng Y Tế và phái đoàn, chính Toà Đại Sứ Indonesia ở Mỹ có gọi cho ông Đại Sứ nhà mình nhờ nói chuyển lời cám ơn bác sĩ Andre đang làm việc cho Viện Đai học Yale. Hiếu tiếp lời:

- Trước đây, khi ở Massachusetts, tôi làm việc cho Harvard có xin bà giúp cấp cho visa đi Việt Nam hai cô bạn người Áo. Hai cô đó bây giờ muốn đi Việt Nam ăn canh chua cá kho tộ, cá lóc nướng trui lại mời cả bố mẹ cùng đi ăn về quê Cần Thơ, Sóc Trăng tha hồ mà ăn cho đã. May hai cô chưa bỏ quên con tim ở Việt Nam mà vợ tôi gốc Áo chỉ ăn đuông chà là của Sóc Trăng là mê tôi nên không chịu về Áo cứ muốn ở Việt Nam ăn cho đã Nay lại thích ăn mắm kho và nói tiếng Việt khá giỏi, có quốc tịch Việt Nam. Viện Đại Học

Cần Thơ cũng có dự kiến mở thêm một Phân Khoa mời vợ tôi về dạy và làm Khoa Trưởng bà nghĩ có được không?

- Bà Phó Đại Sứ nói, tôi xin hoan nghênh bà hai tay, chúng tôi sẽ rủ hết nhân viên nữ trong toà đại sứ sang thăm bà tại Connecticut. Hiếu nói tiếp:

- Tôi dự trù ba ngày nữa đưa tám vị khách quý này về Việt Nam du lịch. Tôi quên giới thiệu hai người khách Mỹ từng là tỷ phú và bà vợ là tiến sĩ Trưởng Phân Khoa Xã Hội Học của Harvard muốn đi du lịch Việt Nam. Bà Phó Đại Sứ nói:

- Tưởng chuyện gì khó khăn, còn chuyện du lịch Việt Nam tôi sẽ có công điện về Việt Nam và có thông báo cho ông chiều nay tại Phân Khoa Y Học của Yale. Còn chi phí Visa, bác sĩ sẽ gởi cho toà Đại Sứ Washington DC sau. Hiếu hỏi bà có nghe tiếng vỗ tay của tám người khách quý không?

- Bà nói tôi có nghe tiếng vỗ tay. Bà cám ơn quý vị đến du lịch Việt Nam hễ quý vị nói là bạn, người thân của bác sĩ Trần Trọng Hiếu chúng tôi sẵn sàng giúp liền. Xin cám ơn mọi người - bai bai.

Cả nhà khen Hiếu nói vòng vo vô đề một cái rụp xin Visa khẩn cấp không có gì trở ngại hết. Nếu qua thủ tục rất rườm rà và mất nhiều thời gian. Mọi người ăn xong, ông Philip đưa hết tám người Áo ra vườn xem bông hoa quý mà mỗi bụi hoa hay chậu hoa đều có tên hoa và xuất xứ kể cả mua hồi nào... Mùa nào cũng có hoa, mùa lạnh có loại hoa phải bao che lại trốn đông. Mọi người xem hoa vô cùng thích thú, hai cô con gái nói với bố mẹ, khi nào con có dịp nghỉ là con bay qua đây xem hoa cho mãn nhãn chắc cũng no hai bác khỏi cho ăn nghe hai bác. Mẹ Caroline cười, con thích hoa là tâm hồn yêu cái đẹp, yêu đời yêu người.

- Hai con nhờ chồng Caroline lo cho hai con học thêm tại Yale chắc chắn có giá học phí đặc biệt. Con có nhà có xe ở đây tha hồ vui chơi nhứt là ngắm hoa cho mãn nhãn. Hai cô cùng nói con cám ơn hai bác, chúng con rất thích ở đây cùng với bác tha hồ mà vui.

Nắng lên, mọi người vào nhà, Hiếu lo chăm sóc vợ con. Nằm ôm vợ mà ngủ hồi nào không biết, đến mười một giờ vợ gọi thức dậy, Hiếu hôn vợ, hôn con, vội chạy xuống bếp lo nấu cơm nướng bánh mì và chiên mỗi người một miếng bít tết và một phần đậu xào ăn với sốt và món súp. Hôm nay có một nồi nước xương bò, Hiếu cho thêm nấm rơm, nấm mèo và hành lá cũng thành một món súp, chiều đi ăn nhà hàng.

Hai cô con gái thấy trong bếp có Hiếu vội chạy đến giúp lo rữa nấm, dọn bàn ăn và lo nướng bánh mì, vừa có cơm mà cũng có bánh mì nướng, Hiếu còn chiên thêm mười hai cái lạp sườn Quảng Trân ba má mới đem qua. Hiếu cho mười hai cái lạp sườn rữa sạch, cho vào nồi súp chừng hơn năm phút lấy ra cho vào chảo chiên rất thơm ngon. Hiếu vào mời bố, cô Jane, hai chú thím, ba má và vợ ra ăn trước lạp sườn, Hiếu nhờ cô bạn lấy chai rượu Martell trong tủ lạnh cùng với năm cái ly nhỏ uống sec. Nước ngọt, nước lọc cũng mang ra cho quý bà quý cô uống. Caroline cho con vào xe đẩy ra để gần chỗ mẹ và Caroline ngồi.

Mỗi người chưa ăn hết nửa cái lạp sườn, Hiếu đã chiên xong mười hai phần bít tết có cả đậu co ve và sauce, bơ để cạnh bên, hai cô vô bưng ra mười hai tô súp. Mọi người vừa nói chuyện quá vui vẻ và khen Hiếu chỉ vào bếp chưa được một giờ đã có mười hai phần ăn ba món rất ngon rất lạ miệng. Ai cũng khen món bít tết rất lạ mà lại ăn cực kỳ ngon. Hiếu nói con ướp bít tết từ hôm qua, nay con có ướp thêm một chút nước mắm cho thêm đậm đà, con chiên mang lên ăn nóng rất thơm ngon.

Món bít tết người Mỹ ít có ướp trước, nướng không phải chiên vì mình chiên có thêm chất béo của bơ hay mỡ heo thấm vào miếng bít tết. Còn theo Mỹ, gia vị ai muốn kiểu nào thì cho thêm vào, còn bít tết kiểu Việt Nam là thực khách phải ăn theo cách sếp cút sắp đặt trước. Còn lạp sườn heo, nếu chỉ rữa sạch rồi nướng hay chiên, lạp sườn sẽ tóp lại. Nếu chúng ta luộc trước, lạp sườn sẽ phồng to hết cở và da bao thịt cũng mềm ăn lại ngon hơn, chiên ại nhanh mà lạp sườn chín qua hai lần bảo đảm không sợ bịnh của heo lây sang người. Mọi người nghe Hiếu giải thích cặn kẽ hiểu thêm tài nghệ của sếp cút. Má Caroline nói:

- Quý vị có biết không, con rể tôi nói nó nấu bếp ngon là nhờ vợ chỉ liếc nhìn nó là ngầm chỉ bảo làm món ngón mà lại nhanh cực kỳ hơn nhà hàng. Lần này, vợ ở trong phòng chăm sóc con, nó chỉ đến hôn vợ rồi ra làm lại ăn rất ngon và quá nhanh, chưa tới một tiếng mà phục vụ cả ba món ăn cho mười hai người. Bà hướng về Hiếu, con làm món ăn ngon và nhanh là vợ con chỉ đạo phải không?

- Hiếu dạ vâng lớn, cả bàn cười rộ lên. Có người nói:

- Caroline tài thật chỉ chồng hôn là anh ta nấu ăn nhanh, nấu ăn ngon có phải vậy? Caroline chỉ cười trừ, chồng đỡ lời, cái gì con làm mà Caroline ghé mắt vào đều thành công hết.

Cả nhà vỗ tay hoan nghênh chồng nịnh vợ thật tới bến. Bố Philip nói, bố sẽ bắt chước con bố nịnh vợ cũng phải tới bến bà mới cho ăn và cho ngủ chung, có phải vậy không con Andre?

- Dạ thưa bố rất phải rất đúng vậy, con hoan hô bố muôn năm - muôn năm. Cả nhà có trận cười nghiêng ngã. Hiếu rót thêm rượu mời bố, ba, chú bác mình nâng ly chúc mừng vợ là người yêu bất tử, hai cô bạn của Caroline ôm bụng cười quá vui. Bữa ăn trưa thật ngon vừa chấm dứt, hai cô bạn dành phần dọn dẹp, có tiếng điện thoại. Hiếu đến nghe, bà chánh văn phòng nói chiều nay, hết giờ làm việc bà mang công điện Toà Đại Sứ Việt cấp số Visa nhập cảnh Việt Nam của tám người gồm sáu người Áo, hai người Mỹ mang đến nhà và thăm Caroline luôn. Hiếu nói cám ơn nhờ bà thông báo với hai cháu là chiều nay tôi mời bà cùng đi ăn với chúng tôi, chúng ta đi ăn nhà hàng Tàu bà biết địa chỉ rồi đó. Bà đến chở giúp chúng tôi luôn bốn người. Chúng ta đi ăn sớm tôi còn gởi cho mấy cháu vài món ăn Tàu bà nói các cháu ăn cơm trễ một chút nghen.

- Bà chánh phòng dạ vâng. Mọi người khen Hiếu làm cái gì cũng hoàn thành tốt, chuyện xin Visa sang Việt Nam rất phức tạp trải qua nhiều thủ tục lắm. Thế mà toà đại sứ hẹn chiều có công điện về visa đặc biệt mà mới hơn hai giờ đã có rồi. Hiếu hỏi bố và chú bác, ba ngày nữa chúng ta về Việt Nam, con bút vé cho chín người, hai bạn gọi Josephine xin xe toà Tổng Lãnh Sự ra đón và đưa luôn về Cần Thơ và mời bố mẹ Josephine cuối tuần về Cần Thơ chơi.

Mọi người đồng ý ba ngày nữa về Việt Nam. Hiếu gọi bút vé liền chín chỗ ngồi xin ngồi lên toa đầu có thêm tiền extra cũng cứ tính vô vé. Nhân viên cho biết các ghế VIP còn trống mười ghế, nếu bút hết chín vé, chúng tôi sẽ giảm nửa giá, Hiếu nhận lời ngay cho tên chín người và số Visa, ngày mai sẽ đem công điện cấp Visa trình cho văn phòng.

Trong buổi ăn tối, Hiếu gọi đến mười hai món ngon nhứt của nhà hàng xin cho bàn lớn mười hai chỗ ngồi thêm một ghế nữa và cho bình hoa tươi to, trải mặt bàn mới cứ tính thêm tiền hoa tiền mua mặt bàn mới. Sau bữa ăn tôi lấy hết bình hoa và mặt bàn mang về nhà và đúng sáu giờ chúng tôi ăn liền vì cần ăn sớm.

- Nhân viên dạ rân, tôi sẽ có thức ăn đúng sáu giờ cho ông. Hiếu cám ơn.

Vào nhà Hiếu nói với bố, tối mình ăn xong, hai bố con mới tính tới vụ lấy hủ đá quý vào nhà. Bố nói lại càng tiện ban đêm không ai thấy càng tốt, đem về phòng con giữ. Mai con ọt đơ hai tủ sắt, Hiếu nói. Họ mang tới để phòng con một cái, phòng bố một cái. Hiếu nói hai tủ sắt con nhờ họ khắc bảng tên Philip-Jane và Josephine-Andre, Bố nói con quá chu đáo, bây giờ bố con về nghỉ một chút, đúng năm giờ rưỡi là đi ăn nhà hàng Tàu. Ngày mai ăn nhà hàng Tây, mốt ăn nhà hàng Nhựt và bữa kia ăn trên máy bay, bố cười.

Hiếu về phòng lại vội ôm vợ thấy sữa chảy ra, Hiếu tu cho một bụng còn mớm cho vợ nữa, Caroline hết căng ngực, ôm chặt chồng hôn và cùng ngủ ngon. Năm giờ Hiếu thức dậy lo đi tắm thay quần áo, nhún nhiều khăn ướt, cởi hết quần áo vợ lau sạch từ trên xuống dưới cả hai bàn chân, đưa vợ vào toi let lo vệ sinh xong, rửa mặt, tay, chải tóc xịt dầu thơm và trang điểm cũng khá đậm. Hiếu lại nhắc ba má chú bác, bố và hai bạn sửa soạn có xe bà chánh tới là chúng ta đi ăn nhà hàng Tàu, lái xe phải nửa tiếng. Hiếu đi xem cửa nẽo, còn thì giờ Hiếu cũng thử các vòi nước có chảy điều hoà tốt không? Cả vườn hoa có hệ thống tưới tự động rất đặc biệt có loại hoa phải tưới nhiều hay ít nước và có chương trình bón phân rất bài bản, vườn hoa luôn tươi tốt.

Xe bà chánh tới, Hiếu ra mở cửa mời bà vô nhà chơi, Hiếu để công điện trên bàn làm việc trong phòng ngủ. Bà chánh lại thăm hỏi mẹ con Caroline và đẩy xe ba by ra cửa có hai bạn Caroline đón xe ba by đưa qua xe van. Mọi người lên xe xong, Hiếu lái xe ra ngoài, bấm khoá lại tất cả cửa trong và cửa gara, hai xe trực chỉ đến nhà hàng đúng sáu giờ. Hiếu hỏi bố muốn uống rượu gì, bố nói rượu vang ngon của Mỹ sản xuất ở Napa valley của tiểu bang California, xin cho tám ly uống vine và các ly uống nước ngọt hay nước đá lạnh. Vừa ngồi vào bàn, đã có hai món ăn khai vị bưng ra ngay, Hiếu rót rượu mời mọi người cùng nâng ly chúng ta có thêm ngày vui và hạnh phúc. Hiếu gắp cho bố cho ba, chú bác má và vợ xong hết Hiếu mới gắp phần ăn của mình. Mọi người nói Hiếu đặt bình hoa quá đẹp, một chút mình mang về và Hiếu còn nói kể tấm mặt bàn này con cũng nhờ hàng mua giúp, con sẽ đem về nhà khi có bố và cô đến thăm gia đình con, có tấm nắp bàn này để cho nhớ kỷ niệm ở nhà của bố mà vợ chồng con làm chủ. Cả nhà vỗ tay khen Andre nói chuyện có duyên nên đốn tim Caroline, một người bạn hỏi Caroline có đúng vậy không? Caroline đáp lại liền:

- Không những anh Hiếu đốn tim mà còn ôm lấy trái tim của Caroline mới qua sáu năm mà anh Hiếu tặng cho Caroline luôn sáu con mới nể chàng trai hào hoa của Caroline. Mọi người cùng cười vui. Bà chánh nói tôi tưởng Caroline có chừng hai con, nào ngờ có đến sáu con mà bô đi trông như gái hai mươi, rất ngon lành. Lại có tràn vỗ tay tán thành, bà còn nói tiếp:

- Tôi còn quá ngưỡng mộ Caroline có con cái nhiều, mang nặng đẻ đau nhiều mà lại thi đỗ bằng tiến sĩ hạng ưu của Harvard mới đáng nễ phục. Lại thêm một tràng pháo tay khen tặng Caroline làm cho hai mũi nàng phồng lên cảm động. Hiếu ọt đơ thêm bốn con vịt quay, bốn dĩa xá xíu, bốn phần mì xào thập cẩm để riêng ra. Hiếu biếu bà chánh một con vịt quay, một hộp mì xào thập cẩm, một dĩa xá xíu.

Ăn xong, hai cô bạn lấy bình hoa và tấm trải bàn mang lên xe cùng với mười hai hộp đựng ba món dành cho các bữa ăn sáng mai. Hiếu dặn bà chánh, chiều mai tan sở, đến đón chúng tôi đi ăn đồ tây và mốt đón đi ăn đồ Nhựt, bữa kia chúng tôi về Việt Nam. Thỉnh thoảng bà chánh đến chơi rủ các cô nhân viên văn phòng đến chơi với vợ tôi cho vui, có ba má tôi chăm sóc, có chuyện cần mua giúp thức ăn hay đồ dùng xin nhờ bà giúp má tôi. - Bà chánh gật đầu đồng ý.

- Hơn nữa, bà chánh coi trong nhân viên văn phòng ai mới có gia đình chưa có con, tôi sẽ trả thuê cho một người cũng bằng lương một người đi làm và tôi cho phòng ở tốt có đầy đủ tiện nghi, chỉ trông giúp nhà cửa khi vợ và ba má tôi về Việt Nam. Bây giờ đến ở liền trong tuần này càng tốt, tôi chỉ dẫn mọi thứ, nhà này đều có hệ thống tự động, khỏi tưới cây kiểng bông hoa gì hết. Có chỗ ở tốt trả bằng lương đi làm và mỗi tháng còn được biếu thêm như tiền típ, khi sanh con, chúng tôi sẽ hỗ trợ hết lòng. Bà chánh văn phòng nói cái dốp này quá thơm. Tôi sẽ hỏi nhân viên và ai cũng quý mến hai ông bà chắc chuyện nhờ giúp việc này, tôi nghĩ ngày mai có liền. Hiếu nói được vậy quá tốt, tôi còn ở đây hai ngày nữa, có cô nào anh nào muốn làm dốp này, ngày mai đến gặp tôi, mời nhận việc ngay, tôi cần có người giúp ba má tôi vụ mua thức ăn. Ăn xong, về tới nhà rồi.

- Hiếu cám ơn chúc bà đi đường bình an.

Mọi người về phòng lo tắm rửa và nghỉ ngơi. Hiếu nấu nước pha trà, lấy bánh pía ra và mời bố và cô Jane ra uống trà. Nói chuyện vui và uống trà một chút, bố Philip nói con dẫn cô Jane vào phòng vợ con nói chuyện với Caroline cho vui. Bố vào kho lấy một xẻng nhỏ để xới đất, con bưng hủ lên lột bỏ giấy kiếng bỏ vào thùng rác, lấp đất lại và đặt châu kiểng như cũ. Con mang hủ này vào phòng con, bố đi cất xẻng vào nhà kho.

Vào phòng vợ chồng Hiếu, Bố bảo cho một cái khăn to trải xuống nền, vặn hết đèn lên cho sáng. Con cho bố mượn một con dao nhỏ cũng được, coi bố khui cái miệng hủ và đổ hết kim trong hủ ra. Ông vừa đổ ra cả phòng rực ánh sáng, có những hạt kim cương cực lớn, chiếu sáng hơn cả ánh sáng đèn. Bố nói theo lời hứa với Jane và con của bố, Jane chọn cho em một món nào em thích nhứt vì em đến trăm tuổi già cùng làm di chúc cho vợ chồng Andre và bốn món khác cho vợ Robert và ba đứa con của Robert. Tất cả quý kim còn lại là của vợ chồng Andre, cho vào hủ để vô tủ sắt cất, khoá lại. Hiếu thưa:

- Hai vợ chồng con ngày mai có tủ sắt lau chùi lại quý kim và con làm danh sách cho kỹ cho vào tủ sắt khoá lại cho an toàn. Vụ con có quý kim nhiều cũng nên giữ kín chỉ cho ba má hai con biết mà thôi.

- Riêng bố và Jane kể như không biết tới nữa. Sinh mạng của bố và Jane nay giao trọn cho hai con lo giúp. Bố rất vui mừng, theo George nói, con về Yale làm Khoa Trưởng Y Khoa, George nói với bố là anh quý trọng con muốn cất nhắc con chức quyền thay anh ta. Chừng hai năm nữa, đúng hai mươi lăm năm phục vụ cho Yale, George xin về hưu và đề nghị chức Khoa Trưởng cho con.

George còn nói sẽ có nhiều giáo sư khiếu nại kiện cáo nói con mới về làm việc với Yale còn họ đã làm việc đến mấy chục năm mà lại không cất nhắc chức Khoa Trưởng. George nói anh ta bẻ lý luận của họ rất dễ, Phân Khoa Đại Học là cần có nhân tài có bằng cấp cao mà Andre có đến bốn bằng tiến sĩ còn quý vị chỉ có một hai bằng tiến sĩ thì không thể so bì được với Andre.

- Bố thấy George thương quý con thật. Bố và Jane sống dưới sự chăm sóc sức khoẻ của con và các bạn của con là bố và Jane trúng số độc đắc khi già yếu bịnh tật. Nghe nói vậy, Andre quá cảm xúc chảy nước mắt chạy lại ôm hôn bố và cô Jane. Cả bốn người nắm chất tay nhau, Hiếu nói lớn hai con cung thỉnh bố và cô chọn trong bảy phòng này phòng nào bố và cô ở để ngày mai con sẽ đưa tủ sắt vào và ngoài cửa phòng có tấm biển nhỏ: Phòng riêng của Philip-Jane mãi từ đây cho đến ngày bố và cô Jane về Nước Thiên Đàng bỏ chúng con ở lại trần gian. Hai ông bà quá xúc cảm, sung sướng rưng rưng nước mắt. Hiếu nói tiếp:

- Chúng con cũng hạ quyết tâm, nhà xây cất ở đâu chúng con cũng có thể bán chỉ chừa lại ngôi nhà thân thương đầu đời của chúng con ở Cần Thơ và ngôi dinh thự này có quá nhiều kỷ niệm cuối đời của chúng con cho đến ngày chúng con cũng về nước Thiên Đàng sum họp với với ba má và bố, cô.

- Ông bà chúc hai vợ chồng Caroline ngủ ngon và về phòng riêng.

Hai vợ chồng Hiếu nói với nhau, chúng ta không thể ngờ chúng ta quá may mắn làm giàu nhanh như tên bắn. Vì vậy chúng mình phải luôn làm việc thiện cũng như em đã tha tội ngoại tình khốn nạn của anh. Em đã tích đức và anh lầm lỡ biết quay về nẽo chánh bỏ đường tà thói xấu chúng ta tạo phước đức nên mới giàu có như ngày hôm nay.

- Anh nói chí lý, em qua mời ba má qua xem kim cương hột xoàn bố Philip cho chúng ta mà bố xem rất tầm thường. Số kim cương quý giá nếu quy ra tiền cũng hàng chục triệu hay hơn. Các quý kim xưa nay cũng tăng giá trị gấp nhiều lần. Caroline nghe lời chồng, Hiếu nấu nước sôi pha trà xanh không làm khó ngủ. Ba má qua tới, nước gần sôi. Hiếu lấy trà và bánh pía ra ăn uống trà. Nước sôi, Hiếu tắt điện pha trà, vừa đợi vài phút và nói:

- Ba má nghĩ coi vợ chồng con quá may mắn từ mọi chuyện, nay tự nhiên có một hủ to toàn là kim cương hột xoàn, đá quý của giới thượng lưu không phải mua mỗi món hàng ngàn hay một chục ngàn. Theo con nghĩ mỗi thứ mà bố con mua có thể vài chục ngàn hay vài trăm ngàn vì ông là tỷ phú mua đồ hiệu tặng cho vợ. Con ước tính, cả hủ kim cương này lên cả chục triệu mà bố con coi như không như cầm tờ giấy bạc một trăm cho con. Ba má nghĩ coi vợ chồng con quá vui mừng nên mời ba má qua chung vui với chúng con.

Trước khi con mang ra đây trình ba má xem, xin mời ba má cùng chúng con uống chén trà xanh cho dễ ngủ. Hai ông bà vội bưng chén trà lên uống, Hiếu đi lại mở tủ bưng ra một cái hủ to khá nặng, Hiếu lại tắt bớt đèn và mở nắp hủ ra có hàng chục hàng trăm tia sáng đủ màu sắc từ trong hủ toả ra sáng rực tới trần nhà. Ba má quá vui mừng, nói hai con quá có phước lại trúng thêm số độc đắc. Hai con sanh cháu gái này nên đặt nên nó là Lucky vì sanh nó trên giàu sang phú quý quá may mắn. Ba má nói chỉ thấy ánh sáng rực rỡ lung linh đủ biết giá trị của kim cương. Ngày mai có tủ sắt, con kiểm soát lại coi có bao nhiêu và phân loại ra và cất vào tủ sắt. Hiếu đậy nắp cho vào tủ khoá lại. Ba má và vợ chồng Hiếu uống trà nói chuyện đến gần mười một giờ khuya mới đi ngủ.

Caroline cho con bú xong, sữa còn nhiều làm đau ngực, nhờ chồng giúp làm cho hết căng sữa. Khi Hiếu làm xong nhiệm vụ lấy khăn ướt lau sạch ngực cho vợ xong vào nhà toilet súc miệng, không quên lấy thêm khăn ướt lau mặt, cổ, tay cho vợ xong, còn xịt dầu thơm nữa. Hiếu nằm xuống ôm hôn vợ và cả hai ngủ một giấc ngon lành, khi nghe tiếng con khóc, Caroline nhổm dậy, Hiếu bảo cứ nằm, Hiếu bồng con lại cho bú. Khi con bú no, Caroline còn sữa Hiếu vét chót và lau sạch ngực Caroline, hai vợ chồng lại ôm nhau ngủ mãi cho đến gần bảy giờ mới thức. Cả nhà thức sớm, hai cô bạn nấu nước pha trà pha cà phê mời mọi người uống xong, nắm tay nhau ra sân sau ngắm hoa buổi sáng thật bắt mắt thật đẹp. Ai cũng khen ông Philip có đầu óc tổ chức vườn hoa quá đẹp, đúng là vườn kỳ hoa dị thảo toàn bông hoa cây kiểng quý hiếm đắt giá.

Hiếu thức dậy vào bếp lo nướng bánh mì, lấy mười hai cái trứng và thịt xá xíu ra chiên chung có nhiều hành và tiêu thơm phúc. Ở ngoài sân cũng bắt được mùi, hai cô bạn chạy vào giúp anh Hiếu mang bánh mì nướng nóng đợt đầu, Hiếu vào nướng bánh mì đợt hai cho đủ mười hai phần và nhờ cô bạn mang đến mười hai cái dĩa. Hiếu lần lượt xúc trứng chiên xá xíu quá thơm ngon từng dĩa, bưng ra cùng với nước maggi, tiêu, dao, nĩa. Một cô ra sân mời các bác vào ăn sáng, ghé ngang phòng Caroline đẩy xe con gái của Caroline ra phòng khách, Caroline cũng thay quần áo xong cũng đi ra theo. Cả mười hai người ngồi vào bàn, ăn món hột gà chiên với xá xíu sao nó quá ngon vì món này không có trong thực đơn của tất cả các nhà hàng khắp thế giới chỉ có ở nhà hàng Caroline-Andre sáng tạo món ăn này. Ông Philip nói:

- Anh George nói với tôi, anh chấm Andre sẽ là tiếp nối anh làm Khoa Trưởng Y Học của Yale vì anh xin về hưu sau hai mươi lăm năm phục vụ. Thường mỗi tháng thu nhập cũng gần cả triệu, Andre lại nổi danh thêm nữa vì một nhân tài có bốn bằng tiến sĩ chưa quá ba mươi tuổi và còn nổi danh là mới có hai mươi tám tuổi đã có tám đứa con. Sự nổi tiếng thứ ba là một y khoa bác sĩ với tay không hạ gục và bắt sống ba tên cướp có năm hung khí. Còn một cái nổi tiếng nho nhỏ khác, cũng ở tuổi hai mươi tám với tiền lương bác sĩ cũng chẳng nhiều, không bì kịp với các ngôi sao thể thao, nghệ sĩ nổi tiếng trên thế giới hay tỷ phú thừa kế của gia đình từ trong trứng nước. Nay, Hiếu đã mua được một dinh thự trị giá hơn mười hai triệu, đây như là một dinh thự của vua chúa ở Âu Châu. Cả nhà nghe Philip nói, đều nhìn Andre vỗ tay tán thưởng. Trong lúc hai cô bạn vừa nghe ông Philip xiểng dương thành quả của Andre vừa mang cà phê trà ra tiếp. Hiếu nói:

- Con liên lạc với công ty du lịch coi xem có cho thuê loại xe buýt 16 chỗ ngồi để đại gia đình mình đi du ngoạn hai ngày tại thành phố này. Thú thật với quý chú bác, ba má, con muốn tổ chức cuộc du ngoạn ngắn ngủi ở địa phương mình ở. Con để ý coi xem có vườn Thiên đàng nào đẹp ở gần hoặc trong thành phố sẽ ghé tham quan giúp bố Philip và cô Jane xem chơi để đó. Con tính giúp cho bố và cô Jane có chỗ vui chơi không phải những nơi âm u cùng cốc xa chốn phồn hoa thị thành. Mình ra đi về thế giới mới, nếu có điều kiện chọn lựa cũng nên chọn chỗ thị thành hoa lệ sang trọng, phải vậy không bố và cô Jane? Hiếp tiếp:

- Con đưa cô và bố con ở cõi ta bà thế gian biết nhau yêu nhau chân tình, nhiều cũng vài chục năm thì cũng còn ngắn ngủi. Vì vậy, con tìm chốn thiên đàng tại trần thế này có khung cảnh nên thơ hữu tình giúp bố và cô còn nắm tay dung dăng dung dẻ ở thế giới khác. Và còn hàng bao năm tháng nữa hạnh phúc bên nhau mãi mãi mà chẳng bận tâm lo lắng gì hết, các cái lo lắng lặt vặt có vợ chồng con và bao hết cho bố và cho cô Jane kính yêu của chúng con.

Cả nhà vỗ tay hoan nghênh lời hiếu thảo của Andre, bố lại bắt tay và cô Jane lại hôn tay Andre. Cả nhà có thêm tràng vỗ tay nữa.

Với lòng chân thành, chúng con cúi đầu bái phục cô Jane, ở đời con người thường phù thịnh hơn phù suy mà cô Jane lại có cách hành xử khác vô cùng cao quý cũng thuộc loại khó tin mà có thật. Khó tìm một người phụ nữ thứ hai có học thức uyên bác và là triệu phú trong xã hội lại có cuộc sống độc lập không lệ thuộc bất cứ ai với bằng tiến sĩ danh giá hiện là Khoa Trưởng của một Phân Khoa Viện đại học Harvard nổi tiếng trên thế giới. Hiếu lại đứng gần bên cạnh vợ nắm tay Caroline, nói tiếp:

- Cô Jane kính yêu của vợ chồng con có lòng thương yêu tha nhân vô cùng cao cả như Đức Mẹ Maria nhân từ, thương yêu cứu vớt kẻ trầm luân đang muốn tìm cái chết thoát nợ trần gian, cô đã cứu giúp bố con, có phải vậy không Bố?

- Ông Philip gật đầu và xoay qua ôm hôn vợ, mọi người vỗ tay tán thưởng. Chúng ta biết cô Jane không chồng không con, vốn là một di dân tỵ nạn chánh trị và thành công trên đường học vấn, cô cũng là một mỹ nhân lại học giỏi nữa nên có biết bao chàng trai cùng trường si mê cô mà cô vẫn dửng dưng làm ngơ trong đó có tiến sĩ George đang là Khoa Trưởng Phân Khoa Y của Yale đã thố lộ trong bữa ăn chiều hôm qua.

Con sẽ đưa cô Jane và bố đến mười lăm quốc gia mà đại học Yale đang bảo trợ về nghiên cứu các chứng bịnh về xương mà con là Trưởng Đoàn Nghiên Cúu của Yale, con muốn dọn đường khi con hết công tác tại mười lăm nước này, con dựng xây một tổ chức từ thiện chuyên giúp cứu người tàn tật có tay chân giả hay một bộ phận nào khác cũng có cách thay thế. Lúc đó, cô Jane đã về hưu, bố và cô dùng tuổi đời còn lại mình giúp đời được nhiều ít đều tốt cả. Bố và cô không cần tiếng tăm, không cần tiền, tiền hưu của cô thừa sức mua vé máy bay đi khắp nơi trên thế giới, thoả mãn nhu cầu thay thế chân tay giả rất cần thiết cho thế nhân. Vợ chồng con sẽ là người vận động gây quỹ mà bố và cô là người điều hành tiền tiêu xài đúng cách đúng chỗ.

- Thưa bố và cô Jane, sở dĩ con gọi cô Jane là cô là vì con muốn cô Jane trẻ mãi không già và là người yêu lý tưởng nâng khăn sửa túi cho bố con lúc về chiều. Cô là nàng tiên nhân ái Jane và hai con của bố là Andre và Caroline hết lòng phụng dưỡng bố và cô cũng như ba má của chúng con. Cả nhà lại vỗ tay khen Andre đã thật lòng tỏ bày sự kính yêu bố Philip và cô Jane.

Đến đây, Andre cho biết chừng năm mười phút xe buýt tới. Bây giờ xin chú bác, ba má và hai bạn về lại phòng lo vệ sinh và mang theo khăn ướt, khăn khô và nước chai. Hiếu đẩy xe con gái về phòng nói với vợ cho con bú thấy con đã thức rồi, còn sữa anh sẽ bú cho cạn túi sữa tránh đi dọc đường sữa chảy ướt áo. Caroline làm theo lời chồng, Hiếu lau sạch miệng con, ngực vợ, lấy thêm áo khoác cho vợ, Hiếu nói em sanh con chưa lâu, phải cố tránh lạnh, lấy mũ, khăn quàng cổ, bao tay đủ hết trang bị cho vợ.

Hiếu còn nhờ hai cô bạn giúp Caroline mang theo sữa bình cho con bú cũng như tã, mọi thứ cho trẻ con kể cả quần áo thay cho trẻ vì mình đi chơi tới trưa mới vào ăn nhà hàng thức ăn nhanh như Mac Donald hay Burger King... Bốn giờ về tới nhà, sáu giờ ăn tối tại một nhà hàng Tây sang trọng gần nhà. Hiếu nói, con có hẹn đúng bốn giờ rưỡi công ty bán tủ sắt có chở đến nhà hai cái tủ sắt giống kiểu cách bên ngoài cả nước sơn giống hệt nhau.

Xe buýt về tới nhà, cũng có một chiếc tải bít bùng cũng si nhan xin phép chạy vào cửa, Hiếu ra đón và chỉ chỗ đậu. Mở cửa xe tải bước xuống, hai người thanh niên trẻ lực lưỡng xin phép Hiếu cho xuống hàng và đưa vô nhà. Chiếc xe tải thuộc loại xe có hệ thống tự động lên xuống hàng, một người lên lại dùng chiếc xe cẩu đưa một chiếc tủ sắt xuống trước và Hiếu chỉ phòng của bố lái cho vào chỗ bố đã chọn. Xe cẩu chạy lui lại ra khỏi nhà lên xe tải lấy thêm chiếc tủ sắt thứ hai. Đưa giấy và hoá đơn cho Hiếu, Hiếu móc bóp típ mỗi người một trăm. Cả hai cám ơn và lên xe chạy ra khỏi sân, Hiếu đóng cửa lại. Chưa đầy mười lăm phút hai cái tủ sắt to kềnh và quá đẹp đã đặt vào hai phòng của bố và cô Jane, vợ chồng Hiếu. Hiếu vào phòng hôn vợ và vội đi tắm, thay quần áo khác. Trở lại phòng, Caroline cũng đã trưng bày trên đầu tủ lạnh một bình hoa tươi rất đẹp, để trên một tấm trải màu sắc rực rỡ.

Chương trình ngày mai cũng đi du ngoạn sớm hơn một chút đi các chỗ khác cũng trong thành phố và về nhà cũng bốn giờ, trưa ăn thức ăn nhanh bất cứ chỗ nào cũng được, chiều mai ăn tại một nhà hàng Nhựt. Hiếu nói, con sắp xếp như vậy, bố và chú bác, ba má có ý kiến gì dạy bảo, con sẽ làm theo. Bố nói con đưa ra chương trình quá hoàn hảo rồi, quý ông bà, các bạn chắc cũng đều OK.

Xe buýt cũng vừa tới đưa cả gia đình đi du ngoạn hàng chục chỗ, bốn giờ trở về nhà đúng như chương trình. Mọi người đã nghỉ ngơi một chút rồi đi tắm thay quần áo chuẩn bị đi ăn nhà hàng Nhựt.

Tối hôm đó, về nhà Hiếu đưa vợ vào phòng tắm nói, anh sẽ tắm nhanh cho em vì sanh đã qua một tuần rồi, anh gội đầu trước cho em, anh chuẩn bị mọi thứ sẵn sàng tắm thật nhanh không quá năm phút. Phải nói cái gì Hiếu có tính toán trước đều thật khớp rất nhịp nhàng đúng như dự định. Caroline, được quấn chiếc khăn to mà Hiếu có sưởi nóng nữa nên Caroline cảm thấy khoẻ và vui thích chồng lo cho vợ quá chu đáo, cái gì cũng làm tốt hết. Caroline ngồi yên cho chồng sấy tóc xong xịt dầu thơm vào người rồi mới mặc quần áo, lại salon ngồi xem ti vi. Hiếu vào tắm rất nhanh cũng có gội đầu, ra ngoài mặc đồ xong cũng xịt một ít dầu thơm. Hiếu lại bàn viết mở máy computer làm sẵn một cái mẫu ghi những nữ trang kim cương dùng đeo các ngón tay, cườm tay, cổ, lỗ tai... xong xuôi để đó. Hiếu lại hôn vợ và nghe con ọ ẹ biết con đòi bú. Hiếu nói:

- Em ngồi tại chỗ để anh bồng con đến, em cho con bú, con bú xong còn dư sữa thì sẽ tới bố nó. Caroline nói em nhứt trí với anh. Hiếu nói với vợ, em qua mời ba má qua phòng mình, lựa các nữ trang xếp theo loại, mỗi thứ cho vào một cái túi ny long riêng, anh sẽ đánh máy vô danh sách của từng loại.

Ba má qua phòng vợ chồng Caroline, Hiếu mời ba má uống nước trà, Hiếu cho ba má biết, kiểm kê tối nay không hết, sáng thức sớm, vợ chồng Hiếu làm tiếp và kể tối mai nữa, chắc chắn sẽ làm xong. Hiếu khoá cửa phòng lại, mở tủ lấy hủ kim cương ra, ba cũng ngồi cạnh má tiếp giúp xếp loại các loại nữ trang, Hiếu cũng ngồi gần vợ thoăn thoát giúp vợ chia ra từng loại. Hiếu nhờ ba đọc một món nữ trang, nhóm đeo các ngón tay trước vì nó nhỏ nhứt và cũng dễ cho việc kiểm kê món nữ trang nào cũng có tên kể cả tên nhà sản xuất và giá tiền. Hiếu cũng chia ra làm ba cột. Đánh máy tên mỗi món, cho món đó vào một cái túi ny long để cạnh đó. Các loại nữ trang đeo tay có khoảng sáu mươi chiếc. Món nữ trang thứ hai đeo cổ tay có hơn bảy chục chiếc đủ kiểu, hột xoàn to nhỏ nhiều màu sắc lấp lánh làm hoa cả mắt. Liệt kê đến các vòng dây chuyền đeo cổ xong, ai cũng mệt.

Hiếu nói với Caroline cho các món chưa niêm yết vào các bịt ny long riêng để sáng mai làm tiếp, ước tính, chưa tới một tiếng là xong hết. Hiếu dồn mọi thứ đã kiểm kê xong cho vào hủ nằm ở dưới, còn các thứ chưa kiểm kê cho vào các túi ny long nhỏ và dồn vào một bịt lớn để lên trên. Hiếu khoá tủ sắt lại, mang chìa khoá tủ đem lại giường để dưới gối của vợ.

Má vợ chỉ thấy một cử chỉ nhỏ của Hiếu bà vô cùng cảm kích, bà nói liền:

- Caroline thấy chưa, chồng con luôn muốn con nằm trên đóng kim cương quý giá để chìa khoá tủ gối cho con giữ. Caroline nghe má nói ý nghĩa thâm thuý của chồng đối với mình cao thượng quá, nàng vội chạy lại hôn chồng, ba má vào toi lết rữa tay và về phòng. Hiếu và vợ cũng vào phòng đi vệ sinh và rữa mặt súc miệng lại.

Hiếu chỉ mở đèn ngủ, ôm nhau ngủ một giấc ngon, nghe con ọ ẹ biết con đòi bú. Hiếu mở đèn lên, bồng con lại vợ cho con bú. Con bú no, Hiếu lấy bông gòn thấm nước lau miệng con, đặt con vào giường ngủ tiếp. Hiếu lấy khăn ướt lau ngực cho vợ thấy có sữa chảy ra, Hiếu lại tu cho cho cạn, lau lại ngực vợ và lau mặt vợ với một chiếc khăn khác và dùng khăn đó lau mặt mình, vợ thấy cử chỉ tế nhị của chồng lại càng cảm kích và nói:

- Em yêu anh quá anh ơi!. Em muốn thưởng, anh lại không cho, hai chúng mình ăn chay ôm nhau ngủ nghe, Hiếu OK liền. Chỉ vài phút sau có tiếng ngáy của chồng. Trong chốc lát, Caroline cũng đi vào giấc ngủ.

Hiếu thức sớm lo làm thức ăn sáng, có vịt quay, Hiếu chặt nhỏ các miếng cho vừa miếng ăn, nấu nước pha trà, cà phê các cái đã và đang làm. Hai người bạn gái cũng thức sớm chạy ra tiếp giúp Hiếu xắt bánh mì chuẩn bị sẵn khi mọi người vào bàn uống cà phê trước là sẽ nướng lại vịt quay và bánh mì. Hai bạn nói với Hiếu như vậy. Hiếu gật đầu và nói hai chị giúp coi bếp lo dọn bàn ăn dùm, tôi vào tắm, thay quần áo xong ra đây, hai chị về phòng lo thay quần áo, chúng ta ăn sáng xong có xe buýt đến đón. Hai chị đi tạt qua phòng Caroline giúp thay quần áo cho cháu đặt lên xe đẩy ra phòng khách giúp Caroline, lúc này Caroline chưa bình phục hoàn toàn còn yếu nên cái gì cô ta cũng chậm hết, hai bạn thông cảm nhé! Cả hai nói không có chi.

Ba má, bố, cô chú bác thay quần áo xong ra phòng khách ngồi vào bàn uống cà phê và trà. Hai cô bạn Caroline đem bánh mì nướng nóng ra trước, sau bưng ra hai dĩa vịt quay to tướng cùng với nước chấm, maggi có đủ các đồ dùng cho bữa điểm tâm. Hiếu mời bố, cô chú bác và ba má ăn bánh mì với vịt quay, trưa ăn thức ăn nhanh, chiều ăn nhà hàng Tây, Hiếu thông báo chương trình ngày hôm nay. Còn ngày mai ăn sáng xong, có hai xe đưa chín người về Việt Nam, máy bay cất cánh lúc 12 giờ trưa.

Đi ăn chiều về, Hiếu đi cạnh vợ đẩy xe con gái về phòng. Hiếu bồng con cho vào giường ngủ của con. Hiếu nắm tay vợ vào phòng tắm, vợ cỡi hết quần áo ra đưa chồng cho vào xọt quần áo giặt. Vợ Hiếu tắm nhanh, mọi đồ dùng cho vợ tắm, Hiếu chuẩn bị trước vì không muốn vợ tắm lâu sợ bị nhiễm lạnh vì còn yếu, vợ sanh chưa tới mười ngày. Lau kỳ cọ cẩn thận trước và xoa xà bông vào khăn lau khắp cơ thể xong xả nước ấm cho vợ tắm thật nhanh, Hiếu vào lấy khăn đã hấp nóng cho vợ lau khô và đưa vợ vào phòng khách ngồi nghỉ xem ti vi đợi chồng tắm xong lấy quần áo ngủ cho vợ mặc và ngồi nói chuyện, uống nước. Hiếu nói còn một ít nữ trang chưa kiểm kê luôn tiện chúng mình kiểm kê luôn mất gần một tiếng và xong hết mọi thứ. Hiếu khoá lại cẩn thận, cho chìa khoá tủ sắt vào cái túi vải, dấu dưới nệm, bên hông giường không để dưới gối hay hai đầu giường tránh người ngoài dễ phát hiện hơn.

Hiếu lấy một chai nước lọc ra và một cái ly để lên bàn làm việc, dẫn vợ vào rữa tay xong, cả hai ra bàn làm việc ngồi. Caroline, đợi Hiếu tổng kết giá tiền trên các bản giá từng món. Có những món giá thấp nhứt vài ngàn đến cao có giá tiền trên nửa triệu, cộng lai trên bảy triệu, Caroline le lưỡi lắc đầu bái phục bố đã tặng quý kim cho người tình cho đến ngày thành vợ chồng và đến ngày ly dị.

Theo lời bố Philip nói với Hiếu, các món nữ trang từ thời còn sinh viên cho đến ngày ông trở thành tỷ phú giàu sang. Hễ mỗi lần ông đi xa hay xuất ngoại đến kiểm soát, làm việc với các đại công ty, mỗi lần trở về nhà, ông đều có mua quà nữ trang và các thứ khác tặng cho vợ. Bà vợ tập trung một chỗ. Khi ông khai phá sản, bà đã chuẩn bị trước nộp đơn xin ly dị rồi. Ông có gọi bà về lấy hết nữ trang mang theo. Bà nói một cách tự nhiên, tất cả quà cáp của anh tặng, bây giờ tôi trả lại hết cho anh, anh muốn cho con nào tuỳ anh. Chúng ta không còn tình nghĩa gì nữa, kể từ hôm nay, tôi không muốn thấy mặt anh nữa.

Bố có buồn và bố nghĩ lỗi là bố tạo ra, bố sống theo kiểu tỷ phú, nhứt dạ đế vương xài tiền như nước, có biết bao hoa khôi, người mẫu, tài tử nổi tiếng đẹp tuyệt thế giai nhân đã từng "vui vẻ" với ông nên ông đi ra ngoài nhiều hơn ở nhà, bỏ bà phòng không lạnh lẽo. Đó là cái tội lớn nhứt mà ông hối hận.

Vì vậy, số nữ trang bà trả lại, ông cho hết vào cái hủ to này, khi ngôi dinh thự này cất xong, tối, một mình âm thầm ông đào một cái lổ cho hủ này xuống lấp đất lại và trên có chậu hoa, ông có để một tấm gạch bông rất mỏng. trên ngay nắp hủ sợ nước tưới hoa lâu ngày thấm xuống có thể lọt vào hủ.

Ngôi dinh thự này, ông lấy kiểu cung điện của vua chúa bên Châu Ấu gợi ý cho kiến trúc vẽ và xây cất hơn năm năm mới xong. Một điều kỳ quặc nhứt chỉ có một mình ông ở cái phòng vợ chồng mình đang ở đó chưa tới một tuần và bỏ hoang cung điện này suốt bao nhiêu năm nên ông cũng quên là ông có chôn một hủ kim cương.

Ông nói vui, kim cương nó có mắt kiếm con là một hiền tài trao thân gởi phận cho con làm chủ mới xui khiến con mời bố về đây ở chơi. Bố ra vườn hoa, bố mới chợt nhớ bố có chôn một hủ kim cương. Bố vui miệng kể hết cuộc giàu sang của ông, xài phí còn hơn ông hoàng bà chúa.

Khi sa cơ thua trí người khác để tán gia bại sản và cũng hối hận không chung tình với vợ nên ông tự tử đến ba lần, cả nước Mỹ và giới thương mại tài phiệt biết tin ông khai phá sản và tự tử mà xui khiến ông không chết. May cho ông chưa hoàn tất giấy tờ ngôi cung điện này nên chưa bị kiểm kê. Mãi mấy năm sau tổ chức kiêm kê tài sản cung điện này chưa bị tịch thu, luật sư riêng muốn cứu ông có tiền để sống, làm hết giấy tờ hợp pháp chỉ lấy một trăm ngàn, một chục ngàn ông không có.

Ông mới tâm sự với bạn thân George Khoa Trưởng. Ông Khoa Trưởng quý mến anh, muốn giữ chân để thay thế ông chức Khoa Trưởng, giới thiệu anh gặp bố Philip có mấy ngày. Anh nói bố muốn chết, con biếu bố một trăm ngàn bố đi chơi cho đã, thuê phòng ngủ tự tử để di chúc lại, con lo hậu sự cho bố.

Thế là mình có ngôi dinh thự cung điện nay thời giá trên hai mươi triệu, mình chỉ tốn có hai trăm ngàn. Nay lại có trên bảy triệu tài sản kim cương hột xoàn bố Philip cho hết vợ chồng mình. Bố còn nói, bố sẽ tìm giúp chúng mình thêm vài chục triệu để mong vợ chồng mình xây cho ông bà một ngôi mộ cho đẹp tại một nghĩa trang ở thành phố này. Cô Jane còn nói:

- Tiền xây mộ cô lo hết khi cô và Philip qua đời, tài sản của cô cũng có hàng cả chục triệu cũng có di chúc cho vợ chồng mình hết vì cô là người dân tỵ nạn lúc mới có mấy tuổi. Sau đó bố mẹ qua đời hết, nhờ có tiền của nên cô học đến nơi đến chốn, cô muốn có con mà lấy anh Robert trên mười năm không con. Cô buồn mới xin ly dị. Robert lấy Thu Vân mới có năm năm mà có đến ba con với Robert. Cô kết luận lỗi không con tại cô không phải Robert nên cô có ý định giúp vợ con Robert, nay gặp vợ chồng mình, cô Jane lại càng tin hơn uỷ thác lo hậu sự cho cả hai người tài sản cô cho các con của Robert một ít, tất cả còn lại cô cho vợ chồng mình. Hiếu hôn vợ, nói:

- Quả thật chúng mình có phước, tự nhiên có hàng mấy chục triệu đô la đến cùng một lúc.

Anh về Việt Nam, anh thu xếp chuyện bếp núc và thuê thêm hai anh chị mà chúng mình vừa giúp khi phát hiện anh chồng đi kéo cá nhà mình vì quá nghèo. Anh nhận xét, anh này là người tốt lương thiện, chẳng may bị xã hội ruồng bỏ xô đẩy vào con đường cùng khổ. Anh đoán, hậu vận con cái anh ta sẽ phất lên nên anh quyết giúp và thuê mướn cả hai vợ chồng giúp gia đình mình cũng là một hình thức tương trợ lẫn nhau. Em thấy có được có vừa ý em không? - Caroline gật đầu, em thấy anh lựa người giúp rất hợp ý em. Anh sắp xếp để anh ta phụ trách chăn nuôi, vợ anh ấy chuyên lo bếp, sếp cút thay chị hai, có cô vú cháu Ý Sáu ở Bố Thảo phụ tá. Nay các con mình, năm thằng con trai và một con gái đã lớn và sắp đi học hết rồi. Bây giờ thêm một đứa nữa từ Mỹ em đưa về chị vú gốc Áo chăm sóc hai đứa cũng còn nhàn hạ. Anh sẽ mua vé cho anh chị hai qua giúp em chờ ngày anh qua đón mẹ con em và ba má về Việt Nam.

Đây như là một cung điện quá khang trang rộng lớn, mình phải có nhiều người ở, đề phòng rủi ro vì mình có một số quý kim, đồ hiệu, bây giờ trị giá lên cả chục triệu. Anh qua đón mình để gia đình anh chị hai ở lại chừng một tháng giúp cho em sinh viên thật quen việc và thật có cảm tình với mình, mình mới dám giao nhà này cho hai vợ quán xuyến.

Khi anh qua đón mẹ con em, anh có thì giờ, anh thuê chuyên viên điện tử đặt hệ thống thu hình và báo động. Riêng phòng mình, anh sẽ lắp đặt một hệ thống báo động đặc biệt hễ có người mở cửa nó báo liền cho cảnh sát biết đến bắt. Vì vậy thêm an toàn cho anh, vừa giữ của vừa giữ em, nếu có thằng nào mở cửa vô phòng định rinh hay bắt cóc em thì nó báo cho cảnh sát đến làm việc. Vì vậy, mình phải có hợp đồng với cảnh sát và phải đóng tiền chi phí hàng tháng cho sở cảnh sát.

- Caroline cười, anh Hiếu dễ sợ thật, em cũng có cách giữ anh không cho anh sử dụng súng ca nong bừa bãi. Khi anh ngủ, em chụp thuốc mê đặt phía trên thằng bé một con chíp tinh vi, hễ anh sử dụng ca nong không đúng chỗ nó báo động cho em biết. Nếu anh phản bội, em cũng chụp thuốc mê anh, em thiến quách cái thằng bé của anh cho vào máy quay sinh tố quay thành bã thành nước, em đổ vào gốc bụi hoa trong chậu chỗ chôn của quý kim vì thằng bé cũng là của quý thích hợp với chậu hoa quý của anh. Hiếu nói:

- Em tính như vậy thì kết liễu đời anh rồi, em không tiếc súng ca nong quen thuộc thì cũng hỏng? Em còn gì để mân mê vui thích trên cõi đời này vì thiếu súng ca nong của anh. Cây súng này nó qúy giá còn hơn kim cương hột xoàn vì nó có một mà không có hai cái giống nhau, nó từng làm điên đảo, mê mệt, em bỏ nước Áo mà cứ muốn ở miếc tại nước Việt nghèo khổ của anh. Caroline còn nói tiếp:

- Chắc em phải tính lại coi có nên cắt bỏ thì uổng thật, ông bà mình có nói "quạ tha thì mất, chó liếm thì còn" rất đúng phải vậy không anh? Thôi, em bỏ ý định thiến của quý của anh khi anh ngoại tình. Nếu anh phục thiện, em tha tội cho anh thì em sẽ có của quý của anh dành cho em mãi mãi, có phải vậy không anh. Em nói đúng, Hiếu tiếp lời:

- Khi phòng mình báo động thì có cảnh sát đến liền thì quá tốt quá an toàn. Chung quanh nhà anh cũng sẽ gắn nhiều máy thu hình và báo động, khi có kẻ gian đột nhập cảnh sát cũng biết sẽ đến can thiệp. Hiếu còn nói tiếp:

- Vợ chồng mình may mắn có tài sản lớn mình phải hết sức bảo quản cho thật tốt. Caroline ôm chồng hôn sao cái gì anh tính đều bợt phéc hết, em thật lòng khen sư phụ. Anh đi một tháng đừng tiêu phí sức lực nhiều nghe anh, anh dành sức về phục vụ hạnh phúc của chúng mình thêm thăng hoa cho cuộc sống. Hiếu gật đầu, ôm vợ hôn, anh là người chung thuỷ mãi mãi ở với em, Hiếu nói. Anh từng mang tội lỗi với em dù chỉ có mấy tháng, nay anh luôn bị lương tâm căn rức khi nghĩ tới.

Caroline quá cảm xúc, chảy nước mắt, anh biết phục thiện, em cám ơn anh, chúng ta đi làm ở đâu hay sống ở đâu cũng phải có đôi nghe anh. Hiếu nói rất đúng.

Chúng ta cùng đi toi lết xong vào ngủ vì đã hơn mười giờ rồi.

Hiếu thức sớm, chuẩn bị hai mươi bốn hột gà, một chén tôm khô ngâm nước cho mềm, bốn cái lạp sườn Quảng Trân, Hiếu rữa sạch ngâm nước nóng và xắt lát thật mỏng để sẵn đó. Nấu nước pha trà, pha cà phê, hai cô bạn cũng thức sớm, ra tiếp giúp Hiếu, lo dọn bàn ghế cho mười hai người, xắt lát bánh mì cũng để sẵn bên, lấy ra mười hai cái dĩa. Hiếu chuẩn bị chiên hột gà kiểu omelette có tôm khô và lạp sườn cùng với hành lá và tiêu. Hiếu cẩn thận lấy mười cái chén lớn, hai bạn cho mỗi chén hai quả, tôm khô và lạp sườn cũng chia đều ra mười hai chén cho thêm một ít ngọt và một chút xíu nước mắm cùng với tiêu xay và tiêu hột đã ngâm nước nóng cả giờ, hạt tiêu khá mềm và củ hành xắt mỏng cũng chia đều, khuấy trộn để đó.

Khi có người ngồi ăn là chiên nhanh bưng ra liền. Món hột gà chiên với lạp sườn và tôm khô, cũng là món ăn lạ, chưa thấy nhà hàng nào có món ăn đặc biệt này. Mọi người ăn đều khen ngon có hương vị đậm đà, hột gà tõi tiêu hành cùng với tôm khô, lạp sưởn và mùi nước mắm hoà quyện với mùi bơ ăn rất ngon thơm lại rất dễ làm. Hiếu chiên hột gà kiểu này mà dùng bơ Pháp lại càng béo thơm ngon thêm, bố Philip có nhận xét như vậy.

Hiếu ăn nhanh để có thì giờ lo cho con. Hai bạn lo dọn giúp dĩa nĩa và rữa sạch cũng như lau chùi bếp. Hiếu vào tắm nhanh, thay quần áo xong còn lo lau mình con, thay tã, thay quần áo mới cho con, đẩy xe chở con ra phòng khách, ông bà ngoại trông giúp, vợ vào thay quần áo, còn Hiếu thoăn thoắt ra vườn đi một vòng quanh hàng rào coi xem có gì lạ không. Hiếu có tánh chu đáo cẩn trọng như một cấp chỉ huy trong Quân đội tại chiến trường luôn có tinh thần đề cao cảnh giác.

Cả hai gia đình của hai bạn ở Áo có vẻ còn lưu luyến ngôi biệt điện này. Caroline nói:

- Bây giờ hay năm tới, anh Hiếu về Yale dạy học hai bạn xin phép ba mẹ cho qua đây du học lấy bằng tiến sĩ. Anh Hiếu có thể xin giảm giá học phí giúp hai bạn cũng không khó. Riêng tôi mua thêm một chiếc mới cho hai bạn mượn đi học, thỉnh thoảng tôi về đây có xe đi đây đó. Mình phải cố gắng có bằng tiến sĩ mới mong có tương lai tươi sáng.

- Hai bạn Caroline cám ơn Caroline. Tôi nghĩ lấy xong Cao học ở Vienne sang đây học vài năm lấy bằng tiến sĩ cũng không khó lắm chỉ có tốn nhiều tiền chi phí mà có vợ chồng Caroline giúp lại có nhà ở khỏi phải trả tiền thuê, có xe đi học. Đó là cơ may hiếm quý của chúng tôi, chúng tôi sẽ cố gắng theo bạn Caroline.

- Chừng nào có chồng mới ra riêng nghe, Caroline nói.

Sáng hôm sau, ăn điểm tâm xong, Hiếu gọi điện thoại cho ông Khoa Trưởng hẹn nửa tiếng đến chào về nhiệm sở và có mời hai ông bà Philip và Jane đi chung cho vui. Hiếu nói với ông Khoa Trưởng, chúng tôi về Việt Nam nghỉ vài ngày, tôi có chương trình đi thanh tra luôn mười lăm nước có bố Philip và cô Jane cùng đi cho bố quên quá khứ đau buồn. Ông Khoa Trưởng khen Andre thật lòng thương yêu bố, tôi rất ngưỡng bộ Andre có nghĩa cử cao đẹp này. Bắt tay từ giả ông Khoa Trưởng, Andre xuống chào bà chánh văn phòng và các nhân viên, nói trưa nay tôi rời đây về nhiệm sở. Các bạn thỉnh thoảng đến nhà thăm Caroline giùm tôi, xin cám ơn trước.

Chào mọi người xong, Hiếu chạy một mạch đến supermarket Tàu, mua năm thùng mì ăn liền, năm ký lạp sưởn và năm ký thịt heo sấy khô cùng với một số nấm mèo, nấm rơm, nấm đông cô, củ hanh, tõi, tiêu, bột ngọt đủ các cái mang về nhà, cho hai vợ chồng anh chị sinh viên biết. Nếu ăn sáng với mì thì hai anh chị cứ lấy mì, lạp sưởn hay thịt sấy khô cứ chế biến năm phần cho ba má, vợ tôi và hai anh chị cứ ăn tự nhiên như người trong gia đình. Hết mấy thứ này, báo cho vợ tôi biết đưa tiền cho chị khi đi làm về ghé chợ Tàu mua tiếp, đừng ngại tốn tiền.

Ngày nghỉ, anh chị muốn nấu ăn gì hỏi coi ba má và vợ tôi có thích thì hai chị làm cho năm người ăn. Khi có chị hai tôi qua nấu bếp, chị khéo nấu ăn, chị chỉ phụ chị tôi làm thức ăn cho cả nhà. Lương của chị lãnh bao nhiêu một tháng, chị cho biết, Hiếu biếu thêm anh ba trăm một tháng. Tôi xin trả trước ba tháng để có tiền anh chị dễ mua sắm. Công việc chánh của anh là phải đi xem xung quanh hàng rào coi kẻ gian có muốn xâm nhập vào nhà, coi giúp bông hoa khi tưới tự động có chỗ nào bị hư hỏng không, thổi bụi quét lá sân vườn và lo vệ sinh trong nhà.

Xung quanh nhà tôi có đặt camera thu hình và báo động. Còn phòng ngủ của vợ chồng tôi, anh chị đừng đụng tới vì đụng tay vào là nó báo động lập tức cho sở cảnh sát. Tóm lại phòng ngủ của vợ chồng tôi cứ bỏ mặt đừng đụng tới kể cà phòng của bố Philip-Jane cũng vậy, cạnh phòng tôi. Ba phòng này cứ để tự nhiên, khi có người ở sẽ mở khoá tự động.

Chín người chuẩn bị về Việt Nam lo xếp hành trang. Ở lại chỉ có ba má và hai mẹ con Caroline, còn nhà dưới có thể hai vợ chồng bạn sinh viên ở. Vợ làm tại văn phòng Phân Khoa Y, chồng đang học năm chót lấy bằng BA tại Yale. Hiếu gọi điện thoại cho bà chánh văn phòng xin cho cô nhân viên nghỉ buổi sáng cùng với chồng lái hai xe đưa chín người ra phi trường.

Về tới phi trường Tân Sơn Nhứt vào buổi trưa có xe của Toà Tổng Lãnh Sự Áo ra đón lại có xe của Trai nữa, đưa hết về Toà Tổng Lãnh Sự, ông bà Tổng lãnh Sự có buổi tiếp tân chào mừng tiến sĩ Philip, giáo sư Jane và hai gia đình thân tộc của ông Tổng Lãnh Sự. Ông khui ba chai champagne chào mừng ba gia đình và ông giới thiệu khách quý và nhân viên xong mời mọi người nâng ly chúc mừng sức khoẻ chỉ diễn ra chưa tới một giờ. Ba gia đình cùng với Hiếu và Trai lái hai xe van về Cần Thơ. Ông bà Tổng Lãnh Sự Áo hẹn cuối tuần này về Sóc Trăng gặp hai gia đình.

Chị hai đã chuẩn bị bốn món ăn, trong đó có món thịt bò nướng ngói rất lạ đối với khách nước ngoài. Mọi người chào hỏi xong về phòng ngơi nghỉ, tại mỗi phòng đều có hai trái dừa chặt sẵn và hai ly uống nước dừa. Hiếu nhắc chị vú tối nay cho ba đứa con của Hiếu vào ngủ chung với bố, ba chị ngủ một phòng còn lại bảy phòng đủ chỗ riêng tư cho mỗi gia đình gia đình. Mọi người về phòng nghỉ ngơi thoải mái, Hiếu ngủ một giấc ngon hơn ba tiếng, thức dậy cũng chiều rồi, tắm rữa và thay quần áo xong. Tất cả mọi người khách đều đi vòng ra sau vườn, thấy nhiều cây trái sum suê nhứt là dừa có hàng trăm cây đầy trái, trông cũng vui mắt, hái trái cây thắp ăn thử và ra xem bốn ao cá. Một cái ao lớn đang đào chưa xong lại có làm cù lao ở giữa ao. Hai ao cá đen thấy cá lên ăn móng biết là có nhiều cá. Hai cô bạn em của Josephine đã quen câu cá ở nhà chị mình ở Sóc Trăng năm ngoái. Nay lại chỗ ngồi câu, có cần câu sẵn có nuôi trùn kế bên, lấy cái bai xúc xuống đất lật ra có nhiều trùn lúc nhúc, một cô dạn dĩ móc mồi vào bốn năm cần câu gần đó nói với ba mẹ câu thử. Vừa thả câu xuống có cá đớp mồi liền, giựt lên cùng lúc đến năm con cá của năm cần câu có nhiều cá lớn, mọi người quá vui, một cô chạy vào nhà lấy thùng ra đựng cá. Bố Philip và cô Jane cũng câu thử lại dính đến hai con cá rô phi to bằng bàn tay, hai ông bà quá vui, câu thêm được thêm ba bốn con cùng với mấy chục con của hai gia đình câu được. Hiếu ra mời vào nhà chuẩn bị ăn cơm và Hiếu đưa cá cho chị bếp phụ nhờ rữa sạch cũng đem nướng hết đãi khách cá vừa mới câu. Hiếu mang ra chai Martell XO nói với bố nuôi, chiều nay bố và cô câu được nhiều cá, thử ăn cá nướng ngon ngọt lắm, nhậu rất bắt, tối bố và cô có giấc ngủ ngon.

Hai món cá nướng vỉ và bò nướng ngói trước mặt mọi người, mùi thơm của cá của thịt thật thu hút. Bảy đứa con của Hiếu cũng được hai chị bếp cho ăn trước. Hiếu bảo bảy con đứng thành hàng ngang khoanh tay cúi đầu mọi người, cả nhà vỗ tay hoan nghênh. Hai cô bạn lại xoa đầu khen các cháu và phụ với hai chị vú cho bảy đứa ăn xong, mỗi đứa uống một ly nước dừa, xong rồi chạy ra sân chơi chỉ hai cháu gái theo dính sát ông bà nội. Cả nhà vào bàn ăn, Hiếu mời mỗi người ăn cá mà mình câu được. Mặc dầu nhỏ, nhiều xương mà cá ngon ngọt vô cùng hơn cá mình mua ở chợ mang về, mỗi người ăn được hai ba con và nhậu cũng rất bắt.

Mọi con mắt đổ dồn về bếp coi chị hai của Hiếu làm món bò nướng ngói, hai cô bạn thoăn thoắt lấy thức ăn thịt bò nướng ngói chín rồi mang lên bàn ăn với nước mắm me và rau dưa cũng của vườn rau nhà. Ai ăn cũng lạ miệng quá ngon. Ba chị vú và chị phụ bếp, chị hai đưa cho một dĩa to bảo ăn trước cho no, chút nữa còn lo dọn dẹp. Chị hai còn bảo múc canh chua bông sua đũa và thịt kho trứng mang vô bếp ăn trước kể cả bông điên điển xào với cá lóc thái mỏng cùng với thịt ba rọi ăn rất ngon miệng.

Mọi người cùng nhậu ngon, hấp dẫn, chị hai nướng xong hết thịt bò, lại bàn cùng ngồi gần chồng ăn ngon lành. Chị phụ bếp và và ba chị vú ăn xong lo múc canh chua, thịt kho trứng, bông điên điển xào và một tô cơm gạo ngon thơm đặc biệt của Sóc Trăng đem ra bàn ăn.

Mọi người có bữa ăn bình dân đều khen ngon chưa bao giờ có bữa ăn quá ngon như thế này. Đây là nhà hàng sáu sao của Caroline Hiếu qua tài sếp cút của chị hai Mai Hạnh. Bố Philip khen và nói:

- Tôi đã đi đến mấy chục thủ đô và hàng trăm thành phố, ăn biết bao nhà hàng sang trọng mà chưa có lần nào ăn ngon như lần này. Cả nhà vỗ tay cùng tán đồng ý kiến của ông Philip nhận xét. Món ăn bình dân rẻ tiền mà lại vô cùng ngon, chỉ có một người nấu. Hiếu đãi trà quạo, bánh pía, mè láu Sóc Trăng cũng là món tráng miệng uống nước trà rất hấp dẫn.

Bố Philip nói, bây giờ bố hết muốn tự tử mà muốn sống dai ở gần con Hiếu và bà vợ yêu quý. Bố thích về Việt Nam ăn món ăn bình dân mà không ở đâu có các món ăn ngon tuyệt vời như ở nhà Hiếu Caroline.

Ngày mai thứ tư, con tổ chức đãi bố, cô, chú bác một bữa ăn tại nhà hàng nổi, con mời các vị chánh quyền lớn nhứt của tỉnh này cùng ông bà Khoa Trưởng và nhiều giáo sư cùng phu nhân của trường Y Cần Thơ. Con còn giới thiệu với bố và cô chú bác, một phụ nữ Việt Nam lớn tuổi mà nói tiếng Pháp nghe như chim hót, và giúp con làm MC chỉ sử dụng tiếng Pháp làm bố nhớ tiếng Pháp cho bữa tiệc đãi bố cô chú bác cho thêm vui hào hứng.

Sáng thứ năm, con đưa gia đình bố, hai cô chú đi xuống Cà Mau ăn cá nướng trui và ngủ một đêm thứ năm, thứ sáu trở về Bạc Liêu, chiều về Sóc Trăng trước năm giờ đón hai bác từ Sài Gòn xuống chơi.

Hiếu còn đề nghị, anh chị Trai có thể tổ chức một bữa ăn tại quán cô em, có thêm ông bà Bí Thư, Chủ tịch Tỉnh, ông bà Giám đốc Sở Y Tế và Giám Đốc Bịnh Viện đến dự cho vui. Như vậy anh chị Trai có thể ở lại Sóc Trăng tôi chở hết chín người đi chơi xa một chút, tận Cà Mau vì gia đình chú bác không có nhiều thì giờ ở Việt Nam phải trở về Áo trong một tuần, nên tôi tranh thủ đưa cả hai gia đình đi du ngoạn xa. Còn bố Philip và cô Jane còn nhiều thì giờ sẽ theo tôi đến mười lăm nước có Đoàn Nghiên Cứu mình làm việc. Trai nói, em Hiếu tính như vậy rất tốt, sáng thứ hai bố mẹ anh chị về Sài gòn, anh chị về Cần Thơ và hôm sau thứ ba anh sẽ bay về nhiệm sở. Hiếu nói:

- Em cùng bố và cô Jane sẽ bay đến Indonesia trưa thứ ba. Chiều thứ sáu ăn xong em sẽ lái xe về luôn Cần Thơ, Hiếu nói với bác sĩ Trai.

Đến Cà Mau gần đúng mười hai giờ trưa, Hiếu lấy năm phòng cho chín người cũng tại khách sạn cũ đã có thuê trước đây. Lên phòng cất đồ đạc xong, Hiếu mời mọi người cuốc bộ đến nhà hàng chuyên bán món tôm hùm và cua thật to như là hai món ngon đặc sản của nhà hàng. Khi ở phòng ngủ, Hiếu đã đặt trước hai món đó thôi, Hiếu mang theo chai Martell XO cho bốn ông nhậu với tôm hùm và cua mới đúng là người sành điệu ăn uống. Mỗi người ăn một con tôm hùm nướng có trét bơ và có sauce để cạnh bên, một con cua to tổ chảng hấp muối ăn với muối tiêu chanh. Chỉ có hai món mà mọi người cố sức ăn mới hết. Càng cua có nhân viên phục vụ, đứng tại bàn ăn lấy ra cho thực khách khỏi phải lấm tay, ăn quá ngon. Bố Philip nói, không hiểu tại sao con của bố gọi món ăn nào bố cũng thích, em Jane có thấy vậy không?.

- Đúng, anh sẽ mê con anh cho ná thở luôn, kỳ này về Mỹ chắc anh lên cả chục pounds và em cũng vậy, mọi người cùng cười vui.

Ăn xong cả chín người lửng thửng trở về phòng và nghỉ ngơi cho đến gần năm giờ lo đi tắm thay quần áo khác. Hiếu đã hẹn trước đúng năm giờ rưỡi, mọi người có mặt tại phòng tiếp tân và lên xe trực chỉ đến các quán ăn lộ thiên ở vùng ven biên nội thành Cà Mau, cạnh các thửa ruộng lúa đang trổ đòng đòng, cảnh trí thêm hấp dẫn cho bữa ăn chiều của cảnh đồng quê.

Hiếu đã có ọt đơ trước, nên vừa đến vào bàn ngồi là có nhân viên chạy lo phục vụ mang nước uống đến và đem lò nướng ra, mọi thứ gia vị, phụ tùng ăn kèm cá nướng đều bưng ra nhanh. Trên bàn lại có bình hoa tươi rất đẹp. Hiếu nói cho vui, bó hoa tươi thắm này, con kính tặng cô Jane, bác gái, thím và hai mỹ nhân của Thủ đô Vienne. Còn bố, bác và chú con xin tặng chai rượu Martell XO con mang từ Thủ Đô Djakarta, Indonesia về. Kính mời bố, bác và chú, giới liền ông xin nhậu cạn ly đầy và đầy ly cạn, uống cho đã, bố, bác, chú có lăn quay sẽ ôm bà xã đưa hồn về bến mơ. Hiếu hỏi bố Philip con nói như vậy có đúng không, còn con say xỉn sẽ ôm gối ngủ, hồn cũng bay về thăm vợ con ở Connecticut.

Cô Jane chặn lại còn hai mỹ nhân của Thủ đô Vienne thì sao? Hiếu đáp nhanh, hai cô cũng ôm nhau ngủ say với nhiều mộng mơ. Cơ Jane cắc cớ hỏi vặn tiếp, như vậy hai cô gái đẹp ôm nhau là pê đê phải không:

- Không cần suy nghĩ, do dự, Hiếu trả lời liền, hai cô bạn của con không phải pê đê mà nay có dịp bằng vàng ôm nhau ngủ tỏ tình thân ái gia đình lên đỉnh cao vút, có phải vậy không? Hai cô cười vui và gật đầu.

Bố Philip của Hiếu, nâng ly rượu lên mời hai bạn và con trai của bố sao lý luận khỏi chê, em Jane có thấy không?

- Cô Jane nói, con trai của anh dám chấp cả chục người lý sự, mọi vấn đề cũng chấp luôn và Andre sẽ thắng. Em chứng minh cho anh và các bạn thấy, cái gì Andre cũng giỏi mà nhiều người không tài nào theo kịp Andre. Cái nhỏ nhứt như cuống bánh tráng, một mình Andre có thể cuống một lúc cho chín người ăn mà vẫn còn kịp, chút nữa quý vị sẽ thấy. Hai cô bạn của Hiếu, vỗ tay nói, cô Jane nhận xét quá đúng, chúng con cũng theo gương Caroline, vợ của anh Andre tôn anh làm sự phụ. Hai cô chấp tay đứng lên hướng về Hiếu cúi đầu chào sư phụ. Mọi người vỗ tay cười vui.

Hiếu cho biết hôm nay ăn có cá trê nướng, cá lóc nướng, mỗi thứ năm con là món nhậu mà phụ nữ ăn lại càng thích nữa. Ăn cơm có cá rô kho tộ, cá bông lau nấu canh chua bông súng và bông điên điển, năm con cá he nghệ chiên vàng. Một thực đơn quá phong phú. Cái mùi cá trê nướng thơm quá chừng, Hiếu giúp bố và cô cuống bánh tráng thoăn thoắt và nhờ hai người phục vụ cuống tiếp cho sáu người. Mọi người ăn cuống đầu tiên chấm với nướng mắm me khen sao ngon một cách lạ lùng. Hai người nhân viên, giúp cuống luôn cho mỗi người thêm hai cuống cho hết năm con cá trê, rồi đi vào trong, cá lóc chưa nướng. Mọi người từ từ ăn chậm rãi cho hết cá trê rồi mới đến nướng cá lóc cũng mỗi người ít nhứt ba cuống có thể đến bốn cuống nữa, cá lóc còn đầu ruột đều ăn rất ngon nên phải ăn chầm chậm mới hết.

Bố hỏi Hiếu, tất cả món ăn và tiền típ của bàn tiệc chiều nay quy ra đô la Mỹ là bao nhiêu? Hiếu thưa chưa tới sáu chục đô, con cho típ ở ngoài thêm mười đô la nữa. Bố và cô Jane nói với mọi người, vợ chồng tôi ăn nhà hàng ngon kiểu này, tôi đoán với số tài sản của hai chúng tôi, ăn uống thả cửa, ít nhứt cũng phải chi tiêu cả trăm năm trở lên mới có thể tiêu xài hết số tiền chúng tôi có.

Ở Việt Nam giá các món ăn chỉ bằng một phần mười hay hơn ở các nước khác như Pháp, Hoa Kỳ... Hiếu nói mình còn ba món ăn nữa làm sao mà ăn hết, con đề nghị ngoài món cá nướng và thêm món canh chua cũng ngon tuyệt vời là món nước togo cũng hơi khó. Còn lại hai món, con nhờ nhà hàng cho vào hộp hai chị mang về nhà mình ăn tiếp vì hai món này để lâu hai ba ngày dù không để trong tủ lạnh cũng sẽ không hư.

Đến món cuống cá lóc nướng, Hiếu cuống giúp cho mọi người, kéo dài thời gian ăn từ từ. Hiếu lấy năm đầu cá lóc ăn truớc, hai người một đầu, riêng đầu của Hiếu. chỉ lấy một cái má đưa lại cô Jane, còn bố ăn trọn một cái đầu cá còn nóng. Bố nói lớn thằng con trai tôi hại bố rồi, ăn cái đầu ngon quá cỡ, tối nay bố làm sao ngủ được chắc cứ ôm cô Jane hoài cho cô nghẹt thở, cả bàn vỗ tay cười làm cô Jane cũng mắc cỡ trong vui thích. Hiếu nói, chưa hết đâu, bố ăn tới ruột cá nó ngon kích thích tàn bạo nữa, để con lấy hết năm cái ruột cho lên bếp than nướng thêm một chút thật nóng, bố ăn hết cái ruột thì tối cô

Jane sẽ khen bố. Ở Việt Nam có câu nói bình dân mà sâu xa ý nghĩa "ông ăn bà khen" hay các ông uống rượu còn nói ông uống bà khen, cả bàn lại vui cười, tối cô Jane tha hồ khen bác Philíp, cô bạn hỏi Hiếu có phải ý nghĩa như vậy?

- Thưa đúng vậy, đúng trăm phần trăm. Cả bàn cùng cười vui. Bốn cuống bánh tráng cá lóc nướng rồi cũng ăn hết, quá no. Bố và cô chú bác ngồi chơi nói chuyện đời cho vui, mình ăn thêm món canh chua với bông súng và bông điên điển với cá ba sa nguyên một con lớn cở mười pounds bụng đầy mỡ mà không ăn cơm. Con có nói với nhân viên món cá kho tộ và và năm con cá he chiên để nguyên và nước mắm me để riêng. Hai chị nhớ mang về nhà mình ăn tiếp. Tôi gọi nhân viên mang bếp ga ra, cho nồi canh chua lên, khi nước thật sôi, cá đã chín rồi mới cho bông súng vào trước, vài phút cho bông điên điển kể cả tóp mỡ vào nồi canh, bớt lửa xuống.

Nhân viên múc ra tô nhỏ mỗi người một giá nước canh chua cùng với bông súng, bông điên điển có rải lên trên rau thơm như ngò om, ngò gai, húng quế, rau tần và một ít ớt trái chín đỏ, ai ăn cay cho thêm ớt. Con cá ba sa tổ chảng, người phục vụ rẻ cá ra làm đôi cho vào hai dĩa to có nước mắm ớt, xương cá cho lại vào nồi canh chua lấy thêm nước ngọt. Cái đầu cá ba sa, Hiếu nói bố lớn tuổi nhứt, kính lão đắc thọ, con kính biếu bố, nó cũng là thức ăn ông ăn bà khen và ăn phải còn nóng nếu để nguội ăn có thể tanh mùi cá. Nồi nước canh chua luôn ầm ỉ nóng, mọi người chỉ ăn không và húp nước cũng thấy đã cái miệng rồi. Ban đầu tưởng đâu ăn nồi canh chua tổ chảng không hết, bây giờ cũng hết sạch vì không ai ăn cơm thêm nên ăn mới hết.

Xong bữa ăn, Hiếu nói tráng miệng không đâu có loại giống thơm này, con sẽ đặt mua trồng trong nhà vườn con. Nhân viên bưng lên hai dĩa to đựng thơm chín rục mà Hiếu nói, đây là loại thơm đực, trái nhỏ mà nó vô cùng ngọt, ăn không rác lưỡi. Hiếu còn dí dõm: Bố và chú bác thấy giống đực ngon hơn giống cái?. Trái thơm ngon này gọi là thơm đực, trái nhỏ "xấu giai" và trái to tốt mã, có nhiều nước tức là thơm cái, to gần gắp rưỡi thơm đực, nước nhiều ăn không ngon bằng thơm đực. Nếu dùng tam đoạn luận, suy rộng ra giống đực quý hơn và ngon hơn giống cái như bố và chú bác, phái nam nói chung ta. Nghe cô Jane suỵt, nói liền:

- Giống đực chưa chắc ngon hơn giống cái nghe. Thế giới này có linh hồn, tươi đẹp, nên thơ là nhờ có giống cái đó quý vị đàn ông. Quý vị nam giới chém giết nhau cũng tranh cho bằng được người đẹp đáng giá ngàn vàng, Cô Jane vừa nói vừa liếc ông Philip, ông gục gặc đầu như đồng ý với cô Jane. Hiếu nói con nghe cô nói vui và hay quá. Mọi người cùng cười vui. Cô Jane còn bồi tiếp:

- Như anh Philip vì yêu Jane, nên thần chết phải chào thua và chạy xa anh vì Jane có sức hút hơn thần chết, có phải vậy không Andre?

- Dạ thưa phải, cô Jane nói rất chí lý đó bố ạ!.

Cả bàn ăn món trái cây tráng miệng và nói trái cây gì mà ngọt ngon quá trời. Hiếu nói, con có nài nỉ bà chủ quán bán lại cho Hiếu mười trái thơm giống ngon ngọt này để Hiếu đãi khách quý khách đang ở Cần Thơ. Thật tình,

Hiếu muốn lấy giống loại khóm này đem trồng trong nhà vườn của mình. Mọi người, nhứt là bác chủ nhà hàng lớn của Vienne nói với mọi người:

- Các món ăn bình dân không cần chế biến rườm rà chỉ có nướng, không ướp gì hết, rất đơn giản mà ăn lại vô cùng ngon. Bác khen Hiếu có tâm hồn ăn uống từ Cần Thơ mà chạy xe xa xuống tận Cà Mau chỉ đãi ăn tôm hùm, cua và cá nướng rồi lái xe về. Đáng nể Andre thật, cả bàn vỗ tay tán thành lời nói của ông chủ nhà hàng ở Thủ đô Vienne.

Hiếu nói, ngày mai bảy giờ mình rời đây về tới Bạc Liêu ăn sáng món bánh canh cua tôm cũng rất lạ miệng. Bố, chú bác, cô thím biết thêm một tỉnh nông nghiệp giàu có của miền Tây có nhà hàng khách sạn có tên là Công Tử Bạc Liêu. Một chàng công tử con nhà giàu trác táng nổi danh chơi ngông phá của có một không hai trên đất nước Việt từ xưa tới nay. Bạc Liêu còn có một cung văn hoá nghệ thuật và công viên Cao Văn Lầu, một vị Thánh Tổ của Vọng Cổ - một điệu dân ca trữ tình đặc biệt của Nam Bộ - Dạ cổ Hoài Lang. Con sẽ chạy luôn về Sóc Trăng, quê của con và bác sĩ Trai, chồng chị Josephine, con đãi bố, cô chú bác một món ăn độc đáo và có thêm tôm càng nướng dằn bụng, chiều chúng ta ăn nhà hàng có nhiều quan khách chóp bu của tỉnh Sóc Trăng và ông bà Tổng Lãnh Sự Áo từ Sài Gòn xuống.

Món ăn đặc biệt này hai chị năm trước có ăn rồi, năm nay ăn lại, tôi nghĩ sẽ ngon hơn vì hết sợ con sâu trong cây mà chiên ăn mới ghê, hai bạn gái gật đầu. Đó là món đuông chà là ở Bãi Xàu Sóc Trăng mới có nhiều quán ăn bán món đặc sản này. Chút nữa, bố, cô Jane, chú bác sẽ chứng kiến người bán chẽ một tàu lá chà là bắt đuông ra là một loại côn trùng ký sinh trong thân tàu lá. Vì vậy, nó rất tinh khiết, ăn rất bổ vì đuông hút chất bổ của cành lá buông. Ai chưa từng ăn có thể sợ nhưng đuông chà là món ăn cực kỳ bổ, bố, chú bác ăn chừng ba con trở lên chắc chắn tối được khen.

- Thử nghe bố, Hiếu nói, bố ăn năm sáu con, cô Jane sẽ khen gấp đôi, ông Philip nhìn vợ thấy mặt cô ta ửng hồng lên trông đẹp làm sao!.

Hiếu nói, ăn xong chiều nay, tối bố con mình, cô Jane về luôn Cần Thơ. Con xin phép gởi gia đình chú bác từ Áo sang ở nhà vợ chồng Josephine, sáng thứ hai về Cần Thơ ở chơi vài ngày, Josephine gọi bố cho xe xuống đón hai gia đình lên Sài Gòn cũng ở chơi thêm vài ngày rồi về Áo.

Con và bố cùng cô Jane sẽ chu du thêm mười lăm nước nữa, Bố và cô Jane có dịp sẽ ăn những món ăn đặc biệt của mỗi nước. Hiếu còn nói:

- Đầu tháng tới con sẽ gởi biếu gia đình bác và chú ở Áo mỗi gia đình mười hai con tôm hùm lớn, bốn năm ký một con. Hai chị viết cho địa chỉ, sáng mai đưa cho tôi bỏ vào bóp. Khi tôi tới Indonesia sẽ nhờ công ty gởi về Áo và về Mỹ.

Trong bữa cơm chiều tại nhà hàng ở Đại Ngãi do bác sĩ Trai và Josephine đãi có ba má Josephine từ Sài Gòn xuống, ông bà Bí Thư, hai ông bà Đầu Tỉnh, cùng các ông Phó và phu nhân có thêm ông bà Giám Đốc Sở Y Tế, ông bà bác sĩ Giám Đốc bịnh viện lớn Sóc Trăng và rất nhiều đồng nghiệp của bác sĩ Trai dù ở các huyện xa, Trai cũng mời về dự.

Bác sĩ Hiếu làm Mc mời vợ chồng bác sĩ Trai, hai người bồng hai con lên bục chào mừng quan khách và đặc biệt giới thiệu hai tác phẩm vĩ đại của đôi uyên ương Trai-Josephine. Kế tiếp Mc giới thiệu thành phần tham dự, tại địa phương có tất cả quý vị lãnh đạo cao cấp nhất của tỉnh Sóc Trăng. Từ Sài Gòn xuống có ông bà thân phụ mẫu của tiến sĩ Josephine, chồng là bác sĩ Trai. Cả hai vợ chồng đang phục vụ trong một chương trình nghiên cứu bịnh xương trong ba năm của viện đại học Yale, Mỹ.

Đặc biệt nhứt chúng tôi muốn giới thiệu quý khách từ Áo và từ Mỹ sang. Từ Áo có ông bà chủ nhà hàng lớn nổi tiếng của Thủ Đô Áo xin mời hai bác và ái nữ của hai bác đứng lên, xin đứng tại chỗ. Kế tiếp chúng tôi xin phép giới thiệu ông bà chủ tiệm may nổi tiếng nhứt cuả thủ đô Vienne và ái nữ, xin mời đứng lên. Bộ quần áo đẹp của tôi và của bác sĩ Trai đang mặc là do nhà may thời danh này may tặng cho hai chàng rể Áo mỗi người đến bốn bộ. Xin quý vị cho một tràng pháo tay chào đón hai gia đình từ Áo sang, xin chú bác an toạ.

Một đôi uyên ương mà tôi vô cùng kính yêu vốn là một tỷ phú Mỹ với sáu bằng tiến sĩ, biết hàng chục ngoại ngữ, nay sa cơ về hưu, ông quý mến tôi, ông còn một tài sản cuối cùng cũng sắp bị tịch thu, một dinh thự sang trọng như cung điện của vua chúa ở Âu Châu trị giá mấy chục triệu USD. Ông tặng cho tôi chỉ lấy một trăm ngàn trả cho luật sư bạn và ông sẽ tự tử để đi về suối vàng với hai bàn tay không - thượng lộ huyền tuyền lưỡng thủ không.

- Thưa quý vị, tôi mất cha từ hai ba tuổi, tôi kính thương, tội nghiệp ông quá, tôi tự nguyện xin ông nhận tôi làm con nuôi, tôi sẽ lo hết hậu sự cho ông. Tôi đưa ông Philip từ Connecticut về Massachusetts đến ở nhà con ông là tôi, ở một thời gian rồi tự tử chết cũng không muộn.

Tôi có dịp đưa bố tôi đến nhà bạn là rể của bác ba Phi, kỷ sư Canh nông gần phi trường Sóc Trăng. Tình cờ bố tôi gặp lại bạn học cũ cùng trường, dưới bố tôi ba lớp. Nay, bà là giáo sư tiến sĩ đang là Khoa Trưởng một phân khoa của viện đại học Harvard rất nổi tiếng trên thế giới. Thời sinh viên bà cũng là một hoa khôi của một phân khoa của Harvard, bà yêu mê mệt bố tôi mà bố tôi lại ngoảnh mặt làm ngơ chạy theo một hình bóng giai nhân sinh viên khác. Khi cả hai đã đổ bằng tiến sĩ và đều là con của đại gia tiến hành tổ chức lễ cưới sống tình chồng vợ suốt hai mươi năm, có bốn mặt con. Khi ông Philip bị thất bại khánh tận hai chục tỷ đô la tài sản không cánh mà bay, bà vợ nói bà quá nhục nhã nên xin ly dị.

Bố tôi với nhiều nỗi buồn dồn dập bủa vây ông tự tử ba lần, may được cứu sống và ông định tự tử lần thứ tư chắc chắn chết nên ông cho tôi tài sản cuối cùng. Thật quá bất ngờ, ông Philip gặp người bạn gái năm xưa mà ông ngoảnh mặt làm ngơ làm bà đau khổ vì chỉ yêu một chiều. Nay bà đã ly dị chồng cách đây hơn năm năm và không con, với tiền lương trên ba trăm ngàn tháng, bà sống thoải mái ung dung trong giàu sang. Bà vẫn còn yêu ông nay ông đã thân tàn tiều tuỵ. Bà thật can đảm tình nguyện nuôi bố tôi trọn đời vì hồi xưa bà thua người đẹp khác. Nay bà độc quyền yêu ông. Và một đám cưới chớp nhoáng liền sau đó, cách mấy tiếng cũng tại nhà con bác Phi.

Bây giờ tôi mời bố và cô Jane đến ở nhà tôi ở gần trường Yale, Connecticut cũng là nhà của bố. Bố ở đây cho đến ngày về thế giới khác. Tôi dự định mua đất xây cho đôi uyên ương này môt ngôi mồ đôi, thay vì ông chết và thiêu, tro cốt thả xuống biển. Nay tôi xây mộ to lớn để cho bố tôi và cô Jane thấy nhà mồ của mình khi rời bỏ thế gian này, cô Jane dành xây mộ là tiền của cô. Nay con mời bố và cô Jane theo con về Việt Nam chu du đến mười lăm nước ở Á Châu mà đoàn nghiên cứu cuả Yale đang hoạt động.

Quý vị đã nghe một chút Histoire d'un amour của bố tôi, xin ông Tổng Lãnh Sự, ông Tổng Bí Thư và quan khách cùng nâng ly, chúng ta chúc nhau trong bằng an hạnh phúc.

Bây giờ tôi mời bố tôi và phu nhân đứng lên chào mừng tất cả quý vị.

Tôi xin phép lược dịch lại ý nghĩa tôi vừa trình bày và sau đó, tôi xin phép ông Bí Thư và quý vị quan khách tiếp tục phát biều ý kiến. Để cho ngon trớn vì bố tôi đang đứng để ông nói trước bằng tiếng Pháp và cả phu nhân cũng nói vài lời. Kế tiếp, kính mời ông Tổng Lãnh Sự và ông Bí Thư phát biều ý kiến. Con xin phép thay đổi protocol. Xin mời bố Philip nói cảm nghĩ đối với qúy vị hiện diện chào đón bố và cô Jane cũng nói vài lời sau bố.

Bây giờ bố và cô Jane như chim liền cánh cây liền cành luôn kề cận nhau từ đây cho đến hết cuộc đời này. Con xin mời bố nói tiếng Pháp mọi người có thể hiểu hết không cần chuyển ngữ.

Ông Philip nói Hiếu đưa cho bố ly rượu Martell bố uống thêm hứng vì tôi nói tiếng Pháp nên cần có rượu tây đưa cay. Cả bốn bàn tiệc vỗ tay tán thưởng lời mở đầu dí dõm của ông. Ông xoay qua bà Jane hôn nhẹ vào má. Ông nói:

- Cô Jane là nàng tiên mắc đoạ gặp tôi muốn tôi sống với cô, cô nói, cô còn yêu tôi say đắm như còn là thời sinh viên và còn nói ngày nay tôi như cái xác không hồn chỉ muốn chết. Cô bảo tôi phải sống, cô tự nguyện nuôi tôi suốt đời, tiền lương cao và về hưu cũng cao vì cô dạy học trên ba mươi năm. Cô có nhà cao cửa rộng, tài sản cũng hơn chục triệu USD, cả hai vợ chồng già một ngày ăn cả trăm bữa cả mấy trăm năm cũng không thiếu tiền. Còn chuyện hậu sự, con trai tôi là bác sĩ Andre bao hết cũng như chăm sóc sức khoẻ của hai chúng tôi và còn bao ăn ở nhà của vợ chồng Andre. Và quan trọng là con tôi xây mộ phần cho tôi và cô Jane vì cô Jane gốc di dân từ Ba Lan, nay không con, không có thân bằng quyến thuộc nên cuộc đời của Jane cũng phó thác cho con trai tôi hết.

Tôi thực sự thức tĩnh, có hai người hết lòng yêu thương không muốn tôi chết là Jane và Andre. Bây giờ tôi ham sống không muốn chết, đám cưới của chúng tôi sau đó vài tiếng có bốn năm bàn bạn bè tham dự chứng kiến một đám cưới có một không hai trên vũ trụ này. Nếu quý vị thấy đúng xin cho một tràng pháo tay. Ông Philip đưa ly rượu lên mời mọi người cùng chúc mừng sức khoẻ cho nhau.

Ông Philip nói tiếp:

- Hôm qua, con trai tôi có tranh thủ thời gian đưa chúng tôi và gia đình bạn gốc Áo đi đến Cà Mau ăn một bữa cá nướng ngon tuyệt vời mà trong đời tôi chưa bao giờ có bữa ăn quá ngon miệng mà lại vô cùng rẻ. Ngoài hai món cá trê và cá lóc nướng, còn có ba bốn món ăn như canh chua bông điên điển, cá rô kho tộ, cá he nghệ chiên tươi, ăn không hết, chúng tôi còn to go mang về nhà ăn tiếp. Tôi tính bữa ăn ngon như thế cũng phải trả từ năm trăm đô trở lên, con trai tôi, Andre nói:

- Chưa tới sáu chục đô la. Tôi mới nghiệm ra rằng với số tài sản của vợ tôi, hai vợ chồng già về Việt Nam sống, Jane nuôi tôi, cả hai chúng tôi về Việt Nam sống tiêu xài thoải mái có lẽ phải đến một ngàn năm.

Con trai tôi có bàn với tôi là đứng ra tổ chức một hội từ thiện bất vụ lợi cung cấp tay chân giả và giúp các phương tiện như xe lăn cho các người thiếu may mắn trên thế giới mà Việt Nam sẽ có thể có văn phòng trung ương nếu có điều kiện thuận lợi. Bây giờ tôi yêu đời muốn sống gần vợ tôi, Jane và con trai Andre dài lâu và đặt hết tình cảm vào công tác giúp đời cứu giúp người đáng thương.

Chúng tôi có một nhóm ở chung nhà bốn người đều có ít nhứt một bằng tiến sĩ, chúng tôi sẽ thành lập một tổ chức thiện nguyện bao gồm những tình nguyện viên có nguồn gốc Việt Nam, Mỹ, Áo và Balan có thể đi khắp nơi trên thế giới thuyết giảng các đề tài xã hội, y tế, khoa học, thương mãi... nhằm gây quỹ giúp tổ chức thiện nguyện của chúng tôi. Cá nhân tôi sẽ vận động đóng góp tạo quỹ ban đầu tối thiểu cũng trên 20 triệu USD và ba thành viên Jane, Andre và Caroline cũng dùng tiền túi ít nhứt một người một triệu USD để làm gương tạo hạt giống.

Các đại công ty thấy chúng tôi công khai làm việc minh bạch nhất là bốn thành viên đầu tàu hoàn toàn thiện nguyện không lương, các đại công ty sẽ ủng hộ.

Đầu tiên chúng tôi đặt bốn văn phòng tại bốn quốc gia là nơi sanh trưởng ra chúng tôi là Việt Nam, Mỹ, Áo và Balan, giúp các nước này trước vừa thực hiện công tác từ thiện và cũng vừa tạo điều kiện cho nhóm học hỏi rút kinh nghiệm để mọi đóng góp đi đúng hướng. Chúng tôi có thể phục vụ cứu giúp tha nhân có hạnh phúc là chúng tôi sẽ có hạnh phúc.

Con trai tôi có đề cập có thể chọn Việt Nam đặt văn phòng chánh vì ít tốn kém hơn nhiều quốc gia khác và chọn người đứng đầu văn phòng phải có kinh nghiệm làm việc, có khả năng ngoại ngữ, Anh và Pháp là hai ngôn ngữ chính sử dụng trong tổ chức. Hơn nữa một cựu viên chức cấp cao của chánh quyền ở Việt Nam, nay về hưu nếu cộng tác với chúng tôi lại vô cùng thuận lợi giúp công việc của văn phòng sẽ trơn tru tránh trở ngại. Phụ cấp cho chức vụ này tại Việt Nam không cao như các hội thiện nguyện khác trên thế giới, có thể từ mười đến hai mươi ngàn đô một tháng chúng ta có thể có người lãnh đạo văn phòng trung ương có đủ khả năng sẽ làm việc thật xuất sắc. Ông Philip nói tiếp:

- Tới đây, tôi nói cũng khá nhiều mà vẫn còn nhiều điều tôi muốn nói, đợi dịp khác, tôi và bà xã sẽ còn về Việt Nam dài dài vì có gia đình con trai tôi lo cho chúng tôi mọi thứ, tha hồ mà tôi trút bầu tâm sự. Tôi xin phép chấm dứt, xin cám ơn quý vị lắng nghe và đặc biệt cám ơn ông bà bác sĩ Trai và Josephine, cả bốn bàn tiệc vỗ tay hoan hỉ.

Ông Bí Thư, ông Tổng Lãnh Sự Áo, nhiều vị quan khách phát biểu ngắn đều hoan nghênh kế hoạch của bộ tứ muốn tiến hành công tác từ thiện giúp lắp đặt tay chân giả miễn phí cho các người dân thường nghèo khổ tật nguyền, muốn đặt văn phòng trung ương của tổ chức tại Việt Nam.

Hiếu có gởi công điện thông báo cho các toán và Bộ Y Tế của mười lăm nước, sẽ có phái đoàn của Yale và một tiến sĩ của Harvard đến các nước quan sát và lượng giá cùng ước tính về sự giúp đỡ tay chân giả và giúp xe lăn cho dân nghèo hoàn toàn miễn phí. Chỉ một công điện vắn tắt như vậy, các Bộ Y Tế của mười lăm nước đã hết lòng quan tâm tiếp đón.

Hiếu đến Indonesia trước vào chiều thứ ba tuần tới, ông anh kết nghĩa của Hiếu, Bộ Trưởng Y Tế, đã chuẩn bị hai phòng ngủ sang trọng cho ba người, tối thứ ba có buổi dạ tiệc có mời cả Thủ Tướng chánh phủ và phu nhân cùng một số Bộ Trưởng tham dự nghe trưởng đoàn nghiên cứu Yale trình bày công tác lắp ráp tay chân giả, còn có một tiến sĩ của Harvard và một nhà tỷ phú Mỹ về hưu có sáu bằng tiến sĩ sẽ trình bày về một hội thiện nguyện chuyên lắp ráp và giúp xe lăn cho những người dân nghèo, hoàn toàn miễn phí.

Buổi dạ tiệc, ông Thủ Tướng hết lời ca ngợi tiến sĩ Andre đã xả thân không sợ hiểm nguy giải cứu ông Bộ Trưởng Y Tế đang bị một tên cướp chém một nhát mã tấu vào bả vai uy hiếp bắt dẫn đi. Cả dân tộc Indonesia đều ngưỡng mộ tiến sĩ Andre và ông hiện là một công dân danh dự của Indonesia. Tôi tin tiến sĩ Andre sẽ giúp Indonesia có một trung tâm nghiên cứu giúp người nghèo có tay chân giả. Bộ Y Tế và chánh phủ Indonesia sẽ hết lòng hợp tác và trợ giúp văn phòng này về nhân sự và phương tiện. Tiến sĩ Andre cám ơn và giới thiệu giáo sư tiến sĩ Jane, đang là Khoa Trưởng Phân Khoa Xã Hội của viện Đại học Harvard nói về bộ tứ sẽ thành lập một tổ chức thiện nguyện bất vụ lợi do tiền của bốn thành viên đóng góp buổi ban đầu và bà giới thiệu nhà tỷ phú về hưu.

Tiến sĩ Philip bật nói tiếng Indonesia thông dụng làm cho Thủ Tướng và mọi quan khách Indonesia quá bất ngờ, một anh mắt xanh mũi lỏ mà nói tiếng Indonesia như người Indonesia. Ông trình bày thật khúc chiết công tác của bộ tứ sẽ và đang tiến hành khi có đủ trên hai mươi triệu USD sẽ xin phép chánh thức làm việc. Ông Thủ Tướng nghe trình bày của tiến sĩ Philip quá hấp dẫn, ông nói chánh phủ Indonesia sẽ đóng góp sơ khởi giúp tổ chức một triệu USD. Ông Bộ Trưởng Y Tế là thành viên trong Hội Đồng Quản Tri đại công ty xuất cảng tôm hùm của Indonesia cũng xin đóng góp vào quỹ ban đầu của tổ chức một triệu USD. Tất cả mọi người vỗ tay hoan nghênh. Ông Bộ Trưởng Y tế, còn nói, ông Thủ Tướng của chúng tôi đã mở lời giúp đỡ tổ chức thiện nguyện của quý vị, Bộ Y Tế sẽ dành một phòng ốc để tổ chức của quý vị làm việc tại Indonesia. Chúng tôi sẽ cung cấp nhân sự cũng như xe cộ để có phương tiện làm việc. Ông Thủ Tướng vỗ tay tán thành. Tiến sĩ Philíp nói, như vậy tổ chức chúng tôi sẽ có hai trung tâm trong công tác này tại Á Châu, Việt Nam và Indonesia. Mọi người vỗ tay hoan nghênh.

Hiếu lên nói tiếp, với tính cách là một bác sĩ, thưa ông Thủ Tướng và quý vị, không phải chúng ta có nhiều mẫu tay chân giả rồi thoải mái lắp ráp cho các nạn nhân nhanh được. Công tác lắp ráp tay chân giả còn đòi hỏi phải đo cho đúng kích cỡ của mẫu với chỗ lắp ráp. Vì vậy, còn phải giải phẩu cắt, gọt chỗ giải phẩu cho đúng với mẫu nên còn tốn thêm tiền về giải phẩu và thời gian chờ đợi cho vết giải phẩu lành... Còn nhiều nhiêu khê mới hoàn thành cuộc lắp ráp tay chân giả mà người ta mới sử dụng tốt được. Nhiều khi thời gian chờ đợi lâu vì mình còn phải đặt hàng cho nhà sản xuất cung cấp cũng như tốn kém ngoài mua hàng mẫu dù với giá rẻ mà vẫn tốn kém nhiều.

Ông Thủ Tướng và quan khách ồ lên một tiếng khá bất ngờ mà mọi người thường không nghĩ tới. Cứ tưởng có tay chân giả là lắp ráp thoải mái vì lắp ráp cho nạn nhân còn phải sử dụng được, không phải lắp ráp chân tay giả có tính biểu diễn mà lắp ráp chân tay giả có tính hữu dụng gần như chân tay thật mới là điều đáng quan tâm.

Tối, Hiếu về phòng nghỉ một mình, có hai vợ chồng ông Bộ Trưởng Y Tế đến thăm và có tặng một hộp quà cho Caroline vì biết vợ Andre mới sanh thêm một cháu gái hiện đang ở Mỹ. Hiếu cám ơn và đưa một số địa chỉ ở Áo có Đức Cha Chánh Xứ nhà thờ Chánh Toà Thủ đô Vienne, địa chỉ nhà hàng và tiệm may của hai bạn Caroline ở Áo. Ở Mỹ, gởi cho ông Viện Trưởng Yale, ông Khoa Trưởng Y Học của Yale, gia đình Andre cũng ở Connecticut. Gia đình Robert và ông Khoa Trưởng chuyên về Nghiên cứu của Harvard ở Cambridge, Massachusetts và ông Viện Trưởng Harvard. Mỗi nơi một hộp mười hai con tôm hùm, riêng gia đình Andre ba hộp. Hiếu ký check hai mươi ngàn USD đưa cho ông Bộ Trưởng, ông gạt ngang, tôi biếu vợ chồng bạn và nói đó là quà của vợ chồng tôi tặng cho Caroline vừa mới sanh. Hiếu bắt tay hai ông bà, cám ơn tấm chân tình anh em kết nghĩa.

Đi một vòng hết mười lăm nước chỉ trong hai mươi ngày, ba người trở lại Cần Thơ ở thêm ba bốn ngày nữa sẽ lấy vé máy bay về Mỹ.

Về tới Sài Gòn, có xe của Tổng Lãnh Sự ra đón, ông bà Tổng Lãnh Sự Áo chào đón đưa tiễn về Cần Thơ và hẹn cuối tuần, tối thứ bảy có bữa tiệc trên nhà hàng nổi, ông bà thết đãi tiến sĩ Philip và Jane trước khi bay về Mỹ vào tối thứ hai.

Sau khi hướng dẫn bố Philip và cô Jane cùng đi với Hiếu viếng thăm các ông bà Bộ Trưởng Y Tế các nước và thanh tra công việc làm của các toán. Về đến Cần Thơ, suốt ba đêm liên tiếp và kể ban ngày Hiếu đúc kết một báo cáo chi tiết sau hơn hai năm các toán làm việc tại các nước về trị liệu các chứng tật về xương mới thấy nhu cầu cần thiết là phải có nhiều tay chân giả với giá thành rẻ và lắp ráp cũng phải thấp mới giúp người dân nghèo các nước. Người tật nguyền, nếu có tay chân giả mới có thể có kế sinh nhai tự nuôi bản thân được hơn là phải đi ăn xin lê lết đầu đường xó chợ hay may mắn có bảo hiểm y tế trợ giúp vì có đi làm việc.

Sở dĩ tai nạn về tay chân quá nhiều tại các nước nghèo vì phương tiện lưu thông đa số dùng xe hai bánh dễ gây tai nạn. Gặp trường hợp gãy tay gãy chân lại không biết sơ cứu kịp thời, đúng cách hay chuyển đến bịnh viện chửa trị quá muộn, không còn cơ may cứu chữa mà phải cắt bỏ các thương tật đó. Vì vậy, nhu cầu cấp thiết là phải có tay chân giả hay các bộ phận giả khác tạm thay thế... Chưa nói tới sự tàn phá của chiến tranh và hậu chiến tranh gặp phải tai nạn về bom, mìn còn để lại gây ra bao cảnh đau buồn cho người dân. Ông Philip và cô Jane nhận chân công việc từ thiện cứu giúp dân nghèo lắp ráp tay chân giả hay cung cấp xe lăn quá lớn mà một hội thiện nguyện với số tiền ít ỏi vài chục triệu cũng cứu giúp rất giới hạn. Hiếu nhờ chị Josephine làm thêm một bản tổng kết chi tiết mà các toán đã làm xong và những công tác còn nhiều đang và sẽ làm thêm cho hết năm thứ ba của chương trình nghiên cứu của Yale.

Từ nay, Trưởng Đoàn, Tiến sĩ Andre đã vận động các bộ Y Tế các nước sẽ tham dự một buổi tổng kết thành quả của Đoàn sau ba năm phục vụ trong lãnh vực có hàng triệu các chứng tật về xương của nhiều bịnh viện các nước.

Hiếu về Mỹ đón vợ sau khi nghỉ hộ sản một tháng đưa vợ về nhiệm sở Cần Thơ, bố Philip và cô Jane cùng về Mỹ, ở lại nhà Hiếu ở Connecticut thêm vài ngày, hai ông bà bay về Massachusetts, bà có giờ dạy học, còn ông ở nhà lo nội trợ. Một cái dốp mới đối với nhà tỷ phú đã ngã ngựa nay nhờ vợ nuôi mà ông Philip cảm thấy có nhiều hạnh phúc hơn khi ông sống trên nhung lụa giàu sang phú quý. Nay dù có cực thân mà lại vô cùng khoẻ trí và sống hạnh phúc bên người vợ mới cưới vào những năm tháng cuối đời của ông.

Caroline vui mừng gặp lại chồng sau một tháng xa cách và cho chồng biết là đã nhận được ba hộp to tô hùm từ Indonesia gởi cách đây bốn ngày. Hiếu nói là từ Indonesia gởi tôm hùm cho vợ ăn có sức làm tài công tàu đưa chồng về bến mơ mỗi buổi tối. Caroline nói em sẵn sàng ứng chiến bất cứ lúc nào. Hiếu nói chiều nay, mình chỉ ăn tôm hùm nướng chỉ một món, mỗi người một con. Hiếu lấy ra mười con, chỉ sử dụng tám con, còn hai con Hiếu nói ngày mai nhờ cô nhân viên mang hai con vào văn phòng biếu cho bà chánh văn phòng.

Hiếu nói với chị hai mình ăn mỗi người nguyên một con tôm hùm nướng với bơ và sauce cùng với rau dưa cũng đủ no rồi. Chị hai nói, chị có chuẩn bị trước giò heo hầm với măng và thịt kho trứng. Chiều nay chỉ ăn tôm hùm mình nướng sáu con và cho hai vợ chồng người giúp việc hai con, tuỳ họ muốn ăn cách nào cũng được. Anh chị hai sang Mỹ cũng gần bốn tuần rồi lo giúp Caroline về ăn uống cho mau lại sức mới có đủ sữa cho con bú. Hiếu nói:

- Vợ chồng Hiếu về Việt Nam thì anh chị bay về Áo thăm gia đình và cho em gởi biếu hai con của anh hai mỗi cháu hai ngàn USD. Nay anh chị hai đi đâu cũng mang hoàng tử theo, em thấy cháu mau lớn quá và nay đã biết đi rồi, mau thật, thời gian qua nhanh. Anh chị về Áo thăm hai cháu khuyến khích các cháu học ngành Y thì có cậu út hết lòng giúp, nhứt là học ở đại học Yale và các cháu có nhà có xe của cậu út không phải lo lắng gì cả.

Anh chị về Áo ở chơi vài tuần bay thẳng về Cần Thơ và bố mẹ cũng đi chơi ở Áo hay đi đâu, em sẽ lo mua vé máy bay. Anh chị hai muốn đi ngày nào cho em biết, em bút vé.

Ăn xong, còn sớm, Hiếu bồng con cho vào xe nắm tay Caroline cùng đi dạo sau vườn lại gặp bố và cô Jane cũng đang đi dạo. Cả bốn người nhập lại cùng đi chung, bố Philip giải thích những chậu hoa đặc biệt mua từ nước nào có cẩm nang chỉ dẫn cách chăm sóc có treo trong nhà kho. Tất cả các loại hoa có cách tưới riêng vì có hoa cần nước nhiều hay ít kể phân bón thêm vào... Bố Philip nói Andre phải nhắc nhở người chăm sóc phải đọc các cẩm nang cứ theo đó làm, các loại hoa đều có hệ thống tưới tự động, tới giờ là có nước mà giờ tưới thường ban đêm vì ban ngày sợ nước văng vào người khi đang ngắm hoa.

Hiếu nói thật với bố, kim cương bố cho vợ chồng con, con để hết trong tủ sắt có đặt camera và khắp trong ngoài phòng và có hệ thống tự báo cho cảnh sát khi ai đụng vào cửa và tủ sắt. Dù vậy, bố và cô thỉnh thoảng bay về nhà này nghỉ và mời ông George đến chơi cho vui, cũng là hình thức giúp con, nhà có chủ, có người tới lui thường xuyên dù con có thuê người quản gia và cho hai vợ chồng ở trong nhà này. Bố Philip nói:

- Bố hiểu con. Bố và cô Jane sẽ bay qua đây thường, ở vài ngày hay cả một hai tuần, bố còn rủ vợ chồng Robert hay bố mẹ vợ Robert sang đây chơi, đổi không khí, có sẵn xe muốn đi chơi du ngoạn vùng này cũng rất tiện. Vừa đi vừa nói chuyện cũng vui hơn một tiếng, Hiếu xin phép về phòng vì trời đang tối dần.

Cả bốn người trở về phòng, Caroline nói chúng con chúc bố và cô ngủ ngon. Cô Jane cũng nói, cô và bố cũng chúc hai con ngủ ngon.

Hiếu vừa đẩy xe về phòng vừa hỏi bây giờ, trong người em có còn cảm giác khó chịu hay đau chỗ này chỗ nọ?

- Caroline đáp rất bình thường khoẻ mạnh, em chỉ mong gặp anh để cho xả bầu tâm sự hơn một tháng một tuần rồi đó, anh không có trả bài. Tối nay, em bắt anh phải trả hai ba bốn bài coi xem anh thuộc mấy bài. Hiếu nói OK, anh tuân lệnh cô giáo.

Vào phòng, Hiếu thấy con chóp chép miệng biết con đang muốn bú. Hiếu vội vào toi lết nhúng hai cái khăn ướt đưa cho vợ lau vú cho sạch cho thêm mát cho con bú, sữa có căng còn chảy ra, Caroline nằm xuống giường cho chồng bao chót. Hiếu bú và mớm cho vợ làm Caroline rất vui thích, nàng nổi hứng cởi hết quần áo mình và chồng ra cho chồng bú tiếp thật hết căng hai bầu sữa cũng là lúc Caroline lên cao điểm đòi hỏi xác thịt, thằng bé lại nhúc nhích chạm vào người. Caroline nói để em làm tài công, một trận chiến rất quyết liệt sau một tháng một tuần đình chiến. Cả hai vào phòng tắm kỳ cọ cho nhau và gội đầu. Hiếu lấy khăn lau cho vợ xong đưa cho vợ mặc bộ đồ ngủ mỏng tanh để cho chồng rửa mắt. Hiếu cũng mặc đồ ngủ và lo sấy tóc và xịt dầu thơm khắp mình vợ. Hiếu đưa vợ lại sô pha ngồi xem ti vi, Hiếu vào rót một ly sữa tươi hai người uống, Hiếu kể hết mọi chuyện cho vợ nghe, nhứt là chuyện câu cá rất vui, cá dính nhiều tha hồ mà nướng ăn.

Các con mình rất thích ăn cá nướng, ông bà ngoại, nội cũng câu được nhiều cá càng vui cho tuổi già. Hiếu nói, anh đã làm hàng rào phía ngoài không cho con nít đến gần ao, nếu không có người lớn, vô cùng nguy hiểm, đề phòng xa.

Nhà vườn mình có trên hai trăm cây dừa có trái và cũng có nhiều cây ăn trái đã có trái ăn được rồi, đa số đang có trái chiến. Năm tới trái cây có rất nhiều thứ, các bụi điên điển có bông nhiều ăn không hết kể cả bông sua đũa em chưa biết ăn, nấu canh chua thì số dách...Heo, bò có trên hai chục con và gà vịt gà cũng có gần cả trăm con lớn nhỏ. Nhà vườn mình cái gì cũng có, đủ thứ nguyên vật liệu chế biến thức ăn. Mỗi tháng mình có thể làm thịt một con bò hay một con heo làm thức ăn, còn cá thì mình có thể bắt hàng ngày nấu ăn cũng không hết.

Đến mùa mưa tới có thêm nhiều nước, cá lóc sống trong đường rảnh anh đã nuôi nay lớn và thấy có cá lóc đẻ thêm nhiều, có nhiều bầy cá ròng ròng, chừng một năm chúng lớn bằng bắp tay là mình bắt ăn được rồi. Anh còn nuôi cua óc, ếch nhái đủ thứ hết trên một cái đảo anh mới làm trong một cái ao to đang đào vài tháng nữa sẽ xong đón nhận nước mưa vào mùa tới, còn vài tháng nữa thôi.

Anh có suy nghĩ, trên đảo, anh có mua một phiến đá hình xéo như cánh buồm đặt lên giữa đảo, anh sẽ dùng phiến đá đó viết tên đảo: hàng trên Welcome, hàng dưới Caroline-Andre Island. Tên Caroline và Andre sẽ bất tử với thời gian. Nay anh nảy ra ý, trên cao, cách phiến đá chừng hai mét, anh sẽ mua một bức tượng lớn Đức Mẹ Maria mặc áo dài Việt Nam hướng về nhà mình như ban ân phước. Anh sẽ vẽ bản thảo em xem và trình với ba má coi xem mình làm như thế có phạm thượng gì không. Em sao ra cho vào phong bì gởi Đức Cha Chánh Xứ nhà thờ Chánh Toà Vienne thỉnh ý hỏi ý kiến Ngài và nói, gia đình mình mời Đức Cha qua Việt Nam đến Cần Thơ chủ toạ buổi lễ đặt tượng Đức Mẹ.

Ở địa phương anh sẽ mời thêm hai Đức Cha Chánh Xứ nhà thờ chánh toà Cần Thơ và nhà thờ Sóc Trăng đồng chủ tế.

Ngày lễ đặt tượng Đức Mẹ anh sẽ mời giáo dân hai họ đạo lớn của hai tỉnh. Ở Sóc Trăng, anh mướn chừng sáu chiếc xe buýt lớn chở gần ba trăm giáo dân. Ở họ đạo Cần Thơ, chúng ta cũng mướn năm xe buýt chở giáo dân từ nhà thờ chánh toà về đây tham dự lễ. Anh dự trù sẽ làm hai con bò một con heo làm thức ăn đãi các giáo dân và uống nước dừa thoải mái trong các bình nhựa to có nước đá làm nước dừa mát, có cả cơm dừa nữa, có người phục vụ múc từng ly cho từng người. Hễ khát cứ uống tự nhiên, anh dự trù sẽ dùng chừng năm đến bảy trăm trái dừa mà anh không đãi rượu sợ có người uống say mình lại mang tiếng không tốt.

Còn trái cây của nhà vườn, có hàng chục loại để giữa bàn, ai muốn ăn cũng cứ tự nhiên. Caroline nói:

- Chồng của em luôn có ý nghĩ độc đáo mà người khác không dám nghĩ tới, em sẽ bàn với ba má coi ba má có đồng ý thì em sẽ đánh máy thơ ba má ký gởi về Đức Cha ở Vienne. Hiếu còn nói tiếp với vợ, anh nghe ở Đà Nẵng,

Huế và Quảng Trị có tạc tượng Đức Mẹ mặc áo dài Việt Nam, chỗ nào có sẵn anh mua và mướn chỗ bán chở vào lắp ráp trên khuôn mình đã làm sẵn. Lúc này, ao mới đào chưa xong và không có nước nên việc xây trụ lên cao rất dễ làm, Caroline gật đầu tán thành ý kiến chồng.

Mọi việc đặt tượng Đức Mẹ, lên cao, các trụ cũng có chạy đèn màu nên làm ngay, xung quanh tượng Đức Mẹ toàn đèn màu trắng tinh khiết. Trên bệ tượng có lắp một hệ thống đèn màu, xung quanh cũng có hệ thống đèn màu cũng như bốn cột nước phun lên cũng có hệ thống đèn màu riêng làm cho những giọt nước bắn lên thêm lung linh đẹp mắt. Trên cao khỏi đầu tượng cũng có làm một cột thu lôi được che khuất bởi hệ thống đèn màu vì sợ sét đánh lại bị mang tiếng không tốt. Mọi thứ Hiếu đều tính trước hết. Hiếu ký ba cái séc mỗi cái năm ngàn USD cúng hiến ba nhà thờ Vienne, Cần Thơ, Sóc Trăng.

Chúa nhựt tuần này, gia đình Hiếu gồm bố mẹ, ba má vợ và tám đứa con cùng hai chị vú, đi hai xe đến nhà chánh tòa Cần Thơ dự Thánh lễ Chúa nhựt và cúng tạ năm ngàn Mỹ kim và chúa nhựt tuần tới về Sóc Trăng có chị Tuyết Trinh và con cũng đến nhà thờ chánh toà dự Thánh lễ chúa nhựt và cúng tạ năm ngàn Mỹ kim, một số tiền khá lớn đối với một nhà thờ ở Việt Nam. Các Cha ở hai nhà thờ nghe tên bác sĩ tiến sĩ Andre Trần Trọng Hiếu, kỳ thanh bất kiến kỳ hình, nay biết mặt biết người của Sóc Sơ Bai Sóc Trăng là một con chiên ngoan đạo, các Cha thêm quý mến.

Còn hơn ba tháng là kết thúc chương trình nghiên cứu các chứng tật về xương tại mười lăm nước Á Châu. Hiếu soạn thảo văn thơ gởi về ông Khoa Trưởng Y Học của Yale xem lại và trình ông Viện Trưởng mời tiến sĩ Tổng Giám Đốc WHO, các cơ quan y tế thế giới và các đại công ty chuyên sản xuất tay chân giả và đặc biệt mời các ông bà Bộ Trưởng Y Tế và chánh phủ của mười lăm nước ở Á Châu mà Đoàn Nghiên Cứu của Yale đã đến công tác suốt ba năm. Trong bản tường trình lý do tại sao chọn trường đại học Y Cần Thơ làm nơi tổ chức, Hiếu trình bày vì trường đã đào tạo năm bác sĩ của Đoàn. Để đền ơn đáp nghĩa, Hiếu đã biếu tặng riêng số tiền một trăm ngàn USD để xây cất một trung tâm hội họp với đủ tiện nghi cho hội trường quốc tế. Nay Hiếu vận động nhiều Bộ Y Tế các nước giúp trường cùng với Đoàn tổ chức một ngày đại hội tổng kết thành quả của Đoàn trong ba năm qua. Thay vì Đoàn đứng ra tổ chức, Đoàn đề nghị trường Y đứng ra tổ chức giúp trường Y Cần Thơ tạo tiếng vang trên thế giới. Ông Khoa Trưởng đọc tờ trình của Trưởng Đoàn Andre thấy một nhà khoa học có thuỷ có chung và dưới tờ tường trình, Andre có nêu tên Bộ Y Tế Indonesia tặng năm trăm con tôm hùm to, Toà Đại Sứ Pháp ở Hà Nội tặng cho Ban Tổ Chức ba trăm chai rượu vang Bordeaux, Bộ Y Tế Thái Lan tặng $10,000 USD... Ông Viện Trưởng đọc xong tờ trình và mẫu Thơ Mời, ông ký liền và ông Viện Trưởng có bút phê tặng trường đại học Y Khoa Cần Thơ $100,000 USD.

Ông Khoa Trưởng George nhận được tin vui vội điện thoại thông báo cho Andre. Hiếu nhận được tin vội báo cáo sơ khơi đến thầy Khoa Trưởng, Trưởng Ban Tổ Chức an tâm về mặt tài chánh rất dồi dào. Các Bộ Y Tế các nước sẽ còn biếu cho Ban Tổ Chức thêm hiện kim. Hiếu còn thưa, con gởi biếu hai con bò lớn và một con heo trên trăm ký lô để giúp nhà trường làm thức ăn. Hiếu trình với thầy Khoa Trưởng ước tính các nơi sẽ ủng hộ Ban tổ chức tính chung cũng sẽ trên $300,000 đô, ngoài ra có năm trăm con tôm hùm to, ba trăm chai rượu vang Bordeaux của Pháp. Thầy Khoa Trưởng vui mừng, khen Hiếu quá giỏi vận động giúp trường có một số tiền lớn, mở mang xây dựng thêm thư viện, la bô hiện đại.

Ngày đại hội, hai tiến sĩ làm MC là Josephine và Caroline nói tiếng Pháp và tiếng Anh, còn trình bày tổng quát bằng tiếng Việt do Trưởng Đoàn, có hai Mc chuyển ngữ Anh và Pháp. Chương trình cho hai buổi đại hội, buổi sáng trình bày tổng kết thành quả của ba năm công tác nghiên cứu về chứng tật bịnh xương của Đoàn do Viện Đại học Yale bảo trợ, nghỉ ăn trưa một tiếng. Buổi chiều có phát biểu của ông Tổng Giám Đốc WHO, ông Khoa Trưởng Phân Khoa Y Học đại diện Viện đại học Yale và một bài thuyết giảng của một cựu tỷ phú, một học giả uyên bác có sáu bằng tiến sĩ - tiến sĩ Philip, sẽ trình bày mọi khía cạnh về chứng tật của xương và sự cần thiết của chân tay giả giúp người tàn tật có cơ may tự nuôi sống bản thân. Sau cùng có phần giải đáp thắc mắc do Đoàn Nghiên Cứu giải bày, dự trù sẽ chấm dứt trước bảy giờ và mời quan khách dự dạ tiệc do Ban Tổ Chức khoản đãi và có văn nghệ dân tộc giúp vui.

Hiếu còn xin được các đại công ty bán thức nhanh như Mac Danald, KFC, Burger King và vài công ty khác giúp Ban Tổ Chức một số thức ăn nhanh. Các hảng nước ngọt Pepsi, Coca cũng bảo trợ hàng ngàn chai nước ngọt. Công ty bia Saigon cũng ủng hộ một ngàn chai bia và xin cho treo ba quảng cáo trong khu dạ tiệc.

Một ngày đại hội tổng kết về thành quả thiết thực của Đoàn Nghiên cứu về xương do Yale bảo trợ rất thành công tại trường đại học Y Khoa Cần Thơ. Ông Tổng Giám Đốc WHO của Liên Hiệp Quốc nhiệt liệt khen ngợi Viện Đại học Yale không tiếc tài chánh tài trợ một công tác từ thiện vô cùng hữu ích giúp nhân loại. WHO cũng ca ngợi trường đại học Y Khoa Viện Đại Học Cần Thơ đã nhiệt tình hổ trợ Đoàn nghiên cứu của Yale hoàn thành xuất sắc công tác. Ông Bộ Trưởng Y Tế đại diện chánh phủ Việt Nam rất cám ơn đại học Yale đã hết lòng phục vụ trong công tác cứu chửa các chứng tật về xương qua Đoàn Nghiên Cứu trong suốt ba năm tại mười lăm nước Á Châu.

Đại hội tổng kết thành quả có tính quốc tế có gần năm ngàn người tham dự, đa số là ngành Y của mười lăm nước mà ngành Y Việt Nam chiếm hơn một nửa. Sau đại hội tổng kết, trừ tất cả mọi chi phí, trường đại học Y Cần Thơ còn tồn quỹ 300,000 đô, một số tiền lớn. Trường Y giữ lại để xây thêm một phòng thí nghiệm hiện đại nhất và nới rộng thư viện của trường diện tích gấp đôi.

Mọi người tham dự kể cả ông Tổng Giám Đốc WHO, ông Khoa Trưởng Phân Khoa Y và đại diện Viện đại học Yale đều khen Ban Tổ Chức tổ chức rất chu đáo.

Giáo sư Khoa Trưởng Y Khoa Yale cho Hiếu biết ngày tổ chức buổi trình luận án tiến sĩ về bịnh và thương tật xương của nhân loại cũng như bản đúc kết những tinh hoa nghiên cứu của một nhóm nhà khoa học trẻ của Viện Đại học Yale với chi phí tổ chức khoảng $500.000 USD thay vì 400,000 như dự trù trước đây. Và Viện cho Ban Tổ Chức trọn quyền sử dụng phục vụ ước tính có khoảng trên dưới hai mươi ngàn người. Chỉ riêng Viện đại học Yale có khoảng tám ngàn giáo sư và sinh viên tham dự. Giáo sư Khoa Trưởng Trường Y Học Yale làm Trưởng Ban Tổ Chức bác sĩ Andre làm phó ban với hai MC là chuyên viên tiến sĩ của Yale, Caroline và Josephine.

Qua điện thoại, ông Khoa Trưởng nhắc bác sĩ Andre, thảo gấp Thư Mời để trình ông Viện Trưởng ký gởi ngay đến các quốc gia mà Đoàn nghiên cứu có đến làm việc các chứng tật bịnh về xương và mời các toà đại sứ các nước ở Mỹ đến tham dự cùng với cơ quan Y Tế thế giới WHO và giới truyền thông báo chí quốc tế nhằm giúp phổ biến rộng rãi một chứng tật bịnh về xương càng ngày càng lan rộng từ các nước nghèo tiến sang các nước phát triển văn minh giàu có.

Với luận án tiến sĩ về xương, các trường đại học và các chánh phủ hay Bộ Y Tế các nước đang phát triển cần dùng làm kim chỉ nam hỗ trợ sự nghiên cứu, giáo dục cách trị liệu chứng tật gãy xương tay chân và các cơ phận khác trong cơ thể và cách thay thế chân tay giả cho hợp lý rẻ tiền...

Hiếu còn viết hàng mấy chục cái thư gởi đến các đại công ty bán thức ăn nhanh và giải khát vừa phục vụ giúp Tổ Chức vừa là cơ may quảng cáo trên khắp thế giới. Chỉ còn hơn một tháng là đến hai buổi trình bày luận án tiến sĩ, Hội Đồng Giám Khảo của Yale và một ngày trình bày trước đại chúng có mời thức giả tham dự ăn trưa, ước tính có trên hai mươi ngàn người tham dự.

Đức Tổng Giám Mục của Thủ Đô Tổng Giáo Phận Vienne và Đức Cha chánh Xứ Nhà Thờ Chánh Toà Thủ Đô Áo sẽ đến dự và ban phép lành cho chàng rể của nước Áo, bác sĩ Andre ngày trình bày luận án tiến sĩ quan trọng này. Hai cha chánh xứ nhà thờ chánh toà của tỉnh Cần Thơ và Sóc Trăng cũng gọi điện thoại đến con chiên Andre Trần Trọng Hiếu nói hai Cha cũng muốn tham dự và cầu nguyện chúc lành cho con chiên ngoan đạo. Hiếu hứa với hai Cha, con sẽ mua vé mời hai Cha tham dự và hai Cha về ở nhà của chúng con gần trường Yale ở Connecticut. Hai Cha nói hai Cha rất hân hạnh và Hiếu nói hai Cha có thể cho thêm con chiên theo giúp Cha, con lo vé máy bay luôn. Còn chỗ ở vì giòng họ con ở Cần Thơ, Sóc Trăng và ở Thủ Đô Vienne cũng quá đông, con xin phép hai Cha, con dành một phòng lớn, con kê đủ bốn giường tạm thời hai Cha và hai con chiên ở ngủ chung phòng vài đêm. Hai Cha đồng ý sự sắp xếp của con chiên Hiếu. Cả gia đình ông Bộ Trưởng Y Tế Indonesia tám người cũng hứa tham dự và sẽ gởi trước cho Hiếu một ngàn con tôm hùm để đãi khách và Hiếu phải thuê trước nhiều tủ đông lạnh lớn mới đủ chỗ chứa tôm hùm.

Hiếu thông báo với ông Khoa Trưởng chừng hai tuần nữa, Hiếu sẽ trình diện ông Khoa Trưởng, mọi việc đã giải quyết xong. Hiếu nói cho các toán nghỉ mười ngày và phải hiện diện tại Yale trước hai tuần để báo cáo thành quả của Đoàn trong ba năm qua và cả Đoàn nhận công tác với Ban Tổ Chức trong hai ngày trình án luận án tiến sĩ có liên quan đến công tác của Đoàn.

Hiếu còn trình với giáo sư Khoa Trưởng cũng là Trưởng Ban, tổ chức một đại hội có đến hai mươi ngàn người tham dự mà quan khách ở ngoài nước Mỹ có đến cả ngàn người khách mời, chúng ta phải có sự tiếp đón đặc biệt, phải có khách sạn đủ chỗ, xe đưa đón từ phi trường và ban tiếp tân đặc biệt. Hiếu giao hết cho Đoàn phụ trách và tất cả nhân viên của Phân Khoa lo phần tiếp đón quan khách trong nước Mỹ. Và mời Phân Khoa báo chí của Viện giúp chừng hai mươi nhân viên tiếp đón ngành truyền thông báo chí quốc tế cũng có trên năm trăm ký giả...Hiếu nói, sẽ về Mỹ sớm trước hơn hai tuần và Hiếu có đề nghị mời bố Hiếu là ông Philip và Cô Jane giúp ông Khoa Trưởng và Hiếu thành bộ tứ trong Ban Tổ Chức. Ông Khoa Trưởng ồ lên một tiếng, thật sự là ông quên người bạn quá giỏi của ông là anh Philip và ông bà Philip lại ở nhà Hiếu thì là vô cùng thuận lợi giúp Ban Tổ Chức.

Hiếu cũng thông báo với Viện đại học Harvard là sẽ tổ chức buổi trình bày trước Hội Đồng Giám Khảo và ngày tổ chức trình bày trước đại chúng luận án tiến sĩ về chứng bịnh sốt rét cũng có mời ông Tổng Giám Đốc WHO và các ông bà Bộ Trưởng Y Tế các nước mà trước đây Đoàn Nghiên Cứu của Harvard có đến làm việc, cách đây cũng trên ba năm. Viện Harvard cũng hứa ủng hộ cho Hiếu một trăm ngàn lo chi phí trong khâu tiếp đón và ẩm thực trong ngày trình luận án tiến sĩ về bịnh sốt rét tại Harvard chỉ cách ngày trình án tiến sĩ về chứng tật xương tại Yale ở Connecticut, đúng một tháng hai ngày. Hiếu dự trù viết một thư ngỏ sẽ phổ biến nhân ngày trình luận án tiến sĩ về Xương tại Yale và luận án tiến sĩ kế tiếp là bịnh sốt rét tại Harvard ở Massachusetts.

Ban Tổ chức tại Harvard, Hiếu có đề nghị với ông Khoa Trưởng là ông Khoa trưởng và Hiếu chỉ đóng vai trò cố vấn cho Ban Tổ chức cũng như lo giúp chỗ ở cũng như phương tiện xe đưa đón quan khách về chỗ ở... Trưởng Ban Tổ Chức mời tiến sĩ Jane, Khoa Trưởng Xã Hội Học của Harvard đảm trách và nữ giáo sư Thu Vân làm Phó Ban Tổ Chức, hai MC vẫn là hai tiến sĩ Caroline và Josephine. Hiếu nói với ông sếp cũ của mình, tổ chức lần này hoàn toàn dành cho nữ lưu, một trăm ngàn chi tiêu của Harvard tặng Hiếu giao hết cho cô Jane tuỳ nghi sử dụng, nếu thiếu Hiếu sẽ cung cấp thêm...Cả sáu người sẽ có buổi họp tại Harvard sau hai ngày trình luận án tại Yale xong. Sáu người họp có ông Khoa Trưởng Nghiên Cứu của Harvard, Hiếu và các nữ tiến sĩ: Jane, Thu Vân, Caroline, Josephine.

Tiếng vang của ngày trình luận tiến sĩ về chứng tật bệnh xương có đến bốn ông Thủ Tướng các nước Indonesia, Malaysia, Tháiland, Pakistan và hàng chục Phó Thủ Tướng và có đủ mười lăm vị Bộ Trưởng Y Tế của mười lăm nước đã cộng tác với Yale chặt chẽ trong công tác nghiên cứu về chứng thương tật của xương trong ba năm qua đến tham dự. Về truyền thông báo chí có khoảng trên dưới bảy trăm ký giả quốc tế và quốc nội. Hầu hết, các phái đoàn chánh phủ sang tham dự đều có mời các nhà báo và truyền hình quan trọng trong nước cùng tháp tùng. Về các quày phục vụ thức giả tham dự suốt ngày, xe thức ăn nhanh có trên mười xe và cũng có hàng chục quày cà phê nước ngọt, giải khát đến giúp cho Ban Tổ Chức và cũng đồng thời các công ty kinh doanh phổ biến tài liệu quảng cáo tại Mỹ và tại các nước Á Châu.

Nếu so sánh tổ chức ngày trình bày luận án tiến sĩ của Andre tại Yale quy mô hơn tổ chức tại Harvard cách đây ba năm. Lần này còn có Đức Tổng Giám Mục của Thủ Đô Vienne cùng ba Cha chánh Xứ nhà thờ chánh toà của Thủ đô Áo, Cần Thơ và Sóc Trăng của Việt Nam. Ngoài ra con có nhiều lãnh đạo cao cấp của hai tỉnh Cần Thơ và Sóc Trăng cũng có đến Mỹ tham dự ủng hộ gà nhà.

Ai cũng nhận thấy, tiến sĩ Andre ngoài tài về Y Khoa, ngoại giao, tiến sĩ là một nhà tổ chức kỳ tài, luôn tổ chức mọi công tác lớn, sự kiện quan trọng đều thành công và đại thành công.

Quý Cha có dịp đến ở nhà của con chiên mà quý cha ở Áo ở chung một phòng và quý Cha từ Việt Nam sang cũng ở chung một phòng, Andre giải thích các Cha nghe cũng bùi tai vì ở Việt Nam hay ở Áo các Cha có công tác giáo vụ riêng khác nhau nên ở riêng. Nay sang Mỹ ngắn ngày là cơ may để các Cha gần gũi nhau và chính đầu bếp làm thức ăn hai ngày ở nhà Andre do Hiếu tự làm lấy dâng hiến các Cha các bữa ăn đặc biệt. Hiếu có mướn một chiếc Van có tua gai cũng là tài xế đưa các Cha di du ngoạn hai thành phố lớn là New York và Thủ Đô Washington DC. Và từ Thủ Đô Mỹ quý Cha bay về Áo hay bay về Việt Nam.

Mọi chi phí Hiếu lo hết cho quý Cha và Hiếu còn biếu quý Cha mỗi vị thêm hai ngàn để tiêu vặt. Hiếu bút vé xong, tua gai cũng là con chiên ngoan đạo lo phục vụ quý Cha, chi phí Hiếu đưa trước cho tua gai về ăn ở trong suốt năm ngày du ngoạn.

Khi quý Cha về tới Áo và Cần Thơ, Sóc Trăng, quý Cha đều thông báo cho Hiếu biết, cám ơn Hiếu đã lo chu đáo cho các Cha có dịp đi du ngoạn hai thành phố lớn của nước Mỹ có tham quan nhiều bảo tàng viện lịch sử ở Thủ Đô Mỹ mà quý Cha rất thích.

Buổi trình bày thu hút mạnh các phân Khoa Yale tham dự đông vì Andre đã tạo tiếng vang gây chấn động trên các hệ thống truyền thông thế giới. Một bác sĩ Y Khoa của Yale mà chỉ có tay không hạ gục và bắt sống ba tên cướp tịch thu được hai súng, ba mã tấu và đặc biệt là giải thoát được ông

Bộ Trưởng Y Khoa Indonesia đang bị một tên cướp khống chế với thương tích bị tên cướp chém một nhát mã tấu trên bả vai, máu chảy đầm đìa.

Cái tài của Andre còn thể hiện qua ngày trình bày luận án tiến sĩ kết thúc, muốn tán dương kỳ tích của mình qua một người khác kể sự thật làm tăng thêm giá trị của kỳ tích có một không hai của giới y khoa trên thế giới mà người kể chuyện là nạn nhân bị thương do bọn cướp, đó là Tiến sĩ Bộ Trưởng Y Tế Indonesia. Andre xin phép mọi người ở lại chừng hai mươi phút nghe ông Bộ Trưởng Y Tế Indonesia kể hết sự thật một cuộc chiến vô cùng ngoạn mục giữa một bác sĩ của Yale với ba tên cướp có vũ khí.

Mọi người nghe xong rất vui tán dương ngành Y của Yale tạo ra những bác sĩ giỏi về trị bịnh mà còn giỏi diệt kẻ hung ác. Hiếu lại đắc nhân tâm, mời tất cả mọi thức giả có thể dùng bữa ăn và giải khát đến cuối ngày. Hiếu làm cho các công ty thức ăn nhanh và giải khát thêm hãnh diện là các món ăn của các công ty sao ngon quá, quý vị nhớ ủng hộ các công ty này hết mình nghe. Đó là cách Andre đắc nhân tâm quá tuyệt vời lấy lòng các công ty và thức giả.

Hiếu còn móc nghéo nói còn đúng một tháng hai ngày nữa tại Viện Đại Học Harvard ở Massachusetts, Andre có trình bày một luận án tiến sĩ về bịnh sốt rét, xin mời quý vị trí thức có thì giờ đến tham dự và gọi thông báo trước cho Ban Tổ Chức gồm có bốn nữ tiến sĩ của Harvard trách nhiệm. Báo chí và truyền hình có đưa tin này ông Viện Trưởng Harvard biết được lại càng có thêm thiện cảm với tiến sĩ Andre.

Luận án tiến sĩ về bịnh sốt rét tại Viện đại học Harvard dù tổ chức không rầm rộ mà có trên năm ngàn thức giả tham dự. Những quốc gia ở Nam Mỹ, Phi Châu và vùng Đông Nam Á cũng cử các phái đoàn đến tham dự ủng hộ một nhà khoa học trẻ đã dấn thân nghiên cứu một cách sâu rộng về chứng bịnh này theo lẽ đã bị diệt từ lâu nay vẫn còn tồn tại mà lại có thể chúng sẽ trỗi dậy. Với các hiệu thuốc đặc trị sốt rét hiện nay rất hiệu quả, trong vòng ba ngày đến một tuần, giúp bịnh nhân dứt bịnh, hồi phục nhanh chóng

Sở dĩ các nhà y học các nước tham dự buổi trình bày luận án tiến sĩ về bịnh sốt rét cũng là cơ may được Ban Tổ Chức biếu tặng cho mỗi thức giả tham dự một tập luận án trình bày rất đẹp. Các Bộ Y Tế hay các bệnh viện có thể dùng tập sách luận án này làm tài liệu giảng dạy tại các đại học. Sau này, Viện đại học Harvard sẽ in phát hành rộng rãi khắp thế giới tập luận án, trình bày lại thành sách với nhiều hình ảnh sống động và nhiều hình vẽ minh hoạ về lây lan và cách trị liệu cũng như cách đề phòng bịnh sốt rét một cách dễ dàng và hiệu quả.

Các Bộ Y Tế các nước đang đương đầu với chứng bịnh sốt rét dai dẳng này hàng bao nhiêu năm. Nay có thể nhờ phương cách trị liệu và thuốc mới phát minh sản xuất đại trà với giá thành hạ có thể trong vòng năm đến mười năm, căn bịnh sốt rét có thể bị tiêu trừ hoàn toàn trên thế giới.

Tiếng vang cách chữa trị mới mà đoàn nghiên cứu Harvard đã bỏ ra ba năm với tốn phí mấy chục triệu USD. Nay được đúc kết viết thành một luận án tiến sĩ của một nhà khoa học trẻ đã nổi tiếng nay thêm nổi tiếng giúp đời.

Loay hoay vợ chồng lo hoàn thành ra mắt hai luận án tiến sĩ tại Yale và Harvard đã hơn một tháng rưỡi. Nay nghỉ thêm mợt tuần tại nhà ở Connecticut bàn bạc với bố và cô Jane để tiến hành công việc bố đi một vòng tìm giúp tài chánh để tiến hành thành lập tổ chức từ thiện quốc tế chuyên giúp lắp ráp tay chân giả hay xe lăn cho các thành phần nghèo khổ trong xã hội. Nhân cơ hội nghỉ hè, cô Jane có thì giờ rảnh cùng đi với chồng đến mấy chục nước mà bố Philip đã có bắt liên lạc trước.

Hiếu đề nghị với bố, bây giờ bố con hoàn toàn ngơi nghỉ và có thể các buổi chiều, Hiếu sẽ làm món tôm hùm đãi bố và cô Jane và bố có thể mời vợ chồng bạn thân của bố là ông George Khoa trưởng Y Học của Yale đến nhà nhậu lai rai nói chuyện đời cho thêm vui. Hiếu cho bố biết khi bố đi một vòng chừng hai ba hoặc bốn tuần thấm mệt, bố và cô bay về Cần Thơ nghỉ dưỡng câu cá thư giản và có thể cùng du ngoạn nhiều tỉnh của Việt Nam. Sau đó bố và cô đi thêm một vòng nữa vài tuần, về Việt Nam mình tổng kết coi xem tài chánh có đủ cung ứng cho tổ chức để xin phép hoạt động. Hiếu nói:

- Vợ chồng Hiếu cũng thấm mệt sau sáu năm công tác liên tục cho Harvard và Yale. Nay phải nghỉ ngơi và chăm lo hoàn tất khu nhà vườn tại Cần Thơ rồi mới bắt tay vào làm việc khác vào đầu niên học tới như xin dạy ở Harvard, Yale hay ở Việt Nam hoặc Áo cho thêm vui. Bố đồng ý các suy tính của Andre.

Từ thứ hai tới, bố và cô Jane bắt đầu đi các nước ở Mỹ Châu, kế tiếp đi châu Ấu và Á Châu sau cùng. Hiếu nói hai vợ chồng Hiếu dự trù thứ bảy tuần này bay về Việt Nam vì xa con cũng gần hai tháng rồi và về coi vụ đào thêm ao nuôi cá đã xong chưa.

Tôm hùm còn lại nhiều, Hiếu gởi biếu thêm cho ông Viện Trưởng và ông Khoa trưởng mỗi vị mười hai con và nhờ bố khi về nhà cô nghỉ vài ngày mang về cho Robert hai mươi bốn con, nhờ Robert biếu ông Khoa Trưởng và Viện Trưởng mỗi vị mười hai con, bố và cô Jane cũng mười hai con. Số tôm hùm còn lại khoảng hai trăm bốn chục con, Hiếu cho vào thùng gởi theo hành lý về Việt Nam rất cần thiết để đãi khách. Khi anh chị hai đi Áo, Hiếu cũng biếu anh chị hai tá về làm quà cho gia đình.

Về đến Sài Gòn vào chiều chúa nhựt có xe anh chị Trung và anh chị tư đón về Cần Thơ chưa tới tám giờ tối. Các con nghe tin bố mẹ về chúng chưa chịu đi ngủ sớm đợi cha mẹ. Khi hai xe chạy vào cửa, cả nhà vui mừng, các con tranh nhau chạy ra trước nhà đón bố mẹ, hai cô con gái nhỏ nhứt cũng vui cười toe toét, bố mẹ vội bồng hai cô công chúa hôn cho đã rồi mới để xuống, hôn hết các con.

Hiếu nói còn nhiều tôm hùm, anh quản gia và anh chị giúp việc cho hết tôm hùm vào các ngăn tủ đông đá. Có một tủ đông đá to chưa sử dụng, Hiếu bảo xịt nước rữa trong ngoài thật sạch rồi cắm điện cho hết tôm hùm vào thì cũng vừa đủ chỗ vì Hiếu mang về trên hai trăm tôm hùm. Hiếu nói với anh Trung mang về nhà trước hai tá cho vào ngăn đông đá để dành. Ngày mai, mời hết gia đình anh ba qua ăn tôm hùm. Hiếu nói, anh chị tư về Sóc Trăng cho Hiếu gởi ông Bí Thư mười hai con, cha Chánh Xứ mười con, anh chị tư hai tá. Hiếu sẽ gởi biếu ông Khoa trưởng mười hai con, gia đình chú thím Tín cũng vậy. Cha Chánh xứ mười con. Còn lại chừng một trăm con để dành đãi khách.

Anh chị tư và hai con gái kháu khỉnh ngủ lại với gia đình vợ chồng Hiếu. Tối hôm đó, ông bà ngoại bảo để hai cháu cho ông bà nội lo, hai vợ chồng con như còn son chẳng bận bịu gì hết. Ông bà đợi anh chị hai trở về Cần Thơ hai ông bà đi về Áo thăm bà con. Anh Hai của Hiếu, niên học tới sẽ dạy nhiều giờ hơn hai năm qua, vì dành nhiều thì cho gia đình em Hiếu. Niên học tới sẽ có thời gian ở Áo nhiều hơn ở Việt Nam. Vợ chồng Hiếu cũng có quyết tâm suốt ba tháng hè năm nay, cố gắng hạn chế đi xa gia đình và mọi thứ cần thiết mà Hiếu đã dự trù lo cho nhà vườn cũng phải hoàn tất. Niên học tới cả hai vợ chồng có giờ dạy cả hai trường Yale và Harvard nên xa Cần Thơ ít nhất một học kỳ sáu tháng.

Buổi cơm chiều thứ sáu tuần này, Hiếu nói cho vợ biết thực đơn với bò nướng ngói, tôm hùm nướng và thêm món xúp bằng món canh chua bông súng, bông điên điển nấu với cá do ba má và bố mẹ câu và món thịt kho trứng ăn với cơm. Khách mời có gia đinh anh ba, ông bà Khoa Trưởng, Cha xứ và tài xế, chú thím Tín, gia đình anh chị tư, gia đình anh Trai nếu chị Josephine mời ba má xuống Cần Thơ vui chơi với gia đình mình lại càng vui.

Em nói với má cũng gọi điện thoại mời ba má Josephine. Anh thấy luôn tiện nhờ anh Bernard mời ông bà cựu Bí Thư Sóc Trăng và Cha xứ nhà thờ Chánh Toà do anh chị tư chở lên Cần Thơ. Nhân dịp này, mình làm một con heo to hơn trăm ký làm món thịt kho và cắt cho anh chị ba, anh chị tư, gia đình Josephine, gia đình ông Khoa trưởng, gia đình chú Tín, gia đình ông Bí Thư mỗi gia đình chừng năm ký, thịt còn lại sẽ muối cho vào tủ đông lạnh để dành cho gia đình ăn dần. Anh nghĩ chúng mình còn sức cũng luôn tiện mời luôn bốn vị trưởng ngành và phu nhân của trường Y, ông bà Bí Thư tỉnh và Thành phố Cần Thơ. Còn đúng bốn ngày nữa, anh sẽ hoàn tất mọi thứ của nhà vườn mình.

Caroline ôm hôn chồng, anh có ý nghĩ khánh thành ngôi tượng Đức Mẹ, ba má chúng mình là người vui thích mừng rỡ nhứt và anh mời hai cha Chánh xứ hai nhà thờ lớn nhứt của hai tỉnh. Em nghĩ anh làm đúng theo ý nguyện của ba má, má sẽ điện thoại về Áo hỏi Cha Chánh Xứ có đi dự được không?

Caroline góp ý mình làm gấp quá cũng rất mệt, em đề nghị chúng mình dời lại tuần sau mà tổ chức chiều thứ bảy, mình mời thêm ông bà Viện Trưởng, các ông bà Khoa Trưởng của Viện đại học Cần Thơ mình mời hết. Em muốn chánh thức vận động Viện xin phép mở thêm hai phân khoa mới mà Viện lại không tốn phí tiền xây cất cơ sở vật chất phòng ốc mới, có tư nhân tài trợ cho Viện. Hai Phân Khoa mới: Phân Khoa công tác xã hội và Phân Khoa Ngoại Giao và Ngôn Ngữ. Anh Robert có nói với em, anh và cô Jane đọc bản thảo tập hồi ký của Thu Vân, đọc đến đâu chảy nước mắt nước mắt tới đó. Tội nghiệp cho Thu Vân phải mất gần trọn ba năm bị bắt làm nô lệ tình dục và đày đoạ như tên tù khổ sai.

Thu Vân nói còn may chỉ có một người bắt phục vụ tình dục lại thường say xỉn suốt ngày, một tên nghiện ngập nên không làm cho Thu Vân có con. May mắn cho Thu Vân nhờ anh như vị cứu tinh, thiên thần giúp Thu Vân còn muốn sống nuôi con và Thu Vân yêu anh thật lòng và chấp nhận làm kẻ thua thiệt ở trong bóng tối.

Anh có nói thẳng với cô ta là anh không bao giờ quên tình yêu của em đối với anh, cũng là một ân nhân giúp anh thoát ra cảnh nghèo khổ và dứt bỏ chứng tật sợ gái của anh. Thật ra cô ta không muốn xa anh, nếu em không nhận nuôi hai con của cô với anh thì cô ta sẽ làm tới công khai thú nhận là anh có ngoại tình với cô ta có hai con. Cô ta muốn dành giựt anh về cô ta, chắc chắn em sẽ làm tới đến ly dị. Cô ta nói với tài sản của gia đình cô ta nuôi anh thừa sức khi anh sống với cô ta, như mở cho anh một phòng mạch làm tư cũng sống giàu sang suốt đời.

Trong sách cô ta nói ngưỡng phục em có bản lãnh dám hy sinh, chấp nhận nuôi con riêng của anh như là con ruột. Cô ta còn ngưỡng phục em mọi thứ trên đời cao quý nhứt sự tiết trinh và tiền bạc của em sẵn sàng cho anh tất cả. Thu Vân còn nói chưa chắc cô ta có tấm lòng quảng đại như em biết tha thứ lỗi lầm to lớn của chồng. Caroline còn nói:

- Thu Vân là người tốt, mà cô ta sắc vóc lại đẹp hơn em và cô vô cùng lương thiện đạo đức, em lại mến thương và ngưỡng mộ Thu Vân xem như là người em mà em phải hết lòng giúp đỡ cho cô ta về quê hương mà ngẫng mặt lên với đời. Vì vậy, em muốn dọn đường cho Thu Vân làm Khoa Trưởng đầu tiên tại Cần Thơ nêu một gương tốt cho thế hệ trẻ noi theo.

Từng là nạn nhân mà nay người phụ nữ đã đứng vững trên đôi chân mình mà lại muốn giúp đời, giúp tha nhân chẳng may bị hãm hại làm nô lệ tình dục hay lở sa ngã đến hoàn cảnh làm gái mại dâm cần có bàn tay rộng mở của tha nhân cứu giúp thoát sự trầm luân đau khổ.

Nếu người phụ nữ muốn hồi chánh trở về sống trong xã hội lương thiện thì chánh quyền và mọi thức giả nên ra tay cứu vớt giúp đỡ. Thu Vân muốn dùng bản thân mình chỉ rõ cho các thế hệ kế thừa muốn trở lại con đường đạo đức lương thiện là phải có cơ ma, quyết tâm, quới nhân giúp đỡ... Trường công tác xã hội mà Thu Vân ấp ủ khi ghi danh học đại học ngành này, không hái ra tiền mà thu gặt tình thương cho những người đau khổ trong xã hội.

Thu Vân đã có chân trong ban giảng huấn của Viện đại học Harvard và tương lai là Khoa Trưởng, cô Jane dọn đường cho Thu Vân ngay từ bây giờ. Nhưng, Thu Vân nói, nếu làm Khoa Trưởng về ngành xã hội học thì cô ta chọn làm ở Cần Thơ mà cô không cần thiết có tiền lương ba bốn trăm ngàn tháng của Viện Đại học Harvard mà cô chỉ có mong muốn giúp đỡ thiết thực những người đồng hương của cô chẳng may vướng vào vòng đau khổ nhục nhã có cơ may thoát ra như cô.

Cô Jane cho Robert biết có nhà xuất bản hứa sẽ in lần đầu chừng hai triệu số, chắc chắn sách sẽ bán chạy như tôm tươi vì một giáo sư tiến sĩ dám viết hết sự thật trần trụi của cuộc đời mình giống lên hồi chuông cảnh tỉnh giúp thế hệ đàn em. Cô Jane ước đoán chỉ ấn bản đầu nhờ uy tín của anh Hiếu quảng cáo, tổ chức họp báo quốc tế ở Mỹ, ở Việt Nam giới thiệu nội dung quyển hồi ký, chắc chắn sách sẽ bán hết trong một thời gian ngắn.

Thu Vân cũng có hàng mấy chục triệu USD tác quyền. Cô còn hứa sẽ dùng một nửa số tiền viết sách thành lập một tổ chức thiện nguyện chuyên giúp những phụ nữ bị xô đẩy vào con đường nạn buôn người phụ nữ trên thế giới, những nạn nhân bị ép làm nô lệ tình dục hay bị dụ dỗ đưa vào các động mại dâm.

Nếu Viện đại học Cần Thơ mở ra Phân Khoa Công Tác Xã Hội Thu Vân sẽ ủng ban đầu để xây dựng trường ốc là một triệu USD nhằm xây một đại giảng đường lớn chứa trên ba ngàn người, ở giữa giảng đường có tấm vách tự động chia cách đại giảng đường ra làm đôi một nửa dành cho ngành xã hội và một nửa dành cho ngành ngoại giao và ngôn ngữ học.

Thu Vân có hỏi các kiến trúc sư quen với bố ở Việt Nam, nói xây như vậy chỉ tốn vài trăm ngàn. Số tiền còn lại sẽ xây thêm phòng ốc cho cả hai Phân Khoa tân lập Xã Hội và Ngoại Giao. Thu Vân còn nói sẽ giúp Viện đại học Cần Thơ xây thêm một thư viện phải to đẹp nhứt nước, nếu sử dụng hết một triệu còn thiếu, Thu Vân sẽ đóng góp thêm. Robert có nói là Thu Vân muốn đền ơn em biết tha thứ anh, cô sẽ giúp em giữ chức Khoa trưởng Ngoại Giao và Ngôn Ngữ Học đầu tiên cũng như cô ta là người sáng lập Phân Khoa Xã Hội và cũng là Khoa trưởng đầu tiên.

Vì vậy, em sẽ gọi điện thoại gặp trực tiếp Thu Vân nói lời cám ơn và mời vợ chồng Thu Vân và vợ chồng cô Jane thu xếp tuần tới có mặt ở Cần Thơ, tham dự buổi khánh thành tượng đài Đức Mẹ Maria. Thầy Khoa trưởng trường Y và anh giới thiệu Thu Vân với ông Viện Trưởng và các ông Khoa Trưởng của Viện Đại học Cần Thơ về mong muốn xin mở thêm hai phân khoa Xã Hội và Ngoại Giao mà tiền xây dựng có Thu Vân bao hết.

Hiếu vỗ tay một cái bốp, em Caroline còn thông minh hơn anh, em nghĩ ra điều này quá tuyệt vời, mình chỉ tổ chức một bữa tiệc không tốn kém nhiều mà có nhiều điều lợi. Hiếu nói với vợ anh sẽ thảo thư mời tối nay và anh gởi qua email trước đến những khách mời tuần tới. Mời cả hai gia đình của hai người bạn của Caroline ở Áo có bà con với Josephine, gọi anh chị hai về giúp. Hiếu còn mời một số ký giả quốc tế có mặt ở Sài Gòn và nhiều phóng viên ký giả Việt Nam tại trung ương Hà Nội và Sài Gòn cùng tham dự nữa.

Hiếu dự trù làm một con bò và làm một con heo để làm món ăn ngon đãi quan khách. Còn chiều thứ sáu này cũng làm một con heo và thành phần mời chừng hơn hai mươi người. Gia đình nào cũng có biếu quà thịt heo, không thay đổi.

Hiếu nói bố con anh giúp việc nhà và anh quản gia, dựng một lều chứa khoảng năm bàn tròn lớn tổ chức ăn cho vui, còn chuyện tổ chức khánh thành tượng đài Đức Mẹ dời lại thứ bảy tuần sau.

Hiếu được biết miếng đất cạnh nhà chạy ra tới kinh chừng trên dưới hai cây số và rộng cũng gần nửa cây số cũng chưa trồng trọt gì nhiều, chừng hơn trăm cây ăn trái, đa số là dừa, chủ muốn bán, Hiếu hỏi giá. Nếu giá vừa phải, có đủ giấy tờ, Hiếu sẽ mua giúp anh chị hai có phương tiện làm ăn và cất một một ngôi nhà có chừng sáu phòng lớn đầy đủ tiện nghi.

Hiếu muốn kính tặng chị hai là người mẹ thứ hai của mình mà nay chị có hai con tha hồ mà vui tuổi già. Từ bờ kinh, Hiếu xin phép đào ngang con đường đi sâu đặt một ống sắt to dẫn nước vào cái rảnh nước có nhiều đường tẻ vào các ao cá của hai nhà. Tại mỗi đường tẻ có cổng có cửa đóng mở nước, chảy đến các ao và đến ao có tượng Đức Mẹ trong cùng . Sở dĩ có đường dẫn nước kinh rạch vào, vì đề phòng mùa hè các ao nuôi cá thiếu nước, còn mùa mưa thì dư thừa nước, còn làm chỗ cho thoát nước ra ngoài tránh cá vượt ra khỏi vườn...

Chủ bán khu đất rất quý mến bác sĩ Hiếu nói tôi bán rẻ cho bác sĩ hơn là bán cao giá cho người khác. Thế là mua miếng đất so với miếng đất cũ mười một mẫu tương đương nhau mà giá tiền theo thời giá cũng chỉ cao hơn gắp đôi khi mua mấy năm trước. Hiếu đặt cọc hai chục triệu đồng, giấy tờ xong lúc nào thì chồng hết.

Hiếu xây tạm một nhà để máy bơm nước và máy phát điện gần nhau, mướn luôn hai mươi nhân công đào đường rãnh dẫn nước, rộng chừng, hai mét, sâu một mét rưỡi chạy dài gần hai cây số. Làm xong tráng xi măng đàng hoàng, sau hai ngày cho xi măng chết, bắt đầu chạy máy bơm nước ngày đêm suốt ba ngày nước vào cũng được gần nửa rãnh. Sau buổi khánh thành tượng Đức Mẹ xong, Hiếu cho xây tiếp phần còn lại và dọc hai bờ rãnh xây gạch tàu chạy theo đường vừa đẹp vừa chắc thành hai bờ. Công việc này cả hai chục người sẽ hoàn thành trong hai tuần và xây nhà để máy bơm và máy điện thật chắc chắn.

Sau khi khánh thành xong tượng Đức Mẹ, Hiếu cho chạy máy bơm suốt một tuần cho nước vào ao hồ và các rãnh quanh các cây vì có nước sâu và nhiều cá nuôi mới mau lớn.

Trên đảo, ban đêm có mở đèn sáng trên tượng và dứoi chân tượng để thu hút các con thiêu thân làm mồi cho ếch nhái đang sống trên đảo. Hiếu đã nhờ anh quản gia mua hàng ngàn ốc bươu ốc lác và cua đồng thả trên đảo, mua điên điển hàng trăm cây khá lớn, chỉ trồng một mùa, năm tới có biết bao nhiêu cây mọc đều khắp trên đảo. Các bờ ao Hiếu mướn thợ làm hàng rào bao quanh cao cả thước không cho con trẻ đến gần ao khi không có người lón.

Buổi lễ khánh thành tượng Đức Mẹ có ba Cha Chánh Xứ nhà thờ chánh toà Vienne, Cần Thơ, Sóc Trăng chủ lễ thật long trọng, ba Cha có thả tượng trưng ba thùng cá rô đồng, cá rô phi và cá trê xuống ao.

Tối thứ bảy Cha ở Vienne về nhà thờ Chánh Toà Cần Thơ ngủ qua đêm để sáng hôm sau, chúa nhựt có Thánh Lễ tại nhà thờ hai Cha đồng chủ tế. Chiều chú nhựt Cha gốc Áo trở về nhà Hiếu ngủ và sáng thứ hai cùng đi với gia đình Hiếu về Sóc Trăng về ở nhà bác sĩ Trai có hai gia đình bên Áo còn ở chơi thêm hai ngày, có hai ông bà Tổng Lãnh Sự Áo còn ở chơi tới mười một giờ mới về Sài Gòn làm việc buổi chiều. Cha ở nhà bác sĩ Trai chơi và ngủ qua đêm, sáng thứ ba, Trai đưa hết mọi người về Cần Thơ dù xe hơi chật một chút. Ở chơi thêm hai ngày tha hồ mà câu cá nướng ăn luôn tại chỗ.

Quý Cha rất thích cảnh sống thiên nhiên, Cha nói từ nhỏ đến nay, Cha mới có dịp hưởng thú vui câu cá và ăn cá do mình câu được, cũng như ở Cần Thơ mỗi ngày ăn ít nhứt một con tôm hùm to do gia chủ đãi, sướng còn hơn vua, Cha nói vui trong bữa ăn. Vợ chồng Caroline, vợ chồng Trai đưa hai gia đình bà con của Josephine và Cha chánh xứ Vienne lên Sài Gòn chơi rất sớm. Hiếu đề nghị chạy luôn lên Suối Tiên ăn sáng, ăn trưa với gia đình Josephine, chiều còn ăn tiếp tại nhà hàng bò bảy món Ánh Hồng.

Sau hơn sáu giờ đưa vô phi trường và xe của vợ chồng Caroline chạy về lại Cần Thơ. Ông Tổng Lãnh Sự nói, hai vợ chồng cháu ăn xong về Cần Thơ cho sớm còn đưa Cha và hai gia đình bà con của hai bác ra phi trường để hai bác và vợ chồng Trai lo.

Thế là vợ chồng Hiếu từ giả Cha và hai gia đình bác chú ở Vienne, hẹn ngày gặp lại, chạy về tới Cần Thơ các con chưa chịu đi ngủ đợi ba má về. Hiếu bồng lên đủ tám con năm trai, ba gái, không sót đứa nào hết, sợ quên bồng, thiếu, chúng sẽ mếu máo buồn tủi. Bố con của gia đình này trìu mến nhau một cách đáng quý, ông bà trông cảnh cha con nhà này thương yêu nhau ông bà thường khoe với mọi người.

Hiếu nói với hai anh chị giúp việc, có mướn thợ xây nhà chứa máy bơm và máy điện, Hiếu muốn xây một cái nhà bốn phòng cho ba con và hai vợ chồng có đủ phòng và tiện nghi riêng và xin cấp cho gia đình diện tích hai trăm mét vuông, ngang mười mét sâu hai chục mét, cửa xoay ra đường như người dân trong ấp. Phía sau nhà là nhà che nắng mưa cho hai máy bơm nước và điện khi cần dùng mới sử dụng. Từ nơi có hai máy bơm và máy điện chạy thẳng ra trước con đường lớn, Hiếu trồng toàn cây hoa giấy gần cả trăm cây xen kẻ màu, trắng đỏ tím hồng, chừa một khoảng trống bốn mét là con đường đi lại của hai khu nhà vườn, xe ô tô chạy qua lại được. Hiếu cắt cho phần đất nhà mình thêm ba mẫu, chừa cho chị hai bảy mẫu. Trong ba mẫu này, Hiếu sẽ xây một sân quần vợt, một sân bóng rổ và bóng chuyền chung, một hồ bơi. Cạnh hồ bơi ngoài nhà tắm, nhà vệ sinh, nhà thay quần áo, một quày giải khát và sát hàng rào gần máy điện và máy bơm có xây lên cao một bồn lọc nước cung cấp nước cho hồ bơi. Và hồ chứa nước thải của hồ bơi có máy bơm dùng tưới một sân cỏ rộng gần một mẫu và tưới cây cảnh bông hoa.

Chúng tôi bao bọc hết gia đình anh chị và anh chị giúp trông giúp các con tôi khi chúng tôi xa nhà vì ông bà ngoại và các chị vú không thể quán xuyến đến tám đứa trẻ nhỏ. Chúng tôi có kế hoạch sanh thêm hai đứa nữa cho đủ một chục chẵn. Không phải chục có đầu mà khi chúng tôi lấy nhau có hứa sanh đẻ cho đủ chục mười hai, nay xin sụt xuống chục mười thôi. Cả hai anh chị cười vui và hứa:

- Vợ chồng tôi, ba cháu xem các con của ông bà như là cháu ruột, em ruột của ba cháu. Hiếu bắt tay nói cám ơn.

Tuần tới, tôi vẽ bản đồ nhà, bên khu nhà tôi cắt xén bên lô đất mới ba mẫu tây và ngôi nhà anh chị nằm ngay góc đường của khu đất mới, tôi vẽ bản đồ khu nhà mới chừa ra bốn mươi mét vuông cho anh chị. Khu đất tôi mua cũng biếu tặng cho anh chị hai tôi. Tôi mướn kiến trúc sư vẽ mẫu nhà anh chị, hai hồ bơi, hai sân thể thao, bồn cỏ dàn hoa giấy và một vườn hoa ở sân trước. Tôi sẽ mướn thầu xây cất cho anh chị trước để anh chị về ở và còn trông nom giúp cho họ xây cất các cái còn lại, nhanh nhứt cũng cả năm hay hai năm. Có anh chị ở cạnh như là chúng tôi theo dõi việc làm của họ, anh chị có quyền góp ý, tôi nói anh chị là bà con ruột thịt.

Chúng ta đã nói nhiều, anh chị cho ba con biết là chúng ta đã thống nhứt cách giải quyết này. Anh chị làm chủ một ngôi nhà mới hoàn toàn không sống chung với ai hết, chị qua nhà tôi làm hết giờ về nhà nghỉ. Tôi sẽ mua cho anh chị hai cái đèn pin, tối hai cha con thỉnh thoảng đi xem coi các hàng rào có gì đáng nghi ngờ thì mình kéo ra đó đặt một bóng đèn làm cho kẻ gian sợ. Anh chị nói, sự đạo đức của cậu út chúng tôi khâm phục, chúng tôi hết lòng lo giúp

Hiếu nhờ kiến trúc sư vẽ hoạ đồ khu đất mới, có cắt xén ba mẫu nhập qua khu đất trước đây thêm ba mẫu tây. Khu đất mới có mười mẫu nay còn lại bảy mẫu cùng chừa hai vùng đất cất một ngôi nhà trong vòng hai trăm mét vuông và nhà chứa máy điện, máy bơm và bồn lọc nước cũng khoảng hai trăm mét vuông nữa.

Hiếu đến ty điền thổ xin điều chỉnh lại khu đất vườn và khu đất mới mua thêm và cắt xén ba mẫu của miếng đất mới mười mẫu nhập qua miếng đất cũ thêm ba mẫu tây. Ty Điền Thổ xem xét qua thấy không có gì trở ngại và nói bác sĩ sẽ phải đóng thuế thổ trạch của hai miếng đất kể cả lô cất cất nhà cho người giúp việc đều riêng biệt. Lần đầu, Hiếu đóng hết cho cả ba phần đất khác nhau.

Khi có tên hai chủ mới thì phần đất của ai nấy lo đóng thuế cho đúng.

Hiếu dự trù, phải mất gần ba năm nữa Hiếu mới có bãi cỏ xanh gần cả mẫu, cạnh hồ bơi, sân quần vợt, sân bóng rổ và bóng chuyền chung. Còn trồng thơm khóm, đặt giống bốn năm loại ở Cà Mau, Rạch Giá và Bến Lức...

Hiếu nhờ cháu trai, năm tới vào học Y khoa. Mùa hè này rủ chừng hai chục bạn, làm một tháng hoặc hơn sẽ đào đất xẻ rãnh và dùng đất mới đắp lên trên phân lót cho cao hơn mặt đường vài tấc. Con đường uốn khúc này mướn thợ hồ làm cho chắc chắn vì có xe chạy, cũng là đường để cho trẻ con tập chạy xe đạp. Cách rãnh hai bên rộng cả thước có nhiều nước của mùa mưa tha hồ mà trồng thêm bông súng, sen, hay thả lục bình và nuôi ốc bươu ốc lác, kể cả cua đồng ếch nhái, rùa, lươn...

Mỗi tối, Hiếu ngồi vào bàn vẽ sơ đồ trồng thêm cây ăn trái hay hoa quả cũng như trồng cỏ, làm các sân thể thao, hồ bơi. Hiếu vẽ xong còn tô màu gọi vợ lại xem, hỏi em có cần thêm gì không?

- Caroline nói, sư phụ tính thì đệ tử thấy cái nào cũng hợp lý, tốt. Anh làm con đường uốn khúc hai bên trồng khóm, thơm mà có rảnh nước còn trồng bông súng, hoa sen, thả lục bình, nuôi thêm ốc, ếch nhái, cua, lươn, rùa nữa quá hay.

- Chúng ta mua giống in ít lần đầu, Caroline nói. Tự nó sanh đẻ lên cấp số nhân mà không phải tốn kém cho thức ăn mà chúng ta có thêm nhiều nguyên liệu làm thức ăn thì nhứt rồi anh của em ơi! Hiếu tiếp lời vợ:

- Ngoài ba ao cá đồng còn gọi là cá đen không tốn thức ăn cho cá, thỉnh thoảng cho một ít phân heo, không nên cho nhiều quá sẽ làm nước ô nhiễm. Các loại cá đen ăn rong rêu, bông, hoa phấn hay các loại ký sinh sống với các loại cây như bông điên điển sua đũa... rơi xuống nước cũng làm mồi cho cá. Các bóng đèn làm sáng vùng đặt tượng Đức Mẹ, ban đêm biết bao con thiêu thân bay tới rơi rớt xuống nước làm mồi cho cá, cho ếch nhái. Chỉ có cá da trơn hay cá he, chài dinh là cần có thức ăn phải mua thức ăn làm sẵn, một ngày cho ăn một lần cũng không cần cho ăn nhiều để chúng lớn từ từ thì thịt cá sẽ ngon hơn cho ăn thức ăn nhiều, thúc ép mau lớn để bán, thì lại khác.

Một buổi chiều, ngồi ăn cơm có nhiều người đông đủ và sau khi mua miếng đất sang tên xong hết có sổ đỏ, xẻ rãnh chia hai lô riêng biệt. Miếng đất của chị hai có bảy mẫu, trong cái góc có đặt máy bơm nước, máy điện, Hiếu có cắt một diện tích hai trăm mét vuông cất một cái nhà cho gia đình anh chị giúp việc có chỗ ở đàng hoàng.

Em đã từng nói chị hai là mẹ thứ hai của em, em kính yêu chị, em lo vụ làm số đỏ cho chị và anh đứng tên đầy đủ hết. Còn chuyện cất nhà, kiến trúc sư sẽ đưa bản vẽ cho chị em mình xem lại, anh chị góp ý muốn sửa cách nào tuỳ ý. Vườn của em nhỏ hơn vườn nhà chị mà em đã trồng tám trăm cây rồi. Từ năm nay nhà em có nhiều thứ trái cây ăn rồi, chị trồng phải bốn năm năm như em mới có trái nhiều.

Trong ba tháng hè này, em phải tính cất nhà làm đường, làm sân thể thao còn sân cỏ và hồ bơi, em chưa vội phải để đến năm tới. Khi vào năm học, chắc chắn trường Yale và Harvard sẽ mời vợ chồng em dạy học. Trường Yale còn muốn mời em làm Khoa Trưởng trường Y nữa thì tiền lương nhiều em kẹt thời giờ nhiều ở Mỹ hơn ở Việt Nam. Vì vậy, em phải tính vẽ sơ đồ trước. Nhà của anh chị em sẽ làm hợp đồng xây cất với họ, có anh hai trông chừng họ làm. Anh hai về hưu thì tự lo xây nhà, lập vườn hay đào ao nuôi cá. Cái lợi của anh chị là nhà cất gần kinh rạch nên đặt máy bơm nước rất tiện lợi ít tốn kém hơn của em phải lo xây đường dẫn nước thêm tốn kém.

Có một điều em thảo luận trước với anh chị. Em mang ơn anh hai Cường suốt đời. Khi ở Mỹ, em may mắn vừa mua cái lầu đài cũng nhờ có anh hai Cường báo mộng giúp em tránh rắc rối vì nếu về ở chậm sau này kiện thưa, ra toà rắc rối, tốn nhiều tiền lắm và mất nhiều năm mới có thể ở được.

Em dự định cất một nhà nhỏ là nơi thờ cúng anh hai, sát hàng nhà anh chị. Em muốn xây ở phần đất nhà em vì em muốn anh chị và con của anh chị không còn dính dấp gì với anh hai Cường. Nay, chỉ còn em như là đại diện gia đình Trần Minh khố chuối Bố Thảo thờ cúng khói nhang cho anh hai trong những lễ lớn và đám giỗ của anh. Hình của anh hai thờ ở Sóc Trăng, đem về đây em phóng đại cho to hơn treo giữa bàn thờ. Chị hai Mai Hạnh, nghe Hiếu nói chị không cầm được nước mắt, mọi người bùi ngùi.

Ai cũng có nhận xét chuyện Hiếu muốn đền ơn đáp nghĩa anh hai Cường bằng cách xây một ngôi nhà nhỏ như ngôi miếu để thờ hai Cường cũng là điều tốt nên làm. Ba má và bố mẹ đều đồng ý, vợ chồng anh chị hai cũng đồng ý. Hiếu nói:

- Ngày mai em gọi thợ đến làm liền để anh hai giúp "trấn ải" giữ an ninh cho gia đình. Vài ngày là cất xong, xung quanh em trồng nhiều loại hoa có dây leo phủ trên mái nhà lợp tôn, cho thêm mát cho thêm huyền diệu.

Hiếu xây miếu anh hai Cường trước tiên, kế xây nhà cho gia đình anh giúp việc cũng như là tiền đồn bảo vệ an ninh cho hai khu nhà vườn.

Hiếu gọi con trai của anh chị giúp việc vào nhà khen em thi đậu vào đại học trường Y Cần Thơ, em học Y ở Việt Nam xong. Hiếu tìm cho em học bổng lấy bằng tiến sĩ ở Viện Đại học Yale mà niên học tới Hiếu sẽ làm Khoa Trưởng khoa Y của Yale, giúp em quá dễ dàng. Hiếu nói:

- Bây giờ là mùa hè, em và các bạn trai ở tuổi mười tám rất khoẻ mạnh mình nên lao động có thêm tiền xài sau ba tháng nghỉ hè. Em rủ chừng hai chục em đến xẻ rãnh làm đất thành luống trồng thơm khóm, cạnh hai bên đường đi sẽ tráng xi măng đàng hoàng phải mướn thợ hồ chuyên nghiệp làm sau. Cứ theo hình anh vẽ có cắm cọc, em chia khoảng cách cho các bạn, thay vì công lao động tám giờ một ngày, các bạn em làm chỉ sáu giờ thôi, anh sẽ trả công lao động tám giờ.

Anh đoán các em làm trong vòng một tháng rưỡi sẽ xong, mỗi em sẽ có mấy trăm bỏ túi, anh cho thêm một em một trăm nữa. Phải có từ hai mươi tới ba mươi em mới làm xong trong một tháng hay hơn để các em còn nghỉ hè, đi chơi có tiền riêng lại càng vui hơn.

Ngày nào em tìm đủ hai mươi em, nhiều hoặc ít hơn thì mình cũng phải làm. Em biết chạy máy xúc đất, em chạy suốt đường uốn khúc, các bạn cứ theo dây căn trước chiều ngang đúng hai thước, đào sâu một thước. Sẵn có máy bơm, em bơm nước ngày hôm trước, hôm sau đào sẽ nhanh hơn vì đất mềm. Đất đào lên cho qua một bên thành luống trồng khóm, thơm, có chiều rộng hai mét. Khi các em làm, tôi cho một con heo, các em xẻ thịt ăn một bữa cho đã, em nhờ má em kho cho vài nồi thịt kho trứng cho các em ăn các ngày sau chỉ mua bánh mì ăn trưa là có bữa ăn trưa với thịt kho trứng với nước dừa.

Trí hỏi các bạn ai tự nguyện có thù lao hậu hĩnh thì theo em, chừng một đến hai tháng hè. Có đến hai mươi lăm bạn ghi tên làm và xin bắt đầu làm ngày chúa nhựt tuần này, chỉ còn ba ngày nữa.

Hiếu bảo Trí dẫn vài người bạn đến lo cuốc xẻng, mài giũa cho sắc bén và mua thêm cuốc xẻng cũng như xe cút kít đồ dùng xúc múc đất đổ lên luống và có bón phân lót trước, Hiếu nói sẽ chỉ dẫn các bạn làm, Trí nhờ mẹ, hai em gái và có thể nhờ bạn gái đến giúp làm thức ăn ngày chúa nhựt, là ngày "ra quân" xẻ rãnh làm luống trồng khóm, thơm... Mùa này cũng còn là mùa mưa, đất mềm dễ đào cuốc. Trí chỉ cách sử dụng đào xúc đất đi tiền đạo, em đã biết sử dụng thành thạo, mua xăng dự trữ chạy máy. Một máy phải hai em sử dụng luân phiên làm công suất cao hơn sức người gấp cả chục lần. Hiếu đưa tiền cho mẹ Trí coi xem mua gia vị gì làm thức ăn ngày đầu tiên có chừng ba bốn món ăn ngon, dựng một cái bạt để bàn ghế và bình chứa nước uống cho các em.

Ngày khai trương, Hiếu tặng mỗi em trai một chai bia uống kỷ niệm ngày ra quân đầu tiên dùng sức trẻ làm ra tiền giúp bản thân.

Sáng sớm chúa nhựt có hai mươi lăm em trai lại có gần hai mươi em gái đến ủng hộ bạn mình hay người yêu lao động có tiền tiêu xài. Các em gái tình nguyện giúp làm thức ăn, cùng đi chợ với mẹ Trí, lo làm bếp, sắp xếp bàn ghế, lo nước uống có nước đá lạnh, chén dĩa đũa muỗng cất trong kho lấy ra rửa lau chùi cho khô ráo. Các em tự nguyện làm rất dễ thương.

Từ chiều thứ bảy, Trí nhờ thêm bốn người bạn nữa đến làm heo, có anh quản gia chỉ giúp. Bộ đồ lòng heo nấu cháo cho cả gia đình Hiếu và các bạn ăn buổi chiều thứ bảy.

Các em chọn làm thịt con heo to nhứt trên một trăm hai mươi ký. Chị hai chỉ lấy một ít thịt và xương cất riêng cho gia đình. Thịt còn lại chị hai giao hết cho mẹ Trí làm thức ăn và thịt còn dư lại mang hết về nhà để dành dùng cho gia đình.

Cả nhà Hiếu tất bật lo cho ngày ra quân xẻ rãnh làm luống trồng thơm khóm rất vui, tám đứa con của Hiếu diện đồng phục và hai đứa con của chị hai cũng đã biết đi nên cũng diện kẻng vô phe chơi giởn cùng đám con của Hiếu. Hai con của anh chị Trung, anh chị Bernard từ Sóc Trăng lên cũng về Cần Thơ kể cả gia đình vợ chồng bác sĩ Trai cùng đến vui với đại gia đình Hiếu và ở chơi luôn hai ngày thứ bảy và chúa nhựt. Josephine nói bố mẹ ở Sài Gòn cũng muốn xuống Cần Thơ vui chơi với ba má Caroline.

Bữa ăn cháo lòng chiều thứ bảy, Hiếu có mời ông bà Khoa trường, chú thím Tín và bố mẹ vợ của Trung cùng ăn cháo lòng và đầu heo luộc cuống bánh tráng ăn với nước nắm nêm nhậu rất bắt, còn nướng đến mấy chục con cá câu được ăn thêm ngon miệng, một chai Martell XO cũng cạn hết. Ông bà Khoa Trưởng nói:

- Cái gì Hiếu cũng giỏi hết. Hiếu chưa tới ba mươi tuổi mà đã có đến tám đứa con, bốn bằng tiến sĩ và sẽ còn đảm nhận chức vụ Khoa Trưởng ngành Y Học của Đại học Yale mà trường đại học Y trực thuộc Phân Khoa này lớn gấp hai mươi lần trường Y Cần Thơ nằm dưới sự quản trị điều hành của Hiếu. Ông Khoa trưởng nói đùa Hiếu bây giờ là sư phụ của tôi.

Hiếu chạy lại ôm thầy, còn không dám, con lúc nào cũng là đệ tử của thầy. Cả nhà vui cười, dô dô ngọt xớt.

Nhân dịp này, thầy Khoa trưởng tiết lộ là ông Viện Trưởng đại học Cần Thơ cho biết, văn phòng chánh phủ, bộ Ngoại Giao, bộ Y Tế, bộ Giáo Dục đồng ý trên nguyên tắc chấp thuận cho Viện Đại Học Cần Thơ mở thêm hai phân khoa mới là đại học Công Tác Xã Hội và Ngoại Giao cùng ngôn ngữ học mà ngân sách xây dựng do cá nhân và các tổ chức bất vụ lợi tặng. Thành phần giáo sư nòng cốt cũng như Khoa Trưởng, Viện Đại học Cần Thơ phải gởi danh tính về Chánh Phủ và các Bộ trước ít nhứt cũng sáu tháng mới được phép tiến hành thi công. Cả nhà vỗ tay hoan hỉ Viện đại học Cần Thơ còn đi đầu về ngành Xã Hội Học, Phân Khoa Ngọai Giao lại có thêm ngôn ngữ học cũng là Phân Khoa đầu tiên có hai ngành ngoại giao và ngôn ngữ dính chung.

Trong bữa ăn tại nhà Hiếu, ông Tổng Lãnh Sự Áo đã hết lời ca tụng chàng rể của Thủ đô Vienne mời được cả Cha Chánh Xứ của Thủ đô Vienne cũng như hai Cha Chánh Xứ của hai họ đạo lớn nhứt của Cần Thơ và Sóc Trăng sang Mỹ tham dự buổi trình bày luận án tiến sĩ Y Học của Hiếu tại Yale. Ngoài ra còn có nhiều vị cựu Bí Thư và Phó Bí Thư tỉnh và còn có đông đủ giáo sư và ông Khoa Trưởng Y Khoa Cần Thơ cũng đến dự khích lệ tinh thần một nhà khoa học trẻ Việt Nam chưa tới ba mươi tuổi mà có bốn bằng tiến sĩ của Harvard, Yale và Việt Nam.

Về các phái đoàn ngoại quốc có đến bốn vị Thủ Tướng và nhiều Phó Thủ Tướng, Bộ Trưởng Y Tế và Ngoại giao đoàn của trên mười lăm nước tham dự làm tăng thêm uy tín của một công dân Việt Nam đã nhiệt tâm phục vụ ngành Y học thế giới. Với số người khổng lồ đông đảo chỉ tham dự một buổi trình bày luận án tiến sĩ về một bệnh lý thông thường, thật có một không hai trên thế giới.

Ông Khoa Trưởng Y Cần Thơ cũng xác nhận điều đó và ông còn khen:

- Hơn hai mươi ngàn người được ban tổ chức cung cấp thức ăn, nước giải khát cho mãi đến sáu giờ chiều. Ban Tổ Chức mời mọi người dùng tiếp thức ăn ngon trước khi ra về. Nói chung, mọi người đều ngưỡng mộ tài tổ chức của tiến sĩ Trần Trọng Hiếu. Ông Khoa Trưởng còn nhắc lại buổi tổ chức tổng kết thành quả ba năm công tác về bịnh tật xương trên mười lăm nước Á Châu tại trường Y Cần Thơ, có gần năm ngàn người tham dự. Hiếu còn giúp gây quỹ cho Trường Y Cần Thơ, ngoài chi phí ra còn dư trên ba chục ngàn USD.

Hiếu hết lòng chỉ bảo các em làm công việc xẻ rảnh làm luống trồng thơm khóm. Hiếu đưa bản mẫu cho Trí cứ luống dài hai mươi mét có xẻ một cái rãnh nhỏ, rộng chừng năm tấc làm ranh thành khối trồng các loại cây ăn trái hay hoa màu khác nhau. Chiều dài và uốn khúc tính chung trên bảy trăm mét đều tráng xi măng rộng hai mét, hai bên lề đường có tráng nhô cao lên nửa cục gạch thẻ. Hiếu dự trù ngoài trồng thơm khóm trên luống, còn trồng quít, cam, chanh, tắc, táo tàu, cây mận, ổi, khế, me chua và hàng chục cây sầu đâu và một số cây trồng loại lùn thấp khác...Hiếu còn nói tiếp:

- Trí, tuần tới nhờ các bạn gái đến giúp, mình làm một con bò nướng và nấu cháo bò cho hai toán xẻ rãnh làm luống và làm đường cũng cả chục người, Hiếu đãi các bạn sau khi làm xong một ngày. Chiều nhậu tối ngủ cho đã, mai tiếp tục làm, một tuần chỉ nghỉ một ngày chúa nhựt. Trí lấy tiền trả cho anh em. Hiếu còn nhắc nhở:

- Chúng ta cùng làm nhanh trong vòng hai ba tháng hè sẽ hoàn tất hết mọi thứ, vợ chồng Hiếu sang Mỹ làm việc hết học kỳ cũng mất năm sáu tháng mới trở về Việt Nam. Công việc làm ở nhà chỗ nào làm chưa xong hay hoàn chỉnh cho thêm chắc chắn, Hiếu nói nhờ Trí lo giúp. Cái gì em thấy làm được cứ làm coi xem nhà vườn này là của em vậy, em cũng được trả lương tháng như ba má, em có tiền lo học và giúp hai em gái phải học giỏi thi vào trường Y mà đậu nữa, anh sẽ cho các em tiền mua xe hơi mới. Cả ba quá thích và hứa với ba mẹ là hai con theo gương anh hai học giỏi để cho vợ chồng bác sĩ Hiếu mến thương.

Đúng như dự tính của Hiếu, thay vì các em làm một tháng rưỡi thì nghỉ để còn đi chơi nghỉ hè, các em thấy vợ chồng ông chủ quá tốt cứ hai tuần cho làm một con bò hoặc heo bồi dưỡng thì quá sung sướng cho người làm công. Hai mươi lăm bạn của Trí nhứt trí cố làm cho xong và tăng cường giúp thêm cho bên làm đường cùng xong sớm càng tốt. Tại công trường làm việc luôn có ba mươi lăm người làm với nhiệt tâm hoàn tất sớm để ông bà chủ thấy công trình của mình đã xong trước khi đi sang Mỹ nhận nhiệm vụ đi dạy học. Gần hai tháng xong hết mọi thứ, cũng là lúc vợ chồng Hiếu nhận được thư mời hai vợ chồng sang Yale và Harvard ký hợp đồng dạy học.

Hiếu viết thơ mời, các giới chức chánh quyền tỉnh Cần Thơ và Sóc Trăng, hai Cha Chánh Xứ và toàn thể hội đồng giáo sư trường Y đến chung vui một bữa tiệc liên hoan hoàn thành công tác làm đẹp cho con đường uốn khúc trồng hoa và cây ăn trái loại lùn thấp, dưới rãnh có bơm đầy nước trồng bông súng, hoa sen, rau muống cũng như thả nuôi nhiều ếch nhái, cua, ốc và lươn, cá trê, cá sặc... Hiếu mua hai chiếc xe con chạy điện, chạy chậm trên con đường tráng xi măng, cho các con lên đi quanh khu vườn cho vui và Hiếu cũng có mua năm sáu chiếc xe đạp nhỏ cho trẻ con tập đạp cho quen và vài xe đạp của người lớn đạp chạy vòng chơi như tập thể thao.

Tất cả mọi thứ sẽ khai trương cùng một lúc sáng thứ bảy, cách ngày tựu trường chừng hai tuần. Hiếu dự trù làm hai con heo, một con bò dùng nấu thức ăn đãi khách trọn ngày thứ bảy và kể cả ngày chúa nhựt. Nền nhà của anh chị hai đã đổ móng làm nền xong, cao ráo sạch sẽ. Hiếu thuê nhà tiền chế chừng một chục căn và phòng vệ sinh dã chiến, mời các bạn học cũ năm xưa ở Sóc Trăng về Cần Thơ ở chơi hai ngày thứ bảy chúa nhựt, có mướn một xe buýt lớn chở các bạn ở Sóc Trăng lên Cần Thơ vui chơi với gia đình Hiếu.

Những bạn Hiếu có đến tham dự, Hiếu còn tặng mỗi bạn một ngàn làm quà. Thật tình mà nói, phú quý lại sanh lễ nghĩa mà lại gặp tiến sĩ Hiếu vốn là con của một gia đình nghèo nhứt trong xã, ấp mà nay thay đổi hoàn toàn cũng chính nhờ có tính lương thiện đạo đức và ham học. Nay thành một đại gia cở bự lại có đến bốn bằng tiến sĩ làm chủ một cơ ngơi nhà vườn đồ sộ ở Cần Thơ, ở Mỹ gần đại học Harvard có một ngôi nhà to với chín phòng ngủ, một lâu đài gần trường đại học Yale và một ngôi nhà to của cha mẹ vợ cho ở Thủ Đô Áo.

Đến nay, tiến sĩ Hiếu chưa tới ba mươi tuổi làm cho người dân Sóc Trăng nghe danh biết tiếng thêm nể phục.

Ngày vui đến, quý khách ở Sóc Trăng, sau khi dự tiệc xong và chiêm ngưỡng tượng Đức Mẹ với hàng ngàn bóng đèn lung linh sáng rực một góc trời. Tại các nơi ngồi câu cá đều có bóng đèn sáng câu được cá lại thả lại xuống ao vì ban tối không tổ chức ăn cá nướng. Đến hơn tám giờ cả mấy chục xe gắn máy từ Sóc Trăng lại trở về Sóc Trăng chỉ còn bạn thân cùng lớp mười hai với Hiếu đi xe buýt ngủ lại một đêm. Tối có cháo gà uống bia, ca hát, có điệu vũ Lâm Thôn của người dân gốc Khơ Me thành điệu vũ truyền thống của người dân Sóc Trăng, nhảy vui chơi trong những tiệc nhậu hay các dịp hội họp đông người. Hiếu mua mấy chục thùng bia và nước ngọt đãi các bạn uống thả cửa, sáng hôm sau, ăn sáng xong, có người hướng dẫn đi tua sinh thái vùng chợ nổi Cái Răng, đến bốn giờ chiều chúa nhựt, xe buýt đưa trở về Sóc Trăng.

Hôm sau, chỉ còn gia đình quây quần vui vẻ, các con của Hiếu có anh Trí và hai chị cùng với mấy chị vú, chất lên hai xe điện, Trí và em gái lớn lên lái chở các em đi vòng khu vườn hai ba lần, các cháu nhỏ thích quá tha hồ mà vui chơi ca hát trên xe đang lăn bánh. Trí còn dừng lại những chỗ mà Trí thấy có nhiều trái cây, bảo các em đợi, Trí chạy vào hái nào xoài, ổi, quít, mận cho các em ăn chơi. Hột, vỏ bỏ trái cây cho vào chậu rác có trên xe kể cả giấy lau tay, lau sạch bụi từng trái cây cho các em nhỏ ăn. Chúng đi xe hai ba vòng rồi cũng chán, xuống xe ra sân chơi cút bắt, nhảy dây, đá banh, đủ trò... Hai xe điện, bây giờ có ghế con ngồi cho các cụ cũng lái hai ba vòng cho các cụ giải trí xong là các cụ đi câu cá. Hai xe điện đem về kho cất giữ, sau nhà Trí cùng dãy với chỗ để máy bơm nước và máy điện.

Ba em phụ với mẹ lo bữa cơm trưa cùng với cô hai và chị bếp. Một bữa ăn trưa có cả gia đình vợ chồng Trung cũng đưa hai con đến chơi chung với con của Hiếu và con của anh chị hai. Cả một đại gia đình có trên ba mươi người từ các cháu bé đến người lớn. Anh quản gia chặt bốn năm quày dừa lửa để cho gia đình uống nước mà Trí chặt cả chục trái cho vô nhiều xô nhỏ, ướp lạnh. Hai em gái nạo lấy cái san sẻ cho vào các sô nước dừa có nêm thêm một chút muối cho nước dừa thêm đậm đà.

Hiếu thưa với ba má và bố mẹ, hai vợ chồng con qua Mỹ coi ký hợp đồng ra sao và các con của chúng con có ba bốn đứa đã vào học mẫu giáo rồi, phải để cho chúng học ở Cần Thơ. Anh chị hai phải lo theo dõi việc cất nhà và muốn lập vườn trồng cây ăn trái cách nào cũng được. Giống cây ăn trái có sẵn trong nhà ươn của bác ba Phi, thích loại cây gì bao nhiêu cây cứ gọi bác Phi. Bác cho chở một lần phải trên trăm cây cho đáng tiền mướn xe chở. Có người theo đào hóc trồng xong thì họ mới trở về Sóc Trăng với hoá đơn bao nhiêu tiền thì cứ thế mà trả. Bác ba Phi nói sẽ lấy giá rẻ có 50% hoặc ít hơn. Còn phân lót thì cả ba chuồng heo, bò và gà vịt của vợ chồng em có nhiều phân trộn sẵn với lá, rác của vườn tha hồ làm phân lót và có cả đường nước chạy qua, dùng nước tưới đẫm cho phân mau hoai mới đặt cây trồng xuống, mau bắt rễ. Cây nào chết thì nhà ươn cây trồng lại thay cây khác.

Chị và anh hai nắm rõ nguyên tắc như thế thì rất dễ làm việc. Hiếu cho biết xung quanh nhà vườn chị hai trồng cũng trên dưới ba trăm cây dừa làm hàng rào, trong đó có chừng ba bốn chục cây dừa lửa, trồng trước cửa và bên hông nhà cạnh đường đi. Anh quản gia nhà em biết chỗ bán dừa lửa giống gần đây, dẫn anh hai đến mua và nhờ họ trồng luôn kể cả phân lót của họ, mình mua cây lớn trồng cho mau có trái mới ham. Anh hai về hưu có nhiều thì giờ mà anh trồng cây ăn trái cho thêm vui tuổi già. Mùa hè hay Noel, anh hai mua vé máy bay cho hai con qua đây chơi cho cả bà ngoại các cháu cùng đi càng tốt, em giúp tiền vé máy bay cho anh chị. Nếu em làm Khoa Trưởng và cộng tiền dạy thêm cũng như đi thuyết giảng tại các Viện đại học khác khắp nước Mỹ, có tháng thêm vài trăm ngàn đô thì chuyện em giúp anh chị tiền vé máy bay là chuyện nhỏ dù anh chị dư sức mua vé.

Trong bữa cơm chiều, Hiếu nói với bố mẹ và ba má là con muốn làm một nghĩa trang nhỏ cho gia đình mà loại mồ xây chìm dưới đất, trên nắp mộ chỉ để một tấm đá đen - marble mà ở Mỹ thường sử dụng, khắc tên người qua đời trên tấm marble, ngang với mặt cỏ, mình chừa một khoảng nhỏ từ ngôi mộ này đến ngôi mộ kế bên, trồng hoa như hoa mười giờ chẳng hạn. Trên cùng con đặt một cây Thánh Giá ở giữa hai ngôi mộ ba má bên phải, hai ngôi mộ bố mẹ bên trái gần hàng rào với nhà chị hai, trong cùng con để sát bên mẹ tấm di ảnh của ba con. Hàng thứ hai, mộ anh chị hai dưới bố mẹ, và dưới tấm marble nói là mộ của ba con thì chỉ tấm marble trên mà dưới chẳng có cốt, xác gì hết. Con sẽ trồng một số cây cau gần đó mà không sợ rể cau ăn qua xương cốt dưới mộ. Ở dưới mộ ba là mộ anh hai Cường, mộ chị hai dưới mẹ, và anh hai dưới bố, mộ bên trái, Caroline, dưới mộ ba, con dưới mộ má vì vợ chồng muốn gần má ba từ trên thế gian này hay về thế giới khác, vợ chồng con kề cận luôn gần gũi chăm sóc ba má và bố mẹ cũng như anh chị hai.

Cả nhà nghe Hiếu trình bày sự hiếu thảo của vợ chồng Hiếu đều cảm xúc rươm rướm nước mắt. Hiếu còn nói, đó là mới phác thảo để đó vài chục năm sau mới có thể sử dụng tới. Bây giờ con trồng toàn hoa mười giờ làm thành khuôn viên cho thật đẹp, ban đêm những ngày vui như ngày Tết Noel... nơi này cũng có đèn mở sáng cả một góc rất đẹp mắt, dọc theo hàng rào tới cổng chánh.

Trong khuôn viên gọi là nghĩa trang, em để trống hàng thứ ba thứ tư nếu anh chị ba anh chị tư hay con cái của con sau này muốn ở gần ông bà cha mẹ, mình cũng có thừa chỗ. Vì vậy khu khuôn viên này cũng là một vườn hoa nhỏ mà đa số là con tìm giống hoa mười giờ bông to và có màu sắc rực rỡ khác nhau. Còn bây giờ chỗ nào trống là trồng hoa cho đẹp, con sẽ vẽ sơ đồ để mọi người trong gia đình biết. Ai có đến chơi cũng sẽ không biết là mình có xây nhà mồ hay gọi là nghĩa trang gia đình vì nó nằm theo sân cỏ, không có xây nhô lên cao như mình thường thấy. Vì nếu mở cửa mà thấy có mộ phần thì trông thê lương buồn thảm quá, đàng này chỉ có trông thấy hoa cỏ tại đó có vẽ sum suê tốt tươi hơn các nơi khác mà không có ngôi mộ nào hết. Ba má và bố mẹ nói Hiếu có ý nghĩ quá đẹp chúng ta để dành đó, tính sau? Hiếu thưa:

- Dạ đúng vậy. Hiếu còn thố lộ, con có dẫn bố nuôi Philip và cô Jane vào nhiều nghĩa trang sang trọng ở Mỹ tìm mua chỗ xây mộ phần cho hai ông bà. Cho nên con mới biết, hiện nay ở Mỹ có khuynh hướng làm nghĩa trang, mộ phần chìm dưới sân cỏ. Mình chỉ làm khác một chút tại các ngôi mồ mình trồng hoa cho thêm đẹp mắt.

Hiếu nói, bây giờ con mời cả nhà mình và bồng các cháu trong lòng, anh hai lái một chiếc xe điện, em lái một chiếc. Mình đi từ nhà anh chị hai, chạy lên con đường uốn khúc cũng cả cây số, tha hồ cho mười một cháu nhỏ cùng với ông bà cha mẹ đi dạo chơi khu vườn nhà. Chúng ta đi vài vòng để coi xem chỗ nào nên trồng loại hoa, loại cây gì cho thêm bắt mắt. Như em cũng muốn trồng thêm sát hàng rào những cây đủng đỉnh nữa vì mình còn trang trí trong các tiệc cưới con cháu tại nơi đây hay ngày Tết ngày Noel tha hồ có bông lá đủng đỉnh trang trí tại các cửa, cổng chánh hay tại nhà bạt thêm đẹp. Hiếu nói với anh Hai:

- Em sẽ mua vài con ngựa nuôi tập cho mấy thằng con trai phải dạn dĩ biết cỡi ngựa, phải gan lì nữa. Trong các đường đi trong vườn cây ăn trái bên nhà anh chị còn rộng, em sẽ làm thành đường cho ngựa đi luồn lách trong vườn hay có xe ngựa chạy trên con đường ngoằn ngoèo uốn khúc quanh vườn thơm khóm, mía, sua đủa, cây ăn trái loại lùn thấp hai bên đường. Còn đường rãnh hai bên đường rộng cả mét mỗi bên tha hồ mà mình nuôi thêm các cá đen, nhứt là cá sặc, cua, ốc, ếch nhái vào mùa mưa tha hồ mà nghe tiếng ếch nhái hoà tấu.

Hiếu còn dự trù làm một khu vườn mai vàng chừng hai trăm mét vuông, chung quanh vườn mai trồng thêm chừng hai chục cây phượng vĩ, vừa có hoa đỏ vào mùa hè rực rỡ và mùa xuân có hoa mai vàng tươi mát. Miếng đất mới cắt vào phần đất mới mua, gần đường nước bơm lên, làm rãnh sâu một chút trồng thêm cây lôm chôm, măng cục, sầu riêng, mít ướt, mít tố nữ, mít nghệ, mít dừa, mỗi thứ chừng một chục cây dọc theo đường rãnh uồn khúc theo con đường xi măng mà chưa trồng gì nay trồng thêm sua đũa và các giống cây ăn trái lùn thấp.

Hiếu cũng có ý định đi vào vùng Tịnh Biên, Tri Tôn của tỉnh Châu Đốc cũ mua chừng năm chục cây thốt nốt trồng thử, nghe nói thốt nốt có trái và lấy nước uống hoặc làm đường phải trồng vài chục năm. Em dành một khu làm thành một vùng vườn chuyên canh cây trái thốt nốt thật độc đáo.

Hiếu nói anh chị hai, bây giờ, khu nhà vườn em có tám mẫu rưỡi, nhà vườn anh chị hai có bảy mẫu, khu nhà vườn anh chị ba có hơn năm mẫu. Vì bên anh chị ba còn hai bác khi nào hai bác đồng ý, em sẽ làm dài thêm con đường đi xe điện, xe ngựa thêm dài rất vui, em nghĩ ai cũng thích. Con đường dài hơn hai cây số, mình lái xe điện, đi xe ngựa hay đi xe đạp đều rất thuận tiện. Còn trong vườn cây ăn trái mình phải làm những con đường đất cho đủ rộng để cỡi ngựa đi rong cũng là một hình thức sống với thiên nhiên tuyệt vời. Em sẽ mua chừng bốn bộ yên ngựa từ Mỹ sẽ mang về cho gia đình mình sử dụng khi ngựa đã tập thuần cho việc kéo xe hay cỡi cũng phải tập công phu lúc ban đầu.

Cả nhà nghe Hiếu phác hoạ chương trình đi xe ngựa, cỡi ngựa đi dưới tàng cây ăn trái trong vườn, vói hái trái ăn đang cỡi ngựa rất nên thơ rô măng tíc.

Khi hai xe điện chạy ngang khu chăn nuôi, Hiếu nhìn đàn bò có đến mười bốn con, có bảy con bò cái, tha hồ sản sinh bò con. Còn đàn heo có đến mười hai con., Hiếu bàn với vợ trước khi vợ chồng mình đi Mỹ, cũng mất ba bốn tháng trở lên mới về thăm nhà, anh muốn làm hai con heo, một con bò mình cắt cho quý vị trường Y năm gia đình, mỗi gia đình chừng bốn ký thịt heo, gia đình chú Tín, gia đình anh Trung, gia đình anh Bernard, gia đình anh Trai mỗi gia đình cũng một phần thịt như vậy và còn cho thêm xương và chừng hai ký lô thịt bò. Mình đãi một bữa cháo lòng heo. Ở nhà mình ủ đậu xanh làm giá để ăn cháo lòng, không phải mua. Món ăn thứ hai là thịt bò nướng ngói, cuống bánh tráng, nhậu bia và uống nước dừa. Anh muốn làm bữa tiệc này đãi bà con ruột thịt, người thân trước khi đi Mỹ. Thịt xương còn lại mình để dành ăn thêm một tuần cũng chưa hết.

Khi vợ chồng mình về lại Việt Nam, lâu quá, mình cũng chưa về Áo thăm bà con và bạn bè của em. Chúng mình sẽ về Áo trước đúng một tuần, về Việt Nam sau.

Hiếu nói, anh đố em cho vui thôi nhé, mà em làm thiệt thì em giết anh đó. Caroline nói, cái gì mà mở đầu nghe ghê quá. Hiếu nói:

- Em về Áo. tuyên bố, hồi còn đi học ở Vienne có nhiều anh theo đuổi tôi, bây giờ tôi có sáu con, có anh nào còn mê, còn bám theo nữa không, em sẵn lòng đón anh đó về nuôi con tiếp em? Em bắn tiếng như vậy, coi có thằng đàn ông nào khùng mà muốn làm anh hùng cứu mỹ nhân?. Caroline ôm hôn chồng và nói:

- Em nghe anh nói một câu khá vui đó. Nếu em làm thật, anh có bỏ em không, anh có dám chết theo tình yêu không? Hiếu nói liền, anh dám liều chết, đang ngồi trên máy bay lén mở cửa định nhảy ra ngoài không trung. Vừa hé cửa cảm thấy quá lạnh, anh vội đóng ập cửa lại, xoay ôm hôn em và ngủ tiếp.

- Như vậy, anh chết nhát, Caroline nói, anh không dám chết vì em phản bội. Hiếu nói, anh đâu có ngu bỏ em vì em là người yêu lý tưởng của anh là bác sĩ đại tài ân nhân của anh trị anh hết chứng rung tay khi đụng vào da thịt em. Caroline nói:

- Khi về đến Áo, tối dù có mệt em cũng phải thưởng anh đúp. Còn khoẻ thì ba hoặc bốn lần, anh có chịu cho em thưởng anh nhiều lần?. Anh đồng ý cả hai tay tha hồ mà hoạt động và hai chân tha hồ mà chòi đạp.

Khi hai vợ chồng Hiếu đến Connecticut trình diện ông Viện Trưởng và ông Khoa Trưởng Y Học. Hai ông rất vui mừng. Ông Viện Trưởng Yale cho biết, bên Viện đại học Harvard cũng muốn mời tiến sĩ Andre giữ ngay một chức Khoa Trưởng mà không phải ngành Y, tôi biết tiến sĩ Andre không thích và quyết sống chết với ngành Y phải không?

- Hiếu gật đầu và nói lời cám ơn ông Viện Trưởng biết rõ sở thích của mình, Andre dù chỉ đi dạy bình thường ở trường Y vẫn thích hơn là một chức Khoa Trưởng mà không phải ngành Y. Ông Viện Trưởng nói:

- Tôi có thảo luận với anh George, Khoa Trưởng ngành Y Học của Viện. Anh George nói sẽ giúp Andre một học kỳ chỉ hết những gì cần thiết cho Andre nắm vì Andre mới được Viện mời cộng tác mà giữ chức Khoa Trưởng. Chúng tôi đoán sẽ có nhiều giáo sư Y ganh ty, có giáo sư dạy đến mười lăm năm tại trường Y có đến ba bằng tiến sĩ, có vài giáo sư khác có hai bằng tiến sĩ mà dạy cũng gần hai mươi năm mà Viện không cất nhắc lên giữ chức Khoa Trưởng lại chọn một tiến sĩ chưa tới ba mươi tuổi, kinh nghiệm dạy học chưa có. Tôi nói chuyện dạy học trường Y là chuyện nhỏ đối với tiến sĩ Andre, mới có hai mươi bốn tuổi đã làm Trưởng Đoàn Nghiên Cứu Bệnh sốt rét của Viện đại học Harvard thành công to lớn đến ông Tổng Giám Đốc WHO còn khen ngợi. Andre còn đậu bằng Tiến sĩ về Bang Giao Quốc Tế của Harvard với số điểm đậu tối ưu và bây giờ Viện đại học Harvard muốn mời Andre vào giữ ghế Khoa Trưởng Phân Khoa Ngoại Giao danh giá này mà Andre không thích mà chỉ muốn sống chết với ngành Y.

Một chứng minh khác, tiến sĩ Andre đã làm Trưởng Đoàn Nghiên Cứu quốc tế về bịnh tật xương. của Viện đại học Yale, tiến sĩ Andre không những nổi tiếng về cách định bịnh và trị bịnh vô cùng hiệu quả, cả mười lăm nước mà Đoàn Nghiên Cứu Yale đến làm việc đều hết lời khen ngợi. Tiến sĩ Andre còn nổi tiếng, với hai tay không, Tiến sĩ Andre đã đánh gục và bắt sống ba tên cướp có trang bị vũ khí mới đáng nể. Và một chuyện rõ như ban ngày, ngoài công tác bận bịu, Andre còn tranh thủ thời gian viết xong và trình hai luận án tiến sĩ Y học ở Yale và Harvard, chỉ cách nhau một tháng, cả hai đều đạt điểm tối ưu. Hơn nữa, tiến sĩ Andre còn đứng ra tổ chức đãi cho cho hơn hai mươi ngàn người tham dự ăn uống miễn phí thoải mái tại Yale, ăn uống cho tới giờ cuối là lúc sáu giờ chiều. Bên đại học Harvard, dù thức giả tham dự ít hơn Yale, hai lần Andre trình bày luận án cũng có tổ chức ăn uống miễn phí. Phải nói tài ngoại giao của Andre còn giỏi hơn tôi nữa. Ông Viện Trưởng nói tiếp:

- Tôi và anh George quyết ủng hộ Andre giữ chức Khoa Trưởng Y Học, đến ngày bác sĩ Khoa Trưởng Y nghỉ hưu, tôi sẽ bổ nhiệm Andre kiêm nhiệm luôn hai chức, Khoa Trưởng trường Y và Khoa Trưởng Phân Khoa Y Học của Viện, tiền lương của anh trên triệu tháng. Chuyện đó tính sau, tôi còn làm cho các giáo sư đó phải im lặng không dám so bì với anh, tôi sẽ nói:

- Chúng ta là người Mỹ mà nói tiếng Mỹ chưa chắc hơn Andre và Viện đại học Yale nổi tiếng này đã xây xựng trên ba trăm năm chưa có một Khoa Trưởng ngành Y không phải là người Mỹ. Nay có một Khoa Trưởng, ngoài tài năng, có nhiều bằng tiến si và là người nước ngoài cũng vừa nhập tịch Hoa Kỳ sau sáu năm làm việc với hai Viện đại học Yale và Harvard.

Hai vợ chồng Andre Caroline cùng đứng lên cúi đầu chào cám ơn ông Viện Trưởng thương mến một thành viên mới của Viện.

Ngay bây giờ, phần vụ Andre là làm phụ tá cho anh George và Andre có giờ dạy mà George cho Andre dạy các môn học về các chứng bịnh mà anh có làm bài sưu khảo như là luận án cho mỗi năm học trường Y ở Việt Nam giúp anh đỡ mất nhiều thời gian soạn bài vì anh có nghiên cứu có viết thành bài rồi mà George có đọc qua, rất khen và nể phục Andre có thiên khiếu về ngành Y. Còn chị Caroline, tôi nghe, anh George nói, Andre ở đâu thì chị phải ở gần Andre, có phải vậy không? Caroline gật đầu, đáp lại:

- Thú thật với giáo sư Viện Trưởng, cũng là bậc trưởng thượng như cha chú, chúng tôi phải dính nhau như sam khi chúng tôi mới biết yêu lần đầu của cả hai, chúng tôi đã hứa như vậy. Từ đây đến già, đến chết chồng đâu thì vợ đó. Giáo sư có biết không khi chồng tôi mới qua tuổi hai mươi sáu, chúng tôi đã có sáu con và nay đã có tám con. Chúng tôi còn dự kiến sanh thêm hai con nữa cho đủ chục mới chịu ngưng không còn ham sanh con nữa. Vì vậy chúng tôi phải luôn như chim liền cánh, cây liền cành, mãi mãi bên nhau.

Ông Viện Trưởng cười ngất, hèn chi cái gì tiến sĩ cũng đều number one tất. Chuyện sanh đông con thì Andre cũng chiếm quán quân của Viện Đại học Yale, Andre cũng chấp các tiến sĩ khác cở tuổi ba mươi mà có tám con như Andre?.

- Tôi xin bái phục hai ông bà. Tôi liên lạc với phân khoa ngoại giao sắp xếp cho bà Caroline dạy và đi công tác với các trường trong nước và nước ngoài để bà có tiền lương cũng cỡ bốn năm trăm ngàn năm trở lên. Hai ông bà tha hồ sanh thêm một chục đứa con nữa cũng đủ sức nuôi. Caroline, xin phép thầy Viện Trưởng:

- Con cám ơn thầy, nếu con sanh một chục đứa con nữa, chắc con qua cầu gió bay, đâu còn sức dạy học, vì ban đêm bị cha nó hành, ban ngày bị con hành nữa chắc con không còn thì giờ soạn bài, thầy Viện Trưởng ký lệnh đuổi con liền. Chúng con xin Chúa cho thêm hai con nữa là mãn nguyện rồi ạ!

Thầy Viện Trưởng cười vui, khen nhiệt tình, tiến sĩ Caroline có khoa ăn nói có duyên và phản ứng nhanh, chắc trong tương lai cái chức Khoa Trưởng Ngoại Giao của Yale cũng khó thoát khỏi Caroline. Thầy Viện Trưởng nói:

- Hai ông bà về nhà nghỉ, ngày mai anh George và ông Khoa Trưởng Phân Khoa ngoại giao sẽ gọi mời hai ông bà lên làm việc, sắp xếp giờ dạy.

Tối Caroline tường trình cho má ba biết công việc làm sắp tới và nói anh Hiếu sẽ giao hết mọi thứ cho anh chị hai và tiền bán trái cây hay bán heo, bò, gà vịt để má giữ giúp chi tiêu trong nhà và còn lại biếu hết cho má thêm vui, anh Hiếu nói với con như vậy. Bà nói:

- Chồng con luôn có lòng tốt với mọi người nên Chúa thương nó, mở miệng ra là có người thương nên chồng con muốn con phải luôn theo sát nó vì nó sợ bị cám dỗ. Đối với Thu Vân, mà Hiếu còn xa được và Hiếu chỉ có yêu con là má bái phục nó. Con thấy không nó biết khuyết điểm của người đàn ông gần người đẹp dễ bị cám dỗ sa ngã. Nó muốn con luôn ở bên cạnh mà người đẹp Caroline thì đã hốp hồn rồi mới bảo vệ nó được và còn làm cho các người đẹp khác thấy người đàn ông sợ vợ, nhát gái chỉ biết vợ nhà mà thôi nên các người đẹp khác phải chạy xa.

- Caroline thố lộ, má nói quá đúng chính giáo sư Viện Trưởng cũng có ý kiến tương tự đó nói với con nên ông cho con đi dạy học cũng tiền lương hơn $500,000 năm mà hai vợ chồng con luôn gần nhau.

Khi vợ chồng con cho bài thi học kỳ I xong là chúng con bút vé cho ba má, chị vú gốc Áo và ba đứa con gái của con bay về Áo chừng một hai tuần thăm bà con, thăm lại nhà cửa và nhứt là thăm Cha Chánh Xứ, chúng con biếu tiền cho Cha tiêu xài. Ba má Hiếu nghe con gái nói, làm cho ông bà thêm thương thằng con rể vì biết con rể muốn về thăm quê hương Áo, lúc nào cũng nghĩ đến quê hương bên vợ.

Về đến nhà cả xóm, khu phố ra chào đón cả gia đình và bà con bu quanh ba cô công chúa con khen nức nở, nó đẹp dễ thương giống hệt công chúa mẹ lúc còn nhỏ. Mấy bà bạn hàng xóm có chuẩn bị cả thức ăn nhẹ cho gia đình nhấm nháp một chút rồi vào tắm nghỉ ngơi. Cả xóm nói sẽ có bữa ăn chiều mà thức ăn nhà hàng cung cấp bốn bàn ăn với hàng chục món có cả gia đình bác chủ nhà hàng và chú chủ tiệm may bao dàn hết.

Nhiều bạn thân của Caroline năm xưa nay nghe bạn mình thành giáo sư chánh thức của Viện đại học Yale nổi tiếng trên thế giới, dù không được mời cũng tự động mang quà cáp thức ăn đến chung vui với bạn, ban đầu dự trù tối đa có ba bàn và một bàn dự phòng. Nay lên mười bàn, ông chủ nhà biết tin do con gọi cho biết, ông ra lệnh nấu gấp thêm ba bốn món làm nhanh mang đến tăng cường cùng với thức ăn bạn bè mang đến, cũng tạm đủ. Hiếu cũng sẽ phân chia đều cho mười bàn. Hiếu rất lanh trí khi thấy có nhiều người đến đông, Hiếu nhờ cô bạn chạy mua mười bình hoa to và đẹp, mua thêm chừng năm chục hoa hồng để riêng cho các bạn tặng hoa cho vợ cho mẹ... Hiếu dọn bàn ra chỉ có bốn bàn, vội nhờ bà con hàng xóm cho con cháu mang thêm bàn nữa cho đủ mười hai bàn, dự trù hai bàn để quà cáp, bông hoa nếu có.

Mới có bốn giờ, Hiếu nhờ ba bốn cậu trai nhanh nhẹn mới vào đại học lo giúp, sắp xếp bàn ghế, treo đèn màu, trang hoàng thêm hoa giấy, Hiếu nhờ đi mua thêm đèn màu và thêm đèn sáng như một dạ hội. Rất may thời tiết lúc này chưa lạnh và cũng ít mưa nên tổ chức ngoài trời không gặp trở ngại. Tuy nhiên Hiếu cũng nhờ các bạn mua củi về chất thành hình tháp và bên cạnh có chỗ đốt lửa như lửa trại cho thêm ấm và gợi cảm. Hiếu mang bộ âm thanh ra thử với ba máy vi âm tha hồ cho các bạn ca hát hay kể chuyện vui.

Cha Chánh Xứ hay tin gia đình Caroline về, tối nay có tổ chức bạt ti ở nhà.

- Cha gọi, tối nay, Cha và Cha Phó cùng hai thầy Phó Tế đến chung vui và làm phép chúc phúc cho gia đình. Hiếu nghe tin có bốn vị chức sắc lớn nhứt của Nhà Thờ Chánh Toà đến dự, Hiếu vô phong bì sẵn một bao thơ năm ngàn đô đóng góp cho nhà thờ, mỗi Cha có phong bì hai ngàn và hai thầy Phó Tế một ngàn. Hiếu cũng vội thiết đặt một bàn có tượng Chúa, Đức Mẹ và cây Thánh giá cũng khá cao với bông hoa đầy trên bàn, trông có vẽ thiêng liêng ở giữa trời cạnh bên là nơi có lửa trại, tượng trưng cho con chiên chào mừng Chúa giữa trời.

Khách ở xa lần lượt đến trông thấy cách tổ chức chớp nhoáng của Hiếu đều khen chàng rể Áo ngoài học vấn giỏi có đến bốn bằng tiến sĩ mà tài tổ chức tiệc tùng lớn nhỏ cũng đều nhanh gọn. Hiếu có đặt thêm chỗ rửa tay ngoài trời. Nhất nhất mọi thứ, Hiếu nghĩ cái gì còn thiếu đều nhờ bạn trẻ giúp, cái gì cần đến khéo tay nhờ các bạn của Caroline đến sớm phụ tiếp. Từ cổng vào, Hiếu cũng có căng dây đèn màu như dạ hội hay tiệc cưới, cả xóm như hay biết ngày trở về Áo của gia đình Caroline cũng kéo đến chung vui khi đến màn ca nhạc, kể chuyện vui có thêm năm bảy chục người đến chung vui chỉ uống nước giải khát.

Một dạ tiệc thật bất ngờ quá vui, có Cha Chánh Cha Phó hai Thầy Phó Tế của Nhà Thờ Chánh Toà đến ban phép chúc phúc và chúc cho cho mọi người thân thương của gia đình Caroline đến chung vui. Bạn của Caroline còn mời anh chàng sinh viên si mê Caroline bị Caroline đuổi ra khỏi nhà. Sau thành bác sĩ, cũng khá vui, anh là bác sĩ sản khoa chăm sóc Caroline sanh lần đầu, sanh đôi hai con trai tại Vienne. Nay anh chàng dẫn cả vợ và hai con đến chào mừng Caroline. Thế mới biết tình yêu của anh chàng này tới bây giờ, cả chục năm sau vẫn còn tưởng nhớ đến hình bóng người đẹp năm xưa. Khi Caroline gặp lại hai vợ chồng và hai con của người bạn năm xưa cũng quá bất ngờ và cũng cảm động vì tới bây giờ anh chàng bác sĩ này vẫn còn nhớ thương Caroline. Caroline giới thiệu chồng và các con gái còn năm con trai đang ở Việt Nam với ông bà nội.

Sau khi Cha làm lễ rồi. Trước khi nhập tiệc, Má Caroline đại diện gia đình lên chào mừng quý Cha, thầy Phó Tế, bà con và ông bà chủ nhà hàng và cô con gái đã hết lòng giúp đỡ tổ chức dạ tiệc với đầy đủ thức ăn dù thật chớp nhoáng ngoài tính toán mà các món ngon của nhà hàng lại càng thu hút mọi người.

Nay là ngày vui của gia đình chúng tôi, Sau khi con rể và Caroline đến nhận giờ dạy chánh thức tại Viện Đại học Yale ở Mỹ, hai con bút vé máy bay cho tôi và con của chúng và chị vú cùng gốc Áo bay về quê hương thăm qúy Cha quý Thầy Phó Tế và tất cả bà con. Chúng tôi ở lại Vienne chừng một tuần, sẽ về Việt Nam vì năm thằng cháu ngoại đang đi học mẫu giáo.

Nhân dịp này, con kính mời quý Cha, quý thầy, bà con có dịp đi du lịch ghé nhà chúng tôi chơi, chúng tôi sẽ lo hết mọi thứ. Nay khu nhà vườn có xe ngựa, xe điện chạy du ngoạn giải trí trong khu vườn cây ăn trái có cả ngàn cây trĩu oằn trái, có đến sáu hồ ao nuôi cá, tha hồ mà câu cho vui và có thể nướng ăn tại chỗ.

Gia đình ông bà chủ nhà hàng và gia đình ông bà chủ nhà may đã biết. Hai con tôi đã mua thêm đất, làm sân tennis, sân bóng rổ, sân cỏ, hồ bơi, có thể năm tới đã thật hoàn chỉnh một trăm phần trăm. Chúng tôi sẽ bao hết ăn uống, chỗ ngủ đã tăng lên mười lăm phòng, không sợ thiếu. Đường xe ngựa, xe điện chạy đã làm xong cách nay hai tháng. Hiện đang làm lại các con đường đất cỡi ngựa đi len lỏi trong vườn cây thật rô măng tíc. Còn thức ăn không thiếu có gà vịt, heo bò đủ hết, còn cá thì ăn thả cửa vì chỗ nào có nước trong khu vườn, chúng tôi đều có nuôi cá. Sáu ao hồ nuôi nhiều giống cá, nay sanh sản nhiều và cá to qua hai ba đời rồi. Còn trái cây tha hồ ăn quanh năm đều có trái cây theo vụ mùa, nước dừa dùng cho các cô tắm cũng không hết nữa vì dừa đã có trái mấy trăm cây. Tóm lại quý vị đồng hương đến chơi ở nhà vườn Cần Thơ - Việt Nam sẽ có những ngày vui chơi thoải mái.

Hai con tôi, Caroline được sắp xếp giờ dạy phải có tiền lương năm trên $500,000, còn chồng nó trên một triệu tháng vì Yale sợ Harvard trả lương cao hơn sẽ thu hút hơn. Ông Viện Trưởng đã chuẩn bị cho con rể Andre sáu tháng nữa lên nắm chức Khoa Trường Y Học của Viện thay vị Khoa Trưởng về hưu. Trường đại học Y và bệnh viện của Viện trực thuộc Phân Khoa Y Học, có gần cả ngàn giáo sư, bác sĩ và mười ngàn nhân viên phục vụ.

Bây giờ, con nhường máy vi âm lại cho con rể Andre trình bày đôi điều. Andre nắm tay vợ dẫn lên cùng cúi đầu cháo kính quý Cha trước và quay sang chào mọi người. Andre nói tiếng Áo và xin lỗi con nói còn dở có thầy con đứng kế bên dạy con dạy thêm. Mùa học tới, nếu con có giờ dạy ở Áo con sẽ giảng bài bằng tiếng Áo, từ nào bí con nói tiếng Anh, chắc các sinh viên cũng thông cảm. Con mới học nói tiếng Áo chuyên học với vợ con, ba má con cũng không biết. Nay con kính chào ba má và tất cả bà con bằng tiếng mẹ đẻ của vợ con cũng là tiếng mẹ đẻ của con, tất cả mọi người vỗ tay hoan nghênh có người chàng rể Áo nịnh vợ tới bến. Hiếu từ từ nói bằng tiếng Áo có từ nào Andre chưa nghĩ ra kịp bà thầy nhắc tuồng. Má Caroline không ngờ con rể học lén mà nói tiếng Áo rất khá. Bà Má xin tặng cho chàng rể một cành hoa hồng tươi làm cho Hiếu vô cùng vui sướng, khi biết con rể mình nói sỏi tiếng Áo mà con nói là tiếng mẹ đẻ, nghe dễ thương làm sao. Tất cả mọi người vỗ tay tán đồng. Bà nói tiếp:

- Quý vị đã biết rể tôi vốn gia đình nghèo mà chỉ có học mới thay đổi cuộc đời.

Tôi xin nói một chuyện vui ngắn thôi để cho con rể tôi tập nói tiếng Áo cho thật nhuần nhuyễn may ra bà thầy còn thưởng đúp nữa. Nếu học không thuộc bài, học trò còn bị bà thầy phạt quỳ gối, mọi người vỗ tay cười vui. Ba đứa con thấy có bà ngoại, ba má nói chuyện vui quá cũng chạy lên nắm tay ba má và bà ngoại. Bà cúi xuống hôn cháu ngoại và kể một câu chuyện vui mới xảy ra trên chuyến bay từ Mỹ về Áo. Con rể hỏi Caroline:

- Khi về Áo em thử bắn tiếng công bố là các bạn trai năm xưa yêu mến Caroline, nay còn mê nữa không, Caroline sẵn sàng đón chàng về nuôi tiếp tám đứa con. Andre nói tiếp coi có anh chàng nào khùng muốn vào cứu mỹ nhân. Caroline hỏi:

- Anh có dám chết vì tình yêu không? Chàng rể nhanh nhẩu nói, dám chớ. Anh ngồi trên máy bay, lén mở cửa nhảy ra không trung tự tử, vừa hé cửa, gió tràn vào lạnh quá. Anh vội đóng sầm cửa lại, vội quay sang ôm vợ. Caroline nói, anh chết nhát, không dám hy sinh vì người yêu sang ngang. Andre nói tiếp:

- Bộ ngu sao chết, anh phải dành lại người yêu lý tưởng của mình vì mỹ nhân Caroline đã hốp hồn anh là ân nhân là bác sĩ đại tài trị dứt bịnh tay rung của Andre khi đụng vào da thịt của Caroline. Mọi người cũng vui cười, Cha Chánh Xứ nói:

- Cha rất quý trọng, hai con xứng đáng là con chiên ngoan đạo lúc nào cũng nghĩ đến tình nghĩa chỉ có một vợ một chồng, có rủi bị cám dỗ hay lầm lạc cũng sớm thức tỉnh trở lại con đường chánh đạo. Mọi người có một bữa ăn tối quá vui. Caroline thay gia đình kính cẩn đa tạ Cha Chánh, Cha Phó hai thầy Phó Tế và bà con, đặc biệt cám ơn hai bác chủ nhà hàng giúp có bữa ăn thật ngon.

- Caroline còn nói, các bạn muốn sang du học Hoa Kỳ ở Trường Yale và Harvard với giá học phí cao ngất ngưỡng, hai vợ chồng Caroline cố gắng xin học bổng của các lớp học lấy bằng tiến sĩ. Nếu không được học bổng toàn phần thì cũng được giám giá xuống cũng giúp cho người hiếu học muốn lấy bằng tiến sĩ. Nhà chúng tôi ở gần Viện đại học Yale và Harvard, mỗi nhà có gần cả chục phòng và hai xe hơi, các bạn có xe tự lái đi học. Còn ăn uống tự túc mỗi phòng mình có bếp riêng. Mọi thứ tiêu xài hàng tháng trong nhà, vợ chồng Caroline bao hết. Còn xe hơi chỉ có đổ xăng tha hồ mà chạy, xe hư đem đến công ty sửa chửa, bill gởi về nhà, vơ chồng Caroline thanh toán hết. Còn đang học lấy BA và Master thì chúng tôi cũng giúp một mức giới hạn nào đó. Andre nói tiếp:

- Chúng con sẽ giúp nhà thờ một trăm ngàn USD khi Cha muốn tu sửa hay xây dựng mới một cái gì trong khuôn viên nhà thờ, Cha gọi điện thoại cho con biết.

Từ nay, con có thưa chuyện với Cha hay bất cứ người nào ở Áo, con sẽ nói tiếng Áo. Con là công dân Áo, quý vị thấy đúng vỗ tay tán thưởng một công dân Áo đang học nói tiếng Áo cho thật trôi chảy, tránh cảnh bị bà thầy phạt quỳ gối tội nghiệp cho đệ tử. Caroline cười nói:

- Quý vị, quý bạn, thấy chồng Caroline tôn kính quý Cha quý thầy, còn có hiếu với ba má vợ. Nay trò Andre lại còn có hiếu với vợ nữa thật đáng khen. Tối nay thầy không bắt phạt mà con cho lên giường ngủ một giấc tới sáng luôn mà không làm gì hết. Mọi người vỗ tay cười vang, hai Cha và hai thầy cũng cười vui và từ giả về trước. Ngoài trời có đốt lửa trại làm cho bữa ăn tối thêm ấm cúng tình đồng hương đồng đạo. Các bạn ra múa nhảy ca hát và những bản dân ca quen thuộc của truyền thống văn hoá Áo. Bắc giọng hát của vợ chồng Caroline và các bạn thân cùng ông bà ngoại ra nhảy biểu diễn làm cho cả hơn trăm người cũng vui ca và nhảy múa, ba đứa cháu ngoại theo dính ông bà cũng múa nữa. Một bữa ăn tối rất vui, Hiếu nói nhỏ với bạn, vợ chồng tôi xin biếu các anh chị phục vụ nhà hàng mỗi người hai trăm, nhờ chị về nhà cho vô phong bì giúp vợ chồng Caroline.

Riêng hai chị, Hiếu xin gởi trước mỗi chị năm ngàn dùng mua vé máy bay muốn qua Mỹ qua Việt Nam chơi với gia đình chúng tôi lúc nào cũng queo com. Chúng ta coi như là anh chị em ruột. Hai chị muốn sang Mỹ học, vợ chồng tôi bao hết, đừng có lo gì hết. Hai cô bạn nghe Hiếu nói thật lòng rươm rướm nước mắt vì tình nghĩa của Andre đối với gia đình.

Ba má, nghe con gái thuật lại các lời nói của Hiếu, hai ông bà đều nói Caroline có căn tu mười kiếp nên gặp người chồng cái gì cũng tài giỏi hơn người. Như cách nó cho tiền típ nhân viên nhà hàng, nó chiếm hết cảm tình của nhân viên nhà hàng và chồng Caroline còn biếu hai con mỗi đứa năm ngàn để muốn mua vé máy bay đi Mỹ hay Việt Nam lúc nào cũng được mà khỏi phải xin gia đình vì hai con chưa làm việc ra tiền. Bố nói tiếp:

- Martine, con mời gia đình Caroline sáng mai ăn sáng tại nhà hàng mình lúc mười giờ, Bố biết gia đình Caroline ở Áo không quá tuần vì còn phải bay về Việt Nam, ở chơi chừng mười ngày. Vợ chồng Caroline phải đợi đến lễ

Noel và Tết Dương Lịch, hình như Yale nghỉ ba tuần, vợ chồng Carolin sẽ bay về Việt Nam thăm con, đại gia đình cũng như chăm sóc vườn cây.

Ba Má Caroline từng nói với Ba:

- Nếu hai con mà chịu ở học trường Harvard thì vợ chồng Caroline lại vui mừng vì có hai con giữ nhà giúp, có hai xe, ở nhà rộng rất thoải mái. Nhà ở gần Harvard có chín phòng, hai con có thể làm quen rủ bạn bè về thuê phòng giúp trang trải chi phí điện nước và các thứ linh tinh. Ba còn tin, tiền cho mướn nhà còn thừa chúng nó sẽ cho hai con tiêu xài vì chúng nó bây giờ quá giàu rồi.

Các con thấy không, Cha Chánh Xứ chưa có ý định xây dựng thêm hay làm gì cho nhà thờ mà Hiếu đã hứa ủng hộ $100,000 như Ba hứa $1,000. Hai con muốn đi lên Tiến sĩ nên theo vợ chồng Caroline được giúp đỡ mà chú ý nên ở gần trường Harvard học ở Harvard thì giúp vợ chồng nó mà cũng chính là giúp hai con nữa. Nếu hai con suy nghĩ kỹ muốn học thêm, ngày mai nói cho hai vợ chồng nó biết.

Bữa ăn sáng xong, Martine nói ba má hồi tối có khuyến khích hai chị em tôi muốn tiến thân học lấy bằng tiến sĩ ở Mỹ và phải nhờ vợ chồng Caroline giúp. Ba tôi còn nói, hai chúng tôi học ở Harvard lại có thể giúp hai bạn trông nom nhà và còn rủ bạn học ở các nước khác hay các tiểu bang xa phải thuê chỗ ở xa trường. Nay, thuê chỗ tốt gần trường và các bạn còn có thể đi xe chung đi học. Hiếu nói liền:

- Hai chị chịu ở học Harvard, tiền thuê nhà nếu được hơn tiền trả chi phí hàng tháng thì hai chị dùng tiền chi tiêu như mua thực phẩm, mua xăng chạy xe. Vợ chồng chúng tôi biếu hết cho hai chị. Vì đi dạy học, càng ngày càng thêm có thêm giờ lại bận thêm mà hể có thời gian chừng một tuần trở lên là vợ chồng chúng tôi bay về Việt Nam thăm con và gia đình. Hai cô bạn gật đầu thông cảm.

- Caroline nói, chồng của Caroline nói hết với tôi là quý mến hai bạn, muốn hai bạn phải học lấy bằng tiến sĩ mà về Áo dạy học thì hách lắm. Khi hai bạn có bằng cao học rồi, học tiến sĩ nhanh hay chậm là do mình vì đa số là vấn đề tài chánh mà tài chánh thì bạn khỏi phải lo khỏi phải vay mượn nợ, cho thuê phòng dư được nhiều tiền thì kể như tiền của hai bạn, vợ chồng tôi tặng hết. Và tôi sẽ còn xin cho hai bạn có một chỗ làm trong trường có thêm tiền chi dụng. Hai ba má, ngồi nghe tường tận lời nói của hai vợ chồng Caroline, vội lên tiếng:

- Hai gia đình chúng tôi vô cùng cám ơn hai cháu. Thế nào hai bạn của Caroline sẽ cố gắng thu xếp đi học tiếp đoạt được bằng tiến sĩ theo gương hai vợ chồng cháu. Mọi người đều cảm thấy vui gần gũi nhau hơn như gia đình ruột thịt. Gia đình Caroline nôn nả đi về Việt Nam thăm con, nên đổi lại vé máy bay đi sớm hai ngày, thay vì ở Áo bảy ngày.

Về tới Sài Gòn có xe Trung và Bernard chạy lên đón về tới Cần Thơ hơn sáu giờ chiều. Cả nhà đợi về đông đủ mới ăn cơm chiều. Minh Tâm,

Tuyết Trinh hai chị của Hiếu cũng mang hết con cái lại chung vui với gia đình Hiếu từ Áo nay về đến Cần Thơ. Dù đi đường xa cũng mệt mà vợ chồng Hiếu thấy lòng ấm áp có anh chị và gia đình đón mừng cùng ăn bữa cơm chiều sau gần năm tháng đi xa. Người lớn ngồi nói chuyện và cánh đàn ông cũng nhậu lai và mấy bà cùng với các chị vú lo cho trẻ con ăn xong trước, để chúng tự do chơi giởn, người lớn ăn sau. Chị hai khoe - Trưa nay, bố và anh hai cắm câu được ba con cá lóc khá lớn mỗi con cả ký, chị hai lấy ba cái đầu cùng với khoảng hai chục con cá rô đồng và rô phi chị nấu một nồi canh chua tổ chảng cùng với bông điên điển và bông súng. Còn thân và ruột ba con cá lóc chị nướng lửa than cho quý ông nhậu, mỗi người cũng cuống bánh tráng được vài cuống. Còn có món ruột thịt kho trứng nữa ăn cơm có dưa giá và dưa cải. Như vậy cũng tạm đủ để đón tiếp phái đoàn từ xa mới về. Cả nhà cùng vỗ tay hoan nghênh chị hai bếp trưởng cho biết thực đơn chiều.

Khu nhà vườn của vợ chồng Hiếu từ đây về sau không còn lo thiếu thực phẩm dùng chế biến thức ăn, cá đen nhiều lắm, đường rảnh nào cũng có cá đen ngoài ba ao nuôi chính lúc ban đầu và ao cá trắng, cá da trơn nay cũng lớn, sanh sản ra thêm nhiều. Còn hai bầy gà vịt có trên ba bốn mươi con lớn, chưa kể mấy chục con gà vịt con mới đẻ vài tuần.

Từ ngày mua thêm miếng đất mười mẫu Hiếu tặng cho anh chị hai bảy mẫu. mà khu đất mới nằm gần con rạch khá lớn và đã đặt máy bơm có công suất lớn nên dù là mùa khô nóng mà nước trong các rảnh, các ao luôn đầy nên bông hoa cây cỏ đều tốt tươi và cá nuôi trong ao hay trong rảnh cũng đều có nước, thức ăn đầy đủ. Các loại rau trồng hay rau hoang, lục bình, bông súng, hoa sen tốt tươi giúp thêm thức ăn cho cá đồng mau phát triển nên việc câu cá quá dễ hể thả câu xuống có cá đớp mồi liền. Các loại rau dễ trồng như rau muống, rau ngổ, rau chay, rau dừa, bông súng, bông điển, sua đủa, lá dang, sầu đâu, sua đũa có trồng rải rác khắp mọi nơi trong vườn. Các loại rau hoang sống mọc dưới nước như rau ngổ, rau dừa, rau muống cũng có nhiều... Nếu muốn bắt cá ăn cá lớn thì có lờ lọp, cắm câu hay dùng mảnh lưới con, kéo cá.

Tình cờ Hiếu thấy hoa phượng vĩ nở rộ vào mùa hè ở Núi Sam Châu Đốc rất đẹp. Hiếu đã nhờ chị Lệ Thuỷ mua vài chục cây con mấy tháng trước, nay về đến nhà, Hiếu gọi chị Lệ Thuỷ giúp gởi xuống và mời anh chị cùng gia đình xuống nhà em chơi. Vợ chồng em nay đã nhận đi dạy học Yale rồi, về thăm nhà mười ngày rồi phải bay qua Mỹ. Nếu anh chị thu xếp tuần này xuống được thì em sẽ làm một con bò và một con heo đãi mọi người thân và đặc biệt là đãi anh chị. Em đề nghị trên xe anh chị xuống em, mang theo một cái thùng chứa thịt xương, heo bò mang về Châu Đốc ăn tiếp với em. Còn hoa phượng vĩ nếu chưa mua, nay chị mướn người tìm mua giúp cho em vài chục cây càng lớn càng tốt, mướn xe tải nhỏ chở. Hiếu nói:

- Em đi Mỹ dạy học phải sáu tháng sau mới về, nhứt là em nhận chức Khoa Trưởng Phân Khoa Y Học Yale. Hệ thống bịnh viện và trường đại học Y em cũng phải quản trị, nên công việc bù đầu. Nay, em không muốn trồng gì thêm ngoài trồng phượng vĩ cho có thêm màu sắc giữa vườn cây xanh ăn trái.

- Anh chị Lệ Thuỷ hứa sẽ cố giúp em, mình có sẵn tiền chắc tìm mua cũng không khó. Hiếu nói, thế thì dù có cây phượng vĩ hay không, anh chị cứ xuống vui chơi với chúng em, em mời mấy chục nhân viên, giáo sư trường Y cùng dự tiệc với chị em mình. Chồng Lệ Thuỷ vội nói:

- Anh chị chúc mừng vợ chồng em đều được thu nhận làm giáo sư chánh thức của Viện đại học danh tiếng thế giới Yale mà sẽ còn giữ chức Khoa Trưởng vô cùng danh giá, anh chị cùng các con về Cần Thơ ăn mừng cùng gia đình em. Luôn thể, gia đình anh chị về Sóc Trăng thăm gia đình Lệ Thuỷ. Hiếu nói, chúng em cám ơn anh chị, hẹn gặp gia đình anh chị chiều thứ bảy, ngủ ở nhà vợ chồng em, tối mình còn ăn cháo gà hay cháo vịt nữa.

Hai ngày sau, Lệ Thuỷ gọi báo cho Hiếu biết chị đã tìm mua được năm chục cây phượng vĩ khá lớn, cao khỏi đầu người. Xe tải sẽ chạy xuống nhà vườn em mà chị đã có địa chỉ, tiền bạc trả tài xế, thuê xe, anh chị thanh toán rồi và mua cây không bao nhiêu. Anh chị tặng cho hai em làm quà chúc mừng. Hiếu vội cám ơn và đưa điện thoại cho vợ nói tiếng Việt với chị Lệ Thuỷ, chị quá vui, khen Caroline nói tiếng Việt giỏi quá. Anh chị gặp hai em thứ bảy này.

Sáng sớm thứ bảy, Hiếu nhờ anh quản gia thuê hai anh chuyên làm heo, bò đến làm hai con heo, một con bò làm món ăn đãi khách khoảng tám mươi đến trăm người. Hiếu nhờ hai bố con Trí dựng ba lều bạt thành hình tam giác, có treo hoa giấy và đèn màu thật đẹp mắt, dọn sẵn mười hai bàn. Hiếu đã có nhờ anh chị tư mời ông bà cựu Bí Thư tỉnh Sóc Trăng cùng theo Bernard về dự và tối qua nhà bạn bố vợ Trung ngủ, trưa chúa nhựt về lại Sóc Trăng cùng gia đình Bernard.

Hiếu mời hết trường Y, giáo sư và nhân viên khoảng trên năm mươi người, mời gia đình chú thím Tín, gia đình bố mẹ vợ Trung. Mời gia đình anh chị Trai và bố mẹ từ Sài Gòn xuống dự, gia đình Josephine sẽ cùng ba mẹ về Sóc Trăng ở chơi đến sáng thứ hai về Sài Gòn đi làm việc. Khách mời chánh thức chưa tới một trăm, Hiếu có dự phòng thêm bốn bàn, mời các em nam nữ sinh viên đã có đến đây xẻ rãnh làm luống, Hiếu còn dặn:

- Chúa nhựt các em trồng giúp năm mươi cây phượng vĩ, quanh bờ các ao cá và dọc theo lối đi có tráng xi măng, mỗi cây trồng cách xa nhau từ tám mét vì tàng cây phương vĩ lớn lên rất to, bông đẹp cũng là nơi thu hút ông bướm các thứ côn trùng khác, các cánh lá rụng xuống ao cũng làm mồi cho cá.

Hiếu đãi toàn bia Saigon và nước dừa có cả cái nạo ra để chung có dá múc nước dừa và cả cái, có hủ muối kế bên cạnh bình lớn và ly, tha hồ mà uống nước dừa lửa, chặt sẵn cả trăm trái. Các thức ăn chỉ có bia, bánh mì, gạo, nước mắm, tiêu là phải mua còn lại tất cả các thứ đều của nhà vườn tự cung cấp. Hiếu nhờ các em làm cho hai bếp lớn bắt trên các cục đá lớn để ninh hai nồi cháo lòng bò và lòng heo. Thịt bò nướng lụi, thêm món bò lúc lắc.

Thịt heo ướp gia vị nướng vĩ và kho hai nồi thịt kho trứng nước dừa tươi ăn thêm bánh mì. Tất cả quan khách đều có quà mang về, thịt heo hoặc thịt bò vài ký cho thêm vui, cắt sẵn cho vô bao ny long 120 phần quà để trong các thùng đá lạnh to. Nghĩa là sáng chúa nhựt gia đình chỉ có ăn cháo bò, trưa chúa nhựt, gia đình ăn cháo lòng heo còn lại cũng như thịt kho trứng.

Còn để dành nguyên một nồi thịt kho, gia đình ăn thêm cá và gà vịt đổi món. Thịt heo và thịt bò tặng như gần hết cho mọi người. Đặc biệt, anh chị Lệ Thuỷ có đến bốn phần, còn ông Khoa Trưởng, chú thím Tín, gia đình Trung, Bernard, Josephine mỗi gia đình hai phần, ông bà cựu Bí Thư cũng có hai phần kèm theo phong bì hai ngàn USD, ông bà Khoa Trưởng và bốn giáo sư đầu ngành mỗi vị $1,000 USD.

Trong bữa tiệc, Hiếu nói sở dĩ hôm nay Hiếu được cất nhắc lên làm Khoa Trưởng ngành Y Học của Viện Đại học Yale là một chuyện may mắn và có sự đóng góp của quý thầy thân kính trường Y Cần Thơ giúp con. Phân Khoa Y quản trị: bịnh viện đa khoa, bịnh viện sản khoa, trường đại học Y Khoa, với số giáo sư, bác sĩ, y tá và nhân viên gần mười ngàn người nên Hiếu sẽ rất cực, bù đầu vào công việc và tiền lương cũng rất cao. Vợ của Hiếu cũng là giáo sư chánh thức về ngoại giao cũng là tiềm năng giữ chức Khoa Trưởng môn học Ngoại Giao của Yale lương cũng khá cao, khi là giáo sư cũng đã có tiền lương trên $500,000 USD năm. Bây giờ vợ chồng con có quốc tịch Việt, Áo và Mỹ. Hiếu còn nói:

- Xin mời nữ công dân Việt mới toanh nói lời chào mừng quý vị quan khách, quý vị giáo sư và thân tộc Việt Áo. Caroline, lên đứng cạnh chồng, có tám đứa con chạy theo mẹ. Caroline bồng đứa con gái nhỏ nhứt lên cùng cúi đầu với mẹ chào mọi người, ai cũng vỗ tay khen nức nở.

Caroline bật nói tiếng Việt khá giỏi làm cho mọi người ngạc nhiên. Caroline làm cho mọi người thêm vui khi kể chuyện gia đình. Caroline nói, ai cũng khen chồng tôi giỏi có bốn bằng tiến sĩ, tay không diệt được cướp có vũ khí, có hiếu với bố mẹ cả nội ngoại và đối xử, ngoại giao số dách nữa.

Chồng tôi lại còn giỏi tranh thủ làm đêm hành tôi muốn tắt thở vừa đúng ba mươi tuổi chúng tôi đã có đến tám con. Chồng tôi còn muốn vượt chỉ tiêu phải sanh đủ chục, mười con mới chịu ngưng chiến. Mọi người ôm bụng cười lăn, cô đầm này mới học tiếng Việt mà nói vụ vợ chồng này nọ sao tỉnh queo, rất vui. Các cô sinh viên nghe đàn chị kể chuyện chồng con vui quá, mỗi em tặng chị Caroline một bó hoa hay một cành hoa các em đã chuẩn bị trước.

Khi mọi người ra về, ai cũng có phần quà nhỏ. Riêng năm giáo sư trường Y đều có một phong bì riêng và ông cựu Bí Thư Sóc Trăng cũng có một phong bì.

Gia đình bác sĩ Lệ Thuỷ cùng chồng con, bốn người ngủ một phòng, vợ chồng Bernard cũng ở lại một phòng. Ông bà cựu Bí Thư qua nhà bạn, bố vợ Trung, ngủ nói chuyện đời của hai ông cán bộ già về hưu. Trưa mai về Sóc Trăng, Bernard chạy qua đón. Riêng anh chị Lệ Thuỷ, ngoài hai phần thịt, Hiếu còn biếu thêm hai cái giò heo và giò bò còn nhiều thịt để về quê vợ làm quà, Hiếu rất tế nhị và còn có phong bì gởi biếu lại chị Lệ Thuỷ $5,000 USD. Hiếu còn nói với anh chị, là Hiếu muốn mua vài con ngựa cái và đực về nuôi gây giống và tập ngựa kéo xe và tập cỡi ngựa. Hiếu nói nghe trong quận Tri

Tôn và Tịnh Biên có nuôi ngựa kéo xe, ngựa giống nhỏ con rất hợp với vườn nhà mình nhỏ.

Tối còn lại ba cặp trẻ ở lại nhà vợ chồng Hiếu, Hiếu mời vợ chồng chị Lệ Thuỷ, vợ chồng Bernard cùng vợ chồng Hiếu đi dạo quanh các ao hồ nuôi cá và đến một cái bàn nhỏ có đến tám ghế có che dù màu, ngồi nói chuyện chơi. Hiếu mở thêm hệ thống đèn màu trên tượng Đức Mẹ và xung quanh ao. Giữa ao có một cù lao nhân tạo, nay cây lên xanh tươi có ba bốn cây đu đủ sắp có trái, Hiếu nói cái cù lao này trồng nhiều điên điển, rau muống và rau hoang mọc nhiều vì có nuôi ếch nhái, cua ốc, có nơi ngồi câu cá, có bàn uống nước, hai bên cù lao đều có cầu bắt ngang khỏi mặt nước khá cao để cho các xuồng con bơi được quanh ao.

Hiếu nói, sáng ngày mai cho các con trẻ lên xe điện mình lái quanh vườn cho chúng vui đùa. Hiếu còn nói với anh chị tư hai em đang dọ hỏi miếng đất sau nhà em, họ chịu bán, khoảng mười mấy mẫu, vợ chồng em mua biếu anh chị cho hết khu này, mình đào một con rạch hay gọi con kinh nhỏ chừng hai cây số, dẫn nước từ kinh rạch lớn chảy vào, giữa hai nhà vườn cũ và mới. Cái rạch này, mình có thể nuôi cá luôn và lấy nước bơm vô bốn nhà vườn của bốn anh chị em ruột ở gần nhau có cha mẹ hai bên nội ngoại cùng ở chung một vùng thì quá đẹp.

Hiện em đã mua máy bơm nước công suất lớn sẽ bơm nước cho bốn gia đình kể cả gia đình anh chị tư. Em cũng đã mua một máy điện khá lớn, nếu bị mất điện thình lình, mình có máy điện chạy thay thế cho cả bốn gia đình. Nếu anh chị tư có nhà có đất ở đây thì anh chị tư xin đổi về Cần Thơ làm việc cho gần anh chị em và cha mẹ thì tiện biết bao, vợ chồng em ao ước như vậy.

Em thường nguyện cầu thế nào cũng có vong linh ba về giúp gia đình mình bốn anh em ở chung cùng một khu vực, sớm tối có nhau. Nếu em và vợ em đều giữ chức Khoa Trưởng tiền lương cả hai khoảng trên hai triệu USD, giúp anh chị mua đất lập vườn không có khó khăn gì cả. Anh chị tha hồ sử dụng phân xanh ủ với phân chuồng của em mà trồng cây ăn trái sẽ mau lớn và còn tốt hơn vườn nhà em vì có đủ phân lót tốt. Anh tư cố gắng lấy bằng tiến sĩ Y Khoa ở Việt Nam, ở Mỹ, hay ở Áo không khó, anh xin về dạy đại học Y Cần Thơ và có chỗ đứng dạy vững chắc, thêm bước nữa sẽ giữ chức Khoa Trưởng Trường Y không khó. Thầy Khoa Trưởng hiện tại cũng tới tuổi về hưu, thầy xin ở lại thêm vài năm tìm người thay thế.

Đây là cơ may, em sẽ giúp anh tư đoạt thành điều mong ước của gia đình. Còn chị tư đã có bằng Cao học thì dạy đại học mới hợp lý, chớ chị dạy trung học cũng uổng bằng Cao học. Em bây giờ là thời gian tập sự làm Khoa Trưởng sau một học kỳ sáu tháng. Tựu trường sắp tới em sẽ lên làm Khoa Trưởng vì ông Khoa Trưởng muốn về hưu sớm, ở Mỹ dù nói là tuổi sáu mươi lăm là tuổi hưu, mình muốn làm việc tới hơn bảy mươi lăm cũng được không phải như ở Việt Nam, tới tuổi hưu là bắt buộc phải hưu. Ba cặp bạn trẻ ở ngoài trời cũng lâu, ba bà có vẽ lạnh nên đòi vô nhà sớm. Hiếu đến tắt bớt đèn cùng theo vô nhà. Ai về phòng nấy đánh một giấc ngon lành tới sáng.

Hai vợ anh chị tư của Hiếu về phòng có bàn bạc em Hiếu nói phải. Đây là cơ hội tốt, anh có bằng tiến sĩ Y Khoa cộng với bác sĩ Y Khoa của trường Y Cần Thơ cấp và sự thông thạo nhiều ngoại ngữ của anh thầy Khoa Trưởng đề nghị cho anh giữ chức Khoa Trưởng trường Y không khó. Hiếu có nói với anh, thầy Khoa Trưởng muốn em về dạy trường Y và thầy đề cử em thay thầy giữ chức Khoa Trưởng. Em Hiếu có thưa với thầy:

- Người ta thù dai, nếu em Hiếu giữ chức Khoa Trưởng sẽ bị moi lý lịch ba đời có cha là tử sĩ của chế độ cũ, dù bây giờ trong khai sanh để cha vô danh. Và xin lỗi, nếu so sánh tiền lương giữa hai chức Khoa Trưởng Khoa Y, lương ở Việt Nam ít hơn, bằng một phần trăm so với tiền lương ở Mỹ. Nhưng, họ sẽ moi móc đủ thứ chuyện làm khó dễ để bứng chức Khoa Trưởng cho người khác với lý do hồng hơn chuyên. Còn lý lịch của anh tư lại tốt hơn Hiếu rất nhiều, gốc Áo mà yêu mến quê hương Việt Nam bỏ Áo sang ở Việt Nam cho đến ngày ra đi về thế giới khác. Em cũng thú thật với anh chị tư, họ chỉ nêu cái tội ông Khoa Trưởng mang tội ngoại tình hồi còn trẻ, họ không cần biết ông ấy ngoại tình vì cứu người muốn tự tử, có con rơi là có đủ lý do thuyết phục bứng chức em rồi. Vì được Caroline buông xả, tha thứ tội tày trời ngoại tình đó và nhận nuôi con rơi thành con ruột của mình thật đáng kính phục nên em mới được danh vị như ngày hôm nay. Em nghĩ:

- Trên đời này chỉ có Caroline hiểu em tha thứ cho em nên bây giờ chúng em mới có công danh sự nghiệp càng ngày càng bề thế hơn. Nếu Caroline nổi cơn ghen (xin lỗi như chị tư) quậy nát thì đời em đã tàn tạ rồi.

Về khoa bảng, anh tư có bằng bác sĩ Y Khoa lại có thêm bằng tiến sĩ Y Học, lại còn biết ba ngoại ngữ, Anh, Pháp và Áo như là tiếng Việt thì sẽ dễ dàng giữ chức Khoa Trưởng hơn các giáo sư đã dạy tại trường Y từ ngày mới thành lập tới nay, đã mười mấy và quý vị đó có thể giỏi một ngoại ngữ và chỉ có bằng bác sĩ Y Khoa. Tuyết Trinh nói:

- Em Hiếu nhận định đúng, anh có nhiều điều kiện thuận lời hơn nhiều giáo sư khác mà lại có thầy Khoa Trưởng ủng hộ, em Hiếu có thể dùng uy tín của em vận động với Bộ Y Tế, Bộ Giáo Dục Việt Nam ở Hà Nội cũng không khó. Còn em xin về đại học sư phạm Cần Thơ thì quá dễ, giáo sư Khoa Trưởng và nhiều cô dạy năm xưa nay còn dạy cũng muốn em về dạy trường sư phạm. Hơn nữa, gia đình mình cùng ở chung khu vực với chị hai, anh ba và em Hiếu cùng với ba má hai bên, chúng mình trúng số rồi anh ơi!.

Hai vợ chồng Bernard bàn bạc xong quyết tâm xin về làm việc ở Cần Thơ và ôm sự mơ ước vào giấc ngủ ngon cho tới sáng, các con thức sớm đến nắm chân ba má gọi thức dậy. Ba má lo đánh răng cho các con, lau mình tay chân, thay quần áo khác. Hai đứa con gái lửng thửng đi tìm ba em gái, con cậu Út, cả năm đứa con gái gặp nhau quấn quít vui vẻ chơi chung nhường nhịn rất dễ thương.

Tối qua, Hiếu có gọi điện thoại nói với bác cựu Bí Thư và bố vợ anh Trung, mời qua nhà Hiếu ăn sáng. Hiếu nhờ anh chị mình đưa bố mẹ và ông bà Bí Thư qua nhà lúc chín giờ sáng. Hiếu dọn hai bàn tròn, lo cà phê, trà đâu đó xong xuôi, đợi hai gia đình, anh Trung chở qua ăn sáng và ở chơi đến trưa, ăn cơm xong rồi mới về Sóc Trăng.

Hiếu có nhờ em Trí mang bàn ghế để gần chỗ có che dù và nhờ đặt thêm hai ba bàn nữa và cắm thêm ba cây dù màu khác cho thêm đẹp mắt. Mang ra vài quày dừa lửa, ly tách uống trà cà phê bánh pía, mè láu và làm một cái bếp dã chiến để nấu nước luôn sôi để pha tra pha cà phê cũng như mang ra thêm chừng một chục cần câu cho mọi người có thể câu cá cho vui. Câu lần này, cá lớn cá bé đều dùng hết, không thả cá nhỏ xuống lại ao.

Hiếu vội đi cắm cọc năm mươi chỗ để cho các em sinh viên đào sâu, khoảng một mét, rộng cũng như vậy, cho phân lót xuống chừng hai ba tấc, hố nào đào xong cho phân lót xuống, đổ nước cho ngập, trưa đổ nước thêm một lần nữa để cho tới ba giờ đổ thêm nước lần cuối, chừng nửa tiếng sẽ đặt cây phượng vĩ xuống. Mỗi cây phượng vĩ phải chuẩn bị ba cây cọc cắm xuống ba góc hố trồng cây, dùng dây buộc ba cọc dính với cây phượng vỉ tránh bị gió làm ngã nghiêng cây lâu phát triển. Phải nói Hiếu tính làm chuyện gì cũng rất sít sao đến nơi đến chốn nên luôn thành công.

Ăn xong, Hiếu mời tất cả người lớn ra ao ngồi uống nước, cà phê và có thể câu cá. Hiếu nhắc Trí mang thùng, rộng ra để đựng cá, trưa nay có món cá kho tộ hay kho sả ớt và cá nấu canh chua bông sua đũa, rau muống xào tõi có thêm thịt ba rọi, cá kho cũng có thịt ba rọi, canh chua cũng có mỡ nổi trên mặt nước. Mỡ lấy bớt trên nồi thịt kho trứng cho canh chua có thêm chất béo. Tất cả mọi nguyên liệu đều thuộc loại cây nhà lá vườn chẳng phải đi chợ mua, đều có sẵn trong nhà vườn. Hiếu còn dự trù, nếu câu ít không đủ cho bữa ăn trưa thì Hiếu nhờ Trí cùng xuống ao nuôi cá hai chú cháu chỉ cần đi hai vòng kéo lưới, tha hồ mà lựa cá lớn bắt và cá nhỏ lại thả lại xuống ao.

Hiếu thấy hai cụ lớn tuổi đã về hưu cứ ngồi cạnh nhau rù rì, Hiếu mời bốn bác có cả hai bác gái lên xe điện, cháu chở đi một vòng. Chiếc xe thứ hai, Hiếu nói anh Bernard chở vợ chồng chị Lệ Thuỷ và ai không câu cá lên xe đi dạo quanh nhà vườn. Hiếu thưa với hai bác:

- Khi nhà vườn bên bác xong xuôi nếu cho phép con làm con đường tráng xi măng này nối tiếp qua khu nhà vườn của bác, cũng chạy quanh khu vườn nhà bác thêm xa. Nếu tính chiều dài ba nhà vườn và các khúc quanh co, tính chung cũng lên ba bốn cây số tha hồ mà ngắm cảnh vui chơi. Con sẽ mua thêm hai xe ngựa và nhờ vợ chồng chị Lệ Thuỷ mua cho vài con ngựa ở vùng bảy núi, giống ngựa nhỏ con mới thích hợp cho khu nhà vườn mình. Con còn dự tính, mua thêm miếng đất khoảng hai mươi mẫu phía sau nhà con, nhà anh ba và nhà chị hai con biếu cho anh chị tư chừng mười mẫu. Đất còn lại, con chia lại cho anh ba con một nửa, con một nửa và xin phép mướn đào một con rạch dẫn nước từ kinh lớn chạy vào chừng hai cây số, rộng chừng bốn thước, sâu hơn một thước rưỡi, một hình thức dẫn thuỷ nhập điền, cung cấp nước cho bốn khu nhà vườn mình.

Con có mua máy bơm có công suất lớn tha hồ mà sử dụng bơm nước đầy các rảnh dù là mùa khô hạn, cây xanh sẽ luôn tươi tốt. Nếu may mắn con mua được hết miếng đất đó, con sẽ trồng nhiều loại cây ăn trái cao cấp, như sầu riêng, măng cục, lôm chôm, xoài cát Hoà Lộc, vú sữa Cái Răng, xá lị, lồng mức, nhản mà con chưa có trồng nhiều... cũng trồng thêm vài cây me chua, khế, chùm ruột, một khu rừng tràm chừng vài trăm cây, khu trồng thêm vài chục cây thốt nốt, trồng thêm tre làm hàng rào vòng ngoài. Nhà vườn của con còn trồng nhiều thứ cây ăn trái cho có đủ trái cây, mùa nào cũng có.

Con xin báo cho quý bác một tin vô cùng vui, một nữ tiến sĩ Việt Nam từng bị bắt làm nô lệ tình, lúc vừa tốt nghiệp trung học Hoàng Diệu, 18 tuổi, cùng lớp học với con. Sau gần ba năm cô ta bị giam hãm làm nô lệ tình dục trong một nhà mướn nhếch nhác, lẩn trốn bị bắt lại ba lần bị hành hạ đánh đập dã man, bỏ đói, khoá cửa phòng lại khi tên lưu manh này ra ngoài hút á phiện. May mắn cô cũng tự tìm đường thoát được về nhà trọ người quen trước kia, quyết tâm uống thuốc ngủ tự tử, may mắn được cứu thoát và bố mẹ lên Sài Gòn đón con về Sóc Trăng điều trị tiếp. Cô còn ý định sẽ tự tử không còn muốn sống ô nhục trên cõi đời này. May cô gặp lại bạn cũ năm xưa cứu vớt không tự tử lần thứ hai.

Nay, cô ta có chồng Mỹ là tiến sĩ giáo sư của Harvard và Yale mà hai bác đã biết đã có đến Cần Thơ, Sóc Trăng, hết lòng thương yêu vợ, nay có ba con mà cô ta quyết học đã đỗ bằng tiến sĩ xã hội học hạng tối ưu của trường Harvard và được mời vào dạy chánh thức tại Harvard mùa tựu trường sắp tới. Bà Tiến sĩ Khoa Trưởng, cháu có đưa về đây đã có ăn cơm chung với quý bác, đang chuẩn bị cho cô ta nối nghiệp bà làm Khoa Trưởng Phân Khoa Xã Hội Học của Harvard, lương cũng hơn nửa triệu. Cô này lại có cái tâm thương người quá vĩ đại.

Cô có viết sách về cuộc đời đau khổ nhơ nhớp của mình, bàn với chồng khi cô bán bản quyền cuốn sách, tự truyện cuộc đời bi thảm của cô, in ba triệu bản. Cô sẽ có một số tiền khổng lồ trên dưới năm mươi triệu USD thì cô không cần lương cao của Harvard mà về Cần Thơ xin mở một phân khoa mới là khoa Công Tác Xã Hội tại Viện Đại Học Cần Thơ nhằm giúp đời chỉ có lương một hai ngàn USD/tháng so với lương nửa triệu ở Harvard, cách biệt quá lớn. Cô nói lương cô lãnh của Viện Đại học Cần Thơ cô cũng hiến tặng hết. Nhập vào quỹ từ thiện công tác xã hội của Phân Khoa sẽ xin phép lập nhằm cứu giúp những người bị nạn buôn người bán sang các nước khác, nạn cưỡng bức tình dục, nạn mãi dâm, nạn bạo hành trong gia đình... Hạ thấp phẩm giá giới phụ nữ mà trong đó cô là nạn nhạn từ 18 tuổi đến 21 tuổi mới trốn thoát và muốn tự tử cho thoát nạn khổ đau của người phụ nữ. Cô ta còn tính xa cho con học ngành luật vì tranh tụng những vụ án lớn quốc tế về nô lệ tình dục, hay buôn người xuyên quốc gia, rất tốn kém, con cô sẽ giúp Hội thiện nguyện do cô sáng lập.

Cô sinh trưởng ở Sóc Trăng nên cô cũng muốn hiến tặng tỉnh Sóc Trăng có người ra gánh vác, cô hiến tặng sơ khởi một triệu đô, vợ chồng con đóng góp $200,000 và con có giới thiệu bác Bí Thư sẽ đảm trách chức vụ cho vui với tuổi già, chúng con sẽ chu cấp có thêm tiền bác để sống vui sống khoẻ chỉ lo công tác từ thiện giúp tha nhân, giúp đời. Nếu quỹ lớn mạnh, có vốn căn bản trên hai triệu mỹ kim trở lên thì chúng con sẽ trích quỹ từ thiện mấy phần trăm như các hội từ thiện quốc tế bồi hoàn công sức cho bác.

Còn chuyện quản trị về mọi mặt của hội do bác lo, chúng con chỉ đứng ngoài lo gây quỹ vì nếu con tham gia sâu vào hội do bác điều hành, có thể bác cũng bị hiểu lầm và có thể cũng bị chụp mũ như con mà bạn ở ngoại quốc có báo tin cho con biết. Người ta theo dõi con dữ lắm từ ngày con trình luận án tiến sĩ về bang giao quốc tế. Người bạn còn nói con càng nổi tiếng chưa hẵn là điều tốt cho con ở Việt Nam.

Hai bác phục vụ cho tha nhân, lo công tác bác ái từ thiện cũng cần phải có tiền để sinh sống, làm việc từ thiện cũng có tiền cho cuộc sống riêng của mình, không thể uống nước lả mà làm từ thiện.

Chúng con gốc Sóc Trăng phải lo cho tỉnh nhà mình trước. Khi Tiến sĩ Thu Vân làm Khoa Trưởng thì có vợ chồng con và vợ chồng Thu Vân sẽ lo giúp một quỹ từ thiện Cần Thơ như tỉnh Sóc Trăng và mời bác trai vào làm việc cho vui và hai bác tự hào, tuổi già của mình cũng còn hữu ích giúp cho xã hội. Con giúp tiến sĩ Thu Vân dịch ra tiếng Việt, bán sách được ở Việt Nam bao nhiêu đều chia hai cho Hội từ thiện hai tỉnh Sóc Trăng và Cần Thơ. Con có đề nghị với vợ chồng Thu Vân nhờ anh Bernard dịch sang Pháp Văn và con nhờ giáo sư thuộc Hàn Lâm Viện hiệu đính cho thật đúng văn phạm, cú pháp ngôn ngữ Pháp, tinh tế hơn Mỹ nhiều.

Có thêm tiền, Thu Vân cũng trích cho hai quỹ Phân Khoa Xã Hội Học và quỹ từ thiện. Vợ con dịch ra tiếng Áo và đề nghị với Thu Vân, tiền bán sách chia làm ba cho nhà thờ chánh toà thủ đô Áo có hội từ thiện giúp cho người không phân biệt tôn giáo và hai phần còn lại tặng cho Hội từ thiện Cần Thơ và Sóc Trăng. Như vậy quỹ từ thiện của hai tỉnh nhà Sóc Trăng và Cần Thơ, nguồn tiền cung cấp cho hai Hội chính là tiền bán sách của tiến sĩ Thu Vân tặng.

Sách in ở Việt Nam rất khó phải qua con dao kiểm duyệt. Vì vậy, hội từ thiện đứng ta xin phép in sách dịch và tiền bán sách cho quỹ từ thiện của hai hội, bác cháu mình sẽ tổ chức ra mắt sách ở Hà Nội, Sài Gòn, Cần Thơ, Sóc Trăng. Con tin quý bác đọc tập sách tự truyện này của người con gái Sóc Trăng chắc quý bác sẽ khóc. Ai đã đọc tập tự truyện đều khóc xót thương cho người phụ nữ nói chung trên toàn thế giới. Về mặt cú pháp ngôn từ, con chịu trách nhiệm edit giúp Thu Vân, con còn dùng uy tín và bốn bằng tiến sĩ viết lời tựa và vợ chồng con sẽ đi quảng bá nhiều nước trên thế giới, mới bán được nhiều sách và sẽ giúp thiết thực cho Hội của hai tỉnh nhà. Các con không dám giúp cả nước vì mình không đủ tiền đủ sức và cũng dễ tạo thêm hiểu lầm.

Hai bác trai nghe, Hiếu trình bày mà trong lòng vô cùng cảm phục, các cháu còn trẻ mà có lòng nhân ái vô bờ bến. Bác gái vợ của bác Bí Thư Hưng Sóc Trăng, thật lòng hỏi Hiếu, con đừng buồn, có tin đồn con với Thu Vân có hai con, có phải vậy không?

- Dạ thưa bác đúng, con và Thu Vân có hai con. Trong một hoàn cảnh eó le thật trớ trêu khi Thu Vân chuẩn bị tự tử lại tình cờ gặp con vài lần và có đề nghị, nếu anh dám hy sinh giúp em có con thì em không có ý định tự tử vì có con có gen thông minh, em ôm con nuôi mà sống, thề không bao giờ có chồng khác.

Lúc bấy giờ con quá khổ, nếu con chung tình tuyệt đối với Caroline thì bỏ mặc cho Thu Vân chết. Cái khổ nữa, khi chúng con học từ lớp mười tới lớp mười hai, con thầm yêu trộm nhớ cô ta mà không dám thố lộ vì gia đình con quá nghèo, đi học mặc quần áo vá, cơm không đủ ăn, bữa cháo bữa rau mà Thu Vân là con nhà giàu và đẹp nhứt trường Hoàng Diệu lúc bấy giờ. Quý bác đã thấy Thu Vân trong bữa tiệc đãi năm nhà báo nước ngoài, Thu Vân vừa sanh đôi được vài tháng và cũng đã trải qua ba năm trong ngục tù của đám lưu manh bắt làm nô lệ tình dục mà bác trai thấy cô đẹp lộng lẫy, nói tiếng Anh lại giỏi hơn các bạn trong nguyên một bàn mười cô.

- Bác trai gật đầu ngầm đồng ý.

Cũng thật là ngộ con gái đẹp, con nhà giàu thường học dở còn Thu Vân vừa đẹp vừa giàu vừa học giỏi. Về học vấn Thu Vân rất giỏi chỉ đứng sau con. Thật tình cỡ hạng nghèo như con chỉ có ở đợ cho gia đình Thu Vân, còn tình yêu, con có ý nghĩ quỳ mọp dưới chân nàng chưa chắc nàng ngó đến mình. Nay bỗng nhiên người đẹp mà mình ngưỡng mộ lại hạ mình khẩn khoản xin con một chút tình yêu, khi cô ta có con rồi, nhà ai nấy ở, con về ở với vợ con. Còn Thu Vân ôm con nuôi, cô còn tự hào sẽ nuôi con học thành bác sĩ như con nếu nó chịu học, gia đình em thừa sức lo cho con, anh không phải chu cấp gì hết. Thế là con tiến tới cũng khổ mang tội tày trời ngoại tình, thối thoát mang tội bất nhân với người mà con thầm yêu mà nàng có thể tự tử nữa.

Sau nhiều ngày suy nghĩ, con nhắm mắt làm liều lúc vợ con về Áo lo sanh con, nàng lại sanh đôi hai trai. Thú thật với quý bác trong đời con may mắn gặp ba người phụ nữ cứu tinh. Thứ nhứt là mẹ hy sinh cho con vô bờ bến chưa tới ba mươi tuổi ôm bốn thơ nuôi, chồng đã chết mất xác. Mãi cho đến sau này gần lục tuần, con thấy thương mẹ, con mới cưới chồng cho mẹ, là một giáo sư tiến sĩ ở Áo đã về hưu. Người phụ nữ thứ hai chị hai con, chị đâm đầu vào chỗ ở đợ cả khu vực tìm không ra người đến giúp việc dù trả lương gấp ba vì sợ lây bịnh lao và trên đỉnh núi Sam quá hiu quạnh buồn tênh. Chị hai cứ lao đại vào giúp việc, không sợ chết miễn có tiền nuôi ba anh chị em con tiếp tục học.

Trên đời này làm sao có người chị nào đủ can đảm hy sinh đời mình cứu giúp gia đình và nuôi ba em đi học. Chính con thấy chị hai như vị bồ tác cứu tinh mà con nói chị là người mẹ thứ hai. Con thấy chị con quá tội nghiệp cho tuổi thanh xuân. Con làm quen với một tiến sĩ đang dạy đại học, vợ anh này đau bịnh chết được vài năm, con làm mai tổ chức đám cưới. Nay chị hai con có hai cháu một trai một gái, anh chị hạnh phúc là con mãn nguyện. Người phụ nữ thứ ba là vợ con - Caroline.

Người quen của con có tiết lộ, Hà Nội cho người theo dõi con từng ly từng bước. Con không biết Hà Nội họ có nhờ hai bác giúp họ theo dõi con không?. Nếu họ có nhờ hai bác cho họ biết, nếu muốn cài người vào nhà Hiếu hai bác giúp được, có thể cài nhân viên mình vào nhà Hiếu quan sát cả đêm nữa mới nắm bắt hết thông tin coi vợ chồng con thường nói chuyện với ai liên lạc nơi nào... Bác mượn cớ, viết thơ giới thiệu với Hiếu là cháu tôi hay nhân viên cũ năm xưa nay đi du lịch Mỹ, Hiếu cho ở nhà chừng một vài tuần sẽ trở về Việt Nam.

Nếu có chuyện đó xảy ra, hai bác cứ nhận và giúp giới thiệu, con cho họ ở để cho họ muốn đặt máy nghe lén cái gì con không lo cả để đánh tan cái tánh nghi ngờ vô duyên đó. Con chỉ lo dạy học, viết sách về y khoa, chẳng màng bàn luận chánh trị hay bị móc nối vào đảng này đảng nọ, con chỉ có phục vụ vợ con là trên hết và kế đó là phục vụ xã hội.

- Hai bác hiểu lòng dạ con, biết con bị người ta dòm ngó nói hành nói tỏi mà con không có làm quốc sự chỉ lo cứu đời, con có đến ba quốc tịch, nay là nhà khoa học gia nổi tiếng trên thế giới. Hơn nữa, con là Khoa Trưởng một Phân Khoa của Yale, muốn bắt nhốt vô cớ không phải là chuyện dễ. Hai bác biết nếu họ muốn bắt hay làm khó thì con ở Mỹ cũng sung sướng cuộc đời, có sợ ai đâu.

- Hai bác gốc Nam Kỳ Quốc rất ghét cái tính kỳ thị, và còn thù vặt thù dai từ bao kiếp trước thật kỳ cục vô duyên. Vì vậy nước Việt mình chưa giàu mạnh thật sự.

- Bác chỉ nói một mà cháu hiểu mười, bác cựu Bí Thư Sóc Trăng nói vậy.

Mãi nói chuyện, hai xe điện chạy đến ba vòng, về lại ao lớn. Bốn bác xuống và gia đình của bác sĩ Lệ Thuỷ cũng xuống. Hiếu thấy cũng đến mười giờ rưỡi rồi, hỏi câu được bao nhiêu cá, má nói cá nhiều lắm, chị hai con lựa cá còn khoẻ thả bớt xuống hồ, anh hai và anh Bernard của con mang hết vô nhà. Mấy chị con lo tiếp chị hai làm thức ăn, chị bếp đã nấu xong hai nồi cơm. Trưa nay có cả chục sinh viên đào hóc trồng cây phượng vĩ đúng mẫu vẽ mỗi ao cá bốn cây bốn gốc sát bờ ao, giữa cù lao cũng trồng một cây phượng vĩ to nhứt, năm tới cây này sẽ có hoa đỏ giữa cù lao rất đẹp làm tăng thêm vẽ hùng vĩ của tượng Đức Mẹ. Các sinh viên cùng ăn chung với chúng ta một bàn riêng để ngoài sân dưới tàng cây có bóng mát. Các bạn gái đi hái bông sua đũa, rau muống và các loại rau thơm, ớt, sả... Các em vào phụ giúp, dự định chừng mười một giờ cho các em bé ăn trước xong tới người lớn.

Hiếu nhờ bác trai gọi mời hai ông bà Khoa Trưởng đến ăn trưa, con không dám mời vì sợ bị thất lễ. Bác mời thì dễ hơn con. Bác trai nói, chuyện gì thì khó còn chuyện mời bạn bè đến gấp ăn cơm thì quá dễ. Bác bóc điện thoại gọi, hai ông bà đang tưới hoa trước sân. Ông bác nói:

- Hiếu nó không dám mời thầy Khoa Trưởng sợ thất lễ nên nó nhờ tôi mời ông bà qua nhà Hiếu. Bọn mình nhậu còn có anh cựu Bí Thư Sóc Trăng còn ở lại ăn cơm xong mới về Sóc Trăng.

- Như vậy, vợ chồng tôi rửa tay, ông Khoa Trưởng nói, thay quần áo xong chạy qua liền, anh em mình có thì giờ nói chuyện cho thêm vui. Ông bác báo cho biết, Hiếu nói con còn làm thêm món ăn đặc biệt của người Sóc Trăng đãi người Cần Thơ. Bà hỏi món ăn Sóc Trăng gì đặc biệt vậy cháu Hiếu mà lại làm nhanh nữa phải không? Dạ, đúng con làm rất nhanh, Hiếu nói con bắt chước người Miên ở nhà quê làm món ăn bò nướng ngói. À ra thế, bà nói lớn.

Hiếu bảo cháu Trí làm cho ba bốn cái bếp dã chiến, rửa sạch bốn miếng ngói, chuẩn bị cũi đốt ngoài trời.

Hiếu xắt chừng hai ký lô thịt bò nhấp nháy là xong các bà các cô đều lé mắt sao Hiếu tài thế, xắt như máy mà không sợ đứt tay mới đáng nể. Hiếu nhờ ba bốn cô lo xắt sả và đâm thật nhuyễn, tiêu, ớt, tỏi hành đều có đủ cả, Hiếu ướp thịt có thêm bột ngọt đường, nước mắm, trộn đều. Hiếu sợ thiếu lấy thịt ra thêm, nhờ hai cô sinh viên xắt và ướp để đó cho thấm khi nào ăn hết thịt ướp lần đầu mới dùng tiếp. Hiếu nói vợ gọi mời chú thím Tín đến ăn cho vui, nói anh bận làm bếp đãi chú thím. Mười lăm phút sau, chú thím Tín cũng chạy đến. Có đủ phe ta tha hồ mà nói chuyện, còn thức ăn thì khỏi nói, nhiều lắm không sợ thiếu. Hiếu bảo mấy chị vú bày ra thêm bàn thấp cho gần hai chục cháu nhỏ tha hồ mà ăn thịt bò nướng ngói trước người lớn, chúng chỉ ăn một món cũng đủ no rồi, uống nước dừa thay nước lạnh. Các cháu đều có mẹ có vú lo cho ăn nên ăn no rất nhanh chạy ra sân chơi giởn, con trai chơi riêng, bảy tám cháu gái họp chơi riêng trông dễ thương làm sao, khát nước chạy vào xin uống nước dừa.

Các cháu ăn xong, mấy chị vú cũng kéo bàn ra sân vừa ăn vừa trông nom các cháu chơi giởn. Hiếu thưa với bác Bí Thư. thầy Khoa Trưởng:

- Con còn hai chai Martell XO, nay uống toàn rượu Tây mà ăn đồ Việt Nam lại càng bắt hơn uống nước mắt quê hương ba xi đế mà đi mua sợ có cho thuốc rầy trong rượu, ruột gan, bao tử nào chịu cho nổi. Thôi xin mời quý bác tạm uống rượu Tây.

Thức ăn có thịt bò nướng ngói là món quê nội con hay làm và dân quê gốc Khơ Me hay làm con học lóm có biến chế lai qua món ăn Việt, nhậu cũng bắt. Ăn cơm có món canh chua bông sua đũa nấu với cá vừa câu được còn tươi sống, sẽ có nồi canh chua như ý, rau muống xào tõi có thêm thịt heo ba rọi, món mặn có cá kho tiêu, cá mới câu được. Ngoài ra còn thịt kho trứng nữa.

Con xin phép giới thiệu quý bác, con có mời bác sĩ Lệ Thuỷ cùng chồng con, trước đây phụ trách khu Sản Khoa bịnh viện đa khoa Sóc Trăng, chị cũng tốt nghiệp bác sĩ Y Khoa cùng khoá với anh Trung, chị Minh Tâm, anh Bernard. Nay có chồng đang là Giám Đốc bịnh viện đa khoa Châu Đốc, anh cũng vốn học Y Khoa đại học Sài Gòn thời còn dạy tiếng Pháp xen với ngôn ngữ Việt. Hai anh chị Lệ Thuỷ có mua tặng con năm mươi cây phượng vĩ của vùng Núi Sam, vài năm nữa quý bác có đến thăm gia đình con thấy có hoa phượng vĩ đỏ trên nền xanh của các cây ăn trái là sự đóng góp của anh chị giúp đàn em đó vậy. Mọi người vỗ tay, Hiếu mời anh chị Lệ Thuỷ đứng lên.

Còn lại là đại gia đình của chúng con kính trọng quý bác đã biết hết rồi chỉ có một điều mới có nhiều bác chưa biết. Vợ con nay biết nói tiếng Việt, con cũng học được tiếng Áo, hy vọng năm tới vợ con có thể đứng lớp dạy học bằng tiếng Việt, từ nào bí sẽ chêm qua tiếng Anh, con cũng vậy về Áo giảng bài bằng tiếng Áo, bí từ tiếng Áo phải chuyển qua tiếng Anh cứu bồ. Nay, chúng con xin mời quý bác nâng ly chúc sức khoẻ, vợ chồng cháu mượn bữa ăn này xin chia tay, thứ năm tới chúng con bay về Mỹ.

Chúng con có giờ dạy vào thứ hai sau đó, mãi năm sáu tháng nữa mới có thể bay về thăm nhà vài tuần. Khi con đã nhận chức Khoa Trưởng Phân Khoa Y Học của Yale, con sẽ bận lắm vì là người mới mà quản trị một khối lượng nhân sự đến gần mười ngàn người, vì có một bệnh viện lớn hàng ngàn giường, một trường đại học Y Khoa có đến hàng ngàn sinh viên.

- Bây giờ xin phép quý bác, anh chị, một công dân Việt mới tinh xin nói tiếng Việt chào quý bác và anh chị. Caroline đứng lên cúi đầu chào và dùng cụm từ kính chào quý bác quý anh chị tưởng như là người Việt Nam nói. Nói tiếp, Caroline còn phát âm lộ ra là người nước ngoài nói tiếng Việt dù cũng lưu loát, phải năm ba năm nữa may ra theo kịp Bernard, anh ruột của Caroline, nói giỏi tiếng Việt. Mọi người khen nức nở, chị Minh Tâm nói, chưa bao giờ nghe Caroline nói tiếng Việt, nay xổ tiếng Việt nghe quá thích, nói cũng khá gãy gọn. Các chị và anh của em Caroline khen em chịu khó học tiếng Việt, chúng ta tha hồ mà nói tiếng Việt cho đã khi gặp nhau ở nước ngoài kể cả trong nước nữa.

Quý bác cũng có lời chúc mừng hai vợ chồng Hiếu luôn thành công trên mọi công việc... Bữa ăn trưa kết thúc lúc hơn một giờ. Những vị ở Sóc Trăng lên xe về Sọc Trăng còn lại bà con ở Cần Thơ tiếp tục uống trà, cà phê nói chuyện vui, ra về lúc gần ba giờ.

Tối, Hiếu nghe điện thọại, ông Khoa Trưởng Y Học nói, muốn gặp Hiếu sáng thứ bảy tại văn phòng ông Viện Trưởng bàn bạc một số công việc quan trọng. Hiếu dạ vâng, tôi tuân lệnh, nay tôi đang ở Việt Nam, tối mai sẽ tới Mỹ và thứ bảy vào Viện.

Hiếu tức tốc, gọi cho hảng máy bay xin đổi chuyến bay vào ngày mai, ngày giờ nào cũng được. Hảng cho biết còn chuyến bay, có vé chỗ tốt cho hai ông bà, máy bay cất cánh rời Sài Gòn lúc mười một giờ trưa. Hiếu cám ơn và gọi cho anh Trung, sáu giờ sáng đưa vợ chồng Hiếu lên sân bay Tân Sơn Nhứt, bay về Mỹ có cuộc họp sáng thứ bảy. Trung nói, anh chị sẽ đưa hai em lên Sài Gòn lúc sáu giờ sáng mai.

Caroline nghe chồng nói điện thoại biết sáng mai phải đi sớm trong lúc các con còn ngủ, vừa nghĩ tới đó, Caroline khóc và chạy qua phòng ba má báo tin, ngày mai vợ chồng con phải bay về Mỹ vì anh Hiếu có cuộc họp với ông Viện Trưởng và Khoa Trưởng sáng thứ bảy. Chúng con rời nhà trước sáu giờ sáng mai. Má nhắc khéo cho các con biết ba mẹ có chuyện gấp phải đi Mỹ, gặp lại các con sau. Má nói hai con an tâm, tám đứa con của hai con nay khôn lớn tự đi tới lui được, lo cho chúng rất dễ dàng.

Về lại phòng, hai vợ chồng sắp xếp quần áo đồ dùng cho vào hai va ly xong, nắm tay nhau đi tắm Cả hai lên giường ôm nhau ngủ một giấc đến bốn giờ sáng thức dậy, lo vệ sinh xong, Hiếu khoác áo lạnh, cầm đèn pin rọi đường đi một vòng quan sát nhà vườn, coi cần phải tu bổ làm gì thêm giữ trong đầu. Thấy năm mươi cây phượng vĩ trồng xong và tiền công cho các em sinh viên cũng đã đưa cho Trí trả cho các bạn, còn thừa gần một ngàn, Hiếu nói:

- Cho Trí dùng tiền xài và giúp vợ chồng anh chị. Nhờ Trí và ba má Trí, cấm tuyệt các cháu nhỏ không được ra chơi gần các ao nuôi cá rất nguy hiểm. Trí để ý chỗ nào các cháu thường ra chơi gần ao, làm thêm hàng rào, cắm một cây cờ đỏ, mấy cháu không được phép ra các chỗ có cắm cờ đỏ nếu không có người lớn dẫn đi.

Đi một vòng vào nhà thấy vợ đã pha cà phê pha trà và chuẩn bị cho bữa ăn sáng với bánh mì nướng, ăn với thịt kho trứng. Mới năm giờ mười lăm, Hiếu gọi cho anh ba nói, vợ em có chuẩn bị thức ăn sáng, anh chị qua sớm trước sáu giờ, mình ăn dằn bụng, chạy một mạch đến phi trường, anh chị thả vợ chồng em xuống rồi quay xe về sớm. Trung nói, anh chị sửa soạn xong chừng mười lăm hai chục phút nữa, anh chị đến. Cả nhà thức sớm biết tin, vợ chồng Hiếu đi Mỹ sáng nay, ra khỏi nhà lúc sáu giờ. Chị hai lo tiếp hăm lại thức ăn, cả nhà cùng ăn sáng sớm với vợ chồng Hiếu và biết vợ chồng Trung cũng lái xe qua tới cùng ăn sáng trước khi đi Sài Gòn.

Về đến phi trường gần Yale, có bà tổng thư ký Phân Khoa Y Học của Yale ra đón về nhà cũng khá trưa. Vợ chồng cám ơn bà và xin phép vào ngủ cho khoẻ, sáng mai có cuộc họp với ông Viện Trưởng. Họp xong vợ chồng tôi sẽ chạy lại nhà bà đón bà cùng đi ăn trưa mà ăn nhà hàng Tàu cho các con và chị vú cùng đi ăn cho thêm vui. Bà chánh văn phòng nói cám ơn và ra về.

Hiếu nhắc vợ đi tắm trước và ngủ trước, để Hiếu đi một vòng quanh vườn và nhà coi xem có gì lạ không? Những camera đặt quanh nhà vẫn còn nguyên vẹn. Vào nhà đi hết các phòng xem xét, mở cửa phòng ngủ của ba mẹ, không có gì thay đổi. Hiếu trở lại, đóng khoá cửa, nghe tiếng ngáy của vợ rồi. Hiếu đi tắm và thay quần áo ngủ lên giường ngủ một giấc cùng thức giấc với vợ lúc tám giờ tối. Mở đèn, mở cửa phòng, hai vợ chồng quản gia, vội lên chào ông bà chủ vừa về nhà. Caroline hỏi ở nhà có gì lạ không? Cô nhân viên làm trong văn phòng Phân Khoa nói cả văn phòng vui mừng nói tuần tới, tiến sĩ Andre sẽ thay ông Khoa Trưởng George. Caroline cắc cớ còn hai bạn thì sao? Cô nhân viên nói liền:

- Sếp mới như tiến sĩ Andre ai cũng đều kính trọng, quý mến, chúng tôi lại càng quý mến hơn vì hai ông bà là người ơn giúp vợ chồng chúng tôi có chỗ ăn ở đàng hoàng. Caroline nói chúng tôi cám ơn hai bạn, coi xem là người thân nhứt của chúng tôi. Trưa mai, sau khi họp xong với ông Viện Trưởng và Khoa Trưởng, chúng tôi gọi điện thoại, hai bạn chạy thẳng đến nhà hàng Tàu mà hai bạn biết mình ăn trưa, chúng tôi có mời gia đình bà chánh văn phòng nữa. Bây giờ chị coi giúp có còn mì gói, tôm và lạp xưởng không? Chúng tôi chỉ ăn qua loa rồi đi ngủ tiếp lấy lại sức sau gần hai mươi giờ ngồi máy bay và khác múi giờ quá mệt. Cô nhân viên nói để em xem coi và nếu còn, em nấu cho hai ông bà hai tô mì ăn liền. Sau khi xem trong tủ chứa thức ăn:

- Cô nhân viên nói, mì gói, tôm khô lạp sườn còn nhiều lắm. Hai ông bà cứ nằm nghỉ, vợ chồng tôi nấu xong, mời hai ông bà ăn. Caroline nói, nếu còn nhiều, hai bạn cũng nên làm hai tô bốn người ngồi ăn chung vui hơn. Cô nhân viên dạ vâng lo đi nấu nước sôi và chiên lạp xưởng, còn tôm khô, ngâm nước nóng cho thêm mềm cho vào tô mì và chế nước sôi vào cho thêm gia vị, đậy kín bưng lên bàn bốn tô và một dĩa lạp xưởng chiên chín, ai muốn ăn thêm bao nhiêu tuỳ ý. Bữa ăn mì gói đơn giản mà rất ngon vì bụng đói cả ngày trên máy bay ăn thức ăn Mỹ, nay ăn thức ăn Việt Tàu thật ngon.

Ăn xong, hai bạn lo dọn dẹp và đã châm một bình trà nóng cho vào phòng ngủ rồi. Vợ chồng Caroline, đi một vòng ra sân vườn, mở hết đèn lên đi loanh quanh nửa tiếng cho tiêu hoá nhanh, trở vào phòng lo vệ sinh xong, uống trà nóng, cả hai lên giường ôm nhau ngủ một giấc đến ba giờ sáng cùng thức dậy một lượt. Cả hai rọ rày, đụng chạm xẹt lửa. Caroline nói để em lái tàu cho anh khoẻ để còn đi họp hành. Cả hai cùng lúc lên đỉnh và Caroline lo lau sạch cho cả hai, ôm nhau ngủ tiếp đến bảy giờ mới thức, lo làm vệ sinh, đi tắm, Hiếu thấy khoẻ lại, lo pha cà phê và cũng làm hai tô mì gói cũng có tôm khô lạp sườn, Hiếu còn đập cho mỗi người thêm hai quả hột gà cho vào tô mì lại ăn thêm ngon còn bồi dưỡng sức lực.

Đến chín giờ rưỡi, Hiếu lái xe đi họp, bảo vợ ở nhà liên lạc với ba má ở Việt Nam coi xem các con thiếu vắng ba má đột ngột chúng phản ứng ra sao. Hiếu họp xong về đón Caroline và hai bạn đi ăn trưa và gọi bà chánh phòng lái xe đưa gia đình đến nhà hàng Tàu mà anh không đón được.

Má Caroline cho biết, thật bất ngờ, khoảng mười một giờ, các con đã lên máy bay rồi, có hai thanh niên diện cũng khá tươm tất đến nói với má cho gặp bác sĩ Hiếu, má lắc đầu và gọi chị hai con đang ở dưới bếp lên gặp hai cậu này. Chị hỏi hai anh thuộc cơ quan nào mà muốn gặp bác sĩ là em ruột tôi. Hai thanh niên này nói tôi là công an từ Hà Nội muốn gặp bác sĩ trao giấy mời của Bộ Công An. Chị hai con sẵn giọng:

- Nếu hai ông là công an thì phải mặc sắc phục công an chúng tôi mới tiếp, mặc đồ thường, tôi đâu biết người tốt hay xấu. Một thanh niên hỏi có bác sĩ Hiếu ở nhà hay không? Chị nói ông hỏi em tôi có chuyện gì không? Họ nói:

- Chúng tôi muốn trao giấy triệu tập bác sĩ Hiếu về Bộ Công An có chuyện cần. Một tên lại nói, nếu bác sĩ không có ở nhà, bà ký nhận giùm. Chị hai con nói mạnh, tôi phải ký nhận à?:

- Các ông muốn bắt vô cớ em tôi, nó tội gì chắc nó ngu mang tội yêu nước Việt Nam, có phải vậy không? Một tên nói:

- Bà đừng có nóng, đây chỉ là triệu tập mời đi đến Bộ công an hỏi việc.

- Các ông đừng nói quanh co, em tôi không nhận giấy triệu tập kỳ quặc này thì hai ông còng em tôi liền dẫn đi, tôi thấy một ông có giấu còng trong lớp áo, tòn teng tôi thấy đó.

Chị hai con kêu cả nhà ra xem, chị nói lớn:

- Tôi muốn bị còng thay em tôi có được không?. Một tên nói, bà đâu có tội gì. Còn em tôi bị tội gì?

- Một tên nói tội bêu xấu chế độ trước thế giới. Hai ông về trình giới cấp trên hai ông, các ông làm một chuyện sai lầm quá lớn, em tôi khi làm việc có tiền đóng góp biết cho các trường học, bịnh viện giúp nhiều cho người dân nghèo.

Nay cấp trên của hai ông làm một chuyện thất đức, người tốt yêu nước giúp dân nghèo mà các ông muốn bắt, tôi chịu thua. Bây giờ, tôi nói thật, các ông đến bắt em tôi chậm rồi, hiện giờ hai vợ chồng em tôi đang đi về Mỹ, em tôi nhận chức Khoa Trưởng Y Học Yale, thứ hai này bắt đầu chánh thức bàn giao nhận việc. Trước khi rời đây, tình thật chị hai nói:

- Chúng tôi muốn mời hai ông uống mỗi người một trái dừa lửa của em tôi trồng coi có ngon không? Chi hai nói xong, nhờ anh hai chặt hai trái dừa và mang ra hai ly rót mời hai thanh niên uống. Chị hai của con nói tiếp:

- Muốn mời hay bắt em trai tôi thì qua Mỹ, còn nước Việt Nam, chắc từ đây em tôi sợ không dám về. Bộ Công An làm phí phạm một người lương thiện có tài có lòng giúp tha nhân luôn muốn phục vụ quê hương, như cấm cửa cho em tôi trở về quê hương phục vụ đất nước. Một thanh niên nói:

- Xin bà và gia đình thông cảm, chúng tôi chỉ là người thừa hành lệnh cấp trên. Chị hai con nói tiếp:

- Tôi hiểu, chúng tôi xin biếu tặng hai ông chút ít tiền đi ăn sáng. Chị hai nói anh hai lấy bóp chị ra, lấy ra hai trăm bỏ vào hai phong bì, cho hai người và nói, đây là tiền riêng của tôi biếu hai ông đi ăn sáng uống cà phê vui vẻ nghe. Cả hai cúi đầu cám ơn ra đi trên một chiếc xe bít bùng, đậu đợi ngoài cổng.

Chị hai con coi bộ lù khù giống Hiếu, sao cô lanh lẹ, mạnh mẽ không ke công an. Vừa cho tiền đuổi khéo hai tên công an ra khỏi nhà, bốc điện thoại gọi cho Trung cho Bernard và Thầy Khoa Trưởng biết sự việc vừa mới xảy ra. Trung vội báo cho bố vợ biết, còn Bernard báo cho bố nuôi. Bố vợ Trung bảo Trung về nhà đưa ba qua gặp chị hai hỏi thêm. Ông Khoa Trưởng nghe tin dữ cũng muốn đến nhà Hiếu. Bố nuôi Bernard, bảo Bernard:

- Xin nghỉ buổi chiều nay, hai bố con đi Cần Thơ, ngủ lại một đêm để trấn an gia đình và còn phải lo giúp gia đình Hiếu nữa. Hai bố con hẹn giờ đi, bà xã cũng xin đi theo để an ủi ủng hộ cánh phụ nữ.

Buổi chiều thứ sáu có đông đủ mọi người, chị hai con có làm một bữa cơm khá thịnh soạn. Ai cũng khen chị hai con ngon dám thách đố nói móc nói xỏ không sợ công an gì hết. Bác Bí Thư nói con gái Sóc Trăng ngon thật, hai bác khen cô hai, phụ nữ phải có tính cương trực nhứt là bênh vực em mình. Ba bác người lớn bàn là sẽ hỏi Ban Bí Thư Tỉnh, Sở Công An Cần Thơ có biết Bộ Công ở Hà Nội cử người xuống bắt Hiếu bằng xe bít bùng, có cả mang còng theo, chuyện gì mà ghê gớm vậy. Ban Bí Thư hoàn toàn không hay biết.

Sở Công An, mãi chiều mới có điện thoại từ Hà Nội thông báo là có cử nhân viên đến bắt bác sĩ Trần Trọng Hiếu mà anh ta đã đi về Mỹ cách đó mấy tiếng. Bộ công an còn cho biết vì bảo mật tối đa không cho công an tỉnh và thành phố Cần Thơ biết cũng là lý do đó. Nhưng không bắt được một tên bôi bác, nói xấu chế độ trước dư luận thế giới, rất tiếc chưa tóm cổ được. Ba ông bác nghe bên Ban Bí Thư tỉnh Cần Thơ và Sở Công An nói thế thì chỉ có kêu trời.

Hiếu ngồi cạnh vợ nghe hết lời má nói với con gái. Hiếu vội bốc điện thoại gọi ông George Khoa Trưởng nói lời cám ơn chân thành từ đáy lòng Andre là ông vừa cứu tôi không bị công an Việt Nam bắt còng. Hiếu kể câu chuyện gay cấn thoát hiểm trong đường tơ kẽ tóc.

Ông George nói liền, may quá, ông Viện Trưởng muốn Andre đọc một bài diễn văn nhận chức trước hội đồng giáo sư của trường. Nay đề tài Andre bị bắt hụt được công bố cho cả thế giới biết là một điều nên làm. Sáng mai họp, tôi đề nghị với ông Viện Trưởng ra thông cáo mời hết giáo sư nhân viên và sinh viên đang có mặt tại Yale đến nghe một tân khoa Trưởng trình bày một đề tài nóng hổi vừa mới xảy ra ngày thứ sáu vừa qua.

Andre chẳng cần viết để đọc mà với tài hùng biện bẩm sinh và chất liệu mới tinh hấp dẫn, tôi nghĩ Andre sẽ đốn tim hết mọi người, nhứt là giới truyền thông báo chí sẽ có cơ hội khai thác. Tôi sẽ gọi mời các hệ thống truyền thanh truyền hình quốc tế và trong nước đến nghe. Hiếu nói:

- Tôi rất cám ơn thầy Khoa Trưởng, cộng sản Việt Nam muốn tôi lưu vong ở Mỹ thì giúp tôi đem hết con cái cha mẹ qua đây ở ngay tuần tới.

Ông Khoa Trưởng nói, Andre tính như vậy rất hợp lý, Andre không còn một cảnh mà hai quê chạy tới chạy lui vừa mệt nhọc vừa mất nhiều thì giờ. Andre cần có sức mà làm công việc và Andre còn sẽ đi thuyết giảng tại các trường đại học kiếm thêm tiền cũng như giúp bạn giới thiệu tác phẩm về cuộc đời của một giáo sư tiến sĩ bạn của Andre, đang dạy tại Harvard. Andre tiếp:

- Tôi rất cám ơn Thầy Khoa Trưởng lúc nào cũng giúp đỡ gia đình chúng tôi. Trưa mai khi họp xong vợ chồng tôi mời Thầy Khoa Trưởng cùng ăn bữa cơm trưa tại nhà hàng Tàu quen thuộc mà Thầy đã biết. Trong bữa cơm tôi có mời bà Chánh Văn Phòng và hai con nhỏ và người giúp việc cùng vợ chồng đang làm việc tại văn phòng của Phân Khoa là những người sẽ gần gũi giúp đỡ chúng tôi. Có dịp, tôi kể thêm cho thầy biết, tôi có số lắc ky thế nào, chỉ thoát bị công an bắt còng tay chỉ có mấy giờ thôi. Ông Khoa Trưởng nói:

- Tôi nghe Andre kể chuyện suýt bị bắt làm tôi cũng nổi da gà. Họ bắt giam Andre không phải dễ dàng như một người Việt Nam bình thường mà họ chỉ làm nhục hình Andre để thoả mãn thú tính man rợ của họ, trả thù không đúng chỗ. Andre ngoài quốc tịch Việt Nam, còn có quốc tịch Áo, quốc tịch Mỹ mà là một Khoa Trưởng của một đại học nổi tiếng thế giới. Nếu không có cơ sở pháp lý phạm tội cụ thể mà bị bắt nhốt tù được, chánh phủ Mỹ sẽ không để yên. Nhưng họ sẽ đày đoạ thân xác Andre cũng mất nhiều tháng rồi cũng phải tống xuất về Mỹ. Nay, Andre thoát hiểm quá may mắn, tôi sẽ đề nghị ông Viện Trưởng xuất quỹ vài chục ngàn mình làm một buổi tiếp tân ăn trưa thứ hai. Còn chuyện ăn nhà hàng Tàu, vợ chồng tôi cùng đi ăn cho vui trưa chúa nhựt. Andre cám ơn và xê gút bai với ông Khoa Trưởng.

Vợ ngồi cạnh bên nghe rõ, gọi về Việt Nam gặp Bernard hai anh em nói toàn tiếng Áo, công an có nghe lén cũng chịu thua, nói lo mua vé máy bay cho tất cả các con và ba má sang Mỹ, trường Yale. Anh hỏi chị vú gốc Bố Thảo có muốn theo gia đình chúng em thì anh mua vé luôn, chừng nào muốn trở về Việt Nam sống thì em mua vé cho về. Còn chị vú gốc Áo đương nhiên theo ba má. Anh chị nên dọn lên ở ngay tuần này tại nhà vườn Cần Thơ, anh Hiếu đang lo gắp giấy tờ em biếu hết nhà vườn này cho anh chị, em chỉ xin giữ lại bản đề Caroline-Hiếu & Family Garden và ao có tượng Đức Mẹ, còn các cái khác, anh muốn thay đổi làm gì thì làm vì nhà này là nhà của anh chị. Caroline nói tiếp:

- Sau này, chúng em có dịp về Cần Thơ khi chánh phủ Việt Nam phải có công văn xin lỗi mời về Việt Nam, chúng em cũng chỉ về chơi rồi về Mỹ.

Bernard nói anh chị hiểu hai em, khi nào hai em được phép trở về Việt Nam ở tự do thì khu nhà vườn này là của hai em.

Anh sẽ gọi lên thầy Khoa Trưởng xin sắp xếp giờ dạy ngoại ngữ trước, niên học tới anh sẽ dạy đại học Y Khoa là lúc anh đã trình xong luận án tiến sĩ về bịnh sốt rét tại Viện Đại học Sài Gòn để có thêm trọng lượng chức vị giáo sư Y Khoa. Chị em cũng sẽ liên lạc với đại học Sư Phạm xin làm thủ tục hoán chuyển chị em về trường đại học sư phạm vì có bằng Cao học.

Anh chị biết tình thế quá gắp rút, thứ bảy chúa nhựt này, anh sẽ dọn lần về Cần Thơ và xin chuyển ngay trong tuần này hộ khẩu về nhà hai em, mình phải làm nhanh mới tránh họ mượn cớ nhà vắng chủ họ tịch thu mình phải chịu. Em nói với Hiếu, mọi thứ gì Hiếu làm cho ngôi vườn này mà anh biết Hiếu thích nhứt, anh để nguyên, năm mười năm sau biết đâu Hiếu sẽ trở lại, anh xin cất thêm một cái nhà trong khu vườn của hai em, anh em mình có dịp ở chung cảnh về già.

- Anh Bernard ơi! Em nghe anh nói, em khóc hết nước mắt. Anh lo làm gấp, chuyển hộ khẩu ngay ngày hôm nay, nhờ anh Trung lấy tờ hộ khẩu nhà em điền tên anh chị và hai con vô đưa lại xã ký liền. Còn chuyện anh chị về hẳn Cần Thơ phải có thì giờ thu xếp.

Anh liên lạc với hảng máy bay cho tên ba má, hai chị vú và tám con của chúng em đi tiểu bang Connecticut, anh hẹn ngày lên cung cấp các hộ chiếu hợp pháp và nhờ hảng máy bay làm giúp VISA nếu Visa nào hết hạn. Bernard nói:

- Anh em mình đã nói hết, anh cho bố nuôi anh biết vì bố ủng hộ Hiếu hết mình, ông dự định đi ra Hà Nội nay mai quậy cái vụ ai ký lệnh bắt giam Hiếu. Bố có tiếng nói mạnh vì từng là Uỷ Viên Trung Ương Đảng và Bí Thư Tỉnh Ủy Sóc Trăng ba nhiệm kỳ, thay vì hai như các Bí Thư khác.

Chỉ trong ngày thứ bảy, cả gia đình Bernard đều về cư trú khu nhà vườn và là chủ hộ khẩu, trong tờ hộ khẩu ghi rõ như vậy.

Bố nuôi Bernard và bố vợ anh Trung của Hiếu, khen Bernard rất nhạy bén, mọi việc làm trước hết đề phòng Hà Nội ký lệnh tịch thu nhà vô chủ mà nhà vườn đã có biếu tặng Bernard có Toà Đại Sứ Việt Nam ở Hoa Thịnh Đốn chứng thật và gởi về Ban Bí Thư tỉnh Sóc Trăng nhờ chuyển giúp qua Bác sĩ Bernard phục vụ tại bịnh viện đa khoa của tỉnh Sóc Trăng. Mọi giấy tờ hợp pháp chuyển quyền làm chủ nhà vườn của Bernard đã hoàn tất chiều thứ bảy.

Ngay ngày hôm đó vợ chồng Bernard và hai con đã về ở nhà mới ở Cần Thơ và trong tuần tới bác sĩ Bernard có giờ dạy Anh Văn tại Đại học Y Khoa.

Được tin báo mật, ngày thứ hai tuần tới sẽ có nhân viên Bộ Công An đến niêm phong nhà vô chủ của bác sĩ Trần Trọng Hiếu đã bỏ trốn ra nước ngoài. Bernard và vợ con đã về ở từ ngày thứ bảy rồi. Ngày thứ hai Bernard nói có đám giỗ mời bố mẹ nuôi Sóc Trăng lên dự, hai bác bố mẹ vợ anh Trung, chú thím Tín, ông bà Khoa Trưởng và các giáo sư trưởng ngành và chủ tịch xã ấp cũng đến tham dự đông đủ. Chị hai cũng với món thịt bò nướng ngói của cậu út được chị hai tiếp tục thực hiện để nhớ em út mình, khoái món bò nướng ngói. Bàn tiệc người lớn bốn bàn, ba bàn trẻ con và có mấy chị vú và nhà bếp đến phụ giúp cho các em ăn trước và cùng ăn với các cháu.

Quý vị cao niên đang ngồi nhâm nhi, bổng có hai ba xe công an từ Sài Gòn có mặc sắc phục công an đến bấm chuông xin phép vào làm việc. Anh quản gia vào báo cáo, bác Phó Bí Thư bảo cứ mở cửa cho công an vào. Ông cựu Phó Bí Thư vội gọi cho Giám Đốc Sở Công An thành phố Cần Thơ cho biết có công an của Bộ công An từ Sài gòn xuống, hỏi ông Giám Đốc họ xuống niêm phong nhà có chủ, anh có biết không?

- Dạ, cháu không biết, đại tá Giám Đốc công an nói, cháu và vài nhân viên chạy đến liền, bác giữ họ lại đợi cháu đến giải quyết.

Ông Phó Bí Thư tự giới thiệu, tôi mới về hưu vài tháng và ông bạn cựu Bí Thư từ Sóc Trăng xuống nhà bác sĩ Bernard dự đám giỗ. Ngoài ra còn giáo sư Khoa Trưởng và nhiều giáo sư trường Y Cần thơ đến dự đám giỗ vì bác sĩ Bernard là ân nhân của đại học Y Cần Thơ. Ngoài ra còn hai vị chủ tịch xã ấp. Các chú đến nhà này ba xe đông đảo như mở một cuộc hành quân đi bắt cướp. Ai cấp giấy các chú đến xét nhà dân mà các chú không phải công an địa phương. Chú nào đại diện xuất trình giấy khám nhà hay niêm phong nhà vô chủ mà nhà này do vợ chồng bác sĩ Bernard từ Sóc Trăng thuyên chuyển về Cần Thơ. Hai tên công an có vẽ là trưởng nhóm, đang do dự chưa đưa giấy lệnh niêm phong nhà vô chủ. Đang giằng co nói qua lại.

Đại tá Giám Đốc Công An Thành Phố cùng với bốn năm đàn em đến và cho biết tôi là Đại Tá Giám Đốc Sở Công An Thành Phố Cần Thơ. Tôi chưa có nhận lệnh trung ương bảo phải làm gì, hai anh có giấy tờ của Bộ Công An phải xuất trình cho tôi xem. Nếu các anh không có lệnh của trung ương mà làm bậy, tôi bắt nhốt hết. Hai tên đại diện nhóm công an của Bộ đang làm việc văn phòng trung ương ở Thành Phố Hồ Chí Minh, hai anh thật tình nói:

- Chúng tôi có biết gì đâu, có công điện của Bộ bảo chúng tôi phải xuống đây gấp niêm phong nhà vô chủ và sẽ có thủ tục tịch thu sau. Té ra nhà này đã có chủ, chủ cũ làm thủ tục từ Toà Đại Sứ Việt Nam ở Hoa Thịnh Đốn chứng nhận chuyển quyền làm chủ cho bác sĩ Bernard, từ tuần trước.

- Ông Phó Bí Thư nói, cũng là tình đồng chí, tôi mời tất cả anh em ở văn phòng trung ương xuống đây và Đại Tá Giám Đốc cùng nhân viên, chúng ta ngồi thêm một bàn mới. Vì là ngày đám giỗ gia chủ có nấu nhiều thức ăn, chúng ta cùng nâng ly thông cảm vì hiểu lầm và ăn dằn bụng, các anh về báo cáo với cấp trên là nhà này đã có chủ rồi. Hai anh đại diện cũng uống một vài hớp bia và vội kiếu từ rút lui.

Ông Đại Tá Giám Đốc Công An thành phố Cần Thơ nói:

- Nếu không có hai bác trưởng lão trấn thủ ở đây, họ cứ dán giấy niêm phong đại, mình cũng phải làm đúng thủ tục mới gỡ bỏ được. Nay kể như mọi việc xong.

Bernard đứng lên nói, chân thành cám ơn quý bác, đại tá công an thành phố Cần Thơ và hai ông chủ tịch xã ấp hiện diện hôm nay đã hoá giải mọi chuyện gút mắc rất tốt đẹp.

Bernard gọi điện thoại Caroline cho biết chuyện bên nhà Cần Thơ mà hai vợ chồng đang họp báo. Bernard gọi số ông Khoa Trưởng xin phép nói chuyện với Caroline vì có chuyện quan trọng bổ túc trong cuộc họp báo này. Ông Khoa Trưởng bảo đợi, hai anh em xổ tiếng Áo. Caroline nói:

- Xin quý vị nghe anh ruột tôi cũng là bác sĩ trong toán nghiên cứu của Yale sẽ từ Việt Nam tường trình một chuyện làm nhục gia đình chúng tôi quá bất ngờ. Caroline nói:

- Xin anh Bernard nói tiếng Anh, em mở mọi người nghe: - Bernard tường thuật nhanh gọn vụ ba xe công an của Bộ Công An từ Hà Nội phái xuống nhà Andre ở Cần Thơ niêm phong vì nhà vắng chủ mà chủ đã trốn ra nước ngoài. Bernard nói, tôi là công dân Áo, đã sống mấy chục năm dưới chế độ cộng sản. Tôi biết trước họ sẽ dùng thủ đoạn gì đàn áp em rể tôi là bác sĩ Andre. Vì vậy anh em chúng tôi đã lo xong mọi thủ tục pháp lý từ ngày thứ bảy trước Bộ Công an Hà Nội hai ngày, mọi thủ tục tôi làm chủ nhà này không phải là Andre nên công an của trung ương có gần hai chục người đi hai xe van lớn và một xe nhỏ cũng phải thui thủi rút lui, họ phải ra về.

Chúng tôi sẽ còn gặp những thủ đoạn hạ cấp khác và cái may ngôi nhà vườn do một công dân Áo có quốc tịch Việt và là giáo sư ngoại quốc dạy Y Khoa của trường đại học Y Khoa Cần Thơ và vợ tôi là giáo sư tại đại học sư phạm thuộcViện đại học Cần Thơ. Chúng tôi là công nhân viên nhà nước không thể Bộ công an dùng luật rừng ngang nhiên đến niêm phong và tịch thu nhà của chúng tôi.

Trước đây, công an Hà Nội không biết nghe lệnh ai chúng bắt hụt bác sĩ Andre, hôm nay lại muốn niêm phong trước rồi bước kế tiếp là tịch thu nhà vô chủ mà họ biết chắc bác sĩ Andre chủ nhà nay ở Mỹ. Họ làm chuyện ruồi bu trẻ con mà lại do một ông tướng ba sao thứ trưởng công an, công bộc của dân đặc trách vụ bắt vô pháp luật này mới đáng sợ, ngửi không nổi. May mắn, bác sĩ Andre đã chuyển chủ quyền nhà vườn này cho tôi, có tất cả giấy tờ hợp lệ. Bộ công an thua dân thường hai keo, chưa biết chúng còn có làm gì nữa không?. Cả phòng họp báo, nhao nhao lên tiếng phản đối sự phản dân chủ của công an Việt Nam dùng luật rừng. Bernard cám ơn mọi người và xin phép cúp máy. Hiếu nói:

- Quý vị biết rõ, tại sao công an Hà Nội lại căm ghét tôi như thế. Có thể họ mượn cớ cách đây năm năm, tôi có trình bày luận án tiến sĩ về bang giao quốc tế, tôi thu thập nhiều tài liệu, công điện, công văn mật giữa các phái đoàn ngoại giao hay lệnh của chánh phủ chỉ đạo các nhân vật tham dự Hội Nghị Ba Lê bốn bên: Mỹ - chánh phủ Hà Nội - Chánh phủ Sài Gòn và Mặt Trận giải phóng là con đẻ của chánh quyền Hà Nội. Tôi có copy đính theo trong tập luận án tiến sĩ, cộng sản Việt Nam không thể cãi chày cãi cối. Họ không dám bắt tôi sau khi trình luận án tiến sĩ. Tôi là một nhà khoa học, nói có sách mách có chứng phải dùng đúng thuốc trị bịnh, không thể nói gian dối.

Họ ghét tôi sao tôi dám nói sự thật về cuộc chiến thắng của họ không phải là cuộc chiến thắng thần thánh, tôi dám viết là chiến thắng của họ trong bối cảnh may mắn của lịch sử, được Mỹ bật đèn xanh cho cộng sản Bắc Việt mới cưỡng chiếm được Miền Nam có chủ quyền.

Hiệp định Paris, chưa quá hai tháng vì cộng sản Hà Nội không thi hành đúng thoả ước trong Hiệp định Ba Lê 1973. Một điểm khác vô cùng quan trọng cho cộng sản Bắc Việt là chánh phủ Mỹ lúc bấy giờ dưới thời Tổng Thống Mỹ Richard Nixon và cố vấn chính trị Henry Kissinger đi đêm với Bắc Kinh. Mỹ muốn làm ăn với Bắc Kinh, muốn chấm dứt chiến tranh Việt Nam ngay và lấy hết tù binh Mỹ đang bị giam cầm nên đó là dịp may lịch sử ngàn vàng hiếm có cho cộng sản Bắc Việt.

Mỹ muốn giải quyết chiến tranh Việt Nam nhanh nên ép buộc miền Nam ký Hiệp Định Ba lê 1973, một hình thức như bắt buộc chánh phủ miền Nam phải chịu thua. Quý vị còn nhớ, bên hành pháp Mỹ trước tháng hai tháng ba 75 chỉ xin Quốc Hội Viện trợ cho Việt Nam cũng khá lớn không được, sau xin viện trợ $300.000 đô cũng bị bác, chánh quyền Miền Nam cạn kiệt vũ khí, đạn dược... phải buông súng đành đầu hàng cộng sản Bắc Việt ngày 30.4.1975. Tôi nói là cơ may lịch sử giúp miền Bắc chiến thắng miền Nam rất có cơ sở.

Theo lẽ, phe thắng cuộc phải đưa nước nhà lên giàu đẹp nhanh, không trả thù vặt, kỳ thị rất nặng người miền Nam theo chế độ cũ, trên mọi lãnh vực. Nếu cộng sản Việt Nam biết khôn có trí tuệ theo gương Mỹ trong cuộc nội chiến Nam Bắc, phe thắng trận của miền Bắc đối xử nhân đạo không tàn độc đối người miền Nam thua cuộc thì nước Việt Nam đâu có nghèo khổ cùng cực, xua đẩy hàng triệu người Việt đi vượt biên. Hàng trăm ngàn người làm mồi cho biển cả và bị hải tặc Thái lan hãm hại. Cộng sản miền Bắc chiến thắng miền Nam lùa biết bao nhà khoa học, trí thức, khoa bản, văn nghệ sĩ, quân nhân, công chức kể cả dân thường của chế cũ vào lò cải tạo ác độc.

Mấy năm sau chiến thắng 75, Việt Nam trở thành một quốc gia nghèo đói trong vùng Đông Nam Á. Gia đình tôi, một mẹ nuôi bốn con dưới mười hai tuổi chỉ có vá may mướn nên có ngày gia đình tôi phải ăn cháo hay rau thay cơm mà họ chụp mũ tôi bôi bác chế độ. Đây là chuyện thật không những xảy ra cho gia đình tôi mà còn xảy ra hàng triệu gia đình khác.

Còn kẻ thắng cuộc có tem phiếu thực phẩm đầy đủ nuôi thân đâu biết dân nghèo phải đói khổ, ăn cháo ăn rau. Và lúc bấy giờ đỉnh cao của người Việt vượt biên trốn thoát thiên đường công sản, ai có tiền hay gặp may mắn đều muốn bỏ nước ra đi dù có chết vì sóng to gió lớn trên biển hay bị hải tặc cướp giết, người ta cũng ít sợ hơn ở lại trong nước.

Trong luận án tiến sĩ, tôi viết sự thật, có luồng lách mà vẫn bị công an theo dõi cho mãi năm năm sau họ mới ra tay triệt hạ làm nhục tôi hay giết tôi trong tù. Thật tình từ lúc mới chiến thắng gặp nhiều khó khăn, dân nghèo, nay đã khá hơn, đất nước đang phát triển, họ phải biết tâng bốc lên so sánh từ ngày mới "giải phóng" đến nay đã tiến bộ gấp chục lần phải hay tốt đẹp hơn không? Nhưng, họ cứ ôm khư khư đảng lúc nào cũng tốt cũng giỏi, không có khuyết điểm sửa sai gì hết. Vì vậy, hiện nay, bộ công an cũng chưa vừa ý, muốn tôi nói, chế độ cộng sản cái gì cũng nhứt thiên hạ, đỉnh cao trí tuệ mà họ quên là họ độc tài, độc tôn làm nghèo đất nước.

Để kết thúc phần nói chuyện tâm tình của tôi, tôi chọn Hoa Kỳ làm quê hương yêu quý của tôi, tôi sẽ hết sức cố gắng chu toàn nhiệm vụ của tôi đối với Phân Khoa Y Học của Yale. Trong học kỳ này, tôi hoàn toàn để nguyên chương trình cũ của thầy George đã được Viện chấp thuận và phổ biến. Nếu tôi muốn thêm bớt cho chương trình học phải vào các học kỳ sau. Quý vị biết, tôi mới nhập quốc tịch chưa lâu mà tôi có tham gia hai cuộc nghiên cứu y học lớn của Viện đại học Harvard suốt ba năm tại hàng chục nước ở Phi Châu và Nam Mỹ. Kế tiếp tôi làm trưởng đoàn nghiên cứu quốc tế của Yale suốt ba năm tại mười lăm nước ở Á Châu, đa số là nước nghèo mà bị thương tật về xương rất phổ biến.

Với sáu năm nghiên cứu Y học gần ba mươi quốc gia trên ba châu lục và tôi đúc kết kinh nghiệm viết hai luận án tiến sĩ về Y học cho Viện Đại Học Yale về chứng tật bịnh của xương và kế tiếp tôi trình bày một luận án tiến sĩ về bịnh sốt rét tại Viện đại học Harvard. Cả hai lần trình bày đều thu hút thức giả hàng chục ngàn người.

Nay, Viện Đai học Yale bổ nhiệm tôi với chức trách Khoa Trưởng Phân Khoa Y Học là một phân khoa có người làm việc đông nhứt của Viện đại học Yale. Thật là một vinh dự vĩ đại đối với tôi có trọng trách vô cùng to lớn.

Theo tôi nghĩ, người giữ chức vụ này không phải là một nhà khoa học gốc Mỹ mà là một người gốc Á có thể thu hút số lượng sinh viên gốc Á cho các năm học tới. Sinh viên càng nhiều viện đại học càng thêm phát triển, tôi nghĩ đó là phép thử toán học của Viện Đại học Yale. Sự thử nghiệm này thành công, chúng ta phải tôn vinh hai vị thầy của chúng tôi là Thầy Viện Trưởng và Thầy Khoa Trưởng tiền nhiệm. Cả phòng họp vỗ tay hoan nghênh.

Tới đây cũng đến mười hai giờ trưa quý vị cũng đã mất nhiều thì giờ theo dõi và bụng cũng hơi trống, cần ngơi nghỉ và ăn trưa. Tôi xin giới thiệu với quý vị hai công ty thức ăn nhanh mà Viện đặt thức ăn, may mắn hai công ty Mac Donald và Burger King tặng thức ăn cho bữa ăn trưa hôm nay vì quý mến Viện đại học Yale. Công ty cafe du monde cũng tặng quý vị uống cà phê thoải mái. Viện đại học Yale chỉ có xuất tiền mua nước chai để quý vị giải khát. Chúng tôi xin nhắc quý vị nên ủng hộ thức ăn nhanh của Mc Donald, Burger King và cafe du monde, cả ba công ty này tài trợ cho bữa ăn trưa nay. Sau một tiếng ăn trưa, chúng ta vào đến phần thảo thuận trong vòng một tiếng, tối đa đến hai tiếng là phải chấm dứt. Xin mời quý vào lấy thức ăn và cà phê.

Viện đại học Yale đã lập kỷ lục khi tiến sĩ Andre trình bài bày luận án tiến sĩ về chứng tật bịnh xương trên thế giới, cách đây mấy tuần, Viện đại học Yale đã tiếp đón thức giả tham dự trên hai mươi ngàn người mà từ ngày có Viện đại học đến nay chưa từng xảy ra. Ông cựu Khoa Trưởng nói tiếp:

- Trong buổi lễ nhậm chức Khoa Trưởng hôm nay, tiến sĩ Andre lại lập kỹ lục mới thay vì vài chục hay vài trăm người tham dự, nay lên số hàng ngàn người và đặc biệt có cả trăm nhà báo địa phương và quốc tế tham dự. Một đặc biệt khác, từ bên Việt Nam, người anh vợ của tiến sĩ Andre, bác sĩ Bernard gốc người Áo không sợ công an trù dập bắt vô cớ. Ông đã nói thật nói hết sự sai trái của một thứ trưởng công an ra lệnh thuộc cấp làm sai, làm hoen ố danh dự của Bộ công an. Họ đã trực tiếp sử dụng luật rừng, bắt còng tiến sĩ Andre không được, chuyển qua chiêu trò lưu manh định đến niêm phong nhà vắng chủ và sẽ làm thủ tục tịch thu nhà của tiến sĩ Andre.

Nhưng, công an Hà Nội đọ trí với một bác sĩ ở Việt Nam đã chậm hơn hai ngày, thủ tục đã chuyển chủ quyền từ bác sĩ Andre sang ông anh cũng là bác sĩ đang dạy tại Đại học Y Khoa Cần Thơ, một cách hợp pháp. Như vậy, tôi thấy công an Hà Nội quá dở, vị thứ trưởng của Bộ công an chắc phải về vườn đuổi gà vì làm việc tắc trách và sử dụng luật rừng với nhà khoa học tài giỏi của Việt Nam, mới hai mươi tám tuổi đã có bốn bằng tiến sĩ của hai đại học nổi tiếng thế giới là Yale và Harvard. Một nhân tài của đất nước Việt Nam và của thế giới nữa mà còn bị làm nhục định bắt còng nhốt tù và còn tịch thu nhà cửa tài sản nữa. Các nhà trí thức khoa bảng Việt Nam khác chắc chắn chẳng ai muốn giúp Việt Nam đang rất cần nhân tài.

Chúng tôi với lương tri của nhà giáo dục, một nhà khoa học chân chính yêu cầu chánh phủ Việt Nam phải chấn chỉnh công việc làm sai trái của Bộ công an lộng quyền, ngồi xổm trên luật pháp Việt Nam. Chúng tôi cảnh báo với mọi người trên thế giới hãy thận trọng khi đi du lịch Việt Nam vì cái quyền bắt người vô tội vạ không cần trát toà hay phạm pháp quả tang. Theo tôi biết, họ dựa vào luận án tiến sĩ của Andre, cách đây cũng khoảng năm năm có nói gia đình Andre quá khổ và đói nhiều lúc phải ăn cháo hay rau thay cơm, sau năm 1975 và cũng là lúc người dân thường Việt Nam liều thân vượt sang nước khác tỵ nạn nhiều nhất. Nếu Việt Nam có chế độ tốt đối xử công bằng không kỳ thị kẻ thắng người thua cuộc, không kỳ thị Nam Bắc, chắc không có một ai vượt biên.

Trong tập luận án, tiến sĩ Andre viết những chánh sách sai lầm năm xưa nay đã có sự đổi mới nên dân chúng dễ thở hơn. Tiến sĩ Andre đưa những tài liệu mật giữa Mỹ, Hà Nội, Bắc Kinh cấu kết nhau chấm dứt chiến tranh mà không cần biết một phần, nước Việt dân chủ tự do là đồng minh của Mỹ. Tiến sĩ Andre có sao chụp nhiều bản văn đó, có thật, không phải muốn viết gì thì viết, nói có sách mách có chứng. Tiến sĩ Andre có viết sự thật trần truồng, cộng sản Bắc Việt chiến thắng chiếm được miền Nam Việt Nam là một may mắn lịch sử vì có sự đi đêm của Mỹ với Trung quốc. Chuyện này ai cũng biết, đâu có gì bôi xấu chế độ Hà Nội. Cộng sản Bắc Việt, kẻ chiến thắng còn chế độ cũ cũa miền Nam bị tiêu vong cũng đã hiển nhiên rồi. Mỹ tản lờ vụ cộng sản xé bỏ Hiệp Định Paris năm 1973...

Ai cũng biết, là con người cũng có lúc làm sai mà biết học hỏi rút kinh nghiệm sửa sai như Việt Nam ngày nay mới khá hơn xưa. Nhưng vẫn còn những người quá bảo thủ như một vị thứ trưởng công an tiến hành sai thủ tục pháp lý bắt và làm nhục một nhân tài của đất nước Việt Nam thay vì đúc tượng tô sùng. Chánh phủ phải có biện pháp thích đáng để lấy lại uy tín của ngành công an là thực thi công lý mà nay chà đạp lên công lý thô bạo.

Báo chí còn tường thuật, Tiến sĩ Andre với tư cách tân khoa trưởng có lời cám ơn ông Viện Trưởng, các vị Khoa Trưởng, đặc biệt là giáo sư Khoa Trưởng tiền nhiệm của Phân Khoa Y Học và toàn thể giáo sư, sinh viên của Viện đại học Yale và toàn thể thức giả, báo giới truyền thông. Tiến sĩ Andre nói tiếp:

- Lời đúc kết của thầy cựu Khoa Trưởng cũng khá đầy đủ, chúng tôi xin phép chấm dứt buổi lễ bàn giao của chúng tôi hôm nay. Chúng tôi cũng xin thông báo, quý vị thức giả hay các nhà báo muốn biết rõ lý do Bộ Công An muốn bắt giam tôi với lý do gì xin hỏi trực tiếp với chánh phủ Việt Nam. Còn luận án về các nước cựu thù Mỹ Pháp Việt đã in thành sách có trong thư viện của Yale và nhiều thư viện khác, có thể tham khảo... Xin cám ơn tất cả quý vị.

Các nhà báo quốc tế chưa chịu buông một chuyện làm sai động trời của Bộ Công an Việt Nam. Không biết chỉ thị bắt giam và tìm cớ tịch thu nhà cửa tài sản của bác sĩ Andre, xuất phát từ đâu, từ Bộ Chánh Trị, Chánh phủ hay chỉ có Bộ Công An? Tiến sĩ Andre nói:

- Xin quý vị nêu lên câu hỏi đó, để coi xem bên phía Việt Nam trả lời thế nào. Hiện giờ tôi lại cậy nhờ quý báo giới cứ gióng tiếng nói của ngành truyền thông là đã cứu giúp và an ủi tôi rất nhiều. Tôi xin cho điện thoại riêng ở nhà của tôi, quý vị gọi vào ban tối, tôi mới có thể ở nhà vì công việc của Phân Khoa rất bề bộn, tôi mới nhận việc cần phải có nhiều thời gian làm quen với công việc mới rất tế nhị của một Phân Khoa lớn nhứt của Viện đại học Yale. Nhiều nhà báo nói cám ơn được nghe một chuyện thật và rất thông cảm công việc làm của tiến sĩ Andre vô cùng tế nhị khó khăn. Xin hẹn gặp lại.

Trong buổi họp báo của chánh phủ Việt Nam ngày hôm sau tại Hà Nội. Nhiều ký giả quốc tế muốn biết lời tuyên bố của ông cựu Khoa Trưởng Y Học Yale và buổi nói chuyện của tân Khoa Trưởng gốc người Việt vừa chạy thoát khỏi bị bắt và thoát khỏi bị tịch thu tài sản. Nếu tiến sĩ Andre của nước Việt mang tội phản quốc thì Bộ Công An bắt khẩn cấp như vậy còn có lý do. Nay, chúng tôi muốn biết, tiến sĩ Andre bị tội gì ghê gớm mà công an từ Bộ công an phái đến bắt còng mà không cho Sở công an tỉnh biết, nói là muốn bảo mật tối đa. Bắt hụt tiến sĩ Andre vừa đi Mỹ trước đó mấy giờ. Chưa hết,

Bộ công an có ý định tịch thu tài sản mà không cần trát toà. Phát ngôn viên chánh phủ nói:

- Câu hỏi này, tôi xin phép hỏi lại cấp trên, rồi mới có giải đáp thích đáng. Một ký giả khác hỏi:

- Cuộc vây bắt hụt tiến sĩ Andre vào thứ sáu tuần trước. Thứ hai kế tiếp là có lệnh niêm phong nhà và đi đến thủ tục tiếp theo là tịch thu tài sản nhà của kẻ tội phạm mà chưa có toà án nào ra phán quyết cho công an làm như vậy. Chánh phủ có biết không? Với tư cách nhà báo nước ngoài, tôi xin đặt câu hỏi trực tiếp với ông phát ngôn viên chánh phủ. Ông có đọc tin đó chưa đã phổ biến trên toàn thế giới, công an Việt Nam đã sử dụng luật rừng, chánh phủ cũng nhắm mắt làm ngơ? Phát ngôn viên chánh phủ trả lời liền, những câu hỏi tương tự chắc còn nhiều, xin quý nhà báo thông cảm, tôi phải thỉnh ý cấp trên rồi quý vị cũng sẽ rõ. Quý vị không có những câu hỏi khác, tôi xin phép chấm dứt buổi họp báo hôm nay.

Buổi họp báo kế tiếp ngày hôm sau tại Hà Nội, báo giới đã nhận được thông báo chánh thức của chánh phủ ra lệnh ngưng ngay chức vụ thứ trưởng công an của thượng tướng (3 sao) và điều tra chuyện đáng tiếc đã xảy ra cho một nhân tài của nước Việt chúng tôi. Sau khi điều tra xong, chúng tôi sẽ có thông báo chánh thức.

Sau ba ngày, thứ sáu có thông báo của chánh phủ Việt Nam là cho lệnh thay thế vị thứ trưởng, chờ điều tra tiếp. Đồng thời, chánh phủ cũng có lời xin lỗi tiến sĩ Andre Trần Trọng Hiếu.

Từ Mỹ, tiến sĩ Andre có thư gởi chánh phủ Việt Nam đã có lời xin lỗi, Andre nói tôi rất trân trọng ghi nhận. Để đáp ứng sự phục thiện của chánh phủ, vợ chồng tôi sẽ giúp Việt Nam đặc biệt là giúp trường đại học Y Khoa Cần Thơ trước, là nơi đã đào tạo tôi thành một bác sĩ y khoa hữu dụng cho đất nước. Tôi tự cảm thấy có trách nhiệm đền ơn đáp nghĩa trợ giúp cho trường Y Khoa Cần Thơ thân yêu của chúng tôi phải luôn vững tiến lên. Nay còn nhỏ hẹp và thiếu nhiều tiện nghi sinh hoạt cho sinh viên so với quốc tế. Vì vậy, với tư cách cá nhân của vợ chồng tôi sẽ cống hiến cho trường Y Cần Thơ xây một khu cư xá nội trú đầu tiên chứa được bốn trăm sinh viên, bốn sinh viên ở một phòng. Cư xá sinh viên, chánh phủ giúp thêm đất xây dựng khu thể thao như: hồ bơi, sân quần vợt, bóng rổ, bóng chuyền, bóng bàn, tắm hơi, tắm nóng, SPA...sát cạnh hay trong khuôn viên của cư xá sinh viên.

Trước tiên, chúng tôi sẽ tặng hai triệu USD cho trường Y Cần Thơ gây quỹ xây dựng cư xá cho sinh viên chỉ sử dụng một mục tiêu duy nhứt là xây dựng cư xá cho sinh viên. Trường Y có kế hoạch xây dựng từ từ, chúng tôi sẽ dùng tài sức mình vận động vun đáp quỹ xây dựng cư xá sinh viên Y Khoa càng ngày càng lớn và có thể xây dựng rộng thêm sánh với các cư xá sinh viên của các nước tiên tiến. Hàng năm vợ chồng tôi sẽ nhận nhiều thì giờ đi dạy học các đại học khác trên thế giới. Ngoài tiền chi tiêu cho vé máy bay, ăn ở khách sạn, còn lại bao nhiêu chúng tôi gởi tặng hết cho quỹ xây dựng cư xá sinh viên trường Y Cần Thơ.

Công tác thứ hai nhỏ hơn, phục vụ từ thiện, xã hội, chúng tôi quan tâm giúp đỡ đầu tiên tỉnh nhà của tôi là Sóc Trăng, tôi cũng xin mở quỹ từ thiện do một vị cao niên, cựu viên chức về hưu cũng có lòng giúp tha nhân, đứng ra lo công tác từ thiện nhỏ nhoi này. Cung cấp các bữa ăn trưa giá rẻ hay miễn phí cho những người lao động nghèo, hay cứu giúp những người bị bắt làm nô lệ tình dục, nạn buôn người và những tệ nạn xã hội khác. Chúng tôi xin nhấn mạnh, vì có tính cá nhân, đầu tiên chúng tôi chỉ lo cho trường Y Cần Thơ và công tác xã hội của tỉnh nhà Sóc Trăng. Còn trên phạm vi rộng lớn hơn, trên toàn quốc, nếu may mắn tôi có đầu tư thành công mới có tài trợ giúp đỡ sau.

Thư gởi chánh phủ của tiến sĩ Trần Trọng Hiếu tạo được một tiếng vang lớn về uy tín của nhân tài người Việt chỉ biết phục vụ cho tha nhân mà suýt chút nữa bị tống vào tù và có thể chết rục trong tù. Dư luận quần chúng áp lực rất mạnh, chánh phủ phải quyết định cách chức thứ trưởng Bộ Công An và cho về hưu mà không truy cứu tội gì cả. Như thế, lệnh bắt giam một nhân tài người Việt không phải là một thứ trưởng có quyết định này mà quyết định đó phải có từ cấp cao hơn. Nay phải có Lê Lai cứu chúa. Thế là vãng tuồng hát cương rất vô duyên và vô nhân đạo?.

Thầy Khoa Trưởng đại học Y Khoa Cần Thơ gọi điện thoại cho Hiếu, thầy nói:

- Con có cao kiến làm cho cả chánh phủ hiện tại phải cúi mặt chịu nhục. Với hai triệu vợ chồng cống hiến cho trường Y hiện nay, giá trị nó cao gấp trăm lần ở vào thời điểm khác. Cháu Bernard đã có lịch trình bày luận án tiến sĩ Y Khoa tại Viện đại học Sài Gòn mà Bernard và Đức cùng học đến hết năm thứ ba. Đức cũng trình luận án tiến sĩ trong tuần lễ sau đó. Thầy mời hết giáo sư trường Y của mình lên Sài Gòn tham dự.

Hiếu thưa với thầy, nhờ bác cựu Bí Thư mời chánh quyền và ngành Y Sóc Trăng về tham dự luôn hai buổi trình bày luận án tiến sĩ của hai cựu công nhân viên của Sở xây dựng Sóc Trăng, con sẽ gởi bác Bí Thư mười ngàn và thầy mười ngàn đô mình mướn nhiều xe buýt lớn cho mỗi nơi chở bà con tham dự luôn hai buổi trình bày của anh Bernard và anh Đức. Thầy coi có bao nhiêu người hai tỉnh, mình thuê phòng một khách sạn vài chục phòng, cứ bốn người hay sáu, tám người tuỳ phòng lớn nhỏ mình bút cả tuần lễ đó, vợ chồng con về dự, con sẽ đi cùng theo đoàn cho an ninh hơn là con ở phòng khác.

Trong lúc bốn năm ngày chờ đợi đến buổi trình bày luận án thứ hai, con đề nghị với thầy, mình đưa hết bà con đi Vũng Tàu tắm biển. Thầy cho nhân viên ra Vũng Tàu đặt phòng trước toàn là ngày thường nên dễ tìm khách sạn mình cũng ở tập thể. Mọi chi phí con lo hết. Con còn biếu mỗi người tham dự hai trăm tiền Việt Nam để chi tiêu. Khi về Cần Thơ, thầy tổ chức một buổi tiếp nhận $2,000,000 đô để thầy mở quỹ xây dựng cư xá sinh viên trường Y và cả một hệ thống luyện tập thể thao cho sinh viên Y. Hai triệu của con chỉ là số tiền khởi đầu. Xây dựng trước là ít nhứt một trăm phòng ngủ, mỗi phòng dành cho bốn sinh viên, giường ngủ hai tầng cho đỡ choán chỗ. Thầy mời Bộ

Y Tế, Bộ Giáo dục và các Viện đại học lớn đến dự. Mình cũng đãi ăn trưa. Ngoài hai triệu con ký check còn các chi phí khác con đưa tiền mặt cho thầy sử dụng khá dễ dàng hơn. Thầy Khoa Trưởng nói:

- Thầy hiểu ý con muốn làm cho trường Y mình nở mày nở mặt vì biết đào tạo nhân tài cho đất nước và cho cả trường Y nữa. Con làm bẽ mặt họ:

- Thầy tán thành ý kiến độc đáo của con. Hiếu tâm tình:

- Bây giờ con có tiền chuyên làm việc thiện, không mảy may bàn luận chính chị chính em. Còn có người thù ghét con vì con là một tử sĩ của chế độ cũ mà không hồng nên họ ghét muốn loại bỏ cho khuất mắt vì họ muốn hồng hơn chuyên, họ cái gì cũng số dách hết. Thầy hiểu:

- Con phải cẩn thận, con về Việt Nam đi đây đó, thầy phải nhờ Sở Công An luôn cho nhân viên luôn theo bảo vệ. Đại tá Giám Đốc Công An thành phố Cần Thơ là người sanh trưởng ở Cần Thơ, xem con như là thần tượng, chú ấy đòi bắt nhốt hai tên Trung tá và Thiếu tá của Bộ Công An dẫn gần hai chục tên trên ba xe mà anh Đại tá này còn đòi bắt nhốt. Con gái rượu của anh đại tá đang học trường mình hay tin con gặp nạn, cháu khóc nức nở và nói:

- Một nhân tài như tiến sĩ Hiếu mà còn bị ức hiếp hảm hại. Cháu đó còn nói, thầy và ba cháu cũng như Ban Bí Thư, chánh quyền thành phố Cần Thơ và tỉnh Sóc Trăng phải bảo vệ sinh mạng một nhân tài của đất nước. Vì vậy, thầy xin nhân viên bí mật theo bảo vệ cả ngày lẫn đêm sợ rau muống hai nút lấn áp nuốt hết giá sống và rau muống chín nút. Chúc con luôn thân tâm an lạc, vài tháng nữa thầy trò mình gặp nhau.

Thầy Khoa Trưởng gọi cho Bernard nói vợ chồng hai cháu qua nhà thầy có chuyện cần bàn từ đây đến trưa. Bernard nói con có mời bố mẹ nuôi con ở Sóc Trăng lên chơi ăn cơm trưa nay. Con mời thầy và cô qua chơi và ăn cơm luôn thể, con có mời ông bà bác bố mẹ vợ anh Trung cùng gia đình ăn cơm, con sẽ báo cáo lại mọi chuyện vừa mới xảy ra cho Hiếu, em quá giỏi thầy ơi. Không những nó giúp trường Y mình hai triệu mà Hiếu còn nhắm đến hai Viện đại học lớn của Mỹ Yale và Harvard sẽ giúp ít nhứt là một triệu hay hai triệu của mỗi viện và cô bạn gái của nó sẽ đóng góp cũng thêm một hai triệu USD nữa vì những nơi này đều quý mến Hiếu. Caroline còn nói:

- Hai vợ chồng nó sẽ không từ chối các viện đại học mời thuyết giảng vào cuối tuần, hai em đều nhận hết để dùng hết số tiền đi thuyết giảng tặng cho trường Y của mình. Thầy Khoa Trưởng nói với Bernard:

- Thầy sẽ qua ngay bây giờ. Hiếu có tình nhân ái bao la, có tâm Phật nên mọi thứ người ta muốn bức hại nó đều vượt qua hết. Khi con có thêm bằng tiến sĩ Y Khoa, con là giáo sư chánh thức của trường thầy mời con vào chức Phụ tá Khoa Trưởng về công tác sinh viên lo xây cư xá cho sinh viên. Khi thầy về hưu thầy sẽ đề nghị con giữ chức Khoa Trưởng vì con đủ khả năng chuyên môn, thêm ngoại ngữ giỏi công tác sinh viên tuyệt vời, trong lúc các giáo sư thâm niên có chuyên môn giỏi chưa đủ.

Vào bàn ăn, Bernard thuật hết mọi việc mà Hiếu đã làm như viết thư cám ơn chánh phủ có thư xin lỗi Hiếu chuyện đáng tiếc, cách chức tướng thứ trưởng công an mà ông này chỉ đóng vai Lê Lai cứu chúa. Hiếu tiên đoán, bọn kỳ thị biết Hiếu có cha tử trận mất xác nên họ căm thù Hiếu, con của nguỵ mà lại giỏi hơn con cách mạnh nên chúng muốn giết cho bỏ ghét không cần biết cái hại cho người khác hay cho đất nước. Họ còn có đầu óc kỳ thị nam bắc nặng lắm, thấy người gốc miền Nam mà học giỏi chúng cũng ghen ghét. Con muốn mời đại tá công an đến ăn cơm, xin bác giúp. Bác bố vợ anh Trung nói, để bác gọi anh ta, nếu có rảnh bác mời hai vợ chồng chạy đến đây nhậu chơi. Bác gọi liền Đại tá công an:

- Cháu đang cùng vợ và con gái định đi chợ mua một ít đồ dùng. Gia đình cháu chạy đến nhà bác sĩ Bernard gặp quý bác, chúng cháu đi mua đồ dùng sau. Bernard chuẩn bị thêm ghế ngồi, nướng thêm khô mực, lạp xưởng. chị hai nói còn mấy ký lô thịt bò, chị làm bò nướng ngói nhấp nháy có thêm món ăn. Chị hai nhờ chị bếp dọn cho bốn bếp lửa và rữa sạch bốn tấm ngói. Xắt thịt xong, ướp gia vị cũng xong, chỉ đợi có khách đến là nướng liền với bốn bếp tha hồ mà ăn. Rau dưa cũng có đầy đủ. Thức ăn cơm đã có đủ hết, canh chua bông sua đũa, cá kho tiêu, rau muống xào tỏi và thịt ba rọi.

Trong tủ còn nửa chai Martell XO và bia, tha hồ mà nhậu. Bernard cũng có chuẩn bị hai chỗ ngồi cho tài xế và tuỳ viên của đại tá ngồi nhậu riêng. Khi xe vô cổng thì chị nổi lửa lên đun nóng bốn tấm ngói, cho lên mỡ nước và thịt bò nướng nhấp nháy là có một dĩa, bưng lên bàn, cả năm người vào đến nhà, Bernard và bà xã ra đón mời vào nhà có đủ quý bác lại có bác cựu Bí Thư của tỉnh Sóc Trăng nữa.

Ba vị khách vừa ngồi xuống, dĩa thịt bò nướng ngói bưng lên, Bernard mời mọi người cầm đũa, nhậu trước nói chuyện sau. Anh hai của Bernard rót rượu ra mời từng vị. Bà đại tá và cháu gái, Tuyết Trinh mang nước dừa tươi ra mời. Vô tăng đầu, ăn bò nướng ngói rất lạ miệng, bác Bí Thư Sóc Trăng nói:

- Đây là món ăn truyền thống của dân quê Sóc Trăng gốc Khơ me. Bác sĩ Hiếu học lóm và nay đãi người Cần Thơ món ăn ngon dân dã của dân Sóc Trăng, đại tá công an nói:

- Con cám ơn bác nói lai lịch của món thịt bò nướng ngói. Ăn hết hai dĩa, sắp bưng lên hai dĩa nữa. Bernard đứng lên thuật hết lại nhưng gì em gái Caroline nói. Bernard nhấn mạnh, ông tướng công an bị cho về hưu ngang xương, ông càng hận Hiếu muốn giết Hiếu mới đã nư. Vì vậy, Hiếu không dám về Việt Nam. Nay tôi và bác sĩ Đức cũng tốt nghiệp trường Y Cần Thơ sắp trình luận án tiến sĩ tại Viện Đại học Sài Gòn, vợ chồng Hiếu muốn về chúc mừng chúng tôi mà sợ bỏ mạng oan uổng.

Hiếu còn nói, em biết ông đại tá có cô con gái đang học trường Y Cần Thơ. Khi có bằng bác sĩ y khoa, nếu em muốn học tiếp chuyên khoa tại Yale từ ba đến năm năm, Hiếu có cách xin cho học bổng toàn phần hay bán phần, còn chuyện ăn uống chỗ ở kể cả xe hơi tự lái đi học, Hiếu bao hết. Ngay bây giờ em phải trau dồi Anh ngữ cho thật lưu loát và khi có bằng lái xe, đổi qua bằng lái quốc tế để đi học chuyên khoa tại Yale dễ dàng, hai vợ chồng Hiếu bao hết. Nếu có mẹ của cháu cùng qua chơi ở với con vài tháng Hiếu cũng bao luôn. Và Hiếu còn nói, người ta muốn giết em mà em vẫn yêu quê ta đất tổ

Việt Nam, dù em có lưu vong, vợ chồng em chết cũng xin đưa thân xác vợ chồng em về chôn dưới chân ba mẹ.

Bernard đã chỉ một gốc ở phía sát đường lộ, Hiếu có dành đất xây một nghĩa trang nhỏ có mười chỗ nằm dưới lòng đất trên nắp mộ phần cũng trồng bông hoa hay cỏ, Hiếu bắt chước kiểu nghĩa trang mới của Mỹ không nấm mồ trên mặt đất nên không thấy thê lương ảm đạm trước sân nhà. Em Hiếu, năm nay mới gần bốn mươi tuổi mà đã lo trước chỗ em về với đất. Em nói em không bỏ quê hương Việt Nam dù chết hay sống. Em có gọi trình với thầy Khoa Trưởng em hiến tặng trước $2 triệu USD để thầy Khoa trưởng lập quỹ xây dựng ký túc xá cho sinh viên Y. Xây sơ khởi phải có chỗ chứa ít nhứt bốn trăm giường ngủ cho sinh viên và có tiền thêm xây tiếp chừng một ngàn giường nữa cho tất cả sáu lớp của trường Y cũng có sĩ số cở đó. Và xây một hệ thống khu thể thao cho sinh viên, còn kiếm đất xây khu cư xá sinh viên phải đủ rộng do trường Y liên lạc với tỉnh tìm giúp. Còn tiền bạc xây dựng hết cơ ngơi này giống như cư xá sinh viên của các đại học lớn trên thế giới, trường Y Cần Thơ cũng sẽ dẫn đầu cả nước mà lại ở Miền Tây lại làm cho người ta thêm ghét. Hiếu nói ghét mà không thể không cho phép. Hiếu có bàn với tôi, dự trù chi phí cho toàn bộ việc xây cất khu cư xá này cộng với các cơ sở thể thao quy mô, tốn khoảng bốn triệu USD, vợ chồng em giúp một nửa. Còn một nửa, em sẽ vận động Viện đại học Yale và Harvard giúp thêm mỗi viện cũng có thể giúp một triệu và vận động với người bạn học cũng gốc Sóc Trăng giúp thêm ít nhứt cũng một triệu nữa. Vì vậy Hiếu xin thầy Khoa trưởng cứ mạnh dạn viết đơn xin phép trung ương, Viện đại học Cần Thơ và xin tỉnh cấp đất xây dựng. Hiếu nhờ chánh quyền tỉnh nhứt là ngành công an giúp bảo vệ tính mạng Hiếu khỏi bị cán bộ từ xa đến ám sát, giết chơi cho bỏ ghét. Hiếu nói Sở Công An giúp cho nhân viên bảo vệ, Hiếu đài thọ chi phí. Đại tá công an nói:

- Tôi rất quý trọng bác sĩ Hiếu, quý bác còn nhớ cháu chỉ cấp địa phương nhỏ hơn cấp trung ương mà cháu dám đòi bắt hai người đại diện trung ương xuống định niêm phong nhà rồi sẽ tịch thu nhà. Trung ương muốn làm gì cũng phải cho công an địa phương biết, đàng này họ làm cha thiên hạ. Dù có mất chức, cháu về hưu, có con lo cho cha khi cháu ra trường, con chẳng sợ ai chỉ sợ lẽ phải và luật pháp. Con gái xin phép nói:

- Con và mẹ ủng hộ ba hết lòng. Cả bàn cùng cười hoan hô con gái mạnh dạn ủng hộ ba. Bác trai nói, Bernard cho thịt bò nướng cho nóng lại chừng vài phút mình nhậu tiếp rồi qua màn ăn cơm. Đại Tá, Giám Đốc Sở công an nói với Bernard:

- Luật vua còn thua lệ làng, tôi sẽ lựa chiến sĩ của tôi có đảm lược, giúp bảo vệ bác sĩ Hiếu từ khi xuống máy bay ở Sài Gòn, luôn có hai người có vũ khí theo bảo vệ. Về Cần Thơ, ban đêm cho hai nhân viên có chỗ ngủ lo bảo vệ cho bác sĩ. Bác sĩ Hiếu khỏi tốn tiền chi phí gì cả vì Hiếu là một yếu nhân của Cần Thơ, tặng một lần hai triệu đô, có ai dám hy sinh một số tiền khổng lồ giúp cho đại học Y như bác sĩ Hiếu. Cả bàn vỗ tay hoan nghênh, ăn hết món thịt bò nướng ngói, xoay qua ăn cơm, canh chua bông sua đũa, bà Đại tá nói:

- Món ăn lạ và ngon quá. Bernard nói bông sua đũa do Hiếu trồng, em thích nấu canh chua với bông sua đũa hoặc bông điên điển. Còn cá nuôi theo cách tự nhiên không nuôi bằng thức ăn chế biến cho cá mau lớn. Cá còn sống, làm món ăn liền nên cá ngọt hơn cá mình mua.

Gia đình đại tá công an ăn xong xin phép đi chợ. Hai bác bí thư nói:

- Hiếu cái gì cũng tính trước, biết trước hết dù có hai ba tên thứ trưởng công an muốn ám hại Hiếu cũng rất khó. Hiếu còn mời thêm ông anh kết nghĩa Bộ trưởng Y tế Indonesia qua thăm viếng Việt Nam, lại tăng cường thêm giữ an ninh cho ông Bộ Trưởng cũng gián tiếp giữ an ninh cho Hiếu khi Hiếu trao tấm check hai triệu cho thầy Khoa trưởng Y Khoa tại Cần Thơ và tối hôm đó ông Bộ Trưởng Y Tế ở nhà Hiếu vui chơi. Sáng hôm sau vợ chồng Hiếu cùng bay sang Indonesia với ông Bộ Trưởng Y Tế. Nhiều đại học ở Indonesia muốn mời vợ chồng Hiếu dạy hoặc thuyết giảng mỗi năm hai lần, mỗi lần chừng một tuần với tiền thù lao cao theo giá biểu quốc tế. Ông Bộ Trưởng Y Tế ndonesia còn nói:

- Ông sẽ gởi biếu hai trăm con tôm hùm khi Hiếu về Cần Thơ để đãi khách và cách gởi sẽ qua Toà Tổng Lãnh Sự Áo ở Sài Gòn. Hiếu đề nghị gởi qua Việt Nam một trăm và gởi Mỹ một trăm con tôm hùm về Viện đại học Yale-Connecticut không phải gởi Harvard như kỳ gởi trước. Hiếu cho địa chỉ gởi tiện lợi hơn.

Trong buổi lễ tặng tiền riêng của tiến sĩ Andre Trần Trọng Hiếu cho trường đại học Y Khoa gây quỹ xây dựng cư xá sinh viên Y Khoa, dự trù phải có đủ bốn triệu USD mới xây được hơn một trăm phòng ngủ cùng những tiện nghị hiện đại của một đại học xá và còn có một khu liên hợp thể thao có hồ bơi, hội trường, sân quần vợt, sân basketball cùng với volleyball, pingpong...

Tiến sĩ Hiếu đã học ở đại học Y Cần Thơ đã thấy cảnh sinh viên ở các tỉnh về Cần Thơ gặp nhiều khó khăn tìm chỗ ở gần trường và khi làm Khoa Trưởng Phân Khoa Y Học của Yale thấy đại học xá dành cho sinh viên Y của Yale quá tiện nghi. Các đại học của Việt Nam nếu muốn đầu tư lãnh vực này vô cìng khó khăn. Riêng trường Y sinh viên xấp xỉ một ngàn như hiện nay và sẽ tăng thêm các năm tới, đâu còn chỗ cung cấp dù phải đóng tiền cho sinh viên lưu trú an tâm lo học.

Hiếu vừa nói, vừa rưng rưng nước mắt, khi cá nhân tôi biết những đại học xá nhiều trường đại học trên thế giới, không dám so sánh với các đại học xá của Mỹ, Nhựt, Đại hàn, chỉ so sánh với Thái Lan Indonesia, các đại học xá ở đây dù rất khiêm nhường. Nhưng, đại học xá ở Indonesia, Thái Lan hơn Việt Nam gấp mười lần. Vợ chồng tôi sẽ vận động các nhà hảo tâm giúp xây dựng một đại học xá chỉ có sức chứa trên dưới một ngàn sinh viên và khu liên hợp thể thao, giúp sinh viên có nơi giải trí giúp việc học tiến triển thêm. Cá nhân tôi có tham vọng cố gắng vận động xây dựng đại học xá của trường Y Cần Thơ là đại học xá đầu tiên làm kiểu mẫu. Các phân khoa khác của Viện Đại học Cần Thơ và các Viện đại học khác thi đua cùng xây dựng càng nhiều đại học xá có nhiều tiện nghi như đại học xá trường Y càng giúp sinh viên có thêm điều kiện sinh hoạt tốt cho chuyện học hành. Khi sinh viên nào thành công nên trợ giúp trường xưa như trường hợp của sinh viên Trần Trọng Hiếu của trường Y, nay hết lòng trợ giúp lại trường đã đào tạo mình thành người hữu dụng. Hiếu tâm sự riêng với thầy Khoa Trưởng:

- Con xin thầy hy sinh chịu thêm cực khổ bị người ta chỉ trích này nọ nhiều rồi khi quý thầy giúp con tốt nghiệp trường Y sớm. Con có nhờ bạn kiến trúc sư Mỹ đã vẽ mô hình của đại học xá trường Y của mình với sức chứa một ngàn sinh viên, nếu muốn tăng thêm một ngàn nữa thành chứa được hai ngàn sinh viên chỉ tốn thêm chừng hơn nửa triệu nữa, cơi thêm một tầng lầu. Bây giờ xây nền móng dự trù cho ba tầng, không phải chỉ có hai tầng nên khi có thêm tiền xây luôn tầng lầu ba, trên cùng còn làm nóc bằng có chỗ cho sinh viên lên tập thể dục. Thầy cố gắng vận động xin được diện tích rộng càng tốt, mình có thể làm cả sân bóng đá như các đại học lớn của Mỹ đều có xây sân đấu football còn rộng hơn sân đá banh.

Con có cách gây quỹ trong vòng năm năm tới chắc chắn chuyện kiếm thêm tiền cho đại học xá này, cũng không khó. Và con chỉ muốn thầy khi về hưu thầy vẫn giữ chức danh chủ tịch Hội đồng sáng lập đại học xá lớn nhứt Việt Nam và có thể nói lớn nhứt Đông Nam Á. Thầy tuyên bố sáng kiến xây đại học xá kiểu mẫu này ở Việt Nam là do một cựu sinh viên của trường Y Cần Thơ. Em đã đóng góp cho quỹ xây dựng sơ khởi hai triệu Mỹ kim, em còn vận động tiếp xây dựng lớn rộng thêm cho đại học xá, ưu tiên là dành cho sinh viên trường Y, kế tiếp sẽ còn dành cho nhiều sinh viên các phân khoa khác. Nghĩa là đại học xá sinh viên này sẽ phát triển và nới rộng lớn thêm trong năm, mười năm tới. Thầy Khoa Trưởng suy nghĩ:

- Để nhớ công ơn người có ý kiến xây dựng đại học xá và nếu đặt tên cựu sinh viên uyên bác của trường Y, nhiều đại học thế giới sẽ còn ủng hộ tiếp việc xây dựng đại học xá kiểu mẫu cho Việt Nam. Các nước còn nghèo trên thế giới nên học hỏi cách thức thực hiện đại học xá mà không qua cách thức thực hiện của nhà nước. Nhà nước chỉ giúp xây dựng đại học xá bằng cách cung cấp quỹ đất dồi dào, diện tích càng rộng càng tốt và đương nhiên tài sản này là của quốc gia.

- Hiếu tiếp lời thầy Khoa Trưởng, chỉ có cơ chế quản trị độc lập, tự cung tự cấp chi phí sau khi xây dựng xong. Điều kiện ưu tiên số một là sinh viên thuê với giá rẻ hơn thị trường và có đầy đủ tiện nghi hơn bất cứ cư xá sinh viện nào của Việt Nam trên toàn quốc. Cư xá sinh viên này sẽ không bao giờ sợ ế, lỗ. Cư xá sinh viên còn gọi là đại học xá này được đặt dưới quyền kiểm soát của Viện Đại học Cần Thơ, quyền điều hành là do Hội Đồng Quản Trị năm thành viên được bầu lên. Một nhiệm kỳ là ba năm, có trả lương như một giáo sư đang dạy học cũng trích từ quỹ riêng của trường không dính dấp đến quỹ tiền của Nhà Nước. Nếu thua lỗ thì Hội Đồng Quản Trị này chứng tỏ quá yếu kém sẽ không có lương.

Thầy Khoa Trưởng lại nghe Hiếu trình bày giải thích thêm quá khoái, Ý của Hiếu muốn thầy Khoa Trưởng và bốn giáo trưởng ngành của Trường Y có ít nhứt ba năm trong Hội Đồng Quản Trị đại học xá có thêm tiền lương sau khi về hưu. Năm thầy trường Y hiểu thâm ý của Hiếu lại càng thêm trân trọng quý mến học trò mình.

Tối nay thay vì bác sĩ Bộ Trưởng Y Tế Indonesia về nhà Hiếu ngủ. Hiếu có tin mật cho biết, Bộ công an Hà Nội căm ghét Hiếu cho một đội năm người bám sát Hiếu tìm cách sát hại cho chết hoặc thương tật suốt đời.

Hiếu bắn tiếng trước, tung tin chiều nay ông Bộ trưởng và tuỳ tùng ăn cơm tại nhà Hiếu xong và tối không ngủ lại nhà Hiếu như sắp xếp trước đây để cho mật vụ Bộ công an biết không có ông Bộ Trưởng Indonesia ngủ qua đêm nên không có nhân viên an ninh ở lại. Mười giờ sáng mai vợ chồng Hiếu cùng ông Bộ Trưởng lên máy bay đi Indonesia. Nếu không ám sát Hiếu đêm nay, sẽ sổng mất con mồi.

- Tối nay, tôi tổ chức tiệc lớn, Hiếu nói, đãi ông Bộ Trưởng Y Tế Indonesia và mời hết Ban Bí Thư, Uỷ Ban Nhân Tỉnh và cả thành phố Cần thơ, ông bà giám đốc hai Sở Y Tế, ông bà Giám đốc công An, Viện đại học, trường Y Cần Thơ khoảng một trăm hai chục quan khách. Hiếu nói tiếp:

- Xin ông Giám Đốc giúp cài lại tại nhà tôi chừng bốn anh em có súng tiểu liên, dấu kín theo xe quan khách cũng dự tiệc và tối ở lại hai nơi, mỗi chỗ hai anh. Một nơi tôi biết họ sẽ lẻn vô chỗ đó, có bà con cho biết rồi.

Nhóm đó nói giọng Bắc cứ đi tới đi lui chỗ đó hai ngày nay mà họ sẽ xâm nhập dễ dàng vào khu nhà vườn tôi. Hai anh của ta sẽ ở một phòng lớn gần vườn hoa vì họ muốn vào nhà tôi thì phải qua khu vườn hoa. Hai anh khác ở trong nhà gần chỗ hàng rào. Đại Tá giúp chỉ thị nhân viên nổ súng tiểu liên chỉ nhắm vào chân để mình bắt sống điều tra. Hai tên đi đầu để cho qua khỏi hàng rào, lọt vô sâu họ sẽ đi tới vườn hoa thì hai tên nữa cũng sẽ theo sau tiếp ứng hai tên đi trước. Khi hai tên đi sau vào trong hàng rào rồi thì hai anh nhân viên của đại tá ở chốt hàng rào nả đạn vào hai chân chắc chắn trúng liền vì cách chưa tới hai mươi thước.

Ở trong nghe súng nổ cũng nổ súng vào hai tên đứng núp vào bóng cây, tôi có đặt đèn dưới chân họ, chỉ mở đèn hai anh mật vụ thấy rõ nhắm vào bóng đèn xả súng chắc chắn hai tên gian ác này trúng thương. Có tin nói chúng có đem theo chất nổ ném lại thoát thân, mình phải đề phòng. Tên thứ năm và chiếc xe ở bên kia bờ kinh, nhà số mấy. Đại tá cử nhân viên đến chận bắt tên thứ năm và chiếc xe có bảng số Bộ công an. Tôi còn biết rõ, bọn này có tiền thưởng một triệu ám sát tôi mà chúng mới bỏ vào xe chạy xuống Cần Thơ ngay, chưa kịp chuyển tiền thưởng cho vợ con. Đại Tá đến tịch thu hết mấy túi xách cho sang xe của đại tá.

Từ nảy giờ tôi nói điện thoại riêng mà tôi đã mượn của Tổng Lãnh Sự Áo, nên tin tôi nói cho Đại Tá biết không sợ Bộ công an nghe lén. Tôi gián tiếp cho chúng biết nếu không ám sát tôi tối nay thì chúng sẽ không có dịp, tôi vẽ đường cho hưu chạy vào rọ của mình. Ông Đại Tá nói:

- Tiến sĩ Hiếu quả là một thiên tài, mặt nào cũng giỏi hết. Tôi sẽ giúp tiến sĩ hết lòng. Bữa tiệc tối nay, có cả ông bà cựu Bí Thư tỉnh Sóc Trăng ngủ ở nhà Bố vợ Trung và Hiếu nói với Trung cho gia đình vợ chồng anh chị Bernard ngủ tối đêm nay vì là một tối rất quan trọng, ngày mai hai anh sẽ biết.

Trong bữa tiệc tại nhà Hiếu, ông Bộ Trưởng Y Tế Indonesia rất hào hứng kể hết sự anh dũng của bác sĩ Andre cứu mình. Cả đất nước và chánh phủ Indonesia coi xem tiến sĩ Andre như là một anh hùng.

Mọi người ra về. Hiếu đi một vòng sau vườn quan sát và đến hai nơi có mật vụ của Sở Công An như mai phục. Hiếu chỉ chỗ nút bấm cho sáng rực hết khu vườn. Hiếu có cho người đưa tới bánh mứt, bánh pía mè láu Sóc Trăng, pa tê sô, súc xích, bia mỗi nơi một thùng bia Sài Gòn, một bình cà phê và một bình trà quạu. Hiếu nói mấy anh cứ nhậu lai rai đừng để quắc bóp cò súng không được, cả ba người cùng cười hiểu ý.

Hiếu nói, chúng hẹn nhau sẽ đột nhập vào nhà tôi từ khoảng 12 giờ khuya đến một giờ sáng, chúng phải băng qua con kinh lên xe chạy về Sài Gòn lúc 2 giờ sáng. Kế hoạch của họ là như vậy. Hiếu nói hai anh cố gắng bắn chúng bị thương từ mông trở xuống, tôi có chuẩn bị dụng cụ cứu cấp, không muốn chúng chết mà phải còn sống chúng ta mới lấy cung được. Hiếu móc túi tặng mỗi mật vụ hai trăm đô nói quý anh đã chịu cực thức đêm.

- Chúng tôi biết bác sĩ là người tốt, một công an nói, con nhà nghèo mà chịu học, nay còn giúp đời, giúp trường cũ hai triệu như chúng tôi cho con hay vợ tôi hai chục bạc, ông chỉ muốn giúp đời giúp trường Y là bác sĩ vui, bác sĩ Hiếu gật đầu. Hai anh công an còn hứa, chúng tôi sẽ hoàn thành nhiệm vụ.

Đúng mười hai giờ mười lăm, hai tên mặc đồ đen có trang bị AK47 núp theo bóng tối, vượt qua hàng rào, chúng bò sát đất về hướng vườn hoa, núp dưới bóng một cây to trên cây có một bóng đèn mờ. Mười phút sau hai tên cũng trang bị AK và có mang theo một túi đựng chất nổ. Vừa vào hàng rào, đèn bật sáng trưng, bốn loạt súng tiểu liên của mật vụ Cần Thơ cũng AK47 nổ vang bốn tên đều bị bắn trúng chân máu me ra lênh láng.

Hiếu gọi điện thoại cho hai anh ba anh tư ra giúp băng bó giúp vì cả bốn tên cướp đều bị bắn trúng chân. Hai anh của Hiếu nghe tin có bốn tên cướp bị thương là vội xách đồ nghề chạy bộ qua nhà Hiếu liền. Hiếu tự nói tiếp như là nói với ai, cho biết bốn tên cướp có trang bị súng tiểu liên và cả súng lục, chất nổ xâm nhập vào nhà Hiếu có nhiệm vụ ám sát Hiếu. Tôi có báo cáo Sở Công An thành phố cho nhân viên phục kích bắt sống các tên cướp mà thấy mặc toàn đồ đen có mang tiểu liên và súng lục.

Các anh mật vụ Cần Thơ nổ súng vào chân bắt sống bốn tên cướp, hoá ra bốn anh đó là mật vụ từ Hà Nội vào, chúng khai là nhận lệnh từ Thượng Tướng Thứ Trưởng Công An vừa bị cho về hưu và còn nói là chúng thấy ông Tướng nhân lệnh của cấp trên nữa, ông Tướng vâng dạ lia lịa.

Hiếu xoay qua hai bậc trưởng thượng và nói:

- Tên tướng này thế nào cũng bị đầu độc hay bị xô nhảy lầu chết, Hiếu nói nhỏ với hai bác Bí Thư khi băng bó bốn tên xong. Hiếu xin mượn bốn giấy sự vụ lệnh và các giấy tuỳ thân của bốn tên bị thương và bị còng tay, photo copy trả lại liền.

Ông đại tá có máy bộ đàm riêng với hai toán phục kích bắt sống bốn tên mật vụ vào nhà ám sát bác sĩ Hiếu, có cả túi chất nổ chứa trong những bao nylong nhỏ. Ngoài bốn tên mật vụ có trang bị bốn AK và còn có bốn súng lục K54 lắp đầy đạn. Bên kia kinh, đích thân đại tá bắt tên tài xế, còng lại trước khi nghe súng nổ vài phút. Đại tá bảo hai tuỳ viên thân tín lấy xe tên mật vụ lái về văn phòng, và tất cả đồ các túi này đều là tài liệu mật, bảo nhân viên cho hết vào văn phòng ông khoá lại cẩn thận, mang chìa khoá đưa ông. Đại tá còn dặn kỹ, hai em mở xe ra lục soát cho kỹ, kể cả lường xe và bánh xe, coi chúng còn chứa đựng giống gì nhặt hết cho vào một phòng khác cũng khoá lại.

Kể như chuyện ám sát giết bác sĩ Hiếu, Bộ công an Hà Nội thua đậm và làm cho một cựu thượng tướng chết oan, bịt đầu mối. Còn có hàng chục tên công an cấp tá uý cũng bị liên lụy bị ngung chức, có người sẽ vào tù, hay bị cho về hưu.

Hiếu thưa với hai bác, theo lẽ ông Bộ Trưởng Y Tế Indonedia ngủ lại nhà con. Nhưng, con e họ đoán có ông Bộ Trưởng con xin Sở công an tỉnh cho lính giữ an ninh chúng không dám thực hiện âm mưu thà chúng bị phạt hơn là đúc đầu vào chỗ có lính gác. Cháu mời ông Bộ Trưởng Y Tế ra hotel ngủ, chúng tin không lính gác nên chắc ăn sẽ giết cháu dễ dàng. Cháu yêu cầu đại tá giám đốc sở Công an ém quân lại giúp cháu bốn nhân viên có súng tiểu liên.

Cháu có bà con bên kia kinh rạch cho biết có một xe công an bản số Hà Nội đậu tại một nhà dân khá tiện nghi, chúng cho một tên giữ xe ngủ ở đó. Bốn tên kia cũng thuê nhà dân ở mấy ngày nay, nói lén mà dân nghe được là tối nay giờ đột nhập và giết con xong chúng sẽ xuống xuồng của chủ nhà trọ, bơi qua rạch lên xe chạy về Sài Gòn. Giờ này, Hà Nội biết bể hết âm mưu thâm độc của chúng nên họ phải giết tên tướng thứ trưởng về hưu bịt miệng...

Ngày mai, sáng sớm, toà Tổng lãnh sự Áo có cho xe và thuê một xe cảnh sát hộ tống ông trưởng Y Tế và hai vợ chồng con đi Indonesia mà con cũng có tiết lộ giả là vợ chồng con chưa đi Indonesia. Chúng không ngờ sáng mai vợ chồng con cũng đi Indonesia, chúng không có thì giờ tổ chức giết lần thứ hai tại phi trường Tân Sơn Nhất.

Hai bác có bạn thân ở Hà Nội hỏi coi tên tướng công an chết lúc nào. Con tin chắc chúng phải giết tên tướng này, mọi trách nhiệm âm mưu giết con, họ đổ tội cho tên này. Nhưng, thực ra, anh ta cũng bị chết oan vì anh ta đã bị loại cho về vườn rồi thì còn quyền hành gì phái người vào Cần Thơ giết con.

Hai ông bác nghe Hiếu nói sự tiên đoán của mình. Hai bác đến bắt tay Hiếu và nói, Hiếu là bậc thầy của ngành tình báo, an ninh, tên Bộ Trưởng Công An cũng sẽ mất chức hay bị bức tử nữa để bịt đầu mối còn có cấp cao hơn muốn giết con. Con ở Mỹ thì quá an toàn, đến khi nào vụ ám sát con vô lý này được phơi bày, khi đó con mới nên về Việt Nam. Hiếu tiếp lời:

- Con cám ơn hai bác rất nhiều.

Con dự trù lo gây quỹ bốn triệu đô để xây dựng đại học xá Y Khoa, nay kể như có ba triệu rưỡi có tiền của chánh phủ và ông Bộ Trưởng Y Tế Indonesia và con sẽ còn có cách vận động xin cho việc xây dựng đại học xá Y Khoa chừng bốn triệu nữa chắc cũng không khó. Hai bác giúp thầy Khoa trưởng xin được chừng ba mươi mẫu đất hay hơn, đại học xá sẽ xây thêm một sân đá banh chứa chừng hai chục ngàn khán giả cho đủ liên hợp thể thao. Đại học xá còn mua từ năm tới mười xe búyt lớn, chở sinh viên từ đại học xá đến các phân khoa Viện đại học Cần Thơ. Hai bác nói con có ý kiến quá táo bạo và độc đáo, thầy con biết tin này chắc vui lắm. Hiếu nói:

- Sáng mai, mời hai bác qua nhà con ăn sáng. Khi có xe trên Toà Tổng Lãnh Sự Áo xuống chở ông Bộ trưởng đưa về đây cùng ăn sáng với quý bác và sau đó chúng con cùng ông Bộ trưởng bay về Indononesia liền và chiều có họp báo. Hai bác cứ ở nhà bác trai, con nhờ anh hai con mở lớn âm thanh để quý bác nghe. Hiếu nói tiếp xin hai bác nên mời thầy khoa trưởng và các thầy đầu ngành trường Y đến nhà bác trai theo dõi buổi họp báo quốc tế này, quý bác nghe chơi và nhậu nữa. Chị hai con qua giúp chị Minh Tâm và chị Tuyết Trinh thừa sức làm thức ăn đãi khách hai ba chục người. Vợ chồng con chắc còn lâu lắm mới trở về Việt Nam hay ngày khánh thành đại học xá con nhờ bên Toà đại sứ lo giúp an ninh cho con chắc con mới dám về.

Mọi việc tiến hành đúng với tiên đoán của Hiếu, ông tướng cựu thứ trưởng công an đi xuống lầu "cái gọi là" bị trợt ra khỏi lan can từ lầu ba rớt xuống đất chết liền tại chỗ. Các đài truyền hình, truyền thanh quốc tế loan tin này và còn mời thức giả chiều sáu giờ tham dự cuộc họp báo quốc tế quan trọng tại Bộ Y tế do ông Bộ Trưởng Y Tế Indonesia chủ toạ và có bác sĩ Andre Khoa Trưởng Y Học của Yale đang bị Bộ công an Hà Nội tìm cách ám sát mà không chết lại chết một một cựu thượng tướng Thứ Trưởng công An trước đây bị cách chức. Âm mưu ám sát bác sĩ Andre tại nhà ở Cần Thơ và bác sĩ lại thoát hiểm mà còn bắt sống năm tên công an thuộc Bộ Công An Hà Nội ở Cần Thơ với đầy đủ súng tiểu liên, súng lục và cả một túi đựng mìn từng khối nhỏ. Tên tướng công an cựu Thứ Trưởng "tự nhiên té lầu" chết sáng nay. Một người về vườn còn quyền sai khiến công an thuộc trung ương về Cần Thơ ám sát bác sĩ Andre vì bác sĩ đã công khai hiến tặng trường Y cũ của bác sĩ ở Cần Thơ hai triệu đô để xây đại học xá.

Tối bị công an Hà Nội đột nhập vào nhà ám sát. Chẳng may, cả năm tên công an Hà Nội và một chiếc ô tô bản số Bộ Công An bị công an Cần Thơ bắt và bị tống giam chờ điều tra.

Vụ đại án này khá ly kỳ đến chức quyền của ông Đại tướng Bộ Trưởng Công An Hà Nội. Xin mời các thức giả, truyền thông báo chí muốn tham dự xin gọi điện thoại liên lạc với Bộ Y Tế Indonesia vì số ghế có hạn và sau khi họp báo, tiến sĩ Andre và vợ là tiến sĩ Caroline có mời mọi người tham dự dự bữa ăn đơn sơ với chỉ một con tôm hùm lớn và vài món linh tinh và nhậu bia cho nhẹ, không nhậu rượu. Tôm hùm do ông Bộ Trưởng Y Tế Indonesia tặng ông em kết nghĩa là bác sĩ Andre. Ông Bộ Trưởng Y Tế Indonesia có nhờ các cơ quan truyền thông quốc tế mời toà đại sứ Việt Nam tại Djakarta tham dự để có báo cáo trung thực về Bộ Ngoại Giao.

Bác sĩ Bộ Trưởng Y Tế Indonesia chủ toạ buổi họp báo và cho biết chương trình xoay quanh vấn đề vừa xảy qua tối hôm qua tại nhà bác sĩ Andre ở Cần Thơ Việt Nam và có vợ là tiến sĩ Caroline. Buổi sáng, tiến sĩ Andre và Caroline ký check hiến tặng tiền túi hai triệu USD cho trường đại học Y là trường cũ đã đào tạo tiến sĩ Andre nên người hữu dụng. Với số tiền dâng hiến tự nguyện này là tiến sĩ Andre muốn gióng lên tiếng mời gọi các nhà hảo tâm, các đại học danh tiếng trên thế giới giúp thêm xây dựng một đại học xá cho trường Y và còn dư chỗ sẽ cung cấp cho các phân khoa khác của Viện đại học Cần Thơ. Một Viện đại học tương đối mới, sanh sau đẻ muộn nên thiếu đủ mọi thứ cần thiết có một đại học xá có nhiều tiện nghi và một khu liên hợp thể thao giúp thiết thực cho sinh viên.

Tối, tiến sĩ Andre và Josephine có mở dạ tiệc đãi tôi và trên một trăm thực khách. Thay vì tối ngủ nhà của Andre, tiến sĩ có mật tin có người muốn ám sát nên tiến sĩ thuê khách sạn cho tôi và đoàn tuỳ tùng tôi ngủ qua đêm sáng hôm nay về lại Indonesia. Sau bữa ăn, tiến sĩ Andre có trình đại tá giám đốc Sở Công An Cần Thơ nói tối có người ám sát xin cho nhân viên bảo vệ gia đình một đêm sáng hôm sau ông cũng đi Indonesia.

Mọi kế hoạch tiến sĩ Andre biết là do năm tên mật vụ này từ Hà Nội vào, nói với nhau không cần đề cao cảnh giác, người dân nghe được mới âm thầm báo với Andre và tiến sĩ Andre trình báo cho ngành công an thành phố biết. Thế là bốn tên bị bắn trọng thương chân và tên tài xế bị bắt sống cũng có hai súng như bốn tên kia. Sáng hôm sau một tướng cựu thứ trưởng công an bị té lầu chết vì tên tướng này ra lệnh cho chúng bay vào Sài Gòn và xuống Cần Thơ thi hành lệnh ám sát tiến sĩ Andre. Mấy tên bị bắt khai còn nghe cựu thượng tướng nhận lệnh của ai nói cứ vâng dạ liên tục. Bác sĩ Bộ Trưởng Y Tế còn nói tiếp:

- Tôi giới thiệu đây là bác sĩ Andre hiện nay là Khoa Trưởng Y Học Viện đại học nổi tiếng Yale của Mỹ, hai ông bà tiến sĩ Andre và Caroline về Cần Thơ Việt Nam trao tặng tiền túi hai triệu USD cho trường Y Cần Thơ nhằm giúp xây dựng khu đại học xá cho sinh viên trường Y. Tiến sĩ Andre, một đại ân nhân cứu tôi thoát khỏi tên cướp chém tôi bị thương máu chảy ướt hết áo quần, chúng khống chế lôi tôi ra khỏi xe. May mắn cho tôi, tiến sĩ Andre với tay không đoạt được một cây mã tấu của một tên cướp đang khống chế tài xế. Bác sĩ Andre liều chết nhảy xông vào dùng mã tấu mới lấy được chém vào tay tên cướp đang cầm mã tấu, văng ra khỏi tay, Tay kia, tên cướp móc súng ra chưa kịp bắn đã bị tiến sĩ Andre chém một nhát gần đứt lìa bàn tay, súng văng xuống đất, tên cướp té xuống đất nằm lăn lộn, tiến sĩ cúi xuống lấy nhanh khẩu súng lúc. Tên cướp thứ ba là tên chỉ huy quá sợ, một tay cầm súng một tay cầm mã tấu phóng chạy chừng mười thước, tiến sĩ Andre dùng súng mới lấy được lên đạn bắn vào chân hết một băng đạn, tên cướp này bị thương té văng súng và mã tấu. Xe cảnh sát đi đầu chạy lại tiếp cứu nhặt súng, mã tấu, bắt còng luôn ba tên cướp.

Nay, qua kế hoạch công an Hà Nội định ám sát tiến sĩ Andre, bốn tên mật vụ bị bắn trọng thương chân và tịch thu tám súng tại hiện trường cùng một túi xách chừng gần cả chục bịt nhỏ thuốc nổ và bắt tên lái xe thêm hai khẩu súng nữa.

Đến đây, tôi nhường lại máy vi âm cho người trong cuộc, tiến sĩ Andre, quý nhà báo muốn hỏi thêm chi tiết cứ hỏi trực tiếp. Tiến sĩ Andre nói:

- Tôi và vợ về Việt Nam thăm nhà vườn và vợ chồng tôi dự lễ hiến tặng trường Y Cần Thơ hai triệu tiền lương dành dụm của vợ chồng tôi vào buổi sáng. Tối tôi và gia đình gặp đại nạn. Năm tên công an Hà Nội đi máy bay vào Sài Gòn và lấy xe của Bộ Công An có văn phòng đại diện tại Sài gòn xuống Cần Thơ tìm cách ám sát tôi và nếu giết hết gia đình chúng tôi bằng cách ném chất nổ họ cũng có thể thực hiện.

Chúng tự kiêu muốn giết ai cứ giết muốn làm gì cứ làm. Khi bốn tên vượt qua hàng rào, vào hết trong nhà vườn, chúng sẽ chạy nhanh ria vào nhà chúng tôi và có thể ném chất nổ cho nhà cháy giết sạch ba mẹ anh chị tôi và vợ chồng tôi. Thủ đoạn quá ác độc đê hèn nên chúng bị bốn anh chiến sĩ công an Cần thơ ria bốn loạt súng vào chân chúng đều bị thương. Đèn đã mở sáng choang, chúng phải đầu hàng và được ba anh em chúng tôi đều là bác sĩ nổi tiếng băng bó cẩn thận và chúng bị còng dẫn ra xe chở về Sở công an thành phố Cần Thơ. Tên tài xế và xe công an của Bộ ở Sài Gon bị đại tá giám đốc Sở công an đến bắt tại nhà trọ với hai súng và chiếc xe có bảng số công an Hà Nội.

Như quý vị biết, sáng hôm sau, ông cựu thứ trưởng bộ công an đã bị cho về hưu vụ bắt hụt và tịch thu nhà tôi không được. Nay đâu có quyền hành gì mà lại cung cấp tiền bạc, vé máy may Sư Vụ Lệnh do người khác ký và mấy tên tay sai khai là ông thứ trưởng này ra lệnh cho năm mật vụ của Bộ vào Nam ám sát tôi. Ông ta, nói chuyện với ai mà chúng đoán là lãnh lệnh của ông Bộ Trưởng Công An nên ông thứ trưởng này vừa nói vừa vâng dạ, cung kính.

Như vậy, tôi không dám trách chánh phủ Việt Nam, tôi chỉ thỉnh cầu Bộ công an phải điều tra ngay lập tức ai ra lệnh xô xuống lầu nhằm bịt miệng tướng cựu thứ trưởng công an từ lầu ba xuống đất chết liền tại chỗ. Chính phủ phải làm sáng tỏ vấn đề giết một tướng công an dù bị về hưu và kế hoạch âm mưu giết cả một gia đình người dân lương thiện, còn có kế hoạch cướp nhà đất của vợ chồng tôi. Riêng tôi tin rằng ông Bộ Trưởng công an phải có trách nhiệm. Chánh phủ Việt Nam phải làm sáng tỏ vụ án mạng ghê gớm này, đã mang tiếng xấu trên toàn thế giới mà chánh phủ khoanh tay nhìn công an Việt Nam ngồi xổm trên luật pháp?. Hàng mấy chục câu hỏi tiến sĩ Andre, đều trả lời suôn sẻ thoả đáng và ông quy kết là đầu dây mối nhợ là do Bộ Công An và ông Bộ Trưởng Công hoàn toàn chịu trách nhiệm trước pháp luật.

Tối hôm đó, đài VOA của Mỹ tường thuật và có thu âm phát lại hết suốt cả buổi họp báo. Dân chúng Việt nam trong nước rộ lên tin là chánh phủ phải bắt giam ngay tên Bộ trưởng công an lộng quyền chà đạp lên luật pháp, coi thường chánh phủ và coi thường đảng.

Sáng hôm sau, có tin có vị thượng tướng lên thay thế ngay ông Bộ Trưởng công an, tiến hành thủ tục điều tra, truy cứu trách nhiệm về cái chết của một ông cựu thứ trưởng và lý do ám hại gia đình của một bác sĩ nhân tài Việt Nam.

Bác sĩ Andre làm vẻ vang cho người Việt giữ chức Khoa trưởng Phân Khoa Y Học của Viện đại học Yale. Một phân khoa lớn nhứt của Yale, vợ chồng tự nguyện đem tiền lương của mình dành dụm về cống hiến trường Y mà tiến sĩ đã thọ ơn học thành tài ra giúp đời và nay nổi tiếng khắp thế giới.

Có kẻ dã tâm lòng lang dạ thú, mang thù hận tầm bậy nói tiến sĩ Hiếu là con của tử sĩ chế độ cũ không được quyền có tiếng tăm vang dội một nhân tài y khoa của Việt Nam. Đó chỉ là tin đồn cần phải điều tra cho thật rõ. Đài VOA còn cho biết, tiến sĩ Hiếu có kể là gia đình tiến sĩ thiếu ăn, đói quá phải ăn cháo ăn rau mà chống đói, nhờ có kiểu chống đói bằng cách học anh ngữ để quên đói mà tiến sĩ Hiếu rất xuất sắc ngôn ngữ Anh từ trung học. Họ chụp mũ tiến sĩ Hiếu bôi bác chế độ, vì chế độ cộng sản là thiên đường làm gì có người nghèo đói phải ăn cháo rau thay cơm. Đây cũng đề tài của đám người cực kỳ bảo thủ cần phải cho họ đi học tập cải tạo tẩy não cho khôn hơn hiểu biết hơn. Vì trên thế giới dù giàu như Mỹ vẫn còn cả khối người nghèo phải đi ăn xin, vô gia cư. Còn Việt Nam, sau mấy chục chiến tranh nếu có nghèo ăn cháo ăn rau cũng là chuyện bình thường. Cánh bảo thủ còn ngu xuẩn nâng quan điểm ai nói chế cộng sản có dân nghèo là bôi bác chế độ, nói xấu chế độ, là phản động cần tiêu diệt. Đài VOA bình luận như vậy làm cho người trí thức, hiểu biết hoan nghênh. Sự nhận xét rất trung thực chính đáng. Như vậy, bác sĩ Trần Trọng Hiếu mang ba trọng tội đối với đất nước Việt:

- Tội thứ nhứt, ông sanh dưới chế độ Việt Nam cộng hoà ở miền Nam Việt Nam, không phải là phe ta thuần chủng đỏ, lại là con trai một tử sĩ nguỵ.
- Tội thứ hai, ông quá giỏi mới có hai mươi hai tuổi đã đỗ đặc cách bằng tiến sĩ Y Khoa và hai mươi tám tuổi có đến bốn bằng tiến sĩ mà có đến ba bằng tiến sĩ đỗ tối ưu ở Mỹ của hai viện đại học nổi tiếng thế giới là Harvard và Yale. Tiến sĩ có sáu năm làm trưởng đoàn nghiên cứu quốc tế hai chứng bịnh sốt rét và thương tật về xương trên gần ba mươi quốc gia trên thế giới. Cơ quan Y Tế Thế Giới WHO khen ngợi, hai viện đai học Harvard và Yale tài trợ đã hết lòng khen thưởng.

Chưa hết, tiến sĩ Trần Trọng Hiếu với tay không mà đã hạ gục ba tên cướp và bắt sống cùng tịch thu hai súng và ba mã tấu tại Indonedia. Nay, tiến sĩ Trần Trọng Hiếu là Khoa Trưởng Y Học, một Phân Khoa lớn nhứt của viện đại học Yale. Người ta còn đồn vì tiến sĩ Hiếu nổi tiếng quá mà là con của tử sĩ chế độ cũ làm bỉ mặt con cán bộ cộng sản.?

- Còn tội thứ ba, là tội ngu làm việc có tiền lại mang về Việt dâng hiến hai triệu đô cho trường Y, từng đào tạo ông nên người tài của đất nước, không bắt chước cán bộ tuồn tiền ra nước ngoài cất dấu.

Có lẽ, qua bài tường thuật của đài VOA của Mỹ toàn bộ cuộc họp báo của tiến sĩ Trần Trọng Hiếu vừa chạy thoát khỏi Việt Nam và bài bình luận sắc bén của VOA làm cho các nhà lãnh đạo chóp bu hay Bộ Chánh Trị thấy nhột quá nên phải cách chức ông Bộ Trưởng công an ngay lập tức. Người ta muốn xoa dịu dư luận quá bức xúc bất bình một cơ quan có trách nhiệm bảo vệ luật pháp và Hiến Pháp của quốc gia lại là cơ quan có người lãnh đạo cao cấp nhứt của ngành trắng trợn chà đạp luật pháp, Hiến Pháp và coi thường Bộ Chính trị quyền uy tối thượng của Đảng.

Tiến sĩ Trần Trọng Hiếu là thần tượng của tuổi trẻ Việt Nam. Con nhà nghèo bữa đói bữa no nay là một nhân tài cao quý của đất nước với bốn bằng tiến sĩ danh giá của thế giới khi mới có hai mươi tám tuổi. Tiền lương dành dụm, cả hai vợ chồng tự nguyện hiến tặng hai triệu đô cho một đại học mà tiến sĩ Hiếu đã thọ ơn.

Hiện tượng Trần Trọng Hiếu khó tin mà có thật. Vì học giỏi quá, giữ chức Khoa Trưởng một viện đại học Yale nổi tiếng trên thế giới nên bị đám bảo thủ ngu muội muốn giết vì tiến sĩ Hiếu sinh lầm ở một nơi thù địch.

Cả viện đại học Yale xôn xao nghe tin cả hai vợ chồng tiến sĩ Andre Trần Trọng Hiếu và vợ là tiến sĩ Caroline cũng là giáo sư của Viện đại học Yale vừa thoát chết. Mọi người nghe vợ chồng Hiếu thoát nạn và sẽ đến Mỹ vào ngày giờ đã biết trước. Cả Phân Khoa Y Học và Phân Khoa Ngoại Giao mà vợ tiến sĩ Hiếu đang dạy, tổ chức một cuộc tiếp đón tại phi trường Connecticut vô cùng long trọng có cả trên dưới ba bốn trăm người và có nhiều giới truyền thông báo chí đến chụp hình quay phim. Bố Philip, cô Jane vợ chồng Robert-Cẩm Vân từ Massachusetts hay tin cũng bay qua trước đến nhà của vợ chồng Hiếu vì biết ra phi trường đón thì quá đông. Kể như thân tộc đón "nguội" tại nhà và còn ở lại chơi thêm vài ngày.

Đứng trước một khối lượng người tiếp đón quá đông tại khu tiếp tân rộng lớn, có một cái bục nhỏ có hệ thống âm thanh, cả hai vợ chồng Andre và Caroline được bạn bè hướng dẫn tới bục đã có bốn năm vòng hoa choàng vào cổ khi hai vợ chồng từ trên máy bay bước xuống. Đứng trên bục, hai vợ chồng nhìn lên trời làm dấu Thánh Giá và hai vợ chồng nắm tay nhau đưa lên cao và cung kính cúi đầu chào mọi người. Andre dõng dạc nói:

- Chúng tôi nhờ có sự quan phòng của Chúa của Đức Mẹ Maria và tình thương của tất cả quý vị, quý bạn tại viện đại học Yale và tại nhiều nơi khác trên thế giới cầu nguyện nên vợ chồng chúng tôi được trở về đây an toàn gặp lại tất cả mọi người. Mọi người vỗ tay vang động làm cho tất cả hành khách đi và đến Connecticut ngơ ngác, không biết có chuyện gì mà tiếp đón hai vợ chồng như là tiếp đón một vị nguyên thủ quốc gia. Hiếu nói tiếp:

- Tấm chân tình của quý vị đón tiếp chúng tôi vừa thoát nạn, chúng tôi muôn vàn cảm tạ biết ơn. Xin phép quý vị chúng tôi xin mời quý vị mười giờ sáng mai tại phòng khánh tiết của Viện đại học Yale chúng tôi dành một buổi tâm tình cùng quý vị và chúng tôi sẽ kể lại câu chuyện thoát chết của vợ chồng tôi và có thể cả gia đình chúng tôi tại nhà tối hôm đó.

Sau buổi tâm tình thoải mái và cũng để cảm tạ quý vị, chúng tôi xin mời quý vị cùng chúng tôi và các đồng nghiệp, thân hữu của chúng tôi cùng ăn trưa tại chỗ cũng với hamburger Mac Donald, Burger King và uống cà phê-Café du monde, Starbuck, nước ngọt coca Cola và Pepsi Cola là những công ty bán thức ăn nhanh, thức uống đang có bán trong khuôn viên của Yale. Vừa ăn chúng ta vừa mạn đàm thêm về lý do tại sao công an Hà Nội muốn giết vợ chồng tôi. Xin mời quý vị ra về bình an, sẽ gặp lại 10 giờ sáng mai tại Yale.

Về đến nhà, xe vừa cổng, các con chạy ùa ra tíu tít đón ba mẹ. Hiếu bồng con gái út đưa lên chào cả nhà, Robert cùng Thu Vân, ba má Caroline và bố mẹ nuôi Philip, chạy lại ôm hai vợ chồng Hiếu. Ba má Caroline nghẹn ngào ôm con gái và rể khóc nức nở. Hiếu và Caroline nắm tay ba má và cám vợ chồng Robert-Cẩm Vân và ông bố mẹ nuôi Philip. Cả hai nói cám ơn và hẹn một chút trong giờ ăn sẽ nói chuyện nhiều, Bây giờ hai vợ chồng con xin phép vào phòng tắm và thay quần áo. Bảy con không chịu ra ngoài lẩn quẩn ngoài phòng tắm, đợi ba mẹ cùng ra phòng ăn. Các con cũng hiểu biết ba mẹ vừa trải qua một nguy hiểm tại nhà ở Cần Thơ.

Cả bảy đứa con nắm tay ba mẹ dẫn ra phòng ăn đã bày biện nhiều thức ăn do các nhân viên của văn phòng hợp sức chuẩn bị từ sáng tới giờ. Bố Philip và cô Jane quá vui ôm vợ chồng Hiếu chúc phúc. Mọi người ngồi vào bàn, các cô mời uống bia, nước ngọt và nói chuyện cho thêm vui. Ba má nói:

- Có nhận một trăm con tôm hùm từ Indonesia gởi sang cách đây ba ngày. Bà nói món ăn chính hôm nay, hai ba món đều có tôm hùm. Khi mỗi người có ly nước uống bia hay nước ngọt đầy đủ. Con kính mời ba má, bố, cô Jane, anh Robert và Thu Vân cùng bà chánh văn phòng và tất cả mọi người cùng vợ chồng chúng tôi, nếu có đạo Chúa chúng ta cùng làm dấu Thánh Giá tạ ơn Chúa có bữa ăn đại gia đình hạnh phúc, bình an như hôm nay.

Hiếu mời mọi người ngồi xuống và vui miệng nói, hôm nay con đóng vai Cha xứ thay vì đọc kinh con đâu có nhớ lời kinh chỉ nhớ là phép làm dấu Thánh Giá trước bữa ăn. Hiếu nói, vợ chồng con rất cảm động thấy có bố, cô Jane vợ chồng anh Robert từ Massachusetts bay qua đây đã nghe tin vợ chồng con thoát chết. Ở trong nước con không thể dám phổ biến, tin mật cho biết, họ còn tìm cách giết chúng con nữa. Con bay qua Indonesia mượn buổi họp báo chánh thức của Bộ Y tế Indonesia nói hết sự thật.

Bộ công an Hà Nội không giết được vợ chồng con mà chúng cũng phải trả giá một tên Bộ Trưởng công an mất chức, một thứ trưởng công an bị xô xuống lầu chết và bốn tên mật vụ bị bắn trọng thương và một số sĩ quan công an sẽ bị mất chức, ở tù... Ba má đã nghe mẹ con nói, con có số hên đẻ bọc điều thật. Công an Hà Nội trước đây muốn bắt con cũng bắt hụt muốn niêm phong nhà và sẽ tịch thu nhà cũng không xong. Nay chúng còn chơi bạo cho đến năm tên mật vụ trang bị năm súng tiểu liên, năm súng lục và một túi chất nổ cả chục bịt nhỏ cũng chẳng làm gì được. Hiếu mời:

- Xin ba má, bố, cô Jane anh chị Robert cùng nâng ly chúc mừng chúc hai con thoát chết. Hiếu gọi các con đứng nghiêm chào tay như nhà binh, tất cả các con cùng nhau cúi đầu xuống, chúng làm đúng theo lời bố. Các nhân viên văn phòng đều trố nhìn các cháu mà không khỏi quá cảm xúc vui mừng. Các cô chạy lại ôm các cháu vào lòng hôn thắm thiết. Chứng tỏ gia đình Hiếu, các con Hiếu dù sống tự do, được cưng chiều mà vẫn phải sống trong khuôn khổ lễ phép của gia tộc. Các cháu cũng có bàn ăn riêng do hai chị vú lo đầy đủ trước khi người lớn ngồi vào bàn tiệc. Năm đứa con trai chơi chung một gốc, ba con gái chơi một góc.

Hiếu kể hết mọi chuyện xảy ra cũng vì bọn công an Hà Nội nói tôi con tử sĩ chế độ cũ mà lại học giỏi hơn con của cách mạng lại còn dâng hiến tặng tiền xây dựng đại học xá của đại học Y Cần Thơ. Chúng ghét muốn giết chơi, thật vô duyên tàn bạo hết nước nói. Thu Vân hỏi anh chị Hiếu biếu tặng xây đại học xá bao nhiêu, - Caroline nói hai triệu đô. Thu Vân nói:

- Vợ chồng tôi sau khi lấy đủ số tiền bán sách 500,000 cuốn có trên ba triệu, vợ chồng tôi cũng góp sức anh chị xin đóng góp $2,000,000 với điều kiện vợ chồng anh Hiếu phải giúp chúng tôi ra mắt các buổi bán sách ở gần Harvard và Yale cùng nhiều nơi khác. Khi sách bán được nhiều, vợ chồng tôi sẽ còn tiếp sức với vợ chồng anh Hiếu mở trung tâm từ thiện ở Sóc Trăng, Cần Thơ mà chúng ta có nói qua trước rồi. Hiếu nói, qua lời hứa của vợ chồng anh Robert, vợ chồng tôi cũng sẽ hết lòng giúp anh chị ra mắt sách ở đâu không những có hai vợ chồng chúng tôi mà có cả bố Philip và cô Jane theo sát ủng hộ.

Chúng ta tổ chức ở gần hai trường Harvard và Yale trước, rồi sẽ đi sang các viện đại học các tiểu bang khác kể cả các nước khác. Tôi sẽ đưa anh chị Robert ra sách mắt tại các nước đã có đoàn nghiên cứu y học đến. Tại ba nước, tôi tin sẽ có sự ủng hộ mạnh mẽ như Indonesia, Brazil, Nigeria... Tôi nghe anh Robert nói, anh chị kỳ này quyết ăn thua, in đến ba triệu bản, càng in nhiều giá càng rẻ, nếu bán được năm trăm ngàn cuốn là chúng ta dư vốn có lời cũng khá nhiều.

Tôi sẽ dịch sang tiếng Việt tập hồi ký này, trong vòng vài tháng là xong. Vợ tôi dịch ra tiếng Áo, bố Philip dịch ra tiếng Pháp và Tây Ban Nha, cô Jane dịch qua ngôn ngữ Ba Lan. Và biết đâu có nhiều nước khác mua bản quyền để dịch ra ngôn ngữ của nước họ. Vợ chồng tôi đã đọc xong cuốn tự truyện của Thu Vân, chúng tôi đọc đến đâu chảy nước mắt đến đó quá tội nghiệp cho Thu Vân. Chúng tôi vô cùng ngưỡng mộ Thu Vân dám viết ra sự thật đau khổ nhục nhã của đời mình. Và ngày nay, tác giả là một tiến sĩ đang dạy đại học Harvard nổi tiếng chắc chắn sách sẽ bán chạy không những ba triệu số và có thể sẽ còn in thêm... Má Caroline nói bà ủng hộ mua một cuốn để hai ông bà đọc xin với giá $2,000, ngày mai tôi ký check gởi trước. Cả bàn ăn vỗ tay hoan nghênh.

Buổi tâm tình có trên ba ngàn người tham dự tại phòng khánh tiết Viện Đai học Yale, các tiệm bán thức ăn nhanh trong trường như Mac Donald, Burger King và nước uống coca cola, pepsi cola, café du monde, Starbuck có lệnh của công ty mẹ đãi ăn uống miễn phí cho ba ngàn người. Những thức ăn, thức uống do công ty mẹ tính thành tiền bồi hoàn lại cho các chi nhánh. Các công ty mẹ còn ra lệnh cho tất cả các nơi bán trong thành phố giúp cung cấp cho các điểm bán trong khuôn viên viện đại học Yale có đủ thức ăn vì không tài nào chỉ có mấy nơi bán làm kịp cho đủ chỉ có mười mấy tiếng cho ngần thực khách. Các công ty mẹ biết tin ngày mai có buổi tâm tình nên báo trực tiếp cho tiến sĩ Andre biết là các công ty sẵn sàng bao hết chuyện ăn uống mà tiến sĩ khỏi phải trả tiền.

Hiếu nhận được tin vui này, vội trình báo lên ông Viện Trưởng, ông khen Hiếu làm bất cứ việc gì cũng có người thương mến nên giúp cho tiến sĩ thoát chết. Nếu không biết tin trước thì làm sao đề phòng được. Ông Viện Trưởng còn nói các đại công ty giàu họ giúp mình thì cũng đã quá tốt. Còn các nơi bán lẻ cho sinh viên, ngày mai họ tham gia, tôi có tiền tip cho họ, mỗi chỗ bán như vậy cho hai ngàn kể như tiền công của các quầy bán. Andre vô cùng kính phục giáo sư Viện Trưởng, con kính tạ ơn thầy.

Con xin thầy giúp ngày mai thầy nói vài lời về con và thầy giới thiệu con tường thuật lại mọi chuyện đã xảy ra và con về đến Mỹ an toàn. Giáo sư Viện Trưởng nói, chuyện giới Andre, tôi sẵn lòng. Andre còn trình là con có mời thầy George cũng đến tham dự và nói vài lời phi lộ. Hiếu nói tiếp:

- Con xin phép thầy, con trưng dụng hết nhân viên của văn phòng Phân Khoa Y Học lo cho buổi tâm tình ngày mai. Giáo sư Viện Trưởng nói:

- Andre có quyền làm việc đó mà khỏi phải xin phép tôi. Andre cám ơn giáo sư Viện Trưởng và hẹn gặp lại mười giờ ngày mai.

Giáo sư George của Khoa Trưởng Y Học có công ty lớn nên giao thiệp rộng với các hảng truyền thông lớn và các tờ báo có uy tín, ông mời họ đến dự ngày mai dù đi máy bay mất ba bốn tiếng họ cũng bay đến. Hiếu cũng vội gọi mời bà Phó Đại Sứ Việt Nam ở Thủ Đô, nếu có thì giờ bay đến Connecticut tham dự buổi nói chuyện quan trọng của Hiếu tại Viện đại học Yale lúc từ mười giờ sáng. Nếu ngại, xin bà cử nhân viên đến dự và mang máy thu âm, quay phim để báo cáo về Bộ. Bà Phó Đại Sứ cám ơn bác sĩ Hiếu người vừa thoát chết phi lý, tôi sẽ trình lại ông Đại Sứ rồi sẽ phải cử người đi tham dự vì là buổi nói chuyện vô cùng quan trọng và rất nhạy cảm đối với Bộ Ngoại Giao.

Đúng như dự kiến, người tham dự quá đông có thể lên đến trên năm ngàn người và có hàng trăm ký giả của truyền thông báo chí, không thiếu vắng các hảng truyền hình và các tờ báo lớn.

Qua lời mở đầu của ông Viện Trưởng giới thiệu tiến sĩ Andre, nhận bàn giao chức vụ Khoa Trưởng không lâu bay về Việt Nam thăm gia đình và biếu tặng tiền túi hai triệu đô cho trường đại học Y đã đào tạo tiến sĩ Andre thành bác sĩ y khoa giỏi, xây dựng một đại học xá bắt chước theo đại học xá của Yale. Hai vợ chồng tiến sĩ Andre-Caroline chỉ làm chuyện tốt, công đức như vậy mà Bộ công an Hà Nội cũng muốn giết là cớ làm sao? Tiến sĩ Andre sẽ trình bày rõ cho quý vị rõ. Vì tiến sĩ muốn xây dựng đại học xá trường Y Cần Thơ mô phỏng theo cách xây dựng của Yale. Tôi sẽ tài trợ thêm hai triệu cho việc xây dựng đại học xá vô cùng hữu ích muốn cho cánh bảo thủ của Việt Nam còn có cái ảo tưởng chỉ có "đảng ta" là đỉnh cao trí tuệ, ai giỏi hơn có công tác tốt hơn là tìm cách tiêu diệt. Tới đây tôi xin tạm ngưng và giới thiệu giáo sư cựu Khoa Trưởng Y Học của Viện đại học Yale có vài lời phi lộ về buổi nói chuyện tâm tình này của tiến sĩ Andre người vừa mới thoát chết ở Cần Thơ, Việt Nam.

Giáo sư cựu Khoa Trưởng lên giới thiệu thành tích hiếu học của Andre, nghèo đói thiếu cơm ăn phải ôm sách anh ngữ học chống đói mà ngày nay Andre rất giỏi về ngữ pháp và đặc biệt về văn phạm tiếng Anh. Giáo sư George nói, tôi không bao giờ nghĩ một thanh niên mới hai mươi hai đậu đặc cách tối ưu bằng bác sĩ Y Khoa tại Cần Thơ và đến hai mươi tám tuổi đã có bốn bằng tiến sĩ của Harvard hai bằng và Yale một bằng. Chưa hết từ hai mươi hai tuổi đã được viện đại học Harvard bổ nhiệm làm trưởng đoàn nghiên cứu y khoa quốc tế gồm mười thành viên, nghiên cứu về bịnh sốt rét tại một số nước ở Phi Châu và Nam Mỹ trong số đó có hai nước lớn là Brazil và Nigeria. Sau ba năm nghiên cứu thành công tốt đẹp được Harvard và WHO khen tặng.

Ba năm kế tiếp, tiến sĩ Andre cũng là trưởng đoàn quốc tế do Viện đại học Yale tài trợ nghiên cứu trên mười lăm quốc gia ở Á Châu về bịnh tật của xương và cũng thành công. Chính tôi muốn tưởng thưởng công cho tiến sĩ Andre, tôi xin hưu sớm và đề nghị một nhân tài Y khoa của thế giới là tiến sĩ Andre thay tôi trong chức vụ Khoa Trưởng Y Học của Viện đại học Yale, một phân khoa có thể nói lớn nhứt đông nhân viên, có gần mười ngàn người phục vụ. Những cái nhất của tiến sĩ Andre, có thể nói khó tìm một người thứ hai có tài ở tuổi trẻ như thế. Vì vậy mà Andre bị đám bảo thủ ngu muội ở Việt Nam chỉ ôm cái ảo tưởng là đảng cộng sản là đỉnh cao trí tuệ của loài người. Sau khi họ biết tiến sĩ Andre có cha là một hạ sĩ quan của chế độ cũ thân Mỹ tử trận. Vì may mắn tiến sĩ Andre lọt sổ lý lịch có cha là một tử sĩ vì trong khai sanh không có tên cha, thi vô đậu đầu trường Y trên một ngàn thí sinh. Thay vì học bác sĩ sáu năm, Andre học bốn năm đã thi đậu thủ khoa hơn đàn anh học đủ chương trình Y Khoa sáu năm. Tiến sĩ quá tài giỏi như vậy, theo lẽ Việt Nam phải đúc tượng, tôn vinh hơn là tìm cách tiêu diệt vì con nguỵ không có quyền giỏi hơn con cách mạng. Thế quý vị thấy chuyện trái khoáy này có đáng phỉ nhổ không? Tới đây tôi xin nhường diễn đàn để tiến sĩ Andre tường thuật từ vụ Bộ Công an Hà Nội có lệnh bắt còng nhốt tù đến vụ niêm phong nhà cửa tài sản để tịch thu. Mới đây bộ công an cử năm mật vụ trang vị mười khẩu súng lớn nhỏ và một túi mìn từ Hà Nội mang xuống Cần Thơ quyết tiêu diệt hay nói cách khác tàn sát không những một cá nhân mà cả gia đình Andre với túi chất nổ gần hai chục gói. Chúa và Đức Mẹ Maria che chở nên tiến sĩ Andre thoát chết mà lại chết một tướng công an, cựu thứ trưởng, một đại tướng Bộ Trưởng công an bị cách chức, bốn tên mật vụ bị bắn trọng thương và có hàng chục cấp tá, cấp tướng của Bộ Công An đang bị chánh phủ điều tra. Tôi xin mời tiến sĩ Andre trình bày.

Với dáng đi khoan thai, tiến sĩ lên khán đài, ngưỡng mặt lên trời lấy dấu Thánh Giá và nhìn thẳng đến mọi người giơ hai tay nắm lại cúi đầu chào. Như cái máy, tiến sĩ kể hết từ vụ bộ công an có lệnh bắt nhốt tù, đến niêm phong nhà vô chủ mới tiến đến tịch thu nhà tài sản. Gần đây Bộ Công An cử một lúc năm mật vụ trang bị vũ khí dồi dào mà tôi vẫn sống và hôm nay trình diện quý vị và tôi kể hết mọi chuyện để quý vị suy gẫm, Bộ Công An muốn giết tôi vì tôi là con của một tử sĩ chế độ cũ, kẻ thù, học giỏi hơn con của họ.

Sau khi trình bày vắn tắt, mọi người đã hiểu vấn đề rõ ràng đặt nhiều câu hỏi hóc búa đến chánh phủ Việt Nam. Tiến sĩ Andre rất khôn khéo trả lời, những câu hỏi quý vị hỏi, dù tôi có biết tôi cũng không dám trả lời vì tôi còn gia đình dòng họ ở Việt Nam. Những câu hỏi của quý vị xin để đảng cộng sản và chánh phủ Việt Nam trả lời. Bây giờ cũng trưa rồi, xin mời quý vị ăn trưa các món ăn nhanh và thức uống do các công ty tặng cho Viện Đại Học Yale. Tôi chỉ xin quý vị luôn ủng hộ các công ty ân nghĩa của Viện đại học Yale: Mac Donald, Burger King, hảng nước ngọt coca, pepsi, cà phê Starbuck, café du monde...Trong lúc quý vị dùng bữa, còn gì cần biết thêm tôi sẵn sàng trả lời vì tôi biết buổi nói chuyện tâm tình hôm nay các cấp lãnh đạo trung ương ở Hà Nội chắc chắn có quan tâm nếu tôi nói sai hay chụp mũ bậy bạ thì tôi đừng có mong trở về Việt Nam.

Tôi không bao giờ muốn lưu vong bỏ quê hương mà tôi có làm nghĩa trang sẵn tại khu nhà vườn. Nay anh vợ tôi làm chủ, có hai phần mộ của vợ chồng tôi dù có đau chết ở Mỹ, ở Áo hay nước nào, các con tôi cũng phải mang thân xác chúng tôi chôn trên đất nước Việt Nam. Mọi người nghe tiến sĩ nói lời sau cùng thật quá cảm động cả hội trường vỗ tay tán thưởng. Buổi nói chuyện tâm tình của tiến sĩ Andre đến đúng hai giờ chấm dứt.

Cả nước Việt Nam, ai bắt được tin buổi nói chuyện tâm tình hôm nay của tiến sĩ Hiếu đều vô cùng ngưỡng mộ tinh thần yêu nước của tiến sĩ Hiếu dù chết ở nước ngoài thân xác mình cũng xin chôn cất ở Cần Thơ.

Hiếu gọi về Thầy Khoa trưởng nói, hiện nay con có thêm năm triệu rưỡi, như vậy được chín triệu đô hơn gấp đôi số tiền dự kiến ban đầu. Thay vì xây dựng một trăm phòng, nay mình xây năm trăm phòng đủ sức chứa hai ngàn sinh viên nội trú cho cả Viện sử dụng. Thầy xin cung cấp cho thật nhiều đất dù xa trường năm mươi cây số không sao, mình thừa tiền mua xe buýt lớn chở sinh viên từ đại học xá đến trường. Dù đất ruộng bùn sình hay thấp cũng không lo vì mình xây cao hai ba tầng lầu bắt buộc phải đào sâu xây móng. Về mặt tiền thầy khỏi lo quỹ xây dựng sẽ có trên mười triệu đô, con vận động kiến trúc sư bên Mỹ vẽ mẫu trước gởi về thầy sẽ chỉnh sửa lại cho hợp với thế đất mới xin chính phủ tiến hành.

Phía sau nhà con, đất ruộng rất nhiều, xin được khu đất này xây đại học xá thì quá tuyệt vời, rất gần Viện đại học, chừng hai ba cây số. Hiếu báo cáo vụ buổi nói chuyện tâm tình vừa qua, báo đài quốc tế có phổ biến đầy đủ, nhứt là đài tiếng nói Hoa Kỳ VOA thầy có nghe chưa? Thầy nói liền:

- Con tốt số, đẻ bọc điều thật, Bộ công an muốn giết con mà con không chết lại nổi tiếng xin tiền thêm dễ dàng để giúp Trường đứng ra gánh vác việc xây dựng đại học xá sẽ to đẹp và tiện nghi nhứt vùng Đông Nam Á. Con không chết mà kẻ chủ mưu chết, một tướng cựu Thứ Trưởng Bộ công an nói là nhảy lầu chết, đại tướng Bộ Trưởng công an bị cho về vườn đuổi gà cho vợ. Còn hơn một chục tên sĩ quan cấp tướng, cấp tá của Bộ sẽ vào lò hoặc bị đuổi, về hưu.

- Con còn lâu mới dám về Việt Nam, Hiếu nói, nhưng lòng con luôn ở bên thầy giúp thầy trước khi về hưu có một công tác vĩ đại để đời. Hiếu nói tiếp:

- Thầy cô, hè này qua Mỹ chơi, con sẽ tổ chức đi Pháp chơi chừng hai tuần, ủng hộ Thu Vân ra mắt sách tại Pháp và vài nước gần Pháp có thầy tham dự lại quá vui. Thu Vân, bạn học con, hiện dạy tại Harvard vừa bán sách có mấy triệu giúp đóng góp hai triệu, viện đại học Yale cũng hai triệu, chánh phủ Indonesia, một Triệu và ông anh kết nghĩa với con, ông Bộ Trưởng Y Tế Indonesia ủng hộ năm trăm ngàn đô. Trước đây, con đã báo cáo với thầy là năm triệu rưỡi, nay lên tám triệu rưỡi. Và còn nữa, viện đại học Harvard thấy Yale ủng hộ hai triệu, chắc Harvard cũng ủng hộ hai triệu nữa. Con hy vọng, Thu vân bán sách thu nhập vài chục triệu thế nào cũng đóng góp thêm. Nhiều thân hữu, bạn bè, đồng nghiệp với con chắc cũng có ủng thêm vài triệu nữa. Vì vậy, thầy cứ phác hoạ là đại học xá cho cả Viện đại học Cần Thơ mình phải xây một ngàn phòng ngủ trở lên sẽ giúp trên bốn ngàn sinh viên có nơi ăn ở tiện nghi. Thầy Khoa Trưởng nói:

- Thầy khen con lãnh vực nào con cũng giỏi và luôn may mắn. Ban đầu thầy trò mình dự trù xây chừng một trăm phòng có thể chỉ giúp sinh viên Y nay mình có số tiền lớn trên mười triệu phải xây đại học xá to lớn cung cấp chỗ ở cho cả Viện cần đến trên năm trăm phòng hay một ngàn phòng mới có thể đủ sức chứa.

Thầy cám ơn vợ chồng con có sáng kiến độc đáo, ngày mai thầy sẽ qua gặp ông Viện Trưởng nhờ ông giúp sức xin được chừng năm chục tới một trăm mẫu đất tha hồ mà xây thêm sân đá banh lớn, thầy gởi lời thăm ba má vợ và vợ con, thầy chấm dứt nghe, Hiếu đáp dạ vâng.

Cả gia đình ai cũng vui, sau buổi nói chuyện tâm tình của Hiếu với một số lượng người tham dự chỉ biết qua báo đài có mấy giờ mà lên con số trên năm ngàn người, một con số kỷ lục từ xưa tới nay mới xảy ra. Bố Philip lại bắt tay khen Andre, bố khen con can đảm không sợ bạo lực, con bây giờ lại thêm nổi tiếng. Việc con muốn cống hiến xây đại học xá ở Cần Thơ cho tiện nghi to lớn nhứt Đông Nam Á chắc chắn sẽ thành công, có dịp xin thêm được nhiều tiền. Vợ chồng Robert cũng ngon đã hứa giúp quỹ hai triệu, Viện đại học Yale cũng hai triệu, bà Jane giúp vận động Harvard, bố nghĩ sẽ có thêm hai triệu. Và còn nữa, các ông ty bán nước giải khát, cà phê và thực phẩm ăn liền sẽ xin mở chi nhánh tại đại học xá trong tương lai, chắc chắn cũng có thể giúp thêm cho quỹ vì họ "mê" con, con ngõ ý là họ cho tiền liền.

Bao lần tổ chức tại Harvard và Yale, họ nghe tên con là họ tự động gọi cho biết là họ tặng thức ăn, nước uống cho các buổi do con tổ chức. Uy tín của con bây giờ không thua ai hết. Bố quá hạnh phúc có một đứa con nuôi ngon lành như con. Chiều nay gia đình mình nhậu ăn mừng nghe con.

- Dạ con cũng có dự trù là sẽ đãi bốn khách quý từ Massachusetts sang, ăn chừng nào hết tôm hùm mới được về nhà. Cả nhà vỗ tay hoan nghênh. Hiếu nói, bây giờ con xin mời bố, cô và anh chị Robert vào phòng nghỉ, chừng năm giờ mời ra xem tôi làm sếp cút đãi chiều nay.

Hiếu nhờ hai bạn lái xe ra siêu thị mua chừng mười pounds thịt bò, mười pounds thịt heo có mỡ càng tốt, bốn vỉ hột gà, rau, dưa, cải các thứ gia vị...

Hiếu hỏi bà Chánh Văn phòng, bây giờ tại đây có mấy người của văn phòng, bà nói có tám người kể cả bà là chín người, Hiếu nói tôi xin tặng mười con tôm hùm, bà và hai con hai con, còn các bạn mỗi người một con mang về nhà nấu ăn. Chiều nay tôi có tiệc đãi các người thân ở xa về đây. Ngày khác tôi sẽ mời nhân viên văn phòng về đây ăn một bữa. Hiếu lấy ra mười con tôm hùm đưa cho bà chánh văn phòng chia ra cho tám bạn. Bây giờ, bà chị và các bạn về tôi vào nghỉ một chút rồi lo làm bếp.

Đến ba giờ, Hiếu thấy vợ còn đang ngủ ngon, nhè nhẹ xuống giường, đi toi lét xong, thay quần áo, xuống bếp lo xắt thịt bò ướp gia vị xong, cho vào tủ lạnh chút nữa sẽ nướng ngói. Hiếu nhờ hai chị vú lo luộc bốn vỉ hột gà và ngâm nước lạnh bốc hết vỏ. Hiếu xắt gần tám pounds thịt heo để kho, món thịt kho trứng của chị hai là món ăn mà các con của vợ chồng Hiếu rất thích ăn sáng với bánh mì nóng. Hiếu nói nồi thịt kho còn đến năm chục hột gà cho vào nữa mới rõ nước nhiều ít thế nào vì thịt kho trứng cần phải có nhiều nước không mặn, có vị ngọt nhẹ. Hiếu rất cẩn thận cũng học lóm của chị Hai, nay có dịp chỉ lại chị bếp cách kho thịt trứng rất ngon mà chị hai nổi tiếng món ăn này. Mọi việc xong, Hiếu nói với chị vú không cần trông nom thêm nồi thịt kho vì để lửa liu riu như vậy là được.

Các cháu mê món ăn này và kể cả ông bà ngoại, bà nội cũng thích món ăn này. Sau này, tôi bận việc, chị giúp gia đình, cứ chừng mười ngày chị kho một nồi thịt kho với mười bao thịt heo có mỡ, bốn vỉ trứng, chừng mười hộp nước dừa, tuỳ chị nêm nếm, nếu lạt quá thêm chút nước mắm, thiếu ngọt thêm nước dừa. Chúng ta có món ăn chính cho gia đình, thỉnh thoảng kho cá, lấy nước kho thịt cho vào nồi cá kho thêm béo.

Caroline thức dậy, thấy vắng chồng, biết Hiếu đang ở dưới bếp, thấy chồng đang mặc áo thun ba lổ ngồi xắt thêm thịt bò vì sợ không đủ cho mọi người ăn chiều nay. Bố Philip, cô Jane, vợ chồng Robert không hẹn đều kéo nhau xuống bếp coi Hiếu làm sếp cút, chiều nay, đãi món ăn gì, biết món ăn chủ lực là bò nướng ngói, món súp măng giò heo và món thịt kho trứng.

Tất cả các món ăn chỉ một mình Hiếu làm và chỉ có chị vú nay đổi sang làm bếp, phụ tá cho Hiếu và "học nghề" với ông thầy sếp cút chỉ có học lóm mà thôi. Ông bà ngoại các cháu cũng đã thức dậy, nghe có tiếng xôn xa cũng xuống bếp, thấy Hiếu mặc áo ba lỗ hùn hục làm bếp. Bà cất tiếng khoe:

- Ông bà Philip và vợ chồng Robert thấy vợ chồng tôi tuyển một sếp cút từ Bố Thảo Sóc Trăng sang Mỹ làm bếp cho gia đình tôi mà tôi cho sếp cút Bố Bảo mang theo vợ và các con nữa. Mọi người thấy chúng tôi gồng mình chỉ có một người làm mà phải nuôi ăn đến cả gia đình mười một người, chưa hết chừng sáu nữa tháng nữa lại nuôi thêm hai bê bi. Cả nhà cùng cười vui. Ông Philip nói:

- Ông anh bà chị có con rể quý, còn tôi có con nuôi xịn, chiều nay chúng ta ăn mừng nghe, con chúng ta vừa thoát nạn, suýt mất mạng. Robert, lo bày bàn ghế ra chúng ta tổ chức nhậu cho thêm vui. Hiếu nói với anh Robert:

- Trong tủ còn một chai Martell XO nguyên chưa khui, anh mang ra giúp cho hai bố nhậu lai rai, tôi lấy vài con khô mực nướng liền, trong năm phút có mồi đưa cay. Thu Vân và Caroline mang ra muỗng nĩa, chén dĩa đủ thứ, Thu Vân lãnh phần xắt dưa leo, khóm, còn Caroline lo đi rữa rau cải, tất cả mọi thứ xong. Hiếu cũng vừa làm xong món nước mắm để chấm món thịt bò nướng ngói có rau dưa.

Cả tám đứa con chạy ra ôm mẹ, ôm bố. Hiếu gọi chị vú đem cái bàn tròn thấp cùng với mười cái ghế cho các cháu ăn thịt bò nướng ngói trước và sau cho chúng ăn thịt kho trứng với bánh mì. Hai vợ chồng, người chồng đi học cũng vừa về tới nhà cũng nhảy vào thay chỗ nướng thịt bò, và cô vợ lại tiếp với chị vú cho tám cháu ăn no để chúng ra sau vườn vui chơi và cũng có hai cô mang một cái bàn nhỏ cho hai người ngồi vừa ăn vừa trông chừng tám đứa trẻ đang vui chơi.

Nhân trong bữa ăn, Hiếu thuật lại từng chi tiết cách đối phó của Hiếu đối với Bộ Công An. Chúng là bọn sát nhân vô đạo đức vô lương tâm chỉ vì tôi có trọng tội là con của một tử sĩ chế độ cũ, học giỏi có tài và nổi tiếng thế giới là tội lớn nhứt, tội thứ hai là tôi con nhà nghèo đói mà học giỏi hơn con của chúng nó và tôi nói nghèo đói là nói xấu chế độ.

Mọi người nghe Hiếu nói đều ngán ngẩm lắc đầu, cái bọn người gì mà có hành động giết người man rợ thật vô lý và có tính kỳ thị chế độ cũ mới và kể cả kỳ thị địa phương Nam Bắc nữa. Đảng CSVN phải hy sinh thêm một đại tướng Bộ Trưởng Công An cho về vườn...

Hiếu thưa với ba má, bố, cô Jane và anh chị Robert, vợ chồng tôi luôn quyết tâm làm việc thiện giúp đời nên Chúa và Mẹ Maria chở che cho chúng tôi thoát mọi hiểm nguy. Chúng tôi tin như vậy nên có dựng tượng Đức Mẹ Maria giữa đảo trong một cái ao nuôi cá lớn nhứt của khu nhà vườn mà bố, cô Jane và anh Robert đã biết.

Tôi đoán nay mai, Toà Đại Sứ Việt Nam sẽ mời vợ chồng tôi đến có lời xin lỗi hay chánh phủ có công văn chính thức xin lỗi và tưởng thưởng cho tôi một cái gì đó để khoả lắp cho tôi quên cái vụ bị bắt hụt, tịch thu nhà cửa tài sản không thành đến tổ chức ám sát vợ chồng cũng có Chúa và Đức Mẹ Maria quan phòng nên chúng không thực hiện được mưu độc. Nay chỉ có cách mua chuộc tôi để xin tôi bỏ qua, quên lãng hận thù.

Hiếu đoán trước như thần, sáng hôm sau, vào văn phòng làm việc, Hiếu nhận được một cú điện thoại từ Toà Đại Sứ Việt Nam ở Hoa Thịnh Đốn chính ông Đại Sứ muốn nói chuyện với giáo sư Khoa Trưởng. Hiếu bật nói tiếng Việt, chính tôi nghe đây. Ông Đại Sứ vồn vã chúc mừng ông chức vụ mới vô cùng danh giá cho một nhân tài của Việt Nam. Sau những lời xã giao chúc mừng của ông Đại Sứ, ông cho biết là ông có cử bà Phó Đại Sứ mang đến ông một bức thư của chánh phủ Việt Nam gởi cho ông. Chúng tôi muốn trao tận tay ông mà không gởi qua đường bưu điện và bà Phó Đại Sứ muốn đến nhà thăm bà, nghe tin bà cũng sắp sanh, tôi có ý để hai phụ nữ gặp nhau làm quen. Ông Đại Sứ còn nói, hai ngày nữa có ông Bộ Trưởng Ngoại Giao đến Mỹ, chuẩn bị dự trong phiên họp của Đại Hội Đồng Liên Hợp Quốc ở New York mà phái đoàn của ông Bộ Trưởng ghé Thủ Đô trước, sau mới đi New York, có tôi tháp tùng. Trên đường trở lại Thủ đô, tôi cũng muốn ghé thăm ông tại văn phòng làm việc.

Cám ơn ông đại sứ, Hiếu nói, chúng tôi phải phép sẽ đến yết kiến ông Bộ Trưởng Ngoại Giao tại Thủ đô, có tất cả sáu người, một tim làm việc chung về công tác từ thiện ở Việt Nam và nhiều nước trên thế giới. Chúng tôi sẽ tặng sách cho ông Bộ Trưởng và ông Đại Sứ.

- Chúng tôi rất cám ơn tiến sĩ Khoa Trưởng, ông đại sứ nói.

Hiếu chạy về ăn trưa với gia đình, thuật lại lời mời của Đại Sứ Việt Nam và ngày mai có bà Phó Đại Sứ mang thư của chánh phủ từ Việt Nam gởi sang và đến thăm Caroline. Tôi xin mời cô Jane, Thu Vân và vợ tôi tiếp bà Phó Đại Sứ tại nhà. Tôi mời bố, ba má và anh Robert mình đi ra ngoài ăn trưa, xuống nhà hàng Tàu ăn và tôi đặt thêm thức ăn nhờ anh Robert chở bố và ba má về nhà, còn tôi phải vào làm việc. Nếu mời bà Phó Đại Sứ ăn cơm chiều được thì mình chỉ nướng thêm tôm hùm. Chút nữa đến nhà hàng tôi sẽ gọi về mời bà ăn cơm chiều với cả nhà mình. Hiếu nói:

- Con muốn cho chuyện ám hại con cho êm để con còn đưa bố, cô Jane về Việt Nam nhiều lần nữa. Khu nhà vườn mình càng ngày càng đẹp. Thầy Khoa trưởng Y Khoa Cần Thơ cho con biết ở trung ương muốn cất nhắc anh Bernard làm Khoa trưởng Trường Y, đề cử anh Trung làm Phó Viện Trưởng Viện đại học Cần Thơ, chị Minh Tâm làm Giám Đốc Sở Y Tế Cần Thơ. Họ nhắm vào đại gia đình con muốn gây lại thiện cảm cũng là cơ may cho gia đình, con sẽ nhờ họ lo tổ chức cho Thu Vân ra mắt sách khắp nước, mình có số tiền này, anh chị Robert về Cần thơ tiến hành công tác tại hai cơ sở từ thiện giúp giới phụ nữ như sự mong ước của Thu Vân. Hiếu nghĩ và nói tiếp:

- Còn nhà mình ở Cần Thơ ba má, bố và cô Jane sẽ ở mãi với chúng con, tha hồ câu cá vui chơi tuổi già, khi nào muốn trở về Mỹ hay đi đâu cho con biết con bút vé cho bố và cô Jane. Cô Jane quá cảm động, nói:

- Hiếu có lòng tốt, đạo đức nên luôn gặp lành. Ăn com xong, Hiếu đặt cả chục món ăn nhờ anh Robert chở luôn về nhà và nói với gia đình là ăn cơm chiều trước năm giờ có bà Phó đại sứ cùng ăn. Em nhờ anh Robert về nhà lấy một bịt tôm hùm mười hai con cho ra ngoài tan đá, chiều mình nướng ăn thêm. Anh Robert gọi điện thoại cho anh George nói có tổ chức cơm chiều tại nhà Andre mời hai ông bà đến ăn cho vui vì có bà Phó Đại Sứ Việt Nam đến thăm gia đình Andre. Và Andre muốn George làm quen với bà Phó Đại Sứ để sau này mình muốn làm ăn ở Việt Nam có thêm tay trong. Ông bố khen Hiếu, nghĩ xa quá, rất tốt giúp lại cho ông cựu Khoa Trưởng. George nghe tin có bà Phó Đại Sứ Việt Nam dự cơm chiều nữa thì đúng là chó ngáp phải ruồi vì tuần tới George muốn đi Việt Nam lo mở thêm cơ xưởng sản xuất và lắp ráp tay chân giả. George nói:

- Chiều mang đến một két Martell XO biếu Andre để dành đãi khách.

Về đến nhà, Hiếu mang bàn dài ra với chừng hai mươi cái ghế nệm, sắp xếp xong, Hiếu có mua ba bình hoa tươi thật đẹp trưng bày trên bàn. Hiếu gọi chị bếp đưa ra sân một cái lò than để nướng tôm hùm, một cái bàn con có mười ghế cho các cháu cùng chị vú chị bếp lo ăn cho các cháu. Tất cả muỗng nĩa, dĩa chén, nước mắm xì dầu, ớt tiêu muối các cái mang ra để sẵn trên bàn. Hiếu mang ra hai chai rượu Martell XO và một thùng lạnh có nước ngọt và perrier. Ai muốn uống thứ gì tuỳ tiện đến lấy. Từ bốn giờ rưỡi, tám đứa con của vợ chồng Hiếu ngồi vào bàn ngay ngắn, hai chị vú xắt hai con tôm hùm ra nhiều miếng nhỏ cho vào tám dĩa, có phết chút bơ và sốt mỗi cháu tự cầm nĩa lấy tôm ăn, chỉ có hai đứa nhỏ nhứt hai chị vú lo đút cho ăn no.

Cả nhà nhìn mấy các bé ăn ngon lành không ồn ào, bà Phó Đại Sứ khen cách dạy con của hai vợ chồng Hiếu, Thu Vân cũng rất bái phục sư phụ Hiếu, cái gì cũng giỏi hết. Ông bà George đến thấy một đám con của vợ chồng Andre sao có kỷ luật như trong Quân Đội.

Hiếu giới thiệu với ông bà George với bà Phó Đại Sứ và giới thiệu từng người với bà Phó Đại Sứ và hẹn hai ngày nữa chúng tôi sẽ lên Thủ đô chào mừng ông Bộ Trưởng Ngoại Giao. Bà Phó Đại Sứ cho biết chính phủ muốn cho chuyện ám hại tiến sĩ Andre sớm chìm vào quên lảng nên có thư của Thủ Tướng Chánh Phủ chính thức xin lỗi tiến sĩ Trần Trọng Hiếu và tiến sĩ Caroline việc làm sai trái của Bộ Công An, người chủ mưu là một Thứ Trưởng công an đã chết rồi. Đại Tướng Bộ Trưởng Bộ Công An cũng có liên đới trách nhiệm bị cách chức cùng với hàng chục cấp chức khác của Bộ cũng cho nghỉ việc và đang điều tra...

Thủ Tướng chân thành xin lỗi hai tiến sĩ Trần Trọng Hiếu và Caroline cũng như có đề nghị với Viện Đại học quốc gia Hà Nội cấp hai bằng tiến sĩ danh dự của Viện do Thủ Tướng và giáo sư Viện Trưởng trao bằng tại Viện đại học quốc gia Hà Nội ngày giờ nào hai tiến sĩ thấy thuận tiện. Mọi chi phí vé máy bay và chỗ ăn ở là khách quý chánh phủ đài thọ. Tiến sĩ Hiếu nói:

- Xin cám ơn Thủ Tướng Chánh Phủ, vợ chồng chúng tôi cảm thấy vui thoả lòng khi nhận được Thư này của Thủ Tướng. Chúng tôi cũng muốn nhận chìm chuyện sai trái của Bộ công an, chúng ta giải quyết việc này tốt đẹp, chắc chắn chánh phủ sẽ lấy lại uy tín và chúng tôi cũng không bao giờ muốn nhắc lại. Phái đoàn chúng tôi về Hà Nội trong ba ngày cuối tháng này, chỉ còn hơn hai tuần và chúng tôi sẽ bay về Cần Thơ thăm lại gia đình sau mấy tháng xa nhà. Mọi việc chánh phủ đề nghị, chúng tôi xin chấp nhận, nhờ bà trao lời của chúng tôi đến ông Đại Sứ và nhờ ông Đại Sứ chuyển giúp ý kiến của chúng tôi đến Thủ Tướng Chánh Phủ.

Xin mời mọi người ăn thật tình và ăn no, bà Phó Đại Sứ và phái đoàn còn ra phi trường về Thủ Đô trước tám giờ tối nay.

Khi phái đoàn của bà phó Đại Sứ ra khỏi nhà. Bố Philip nói với vợ chồng ông George, thằng con Andre nó tiên đoán như thần, nó nói thế nào chánh phủ cũng có lời xin lỗi và mời vợ chồng nó về Hà Nội để gặp Thủ Tướng chánh phủ. Nó mới nói hơn một ngày là có Phó Đại Sứ mang thơ của Thủ Tướng Chính Phủ xin lỗi còn muốn lấy lòng tặng hai vợ chồng hai bằng tiến sĩ danh dự cho thêm vui vì hai bằng tiến sĩ này không thể dùng để kiếm ra tiền. Andre muốn giải hoà vì còn nhiều bà con tài sản ở Việt Nam rất cần sự có mặt giúp đỡ của vợ chồng Andre và Andre không muốn biến quê cha đất tổ là chỗ không dám về hay không được phép về.

Tôi nghĩ thằng con tôi, Andre, còn là một hiền triết bàn luận về cuộc đời, tình yêu, giàu sang phú quý, hạnh phúc thấy đó mà rồi cũng tan biến bay theo khói sương theo sự may rủi, số phận của mỗi người, rất đúng. Một tràng pháo tay vang lên. Ông Philip thêm hứng nói tiếp:

- Nay suy nghiệm kỹ, tôi đã trải qua hai mươi năm sống trên nhung lụa, giàu sang phú quý, người ta may mắn sống và vui hưởng thụ huy hoàng chỉ một đêm nhứt dạ đế vương còn tôi đã từng trải qua hàng trăm có đến ngàn đêm đế vương trên khắp năm châu. Tôi là một tỷ phú với vài chục tỷ không phải chỉ có một vài tỷ rồi nay cũng trở thành tay không. Nói đến đây, ông Philip quay qua cô Jane nói, anh xin lỗi em. Anh xin đính chánh, trong những năm tháng cuối cùng của đời anh có hai đại ân nhân thương yêu nên anh còn khoẻ và hạnh phúc cho đến ngày hôm nay và sống vui hạnh phúc cho đến ngày cuối đời, anh tin như vậy. Ngoài Andre mà tôi đã đề cập, còn em Jane yêu quý, là người bạn trăm năm chung thuỷ với anh, nuôi dưỡng anh. Anh rất cám ơn em, ông Philip vừa nói xong vừa vội ôm hôn miệng cô Jane một cách trìu mến, lại làm cô Jane quá cảm xúc, chảy nước mắt. Mọi người vỗ tay hoan nghênh đôi vợ chồng già còn mãi yêu nhau thắm thiết. Ông Philip nói:

- Hôm nay, quá vui, ông hào hứng nói tiếp:

- Thằng con tôi được cha mẹ đặt tên là Hiếu nên nó rất có hiếu với ba má vợ, bố mẹ ruột, nay thêm cả bố nuôi mẹ nuôi mà cả vợ lẫn chồng vẫn tôn trọng hiếu thảo. Vợ chồng tôi cảm nhận, tuổi già quá hạnh phúc luôn có dịp sống gần gia đình con. Chưa hết, Andre nói với tôi, nó rất kính trọng nhớ ơn ông George luôn hết lòng trợ giúp nó, nên con có chủ đích muốn đền ơn đáp nghĩa George khi nó có dịp tiếp xúc với ông Bộ Trưởng Ngoại Giao và Thủ Tướng Việt Nam. Andre còn có nhận định nói với tôi:

Bạn George khi trình bày với Thủ Tướng, nói kích thích lòng yêu nước chống Trung quốc. Các ông lớn Việt Nam không bao giờ dám nói và trình bày rõ ràng với giá thuê đất và giá nhân công rẻ thì chuyện cạnh tranh với Trung quốc về mặt bán sản phẩm không khó và tạo công ăn việc làm cho hàng chục ngàn công nhân Việt Nam và đóng thuế cho Nhà Nước các sản phẩm xuất khẩu khắp mọi nơi. Sở dĩ George chọn hai nơi, một ở gần Hà Nội nhằm lấy lòng chánh phủ. Nếu có chiến tranh xảy ra với Trung quốc thì trung tâm này khó còn mở cửa vì quá gần biên giới Trung Việt. Còn trung tâm thứ hai đặt tại Sóc Trăng, quê hương của Andre và tiến sĩ Thu Vân vì giá nhân công ở đây có thể rẻ vào hàng nhứt nhì của miền Nam và cũng cách biên giới Cam bốt cũng khá xa, vì nếu có chiến tranh xảy ra thì Trung quốc cũng mượn Cambốt đánh vào biên giới miền Nam và chúng chú ý vào Sài Gòn, Cần Thơ hơn là Sóc Trăng, ông Philip còn nói:

- Andre chọn đặt trung tâm sản xuất lớn nhất Á Châu tại Sóc Trăng vì công ty sẽ chắc chắn thuê giá đất rẻ, tiền nhân công có thể rẻ hơn các nơi khác, Hà Nội, Sài Gòn, Cần Thơ. Một chuyện khác nữa, công ty thuê người địa phương làm Giám Đốc mà Andre nói, nó có một ông bố nuôi của anh nó đã từng làm Bí Thư tỉnh Sóc Trăng ba nhiệm kỳ mười lăm năm, thay vì hai nhiệm kỳ theo quy định, ông còn là cựu Uỷ Viên Trung Ương Đảng có uy tín với trung ương đảng cộng sản Việt Nam, lại rất giỏi tiếng Pháp rất dễ liên lạc với chúng ta, với Tổng Công Ty. Ông ấy mà đứng ra mướn đất thì quá thuận lợi, dễ dàng, giá rẻ hơn bất cứ ai.

Trong vụ Bộ công an Hà Nội muốn bức hại Andre thì ông ấy đã chuẩn bị bay ra Hà Nội vận động với đồng nghiệp cũ hiện giữ chức vụ cao cấp trong đảng như Uỷ Viên Trung Ương đảng, uỷ viên Bộ Chánh Trị của đảng. Chưa kịp đi Hà Nội là có năm tên mật vụ vào ám sát Andre bất thành.

Nay con tôi cũng muốn đền ơn đáp nghĩa người tốt và giúp dân chúng Sóc Trăng có thêm việc làm tránh cảnh thất nghiệp. Ông George nghe bạn mình nói về Andre, ông rất cảm kích, Andre có tính lương thiện, đạo đức, hiếu thảo trong máu. Tôi rất ngưỡng mộ Andre, chúng tôi sẽ thảo luận kỹ trước khi chúng ta đi Việt Nam gặp Thủ Tướng Chánh phủ.

Andre nói với mọi người trong bàn ăn, chánh phủ Việt Nam bây giờ muốn vuốt ve, tâng bốc tôi lên lấy lòng, muốn tôi bỏ qua hay quên lảng chuyện làm sai trái kỳ thị vô cùng bẩn thỉu chưa dám nói là của chánh phủ mà chỉ nói là Bộ Công an. Vì vậy, dùng cơ hội này, tôi sẽ đề nghị:

- Viện đại học quốc gia Hà Nội tặng hai bằng tiến sĩ danh dự cho anh chị Robert cũng đã đóng góp xây dựng đại học xá Cần Thơ. Và luôn tiện giới thiệu giáo sư cựu Khoa trưởng là bậc thầy, đàn anh của tôi thảo luận trực tiếp với ông Thủ Tướng Việt Nam về xây dựng hai trung tâm sản xuất chân tay giả, xe lăn, gậy chống...thật ra hai bên đều có lợi. Một chuyện khác, tôi sẽ nhờ Viện đại học quốc gia Hà Nội đứng ra bảo trợ và tổ chức những buổi ra mắt sách, tập Hồi Ký của tiến sĩ Thu Vân nhằm tạo tài chánh cho quỹ từ thiện của vợ chồng Andre và vợ chồng Robert tại Cần Thơ và Sóc Trăng. Andre còn nói:

- Nếu ông bà George cùng đi với phái đoàn sáu người chúng tôi là cơ hội bằng vàng cho business. Ông George đề cập thảo luận trực tiếp với chánh phủ Việt Nam giúp cho ông mở trung tâm sản xuất tay chân giả, một ở tại Hà Nội nhằm phục vụ trong nước và các nước khác như Lào, Miến Điện, Pakistan, Afghanistan... và một trung tâm sản xuất giúp tỉnh nhà Sóc Trăng của Andre và tiến sĩ Thu Vân nhằm bán sang các nước Cam Bốt, Thái Lan, Indonesia...

Nếu đúng như tôi tiên đoán và ước muốn thì chúng ta đi Việt Nam lần này có nhiều điều lợi, vợ chồng tôi về Việt Nam là người chiến thắng, khách danh dự của chánh phủ, không phải là kẻ trốn chạy, thua cuộc.

Ông George nghe Philip và Andre nói, vội đứng lên cám ơn Andre có cao kiến giúp công ty sản xuất chân tay giả có thêm thị trường tốt. Ông George nói ông sẽ thu xếp cùng đi lên Thủ đô.

Dự kiến, sau khi đến thủ đô Việt Nam, ở Hà Nội ba ngày và về Cần Thơ ở thêm bốn năm ngày nữa, chúng ta bay về lại Mỹ vì Andre chỉ được phép đi xa trường tối đa mười ngày không phải dịp nghỉ hè.

Tại Toà Đại Sứ Việt Nam, ông George trình bày với ông Bộ Trưởng Ngoại Giao, sản xuất chân tay giả ở Việt Nam sẽ rẻ hơn giúp tổng công ty cạnh tranh có các sản phẩm của Mỹ vừa đẹp chắc bền và giá thành bán cho thế giới rẻ hơn hàng Trung quốc. Ông Bộ Trưởng nói:

- Đó là sự cạnh tranh hợp pháp và một điểm khác là đại công ty của Mỹ sẽ thu hút nhiều lao động Việt Nam. Hiếu trình bày thêm:

- Dự kiến sẽ mở một công xưởng sản xuất tại vùng gần Hà Nội nhằm cung ứng cho nội địa và xuất khẩu sang các nước lân cận như, Miến Diện, Pakistan, Afghanistan, Ấn Độ, Lào...Và một công xưởng sản xuất đặt tại Sóc Trăng, quê hương tôi. Tại đây, giá đất thuê rẻ, nhân công rẻ và xa vùng biên giới nếu có chiến tranh xảy ra với Trung quốc, dù Trung quốc muốn mượn tay Cam Bốt đánh Miền Nam thì chúng chú tâm đến Sài Gòn, Cần Thơ. Hơn nữa sản phẩm có thể bán qua các nước lân cận bằng đường biển lại thuận lợi và rẻ hơn nhiều. Nếu có chiến tranh thì công xưởng gần Hà Nội có thể phải đóng cửa còn công xưởng ở Sóc Trăng có thể tiếp tục hoạt động.

Ông Bộ Trưởng Ngoại Giao gặt đầu có vẽ đồng thuận ý kiến của Andre và hẹn cuối tháng này, phái đoàn của tiến sĩ Hiếu có đến tám người. Bộ Ngoại Giao chịu trách nhiệm mua vé máy bay và lo chỗ ăn ở ba ngày và tiến sĩ cho biết sẽ thăm nhà ở Cần Thơ chừng năm ngày và từ Sài Gòn bay về Mỹ.

Ông Bộ Trưởng Ngoại Giao nói:

- Tôi về trình lại mọi việc cho ông Thủ Tướng rõ và Bộ Ngoại Giao chúng tôi coi xem phái đoàn của tiến sĩ Hiếu là khách danh dự, quốc khách của chánh phủ Việt Nam. Cả phái đoàn tám người đứng lên, Hiếu mời bố Philip, đại diện cho phái đoàn nói lời cảm ơn và giả từ ra về.

Về đến nhà, trên bàn ăn đã bày chén dĩa nĩa đầy đủ, Hiếu vào lấy bia, rượu mạnh và nước ngọt mang ra và mời mọi người nhăm nhi, giải khát. Hiếu vào phòng thay đồ ngắn tay ra lo nướng tôm hùm xong, đem ra bàn, nhờ chị bếp nướng thịt bò, đem ra sau. Còn một chị lo cho các con ăn. Hiếu nói chiều nay, mỗi người phải ăn hết một con tôm hùm, bà ăn không hết thì có ông trợ giúp. Chúng ta phải ăn mừng, Hiếu nói:

- Mọi tính toán trước của chúng ta đều như ý. Ông George nói bạn Andre quá giỏi, cái gì cũng giỏi vì một doanh nhân muốn gặp trực tiếp một ông bộ trưởng cũng là khó, nay còn gặp trực tiếp cả Thủ Tướng Chánh Phủ nữa thật là một ấn tượng vô cùng tốt đẹp cho tôi:

- Xin mời ông bà bố vợ Andre, anh chị Philip-Jane, anh chị Robert và bạn Andre-Caroline cùng tất cả mọi người chúng ta nâng ly chúc mừng sự thành công của chúng ta. Cả bàn vỗ tay hoan nghênh. Tiệc ăn nhanh vì ai cũng muốn đi nghỉ sớm, mỗi người chỉ ăn được nửa con tôm hùm và vài miếng thịt bò nướng ngói, cũng cảm thấy no vì mệt. Ông bà George từ giả ra về.

Ăn sáng xong, Hiếu nói:

- Bố, cô Jane và vợ chồng anh Robert muốn về nhà lúc nào tôi sẽ đưa ra phi trường và mỗi gia đình mang về năm con tôm hùm ăn giúp vợ chồng tôi. Bố Philip nói, con nói đúng vì cô Jane và Thu Vân có giờ dạy nên phải về sớm. Từ đây đến tối, bố mẹ và vợ chồng Robert về. Chừng nào có vé máy bay đi Việt Nam, bốn người sẽ bay qua đây cùng đi với hai con.

- Vợ chồng Hiếu cùng dạ vậng. Robert lên nét bút vé, cũng may, giá vé không tăng vì máy bay còn chỗ trống sẽ cất cánh khoảng ba giờ chiều. Bây giờ hơn một giờ trưa, Hiếu nói quý vị đi tắm và thu xếp đồ đạc, hai giờ, Hiếu đưa ra phi trường.

Về đến nhà, Hiếu thay đồ ngủ, lên giường ngủ liền, mãi đến tám giờ tối mới thức. Xuống phòng ăn, thấy các con và gia đình đã ăn xong, Hiếu ôm từng đứa con, bố mẹ quá vui mừng thấy các con mình khôn lớn và có hiếu với bố mẹ. Hiếu ăn nhanh vì cũng chưa thật đói. Chị bếp lên lau bàn và mang hai bình nước trà vào phòng hai ông bà và vợ chồng Hiếu.

Các con tựu họp về phòng ông bà, ba mẹ qua chơi đùa với con cả tiếng, gần chín giờ, các con uống sữa xong, đã quá giờ ngủ các con rồi, nên chị vú bồng hai bé gái qua phòng trước, sáu cháu lớn lần lượt leo lên giường mình.

Phái đoàn của tiến sĩ Trần Trọng Hiếu gồm tám người đến phi trường Hà Nội được Bộ Ngoại Giao cử nhân viên ra tiếp đón theo hàng quốc khách và được ở nhà khách của chánh phủ. Chiều ăn tại nhà quốc khách vì đi đường xa mệt. Mười một giờ trưa hôm sau là có lễ trao bằng tiến sĩ danh dự cấp Quốc Gia cho bốn tiến sĩ đang là giáo sư của đại học Harvard và Yale của Mỹ. Bộ Ngoại Giao cũng có mời ngoại giao đoàn ở Hà Nội đến tham dự và dự bữa ăn trưa với các tân tiến sĩ danh dự của Viện Đại Học Quốc Gia Việt Nam. Thủ Tướng Chánh Phủ mời tối dự dạ yến do chánh phủ đãi và mời hơn năm trăm quan khách tham dự, gồm các ngoại giao đoàn, giới truyền thông báo chí, các vị bộ trưởng và các giáo sư của Viện Đại Học Hà Nội.

Các nhà báo thế giới đã hiểu sở dĩ có sự trao tặng tiến sĩ danh dự và dạ yến là muốn chuyện ám hại tiến sĩ Hiếu trước đây sẽ chôn vùi vào quên lảng. Vào buổi trưa, Thủ Tướng có tiếp đón phái đoàn của tiến sĩ Trần Trọng Hiếu tại phòng làm việc của Thủ Tướng chánh phủ có cả ông Bộ Trưởng đặc trách văn phòng Thủ tướng Chánh Phủ, Bộ Trưởng Ngoại giao, Y Tế, Xã Hội, Kinh Tế, Lao Động. Sau khi giới thiệu mọi người trong phái đoàn và Hiếu muốn giới thiệu đề cao bố và ông George. Nay bố tôi cùng bà xã là tiến sĩ Khoa Trưởng Phân Khoa Xã Hội tại Đại Học Harvard cùng với tiến sĩ Thu Vân là Phó Khoa Trưởng muốn giúp Viện Đại học Cần thơ mở thêm Phân Khoa Xã Hội Học mà tiến sĩ Thu Vân sẽ tài trợ xây dựng phòng ốc. Hiện Tiến sĩ Thu Vân đã viết một tập hồi ký về cuộc đời mình, chúng tôi có mang theo vài cuốn, Thu Vân sẽ kính biếu Thủ Tướng, ông Viện Trưởng. Tôi cũng đã dịch sang tiếng Việt đã gởi về Sóc trăng nhờ ông cựu Bí Thư là bậc trưởng thượng của chúng tôi xin phép in ấn và sẽ tổ chức ra mắt sách chính tại Viện đại học Hà Nội. Tiền bán sách được chúng tôi tặng hết cho Viện Đại Học Hà Nội và xin Viện Đại Học giới thiệu với các Viện đại học khác trên toàn quốc, chúng tôi có sáu người đang tích cực hoạt động từ thiện do bố tối làm trưởng nhóm.

Một chuyện vô cùng quan trọng, tôi kính xin giới thiệu với Thủ Tướng chánh Phủ và quý vị hiện diện giáo sư tiến sĩ George, là thầy tôi tại Viện đại học Yale. Vì ông quý mến tôi, ông muốn tôi giữ chức Khoa Trưởng thay ông ở một phân khoa lớn nhứt của Yale, có gần mười ngàn nhân viên gồm có giáo sư, y tá và chuyên viên liên hệ chịu trách nhiệm trực tiếp một bệnh viện đa khoa có cả ngàn giường và một trường đại học Y có gần hai chục ngàn sinh viên. Ông xin về hưu sớm giao trách nhiệm đó lại cho tôi dù lương cũng gần cả triệu đô la một tháng. Ông có đại công ty làm tay chân giả, nay ông làm tổng giám đốc đại công ty này, ông muốn cạnh tranh với các sản phẩm do Trung quốc sản xuất, dù chất lượng kém hơn Mỹ rất nhiều. Nhưng giá bán thì rẻ hơn nhiều chỉ vì tiền thuê mặt bằng và nhân công rẻ.

Tôi mới đề nghị với tiến sĩ George, giá thuê đất ở Việt Nam và giá nhân công sẽ rẻ hơn Trung quốc. Hơn nữa, đại công ty mở cơ xưởng hiện đại đào tạo chuyên viên giúp Việt Nam và thu hút nhân công cả hàng chục ngàn người. Hai bên cùng có lợi, chuyện này để tiến sĩ George nói hết, thảo luận trực tiếp với ông Thủ Tướng và cũng có tính cách bí mật trong thương trường. Xin ông Thủ Tướng cho phép tôi nói tiếng Anh cho tiến sĩ George biết là tôi có trình đại cương cho ông Thủ Tướng. Và bây giờ, xin ông Thủ Tướng cho người thông dịch nói từ từ với ông George để dễ thông cảm. Tôi xin phép cùng với phái đoàn ra phòng khách nói chuyện với quý ông và bà Thủ Tướng cho thêm vui.

Ông Thủ Tướng đồng ý, Hiếu nói cho George biết là tiến sĩ sẽ trình bày mọi ý kiến về mở hai cơ xưởng sản xuất chân tay giả tại Việt Nam, chúng tôi ra ngoài nói chuyện khác. Hiếu đứng lên cúi đầu chào ông Thủ Tướng, Thủ Tướng nói vói các ông Bộ Trưởng:

- Các đồng chí ra ngoài nói chuyện với phái đoàn của tiến sĩ Hiếu. Trong phòng này, tôi và ông Bộ Trưởng Phủ Thủ tướng và anh thông dịch viên làm việc với tiến sĩ George.

Cả phái đoàn bảy người ra ngoài ngồi ở phòng khách, nhân viên văn phòng mang nước giải khát và cà phê mời mọi người. Hiếu nói, tôi xin làm thông dịch viên cho quý vị hôm nay, cứ hỏi bằng tiếng Việt với mọi người trong phái đoàn, chỉ có tôi và tiến sĩ Thu Vân chúng tôi cùng quê Sóc Trăng cùng học chung lớp cấp trung học là biết nói tiếng Việt. Bà Thủ Tướng ngồi gần tiến sĩ Thu Vân, bà ái mộ cô ta. Hiếu nói, nếu bà đọc được tập hồi ký của Thu Vân vừa xuất bản mà bán gần hết ba triệu số. Thu tiền bán sách trên bốn năm chục triệu, cô có nói với tôi:

- Đời người ngắn ngủi, có tiền nhiều xài cũng hết, thôi bây giờ lo giúp đời, tiến sĩ Thu Vân đã giúp quỹ xây dựng đại học xá trường Y của tôi đã học, sơ khởi mới có hai triệu đô. Cô còn nói nếu sách dịch ra tiếng Việt bán được ở Việt Nam bao nhiêu, cô hiến tặng cho các quỹ từ thiện giúp giới phụ nữ là chính. Bà Thủ Tướng và quý vị có đọc sách của Thu Vân viết về cuộc đời mình, quý vị đọc đến đâu sẽ chảy nước mắt đến đó, tôi đoán như vậy. Chính tôi ngồi đọc và dịch ra tiếng Việt cũng phải ngưng lại nhiều lần để khóc rồi đọc dịch tiếp. Bà Thủ Tướng nói:

- Tôi nghe tiến sĩ Hiếu giới thiệu sách của bạn, tôi cũng có nhiều cảm xúc. Thú thật với quý vị, tiến sĩ Thu Vân vừa mới tuổi ba mươi mà đã có năm con, còn sắc đẹp của nữ tiến sĩ tôi bảo đảm các cô hoa hậu năm nay thua kém cô xa lắm. Tiến sĩ Thu Vân vừa đẹp, vừa học giỏi vừa sanh con nhiều ở tuổi ba mươi và mới xuất bản một cuốn hồi ký thu về trên dưới $50 triệu USD. Tôi đề nghị:

- Ông Viện Trưởng đọc xong cuốn hồi ký kể thuật lại cho chúng tôi nghe, cho các bà nghe. Tối nay, dự tiệc, tiến sĩ Thu Vân sẽ mang sách theo ký tặng cho ông Viện Trưởng.

Tôi nói tiếng Việt hơi nhiều, chỉ có tôi với Thu Vân hiểu còn năm vị kia kể như chưa nghe. Tôi tóm tắt lại bằng tiếng Anh để mọi người thông cảm nhau.

Trong văn phòng, cũng gần cả tiếng, ông Thủ Tướng đàm đạo với tiến sĩ George coi bộ tâm đắc, cả hai ra ngoài đều tươi cười. Mọi việc tốt đẹp, ông Thủ Tướng nói, tối nay tha hồ chúng ta nhậu để tiễn đưa phái đoàn về Cần Thơ vào sáng mai, nghe nói ở Viện đại học Cần Thơ cũng có trao bằng tiến sĩ không những bốn người mà trao cả tám người vì cả tám người đều có công giúp tài chánh cho Viện Đại Học Cần Thơ hiện tại và tương lai.

Về tới phi trường Tân Sơn Nhất, tất cả hành khách đang đi ra ngoài trước sân ga, cả ngàn sinh viên và giáo sư Viện đại học Cần Thơ dưới sự điều phối của giáo sư Khoa Trưởng trường Y với một rừng cờ đỏ rực và biểu ngữ chào mừng ân nhân của đại học Y và Viện Đại học Cần Thơ. Tám nữ sinh viên với tám vòng hoa choàng cổ và tám nữ sinh viên khác với tám bó hoa tươi thắm đến tặng tám tiến sĩ là ân nhân bảo trợ xây dựng đại học xá vĩ đại nhất của Việt Nam và cả vùng Đông Nam Á. MC giới thiệu từng nhân vật và được đón nhận vang rền tiếng vỗ tay. Khi tám tiến sĩ ân nhân của Viện đại học Cần Thơ đứng vào vị trí, ông Khoa Trưởng trường Y đại diện cho trường Y và đại diện cho Viện đại học Cần Thơ, ngõ lời chào mừng tám vị tiến sĩ ân nhân từ Mỹ đến Hà Nội và từ Thủ đô Hà Nội đến Cần Thơ.

Ông Khoa Trưởng tuyên bố chương trình tiếp đón quý vị tiến sĩ ân nhân tại Viện đại học Cần Thơ trân trọng nhứt của Viện Đại học chúng tôi. Bây giờ, chúng tôi mượn địa điểm sân bay Tân Sơn Nhất chào mừng sơ khởi trước và quý vị cùng chúng tôi về Viện đại học Cần Thơ cũng sẽ có buổi tiếp đón quý vị có giáo sư Viện Trưởng và tất cả giáo sư cũng như chánh quyền cao cấp của tỉnh Hậu Giang và thành phố Cần Thơ.

Hiếu nắm tay bố, hai bố con đứng trước máy vi âm chào mọi người. Hiếu dõng dạc tuyên bố chúng tôi về Cần Thơ lần này là mang tin đại hỷ cho trường Y và Viện đại học Cần Thơ:

- Trưởng đoàn chúng tôi là tiến sĩ Philip ông là một cựu tỷ phú Mỹ, một người uyên bác với sáu bằng tiến sĩ chuyên khoa, ông là bố nuôi tôi, xin mời Bố, đại diện phái đoàn nói lời chào mừng bằng tiếng Anh và tiếng Pháp, con sẽ thông dịch lại bằng tiếng Việt. Tiến sĩ với giọng nói trầm ấm nhỏ nhẹ của một đại trí thức, ông nói ngắn gọn từ tiếng Anh sang tiếng Pháp và cả tiếng Trung Hoa, Hiếu thông dịch ngắn lại. Hiếu vừa nói xong là ông Khoa Trưởng mời tám vị tiến sĩ lên hai xe đầu và hàng chục xe buýt khác, dẫn đầu có bốn chiếc mô tô của cảnh sát công lộ của tỉnh Hậu Giang và thành phố Cần Thơ.

Về đến Cần Thơ trước năm giờ chừng hai mươi phút quý vị khách quý có dịp rữa lại mặt, chải lại tóc, tô thêm son phấn và nghỉ ngơi một chút xíu. Đúng năm giờ, quan khách cao cấp của chính quyền tỉnh, thành phố, ông Viện trưởng và cả trăm giáo sư đã hiện diện đông đủ, chào đón mọi người. Ông Khoa Trưởng Y Khoa là Trưởng Ban Tổ Chức mời mọi người an toạ.

Trước hết ông Trưởng Ban Tổ Chức giới thiệu hai vị Bí Thư Tỉnh và Thành Phố, hai vị Chủ Tịch Tỉnh, ông Viện Trưởng cùng các vị Khoa Trưởng rất vinh dự tiếp đón các vị tiến sĩ giáo sư của hai Viện đại học nổi tiếng nhứt nước Mỹ và thế giới Yale và Harvard. Mọi người vỗ tay chào đón.

Tất cả tám vị tiến sĩ trong đó có hai vị tiến sĩ Việt Nam gốc Sóc Trăng. Ông giới thiệu từng vị một với học vị nhiều bằng tiến sĩ có vị có đến sáu bằng tiến sĩ. Hai Mc là Bác sĩ Bernard và vợ là giáo sư Tuyết Trinh chuyển ngữ sang tiếng Anh và tiếng Pháp vì có nhiều ký giả quốc tế cũng có tham dự.

Ông Trưởng Ban giới thiệu giáo sư tiến sĩ Viện Trưởng Đại học cần Thơ có lời chào mừng tám vị tiến sĩ và cho biết ngày mai, lúc mười một giờ, Viện Đại học Cần Thơ vinh dự cấp bằng tiến sĩ danh dự đầu tiên của Viện cho tám vị khoa bảng. Ông Viện Trưởng nói trong các viện đại học cấp quốc gia của Việt Nam, Viện đại học Cần Thơ là cơ sở giáo dục cao cấp sanh sau đẻ muộn nay có tám vị ân nhân, ban đầu chỉ tính có giúp cho trường đại học Y Khoa. Nay chúng tôi đề nghị giúp cho cả Viện Đại Học Cần Thơ, chánh quyền trung ương và địa phương đồng ý hỗ trợ cho việc mở rộng đại học xá thành một đại học xá hiện đại, rộng lớn nhứt Việt Nam và vùng Đông Nam Á.

Quỹ đất của nhà nước chuẩn thuận cấp cho việc xây dựng đại học xá đến hai trăm mẫu.

Ông Viện Trưởng cám ơn chánh quyền trung ương và địa phương đã hết lòng hỗ trợ. Đặc biệt các vị mạnh thường quân, các đại gia, thương gia và các cựu sinh viên Viện đại học Cần Thơ trợ giúp thêm tài chánh để cho đại học xá thêm lớn và tiện nghi. Nay tám vị tiến sĩ tiên phong mà công lớn nhứt là do tiến sĩ Trần Trọng Hiếu đã có ý hướng phát triển đại học xá cho riêng Phân Khoa Y của Viện theo đúng tiêu chuẩn đại học xá của Mỹ. Nay không những dành cho một phân khoa mà cho toàn Viện, là một điều vô cùng lớn lao, chúng tôi trân trọng cám ơn sự đền ơn đáp nghĩa cao đẹp của tiến sĩ Trần Trọng Hiếu kéo theo sự vận động hiện nay đã vượt con số mười triệu USD mà chúng tôi dự trù phải có đến hai mươi triệu USD mới hoàn tất hết tiết mục của đại học xá, nhứt là khu liên hợp thể thao rất tốn kém.

Tới đây, tôi mời đại diện quý vị ân nhân lên phát biểu và sau cùng là nói lời chân tình của vị Bí Thư của tỉnh Hậu Giang và Thành phố Cần Thơ. Kế tiếp là chúng ta dự tiệc liên hoan có văn nghệ Việt Miên biểu diễn giúp vui. Chúng tôi cũng có dành một thời gian ngắn để quý nhà báo truyền thông phỏng vấn thêm tám vị khoa bảng ân nhân của Viện.

Tiến sĩ Trần Trọng Hiếu nắm tay tiến sĩ Philip tiến lên khán đài. Cả hai cúi đầu chào. Hiếu xin tự giới thiệu con là học trò của quý giáo sư trường Y nên con luôn tâm niệm là phải hết lòng cống hiến cho trường đào tạo con nên người hữu dụng. Trong phái đoàn chúng con có vị trưởng đoàn là một cựu tỷ phú Mỹ với sáu bằng tiến sĩ chuyên khoa và thông thạo mười ngôn ngữ thông dụng trên thế giới. Tôi xin mời ông nói một ít tiếng Anh, Nhật, Trung Hoa, Pháp. Mc chuyển qua tiếng Việt, tôi thấy có nhiều nhà báo Nhựt. Xin mời bố Philip. Ông chậm rãi nói mạch lạc khúc triết về tình bố con của ông với tiến sĩ Andre:

- Ông biết nguyện vọng của con muốn đền ơn trường mẹ đã đào tạo nên một tiến sĩ Andre Trần Trọng Hiếu hiện nay nổi tiếng trên thế giới. Và đang giữ chức Khoa Trưởng một Phân Khoa lớn nhứt của viện đại học Yale. Ngoài số tiền túi của Andre của tiến sĩ Thu Vân là người gốc Sóc Trăng đang nổi tiếng khắp thế giới qua tập hồi ký về cuộc đời của cô, quý vị đọc không khỏi chảy nước mắt. Hiện cuốn hồi ký đó viết bằng tiếng Anh bán gần ba triệu tập thu về trên dưới $50 triệu USD. Nay cuốn hồi ký này đã được bạn của cô cùng quê Sóc Trăng, tiến sĩ Andre, dịch ra tiếng Việt, bán tại Việt Nam và cô hứa sẽ tặng hết tiền bán sách cả vốn lẫn lời cho hai quỹ từ thiện tại Sóc Trăng và Cần Thơ mà vợ chồng cô và vợ chồng Andre sáng lập. Còn tặng cho quỹ xây dựng đại học xá thuộc Viện đại học Cần Thơ, ngày mai cô cũng ký tặng hai triệu USD và tặng sáu cuốn sách cho quý vị Bí Thư, Chủ tịch tỉnh, Thành phố và ông Viện Trưởng, ông Khoa Trưởng vì cô mang theo có mười hai cuốn mà đã tặng cho ông Thủ Tướng Chánh Phủ, ông Bộ Trưởng Ngoại giao, ông Viện Trưởng Hà Nội và sách còn lại tặng cho gia đình.

Trong phái đoàn của chúng tôi còn có thầy của tiến sĩ Trần Trọng Hiếu, xin hưu sớm nhường chức Khoa Trưởng Phân Khoa Y Học của Yale, tiền lương mỗi tháng cả triệu đô cho tiến sĩ Hiếu. Nay với chức Tổng Giám Đốc, tiến sĩ George muốn giúp thêm quỹ xây dựng đại học xá Cần Thơ phải có sự đồng thuận các thành viên trong Ban Điều Hành đại công ty nên ông chưa nói là sẽ tặng bao nhiêu vì là một đại công ty sản xuất chân tay giả lớn nhứt ở nước Mỹ.

Ngày hôm qua tại Hà Nội, tiến sĩ George đã thảo luận trực tiếp với Thủ Tướng Chánh Phủ, trên nguyên tắc chánh phủ Việt Nam vô cùng hoan hỉ sáng kiến mở hai đại công xưởng sản xuất chân tay giả và xe lăn, gậy chống để cạnh tranh trên thị trường quốc tế. Một đặt ở ngoại ô Hà Nội, một đặt tại Sóc Trăng với những lý do viện dẫn xác đáng.

Sau tiến sĩ Philip, đại diện của các vị khoa bảng ân nhân của Viện đại học Cần Thơ phát biểu. Hai ông Bí Thư lần lượt hoan nghênh tinh thần phục vụ đất nước của cả gia đình tiến sĩ Andre và thân hữu bạn bè đồng nghiệp nhiệt tình hỗ trợ. Chúng tôi cầu mong chương trình xây dựng xong đại học xá tầm cở nhứt nước, tiến sĩ Hiếu, tiến sĩ Thu Vân sẽ còn giúp mở mang thêm trường ốc cho Viện hay mở thêm phân khoa xã hội mà tiến sĩ Thu Vân có đề cập và cô hứa trợ giúp xây thêm trường ốc cho Phân Khoa này. Nếu tiến sĩ Thu Vân bỏ tiền lương dạy học ở Harvard gần nửa triệu tháng, nay về cần Thơ có làm Khoa Trưởng tiền lương tính theo tiền đô cũng chỉ có vài trăm, rất thiệt thòi cho giáo sư Thu Vân. Chúng tôi chưa dám nghĩ tới cô sẽ về Cần Thơ, chỉ biết là tiến sĩ muốn thiết lập thêm một Phân Khoa Xã Hội. Cô sẽ trợ giúp ít nhứt cũng một triệu để xây cất trường ốc mà nhà nước không phải tốn tiền xây dựng mới, chưa biết trung ương có cho phép Viện đại học Cần Thơ thực hiện thêm một phân khoa xã hội mà tại các Viện đại học quốc gia chưa nơi nào có.

Ban Tổ Chức xin mời quý vị đến chứng kiến lần đầu tiên Viện đại học Cần Thơ tổ chức trao tặng bằng Tiến sĩ danh dự cho tám vị khoa bảng trong đó có hai vị tiến sĩ của hai Viện đại học nổi tiếng thế giới là Harvard và Yale của Mỹ mà là người Việt Nam gốc Sóc sờ bai Sóc Trăng, là bạn học cùng trường lớp thời trung học, một tiến sĩ Yale gốc Áo, năm tiến sĩ gốc Mỹ, có vị đã có sáu bằng tiến sĩ chuyên khoa. Đây là cuộc trao bằng tiến sĩ danh dự cao đẹp vì là ân nhân trợ giúp công sức tài chánh thiết thực cho Viện đại học, không phải bằng danh dự có tính biểu tượng chánh trị mà đây là danh dự cho sự cổ vỏ tính nhân ái và giáo dục, bất vụ lợi. Hai MC cho biết, bây giờ đã đến giờ văn nghệ và thưởng thức các món ăn do Ban Tổ Chức mời, chọn các đầu bếp của nổi tiếng của các tửu lầu Cần Thơ về thực hiện đãi khách quý của Viện.

Xin mời quý vị nâng ly chúc mừng sức khoẻ cho nhau và chúc mừng sự lớn mạnh của Viện Đại Học Cần Thơ và chúc mừng sự thành công của buổi lễ long trọng trao bằng tiến sĩ danh dự cho tám vị khoa bảng ân nhân của Viện vào lúc mười một giờ trưa mai. Ban tổ chức xin mời nâng ly cho thêm hưng phấn ra trước sân khấu cùng nhảy điệu vũ dân gian Lâm Thôn với các nghệ sĩ, quý vị có thêm hứng, nóng máy sẽ thưởng thức ẩm thực ngon miệng hơn.

$20 triệu xây cư xá cho sinh viên toàn Viện và khu liên hợp thể thao cấp quốc gia. Tôi thấy dư sức với uy tín tài năng của tiến sĩ Andre vận động gây quỹ cũng không khó. Tôi thấy như vậy chưa đủ một tầm vóc của một vùng trời đất sông nước nên thơ hữu tình như Tây đô Cần Thơ cần có thêm khu rừng nhỏ mà tiến sĩ Andre mơ ước trồng cây bằng lăng hoa tím đã đi vào thơ văn ca nhạc Việt Nam như Hoa Tím bằng lăng rất nên thơ, trồng chừng vài trăm cây cũng không khó vì cũng dễ mua chỉ có đất mà đất đã có, tiền mua vài trăm bằng lăng cũng đã có. Andre còn nói vợ chồng anh sẽ mua biếu tặng.

Chưa hết, anh còn muốn có vườn hoa cây cảnh thơ mộng, tiến sĩ Thu Vân là một một loại hoa biết nói mặn mà hương sắc bà bảo trợ một vườn hoa cây cảnh tương lai cũng là điều trong tầm tay. Quý vị khoan vỗ tay, đợi tôi giới thiệu đôi bạn già chúng tôi xong sẽ vỗ tay cho bể chỗ này luôn. Mọi người cười vang mà chưa vội vỗ tay.

Tiến sĩ George cầm ly rượu lên xin mời quý vị uống một chút nước cho thêm tươi mát vì cuộc đời của chúng ta luôn va chạm nhiều với cái nóng hơn sự tươi mát. Quý vị nghe tôi kể về cuộc đời và sự nghiệp của ông bạn già, tiến sĩ Philip cũng là một nhân tài xuất chúng, học và thi môn nào cũng đạt bằng tiến sĩ ưu hoặc tối ưu không phải một bằng mà đến sáu bằng. Ông qua kinh doanh trong vòng hơn mười năm ông là tỷ phú với tài sản tiền bạc trên hai mươi tỷ đô. Lúc bấy cả nước Mỹ chỉ có ít người chớ không phải như bây giờ hạng tỷ phú có đến hàng trăm chỉ riêng nước Mỹ. Tiến sĩ Philip còn có tài nói và viết được mười ngoại ngữ và biết nói giao thiệp cũng trên năm ngoại ngữ nữa. Còn cở như tôi hay quý vị, trong chúng mình may mắn hưởng thụ được một đêm, Việt Nam gọi là nhứt dạ đế vương đã ngon, num bờ on. Còn bạn Philip hưởng thụ hàng trăm chưa dám nói là hàng ngàn nhứt dạ đế vương vì anh giàu, làm ăn lớn, đến đâu cũng có người muốn lấy lòng chiêu đãi tới bến. Anh Philip vui hưởng trên nhung lụa giàu sang phú quý suốt gần hai mươi năm. Anh bị sai một lần làm chánh trị bị người bạn hảm hại đến đổi anh tán gia bại sản phải khai phá sản hàng loạt công ty lớn nhỏ. Vợ con cũng chối bỏ, ly dị. Anh ngao ngán buồn khổ và nhục nhã, anh mướn một khách sạn sang trọng năm sao uống thuốc ngủ tự tử có viết thơ tuyệt mạng kèm theo một số tiền mặt mấy ngàn nhờ khách sạn thiêu xác thả tro cốt xuống biển.

Cũng là một cái lạ mà chúng ta chưa hề biết, những phòng sang trọng nhứt trong khách sạn năm sao họ đặt hàng chục máy theo dõi sợ có kẻ gian đầu độc ám sát khi chỉ có một người ở. Còn người thuê có đủ cặp vợ chồng, hay trai gái, khách sạn sang đó không được phép có máy theo dõi. Nếu làm bậy, gặp các tay triệu phú tỷ phú kiện chỉ có bán khách sạn năm sao mới bồi thường nổi. Anh Philip muốn chết thật, mướn khách sang hình như mười ngàn hay hai chục ngàn đô một ngày, chọn chỗ tự tử chết cũng sang mới sanh lắm chuyện.

Khi anh muốn uống hết trên mười viên thuốc ngủ vừa cho vô miệng, tay kia bưng ly nước lên định uống có một tay vô hình từ trong tường đưa ra gạt ly nước rơi xuống và cửa phòng vội bị mở tung ra, ba bốn nhân viên của khách sạn ập vào, bóp miệng ông nhả hết mấy viên thuốc còn kẹt ở dưới hàm.

Ông Philip đang nằm gần như bất tỉnh, nhân viên cứu cấp của bịnh viện đến thấy tỉnh lại rồi, nói năng đàng hoàng, nhân viên cứu cấp vẫn đặt ông lên giường đẩy ra thang máy và chạy thẳng vào bịnh viện cho ông uống thuốc giải cứu và đưa ông đến phòng X Ray coi xem có chất thuốc ngủ trong dạ dày không. Dạ dày bình thường, ông cũng ói ra hết chất nước trong dạ dạy và xét nghiệm thuốc ngủ không có vào dạ dày, bịnh viện gọi khách sạn cho xe vào đón ông về và ông cũng đành trở về nhà cách đó mấy chục dặm.

Ông gom góp tiền lẻ mà ông để rải rác trong nhà cũng mấy chục ngàn, ông mua vé qua Connecticut thăm tôi và tôi mới biết ông tự tử có chuẩn bị mà vẫn không chết. Ông dẫn tôi đến nhà ông chơi mà bây giờ là nhà của vợ chồng Andre như là cung điện vua chúa. Ông nhờ tôi kiếm ai có đạo đức lương thiện, ông biếu không ngôi biệt điện này chỉ với điều kiện khi ông chết ở khách sạn tầm thường, ông có để di chúc xin thiêu xác xong mang ra biển thả xuống nước cho mát mẻ về thế giới khác. Ông nói đến đây bảo tôi, ngồi chơi thêm một chút rồi hai anh em đi ăn và cũng là cách chào vĩnh biệt của ông đối với tôi. Ông gọi đến văn phòng luật sư hỏi về ngôi biệt điện này, luật sư thân tín với ông nói chỉ còn hơn ba ngày mười mấy giờ nữa, nhà ông anh sẽ không còn làm chủ nữa.

- Ông muốn bán hay cho ai cũng được văn phòng làm giấy chuyển nhượng giữa chủ mới và chủ chủ cũ, thuế chuyển nhượng rẻ hơn nhiều là nhà mua bán bình thường, kể cả chi phí văn phòng, chừng một trăm ngàn. Anh Philip nói trong ngày mai tôi phải làm xong mọi thủ tục, chiều tôi đưa ông ký và chủ mới ký. Anh Philip hứa tôi sẽ làm ngay, chiều nay tôi cho anh tên người nhận ngôi nhà tôi biếu tặng. Luật sư còn nhắc trể qua bốn ngày thì ông không còn chủ quyền mà nhà này do ngân hàng mà ông còn nợ họ quản lý. Anh Philip nói với tôi:

- Anh tìm giúp một người tốt tôi biếu không ngôi cung điện này cất theo phiên bản cung điện Âu Châu lúc xây cất cách đây cũng năm sáu năm với tốn phí khoảng mười hai triệu. Thời giá hiện nay trên hai mươi triệu.

Chúng tôi ăn xong chia tay, về văn phòng gặp vợ chồng tiến sĩ Andre đến thăm và tôi thấy hai vợ chồng Andre có phước lớn, gặp dịp may hiếm có, tôi mới nói có người bạn muốn trao tặng một cái nhà đáng giá hàng chục triệu chỉ có một điều kiện khi anh tự tự chết rồi, xin đưa xác đi thiêu và thả tro cốt xuống biển. Andre trả lời liền:

- Nếu bạn ông cần tôi giúp điều đó, tôi còn đưa xác ra nhà quàn thiêu và có mời Cha đến làm lễ nữa. Tôi lo hết mà không cần gì hết. Tôi hẹn với hai vợ chồng Andre cứ về phòng trọ nghỉ, hôm nay không cần hai ông bà có mặt ở đây về phòng trọ nghỉ, khi nào tôi liên lạc với người bạn xong, nếu thuận lợi tôi tới phòng trọ đón ông chạy tới nhà bạn tôi. Vì thế mà vợ chồng tiến sĩ Andre có nhà như cung điện vua chúa.

Thú thật tôi ngưỡng mộ Andre, khi gặp anh Philip, anh Andre có tình kính yêu thật sự, một tỷ phú hết thời nay muốn chết biếu tặng một ngôi dinh thự sang trọng đẹp đẽ cho một người có đạo đức mà không cần lấy tiền chỉ cần lấy tro cốt của ông thả xuống biển. Andre nghe đến đó quá cảm xúc, bây giờ bố nhận con là con nuôi con sẽ biếu lại bố một trăm ngàn, bố đi chơi cho đã rồi tìm cái chết sau khi hết tiền. Con ký hai check một trăm ngàn trả tiền thuế và luật sư các cái, một trăm ngàn bố chi tiêu, chơi bời cho đã rồi chết cũng không muộn. Anh Philip khen thằng con tôi quá dễ thương, bố nghe lời con. Andre nói liền:

- Ngày mai vợ chồng con về nhà bên Massachusetts, con mua vé cho bố đi chơi luôn, anh Philip gật đầu. Thế là có dịp chị Jane cưới anh Philip tự nguyện nuôi anh suốt đời. Chuyện tình của anh Philip chị Jane khá vui, dịp khác sẽ kể tiếp. Mọi người quá vui vỗ tay vang dội. Đó câu chuyện tình muôn thuở. Tiến sĩ Philip là người có tài giỏi nhứt trong tám anh chị em chúng tôi mà cũng là người rỗi rảnh nhứt. Chúng tôi xin phép bầu anh Philip làm lãnh đạo trưởng nhóm chuyên viên đi vận động những công ty có làm ăn hoặc đã nhờ cậy anh mà nay họ phất lên còn anh thì lụi tàn. Các công ty đó có rải rác khắp năm châu lục, anh Philip có hứa, bỏ ra vài tháng anh đi vòng thế giới gõ cửa xin các công ty anh em trợ giúp một công tác từ thiện có lai xăng. Các công ty trợ giúp anh Philip cấp biên lai để họ được trừ thuế thay vì họ giúp các cơ quan từ thiện khác, nay chia bớt với hội từ thiện của nhóm do anh làm li đơ. Anh đi đâu cũng phải có chị Jane đeo sát anh vì không có chị Jane, anh đâu có ai lo trả tiền ăn tiền ở khách sạn. Tiến sĩ Andre còn nói đùa như cách nói của người bình dân Việt Nam. Bố đi lạng quạng rủi đạp bể bánh tráng, đâu có tiền bồi thường, lỡ có bà nào bắt đền giữ tiến sĩ Philip lại làm tạp dịch trừ tiền làm bể bánh tráng. Cô Jane sẽ ngẩng tò te, buồn lắm, tội nghiệp cả hai người. Cả hội trường nghe Tuyết Trinh chuyển ngữ thành tiếng Việt cùng vỗ tay vui cười. Vì vậy, anh Philip đi đâu phải có chị Jane theo như tiến sĩ Andre nói, chị theo chồng lo nâng khăn sửa túi nay thì mang theo tiền trả mọi chi phí cho chồng.

Năm tới chị Jane mới về hưu, chị sẽ bàn giao cho tiến sĩ Thu Vân, chị Jane sẽ kề cận với anh Philip theo lo trả tiền ăn ở, còn vé máy bay thì con nuôi của anh Philip lo. Như vậy, anh Philip ăn ở và ngủ với chị Jane hoàn toàn miễn phí, còn vé máy bay, có vợ chồng Andre bao hết, tiền xin được xung hết vào quỹ từ thiện và trích ra một phần ủng hộ cho chương trình xây dựng đại học xá Cần Thơ. Khi nào quỹ từ thiện trên trăm triệu, chúng tôi xin lai xăng với chánh phủ phục vụ toàn thế giới.

Tới đây, tiến sĩ George xin lỗi, hồi nãy tôi xin phép năm phút nay nói quá ba lần năm phút, tôi tự phạt uống hết ly rượu martell tình nghĩa này của Viện Đại học Cần Thơ tặng tôi. Xin mời quý vị nâng ly uống cạn ly đầy và nhóm anh chị em tám người chúng tôi như một đại gia đình đã hứa bảo trợ Viện đại học Cần Thơ là chúng tôi sẽ thực hiện đúng lời hứa.

Mời các bạn trong đoàn lên đây chúng ta chào quan khách. Sau khi chúng tôi trình diện cả nhóm xong, tiến sĩ Andre sẽ báo cáo, cho tới hôm nay quỹ xây dựng đại học xá được bao nhiêu?. Mọi người đứng lên chào mừng nhóm tám khoa bảng ân nhân của Viện Đại học Cần Thơ. Cả nhóm về chỗ. Caroline ngồi lâu thấy mệt chị Minh Tâm dìu về phòng.

Hai chị em nói chuyện tâm tình và chị Minh Tâm lấy nước dừa cho Caroline uống. Caroline cám ơn chị và quá xúc động ôm chị khóc nức nở và nói em đang bị bịnh dữ. Anh Hiếu cho biết phải đợi sanh con rồi mới có thuốc trị đúng mức hay phải giải phẩu cắt bỏ khối u. Như vậy, em sẽ ít về Cần Thơ mà phải ở Mỹ, anh chị ba, anh chị tư nhớ khi nào rảnh qua thăm em. Minh Tâm nghe Caroline nói như lời trối trăng hai chị em ôm nhau khóc.

Khi Hiếu báo cáo xong số tiền đã chuyển đến Ban Tổ Chức Xây Dựng đại học xá Cần Thơ và số tiền các nơi hứa hiến tặng sắp tới. Mọi người nhiệt liệt hoan nghênh nhóm tám người đại ân nhân của công tác xây dựng đại học xá Cần Thơ. Về bàn, nghe nói vợ mệt chị Minh Tâm đưa vào phòng, Hiếu vội vã vào gặp cảnh chị em dâu ôm nhau khóc làm Hiếu cũng khóc theo. Hiếu lấy nước dừa mời chị ba uống và đưa một ly nước dừa cho Caroline uống và Hiếu uống ngay chỗ Caroline vừa uống. Caroline kéo tay chồng đưa ly nước dừa chỗ chồng vừa mới uống đưa vào môi mình, Minh Tâm thấy tình nghĩa vợ chồng em út mình đối với vợ sao quá đẹp, Minh Tâm lại khóc thêm.

Tiệc tàn, mọi người ra về, ai cũng vào phòng thăm hỏi sức khoẻ Caroline. Thấy ba chị em khóc thúc thít, cánh đàn ông cũng quá thương tâm, lẵng lặng ra ngoài, bà Jane, bà George, Thu Vân và Tuyết Trinh ở lại thăm hỏi hàn huyên giúp Caroline vui trở lại. Quý chị em tiếp tục nói chuyện, Hiếu ra ngoài thuật cho mọi người biết, Hiếu cố ý đưa Caroline về Cần Thơ lần này, thấy Caroline còn sức về thăm lại nhà xưa, đây là lần cuối cùng của Caroline.

Các giáo sư thượng thặng giỏi về bịnh ung thư trên thế giới như ở Pháp, Anh, Đức, Nhựt, con đều có gởi mẫu máu, mẫu thịt ung thư và các thứ thuốc trị ung thư và còn nói rõ triệu chứng cũng như các X Ray gởi kèm . Trong thư, con còn yêu cầu xin quý vị giúp tôi một đồng nghiệp, hiện là Khoa Trường Phân Khoa Y Học của Yale, vợ cũng giáo sư của Yale nay bị bịnh ngặt nghèo, xin quý vị hết lòng giúp đỡ xét nghiệm chẩn bịnh, mọi chi phí cho tôi biết tôi đủ sức lo cho vợ tôi. Quý vị đừng ngại tốn kém, tài sản vợ chồng chúng tôi có chừng một trăm triệu, tôi cố lo cho vợ tôi sống. Nếu vợ tôi mà không qua khỏi căn bịnh này thì tài sản của vợ chồng tôi có cả tỷ cũng vô nghĩa.

- Con phát hiện, Hiếu nói, khi vợ mang thai, cứ thường ra huyết, chúng con làm cuộc xét nghiệm, biết vợ con vướng chứng bịnh ung thư mà tất cả sách giáo khoa chưa có đề cập. Hai con lớn đang học chuyên khoa về ung thư, chúng cũng hết sức tìm sách tìm thầy và chính chúng nghiên cứu cái chứng bịnh quái ác này mà cũng chưa tìm ra thuốc chữa trị. Cái khó nữa là vợ con đang có bầu chỉ còn ba tháng nữa sanh, nếu sanh sớm thì phải giải phẩu, sức khoẻ không cho phép. Còn đợi sanh xong, ít nhứt một tháng sau mới có thể dùng trị liệu mạnh hay dùng cả xạ trị hay giải phẩu, sức khoẻ lại không đủ sức chịu đựng. Con hoàn toàn dấu nói bịnh ung thư của Caroline khó trị, chỉ nói, em sanh rồi trị bịnh sẽ hết. Caroline có thêm hy vọng sống, chỉ nói thế để cho vợ con thêm tin tưởng khi sanh con xong.

Bịnh của vợ con không hy vọng có thuốc hay giải phẩu chửa trị hết bịnh, lúc bấy giờ con và các con phải nói làm sao cho vợ còn tin sẽ có cách trị hết hay kéo thêm thời gian sống trông thấy ít nhứt có bốn con đều là bác sĩ. Có đến hai con bỏ chuyên ngành khác, chúng qua ngành chuyên chữa trị ung thư may ra còn kéo dài thêm sự sống của mẹ với các con. Hiếu nói tiếp:

- Anh hai con, anh rể, mang chứng bịnh lao phổi loại bịnh nan y mới không thể trị dứt bịnh như nhiều chứng lao hoặc ung thư phổi khác. Nhưng, may mắn có phát minh mới nhứt ở Paris, thuốc đặc trị bịnh này vô cùng mắc mà cũng chỉ làm vi trùng ngủ không phát triển giết chết bịnh nhân. Vì vậy anh sống với bịnh suốt gần mười ba năm, trong đó có đến tám năm anh sống bằng tình thương của người chăm sóc cộng với tình thương vợ chồng. Các bác sĩ chuyên khoa giỏi nhứt của Pháp đã từng nói, dù có thuốc đặc trị anh chỉ sống tối đa bốn năm năm mà nhờ có tình thương và có cả thuốc nên anh sống kéo dài gần tròn mười ba năm.

Nay, vợ con không có thuốc đặc trị làm cho vi trùng ngủ không phát tán, tiến triển lan qua các bộ phận khác. Cha con chúng con chỉ còn dùng cách chăm sóc đặc biệt và tình thương của gia đình nuôi sống vợ con ngày nào hay ngày nấy.

Thật lòng con, nếu có ai hứa chắc chắn là cứu vợ con khỏi tay tử thần về chứng bịnh quái ác này, lấy hết tài sản con, gia đình chúng con cũng rất vui vẻ chấp nhận vì vợ con mất kể như tiền của tài sản đối với con không còn ý nghĩa gì nữa.

Thật trớ trêu, nhờ có vợ con mà nay vợ chồng con có khối tài sản vật chất lớn có đến bốn nhà, có mười con ngoan, khoẻ mạnh, có ít nhứt bốn con sẽ nối nghiệp cha với bằng Y Khoa bác sĩ của các Viện đại học nổi tiếng trên thế giới mà đã có hai con đang học chuyên khoa khác, một đứa học Harvard và một đứa học ở Yale. Nay, hai con biết mẹ mang bịnh ngặt nghèo nên chúng xin chuyển ngành học về bịnh ung thư may ra chúng thỉnh mời các ông thầy về bịnh ung thư giỏi giúp chữa trị bịnh cho mẹ của chúng.

Các thầy, giáo sư chuyên khoa giỏi nhứt của hai Viện đại học Yale và Harvard cũng có tâm sự với con, bịnh của vợ con chưa có thuốc hay cách nào chữa trị dứt. Bây giờ, các vị thầy đó nói chỉ còn tìm cách giúp vợ con đau ít và còn kéo dài sự sống thêm, các thầy nói bó tay trị dứt bịnh.

Con và hai con trai, chưa chịu đầu hàng bó tay, gõ cửa các giáo sư nổi tiếng nhứt về cách chữa trị ung thư ở Pháp, Anh, Đức, Nhựt. Các thầy đó đang nghiên cứu và cho bộ môn chuyên nghành nghiên cứu ung thư hết lòng tìm tòi nghiên cứu cách chữa trị một loại ung thư mới có. Các bác sĩ giỏi về ung thư nói với con thật may mắn, cái bịnh ung thư lạ này có thể sẽ không có tính di truyền sang hai con và kể cả con. Tuy nhiên, sanh con ra rồi, không cho bú sữa mẹ, mà sữa mẹ phải hút bỏ và gởi mẫu sữa cho các giáo sư xét nghiệm. Con và hai con mới sanh sau này phải thường xuyên xét nghiệm máu, X ray cho thêm tin tưởng.

Mọi người nghe Hiếu trình bày hết mọi khía cạnh, dù Caroline nằm trên đóng tiền tài sản kết sù, có bốn nhà to, mười con ngoan, học giỏi, chồng là một bác sĩ có tài nổi tiếng trên thế giới và nhiều giáo sư chuyên ngành ung thư nói chứng bịnh ung thư lạ lùng này, đành bó tay không thể trị dứt bịnh.

Hiếu xoay qua nói với anh Bernard và Trung:

- Vợ chồng em về Mỹ kỳ này chắc lâu lắm chúng em mới trở về thăm lại nhà xưa. Anh chị tư, chỉ cất nhà riêng để ở, đừng trồng nuôi thêm cái gì nữa, chỉ có sử dụng cũng đã có nhiều quá. Anh chị bán trái cây, cá, bò, heo gà vịt cứ tự nhiên, em chỉ tính nuôi năm ba con bò heo cho vui, nay sanh sản quá nhiều. Anh chị bán lấy tiền trả tiền hai người giúp việc và trả giúp tiền điện nước. Anh chị còn quán xuyến thêm nhà anh chị hai. Ở lại hai nhà này chỉ còn bố và mẹ. Nhờ một trong hai chị có chồng giúp cho nhà vườn lo chăm sóc, cơm nước bố mẹ kể gia đình anh chị vì anh chị đi làm suốt ngày và còn một chị nữa cũng làm việc rất giỏi có chồng làm việc tại nhà em rồi. Nay anh chị thuê luôn. Như vậy, khu nhà của anh em mình có hai cặp trông nom thêm an toàn. Một chị lo trông nom các con anh chị, chuyện đó anh chị lo. Còn nhà chị hai, em sẽ bàn với chị để gia đình anh chị trông coi các ao cá và ở giữ nhà của chị hai luôn thể. Còn cái nhà em cất cho gia đình anh chị đó đang ở, có quyền cho sinh viên thuê vì con anh chị đó cũng đang học trường Y, để giúp cháu có tiền học cho đến nơi đến chốn. Còn anh chị ba trước sau gì rồi cũng phải về ở nhà mới, gần anh chị tư càng thêm gần gũi hạnh phúc. Khi em về hưu, em và ba má sẽ về Việt Nam ở, hai nhà bên Mỹ để cho con hết.

Từ đây, mỗi tháng em gởi thêm anh chị tư năm ngàn đô để lo giúp em mọi thứ về khu nhà vườn này. Bò heo nhiều, anh chị bán bớt lấy tiền xài, kể cả cá cũng có nhiều lắm, anh chị cứ bán, trái cây cũng bán để anh có thêm thu nhập. Trong ba anh em mình, khi đi làm cho Harvard và Yale, anh tư chỉ có một phần lương, còn anh ba và em đều có hai phần lương. Nay em giữ chức Khoa Trưởng lương cao gần cả triệu chưa tính tiền dạy học thêm. Em và ba má chắc chắn sẽ về Việt Nam sống gần gia đình của anh chị em mình. Bây giờ em ký cho anh chị tư một cái check một trăm ngàn, anh chị cứ giữ đó mà chi tiêu lo hết cho em trang trải chi phí nhà vườn. Anh Bernard của Hiếu nghe em nói anh quá cảm xúc ôm em khóc thành tiếng. Quý bà trong nhà ra thấy hai anh em Bernard ôm nhau khóc làm cho mọi người cũng khóc theo.

Hiếu nhắc bây giờ đã khuya, chúng ta về ngủ, em phải nằm bên cạnh vợ em, cô ta may ra mới ngủ được, thôi để em đi trước kẻo vợ em trông rất tội nghiệp.

Sáng hôm sau, cả nhà chị Ngọc Mai, không lên được ngày hôm qua, hôm nay mua vé đò lên sớm và có cả ý sáu nhằm thăm Caroline đang đau. Bố mẹ Thu Vân cũng đã lên hôm qua, ông bà cựu Bí Thư cũng đến dự lễ trao bằng tiến sĩ danh dư cho tám nhà khoa bảng ân nhân của đại học xá Cần Thơ, ngủ lại bên nhà bố vợ Trung. Sáng mọi người đến nhà Hiếu ăn sáng, thịt kho trứng ăn với bánh mì nóng, Trung mua về đến hai chục ổ mới ra lò. Gia đình chú thím Tín cũng đến đông đủ, Hiếu mời mọi người đến vì nghe tin Caroline sắp sanh đôi ai cũng mừng nên đến chúc mừng và biết ngày mai về Mỹ.

Như mọi lần, hai chị vú đem ra bàn tròn thấp cho khách con nít vì có con của anh chị hai, anh chị ba, anh chị tư. Trí và các bạn dọn thêm ba bàn tròn và một bàn dài, đám trẻ ăn xong, chúng ra sân chơi, có con chú thím Tín cũng vui chơi với chúng. Các chị vú lo mang ghế, cà phê nước trà ra trước. Sau đó mang ra chén dĩa muỗng nỉa đủ hết. Chị hai múc ra mười dĩa thịt kho trứng ra trước và tiếp theo là mười dĩa bánh mì nóng hổi.

Hai anh phục vụ nhà vườn, hái vô hàng chục thứ trái cây, mang vào bếp nhờ các cháu gái rữa sạch, để ráo cho vào dĩa cũng năm sáu dĩa lớn đủ loại trái cây mới hái xuống. Dù ăn sáng, Hiếu cũng nhờ hai anh chặt cho năm sáu quày dừa lửa, cũng nhờ các cháu lau sạch bụi và nhờ Trí chặt chừng một chục trái cho vào xô. Ba bốn bạn cùng nạo cơm dừa cho vào nước dừa, có dằn một chút xíu muối cho thêm ngọt, đem ra mấy chục cái ly đựng nước dừa để cạnh bên. Sáng sớm nước dừa không cần để lạnh hay cho thêm đá. Trí dùng cái dá to múc nước dừa cho vào mỗi ly và có muỗng nhỏ để ăn cái dừa, kể cả ống hút để lên bàn ăn.

Thấy mọi việc đã dọn xong, Hiếu đứng nắm hai tay lại thưa quý bác, bố mẹ và quý anh chị. Vợ chồng con rất vui mừng tiếp đón sáng hôm nay đông đủ cùng ăn sáng có những vị khách quý từ Mỹ cùng về đây với vợ chồng chúng con.

- Chúng con quá vui mừng chỉ con vài tháng nữa là vợ con sanh thêm hai cháu gái, chúng con có con trai gái bằng nhau, trai năm, gái cũng năm. Vợ chồng con rất bận công việc dạy học và lo các con đi học đại học cũng có trung tiểu học. Chúng con thật hạnh phúc có bốn cháu lớn nối nghiệp cha học ngành Y cũng còn vài năm nữa sẽ ra trường sẽ làm việc tại Mỹ. Có con học luật muốn làm luật sư, nha sĩ, dược sĩ, kỹ sư nhiều ngành nghề và phối ngẫu của các con cũng có học lực như bạn đời của chúng. Chúng con vô cùng hãnh diện hạnh phúc, hai con trai trưởng của chúng con lại là hai chàng rể của anh chị Robert và Thu Vân. Vợ con đang mang bầu và trong mình không được khoẻ, mời em đứng lên chào bà con, Caroline đứng lên ôm hôn chồng một cách yếu ớt không như xưa. Caroline vội nói:

- Bây giờ con nói được tiếng Việt là nhờ sư phụ Hiếu, em cám ơn anh Hiếu. Con xin chúc quý cô bác anh chị luôn bình an khoẻ mạnh hạnh phúc, cả nhà vỗ tay tán đồng. Caroline nói tiếp:

- Ngày mai chúng con về Mỹ, quý vị ở lại thường nhớ nhắc đến chúng con thì chúng con ở Mỹ tha hồ nhảy mũi, mọi người vỗ tay cười vang. Chúng con xin cầu nguyện Thiên Chúa, Đức Mẹ Maria luôn ban bố hồng ân, phước lành cho tất quý vị. Caroline có vẽ mệt, đuối sức, cúi đầu xin phép ngồi xuống, có thêm một tràng pháo tay tán thưởng. Hiếu nói tiếp:

- Cả đêm, vợ con không ngủ được cũng làm cho con cũng thức với vợ tha hồ mà nói chuyện gia đình gần tới sáng, con thì còn khoẻ, tội nghiệp vợ con sắp tới ngày sanh lúc nào cũng cảm thấy mệt trong người. Như hồi nãy, vợ con muốn nói nhiều vì Caroline mới biết nói tiếng Việt muốn khoe với gia đình chồng là em cũng nói được tiếng Việt, em cũng là người Việt Nam. Caroline nghe chồng nói, giơ hai tay lên tán đồng lời nói của chồng, cả nhà vỗ tay hoan nghênh. Nhưng, Caroline mới nói được mấy câu thì Caroline đã mệt xin quý cô bác thông cảm.

Sáng nay là bữa ăn đơn giản mà cũng là bữa ăn chia tay, chúng con về Mỹ làm việc và nuôi mười đứa con sẽ rất bận bịu không có nhiều dịp trở lại đây nhiều nữa. Cũng may, vợ con còn sức, con mới đưa vợ con theo con đi Hà Nội nhận bằng tiến sĩ danh dự do chính tay Thủ Tướng và ông Viện Trưởng, hai ông trịnh trọng trao tặng làm cho Caroline có thêm niềm vui. Và Viện đại học Cần Thơ cũng trao bằng tiến sĩ danh dự cho Caroline cũng an ủi Caroline giúp thêm sức cho em. Nay quý cô bác vui với gia đình chúng con và đặc biệt là vui mừng biết Caroline sắp sanh đôi. Nếu cô bác, anh chị thấy con nói đúng cho con xin thêm tràng pháo tay chúc mừng Caroline sanh mẹ tròn con vuông.

Cả nhà vỗ tay và cả mấy đứa nhỏ đang chơi ngoài sân cũng vỗ tay làm Caroline quay ra sân cũng vỗ tay với các con, Caroline vui trông thấy.

Bác cựu Bí Thư Sóc Trăng hết lời khen ngợi vợ chồng Hiếu và đặc biệt là ông nói sẽ yêu cầu đặt tên nhà bảo sanh của bịnh viện đa khoa Sóc Trăng là nhà bảo sanh Caroline nhằm ghi nhớ ơn cháu đã ủng hộ hết lòng thêm tiện nghi cho nhà bảo sanh. Mọi người vỗ tay hoan nghênh. Ông Khoa Trưởng của đại học Y Cần Thơ nói:

- Vợ chồng Hiếu-Caroline đóng góp quá nhiều cho trường Y. Nay trường Y đang làm một vườn hoa gần văn phòng làm việc của Khoa Trưởng, tôi cũng đặt tên là vườn hoa Caroline. Vợ chồng Caroline cũng mới tặng thêm tiền tôi thực hiện vườn hoa trước khi tôi về hưu. Mọi người vỗ tay hoan nghênh. Caroline vội mạnh dạn đứng lên cúi đầu chào và nói con xin kính cẩn cám ơn bác Bí Thư và Thầy Khoa Trưởng. Quý vị đã thể hiện tình thương mến của quý vị đối với Caroline và vợ chồng Caroline-Hiếu, chúng con muôn vàn cảm tạ. Mọi người vỗ tay tán thưởng cung cách nói tiếng Việt của Caroline thật dễ thương.

Hiếu xin hảng máy bay đổi chỗ của chánh phủ bút cho tám người sang phòng dành riêng cho VIP, vì có người đau nhiều, Hiếu sẽ trả thêm tiền sai biệt. Cô bán vé nói, Hiếu đợi vài phút để cô gọi về văn phòng chánh ở Hà Nội. Chừng ba phút sau, cô nhân viên nói, văn phòng chính nói đồng ý để phái đoàn Mỹ tám người ngồi ghế VIP không có trả thêm tiền vì là khách đặc biệt của chánh phủ.

Hiếu thông báo đến mọi người biết tin sốt dẽo và Hiếu cũng xin thông báo có ông bà Tổng Lãnh Sự Áo nói, chừng bốn giờ ông bà sẽ đến nhà Hiếu chào phái đoàn thiện nguyện từ Mỹ về và sẽ dự cơm chiều tại nhà Hiếu. Chừng tám giờ tối, ông bà cùng gia đình về nhà Sóc Trăng và trưa mai, ông bà và gia đình con gái sẽ cùng đưa phái đoàn của Hiếu về Mỹ.

Trưa nay con đãi quý bác cô chú và anh chị và chiều thêm một bữa cơm nữa rồi mới chia tay. Mọi người đồng ý. Hiếu cho biết quý vị ở xa cần nằm nghỉ trưa có thể qua nhà anh chị ba, anh chị hai sát cạnh đây, chúng tôi đã chuẩn bị cả chục phòng kể cả ở đây cũng còn ba phòng trống. Quý vị đừng ngại vì đây là lần gặp nhau đông đủ nhứt. Quý vị ra ao câu cá, chiều nay, chúng ta chỉ có ăn cá do quý vị câu, tại mỗi chỗ ngồi câu có sẵn mồi trùn và rộng đựng cá. Nếu câu được cá nhỏ xin thả lại xuống ao, móc mồi, gỡ cá các bạn sinh viên trường Y đến giúp. Còn tôi sẽ lo cắm câu và đặt lọp hy vọng sẽ có cả chục con cá lóc tha hồ mà nướng trui ăn chiều nay. Hiếu nói:

- Chút nữa, con mời bố, ông George, anh Robert theo tôi quan sát cách cắm câu và đặt lọp bắt cá lóc. Nếu quý bà theo chơi coi cho biết tôi cũng học lóm cái nghề bắt cá này. Chiều nay biểu diễn coi có gặp hên bắt được nhiều cá lớn ăn mới ngon. Ngoài các món cá, mình có thêm món thịt bò nướng ngói mà ông bà Tổng Lãnh Sự Áo rất thích ăn khi đến đây.

Từ sáng, Hiếu đã nhờ Trí và các bạn đi tìm mua nhái, bù tọt để cấm câu bắt cá lóc và đặt chừng mười cái lọp có thả thêm mồi trùn, cho vài con nhái ở trong lọp nhữ cá lóc vào, đã đặt xong hết sau bữa cơm trưa. Chừng bốn năm giờ sẽ đi đổ lọp xem coi cá có dính câu cắm không? Theo lẽ vụ cắm câu, đặt lọp phải vào ban đêm mới chắc có cá, nhưng mình làm ban ngày cũng hy vọng không có cá nhiều thì cũng có ít, thiếu chạy ra chợ mua thêm. Câu cắm Trí cũng có cắm trên hai chục cây khắp nơi. Nếu bắt được cá lóc còn nhỏ thì thả xuống rảnh nuôi lại. Hiếu chuẩn bị nấu món canh chua bông sua đũa và bông điên điển xào thịt heo và cá lóc xắt mỏng. Hiếu nói anh tư và chị tư:

- Vào rủ vợ em ra xem cảnh Hiếu đi đặt lọp và bắt cá cũng như cắm câu, anh lấy xe điện lái qua gần nhà, để một ghế tựa to cho Caroline và vài ghế, chị tư, chị ba, các cháu lên ngồi cho đông thêm vui, anh tư chạy lòng vòng cho vợ em ngắm cảnh gần chỗ em thăm lọp có cá thì em hô lên có người mang cá cho vô thùng ở trên xe điện cho vợ em thấy và các cháu nhỏ biết cách bắt cá như thế nào.

Chiều nay, Hiếu nói tổ đãi, cái lọp nào cũng có cá. Cá nhỏ thả liền tại chỗ. Anh ba thấy cá nhiều quá, lấy thêm một chiếc xe điện cho lên ba bốn thùng có đựng nước để cho cá sống. Chiều nay ăn không hết rộng lại bắt ăn sau. Hai chục cần câu có đến mười cần dính cá, các em sinh viên đem lại gần xe điện cho Caroline, các cháu và quý bà lên xe ngồi xem cá dính câu, trong lọp ai cũng vui thích.

- Caroline, cười lớn làm cho anh chị tư cũng vui lây, sáu đứa bé tha hồ mà la cho tét miệng. Quá vui, cá dính câu, trong lọp thấy mà ham, bố Philip, ông George, anh Robert quá vui và nói cả đời lần đầu về nhà Caroline xem chồng Caroline đi bắt cá thấy quá vui thích. Ba má Thu Vân nghe có cá nhiều cũng chạy ra xem. Ai cũng khen Hiếu làm cái gì cũng thành công, nuôi cá, nuôi gà vịt, heo bò gì cũng sanh sản nhiều quá. Còn cá bây giờ thì khỏi nói, quăng câu xuống kể như là dính cá. Cá lớn thì bắt, cá nhỏ thả xuống ao nuôi tiếp. Chị hai nói chiều nay ăn toàn cá. Cá lóc chị làm món cá hấp lá bầu non, món cá nướng vỉ, cũng có mỡ hành, hai món này, cá lóc cắt đầu và ruột để nấu canh chua, cá lóc nướng trui nó sẽ khét có người không thích, nướng vài con. Xắt mỏng cá lóc ra xào với bông điên điển và có thêm thịt ba rọi. Một nồi cá rô kho tiêu nữa tha hồ mà ăn mà nhậu. Ông bà Tổng Lãnh Sự thấy bắt quá nhiều cá, còn rộng lại cả chục con cá lóc để dành ăn sau. Còn cá rô phi lớn nhỏ gì còn khoẻ đều thả lại xuống ao nuôi tiếp, Chỉ có ăn cá rô đồng to kho tiêu còn có thêm thịt ba rọi nữa, cả một nồi to, ăn cả ngày mai.

Đúng năm giờ rưỡi thì bắt đầu nhậu, món cá lóc nướng trui đầu tiên Bernard và Trung lo đãi mời khách, còn Hiếu lo cho vợ ăn, Hiếu cuốn bánh tráng toàn cá nướng trui, cùng ăn với vợ với chị tư chi ba, Thu Vân. Quý vị phụ nữ lớn tuổi cũng ngồi gần đó. Hiếu cuống bánh tráng nhanh cho tất cả quý bà quý chị mỗi người có một cuống. Có đầu cá lóc nướng trui, Hiếu mời hai bố, ông Tổng Lãnh Sự, hai bác Bí Thư và ruột cá Hiếu cũng xắt chia đều hết mọi người thưởng thức qua cho biết cách ăn ruột cá nướng. Mỗi người cũng cuống được hai cuống vừa vừa, nhậu lai rai nói chuyện đời. Ông Tổng Lãnh Sự xin phép cho ông nói vài lời:

- Ông dùng tiếng Pháp cho nhiều người nghe được, ông và bà xã thay mặt gia đình vô cùng cám ơn vợ chồng Caroline Andre. Nhứt là Caroline đã giúp giới thiệu cho con gái tôi có dịp làm việc trong đoàn nghiên cứu của Viện đại học Yale mà chủ quản có tiến sĩ George và phu nhân cũng hiện diện hôm nay. Chúng tôi vô cùng cảm tạ tiến sĩ George và cháu Caroline. Ngày mai, cả phải đoàn thiện nguyện giúp xây dựng đại học xá Viện Đại học Cần Thơ trở về Mỹ. Vợ chồng và hai con tôi từ Sóc Trăng chúng tôi chạy về đây cùng lên đường về Sài Gòn tiễn đưa quý vị tận phi trường.

Nhân dịp này, quý vị sang Việt Nam chưa có dịp thưởng thức món ăn của Sài Gòn. Máy bay sẽ cất cánh vào lúc tám giờ tối. Như vậy chúng ta rời Cần Thơ sau khi ăn cơm trưa xong, khoảng hơn hai giờ, chạy lên Sai Gòn khoảng gần ba tiếng. Tôi xin mời quý vị cùng gia đình chúng tôi ăn chiều khoảng năm giờ rưỡi. Gần bảy giờ từ nhà hàng Thanh Thế chạy lên phi trường chừng hơn hai chục phút, tôi nhờ hai xe mô tô và một xe jeep của cảnh sát hộ tống và dẫn đường từ nhà hàng. Nhà hàng Thanh Thế, theo cung cách nhà hàng Pháp, nên có toilet cũng rộng rãi, chúng ta vào rữa mặt ăn chiều hơi sớm một chút. Cháu Caroline cũng sẽ mệt vì gần ngày sanh, Josephine đã điều đình với nhà cho mượn một ghế dựa to rất thoải mái cho Caroline nằm dựa đỡ mệt và có bạn Josephine lo cho Caroline, đặc biệt chúng ta không sợ kẹt xe. Miễn chúng ta đến phi trường trước vài chục phút là OK vì phái đoàn của Thủ Tướng mời, hải quan khỏi phải xét, chúng tôi có cử nhân viên đứng tại chỗ với hải quan để cho mọi người thoải mái. Còn Caroline đến phi trường có xe riêng của phi trường đưa đến cửa máy bay. Khi nào máy bay đóng cửa chúng tôi mới ra về.

Mọi người, nghe ông Tổng Lãnh Sự nói từng chi tiết, ai nấy cũng vui, chuẩn bị quá chu đáo. Ông George đại diện nhóm anh chị em chúng tôi rất cám ơn ông Tổng Lãnh Sự, xin kính chúc Ông Tổng Lãnh Sự và gia đình luôn bình an.

- Bây giờ xin mời quý vị cùng nâng ly cùng chúc mọi người có nhiều sức khoẻ và đặc biệt tiến sĩ Caroline sẽ sanh hai công chúa xinh đẹp và sẽ học giỏi và tánh tình hiền hoà dễ thương như mẹ Caroline của chúng, ông Tổng Lãnh Sự nói tiếp. Mọi người vỗ tay, Caroline đứng lên, xin nói bằng tiếng Pháp:

- Con cám ơn hai thân phụ mẫu của bạn Josephine. Con và Josephine chưa hề xa nhau lâu mà lần chia tay này, con có cảm nhận còn lâu lắm con mới gặp lại người bạn thân yêu của con. Xin chúc bạn và anh Trai trăm năm hạnh phúc. Xin kính chào quý vị, tôi muốn nói nhiều nhưng cảm thấy mệt, xin phép chỉ có bấy nhiêu lời. Chị tư giúp em ngồi xuống. Hiếu nói:

- Hôm nay là ngày vui của chúng con chẳng khác nào ngày cưới của chúng con, xin kính mời quý cô chú bác dùng với vợ chồng chúng con một bữa ăn gia đình vui vẻ. Thực đơn có ba món cá lóc nướng trui, nướng vỉ, cá lóc hấp bông lá bầu. Đầu cá lóc nấu canh chua bông sua đũa, món cá lóc thái và thịt ba rọi xào với bông điên điển và món cá rô kho tiêu. Tất cả các nguyên vật liệu đều có tại nhà vườn và chính vợ con là người thúc đẩy con lo chăm sóc và phát triển các nguyên vật liệu làm thức ăn. Vợ con giúp mọi điều còn làm bác sĩ chuyên khoa chữa trị chứng rung tay của con khi đụng vào phụ nữ. Nếu anh nói đúng em đưa tay lên, Caroline đưa cả hai tay làm cho mọi người cười vui quên một người bịnh đang chờ thần chết đến gọi chưa biết ngày giờ nào.

Vừa ăn xong, ông bà Tổng Lãnh Sự mang theo xe một bình nước dừa để về Sóc Trăng uống. Những bà con ở Sóc Trăng cũng cùng ra về, chỉ còn lại ba má Thu Vân và gia đình Bernard, ngày mai đưa lên Sài Gòn rồi về Cần Thơ nghỉ thêm một đêm. Sáng hôm sau, Bernard lái xe về Sóc Trăng có ba má Thu Vân cùng đi.

Ngồi ghế VIP trên máy may nên kéo rộng ra nằm rất thoải mái. Hiếu nằm cạnh vợ, lấy thuốc cho vợ uống và cho uống thêm thuốc ngủ giúp Caroline ngủ ngon đỡ mệt khi đi đường xa. Caroline ngủ một giấc cả mười tiếng, thức dậy, thấy chồng đang ngồi ăn một cách ngon lành. Caroline vẫn còn nhỏng nhẻo:

- Anh ăn một mình không cho em ăn với. Hiếu đỡ Caroline ngồi dậy có tiếp viên chạy tới, Hiếu nhờ cho khăn ướt lau mặt và tô súp và một ly sữa nóng. Hiếu lau mặt mày tay chân cho vợ xong, đút súp cho vợ ăn hết tô súp. Hiếu lấy thuốc cho vợ uống cũng kèm theo một viên thuốc ngủ và ép Caroline uống hết ly sữa và muốn nằm, Hiếu cho nằm xuống và Caroline thiếp trong giấc ngủ. Mẹ Jane và bà George đến nắm tay Caroline và nghe tiếng ngáy đều đều. Hai bà ngồi nói chuyện với Hiếu. Lần uống thuốc thứ nhứt khi máy bay cất cánh chốc lát, tôi có cho thêm thuốc ngủ nên cô ngủ say cả mười tiếng bù cho tối hôm qua cả đêm không ngủ. Tôi vừa cho ăn một tô súp và uống hết một ly sữa cũng như uống thuốc, tôi chỉ cho nửa liều thuốc ngủ tối hôm qua, nay đã ngủ ngon, chừng năm sáu giờ thì máy bay cũng sắp đáp xuống rồi. Như thế Caroline khoẻ lại, có thể ngồi xe lăn thường ra xe, hai con đã lái xe ra đón hết về nhà, ông bà George có xe đón.

Phi cơ đáp xuống, Caroline rất tỉnh táo, giúp chồng thu dọn đồ đạc cá nhân lên ngồi xe lăn, thằng con trai dành đẩy mẹ đi phăng phăng. Lên xe cả mười người đi hai chiếc van khá rộng. Về nhà, ông bà ngoại thấy Caroline khoẻ, các con đi học sắp về đông đủ, Caroline đi vào phòng một mình không cần xe lăn . Đến giường cũng cảm thấy mệt, nằm dài xuống giường thở dồn dập. Hiếu vào tủ lạnh rót cho vợ một ly sữa lớn, bảo vợ ráng uống cho hết. Vợ ngoan ngoan nghe lời, nhưng không tài nào uống hết, để cho vợ vào trên ghế tựa dài nghỉ cho khoẻ. Hiếu chuẩn bị nước nóng để trong xô, lấy khăn ra nhún nước lau khắp mình mẫy, thấy có chảy máu ở chỗ kín, Hiếu lau sạch sát trùng mà không có băng bó chỉ có mang đồ dùng cho phụ nữ có kinh nguyệt. Hiếu thay đồ mới cho vợ xong, đưa vợ lên giường, Hiếu mở tivi cho vợ xem và mở cửa cho các con vô chào mẹ.

Ông bà Philip, George và vợ chồng Thu Vân được đứa con trai lớn dẫn đến xem phòng điều trị cho mẹ, có trang thiết bị như tại phòng khám của bịnh viện đầy đủ hết, kể máy X Ray. Có bốn giường bịnh viện thứ tốt nhứt, đầy đủ hết các dụng cụ y khoa cần thiết. Hai cháu nói, mẹ cháu đang đau di chuyển cũng khó khăn, rồi tới ông bà ngoại với tuổi già và với cả ông bà nội chúng con khám chăm sóc tại nhà thay vì đi bịnh viện. Ông nội Philip nói, các cháu tôi tính xa giống tính của bố nó. Ông bà sẽ về đây vui chơi với ông bà ngoại mấy cháu mà có bịnh thì có bác sĩ trị bịnh liền tại chỗ quá tiện lợi. Còn bây giờ chỉ dành cho mẹ cháu độc quyền.

Ông bà George thấy cửa phòng mở, một đám con đến vây quanh mẹ, hai ông bà nói lớn chào từ giả Caroline và các cháu mà không gặp Andre. Ông George nói với Caroline:

- Chị nói với Andre chúng tôi về, sẽ gặp lại sau. Caroline dạ và nói cám ơn hai ông bà. Các con Caroline, mỗi cháu bóp tay, chân, bả vai, Caroline cảm nhận quá hạnh phúc quá vui, con cái và chồng đều yêu quý mình.

Hiếu nằm cạnh vợ. Caroline nói thì thầm vào tai như lời trăng trối:

- Khi em ra đi xa đại gia đình, anh thay em chăm sóc cha mẹ già, các con và anh đưa thân xác em về chôn cất tại phần mộ mà chúng mình đã quy hoạch trước tại sân nhà vườn mình ở Cần thơ. Em có viết di chúc để trong áo gối em đang nằm. Hiếu quá xúc cảm, siết chặt tay vợ và hôn vào môi má với những dòng nước mắt tuôn trào và vợ cũng khóc.

Đúng với mộng mà cậu con trai trưởng thấy dượng hai nói, theo lẽ mẹ cháu chết lúc đang sanh hai cháu gái. Nhưng cha mẹ có nhiều công đức, có tình nhân ái bao la và tánh lương thiện ít ai sánh bằng nên bề trên tạo điều kiện cho mẹ cháu đẻ không đau nên không phải rặn đẻ mạnh thoát được cái chết. Nhưng mẹ cháu cũng hưởng ân đức ở lại thế gian chỉ có tới mùa hè, ngày tháng đó mẹ con sẽ phải về nước Thiên Đàng, có đủ mười con, cả những ý trung nhân các con và sui gia đều có mặt đông đủ.

Điềm mộng báo trước diễn tiến, mẹ con sẽ ra đi dần trong một giấc ngủ. Ba con nằm cạnh bên mẹ phát hiện, mẹ con đang thở nhẹ và nước mắt chảy ra nhìn ba con lần cúi rồi hắt hơi nhẹ, đầu nghẻo qua một bên. Ba con la lớn:

- Em ơi, Caroline đừng bỏ anh...

Ông bà ngoại và chị vú đang lo cho các cháu, nghe tiếng la của con rể biết chuyện gì xảy ra rồi.

Bà bảo chị vú đến gõ cửa tất cả các phòng cho biết chạy đến phòng Caroline. Ông bà vội qua phòng con, thấy có ba bốn đứa con lớn nhanh chân đã vào nắm tay, nắm chân mẹ khóc vang, hai ông bà ngoại cũng khóc. Các con lớn nhỏ đứng quanh mẹ khóc. Một cháu trai thấy bố quá đau khổ rũ rượi, như kẻ mất hồn, vội đẩy một cái nệm dài đến để cho ba nằm nghỉ vì cả đêm, Hiếu không chộp mắt, không cho đứa con trai thay thế nằm cạnh mẹ theo dõi mọi diễn biến bịnh tình của mẹ. Hiếu có linh cảm, đoán trước Caroline sẽ ra đi tối nay, nên không cho con thay thế như những đêm trước mà giờ phút cuối cùng giờ ra đi phải có Hiếu bên cạnh vì mấy ngày nay, tự nhiên Caroline xuống sắc, nói thều thào và quá yếu...

Mọi việc tang sự đã chuẩn bị đầy đủ. Các con cũng đợi sau hai tiếng, xét nghiệm lại coi mẹ có hồi dương sống lại không. Hai con dâu mời mọi người ra xa giường, tập trung ở đầu phòng ngồi bàn luận mọi chuyện và tất cả các em cũng quây quần ở đó, để hai con dâu, lau sạch thân thể mẹ với cả thuốc sát trùng, thay quần áo mới, có xe đẩy đưa sang một phòng trống mà lúc nào cũng khoá kín cả tháng nay, không ai biết phòng đó để làm gì.

Nay Hiếu đưa chìa khoá cho con trai trưởng mở, mọi người mới biết Hiếu chuẩn bị trước mọi thứ, từ bộ quần áo tuyệt đẹp mà vợ thích khi mặc tham dự một sự kiện gì quan trọng và chồng mặc bộ đồ màu gì cho xứng hợp màu với bộ quần áo của vợ, cũng được Hiếu cho vào một cái tủ quần áo cùng với những bộ quần áo của vợ để lưu lại giữ kỷ niệm. Một áo quan thuộc loại gỗ quý hiếm, đánh bóng tuyệt đẹp cũng để sẵn trong phòng, từ những vật dụng thường dùng hàng ngày, Hiếu cũng để hết trong phòng, những chai dầu thơm, son phấn, đang xài dang dở để trong bao kiếng trên một cái bàn dài nhỏ. Mọi thứ gì mang theo cho vợ về thế giới khác kể vài cái nón lúc hai vợ chồng mới yêu nhau và cái áo sơ mi dài tay, bao tay, khẩu trang khi Caroline ngồi xe mô tô với người tình du dương chỗ này chỗ nọ. Hiếu đã chuẩn bị mọi thứ mà không cho vợ con biết và cái phòng này, không ai biết trong đó chứa đựng gì. Khi phòng mở toang, làm vệ sinh, hút bụi. lau lại áo quan và chính Hiếu làm không để các con hay ai khác làm, Hiếu đeo khẩu trang vào phòng xịt thuốc sát trùng khắp mọi nơi kể cả trên trần, trong toi lết, tủ...

Mọi người kể cả các con trưởng thành đều thắc mắc, thấy bố lau chùi cẩn thận một cái tủ kiếng nhỏ trong đó có một tấm nhung xanh gói một vật gì trong đó có trưng bày trên bàn làm việc của bó từ ngôi nhà cũ ở Cần Thơ khi bố mới vừa học xong năm thứ ba và gặp mẹ Caroline trong mùa hè năm đó. Bên ngoài tấm nhung xanh thấy có đề ngày tháng, không ai hiểu ý nghĩa của những ngày tháng và trong tấm nhung xanh có vật gì quý giá. Các con nói, bố dặn khi tẩn liệm xong bố sẽ lấy cái gói nhung xanh để lên ngực mẹ rồi mới đóng nắp quan tài. Các con lại càng thắc mắc mà không dám hỏi.

- Bố đã biết các con muốn biết lai lịch cái tủ kiếng nhỏ có tấm nhung xanh bên trong. Sau tang lễ, Bố sẽ cho các con biết và mọi người kể cả ông bà ngoại ông bà nội, cô hai, bác ba, cậu tư và gia đình chưa ai biết chỉ có bố và mẹ con biết. Bố sẽ kể lại lịch sử cái gói nhung xanh ngoài có ghi ngày tháng và có hai chữa C H chồng lên nhau. Các con sẽ hiểu rõ mối tình của ba mẹ. Đứa con nào có tâm hồn viết văn mà viết thành truyện, cũng sẽ là một best seller của người Việt Nam. Các con nghe qua quá thích. Con dâu trưởng nói, các con mong mỏi nghe bố kể bảo vật của bố mẹ trong bọc nhung xanh. Hiếu nói:

- Sau khi chôn mẹ của các con xong, chúng ta sẽ có bữa ăn trưa, còn đông đủ mọi người, bố sẽ bật mí cho mọi người vui tươi trở lại không còn buồn nhiều qua sự ra đi của mẹ con.

Con trai trưởng của ba cũng nhặt được hai lá thư của mẹ con gởi lại gia đình trong áo gối mẹ đang nằm, mẹ từng bảo con trai lấy ra khi nào mẹ mất con đọc lên cho mọi người biết, mẹ viết gì trong đó. Mẹ của con còn nói, mẹ viết cố viết có mấy trang mà mãi ba bốn ngày mới xong và nước mắt của mẹ rơi rớt trong đó.

Chuyện hậu sự tính sau, các con thông báo về Harvard, Yale ngày mẹ mất và ngày chôn mẹ. Ở Việt Nam, anh tư giúp em thông báo cho Cha Chánh Xứ nhà thờ Vienne và hai gia đình bạn chí thân của Caroline ở Áo, anh tư cũng thông báo giúp về Sóc Trăng về Cha Chánh Xứ cũng như Cha Chánh xứ nhà thờ Chánh Toà Cần Thơ.

Hiếu nói sẽ email báo tin buồn cho Thủ Tướng Chánh Phủ, Bộ Ngoại Giao kể cả Bộ Ngoại Giao Áo vì Caroline từng là nhân viên của Bộ Ngoại Giao Áo. Hôm nay là thứ ba, sáng thứ bảy lễ an táng xin ba Cha lo giúp phần nghi lễ tại phần mộ, không qua nhà thờ. Thứ ba tuần tới, Hiếu phải bay về Mỹ đi làm vì đã nghỉ đủ mười ngày rồi. Các con có thể ở lại thêm một hai tuần rồi về sau. Bố nhắc con trai trưởng:

- Trong bữa cơm trưa đông người, con đọc thư di chúc của mẹ để lại. Và con đọc luôn bảng ghi nhớ khi con nằm mộng được dượng hai từ Núi Sam Châu Đốc sang Mỹ báo cho biết diễn tiến bịnh trạng của mẹ, cũng như còn mấy ngày nữa mẹ con ra đi như hiện nay.

Theo dự kiến, ông bà nội, ông bà ngoại, cả đại gia đình nội ngoại của ba mẹ sẽ chôn cất ở Cần Thơ nên Mẹ con lại muốn về Cần Thơ chết mà Mẹ các con đang nằm liệt làm sao còn sức đi xa. Sau Mẹ các con đồng ý với Ba, Mẹ mất đưa quan tài về chôn ở Cần Thơ. Cháu trai xin phép Bố, kể tiếp giấc mơ, Dượng Hai báo mộng cho biết Mẹ sẽ ra đi vào mùa hè, có thiên thần đón về Trời. Dượng hai còn nói:

- Các con về tới Sàigòn có trực thăng đưa mẹ con và gia đình về nhà Cần Thơ. Con nổi da gà, làm sao mà có trực thăng đi từ Sài Gòn về Cần Thơ, ở Mỹ mình có tiền thuê trực thăng tư nhân, còn Việt Nam chỉ có trực thăng của Quân đội, nghe đến đây con hoàn toàn không tin có trực thăng đưa mẹ và gia đình về Cần Thơ. Tiếp theo, dượng hai cho biết:

- Diễn tiến ngày giờ nào Mẹ chúng con ra đi, theo Công Giáo đó là đến giờ Chúa gọi về Thiên Đàng. Tang lễ của mẹ con có cả ba cha bề trên ở Áo, CầnThơ, Sóc Trăng đến dự và còn có cả lãnh đạo cao cấp của chánh phủ đến dự. Thật ra, con không dám tin vì mẹ con chỉ là một giáo dân tầm thường làm sao mà các quý Cha bề trên đến tại nhà làm lễ tang thay vì con chiên chết thường vô nhà thờ làm lễ cầu nguyện, làm gì có đến ba Cha, một Cha đã là quý hiếm rồi. Dượng hai còn nói có lãnh đạo chánh phủ và nhiều quan chức cao cấp tham dự và hàng ngàn sinh viên đến đưa tiễn lần cuối.

Tới đây, cháu trai hạ thấp giọng nói con vốn là một người dù có vào đạo Công Giáo khi mới sanh ra chừng một tháng theo đạo vì cha mẹ có đạo. Tới giờ này, con đã gần ba mươi tuổi chưa tin gì về thần quyền, kể cả hai đảng chánh trị ở Mỹ, con chỉ tin vào lẽ phải, lòng nhân ái và lương y như từ mẫu chỉ có thế.

Qua giấc chiêm bao, nay con tin là có thế giới siêu hình soi rọi việc làm công đức của con người, chúng con nguyện theo gương bố mẹ cứu đời, xã hội.

Tổ chức lễ tang tại nhà ở Cần Thơ, Hiếu quá đau khổ rũ rượi, kiệt sức nên mọi chuyện do con trai trưởng của Hiếu Caroline quán xuyến.

Khi biết tin có Thủ Tướng và phu nhân và vài vị Bộ Trưởng đến dự tang lễ. Hiếu và các con đứng thành hai hàng với áo tang trắng xoá đón chào Thủ Tướng và phái đoàn. Con trai trưởng, đại diện tang gia nói:

- Con xin đại diện tang gia cúi đầu đa tạ Ngài Thủ Tướng và phu nhân, quý Cha bề trên và tất cả quý bà con cô bác, anh chị em đến đây hiệp ý cầu nguyện và tiễn đưa mẹ chúng con nhàn du tiên cảnh.

Con xin giới thiệu chương trình tang lễ, bố con nói lời cám ơn trước. Ngài Thủ Tướng có lời phân ưu và quan khách. Sau an táng. Con kính mời Ngài Thủ Tướng, quý Cha và quan khách ngồi vào bàn uống nước, con xin đọc di chúc của mẹ con gởi chung cho cả gia đình và bố chúng con sẽ tiết lộ bí mật cái gói bao nhung xanh đẹp mắt cùng theo mẹ con trong quan tài về thế giới khác. Đứa con trai trưởng thứ hai chuyển ngữ sang tiếng Anh.

Hiếu vừa lau nước mắt vừa nói lời cám ơn từ đáy lòng mình:

- Trước hết con xin đa tạ tấm lòng cao đẹp cuả Thủ Tướng Chánh Phủ và phu nhân cùng phái đoàn, quý Cha và quan khách, thân tộc đối với Caroline và đại gia đình chúng con. Ngài Thủ Tướng đã hết lòng giúp đỡ, theo ý nguyện của vợ con và con, sẽ hết lòng phục vụ đất nước Việt Nam thân kính của chúng ta cho đến hơi thở cuối cùng. Chúng con quyết tâm dùng tiền túi, công sức và tiền của quyên góp được sẽ giúp đưa Viện đại học Cần Thơ là Viện Đại học quốc gia kiểu mẫu có tư nhân hỗ trợ. Sẽ có một đại học xá to rộng, một khu liên hợp thể thao có tầm vóc quốc tế cùng với một khu rừng sinh thái và vườn hoa thật đẹp điểm xuyết thêm đại học xá khang trang rộng lớn nhứt Đông Nam Á. Nếu Chánh phủ và chánh quyền địa phương cấp đất càng rộng càng nhiều cho Viện đại học Cần Thơ, chúng con tư nhân, thực hiện công tác thiện nguyện bất vụ lợi, cố gắng thêm nữa xin thêm tiền, nâng tầm vóc vĩ đại của Viện đại học kiểu mẫu Cần Thơ của chúng ta.

Tới đây, con xin tạm ngưng, chốc nữa sau an táng con cũng có vài lời cuối cùng. Con trân trọng kính mời Thủ Tướng, Quý Cha và quan khách có điều gì chia xẻ chúng con xin đón nhận trước khi động quan.

Thủ Tướng, quý Cha, ông Tổng Lãnh Sự Áo, chánh quyền tỉnh, thành phố, đại diện tổ chức từ thiện quốc tế, đại diện Viện đại học Yale, Viện đại học Cần Thơ... lần lượt chia buồn cùng tang quyến và trình bày sự thương tiếc một nhà trí thức khoa bảng tài năng Caroline luôn có tinh thần nhân ái cao đẹp đối với tha nhân, xã hội, đất nước, gia đình...

Sau an táng, Thủ Tướng và quan khách ngồi vào bàn được bố trí sau phần mộ. Bác sĩ Trần trọng Hiếu tỏ bày tiếp tâm tình của mình, anh rể Bác sĩ Bernard chuyển ngữ sang tiếng Anh:

- Dù con còn trẻ, vài năm nữa con cũng xin về hưu sớm, về Việt Nam sống và cố gắng cùng với nhóm tám người, nay còn sáu người vẫn quyết tâm đi vận động trên thế giới có đủ tài chánh trên trăm triệu đô sẽ hoàn thành các công ích cho hội từ thiện quốc tế và đại học xá Cần Thơ mà nhóm chúng con hy vọng trong vòng năm năm tới sẽ hoàn tất.

Con kính trọng Thủ Tướng cho phép con gọi bằng bố cho thêm gần gũi và khi bố về hưu, có con lo sức khoẻ cho bố và mẹ. Con sẽ thiết đặt tại ngôi nhà này một phòng khám bịnh đa khoa với các dụng, phương tiện hiện đại nhứt tại Cần Thơ có phòng khám bịnh đa khoa tối tân hiện đại, không thua kém bịnh viện Mỹ.

Thưa Thủ Tướng, xin phép thưa Bố, con nghĩ đến bố sẽ có dịp đến phòng khám bịnh này vì mình biết rõ, bộ phần nào trong cơ thể, đau ở đâu do nguyên nhân gì, bị loại vi trùng gì... Thầy thuốc biết rõ thì cách điều trị cũng khá dễ dàng. Con nghĩ đến bố khi về hưu đâu còn quyền chức mà lại tuổi già ai lo cho bố. Xin lỗi bố, dù làm Thủ Tướng làm sao có tiền hưu bằng con khi về hưu, con có bổn phận lo cho những người thân của con có bố mẹ ruột, bố mẹ vợ, bố mẹ nuôi, bố và mẹ từ Hà Nội vào đây. Con lo cho những bậc trưởng thượng con kính mến như bác cựu Bí Thư Sóc Trăng, bố mẹ ở Bố Thảo, Vienne, bố mẹ của tiến sĩ Thu Vân, các bác chú thím ở Cần Thơ. Khi con đi công tác xa nhà, vận động xin tiền cho việc xây dựng Đại học xá Cần Thơ, vắng con chăm sóc thì có anh chị ba, anh tư của con đều là bác sĩ sẽ theo dõi bịnh tình quý cụ.

Khi xa trần thế, ai cũng sẽ đi với hai bàn tay không. Như Caroline, vợ con mất, gia sản của chúng con cũng lên cả trăm triệu đô mà Caroline không mang theo được một đồng xu chỉ mang theo một cái gói nhung xanh, là kỷ niệm nên thơ tuyệt vời của vợ chồng chúng con.

Hiếu bảo hai con trai trưởng gọi các em và bà con ra nghe bố bật mí cái bí mật gói nhung xanh vô giá đó của mẹ con mang theo về thế giới khác. Con cũng xin phép nói thêm một chút xíu về một histoire d'un amour nghe cho vui để mọi người tạm quên chuyện đau buồn tiễn vợ con ra đi.

Hiếu uống một ngụm nước dừa cho thông cổ họng, rồi kể câu chuyện tình với giọng chân thành. Hiếu bảo các con rót nước dừa mời ông bà Thủ Tướng và quan khách cũng như các bố mẹ của Ba uống nước dừa cho khoẻ, nghe cái bí mật lạ lùng cũng là kỳ quặc nữa.

Câu chuyện của cái gói bao nhung xanh mà quý vị thấy tôi trịnh trọng để trong quan tài trên mình Caroline. Đó là cái tấm nhung gói lại một cái khăn trắng của khách sạn có dính máu trinh tiết của vợ con lúc Caroline hai mươi ba tuổi, cô đi Việt Nam trước khi về Áo thi lấy bằng Cao học về bang giao quốc tế. Trong cái khăn trắng đó cũng có dấu tích còn gin, mới biết yêu lần đầu của con trong đó, lúc con hai mươi mốt tuổi, cả nhà cùng cười, lại càng chú ý lắng nghe tiếp:

- Mùa hè năm đó, con vừa học xong năm thứ ba Y Khoa mà bài luận văn tốt nghiệp con viết dài cả trăm trang chuyên sâu về một chứng bịnh. Cả Hội Đồng Giáo Sư Y Khoa Trường Y Cần Thơ họp bàn và đánh giá bài luận văn đó, được chấm điểm tối ưu và có sao gởi về Bộ Y Tế và Giáo Dục xin phép cho nhà trường dùng tham khảo khi dạy bịnh lý về chứng bịnh đó.

Anh tư tôi, bác sĩ Bernard, chỉ khen tôi trong bữa ăn nói thế, có cả ba má Caroline làm cho nàng chú ý đến tôi. Bữa ăn khác, chị tư khen tôi trước ba má chồng và em chồng Caroline, cậu út đi học thường mặc quần áo vá, lại đen, xí trai mà có nhiều bạn gái cùng lớp xinh đẹp, con nhà giàu, học giỏi nữa, muốn làm quen, kết tình bạn, cậu út tản lờ như không biết các cô để ý đến. Cậu học giỏi nhứt lớp và cũng có thể nói giỏi nhứt khối cùng cỡ với em, muốn làm quen chỉ vì em học giỏi còn chuyện em xấu trai đen đúa hay con nhà nghèo mặc quần áo vá bỏ sang một bên. Nhiều lúc có em nữ sinh muốn làm quen hỏi bài nhờ em chỉ giảng, Hiếu không nói năng gì hết như không nghe không biết.

Về nhà, Hiếu lại thú nhận với chị là em có mặc cảm nhà mình nghèo, cơm còn không đủ ăn làm quen với bạn gái, họ lại khinh khi. Em nói khi nào em tốt nghiệp đại học, đi làm việc có lương cao em mới dám làm quen với bạn gái.

Vì vậy, con có tánh nhát gái càng ngày càng lớn thêm từ lớp mười tới lớp mười hai. Hiếu "tằng hắng" cho hết nghẹn và tiếp:

- Khi con vào trường Y Cần Thơ đậu đầu trên một ngàn thí sinh của các tỉnh miền Tây về dự thi. Lúc đó con biết được đậu vào học đại học Y Khoa Cần Thơ, một ngành học danh giá nhứt nước Việt Nam lúc bấy giờ. Con vẫn còn độ nhát gái cao, vẫn còn sợ gái như sợ cọp, lúc trước chưa đậu đại học Y tánh sợ gái của con như sợ sư tử. Vào đại học rồi, tay con chưa hề đụng đến một người bạn khác phái.

Lần đầu tiên trong đời, tay con đụng tay một cô gái tóc vàng mắt xanh tuyệt đẹp, tay con rung dễ sợ. Caroline thấy có cái gì là lạ, nhờ con bôi kem chống nắng lên tay lên vai vì cô mặc áo ngắn mà cùng con đi xe hai bánh, tay con càng rung, cô thấy rõ. Caroline thấy thật kỳ lạ, cô buộc miệng hỏi:

- Xin lỗi, anh có bị bịnh parkinson không? Con nói tỉnh bơ, không biết tại sao tay anh đụng vào da thịt người đẹp Caroline, tay anh rung quá.

Caroline sau kể lại, em tức quá, em lấy bàn tay của con ập mạnh vào ngực nàng, Caroline nói, tay con vẫn còn rung. Nàng lại càng tức, chỗ nhạy cảm của người con gái, con trai mê chết bỏ. Tại sao anh chàng nhát gái quá, đụng vào ngực người đẹp cũng rung hà cớ làm sao?. Caroline tức mình, bạo dạn, nắm chặt tay con đè vào ngực nàng, mà tay con vẫn còn rung. Caroline chưa chịu thua, đè mạnh tay con vào đồi núi chập chùng của nàng, đè thật lâu tay con hết rung mà như là bàn tay chết không hoạt động, êm re. Cả nhà cười vang dù hôm nay là ngày lễ tang của người thân, các con Caroline-Hiếu cười bò lăn bò càn.

Hiếu nói từ sự cố bàn tay năm ngón kiêu sa của chàng bán than đè chụp trên đồi núi của nàng hoa khôi hết rung, Caroline yêu con nhiệt tình và con cũng yêu và mê nàng vì nàng có nhiều yếu tố làm cho con trai chết mê chết mệt với nàng. Và từ chuyện Caroline trị con hết chứng rung tay mới tiến đến kỳ tích kỷ niệm tình ái cao đẹp của chúng con được gói trọn trong tấm vải nhung xanh có đề rõ ngày tháng năm và chữ C & H nằm chồng lên nhau. Ba má vợ con nói em Caroline là bác sĩ chuyên khoa trị bịnh rung tay quá tuyệt vời, nhờ vậy mà con hết hẵn chứng rung tay. Và con nói:

- Em đừng dùng cách trị liệu rung tay đó mà trị cho người khác. Caroline như cái máy nói liền:

- Trên đời này em chỉ có trị rung tay cho anh, còn thằng nào đụng vào ngực em thì em bẽ lọi tay liền. Cả nhà có dịp cười quên cái buồn sâu thẳm của giai nhân, nằm trên núi đô la, còn trẻ, tài giỏi, dễ thương đủ mọi thứ. Caroline chưa tới tuổi năm mươi mà vẫn chết dù có cả núi tiền, cả một gia đình, anh em và con gần cả chục người trong ngành Y mà vẫn bó tay để cho Caroline ra đi lặng lẽ một mình.

Hiếu thưa, câu chuyện tình của con với vợ con không khi nào kể hết vì hơn hai mươi năm chung sống tuyệt vời, luôn có đôi có cặp, dính nhau như sam nên có quá nhiều kỷ niệm. Hiếu quay sang các con:

- Bố hứa với các con, bố sẽ kể hết để các con có vợ chồng phải như thế nào mới thương yêu quý trọng nhau mãi mãi như bố và mẹ các con.

Con xin phép chấm dứt phần kể về mối tình của chúng con với tấm khăn nhung kỷ niệm, con gởi theo Caroline xuống tuyền đài là món quà tiễn đưa em vĩnh biệt ngàn thu.

Bây giờ, xin phép quý vị để con trai trưởng đọc di chúc của mẹ các con gởi lại cho gia đình mà mẹ dành riêng cho con trai trưởng. Và một di chúc khác gởi cho tiến sĩ Thu Vân, người bạn cùng lớp với con biết tánh nhát gái của con. Nếu Thu Vân đồng ý con trai trưởng của vợ chồng chúng tôi xin phép đọc luôn. Thu Vân nói lớn em đồng ý để con đọc.

Con trai trưởng của Hiếu-Caroline cũng là con rể của Robert-Thu Vân. Hai anh em ruột con của Caroline-Hiếu đã làm lễ hứa hôn với hai cô con gái của Thu Vân-Robert, sẽ tổ chức lễ cưới khi hai cặp nầy gần ngày ra trường, sẽ tổ chức tại Cần Thơ.

Trong di chúc, đại ý Caroline yêu cầu chồng phụng dưỡng cha mẹ già vì Cần Thơ là quê hương thứ hai của ba má, ba má xa quê cha đất tổ của quê hương Áo. Khi về bên kia thế giới cũng cùng chung một vùng thiêng liêng của gia đình mình. Caroline nhắn nhủ các con phải luôn giữ đạo hiếu sống ở đời nhứt là đối với các bậc trưởng thượng ông bà, bác chú cô dì phải luôn tôn kính và anh em phải đùm bọc thương yêu nhau. Các con phải hết lòng thương yêu bố con vì tuổi thơ bố con sống trong gia đình nghèo khổ, phải ăn cháo, ăn rau thay cơm, đi học trung học còn mặc quần áo vá. Nay bố mẹ đã giàu sang phú quý mà mẹ vắn số đi về thế giới khác trước bố con.

Mẹ để bố các con sống bơ vơ cô độc thui thủi một mình, mẹ quá sầu khổ, bố các con là một bác sĩ đại tài và luôn giữ nguyên tắc làm việc. Khi mẹ có bầu cận ngày sanh, bố con luôn từ chối vì mẹ quá tội nghiệp bố thiếu thốn về sinh lý muốn bố gần gũi xác thịt với mẹ. Mẹ quá yêu bố không sợ nguy hiểm gì hết. Bố cương quyết từ chối vì bố ôm, mẹ biết sự ham muốn đòi hỏi của bố lên cực độ. Bố của các con vẫn cương quyết từ chối mà mẹ muốn dâng hiến, mẹ quá bái phục tính đàn ông cực kỳ mạnh của bố nói và muốn làm gì phải thực hiện cho bằng được cho đúng.

Bố các con nói thật dễ thương vì bố muốn mẹ sanh ra các con đứa nào cũng sạch sẽ, tránh bịnh tật, mới hy vọng các con thông minh, khoẻ mạnh và học giỏi. Chưa hết, khi mẹ sanh con rồi, chưa qua tháng, mẹ thấy thương yêu bố các con, Và mẹ biết bố các con khoẻ mạnh luôn đòi hỏi về sinh lý mà phải cố gắng phấn đấu giữ trọn những gì kiêng cữ cần thiết trước cả tháng, sau ngày sanh phải ít nhứt một tháng mới được ân ái. Mẹ quá bái phục bố các con có tánh hy sinh chịu đựng chỉ mong các con sanh ra phải thông minh phải học giỏi hơn bố. Bố con nhà nghèo như thế mà đã học có sự nghiệp như thế. Bố nói với mẹ nếu các con thông minh, giỏi bằng bố thì cũng chưa đủ, các con phải giỏi hơn bố vì bố đã có hơn chục năm sống bữa đói bữa no, không tiền mua sách học mà học như thế, các con của bố phải giỏi hơn bố gấp ba, gấp mười lần hơn bố...

Mẹ ra đi yên phận mẹ, còn bố phải lo phụng dượng bố mẹ bên nội bên ngoại và bố luôn coi cô hai của con là người mẹ ruột thứ hai, không có sanh mà có công nuôi dưỡng cả gia đình. Mẹ nhắc nhở con chăm sóc ông bà, bố con thế nào các con phải chăm sóc cô hai và gia đình phải y như thế.

Mẹ xin nói một vấn đề vô cùng quan trọng, các con phải quan tâm. Mẹ ra đi, tuổi của bố các con cũng mới qua tuổi bốn mươi lăm, tuổi còn sanh con và bố các con vô cùng khoẻ mạnh có sức khoẻ bằng sắt, chắc chắn là bố con sẽ tìm người thay thế mẹ. Bố con lấy người vợ kế cũng rất hợp lý.

Cách đây vài tháng, trong lần đến bịnh viện Harvard khám bịnh, bác sĩ cũng là bạn thân báo cho anh Robert biết là anh bị ung thư một thứ ung thư về tuỵ tạng cũng khó trị và mất nhiều thời gian. Sau khi đi Việt Nam cùng với phái đoàn tám người, trở về Mỹ, anh Robert đi khám lại và biết bịnh của anh càng ngày càng nguy hiểm hơn, anh nghe vậy, buồn bỏ ra khỏi phòng khám trước. Mẹ Thu Vân các con ở lại hỏi tiếp cách điều trị nào tốn kém từ ba đến năm mười triệu đô, Thu Vân đủ sức lo. Bác sĩ nói:

- Nhiều khi mình có nhiều tiền cũng phải bó tay chờ thần chết đến. Thu Vân nghe vậy cũng buồn, lầm lũi đi ra xe, chồng đi trước cách chừng vài thước tới chỗ đậu xe, bổng đâu một chiếc xe Cadillac to sầm chạy quá nhanh vì bị cảnh sát rượt đuổi lạc tay lái leo lên lề đụng anh Robert té xuống đường vỡ sọ chết liền tại chỗ. Vợ đi phía sau cách không xa hoảng sợ thấy xe lao lên lề, Thu Vân cũng té xuống đường làm rách quần áo và xây xát tay chân. Vì ở trong khuôn viên bịnh viện, hai ba xe cứu thương chạy tới, chở cả hai vợ chồng vào phòng cấp cứu ngay, anh Robert bị vỡ sọ chết tại hiện trường. Còn Thu Vân, sau khi băng bó, xe cứu thương đưa về nhà. Cả viện đại học Harvard xôn xao, giáo sư Robert bị xe tông chết, vợ là giáo sư Thu Vân, Khoa Trưởng Xã Hội Học của Harvard cũng bị thương. Robert ra đi lại vợ trẻ, ba con còn nhỏ, hai gái, một trai.

Đứa con trai trưởng có ghi rõ là Dượng hai có báo mộng như thế, Caroline nói, anh Hiếu hỏi lại coi. Anh hai còn nói:

- Robert đến chết vẫn còn thương mến Andre, một người bạn trẻ nhỏ hơn anh đến mười lăm tuổi và muốn làm sui với Hiếu. Cũng trời xui đất khiến sớm muộn gì anh cũng chết về chứng ung thư tuỵ tạng qua thời kỳ cuối cùng. Nay anh chết sớm, để lại vợ và ba con, tuổi vợ mới bốn mươi lăm cùng tuổi với Andre, còn quá trẻ. Dượng hai còn nói:

- Mối tình của Hiếu với Thu Vân khi còn học trung học là một mối tình câm và vì giai cấp giàu nghèo mà không đi xa đến vợ chồng. Dượng hai báo mộng cho con trai còn nói, các con chưa biết bố các con có hai con trai sanh đôi sau mẹ mấy tháng là hai em kế của hai con lớn. Con ruột của ba con và mẹ Thu Vân trong một chuyện tình mà ba con muốn cứu giúp mẹ Thu Vân không tự tử vì làm ô nhục gia phong...

Các con không để ý bốn đứa con trai của Trần Trung Hiếu và Caroline, mẹ Caroline chỉ sanh có hai con còn hai em con ở đâu mà có cùng năm chỉ có khác tháng ngày. Tất cả các con của Hiếu à lên rất lớn.

Nay biết thêm một bí mất về cuộc đời bố vừa xí trai, nhà nghèo mà mang tiếng anh chàng bán than hay Trần Minh khố chuối, mà toàn gặp giai nhân, hoa khôi học sinh lại con nhà giàu, học giỏi mê mới ngon, thằng con trai trưởng bình luận làm cho mọi người cười.

Trong giấc chiêm bao, Dượng hai của các cháu còn nói Hiếu và Thu Vân sẽ tái hợp như Truyện Kiều cuộc trùng phùng tái hồi Thuý Kiều và Kim Trọng thật rô măng tíc. Thu Vân - Hiếu tái hợp vì một bên chết vợ một bên chết chồng có mối tình câm lúc trẻ và Hiếu đã cứu Thu Vân khỏi tự tử chết nếu Hiếu từ chối không giúp Thu Vân có con.

Hai con trai sau hai con là một cha mà khác mẹ. Còn hai con gái sau khi Thu Vân lấy Robert làm chồng, bố mẹ con và anh chị Robert mới dám tạo điều kiện cho các con thành vợ chồng cho thêm gần gũi. Hai con đầu lòng cha Hiếu, mẹ Caroline, hai con gái đầu lòng có cha là Robert, mẹ Thu Vân nay thành vợ chồng. Nay anh sui lại cưới chị sui chánh thức có phép hôn phối nhà thờ đàng hoàng, dượng hai còn nói Thu Vân-Hiếu sẽ sanh thêm ba con. Cả hai về hưu ở Cần Thơ sống bên nhau cuối đời hạnh phúc. Nếu đúng cả hai gia đình thành một có đến mười sáu con, mẹ Caroline có tám con, mẹ Thu Vân cũng có tám con.

Di chúc thứ hai, viết ngắn gọn hơn, Caroline nói Thu Vân mất chồng là một người đàn ông đáng tôn kính luôn yêu thương vợ và cả quý mến giúp bạn hết lòng, Anh Robert mất, Thu Vân còn quá trẻ mới tới tuổi bốn mươi lăm, khó mà tránh đi thêm bước nữa sẽ có thêm con, con anh con em, con chúng ta xa lạ không gần gũi bằng chúng ta, nay là sui gia. Thu Vân có sống chung, lấy anh Hiếu cũng cùng tuổi là bạn học cùng yêu thầm lặng, anh Hiếu để vuột mất Thu Vân mới bị sa vào cạm bẫy của bọn lưu manh phá nát đời con gái dìm Thu Vân vào cảnh nô lệ tình dục may mắn chỉ có một thằng và may mắn thứ hai là Thu Vân không con. Thu Vân muốn tự tử chết nếu người bạn học năm xưa không có can đảm giúp Thu Vân có con thì Thu Vân sẽ chỉ chết mới rửa sạch vết nhơ. Caroline biết nếu ghen quậy lên thì cái vụ anh được học thi nhảy lớp làm gì có, anh mang danh ô nhục vì tội ngoại tình. Vì muốn giúp Thu Vân có con để Thu Vân có chỗ tựa để nuôi con và Thu Vân trả anh Hiếu về lại với Caroline, nhiệm vụ của anh Hiếu kể như chấm dứt. Phải nói anh Hiếu vô cùng can đảm và có nghị lực, can đảm mới xa được Thu Vân vì Thu Vân đẹp hơn tôi lại có tình yêu với nhau từ tuổi học trò, cùng làng, cùng tỉnh cùng chủng tộc, cái gì cũng hơn tôi. May cho anh Hiếu có vị cứu tinh là anh Robert khao khát muốn có con mà ở với chị Jane hơn mười năm không con. Hai người ly dị một cách vui vẻ kiếm vợ, kiếm chồng khác may ra còn có con hủ hỉ tuổi già. Anh Robert đi lang thang gặp anh Hiếu kết bạn với nhau, tình cờ anh gặp Thu Vân, anh bị Thu Vân đốn tim hốp hồn. Hiếu cũng muốn anh Robert cưới Thu Vân giải toả gánh nặng trên vai anh. Anh thú thật với anh Robert, anh cưới Thu Vân cũng là giúp Thu Vân tránh tai tiếng không chồng mà có con và giúp Hiếu lấy lại được sự bằng an trong lòng. Nếu anh Robert không bị tật bịnh gì hết, cưới Thu Vân sẽ có con ngay vì Thu Vân rất nhạy con. Thế là anh Robert là đại ân nhân của anh Hiếu, của Thu Vân và kể cả mẹ nữa, không còn lo sợ cảnh tình cũ không rủ cũng tới như bố con với Thu Vân. Mẹ có lời trối trăng chân thành, bố con và Thu Vân có tái hợp thành vợ chồng hay không, các con nhớ ngày anh Robert mất làm đám giỗ bất cứ ở Mỹ hay Việt Nam. Mẹ đang mệt, mẹ cảm thấy sẽ xa bố con vĩnh viễn một ngày gần đây. Mẹ hôn cả các con. Cả nhà đều nghẹn ngào, ông Thủ Tướng nói, qua hai di chúc của Caroline:

- Dù tiến sĩ Caroline là một công dân mới của Việt Nam. Những đức tính cao quý của tiến sĩ Caroline là niềm hãnh diện của cả phụ nữ thế giới. Tôi, với tư cách Thủ Tướng Chánh Phủ sẽ có bằng khen thưởng công đức của bậc hiền đức phụ nữ hiếm hoi trên cõi đời. Tôi cũng đề nghị Hội Phủ Nữ Việt Nam cũng cử người đặt tràng hoa trên mộ Caroline và có bằng khen của Hội Phụ Nữ Việt Nam, được treo bên cạnh di ảnh của Caroline cùng với những bằng tiến sĩ, thư khen của WHO, của Harvard, Yale...

Mọi người nghe qua lời hứa của Thủ Tướng đều tỏ lòng thương tiếc một bậc nữ lưu hiền phụ sớm ra đi về thế giới khác. Chồng con và cha mẹ anh chị của Caroline nghĩ đến cái chết của Caroline đã xuống phần mộ trước nhà cũng đều ngậm ngùi rơi lệ.

Cơm trưa cũng bày ra hàng chục bàn, Hiếu trịnh trọng mời Thủ Tướng và mọi người hiện diện dùng bữa cơm trưa, trước khi có trực thăng đến đón đưa về Sài Gòn và ông bà Thủ Tướng bay về Hà Nội ngay sau đó. Ông bà Khoa Trưởng trường Y đến ôm hôn Hiếu đều chảy nước mắt nói Hiếu có một người vợ đảm đang, mẫu mực tuyệt vời của một người phụ giúp chồng trong mọi lãnh vực.

Bác cựu Bí Thư Sóc Trăng nói, bác xin mời tất cả dòng họ bà con của Hiếu, ngày mai xuống Sóc Trăng, chính bác đứng ra tổ chức một buổi tưởng niệm tại trường trung học Hoàng Diệu có sân trường rộng. Vợ chồng Hiếu đã đóng góp nhiều cho ngôi trường này, muốn có nhiều người tham dự có gần cả ngàn học sinh. Bác nhắc Hiếu nhớ mang theo di ảnh và các bằng tiến sĩ cao học của Caroline, dựng quanh tạo một ấn tượng tốt gương hiếu học và một hiền mẫu được Thủ Tướng Chánh Phủ và Hội Phụ Nữ Việt Nam khen tặng. Bác bí thư nói:

- Vai trò chánh trong buổi tưởng niệm này là giáo sư Tuyết Trinh, tiến sĩ Hiếu, tiến sĩ Thu Vân từng là học sinh trường này. Sau lễ tưởng niệm Caroline, chúng tôi có đãi ăn trưa tại sân trường Hoàng Diệu cho cả học sinh cùng ăn trưa với chúng ta. Chiều, năm giờ, chúng tôi mời xuống Bãi Xàu đãi các cháu, con của Caroline - Hiếu và Thu Vân món đặc sản đuông chà là của quê hương Sóc Trăng cùng vài món ăn khác. Ăn trưa nay xong, phe ở Sóc Trăng mình về trước để ngày mai đón bà con dòng họ của Hiếu có mặt lúc mười một giờ tại trường Hoàng Diệu. Bác Bí Thư còn nhắc Thu Vân về Sóc Trăng nhớ mời các bạn cùng lớp với Thu Vân và Hiếu về dự đông thêm trang trọng. Bác Bí Thư còn tiếp:

- Vợ chồng cháu Trai cho hai bác và Thu Vân cùng về Sóc Trăng, Trai dạ vâng. Bố mẹ cũng đi Sóc Trăng thăm cháu ngoại bằng xe ngoại giao nên xe Trai còn dư chỗ. Trai nói Josephine về nhà cùng với ba mẹ, Trai đưa remote control cửa ngõ để cho xe chạy vào nhà vườn.

Ông bà Tổng Lãnh Sự đến bắt tay chia buồn với bố mẹ Caroline và nói đám tang của Caroline có cả ông bà Thủ Tướng, từ Hà Nội cũng bay vào tiễn đưa cháu và còn hứa tặng bằng khen của chánh phủ nữa thật quá trân trọng. Cũng thật trớ trêu, dù Caroline sống trên núi tiền của và có bốn con vài năm tới sẽ ra trường thành bác sĩ y khoa tại đại học nổi tiếng Mỹ Harvard và Yale. Caroline còn có người chồng là một thiên tài về Y học cũng đành bó tay. Thôi anh chị cũng chớ nên buồn nhiều mà hao mòn sức khoẻ, ngày mai đi với con cháu đến Sóc Trăng sẽ thấy có lễ tưởng niệm long trọng Caroline. Hai ông bà được an ủi, sẽ bớt buồn vì ai cũng yêu quý Caroline. Vợ chồng tôi ngày mai phải về Sài Gòn sớm để đi làm. Bây giờ tôi mời hai ông bạn tôi, bố dượng và anh hai của Hiếu theo tôi về Sóc Trăng ở chơi một đêm, sáng đi dự buổi tưởng niệm Caroline rồi về cùng với Hiếu. Hai ông bạn đồng ý báo cho vợ biết là đi trước một đêm, mai gặp lại.

Cháu trai đã nghe Dượng hai báo mộng các chi tiết lễ tang có lãnh đạo cấp lớn tham dự và cho biết trước, ngày giờ nào mẹ con sẽ ra đi và chôn cất có bao nhiêu người tham dự. Nghe dượng hai nói con nổi da gà vì lúc đó con nằm sát mẹ, nắm tay mẹ, hai mẹ con ngủ ngon nên con nằm mộng dài lâu thấy hết mọi chuyện. Khi con giật mình thức dậy, con vội ghi hết từ ngày bố mẹ yêu nhau làm sao và đến ngày mẹ con mất. Ba nói đều đúng hết và sau cái chết nhẹ nhàng thanh thản của mẹ cạnh kề bên ba con suốt cả đêm, giấc mơ không báo tiếp chúng con sẽ làm gì. Thật là một giấc mơ kỳ lạ, con không tin thần quyền hay các giấc mơ tầm phào mà sao kỳ lạ giấc mơ Dượng hai báo cho con, mọi chuyện, con hỏi ba, cho biết đều đúng cả, còn chuyện sắp tới không biết thế nào.

Con thấy chiêm bao, dượng nói cho con biết mọi chuyện và cũng nhờ công đức cô hai về nhà chồng ở Núi Sam cầu nguyện giúp cho cậu em út, vợ đang đau nặng biết hung kiết thế nào và phải làm gì... Ba con không thấy mộng mà mộng con lại thấy, con thuộc loại nặng bóng vía không biết thần quyền là gì, nay con phải tin. Thằng con trai trưởng lại nói tiếp:

- Ba và cô Thu Vân sau dự buổi tưởng niệm vài ngày phải trở về trường làm việc. Chúng con ở lại thêm hai tuần sẽ về sau và phải đi đến Núi Sam tạ ơn dượng hai. Cô hai nói, các con đi đông, cô đặt hai con heo quay mình mang vô cùng vài chục ổ bánh mì cúng dượng hai và mời bà con bên dượng hai cùng chung vui với gia đình mình. Sau đó, cô hướng dẫn các con đi du ngoạn rừng tràm Trà Sư và Núi Cấm ở Châu đốc chơi vài ngày. Trở về Cần Thơ, các cháu đi tham quan Chợ Nổi Cái Răng và khu sinh thái, cô bao các cháu ăn vịt xiêm nấu cháo, cá lóc nướng trui, cô biết các món ăn này các cháu sẽ rất mê thích.

Cả nhà đi về Sóc Trăng chỉ còn hai gia đình của hai chị giúp việc cho nhà vườn giữ nhà.

Phải công nhận, ông cựu Bí Thư tổ chức một buổi tưởng niệm Caroline có hơn một ngàn người tham dự, chật kín sân trường. Giáo sư Tuyết Trinh trước dạy môn văn tại Hoàng Diệu, nay là Khoa Trưởng Đại Học Sư Phạm Cần Thơ tiếp lời bác cựu Bí Thư và ông Hiệu Trưởng Hoàng Diệu:

- Giáo sư Tuyết Trinh tuyên dương công đức của em chồng Caroline và cám ơn tất cả quý vị, thầy cô giáo đồng nghiệp và các em học sinh. Trường Hoàng Diệu nay sản sinh được hai nhân tài không những cho trường Hoàng Diệu mà là nhân tài của cả nước và cả thế giới nữa. Em trai út của tôi là Trần Trọng Hiếu, hôm nay các em nào từng học chung lớp với em Hiếu và em Thu Vân có dịp gặp lại bạn cũ. Hiện Hiếu có đến bảy bằng tiến sĩ, trong đó có ba bằng tiến sĩ danh dự và đang là Khoa Trưởng Phân Khoa Y Học của Viện đại học Yale nổi tiếng trên giới. Người vợ yêu quý của em là tiến sĩ Caroline mới mất cách đây hai ngày tại nhà ở Cần Thơ. Nay trường Hoàng Diệu qua bác Bí Thư tổ chức một buổi tưởng niệm tiến sĩ Caroline, vợ của em Hiếub Tôi xin đại diện gia đình và em út của tôi vô cùng cảm tạ bác Bí Thư và các cấp lãnh đạo trong tỉnh, ban giám Hiệu cùng toàn thể giáo sư và học sinh và đặc biệt các bạn học với Hiếu và tiến sĩ Thu Vân. Thu Vân là một học sinh giỏi đua tranh với Hiếu và hai em luôn dẫn đầu lớp, nay cả hai lại nổi tiếng vang dội trên thế giới mà Việt Nam có kẻ ngu xuẩn âm mưu ám sát em Hiếu. Nhưng, tất cả các tên vô liêm sỉ đã bị trừng phạt.

Em Thu Vân vừa xuất bản một tự truyện như là hồi ký, em viết lại hết cuộc đời em bị bắt làm nô lệ tình dục cho một tên khốn nạn cũng ở quê mình là tên Lý Hỉ con của một đại gia gốc Hoa tại Sóc Trăng. Theo Thu Vân nhớ, trước em có đến ba hay bốn em gái xinh đẹp như em cũng bị tên khốn kiếp bắt làm nô lệ tình dục một thời gian ngắn vì các em không cung phụng cho hắn tiền bạc nên bị nó ruồng bỏ. Cái tánh lưu manh khốn nạn của nó là dùng hình dáng cao ráo đẹp mã lại con đại gia nên dụ dỗ hết cô này đến cô khác làm ô nhục đời con gái. Không biết các em trước còn sống ở đây không? Thu Vân, em có bàn với tôi, nếu các em đó còn ở Sóc Trăng dù có chồng con mà dám lên tiếng tố cáo đám lưu manh buôn bán phụ nữ hay bị bắt làm nô lệ tình dục. Em Thu Vân nói sẽ biếu các chị bị tên chó đẻ Lý Hỷ làm hại đời con gái mình, Thu Vân xin biếu mỗi chị hai chục triệu tiền Việt và gởi cho bác Cựu Bí Thư tám chục triệu, dành hai chục triệu để chi cho hai bữa ăn hôm nay và tiền còn lại là tiền riêng của bác. Còn sáu chục triệu mà các chị e ngại không dám ra mặt thì Thu Vân cũng xin bác Bí Thư nhập vào quỹ từ thiện do bác làm giám đốc sẽ xin phép thành lập một ngày gần đây. Thu Vân còn nói:

- Các bạn học cùng lớp mười hai với em và Hiếu, em biếu anh chị em mỗi người một trăm ngàn trong bữa cơm chiều nay. Nhờ các anh chị em có mặt thông báo cho các bạn chiều nay gặp Thu Vân và Hiếu tại nhà hàng ở Bãi Xàu lúc năm giờ. Giáo Sư Tuyết Trinh, nói thay mặt cho hai em, Hiếu, vợ mới vừa mất và Thu Vân quá xúc động gặp bà con dòng họ và bạn học trường Hoàng Diệu năm xưa. Thu Vân còn nói cuốn tự truyện em in ba triệu bản bán trên thế giới gần hết và bản dịch ra tiếng Việt đang xin phép và buổi ra mắt sách tại Sóc Trăng đầu tiên cũng xin mượn trường Hoàng Diệu, tất cả tiền bán sách vốn và lời, tặng cho trường Hoàng Diệu và tặng quỹ từ thiện do bác cựu Bí Thư làm Giám Đốc. Nhằm cứu giúp giới phụ nữ bị sa vào con đường làm nô lệ tình dục, bị nạn buôn người hay bị nạn bạo hành gia đình hay những người sa vào con đường mại dâm xấu hổ, cần phải làm lại cuộc đời. Cuốn sách dịch này quý vị đọc sẽ thấy cuộc đời ô trọc có những hạng người bẩn thỉu vô đạo đức như tên Lý Hỷ.

Tôi xin lập lại chiều nay, bác bí thư có tổ chức một bữa ăn ngon xin mời quý giáo chức và phụ huynh nào muốn tham dự cứ tự nhiên. Chúng ta sẽ ngồi chật nhà hàng có thể cả các bàn ngoài sân. Chúng tôi xin tiếp với bác bí Thư sẽ liên lạc xin nhà hàng chuẩn bị nhiều thức ăn, biết khi nào có bữa ăn đông đủ như ngày hôm nay. Chiều nay, xin bác Bí thư cho phép hai em Hiếu và Thu Vân nói tâm tình của mình với bà con tỉnh nhà và đặc biệt với các bạn học năm xưa.

Mọi người ra về, bố mẹ Thu Vân xin mời bà con ở Cần Thơ đến nhà nghỉ và giải khát, chiều đi ăn nhà hàng, tối về nhà Bernard ngủ, nhà ở Bố Thảo và nhà của Thu Vân còn đến bốn phòng trống. Bố muốn tất cả các con của Hiếu Caroline, Thu Vân Robert về đây ngủ, đám con gái ngủ chung với mẹ Thu Vân, đám con trai chia ra ngủ ba phòng, tối có chị bếp nấu cháo gà đãi ăn. Các cháu hô vang hoan nghênh ông ngoại.

Ba má Bernard, ông bà Philip và ông bà George về ngủ nhà Bernard, còn gia đình nòng cốt xa xưa của Hiếu, bố mẹ, anh chị hai về nhà cũ ngủ. Bố mẹ Thu Vân biết mẹ Hiếu và chị hai về ngủ nhà cũ, nhắc Hiếu, chừng chín giờ, mời mọi người sang nhà bố nhậu thêm và ăn cháo gà cùng với các con cho thêm vui. Hiếu thưa, bây giờ cũng qua tám giờ, chừng tám giờ rưỡi, con sẽ đưa mẹ, chị hai và gia đình sang nhà bố mẹ cho vui.

Hiếu nói, Bố giúp con gọi mấy em đang ở Sài Gòn, Cần Thơ về gặp dự bữa ăn chiều mai và các em trình diện anh hai thứ thiệt của các em chớ không phải anh hai giả hiệu. Bố hiểu, nếu chúng nó đi xe đò khi trở về sẽ cùng anh chị hai về Sài Gòn đưa anh chị hai về Mỹ. Bố tính vậy có đúng không, dạ bố đi guốc trong bụng con rồi. Mẹ ngồi kế bên lên tiếng:

- Kể từ mấy hôm nay, con là rể thật của bố mẹ. Hiếu vội thưa:

- Cám ơn bố mẹ, theo giấc mơ của con trai trưởng nói dượng hai nó nói con và Thu Vân sẽ sanh thêm ba con, con nghĩ chắc đúng vì chúng con còn trẻ, vừa qua khỏi tuổi bốn mươi lăm, có khả năng sanh con ba đứa nữa chắc còn ít. Bà nói:

- Như vậy, cũng đủ rồi con rể ơi!. Mẹ tính nhẩm, Caroline có tám con với con, Thu Vân có tổng cộng năm con. Còn riêng con có đến mười hai đứa con, thật quá siêu phải không con?

- Dạ phải, cám ơn bố mẹ, con xin phép nhắc mẹ, chị hai con thay quần áo xong là con lái xe qua liền. Chừng mười giờ rưỡi, con phải chạy về nhà nghỉ sáng mai còn đưa tất cả các cháu đi một vòng cho biết Sóc Trăng của quê bố con mình, ủa quên còn có mẹ và Thu Vân nữa. Đúng vậy, bố chờ.

Một buổi tối ăn cháo gà, Hiếu hỏi Thu Vân nồi cháo gà ở đây qua tay Thu Vân có vô cà tha ai ăn cũng mê cũng muốn ở lại đây. Hiếu nói tiếp, nồi cháo gà đêm nay không những một con mà tới ba con và không qua tay mẹ các con nên các con và ba ăn thoải mái mà không có bùa cà tha giữ lại, chúng ta sẽ về Mỹ tự do. Bà ngoại nói lớn:

- Chắc các cháu chưa hiểu sâu sắc câu nói của bố muốn nhắc kỷ niệm xưa vì nồi cháo gà mà mẹ Thu Vân giữ bố Hiếu các con lại tại đây mà sanh ra hai thằng cu tý mà mẹ con phải trốn về Bạc Liêu sanh cô đơn một mình trong nhà bảo sanh, rất tội nghiệp. Bà ngoại bảo:

- Hai thằng cháu ngoại đích tôn của ông bà ngoại đứng lên cho mọi người nhìn lại kỹ coi xem chúng giống bố ra sao. Hai con trai đầu lòng của Thu Vân, hai đứa cùng học Y. Bà ngoại bảo hai con đứng giữa bố mẹ đứng hai bên coi xem có giống bố mẹ không.? Cả nhà nói, hai thằng con trai giống bố như khuôn đúc chỉ có da con trắng hơn bố vì có lai máu mẹ. Bà ngoại bảo hai cháu về chỗ ngồi.

- Bà giải thích cho các cháu biết, theo kinh nghiệm của người xưa, con cái không phải dòng chính mà lén lút, ân ái vụng trộm thì sanh con ra càng giống bố, như là thú tội ngoại tình. Vì vậy, ông bà sợ mẹ Thu Vân các con sanh ở Sóc Trăng, vừa lọt lòng ra là bác sĩ Lệ Thuỷ chuyên đỡ đẻ làm giám đốc bịnh viện, thân với bố các cháu biết chắc các cháu, ai là tác giả. Cả Sóc Trăng sẽ biết bố Hiếu các cháu có con rơi, ngoại tình. Cái bằng bác sĩ đặc biệt của bố các cháu chắc chắn sẽ bị lấy lại vì một bác sĩ tài ba mà bê bối, ngoại tình không xứng đáng nhận cái bằng bác sĩ y khoa danh giá đó. Vì vậy, tội nghiệp mẹ Thu Vân các con càng yêu bố Hiếu, càng phải ngậm đắng nuốt cay. Đến bây giờ thì bố mẹ các con mới dám ngẩng mặt lên không sợ tai tiếng ngoại tình mà là vợ chồng chánh thức ở tuổi bốn mươi lăm chậm mất hơn hai mươi năm. Cả nhà vỗ tay tán thành lời nói chân tình của bà ngoại. Tội nghiệp bố các con cái án ngoại tình còn treo lơ lửng trên đầu. Vụ ông bà ngoại phải ém nhẹm dấu chuyện bố Hiếu lấy mẹ Thu Vân sanh hai con kể như trót lọt.

Đó là giai đoạn một, giai đoạn hai mới dễ sợ hơn rất khó tránh, bố con thú nhận với vợ chánh thức Caroline. Nếu Caroline mà nổi cơn ghen như bà ngoại hay các phụ nữ khác, thì sự nghiệp, thân thế, danh dự, bằng bác sĩ của bố các cháu cũng bị dìm chìm xuống bùn đen. Bà ngoại vô cùng khâm phục tính hy sinh chịu đựng của mẹ Caroline của các cháu, thương yêu quý mến bố các cháu, Caroline như đức Phật Quan Thế Âm hay bên Công Giáo có đức Mẹ Maria. Vì vậy bà ngoại chắc chắn mẹ Caroline của các cháu giờ đây đang ở trên Thiên Đàng và còn để di chúc lại cho gia đình muốn mẹ Thu Vân thay mẹ Caroline chăm sóc bố.

Mẹ Caroline của các cháu biết bố các cháu còn sức khoẻ tốt thế nào cũng tái giá hay cũng léng phéng cô này cô nọ. Tâm Bồ Tát của mẹ Caroline các cháu luôn bao dung lên tiếng thúc dục bố cầu hôn chánh thức với mẹ Thu Vân qua một lễ cưới đàng hoàng có Thánh lễ hôn phối tại nhà thờ.

- Ông bà ngoại biết thâm ý của mẹ quá cố của các cháu là muốn như vậy. Ông bà ngoại, ông bà nội, cô hai sẽ qua Mỹ dự đám cưới chánh thức của bố Hiếu và mẹ Thu Vân cùng tất cả các con và có bạn bè đồng nghiệp của bố mẹ tham dự cho bố mẹ các con thêm hưng phấn an vui. Bà ngoại nghĩ:

- Vụ làm đám cưới chánh thức phải sau một năm như bố các cháu để tang cho vợ xong cho trọn tình nghĩa phu thê rồi chánh thức bước thêm bước nữa cũng không muộn. Cả nhà vỗ tay hoan nghênh, ông ngoại mời quý bạn già vô một ly chúc mừng các cháu có cha Hiếu và có mẹ Thu Vân nữa thật hạnh phúc cho gia đình.

Bà ngoại kể tiếp một chuyện vui, cậu út, em ruột của mẹ Thu Vân, khi còn học tiểu học, chị có bầu mới nói với cậu út:

- Hai cháu trai này sanh ra đẹp giống cậu út. Cậu út nói ngay, em muốn cháu không nên giống cậu vì xí trai như anh hai mới có vợ đẹp toàn hoa hậu. Anh Hiếu có chị Caroline và chị hai yêu toàn là giai nhân. Em đẹp trai sẽ có vợ xấu quắc. Cả nhà cùng cười, bây giờ cậu út đang học chuyên khoa Y ở Harvard do anh Robert bảo bọc sắp ra trường hình như là về tim hay phổi gì đó. Nay nghe chị hai bước thêm bước nữa lại gặp anh Hiếu thì ngoại tin là nó nhảy tưng lên vì nó mê anh Hiếu của nó ghê lắm, thần tượng của nó.

Cũng đã qua hơn mười giờ, Hiếu xin phép bố mẹ đưa gia đình về nghỉ, sáng bố mua bánh bao, bánh mì sang cho cả gia đình ăn sáng xong. Bố sẽ hướng dẫn các con đi du ngoạn quanh thành phố Sóc Trăng, viếng các chùa nổi tiếng và chạy đến Đại Ngãi, nhà chị Josephine đón ông nội, dượng hai ra tiệm gần bên ăn cơm trưa rồi về nhà nghỉ, chiều đi ăn tiếp.

Ngày mai các con đi một vòng xuống Bạc Liêu và Cà Mau du ngoạn và ăn ngon. Bố và mẹ Thu Vân cùng bên nội về Cần Thơ ở thêm một ngày nữa là bay về Mỹ đi làm việc. Các con sẽ được Cô hai hướng dẫn đi du lịch vùng Thất Sơn đến phủ thờ bên chồng của cô hai, các con sẽ thấy di ảnh thờ dượng hai, đẹp trai lắm và học giỏi nhứt trường Tây làm các giáo sư tây còn nể, khen ngợi. Các con còn nghỉ hè muốn về lúc nào thì về. Cuối tuần bố mới về thăm mẹ Thu Vân được. Bố về làm việc sẽ bù đầu về ngân sách chi tiêu thu nhập của Phân Khoa Y Học đến mấy tỉ, rất mệt trí. Cực suốt mấy tháng, Viện đại học Yale trả lương cao thì bắt buộc công việc nhiều mà lại nhức óc nữa.

Các con nghe bố nói biết bố công việc nhiều. Chúng nói đùa, bố mệt thì có mẹ Thu Vân bay qua chăm sóc. Hiếu nói ý kiến này coi bộ hay mẹ Thu Vân thấy được thì thực hành thử xem sao? Thu Vân cười tươi như hoa mới nở.

Buổi ăn trưa tại quán của em bác sĩ Trai, có thêm vài bác sĩ cùng làm việc tại bịnh viện cùng chạy về ăn cơm trưa, có cả vợ chồng Bernard. Hiếu trả tiền cô em của bác sĩ Trai không nhận, anh Trai trả rồi. Hiếu nói, em xin biếu chị ba chục ngàn, hiện em chỉ còn bao nhiêu đó, biếu hết.

Trong bữa cơm, Josephine nói cho các con của Hiếu và Thu Vân rõ, tôi và anh Trai lấy nhau là nhờ bà mai Caroline, bày mưu kế để cho anh Trai tiếp cận gần gũi tôi hoài nên bị xẹt lửa. Bà mai cũng là người bạn gái chí thân trong đời tôi từ Thủ đô Vienne và đại học Vienne qua đến Việt Nam. Nay, Caroline bỏ tôi lặng lẽ ra đi một mình, thật rất đau buồn. Với tư cách là bạn của mẹ các cháu, cô có nhận xét trên đời này tìm một người bạn tốt thứ hai như Caroline không bao giờ có. Còn đối với chồng cũng sẽ không có người vợ nào xứng đáng hơn Caroline. Cô và gia đình chúc mấy cháu luôn ngoan, học giỏi và thành công giúp bố Hiếu và mẹ Thu Vân của các cháu về già an vui hạnh phúc với gia đình. Mọi người vỗ tay hoan nghênh và cùng đứng dậy ra về.

Dạ tiệc tại Bãi Xàu có đến hai mươi người bạn cùng trường cùng lớp mười hai về tham dự. Thu Vân kín đáo trao các bạn mỗi người một phong bì và hẹn khi về hưu, sống với anh Hiếu ở Cần Thơ sẽ có nhiều dịp thăm lại Sóc Trăng và thăm lại các bạn. Riêng các giáo sư của lớp mười hai, vợ chồng Thu Vân kính biếu mỗi vị hai trăm ngàn để gợi nhớ đến một học sinh mặc quần áo vá đi học mà làm phách không nhìn người đẹp sợ bị mất trinh, các bạn vỗ tay hoan hô dậy sóc luôn. Ông bà Bí Thư nói, Thu Vân ngày nay quá dạn dĩ tiến bộ, phải chi hồi học lớp mười hai, hai đứa dạn dĩ thì đâu có sự cách trở đến hơn hai mươi sáu năm mới tái hợp thành vợ chồng.

Sáng hôm sau Hiếu lái xe và xe của anh chị tư chở ông bà ngoại, ông bà nội, bố mẹ Philip. Còn ông bà George, Hiếu có thuê xe đưa hai ông bà lên Sài Gòn về Mỹ khi cả nhà đi Sóc Trăng. Hôm sau, Bernard đưa em rể mình cùng với Thu Vân về Mỹ đi làm việc.

Một đêm thử thách, Thu Vân nói với Hiếu, ba mẹ Caroline thế nào cũng chú ý đến em, coi em có ngủ chung với anh mà vợ mới mất chưa được một tuần lại ngủ với người khác. Em phải phấn đấu, anh cũng vậy cũng phải cố gắng nhịn nghe anh. Khi về đến Mỹ chỉ có anh với em thì em cho anh được quyền hồi tố vì em biết anh ăn chay mấy tháng nay, anh cũng thèm khát gần gũi xác thịt.

Tối nay, em khoá cửa lại, anh không lạng quạng qua phòng em, nếu ba má Caroline biết, em quê lắm và anh cũng chưa phải chàng rể hoàn hảo, Hiếu gật đầu, em thông minh hơn anh điểm này.

Chiều ăn cơm xong, Thu Vân vào phòng kế ba má dọn chỗ ngủ riêng. Mẹ Caroline hỏi con không ngủ chung với Hiếu? Thu Vân thưa, con muốn anh Hiếu phải để tang vợ, chị Caroline, một thời gian rồi chúng con xin làm lễ hôn phối tại Nhà Thờ, có tiệc cưới đầy đủ, chừng đó con và anh Hiếu mới là vợ chồng chánh thức sẽ ngủ chung cho đến chúng con chết mới rời ra. Bà nghe Thu Vân nói thế bà khen liền, con ngoan lắm, mẹ coi con như con ruột của mẹ:

- Con ráng chu toàn giúp chồng con, Hiếu là con người vô cùng đạo đức và có hiếu thảo với cha mẹ, con cũng vậy nghe Thu Vân. Thu Vân gật đầu rươm rướm nước mắt chạy lại ôm mẹ hôn. Má Caroline nói tiếp:

- Con về phòng con chừng mười lăm phút nữa, mẹ qua. Bà mang qua hai hộp nữ trang toàn kim cương hột xoàn quý của đời bà mua sắm. Bà nói, tất cả quý kim của mẹ, chia ra làm hai phần, mẹ tặng con một phần và một phần tặng cho chị tư con vì mẹ lớn tuổi, ít dùng tới, cất chỗ này chỗ nọ rồi quên thất lạc. Nay, con sắp làm đám cưới với Hiếu tại Mỹ, mẹ biếu tặng nữ trang cho con trước, hôm đó các nữ trang này con đeo cho mẹ chiêm ngưỡng nhớ mẹ hồi còn trẻ cũng hay làm điệu lắm. Nay mẹ nhìn con trang điểm thì mẹ sẽ vui và sống thọ thêm. Thu Vân quá cảm kích xúc động khóc thành tiếng:

- Ôm mẹ khóc sướt mướt, nước mắt chảy ướt áo mẹ, bà lấy giấy đưa cho con lau. Mẹ bảo Thu Vân vào ngủ, mẹ cũng về ngủ kẻo bố con cũng trông.

Tối hôm đó cả nhà ai ngủ cũng ngon giấc ôm theo giấc mộng đẹp. Hiếu thức sớm nhứt, mới hơn bốn giờ vào bếp lo nấu nước pha trà, pha cà phê, xong xuôi, ra sân sau chạy bộ mấy vòng cho ra mồ hôi rồi đi tắm. Về lại phòng gặp Thu Vân đang ngồi trong phòng mở ra hộp nữ trang, những ánh chớp và tia sáng lấp lánh chiếu trên trần nhà làm cho Hiếu mới bước vào phòng thấy sao lạ quá có nhiều ánh sáng đủ màu sắc lung linh. Hiếu vội hỏi, nữ trang ở đâu mà quá đẹp. Thu Vân kéo Hiếu ngồi xuống và hôn một cách say đắm:

- Kể lại chuyện gặp mẹ Caroline và mẹ đem qua phòng tặng Thu Vân các nữ trang lớn nhỏ có đủ mười món, hai bông tai cẩn hột xoàn to, ba sợi dây chuyền hạt trai, chuỗi ngọc và có cẩn hột xoàn, hai chiếc cà rá với hai hột xoàn to luôn toả sáng lấp lánh, hai sợi dây tay mỗi sợi có đến mấy chục hột xoàn nhỏ và một chiếc nhẫn cưới, cũng có hàng chục hột xoàn nhỏ toả sáng. Thu Vân nói:

- Mẹ muốn em trang sức các nữ trang quý giá này trong lễ cưới em với anh. Mẹ cũng dành một phần tương tự tặng cho chị tư sáng nay và mẹ cũng để lại một ít dùng trong các buổi lễ, tiệc và các đám cưới. Các món này bà sẽ làm di chúc cho con mình sanh sau này. Mẹ nói làm em cảm xúc mạnh chảy nước mắt, bà coi em là con gái ruột của bà, bảo em thay Caroline chăm sóc vì anh là người tôn trọng đạo đức luôn có tinh thần vì mọi người, lương thiện và hiếu thảo với cha mẹ. Em nghe quá cảm động, em chỉ sợ người ta nói xấu em:

- Em đã giựt chồng Caroline từ trẻ, nay lại cướp cho bằng được, em vô đạo đức... Nay gặp mẹ Caroline nói như vậy, em quá vui quá hạnh phúc, thành ra em ngủ ngon một giấc mà không có nhớ thương anh gì hết, em nói thật lòng đó. Em thưa với mẹ:

- Chúng mình làm đám cưới ở đâu cũng có mẹ ba làm chủ hôn bên đàng gái cùng với bố mẹ. Mẹ rất vui, một chút ăn sáng anh công bố cho mọi người tình thương của ba má Caroline nay đổ xuống em một cách êm đềm cao đẹp với một số nữ trang bạc triệu. Hiếu ôm Thu Vân hôn thắm thiết và dắt Thu Vân xuống bếp phụ nướng bánh mì, hăm lại thịt kho trứng, còn Hiếu chiên thêm trứng và lạp xưởng. Mọi thức ăn sáng chuẩn bị xong, hai chị vú và chị bếp mới thức, lo xếp ghế ngồi. Ông bà ngoại ở lại Cần Thơ gần hết mùa hè và chị vú sẽ sang Mỹ chuẩn bị cho ngày tựu trường. Các cháu đều theo anh chị đi chơi, chỉ còn hai đứa nhỏ nhứt ở lại với chị vú và ông bà nội, ngoại, cô hai.

Bữa ăn sáng chia tay, có bố mẹ vợ anh Trung, gia đình chú thím Tín, ông bà Khoa Trưởng, vợ chồng Trai và ông bà cựu Bí Thư, bố mẹ Thu Vân cũng từ Sóc trăng và đông đủ gia đình Hiếu cùng ăn sáng và tiễn đưa vợ chồng Hiếu Thu Vân, ông bà Philip về Mỹ. Hiếu bộc bạch:

- Rất lâu, con mới có dịp về thăm lại Cần Thơ, Sóc Trăng. Tình yêu vợ chồng giữa Hiếu và Caroline không bao giờ phai nhoà, dù Caroline có để di chúc cho phép con bước thêm bước nữa và khuyến khích kết tình chồng vợ với người yêu cũ năm xưa Thu Vân. Nay con cũng quyết tâm để tang Caroline một thời gian và phải có phép hôn phối ở nhà thờ và có tiệc cưới đàng hoàng, chúng con mới ngủ chung phòng. Thu Vân cũng đã thưa với bố mẹ Caroline như vậy, khi bà thấy Thu Vân lo sắp xếp chỗ ngủ ở phòng khác, bà ngạc nhiên cảm động:

- Bà có mang qua phòng ngủ Thu Vân mười món nữ trang cũng đáng giá bạc triệu, tặng cho Thu Vân và hai mẹ con ôm nhau khóc. Thu Vân không ngờ mẹ Caroline nói bà coi Thu Vân là con gái ruột của bà, bảo Thu Vân thay Caroline chăm sóc con và diện cho bà ngắm các món nữ trang của bà tặng trong lễ cưới của chúng con. Bà cũng có nói, bà hồi xưa có tiền giàu có đi đây đó với chồng hàng mấy chục nước trên thế giới buôn bán làm ăn kể cả Việt Nam, nên bà sắm nhiều nữ trang đắt tiền. Bà chia ra làm hai phần, Thu Vân một nửa và một phần dành cho con dâu, chị tư của con, bà sẽ công bố tặng cho con dâu nữ trang sáng hôm nay.

Mẹ đã trao cho Thu Vân từ tối qua vì thấy Thu Vân ngủ riêng một phòng. Hiếu mời chị tư đứng lên đến mẹ nhận quà. Mẹ Caroline ôm hôn con dâu và lấy ra một hộp khá lớn, bà nói con dâu của bà mở ra xem, cả phòng ăn lấp lánh ánh sáng hột xoàn, ngọc trai chiếu khắp mọi nơi, bà ôm con dâu hôn và nói:

- Tình của mẹ dành cho Caroline nay mẹ dành cho con và Thu Vân. Cả nhà vỗ tay hoan nghênh. Ai cũng khâm phục tình thương con của bà. Hiếu còn cho biết bà còn để vài nữ trang để diện trong lễ cưới của Thu Vân và Hiếu, bà cũng sẽ tặng cho các cháu sau này. Bà có để di chúc các thứ nữ trang đó khi bà già hết sử dụng bà tặng hết cho con của Thu Vân Hiếu và Bernard Tuyết Trinh sanh sau này. Hiếu nói bà tặng trước cho Thu Vân để mang về Mỹ.

Bữa ăn, ông bà Tổng Lãnh Sự Áo có mời mọi người ăn trưa cũng tại nhà hàng quen thuộc Thanh Thế. Hiếu dẫn Thu Vân vào bà bán xoài cát Hoà Lộc a mười hai ký tặng cho ba gia đình ở Sóc Trăng. Bà hỏi vợ cậu đâu, cô gái xinh đẹp người nước ngoài, đẹp còn hơn hoa hậu hoàn vũ. Hiếu buồn bã nói vợ con đã chết và chôn cất ở Cần Thơ. Nay con về từ Mỹ nên mua xoài ngon tặng các gia đình tiễn đưa.

Buổi ăn trưa xong, ông bà và vợ chồng Trai bắt tay từ giả trở về Tòa Tổng Lãnh Sự cùng vui với chơi với gia đình. Ngày mai Trai và Josephine mới trở về Sóc Trăng. Cả đại gia đình Hiếu đi đến ba xe. Hiếu đề nghị chạy lên Suối tiên chơi, tới chiều chừng năm giờ mới lái về phi trường cũng còn kịp vì máy may cất cánh lúc tám giờ rưỡi. Từ đó về Cần Thơ ngủ một đêm sáng mai, anh tư đưa bà con ở Sóc Trăng về nhà.

Về đến Mỹ, có mấy người bạn của vợ chồng Robert và Thu Vân ra phi trường đón về nhà trước. Thu Vân vào nhà thấy chị quản gia đã bày biện thức ăn trên bàn, mời mọi người nghỉ ngơi chốc lát rồi ăn. Hiếu lấy xe Thu Vân lái về nhà coi xem nhà cửa ra sau và bảo Thu Vân, ngày mai Hiếu lái xe qua đón đi ăn và Thu Vân về nhà Hiếu ở chơi đến chiều, đưa Hiếu ra phi trường về Connecticut. Hiếu dặn, nếu em ở Massachusetts giải quyết xong mọi thứ sớm thì bay qua anh vì anh rất bận cả tuần này họp liên miên và cả tuần tới nữa. Em qua ở chơi với anh về ở nhà anh mà không về nhà em để tránh tiếng cho em nữa. Còn nhà anh chỉ có một mình anh tha hồ mà chúng ta tình tứ em tặng rắp ben sau hơn hai mươi lăm năm mới gặp lại. Thu Vân nói:

- Em hiểu, công việc của em cũng không có gì nhiều, có nhân viên lo, em chỉ kiểm soát. Em qua thăm anh và nói với nhân viên em nghỉ mấy ngày để khám lại sức khoẻ, ở trường có chuyện gì cần thì bà chánh văn phòng gọi cho biết. Từ Connecticut về Massachusetts cũng gần nên đi tới lui cũng nhanh. Bà chánh văn phòng cũng hiểu điều đó và hứa bà sẽ lo hết mọi thứ.

Qua ngày thứ tư, Thu Vân gọi Hiếu ra phi trường đón lúc năm giờ chiều và đưa đi ăn rồi về nhà nghỉ, em coi anh sau hơn hai mươi năm trả bài còn thuộc không?

- Hiếu nói chừng đó mới biết cô giáo quên bài hay học trò quên bài.

- Có em bên cạnh, anh lại càng hưng phấn, ban ngày sẽ làm việc nhiều, giải quyết công việc xong, tối có em. Anh có nói ông anh nuôi gởi cho chúng ta một trăm con tôm hùm. Bố Philip và cô Jane chắc cũng muốn qua chơi với anh. Khi có tôm hùm, em mời hai ông bà qua bên này chơi, mình ăn tôm hùm chừng nào hết anh mới đưa em trở về nhà. Thu Vân nói:

- Lần này gặp anh còn phong độ tha hồ mà dập liễu nhồi hoa, chắc năm tới có bê bi quá. Hiếu nói anh tin như vậy, đúng như anh hai báo trước. Khi em mang thai chừng hai tháng mình tổ chức đám cưới tại nhà anh bên

Massachusetts và mùa hè năm đó, em sanh xong, mình về Việt Nam chơi chừng một tháng cũng làm lễ ra mắt và chúng ta trình tác phẩm vĩ đại ở tuổi bốn mươi sáu. Thu Vân nịnh chồng:

- Cái gì anh cũng quá tuyệt vời, anh muốn cho em có con cũng rất dễ, cứ miệt mài, làm đêm không đủ thì tranh thủ làm thêm ngày chắc chắn sẽ có kết quả như ý. À ra thế, Hiếu nói.

Mới sáng sớm thứ ba, Hiếu nhận được điện thoại của Thu Vân nói em nhớ anh, đợi ngày mai em thấy sao lâu quá, chiều nay em đến phi trường khoảng sáu giờ, anh ra đón em, em mua bốn miếng thịt bò làm sẵn trong bao bì cho món steak và hai hộp trứng là anh có đủ caroli quần em tới bến rồi, không cần đi đâu hết. Hiếu cắt ngang:

- Đến nay em thông minh hơn anh quá xá, anh là học trò của cô giáo dễ thương, cô giáo bảo trò làm gì thì trò chỉ vâng dạ làm theo cho cô giáo hài lòng.

- Anh nói nghe coi bộ được, hay quá, Thu Vân đáp. Thôi anh đi làm đi, lái xe cẩn thận, đừng có mơ mơ màng màng lái xe đụng vào cái mông tổ chảng của một cô nào văng ra cái mông giả thì đổ nợ đó nghe.

- Dạ, em hiểu cô giáo muốn mần thịt học trò cho ngộp thở, Hiếu nói năm giờ anh ở phi trường đợi em.

Chuyến bay đến sớm mười lăm phút, Hiếu chạy lại ôm hôn Thu Vân, kéo hết hành lý ra xe, lái một mạch về nhà. Hiếu lấy sữa cho Thu Vân uống, cả hai vào phòng tắm, Hiếu khen em đã có năm con mà bộ nhũ hoa còn tuyệt đẹp, nhứt là hai cái đỉnh vẫn còn đỏ và cong vút. Dù hơn hai mươi năm xa cách, cái đẹp có kém hơn xưa chẳng là bao. Hiếu kỳ cọ cho người yêu như năm xưa Hiếu từng kỳ cọ âu yếm Thu Vân. Hiếu nói:

- Tắm xong, anh vào bếp lo bữa ăn chiều, em trang điểm tới bến như là ngày đám cưới của chúng ta, anh cũng diện một vết mới thật đẹp và có tặng hoa cho em, anh có bày biện chỗ chụp hình kỹ niệm, mình tự chụp được nhiều kiểu và lựa ra kiểu nào đẹp phóng đại trưng trong phòng hạnh phúc của chúng ta ở đây, ở bên Harvard và cả ở Việt Nam - Cần Thơ, Sóc Trăng. Thu Vân nói:

- Cái gì anh tính cũng giỏi hết, anh là sư phụ của em cho đến chết nghe anh. Hiếu nghe người yêu nói sao quá dễ thương, vội chạy lại ôm hôn vợ, lấy nước cho vợ uống, lại có chai Martell XO Thu Vân mang theo cho Hiếu uống mau nóng máy, Thu Vân biết tánh Hiếu là như vậy. Hiếu hôn vợ một lần nữa và khen Thu Vân biết lo cho anh, mang chai rượu ngon giúp anh sẽ mau nóng máy.

Hiếu vào bếp, thấy có đủ gia vị làm bít tết, vội lấy thịt bò ra ướp rồi để đó, ra dọn bàn, mang chén dĩa lên đủ hết, lấy một ly cho một chút nước đá, khui chai rượu rót vào nửa ly để đó chờ lạnh mới uống. Lại phòng chụp hình đã bày biện sẵn, mở hết đèn lên, canh lại ánh sáng và nhìn xem lại máy chụp hình có bị chói ánh sáng hay thiếu ánh sáng, điều chỉnh xong. Hiếu trở về phòng coi Thu Vân trang điểm xong chưa, Hiếu muốn chụp hình trước khi ăn ít nhứt cũng cả chục pô mới ăn vì ăn xong mồm miệng làm phai son môi của vợ và còn chụp hình thêm. Vào phòng ngủ, thay đồ ngủ mỏng tanh mà Hiếu thích năm xưa nay vẫn còn, Thu Vân sẽ mặc cho Hiếu chụp thêm hàng chục kiểu nữa. Hiếu mở cửa tủ quần áo của mình, bảo Thu Vân chọn bộ đồ nào em thích nhứt chụp hình hôm nay và kể cả lễ cưới, Thu Vân lựa từng bộ, trên hai chục bộ, lựa màu cho xứng hợp hài hoà với màu áo của Thu Vân. Thu Vân lựa đến ba bộ, Hiếu sẽ thay chụp nhiều kiểu quần áo khác nhau. Hiếu con mang cả chục loại nước hoa đàn ông bảo Thu Vân chọn mùi, kể cả nơ, cà vạt. Thu Vân trang điểm xong ra phòng khách trước. Hiếu thay đồ và thắt nơ cho lạ mắt chụp hình trước.

Hiếu chụp nhiều tấm chỉ một mình Thu Vân thay cả bốn bộ đồ khác nhau, Hiếu cũng chụp vài pô sô lô. Bây giờ, tới chụp cả hai, Hiếu dặn Thu Vân đến đứng hoặc ngồi trước và để một tấm giấy nhỏ cạnh Thu Vân là chỗ của Hiếu, canh đâu đó đàng hoàng, ghi hình nhiều cảnh ngồi đứng, ôm hôn nhau hàng chục kiểu. Xong tại phòng chụp ảnh, Hiếu bảo Thu Vân thay đồ ngủ, Hiếu chụp thêm nhiều kiểu và nhờ Thu Vân bấm máy khi Hiếu mặc đồ ngủ. Màn chụp hình kỷ niệm xong, Hiếu nắm tay Thu Vân lại phòng ăn, bảo lấy thức uống nào vợ chồng thích. Thu Vân thấy chồng có để ly rượu mạnh có nước đá mà không có sô đa còn nhiều, vội mang xuống bếp cho chồng uống vài ngụm, Thu Vân trở lên rót thêm rượu cho chồng và lấy cho mình một ly nước cam.

Hiếu chiên bít tết xong, có kèm theo mấy lát bánh mì nướng, Hiếu chiên hai miếng lớn, để hai miếng nhỏ sáng mai chiên ăn tiếp. Từ bếp lên, Hiếu đứng lại nhìn Thu Vân say đắm, gọi Thu Vân đứng dậy cho Hiếu ngắm một chút. Thu Vân riu ríu làm theo, Hiếu khen em còn dáng vóc quý phái mệnh phụ phu nhân, trông như hoàng hậu của một nước nào đó. Hiếu còn nói nịnh:

- Em còn đẹp lắm Thu Vân ơi! Anh mê em chết bỏ. Thu Vân nói, em cũng mê mệt anh từ còn trẻ cho tới nay.

Em nghĩ tối này chúng mình động phòng hoa chúc tập hai, chắc em có bầu vì cũng trùng hợp với trước ngày em có kinh nguyệt. Hiếu gật đầu, mang thức ăn vào bàn và đặt nụ hôn lên tóc người yêu. Ngồi xuống, Hiếu uống một ngụm rượu mớm cho vợ và uống thêm một ngụm cho mình, cắt miếng bít tết, lựa chỗ thịt ngon đút cho Thu Vân ăn, còn mỡ và bầy nhày chung quanh Hiếu ăn một cách ngon lành rồi uống thêm rượu. Hai miếng bít tết to, Hiếu ăn gấp rưỡi Thu Vân và nàng nói:

- Bít tết tối nay, sao em ăn nhiều mà vẫn còn cảm thấy ngon quá, có lẽ vì tình yêu của em đối với anh. Những gì của anh, em đều mê thích, còn chuyện làm tình, không có ai qua anh đâu.

- Em muốn luôn ở gần anh để anh tặng cho em cái đặc ân tình yêu ân ái chắc còn trên hai mươi năm nữa cho đến khi nào anh hết xí quách, có phải vậy không anh?. - Bây giờ chúng ta ăn xong, Hiếu nói:

- Uống cà phê cho thêm dẻo dai, anh lo dọn dẹp, em vào phòng trước em sắp xếp bàn ghế tủ giường kiểu nào đặt ở đâu, cái gì em làm được thì làm, còn cái gì nặng, một chút anh vào phòng, em chỉ đâu anh làm đó miễn em vừa lòng là anh vui. Em thấy, bố Philip toàn trưng bày đồ dùng cho các phòng toàn gỗ quý mắc tiền rất nặng. Di chuyển hay xê dịch trong phòng thì làm sao hai người làm cho nổi mà ít nhứt cũng thanh niên lực lưỡng trở lên mới có thể di chuyển hay xê dịch. Vì thế, bố Philip có gắn bánh xe dấu kín ở dưới, mình điều khiển xê dịch rất dễ dàng. Em đừng ngại em muốn trang trí cho vừa ý mới là quan trọng vì mình vào phòng thấy yêu thích thì mọi chuyện khác cũng trơn tru vui vẻ theo. Thu Vân nói em hiểu, xem có gì thay đổi cho anh biết sau:

- Bây giờ anh lo đi làm nhanh còn có nhiều thì giờ trả bài. Hiếu nói, em có ý kiến coi bộ hấp dẫn, anh đi làm ngay.

Khi Hiếu trở vô phòng, thấy đèn mờ, Thu Vân đã thoát y rồi, đang đi tới đi lui, lưng còn quay ra cửa, Hiếu rón rén vào ôm lưng Thu Vân nựng hai ngọn núi cao vút và bấm cửa tự động đóng kín lại. Hai người dìu nhau đi một vòng trong phòng, Hiếu lấy một lon bia vừa cầm vừa uống một ngụm mớm cho Thu Vân và Hiếu uống thêm một ngụm, cả hai còn mơn trớn nhau, thằng bé đã đứng dậy đụng vào mông Thu Vân, cả hai lại uống hết lon bia thì đã thật nóng máy. Thu Vân kéo Hiếu lên giường thấy có một hộp đựng khăn ướt cả chục cái mà Thu Vân đã chuẩn bị, không nói gì hết. Thu Vân lên lái tàu, lướt sóng to đến lần thứ hai Hiếu mới chịu lơi tay ôm Thu Vân và nói:

- Anh vô cùng hạnh phúc. Thu Vân thưởng anh một món quà này quá quý giá, anh nhớ ơn em mãi mãi. Bây giờ chúng ta ngủ một giấc nghe em? Thu Vân vâng dạ và lấy tay Hiếu đặt lên ngực mình và chuyện vãn vài phút cả hai chìm vào giấc ngủ đẹp sau hơn hai mươi mấy năm mới gặp lại trên giường.

Hơn mười hai giờ khuya, Hiếu thức trước, nấu nước sôi cho bốn hột gà vào làm hột gà la cót. Thu Vân thức dậy, thấy chồng đang làm hột gà la cót lại càng động lòng thương lại còn ham muốn xác thịt vì Thu Vân cũng vắn chuyện ân ái cũng trên ba năm từ ngày chồng chết. Thu Vân ngồi cạnh Hiếu cũng ăn hai quả và cũng uống thêm bia, Hiếu lấy ăn thêm hai hột gà sống và uống hết bia, đi vào toilet xong, rửa ráy kỳ cọ thằng bé sạch sẽ, nó cũng nổi giận ngóc đầu lên, Thu Vân vào thấy vậy xoa bảo nó cô giáo làm vệ sinh xong sẽ dạy nó học. Hiếu giúp vợ lau mình mẫy trước sau và nhứt là bộ ngực Hiếu chăm sóc quá kỹ nên Thu Vân đã chịu hết nổi, kéo Hiếu lên giường và trận đánh này, Hiếu làm chủ chiến trường làm cho Thu Vân rên rỉ đến lần thứ tư, Hiếu mới xả nước làm cho thằng nhỏ lặn mất tiêu.

Cả hai ngủ một giấc tới sáu giờ sáng. Ôm nhau nựng nịu, cả hai lại nóng máy. Thu Vân dành lái tàu chủ động ít mệt hơn bị Hiếu khoẻ quần quá dữ cũng có mệt. Nếu Thu Vân chủ động thì ít mệt còn dành sức chiến đấu phục vụ cho Hiếu tới bến ăn thua luôn vì Hiếu cũng kiêng cử gần vợ cũng khá lâu nên sức dẻo dai còn sung mãn tuyệt vời. Trận chiến này kéo dài lâu nhứt cả nửa giờ, Cả hai ra vườn hoa đi tới đi lui tập thể dục và ngắm cho đã, vào nhà đi tắm và ăn sáng xong, Hiếu hôn vợ chạy vào sở làm. Trưa mười hai giờ chạy về nhà ăn trưa với vợ. Hiếu đưa chìa khoá và cho mật mã các tủ sắt đựng vàng vòng nữ trang thường và một hộp ở trong phải biết mật mã mới mở được. Cả một khối lượng hột xoàn kim cương hơn cả mấy chục lần nữ trang của mẹ cho. Mỗi món nữ trang đều còn bảng giá cũng như giấy chứng nhận mua tại đâu ngày nào kể cả thời gian bảo hành, đủ hết.

Thu Vân hoa cả mắt, vội đóng khoá lại, không dám xem nữa, khoá lại các cửa xong. Thu Vân nằm dài suy nghĩ, tôi nghiệp cho chị Caroline, sống giàu sang phú quý, tiền của, hột xoàn kim cương cả tủ mà vội chết sớm. Mãi nghĩ đến thân phận Caroline, Thu Vân quá thương mà khóc ướt cả gối mà chị lại quá thương mình muốn mình thay chị hưởng những gì cao sang quý giá nhứt của chị để hết cho mình. Thu Vân vội bốc điện thoại lên, Hiếu cũng vừa họp xong, nghe Thu Vân kể mở tủ ra thấy nữ trang kim cương hột xoàn em ngợp không dám nhìn nữa, vôi đóng hết cửa lại các tủ và khóc cho đến sưng cả mắt.

- Em xót thương chị Caroline vội chết sớm mà còn viết di chúc bảo em thay thế Caroline chăm sóc anh và gián tiếp biếu tặng hết quý kim cho em chỉ có mục đích là em thay chị lo phục vụ cho anh. Em quá cảm xúc, chiều nay anh mua cho em một ốp nhang, ở tiệm Tàu mới có bán và anh mua thêm bánh mức thức ăn gì mà chị Caroline thích.

Em tự nguyện mỗi ngày phải cúng cơm chị như người Việt Nam mình, anh đi làm em ở nhà một mình, em cúng trong phòng không đốt nhang nhiều sợ hôi phòng, em đem ra vườn hoa cúng chị.

- Hiếu chết lặng khi nghe Thu Vân nói về tình nghĩa của Thu Vân sao quá cao đẹp còn hơn mình đối với vợ Caroline.

Tự nhiên Hiếu khóc hối hận, bà chánh văn phòng bước vào bất chợt thấy sếp mình khóc, bà vội ra ngay. Hiếu ra về sớm, chạy đến tiệm Tàu mua thịt quay, lạp xưởng, bánh bao, nhang, đèn cày, cả hai túi đầy. Về đến nhà Thu Vân ra đón, ôm hôn, Thu Vân dẫn chồng ra sau vườn, Thu Vân lựa một chỗ trống rất tốt, xung quanh hoa nở rực rỡ có mùi thơm ngào ngạt đặt mấy cục gạch và một lon cát cắm nhang. Hiếu khen:

- Em có lòng nhân ái còn hơn anh, cám ơn em Thu Vân. Vào nhà Hiếu đi tắm. Thu Vân mang hết đồ ăn mới mua đem về. Cắt một miếng thịt quay và một cái lạp xưởng, Thu Vân luộc hai cái lạp xưởng cho chín và phồng ra mới cho vào lò nướng cho thêm thơm và miếng thịt quay cũng nướng lại, thêm hai cái bánh bao cũng hấp lại và nướng thêm vài lát bánh mì. Thế là cũng có bốn món ăn cúng vong linh Caroline, cúng trong nhà cũng y như ngoài vườn, cúng vái xong, Hiếu gọi điện thoại về trình với ba má:

- **C**hiều nay con có làm cơm mâm cơm đơn sơ cúng vong linh Caroline giống theo phong tục người Việt theo sự bày vẽ của Thu Vân vì Thu Vân nhắc nhở con, chồng phải cúng cơm cho vợ, để cho vong linh chị sớm siêu thoát. Con nghe theo Thu Vân, con sẽ cúng cơm mỗi ngày cho Caroline suốt luôn một tháng. Thu Vân gợi ý nhắc nhở con chuyện cúng kiếng theo kiểu người Việt làm cho lòng mình thêm bình an. Tội nghiệp, Thu Vân khóc nhiều và nói với con:

- Em chưa hề gặp một người phụ nữ nào có tấm lòng nhân ái cao đẹp như Caroline, em giựt chồng chị mà chị vẫn buông xả nhận con rơi của chồng làm con ruột của mình. Chị Caroline tha tội lỗi cho em nhờ lòng vị tha chị biết anh không trợ giúp cho cô ta có con thì cô ta tự tử. Thu Vân còn nói:

- Chị Caroline lại đang sống trên giàu sang phú quý sắp có bốn con là bác sĩ và vợ hoặc chồng của bốn con cũng có học thức như chúng. Thu Vân còn nói chị Caroline có chồng là một bác sĩ y khoa nổi tiếng trên thế giới, có tiền rừng bạc biển mà vẫn không cứu sống Caroline, chị không được sống thọ vui hưởng hạnh phúc vội ra đi sớm. Nay cái hạnh phúc giàu sang chị cùng chồng tạo dựng lại để cho Thu Vân hưởng. Thu Vân khóc sưng cả mắt và nói:

- Chưa có bà mẹ có kiểu cách thương con gái mình như má thương Caroline và nay tình thương trút xuống cho Thu Vân. Bà ôn tồn nói:

- Má thật có tình quý mến yêu thương Thu Vân như Caroline, má khuyến khích Thu Vân đừng quá cử kiêng gì chừng nào làm lễ hôn phối nhà thờ tính sau. Bây giờ, con và Thu Vân phải sống chung có con sớm cho ba má thêm vui, ba má không trách móc con, vợ vừa mới mất mà đã lấy vợ khác. Má ba quá thương con muốn con có Thu Vân an ủi chăm sóc.

Thu Vân rất đáng trân trọng, vô cùng can đảm dám viết sự thật, tố cáo chuyện bỉ ổi của xã hội qua quyển tự truyện về cuộc đời ô nhục của mình trải nghiệm ba năm làm nô lệ tình dục cho một tên lưu manh. Trái lại, ba má không cấm cản con lấy vợ khác mà còn khuyến khích con sống chung với Thu Vân để các con gần gũi, an ủi giúp đỡ nhau vì Thu Vân đã khổ nhiều rồi. Hai con muốn ba má qua ở với các con lúc nào thì ba má theo ở với con như trước đây ba má theo Caroline và con. Nay thì ba má theo Thu Vân và con. Hiếu nghe má nói vậy lại càng khóc lớn, không cầm được nước mắt, chừng một tháng nữa ba má, các cháu, hai chị vú sang Mỹ. Hiếu nói:

- Đến gần lễ Noel chúng con xin phép ba má cho chúng con làm lễ hôn phối chánh thức để cho con nhớ lại lần làm lễ hôn phối với Caroline ở Vienne cũng dịp lễ Noel. Bà nói con tính như vậy quá đẹp, ba má sẽ mời Cha Chánh Xứ ở Thủ Đô Vienne và mấy người bạn gái rất thân của Caroline cũng ở Vienne, nay cũng có chồng con và đang dạy đại học ở Vienne, bà nói tiếp:

- Tổ chức lễ tại nhà con ở Massachusetts, má không muốn con tổ chức ở Connecticut vì ai cũng biết con, vợ mới chết không lâu, người ta xì xầm điều không tốt cho con. Còn ở Massachusetts biết Thu Vân chồng chết ba năm, nay tái giá không ai dị nghị, nói ra nói vào. Hiếu nói cám ơn má, con không nghĩ tới điều đó, má nghĩ như vậy quá đúng, con xin cúi đầu cám ơn má.

- Xin má nhắc mấy đứa con còn kính yêu mẹ, mỗi ngày phải có cơm canh bưng ra mộ phần đốt nhang cúng mẹ những thức ăn mà mẹ chúng thích khi còn sống. Mẹ chúng phụ với bố vun xới vườn tược, trái cây, hái những thứ đó và bắt gà vịt, cá dưới ao làm thức ăn cúng mẹ. Có công sức mẹ trong đó làm cho vong linh mẹ luôn cười vui phù hộ các con bình an khoẻ mạnh, học giỏi. Bà nghe con rể nói đến đâu bà khóc đến đó. Hiếu còn lặp lại:

- Cúng cơm với những thứ có trong vườn, cá hay gà vịt, trước phần mộ Caroline luôn có một trái dừa lửa có ống hút vì Caroline thích nhứt uống nước dừa do nhà trồng và một dĩa trái cây bình nhang, mỗi tối các con đốt nhang cầu nguyện mẹ Caroline về phù hộ cho các con khoẻ mạnh học giỏi như mẹ.

Ông bà nghe Hiếu nói vụ cúng cơm, cúng trái cây hàng ngày cho Caroline, hai ông bà khóc ngất. Tình cờ hai anh chị sui đi ngang qua nghe tiếng khóc và nghe bà thuật lại cho bố dượng, bà nội biết lời dặn dò của Hiếu với các con, hai ông bà cũng khóc nhớ thương Caroline.

Chiều hôm đó các cháu về đông đủ, bà ngoại thuật lại lời bố các cháu dạy bảo cúng mẹ thường xuyên tại phần mộ cho đến khi nào về Mỹ. Chúng cháu cùng nhau, đứa lo bắt cá, hái rau, hái trái cây, bắt gà vịt làm một mâm cơm cúng mẹ chiều nay, có mời gia đình bác ba, cậu tư cùng qua ăn cơm. Cô hai nói:

- Các cháu gái phụ với cô làm cơm canh cúng mẹ các cháu là điều đáng làm vì mẹ các cháu như một vị thánh biết tha thứ tội tày trời của bố các cháu là tội ngoại tình dù trong một cảnh tình cũng vô cùng éo le, khúc khuỷu. Nhưng người đời, xã hội sẽ không buông tha người đàn ông bạc nghĩa, ngoại tình gian dối với vợ mà vợ lại hết lòng chung thuỷ với mình.

Bữa cơm cúng Caroline không tính trước mà lại rất tươm tất, má mời ông bà Khoa trưởng, bố mẹ vợ của Trung và chú thím Tín.

Trong bữa ăn, bà kể hết chuyện Hiếu nhớ thương Caroline làm bàn thờ cúng cơm trong nhà, như người Việt đốt nhang nhiều không tốt cho sức khoẻ, Hiếu còn kê gạch làm một bàn thờ dã chiến ở ngoài vườn hoa thơm ngát sau nhà, tổ chức cúng thịt heo quay, bánh bao, lạp xưởng những thức ăn mà Caroline ưa thích khi sống ở Sóc Trăng, Cần Thơ. Còn khu vực nhà Hiếu ở Massachusetts, cách xa bốn năm chục cây số chỉ có một tiệm Tàu duy nhứt và nhà ở Connecticut thì tiệm Tàu cũng gần hai mươi cây số mới có bán các thức ăn đó cũng là những món ăn ưa thích của Caroline. Hiếu thường nói với tôi:

- Ba má trăm tuổi già, chúng con cúng cơm tưởng nhớ ba má quyết lòng chọn những món ăn ba má ưa thích khi còn sống. Hiếu nói con sẽ cúng cơm cho vợ con đúng trọn một tháng. Tôi nghe vậy lại quá thương nhớ Caroline và thương Hiếu muốn Hiếu làm lễ hôn phối với Thu Vân càng sớm càng tốt. Hiếu nói, sớm nhứt cũng vào dịp lễ Noel vì Hiếu làm lễ hôn phối với Caroline dịp đó tại Vienne.

Tôi thật tình khuyến khích Hiếu và Thu Vân gần gũi sống chung nhau ngay bây giờ còn chuyện làm lễ hôn phối tính sau. Tôi có nói:

- Cả viện đại học Yale ai cũng biết vợ Hiếu vừa mới mất mà tái giá sớm thì thiên hạ cũng đàm tiếu nói xấu. Tôi có bảo Hiếu con có làm lễ hôn phối nên tổ chức ở Massachusetts ít người biết con, ai cũng biết chồng Thu Vân chết cũng đã ba năm mà nay tái giá, không có gì phải nói, thắc mắc hết. Hiếu nói, đợi ba má và các cháu qua Mỹ rồi mới tính. Khi con làm lễ hôn phối ở nhà thờ, tôi sẽ mời Cha Chánh Xứ ở Vienne đến đồng chủ tế trong nhà thờ, mời hai bạn gái thân của Caroline ở Áo nay cũng có bằng tiến sĩ ở Harvard, từng ở nhà Caroline nhiều năm du học. Nay là giáo sư nổi tiếng của đại học Vienne và có chồng con cũng rất giàu ở Áo. Hai người bạn này cũng biết rõ Caroline để di chúc muốn chồng kết hôn với Thu Vân và cũng nghe Caroline kể Thu Vân từng có hai con với Hiếu. Tôi chắc chắn hai gia đình hai bạn và thân phụ mẫu cũng bay qua dự lễ cưới của Hiếu, càng đông càng thêm ý nghĩa. Bà xoay qua Bernard nói:

- Má đưa tiền cho con mua vé cho bà con, những quý vị có mặt hôm nay và những vị nào muốn tham dự đám cưới, mời hết và ở Mỹ chơi chừng hai tuần, ba má lo hết mọi chi phí vì ba má rất quý yêu Hiếu và Thu Vân. Con nghĩ ba má không thể không thương yêu Thu Vân vì các con biết sau khi từ Sóc Trăng về đây, tối, Thu Vân lo dọn phòng ngủ riêng. Má hỏi sao con không ngủ chung với Hiếu. Thu Vân trả lời:

- Thu Vân kính yêu Caroline và muốn Hiếu phải để tang vợ một thời gian càng lâu càng tốt. Má nghe má quá thương Thu Vân đứt ruột nên ba má lo hết đám cưới cho Hiếu và Thu Vân. Các cháu ngoại vỗ tay cám ơn ngoại, xin ngoại may cho các cháu mỗi đứa một bộ quần áo mới để dự lễ đám cưới. Bà ngoại nói liền không những mỗi đứa mỗi bộ, ông bà ngoại thưởng cho các cháu mỗi đứa ba bộ. Ngày mai đi may liền vì về Mỹ bận học và không thể may quần áo có thợ đo cắt đàng hoàng. Ở Mỹ làm gì có thợ đo ni, cắt may, chỉ có quần áo may sẵn không được đẹp, vừa ý. Cả đám cháu vỗ tay hoan nghênh và nói ông bà ngoại chịu chơi mà nói bằng tiếng Việt thì ông ngoại bị điếc nên ông bà lại thêm vui.

Nhân có mặt đông đủ các cháu, cô hai cho các cháu biết thêm chi tiết về mẹ Caroline của các cháu tại ngôi nhà vườn tràn đầy kỷ niệm của bố mẹ các cháu. Tại đây chưa trồng các loài cây ăn trái, chưa có ao nuôi cá, nuôi bò heo gà vịt, chưa có gì hết hoàn toàn khu đất trống bỏ hoang trên mười mẫu, chỉ có ngôi nhà chính mà chúng ta đang ngồi ăn cơm chiều nay. Còn tất cả bố mẹ đều xây dựng mới. Khi mẹ Caroline về Áo sanh đẻ, bố con nhớ vợ tìm an vui khuây khoả, ba cháu mua máy cày, máy xúc đất làm cật lực và có mướn thêm nhân công, ba cháu chỉ họ làm tiếp khi những ngày thường, ba cháu tự học rồi làm thầy chỉ người khác, miệt mài đào rảnh trồng cây ăn trái. Cũng cái duyên trồng cây, ba cháu chở ông bà ngoại và mẹ cháu dạo chơi, tình cờ gặp khu nhà vườn ươn cây bán ở gần phi trường Sóc Trăng. Tình cờ ba các cháu nhìn không ra người bạn cũ cùng học ba năm trung học cấp ba cùng với ba các cháu.

Nhờ có giọng nói, ba cháu mới nhận ra Thu Vân từng được bạn bè Hoàng Diệu bầu là hoa khôi của trường, cũng là học sinh giỏi. Ba cháu có mặc cảm với con gái nhứt là con gái con nhà giàu. Ba thấy thân phận mình con nhà nghèo bữa đói bữa no mà yêu con gái nhà giàu chỉ thêm buồn tủi.

Chuyện đời và chuyện tình có nhiều éo le trớ trêu. Lúc bấy giờ, Thu Vân mười tám tuổi, thời trổ mã đẹp gái làm bố cháu thêm mê mệt.

Như các cháu đã biết số phận đã an bày vì buồn tình, Thu Vân cảm thấy mình cũng học giỏi, lại con gia đình giàu, để ý yêu anh chàng bán than mà chàng ngoảnh mặt làm ngơ thì tức thật. Các cháu đã biết chuyện tình của ba các cháu với Thu Vân, cô không kể lại.

Khi ba Hiếu và mẹ Thu Vân về ở chung, các cháu hỏi để nghe ba cháu kể, ba can đảm và hy sinh thế nào đối với mẹ các cháu. Nếu ba các cháu từ chối giúp đỡ Thu Vân thì Thu Vân tự tử vì sống thân tàn ma dại, mang bịnh tâm thần, nhục nhã, ra đường chỉ gằm mặt xuống đất.

Mẹ Caroline của các cháu là một người mẹ tuyệt vời có tâm đức mẹ Maria, Phật giáo nói có tâm bồ tát, bồ đề. Mẹ Caroline buông xả tội ngoại tình của ba cháu đã đành mà mẹ Caroline lại không hề trách móc thù oán người phụ nữ đã lấy chồng mình. Gương can đảm hy sinh vô bờ bến của mẹ Caroline các cháu, còn nhận con rơi ngoại hôn của ba làm con ruột của mình. Các cháu suy nghĩ kỹ, trên đời này làm gì có một phụ nữ thứ hai như mẹ Caroline. Khi nào các cháu vui chơi cũng nên nhớ mẹ mình, có món ăn thức uống gì ngon các cháu van vái mẹ về chung hưởng với con thì các cháu sẽ có cảm nhận hạnh phúc tăng thêm lên và người phối ngẫu của các cháu lại càng yêu thương các cháu nhiều thêm.

Quý vị lớn tuổi cùng nói, cô hai có lời khuyên bảo dạy dỗ các cháu rất mẫu mực, các cháu phải nhớ lời cô hai. Các cháu đều dạ vâng rất dễ thương.

Các cháu và cô dượng và cả đại gia đình đi du lịch vùng bảy núi và Núi Sam quê của dượng hai, các cháu mới thấy bên họ nhà dượng hai quý trọng gia đình mình bực nào. Cô dượng sẽ dẫn các cháu đi tham quan ngôi biệt thự xinh đẹp trên đỉnh Núi Sam. Cô hai đã có hơn sáu năm dài ở đó, sống chung với một người gọi là chồng cũng được. Một bệnh nhân nằm chờ chết chỉ có một mình cô gần gũi chăm sóc mà suốt ngày phải đeo khẩu trang ngừa tránh vi trùng lao và không bao giờ ngủ chung.

Chuyến đi chơi ba ngày ở Châu Đốc có đủ ông bà ngoại, ông bà nội gia đình cô hai, các cháu quá thích. Các cháu đi lên tới đỉnh núi Cấm, đi du ngoạn vùng rừng tràm Trà Sư, các cháu học hỏi thêm về sinh thái thiên nhiên của Việt Nam không thua kém các nước khác. Các cháu còn được cô hai hướng dẫn qua Tân Châu thăm viếng các nơi trồng dâu nuôi tằm, dệt tơ lụa, cẩm tự một sản phẩm đặc biệt của vùng Châu Đốc. Đến xã Châu Giang và các xã ấp kế cận có nhiều đồng bào Chăm mà người Việt xưa gọi người Chiêm Thành hay người Chàm, thấy các thợ dệt người Chăm khéo tay dệt các tấm xà rông, khăn và đồ thủ công mỹ nghệ sử dụng sản phẩm từ tơ lụa làm nguyên vật liệu. Cô hai thuê xuồng máy, tắc ráng chạy dọc theo sông Hậu cũng có chợ nổi như ở chợ nổi Cái Răng của Cần Thơ, nhưng nhỏ hơn nhiều và những bè nuôi cá da trơn như cá vồ, cá tra, cá ba sa và cá có vẫy như, cá chài, mè dinh, cá he... Các bè nuôi cá cũng là nhà ở, chỗ buôn bán cùng với chợ nổi của nông dân ra họp chợ buôn bán hàng ngày cũng trên bến dưới thuyền rất tấp nập, là cửa ngõ nhiều mặt hàng lậu thuế từ Cam Bốt tuồn sang.

Các cháu nói với cô hai, chúng cháu đi lần này về Châu Đốc với cô hai mới biết cách người Việt nuôi tằm dệt lụa, cách nuôi cá bè, chợ mắm Châu Đốc và núi Sam huyền bí với chùa chiền lăng miếu. Đặc biệt chỗ cô hai đã miệt mài chịu gian khổn nuôi cả một gia đình giúp ba con có tiền mua xe gắn máy đi học đại học ở Cần Thơ. Ở một nơi hiu quạnh, muốn ăn món gì phải đi lên xuống núi sáu bảy cây số mới mua được thức ăn hay đồ dùng. Chúng cháu chỉ ở một tuần là chạy dài mà cô hai ở tới sáu năm quả người hùng của núi rừng quá can đảm giàu tính hy sinh nhằm giúp gia đình.

Chúng cháu sau này có trách nhiệm phụng dưỡng cô hai và gia đình. Gia đình bên nội là một gia đình gương mẫu về mọi mặt, chịu đựng hy sinh và tình nhân ái bao la mình sống vì mọi người. Các cháu sẽ noi gương tốt đẹp của cô hai, ba má cháu, của bà nội ông bà ngoại, bác ba cô tư...

Sau chuyến du lịch vùng Châu Đốc, các cháu có thêm ấn tượng tốt đẹp về đất nước và con người Việt sống càng xa phố thị càng cởi mở, lương thiện, đạo đức càng dễ thương.

Các cháu trở lại Cần Thơ, còn đúng một tuần sẽ về Mỹ cùng ông bà ngoại và hai chị vú. Tôi nghiệp cho hai em út mới sanh được vài tháng thì mẹ qua đời chỉ có bà ngoại và chị vú hết lòng thương yêu nuôi dưỡng. Mẹ Thu Vân nói các cháu qua Mỹ, Thu Vân thay mẹ Caroline lo nuôi dưỡng các cháu cùng với bà ngoại, chị vú.

Bác ba, cậu tư hết lòng thương yêu cũng tranh thủ thời gian đưa các cháu thăm viếng danh lam thắng cảnh của Tây Đô Cần Thơ. Thăm viếng khu chợ nổi Cái Răng và các khu sinh thái gần chợ nổi để giúp các cháu có thêm sự hiểu biết về nền văn minh miệt vườn của Việt Nam, thưởng thức các món ăn đặc sản đồng quê.

Các cháu đến tiệm may quen của ba, gần nhà hàng Tây Độ, cũng là nhà may lớn nhứt của thành phố, các cháu đến chọn vải và may quần áo, ông chủ tiệm tính chung cho mười cháu lớn nhỏ, tiền vải mới có mấy trăm đôla, cháu lớn nói con xin gởi ông chủ một ngàn đô may cho chúng cháu mấy bộ cũng được.

- Các cháu sẽ có mỗi cháu ít nhứt năm bộ, ông chủ nói. Ông cho thợ tập trung may cho các cháu chừng bốn ngày xong hết, các cháu ra thử, coi rộng hẹp còn thì giờ chỉnh sửa thêm một ngày nữa vì các cháu còn bảy ngày là lên đường về Mỹ. Khi nào trở lại Cần Thơ, ra đây ông may cho các bộ khác thay thế đồ cũ. Các cháu vỗ tay hoan nghênh cám ơn. Con gái con trai gì cũng có quần mới, đẹp, theo thời trang. Các cháu quá vui lại ôm hôn hai ông bà chủ và các chú thợ nói xí xô xí xào làm cho cả tiệm rất vui.

Các cháu về nhà hỏi bà ngoại cho các cháu năm ngàn đi may quần áo, bà ngoại biết mỗi cháu may được mấy bộ, bà ngoại nói liền, ba bộ. Đứa cháu bé nhứt dành nói, bà ngoại nói sai rồi, mỗi đứa năm bộ mà sau này bộ cũ lại đổi may bộ khác mà chỉ có một ngàn. Bà nói như vậy quá tuyệt vời. Thằng cháu lớn nói, ông chủ là chỗ quen biết và mến thương ba cháu.

Một tuần qua nhanh, bác ba trai và cậu tư lái xe van loại tám chỗ ngồi, chở các con của Hiếu cùng ba má Bernard và hai chị vú còn thiếu chỗ nên phải mướn thêm một chiếc van của công ty du lịch chở ông bà Philip cộng với bác ba gái và mợ tư cũng theo chồng đưa tiễn ông bà ngoại, ông bà Philip và các cháu về Mỹ.

Về đến Connecticut cũng có đến ba xe van ra đón. Hiếu chạy lại ôm hôn ông bà ngoại và ông bà Philip và ba cháu nhỏ, còn hai bé đang nằm trong nôi cũng đang ọ ẹ chào ba. Mọi người lên xe chạy về đến nhà cũng hơn năm giờ chiều, Hiếu mời ba mẹ và bố mẹ về phòng nghỉ, đến bảy giờ con có tổ chức cơm gia đình chỉ có hai món, một món súp măng cua, tôm hùm nướng, chỉ có hai món vì đi đường xa cũng mệt, ăn qua loa, tối ngủ sớm. Bà ngoại các cháu hỏi:

- Hiếu cho má số điện thoại của Thu Vân ở Massachusetts. Bà gọi bảo Thu Vân sắp xếp công việc qua bên nhà Hiếu chơi, mẹ và các con Hiếu, ông bà Philip vừa tới Connecticut. Thu Vân thưa:

- Con cám ơn mẹ, cho con biết gia đình mình từ Việt Nam qua tới Mỹ rồi. Hôm nay thứ ba, con cố thu xếp chiều thứ năm con bay qua, mẹ nhắc anh Hiếu, con sẽ mang qua hai mươi pao thịt heo quay và khoảng mười pao bánh hỏi khô, chiều thứ năm con đãi bố mẹ và gia đình. Bà khen liền:

- Con ngoan quá, mẹ khen con. Con ở chơi lâu nghe con, Thu Vân nói con ở chơi chừng năm ngày rồi về đi làm lai rai con cũng lén bay qua thăm mẹ ba. Thôi mẹ biết tẩy con gái của mẹ, nói thăm mẹ mà thăm ai đó. Con nói thiệt, con thăm mẹ ba, còn thăm anh Hiếu và các con nữa. Nói vậy nghe được, mẹ mong con với Hiếu có thêm con, mẹ còn khỏe nuôi cháu ngoại để hai con có thì giờ làm việc.

- Thu Vân dạ vâng và nói khi về hưu, nhà cửa bên Mỹ hai con giao lại hết cho các con. Về Việt Nam sống, các con lo cho ba gia đình, ba má, bố mẹ, bố mẹ anh Hiếu. Con muốn ba gia đình ở chung nhà lớn ở Cần Thơ, mình có phòng khám bịnh tối tân lo cho ba má. Con sẽ học làm y tá và điều dưỡng do thầy Hiếu dạy để biết chăm sóc hay chích thuốc cho ba mẹ. Má nghe con gái Thu Vân nói quá vui, bà nói:

- Chiều nay má không ăn cũng no. Má sẽ kể cho các cháu biết, mẹ cha chúng còn nói, sẽ săn sóc bố Philip và cô Jane nữa đó. Chúng ta ở chung một nhà, có bác sĩ y tá ruột và kế bên nhà còn ba bác sĩ nữa, chúng ta không sợ bịnh, chỉ đi câu cá mỗi ngày cũng vui. Má rủ ông bà Philip về Việt Nam sống với chúng ta.

- Con rất tán thành ý kiến của mẹ, Thu Vân nói tiếp, Bác sĩ và y tá xịn mà chỉ lo có tám cụ khoẻ re mà lãnh lương hơn nửa triệu của hai người, má thấy coi có sung sướng cho hai con không? Má nói, con ngoan quá Thu Vân má hôn con, các cháu mời ăn chiều. Hẹn tối thứ năm gặp lại.

Đi xa, ai cũng mệt, ăn nhanh vào phòng ngủ sớm, ba cháu nhỏ vào ngủ chung giường với bố, hai bé ngủ với chị vú, còn lại bốn phòng, mấy đứa lớn chia phe con gái ngủ riêng con trai ngủ riêng. Chúng ở chơi hết tuần này rồi về Massachusetts đến bảy đám đứa. Ba Hiếu nằm giữa một bên hai đứa con gái và một bên một con trai, ba con vào giường. Ba đưa cho mỗi đứa một ly sữa, uống xong vào toi lết đánh răng rữa mặt rồi leo lên giường ngủ liền. Hiếu còn loay hoay, bà ngoại qua xem thấy cách Hiếu cho các con ngủ hai bên mình, bà chảy nước mắt nói không nên lời. Bà vỗ vai Hiếu, con ngoan quá, Thu Vân cũng ngoan quá, mẹ muốn hai con ngủ chung.

Mẹ có gọi Thu Vân, con nói là chiều thứ năm sẽ bay qua, Thu Vân sẽ mua hai mươi pao thịt quay và mười pao bánh hỏi khô mang qua ăn chiều. Má thấy con để con ngủ hai bên má thấy thương con nhiều lắm. Thôi má về ngủ nghe con. Hiếu nói, con kính chúc ba má ngủ thật ngon và chiều thứ năm má đón con gái, Hiếu nói tiếp:

- Con rất cám ơn má muốn chúng con gần gũi nhau sớm, giúp đỡ, chia xẻ cho nhau. Má lặng lẽ bước ra khỏi phòng, vừa đóng cửa xong, chưa kịp về giường Hiếu nghe có tiếng điện thoại. Thu Vân gọi thuật hết mọi việc, má muốn chúng mình sớm gần nhau, em hứa chiều thứ năm qua tới. Em suy nghĩ, công việc của em ráng làm chiều mai, thứ tư, sẽ xong, em bay qua, em nhớ anh quá, chịu hết nổi phải bắt anh trả bài cho thuộc như mấy ngày qua.

Em cảm thấy em có bầu rồi vì anh có chiêu làm em mê hết biết khi em gần anh. Sáng mai, em cho nhân viên đi đặt heo quay và mua thêm bốn con vịt quay nữa, để nguyên con mới đẹp và anh có khoa tay chặt thịt vịt cho các con xem, anh mua dưa leo kha khá để dành ăn. Hiếu nói:

- Tối nay anh sẽ bay qua em ngủ một giấc cho tới sáng rồi trở về làm việc, anh cũng nhớ em, anh muốn gần em mỗi đêm và thứ bảy nghỉ còn lãnh rắp ben ban ngày nữa, em có chịu không?

- Em chịu liền, Thu Vân nói. Anh biết không, em vô cùng hoà hợp cái chuyện ấy với anh. Mỗi lần gần anh là em sung sướng tuyệt đỉnh và em đã ghi vào sổ là em có triệu chứng có bầu cách đây bốn ngày. Em nói anh đừng cười em. Em mê và ham muốn gần anh còn hơn hồi trẻ nữa. Còn bây giờ muốn gần anh, chúng ta đê mê cũng vài chục năm nữa, tới hàng bảy mới giảm nhiều. Em nghĩ sức khoẻ của anh là sức khoẻ thép còn kéo dài. Em nghĩ đến đó em quá vui vì có anh bên cạnh giúp em ham sống gần anh, em cảm thấy có quá nhiều hạnh phúc.

- Anh đồng ý với em, chúng ta còn khoẻ cố duy trì giữ sức khoẻ lâu bền thì lại có nhiều hạnh phúc. Anh nói trước, khi anh về hưu sớm hơn em hai năm, anh sẽ qua đưa em đi làm mỗi ngày, trưa đón em đi ăn, chiều đón về, tối em đưa anh vào cõi mộng cứ diễn ra hàng đêm, em chịu cách sắp xếp trước của anh như vậy?

- Em đồng ý, ký hợp đồng miệng, xin ký ngay, Thu Vân nói, Hiếu nói liền:

- Thế thì anh khoẻ re, ban ngày anh làm tài xế, ban đêm em thay anh làm tài công có phải vậy không?

- Dạ dạ phải. Em hôn anh, em đi ngủ, em ôm anh vào lòng ngủ mới ngon. Anh gọi về Việt Nam, báo là gia đình đến Mỹ bình an và ngày mai anh lo rước dâu xịn về dinh - Good night.

- Anh chị tư canh chừng nào, má thức sáng gọi thăm ba má. Tội nghiệp ba má phải thêm cực phải đợi em về hưu, hơn hai năm nữa, mới cáng đáng hết vụ chăm nuôi các cháu nhỏ. Nếu về hưu non, trên mười lăm năm chỉ lãnh tiền hưu bằng phân nửa tiền lương. Nhưng về Việt Nam sống thì cũng dư dả, thoải mái, giá trị số tiền đó xài ở Việt Nam còn có giá trị nhiều cao hơn là tiêu xài ở Mỹ. Chị tư nói:

- Cậu út có nhận xét quá đúng vì sinh hoạt ở Việt Nam rẻ hơn ở Mỹ mà vợ chồng em ở nhà mình, có đủ nguyên vật liệu làm thức ăn thì số tiền hưu đó dù ít, chị tin giá trị thực còn hơn hai em lãnh trọn lương. Hiếu nói:

- Em cám ơn anh chị tư, trở về lớn tuổi, bốn anh chị em cũng là dịp sống chung bên nhau hết lo bữa đói bữa no như lúc còn nhỏ. Anh chị tư nhớ gọi hỏi thăm ba má, hai ông bà thương yêu em và Thu Vân như từng thương yêu Caroline trước kia. Chị tư nói:

- Ở Việt Nam má nói là má khuyến khích hai em ở chung nhau ngay bây giờ, còn làm lễ hôn phối và hôn thú đợi tới Noel cũng được. Anh chị giúp báo mọi người thân, các con và ba má đến Mỹ bình an. Chào anh chị tư!

Trưa hôm sau, Thu Vân gọi điện thoại báo tin, con đã giải quyết mọi việc, con còn nhờ bà chánh giúp làm trước các công việc sắp tới, tuần tới con sẽ về làm tiếp. Xin phép má chiều nay, con bay qua thăm ba má, bố, cô Jane và mấy cháu, luôn tiện con thăm anh Hiếu. Má nói con quá khéo, con thăm Hiếu là chánh, còn má và mọi người đều là vai phụ hết. Thu Vân cười vui:

- Má biết hết ruột gan con rồi.

Chiều nay con xuống phi trường, vào toilết con sẽ diện cho đẹp và thay đồ kẻng để má ba ngắm con diện như chị Caroline diện ngày cưới vậy. Má vỗ tay, con quá thông minh, má báo hai cô con gái lớn đi mua cho má, cô Jane, hai bó hoa lớn tặng cô dâu và hai con gái sẽ tặng hai bó hoa cho con tại phi trường, có chồng chúng nó chụp hình. Má không cho anh chàng bán than biết má con có chuẩn bị cho chàng động phòng hoa chúc tối nay. Coi xem, Hiếu có linh cảm, diện đồ kẻng đón cô dâu Thu Vân? Thu Vân thưa:

- Con đội ơn má ba. Con đã nhờ nhân viên đặt hết thức ăn ngoài heo quay còn có vịt quay, bánh bao, lạp xưởng và nhiều thức ăn linh tinh khác. Thế là chiều nay có đám cưới, má bảo anh Hiếu gọi mời hai vợ chồng ông George và gia đình bà chánh văn phòng. Hai thằng rể của con cùng mấy đứa em nó lo trang hoàng, giăng mắc bóng đèn, dọn bàn có ba bình hoa tươi thật đẹp.

Má nghe nói, Hiếu có nhắc chị vú, lấy năm con tôm hùm làm món mì xào tôm hùm và ba con nướng làm thêm món gỏi, có thêm thịt quay, vịt quay, một tiệc cưới mini như vậy cũng quá tươm tất. Thu Vân nói, chúng con cám ơn má, con đi làm, chuyến bay của con đúng năm giờ rưỡi tới Connecticut:

- Con sung sướng và vui lắm má ơi, cám ơn má thật nhiều, chiều nay con gặp ba má và mọi người.

Đến phi trường Connecticut, Thu Vân kéo cái va li nhỏ vào toi lết trang điểm đậm thêm vì ở nhà đã trang điểm cũng kỹ, thay bộ đồ mới khá đẹp, nước hoa thơm phức làm cả toi lết chú ý đến một cô gái Á Châu sao đẹp tuyệt trần như thế này. Từ trong toi lết đi ra, cả hành hách trong dòng người ra cửa kiểm soát, ai cũng khen Thu Vân đẹp, có cô xin chụp hình làm kỷ niệm.

Tại cửa, có chồng con chạy lại tặng hoa, hai đứa con trai lo lấy hai thùng quà của mẹ, hai thằng rể lo quay phim chụp hình khi ba và hai con gái ruột trao hoa cho mẹ xong, cùng nhau dẫn ra xe. Cả phòng làm việc của các hảng bay, hôm nay chứng kiến một thiếu phụ Á Châu tuyệt đẹp mà từ trước tới nay mới xuất hiện ở đây. Nhiều nhân viên phi trường nói:

- Tướng đi khoan thai của người đẹp vô cùng thướt tha quý phái và người đẹp đi đến đâu, nước hoa thơm ngát toả ra làm mọi người chung quanh càng trầm trộ khen tặng, đúng là một giai nhân tuyệt sắc ai cũng chiêm ngưỡng.

Bốn xe chạy nối đuôi nhau về nhà, cả nhà ra tận cổng chào đón cô dâu có cả ông bà George nữa, bà George có mang theo một bó hoa rất lớn, cùng với má Caroline và cô Jane tặng hoa cho cô dâu. Cả nhà đứng vây quanh cô dâu chú rể tha hồ cho các con chụp hình quay phim kỹ niệm. Bà má của Hiếu làm chủ lễ hôm nay mời mọi người vào nhà nói chuyện uống nước giải khát. Hai chị vú cũng mang ra một bàn tròn thấp cho các con còn bé của Hiếu cùng với hai cô con gái của bà chánh văn phòng ngồi một bàn có mẹ Thu Vân cùng hai chị vú gắp thức ăn cho cho các cháu. Có hai con lại ôm hôn mẹ Thu Vân và muốn chụp hình với mẹ, trông cảnh này, ai cũng đều mũi lòng vì các cháu thiếu tình thương nâng niu gần gũi mẹ mấy tháng rồi. Nay có mẹ Thu Vân thay thế, chúng vô tư, các anh lớn của các cháu vừa quay phim vừa chụp hình cho tất cả kể cả các cháu trai và chúng đứng bên cùng bố và ông bà ngoại.

Đám trẻ ăn xong, người lớn ngồi vào bàn ăn. Má Caroline nói, hôm nay tôi và ông nhà tôi tổ chức bữa tiệc này, như ở Việt Nam gọi là lễ hỏi và lễ cưới có làm lễ hôn phối trước nhà thờ phải đến lễ Noel năm nay. Vợ chồng tôi là má ba Caroline, chẳng may con chúng tôi vắn số qua đời cũng được một tháng rồi. Nay tôi tổ chức bữa ăn thân tình này chánh thức chấp nhận Thu Vân là con gái tôi thay Caroline chăm sóc chồng. Xin quý vị và các cháu vỗ tay tán thành, chúng tôi rất vui. Mọi người quá vui thấy mẹ vợ lại cưới vợ mới cho chàng rể thì tránh được bao tai tiếng không tốt cho chàng rể và cô dâu.

Bà mời mọi người nâng ly, bà nói tiếp:

- Mỗi tối chàng rể tôi nằm giữa một bên một con trai, một bên hai cô con gái. Trông cảnh này, tôi lại buồn quá, tôi mới gọi cho con gái tôi, Thu Vân sớm qua đây để giúp Andre nuôi con nhỏ và Thu Vân hiện diện chiều nay, có bố mẹ Philip-Jane như bên đàng trai, còn vợ chồng tôi bên đàng gái, ông bà George và bà chánh văn phòng là quan khách. Tôi xin phép long trọng tuyên bố chánh thức:

- Tối nay, đêm động phòng hoa chúc chánh thức cặp uyên ương Andre-Thu Vân.

Các con và mọi người vỗ tay hoan nghênh. Ông Philip cùng bà Jane đứng lên chúc mừng và nói vui còn ba con nhỏ của Andre ngủ với bố mẹ chúng à? Bà má nói, đâu có được, bà ngoại lãnh ba cháu về ngủ chung với ông bà ngoại khoẻ re. Cả đêm ông bà chỉ có ngủ có biết làm gì khác đâu nên cũng đâu vào đó, tha hồ cho đôi uyên ương hoạt động tới bến.

Cả bàn tiệc vỗ tay vang rần, các cháu lớn nói, ông bà ngoại hy sinh cho đôi uyên ương tới bến luôn, xin ngoại cho phép đôi uyên ương đứng lên ôm hôn nhau để chúng con quay phim chụp hình. Bà khen thằng cháu ngoại nó thông minh như ba nó.

- Xin mời cô dâu chú rể đứng lên ôm hôn thắm thiết để mọi người chấp nhận ngày lễ hỏi cũng là lễ tân hôn. Cả nhà lại vỗ tay hoan nghênh, cô dâu chú rể ôm hôn môi say đắm, cả nhà vỗ tay tán thưởng.

Thủ tục chấp nhận đêm tân hôn của đôi uyên ương vừa dứt, cô dâu chú rể ngồi xuống, ông bà George đứng lên chúc mừng đôi uyên ương Andre-Thu Vân có một tình yêu thắm thiết chân tình sống bên nhau suốt đời. Tôi có nghe bà nhạc của Andre nói đến lễ Noel làm lễ cưới chánh thức tại Massachusetts. Tôi đề nghị tiệc cưới của đôi uyên ương cũng nên tổ chức ở Connecticut là chỗ làm việc của Andre. Còn có thêm hai tiệc cưới ở Thủ đô Vienne để ông bà nhạc của Andre trình diện con dâu mới tại quê hương Áo và một tiệc cưới đình đám nhứt tại Sóc Trăng. Như vậy, cả bốn tiệc cưới để ông bà nhạc Hiếu lo hết thì khá nhiều đó. Vì vậy, nhân ngày vui này, tôi xin góp thêm cho bốn tiệc cưới một triệu đô.

Cả Thu Vân-Hiếu cùng đứng lên chào kính, xong và hướng về ông bà George nói lời cám ơn chân tình. Hiếu nói vui:

- Với một triệu đô của ông bà George biếu tặng, chúng tôi tổ chức bốn tiệc cưới của chúng tôi xong, chúng tôi sẽ tổ chức luôn bốn đám cưới cho bốn đứa con trai lớn của chúng tôi vài năm tới cũng chưa hết. Chúng tôi sẽ còn tổ chức cả chục lần cưới hỏi các con kế tiếp, có thể cũng chưa hết một triệu đô ân nghĩa của ông bà George. Hiếu gọi hai con lớn nói:

- Ba mẹ muốn đứng chụp hình chung với ông bà George. Kế tiếp chụp hình chung với bố mẹ Philip-Jane, vài kiểu với ông bà ngoại, chụp một kiểu với bà chánh văn phòng, một kiểu với hai chị vú, sau cùng, ba mẹ chụp chung với tất cả các con và một tấm chụp chung cả đại gia đình.

Tiệc tàn, khách ra về, các con đi tắm, thay đồ ngủ và uống sữa xong, cả đám trẻ chạy vào phòng ông bà ngoại, tha hồ các cháu được ông bà khen, ôm hôn. Vợ chồng Hiếu nói:

Hai con ở phòng ba mẹ chơi một chút rồi đi ngủ. Các con theo về phòng, Hiếu mở tất cả các đèn và nói các con vui chơi với mẹ để ba đi thay đồ ngủ rồi lại chơi với các con và mẹ cũng thay đồ ngủ xong cũng ra chơi với các con, đúng chín giờ các con đi ngủ. Khi ba Hiếu đi thay đồ, mẹ Thu Vân hỏi ba con nhỏ tối qua ngủ với ba nằm làm sao. Ba đứa mau mắn lên giường nằm còn nói chỗ trống giữa này dành cho ba. Thu Vân nghe các con nói mà nước mắt chảy ra ràng rụa. Ông bà qua phòng nghe một cháu lớn thưa với ngoại, ba nằm ngủ với ba con, mẹ Thu Vân tự nhiên khóc. Bà lại ôm Thu Vân nói:

- Các con của Hiếu-Caroline, thiếu tình thương của mẹ đã nhiều tháng khi Caroline đau nhiều và qua sanh đẻ, không bao lâu thì mất. Tội nghiệp các cháu, mồ côi mẹ quá sớm. Nay con thay Caroline chăm sóc chúng, nhứt là hai cháu bê bi chưa biết mặt mũi mẹ ra sao thì mẹ đã ra đi. Hiếu về phòng thấy

Thu Vân khóc và má cũng khóc, Hiếu cảm thấy quá xót xa, trong lúc các bé ngẩn ngơ nhìn mẹ, nhìn ngoại không biết chuyện gì hết.

Hiếu lấy ghế cho má ngồi cả đám con lôi bố lên giường đè nằm xuống, hai đứa thì đấm lưng, bốn đứa thì bóp tay chân cho đã. Mỏi tay, chúng luân phiên nắm tay cho một đứa đi lên lưng, sau bắt bố làm bò cỡi, tha hồ mà hò hét tở mở. Phải cho hết các cháu luân phiên cỡi bò chúng mới chịu, bố cũng mệt, ngất ngư, nhưng Hiếu chiều con miễn chúng vui là bố cũng vui cũng hết mệt. Thu Vân chứng kiến cảnh cha chiều thương con để con quậy cho vui mà lại thương chồng càng nhiều thêm.

Má vợ thấy quá thương thằng con rể chiều con. Bà hỏi tối qua ba đứa nào ngủ với bố, kể từ tối nay qua ngủ với ông bà ngoài để rộng giường cho bố mẹ ngủ. Ba cháu dạ vâng theo bà ngoài ra ngoài phòng ba, trông rất tội nghiệp. Các cháu lớn, biết mình ngủ phòng nào, tự động ra khỏi phòng còn chúc ba mẹ ngủ ngon rồi mới chạy về phòng.

Hiếu đóng cửa xong, vội đến cởi quần áo Thu Vân dẫn vô phòng tắm. Cả hai tắm nhanh, Hiếu lau mình cho Thu Vân xong, mở tủ lấy bộ đồ mỏng tanh thơm phức mà Thu Vân thường mặc cách đây hai mươi mấy năm khi Thu Vân ngủ chung với Hiếu. Thu Vân giữ mãi kỷ niệm bộ đồ ngủ đó dù có chồng chánh thức, Thu Vân cũng chưa mặc lần nào, kể cả mấy ngày trước đây Thu Vân có qua ngủ chung với Hiếu, chưa phải có cuộc hứa hôn chánh thức hay gọi là đêm tân hôm như tối nay. Hiếu lấy đúng bộ đồ ngủ mà Thu Vân đã chọn để lên trên hết. Đúng ý nhau, tư tưởng lớn gặp nhau, tối nay mặc bộ đồ ngủ mà Hiếu rất thích cả hai quá vui, nhớ kỷ niệm xưa. Cả hai vẫn để phòng sáng choang, ngồi uống sữa cho thêm khoẻ. Hiếu nói với Thu Vân:

- Kể từ hôm nay, chúng ta chánh thức thành vợ chồng mà quan trọng là mẹ vợ, Caroline vừa mất một tháng, lại làm chủ hôn tác hợp thì ai có khó tánh cũng không chê trách thậm tệ vợ mới mất mà chồng lại có vợ khác. Thu Vân hiểu chuyện đời cũng khá tế nhị, lắc léo.

Trong bữa ăn tối hôm sau, các con đang học Harvard xin phép về Harvard nhờ ba đưa ra phi trường. Ông bà Philip cũng muốn về Harvard với các cháu, Andre khuyên bố mẹ ở lại chơi với hai con thêm vài ngày, chiều mai chúng ta mời vợ chồng ông George cùng đi ăn nhà hàng Tàu. Cuối tuần tới, bố mẹ cùng đi về nhà với vợ chồng con. Hai ông bà Philip gật đầu đồng ý.

Về phòng, hai ông bà Philip-Jane nhỏ to tâm sự, trong đời ông bà chưa khi nào gặp một người tốt số như Andre. Chuyện ông cho Andre ngôi dinh thự tuyệt đẹp và hủ kim cương hột xoàn hoàn toàn như chuyện không tưởng làm gì có, thế mà Andre quả tốt số. Còn chuyện tình, đúng là Andre khi còn nghèo rớt mồng tơi, nhờ có số đào hoa chiếu mệnh, từ cô hoa khôi của đại học Vienne, con gia đình đại gia và còn học trên, cao hơn Andre mà yêu anh "chàng bán than" vừa xí trai, đen đúa, nghèo cùng tận, lại lù khù nhát gái mà người đẹp của Thủ đô Vienne mê là chuyện khó tin mà có thật, là một chuyện lạ lụng.

Khi Andre học trung học, gia đình quá nghèo không đủ cơm ăn, đi học mặc quần áo vá, thế mà bạn học cùng lớp thuộc gia đình giàu sang cũng học giỏi mà là hoa khôi của cả trường cũng để ý yêu thầm, nay là vợ chánh thức cũng là chuyện hi hữu. Bà Jane còn nói, không hiểu tại sao, em lại thương cả hai Thu Vân và Andre, gia tài của em sẽ làm di chúc để lại cho Andre-Thu Vân.

Em đã có ý nghĩ muốn vợ chồng mình về quê Cần Thơ sống với vợ chồng hai con vì Andre là một bác sĩ kỳ tài và vợ là tiến sĩ Xã Hội Học cũng xin thọ giáo chồng trở thành y tá và điều dưỡng để phục vụ cho tất cả cha mẹ và cả vợ chồng mình. Chúng mình đâu có chỗ nào nương tựa, ngoài nhà dưỡng lão lại quá buồn thảm khi về già bịnh tật, chờ chết. Ông Philip gật đầu, nói:

- Anh đồng ý với em, chúng mình phải về sống với hai con Andre-Thu Vân, tụi nó ở đâu mình theo về đó. Khi hai con về hưu sống ở Cần Thơ, vợ chồng mình về sống với hai con và chôn cất cùng một nghĩa trang với đại gia đình của hai con. Ông Philip nói với vợ, trong buổi ăn chiều nay có đông đủ, em nói cho vợ chồng Hiếu-Thu Vân biết là chuyện chúng mình bàn bạc, tương lai sẽ sống theo hai con vì tình thương của vợ chồng mình từ đây về sau chỉ có nương tựa trông cậy vào hai con mà thôi.

Trong bữa ăn, ông Philip nói với vợ chồng Andre và ông bà George, đến ngày tựu trường hai con bận việc. Bố mẹ sẽ chu du suốt hai tháng hay hơn, mục đích tìm xin xỏ khắp năm Châu, những nơi từng là vệ tinh cho đại công ty của bố hay bố cho mượn tiền mà bố quên, nay bố nhớ hay có nhiều công ty thọ ơn bố, bố sẽ xin họ giúp không phải giúp cho cá nhân bố mà cho hội từ thiện quốc tế của chúng ta đã thành lập tại hai nơi là Sóc Trăng và Cần Thơ. Tiếp theo sẽ tổ chức hội tại Mỹ, Áo, Indonesia là những chỗ mà Andre đã có mối giao hảo. Ông Philip nói, tôi và vợ tôi sẽ quyết tâm vận động từ tháng tới, mùa khai trường đi học, tìm ít nhứt hai mươi triệu mang về hội và sẽ mua hết cổ phần trong đại công ty của George, dùng tiền lời nhằm gây thêm quỹ. Hiếu nói:

- Vợ chồng con sẽ mua thêm cổ phần hai chục hai triệu nữa, con xin ông George sẽ mở thêm một cơ xưởng sản xuất lớn ở Indonesia vì số người bị tật nguyện cần chân tay giả, xe lăn, hay các loại gậy, loại trợ giúp đi bộ... có nhu cầu hơn Việt Nam mà Indonesia xem con như là người của nước họ sẽ có nhiều ưu đãi. Ban đầu con làm Tổng Giám Đốc, khi ông Bộ Trưởng Y Tế về hưu hay không còn giữ chức vụ Bộ Trưởng, ông George mời ông ta giữ chức Tổng Giám Đốc giúp ông George còn hay hơn. Ông George vỗ tay hoan nghênh:

- Ý kiến của Andre quá siêu. Trong đại hội cổ đông sắp tới, tôi loan báo có vợ chồng tiến sĩ Andre đóng góp hai chục triệu mua cổ phần nhằm tăng vốn cho đại công ty, vốn càng nhiều có thêm sức cạnh tranh trên thị trường thế giới. Tôi sẽ đề nghị bốn người trong nhóm chúng ta vào thành phần quản trị đại công ty và sẽ mở thêm hai hảng xưởng sản xuất lớn, trước mắt là Indonesia và kế tiếp là Nigeria mà tiến sĩ Andre được xem là người nhà của hai nước đó. Ông Philip nói, bạn George có ý kiến độc đáo lắm, chúng ta sẽ tiến hành như vậy.

Trong buổi uống trà đàm đạo tối ở vườn hoa mà Thu Vân và Hiếu có bày mấy cục gạch, một lư hương, một bó đèn cày trắng và một bình hoa luôn tươi tốt làm nơi tưởng nhớ Caroline và luôn có một cái bàn thấp nhỏ đủ chỗ ngồi cho sáu người lớn. Tối nay, Hiếu có kẹo đậu phộng, bánh in đem ra cúng vong linh Caroline, Ba má Caroline thấy vậy càng thương thêm vợ chồng Hiếu.

Thu Vân lo nấu nước pha trà, đốt nhang đốt đèn, rót trà ra cúng, trong lúc đó hai ông bà Philip và ba má Caroline đi lẩn quẩn gần đó, đợi cúng xong, Thu Vân mời ba má và bố mẹ lại cùng uống nước. Thu Vân thật tình nói:

- Tất cả nhà cửa, vườn hoa ở đây, ở gần Harvard, ở Cần Thơ và ở thủ đô Vienne đều do công của chị Caroline đóng góp xây dựng. Nay chị ra đi để lại cho con hưởng kể cả chị gởi gắm lại người chồng dễ thương của chị nữa. Con lúc nào cũng nhớ ơn chị Caroline, dù con là tín hữu Công Giáo, nhưng con luôn ghi nhớ công ơn chị qua hình thức cúng kiến của người Việt. Ba má cho phép con làm điều này, lòng con thấy vui, thấy hạnh phúc.

Má lại ôm Thu Vân hôn và bà khóc, tối nay, ba má cũng nói hết, con vô gánh vác hết trách nhiệm đám con còn nhỏ dại của Caroline, ba má quá mừng vì ba má tin con là người tốt, giàu từ tâm thương người, ba má đã viết di chúc, gia tài của ba má để lại cho các con. Ba của hai con bán hết các tiệm buôn có trên nhiều nước để lại cho hai con cũng được vài chục triệu, đủ sức nuôi mười ba đứa con, hai con còn trẻ sẽ sanh đẻ ít nhứt cũng hai đứa con nữa, có thêm tiền vững vàng nuôi con và nuôi quỹ từ thiện, Caroline, Robert cũng có chân trong đó.

Nay, Robert và Caroline vội bỏ bạn bè đi về Thiên Đàng chỉ còn lại sáu người tiếp tục việc từ thiện vô cùng ý nghĩa này. Bà hỏi anh chị Philip, tôi nói như vậy có đúng không?.

- Cả hai gật đầu. Bà nói tiếp, hai anh chị đi vận động xin tiền bất cứ nơi nào muốn nghỉ dưỡng vài ngày hay cả tuần, vài tuần, thay vì về Mỹ, anh chị về nghỉ dưỡng ở Cần Thơ. Khu nhà vườn của hai con quá rộng và có hồ ao nuôi cá, anh chị có dịp vui thú hái trái cây câu cá hay lái xe điện chạy quanh khu nhà của anh em chúng nó, thư giản giải trí. Về Cần Thơ ông bà có người cùng trang lứa mà vui chơi cảnh tuổi già. Còn nếu có xổ mũi nhức đầu thì có đến ba anh chị của Hiếu cũng là bác sĩ giỏi và có máy định bịnh tối tân tại nhà, chúng ta không lo gì hết. Ông bà Philip đồng ý, tôi muốn nghỉ chân là vợ chồng tôi bay về Việt Nam nhiều hơn về Mỹ.

Một buổi tối quá vui, quá đẹp mang theo giấc ngủ ngon cho mọi người.

Sau khi thức giấc đi vệ sinh, bà Jane trở lại giường, bà ngủ say nằm mộng, một người đàn ông trắng trẻo cao to trông như người Pháp rất đẹp trai nói với bà bằng tiếng Pháp, tự xưng là anh rể của Hiếu báo cho bà biết, nói rằng:

- Anh ta gặp Caroline có Thiên thần đón về Thiên đàng. Anh còn thiếu nợ trần gian nên hồn anh còn lẩn quẩn theo gia đình bên vợ ở Cần Thơ, Sóc Trăng.

Tối nay bay sang Hoa Kỳ báo mộng cho bà biết, vợ của Hiếu mà bà má vợ nhận làm con, Thu Vân là em gái Caroline, thay thế chị chăm sóc con Caroline. Cô ta có đạo đức nên cõi trên cho cô ta sinh thêm ba con đến tuổi năm mươi thì không còn sanh nữa. Cả hai vợ chồng đều về hưu ở Việt Nam, sống cùng cha mẹ bốn bên: cha mẹ ruột, cha mẹ chồng, ba má Caroline và cả bố mẹ nuôi cả thảy tám người và còn chị hai của Hiếu là vợ của tôi cùng chồng con có nhà cạnh bên cũng do Hiếu cất. Hiếu xem chị hai như bà mẹ ruột thứ hai nên hai vợ chồng Hiếu nuôi hết mười người. Tôi biết vợ Hiếu có mang và lại sanh đôi giống hệt Caroline, hai con gái và sẽ sanh thêm đứa con trai út lúc vợ chồng Hiếu sắp qua tuổi bốn mươi chín. Đúng với mong muốn của bà ngoại muốn Caroline sanh con đủ chục. Caroline có nói đùa với má, ở Việt Nam còn nói chục có đầu như là một tá mười hai. Caroline còn nói làm hai ông bà cười ngất, chồng cô ta nói ở Việt Nam có nơi, chục có đầu tính đến mười bốn và còn có nơi khác chục có đầu mười sáu khi mua bán. Caroline nói con sanh chục có đầu thì đi qua cầu gió bay.

Bà Jane nhớ lại, anh chàng này lúc mới gặp thắt nơ, tóc dài trông như một hiền triết, bổng anh ta nói ô rờ vo vì chuyến bay về Việt Nam sắp cát cánh.

Bà Jane rung quá, mồ hôi đổ ra rất nhiều, lạnh cả người, bà giựt mình thức dậy. Ông Philip ôm chặt bà, nói bà nói chuyện với ai mà lớn tiếng, tay, mặt đổ hôi, tôi sợ quá phải ôm bà định gọi Hiếu bỗng bà thức dậy. Bà nói:

- Bà nằm mơ thấy anh rể Hiếu báo mộng sao ly kỳ dễ sợ quá làm cho em muốn tiểu xón trong quần, để em vào toi lết đánh răng và tắm thay quần áo, một chút ra bàn uống cà phê ăn sáng, em thuật cho cả nhà biết giấc chiêm bao kỳ lạ.

Hiếu và Thu Vân mang hết thức ăn ra, Hiếu mời gọi gia đình ra ăn sáng, các con uống sữa rồi thay quần áo đi học và sẽ nghe bà Jane kể chuyện chiêm bao về mẹ Caroline của các con. Các cháu vâng lời cha, bà Jane uống cà phê xong nói, bà thuật lại một giấc chiêm bao lạ lùng:

- Dượng hai các cháu chết tại Sóc Trăng đã nhiều năm, lúc ba mẹ các cháu mới quen biết nhau, chưa sanh các anh chị lớn của các cháu. Bà ngủ say cũng đến ba bốn giờ sáng, bà kể hết câu chuyện nằm mơ có dượng hai các cháu về báo mộng cho bà biết Caroline đã được các Thiên Thần đón về thiên đình vì mẹ hết nợ trần và là người nhơn đức, luôn hiếu thảo và giúp đời. Các cháu có gì chưa hiểu tối hỏi ba Hiếu và mẹ Thu Vân giải thích thêm. Dượng hai nói:

- Vì tình nghĩa của cô hai đối với dượng hai quá lớn, dượng hai chưa trả ơn hết nên còn lưu luyến gia đình bên vợ, trước đây có báo mộng cho ba con hai lần nên ba các cháu thoát hiểm. Dượng hai nói mẹ Thu Vân và ba Hiếu các cháu sắp sanh đôi hai cô gái xinh đẹp giống hệt mẹ Caroline mới là lạ, cha mẹ Việt mà sanh con lai Áo, dượng hai nói hai cô con gái đẹp lắm còn đẹp hơn hoa khôi hoàn vũ. Mẹ Thu Vân các cháu còn sanh thêm cậu út. Như vậy mẹ

Caroline sanh tám con, mẹ Thu Vân cũng sanh tám con. Tương lai, đại gia đình mình có mười sáu cặp là ba mươi hai người, thật một gia đình quá đông vui. Các cháu nghe vậy cho biết, thôi đi thay quần áo lo đi học. Bà nói tiếp:

- Mẹ Caroline các cháu nay lên thiên đàng và thương yêu các cháu rất nhiều. Cháu nào học giỏi, thương mẹ nhiều phải có hiếu với ba Hiếu, mẹ Thu Vân và tất cả ông bà, mẹ Caroline sẽ phù hộ các cháu luôn khoẻ mạnh, học giỏi. Sau này sẽ giàu có còn hơn cha mẹ hiện tại. Các cháu khoanh tay thưa ông bà và ba mẹ, chúng con đi học.

Đến ngày khai giảng niên học mới, quá bận rộn, sau một tuần công việc cũng tạm ổn, Thu Vân gọi điện thoại cho chồng biết chiều thứ sáu chừng năm giờ, anh ra đón ở phi trường, em nhớ anh quá, anh có nhớ em không?

- Hiếu nói anh nhớ quá, tối nay anh thưởng em một cái úp. Em đồng ý chỉ một cái úp thôi nghe anh, em cảm thấy có bầu rồi anh ơi!.

Nếu đúng mộng anh hai báo cho bà Jane thì em sanh hai gái cũng khá dễ dàng hơn sanh con trai. Ở trong bụng mẹ, còn là thai nhi, con trai thích đá banh giống anh làm em thường đau nhói, thai nhi trai chòi đạp dữ lắm, còn con gái chòi đạp cũng nhẹ nhàng, hiền hơn. Anh nghe em nói:

- Anh lại càng yêu em thêm nhiều. Chiều thứ sáu anh đãi em ăn tôm hùm nướng và thịt bò nhúng dấm. Em chỉ có gần anh ba đêm, sáng sớm thứ hai, em về chuyến bảy giờ.

- Nếu anh rảnh tuần tới, anh qua em, nếu qua được tối thứ năm thì chúng ta có bốn đêm vui vẻ, Hiếu nói:

- Có thể được, anh phải dù bỏ việc qua thăm em. Chừng vài tháng nữa, thai nhi lớn, anh qua em thường, tránh để em đi phi cơ nhiều không tốt, dễ sanh sớm. Dù sao anh chàng bán than còn gánh than nổi, gánh Thu Vân vẫn khoẻ re.

- Thu Vân nói, anh chịu chơi nghe, em phục anh, phong độ anh vẫn còn ngon lành, em nghĩ anh đến tám mươi có thể thằng bé của anh còn biết nghe lời bố. Còn phụ nữ, chồng làm gì thì vợ cũng theo kịp, cũng ô kê không thành vấn đề. Có khô quá thì có pô mát làm chất nhờn cũng trơn tru như thường, anh đừng có lo, em sẽ bao sân cho anh. Anh chàng bán than suốt đời em mê mệt, cái gì anh cũng giỏi, chuyện phòng the lại là num bơ on rất ấn tượng. Thôi chúng mình đi làm, hẹn thứ sáu gặp nhau.

Má biết vợ Hiếu có triệu chứng có bầu, gọi về khoe cho con dâu Tuyết Trinh, bà thuật lại giấc mơ của anh hai báo mộng là Thu Vân sẽ sanh đôi hai gái lần này và sanh thêm một đứa con trai út ở cuối tuổi bốn mươi chín cho con của hai vợ Hiếu bằng nhau tám-tám và sanh hai cặp đôi hai cặp trai gái giống nhau. Cái may khác của Hiếu và Thu Vân, bà Jane, có tài sản hơn mười triệu bà làm di chúc cho hai em và nói cho ông bà theo hai em về sống chung với đại gia đình ở Cần Thơ.

Khi hai ông bà qua đời cùng chôn chung nghĩa trang với đại gia đình ở trước nhà. Hiếu đẻ bọc điều như mẹ con nói, ông George sếp cũ của Hiếu biết tin Hiếu và Thu Vân làm lễ cưới vào dịp Noel tới chỉ còn hơn ba tháng nữa, ông đi quà cưới một triệu đô để hai vợ chồng Hiếu lo đãi cưới bốn chỗ, hai chỗ làm của hai đứa hai tiểu bang khác nhau, một lễ cưới ở Áo và một lễ cưới ở Việt Nam. Con thấy tụi nó chịu chơi tới bến cũng có tài trợ dồi dào. Má ba sẽ cho thêm ba cháu nội mỗi đứa một triệu, khi ba má về Cần Thơ ở với các con.

Tuyết Trinh nghe mẹ chồng nói về tài chánh của vợ chồng Hiếu kể như vô tận, chỉ cái tập hồi ký in lần đầu của Thu Vân kiếm được năm mươi triệu. Còn các nước khác mua bản quyền nữa, ông Philip ước tính Thu Vân thu vào trong năm năm hay mười năm sẽ lên tới hơn trăm triệu đô.

Má nhắc con thúc giục chồng dịch ra tiếng Áo vì em Caroline có hứa dịch mà em đã ra đi, Bernard thế vào. Thu Vân có nói bán tại Áo được bao nhiêu em sẽ biếu tặng hết cho anh chị Tư và nếu nhiều được năm ba triệu thì xin anh tư tặng lại quỹ từ thiện của nhóm sáu người lập ra, một số ít.

Tuyết Trinh nghe mẹ chồng nói, biết em trai út của gia đình mình giàu có quá nhanh mà mừng cho hai em. Tuyết Trinh nói sẽ điện thoại báo tin vui cho bố mẹ em Thu Vân cũng như báo cáo cho bố mẹ, anh chị hai, anh chị ba biết cậu út có thêm hai bê bi...và đám cưới với Thu Vân trong dịp Noel này, chúng ta chuẩn bị xin nghỉ cho đủ hai tuần ở Mỹ vui chơi với gia đình hai em. Ở Mỹ sẽ có hai tiệc cưới ở Harvard là nơi Thu Vân làm Khoa Trưởng Phân Khoa Xã Hội Học và một tiệc cưới ở Yale, nơi mà Hiếu làm Khoa Trưởng Y Học.

Tại hai nơi này, sẽ có hàng ngàn giáo sư và thân hữu tham dự, chỉ riêng nhân viên dưới quyền của Hiếu có gần cả chục ngàn người. Hiếu còn mời các thân hữu ở xa, Brazil, Nigeria, Úc, Pháp, Anh, Áo... Còn hai tiệc cưới nữa, một ở Áo và một ở Sóc Trăng. Tất cả bốn tiệc cưới đó tổ chức cũng chừng vài trăm ngàn mà ông George gởi mừng tiệc cưới đến một triệu đô.

Ông còn gợi ý nên tổ chức lớn bốn lần, thay vì dự kiến ban đầu Hiếu-Thu Vân chỉ tổ chức đơn giản tại nơi Thu Vân làm việc và tại Sóc Trăng, sẽ tổ chức đình đám vì là quê hương của cả hai. Nay phải tổ chức cả bốn nơi vì người biếu tặng quà cưới một triệu đô có nhã ý như vậy mà để tránh tiếng vợ mới mất lại cưới vợ liền coi không đẹp.

Má của vợ đã qua đời làm chủ hôn vụ đám cưới đình đám này nói lý do là khuyến khích thằng con rể phải mạnh dạn bước thêm bước nữa để có người tiếp sức nuôi mười ba đứa con. Người vợ mới, chồng chết thủ tiết được ba năm nay tái giá. Cả hai là bạn học từ trung học đã thầm yêu trộm nhớ nhau, sau gần ba mươi năm còn duyên, có cơ hội tái họp trên nước Mỹ. Bà má vợ trong tiệc cưới sẽ nói như vậy, chắc chắn cũng giúp Hiếu rất nhiều về uy tín, danh dự của một nhà trí thức khoa bảng nổi tiếng trên thế giới.

Thu Vân và Hiếu luôn bị ám ánh sự đàm tiếu chỉ trích của người đời về chuyện vợ mới mất mà đã cưới vợ khác.

Tuyết Trinh nghe má chồng bộc lộ hết tâm tư tình cảm của mình đối với chàng rể và người vợ mới của Hiếu, Tuyết Trinh lại thêm kính trọng mẹ chồng đã nghĩ đến tương lai các cháu, tình thương của bà luôn quý trọng dành cho Hiếu và Thu Vân.

Sau một tuần nói chuyện với má chồng, chị tư của Hiếu nhận được thư và tấm check một trăm ngàn của Hiếu, nhờ anh chị tư mời hết những người thân ở Sóc Trăng, Cần Thơ và những bạn thân của anh chị muốn đi Mỹ du lịch. Nhân dịp này, mình mời đi tham dự tiệc cưới, lo hết chi phí thì bà con, bạn thân của chị em mình cũng hài lòng. Em dự trù tổ chức lễ cưới ở nhà thờ chiều thứ bảy, sau đó có tiệc cưới tại nhà thờ hoặc nhà hàng.

Sáng sớm chúa nhựt, cả đại gia đình và bà con từ Việt Nam qua, bay sang Connecticut, em tổ chức trong đại giảng đường của trường Yale, rất rộng chứa đến mấy ngàn người, tiệc bắt đầu từ bốn giờ tới sáu bảy giờ chiều là xong. Trong ngày thứ hai, em có mướn xe buýt chở tất cả mọi người đi du ngoạn khắp thủ phủ tiểu bang Connecticut. Chiều mình ăn ở nhà em, sáng sớm thứ ba, cả nhóm ở Việt Nam sang Mỹ chỉ có mười ngày, đi du ngoạn Thủ Đô Mỹ hai ngày và thứ năm bay về miền Nam Cali, thăm viếng khu Little Sài Gòn. Tại đây, tối thứ năm, trọn ngày thứ sáu, thứ bảy và tối chúa nhựt bay về Việt Nam. Con của em làm tua gai, tối chúa nhựt phải bay về Harvard, sáng thứ hai chúng đi học. Em sẽ lo chuyến đi dự hai tiệc cưới, đi du ngoạn thành phố chánh Connecticut, Thủ đô Mỹ và vùng Little Saigon ở miền Nam Cali trong vòng mười ngày cho ai còn đi làm. Còn những vị như ông bà cựu Bí Thư Sóc Trăng, ông bà Khoa Trưởng trường Y, ba má vợ anh Trung, chú thím Tín có muốn ở lại chơi theo các cháu về Harvard bao lâu cũng được.

Ông bà cựu Bí Thư Sóc Trăng, ông bà cựu Khoa Trưởng Y, chị tư giúp bỏ phong bì mỗi vị năm ngàn, còn mỗi người khác cùng đi Mỹ mình cũng tặng mỗi người một hay hai ngàn để bà con có tiền đô mua quà cáp. Còn gia đình mình, chúng em sẽ tổ chức đi du ngoạn sau vì bố mẹ, anh chị hai phải ở lại chơi thêm một hai tuần nữa. Còn chuyện đưa phái đoàn đi các nơi, em nhờ hai cặp con lớn của em và con của Thu Vân Robert, chúng nó còn vài năm nữa ra trường, chúng nó lo hết mọi thứ vì đi kiểu đó, lớn tuổi như chị em mình tổ chức cũng chật vật lắm, còn chúng nó búng tay là xong.

Chị nhắc anh tư mời gia đình anh Đức ở Phú Yên, hai lần trước anh Đức không để em mua vé máy bay. Lần này, Hiếu xin mua vé và biếu gia đình anh Đức năm ngàn nữa và có dịp, em bàn với anh Đức chương trình của em sau hai năm nữa ở Việt Nam và Indonesia, em sẽ mời vợ chồng anh Đức tham gia. Anh tư phải nói hết lúc Hiếu mặc quần áo vá đi học đối với Hiếu ngày nay thì khác nhau nhiều lắm, nói anh chị Đức đừng e ngại gì hết.

Bernard gởi cho Hiếu, danh sách hai mươi tám người từ Việt Nam sang Mỹ dự đám cưới để Hiếu còn bút vé từ Harvard sang Yale, từ Yale đến Thủ đô và từ Thủ đô đi Nam Cali và về Việt Nam. Bernard nói bút trở về Việt Nam từ Los Angeles, trừ gia đình chị hai năm người và bố mẹ ở lại Mỹ.

Hiếu nắm vững số người tham dự từ Việt Nam, cũng có đủ chỗ ngủ dù hơi chật một chút. Ở Harvard có ba nhà: nhà Hiếu, nhà Thu Vân và nhà bà Jane cộng chung cũng gần hai mươi phòng ngủ, dồn lại một phòng toàn là nữ và toàn nam ngủ tạm một đêm, bốn hay sáu người cũng được vì ở Mỹ phòng ngủ thường rộng. Ở Yale dù nhà có tám phòng mà phòng nào cũng rộng gấp rưỡi phòng ở Harvard, nên ngủ chung nam và nữ riêng thừa sức. Còn đi chơi xa, tại phòng ngủ, cứ hai người một phòng cho tự do thoải mái. Còn ở nhà, mục đích chính là sum họp, nói chuyện cho đã.

Lễ hôn phối tại nhà thờ gần trường Harvard có Chánh Xứ của nhà thờ Chánh Toà của Vienne đồng chủ tế. Còn gia đình bạn thân của Caroline, má Caroline chỉ thông báo mùa hè tới, ông bà sẽ tổ chức tiệc cưới của Hiếu tại nhà hàng của bố bạn Caroline, chỉ tổ chức trong thân hữu chừng vài chục bàn. Và sẽ tổ chức lớn tại Sóc Trăng, sau Vienne chừng một hai tuần, bà nói bà sẽ bút vé mời bố mẹ và gia đình của hai người bạn kể cả chồng con đến Sóc Trăng có nhà Josephine tha hồ mà vui chơi. Bà còn khoe với cháu, bạn của Caroline là vụ tái giá của chồng Caroline do bà khuyến khích, nó còn nhiều con nhỏ phải có người trông nom tiếp.

Ông sếp cũ của Andre còn biếu tặng cho Andre một triệu đô thúc dục Andre tổ chức tiệc cưới bốn nơi. Andre ái ngại sợ thiên hạ chửi vì vợ mới mất không lâu đã cưới vợ khác, cô thấy quá tội nghiệp, gà trống nuôi một bày gà con nên cô chủ trì phải giúp con rể tránh bớt tai tiếng.

Hai cháu đừng có ngại, với một triệu đô tổ chức cả chục đám cưới cũng chưa hết, nói với ba má, cô bao hết vụ mua vé đi về Áo-Việt Nam và các bàn tiệc cưới cứ tính giá như người ngoài. Hai cháu có biết không?

- Vợ mới của Hiếu vừa xuất bản cuốn sách bán được ba triệu cuốn, thu vào hơn năm mươi triệu đô và còn có thể thu thêm nhiều chục triệu đô nữa vì bán tác quyền dịch sang các ngôn ngữ khác. Riêng bản tiếng Áo, trước đây Caroline nhận dịch, nó mất, anh Bernard của nó nhận dịch sẽ xuất bản tại Áo có thể sẽ ra mắt sau tiệc cưới của Andre tại Vienne.

Lễ cưới tại thành phố có viện đại học Harvard, tất cả giáo sư của Phân Khoa Xã Hội do cô dâu làm Khoa Trưởng, quý vị giáo sư các phân khoa khác cũng có tham dự khá đông đủ có cả phối ngẫu và có cả trăm sinh viên nữa, cô không mời mà các sinh viên xin dự chúc mừng cô bước thêm bước nữa với nhà khoa học Andre danh vang khắp thế giới, cũng là người bạn thân khi cô và thầy còn ở học trung học. Cha chánh xứ Vienne khen cả hai rất xứng đôi và cùng nổi tiếng trên thế giới. Cha hứa tổ chức đám cưới dù tổ chức ở nhà hàng Cha cũng đến tham dự chúc phúc trong dạ tiệc.

Tại đại giảng đường Yale, ông George cựu Khoa trưởng Y Học, sếp cũ của chú rể, đại diện nhà trai và ba má vợ trước của Andre đại diện bên cô dâu tuyên bố lý do có buổi tổ chức ra mắt chú rể cô dâu. Cô dâu đang là Khoa

Trưởng Xã Hội Học của Harvard và cô vừa xuất bản một quyển tự truyện về cuộc đời khổ nhục của mình với ba triệu ấn bản bán hết và còn có hàng chục nhà xuất bản các nước khác muốn mua bản quyền dịch sang nhiều ngôn ngữ. Số tiền bán sách tác giả đã trích ra đóng góp vào một chương trình từ thiện giúp đời giúp các phụ nữ thoát cảnh nạn buôn người, bị bắt làm nô lệ tình dục hay bị ngược đãi trong gia đình hay những phụ nữ lỡ bước sa chân vào con đường mại dâm. Nay muốn thoát, hồi chánh về con đường lương thiện. Nhóm chúng tôi có sáu người trong đó có vợ chồng tôi, vợ chồng tiến sĩ Philip-Jane, vợ chồng Andre-Thu Vân. Hôm nay, một đám cưới vô cùng đặc biệt, chính cha mẹ ruột của tiến sĩ Caroline là vợ trước của tiến sĩ Andre, cũng từng cộng tác với Yale, đã qua đời vì bạo bịnh, khuyến khích Andre tái giá sớm để tiếp giúp nuôi con nhỏ. Nếu không có cha mẹ trước đứng chủ hôn thì tiến sĩ Andre sẽ không có tổ một tiệc ra mắt rình rang như thế này. Xin mời mẹ vợ trước của chú rể Andre nói lý do ông bà chủ trì tiệc cưới cho chàng rể với người vợ mới:

- Hai ông bà bước lên và giới thiệu bố mẹ ruột Thu Vân từ Việt Nam sang. Bà nói vắn tắt bằng tiếng Anh lý do bà đốc thúc con rể Andre phải làm đám cưới tái giá sớm và giới thiệu bố cô dâu nói bằng tiếng Pháp, có bác sĩ Bernard chuyển sang tiếng Anh. Mọi người vỗ tay hoan nghênh, bố cô dâu có giọng nói tiếng Pháp rất chuẩn rất thu hút. Nếu ông còn ở Mỹ lâu, ông Viện Trưởng sẽ sắp xếp cho ông nói trước cử toạ nghe tiếng Pháp về đề tài canh nông và cây ăn trái của Việt Nam. Với tư cách Viện Trưởng tôi sẽ đề nghị trả thù lao một buổi nói chuyện đặc biệt như vậy chừng $100,000 như những vị quốc khách hay các cựu Tổng Thống. Ông Viện Trưởng còn chúc mừng ông bà có con gái đầu lòng quá xinh đẹp mà lại quá tài giỏi. Xin chúc hai ông bà có những niềm vui với con với rể thật hạnh phúc.

Ông Viện Trưởng Yale cũng phát biểu, một đám cưới long trọng giữa chú rể, một giáo sư tiến sĩ Khoa Trưởng của Phân khoa Y học Yale và cô dâu cũng là một tiến sĩ giáo sư Khoa Trưởng Xã Hội học của Harvard. Như vậy, Yale kết tình thông gia với Harvard, xin mời cô dâu chú rể đứng lên trình diện tất cả mọi người. Tôi xin đại diện Viện đại học Yale chúc cô dâu chú rể trăm năm hạnh phúc. Cả ngàn người đồng loạt đứng lên vỗ tay hoan nghênh chào mừng và khen cô dâu quá đẹp mà lại quá giỏi sánh duyên với chú rể tiến sĩ chuyên khoa y học nổi tiếng khắp thế giới thật xứng đôi.

Ông Viện Trưởng mời tất cả cùng nâng ly và nhập tiệc và ban nhạc của trường trỗi lên những bản nhạc vui tươi. Tiệc kéo dài cho đến bảy giờ mới chấm dứt.

Về nhà, tối có hai nồi cháo gà và gà xé phay trộn bới bắp chuối do hai chị vú và nhân viên văn phòng làm giúp từ trưa. Cả buổi tối vui chơi, nhậu, kể chuyện vui, quý khách từ Việt Nam dự một đám tiệc cưới lớn theo kiểu Mỹ đã có lai Việt Nam mà cũng rất gọn gàng, nhanh vui và tối cũng cần có thêm ẩm thực cho chắc bụng.

Sáng mai tám giờ ăn sáng tại nhà, cơm nếp lạp xưởng, tôm khô do chị hai của Hiếu làm cả ngày, còn dành cho các cháu ăn các ngày kế tiếp vì con của Hiếu thích cô hai cho ăn món này mà các cháu đã ghiền từ bên Việt Nam.

Sau một ngày du ngoạn, trưa chiều ăn loại thực phẩm nhanh, tối có ăn cháo bò và món gà nướng làm chất đưa cay cho quý ông và quý bà cũng ăn theo, mọi người quá vui. Ông cựu Bí Thư Sóc Trăng nói với ông Philip:

- Tôi vô cùng kính phục ông có một ý tưởng độc đáo có mộng đế vương nên xây nhà như là cung điện của vua chúa thời xưa, chỉ còn thiếu lính gác, lính hầu. Ông Philip vỗ vai nói ông Bí Thư cho tôi đi tàu bay giấy. Thú thật, nhà này xây xong tôi ở được hai lần mà ngủ chỉ có một mình, hai lần ở đây chưa tới mười ngày thì may mắn tôi chuyển nhượng kịp cho con nuôi tôi và một may mắn nữa, tôi được con trai Andre cho tôi và bà Jane ở một căn phòng suốt đời mình tại đây. Về Cần Thơ, con trai tôi cũng cho một căn phòng riêng nữa. Thật quý hoá, khi về ở Việt Nam, tôi cũng sẽ gởi xác mình cho quê hương Việt Nam.

Ông Bí thư ôm ông Philip vô cùng cảm động, ông Bí Thư nói:

- Vợ chồng tôi sẽ thường lên Cần Thơ thăm ông bà và tôi sẽ mời ông bà ăn món đuông chà là Sóc Trăng, ông bà sẽ mê không muốn xa Cần Thơ Sóc Trăng. Ông Bí thư, đại diện cánh Việt Nam cho biết, ngày mai đi du ngoạn Thủ Đô sau đó đi tham quan Nam Cali và bay luôn về Việt Nam tối chúa nhựt.

Tôi xin đại diện anh chị em từ Việt Nam sang, cám ơn đại gia đình cháu Hiếu và Thu Vân, ông bà Philip và tất các cháu, mọi người. Còn ông bà nội các cháu, gia đình cô hai và gia đình ông bà Philip còn ở lại đây vui chơi thêm một tuần nữa rồi sẽ bay về Harvard. Ăn xong chúng tôi xin phép đi ngủ chuẩn bị cho ngày mai.

Bố mẹ Thu Vân khen Hiếu đẻ bọc điều, tự nhiên mà làm chủ ngôi biệt thự sang trọng này như là cung điện của vua chúa ở Âu Châu thời xưa. Hai ông bà nói chuyện riêng với Hiếu, bây giờ con là rể thật không còn đóng vai rể giả cách đây trên hai mươi lăm năm. Bố mẹ thấy hai con Hiếu-Thu Vân nuôi dưỡng tình yêu suốt bao năm. Nay vô cùng tình cờ hai con là vợ chồng chánh thức kể từ hôm qua có lễ hôn phối tại nhà thờ ở gần trường Harvard. Bố cho ba em trai của Thu Vân biết, chị hai nay là vợ chánh thức của anh Hiếu mà cậu út tôn là sư phụ, thần tượng lúc sáu bảy tuổi, nay gần tuổi ba mươi, sắp cưới vợ. Bố còn cho biết chị hai và anh Hiếu của các con có triệu chứng sanh đôi thêm hai đứa con gái. Mẹ nói với Hiếu, sao quá lạ, Thu Vân qua tuổi bốn lăm, đã sanh năm con. Nay sanh tiếp mà thấy sao Thu Vân lại trẻ như xưa và có phần còn đẹp hơn xưa. Có thể Thu Vân và Hiếu, là chồng vợ chánh thức, không còn thầm lén làm cho nó thêm vui, phấn khích nên nó trẻ lại, con hỏi thử Thu Vân, mẹ nhận xét như vậy có đúng không? Hiếu nói:

- Con cám ơn bố mẹ, hôm nay bố mẹ cho con hôn bố mẹ thay lời nói cám ơn đã sanh ra Thu Vân, nay là vợ của con. Thu Vân thấy chồng đi đâu lâu, đi kiếm, nghe tiếng chồng xin phép hôn bố mẹ, Thu Vân đứng nép ngoài cửa nhìn trộm, vô cùng xúc cảm. Thu Vân bước vô phòng nhỏng nhẻo nói với chồng, anh hôn bố mẹ mà anh quên không hôn em, mặt nè hôn đi. Hôn em anh không hôn mặt, coi sao đặng, anh hôn nè, vừa nói xong, Hiếu ôm vợ hôn môi một cách say đắm.

Bố mẹ thấy vậy càng thêm vui, bảo Thu Vân ngồi xuống gần mẹ, Hiếu đi lại tủ lạnh rót hai ly rượu mạnh, mời bố cùng con cụng ly cho thêm vui. Ông bà Philip lửng thửng định ra vườn, thấy cửa phòng và nghe nói cười vui vẻ, ông gõ cửa, Hiếu nói con xin mời bố mẹ vào nói chuyện cho thêm vui, Hiếu mời hai ông bà ở chơi một chút, Hiếu đi rót thêm ly rượu mời bố Philip. Hiếu nói con mời bố mẹ Philip xin mẹ và vợ con ngồi sát nhau, coi hai gương mặt sao giống nhau quá. Bà Jane nói hèn chi với hai gương mặt xinh đẹp nên bố mê mẹ, Hiếu mê con có phải vậy không? Hiếu vỗ tay hoan nghênh, nói:

- Mẹ Jane nhận xét quá đúng, hồi trẻ bố con mê mẹ con núp ở ngoài lùm cây nhìn lén mẹ, thấy bố con đập muỗi, mẹ con tội nghiệp mời vô nhà nên sau này mới thành vợ chồng và sanh ra Thu Vân và con gặp Thu Vân không những mê mà còn mệt nữa. Vừa mới ở chung chẳng bao lâu mà Thu Vân có bầu, bố mẹ Philip thấy con còn có tài hơn bố Philip của con, bố con sanh bốn con rồi ngưng, còn con sanh đủ chục mà chưa chịu ngưng, con hơn bố Philip gấp đôi, mẹ thấy có đúng không. Bà gật đầu. Hiếu hỏi tiếp hai bố và hai mẹ:

- Có phải Thu Vân đã sanh năm con, nay sắp sanh thêm hai con nữa mà bây giờ lại đẹp hơn xưa, con thấy Thu Vân là con mê đi hết muốn nổi, nàng hốp hồn con. Mọi người vỗ tay khen Hiếu nịnh đầm kiểu này thì Thu Vân, hàng tuần phải bỏ hai hoặc ba ngày bay qua với chồng hoặc Hiếu phải bay qua thăm vợ vì cả hai không thể xa nhau suốt một tuần. Bố nói vậy, Andre thấy có đúng không?

- Dạ quá đúng, Hiếu nói con có vợ xinh đẹp mà không tôn vinh ôm ấp thường xuyên thì chết còn sướng hơn phải không bố mẹ?. Mọi người nói đúng, hai con sanh thêm hai con gái chưa chịu dừng đâu, sẽ còn sanh thêm vì qua năm mươi tuổi mới có thể ngưng sanh sản.

Hiếu mời bố mẹ ra phòng khách, mọi người trong nhà ra phòng ăn nhậu lai rai cho vui, Hiếu lại nắm tay mẹ vợ và cô Jane đứng lên và không quên ôm hôn vợ, nắm tay vợ dẫn vô nhà bếp tiếp chồng lo làm món nhậu. Bắt chảo lên bếp, có thịt bò chị hai ướp sẵn cho món bò nướng ngói, Hiếu lấy một ít và xắt như gió ba cũ hành to xào thịt bò cũ hành nêm maggi Pháp và rắc tiêu, bảo Thu Vân xúc vô dĩa bưng ra bàn ăn, đem thêm muỗng, nỉa, dĩa, Hiếu lấy nước đá, ly, nước ngọt và rượu mạnh ra nhậu sương sương, Hiếu nói:

- Khách đi hết rồi, bây giờ chỉ còn gia đình chúng ta nhậu suốt ngày nghe ba bố vì con mới cưới vợ đẹp, con mừng quá cũng nhậu cho quắc cần câu có vợ chăm sóc. Chiều nay mình đi ăn nhà hàng Tàu cho chị hai đỡ cực. Chị hai vừa đi ra có ba con chạy theo mẹ và hỏi cậu út mới nói gì có chị hai trong đó. Hiếu nói:

- Chị hai quá cực luôn mấy ngày vì bếp núc, chiều nay em muốn chị thất nghiệp, chúng ta đi ăn nhà hàng. Các cháu học về, chúng ta cùng đi ăn, em gọi đặt hai bàn và nhờ nhà hàng mua giúp ba con vịt quay, ba con gà hấp muối và một chục pao thịt heo quay để dự trữ ăn đến thứ sáu là lúc tất cả gia đình mình bay qua bên Harvard thăm viếng nhà cô dâu, coi cô dâu đãi chị em mình ăn món gì. Thu Vân nghe, nói liền:

- Em đãi cả nhà mỗi ngày ba cử luôn hamburger và gà KFC, em làm sếp cút qua mặt mit tơ Hiếu, nhanh nhấp nháy mà lại khỏi rửa chén dĩa gì hết, khoẻ re. Bà Jane vỗ tay khen, Thu Vân tài thật vừa đi làm việc vừa làm sếp cút chẳng có ai dám chê gì hết. Cả nhà quá vui, có đông đủ ba má Caroline, ông bà nội các cháu, anh chị hai, ông bà Philip, bố mẹ Thu Vân.

Hiếu xuống bếp làm thêm một dĩa thịt bò xào cũ hành và nướng bánh mì ăn trưa luôn, chiều đi ăn ngoài. Ai cũng khen Hiếu, cái gì cũng giỏi. Mời bố mẹ chưa ra tới bàn ăn là Hiếu đã xào xong một chảo thịt bò cũ hành. Thu Vân còn nói:

- Cô Jane khen Hiếu cái gì cũng giỏi mà con khen anh Hiếu giỏi nhứt, tài nhứt là mới ngủ chung có mấy ngày, anh Hiếu đã tặng bầu cho Thu Vân rồi mà là sanh đôi lần thứ hai mới thật là người tài giỏi tuyệt vời. Bà Jane nói tiếp:
- Tài như vậy nên anh chàng bán than lù khù vác hai cái lu hoa khôi chạy mới ngon đó. Cả nhà vui cười thoải mái.

Đến chiều thứ sáu, khi các cháu đi học về, cả nhà ra sân bay đi về Harvard. Tối chúa nhựt Hiếu dẫn mấy con sáng thứ hai có lớp, bay về Connecticut. Hiếu nói với bố mẹ và anh chị hai muốn về lại nhà ở Cần Thơ lúc nào cho biết, Hiếu bút vé về Việt Nam từ Harvard, có mấy cháu đưa ra phi trường.

Tuần tới, Hiếu bay qua đón ba má, hai chị vú và năm cháu bé về lại Yale là lúc bố mẹ và gia đình anh chị hai về Việt Nam, cả nhà đồng ý như vậy.

Bố mẹ Thu Vân nói sẽ ở chơi với hai con cho đến gần Tết Nguyên Đán mới về Việt Nam, trên dưới hai tháng nữa và ngày sanh của con gái ít nhứt trên một tháng, bố mẹ qua đây lo chăm sóc Thu Vân. Hiếu thưa với mẹ:

- Vợ con sẽ sanh ở bệnh viện sản khoa Yale vô cùng hiện đại mà mình chẳng tốn kém một thứ gì, họ lo hết cho nhân viên phục vụ cho Yale, mẹ muốn ngủ lại với vợ con, cũng có giường đầy đủ cho mình, đối với tất sản phụ đều là như vậy mà con lại là Khoa Trưởng điều hành cả bệnh viện này, có thể cũng có chút gì đặc biệt. Mẹ nói đúng vậy, Hiếu nói tiếp:

- Anh rể con, anh hai về báo mộng cho má Jane biết làThu Vân sanh lần này sanh đôi thì quá đúng rồi, anh còn nói Thu Vân còn sanh thêm một đứa con trai út ở cuối năm bốn chín tuổi. Con nghe nói, nổi da gà vì anh hai báo mộng trước cái gì cũng đúng hết kể cả bịnh và ngày giờ chết của Caroline và hồn Caroline vừa lià khỏi xác là có hai thiên thần từ trên trời cao bay xuống đón về thiên đình. Hồn anh hai còn đi lang thang hai mươi mấy năm cũng sắp chấm dứt nợ trần vì anh thiếu nợ vợ anh quá lớn, cả chục năm hành hạ vợ chăm sóc nuôi dưỡng nên anh thường theo dõi gia đình bên vợ gúp con giữ được nhà ở gần Yale... Anh hai linh quá, chúng con là bác sĩ, là nhà khoa học không tin có thần quyền mà luôn tin các điềm mộng của anh hai con luôn đúng 100%.

Con gởi bố mẹ một trăm ngàn đô, mẹ mua vé máy bay cho ba em kể cả bạn gái qua thăm anh chị hai khi chị hai sanh, coi hai cháu gái có giống cậu út chút nào không. Cậu út đừng sợ đẹp trai không có vợ đẹp, chị hai của cậu mới là hoa hậu trường học nên mới gặp anh chàng bán than, còn cậu út đẹp trai sẽ có vợ là hoa khôi hoàn vũ mới đáng nể. Con nghe cậu út theo học ngành Y con lại càng khoái, hỏi em muốn gì cần gì thì anh hai đáp ứng liền, muốn cưới vợ tiên anh hai cũng cố tìm vợ tiên cho cậu út, chị hai chêm vào, tiên mắc đoạ chuột sạ đầu thai đó cậu út ơi! Bố mẹ nghe cười vui.

- Hiếu thưa với bố mẹ, khi chúng con về hưu sẽ về sống ở Cần Thơ, chúng con rước bố mẹ lên sống với chúng con. Chúng con phục vụ cho mười người mà lãnh lương Mỹ trên nửa triệu mỹ kim mỗi tháng, mới ngon làm sao. Chuyện nuôi dưỡng cho mười người tất cả mọi thứ thì thật khoẻ re với số tiền lương đó. Mẹ nghe Hiếu nói, bà chảy nước mắt, con rể của mẹ luôn nghĩ đến giúp đỡ gia đình bà con dòng họ nên Trời Phật thương hai con phù trợ giúp đỡ hai con luôn khoẻ mạnh bình an hạnh phúc. Bố nói:

- Bố khoái thằng rể Hiếu từ ngày mới gặp lần đầu, nay lại càng khoái càng thương yêu thêm nữa, bố con mình làm một ly nhỏ Martell cho thêm vui. Hiếu lật đật vào rót rượu một ly nhỏ, bố nói bố uống trước nửa ly còn nửa ly để dành cho con rể. Hiếu dạ vâng. Bố nói với con rể:

- Con nói với chị hai con muốn trồng cây ăn trái chỗ nào, cứ đào hóc cho phân lót vào trước càng lâu càng tốt, chừng hai tháng bố mẹ về, bố sẽ mướn đào cây lớn trồng chừng một năm có trái. Bố muốn phá trống chừng bốn năm trăm mét vuông để xây một biệt thự nghỉ mát cho các cháu, có một hồ bơi nhỏ và một vườn hoa. Khu phá trống đó có nhiều cây đang có trái, mình có phân lót tốt, đào bứng đúng cách về trồng xuống là tiếp tục có trái, anh chị hai và các cháu rất vui vì vừa trồng xong, gặp mùa mưa, cây phát triển tốt có trái liền, chỉ tốn tiền công đào, mướn xe tải chuyên chở, còn cây trồng bố biếu cho anh chị hai con.

Còn anh ba con muốn trồng cây ăn trái có trái liền thì sẽ se với chị hai vì cái khu đó có khoảng hai trăm cây kể cả các khu lân cận, bố muốn dẹp bớt cây trồng xung quanh biệt thự có thêm đất trống. Cây thì khỏi mua, ba tặng biếu mà còn bỏ công ra mướn chuyên viên trồng mà giá lao động rẻ hơn các con cháu mướn ở Cần Thơ. Trồng cây đang có trái khó hơn trồng cây con, làm sai quy cách cây dễ chết. Bố thấy các hố ủ phân chuồng của con quá tuyệt, phân dư thừa bón lót, mình có phân lót nhiều, đào hóc càng sâu càng bảo đảm cây trồng sống tốt. Hiếu nói:

- Ngày mai trong bữa cơm, con nói cho anh chị hai và gia đình bên con biết và chị hai về báo lại cho anh ba con. Bố nói, con có biết khu đó còn có nhiều cây trồng cùng thời trồng với các cây bố đã mang lên vườn con trồng, nay cũng sai trái lắm. Cái khó là đào bứng cây to phải còn rễ cái nếu bị đứt nhiều thì trồng khó sống hơn rễ cái còn đủ hay chỉ bị đứt ít. Chỗ nhà chị hai con có địa điểm trồng cây còn tốt hơn vùng đất khu vườn con và anh ba của con vì sát nguồn nước tha hồ mà tưới tắm luôn đẫm trong mùa nắng, đúng với châm ngôn của nghề nông, nhứt là trồng cây ăn trái: nhứt nước, nhì phân, tam cần, tứ giống.

Bố mẹ và anh chị hai muốn trở qua Yale ở lại chơi với ba má Caroline và các cháu nhỏ chừng một tuần, Hiếu bút thêm vé cho cả nhóm bảy người cùng theo Hiếu về Yale và sau đó Hiếu mua vé cho bố mẹ về Việt Nam mà cả nhóm về khu Little Sài Gòn, miền Nam California, ở đó có dịp đi tham quan khắp các khu sinh hoạt của người Việt ở Mỹ. Khu Little Saigon Nam Cali như là một nước Việt Nam thu nhỏ. Các chuyến về Việt Nam ở các tiểu bang miền Đông nước Mỹ thường có nhiều chuyến bay ghé phi trường San Francisco hay Los Angeles lấy thêm khách.

Cô hai lo nấu ăn cho các cháu, còn ông nội và bác hai thì nói chuyện đời bằng ngôn ngữ Áo, tiếng mẹ đẻ rất hoà hợp và rất vui với ba má Caroline. Chị vú gốc Áo cũng ưa thích nói tiếng Áo nay có thêm người càng thêm vui. Tội nghiệp bà nội cũng lên hàng bảy, mỗi trưa hai cháu nội gái mẹ mới sanh có mấy ngày thì ra đi, bà nội luôn ngồi gần cháu, lấy báo làm quạt giống như ở Việt Nam, nhà không có máy điều hoà không khí. Chứng tỏ tình thương cháu nội bà đổ trút cho hai cháu nhỏ nhứt. Ông bà ngoại đi ngang qua thấy cách bà nội quạt cho cháu nội mà hai ông bà ngoại lại càng thêm trân trọng quý mến chị sui. Bà nội các cháu cũng nói được một ít tiếng Áo với chị sui cũng làm cho bà sui gái thêm vui thích. Ở Cần Thơ, hai bà thường câu cá gần nhau, bà sui gái dạy thêm tiếng Áo cho chị sui, hai bà lại càng gần gũi thương mến nhau.

Bố mẹ và chị hai về Việt Nam rồi, lúc bầu chưa lớn, Thu Vân cứ chiều thứ sáu bay sang Yale, sáng thứ hai về sớm và vào văn phòng làm việc luôn. Khi đến tháng thứ năm, má Caroline khuyên Thu Vân nên ở nhà, bà khuyên Hiếu phải bay qua thăm con vì Hiếu quá thương hai cháu bé nhứt mồ côi mẹ mới có mấy ngày tuổi. Vì vậy, Hiếu muốn luôn sống gần năm con nhỏ, nhứt là hai cháu gái sau cùng, mồ côi mẹ quá sớm. Dù có Thu Vân bên cạnh, mỗi tối cũng dành hai con nhỏ nhứt ngủ với mình, Thu Vân thấy chồng mình thương con mà quá tội nghiệp, Thu Vân tin chắc Hiếu sẽ cưng hai con sắp sanh của hai người, bố Hiếu cũng thương như vậy. Thay vì phòng ngủ hai vợ chồng sẽ có thêm bốn bê bi gái ngủ chung ít nhứt cũng qua tuổi thôi nôi.

Cái Tết Việt Nam đầu tiên sau hai mươi mấy sống chung với Caroline, nay vĩnh viễn xa nàng, Hiếu thưa với ba má vợ như vậy, làm cho hai ông bà cũng khóc, Hiếu ôm má khóc tức tưởi, mấy cháu ngoại ngơ ngác nhìn ông bà và nhìn bố, không hiểu gì hết. Hiếu nói:

- Tối nay, các con của con hộ tống mẹ chúng sang ăn Tết Việt Nam với gia đình từ tối thứ sáu cho đến sáng sớm thứ hai phải bay về Harvard dù ngày Tết Việt Nam chánh thức sẽ diễn ra ngày thứ tư. Hiếu nói với ba má là đã mua hai mươi pao thịt heo và gần một trăm trứng vịt, nhờ hai chị vú lo nấu lần này. Ba má có biết không, vợ con, Caroline thích món ăn này do chị hai con kho với nước dừa tươi rất ngon. Còn ở Mỹ, con có ọt đơ cả chục kết nước dừa vô lon từ bên Thái Lan, cũng kho thịt trứng nước dừa. Dù không đậm đà bằng nước dừa tươi, Caroline cũng thông cảm vụ nước dừa mà không phải chị hai con kho mà con chế biến và truyền lại hai chị vú làm giúp vì con quá bận việc trong trường.

Khi các con và Thu Vân qua, con sẽ cúng cơm vợ con với món thịt kho trứng mỗi ngày. Và con bảo các con của con có nhớ mẹ, các con thực hiện đơn giản không cần có nhang đèn gì hết, khi nào ăn có món thịt kho trứng, các con chỉ để đôi đũa lên chén cơm, bên cạnh có diã hay tô thịt kho trứng, các con vái van mời mẹ về ăn cơm với chúng con, các con sẽ cảm thấy có bữa ăn ngon như có mẹ ngồi bên cạnh. Bà má vợ chạy lại ôm con rể, bà nói:

- Má ngưỡng mộ con có cách dạy con quá đặc biệt, quá hay. Hiếu còn nói:

- Con dự trù, nếu thịt kho với trứng ngon thì con biếu tặng ông bà George và ông bà Viện Trưởng, con còn nói, Caroline là người Áo còn rất thích món ăn truyền thống của người Việt, con làm món ăn này nhằm tưởng nhớ vợ. Mời quý vị ăn thử món ăn truyền thống của người Việt trong ngày Tết hay giỗ chạp. Con cũng gởi email nhắn bố mẹ Philip về đoàn tụ ăn Tết với đại gia đình mình và gọi điện thoại về chúc Tết ở Việt Nam, Hiếu đã lên chương trình như vậy.

Hiếu nhắc Thu Vân bảo con gọi điện thoại đặt trước hai chục pao thịt quay và anh bên này cũng đặt thêm hai chục pao nữa vì dịp Tết vụ mua thịt quay ở Mỹ căng lắm. Hiếu cho biết có nấu ba bốn nồi thịt kho trứng, anh dự trù biếu ông bà George, ông bà Viện Trưởng Yale và cho các con mang về ăn nữa. Thu Vân nũng nịu:

- Anh biếu tặng người này người nọ kể các con mà anh quên em rồi. Hiếu nói, tối thứ bảy, mình kể như là đêm Giao Thừa anh lì xì cho em món quà đúp đặc biệt còn ngon hơn món thịt kho trứng, chỉ dành riêng cho em, em chịu không? Thu Vân dạ, em chịu.

Anh quyết chí là phải kiêng cử thật nhiều để hai con gái mình sanh ra phải đẹp hơn mẹ, mẹ mới là hoa khôi của trường Hoàng Diệu mà hai con gái của hoa khôi Hoàng Diệu sẽ là Hoa Khôi của vũ trụ vì chúng có gene xinh đẹp của mẹ, may quá, cái gene bán than của bố chạy mất tiêu. Còn em lì xì anh cái gì cho năm mới:

- Em yêu anh thật nhiều để chuộc lỗi lầm em bỏ anh chạy theo bóng ma đã làm tan nát đời em. May cho em, anh đến nhà đúng lúc và sau đó cứu vớt em thoát bịnh trầm cảm, tránh cảnh em tự tử vì quá nhục nhã. Nay em có dịp làm vợ chánh thức của anh, em tự cảm thấy phải đền ơn đáp nghĩa anh mà anh đã rộng lượng tặng cho em hai hạt trân châu sắp chào đời.

Từ đây về sau anh ở đâu em ở đó, bây giờ, chúng ta ráng chịu cực mỗi tuần chỉ gặp nhau có ba đêm. Sau khi anh về hưu non trước em hai năm, anh phải ở Harvard với em, đổi trường cho các con và đưa ba má chị Caroline về Harvard ở chung với chúng mình, chờ em về hưu non xong là các con mình cũng lớn. Chỉ còn hai đứa sanh sau này còn quá nhỏ và có thể thêm đứa thứ ba như anh hai báo mộng.

Chúng mình cùng ba má và các con nhỏ kể cả hai cô con gái mồ côi mẹ rất đáng thương phải luôn gần chúng mình. Lúc đó em đề nghị hai chị vú luân phiên ở Mỹ sáu tháng lo cơm nước cho các con, thay đổi nhau cho hai chị vú đỡ buồn. Chừng đó, chúng mình lo đám cưới hai cặp lớn, còn em chúng nó chắc chắn cũng có bạn trai hay gái rồi sẽ tổ chức đám cưới sau.

Đám cưới các con chúng mình sẽ tổ chức ở Harvard cho các con học ở Harvard, tổ chức ở Yale cho các con học ở Yale và phải có đám cưới tổ chức ở Sóc Trăng. Vì vậy, em đã đưa tiền cho bố mẹ lo cất biệt thự và xây hồ bơi giữa rừng cây ăn trái của bố, cảnh trí này đẹp lắm, có trái cây bốn mùa mà ở giữa vườn rất kín đáo chỉ dành riêng cho gia đình mình thôi. Anh còn nhớ chúng mình đi Ngã Bảy năm xưa cũng vì mê hồ bơi mà hồ bơi quá lộ thiên, không kín đáo, thiếu cảnh riêng tư, nay mình rút kinh nghiệm cho các con mình có chỗ riêng tư.

- Hiếu vỗ tay cái bốp, tán thưởng ý kiến tuyệt vời của vợ, anh nói thật điểm tế nhị em vừa kể quả anh chưa nghĩ tới, em thông minh hơn anh, anh tôn em làm sư mẫu. Từ tuần này, em gần anh, sư mẫu phải làm tài công với tính dịu dàng và nhẹ nhàng của em làm cho thai nhi không bị ảnh hưởng mạnh như anh làm tài công, chúng ta cứ thế mà gần gũi, chỉ kiêng cử một tháng trước ngày sanh và một tháng sau ngày sanh cũng đủ giữ gìn tốt sức khoẻ cho em. Thu Vân nói, anh nói có lý, chúng mình cố gắng tối đa mới giữ đúng hai tháng kiêng cử như tuyệt đối vì em quá yêu anh và anh cũng quá yêu em, kiêng cử gần gũi xác thịt rất khó.

Anh đồng ý với em, chúng ta phải hổ tương vì anh gần em quá phấn khích muốn gần gũi xác thịt, em phải can đảm từ chối, đừng quá chiều anh rồi mình không thi hành đúng giao ước. Hai vợ chồng trao đổi tâm tư tình cảm xong, lăn ra ngủ ngon.

Trước Tết Nguyên Đán mấy ngày đúng vào thứ sáu thứ bảy chúa nhựt, cả nhà Hiếu tổ chức ăn Tết có đủ mười ba con, bố mẹ Philip từ Phi Châu cũng bay về cùng ăn Tết, ông anh nuôi ở Indonesia cũng gởi biếu cho Hiếu hai trăm con tôm hùm. Hiếu lấy ra một bọc mười hai con tôm hùm cùng một cái thố to đựng sáu cục thịt kho lớn cùng sáu trứng và một dĩa thịt quay biếu cho gia đình ông bà Viện Trưởng và ông bà George, giống nhau. Hiếu có chỉ cách ăn thịt kho trứng và thịt heo quay phải cho vào lò nướng lại chừng ba bốn phút cho thức ăn nóng ăn mới ngon.

Con trai lái xe ra phi trường đón ông bà Philip từ chiều thứ năm. Buổi cơm chiều, bà Jane khoe là ông bà sang các nước Phi Châu trước vừa đòi nợ vừa xin được hơn mười sáu triệu, ông bà trở lại Âu Châu vừa đến Đức mới đến một công ty, trước đây có thiếu ông Philip hơn một triệu hay tin ông Philip khai phá sản và tự tử. Nay thấy ông còn sống cùng vợ đi khắp nơi xin tiền đóng góp tặng dữ cho chương trình từ thiện của vợ chồng ông và bốn tiến sĩ nổi tiếng khác. Nếu công ty đóng góp cho quỹ từ thiện có cấp giấy chứng nhận khai trừ thuế thì càng dễ cho công ty tặng dữ. Công ty này nói hồi trước hơn hai mươi năm có thiếu công ty của ông Philip hơn một triệu hai, nay xin đóng góp gấp ba lần ba triệu sáu. Và hai công ty khác cũng đóng góp thêm hai triệu.

Được email của Hiếu mời về Mỹ một tuần ăn Tết Việt Nam với gia đình. Ông dự trù đi nhiều nước ở Âu Châu có thể có nhiều tiền thêm nữa. Bà Jane còn nói họ rất ngưỡng mộ tiến sĩ Andre tài năng thiên bẩm về Y học và tiến sĩ Thu Vân qua tác phẩm hồi ký vô cùng cảm động. Đâu đâu cũng hứa sẽ đóng góp thêm cho tương lai vì họ cũng chẳng mất mát gì vì được trừ vào thuế. Thế là chỉ có hai tuần "đi ăn mày" đã có trên hai mươi hai triệu, rất lạc quan tìm xin chung chừng bốn đến năm mươi triệu đô có thể đạt được.

Cả nhà Hiếu ăn một cái Tết vô cùng hạnh phúc chỉ thiếu vắng Caroline và quỹ từ thiện đã thành công được nhiều công ty đã hết lòng bảo trợ.

Hiếu có mời ông bà George cùng ăn bữa cơm đón Tết Việt Nam của Hiếu, nhờ bà Chánh Văn phòng sắp xếp chương trình ăn tối tại nhà Hiếu, có trưng bày thêm các dây đèn màu thật đẹp giăng mắc quanh tấm bạt rộng chứa trên mười bàn. Hiếu vô phòng bì lì xì, mỗi nhân viên hai trăm đô và Hiếu nói phong tục ngày Tế của Việt Nam có bao lì xì dù ít hay nhiều tiền nhằm lấy hên đầu năm. Các nhân viên trong văn phòng vô cùng ngạc nhiên nhận được tiền lì xì đầu năm kể cả con của bà chánh văn phòng và chị quản gia cũng có bao lì xì như bà chánh văn phòng. Mọi người vui Tết tới mười một giờ ra về.

Các con nhỏ của Hiếu mỗi đứa cũng được một bao lì xì giống mọi người, cả hai chị vú và hai vợ chồng của anh sinh viên giúp việc cho gia đình cũng đều có bao lì xì. Các con của Hiếu mặc quần áo mới được bố lì xì quá vui chạy khoe ông bà ngoại. Mọi người ra về, Hiếu mời ông bà George ở nán lại nghe bố Philip cho biết kết quả trong hai tuần qua đã xin được hai mươi hai triệu và ông bố Philip muốn tiền xin cho quỹ từ thiện, để lại một số ít mướn chỗ mở thêm ba văn phòng ở Mỹ, Ba Lan và Áo cùng với cơ sở tại Sóc Trăng và Cần Thơ. Sau sẽ mở thêm văn phòng ở Indonesia, Brazil, Nigeria. Từ từ sẽ mở nhiều văn phòng hay cơ sở giúp trực tiếp người bị nạn được cứu thoát.

Hiếu dự trù số tiền lớn do bố Philip vận động sẽ đầu tư vào đại công ty sản xuất chân tay giả của George chắc chắn sinh lời, sớm mở thêm một cơ xưởng sản xuất chân tay giả ở Indonesia vì Hiếu tiên đoán ở Á Châu khó tránh khỏi có chiến tranh cục bộ vài nước hay lan rộng nhiều nước. Nhu cầu về chân giả hay các loại xe đẩy, xe lăn, gậy chống rất cần thiết. Ông George nói vùng Trung Đông cũng rất cần thiết có chân tay giả chúng ta chỉ đặt văn phòng thương mại cho ít tốn kém. Ông George nói, tôi sẽ họp hội đồng quản trị bàn thảo và mời anh Philip và Andre chánh thức vào Hội Đồng Quản Trị vì có mua cổ phần nhiều tăng vốn cho đại công ty.

Về phòng, ngồi gần vợ, Hiếu gọi về anh chị tư thông báo quỹ từ thiện nay đã nở lớn. Hiếu đề nghị với anh tư, Hội từ thiện sẽ mướn nhà của anh tư đặt cơ sở chính để giúp anh tư có thêm tiền cho thuê nhà dài hạn và anh về ở Cần Thơ không lo vụ nhà ở Sóc Trăng. Em nêu lý do nhà anh tư ở trung tâm thành phố mà kín đáo, rộng giúp làm nơi dạy may cắt, nữ công gia chánh và có chỗ nằm dưỡng bịnh khi có người bị bịnh không tiền nằm nhà thương chửa trị. Anh chị tư cho mướn với giá thị trường và trong hợp đồng ghi tặng dữ lại cho hội từ thiện một số tiền nào đó... mình vừa cho mướn vừa có đóng góp từ thiện nữa. Nếu anh chị tư không muốn làm như vậy, em mới tính mướn một văn phòng nho nhỏ để làm việc ở giữa chợ, không tính làm lớn. Hiếu nói tiếp:

- Anh tư ráng dịch ra tiếng Áo tập tự truyện của Thu Vân càng sớm càng tốt để chúng em sẽ tổ chức đãi tiệc cưới vào đầu mùa hè này và Ra Mắt Sách tại Vienne luôn. Ở Áo in vài tuần là xong vài trăm ngàn số. Có nhiều nhà xuất bản đang liên lạc dịch và in ấn, họ cho mình hoa hồng bao nhiêu phần trăm, hai bên thoả thuận. Thu Vân cũng sẽ thu nhập nhiều tiền và đóng góp thêm cho quỹ từ thiện. Anh báo cho bác cựu Bí Thư, bố nuôi anh là em tính như vậy. Ở Việt Nam em sẽ mời bác cựu Bí Thư giữ chức Tổng Giám Đốc kiêm Giám đốc cơ sở Sóc Trăng cũng là cơ sở chánh tại Việt Nam để bố có tiền lương khá. Anh chị tư cứ vài tháng làm một con heo có thêm mỡ để dành ăn, ba gia đình chị hai, anh ba, anh tư muốn làm heo làm bò lúc nào cũng được vì em và Caroline nuôi là để ăn. Em không có ở hẳn Cần Thơ phải bốn năm nữa, chừng ấy con cái lớn, chúng nó ở lại Mỹ học tiếp và làm việc ở Mỹ. Vợ chồng em về hưu sẽ về ở Việt Nam luôn lo phụng dưỡng ba má nội ngoại.

Bây giờ, ba má ở với chúng em lo giúp chúng em nuôi các cháu ngoại vì quá tội các con còn nhỏ mà mồ côi mẹ quá sớm nên ba má không thể sống ở Việt Nam khi các cháu ngoại còn quá nhỏ. Anh nhắc chị tư nhớ thường gọi điện thoại thăm ba má vì ba má cũng thương nhớ cháu nội và anh chị. Bernard nói, anh hiểu ba má có nhiều tình cảm, khi ba má về Việt Nam sống thì lại thiếu vắng cháu ngoại cũng buồn. Nhưng lúc bấy giờ các cháu cũng đã khôn lớn và có anh chị của chúng đã có gia đình sẽ chăm sóc chúng chu đáo hơn, anh đoán như vậy.

Hai anh em nói chuyện khá lâu, Hiếu xin phép anh tư đi ngủ vì gia đình em tổ chức ăn Tết Việt Nam sớm nên em cũng bận suốt ngày nay, em cũng cần nghỉ. Anh tư nói, anh chị gởi lời chúc vợ em, Thu Vân năm mới luôn bình an hạnh phúc, đến hè này về Việt Nam tổ chức đám cưới, anh em mình gặp lại

Thu Vân hỏi, cả ngày anh bận rộn, bây giờ anh còn đủ sức trả bài không. Hiếu đáp, dư sức qua cầu, đợi anh đi tắm cho thật khoẻ, em đợi anh nghe! Hiếu vội đi tắm, lau khô xịt dầu thơm khắp cơ thể, thay bộ đồ ngủ, lên giường ôm nựng nịu vợ, chỉ trong vài phút cả hai nóng máy. Thu Vân nói, từ nay em làm tài công lái tàu cho đến trước ngày em sanh đúng một tháng, anh nói với em là như vậy phải không?

- Hiếu gật đầu, kéo Thu Vân xuống vị trí làm tài công. Với sự nhẹ nhàng dịu dàng nên cuộc vượt biển cũng chậm rãi cả hai cùng khoẻ và đến đích cùng lúc. Cả hai lo làm vệ sinh xong, ôm nhau ngủ một giấc ngon lành đến hơn năm giờ mới thức.

Hiếu nhẹ nhàng xuống giường, nấu nước pha trà và cà phê, rót ra hai ly nhỏ, bưng ra chỗ Hiếu và Thu Vân làm chỗ cúng vong linh Caroline, đốt đèn đốt nhang thoải mái. Hiếu cũng mang ra bánh trái cây để chung một dĩa, lên đèn nhang, ngồi vái vong linh Caroline linh thiêng về phù hộ cho các con khoẻ mạnh, học giỏi. Hiếu ngồi rất lâu tưởng nhớ Caroline mà nước mắt tự nhiên chảy ra. Ba má cũng thức sớm, mặc áo lạnh cả hai ra đi bộ sau vườn, ngữi có mùi nhang, thấy có ánh đèn cày và Hiếu ngồi kế bên gục mặt xuống, hai ông bà đến gần sát mà Hiếu không hay biết, thấy Hiếu có cúng cả cà phê, nước trà bánh trái cây. Má quá cảm xúc khóc ngất chạy đến ôm con rể và nói:

- Con còn yêu thương Caroline như thế này mà Caroline vội bỏ về Thiên Đàng không tiếp tục hưởng hạnh phúc với con. Mấy đứa con lớn của Hiếu cũng thức sớm và ông bà Philip cũng ra sau đi bộ tập thể dục gặp ba má Caroline và Hiếu đang khóc, mọi người đến thấy Hiếu cúng vợ như vậy đều cảm động sự chung tình của vợ chồng. Thu Vân thức dậy, lo vệ sinh xong, xuống bếp cũng không thấy chồng, vội đi ra vườn hoa, thấy nhiều người đang quây quần chỗ dành chỗ cúng vong linh Caroline có nhang đèn, thấy Hiếu đốt thêm nhang đưa mỗi con một nén nhang cúng mẹ, cắm vào lư hương. Thu Vân cũng xin Hiếu một nén nhang, khấn vái đúng kiểu cách của người Việt rồi đưa chồng cắm vào lư hương và đi lại ôm má hôn và cùng khóc với má làm cho mọi người thêm cảm động đều khóc theo.

Ông bà Philip nói, lần đầu tiên thấy chồng thương yêu vợ đã mất như Andre tưởng nhớ Caroline và tình cờ cả gia đình lại tập họp giữa vườn hoa tưởng nhớ Caroline, tôi rất cảm phục quý mến gia đình Andre. Thấy có đông đủ, Hiếu giải thích:

- Ngày Tết là ngày thiêng liêng nhứt trong năm của người Việt, còn gọi là ngày lễ Tết Nguyên Đán. Chiều ba mươi Tết có lễ cúng cơm mời ông bà cha mẹ kể cả anh chị em quá vãng cùng về ăn Tết với gia đình, mỗi ngày có mâm cơm cúng trên bàn thờ cho mãi đến hết ngày Tết. Đến ngày hạ nêu mồng bảy hoặc linh hoạt tổ chức cúng đến ngày mồng ba Tết. Người Việt quan niệm, người sống ăn Tết tưởng nhớ người đã khuất phải có cúng cơm mời người quá vãng cùng về chung vui ăn Tết. Hiếu nói với ba má và mọi người:

- Các con của bố mẹ, mỗi sáng có ra vườn tập thể dục, nhớ đốt cho mẹ một nén hương cho đến ngày các con đi về Harvard, bố để nguyên tách trà cà phê và bánh trái. Nếu các con có pha trà, cà phê, mang ra đây, đổ bỏ cà phê trà cũ thay cái mới rồi mới đốt nhang. Các con Hiếu hiểu thêm một phong tục ngày Tết đáng yêu của người Việt.

Hiếu bảo các con vào bếp nấu nước pha trà, cà phê và hâm lại thức ăn sáng chỉ dùng thịt kho trứng và nướng bánh mì cho cả gia đình ăn, trưa bố mới làm thức ăn ngày Tết nhiều món đãi cả nhà, các con lấy ra mười con tôm hùm cho tan đá, bố sẽ làm món tôm hùm xào mì, các con trông cách ba làm. Khi các con về Harvard mang về hai chục con tôm hùm nhớ làm món ăn tôm hùm xào mì phải mời mẹ Thu Vân và mẹ các con ăn. Mẹ Caroline các con mê món này lắm nên bố phải lên internet học cách xào mì tôm hùm có thêm nấm Đông

Cô hay nấm rơm hoặc cải bẹ xanh bẹ to mới ngon, còn làm sauce đổ trên lên càng thêm ngon.

Trưa nay, các con xem bố làm rồi bắt chước, biết đâu các con có thêm sáng kiến chế biến ngon hơn bố nữa. Bà má nói liền:

- Các cháu ngoại mà học sếp cút là bố các con là cứ làm món ăn đại, nhiều lần mới có kinh nghiệm nêm nếm, thức ăn từ dở trở thành ngon, phải không con?.

- Dạ, thưa má đúng vậy. Nấu ăn hầu hết là bắt chước nhau rồi từ từ có thêm kinh nghiệm. Bà ngoại nói tiếp:

- Các con trông cách chặt thịt heo quay hay vịt quay của bố các cháu mà mẹ Caroline mê cách chặt thịt này. Gặp người khác chặt nhanh như vậy cũng có thể đứt tay mà ba các cháu làm gọn hơ đến mẹ Thu Vân cũng mê cách chặt thịt vịt của bố.

Các con lớn nhỏ đều đến trông bố chặt thịt vịt mà nể phục cái tài chặt như cái máy và dùng dao đưa cả khối thịt chặt rồi cho lên dĩa thành một vòng tròn gọn hơ. Giữa dĩa để đầu, cánh, cổ, chân vịt, trên cùng còn có hành chẻ thành hoa thị và kể cả ớt đỏ to cũng cắt thành hoa thị, trông dĩa thịt quá hấp dẫn, các con vỗ tay khen bố sao tài quá. Bố hỏi có đứa nào thay bố chặt hai con tiếp:

- Các con lắc đầu nói, chịu thua bố, chắc các con học còn lâu lắm. Bố nói liền, mấy người Tàu bán vịt quay họ chặt sao ngon lành, bố bắt chước chặt cho mẹ Caroline con xem, mẹ con khen, bố chặt thêm con thứ hai lại nhanh hơn để thịt vô dĩa càng đẹp hơn. Đó là lần ba chặt thịt vịt đầu tiên tại nhà bà nội ở Sóc Trăng. Từ đó đến nay đã hơn hai mươi năm, Ba ít có dịp chặt thịt vịt vì mình mua một con, người bán chặt sẵn mà lần này mình mua đến sáu con nên vịt để nguyên, ba chặt thử hai con, còn bốn con sau này ba chặt còn nhanh hơn và trưng bày thịt vịt trong dĩa sẽ nhanh, vén khéo và chắc chắn sẽ đẹp nữa. Bí quyết chặt thịt heo quay, vịt, gà sống hay chín nên chặt một nhát dao cho ngọt sẽ làm cho miếng thịt tránh bị nhầu nát vì chặt nhiều nhát dao.

Vì vậy, dao chặt thịt phải thật bén và nặng tay và loại dao to chặt trên tấm thớt phải to, dầy, chắc chắn mới chặt mạnh tay được, chặt ra một miếng thịt mà dùng hai ba nhát dao thì miếng thịt trông không hấp dẫn, sần sùi.

Sau một tuần ở Yale, ông bà Philip về Harvard ở thêm một tuần nữa, sẽ bay qua Pháp, Anh, Tây Ban Nha, Ý... chừng hai tuần sẽ bay về Mỹ nghỉ và còn đi nhiều tiểu bang phải mất cả tháng mới hết đến xin các công ty giúp đỡ tài chánh cho quỹ từ thiện.

Ngôi nhà rộng rãi của bà Jane sẽ cho Hội mướn với cách mướn nhà người quen như ở Sóc Trăng tránh tiếng không tốt. Ông bà Philip sẽ ở Yale chánh thức. Hiếu còn đề nghị khi đi Âu Châu, ông bà Philip-Jane nên bay về Ba Lan mướn một chỗ làm văn phòng. Còn ở Áo thì mướn nhà của Caroline với cách mướn như ở Mỹ, Việt Nam và có thể mướn thêm một chỗ ở Paris-Pháp. Tất cả chỗ nào mướn làm văn phòng cơ sở cho Hội đều có chụp hình và hình người Giám đốc cơ sở đều in trên một tập tài liệu có đủ giấy phép hoạt động và điều kiện, tiêu chuẩn được trợ giúp.

Sau hơn một tháng vận động ở Âu Châu và nhiều tiểu bang Mỹ và còn chừng một tháng nữa mới đi hết nước Mỹ mà thu hơn bốn mươi triệu. Hiếu đề nghị bố mẹ đi Nigeria và Brazil gặp hai ông cựu Bộ trưởng Y Tế, đang nghỉ hưu nhờ hai ông đứng mũi chịu sào hai vùng rộng lớn có tệ nạn buôn người đáng quan tâm, tìm chỗ thuê văn phòng mời hai ông làm giám đốc. Cũng như ông bà Philip đi Úc lập một văn phòng, tìm bác sĩ cùng làm việc trong đoàn nghiên cứu quốc tế trước đây nhờ giúp đỡ. Hiếu bàn tính mình tung ra gần cả chục cơ sở đầu tiên nhằm tạo tiếng vang cho Hội vì các công ty có tặng dữ cho Hội muốn phải thấy tổ chức quy mô rộng lớn tăng thêm uy tín. Tổ chức nhiều quá cũng mệt lắm mà Hiếu chưa về hưu, bố mẹ Philip phải bao sân hai năm đầu, Hiếu về hưu sẽ tiếp bố mẹ.

Ông bà Philip nói, hai năm đầu thật ra chúng ta mới hoàn thành căn bản và có trợ giúp cũng chưa nhiều.

Còn đúng một tháng đến ngày sanh, hàng tuần từ chiều thứ sáu, Hiếu đã bay qua Harvard đến nhà Thu Vân lo chăm sóc vợ, có bố mẹ vợ qua ở tiếp nuôi, Hiếu qua đón vợ và bố mẹ về nhà ở Yale chờ ngày Thu Vân sanh.

Từ sáng sớm. khi vợ chuyển bụng, Hiếu gọi xe của nhà bảo sanh của bịnh viện Yale đến chở vào nhà bảo sanh, Hiếu chở bố mẹ theo, mãi đến chiều Thu Vân mới sanh cả hai cô con gái vừa lọt lòng mẹ, cắt rốn xong là nghe tiếng khóc của bê bi, hai cô mụ vỗ cho bé khóc thêm cho sạch đường hô hấp. Bà ngoại la lớn, sao hai đứa giống con lai, đẹp quá, bà lại còn nói nó giống Caroline quá mới là ngộ. Nếu cả hai bê bi không giống Caroline, có người nghi ngờ là Thu Vân léng phéng với ông tây nào đó. Hiếu vào hôn vợ và nựng ai con xong, nói với vợ, Hiếu chạy về nhà đón ba má Caroline vào thăm cháu ngoại.

Bà ngoại vào thăm mẹ con Thu Vân, bà nói lớn, tôi vô cùng ngạc nhiên sao quá diệu kỳ, cả hai cháu giống như đúc Caroline khi tôi sanh ra nó. Mọi người nói có lẽ vợ chồng Hiếu Thu Vân cứ mơ tưởng thương Caroline nên sanh hai con ra giống Caroline không thể tả mà có thể sẽ còn xinh đẹp hơn mẹ Caroline và mẹ Thu Vân, bà ngoại tiên đoán như vậy.

Hiếu có mua một chai champagne, nhân có đủ cha mẹ và vợ chồng ông George đến thăm, Hiếu khui chai chapagne nổ vang mời mọi người uống chúc mừng mẹ tròn con vuông sanh con bằng an khoẻ mạnh. Hiếu mời cả hai bác sĩ và hai cô đỡ và vài nhân viên của bịnh viện cùng uống champagne, Hiếu mang rượu champagne mời vợ nhấp một chút để Hiếu uống thêm ngon, tất cả mọi người khen Hiếu có cử đẹp đối với vợ. Thay vì người khác, không phải vợ Khoa Trưởng của Yale, sanh ra khỏe mạnh, sau ba ngày có xe đưa về nhà. Còn vợ tiến sĩ Andre, bác sĩ giám đốc bịnh viện sản khoa đến thăm và cho biết để vợ tiến sĩ Andre ở lại bịnh viện đúng một tuần mới đưa về nhà để các y tá chăm sóc đặc biệt vì là sanh đôi. Bác sĩ giám đốc nói với ông bà George:

- Vợ tiến sĩ Andre sanh đôi, bê bi quá xinh đẹp, tóc vàng hoe như người da trắng. Ông George giải thích, vợ trước của Andre là người Áo, đã qua đời nay tái giá mà con lại giống vợ trước cũng là khá ngộ. Vợ trước của bác sĩ Andre từng là nhân viên trong đoàn nghiên cứu quốc tế và giáo sư của Yale. Bác sĩ giám đốc, à ra thế, hèn chi hai cháu giống người Âu Châu hơn Á Châu.

Ai cũng thấy tình yêu thương của hai vợ chồng Andre đối với Caroline nên sanh con giống hệt mẹ Caroline của chúng. Hiếu gọi điện thoại báo cho các con biết mẹ Thu Vân sanh hai bê bi giống hệt mẹ Caroline, lạ kỳ làm sao. Các con thưa:

- Cuối tuần chúng con bay qua thăm mẹ Thu Vân, chúng con mua thịt heo quay và bánh hỏi mang qua ăn, bố khỏi phải làm gì hết. Hiếu cũng báo bố mẹ, anh chị hai anh chị ba, anh chị tư. Hiếu nhờ anh tư báo tin cho bác bí thư, nếu bác có rảnh, em mời bác qua nhà Hiếu chơi một thời gian vài tuần để có đủ bộ sậu của hội thiện nguyện sẽ bàn chi tiết về vụ đặt trụ sở chánh tại Sóc Trăng. Em mời cả bà cùng đi cho thêm vui, vợ em mới sanh hai con gái má nói hai đứa giống hệt Caroline cũng là một hiện tượng lạ. Tóc vàng hoe, mắt cũng có màu xanh không nhiều bằng Caroline. Má thấy hai cháu mới sanh giống Caroline lại làm cho má gợi nhớ thêm Caroline má khóc nhiều làm hai mắt má sưng húp, em quá xót thương tội nghiệp ba má. Anh nói chị tư gọi điện thoại thăm hỏi và an ủi má, em quá thương ba má. Nếu Caroline còn sống với tiền bạc em đang có thì ba má quá sung sướng chỉ vui chơi hưởng thụ của tuổi già, đâu lo nghĩ, cực khổ với cháu ngoại như hiện nay.

Bernard nói anh sẽ truyền đạt tin vui cho gia đình mình biết và mua vé máy bay cho bố mẹ nuôi anh sang Mỹ chơi luôn một tháng, chừng về Việt Nam cùng về với bố mẹ Thu Vân. Nằm ở bịnh viện được sáu ngày, ngày mai là thứ sáu các con đang học ở Harvard sẽ bay sang Yale thăm mẹ và hai em,

Hiếu xin cho vợ về sáng thứ sáu để các con ở xa về thăm mẹ. Bệnh viện cho xe đưa về nhà và cho nhiều đồ dùng cho hai bê bi nhứt là tã, phấn, xà bông tắm cho bê bi cùng nhiều thứ linh tinh khác. Hai cô đỡ cho Hiếu biết, nếu bà và hai cháu cần gì thêm cứ gọi, chúng tôi sẽ mang đưa cho ông tại văn phòng, hai cô còn nói:

- Bác sĩ là bốt của chúng tôi và đừng ngại gì hết. Bà sanh hai cháu quá xinh đẹp, chúng tôi xin chúc mừng ông bà. Hiếu móc túi lấy check ký biếu mỗi người một ngàn, cả hai rất cám ơn và nói từ trước tới nay, chưa có ông sếp nào chơi sộp như tiến sĩ Andre.

Các con đến phi trường đã có mướn xe trước lái về nhà có mang theo hai chục pao thịt quay, năm con vịt quay và hai thùng mì hàng trăm gói. Bố cũng có mua mì khô rời to sợi cùng bốn năm pao nấm Đông Cô và cả mấy vỉ nấm rơm, cả chục pao cải bẹ xanh, hành lá, hành cũ, tỏi tiêu, ớt xì dầu, dưa leo. Hiếu còn mua thêm hai chục pao thịt ba rọi, sáu chục hột gà có nồi kho thịt trứng, nước dừa lon còn đến bốn năm chục lon tha hồ mà kho thịt trứng cho các con mang về Harvard.

Tối hôm đó, bác Bí Thư gọi điện thoại chúc mừng vợ Hiếu sanh đôi khoẻ mạnh mà quá xinh đẹp như Bernard nói. Bernard đã mua vé cho hai bác qua

Mỹ ở chơi một tháng, tuần tới hai bác qua tới. Ông bà Viện Trưởng Harvard và nhiều nữ giáo sư gởi email và hoa đến chúc mừng giáo sư Thu Vân sanh đôi. Ông bà Viện Trưởng Yale đi theo ông bà George đến nhà thăm vợ Andre vừa mới về nhà. Tiếp đón, có cả bố mẹ Thu Vân và bố mẹ vợ trước của Andre và ông bà Philip-Jane, cả nhà ngập hoa tươi gởi tặng chúc mừng. Sau khi ông bà Viện Trưởng và ông bà George thăm chúc mừng giáo sư Thu Vân, Hiếu mời ra bàn ngồi nhâm nhi một chút nhân dịp các con học ở Harvard bay qua thăm mẹ có mang thịt quay, vịt quay qua bên nây nên Hiếu mời ngồi nhấm nháp chút Martell XO.

Ông bố vợ đứng lên rót rượu mời mọi người bằng một tràng tiếng Pháp mà ông Viện trưởng rất thích giọng nói tiếng Pháp ngọt lịm của ông ông bố vợ Andre. Ông nói tiếp, tôi có mua một chai champagne của Pháp và một hộp bánh champagne xin mời chốc nữa chúng ta cho nổ champagne chúc mừng sức khoẻ mẹ tròn con vuông và nhấm nháp rượu champagne. Ông Viện Trưởng nói, tôi không có lái xe nên tha hồ uống cho đã, có xỉn có bà xã tôi dìu tôi về dinh. Cả nhà vỗ tay hoan nghênh lời nói đùa của ông Viện Trưởng Yale.

Ông bà Viện Trưởng và ông bà George ra về rồi. Hiếu gọi mấy con dọn ra ăn chiều luôn dù mới hơn ba giờ. Hiếu gọi hai chị vú, xào thêm ba dĩa cải bẹ xanh với thịt ba rọi và nướng mười ổ bánh mì lớn, còn thịt quay cho vô lò nướng lại cho nóng và chặt hai con vịt quay cũng nướng lại. Mọi thứ xong xuôi, các con bưng dọn lên bàn, hai chị vú lo cho các con nhỏ ăn trước, quý cụ còn nhậu, sẽ ăn sau. Hiếu nói, bố xin phép ông bà cho các con nhậu chút chút ăn mừng mẹ sanh ra hai em gái kháu khỉnh tuyệt đẹp. Bà già gân gần năm mươi tuổi còn ráng sanh thêm hai công chúa, cả nhà vỗ tay cười.

Hiếu nói với con dâu, chọn thịt nạc, một đùi vịt quay, một dĩa cải bẹ xanh xào cùng vài lát bánh mì, bố rót cho mẹ một chút champagne uống cho thức ăn mau tiêu hoá và các con thưa với mẹ, mẹ uống bao nhiêu cũng được, còn lại bố uống hết rượu champagne của mẹ lại thêm ngon. Các con cũng mang thịt quay,vịt quay, bánh mì và một ly nhỏ champagne ra vườn, đốt nhang cúng mẹ, Caroline.

Bố mời quý cụ nhậu cho con thêm vui, con có thêm hai con gái mới có mười lăm cô cậu, theo mộng anh hai con báo trước, vợ con còn sanh thêm một đứa con trai út nữa mới hết sanh, gần tuổi năm mươi.

Nếu thế chúng con có con đúng một chục có đầu kiểu bán trái cây, trứng vịt, gà của dân quê Sa Đéc, chục mười sáu. Caroline sanh tám con, Thu Vân không chịu thua, nếu sanh thêm một hoàng tử nữa, Thu Vân cũng có tám con có hai quốc tịch Việt Mỹ, còn Caroline sanh con có đủ ba quốc tịch Việt Nam, Mỹ và Áo. Gia đình chúng con là gia đình quốc tế và là đội banh cũng là đội banh quốc tế có ông bà ngoại làm nhà dìu dắt. Cả nhà cùng cười vui. Bà ngoại các cháu nói:

- Có sự trùng hợp cũng khá lý thú, Caroline về Áo sanh đầu lòng hai trai, mấy tháng sau, ở Việt Nam, Thu Vân cũng sanh đôi hai trai. Trước đây không lâu, Caroline sanh đôi hai con gái chỉ có vài ngày thì qua đời vì bạo bịnh. Nay Thu Vân cũng thi đua với Caroline cũng sanh đôi hai cô con gái. Hai mươi mấy năm trước, cách nhau mấy tháng, Hiếu sanh luôn bốn con trai. Năm nay, cách nhau hơn mười một tháng, Hiếu sanh luôn bốn đứa con gái, thật nể phục chàng rể bán than mà có số đào hoa và số đông con. Bố mẹ Thu Vân vỗ tay hoan nghênh, chị có ý nghĩ vừa tổng hợp vừa so sánh một cách ý nghĩa, rất đúng, xin bái phục chị.

- Bây giờ, còn champagne, Hiếu nói, xin mời bố mẹ và mọi người uống thêm cho hết chai, rượu champgne không để dành được cho ngày mai. Hiếu đi rót hết các ly, chúng ta ăn mừng Thu Vân sanh đôi mà rất suôn sẻ, hai con rất khoẻ mạnh là điều rất đáng mừng.

Tuần sau các con học ở Harvard cũng bay qua Yale vui chơi với mẹ và gia đình.

Ông bà cựu Bí Thư Sóc Trăng sang Mỹ, mang theo hai thùng quà to đủ thứ quà đặc sản của Sóc Trăng, mè láu, bánh piá, lạp xưởng Quảng Trân, tôm lụi, tôm khô cùng nhiều khô mực, khô bò, khô cá thiều, cá sặc, cá lóc, cá lăn phồng cùng hai ba thứ mắm, dưa mắm cũng có đủ.

Ra phi trường đón ông bà cựu bí thư có bố mẹ Thu Vân, ông bà Philip. Ông bà Bí Thư thấy những vị cao niên ra đón, làm ông bà thêm cảm động. Về tới nhà, ông bà nhạc của Hiếu cũng hân hoan chào đón và tất cả các con Hiếu đều đến khoanh tay cúi đầu chào kính rất lễ phép.

Hai ông bà xin phép vào thăm mẹ con Thu Vân. Bà ở lại chơi với Thu Vân, còn ông ra ngoài, bảo Hiếu nướng khô bò, cá lóc và cá sặc vì là khô không mặn nên nhậu rất bắc. Ông nhắc Hiếu lưu ý nướng các loại khô hay nấu mắm, chưng mắm phải đưa ra ngoài trời vì có mùi hôi, không nên nướng trong nhà và chiên thêm vài cặp lạp xưởng Quảng Trân làm món nhậu sốt dẽo.

Ông về phòng có bà đi theo sau, rữa mặt thay quần áo xong ra bàn ăn, các món nhậu đã có đầy đủ. Hiếu mời mọi người nhậu Martell XO và sau đó ăn cơm luôn để hai ông bà Bí Thư đi xa mệt vào phòng nghỉ sớm, ngày mai mới nói chuyện nhiều.

Ba má Caroline và bố mẹ Thu Vân và ông bà Philip vừa ăn các loại khô khá lạ miệng và uống rượu thêm ngon. Các con lớn của Hiếu ngồi chung một bàn cũng cạnh đó, có thêm món thịt kho trứng và cải bẹ xanh xào tỏi ăn cơm cũng rất bắc. Các cháu nhỏ hai chị vú lo cho chúng ăn no hết cho chúng vào chơi với mẹ và hai em bê bi. Chúng rất mê thích ngồi đứng xung quanh hai nôi bê bi chỉ chỏ nói tía lia trông rất dễ thương. Mẹ phải ngồi dậy, xoa đầu từng đứa trông chừng chúng đụng chạm mạnh bê bi.

Các cháu lớn, có dịp ăn khô cũng rất lạ miệng nên ăn hết sạch nồi cơm. Ăn tráng miệng mè láu và bánh pía có hương vị đậm đà của quê hương Sóc Trăng, chúng rất thích. Ăn xong, các cô lo dọn dẹp tiếp với chị vú, cả đám kéo vô phòng mẹ vui chơi với bê bi và mấy em nhỏ. Các con lớn thấy mẹ vui và khỏe mạnh chúng rất mừng vì mẹ ở vào hạng tuổi sắp hết sanh đẻ nữa.

Phải đợi mẹ nghỉ hết phép đúng một tháng có cúng đầy tháng cho bê bi và chúng sẽ hộ tống mẹ và hai bê bi cùng ông bà ngoại về nhà ở gần Harvard để mẹ đi làm việc lại. Các con đứa bóp tay, bóp chân mẹ hay xoa bóp vai, xoa cổ xoa lưng, bụng làm cho mẹ thêm vui. Ông bà đi ra vườn cho mau tiêu hoá vào nhà thấy các con lớn vây quanh mẹ, chăm sóc mẹ và các em nhỏ quây quần bên hai bê bi. Mọi người trước khi về phòng nghỉ ngơi dừng lại vào thăm Thu Vân, quan sát thấy con lớn nhỏ đều kính yêu mẹ và yêu thương các em bé, một gương tốt cho gia đình có nhiều hạnh phúc và luôn tràn ngập niềm vui và yêu mến nhau, biết kính trên nhường dưới.

Để cho ông cựu bí thư nghỉ ngơi thêm một ngày cho thật khoẻ. Hiếu mời ông bà George đến nhà cùng ăn cơm chiều và sau đó họp bàn tiến hành công cuộc từ thiện giúp giới phụ nữ mà ngày khai trương công cuộc này tổ chức tại trung tâm chính ở Việt Nam-Sóc Trăng. Tổng kết thành quả năm đầu tại trung tâm ở Mỹ, kế tiếp ở Pháp, Balan...Mỗi năm một địa điểm khác nhau.

Chương trình làm việc của buổi họp chỉ có sáu người nồng cốt mà thật sự như chỉ có ba vì cả hai vợ chồng, bầu ra ban điều hành. Tổng kết số tiền thu được. Các công tác phải làm giúp cho giới phụ nữ nạn nhân, tìm những luật sư giỏi thiện nguyện giúp tranh đấu bằng luật pháp giải phóng các phụ nữ xuyên quốc gia.

Các trung tâm cố gắng phát triển các ngành nghề như may vá, làm bếp nấu ăn, huấn luyện nghề y tá, điều dưỡng. Giúp gởi các cô vào học chánh quy nghề nào vừa mưu sinh vừa giúp đời, nghề dạy học, nhà trẻ cũng như giúp chống nạn mù chữ. Các buổi họp kế tiếp đặt ra chỉ tiêu giúp đỡ thời gian, tiền bạc... Phần cuối, Hiếu giới thiệu ông cựu bí thư tỉnh Sóc Trăng, Hội sẽ mời lo cơ sở trung ương tại vùng Á Châu, trước mắt là tại Việt Nam vì chiến tranh kéo dài nên nạn buôn người xuyên quốc gia cực mạnh nhứt miền Bắc Việt Nam. Theo lẽ văn phòng chánh phải đặt gần các tỉnh biên giới Việt Trung, nhưng ở vùng đó dễ xảy ra chiến tranh, khó tìm người tài giỏi giúp hội, chúng ta tránh tốn kém chỉ đặt các văn phòng nhỏ tại nhà của người phụ giúp Hội với một số tiền hàng tháng ít ỏi. Còn đặt trụ sở chính tại Việt Nam mà là thành phố Sóc Trăng có nhiều điều lợi, tránh các cuộc chiến tranh có thể xảy ra ở miền Bắc, miền Trung hay ơ Sài Gòn và Cần Thơ của miền Nam. Giá thuê chỗ đặt cơ sở làm viec vừa rẻ vừa rộng rãi có thể xây các phòng ốc dã chiến giúp dạy nghề cho phụ nữ. Hơn nữa, tại Sóc Trăng, có người tài giỏi uy tín, nhiều kinh nghiệm làm việc nhứt là đối với chính quyền trung ương xin thêm sự hổ trợ.

Đến phần cuối này, Hiếu có mời ông cựu Bí Thư Tỉnh Uỷ Sóc Tăng trình bày tiếp về công việc thuê mướn trụ sở và tiền trợ cấp hàng tháng hay hội cử đi công tác các nơi khác trên thế giới đặc biệt là Á Châu.

Hiếu xin phép, khi chúng ta thảo luận cho vợ tôi, mới sanh còn yếu, được phép ngồi trên ghế dựa ở phía sau, nghe, theo dõi buổi họp cũng nắm bắt được vấn đề. Trong buổi họp hôm nay, chúng ta sử dụng tiếng Pháp để cho ông cựu Bí Thư hiểu rõ mọi vấn đề của chúng ta bàn thảo.

Để cho nhanh vì chúng ta ở Mỹ, cùng địa phương rất dễ liên lạc bàn thảo tiếp mọi công việc.

Bầu chọn chức chủ Tịch Ban Quản Trị có Chủ Tịch, Phó Chủ Tịch, Tổng thư ký, thủ quỹ. Tôi đề nghị bố Philip giữ chức Chủ Tịch, Phó Chủ Tịch ông George, tôi tình nguyện làm Tổng Thư Ký, bà Jane Thủ quỹ. Còn công tác của Hội đã có ghi trong chương trình nghị sự.

Kể từ bây giờ, bố Philip là chủ tịch Ban Quản Trị và các chức vụ sau như vậy, quý vị đều đồng ý, ông chủ tịch hỏi mọi người đồng ý. Tổng Thư Ký nói cũng tránh viết nhiều, tất cả những buổi họp tôi đều ghi âm để tại văn phòng chánh hội gần trường Harvard. Tôi chỉ viết tóm tắt trong biên bản gởi phổ biến đến sáu thành viên của Hội và ông Đại diện cho Hội và ông Giám Đốc cơ sở Sóc Trăng vì trong lúc tôi chưa nghỉ hưu đi đến các trung tâm khắp thế giới chỉ có ông Chủ Tịch Philip và ông đại diện Hội được ông Chủ Tịch uỷ nhiệm là ông Hưng vừa là Giám Đốc cơ sở Sóc Trăng vừa đại diện Hội. Quý vị đi công tác tại mỗi quốc gia mỗi ngày quỹ đài thọ một ngàn đô ngoài tiền vé máy bay, tối đa năm ngày. Bốn thành viên của Hội đều làm việc thiện nguyện không lương. Ông Philip nói:

- Công việc của Hội mới bắt đầu và ở các cơ sở trung tâm tại các nước khi nào có giấy phép hoạt động các vị trưởng cơ sở được tính tiền tài trợ hàng tháng. Bây giờ chúng ta mới có giấy phép ở Mỹ và còn phải xin phép ở các nước khác. Ở Việt Nam, ông Hưng giúp xin phép kèm theo giấy phép của Mỹ.

Bây giờ, tôi xin mời ông Hưng trình bày cơ sở chánh ở Việt Nam đã đi tới đâu? Ông Hưng đưa ra tờ dự thảo hợp đồng với chủ nhà làm cơ sở cho Hội thay vì theo giá thị trường với diện tích và nhà cửa rộng rãi như thế cho các công ty nước ngoài mướn phải từ sáu ngàn trở lên, nay chủ nhà chỉ lấy tiền thuê tượng trưng hai ngàn đô một tháng trong vòng năm năm ký lại hợp đồng và ông Hưng đề nghị tiền tài trợ cho ông hàng tháng chỉ bằng một nửa tài trợ cho một giám đốc ở Mỹ. Ngoài ra xe cộ đi công tác từ Sóc Trăng đến Sài Gòn hay đi loanh quanh trong tỉnh, ông dùng xe nhà của ông cũng không cần tài trợ tiền xăng, tiền thuê tài xế. Cả Ban Quản Trị hoan hô tinh thần phục vụ thiện nguyện của ông Hưng.

Đến phần báo cáo tài chánh, bà Jane cho biết là các công ty đã ký séc tài trợ cho Hội Thiện Nguyện trên dưới bốn chục triệu và hy vọng sẽ còn thu thêm vài chục triệu nữa.

Hiếu nói, trước đây khi hội mới hình thành tám người, nay còn lại sáu người, chúng ta có hứa, nếu ông bà Philip có đi xin tiền cho quỹ từ thiện sẽ có trích tặng dữ giúp cho công trình xây dựng đại học xá Cần Thơ. Thật tình mà nói chúng ta nêu rõ lý do của quỹ từ thiện là giúp giải phóng cho phụ nữ bị bức hại rất đáng thương, chúng ta trích cho chánh thức cũng là việc thiện nguyện cũng gặp khó khăn rắc rối. Vì vậy, để dung hoà trong lúc hội chưa hoạt động chánh thức, chúng ta nhận được một số tiền lớn như vậy, ông George hứa sẽ coi xem lại cổ phần nào trong đại công ty chắc chắn có lời trong một năm, chúng ta dùng tiền lời đó đóng góp cho việc xây dựng đại học xá sẽ tránh tiếng chúng ta làm sai mục tiêu và cũng có tính phiêu lưu, nhưng thiên hạ còn châm chước. Khi Hội đã đi vào hoạt động chánh thức từng địa phương, chúng ta cũng có báo cáo của hội gởi cho các công ty tạo thêm uy tín và các công ty trong tương lai sẽ còn trợ giúp cho Hội. Hiếu nói, vợ chồng Hiếu bán được sách ở Việt Nam có thể sẽ chia ra làm đôi tặng cho Hội và cho công trình xây dựng đại học xá Cần Thơ.

Tới đây, Hiếu xin nói ngoài chương trình họp với ông George. Các nơi tôi chọn đặt làm cơ sở cho Hội còn nhằm muốn đại công ty làm chân tay giả đặt văn phòng liên lạc bán sản phẩm chắc chắn bán được, một cách giúp các vị Giám đốc cơ sở từ thiện có thêm tiền thu nhập qua hoa hồng của các sản phẩm tay chân giả bán ra. Đây là cách tôi nuôi dưỡng Hội từ thiện của chúng ta. Công xưởng sản xuất ở Indonesia, ông George tiến hành ngay để cho ông Hưng chạy tới chạy lui giúp sức. Tôi tin ở Indonesia đại công ty của ông sẽ ký được hợp đồng với chánh phủ cung cấp tay chân giả với giá rẻ hơn thị trường quốc tế. Hai nơi khác là Brazil và Nigeria, mình không cần đặt cơ xưởng mà chỉ có văn phòng liên lạc cùng một nơi với cơ sở từ thiện của mình. Các sản phẩm mình làm đại trà ở Indonesia, ở Việt Nam vì giá nhân công và giá thuê nhà, đất rẻ mình đóng thùng gởi qua các nước có văn phòng liên lạc mình chỉ tốn tiền hoa hồng cho các đại diện.

Ông George khen, Andre có ý kiến hay, tôi sẽ bàn lại với Hội Đồng Quản Trị. Như vậy, chúng ta vừa có cơ sở từ thiện vừa có văn phòng bán sản phẩm chân tay giả, hổ tương qua lại.

Sau một tuần, Thu Vân khoẻ ra, da trắng hồng hào không còn mét, trông đẹp ra, Hiếu thật tình khen vợ và hôn vợ thắm thiết. Thu Vân nói:

- Em đang dư sữa, anh giải quyết giúp em thêm khoẻ mạnh, nàng cởi áo ra, Hiếu ôm vợ bú nhè nhẹ một cách say sưa vì sữa của Thu Vân có vẻ khác với sữa Caroline thời xuân sắc. Bây giờ Thu Vân cũng gần năm mươi, có nhiều phụ nữ tới tuổi này đã tắt kinh hết còn sanh mà Thu Vân thì trái lại vẫn còn khả năng sanh thêm một đứa con trai út vào tuổi cuối năm bốn mươi chín như điềm mộng của anh hai báo. Hiếu không dám hút mạnh sợ làm biến dạng hai đồi núi tuyệt đẹp của vợ, đỉnh núi cao quớt lên trông đẹp làm sao.

Khi Hiếu thấy vợ ít sữa, mua thêm thuốc bổ và chưng thêm những thực phẩm bổ cho có thêm nhiều sữa và Hiếu cho vợ uống thêm sữa tươi mỗi ngày ba ly. Caroline trước đây chỉ một tối uống thêm một ly sữa mà áo thường bị ướt vì sữa nhiều chảy ra dù có Hiếu bên cạnh, Caroline dư sữa có Hiếu xung phong giúp vợ tránh bị căng sữa đau ngực.

Còn đối với Thu Vân, tuổi cao, cũng sanh hai con một lúc, nếu thiếu sữa, con bú hút mạnh sẽ biến dạng đôi nhũ hoa, Hiếu cố giúp vợ đủ sữa cho con bú. Đặc biệt, hôm nay, hai bầu sữa còn căng sau khi hai con bú xong, bố có dịp thưởng thức chất bổ từ vợ sang. Cả hai quá sung sướng, hạnh phúc, Hiếu nói anh cảm thấy tăng sức lực, nhưng phải để dành sau một tháng chúng mình mới xung trận được, anh biết em cũng bị kích thích.

Còn anh thì phải nói, khi em đã đụng vào thằng bé nó ngốc lên, anh phải cố quyết giữ sức khoẻ cho em thật tốt. Khi chúng ta về hưu, mới qua tuổi năm mươi vài năm, con đường ân ái còn dài tha hồ mà hưởng thụ có thể thêm gần ba mươi năm nữa. Thu Vân nói:

- Anh tính toán nghe hay dễ sợ. Hiếu nói:

- Chúng ta phải tính về lâu về dài, nếu không kiêng cử lở em sanh bịnh thì anh cũng trớt quớt đường ân ái, lại càng buồn lâu dài, còn bây giờ chỉ buồn trong chốc lát có phải vậy không em?

- Thu Vân gật đầu và nói:

- Áo em ước , anh thay áo cho em và anh sẽ làm cạn hai bầu sữa để em cùng anh có giấc ngủ ngon. Hiếu còn mang đến cho vợ thêm một ly sữa tươi, Thu Vân uống hết, Hiếu lấy khăn đã thấm nước lau sạch miệng và đưa cho vợ một ly nước mát bảo vợ súc miệng, nhổ vào cái bô Hiếu đưa lên hứng. Mọi thứ xong xuôi, hai con ngủ ngon, Hiếu chuyển qua đèn ngủ, đắp mền cho vợ xong, nằm xuống hôn vợ một chặp khá lâu và cả hai chìm trong giấc ngủ say. Khi Hiếu nghe tiếng khóc của con biết chúng đang đói, Hiếu lấy khăn ướt lau sạch hai núm vú. đỡ vợ ngồi dậy, lưng tựa vào thành giường với thế ngồi thoải mái cho con bú xong, no, con hết khóc, ngủ ngon lành. Hiếu bồng đứa thứ hai, mẹ cho bú no, vội lấy khăn ướt lau hai núm vú, thấy sữa còn chảy, Thu Vân như mời chồng giúp làm cạn hai bầu sữa mà chàng cảm thấy quá sung sướng được thay con bú hai lần sữa cuả Thu Vân và có mùi thơm đặc biệt quá. Cả hai nằm xuống, ôm nhau ngủ cho đến sáng sáu giờ lại nghe tiếng khóc của con, mẹ lại cho con bú no mà sữa không còn dư chảy ra nên bố trớt quớt, đi đánh răng trước để xuống bếp nấu nước pha trà pha cà phê mang ra cúng Caroline, khấn vái đốt nhang, đốt đèn cày để nguyên đó.

Vào nhà lấy gần bốn chục trứng và mấy lát thịt khô của bác bí thư mang sang, ngâm nước nóng cho mềm, chốc nữa xắt lát mỏng. Chiên mỗi người lớn hai trứng có pha trộn với thịt heo khô thành một món ăn hoàn toàn mới mẻ do Hiếu biến chế, cũng có cho thêm bơ, chút dầu hào, hành tiêu, bột ngọt và một chút nước mắm có thêm mùi và ăn vừa miệng. Ai muốn ăn mặn cay cho thêm maggi và ớt trái, tiêu có sẵn trên bàn. Hiếu lấy ra mười trứng gà, bốc vỏ cho vào một cái tô, pha chế thêm đường, bột ngọt, maggi, hành lá, hành cũ, trộn đều để sẵn đó. Khi các con thức, lo làm vệ sinh, thay quần áo xong tìm chào ba, chỉ ăn sáng là có xe đến chở đi học.

Hai chị vú cũng vội xuống bếp, Hiếu bảo một chị bày bàn ăn của mấy cháu, rót cho mỗi cháu một ly sữa, để trên bàn một cái dĩa giấy cho một cháu, có nĩa, giấy lau tay, chai maggi, cháu nào muốn ăn mặn thì chị vú xịt thêm maggi. Một chị vú cắt bánh mì ra lát cho vào lò nướng mỗi đứa một miếng và còn có thêm một dĩa bánh mì để trên bàn, đứa nào muốn ăn bánh mì thêm cứ tự nhiên, còn muốn ăn trứng thêm phải xin chị vú, trật tự ăn uống hàng ngày đều vào khuôn phép như vậy. Hai ông bà bác ở Việt Nam sang thấy cách giáo dục con của Hiếu rất siêu giúp con từ nhỏ đã sống trong trật tự, kỹ luật gia đình, ăn đồng chia đủ cho mọi đứa con.

Chúng ăn trứng, ăn thêm một trái chuối, uống hết ly sữa và uống thêm nước mát cho sạch miệng. Thế là xong bữa ăn sáng cho các cháu. Hai chị vú hâm nóng lại nước trà, cà phê mang lên bàn ăn và mang tiêu ớt, muối, đường, sữa bột, maggi đủ hết cho bữa ăn sáng. Mọi thứ sắp xếp xong trên bàn ăn, còn cụ nào chưa ra ăn sáng, một chị bếp đi mời. Khi đủ hết, Hiếu chiên thịt khô trước rồi đập hai hột gà cho vào chén, cho thêm tiêu, đường bột ngọt, hành trộn đều, khi chín trứng cho thêm một ít bơ Pháp cho thêm thơm béo, Hiếu làm xong bốn dĩa, nhờ một chị tiếp làm thay Hiếu, một chị bưng lên hai dĩa, Hiếu cũng hai dĩa bưng lên, chị vú trở xuống bưng tiếp đủ hết cho người lớn. Các cháu lớn ngủ thức trễ, cứ chuẩn bị sẵn, thịt khô cũng xào cho chín trước, chúng tự làm lấy. Hai chị bếp lo việc lau nhà, thu dọn chén dĩa và lo gom đồ dùng và quần áo cho vào máy giặt của cả nhà vào buổi chiều, sấy khô, mang ra để trên bàn, xếp lại.

Đồ dùng của ông bà ngoại, hai chị biết rõ, mang luôn vô phòng cho ông bà. Còn công việc, đèn đóm, tưới hoa, thổi rác bụi trong vườn hoa do anh sinh viên Y khoa cùng vợ ở nhà riêng bên cạnh phụ trách. Vợ của anh sinh viên cũng là nhân viên của văn phòng Khoa trưởng Y Học. Anh sinh viên chỉ làm việc ngoài giờ học và ngày nghỉ học, Hiếu cũng trả tiền lương bằng vợ và cho hai vợ chồng ở trong nhà như người giúp việc. Mọi công việc nặng nhọc, khéo tay trong nhà hai chị không làm được thì nhờ anh sinh viên làm hộ vào buổi chiều khi về đến nhà. Những ngày cuối tuần có tiệc tại nhà hai vợ chồng anh sinh viên cũng nhiệt tình tham gia trong các khâu nấu bếp hay dọn bàn ghế, giúp dựng bạt...Hiếu rất rộng rãi, ngày Tết ta, tết tây hay các ngày lễ khác, Hiếu đều có vô phong bì biếu tặng thêm vài trăm nên hai cô cậu cảm thấy có chỗ ở tốt, học đến ngày tốt nghiệp y khoa bác sĩ. Theo ước muốn của hai vợ chồng, chồng đi làm việc, vợ xin học nghề y tá mất vài năm cũng làm việc gần chồng, chừng đó có tiền sẽ mua nhà ra ở riêng.

Trong một bữa ăn, còn hơn hai tuần nữa ông bà bác sẽ về Việt Nam. Hiếu đề nghị bố mẹ Philip đi sang tiểu bang nào lo đi vận động tài chánh cho Hội từ thiện cho hai bác và bố mẹ vợ Hiếu cùng đi theo vui vì bố Philip rành nước Mỹ mà bốn cụ này mới đi đến các tiểu bang đó lần đầu nên rất bở ngở. Cả ba ông cụ đều biết nhậu nên đi chơi chung rất hạp, chặng cuối nên về tiểu bang California cho bốn vị người Việt vui chơi du ngoạn khu Little Sài Gòn, ăn những món ăn Việt như ở Việt Nam. Hai bác về Việt Nam ở lại Little Saigon vài ngày, Hiếu bút vé trước cho hai bác. Còn hai bố và hai bà mẹ, bay về Harvard, con cũng bay qua Harvard vì vợ con phải về Harvard trước vài ngày khi hết phép, đi làm việc lại. Chi tiêu chia làm ba, một phần của bố mẹ Philip sẽ trích tiền quỹ, hai phần còn lại bố vợ con trả hết, như vậy cũng đẹp bố mẹ đi vận động tài chánh có hai cặp theo hộ tống có bạn thêm vui, chiều tha hồ nhậu, phần nhậu bố con trả hết không trích tiền quỹ rất phân minh rõ ràng.

Bố Philip nói, Andre tính coi bộ hay. Tới nơi nào đi vận động cả ngày, tôi sẽ giúp hai cặp bút vé đi tua du ngoạn có thể sáng đi chiều về lại khách sạn hay hai ba ngày rồi lại gặp nhau hết tiểu bang này đến tiểu bang khác. Hai cặp có tôi làm thổ địa chỉ cách đi du ngoạn cũng ít bở ngỡ và lại gặp nhau tha hồ vui, nhậu.

Còn chừng bốn ngày có chuyến bay về Việt Nam, chúng ta lại về Thủ đô Little Saigon của người Việt hải ngoại, đến Hollywood, Disneyland, quý vị chiêm ngưỡng sự hùng vĩ của hai nơi này. Cũng như quý vị đến Khu Phước Lộc Thọ của cộng đồng Việt Nam tha hồ mà vui chơi, chúng ta mướn phòng ngủ cũng gần đó. Khi hai anh chị về Việt Nam, mình đi thẳng từ hotel đến sân bay Los Angeles. Khách sạn nào cũng thường có dịch vụ đưa khách đến phi trường Los bay về Việt Nam. Mọi người tỏ vẽ đồng ý cách đi du ngoạn của ông Philip.

Hiếu nói con gởi bố một trăm ngàn bố chi hết, đem receipt về, chia ra làm ba, quỹ đài thọ một phần ba. Còn chuyện du ngoạn riêng tư không có bố mẹ Philip thì cũng không tính chung được. Bố nói, bố đi New York trước, Virginia, Maryland, bay xuống tiểu bang Washington, Oregon, rồi Nam Calofornia. Ông anh bà chị về Việt Nam rồi, chúng tôi bay về Harvard, hai tuần tiếp theo, chúng tôi sẽ đi các tiểu bang Florida, Georgia. Louisiana, Missouri, North Carolina kế tiếp. Còn nhiều tiểu bang, tôi moi địa chỉ viết thư gởi, ai muốn tặng ít nhiều gì cũng tốt. Hiếu thấy bố Philip hoạch định chương trình càng thêm tin tưởng sẽ có thêm ít nhứt hai chục triệu nữa. Hiếu nói hai bố và hai mẹ về lại Harvard nghỉ thêm chừng một tuần nữa, con đề nghị kéo róc về Việt Nam, giúp con tổ chức đám cưới tại Sóc Trăng đầu mùa hè năm nay, còn hơn bốn tháng nữa, thời gian cũng cận rồi. Con sẽ đưa hết đại gia đình con về Cần Thơ ở chơi chừng hai tháng mới đi Áo chừng hai tuần cũng có làm đám cưới và cũng có thể Ra Mắt Sách của vợ con và trở về Mỹ. Chúng con đi đi về về Mỹ Việt vì là Khoa Trưởng còn phải làm việc trong mùa hè, chỉ có công việc ít mình du di linh động làm việc mà thôi.

Hè về, hè vè! các con của Hiếu mong đợi đến mùa hè chúng sẽ được về quê Cần Thơ tha hồ mà vui chơi nô đùa ở ngoài trời ngoài vườn, đi câu cá, hái trái cây, uống nước dừa ngọt lịm và tăng tăng lưỡi làm chúng mê thích. Chúng còn được cho lên xe điện chạy lòng vòng hết khu vườn nhà này sang vườn bác ba. Nay có thêm vườn của cô hai nhà cô tư tha hồ mà vui đùa với các anh chị dù anh chị có nhỏ tuổi cũng là anh chị vì vai vế của bố mẹ không theo tuổi tác lớn nhỏ như ở Mỹ.

Chúng vừa nghỉ hè ngày hôm trước, hôm sau, các đại gia đình có ông bà ngoại, hai bà vú cùng với chín đứa trẻ và bố mẹ về Việt Nam chỉ còn ở lại Mỹ sáu đứa lớn, chúng sẽ về sau. thật ra, đầu mùa hè cũng là những ngày tháng Hiếu Thu Vân mong đợi, sách dịch chữ Việt cũng in xong cả trăm ngàn số, sách dịch ra tiếng Áo cũng sắp xong và trong vài tuần tới sẽ đưa đến nhà in chừng một trăm ngàn tập, Hồi ký tự truyện của một con chiên ngoan đạo. Trả tiền in và chi phí buổi Ra Mắt Sách có đãi ăn người tham dự, tất cả số tiền bán được chia hai, Nhà Thờ một nửa, người dịch một nửa. Buổi Ra Mắt Sách tại nhà thờ Chánh Toà Vienne, sau tiệc cưới của tiến sĩ Andre và tiến sĩ Thu Vân, tác giả tập Hồi Ký Tự Truyện viết lại về cuộc đời ô nhục đau khổ của mình. Dự kiến sẽ diễn ra vào đầu tháng cuối mùa hè mà Cha Xứ Nhà Thờ Chánh Toà tổ chức tại khu vườn hoa của Nhà Thờ sau Thánh lễ mười giờ chúa nhựt. Cha Xứ sẽ mời đại diện của Toà Thánh La Mã tại Vienne và nhiều tổ chức xã hội quốc tế và truyền thông báo chí đến tham dự nhằm giới thiệu sách quý của một con chiên mà Nhà Thờ lần đầu tiên làm việc này cũng nhằm thêm quỹ cho Nhà Thờ.

Sáu đứa con không về Việt Nam cùng với đại gia đình hai cặp đã hứa hôn sẽ làm đám cưới khi chúng đúng hai mươi tám tuổi đang học xong chuyên khoa về ung thư, một đứa học ở Yale và một đứa học Harvard sẽ tổ chức cùng ngày vì là hai anh em sanh đôi của mẹ Caroline-Hiếu và hai ý trung nhân là hai cô con gái lớn của mẹ Thu Vân và bố Robert và một cậu em vừa lấy xong BA học luật lấy bằng tiến sĩ tại Harvard. Cậu em có cô bạn gái gốc Pháp, con của một cựu Đại Sứ Pháp tại Mỹ và cô ta sanh ở Mỹ cũng học tại Harvard về bang giao quốc tế cũng vì mê đọc luận án tiến sỉ của bố Hiếu và mẹ Caroline cho nên quen biết với bạn trai. Còn một cậu mới học năm thứ hai BA ở Yale định học Y Khoa đã yêu một cô bạn gái cùng lớp từ Úc sang Mỹ du học. Cả hai cậu xin bố Thiệp Cưới mời bố mẹ và hai bạn gái Pháp, Úc cùng về dự lễ cưới của bố mẹ tại Sóc Trăng. Cả hai mua vé cho hai bố mẹ ở Pháp và Úc cùng đến Việt Nam tham dự tiệc cưới và Ra Mắt Sách.

Hai con trai của Hiếu một đứa bay qua Pháp và một đứa bay qua Úc, hướng dẫn bố mẹ và bạn gái về Việt Nam dự lễ cưới và buổi Ra Mắt Sách lần đầu tiên tại Việt Nam tập Hồi ký của mẹ dịch ra Việt ngữ do bố Hiếu dịch. Cả hai gia đình dự trù ở Việt Nam chơi hai tuần và trở về nước. Còn hai con còn tiếp tục ở thêm tại Việt và sang Áo tổ chức tiệc cưới và Ra Mắt Sách xong mới trở lại Mỹ. Hai chàng rể tương lai nói với hai bố mẹ của người yêu, tiền học của người yêu để cho con rể lo hết cho đến học xong lấy bằng tiến sĩ. Hai con rể khoe con có account riêng ba mẹ cho mỗi đứa con bốn triệu đô để cố gắng lo học cho tới nơi tới chốn. Khi tổ chức đám cưới bố mẹ bao hết tại quê vợ và tại Cần Thơ.

Lần đầu tiên hai bố mẹ của hai người yêu nghe con rể nói phớt qua gia thế đã vô cùng ngưỡng mộ ông bà sui, tưởng đâu bố mẹ hai con rể cũng chỉ giàu thường nay biết là giàu sụ. Hai cô con gái còn cho bố mẹ biết, mẹ của người yêu vừa phát hành một tập Hồi Ký tự thuật cuộc đời ô nhục đau khổ của đời mình, bà bán lần phát hành đầu tiên ba triệu số thu vô hơn năm mươi triệu đô và dự trù sách dịch ra hàng chục ngôn ngữ khác sẽ bán có thể kiếm thêm cả trăm triệu nữa.

Hai cô con khoe là bố mẹ của người yêu hiện có mười lăm con và theo điềm báo mộng, mẹ còn sanh thêm đứa con trai út, con thứ mười sáu mới hết sanh vì qua tuổi năm mươi. Bố hiện là Khoa Trưởng Y Học của Yale, bố quản trị đến gần mười ngàn nhân viên, cả ngàn bác sĩ dưới quyền, lương tháng gần tám trăm ngàn và mẹ cũng là Khoa Trưởng Khoa Xã Hội Học của Harvard lương khoảng bốn trăm ngàn một tháng. Nhà ở Yale có thiết đặt một phòng khám bịnh tối tân nhứt hiện nay, chỉ có các bịnh viện lớn như Yale, Harvard mới mua sắm nổi vì quá tối tân, đắt tiền và khó sử dụng.

Sáng kiến đặt phòng khám bịnh tối tân tại nhà do hai con trưởng, sanh đôi tại Áo đang học Y về chuyên khoa ung thư nhằm mục đích trị bịnh cho mẹ. Mẹ ruột của người yêu con, gốc người Áo bị bịnh ung thư mà ngành Y thế giới phải bó tay dù bà có khối tài sản cả trăm triệu đô. Bịnh này quá mới, không có thuốc và không có cách trị và chỉ có giúp bằng mọi cách cho bà sống thêm mấy tháng không đau đớn nhiều, đợi đẻ hai cô gái được khoẻ mạnh và mấy ngày sau mẹ ra đi trong giấc ngủ, không đau đớn gì hết, các bịnh nhân ung thư khác trước khi chết nhiều tháng đau khủng khiếp. Bố mẹ của hai người yêu nói:

- Thế thì bố mẹ phải giở nón chào hai ông bà quá giỏi quá xuất sắc sanh đến mươi lăm mười sáu con với ước muốn các con phải học giỏi tiến lên cùng bạn đời của con cũng phải tiến lên theo. Hai con gái xin phép bố mẹ kể từ niên học tới, chúng đang học Yale, thay vì ở nhà trọ tốn kém, cả hai xin về ở chung với người yêu và cố gắng cử kiêng giữ gìn đợi đến gần ngày tốt nghiệp chuyên khoa sẽ làm đám cưới mới tính tới chuyện có con. Bố mẹ gật đầu cho phép và hẹn, trước khi nhập học, hai gia đình hẹn đến Yale chào kính ông bà ngoại và làm thân quen với bố mẹ chồng trong tương lai của con gái.

Cô con gái gốc Pháp, bạn trai học ở Harvard ngành khác, thấy con học bang giao quốc tế, anh xin qua học ở Yale để kèm cặp giúp con vì anh học quá giỏi, thay vì học Y như bố vì yêu con anh đổi qua học luật cho gần gũi với ngành con học. Anh bạn con còn nói anh bắt chước bố anh, bố là bác sĩ giỏi nhứt Việt Nam vì mới hai mươi hai tuổi đã đỗ Y Khoa Bác Sĩ hạng tối ưu và là Thủ Khoa cả mấy trăm bác sĩ cùng ra trường. Khi bố mẹ của anh phục vụ trong Đoàn Nghiên Cứu Y Học quốc tế của Harvard, có mười thành viên, bố là trưởng đoàn phục vụ ở Nam Mỹ và Phi Châu, ông có xin cho vợ vào phục vụ về hành chánh tài chánh và liên lạc quốc tế vì bà có bằng Cao Học Bang Giao Quốc Tế của Áo và thông thạo sáu ngoại ngữ, bà được nhận vào làm việc lương một trăm ngàn một tháng còn bố hai trăm ngàn tháng. Mẹ lại muốn học lấy tiến sĩ bang giao quốc tế của Harvard. Bố thấy vậy cũng xin đặc cách theo học với vợ lấy bằng tiến sĩ bang giao quốc tế của Harvard.

Sau ba năm phục vụ ở Nam Mỹ và Phi Châu, bố về thi đậu tối ưu bằng tiến sĩ bang giáo quốc tế, Viện đại học Harvard tổ chức lễ phát bằng có đến mấy ngàn người tham dự lập kỷ lục cho Harvard, năm sau mẹ Carolne, đã mất vì bịnh ung thư, cũng đậu tiến sĩ hạng tối ưu. Người yêu của con muốn con ra trường cũng sẽ đậu tối ưu và anh ấy cũng vậy, giống bố mẹ.

Hai con trai kính báo cho bố mẹ biết có mời bố mẹ người yêu từ Úc và từ Pháp sang tham dự tiệc cưới bố mẹ và dự Buổi Ra Mắt Sách đầu tiên của mẹ tại Việt Nam. Thế thì quá tốt, bố dành cho các con một xe van lớn chở bố mẹ và người yêu của hai con, về Việt Nam cứ đi du ngoạn thả dàn luôn. Hai con chọn ngày giờ đến Sài Gòn cho trùng khớp nhau hay cách nhau năm ba tiếng, ai đến trước các con lo ăn uống rồi đón chuyến bay đến sau. Hai con trai nói, con hiểu. Ba mẹ bận không thể lên Sài Gòn đón được, có hai anh con lo giúp bố. Về đến Cần Thơ với tiệc chào mừng trang trọng có rất nhiều người tham dự vì là khách quý của gia đình, các con báo trước cho hai gia đình.

Lần đầu tiên, dù Việt Nam là thuộc địa của Pháp, nhưng hai ông bà, thời đó xa xưa còn bé không có dịp đến Việt Nam lần nào, nay đến Sài Gòn thấy thành phố quá lớn đồ sộ. Ông nói, Thủ đô Sài Gòn của chế độ cũ từng nổi tiếng là Hòn Ngọc Viễn Đông, thật quá đúng. Còn ông bà ở Úc cũng có đi du lịch ở Hà Nội, Vịnh Hạ Long và chưa bao giờ vào Sài Gòn. Nay biết Sài Gòn, vĩ đại hơn Thủ đô Hà Nội. Hai con trai lên đón hỏi hai gia đình có cần nghỉ ngơi ở Sài gòn rồi mới về Cần Thơ có tổ chức tiệc đón tiếp. Đây về Cần Thơ khoảng bốn tiếng, đi đường mới tốc hành, chạy nhanh được, có thể còn ba tiếng hay hơn một chút.

Hai gia đình nói, hai cháu đưa về Cần Thơ ngay không cần ở Sài Gòn ăn uống hay nghỉ ngơi, sợ quan khách và gia đình trông đợi. Cả hai cậu dạ vâng, lên xe, có khăn ướp lạnh, nước lọc, nước cam ngâm lạnh và nhiều bánh, kẹo, hạt điều rang nhai cho đỡ buồn miệng.

Xe vô cổng có bố mẹ và các anh chị em ra đón hai phái đoàn từ Úc và từ Pháp sang. Mọi người trầm trồ khen hai cô dâu tương lai thật quá xinh đẹp và bố mẹ của cả hai cô cũng đẹp lão nữa. Vào nhà, Hiếu giới thiệu ông bà ngoại, ông bà nội cô bác một cách tổng quát, hai gia đình đến chào kính bắt tay ông bà nội, ông bà ngoại xong. Hiếu mời vào phòng nghỉ ngơi một chút, rửa mặt hay tắm xong, thay quần áo ra bàn ăn sau, sẽ giới thiệu tiếp.

Hai cô gái được các chị hướng dẫn đi chào mọi người và đưa ra viếng mộ mẹ, cắm nhang vào lư hương bên ảnh mẹ. Trở vào nhà, hai chị hướng dẫn hai bạn gái ra nhà sau vào một phòng cùng với các chị và các em gái, một phòng bên cạnh. Các bạn trai qua nhà cô hai, cô tư, chừng nào thiếu phòng sẽ qua ngủ nhà bác ba, mọi chuyện xếp đặt đâu vào đó. Nhà cô hai có ông bà nội nữa, cũng còn đến ba phòng trống, chín phòng nhà chính dành cho khách, có cả ông bà nội Philip, hai phòng dành cho các bé và hai chị vú. Phòng của Hiếu và Thu Vân có thêm hai cái nôi cho hai bê bi, phòng ông bà ngoại cũng có hai cái giường nhỏ cho hai cháu nhỏ mới hơn một tuổi, mồ côi mẹ. Ông bà ngoại luôn cận kề chăm sóc đặc biệt hai cháu này như bà ngoại nuôi mẹ chúng hồi nhỏ.

Ra bàn ăn, Hiếu giới thiệu tiếp với mọi người, có ông bà Philip, ông bà nhạc của bác sĩ Trung, ông bà cựu Khoa Trưởng Y Khoa, chú thím Tín và cả ông bà Thiếu Tướng Công An thành phố Cần Thơ, niên học tới có con gái xin ở trọ nhà Hiếu đi học ngành Y ở Yale.

Mọi người tha hồ mà nói tiếng Tây, Hiếu xin thưa như vậy, vì hôm nay có Tây thật từ Pháp, hai ông bà cùng cháu gái đang học ở Yale sang dự tiệc cưới của vợ chồng chúng tôi và dự buổi Ra Mắt Sách Hồi Ký của Thu Vân. Ông từng à Đại Sứ Pháp nhiều năm ở Mỹ nên sanh con gái ở Mỹ, học cùng trường với con trai tôi, ông chưa biết Việt Nam, lần này đến thăm viếng chúng tôi và để biết Miền Tây và nước Việt Nam. Còn hai ông bà Úc là doanh gia có đến du lịch Việt Nam chỉ ở Hà Nội và du ngoạn vùng vịnh Hạ Long, nay cũng tham dự tiệc cưới và Ra Mắt Sách tại Sóc Trăng, con gái hai ông bà cũng là bạn con trai tôi, học cùng trường. Hiếu cũng giới thiệu ba gia đình chị em ruột cũng cận kề nhà Hiếu. Hiếu mời mọi người dùng chút Martell XO mà con trai tôi mang từ Pháp, mọi người vỗ tay hoan nghênh.

Hiếu mời quý bà uống nước dừa tươi rất ngọt vừa mới hái xuống, mỗi ông cũng có thêm một ly nước dừa. Xin mời quý vị cầm đũa, riêng hai gia đình khách quý từ xa Pháp và Úc, đường xa khá mệt, ăn xong, tự nhiên về phòng ngủ. Sáng mai, gia đình chúng tôi có nấu hai loại cháo, một nồi cháo lòng heo, nồi cháo thứ hai là cháo thịt bò, có cả bò tái. Vì là cơ hội sum họp đông vui của đại gia đình nội ngoại của chúng tôi xin phép tất cả quý vị hiện diện đến dùng bữa sáng mai lúc chín giờ cùng với hai gia đình khách quý của chúng tôi.

Chưa hết, chúng tôi mời quý vị đến dự bữa cơm chiều như ngày hôm nay và có thêm món ăn đặc biệt canh chua cá và bông súng, bông điên điển cũng từ nhà vườn của chúng tôi. Nhân có hai gia đình khách quý từ Pháp và Úc đến thăm và có mười lăm con chúng tôi đông đủ, năm giờ sáng mai, tôi có nhờ người giúp làm một con heo và một con bò cũng do nhà vườn chúng tôi chăn nuôi nhằm mục đích cho các cháu lớn thấy cách giết heo bò xẻ thịt ở Việt Nam rất tự do thoải mái, không phải như ở Mỹ, Pháp, Úc, tư nhân, gia đình không được phép mổ thịt tự do như thế.

Hiếu nói tiếng Pháp cũng khá thông, ông Khoa Trưởng, bác sĩ Hiếu là sinh viên Y do tôi làm Khoa trưởng, em không biết một tiếng Pháp, nay lại nói tiếng Tây khá. trôi chảy, con học hồi nào:

- Khi con đi nghiên cứu ở Phi Châu về bịnh sốt rét đến nhiều nước cựu thuộc địa Pháp như Việt Nam, họ biết ngoại ngữ là tiếng Pháp nên con phải học để giao tiếp. Con xin ông Bộ Trưởng Y Tế Nigeria là bạn học với thầy tại Pháp, cho con một anh tài xế nói tiếng Pháp mà con tập nói từ đó và vợ Caroline cũng dạy con thêm văn phạm, ngữ vựng, nay có dịp xổ tiếng tây coi ông bà cựu Đại Sứ Pháp có hiểu không hay con nói tiếng nước nào đó. Thím Tín nhận xét:

- Con nói tiếng tây chỉ thua tây thật còn tây nói tiếng bồi thì con ăn đứt. Mọi người cùng vỗ tay cười vui.

Hai gia đình Pháp, Úc ăn xong kiếu từ về phòng ngơi nghỉ và hẹn chín giờ sáng mai gặp lại. Vợ Hiếu cũng xin phép vào phòng cho con bú. Bà con còn lại tiếp tục nhậu cho đến gần mười giờ mới chấm dứt. Tối đêm nay cả khu nhà vườn của Hiếu đèn mở sáng rực cả đêm và tối mai cũng vậy.

Còn hai ngày nữa tới ngày có tiệc cưới tiến sĩ Trần Trọng Hiếu và tiến sĩ Nguyễn Thị Thu Vân, cả hai là cựu học sinh trung học Hoàng Diệu Sóc Trăng, sanh ở xã Bố Thảo, hai nhà cách không xa. Từ lớp mười với tuổi đôi tám, cả hai là học sinh giỏi nhứt nhì trong lớp đã để ý thầm yêu trộm nhớ nhau mà lại không thành duyên vợ chồng, thật đúng câu: vô duyên đối diện bất tương phùng.

Sau gần ba mươi năm cách trở, trải qua biết thăng trầm đau khổ hay vinh quang, hạnh phúc dù trong lén lút, âm thầm ngắn ngủi. Đến nay, lễ và tiệc cưới chánh thức tại quê nhà tổ chức rất long trọng, đặc biệt có đông đủ mười lăm đứa con của cô dâu chú rể vì lễ Giáng Sinh năm vừa qua, có lễ cưới ỏ Mỹ rồi, có làm lể hôn phối và có làm hôn thú. Đám cưới tại Sóc Trăng dù tổ chức nghi lễ đơn giản, nhưng Thu Vân và Hiếu có mời thêm khách xa ở Cần Thơ, Bạc Liêu. Cha chánh và Cha Phó cùng các thầy Phó tế và chức sắc nhà thờ Cần Thơ và Sóc Trăng đến nhà làm lễ cầu nguyện tại gia và sau đó tất cả đều tham dự tiệc tại nhà hàng lớn nhứt của Sóc Trăng chỉ chứa tối đa trong nhà hàng có tám mươi bàn.

Hiếu xin phép giúp nhà hàng cho đặt thêm tám mươi bàn ăn nữa, đưa ra ngoài, dựng bạt che nắng và chặn một đoạn hai con đường trước sau nhà hàng khai tiệc bắt đầu đúng mười hai giờ trưa, Hiếu đặt mười hai món ăn. Ngoài khách địa phương của tỉnh nhà, hai Cha Xứ hai thầy Phó Tế của nhà thờ Chánh Toà Cần Thơ, Sóc Trăng cùng các ông bà Bí Thư Chủ Tịch tỉnh Hậu Giang, thành phố Cần Thơ kể cả ông bà Giám Đốc công an của tỉnh và thành phố, ông bà Viện trưởng và các ông bà Khoa Trưởng thuộc Viện đại học Cần Thơ, ông bà nhạc gia của bác sĩ Trung chú thím Tín và hai gia đình bạn gái của con từ Pháp và Úc sang. Dự trù tiệc cưới sẽ chấm dứt lúc ba giờ và đến năm giờ sẽ có buổi Ra Mắt Sách Tập Hồi Ký tại trường Hoàng Diệu do ông Cựu Bí Thư tỉnh Sóc Trăng và ông Hiệu Trưởng Hoàng Diệu tổ chức.

Trong lễ cưới tại nhà, quý Cha và thầy sáu của hai nhà thờ Cần Thơ và Sóc Trăng cũng hiện diện chứng minh hai con chiên ngoan đạo đã theo đúng lễ nghi hôn phối của đạo Chúa, chồng chết vợ chết được phép tái giá với Thánh Lễ Hôn Phối tại nhà thờ ở Massachusetts, Hoa Kỳ. Nay lễ cưới tại nhà dù đơn giản hơn lễ cưới với Robert, cô dâu cũng có cảm nhận hạnh phúc to lớn của mình với chú rể mà cuộc tình duyên éo le trắc trở của Thu Vân và Hiếu suốt gần ba mươi năm, nay được "cởi trói" hoàn toàn. Cả hai đại gia đình cô dâu chú rể đều hoan hỉ tán thành. Gia đình bà con nội ngoại của Thu Vân ở Bạc Liêu lên dự lễ cưới rất đông, hơn đám cưới lần đầu cũng tại ngôi nhà này. Cô chú rể chỉ cần đốt nhang xá tại các bàn thờ như là thể hiện lòng hiếu thảo với tổ tiên báo cáo tình yêu chân chính với gia tộc của cô dâu. Bố mẹ ruột và bố mẹ chồng cũng được cô dâu chú rể đến xá để được chấp nhận và cả hai vợ chồng nắm tay nhau cúi đầu chào tất cả mọi người.

Ngày vui của anh chị hai, ba cậu em của cô dâu cũng về đông đủ, mỗi cậu có bạn gái cùng theo về nhà. Anh hai chọc cậu út, bảnh trai, lại có vợ quá xinh đẹp. Hồi xưa cậu nói, cậu muốn xí trai mới có vợ đẹp, sai rồi phải không?

- Dạ phải, em út đáp.

Chương trình tiệc cưới tại nhà rất phong phú. Sau nghi thức Công giáo chúc lành cho dạ tiệc. Hai Mc giới thiệu quan khách, đặc biệt giới thiệu khách ở xa Pháp, Úc, Mỹ về tham dự. Số tiền bán sách được kể cả tiền vốn xin chia hai, biếu tặng trường Hoàng Diệu như là một hình thức đền ơn đáp nghĩa ngôi trường đả sản sinh ra hai học sinh nay là tiến sĩ nổi tiếng trên thế giới. Một nửa tiền bán sách xin xung vào quỹ từ thiện cứu giúp phụ nữ do ông cựu Bí Thư Sóc Trăng làm giám đốc. Ngoài ra tác giả còn tặng thêm quỹ từ thiện hai trăm đầu sách nếu ai muốn mua ủng hộ, đến văn phòng Hội.

Trước tiệc cưới tại nhà hàng hơn hai tuần. Hiếu kính nhờ ông Giám Đốc quỹ từ thiện gởi thơ mời tất cả ngành truyền thông báo chí ở trung ương và quốc tế đang ở Sài gòn và các cơ quan báo chí địa phương tỉnh nhà và các tỉnh lân cận đến tham dự tiệc và Ra Mắt Sách. Mọi chi phí di chuyển từ Sài Gòn xuống Sóc Trăng có mạnh thường quân tài trợ. Sau khi dự buổi Ra Mắt Sách có xe đưa về Sài gòn, trên xe có thức ăn và nước uống dự trù về đến Sài Gòn khoảng mười giờ tối. Trên báo phổ biến ở Sài Gòn có đưa tin này và kể các báo địa phương nữa nên số người xin tham dự rất đông ngoài dự kiến.

Hai cô con gái lớn của cô dâu đã đặt năm mươi bó hoa tươi rực rỡ màu sắc dành tặng tất cả quý bà cô ngồi trong khu VIP và hai bó hoa to lớn đẹp nhứt để hai cô con gái đại diện họ nhà trai và nhà gái tặng cho cô dâu. Hai cô con gái của cô dâu lai Mỹ-Việt và hai cô con gái là bạn của hai con trai của chú rể cô dâu gốc Pháp và Úc đại diện cho cả gia đình họ nhà trai, nhà gái đến tặng hoa từng bàn VIP những vị phu nhân. Bốn cô đi đến đâu đều toát ra mùi nước hoa thơm ngát với sự duyên dáng tươi sáng xinh đẹp làm cho mọi người vô cùng yêu thích. Tất cả quan khách tham dự vỗ tay hoan nghênh vì cả bốn cô gái với bốn quốc tịch với sắc đẹp lộng lẫy sang trọng.

Với trang phục Âu Mỹ quý phái và có cả một chiếc áo dài Việt Nam màu sắc hài hoà nổi bật sắc diện thuỳ mị của người Việt Nam. Cả bốn cô trang sức với những vòng kiềng bông tai, cà rá bằng kim cương hột xoàn đắt giá, lấp lánh chiếu sáng lung linh vô cùng đẹp mắt. Bên cạnh bốn cô, đưa hoa cho các cô là bốn cậu con trai của của chú rể với những bộ Âu phục thời trang đẹp mắt mang hoa tới cho bạn gái tặng cho quan khách phu nhân, các cô làm tăng nét đẹp quý phái kiêu sa của bốn cô tiểu thư đài các.

Sau khi tặng hoa cho quý vị phu nhân xong, MC Tuyết Trinh mời tất quý phu nhân cùng cô dâu chú rể chụp hình lưu niệm, có bốn cô tặng hoa và bốn cậu đứng hai bên cha mẹ và kể cả hai MC. Chương trình tiệc cưới bắt đầu, hai ông bà sui trai, sui gái lên chụp hình cùng với cô dâu chú rể. Kế tiếp ông bà sui gái và sui trai chào mừng quan khách và nói ý nghĩa, lý do của buổi tiệc mừng hôm nay. Ông sui gái cám ơn bà con hai họ và đặc biệt cám ơn ông cựu Bí Thư và phu nhân luôn xem hai con chúng tôi là Trần Trọng Hiếu và Nguyễn Thị Thu Vân là con ruột trong gia đình. Nay, may mắn hai con chúng tôi đã làm vẻ vang cho dòng họ qua học vấn có bằng tiến sĩ, bác sĩ Y khoa với danh vị của con rể là Trần Trọng Hiếu hiện là Khoa Trưởng Y Học một phân khoa lớn nhứt của của Viện Đại học Yale và con gái tôi Nguyễn Thị Thu Vân cũng may mắn trên mười năm miệt mài vật lộn với đèn sách nơi xứ người dù có chồng con luôn bận bịu cũng lấy bằng tiến sĩ Xã Hội Học của Viện đại học nổi tiếng Harvard nay đang là Khoa Trưởng của Phân Khoa Xã Hội.

Cả hai con của chúng tôi không phải có lễ cưới lần đầu mà là lần thứ hai, một bên chồng mất, một bên vợ mất. Thế cả hai tái giá, nay cộng chung, hai con chúng tôi đã sanh được mười lăm con, cả nhà hàng trong ngoài đứng lên vỗ tay tán thưởng một gia đình sanh đông con bậc nhứt của tỉnh nhà. Chốc nữa mười lăm cháu nội ngoại của hai gia đình chúng tôi sẽ trình diện tất cả quý vị trước khi chúng ta nhập tiệc.

Bây giờ, tôi xin phép ông bà sui trai giới thiệu chàng rể và có cô dâu đứng cạnh bên nói lên tâm tư tình cảm của hai con chúng tôi tổ chức buổi tiệc cưới long trọng như thế này cũng lập kỷ lục tại tỉnh nhà buổi tiệc cưới có trên hai ngàn hai trăm quan khách tham dự. Cả nhà hàng vỗ tay vang dậy.

Hiếu nắm tay vợ dìu lên sân khấu, hôm nay cô dâu diện một bộ cưới vô cùng sang trọng với trang sức lộng lẫy qúy phái, kim cương lấp lánh trên tóc, trên cổ, trên tay, tai... hai tay với một bó hoa tuyệt đẹp đủ màu sắc bắt mắt, mọi người trầm trồ một cô dâu gần năm mươi tuổi mà vẫn con xinh đẹp tuyệt trần toát lên sự sống mãnh liệt hạnh phúc như cô gái hai mươi.

Cả nhà hàng vỗ tay chào mừng cô dâu nhiệt liệt, nhứt là các bạn học của cô dâu đứng lên la lớn, chúng con bầu Thu Vân là Hoa Hậu Hoàn Vũ không còn là hoa hậu Sóc Trăng nữa. Cả nhà hàng vỗ tay, khua ly muỗng như sấm động thật vui. Chú rể xoay qua hôn vợ và cùng vợ cúi đầu chào mọi người, thêm tiếng vỗ thật to vì hôm nay bạn học của cô dâu chú rể cùng trường cùng thời điểm có đến dự trên ba trăm, nên các bạn ủng hộ hai bạn hết mức tới bến luôn, chú rể dí dỏm:

- Quý quan khách, bà con nội ngoại và các bạn đồng môn trường trung học Hoàng Diệu vừa chứng kiến nhìn rõ một cựu hoa hậu Hoàng Diệu, là Hoa Khôi Hoàn Vũ và nay là mẫu hậu của bảy đứa con đang sánh bước với anh chàng bán than xí trai lại đen đúa xứ Sóc Sờ Bai Sóc Trăng, có đúng vậy không?

- Các bạn hô to không không, rất xứng đôi.

Chàng rể xin nói tiếp, từ lớp mười tới lớp mười hai, Thu Vân càng ngày càng trổ mã đẹp quá tôi yêu cô ta mê mệt mà cô ta đâu có biết anh chàng bán than si tình thầm yêu trộm nhớ cô. Mỗi lần dõi mắt theo cô ta cầm phấn lên bảng đen, theo chỉ bảo của giáo sư toán, cách Thu Vân gải bài toán khó cho tất cả chúng tôi xem. Thưa quý vị, mỗi lần Thu Vân cầm phấn đưa tay lên bảng đen, tôi nhìn cô viết mà không biết nước miếng có chảy ra không mà tim tôi như rớt ra ngoài vì bàn tay Thu Vân trắng muốt tuyệt đẹp. Hiếu nắm tay Thu

Vân đưa lên làm cả nhà hàng như dậy sóng chỉ mới thấy các ngón tay mũi viết và trắng muốt đã mê mệt. Nay anh chàng bán than năm xưa thành Hoàng Tử chủ vựa than không còn gánh than nữa, tiếng vỗ tay tiếp tục. Sau gần ba mươi năm, nay là ngày vui chánh thức vợ chồng tôi trình diện trước quan khách, bà con và bạn bè. Vì vậy ngày hôm nay là tiệc cưới, tiệc mừng của chúng tôi chào kính quan khách và bà con cùng các bạn.

Có tiệc cưới là chúng tôi chánh thức thành chồng vợ và là tiệc vui vì chúng tôi muốn giới thiệu với quý vị, tại tỉnh nhà Sóc Trăng sẽ được Hội từ thiện quốc tế đặt cơ sở trợ giúp những phụ nữ bị bắt làm nô lê tình dục như Thu Vân đã trải qua gần suốt ba năm, quý vị đọc tác phẩm Hồi Ký của Thu Vân sẽ biết rõ lý do một nữ sinh Hoàng Diệu, xinh đẹp, học giỏi con nhà giàu mà tên Lý Hỉ, con đại gia giàu sụ tại Sóc Trăng, từ dụ dỗ đến cưỡng bức, hành hạ, giam cầm làm nô lệ tình dục cho hắn.

Quý vị muốn biết rõ sự việc xảy ra như thế nào và kết cục Thu Vân ngày hôm nay là một tiến sĩ Khoa Trưởng của một Phân Khoa của Viện đại học Harvard nổi tiếng. Và tiến sĩ Thu Vân còn can đảm lột trần tội ác cũa những kẻ lòng lang dạ thú bắt phụ nữ làm nộ lệ tình dục, cũng như nạn buôn người, buôn bán thân xác phụ nữ xuyên quốc gia, là một đại nạn của thế giới của nhân loại.

Thật đáng thương những người phụ nữ lương thiện, chẳng may sa vòng tay bọn buôn người, Hội chúng tôi sẽ trả công cho luật sư tài giỏi kiện những tổ chức hang ổ quốc tế hãm hại phụ nữ lương thiện đưa những nạn nhân đó về quê hương của họ. Hội sẽ còn giúp những phụ nữ đáng thương trị bịnh nhứt là bịnh tâm thần và trợ giúp huấn nghệ để họ tự sinh sống.

Hội từ thiện còn trợ giúp những cô gái mại dâm vì lầm đường hay không có nghề nghiệp nuôi thân, hội cũng sẽ huấn nghệ trực tiếp hay gián tiếp đóng học phí cho họ có nghề nghiệp lương thiện. Hội còn trợ giúp các bà vợ hay con bị bạo hành trong gia đình, nhứt là các ông chồng nhậu say xỉn về nhà đánh vợ đánh con, ở Mỹ có ai gọi cảnh sát đến bắt còng tay ngay nhốt vào tù.

Sau tiệc vui trưa nay, chiều năm giờ chúng tôi có tổ chức một buổi Ra Mắt Sách tập hồi ký của tiến sĩ Thu Vân, tiền bán sách được chúng tôi tặng hết một nửa cho hội từ thiện một nửa cho trường Hoàng Diệu. Xin mời tất cả đến ủng hộ.

Bây giờ, tôi xin phép giới thiệu bố tôi là cựu Bí Thư Tỉnh Uỷ tỉnh Sóc Trăng sẽ là Giám Đốc điều hành cơ sở của Hội Từ Thiện Quốc Tế tại Sóc Trăng kể như là cơ sở chánh tại Việt Nam. Tập Hồi Ký tiếng Anh còn chừng một trăm cuốn giá bán ba mươi USD và tập Hồi Ký dịch ra Việt Ngữ, giá hai trăm ngàn một cuốn và quý vị muốn mua giá cao hơn tặng thêm tiền cho Hội bao nhiêu cũng được. Con xin mời bố lên và giới thiệu tập Hồi Ký nguyên bản tiếng Anh của Thu Vân và tập Hồi Ký dịch sang Việt Ngữ.

Ông cựu Bí thư cho biết ông có tham dự một buổi họp của Hội Đồng Quản Trị tại Mỹ với chức danh chủ tịch là tiến sĩ Philip, phó chủ tịch tiến sĩ

George, tiến sĩ Jane là thủ quỹ và tổng thư ký là tiến sĩ Trần Trọng Hiếu. Những chức danh của Hội Đồng Quản Trị đều phục vụ tự nguyện, không lương tháng và tuyển tôi vô với nhiệm vụ là giám đốc cơ sở Sóc Trăng là cơ sở thứ hai sau cơ sở trung ương ở Mỹ, tôi lại có lương tháng và mỗi lần tôi đại diện Hội đi đến nhiều cơ sở khác trên thế giới đều có tiền công tác và tiền vé may bay.

Chúng tôi được biết hiện tại, hai tiến sĩ Philip và Jane đã đi vận động hàng chục nước trên thế giới xin tiền giúp Hội từ thiện, sơ khởi đã nhận được khoảng sáu chục triệu USD, còn tiếp tục xin thêm và khi có giấy phép hoạt động tại mỗi nước, ban đầu chừng tám đến mười nước đại diện cho năm châu sẽ tổ chức hoạt động chánh thức.

Ông Giám Đốc cơ sở Sóc Trăng, tượng trưng cho cả nước. Sau này hội có thể mở thêm vài cơ sở nữa ở Hà Nội, Sài Gòn hay các thành phố khác. Ông Giám Đốc cơ sở Sóc Trăng nói, trước khi mời tất cả bà con nhập tiệc, tôi xin giới thiệu hai ông bà tiến sĩ Philip và tiến sĩ Jane là người gây quỹ nhiều nhứt và hai vợ chồng Thu Vân và Hiếu cũng là người đóng góp cho Hội nhiều nhứt và còn gởi sách biếu cho Hội tiếp tục bán gây quỹ.

Tôi xin mời ông Philip và bà Jane, vợ chồng Hiếu-Thu Vân cùng tôi chụp một tấm hình kỷ niệm. Ông giám đốc đưa hai cuốn sách Hồi Ký lên cao cùng chụp hình. Buổi tiệc long trọng chấm dứt đúng ba giờ.

Cả buổi tiệc cưới và Ra Mắt Sách do hai MC Bác sĩ Giáo sư Bernard Khoa Trưởng trường Y Cần Thơ và tiến sĩ giáo sư Tuyết Trinh Khoa trưởng trường đại học sư phạm Cần Thơ. Cả hai xin phép dùng cả ba ngôn ngữ Việt Anh Pháp. Tham dự tiệc có đầy một bàn thuộc Toà Tổng Lãnh Sự Pháp ở Sài gòn cũng tham vì một vị cựu Đại Sứ Pháp ở Mỹ, nay về hưu có con gái là bạn với con trai tiến sĩ Hiếu, cả gia đình ba người từ Pháp sang. Một bàn dành cho gia đình và nhân viên của ông Tổng Lãnh Sự Áo ở Sài gòn. Gia đình của người bạn Úc cũng có nhiều bạn bè đang kinh doanh lớn ở Sài gòn cũng được dành một bàn. Tiệc cưới có nhiều người nước ngoài và báo chí quốc tế tham dự nên hai MC sẽ dùng tiếng Việt và Anh Pháp.

Một dạ tiệc của tư nhân không phải cấp chính quyền mà có đến hai ngàn hai trăm quan khách tham dự. Một dạ tiệc vô cùng hoành tráng với số quan hách tham dư khổng lồ như vậy, chưa từng xảy ra tại Sóc Trăng hay cả nước.

Sau tiệc cưới, Tiến sĩ tác giả tập Hồi Ký và tiến sĩ dịch giả dành một tiếng để giới truyền thông báo chí phỏng vấn tại nhà hàng và kế tiếp di chuyển đến trường trung học Hoàng Diệu cũng gần nhà hàng có buổi Ra Mắt Sách tại đây.

Ban đầu, Ban tổ chức dự trù tiệc cưới chừng một ngàn hai và có dự phòng thêm bốn chục bàn nữa. Khi tiệc bắt đầu đúng mười hai giờ, một trăm sáu chục bàn đã đầy người. Hiếu nhờ nhà hàng mượn thêm bàn của các nhà hàng khác thêm sáu chục bàn nữa và cố gắng nhà hàng nấu thêm thức ăn và có thể đặt các nhà hàng khác tiếp giúp thêm thức ăn cho đủ sáu chục bàn dọn sau.

Nhà hàng dạ vâng, sẽ cố gắng tối đa và Hiếu nói, nhà hàng cứ tính tiền cho Ban Tổ Chức là hai trăm hai chục bàn.

Hiếu nhờ Sở Thông Tin tỉnh giúp cho một xe có thiết bị phát thanh ở ngoài trời, nối với âm thanh trong nhà hàng. Nhân viên an ninh Ban Tổ chức huy động thêm, nới rộng thêm vùng cấm lưu thông tạm thời tới ba giờ trưa.

Riêng học sinh ba lớp mười, mười một, mười hai cùng thời với cựu học sinh Hiếu và Thu Vân và hầu như tất cả các thầy cô Hoàng Diệu từ cách hơn ba chục năm đến nay đều có mặt rất đông, trên ba mươi bàn. Trường Hoàng Diệu tham dự đông vì có hai cựu học sinh làm vẻ vang vinh dự cho trường và một cô giáo dạy Hoàng Diệu - giáo sư Tuyết Trinh, cách đây hai năm được thuyên chuyển về đại học sư phạm Cần Thơ. Nay là giáo sư tiến sĩ và là Khoa Trưởng đại học sư phạm Cần Thơ nên các thầy cô giáo và học sinh Hoàng Diệu vui lây ngập tràn hạnh phúc và đến đông chung vui cũng như mua sách ủng hộ cựu học sinh Hoàng Diệu nổi tiếng trên thế giới.

Hơn nữa, số tiền bán sách tặng lại phân nửa cho trường Hoàng Diệu và phân nửa tặng cho quỹ từ thiện trợ giúp phụ nữ của tỉnh. Ai cũng thấy cả hai tiến sĩ là cựu học sinh Hoàng Diệu có nghĩa cử cao đẹp với tỉnh nhà, dù giá sách đối với nước ngoài chỉ bằng gần một phần mười, quá rẻ, nhưng đối người Việt mỗi cuốn sách với giá hai trăm ngàn đồng cũng là giá khá cao mà mọi người vẫn hân hoan mua ủng hộ vì tiền bán sách tác giả không lấy lại vốn tiền in, tặng hết cho trường và Hội từ thiện.

Buổi tiệc cưới và Ra Mắt sách có các Cha Chánh Phó và các thầy Phó Tế hai nhà thờ lớn cuả hai tỉnh Cần Thơ, Sóc Trăng đến tham dự có làm lễ chúc phước chúc lành cho cả hai nơi. Các Cha đã móc tiền túi ra mua ủng hộ với thêm tặng dữ năm trăm ngàn cho một quyển sách, mọi người, các tu sĩ đều vui mừng và cũng mua sách hai trăm ngàn một cuốn, có vị tặng luôn một triệu chỉ lấy một cuốn sách và yêu cầu hai tiến sĩ tác giả và dịch giả ký tặng.

Buổi Ra Mắt Sách lần đầu tiên thu trên hai trăm triệu và bốn chục ngàn USD. Buổi Ra Mắt Sách với thu nhập trên hai trăm triệu đồng, chưa bao giờ xảy ra tại Việt Nam. Số người tham dự đông, gần cả ngàn người để nghe chính tác giả tâm sự từ đáy lòng mình, cuộc đời nghiệt ngã, ô nhục, tự tử không thành, đau nặng không chết vì tác giả còn nặng nợ trần ai.

Có quới nhân là bạn cùng lớp với tác giả ra tay cứu giúp thoát cảnh tự tử lần hai, bây giờ là chồng của Thu Vân, tiến sĩ Trần Trọng Hiếu. Sau hơn ba mươi năm mới có ngày vui trọn vẹn ra mắt trình diện với tất cả mọi người tại quê nhà và đặc biệt với quý thầy cô và các bạn đồng môn. Cả sân trường Hoàng Diệu vang rền tiếng vỗ tay hoan nghênh cổ vỏ vang dậy.

MC Tuyết Trinh chuyển ngữ sang tiếng Pháp, Mc Bernard chuyển ngữ ra tiếng Anh. Mc Tuyết Trinh nhận một mảnh giấy từ quan khách tham dự. Các quan khách từ xa Pháp, Úc, Mỹ và Áo mỗi gia đình xin biếu tặng mười ngàn mỹ kim cho buổi Ra Mắt Sách.

Tác giả Thu Vân xin giới thiệu tiến sĩ Trần Trọng Hiếu, là chồng tôi, cũng là dịch giả, anh sẽ nói tâm tình của anh với quý vị trưởng thượng quan khách, các bạn cùng trường Hoàng Diệu và bà con tỉnh nhà, lại vang lên tiếng vỗ tay tán đồng.

Hiếu lên sân khấu hôn vợ và nói lời cám ơn vợ đã giới thiệu. Sau khi cúi đầu chào mọi người, Hiếu xin phép thưa với bác cựu Bí thư, cho phép từ nay con gọi bằng bố vì bố đã biết con từ lúc chưa thành danh, dù bố không cho con tiền hay vật chất, chỉ qua ánh mắt, nụ cười, bố đã quý mến con giúp con thêm sinh khí hiếu học vươn lên.

Nay, bố được Hội từ thiện quốc tế, trụ sở chính đặt tại Mỹ và trụ sở thứ hai là tại Sóc Trăng thỉnh mời bố làm giám đốc và sẽ có nhiều trụ sở khác sẽ đặt trên hàng chục nước trên thế giới chỉ nhằm cứu giúp giới phụ nữ bị nạn buôn người xuyên quốc gia, bị cưỡng bức làm nô lệ tình dục như trong tập Hồi Ký mà vợ tôi từng là nạn nhân, quý vị đọc hồi ký sẽ hiểu rõ. Phụ nữ còn bị các ông chồng bạo hành gia đình hay các cô gái bị vướng vào tệ nạn mại dâm mà xã hội cần phải quan tâm giúp đỡ.

Tác giả tập Hồi Ký, tiến sĩ Thu Vân không e thẹn, nói lên sự ô nhục của mình nhằm giúp giới phụ nữ mạnh dạn có thêm can đảm tố giác những hành động bỉ ổi, cưỡng bức tình dục kể cả ông chồng nhậu cho đã say xỉn rồi về nhà "hiếp" vợ dù vợ thẳng thừng từ chối chuyện làm tình, hay say xỉn đánh vợ đánh con. Các thứ hành vi thiếu văn hoá đó ở ngoại quốc, nhứt là ở Mỹ hể vợ hay ai đó gọi cảnh sát tội bạo hành của chồng là có cảnh sát đến ngay, bắt còng tay người chồng cho vào tù, thường ở tù từ sáu tháng trở lên.

Tác giả Thu Vân, trong sách, tố cáo đích danh tên khốn nạn Lý Hỉ con một đại gia tại Sóc Trăng, quý vị đọc hồi ký sẽ rõ. Tác giả đã trải qua ba năm ô nhục và nhờ may mắn, tác giả thoát chết, thoát đau tâm thần và bịnh nặng.

Tác giả có cưới hỏi đàng hoàng với một giáo sư người Mỹ là bạn thân với tôi giúp tác giả làm lại cuộc đời, có chồng thông cảm thương yêu giúp cô học lại vì ở Việt Nam mới học hết cấp ba. Cô phải cật lực phấn đấu vừa làm nhiệm vụ của người vợ lo nội trợ, chăm sóc con nhỏ mà cô còn quyết chí làm lại cuộc đời cho nên phải cố gắng học. May là có chồng cũng là giáo sư của Harvard và Yale với hai bằng tiến sĩ chuyên khoa giúp sức giải bài học cho cô hiểu và trợ giúp thêm mọi thứ kể cả phải đưa đón Thu Vân đi học khi cô chưa có bằng lái xe tại Mỹ. Từ học lấy bằng cử nhân rất vất vả vì hàng rào ngôn ngữ. Thu Vân với nghị lực phi thường, cô đậu bằng thạc sĩ mà Mỹ gọi là Master lúc đó cô vừa sanh đứa con thứ năm và sau cùng cô cố gắng nhiều thêm nữa đoạt được mảnh bằng tiến sĩ danh giá Xã Hội Học của đại học Harvard nổi tiếng trên thế giới. Với mảnh bằng đó, nhờ tiến sĩ Jane, Khoa Trưởng Phân Khoa Xã Hội Học giới thiệu vào Phân khoa của bà làm giáo sư chánh thức. Khi tiến sĩ Jane về hưu bà giới thiệu với vị Viện Trưởng và Hội đồng giáo sư, tiến sĩ Thu Vân thay thế bà chức Khoa Trưởng như hiện nay.

Bây giờ, tiến sĩ Jane và chồng bà tiến sĩ Philip là bố nuôi của vợ chồng tôi. Con kính mời bố Philip mẹ Jane đứng lên cho mọi người Sóc Trăng cám ơn ông bà đã hết lòng giúp hai cựu học sinh Hoàng Diệu có thêm danh dự như ngày hôm nay. Hai ông bà nắm chặt tay đưa lên cúi đầu chào mọi người được hoan nghênh với tràng pháo tay vang dội.

Hiện nay, tiến sĩ Thu Vân là Khoa trưởng Xã Hội Học của viện đại học nổi tiếng trên thế giới Harvard. Tiến sĩ Thu Vân chưa chịu dừng bước, cô tranh thủ đêm khuya bỏ công ra viết cả năm trời hay hơn hoàn thành một tác phẩm Hồi Ký để đời nhằm động viên giới phụ nữ phải luôn can đảm đứng lên dù mình đã bị đời ruồng bỏ, xã hội kỳ thị khinh chê. Mình sống cho mình, làm lại cuộc đời mới, xứng đáng là người phụ nữ can đảm, con cháu của bà Trưng bà Triệu, cả sân trường vang dội tiếng vỗ tay tán thưởng.

Cuốn hồi ký của tiến sĩ Thu Vân là một cuốn tự truyện về cuộc đời thật, việc thật của chính mình là một nhà trí thức giáo sư Khoa Trưởng của Viện đại học Harvard cho nên đã được các xã hội văn minh chấp nhận khen ngợi tán dương. Tập Hồi Ký xuất bản lần đầu tiên ba triệu tập, bán gần hết, chưa kể hàng chục quốc gia mua bản quyền xuất bản. Còn hôm nay là ấn bản đầu tiên dịch ra tiếng Việt, chúng tôi sẽ lần lượt xin tổ chức Ra mắt Sách khắp đất nước Việt Nam nhằm gây quỹ cho Hội từ thiện của chúng tôi. Chủ tịch Hội Đồng Quản Trị là Tiến sĩ Philip, ông là cựu tỷ phú Mỹ, biết thông thạo hàng chục ngôn ngữ trên thế giới và ông đã có sáu bằng tiến sĩ chuyên Khoa và phu nhân tiến sĩ Jane là Khoa Trưởng về hưu tiền nhiệm của Tiến sĩ Thu Vân.

Đến nay, ông bà tiến sĩ Philip đi đến hơn mười nước trên thế giới với uy tín của ông đã vận động thu trên sáu mươi triệu đô cho quỹ từ thiện. Xin mời bố mẹ đứng lên một lần nữa cho mọi người ngưỡng mộ, cả hai đứng lên đưa tay lên chào mọi người, thêm một tràng pháo tay vang dội.

Bây giờ con xin quý vị trưởng thượng, bác chú cô dì cho phép vợ chồng con thưa với thầy cô trường Hoàng Diệu và các bạn đồng môn Hoàng Diệu. Các bạn đồng môn nhứt là lớp mười hai, lúc chúng ta với tuổi mười tám. Quý bạn có thấy Thu Vân là học sinh diện kẽng và đẹp nhứt lớp và có bạn nói là đẹp nhứt trường Hoàng Diệu, nếu đúng vậy các bạn nói đúng. Cả mấy chục bàn các bạn đứng lên hô to đúng đúng. Bây giờ xin quý bạn chỉ nói có hoặc là không. Các bạn có thấy cả lớp mười hai chỉ có một mình tôi khi đi học có lúc thì mặc áo vá hay quần vá. Các bạn có thấy không. Các bạn cả Thu Vân đứng gần chồng cũng giơ tay nói lớn, có. Cả sân trường Hoàng Diệu bừng lên khí thế. Hiếu nắm tay vợ giơ lên, cuộc đời của hai vợ chồng chúng tôi thật nghiệt ngã với hoàn cảnh khác nhau, chỉ có mười năm hay hơn, chúng tôi đang đi trên con đường trải hoa, tôi làm Khoa Trưởng Y Học của Viện Đại Học Yale có gần mười ngàn nhân viên dưới quyền. Vợ tôi, Thu Vân cũng làm Khoa Trưởng Xã Hội Học của Viện đại học Harvard danh giá. Chúng tôi gặp lại nhau qua tình nghĩa vợ chồng chánh thức, người vợ trước của tôi gốc người

Áo đã có với tôi tám con, Thu Vân với tôi đã có bốn con, ba con riêng, cộng lại Thu Vân có bảy con. Chúng tôi hợp lại có tất cả mười lăm con gồm bảy trai, tám gái. Hiếu bảo các con đứng lên cúi đầu chào kính mọi người.

Đến đây, quý vị ở xa như Sài gòn hay các tỉnh lân cận ra về trước. Vợ chồng chúng tôi xin mời quý thầy cô và bạn đồng môn ở lại hàn huyên với chúng tôi vì phải bốn năm năm nữa chúng tôi mới về hưu, sống tại Cần Thơ sẽ có nhiều dịp về Sóc Trăng gặp lại. Chúng tôi xin hỏi có thầy cô hay anh chị nào ỏ tỉnh khác hay các quận huyện xa của Sóc Trăng. Quý vị làm ơn gio tay cho biết, có mười hai người, Hiếu móc mười hai phong bì đưa cho vợ trao tặng mười hai người. Hiếu nói tiếp xin gởi mỗi vị một phong bì của ít lòng nhiều cho tất quý vị kể cả quý vị đã có quà đặc biệt rồi, có khoảng một trăm vị mỗi vị một trăm Mỹ kim.

Khi chúng tôi về hưu non, hai mươi năm, chúng tôi về ở nhà vườn Cần Thơ, có trang bị một phòng khám bịnh tối tân hiện đại nhứt hiện nay. Vợ tôi đã nộp đơn xin tôi dạy làm y tá cùng giúp tôi phục vụ, chăm sóc sức khoẻ các cụ cao niên trong gia tộc và các cụ cao niên tôi gọi bằng bố mẹ đưa về Cần Thơ chăm sóc tất cả kể cả ăn uống mà quý cụ không phải tốn kém gì hết và chúng tôi được Toà Tổng Lãnh Sự Mỹ phát lương hàng tháng, đó là tiền hưu bổng của chúng tôi.

Nay, chúng tôi mở rộng thêm, nếu các bạn cùng lớp với chúng tôi hay các thầy cô Hoàng Diệu muốn chúng tôi định bịnh thật chính xác xin liên lạc qua điện thoại và ngày giờ nào chúng tôi giúp được, quý vị đến khám bịnh chúng tôi còn xin biếu thêm quà cáp vì các bạn muốn gặp bạn cũ trường xưa, chúng tôi rất trân trọng có dịp giúp quý thầy lớn tuổi hay bịnh, biếu thêm tiền mua thuốc.

Cái máy khám bịnh này rất tối tân mà vô cùng chính xác, rất đắt tiền và đòi hỏi người sử dụng phải là chuyên viên thật lành nghề. Vì vậy, ngay cả Mỹ, các bịnh viện thật lớn mới dám mua sử dụng vì phải có chuyên viên đặc biệt trả lương rất cao, ở Việt Nam chưa có bịnh viện nào có kể cả nhiều bịnh viện lớn ở các nước khác cũng chưa có. Vợ chồng tôi dự kiến sẽ mua hai máy định bịnh tối tân, một cái cho riêng gia đình tôi và một cái tôi biếu tặng cho trường đại học Y Khoa Cần Thơ và chính tôi là người hướng dẫn đào tạo các chuyên viên đặc biệt về cách sử dụng máy định bịnh tối tân này. Hơn nữa, máy định bịnh phải đi kèm với các dụng cụ y khoa khác trong một phòng xét nghiệm có đầy đủ dụng cụ xét nghiệm từ việc phân chất trong máu hay chụp X ray phải thực hiện nhanh chóng tính bằng phút mới hòng cứu cấp bịnh nhơn đang nguy kịch. Ngoài máy chánh còn nhiều thứ phụ theo, nên giá thành rất cao lên một hai triệu đô, còn đòi hỏi có chuyên viên lành nghề.

Chấm dứt buổi ra mắt sách vừa đúng tám giờ tối, Hiếu nói xin quý cụ về lại Cần Thơ và cho phép vợ chồng con cùng với hai con nhỏ ở lại Sóc Trăng đêm nay về nhà bố mẹ vợ tiếp khách bà con nội ngoại của Thu Vân từ Bạc Liêu lên chung vui với gia đình. Trưa mai vợ chồng con về nhà Cần Thơ ăn cơm trưa với gia đình.

Qua ngày hôm sau, cả nước xôn xao vì một cuốn hồi ký được bán với số tiền thu kỷ lục và số người tham dự kỷ lục. Tuần tới có buổi Ra Mắt Sách tại trường đại học Sư Phạm Cần Thơ, số tiền bán sách thu được sẽ tặng hết cho quỹ xây dựng đại học xá Cần Thơ và buổi Ra Mắt Sách kế tiếp tại bên ngoài nhà thờ chánh toà Vienne - Áo. Tác giả phải trở về trường làm việc vài tuần sẽ bay về Hà Nội, có buổi thứ bảy tổ chức Ra Mắt Sách tại Viện đại học quốc gia Hà Nội, tiền bán sách sẽ tặng hết cho Viện đại học Hà Nội, Ban Tổ Chức có mời Thủ Tướng và Nội Các tham dự cùng tất cả các Bộ, ngành ngoại giao và truyền thông báo chí.

Sáng chúa nhựt hôm sau cũng có buổi tổ chức Ra Mắt Sách tại Viện Đại học Sài Gòn, tiền bán sách cũng tặng hết cho Viện đại học Sàigòn. Tổ chức hai nơi Hà Nội, Sài Gòn có cả bản tiếng Anh lấy bằng USD.

Sau đó về Cần Thơ thăm gia đình và đưa hết đại gia đình về Mỹ chuẩn bị cho mùa học tới. Hè năm sau, gia đình Hiếu-Thu Vân mới có thể trở về Việt Nam và có chương trình ra mắt sách tại vài nước đã có bản dịch nhằm gây quỹ cho Hội Từ Thiện.

Hiếu nói với gia đình người Pháp và Úc mới quen biết:

- Vợ chồng tôi vì công việc của phân khoa, văn phòng Khoa Trưởng vẫn làm việc vào mùa hè, công việc ít nên chúng tôi linh động nghỉ một vài tuần là phải vào văn phòng kiểm tra lại mọi thứ và coi xem có chỉ thị gì mới phải giải quyết. Cũng may, trong hai tuần qua, chúng tôi có liên lạc với chánh văn phòng, cho biết công việc của phân khoa bình thường. Nhưng, chúng tôi cũng phải về trường vào tuần đầu tháng, không có việc quan trọng, chúng tôi nhờ bà chánh văn phòng lo giúp. Chúng tôi sẽ trở về Việt Nam ở chơi thêm chừng mười ngày và sẽ đưa hết gia đình chúng tôi trở lại Mỹ. Hiếu nói tiếp:

- Chúng tôi thấy con trai của chúng yêu quý bạn gái là con của quý vị mà lần đầu tiên chúng tôi mới gặp, chúng tôi có cảm tình quý mến quý vị vì tình thương con gái mà qua tận Việt Nam tìm hiểu gia thế bạn trai của con. Chúng tôi rất trân trọng quý vị, để chúng ta thêm kết chặt tình thân và con chúng ta nếu thành nghĩa vợ chồng thì chúng ta lại gần gũi và là thông gia lại vô cùng quý hoá.

Vì vậy, sau khi khai giảng mùa học mới vài tuần chúng tôi thành thật thân mời quý vị qua nhà tôi chơi và thăm luôn con. Luôn tiện, tôi có máy khám bịnh tối tân, tôi sẽ giúp khám quý vị tất cả các bộ phận trong cơ thể, coi nơi nào có vấn đề, chúng ta có thời giờ chữa trị sớm. Còn quý vị mới đến miền Tây quê chúng tôi, tôi đề nghị quý ở lại chơi, có con trai chúng tôi và con gái quý vị sẽ hướng dẫn đi một vòng hết đất nước Việt Nam hình cong chữ S, chừng hai hoặc ba tuần.

Xin hai gia đình đồng ý ở lại chơi, tôi sẽ lo ngay xe và có người đi theo bảo vệ và họ cũng giúp mình bút phòng đặc biệt, hoàn toàn bảo đảm an ninh. Có lẽ hai gia đình cũng có nghe con gái hay con trai chúng tôi nói vợ chồng thoát hiểm như thế nào tại ngôi nhà này. Chúng tôi không chết mà vụ này đổ bể lớn, chúng muốn ém nhẹm giết một thượng tướng công an nói là ông này nhảy lầu. Còn đại tướng Bộ trưởng công an bị đuổi việc với danh xưng là về hưu. Chính Thủ Tướng Chánh Phủ muốn giàn xếp với tôi cho êm chuyện vì báo chí quốc tế ủng hộ tôi tối đa

Hai gia đình nghe Hiếu trút hết nỗi lòng mình, muốn tạo điều kiện tốt cho tất cả các con cháu học thành tài. Hai ông bà hai gia đình cảm thấy quá vui quá sung sướng nếu được làm thông gia với một gia đình đạo đức lương thiện mà lại giàu sang, trí thức, thật vô cùng may mắn và hạnh phúc.

Cả hai gia đình nói lời cám ơn và hứa sẽ đến Connecticut thăm gia đình, ông bà ngoại của mấy cháu. Ông cựu đại sứ Pháp nói:

- Tôi về hưu rất rảnh, nếu tập Hồi Ký chưa có ai dịch ra Pháp ngữ và Tây Ban Nha, tôi tình nguyện dịch giúp, mỗi cuốn trong vòng tối đa sáu tháng để giúp bán sách gây quỹ từ thiện tại các nước nói tiếng Pháp,Tây Ban Nha. Hiếu xúc động nói:

- Rất đa tạ ông anh, tập Hồi Ký dịch ra tiếng Pháp, tôi nhờ ông anh vợ tôi là bác sĩ Bernard, anh gốc Áo dịch tiếng Pháp làm sao sánh với người gốc Pháp mà anh lại bận dịch sách ra tiếng Áo, đang in nên chưa có dịch ra tiếng Pháp. Còn dịch ra ngôn ngữ Tây Ban Nha chưa có và tiếng Pháp cũng chưa có. Nay nếu ông anh dịch ra bản tiếng Pháp càng sớm càng tốt, chúng tôi có dịp qua thăm gia đình và tổ chức Ra Mắt Sách tại Paris và thêm vài nơi nữa. Nếu có thể chúng ta đi thêm vài nước ở Phi Châu cựu thuộc địa Pháp tổ chức Ra Mắt Sách và trực tiếp gởi các nhà sách nhờ họ bán lấy hoa hồng cao.

Năm tới sách ra tiếng Tây Ban Nha xong, chúng ta sẽ tổ chức Ra mắt Sách tại các nước Châu Mỹ La Tinh nói tiếng Tây Ban Nha. Chọn dịp nghỉ hè vợ chồng tôi qua Pháp cùng vợ chồng anh và nếu có thể nhờ hai con trẻ chúng ta đi theo giúp bố mẹ cũng là lúc chúng ta lớn tuổi có dịp đi du lịch mà thời trẻ bận với sách đèn và công việc. Ông bạn Pháp khen ý kiến anh Andre rất hay.

Ông bạn người Úc nói hai anh bàn rất chí lý. Còn tôi xin làm đại diện cho anh chị Andre tại Úc. Tôi cũng muốn đóng góp vào quỹ từ thiện của nhóm anh Andre. Vợ chồng tôi chỉ có một đứa con gái mà anh chị bảo trợ cho con học đến thành tài, tôi đâu còn lo kiếm thêm tiền để nuôi con ăn học. Vợ chồng tôi ở xa con, nay chỉ nhờ anh chị coi xem nó là dâu lo cho nó. Vợ chồng tôi có nhà ở trung tâm thành phố Sydney, nhà rộng, tôi sẽ dùng nhà tôi đặt văn phòng cho Hội cũng như tôi làm đại diện cho Hội mà không cần phải lãnh lương vì anh Andre đã phát lương cho con gái tôi rồi. Cả ba gia đình thật vui vẻ coi như là thông gia rồi chỉ chờ các con học sắp ra trường làm đám cưới trước một hai năm cũng không sao vì chúng có lấy bằng trẻ có bố mẹ chồng bao sân. Ông bạn người Úc nói:

- Anh chị Andre có biết không, vợ chồng tôi chỉ có một con gái nên muốn con có chồng sớm, may ra sanh nhiều con cho ông bà vui tuổi già với các cháu ngoại. Ông bà người Pháp nói:

- Chúng tôi có hai con, một trai một gái, đứa con trai mới vào đại học niên học sắp tới, nó đã đọc luận án tiến sĩ của anh, nó quá thích, nó cũng như con chị vì đọc hai luận án tiến sĩ của anh và chị Caroline trong thư viện, nó mê quá và vô cùng ngưỡng mộ anh chị nên cả hai xin vợ chồng tôi, chúng sẽ học ngành ngoại giao, theo nghề nghiệp bố, chúng tôi rất vui mừng. Con gái chúng tôi là bạn thân với con trai anh, xin con trai anh cho hai tập luận án, thằng em nó thì học tại Paris mới xin chị để hai tập luận án cho nó nghiền ngẫm học hỏi. Bây giờ, nếu nó biết là chúng ta cùng vun đắp nuôi dưỡng tình yêu của hai con và là thông gia chắc thằng con trai tôi sung sướng còn hơn trúng số độc đắc. Vì vậy, tôi vừa có ý nghĩ, muốn dịch nhanh, tập hồi ký này, tôi ngắt ra bốn phần. Gia đình tôi có cả vợ tôi cũng chia nhau dịch chừng một tháng là xong. Tôi tập trung đọc lại cho đi đúng theo tuần tự của Hồi Ký, tôi sẽ mời một người bạn thân của vợ chồng, anh ấy là giáo sư tiến sĩ văn phạm Pháp đang dạy học, chỉnh sữa cho đúng văn phạm cú pháp. Tập Hồi ký dù dịch nhưng giá trị nguyên bản gốc không khác nhau sẽ tăng giá trị sách dịch. Tôi nghĩ các đại học ở Pháp và nơi nào nói tiếng Pháp mua sách trực tiếp không qua trung gian nhà xuất bản, mình cho hoa hồng cao nhờ các viện đại học để bán tại thư viện, chắc chắn bán vài triệu số khá dễ dàng. Người Pháp thích đọc sách nên có sách hay và chúng ta biết quảng cáo chắc chắn sách sẽ bán được.

Cả ba người thông cảm và rất vui. Các con đi chơi về chào bố mẹ có cả hai bạn trai. Hiếu tóm tắt câu chuyện của ba gia đình mạn đàm thảo luận và cả ba gia đình kể từ hôm nay coi như là thông gia. Bốn con ôm nhau và nhảy tưng lên quá vui mừng. Hiếu nói với con trai, chạy gọi chị bếp lên cho ba hỏi, còn thịt bò nhiều ít, còn nhiều khỏi đi chợ. Hiếu bảo chị xắt thịt ướp ngay cho món bò nướng ngói, phải có tối thiểu bốn ký thịt vì gia đình mình đông và còn mời thêm chừng mười vị khách quý. Chị bếp nói có chừng sáu bảy ký, Hiếu cũng bảo xắt ướp hết, nướng một phần, còn lại để sáng mai xào với củ hành ăn với bún cho bữa điểm tâm. Chị nhờ thêm người xắt với chị cho mau, có rộng thì giờ ướp thịt mới thấm. Còn nồi canh chua bông sua đũa và nồi cá kho tiêu để chị hai lo. Hiếu nói hai thằng con trai có biết bông sua đũa và bông điên điển, bốn con hái bốn rổ mà hái bông, không được làm gãy cành, đứa nào làm gãy cành thì bố phạt đó nghen. Một cặp đi hái bông sua đũa, hai đứa đi hái bông điên điển để các con trò chuyện thêm vui.

Hai đứa con trai ra chỗ ngồi câu cá, cái ao có tượng Đức Mẹ Maria, để sẵn đó hai quày dừa, có mang ra chừng chục cái ly và muỗng để ăn cái dừa, nhớ phải mang dao. Bốn đứa ra gặp anh quản gia, nói bố cần bốn quày dừa uống nước mang ra ao cá hai quày, nhớ phải có một lọ muối để cho vào nước dừa uống sẽ đậm đà hơn. Cả bốn đứa không biết cách leo lên chặt từng quày thòng dây xuống vì dừa đã lên cao.

Anh quản gia từ cây này lấy thang qua trèo lên cây kế anh chặt luôn sáu quày, nói hôm nay dùng bốn quày, còn hai quày dành cho sáng mai, vì nhiều khi các em ra vườn, không có người chặt dừa, con trai báo cáo với bố như vậy.

Hiếu nói chiều nay có cá ăn hay không do các con, cả bốn con nói làm sao mà bắt. Chúng con không biết phải làm sao, đừng có lo ba bao sân hết, ba còn dự trù bắt được quá nhiều cá, còn rộng để dành cho bữa ăn sau.

Bốn anh chị như là thông gia, tôi tin bốn anh chị mới đi câu lần đầu, cá thấy tội nghiệp đến ăn để các anh chị tha hồ mà câu được nhiều cá, cá con mình nên thả lại ao nuôi tiếp. Bây giờ quý anh chị đi nghỉ một chút, chừng hai giờ ra cái to có tượng Đức Mẹ có nhà dù, có bàn có ly, có nước dừa, vừa uống vừa câu cá, tôi bảo hai đứa con tôi ngồi gần quý bác lo móc mồi và gỡ cá cho vào thùng để cạnh chỗ câu. Còn bây giờ, tôi đi đặt mười cái lọp, chừng ba bốn giờ sau, quý vị xem tôi bắt nhiều thứ cá lớn, còn mình câu cá nhỏ, cá nhỏ quá thả lại ao, cá nhỏ kho tiêu ăn lại ngon hơn kho cá lớn.

Hiếu gọi điện thoại mời ông bà cựu Khoa Trưởng trường Y, bố mẹ anh chị ba, anh chị tư, chú thím Tín, ông bà thiếu tướng công an, nói có con gái cho cháu qua chơi làm quen với hai bạn gái Pháp và Úc. Ông bà thiếu tướng nói, chúng tôi qua sớm, năm giờ.

Hiếu nói với Thu Vân, em mượn nón lá của chị hai hay của mẹ đi ra vườn với anh coi anh đặt lọp bắt cá lóc, em sẽ tặng anh bằng tiến sĩ đặt lọp nghe. Dạ, em nghe để em đi mượn nón lá, rủ coi có đứa con nào theo mẹ ba Hiếu biết thêm cách đặt lọp. Từ trong nhà ra, Hiếu đã mặc quần sọt, áo pull, đầu đội nón to vành, Hiếu có mang theo một lon trùng và hộp đựng nhái còn sống và một con dao đi ngang phòng hai gia đình bạn Pháp và Úc. Hai ông hỏi:

- Anh Hiếu làm gì mặc sọt. Hiếu nói, hai anh không ngủ trưa đi theo vợ chồng tôi, coi tôi đặt lọp bắt cá lóc. Cả hai ngạc nhiên gọi vợ theo xem, Hiếu nói hai chị phải đội nón sợ nắng táp làm thương tổn da mặt. Thế là ông sui trai đi ra đặt lọp có vợ hộ tống lại có hai ông bà hai gia đình như là sui gái, theo xem. Hiếu dẫn vô giữa vườn có một cái rảnh to, cũng nhiều nước mà cỏ dại và rau muống, rau đay, rau nhúc, rau dừa mọc um tùm, Hiếu dùng dao phạt cho lỗ trống, lấy mấy cái lọp có mái che mưa nắng ở gốc cây, cho hai con nhái còn sống và cái ly có nhiều cát, có hàng chục con trùn con sống, Hiếu cho vào lọp như là một cái lờ có hai cái hom cho cá chui vào ăn mồi đặt ngay chỗ vạch trống, đạt lọp xong có cắm cây giữ lọp sợ có cá lớn sẽ đẩy lọp sang chỗ khác, Cắm cây cũng là dấu cho dễ nhớ chỗ đặt lọp, xong rồi lấy cỏ lục bình tủ lên trên lọp cho cá không sợ ánh sáng.

Đi xung quanh cái mương to đó đặt được mười cái lọp, mất gần nửa tiếng. Hiếu mang hai lon mồi theo mời quý bạn ra chỗ câu cá ngồi uống nước dừa. Kế cận có một thùng nước có xà bông, có khăn lau tay. Hiếu dùng một cái khăn khác lau trái dừa cho sạch, Hiếu chặt dừa nhanh quá các người bạn vô cùng ngạc nhiên, cái gì Hiếu cũng làm nhanh như đặt mười cái lọp, gặp người khác cũng mất từ một đến hai tiếng mới xong. Hiếu chặt bụp hai ba nhát dao là rót được nước dừa vào ly, ba trái cho sáu ly, Hiếu chỉ chặt một nhát dao trái dừa bị chia ra làm đôi, dùng muỗng nạo cái dừa cho mỗi ly đủ hết, Hiếu cho thêm một tí xíu muối cho nước dừa thêm đậm đà. Tôi mời quý bạn uống hết nước dừa, năm người câu, coi ai được nhiều cá, tôi chỉ lo móc mồi và gỡ cá dính vào lưỡi câu. Trưa nay, chúng ta không nghỉ trưa thì tối chúng ta ngủ ngon.

Cả năm người rất vui, ai cũng câu cá lần đầu trong đời mà cần câu lại vô cùng đơn giản, không phải cần câu tốn cả trăm đô hay hơn, nhợ câu dài phải có dụng cụ quấn lại nhợ mất rất nhiều thì giờ và công sức. Còn câu cá đồng ở miền Tây hay câu cá ao hồ chỉ cần nhợ câu từ một thước rưỡi tới gần hai thước và cần câu bằng một thanh tre con con là được. Hiếu nói mình câu chừng hai giờ tôi sẽ đi thăm lọp coi có bắt được nhiều cá không? Nếu có đặt lọp lại, tôi gọi hết mấy đứa con trai lại xem cách tôi đặt lọp để chúng biết cách bắt cá vì quý vị đi du lịch, vợ chồng tôi bay về Mỹ. Nếu không có việc gì quan trọng, chừng một tuần hay hơn, chúng tôi sẽ bay về Việt Nam còn đón quý vị đi du lịch về, chúng ta câu cá hoặc kéo lưới hay đặt lọp dài dài.

Mọi người uống nước dừa xong, bắt đầu câu cá, có hàng chục cần câu để gần gốc cây có mái lá che mưa nắng. Mỗi người chọn một cây cần câu, xin phép cho tôi nịnh vợ tôi một chút, tôi móc mồi trước, cô tự lấy ghế ngồi lựa chỗ ngồi câu. Hiếu mới móc thêm vừa xong cho hai bà, thì vợ la toáng lên dính cá bự, tiếng la chói lói, trong nhà nghe, ùn ùn chạy ra không biết chuyện gì, hai bà cũng giựt được cá cũng khá lớn và hai ông chưa móc mồi thì có mấy con trai lại móc mồi giúp, cả ba con cá các câu được đều là cá rô phi, nay đã lớn, cho vào thùng nước. Các đứa con gái thích câu lại lấy cần câu, nhờ các em trai móc mồi giúp, chúng không cần ngồi, đứng câu mới vui, hết đứa này đến đứa khác la lớn dính cá, ba bà câu chừng hai chục phút đã có trên ba chục cá rồi. Ba bà vào lều ngồi nghỉ có con cháu chặt dừa uống tiếp. Câu đúng một tiếng có cả trăm con cá vừa lớn, cá nhỏ thả lại xuống ao. Hiếu nói, cá câu này thừa cho bữa ăn chiều. Câu được năm sáu con cá rô đồng khá lớn và cá rô biển, nhiều nhứt là cá rô phi. Cả nhà quá vui, Hiếu bảo hai thằng con trai lớn lái hai xe điện qua đây chở mấy bác và các em đi dạo quanh qua cả nhà vườn bác ba nữa, chạy chừng hai vòng, các con dừng lại đây để ba và quý bác vào bắt cá lóc.

Hai con lớn để xe cho hai em kế lái chạy thêm mấy vòng cũng được, còn hai con theo ba mang theo thùng đựng cá, giúp ba bắt cá cho vô thùng. Hai con dạ vâng, đi nhanh lấy xe hai ý trung nhân cũng chạy theo. Người lớn ngồi một xe có ghế ngồi còn đám nhỏ đứng chật ních một xe không hết, bốn đứa chạy qua xe người lớn đi rộng rãi thoải mái hơn, xe chạy đến đâu chúng la nói ỏm tỏi khá vui nhộn. Hiếu nói với vợ, em đi chơi có bạn với hai chị, còn anh phải đi quan sát hết nhà vườn, coi thế nào. Hiếu thấy có nhiều bông súng mọc ở giữa ao, lấy chiếc xuồng bơi ra nhổ bông súng, hai con lái xe thấy bố bơi xuồng hái bông súng, khoái quá, có hai đứa nhanh chân xuống một xuồng khác bơi theo ba hái bông súng. Xe điện tiếp tục chạy thêm một vòng nữa từ nhà cô hai, xuyên qua nhà bố mẹ, rồi chạy ra ao, ngưng lại coi hai em trai xuống tiếp bố nhổ hàng mấy chục cọng bông súng. Bố chỉ con cách quấn bông súng thành vòng tròn khi di chuyển mà không bị dập. Tại hồ lớn này có hai chiếc xuồng con, bố bảo một đứa con bơi một xuồng xung quanh hồ. Khi xe dừng lại thấy hai anh bơi xuồng thích quá, năm đứa con gái cũng trên mười tuổi nhảy xuống xe xin bố cho xuống đi một vòng với hai anh. Bố nói các con xuống đây chơi hết, mời hai ông anh bà chị xuống xuồng để hai con lái xe về chỗ cũ. Hiếu nói cho các con lớn đi xuồng trước vì nước không sâu rủi té xuống nước không sao. Còn đợt sau, ba chở hết mấy con nhỏ dưới mười tuổi, còn em dưới năm tuổi thì chưa đi xuồng được. Các con ngồi trong xuồng đừng đùa cợt xô đẩy nhau thì xuồng không bị lật. Ngày mai hai anh chị hai của con đi chợ tìm mua phao to cho tất cả các con dưới mười hai tuổi, phải có phao, các con còn tự tập bơi xuồng nữa. Hôm nay, các con chỉ bơi xuồng chơi vài vòng cho biết vậy thôi.

Một chút các con theo ba coi ba bắt cá đặt lọp còn vui hơn. Vào vườn thấy trái cây nào chín, các con thích hái ăn thử cứ tự nhiên ăn và không được làm gãy cành cây. Ba nhắc hái trái cây cuống trái chắc đừng có giựt cuống mạnh quá làm gãy cành cây đang có trái. Các con mở nắp hộp dưới chỗ để cần câu có hàng chục kéo và dao con để đi hái trái cây hay gọt vỏ, ba đều có chuẩn bị sẵn cho các con.

- Nếu đứa nào hái trái mà làm gẫy cành cây, ba phạt nghe. Các con dạ vâng, ba còn dặn vói, các con nhớ lấy theo dao, kéo và giấy chùi sạch trái cây rồi mới ăn.

Người lớn ngồi uống nước dừa coi anh em chúng nó bơi xuồng vòng quanh hồ cũng vui. Bây giờ đến người lớn đi xuồng con cho biết, Hiếu bảo các con chặt dừa ra uống và coi ba mẹ và các bác đi hai xuồng bơi vài vòng cho mẹ con biết ngồi xuồng làm sao. Sáu người lớn xuống hai xuồng, bơi một vòng, có chỗ cái dầm bơi, cấm xuống đụng mặt đất, chứng tỏ ao chưa có nhiều nước vì là mùa nắng, cứ cách ngày là phải bơm nước từ con kinh lớn vào cho chạy khắp bốn nhà mới giữ nước cở đó, còn mùa mưa, đôi khi nước ngập tràn lên khỏi bờ ao, tha hồ cho cá chạy lên vườn cây nằm chết khi nước rút xuống cá không theo kịp nước.

Xong vụ đi xe điện, đi xuồng, bây giờ bắt qua chuyên bắt cá đặt lọp. Hiếu mời mấy người bạn và các con đi theo. Hiếu bảo bốn con trai lớn vào nhà lấy bốn thùng ra đựng cá, có con hỏi đâu có nhiều cá mà cần đến bốn thùng. Ba giải thích ngay vì trong thùng còn có nước cho cá sống vì cá sống mình rộng lại dành cho các ngày sau. Các con mới hiểu cách bắt cá phải để sống đưa đi bán thì giá gắp đôi gắp ba cá chết hay mình rộng cho cá sống một vài ngày nữa. Giở cái lọp thứ nhứt có hàng chục con mà có đến ba bốn con cá lóc to, Hiếu bảo con thả lại cá lóc con nhỏ và các cá con khác còn sống thả lại xuống rảnh nước. Hai con trai lớn lo vụ bắt cá trong lọp, Hiếu đến cái lọp thứ hai giở lên cũng có quá nhiều cá, hai con trai quá vui gọi ý trung nhân và các bố mẹ đến xem. Hiếu nói mình lâu quá không có bắt cá ăn nên chúng sanh sản nhiều. Các con chỉ bắt cá lớn, cá nhỏ thả lại xuống nước. Cả tiếng mới giở hết mười cái lọp, Hiếu làm việc gì đều có tính toán chu đáo. Một cái lọp cho hai con trai lo bắt cá và đem lọp vô để chỗ gốc cây có che phủ tránh nắng tránh mưa cho lọp giữ được lâu bền. Một đứa xuống lấy cỏ lục bình mà khi lấy lọp lên là phải bỏ kế bên, phải lấp kín chỗ đặt lọp giữ kín cho cá vào trú hoặc đẻ, cỏ dại nhiều giúp người nuôi bò có thêm cỏ để cắt. Sau vụ bắt cá trong mười cái lọp toàn lựa cá ngon và lớn phần nhiều là cá lóc lớn. Hiếu nói:

- Chiều nay có món cá nướng trui, ba biểu diễn cho tất cả các con xem để các con lo cho những bữa ăn không có ba. Các con vỗ tay hoan nghênh. Bố nói cho các con biết, chiều mình ăn tiệc tại nhà nguyên liệu thực phẩm toàn cây nhà lá vườn, các con có đóng góp câu cá, bắt cá đặt lọp, biết bơi xuồng. Bốn con lớn có người giúp, hai đứa khiên một thùng thử coi nặng nhẹ, nếu nặng quá phải đổ bớt nước khiên vô bếp cho thêm nước thì cá không chết. Bây giờ bố cần bốn con cầm dao, cầm kéo theo ba, hai con nhanh chân vào nhà bếp lấy ra chừng bốn cái rổ, các con hái "rau sống" còn gọi là rau thơm ăn với cá nướng trui chiều nay. Các bác cũng theo mấy cháu coi xem chúng hái rau thơm cả một khu vực chừng hai mươi mét vuông, trồng đủ thứ, hẹ, hành, sả, riềng, nghệ, gừng. ớt và hàng chục loại rau thơm khác nhau, tía tô kinh giới, rau cần, rắp cá, rau răm, húng cây húng lủi.

Hiếu chỉ cho một đứa lại khu trồng các loại rau dùng nấu canh chua rau tần, ngò om, ngò gai, húng quế. Một đứa cắt sả, hái ớt chín, bới gốc bẻ vài nhánh gừng, hai đứa chuyên hái rau thơm, chia vùng hái các loại rau khác nhau. Hiếu căn dặn kỹ, các con vào vườn rau, xem kỹ dưới chân mình có đạp lên rau không, tránh đạp rau chết hay khi hái rau xong thì vườn rau xơ xác, chăm sóc lại lâu mới trở lại nguyên trạng trước khi hái.

Bố Hiếu giải nghĩa cho các con hiểu, Thu Vân nói lớn sao cái gì bố cũng hiểu cặn kẻ, đám con hô lớn chúng con tôn bố làm sư phụ. Cả đám con vỗ tay khen bố nức nở làm cho bố Hiếu rất vui. Hiếu nói lớn:

- Các con của ba mẹ đứa nào cũng có đóng góp, chiều nay các con ăn sẽ ngon vô cùng. Tối nay, các con đốt lửa trại chơi, làm vài con gà nấu cháo, sẵn có bắp chuối, rau răm mình thêm món gõi gà bắp chuối hột thì nhậu hết sấy. Các con dạ vâng vang dội.

- Ông bà ngoại và hai chị vú đẩy xe xem anh chị chúng nó làm gì mà la ỏm tỏi để cho bốn cô công chúa tí hon ra xem nữa, bà ngoại nói lớn cho các cháu nghe. Mấy cháu gái xin đẩy xe xuống bếp, ông bà xuống theo, thấy cá quá nhiều. Hiếu phải chỉ huy tổng quát, sai bảo các con gái lo khâu lặt rau, rữa rau, bóc vỏ bông búng và lặt bông điển ngay, rữa sạch cho cô hai bóp xổi, một chút mình có món rau ăn với cá kho. Hiếu bảo hai thằng con trai vào các bụi tre chặt tre cách nào miễn có đủ mười lăm que tre xổ vào cá lóc nướng trui. Còn hai con lớn, thử đánh vẫy bốn con cá lóc, Hiếu chỉ cách đánh vẫy và rữa sạch để cô nấu canh chua bông sua đũa với cá lóc. Các con gái và cô dâu tương lai tập đánh vẫy cá tiếp với chị vú và chị bếp và các cháu gái đi học về. Đánh vẫy cá nhỏ rất lâu phải có nhiều người. Hiếu nói, mấy thằng con trai cũng tập làm cho quen để giúp vợ, biết làm cá cho vợ đỡ hư móng tay.

- Mẹ Thu Vân hứ lên liền, bố ám chỉ mẹ, cả đám cười vang. Nhờ vui quá, các con cũng tập làm, đánh vẫy cá trật vuột trông rất dễ thương, Hiếu nói lớn coi chừng đứt tay. Bố vừa nói có đứa nói to con bị đứt tay. Bố Hiếu nói:

- Bị đứt tay lần sau sẽ tránh đứt tay vì có kinh nghiệm. Hiếu nói với vợ lại lấy cái túi cứu thương của bố. Bố tiên đoán thế nào cũng có đứa đứt tay hay trầy xước tay chân. Hiếu dẫn con lại vòi nước, bảo đưa tay cho bố rữa sạch với xà bông. Bố nói với mẹ mở túi cứu thương ra đưa chai nước khử trùng Hiếu rữa lại vết đứt sạch còn lấy an côn lau cả chỗ vết đứt chung quanh rồi dùng bột thuốc rắc lên, Hiếu nói với vợ, em dùng cái band aid băng cho anh xem. Thu Vân cũng làm một rẹt là xong và nói cái vụ băng band aid dễ ợt, em sẽ học sư phụ cách băng khác.

- Hiếu gật đầu đồng ý. Các con phụ làm cá xong, rữa sạch, bố bảo lại vòi nước có xà bông rữa tay cho thật sạch, có khăn lau khô cạnh đó, ba có mang ra cho các con một ít rau rắp cá và rau răm. Các con hưỡi bàn tay còn mùi tanh cá không?

- Dạ còn, một đứa con đáp lớn. Vì vậy, bố chuẩn bị rau răm, rắp cá, các con lấy vài cọng ra vò vào lòng bàn tay, đầu ngón tay và kẽ bàn tay, chừng một hai phút các con rữa tay lại bằng nước sạch, ba có chuẩn bị cho các con cái khăn thứ hai lau tay, các con hưỡi lại tay coi có còn tanh cá nữa không.

- Thưa bố hết mùi tanh rồi. Các con vỗ tay hoan nghênh bố, chút nữa các con nhớ lấy hai khăn này bỏ vào giỏ đồ giặt, hai khăn sẽ giặt riêng các thứ khác, không giặt chung với quần áo vì có mùi tanh của cá.

Khi có các cây que đem về, mỗi cây que chừng năm sáu tấc, Hiếu vạt nhọn một đầu, chọn những que cứng chắc, và que không quá lớn, bằng đầu lớn của chiếc đũa. Hiếu bảo hai con lớn bắt ra mười con cá lóc đập đầu cho chết. Cá lớn, Hiếu bảo hai con trai kế, mang hết cá con lại phải là còn sống, con nào khờ sắp chết đừng cho vào rộng mà đem về nướng trui luôn. Cái rộng to, ba có để sẵn tại chỗ câu cá, uống nước dừa, có cái hom bỏ cá vào nhớ khoá lại cẩn thận. Cái rộng không cho ngập sâu mà phải chừa chừng một gang tay nhô lên mặt nước để cho cá trồi lên mặt nước thở, còn rộng chìm sâu dưới mặt nước cá sẽ chết hết. Các con nghe bố giải thích mới hiểu thêm cách đặt lờ, đặt lọp là phải cho cái chóp của lọp cao hơn mặt nước mà mình phải bỏ cỏ hay lục bình trùm khoảng trống của lọp tránh ánh sáng vì cá rất nhát với ánh sáng.

Anh quản gia và thằng con anh lo chăn nuôi và chăm sóc vườn hoa đi học về cùng với bố mẹ và em gái nó cũng chạy qua phụ giúp cô hai. Hai bố con đi nhặt các cành khô, lá khô mang về chỗ nướng cá đổ thành hai ba đống, có thêm vài khúc củi to nữa để giữ lửa.

Cá lóc lụi từ miệng cá đến đuôi đủ mười con, Hiếu bảo các con mang lại vòi nước rữa sạch cát đất đem lại chỗ nướng trui trước của nhà cho các cụ ở trong nhà ngồi nhăm nhi cũng xem được hoạt cảnh cá lóc nướng trui đúng nghĩa của dân quê miền Tây. Mười con cá lóc chia ra làm hai chỗ nướng gần sát nhau. Cắm chặt năm con cá thành vòng tròn ở giữa có vài khúc cây lớn và xung quanh đều có cành khô ở dưới, chốc nữa bỏ lá khô, cỏ khô lên trên cá cho các con coi cho biết. Hiếu bảo các con trai đi tắm trước xong đến các con gái, Các con gái phải lo đem ly chén, dĩa muỗng bày lên bàn, và mang hết mọi thứ rau, kể cả chuối chát, khóm, dưa leo ra trước cùng với bánh tráng, dĩa nhựa cuống bánh tráng, hai thứ nước mắm nêm và nước mắm me, vài dĩa ớt.

Đúng sáu giờ, mọi người đến đông đủ, các con trai tắm xong ra nhóm lửa, lo nướng cá là món ăn trước nhứt. Kế đó sẵn có lửa than xếp gạch cho các miếng ngói lên. Hiếu sẽ nướng biểu diễn trước chỉ cho các con có dịp tập làm món thịt bò nướng ngói rất đơn giản, dễ làm mà lại rất ngon miệng. Người ngồi nướng có ghế ngồi đàng hoàng, Hiếu bảo con vào kho lấy ra bốn cái ghế con. Mỗi lần nướng có bốn đứa, mỗi đứa thử nướng ít nhứt một lần, cạnh chỗ nướng đem ra ba bàn nhỏ có ghế ngồi cho các con nhỏ ăn gần chỗ nướng cũng ôkê nhứt là các bé, có cả con chị hai, anh ba, chị tư. Một cái bàn lớn có trải các tàu lá chuối lau sạch để lên bàn, nướng chín cá cho lên bàn cào than vãy cá xong cho vào dĩa, bưng vô bàn ăn.

Mọi việc sắp xếp xong, nướng cá trước, kế đến bò nướng ngói sau cùng có canh chua cá lóc cá kho tiêu với thịt ba rọi ăn cơm.

Mọi người đến đông đủ, ngồi vào bàn, Hiếu xin nói tiếng Pháp vì mọi người đều hiểu, mẹ tôi không hiểu có chị tư ngồi bên cạnh thông dịch. Hôm nay tôi bạo gan nói tiếng Pháp múa rìu qua mắt thầy, chú thím Tín, còn ông tây bà đầm thì tôi lại thua te tua, chị tư lanh miệng thông dịch qua tiếng Pháp, ông tây cười vui và còn nói Bravo bravo, cổ vỏ cho anh sui.

Hiếu giới thiệu quan khách xong hết, Hiếu nói tiếp, hai vị khách quý từ Pháp và Úc đến quê hương chúng ta, trưa nay ba anh em chúng tôi bàn thảo nhiều chuyện mà chuyện chính chúng tôi nhứt trí kết tình thông gia, chỉ còn chờ các con sắp tốt nghiệp đại học mới tiến hành đám cưới. Tất cả mọi người vỗ tay hoan nghênh chúc mừng. Vợ chồng tôi quá vui mừng sẽ có thêm hai con dâu Pháp và Úc, vợ chồng tôi muốn tổ chức ăn mừng nên rủ nhau đi câu cá, đặt lọp bắt được trên hai mươi con cá lóc nên có món cá lóc nướng trui, đặc sản của miền Tây, tôi muốn giới thiệu với hai người thân mới.

Ở nhà chúng tôi còn nhiều thịt bò làm thêm món nhậu bò nướng ngói. Còn món ăn cơm có cá lóc nấu canh chua bông sua đũa, món cá kho tiêu có cả thịt ba rọi, có món bóp xổi bông điên điển với bông súng. Tất cả mọi thứ mà quý vị dùng hôm nay đều là của nhà và có công của nhiều người góp phần trong đó có hai khách quý của chúng tôi. Xin gọi trước là thông gia nghe cho vui. Sau bữa ăn có Thiếu Tướng Giám Đốc công an, tôi xin nhờ giúp một việc. Trong khi ăn chúng ta tha hồ nói chuyện thân tình, vài ngày tới vợ chồng tôi phải bay về Mỹ coi xem công việc của Phân Khoa, nếu không có gì quan trọng vợ chồng tôi bay trở về Việt Nam ở thêm và có thể sẽ Ra Mắt Sách ở Hà Nội và Sài gòn trước khi chúng tôi đưa đại gia đình trở về Mỹ. Ông bà Thiếu tướng muốn gởi con gái qua Mỹ học, tôi sẽ bao hết ăn uống chỗ ở và xin vào học sẽ có giá học phí đặc biệt mà cháu học ngành Y thì tôi càng giúp dễ dàng và bà có thể đưa con sang Mỹ ở lại chơi vài tuần rồi trở về. Nếu cùng đi một chuyến với gia đình tôi mua vé luôn cho cùng một khoan máy bay. Nếu đi Mỹ phải chuẩn bị ngay Passport, Visa.

Bây giờ xin mời quý vị hướng ra sân, coi các con trai tôi cũng tập nướng trui cá lóc và con gái cũng tập làm món bò nướng ngói. Cháu gái, con ông bà Thiếu Tướng tôi thấy cháu lanh lợi làm quen với các chị đã học trên mình, chốc nữa cháu cùng các chị em làm món bò nướng gói để bố mẹ cháu hôm nay chứng kiến con gái mình biết làm món bò nướng ngói. Các con nổi lửa cho lá, cỏ khô đốt từ từ. Từ trong nhà bố nói vọng ra ngoài, bố hỏi tại sao nướng cá ngoài trời, cái đầu cá cắm xuống đất, tại sao? Đứa nào đáp trúng ba mẹ thưởng cho hai nụ hôn kể luôn mấy cháu khác. Tôi nói bằng tiếng Pháp, tiếng Mỹ cho hai cháu gái Pháp Úc cũng có quyền tham gia trả lời. Đợi mười phút, cá cũng có thể chín, ba ra sân chỉ các con cách thử cá chín hay chưa, ba cũng học lóm mấy lần đi ăn ngoài trời. Không có đứa nào trả lời đúng.

Cái đầu và phần trên con cá lóc to lâu chín nên phải cắm đầu cá xuống dưới vì ở dưới nóng hơn ở trên, có đúng vậy không? Các con đều hô lớn bố nói đúng.

Hiếu chỉ cách con thử xem coi cá chín chưa? Lấy một chiếc đũa cắm vào cổ cúc cá, chỗ cứng dày, nhiều thịt cũng là chỗ khó chín ở đó chín thì toàn thân cá chỗ nào cũng chín. Các con dùng đũa đâm sâu vào cổ cúc thấy mềm và rút đũa thấy thịt cá trắng thì toàn thân cá đều chín hết. Chỗ đó đâm vào mà còn cứng và thịt cá đỏ còn máu thì cá chưa chín, tiếp tục nướng thêm chừng năm bảy phút hay lật con cá xuống lửa than sẽ rất mau chín. Cá chín, các con lấy đũa cào vẫy cá cháy khét bỏ hết thấy thân cá chín mà có chút khét dính vào thịt cá lại ăn có mùi thơm. Như vậy mới xứng với tên cá nướng trui, thịt cá thơm ngon ngọt tự nhiên, chỉ thiếu chất béo, khi dùng đũa xẻ cá ra cho thêm mỡ phi hành tỏi và rải đậu phộng rang đâm nhuyễn cho thêm thơm, bùi.

Món cá lóc nướng trui cuống với bánh tráng rau sống có sẵn trên bàn và chấm nước mắm me hoặc nước mắm nêm. Hiếu vội cuống cho hai mẹ và lo cuống cho hai bà thông gia làm sao hai bà biết cuống, Hiếu cuống luôn hai cuống cho hai anh sui. và chỉ chấm vào nước mắm me.

Hiếu cuống cho bà Jane, bố Philip, bố vợ...Hiếu sẽ cuống sau cho mình sau cùng. Cuống xong cho cả chục người mà vợ cuống chưa xong một cuống. Hiếu cuống giúp, bóc ra bánh tráng chỉnh lại cuống mạnh tay, nhấp nháy là xong mà trông đẹp mắt, vợ cám ơn và nói với hai mẹ, anh Hiếu cái gi cũng giỏi, các ông chưa cuống xong Hiếu cũng lại giúp. Còn cuống của Hiếu, vợ chuẩn bị mọi thứ cho chồng, Hiếu đè rau dưa xuống cuống một cái rẹt là xong và Hiếu mời mọi người ăn thử coi cá nướng trui ngon thế nào. Cá tiếp tục bưng lên, Hiếu bảo hai thằng con trai đứng chỗ mẹ thử cuống xem sao. Bố bảo các con nhúng sẵn bánh tráng cho vào các dĩa nhựa gần, bố cuống nhanh như chớp, các món mang đến quý bà trước quý ông sau.

Chỉ một mình Hiếu cuống nhanh cho cả hai chục người ăn. Sẵn còn cá Hiếu cuống thêm khoảng hai chục cuống nữa để lên bàn, ai muốn ăn thêm có sẵn. Hiếu tách ra mười cái đầu bảo con bưng đến mời các ông lớn tuổi. Còn ruột cá nướng hơi nguội. Hiếu bảo con gái cho vào một cái chảo làm cho ruột cá nóng lên, cho vào vào dĩa. Hiếu đi đến chỗ quý cụ, tách cắt ruột chia đều cho các cụ. và quý bà, còn nhiều cuống các cụ không ăn thêm bảo hai con trai bưng ra ngoài cho các em ăn, nhứt là bốn em đang ngồi chờ có lệnh là nướng thịt bò liền. Cho thêm củi vào, các miếng ngói nóng lên, Hiếu ra lệnh bò nướng ngói.

Các miếng ngói, trét mỡ bỏ thịt vào nghe xèo xèo vì ngói nướng lâu nên rất nóng chừng một chục giây thì thịt bò vừa chín tới còn nóng cho vào dĩa và đến đợt ba vừa xong là có thêm ba mươi miếng thịt bò nướng, các con bưng lên đưa cho bố chia đều cho mọi người, vừa ăn xong uống một ngụm rượu là có miếng thứ hai qua miếng thứ ba thì quý vị lớn tuổi khựng lại.

Hiếu bảo các con nướng rồi cùng nhau ăn ngoài trời, đèn mở lên sáng rực. Trên phần mộ trước ảnh mẹ Caroline có dĩa cá nướng cùng một cuống của bố và một dĩa thịt bò nướng ngói mà có con đốt nhang cắm trước ảnh mẹ. Hiếu ra sân thấy có nhang bóc khói ở mộ Caroline, Hiếu đến xem, thấy vậy, Hiếu lặng lẽ mời má ba ra xem mà nước mắt chảy ròng ròng.

Không ai hiểu, Hiếu khóc vì chuyện gì, thấy Hiếu dẫn ông bà ngoại mấy cháu ra mộ Caroline bà con ruột thịt mới hiểu tại sao Hiếu khóc. Bernard cũng ra xem các con Caroline cúng mẹ, Bernard cũng khóc nhớ em, hai ông bà ngoại khóc sưng híp mắt trông thấy rất thương. Các cháu lấy khăn nhúng nước mát cho ngoại lau nước mắt, bố và cậu tư cũng lau nước mắt. Hiếu nói anh tư lại gần ba má, các con mang lại gần phần mộ bốn cái ghế cho ông bà ngoại và cậu tư ngồi. Hiếu vào bàn tiệc nói:

- Tôi có lỗi với Caroline, tôi quên không nhớ cúng cơm cho em hay mời em về chung vui tối nay. Không biết đứa con nào nghĩ nhớ đến mẹ tự động mang thức ăn và đốt nhang vái mẹ, tôi quá cảm động vì thấy con đã trưởng thành biết hiếu kính bố mẹ còn sống hay đã qua đời như Caroline. Thu Vân cũng ra phần mộ Caroline thắp một nén nhang và khóc. Các con bu quanh phần mộ mẹ, đốt thêm nhang vái van mẹ về chung vui với các con.

Hai chị vú và các cháu dọn sạch bàn mang canh chua, cá kho tiêu và bông điên điển, bông súng bóp xổi ăn cơm rất bắt. Các con ra mời ông bà ngoại bố mẹ, cậu tư vào ăn cơm, có hai con gái bưng ra một tô canh chua, một dĩa cá kho tiêu cùng một dĩa bông điên điển bóp xổi và đốt thêm nhang các con đến xá mẹ mời mẹ về ăn cơm. Ông bà ngoại ăn cơm một cách tự nhiên. Ăn cơm xong bà nói:

- Không ngờ các cháu ngoại quá hiếu kính mà chính chúng tôi kể cả ba nó quên Caroline. Chúng tôi khóc vì hối hận mà lại rất vui mừng thấy các cháu ngoại biết kính yêu mẹ. Khi ông bà ngoại ra đi cũng chôn cất ở đây, chắc chắn chúng nhớ đến mẹ cũng sẽ nhớ đến ông bà ngoại nên tôi quá vui.

Hiếu xin trình bày với quý bác chú cô dì và gia tộc biết rõ vụ người ta có mưu độc định ám sát vợ chồng tôi tại ngôi nhà này. Nhân có Thiếu tướng Giám đốc Sở công an thành phố Cần Thơ cũng biết một phần. Người ta âm mưu ám sát tôi hay tịch thu tài sản tôi một cách phi lý kỳ quặc. Khi chúng tôi đến Hà Nội qua lời mời của Bộ Ngoại Giao và Viện đại học Hà Nội, tôi có trình thẳng với Thủ Tướng chính Phủ. Tôi thoát bị ám sát chết là có sự tiếp tay bà con chòm xóm báo cho biết có một nhóm người muốn giết tôi mà đi xe của Bộ Công An. Tôi có trình với đại tá Giám Đốc công an Thành Phố CầnThơ, ông nói cấp trên bảo mật hay tính chuyện gì đó hoàn toàn đại tá không biết gì hết. Ông đại tá sợ bọn phản động hay kẻ gian giết để cướp của bác sĩ Trần Trọng Hiếu vì bác sĩ là người tốt, công dân gương mẫu, nên công an phải bảo vệ. Ông Thủ Tướng lặng thinh, chốc sau, ông ôn tồn nói:

- Nếu công an Hà Nội có âm mưu muốn giết người vô tội tài giỏi của đất nước và thế giới là điều tồi tệ bẩn thỉu. Thủ Tướng có xin lỗi tôi dẹp qua chuyện ruồi bu bẩn thỉu đó. Vợ chồng tôi cám ơn Thủ Tướng thấy xa hiểu rộng giết tôi chết, Việt Nam chẳng có một cái lợi gì hết mà kẻ bảo thủ cực đoan làm sằng bậy đổ bể cả thế giới biết, thật xấu hổ. Sau ám sát bất thành, có một thượng tướng Thứ trưởng bộ công an bị cho nghỉ việc và tới cái chết nói là ông nhảy lầu, đại tướng Bộ trưởng công an cũng bị về hưu và hàng chục sĩ quan công an liên hệ đến vụ mưu sát bị vào tù hoặc đang điều tra xét xử...

Thủ tướng nói thật là ông trân trọng quý mến tài năng của tôi. Chính Thủ Tướng đến tham dự buổi lễ Viện đại học Hà Nội tổ chức long trọng trao bằng tiến sĩ danh dự cho vợ chồng tôi và hai tiến sĩ trong Hội từ thiện giúp phụ nữ sắp thành lập tại Việt Nam.

Thủ tướng còn dành đặc ân cao quý cho gia đình chúng tôi giúp cho ba chiếc trực thăng chở quan tài vợ tôi và gia đình từ máy bay ở Mỹ qua, tại phi trường quốc tế Tân Sơn Nhất, về nhà này ở Cần Thơ, hơn hai mươi người. Khi có lễ tang vợ tôi, chính Thủ Tướng từ Hà Nội xuống tận đây chia buồn và có tràng hoa phúng viếng.

Quý vị đã biết rõ vụ âm mưu bắt tôi, tịch thu tài sản của vợ chồng tôi không thành, tổ chức ám sát thất bại bốn tên mật vụ bị bắn trọng thương và một mật vụ bị bắt sống cả chiếc xe có bản số của văn phòng đại diện Bộ công an tại Sài gòn. Nay mọi chuyện giải quyết xong, tôi rất kính mến bố Thủ Tướng Chánh Phủ, bố cho tôi số phôn riêng, có chuyện gì quan trọng gọi số riêng này, bố nghe liền. Tôi lại càng kính yêu và cám ơn bố thêm nữa. Bố hẹn, con có tổ chức Ra Mắt Sách của vợ con tại Viện đại học Hà Nội, bố mẹ sẽ đến dự và thông báo cho các bộ nên tham dự càng đông càng tốt.

Bây giờ, tôi xin thưa với thiếu tướng Giám đốc công an thành phố Cần Thơ, hai ngày nữa vợ chồng tôi bay về Mỹ làm việc. Nếu không có việc quan trọng cần giải quyết sớm, chúng tôi ở Mỹ chừng một tuần sẽ bay về Việt Nam. Chúng tôi ra Hà Nội Ra Mắt Sách sáng thứ bảy, chiều bay về Sài Gòn, sáng chúa nhựt cũng Ra Mắt Sách tại viện đại học Sài gòn. Sau buổi ra mắt sách ở Sà Gòn, chúng tôi về lại quê Cần Thơ.

Còn chừng một tuần đến trước ngày khai giảng niên học mới, chúng tôi sẽ đưa hết đại gia đình về lại Mỹ.

Chương trình đại khái như vậy, nếu ông bà Thiếu Tướng cho con gái du học ở Yale, đi với chúng tôi có cả mẹ đưa con cùng chuyến bay, tôi sẽ lo hết.

Khi chúng tôi về Mỹ làm việc, ở đây còn hai gia đình chúng tôi hứa hẹn kết tình thông gia, một gia đình Pháp và một gia đình Úc, mới đến miền Tây lần đầu. Hai tiến sĩ Philip và Jane là bố mẹ nuôi tôi, Chủ Tịch Hội Đồng Quản Trị Hội từ thiện quốc tế giúp phụ nữ. Ông người Pháp là cựu đại sứ Pháp ở Mỹ nay về hưu và ông gốc Úc là thương gia. Chúng tôi lo xa muốn xin nêu lý do cả sáu nhân vật này cũng thuộc VIP nên nhờ công an Cần Thơ giúp bảo vệ trong một hành trình dài từ Cần Thơ ra Hà Nội đến Hải Phòng về Vịnh Hạ Long, mất năm ngày, đi báy may. Bận về đi bằng xe buýt mất mười ngày, dừng lại tham quan Quảng Trị, Huế, Đà Nẳng, Hội An, Nha Trang, Phan Rang, Mũi Né, Vũng Tàu, Sài Gòn và về lại Cần Thơ. Chúng tôi xin Sở công an giúp hai nhân viên biết tiếng Pháp, tiếng Anh càng tốt theo giúp về mặt an ninh, tôi sẽ biếu hai vị công an mỗi vị một ngàn đô. Mọi chi phí ăn uống, tiêu xài, thuê khách sạn hai người phòng suốt hai tuần, có hai con trai và con gái của hai vị theo hộ tống lo thanh toán. Con mời thầy cô cựu Khoa Trưởng Y, chú thím Tín có dịp nói tiếng Pháp cho đã với gia đình thông gia con. Ông Giám Đốc công an gật đầu đồng thuận.

Bữa cơm chiều xong, Hiếu mời quý vị cao niên, lên xe điện chạy một vòng lớn thưởng ngoạn khu nhà vườn ban đêm, hiện tôi đã mở hết đèn ở đây. Nhân có quý vị cùng du ngoạn, tôi xem lại hệ thống đèn, chúng ta đi hai ba chuyến mới hết, một tua từ nhà chị hai tôi, qua nhà tôi, đến nhà chị tư và anh ba tôi trở về. Trên tượng đài Đức Mẹ Maria, tôi cũng bật đèn cháy sáng lung linh. Trong tương lai, khi về hưu vợ chồng tôi đóng chốt ở Cần Thơ, có nhiều khách, chúng tôi sẽ mua thêm xe điện và có đường chạy ngoằn ngoèo trong vườn cây ăn trái và xe điện sẽ chạy lên xuống cầu cho thêm nên thơ.

Hai con trai lái xe qua đây đón quý vị ở xa đi trước để còn về nhà, các chuyến sau toàn trong gia đình ở trong khu nhà vườn. Các con lái xe thật chậm, hai con dạ và nói con hiểu rõ. Trên xe có ghế nhỏ thấp ngồi nhìn cảnh vật về đêm quá nên thơ, xung quanh các ao đều có hệ thống đèn màu tuyệt đẹp, kể cả trong vườn cây cũng có đèn sáng. Mấy chục cây phượng vĩ đã trổ hoa màu đỏ tươi thắm dưới nền trời xanh thẳm rất bắt mắt. Hiếu dự trù trồng một khu cây bằng lăng có hoa tím tuyệt đẹp có trong thi ca, nhạc trữ tình Việt.

Quý vị cao niên nói, về hưu mà về đây ở lại có bác sĩ tài giỏi chăm sóc cùng với cảnh trí hữu tình nên thơ thì hạnh phúc cho tuổi già biết bao. Tua kế, ba má Caroline nói:

- Vợ chồng Hiếu-Caroline đã bàn bạc lập khu vườn này, nay Caroline đã không được chiêm ngưỡng cảnh đẹp tuyệt vời quả là số phận của Chúa đã an bày.

Cả đại gia đình ít có dịp đi xe điện về đêm, các con nhỏ quá vui được ngồi trên xe điện đi ban đêm, chúng xin hai anh lái cho chạy thêm vòng hai, chúng quá vui sướng. Chấm dứt vụ đi xe điện ban đêm mãi đến mười giờ. Hiếu tắt điện ngoài vườn chỉ còn lại những nơi có đèn sáng cho thêm an ninh về đêm.

Sáng hôm sau, Hiếu cho người mang đến nhà biếu một cặp cá lóc to cho ông bà cựu Khoa Trưởng Y, chú thím Tín, ông bà giám đốc Công An kể gia đình anh chị ba, anh chị tư. Hiếu nói gia đình anh phụ trách ao cá và vườn hoa, cho máy bơm nước cả đêm vì nước đang lớn.

Hiếu thức sớm hơn mọi người, như thường lệ ra mộ vợ đốt nhang cắm vào lư hương, loại nhang đắt tiền có mùi thơm toả ngát, người qua lại ngoài đường đều ngửi được mùi nhang thơm này. Hiếu nhờ anh quản gia chạy mua bốn chục cái bánh bao lớn và hai chục ổ bánh mì lớn. Hiếu pha nước trà cà phê xong, có bố mẹ Philip cũng thức sớm ra uống cà phê, hai bố con tâm tánh hoà hợp nhau nên tình yêu thương kính mến bố lại càng thêm cao. Bố khen Andre:

- Con quả là thiên tài, tất cả mọi thứ con đều giỏi hết, bố khen thật, bố lại bắt tay Hiếu. Từ trong buồng bước ra hai ông thông gia đến bắt tay ông bà Philip và Hiếu, Hiếu mời uống cà phê còn nóng, ba má cũng ra sớm uống cà phê và ngửi được mùi nhang thơm của Hiếu đã cắm trên mộ vợ. Bà nói với mọi người:

- Thằng rể tôi cái gì nó cũng giỏi, tính toán hay và có tính thuỷ chung với vợ nó, con gái chúng tôi, tôi vô cùng ngưỡng phục. Quý bạn nhìn ra phần mộ Caroline, có ánh sáng của nhang thơm, mỗi sáng sớm Hiếu đều có thắp nhang như vậy, mọi người nghe nói mới quan tâm chú ý và ngửi được mùi thơm của nhang. Mọi người ra sân, đến phần mộ Caroline và mỗi người đốt một nén nhang cắm vào lư hương làm cho cả một khu vực có mùi thơm đặc biệt, ai cũng khen nhang quá thơm. Má vợ Andre nói:

- Con rể tôi đã đặt nơi sản xuất nhang thơm cung cấp quanh năm chỉ có một mùi duy nhứt, ký hợp đồng mua năm năm, mỗi tháng lò sản xuất gởi đến bao nhiêu bó nhang đến nhà có ghi rõ trong hợp đồng. Cái gì Hiếu cũng tính trước hết. Không có Hiếu ở đây thì vợ chồng anh quản gia phải đốt nhang mỗi buổi sáng. Vợ Hiếu cũng thức sớm ra sân đốt nhang chắp tay lâm râm khấn vái theo cách của người Việt rồi mới cắm nhang vào lư hương. Bà Jane thấy cắm nhang của Thu Vân khác lạ với người nước ngoài, bà lại ôm hôn Thu Vân và Thu Vân vừa nói vừa rơi lệ:

- Cơ ngơi nhà vườn này, ba ngôi nhà sang trọng ở Mỹ và ở Áo là công sức tiền bạc của chị Caroline và anh Hiếu, chị được Chúa gọi về sớm quá.

Thu Vân đứng trước bà con thân nhân và thưa với ba má, có lẽ ba má quá thương chị Caroline, chàng rể Andre và cũng xót thương số phận ô nhục làm nô lệ tình dục một kẻ khốn kiếp suốt gần ba năm của con. Nay một người goá chồng một người goá vợ, ba mẹ thấy thương cả hai đàn con thiếu cha hay thiếu mẹ. Ba má tự nguyện làm chủ hôn trong vụ đám cưới long trọng của chúng con ở Harvard, Yale. Vợ chồng chánh thức mới ngủ chung vài đêm, con cảm nhận cơ thể mình có cái gì lạ rồi, một tháng sau, có triệu chứng có thai và con lại sanh đôi hai đứa con gái. Lần đầu cũng tương tự, chúng con cũng thầm lén ngủ chung vài đêm lại sanh ra một cặp trai. Má Caroline, xác nhận Thu Vân nói đúng, tất cả vỗ tay tán thưởng, khen Hiếu không phải chỉ có một histoire d'un amour mà có đến hai histoires deux amours.

Mọi người vào nhà uống trà cà phê tiếp, Hiếu gọi hai chị vú bưng lên một tô canh chua nóng hổi, một tô cá kho tiêu đang bốc khói và một thố cơm mới nấu, trên bàn còn có hai dĩa bánh bao tổ chảng. Hiếu xin thưa, người Việt ở miền quê Việt Nam, thường ăn sáng với cơm. Hôm nay, quý vị thử làm dân quê Việt Nam một lần, cùng vợ chồng tôi ăn sáng cho no chúng ta đi du ngoạn chợ nổi Cái Răng vào ăn trưa tại khu sinh thái, chiều về ăn tại nhà. Tối hôm sau, vợ chồng tôi mời hai thông gia mới cùng với đại gia đình chúng tôi ăn trên nhà hàng nổi.

Mọi người, ăn cơm sáng lạ miệng quá ngon sau một đêm dài bụng trống mà sáng ăn canh chua nóng, cá kho nóng và cơm nóng cả ba thức ăn nóng làm cho bụng đang đói ăn quên thôi. Ông bà thông gia gốc Pháp nói:

- Ông bà chưa bao giờ có bữa ăn sáng thật ngon và thật no như sáng nay. Cả nhà lại càng thêm vui, các cháu đã thức dậy đông đủ hết, có đứa thích ăn cơm, có đứa ăn bánh bao. Cả nhà anh chị hai, chị ba, anh chị tư cũng dẫn con qua ăn sáng. Hết cơm mới nấu, còn cơm nguội, cô hai chiên cơm cho các cháu ăn, có thêm lạp xưởng tôm khô, các cháu khoái quá, ăn tất cả các món ăn cơm canh, cá kho, cơm chiên đều hết sạch. Bánh bao còn nhiều, anh chị ba, anh chị tư và anh chị hai mỗi gia đình lấy hai cái mang về nhà, hai chị vú, chị bếp và chồng, vợ chồng anh quản gia cũng có hai cái.

Vợ chồng Hiếu xin phép ở lại nhà cho hai vợ chồng chị bếp, vợ chồng anh quản gia và hai chị vú đi du ngoạn. Còn vợ chồng Hiếu ở nhà chăm sóc bốn bé nhỏ nhứt và lo cơm chiều cho cả đại gia đình. Hiếu dặn tám con lớn, các con phải phục vụ mấy vị lớn tuổi và cẩn thận coi chừng mấy em nhỏ vì đi đường sông rất nguy hiểm. Ăn xong, các con chạy ra Bến Ninh Kiều, mình thuê hẵn một chiếc tắc ráng lớn và phải có phao cho quý cụ và các em không biết bơi. Hỏi thật kỹ trả giá cẩn thận, hẹn đúng mười giờ là tách bến, chiều chừng ba bốn giờ về, ăn cơm tối ba má ở nhà lo. Các con đếm coi bao nhiêu người nhớ có cả ông bà nội, ông bà ngoại nữa, mướn tắc ráng lớn cho thêm an toàn.

Trưa nay, vợ chồng tôi ở nhà, cả gia đình và khách đi tham quan Chợ nổi Cái Răng và vùng sinh thái. Vợ chồng tôi xin mời hai ông bà Giám Đốc Công an và cháu gái đến ăn cơm trưa, chúng ta sẽ bàn cách đưa cháu gái du học Mỹ. Ông Giám Đốc công an nói liền:

- Trưa nay, vợ chồng tôi và con tôi đến, tôi bảo cháu nấu món ăn gì mà anh chị thích, Hiếu nói:

- Anh bảo cháu mua thịt quay và vịt quay làm món ăn trưa cũng đủ rồi. Trưa nay, tôi mời luôn ông bà Khoa Trưởng trường Y đến nhậu với hai gia đình mình.

Hiếu vội mời thầy và cô trưa nay đến ăn trưa với vợ chồng con và ông bà Giám Đốc công an, con kính mời thầy cô chuẩn bị đi du lịch một chuyến hai tuần, từ Cần Thơ đến Hà Nội, trở về dừng ở nhiều thành phố. Thầy cựu Khoa Trưởng nói:

- Cô thầy sẽ đi chơi một chuyến vì cả đời bận rộn. Nay về hưu may mắn lại tốt số được vợ chồng con cho một chuyến du lịch tuyệt vời này, thầy cô cám ơn vợ chồng con, đúng mười hai giờ thầy đến. Hiếu cũng mời chú thím Tín chuẩn bị đi du lịch hai tuần.

Mới chín giờ cả nhà chuẩn bị lên xe ra Bến Ninh Kiều đi du ngoạn Chợ Nổi Cái Răng. Nghe con khóc, Hiếu biết con đòi bú, vội chạy vào bồng con lại vợ cho con bú. Cả hai đứa bú xong lại ngủ. Thu Vân thấy ngực còn căng, gọi bố các cháu lại giúp. Hiếu quá vui, hôm rày bận không có dịp được vợ cho bú sữa thay con. Hiếu vội cởi áo ngoài chỉ còn áo ba lỗ, lại hôn vợ và nói cám ơn. Thu Vân đã cởi hết áo ra để chồng giúp cho hết căng hai bầu sữa. Ngụm sữa đầu Hiếu mớm cho vợ, Thu Vân khen sữa của em ngon thật phải vậy không anh?

- Hiếu nói đúng một trăm lẻ một phần trăm. Cả hai ghiền nhau, nóng máy.Thu Vân ngồi dậy nói em làm tài công, anh cởi cái may dô ra dùng thay khăn, em không cho anh đi lấy khăn như trước, em "xử lý" anh ngay. Thế là trận mây mưa cuồng phong nổi lên, Thu Vân làm chủ chiến trường nên cả hai đều lên đỉnh cùng lúc. Lau sạch xong cả hai ôm nhau ngủ được hai tiếng, cùng nhau đi tắm thay quần áo sắp đón khách vì đã qua mười một giờ mấy phút rồi.

Hiếu kéo hai giường con lớn ra trước, vào phòng lấy hai nôi con vừa cho bú xong để lại gần bàn ăn.

Hiếu lấy hai bình sữa ra cho hai con bú, chúng ngủ tiếp. Thu Vân còn lo chải tóc, trang điểm và thay quần áo ra sau. Hiếu lo dọn bàn, với đầy đủ dĩa chén đũa muỗng, ly tách, mang ra chai Martell X0 còn hơn nửa chai. Mọi việc đã xong thầy cô đến sớm mười phút, thấy bốn đứa con gái đang ngủ ngon trông các cháu có nét đẹp giống hai mẹ, rất dễ thương.

Thu Vân nghe tiếng khách đến vội xịt dầu thơm lên quần áo và mang lọ dầu thơm xịt vào nôi, giường bê bi, Thu Vân đứng lại cúi đầu chào ông bà Khoa trưởng. Nghe có tiếng xe bóp còi, Thu Vân lại dùng rờ mốt công trôn bấm mở cổng cho xe chạy vô. Hiếu đang lau sạch mấy trái dừa chuẩn bị mời ông bà Khoa Trưởng uống. Một đệ tử công an của ông Giám đốc mang vào nhà một thùng rượu Martell XO. Ông bà thiếu tướng và con gái mang ba túi thức ăn vào nhà và ông ra lệnh cho xe lái ra. Ông nhờ bấm khoá cửa cổng lại, Hiếu cũng vừa chặt xong bốn trái dừa rót ra bảy ly xong để đó đứng lên chào ông bà Giám đốc, bắt tay và chào cháu gái. Cháu xin phép mang các ly nước dừa lên bàn, Thu Vân nói:

- Con gái ngoan quá, cám ơn con. Hiếu nói con lấy cái xô con gần tủ lạnh giúp lấy nước đá mang lại bàn ăn, con đáp dạ vâng.

Bà Giám Đốc đã bày ra thức ăn lên bàn có thịt quay, vịt quay gà hấp muối và năm ổ bánh mì, Thu Vân xắt lát bánh mì, nhờ cháu Bạch Mai mang vào nướng vài phút vừa nóng là được. Hiếu rót ra ba ly con martell. Hiếu mời mọi người nâng ly và vừa ăn vừa nói chuyện. Có bánh mì nóng mang lên, Hiếu mời ăn vài miếng dằn bụng trước đã. Hiếu mời uống tiếp và nói với thầy cô:

- Từ Sài Gòn đi Hà Nội bằng máy bay vừa nhanh vừa khoẻ, dành sức và thời gian cho lượt về bằng xe buýt. Tôi muốn cháu Bạch Mai gần gũi với hai cháu gái Pháp và Úc, cơ hội tốt cho Bạch Mai luyện giọng tiếng Anh. Khi cháu Bạch Mai ở nhà tôi, tôi sẽ bố trí cho ba đứa ở chung phòng to rộng lắm, ba giường ngủ riêng, Bạch Mai có dịp nói tiếng Anh thường xuyên cho quen và nghe giảng bài thêm dễ hiểu. Nếu cháu chọn ngành Y do Phân Khoa tôi quản trị thì tôi giúp lại càng dễ, bài nào thầy giảng không hiểu, về nhà hỏi tôi. Tôi bảo đảm cháu chỉ khó khăn năm đầu, kể từ năm thứ hai trở đi cháu trở thành người Mỹ không e sợ tiếng Mỹ, học lại càng dễ. Tôi biết hai ông bà chỉ có cháu Bạch Mai nên cưng nhiều. Ông bà muốn thăm cháu lúc nào cũng được vì nhà tôi còn thừa phòng. Hiếu nói:

- Bạch Mai giúp bác xuống bếp lấy lọ muối. Bạch Mai vừa đi Hiếu nói với ông bà Giám Đốc, chúng tôi có con trai tuổi cở Bạch Mai, tạo điều kiện cho các con tìm hiểu mà vui thích thì cháu Bạch Mai muốn học hay muốn cái gì, bạn trai của con lo được hết. Chúng tôi cũng đề phòng rủi chết bất đắc kỳ tử thì sao, nên chúng tôi mở account cho mỗi con bốn triệu. Các đứa lớn account cho chúng nó giữ. Còn các con dưới mười tám chưa thành niên, các account của các cháu, tôi giữ vẫn gởi tiền vào quỹ tiết kiệm. Dù lời ít với ký ngân nhiều gởi tiết kiệm cũng cho chúng tiêu xài ăn học cho đến ngày đi làm, vốn gốc chỉ có tăng không có giảm. Hai thằng con lớn tôi, dùng vốn chưa tới một triệu, chúng cho thuê ba cái nhà chúng thu vào, bảo trợ cho cả ý trung nhân học và tất cả mọi chi phí khác mà tháng nào hai cháu cũng có thêm tiền gởi vào ngân hàng. Chuyện đó tính sau.

- Bây giờ anh chị chỉ lo cho con có đủ giấy tờ đi học tự túc. Qua đến Mỹ, tôi lo giúp cho cháu năm đầu. Nếu thuận buồm xuôi gió, thì chúng nó lo cho nhau, gia đình chẳng phải lo gì hết, chúng nó tự lo lấy. Thầy cô và hai chị biết không, chúng nó ở Mỹ đi học từ nhỏ, bạn hầu hết là Mỹ hay các con đại gia nước ngoài, chúng nó ít có dịp về Việt Nam thì khó có vợ người Việt.

Tôi muốn con tôi phải có vợ hay chồng là người Việt Nam và sống ở Việt Nam thì cơ ngơi này mới có thể còn. Nếu con tôi không có đứa nào chịu ở Viêt Nam thì trong di chúc, tôi bảo phải bán khu này chia đều cho các con.

- Ông Giám Đốc cám ơn nói, tôi hiểu ý anh. Nếu may mắn chúng ta thành thông gia, khi về hưu, chúng tôi cũng tìm một khu đất gần nhà anh dù nhỏ, chúng tôi cũng có thú vui điền viên như anh chị, chúng ta sống gần với nhau cho đến ngày ra đi. Hiếu nghe anh Phương nói những lời quá chân tình đúng bản chất của người miền Tây, nghĩ sao nói vậy. Hiếu đứng lên bắt tay và nói:

- Kể từ hôm nay, chúng ta kết tình thông gia dù hai con chưa quen biết nếu chúng có mối lương duyên tiền định thì sẽ yêu nhau mấy hồi và Thu Vân cũng đứng lên ôm chị sui rất thân tình chị em. Hiếu nói tiếp:

- Thầy cô con cái đã lớn hết và đã có gia đình. Nếu có Chúa có Phật phù trợ, thầy cô có cháu nội cháu ngoại cở dưới mười tám tuổi, dẫn qua nhà chúng con chơi, nếu có duyên số của chúng mà cũng là cái duyên của thầy trò gần nhau cho đến ngày ra đi. Con muốn ngôi nhà vườn này phải có người gốc Cần Thơ ở giữ làm từ đường cho dòng họ con và Caroline.

Từ lúc con còn cảnh hàn vi lại yêu thương Caroline nên Caroline và ba má hết lòng giúp nuôi con ăn học cho tiền mua hết khu đất này đến mười một mẫu với giá rẻ vì bố vợ anh ba là anh chú bác với chủ đất. Bác lo hết thủ tục mua bán nhà đất, con cắt phân nửa tặng lại bác, con không ngờ, té ra là con tặng lại cho anh ruột con, trời đất xui khiến như vậy.

Đó cũng là duyên số, chúng con hiện nay mới có bảy con lớn nhứt như có giao ước thành vợ chồng kể cả chúng con sắp xếp cho Bạch Mai làm quen với con trai con kể từ chiều nay khi chúng đi chơi về. Nếu hai con có vẻ thích nhau thì Bạch Mai cùng đi du lịch chơi chung với bạn gái và có thằng con trai tôi làm "tuỳ viên" cho Bạch Mai. Con còn tính xa nếu chúng nó thích tìm hiểu nhau thì con sẽ thuyết phục nhờ thêm Bạch Mai tiếp sức giúp bạn trai chuyển ngành học sang học Y ở đại học Yale, thay vì học Luật ở Harvard. Cả hai con học cùng trường cùng lớp lại ở chung nhà, đi học chỉ một xe, chúng sẽ tạo nhiều tình nghĩa với nhau, vợ chồng con lại lo sợ cho Bạch Mai có bầu sớm sẽ dở dang cho chuyện học hành.

Vì vậy, chúng con ra điều kiện, cả ba cô dâu ở chung một phòng, ba anh em trai ở chung một phòng, qua tuổi hai mươi bốn, chúng đã học xong sáu năm đại học, nếu có con sớm cũng có bằng thạc sĩ rồi, học lấy tiến sĩ từ từ năm ba năm sau giống như trường hợp Caroline. Con tính như vậy, không biết có được toại nguyện hay không chỉ có trời biết mà thôi.

Trường hợp cháu nội hay cháu ngoại cuả thầy cô, chắc chắn có nhiều cháu trai, cháu gái cho đến nhà con chơi, nếu chúng mến thích nhau từ thời còn học trung học, hàng năm và mùa hè chúng có ba tháng sống gần nhau, tha hồ mà chuyện trò tìm hiểu nhau, đến tuổi vào đại học thì qua Mỹ có bạn giúp về ngoại ngữ và chi phí đi học. Chúng nó yêu nhau thì quá dễ cho các cháu qua Mỹ học có bạn lo mọi chi phí mà gia đình chẳng có lo gì hết.

Ông bà Khoa Trưởng và bố mẹ Bạch Mai quá vui mừng vì có con cháu đi du học tự túc ở Mỹ xin đi rất dễ mà có người bảo trợ như vợ chồng Hiếu hay các con Hiếu muốn vun đắp tình yêu lứa đôi cho nhau thì lại quá tốt, con của vợ chồng Hiếu giúp quá dễ dàng. Ông bà Khoa Trưởng nói:

- Tôi quá ngưỡng mộ Hiếu, con có có tầm nhìn xa mà người không có tư tưởng lớn làm sao có những ý nghĩ tuyệt vời như thế. Nếu ông Thiếu tướng mà thành thông gia với Hiếu thì vui biết mấy và tôi có cháu nội cháu ngoại là dâu hoặc rể của vợ chồng Hiếu thì gia đình tôi và gia đình Thiếu tướng gần gũi thêm nhiều. Cả nhà ăn rất vui tha hồ mà đàm đạo. Bạch Mai rất nhanh nhẹn lo nấu nước pha trà cho ba gia đình uống, Hiếu dẫn Bạch Mai đến chỗ để bánh ngọt, trà, cà phê, con lại chơi thì con cứ tự nhiên lo giúp gia đình. Má Bạch Mai nói với chồng:

- Anh Hiếu coi bộ chấm con Bạch Mai, chưa gì anh Hiếu coi cháu như là dâu chỉ chỗ lấy bánh, trà, cà phê. Bà sui vừa cười vừa nói với Thu Vân, chị coi chừng anh Hiếu thương dâu chỉ cả chỗ cất tiền mặc sức mà nó tiêu xài. Mọi người cười vui và Thu Vân vừa cười vừa nói:

- Chúng tôi xài thẻ, check, con có biết chỗ cất cũng trớt quớt. Cả bàn cùng cười. Ông bà Khoa Trưởng nói:

- Cháu Bạch Mai tốt số và giỏi nữa đã lọt vô đôi mắt xanh của ông bà Hiếu rồi. Bạch Mai cười bẻn lẻn, mặt ửng hồng trông lại càng duyên dáng thuỳ mị.

- Hiếu nói, anh chị về để cháu Bạch Mai giúp mẹ Thu Vân lo giúp cho bốn đứa bé, đợi hai chị vú về phải đến bốn năm giờ. Nếu cháu không ở lại ăn cơm với gia đình thì bác cho các cháu có bạn gái Pháp và Úc đưa cháu về nhà và bác có cho thằng con trai cở tuổi cháu hay lớn hơn một hai tuổi để ba mẹ coi mắt.

Nếu con thấy có gì hạp thì con gọi mời lại nhà, biết đâu con là dâu của bác kể như bác trúng số độc đắc. Bác chấm điểm và thấy con có nhiều đức tính như bác, nói và làm phải nhanh đi đôi với nhau. Nếu phải duyên, con phải tìm hiểu trước và phải cho con trai biết bản lãnh tài năng của mình. Con sẽ chinh phục được trái tim của con trai bác và con luôn phải làm cao cho con trai nó nể, nó lại càng yêu, con sẽ xỏ mũi nó dễ dàng. Cả bàn vỗ tay hoan nghênh nói:

- Ông bố chồng tương lai chỉ cách Bạch Mai đốn tim con trai của bố, xỏ được mũi rồi thì hạnh phúc sẽ đến. Bố Hiếu nói làm Bạch Mai sững sờ, mặt mày đỏ bừng lên mắc cở đi nép vào trong, sau lưng mẹ.

Hiếu muốn cho con đỡ mắc cở, bảo con lấy dao rọc thùng rượu bố mẹ mang tặng hai bác, con lấy một chai để bố tặng cho ông bà Khoa Trưởng, các chai còn lại, con đem cất vô tủ bánh cà phê, có khu dành để rượu. Bạch Mai như được cởi trói quá mừng và nói con đi ngay nghe bác. Tiếng nghe bác ngọt xớt, má Bạch Mai cũng hiểu con mình có sự kính mến bác Hiếu, một cách gián tiếp sẽ chấp nhận làm dâu gia đình này.

Bữa ăn trưa nay quá vui, ông bà Khoa Trưởng ra về trước, Bạch Mai thưa ba má cho phép con ở lại phụ giúp với bác gái, chiều con về ăn cơm nhà.

Hai ông bà quá vui, mẹ Bạch Mai nói, chị cho chúng tôi gởi cháu ở lại.

Thu Vân gọi Bạch Mai, con ở lại giúp mẹ lo cho bốn đứa em, mẹ cám ơn con trước và vợ chồng chúng tôi xin cám ơn anh chị. Vừa bước ra sân, thấy Hiếu xách ra một cái xô nhỏ và nói lớn tôi biếu ông bà hai cặp cá lóc hôm qua đặt lọp được. Ông bà Thiếu tướng cám ơn, bảo chú tài xế lại xách ra xe. Hiếu đến bắt tay tiễn đưa ra cổng.

Cả đoàn trên ba mươi người có một ngày du ngoạn trên sông nước, Chợ Nổi Cái Răng và vào một vùng sinh thái xa nhứt của huyện Cái Răng vì là đi du ngoạn tắc ráng to đi đông người chỉ có một gia đình nên ở chơi lâu một chỗ đến bốn giờ rưỡi mới trở về Bến Ninh Kiều, chủ tắc ráng lại có bà con với ông bà chủ vườn.

Khi tắc ráng cặp bến trên nhà vườn biết có khách đông, ông bà chủ vườn đến tận cầu trước nhà đón phái đoàn. Vừa đi lên bờ, ông bà mời mọi người đến một khu có bốn năm khạp nước trong vắt, xung quanh sạch sẽ, gần khạp nước có xà bông thơm, khăn lau mặt lau tay thơm phức, giấy cuộn để lau tay và gần đó có ba toi lết hai dành cho nữ. Ông chủ nói tất cả trái cây trong vườn quý khách thích ăn loại trái nào cứ hái tự nhiên ăn không tính tiền.

Nhà vườn chỉ yêu cầu hái trái cây không làm gãy cành, quý vị hái trái cây cắt cuống cho trái cây không bị dập và tránh gãy cành cây, dao kéo có sẵn cạnh bên. Có hai ao câu cá vừa vui vừa có món cá nướng ăn tại chỗ, cá này không tính tiền cá và có tính tiền các thứ phụ khác rất nhẹ, chỉ bằng một phần ba giá tiền của nhà hàng.

Trong vườn có giăng nhiều võng vừa hái trái cây ăn vừa nằm võng hóng mát rất nên thơ rô măng tích. Mọi người vỗ tay hoan hô.

Đứa con trai trưởng chuyển sang tiếng Pháp tiếng Anh để cho mọi người cùng hiểu cách nhà vườn này chiêu đãi khách và có tính tiền rất mềm để còn dụ khách sang, khách quý vào đây lần khác. Ba Hiếu có dặn hai con lớn, đặt nấu cháo vịt xiêm to và ngon mà nhà mình chưa có nuôi.

Người ta chuyên nghiệp bán buôn nên món ăn của họ cũng cầu kỳ, lạ mắt và có thể ngon hơn ở nhà làm. Nghe lời bố:

- Con trai đại diện nhóm đặt ba con vịt xiêm lớn nấu cháo và trộn gỏi, chừng năm con cá lóc nướng than, cá đánh vẫy và năm con cá lóc nướng trui. Đứa con trai muốn mọi người ăn mỗi thứ cá, với hai cách nướng so sánh cách nào ngon mà gia đình bắt chước. Cháu hỏi chừng bao lâu có các món ăn, ông chủ nhà vườn nói:

- Cá nướng đúng một tiếng thì ăn được. Sau đó chừng mười lăm phút đến nửa tiếng thì ăn cháo vịt và gõi vịt với bắp chuối hột. Ở đây có bia Saign, các loại rượu đế, nếp than. Chút nữa, tôi biếu cháu một chai rượu nếp than do chúng tôi tự cất lấy mời các khách nước ngoài nhậu thử cho biết nếp than Việt Nam cũng ngon lắm. Cháu có thể giải thích cho mọi người biết, nếu cần biết cách cất rượu tại nhà, tôi giải thích thêm cách chưng rượu nếp than và chỉ chỗ chúng tôi cất rượu nếp than kể cả rượu nếp trắng và rượu gạo nữa.

Bây giờ tôi cho người hướng dẫn quý vị đi một vòng tham quan quanh khu vườn cây ăn trái có đến hai mươi mẫu, có người biết tiếng Anh dẫn giải từng loại cây ăn trái. Cháu đi hết một vòng cũng khoảng một tiếng trở về đây sẽ ăn cá nướng, cuống bánh tráng trước, ăn cháo vịt sau và tráng miệng trái cây, có hàng chục loại trái cây sấy khô có thể mua về nhà hay cả trái cây tươi mới hái ở đây bán rất rẻ. Trong vườn cũng có để ít ghế và chừng một chục võng để cho các vị cao niên mỏi chân ngồi hay nằm nghỉ, thật quá tiện nghi. Ông chủ nhà hỏi có ai là khách người Pháp không. Cháu đại diện trả lời:

- Có ba vị từ Pháp sang và chúng cháu đều nghe được tiếng Pháp dù đang ở Mỹ. Ông chủ bật tiếng Pháp chào mọi người và giới thiệu. Tôi đã sống ở Paris hơn sáu năm, sau khi học xong luật, tôi về Việt Nam mở văn phòng luật sư, nay gần tám mươi tuổi, có nhà vườn đất ở xa Bến Ninh Kiều cũng ít khách. Nay có quý vị khách quý đến đây đông, xin quý bạn hát theo tôi bản quốc ca Marseillaise. Mọi người hát theo rất vui, có khách Pháp chánh hiệu, thay vì để hướng dẫn viên nói tiếng Anh, tôi nhớ và ghiền nói tiếng Pháp, cả mấy chục năm nay ít khi nào tôi gặp khách gốc Pháp. Nay, may quá có người Pháp ở Paris tôi quá vui mừng xin bắt tay, ông tây bà đầm và cô con gái trước và ông nói:

- Hôm nay thật hạnh phúc, tôi lại may mắn tiếp khách qúy mà thuộc ngành ngoại giao nữa, thật qúy hoá, ông gọi người trong nhà mang ra mười cây gậy vì quý vị lớn tuổi như tôi đi có đem theo cây gậy rất cần thiết, nhứt là đi trong vườn tránh bị trượt ngã. Ông thích nói tiếng Tây, tôi sẽ hướng dẫn. Quý vị đi xem khu vườn cây ăn trái của tôi, tôi sẽ giải thích các loại trái cây quý, đắt tiền để quý vị rõ, Việt Nam có câu tiền nào của nấy. Ông đi trước, ông nói tiếng Tây sang sảng đúng giọng Paris mà đã mấy chục năm ông ít có cơ hội nói.

Sau năm bảy lăm, ông lui ở ẩn tại đây chỉ lo vườn tược, tiếng Pháp của ông cũng đi chơi xa. Ông nói thật hạnh phúc những năm tháng cuối đời tôi còn gặp người Pháp ở Paris. Khi đi học ở Paris, tôi có vợ Pháp và có một đứa con gái, giờ này con gái tôi chắc cũng lên chức bà. Vì thời chiến, ba má người yêu của tôi không cho cô ta theo tôi về Việt Nam để lảnh đạn theo lời cha mẹ cô ta nói. Vì vậy, chúng tôi đành xa nhau. Nhân có ông bà và cháu, chốc nữa, tôi viết tên người yêu của tôi kể cả tên cha mẹ, cũng thuộc cựu gia đình quý tộc xưa, ở ngoại ô Paris. Nếu may mắn có tin tức về người yêu và con gái, tôi vô cùng cảm tạ ân nhân.

Bây giờ tôi bay sang Pháp thăm lại con tôi hay chúng bay qua Việt Nam thăm tôi quá dễ dàng, chớ không khó như trước. Ông nói, ông quá vui:

- Hôm nay tôi xin đãi tất cả đoàn chỉ tính tiền ba con vịt xiêm vì phải trả tiền công cho người giúp việc. Ông Pháp đại diện nói:

- Cám ơn ông và gia đình, tôi có địa chỉ, về Pháp, tôi sẽ đăng báo vùng nhà người yêu năm xưa của ông và báo phát hành tại Paris nói ông bố muốn tìm lại con... hy vọng có tin vui, tôi báo cho ông biết. Ông chủ nhà cám ơn rối rít. Ông tây tiếp:

- Tôi làm sui với người Cần Thơ, tôi có dịp đến đây thăm ông để ông nói tiếng tây cho đỡ ghiền. Ông gật đầu cám ơn mọi người tham quan một vòng đúng một tiếng trở lại thấy bàn ghế, các thứ phụ liệu cho món cá nướng có đầy đủ trên bàn. Ba bình hoa to chưng trên bàn rất đẹp mắt tha hồ mà chụp hình. Mọi người rửa mặt, tay xong , ngồi vào bàn uống nước dừa giải khát và nhìn cách nướng cá của người chuyên môn trong cách phục vụ. Ông chủ tặng thêm món cá nướng vỉ:

- Cá tra, vồ, ba sa chính trước, bày ra ba dĩa mỗi thứ một con, ông chủ mời mọi người ăn thử cá này xem sao một chút so sánh với hai cách nướng cá lóc. Mọi người khen ăn quá ngon, mỗi người chỉ ăn có một miếng. Đến cá lóc nướng than ăn trước có cuống bánh tráng bún rau sống, có năm sáu cô gái ra cuống giúp cho mọi người cho nên ăn cũng nhanh một người được hai cuống. Món cá lóc nướng trui, mỗi người cũng được hai cuống, còn lại năm đầu cá lóc và mười bộ lòng ruột cá cũng đã lấy cho vào cái chảo bẹt đặt trên lửa than, nướng lại rất thơm. Hai anh chuyên viên lấy ra chia đều cho mỗi người, ông chủ nói quý vị ăn món này mà uống rượu nếp than do chúng tôi cất thì chắc chắn quý vị sẽ mê món ăn độc đáo ngay. Ai cũng khen rượu nếp than quá ngon, ăn với ruột cá quá bắt, thật hấp dẫn. Ông chủ có một buổi nói tiếng tây cho đã cái miệng quá vui. Cá nướng vừa ăn xong, sáu dĩa gỏi to tướng được mang ra và nồi cháo to để trên lửa than còn cháy cho thật nóng. Hai người múc cháo cho hai người bưng lại bàn, mỗi người một tô, trên bàn có tiêu, ớt, hành, ngò rí và cả húng quế rau răm và gừng tươi xắt nhỏ ăn kèm với thịt vịt lại càng có hương vị đậm đà thêm. Nồi cháo trên bếp than, ai muốn ăn thêm tự đến múc.

Người giúp việc rút lui để cho khách ăn tự do thoải mái. Món cháo vịt và gỏi vịt vô cùng độc đáo ai ăn cũng khen ngon và rượu nếp than quá ngon, cháu đại diện nói cho mua mười chai, loại chai một lít. Ông chủ nói chỉ còn sáu chai và cháu nhắc ông chủ tính tiền. Sau khi tính tiền xong, cháu nói, con xin gởi bác năm chục ngàn cho tiền típ nhân viên. Khi nào chúng cháu ở Mỹ về Cần Thơ sẽ về đây ăn cá, ăn thịt vịt xiêm sao ngon quá. Cháu còn nói:

- Ông người Pháp là cựu Đại sứ Pháp tại Mỹ, nay về hưu, ông bà và bố mẹ cháu đã kết tình thông gia. Chừng nào các em của cháu có làm đám cưới tại Cần Thơ có nhiều người Pháp tham dự, cháu mời hai bác dự tiệc cưới và ngủ lại nhà cháu một đêm sáng đưa tất cả bạn người Pháp và người biết tiếng Pháp theo bác về nhà chơi. Tới chiều có mướn tắc ráng đưa về lại Cần Thơ. Ông chủ nói:

- Cháu tính như vậy quá siêu, hay quá, bác cám ơn cháu và chuyển lời bác kính lời thăm ba má cháu. Ông chủ ra bàn ăn nói lời cám ơn và mời mọi người xem nơi ông cất rượu cho biết rồi hãy ra về.

Mọi người thấy ông cất rượu theo cách thủ công cha truyền con nối mà rất sạch sẽ. Ông còn lấy ra nếp than cho mọi người xem khác với nếp trắng và gạo tẻ thế nào. Các cháu nhỏ học thêm nhiều thứ của miền quê Việt Nam. Mọi người từ giả ra về mà lòng còn lưu luyến, nơi xa xôi nhà quê như vậy mà vẫn còn giới trí thức của chế độ cũ sống ẩn dật.

Khi về đến nhà, mọi người lo đi tắm thay quần áo khác vì cả ngày đi du ngoạn lấm bụi phong trần.

Tất cả anh chị em lo đi tắm trước, chỉ Anthony đến chào mẹ trước mới đi tắm sau. Mẹ nắm tay con, lại gọi Bach Mai vào, mẹ giới thiệu với con trai mẹ, Bạch Mai là đứa con gái duy nhứt của ông bà Giám đốc công an, nhờ ông giúp ba con thoát cuộc mưu sát dã man của nhóm bảo thủ cực đoan từ Hà Nôi. Ông giám đốc là ân nhân của ba con, ba quý mến Bach Mai muốn giới thiệu hai con tìm hiểu, con lại bắt tay làm quen với Bạch Mai và con về phòng tắm, nếu phòng tắm kẹt con vào phòng tắm ba mẹ. Con lái xe đưa Bạch Mai về nhà, con chào kính ba má Bạch Mai luôn. Nếu con can đảm sẽ thưa với hai bác:

- Con xin phép hai bác cho cô Bạch Mai đi chơi chung với bạn gái nước ngoài làm quen giọng nói. Nếu con cản đảm, con xin theo coi cô Bạch Mai cần nhờ gì thì con tuân lệnh ngay.

Xe chạy đến nhà Bạch Mai, gặp bố Bạch Mai đang đứng đợi con, Anthony vòng tay cúi đầu chào và còn nói con kính chào bác. Bố Bạch Mai nói:

- Cháu chịu chơi, nói tiếng Việt còn ngọng nghịu mà can đảm nói làm gương cho Bạch Mai phải can đảm nói tiếng Anh, chắc chắn nói tiếng Anh không những ngọng nghịu mà sai trật tùm lum. Cả hai con cùng cười. Ba nói:

- Bố mẹ cho phép hai con làm quen, tìm hiểu, nếu thích nhau thì đúng hai mươi bốn tuổi, ba mẹ làm đám cưới cho hai con. Bạch Mai bẻn lẻn đỏ bừng hai má, Anthony thấy quá dễ thương ôm hôn vào má làm Bạch Mai quá mắc cở chạy trốn.

- Ba nói con là Mỹ con, theo thói quen của Mỹ hôn người khác phái là chuyện thường. Còn người Việt phải là người chồng mà phải hôn kín đáo không được phép hôn trước mặt cha mẹ của bạn mình. Nghe vậy, Anthony khoanh tay cúi đầu xin lỗi hai bác. Hồi nảy con thấy Bạch Mai mắc cở, gương mặt đỏ ửng lên, con "khoái" quá ôm hôn mà từ trước tới giờ con cũng chưa biết ôm hôn mạnh bạn gái như hồi nãy, con xin lỗi Bạch Mai cũng đừng có giận con.

Bạch Mai núp ở trong nghe Anthony nói xin lỗi, vội đi ra nhanh bắt tay và nói em không có giận anh gì hết, thôi anh kiếu ba mẹ ra về vì mẹ Thu Vân sợ con trai yêu quý của mẹ tưởng bị ai bắt cóc rồi. Ba mẹ vỗ tay khen, con gái của bác cũng dạn dĩ ngon lành và nụ hôn của Anthony chắc con bác nhớ suốt đời. Bây giờ đến cậu Anthony mắc cở vội khoanh tay cúi đầu xin phép ra về, ông bà bắt tay Anthony và bà nói chắc tối nay Anthony có giấc mộng đẹp. Anthony đáp:

- Mẹ nói quá đúng, con xin phép bắt tay người bạn gái của con, hẹn gặp lại trong cuộc du lịch hai tuần sắp tới.

Bạch Mai tiễn bạn trai về, vội chạy lại mẹ nói, mẹ Thu Vân cho con một đôi bông tai loại kim cương quý và một sợi dây chuyền có hai mươi hạt trai tuyệt đẹp chiếu sáng khi trời tối. Mẹ Thu Vân nói, đây là mẹ tặng cho con làm quà. Còn may mắn, con là dâu của mẹ, mẹ sẽ tặng con nhiều thứ kim cương quý giá, giá mấy trăm ngàn đô. Các thứ đó cũng là một cơ may, bố con có người tặng cả một hủ kim cương hột xoàn. Mẹ chia đều hết cho các con gần bằng nhau, còn hai món này là hai món nữ trang, do bà ngoại cho mẹ, khen thưởng mẹ có số điểm tốt nghiệp phổ thông hạng ưu. Nay mẹ tặng lại cho con như là của con có sẵn đeo chơi vậy thôi.

Ba má Bạch Mai cảm thấy Bạch Mai trúng số độc đắc, ba mẹ chồng hết lòng yêu thương con dâu, còn chàng rể quá lễ phép, cao to và trắng bốc, thật đẹp trai vì bố là người Mỹ, chồng trước của mẹ Anthony, bị tai nạn xe chết thảm khốc cách đây cũng gần năm năm. Bạch Mai hiểu biết thêm về gia cảnh của người bạn trai mình.

Hiếu mời cách đây mấy ngày dự tiệc trên nhà hàng nổi ở Bến ninh Kiều, có gia đình ông bà Bí Thư, ông bà Chủ Tịch Tỉnh, ông bà Viện Trưởng đại học CầnThơ, ông bà cựu Khoa trưởng trường Y cùng gia đình chú thím Tín, gia đình anh chị ba, anh chị tư anh chị hai và gia đình ông cựu Bí Thư Sóc Trăng, ông bà Giám đốc công an... Hiếu nói:

- Anh chị Trai giúp đón hai ông bà cựu Bí Thư tối về nhà anh chị ba Trung ngủ cho cả hai gia đình. Sáng hôm sau mọi người trong gia đình đi du lịch hai tuần, chỉ còn lại ông bà ngoại, ông bà nội và hai vợ chồng Hiếu cùng sáu con nhỏ với hai chị vú. Ba má Thu Vân ở lại sẽ đưa vợ chồng Hiếu về Mỹ, còn ở chơi thêm vài ngày với cháu ngoại, đợi anh chị tư của Hiếu có việc về Sóc Trăng thứ bảy chúa nhựt, ba má Thu Vân theo về cùng với ba mẹ Hiếu về thăm lại nhà ở Bố Thảo. Mọi thứ sẽ diễn tiến như vậy.

Hôm sau, Hiếu mời hai bố mẹ nuôi ở Sóc Trăng, anh chị Trai và gia đình anh chị ba, anh chị tư qua ăn sáng, chị hai nấu một nồi cháo vịt và có gõi trộn bắp chuối hột, Hiếu tặng cho ông bố nuôi một chai Martell XO, anh Trai, bố vợ anh Trung và anh Bernard mỗi gia đình một chai.

Mọi người đều ngưỡng mộ Hiếu cái gì cũng giỏi, vợ trước vừa qua đời để lại hai con gái sanh đôi. Mẹ cha vợ lại đứng chủ hôn cưới vợ cho chàng rể, con của vợ trước chưa thôi nôi, vợ sau sanh ra cũng một cặp con gái kể như một năm sanh bốn cô con gái và lúc hai mươi hai tuổi cũng sanh hai cặp con trai trong một năm. Chỉ sanh hai lần của hai bà vợ đã có tám con, bốn trai bốn gái hài hoà. Josephine nói:

- Nhân có đông bà con và những người thân của gia đình Hiếu. Xin ông mai Hiếu cho phép tôi nói về tình sử của Hiếu với Caroline và người bạn đời mới của ông mai Hiếu là tiến sĩ Thu Vân để cho mọi người đã ngưỡng mộ Hiếu nay thêm mến thương. Không những Hiếu có thiên tài Y khoa bẩm sinh và tài ngoại giao ngoại hạng mà tình sử lại càng rực rỡ sáng chói bên cạnh con đường tình khúc khuỷu éo le, trắc trở vô cùng nghiệt ngã. Ông mai Hiếu đều vượt qua hết. Nếu Hiếu và tiến sĩ Thu Vân cho phép tôi nói mà tôi biết rõ về bạn chí thân Caroline của tôi. Cả hai gật đầu đồng ý. Josephine nói:

- Vợ chồng tôi bái phục ông mai giúp chúng tôi thành vợ chồng. Nay chúng tôi tôn ông mai là sư phụ. Sư phụ quá giỏi trong lãnh vực sanh con, chúng tôi rất vất vả mới sanh ba con đã hết xí quách, nghỉ luôn vụ sanh con. Còn sư phụ Hiếu, cộng chung có mười lăm con và còn nghe nói anh hai Cường còn báo mộng Hiếu còn sanh thêm cậu con trai út đủ mười sáu con, tám trai tám gái, mới vào tuổi bốn chín thì vợ hết sanh, sư phụ Hiếu hết còn có thêm con.

Thật đẹp làm sao, cả hai cô vợ mỗi người tám con với sư phụ Hiếu mà hai cô vợ lại giống nhau rất lạ như có phép mầu sanh con hai lần sanh đôi. Năm đầu gặp Caroline, sư phụ tặng cho Caroline hai cậu con trai sanh ở Vienne, Áo quốc và Thu Vân sanh đôi cũng hai trai cùng năm ở Bạc Liêu.

Sư phụ phải miệt mài học ngày đêm, cấm cung còn rước mẹ và chị lên giúp sư phụ cơm nước nhà cửa hơn tháng để sư phụ có thì giờ ôn tập và viết cho xong ba bài luận văn tốt nghiệp Y Khoa ba năm, thứ tư thứ năm thứ sáu.

Một điều quan trọng nhứt mà sư phụ Hiếu phải vượt qua là phải được Bộ Giáo dục chấp thuận cho phép, sư phụ phải chứng minh có tính thuyết phục tài năng thiên phú của mình về ngành y khoa cho Bộ Giáo Dục, dư luận quần chúng và cả sinh viên trong cùng trường chấp nhận, đồng thuận.

Thế là hội đồng giáo sư và qua sự mớm ý của giáo sư Khoa Trưởng đại học Y Cần Thơ, tổ chức ba ngày trong ba tuần liên tiếp về tất cả sáu bài luận văn của sáu năm học y khoa mà sư phụ mới học hết năm thứ ba và còn phải dành nhiều thì giờ cho giáo sư y khoa, báo chí và mọi người tham dự chất vấn, đặt câu hỏi, phải giải đáp thông suốt, mới được chấp nhận cho thi nhảy lớp. Điều kiện này vô cùng khó, chính các đàn anh chị đã tốt nghiệp Y Khoa bác sĩ rồi còn phải chịu thua.

Tội nghiệp thầy Khoa Trưởng sợ học trò mình nếu thất bại thì thầy, hội đồng giáo sư cũng bị vạ lây, búa rìu dư luận không tha, nhứt là đồng nghiệp, Bộ Giáo dục cũng có thể khiển trách nữa. Thầy Khoa Trưởng cũng run, muốn giúp học trò mình mà vẫn nơm nớp lo sợ nên thầy Khoa Trưởng mời các giáo sư trưởng ngành hàng đầu của trường Y dự một buổi sơ khảo, nếu sư phụ Hiếu chứng tỏ có đủ khả năng thì trường Y mới can đảm đứng ra tổ chức.

Khi hội đồng giáo sư Y Khoa tổ chức sơ khảo tất cả các giáo sư từng giảng dạy các môn học đó mà có nhiều điều mà các thầy chưa biết, sư phụ Hiếu biết, giảng giải rất lô gíc, hấp dẫn, quý thầy khen và có phần thán phục tài năng y khoa của học trò mình.

Thế là ông Khoa Trưởng quyết định tổ chức ba buổi hội luận Y Khoa với sáu đề tài bịnh lý qua sáu bài luận văn của sinh viên Hiếu. Sư phụ Hiếu muốn có buổi ăn trưa tươm tất giữ cử toạ ở lại nghe tiếp chất vấn buổi chiều càng quan trọng hơn. Sư phụ Hiếu xin đóng góp phần mua thức ăn cho khoảng tám trăm đến một ngàn người tham dự, tiền do vợ ở Vienne cung cấp. Thế là trường Y chỉ có xin phép với Viện với Bộ Giáo và mời chính quyền địa phương tham dự. Sư phụ Hiếu còn đề nghị trường mời cả chính quyền tỉnh Sóc Trăng và trung học Hoàng Diệu là trường nhà tỉnh nhà của Hiếu.

Trong lúc chờ đợi có buổi tổ chức hội luận y khoa đầu tiên, Hiếu về Sóc Trăng để chị hai lo bồi dưỡng và tình cờ biết người bạn gái học cùng lớp mà Hiếu thầm yêu từ lớp mười và cô bạn cũng yêu thầm vì kính mến con nhà nghèo mà học giỏi nhứt lớp nhứt khối của trường. Nay cô mới trốn thoát cảnh gần ba năm làm nô lệ tình dục ô nhục vô cùng nghiệt ngã, nay về gia đình ở Sóc Trăng lo trị bịnh.

Cô bạn của sư phụ Hiếu, cảm thấy quá nhục nhã khi thoát vòng tù hãm làm nô lệ tình dục, quyết tự tử chết tại nhà người thân mà bất thành, đau đủ thứ bịnh kể cả bịnh tâm thần và chỉ muốn chết mà thôi. Cũng tình cờ Hiếu cứu giúp người bạn gái đó hai lần bị bịnh nặng, tạo thêm cho bạn thêm cảm tình muốn Hiếu ra tay cứu giúp và cô còn nói hết vì yêu thầm Hiếu từ lớp mười, mười một, mười hai mà Hiếu không đoái hoài. Khi gặp tên sở khanh dụ ngọt và là con đại gia cũng ở Sóc Trăng nên cô sa ngã vào tay tên sở khanh, bị giam cầm như một tên nô lệ tình dục. Bây giờ thấy sư phụ Hiếu mới cưới vợ chưa lâu mà vợ có bầu sanh đôi ở Áo. Người bạn học nói là cô sẽ tự tử lần này thì chắc chắn phải chết. Đề nghị, xin bạn cứu giúp với một điều kiện thật nhẹ nhàng dễ thực hiện với các người con trai khác là cô chỉ xin có con với sư phụ để cô có lý do để sống nuôi con.

Còn Hiếu vẫn về sống với vợ vì Hiếu cũng tỏ thật với bạn gái là không thể bỏ vợ Caroline được vì nàng là ân nhân của Hiếu về mọi thứ. Người bạn gái nói nàng có đủ sức nuôi con học đến thành tài mà không cần Hiếu tài trợ gì hết cứ sống hạnh phúc với gia đình, còn cô sống với con cũng có hạnh phúc dù ít, mong manh, cô sẽ không còn ý định tự tử.

Tội nghiệp cho sư phụ của chúng tôi, lương tâm cắn rức, dày vò giữa giúp bạn thoát chết và tội ngoại tình bên nào nặng?. Chúng tôi phải giở nón chào thua sư phụ Hiếu vì giải quyết vô cùng khó khăn, nếu mang tội ngoại tình thì chuyện học rút ngắn hai năm sẽ bị huỷ, gia đình tan nát vì tội ngoại tình thêm tội lừa dối nếu vợ ghen tưng bừng hoa lá thì còn đâu danh dự sống trên đời. Phải nói Hiếu vô cùng can đảm thà hy sinh cứu sống bạn dù có mất danh dự, cũng đành chịu.

Hiếu có số may mà mẹ của sư phụ nói sanh Hiếu trong bọc điều, gặp Caroline như vị thánh sống buông xả hết còn chấp nhận mang con ngoại hôn của chồng về nuôi như con ruột. Điểm này, tôi và các chị của sư phụ bái phục tính độ lượng buông xả khoan dung của Caroline nên Hiếu mới có địa vị danh vọng hiện nay.

Chuyện tình cũng ngộ nghĩnh, Hiếu ngủ với người bạn gái vài đêm thì sau đó bạn có triệu chứng có thai, thai lớn được vài tháng thì Caroline, vợ sư phụ sanh đôi hai trai ở Áo. Trong lúc bạn gái mang bầu, khám thai cũng biết sẽ sanh đôi hai trai cùng năm với Caroline. Hiếu cũng bay qua Áo thăm vợ một tuần về thi ra trường may mắn đổ thủ khoa hơn cả khoá đàn anh năm thứ sáu. Thế là sư phụ càng nổi tiếng thu hút giới báo chí trong có tiến sĩ Robert, nể phục một thanh niên mới hai mươi hai tuổi mà đổ thủ khoa y khoa bác sĩ, kết bạn với Hiếu và Hiếu dẫn về Sóc Trăng thăm bạn, Robert chỉ gặp bạn Thu Vân lần đầu là mê liền muốn cưới làm vợ vì hai vợ chồng Robert sẽ ly dị chánh thức vài tháng tới.

Ký giả quốc tế Robert có hai bằng tiến sĩ về luật và báo chí, là giáo sư của hai viện đại học Harvard và Yale nổi tiếng trên thế giới, anh biết hai trường đang cần có bác sĩ tài giỏi nghiên cứu bịnh sốt rét do cơ quan Y Tế Thế Giới WHO đề nghị, anh cật lực thuyết phục và giới thiệu trong lúc sư phụ Hiếu chưa có bằng bác sĩ y khoa.

Giáo sư Robert giới thiệu sư phụ Hiếu, năm sau cả hai trường đều nhận mà mỗi trường một đề tài nghiên cứu khác nhau, nên mới có đoàn nghiên cứu quốc tế mà sư phụ Hiếu mời gọi các anh chị bốn bác sĩ Việt Nam trong đó có chồng tôi. Hiếu đề nghị tuyển thêm sáu bác sĩ của sáu nước khác, bác sĩ Bernard cũng được kể là bác sĩ gốc Áo không phải Việt Nam. Như vậy Việt Nam chỉ có bốn người và sáu người nước khác. Harvard chấp nhận, cử đến phục vụ trong ba năm ở Nam Mỹ và Phi Châu. Sư phụ Hiếu ngoại giao quá giỏi xin cho vợ Caroline theo đoàn làm việc. Ba năm, nghiên cứu bịnh sốt rét thành công rực rỡ, tôi và Caroline cũng đậu tiến sĩ về bang giao quốc tế tại Harvard.

Trước đó một năm sư phụ Hiếu chẳng có một ngày đến trường chỉ học lóm bài của vợ, tôi gởi bài qua cho Caroline học, sư phụ lại đậu tối ưu mới đáng nể phục. Ông Viện Trưởng và Khoa Trưởng Ngoại giao nể trọng, cho sư phụ cả trăm ngàn đô lo tổ chức buổi trình luận án bang giao quốc tế với luận án quá hấp dẫn và nhạy cảm đối với Việt Nam, Mỹ, Pháp, có đến mấy ngàn người tham dự.

Với tài ngoại giao giỏi của sư phụ, có hàng chục đại công thực phẩm ăn liền và hàng chục các công ty nước ngọt, cà phê bảo trợ cho mọi người tham dự ăn uống thả giàn miễn phí từ sáng cho tới chiều, tạo kỳ công thành tích cho Harvard vô tiền khoán hậu về nhiều mặt.

Chưa hết, sau mấy tháng Hiếu ký hợp đồng với Yale và qua tài ngoại giao của Caroline và Hiếu xin cho tôi theo đoàn làm việc nghiên cứu về bịnh xương và cách cứu giúp người mất tay chân tại mười lăm nước Á Châu trong đó có Việt Nam. Trong ba năm nghiên cứu tiền tài trợ mọi người trong đoàn bằng nhau, tôi cũng được lãnh tiền tài trợ bằng chồng tôi và Caroline. Chỉ có sư phụ Hiếu là li đơ Trưởng Đoàn được lãnh trợ cấp gấp đôi hơn mọi thành viên. Thế mới biết sư phụ Hiếu có số đẻ bọc điều, công việc gì cũng thành công. Khơi khơi có người tặng một ngôi nhà như dinh thự, cung điện sang trọng của vua chuá trị giá hiện nay trên hai chục triệu đô và cũng rất tình cờ được biếu thêm một hủ kim cương hột xoàn cũng trị giá cả chục triệu đô mà chủ nhà bỏ quên dưới một chậu hoa.

Josephine nói chỉ nghe phong thanh như vậy không biết sư phụ Hiếu thấy có đúng không, giúp cho nhiều người biết thêm sự tài giỏi may mắn vô cùng quý hiếm trên cõi trần này của sư phụ Hiếu cũng là ân nhân của vợ chồng tôi, Hiếu nói:

- Dạ đúng về tổng quát còn tình tiết éo le, nghiệt ngã còn thiếu, em xin thành thật khai báo, không dấu diếm. Bên cạnh em còn có vợ em là Thu Vân biết chị Josephine nói đúng và một người thứ tư bạn chị Josephine là Caroline mang xuống tuyền đài chuyện tình éo le trắc trở lại vô cùng hạnh phúc mà vợ chồng tôi hiện nay luôn biết ơn Caroline.

Mọi người nghe, kể anh chi ba, anh chị tư, ba má Caroline, bố mẹ Thu Vân, ông bà Philip, ông bà bố nuôi ở Sóc Trăng và hai bác bố mẹ vợ của anh Trung, ông bà Khoa Trưởng, chú thím Tín, hai gia đình người Pháp, Úc mới hiểu thêm về tình sử của Hiếu-Caroline-Thu Vân thật hy hữu, có một không hai.

Các con của Hiếu há hóc miệng ngạc nhiên theo dõi câu chuyện tình của bố với hai bà mẹ thật nhiều sóng gió gian nguy mà cuối cùng đạt đỉnh cao nhứt của danh vọng và hạnh phúc. Cả nhà vỗ tay hoan nghênh, nhờ có Josephine là bạn chí thân với Caroline biết rõ tình sử bộ ba rất hiếm có trên cõi đời này. Nay tường thuật đầu đuôi chuyện tình của Caroline-Hiếu, Hiếu-Thu Vân vô cùng đặc biệt, có một không hai trên thế gian. Buổi ăn sáng thật vui, mười tám người đi du ngoạn hai tuần chuẩn bị sẵn sàng có xe đón.

Những người còn lại chung vui với vợ chồng Hiếu vì ngày mai vợ chồng Hiếu phải bay về Mỹ vì Khoa Trưởng phải làm việc, không nghỉ hè như giáo sư. Hiếu tha thiết mời bố nuôi, ba má Thu Vân, anh chị Trai, hai bác bố mẹ vợ của anh Trung ở lại chơi, Hiếu mời dùng cơm trưa sớm chừng mười một giờ, sau đó có thể ra về. Ngày mai, có anh chị tư của Hiếu đưa vợ chồng Hiếu lên Sài Gòn bay về Mỹ.

Mọi người đồng ý, Hiếu mời ra ao câu cá cho vui, Hiếu bảo anh quản gia chặt cho một quày dừa mang ra ao có dù che nắng ngồi câu cá. Hiếu mang ra chai Martell XO cùng các mồi nhậu cho quý ông vừa nhậu câu cá, anh Trung, anh Bernard và anh Trai cũng tham gia câu cá chỉ móc mồi và gở cá, cá nhỏ thả xuống nước nuôi tiếp. Hiếu nhờ ba anh lo giúp, Hiếu lo làm bếp ăn trưa, nhanh nhứt đi mua thịt quay, bánh hỏi, ở nhà làm thêm một con vịt nấu cháo nữa là bữa ăn trưa tươm tất. Hiếu nhờ con anh chị giúp việc bếp núc và chăm sóc các ao cá, vườn hoa, chạy ra chợ lựa thịt quay ngon phải có mỡ mua năm ký và ba ký lô bánh hỏi và vài ký dưa leo. Ở nhà anh làm vườn, bắt một con vịt trống to làm thịt, chị bếp nấu cháo và có món gõi thịt vịt với bắp chuối hột.

Mọi việc xong, Hiếu nhờ chị bếp và lấy xa lát Hiếu sẽ làm món thịt bò lúc lắc cho quý bác nhậu lai rai. Hiếu xắc thịt bò xong ướp gia vị đầy đủ giao chị bếp nói chị làm xong gọi anh quản gia hay chị quản gia mang ra ngoài chỗ câu cá, nhớ mang theo chén đũa nước mắm... Hiếu gọi anh quản gia cho thêm một cái bàn tròn và nhiều ghế và lấy thêm một cây dù nữa, Hiếu mời quý bà đang ở trong nhà nựng nịu bốn cháu bé và hai cháu dưới mười tuổi, bố gọi hai con ra chỗ câu cá chơi, bố còn sai giúp việc này việc nọ. Trong nhà ra hết chỉ còn một chị vú trông coi bốn bé, và chị vú gốc Việt vào bếp tiếp với chị bếp lo thức ăn. Trưa nay, ăn ngoài chỗ câu cá, nhớ nấu nước sôi cho vào bình thuỷ, mang trà cà phê, mè láu bánh pía và trái cây ra chỗ câu cá. Hiếu gọi chị quản gia:

- Nhờ chị quản gia lo đi hái rau sống, ớt để ăn thịt quay bánh hỏi. Hiếu nói anh quản gia mang thêm một cái bàn tròn và một cây dù nữa mới có thể dư dả thêm chỗ ngồi. Mọi thứ Hiếu lo xong.

Quý vị cao niên ngồi câu chơi mà được cả chục con cá rô phi lớn và năm sáu con cá rô đồng. Hiếu nhóm lửa, đem một cái vỉ sắt ra, rữa sạch cá ngâm vào nước muối, Hiếu gọi chị vú và hai con cũng vào nhà lấy dĩa, đũa, nước mắm, ớt, ly nhỏ uống rượu Martell đã uống còn nửa chai. Hiếu nướng cá, các cụ ăn cá tươi quá ngọt lại uống Martell, anh ba chạy đi hái một rổ rau thơm. Quý bà câu được cá quá vui không tha thiết ăn mà chỉ muốn ngồi câu có thêm cá cho các ông nhậu càng vui thêm. Câu thêm cả chục con cá nữa, chứng tỏ cái ao này nhiều cá mà cá đã lớn vì mấy năm qua, có ai câu đâu mà bây giờ ngồi câu một lát ăn mệt nghỉ. Hiếu nướng gần ba chục con, thịt heo quay bánh hỏi về. Hiếu mời quý bà rữa tay ăn bánh hỏi thịt heo quay và nói xương cá quý vị cứ quăng xuống chỗ mình ngồi câu dụ cá về đây ăn mồi, sau câu, được nhiều cá.

Hiếu chặt dừa, anh ba anh tư và anh Trai rót ra ly mời quý bà uống và mỗi cụ ông cũng có một ly nước dừa dùng "chửa lửa". Hiếu chẻ dừa ra, nạo cơm dừa, nhờ các anh lấy muỗng cho thêm vào các ly nước dừa thêm ngon. Cá nướng ăn hết, thịt heo bánh hỏi hâm nóng đã bưng ra, cả rau sống dưa leo, ớt nước mắm có đủ. Hiếu gọi các chị trong nhà bếp cùng ra ăn cho vui và một chị giúp đem thức ăn cho chị giữ bốn cháu, mang cá rô phi nướng cùng với bánh hỏi thịt quay cho chị trông các cháu. Hiếu còn nhắc mang cà phê, trà và cho siêu nước cùng ly muỗng đường sữa uống cà phê mang hết ra ngoài ao cá.

Mọi người nghe Hiếu, cùng ra ngoài trời ăn thấy ngon hơn ăn trong nhà. Mấy anh trai đi hái trái cây ngon về ăn tráng miệng. Sẵn có nước sạch trong khạp múc ra rữa trái cây, xắt ra cho các cụ ăn. Hiếu còn vô nhà lấy bánh pía, mè láu ra ăn uống trà và cà phê. Mọi người đang vui. Hai ông bà giám đốc công an, con đi chơi, ở nhà ăn cũng buồn, mang hết thức ăn qua nhà Hiếu mời ăn trưa.

Tính làm chuyện bất ngờ, không báo trước, xe đến cổng, bấm chuông, anh quản gia biết xe ông giám đốc, mở cổng cho xe chạy vào. Nghe anh quản gia nói, có khách đang ăn trên bờ ao. Anh Phương bảo chú tài xế và chú quản gia mang hết thức ăn ra ngoài ao, hai vợ chồng đi theo sau. Cả mười mấy vị cao niên đang ăn quá vui, anh Phương nói vợ chồng tôi muốn mang thức ăn đến cùng gia đình anh Hiếu vừa bất ngờ vừa vui. Ai dè vợ chồng tôi lại quá bất ngờ gặp đông đủ quý vị trưởng thượng xin mời dùng thêm. Thay vì tới màn uống cà phê, nước trà, Hiếu nói xin quý cụ quý bà dùng tiếp. Hiếu cũng xin giới thiệu, nếu con trai tôi mà bén duyên với con gái anh chị Phương thì chúng tôi sẽ là thông gia thì quý vị tha hồ mà nhậu với chúng tôi tại khu nhà vườn này.

Anh Phương lại bắt tay với quý cụ và quý anh, anh Trung nói anh mà làm sui với chú em tôi thì vui biết mấy.

- Bây giờ xin mời quý bác quý cô và mọi người cùng nâng ly chúc mừng anh chị Phương sẽ còn gần gũi với đại gia đình chúng tôi, Trung nói.

Mọi người nâng ly chúc mừng ông bà Phương và vợ chồng Hiếu luôn gần bên nhau. Vợ chồng anh Phương mang đến sáu món ăn ngon của Phong Dinh Lầu. Tiệc chấm dứt, đến màn uống trà, cà phê, gần hai giờ trưa. Vợ chồng Trai và hai ông bà Hưng cựu Bí Thư từ giả mọi người về Sóc Trăng. Bà con ở xung quanh đây tiếp uống trà cà phê và nước dừa nói chuyện tiếp cho vui. Bố mẹ Thu Vân nói với ông bà mẹ Caroline, chúng tôi vô cùng mến thương cháu Caroline và nói:

- Trên đời này khó kiếm một phụ nữ thứ hai yêu thương chồng mà chồng ngoại tình có con rơi lại không ghen. Còn làm nghĩa hiệp nuôi con riêng của chồng như là con mình đẻ. Vì vậy, con gái tôi là người đến sau mà hai ông bà đứng ra làm chủ hôn cho chàng rể làm đám cưới chánh thức, chúng tôi rất cảm phục tình nghĩa của ông bà đối với con cháu.

Chúng tôi xin gởi con gái tôi, nay là vợ của con rể ông bà thương mến cháu như thương mến Caroline. Cả hai đứng lên lại bắt tay bố mẹ Thu Vân, cảm động bà rơi nước mắt và nói rất tiếc, con Caroline vắn số, nay có Thu Vân như thay thế Caroline, chúng tôi xem Thu Vân như là con ruột. Cả bốn người ôm nhau thắm thiết, Thu Vân và Hiếu chạy lại ôm hai bà mẹ dìu lại chỗ ngồi và tiếp tục hàn huyên vui vẻ. Ông bà giám đốc công an ở chơi một chốc, từ giả ra về có việc.

Đến ba giờ mọi người vào nhà nghỉ trưa. Hiếu đem ba cái lọp cho mồi vào thả xuống rảnh sâu, định bắt vài con cá lóc, nấu cháo cá ăn tối nay.

Gần sáu giờ, thấy hai ba mẹ của Caroline và Thu Vân đang nói chuyện vui vẻ, Hiếu mời theo ra xem Hiếu đổ lọp bắt cá lóc, tối nay ăn cháo cá lóc vì trưa nay ăn đã đến xế rồi, chiều không ăn cơm. Bốn cụ theo Hiếu và Thu Vân cũng đi theo xách một cái thùng có hai con nhỏ cũng chạy theo phụ với mẹ. Hiếu giở cái lọp thứ nhứt lên có hàng chục con lóc. Hiếu lựa cá lớn, còn cá nhỏ thả lại xuống nước nuôi tiếp. Chỉ có ba cái lọp mà mỗi cái bắt chừng mười con cá lóc và sau cùng tuyển lại bắt chừng hai chục con cá lớn và cũng bắt hai chục con cua đồng, nướng ăn chơi cho biết cua đồng nướng. Hiếu bảo vợ vào gọi điện thoại cho anh ba, anh tư mang xô qua bắt cá lóc vì mới đặt lọp có mấy tiếng mà bắt đến hai mươi con cá lóc lớn. Hai anh chạy qua, Hiếu biếu mỗi gia đình hai cặp cá lóc và năm con cua đồng nướng cho có mùi thơm cho các cháu ăn với muối ớt, món ăn của đồng quê. Hai anh cám ơn em Hiếu, mang cá về. Hiếu gọi chị bếp bắt sáu con cá, chị làm ba con cho vào tủ lạnh. Tối, chị qua nấu cháo, chị đem về nhà hai con, cho anh quản gia một con. Cá còn lại cả chục con, Hiếu cho vào rộng ngâm dưới nước tại khu câu cá, chỗ này sâu nhứt của ao.

Hiếu nói với hai ba má, chiều mai vợ con chồng đi Mỹ, bố mẹ còn ở lại chơi đến cuối tuần mới theo xe anh chị tư về Sóc Trăng. Bố mẹ nhớ mang về chừng sáu con cá lóc nói là cá của Thu Vân mới nuôi cho bà con ngán chơi. Mẹ cười:

- Hiếu chọc con Thu Vân của mẹ đó, bố mẹ chỉ lấy bốn con mang về Sóc Trăng rộng ăn dần vì rộng lâu cá ốm ăn mất ngon. Hiếu nói bố mẹ còn ở đây gần cả tuần nữa khi nào muốn ăn cá bảo chị làm món ăn, có bông điên điển, bông súng, bông sua đũa nấu canh chua cá lóc ăn ngon hết sẩy, ăn cho hết cá, chớ rộng lâu quá, cá ốm. Chỗ có cái rộng cá bố mẹ mỗi ngày thả chừng mười con trùn xuống làm mồi cho cá, giữ cho cá không ốm để mang về Sóc Trăng.

Trưa hôm sau, cả ba nhà anh ba anh tư cùng qua nhà Hiếu ăn canh chua bông điên điển và bông súng cùng với cá lóc kho tiêu còn thịt quay Hiếu bảo chị bếp cho một ít thịt quay vào nồi cá kho tiêu cho thịt nóng ăn với cá kho cũng là món ăn lạ thêm ngon.

Hai bác dẫn các cháu ngoại, con của anh chị ba qua nhà chú út ăn cơm trưa, ba gia đình có bữa cơm thật ngon. Ăn xong, vợ chồng Hiếu từ giả đi lên Sài Gòn, tối có chuyến bay về Mỹ, cùng đi Sài Gòn có cả đôi ông bà nhạc của Hiếu đi đông cũng vui, anh ba khỏi phải đi theo. Hiếu nói ba má Caroline, ba má đã bỏ quê hương về với gia đình chúng con. Dù Caroline đã vắn số ra đi sớm, tuổi còn trẻ, nay ba má có Thu Vân thay thế Caroline lo phụ với con chăm sóc ba má tại Mỹ. Ba má về Cần Thơ có anh chị Bernard và bốn cháu nội, cả hai gia đình chúng con quay quần kề cận ba má lúc tuổi già.

Hàng ngày, ba má giải trí bằng cách đi dạo quanh vườn và câu cá hay cho cá ăn hoặc cho gà vịt ăn cũng sẽ vui, ba má lên xe điện nhờ một ai đó hay cháu nội cháu ngoại lái xe chạy quanh vườn của bốn nhà cũng khá vui với cảnh vườn tược lại có chăn nuôi nữa. Con tin ba má sẽ rất khoẻ sống lâu, có dịp dự hết mười sáu đám cưới cháu ngoại và bốn đám cưới cháu nội, ông bà sẽ có cháu cố cháu chắc sống với hai đại gia đình chúng con cho đến ngày Chúa gọi về. Ba má Caroline nghe con rể nói viễn ảnh của hai ông bà thêm mũi lòng, bà khóc và nói:

- Ba má biết con và Thu Vân luôn hiếu kính với ba má và bố mẹ Thu Vân, bà nói tiếp, ba má ước ao bố mẹ Thu Vân về Cần Thơ khi hai con về hưu về đây sống có dịp phụng dưỡng ba gia đình. Ba mẹ của Hiếu, bố mẹ của Thu Vân và ba má, thì hai con có sáu khách hàng sộp thường trực không sợ thất nghiệp, chăm sóc sức khỏe, nuôi ăn mà lãnh lương của Toà Tổng Lãnh Sự Mỹ.

- Hiếu vỗ tay tán dương, nói má con có ý kiến quá hay, bốn năm nữa Thu Vân mới đủ tuổi hưu non, hai con về sống ở đây, con có mua máy khám bịnh tối tân để khám sức khỏe cho cả nhà. Hai con xin mời bố mẹ như ao ước của má con muốn bố mẹ về đây ở với chúng con. Có đông các cụ ông bà Áo Việt tha hồ nói tiếng Pháp cho sướng cái miệng, còn nhà vườn ở Sóc Trăng, thỉnh thoảng hoặc hàng tuần bố mẹ về thăm. Ông bố gục gặc đầu có vẽ đồng ý và nói lúc đó bố mẹ gần tám mươi tuổi, gần con cháu thì quá hạnh phúc. Bốn năm nữa, chúng ta sẽ tính nghe hai con.

Khi xe đến Sài Gòn còn sớm, còn hơn năm giờ máy bay mới bay, Hiếu đề nghị anh tư vào khu bán mì vịt tiềm ngon nhứt nổi tiếng ở Sài Gòn Chợ Lớn, mì La Cai. Bernard cũng từng đưa bà xã đến đây ăn nên cũng biết đường. Hiếu nói:

- Cả chục năm, con chưa có dịp ăn mì vịt tiềm La Cai, Thu Vân nói em cũng vậy. Bố mẹ, ba má rất vui có một bữa ăn lạ miệng tại Sài Gòn. Hiếu còn đặt thêm mười hai phần nhờ nhà hàng cho vào ba cái nồi đậy cho kín nước không văng tung toé vì đi đường xa, xin tính tiền luôn ba cái nồi. Ông chủ tiệm mì La Cai nói:

- Hà, ba cái nồi mới ngộ tặng luôn vì từ ngày bán mì tới nay, chưa có ai mua một lần bốn tô, nay lần đầu tiên, ngộ gặp nị mua đến mười hai tô, nếu ngộ biếu thêm một tô thì thành mười ba tô, con số không hên, ngộ biếu thêm một tô nữa thành mười bốn tô cho nị được lắc ky, hảo hảo. Hiếu chỉ đáp lại tố chè, tố chè và bắt tay ông chủ, lên xe, anh tư lái chạy về phi trường.

Đến phi trường còn gần hai tiếng nữa mới tới giờ máy may cất cánh. Xe quay về Cần Thơ, Bernard nói trể nhứt cũng tới nhà trước mười giờ tối. Bố mẹ Thu Vân nói với Bernard, cho chú thím quá giang cháu về Sóc Trăng chiều thứ sáu, cháu Bernard có chuyện về Sóc Trăng?. Ngày hôm sau đến nhà chú thím ăn cơm trưa, chú thím đợi, cháu Bernard gọi thử coi bác sĩ Trai có ở nhà không mời hết gia đình, nếu ba má vợ bác sĩ Trai xuống chơi mời luôn. Cháu Bernard cho biết để chú thím lo thức ăn cho thêm chu đáo nếu chỉ có chú cháu mình thì chuyện ăn uống cách nào cũng được. Bernard thưa:

- Con hiểu sẽ báo cáo cho chú sau, còn gia đình con thì đi hết. Hai ông bà cùng nói, thế thì quá tốt đẹp, chúng ta thêm gần gũi.

Về đến Mỹ đến nhà lúc gần mười hai giờ trưa thứ hai, hai vợ chồng vội đi tắm, thay quần áo vào giường ôm nhau ngủ cho đến gần ba giờ thức dậy, Hiếu bảo vợ thay đồ, trang điểm sơ sơ anh đưa em vào văn phòng coi xem có chuyện gì gấp vì mình về Việt Nam gần ba tuần rồi. Thu Vân dạ vâng, em trang điểm và thay đồ chừng mười phút, anh đưa em vào văn phòng. Vừa vào tới văn phòng, bà chánh văn phòng và các cô chạy ùa ra mừng rỡ chào hai ông bà. Bà Chánh Văn Phòng nói:

- Ông Viện Trường mời các Khoa Trưởng trưa mai, hai giờ họp tại văn phòng Viện Trưởng để bàn chương trình học cho năm tới. Bà chánh văn phòng nói bà đã soạn sẵn hết tài liệu, dự trù sáng mai nộp cho văn phòng Viện Trưởng và nói Khoa Trưởng có chuyện về Việt Nam gấp. May quá, mọi chuyện tốt đẹp, còn có chuyện gì nữa không?.

- Tuần qua có hai cô xin nghỉ hộ sản, một cô vừa mới sanh chiều hôm qua, hiện còn trong nhà hộ sinh, Thu Vân nói, hết giờ làm việc, chúng ta đến thăm và nhờ chị cho tôi một phong bì, tôi ký một cái check biếu hai ngàn. Tôi vào văn phòng coi xem các giấy tờ, coi có gì giải quyết không, đợi hết giờ chúng ta kéo ra nhà hàng. Vào văn phòng, Thu Vân kéo bà chánh văn phòng lại gần, tôi biếu chị năm ngàn còn nhân viên mỗi người một ngàn, hai chị đi sanh, biếu mỗi chị hai ngàn, có tiền lo nuôi con nhỏ. Thu Vân ký hai mươi mấy cái check cho đủ mọi người. Bà chánh văn phòng mang check bà Khoa trưởng tặng cho nhân viên, mọi người nhảy tưng lên quá vui và chiều nay còn được đi ăn cơm Tàu nữa, quả thật bà Khoa Trưởng chịu chơi rất đáng ngưỡng mộ.

Thu Vân đang xem sổ sách giấy tờ, nhờ chồng mời thêm hai em của anh Robert, nhà gần đây đến ăn cho thêm vui tại nhà hàng Tàu mà hai em đã biết, nói chị đi Việt Nam mới về đang bận việc, nhờ anh mời.

Xem qua loa xong và mai vào làm việc xem tiếp, Thu Vân nói bà bảo nhân viên làm xong, đóng cửa đàng hoàng rồi đến nhà hàng, còn bà đưa vợ chồng tôi đến thăm cô nhân viên vừa sanh và biếu hai ngàn. Vợ chồng thăm xong chạy tới nhà hàng đặt bàn, bà chạy về nhà đón hết mấy cháu và chị giúp việc chở đến nhà hàng Tàu có chúng tôi ở đó.

Vào thăm cô nhân viên có chồng và cha mẹ đang thăm, cả gia đình vui mừng chào đón bà Khoa trưởng và phu quân. Bà đến thăm, nói đi xa ra mắt sách mới về hay tin cô này sanh, tôi xin biếu một ít để có thêm tiền lo cho bê bi. Chồng cô nhân viên nhận phong bì và nói lời cám ơn bà Khoa trưởng và phu quân đến thăm vợ mới sanh. Mẹ tròn con vuông chúng tôi rất vui mừng, nay còn được quà của bà Khoa Trưởng, lại càng vui mừng thêm. Bà Khoa Trưởng đến bắt tay và chúc cô vui với con trai đầu lòng, hẹn tháng tới, hết phép nghỉ hộ sản vào làm việc, chúng ta gặp lại sau. Bà Khoa trưởng nói tiếp:

- Bây giờ vợ chồng tôi đến nhà hàng có tiệc ăn chung vui với mọi người trong văn phòng. Bà Khoa Trưởng và chồng bắt tay mọi người ra xe, Hiếu chạy thẳng đến nhà hàng mới năm giờ rưỡi, vào tiệm bán vịt, heo quay, gà hấp muối gần nhà hàng đặt chặt cho ba con vịt quay, hai ký heo quay và hai con gà hấp muối. Khi cho vào hộp xong, mang giúp qua nhà hàng, Hiếu trả tiền trước và vợ chồng qua nhà hàng vào đặt ba bàn với mười hai món ăn. Hai vợ chồng gọi một chai bia heineken và một chai nước cam giải khát, ngồi đợi mọi người đến. Gia đình hai người em đến trước cùng ngồi chung bàn với anh chị, bảo gọi nước giải khát, đợi họ mang thức ăn đến và hai bàn kia đã có ngươi lác đác đến. Thu Vân bảo gọi nước uống đợi mọi người đến đông đủ, nhà hàng sẽ mang thức ăn ra. Vừa đủ ba mươi người, Hiếu nói:

- Các bạn gọi rượu bia hay nước ngọt tuỳ ý nha. Nhà hàng lần lượt bưng thức ăn ra. Hiếu nói có tất cả mười hai món ăn, chúng ta phải ăn cho hết mới được về, mọi người cười và nói cám ơn. Hiếu còn nhấn mạnh:

- Bữa ăn cơm chiều nay là chồng bà Khoa Trưởng đãi chớ không phải bà Khoa Trưởng đãi nên quý vị cứ ăn tự nhiên, thích món nào mình gọi thêm cho vui đầm ấm tình nghĩa của mọi người đối với vợ chồng chúng tôi, đi xa mới về. Mọi việc làm các bạn gánh hết cho bà xã tôi, xin cám ơn tất cả mọi người.

Cả ba bàn vỗ tay và Hiếu mời mọi người cầm đũa bắt đầu ăn. Ăn gần xong, Hiếu nói nhà hàng này có món ngọt sâm hố lượng, tiếng Tàu nói như vậy, quý bạn ăn thử nghe. Nhà hàng mang ra ba mươi chén sâm hố lượng nóng. Hiếu nói ai muốn ăn mát có nước đá thì nhà hàng cho vô ly có thêm nước đá.

Ba mươi người chỉ có hai người gốc Việt, toàn là người Mỹ nên cũng có vẻ xa lạ các món ăn Tàu, nên ai ăn cũng cảm thấy ngon, ăn hết sạch các thức ăn. Hiếu nói:

- Tháng tới, sau khi niên học khai giảng, từ Yale tôi bay qua xin mời quý bạn cùng đi ăn với chúng tôi và lúc đó có con chúng tôi thêm hai bàn nữa sẽ vui nữa.

Ăn xong mọi người ra về, Hiếu khen Thu Vân:

- Em biết thu phục nhân tâm, mình có quà cáp cho nhân viên thì mọi chuyện trong văn phòng họ cáng đáng giúp mình. Mai anh đi ra phi trường sớm, về tới Yale khoảng hơn bảy giờ, từ phi trường anh về nhà bằng tắc xi và lấy xe, chạy vào văn phòng làm việc. Anh đoán có nhiều công việc, cả tuần làm mới xong. Còn em xong lúc nào bay qua thăm anh nghe cưng. Thu Vân nói:

- Em xa anh một phút là em buồn, vì công việc mình phải chịu, em xong lúc nào, chiều em cũng bay qua anh để chúng ta lúc nào cũng động phòng hoa chúc. Hiếu hôn vợ, em nói nghe hay quá và có duyên nữa, tối nay anh thưởng em cá cặp đó. Thu Vân nói liền, em sẵn sàng chào đón người hùng của em.

Về đến nhà, cả hai vào toi lết đánh răng xong Hiếu thay quần áo giúp vợ và lau mình mẫy cho sạch mà không tắm như thời trẻ, trước khi lâm trận là tắm, nay chỉ thích lau mình hơn tắm. Cả hai lên giường, Hiếu ôm hôn vợ, mình ngủ trước cho thật khoẻ rồi mở cuộc hành quân. Em nhứt trí với anh vì chúng mình lớn tuổi cần giữ sức khoẻ, anh cứ ngủ trước, để em đi xem quan sát hết trong nhà coi có gì lạ không. Hiếu nói như vậy, quá tốt:

- Em cẩn thận không thua anh để cả hai chúng mình đi xem ngoài trước, trong nhà sau, không thấy gì khác lạ.

Mới mười một giờ Hiếu giật mình nghe như có tiếng cạy cửa, Hiếu lẳng lặng men theo tiếng động, thấy lờ mờ có mấy ngón tay đã lọt vô trong, Hiếu lại nhẹ nhàng lấy một cái ghế nhỏ, đợi cả cánh tay cho sâu vào trong, Hiếu dùng cái ghế chặt mạnh vào tay nghe một cái rắc biết tên trộm gãy tay. Hiếu la lớn bảo Thu Vân gọi cảnh sát vì có tên trộm vào nhà. Mười phút sau, hai xe cảnh sát tới, thấy tên trộm đang rên khóc vì một cánh tay đã bị gãy dính chặt vào cửa, vợ chồng Hiếu mở cửa cho cảnh sát vào xem, Hiếu lấy cưa sắt cho cảnh sát cưa cho thêm rộng mới có thể rút cánh tay ra và đã gẫy máu me chảy tùm lum. Cảnh sát lập biên bản, chụp hình lấy dấu tay đủ hết, đã gọi xe cứu thương tới chở tên trộm về bịnh viện cứu cấp.

Hai vợ chồng hú hồn, nếu còn Việt Nam thêm một ngày nữa, tên trộm vào mở cửa nhà được, kể như chúng dọn sạch. Hiếu nói với vợ chắc bọn chúng thấy nhà vắng chủ lâu ngày, đêm nay chúng đến ít nhứt cũng ba đứa vì trộm đồ đạt trong nhà phải có đủ ngươi khiên lên xe. Chúng thấy bạn bị kẹt tay la lớn, chúng biết đổ bể thế nào cũng có cảnh sát tới nên chúng chạy trốn thoát.

- Mừng quá, Hiếu nói, sáng em gọi hai chú em mướn người đến lau chùi máu me và mua vật liệu về hàn bít cái lỗ chúng khoan đã đút tay vô. Tuần tới anh qua sẽ coi lại nhà cửa phải mua thêm hệ thống báo động, mình chịu đóng tiền hàng tháng cho cảnh sát khi có báo động là có cảnh sát tới thộp cổ. Nhà nào có đặt hệ thống báo động với cảnh sát, kẻ trộm hay cướp biết, phải tránh xa. Thu Vân thật thà nói:

- Em quá có phước lấy anh làm chồng, cuộc đời của em luôn an toàn. Nói xong Thu Vân ôm hôn Hiếu, dẫn Hiếu về phòng, lên giường và nói em xin phép thưởng anh kính quý, em đang căng ngực:

- Anh thay con mà còn làm cho em thêm sung sướng, chúng mình vui vẻ cho tới sáng nghe anh. Hiếu gật đầu đồng ý. Hiếu từ từ hút nhè nhè sữa, sợ hút mạnh quá sẽ làm cho hai đỉnh của hòn non bộ bề xề xuống cấp không còn cong vuốt. Thu Vân quá sung sướng, ngây ngất với hạnh phúc tình yêu vừa thoát qua một tai nạn. Nếu không có chồng, một mình ở nhà không những chúng lấy sạch, nếu có một mình ở nhà thì biết đâu còn chuốc lấy thêm thảm hoạ, chúng có thể hiếp dâm hay hiếp rồi giết luôn. Nghĩ đến đó, Thu Vân rùng mình, Hiếu nói:

- Em mới nghĩ gì nguy hiểm lắm phải không?. Anh tài thật cái gì anh cũng giỏi kể cả trong tư tưởng em nghĩ anh cũng biết hết, em phục sư phụ của em. Bây giờ anh đang lên cực độ chưa, cho em khám.

Thế thì còn chờ gì nữa, em phải làm tài công cho anh dưỡng sức dành cho trận chiến khác trước khi anh ra phi trường. Thu Vân làm cho Hiếu ngây ngất và cả hai cùng lên đỉnh trước sau vài giây, cả hai ôm nhau ngủ cho tới gần năm giờ sáng. Thu Vân thức trước rữa ráy cho sạch và đem ba bốn khăn ướt lớn nhỏ có đủ lau mặt mũi tay chân và lau thằng nhỏ thật sạch. Thu Vân nựng nịu thằng nhỏ làm cho nó nổi giận, Hiếu đè Thu vân nằm dưới và nói anh làm cho em lên đỉnh vài lần trước anh mới chịu. Thu Vân nói:

- Em tuân hành chỉ thị của sếp. Mãi đến lấn thứ ba Thu Vân xả nước, Hiếu mới mở vòi nước, nằm xuống thấy ngực Thu Vân ướt vì quá sung sướng sữa chảy ra, Hiếu lại tiếp nhiệm vụ làm cho cạn hai túi sữa, vợ thêm sung sướng tột đỉnh.

Thấy còn một tiếng nữa máy bay cất cánh, Hiếu vội chạy lại toi lết súc miệng đánh răng trước, rữa mặt lau mình mẩy xong, chảy tóc lại, thay quần áo, xách hai túi một túi đụng thức ăn và một túi đồ dùng thường nhựt. Vội đến hôn vợ và ra mở cổng vì có tiếng còi của tăc xi báo đang đợi. Hiếu đang chỉ vợ phải bít lỗ bị thủng sáng nay, nhờ chú em cho mấy đứa cháu đến ngủ qua đêm cho em đỡ sợ để anh qua lo vụ đặt hệ thống báo động em mới dạn dĩ ngủ một mình. Thu Vân cám ơn chồng, anh nói em hiểu. Nếu chiều nay hay mai em thấy công việc ít, em bay qua anh liền. Như vậy rất tốt:

- Anh làm gạt đờ co cho em khỏi sợ gì hết, cuối tuần anh đưa em về Harvard và anh lo cho em có hệ thống báo động với cảnh sát, chừng đó em mới an tâm.

Sáng vào làm việc, kể chuyện tối qua nhờ chồng dùng ghế đập vào tay tên trộm gãy tay bị dính tay trong cửa sắt, không tài nào rút ra được. Khi cảnh sát đến phải cưa cho rộng thêm cảnh sát bắt tên trộm có xe cứu thương đến chở đi cứu cấp. Tối nay tôi nhờ hai vợ chồng bạn nào đến nhà tôi ngủ một đêm cho tôi đỡ sợ, mướn thợ hàn cửa sắt và sẽ đặt hệ thống báo động với cảnh sát mới yên tâm.

Buổi họp với Viện Trưởng lúc hai giờ trình bày chương trình làm việc cho cả niên học và đưa bản tổng kết các việc phải làm cho niên học tới. Ông Viện Trưởng xem qua rất vừa ý và nói bà Khoa Trưởng về trước để tôi còn làm việc với nhiều vị Khoa Trưởng khác. Thu Vân mừng quá ra xe lái về văn phòng cho bà Chánh Văn phòng biết, hỏi có bạn nào quen biết thợ hàn giúp mời thợ đến hàn ngay một lổ nhỏ.

Thu Vân nói với bà chánh văn phòng tôi sợ quá, nếu hàn xong, tối nay tôi bay qua Yale ở với chồng cuối tuần trở về nhờ chồng đi mua hệ thống báo động với cảnh sát xong tôi mới dám ngủ ở nhà một mình. Bà chánh văn phòng nói, tôi hiểu và thông cảm với bà Khoa trưởng. Bà dẫn bà Khoa trưởng vào văn phòng nói tóm tắt hồi tối bị trộm khoan cửa sắt một lổ, hôm nay phải hàn gấp, em nào có quen biết thợ hàn gọi giúp đến nhà bà Khoa Trưởng. Tôi và bà Khoa Trưởng chạy về nhà xem sao. Có hai em trong văn phòng nói em biết người bạn đang làm nghề hàn. Bà Khoa Trưởng nói thợ hàn nên mang theo dụng cụ vá cái lổ chừng hơn một tấc vuông. Thợ hàn và em nhân viên đến nhà sau bà Khoa trưởng chừng mười phút. Vào xem, thợ hàn nói em làm chừng mười lăm phút xong. Cả hai người mang đồ nghề vào và lựa một miếng kẽm dầy, cắt cho vừa chổ thủng, dùng hàn xì nhanh, khoảng mười phút thì xong hết mọi việc. Thu Vân hỏi:

- Em tính bao nhiêu, thợ hàn nói em làm giùm không lấy tiền. Thu Vân mở bóp ra lấy hai trăm, hai em lấy tiền này đi uống cà phê, tôi rất cám ơn. Chú thợ hàn cúi đầu từ giả, Thu Vân lấy ra nguyên con gà hấp muối tặng cho bà chánh văn phòng, bảo ngồi đợi coi xem có chuyến bay mấy giờ bay qua Connecticut.

Quày bán vé nói, còn đúng một tiếng có chuyến bay. Thu Vân bút vé liền và chỉ lấy hết thịt heo và vịt quay mang qua cho chồng và cái túi xách nhỏ vừa về nhà chưa mở ra. Thu Vân nói, bà gọi cho nhân viên nói giúp tôi, nhờ đến ngủ đêm nay khỏi đến, bà đưa tôi ra sân bay liền vì một tiếng nữa máy bay cất cánh.

Từ nhà ra đó con kịp, chỉ mất mười lăm hai chục phút, nếu trể tôi ở lại chờ chuyến khác. Thu Vân khoá cửa. tắt hết đèn đuốc xong, ra xe trực chỉ đến phi trường. Vào trong, đã thấy hành khách xếp hàng lên máy bay. Thu Vân nhờ nhân viên bán vé làm ơn gọi số này ra đón tôi chuyến bay này, bà đưa danh thiếp chồng. Cô tiếp viên nói, sáng nay đài truyền hình có loan tin tiến sĩ Andre đã bắt một tên trộm đại tài, cảnh sát còn khen. Bà đi lên máy bay, tôi sẽ gọi cho tiến sĩ Andre.

Hiếu nhận được tin vợ bay qua chuyến trưa này, vội thay đồ lái xe ra đón. Thu Vân gặp chồng mừng, chạy lại ôm hôn chồng cùng đi ra bãi gởi xe. Thu Vân nói:

- Em sợ quá có nhờ nhân viên về nhà ngủ với em và em đã nhờ thợ hàn kín cái lổ bị cưa ra đó, máu còn dính nhiều phía trên, chú thợ lau sạch hết, chú còn không lấy tiền vì là bạn thân với nhân viên em. Em biếu cho hai chú hai trăm đi uống cà phê. Hiếu nói:

- Cái tài ngoại giao đắc nhân tâm của em giống như anh, vì thế mà chúng ta thành công. Thu Vân nói, em đưa danh thiếp, cô bán vé máy bay cho biết, sáng nay ở Harvard, đài truyền hình và báo giấy có loan tin tiến sĩ Andre giáo sư của Viện đại học Yale có cách bắt trộm thần sầu quỷ khốc, cảnh sát còn phải khen. Cảnh sát còn nói, tiến sĩ Andre có cách bắt trộm, không sợ kẻ trộm trốn thoát mà khỏi cần phải còng, trói gì hết, kẻ trộm mới nể sợ. Thu Vân nói, tối nay, em lại thưởng anh đúp nữa, anh có chịu không?:

- Dạ thưa người đẹp Sóc sờ bai Sóc Trăng, sư phụ chịu liền và nghe lệnh người đẹp sai khiến. Lạ quá, hôm nay vợ anh có cách nói đốn tim anh rồi. Thu Vân nói:

- Em đã đốn tim anh từ thời anh hỉ mũi còn chưa sạch, tim anh nhảy ra ngoài hai ba lần, may là anh đã đem vô lại được, vừa mới tặng em thêm hai công chúa.

Em tin chắc, đêm qua hay đêm nay anh sẽ tặng em thêm một hoàng tử nữa đó. Như vậy, sư phụ tối nay muốn bảy, ba gì đệ tử cũng chịu hết. Thế thì, chúng ta nhứt trí sản sinh thêm một hoàng tử như lời báo mộng của anh hai mà không còn cần kiêng cử gì hết. Thu Vân nói:

- Rất đúng, ai có nói Khoa Trưởng già rồi mà còn ham vui sản sinh liền tù tì, đầu năm sanh hai gái cuối năm một trai, biết đâu ra hai trai thì sao? Anh có tuyệt chiêu làm mê say ngây ngất, nên em sanh hai lần đều sanh đôi, nếu sanh lần thứ ba mà sanh đôi nữa thì anh và em đều vượt chỉ tiêu, kế hoạch, lại nổi tiếng sanh đôi nữa mới ghê.

Thu Vân gọi về báo cho bố mẹ biết và bố cho ông sui của con, giám đốc công an và bố nuôi bí thư biết tài Hiếu bắt cướp bắt trộm lại nổi tiếng thêm vui quá. Hiếu cũng cho anh chị tư biết vụ bắt trộm cũng lại nổi tiếng nữa và may nếu về trể một ngày kể như nhà Thu Vân có người đến dọn giúp nhà sạch sành sanh để lau quét nhà cho dễ. Mẹ hay tin Hiếu bắt trộm bằng cách treo cả cánh tay kẻ trộm trên chỗ đã cưa thành lổ rồi, định vói tay mở chốt cửa, bà quá vui, khen con giỏi.

Sáng vào làm việc, Hiếu nghe tiếng ông Viện trưởng mời lên văn phòng uống trà và ông hỏi vụ bắt kẻ trộm tối hôm qua, Hiếu lại kể tỉ mỉ và nói thêm, con xin phép gọi ông Viện trưởng bằng bố.

Nay, ông đã vào hàng bảy mươi, thất thập cổ lai hi. Con sợ tên trộm đứt lìa tay thành tật nguyền cũng tội nghiệp con chỉ đập nhẹ vào tay của tên trộm cũng gẫy dính chặt trên lổ cưa chỉ chờ nộp mình cho cảnh sát. Ở Connecticut cũng có báo loan tin, một giáo sư tiến sĩ của Yale sang nhà vợ cũng là giáo sư của Harvard, cách bắt cướp trộm làm cho mọi người thán phục giáo sư Andre của Yale. Ông Viện trưởng nói:

- Ông Khoa trưởng làm cho trường mình thêm nổi tiếng. Trước kia tiến sĩ đã dùng tay không hạ gục ba tên cướp bắt sống còn tịch được hai súng và ba mã tấu ở Indonesia. Nay lại nổi tiếng bắt kẻ trộm bằng cách treo tay kẻ trộm trên lổ chúng khoan để mở cửa. Tôi khen ông Khoa Trưởng, có nhà báo muốn xin phỏng vấn. Andre thưa, con có dịp giúp thêm Yale nổi tiếng, con sẵn sàng, ông nói:

- Tiến sĩ mời thêm phu nhân đến cho vui. Trưa nay, tôi cũng có mời bốn năm ông Khoa Trưởng đến ăn trưa. Tại phòng khách của tôi các nhà báo sẽ phỏng vấn hai ông bà, chúng tôi chứng kiến thêm vui và giúp ông Khoa Trưởng hào hứng trả lời báo chí. Hiếu thưa:

- Xin phép ông Viện Trưởng cho con về làm việc, đúng mười hai giờ, vợ chồng con đến đây. Ông Viện nói thế quá tốt, ông đứng lên bắt tay. Hiếu cúi đầu đúng cách lễ phép của người Việt làm cho ông Viện Trưởng thêm vui lòng.

Về văn phòng làm việc, Andre nhờ bà chánh văn phòng chừng mười giờ đến đón vợ tại nhà, chở đến đây, vợ tôi sẽ xuống văn phòng kể chuyện tôi bắt trộm tối hôm cách đây một tối tại nhà gần trường Harvard. Trưa nay, chúng tôi được ông Viện trường mời ăn trưa cùng với nhiều giáo sư Khoa Trưởng có báo chí đến phỏng vấn. Hiếu gọi cho vợ biết:

- Nhắc vợ trưa nay có cuộc phỏng vấn đặc biệt của báo giới về vụ anh bắt kẻ trộm nay lại nổi tiếng mới vui. Em trang điểm cho đẹp và diện cho bắt mắt, đeo luôn đôi bông hột xoàn to và cả dây chuyền cổ tha hồ cho TV quay hình thành mẫu hậu của Harvard và Yale cho thiên hạ lé mắt chơi. Thu Vân nói:

- Tưởng anh bắt em làm chuyện gì khó còn chuyện diện đẹp ăn sang, em chịu liền. Vợ yêu quý của anh nói sao nghe dễ thương quá:

- Tối nay, anh thưởng em tối đa nghe cưng!. Thế thì em có lý do diện đẹp nghe anh. Ô kê em lo ngay nha, anh làm việc, có khá nhiều công việc gấp, em vào văn phòng của bà chánh văn phòng ở đó chơi, anh làm xong, tới giờ anh xuống đón.

Hai vợ chồng vừa vào phòng khách của ông Viện trưởng có năm sáu ông, cả vợ chồng ông cựu Khoa Trưởng tiền nhiệm của Hiếu, năm sáu giáo sư đàn ông lại có thêm hai ba bà nữa. Ông cựu Khoa Trưởng giới thiệu từng vị, té ra mấy bà cũng là Khoa Trưởng hoặc Phó Khoa Trưởng của Yale. Đang giới thiệu chuyện trò vui vẻ, ông Viện Trưởng bước vào có cả phu nhân nữa. Tất cả mọi người đứng lên chào ông bà Viện Trưởng. Khi bắt tay vợ chồng Andre, ông nói lớn:

- Tôi nghe danh bà Khoa Trưởng Xã Hội Học Harvard đẹp như hoa hậu hoàn vũ. Nay vợ chồng tôi gặp lần thứ hai mà là lần đầu đứng gần, thật danh bất hư truyền, xứng đáng là hoa hậu hoàn vũ. Xin mời quý vị giáo sư Yale chào mừng giáo sư Khoa Trưởng của Havard, một tràng vỗ tay chào đón. Ông Viện Trưởng nói:

- Sở dĩ hôm nay tôi mời quý vị dùng bữa trưa với vợ chồng tôi là đãi chào mừng ông bà Khoa Trưởng Y Học của Yale và phu nhân cũng là Khoa Trưởng Xã Hội Học của Harvard. Chúng ta sẽ nghe tường thuật lại vụ bắt tên trộm cũng chỉ có lần đầu chưa có lần thứ hai trên thế giới, bắt tên trộm chả có còng hay trói gì hết mà tên trộm chịu phép treo tay lên cửa đợi cảnh sát đến bắt mới lạ kỳ làm sao. Chốc nữa đúng hai giờ có nhiều nhà báo, phóng viên truyền hình đến phỏng vấn, chúng ta làm hậu thuẩn cho ông bà tiến sĩ Andre thêm hào hứng tường trình cho báo giới mà chúng ta nghe luôn. Bỗng nhiên Viện Đại học Yale khơi khơi lại nổi tiếng như vụ tiến sĩ Andre, đang công tác cho Yale, chỉ hai tay không mà cũng hạ và bắt sống ba tên cướp, còn tịch thu hai súng và ba mã tấu đã làm cho Yale nổi tiếng có thêm uy tín cho Viện đại học Yale. Nay lại nổi tiếng có giáo sư của Yale bắt kẻ trộm một cách độc đáo, ngoài dạy học giỏi còn là giáo sư giỏi triệt hạ tướng cướp và kẻ trộm đại tài nữa.

Trưa nay có cuộc phỏng vấn của báo chí, chúng ta sẽ rõ nội dung, bây giờ mời quý vị lại bàn ăn, nhăm nhi tí rượu cho bạn Andre nóng máy trả lời báo chí ngon lành, lại còn có tiến sĩ Khoa trưởng Harvard tiếp sức Andre. Ông cựu Khoa trưởng tiền nhiệm của Andre nói:

- Nhân có hoa hậu giáo sư Harvard sang thăm chồng, vợ chồng tôi xin mời ông bà Viện Trưởng và quý vị đồng nghiệp trước đây, chúng ta đến ăn tại tiệm ăn Tàu chiều nay lúc sáu giờ, nhà hàng Tàu chắc ai cũng biết. Xin quý vị về nhà đón thêm phu quân hoặc phu nhân cùng tham dự. Chúng ta vui một bữa ăn tại nhà hàng, tha hồ nhậu có quý bà lái xe giúp đưa chồng về dinh cũng rất an toàn.

Trong lúc trả lời báo chí, có thêm một chi tiết Hiếu kể mà mọi người cười vui. Khi thấy mấy ngón tay tên trộm đã lọt vào trong rồi, tôi kiên nhẫn đợi cho tên trộm đưa tay cho vô sâu nữa mới dễ nắm tay bắt. Ban đầu tôi tính lại nắm tay bắt sống, nhưng lại nghĩ, nếu có đồng bọn hai ba tên ôm tên trộm giựt ra thì cũng sổng mất. Chi bằng dùng ghế đập cho bị thương thì giữ bắt tên trộm chắc chắn hơn. Thoáng cái tôi lại nghĩ nếu đập mạnh quá tay tên trộm có thể gãy đứt rời ra, bị tật suốt đời cũng tội nghiệp vì là nghề nghiệp bác sĩ luôn muốn cứu người hơn hại người. Tôi chỉ đập nhẹ cho tay bị thương dính vào lỗ cửa sắt mà không chạy thoát được. Vừa nghĩ, tôi thấy cả cánh tay của tên trộm đã lọt vô sâu, tôi đập vào cườm tay và tri hô lên có kẻ trộm nhờ vợ gọi cảnh sát, tôi còn nghe tiếng xe nổ máy gọi nhau chạy thoát thân. Tên trộm cũng cố kéo tay ra nhưng đau quá, vì tay bị dính vào cửa sắt mới bị cắt rất bén. Tên gian này chỉ còn treo tay trên cửa sắt đợi cảnh sát đến bắt giải thoát hắn ra khỏi cửa sắt.

Hắn khai xe hắn đi ăn trộm lần này có đến bốn tên và đi bằng xe tải dự định chở hết đồ đạc, chúng đã nghiên cứu nhà không có ai ở nhiều ngày. Nay đến dọn sạch nhanh và lẹ, nào ngờ chúng gặp giờ xui lãnh đủ vừa bị gãy tay rồi cũng bị tù nữa.

Trước khi kết thúc, tiến sĩ Andre tâm tình, quý cơ quan truyền thông báo chí phổ biến tin một giáo sư Harvard bị trộm cắt cửa sắt định dọn sạch kể các tủ sắt theo tên trộm khai. Chúng có xe đẩy, dụng cụ nâng vật nặng như tủ sắt hay cái gì quý giá cồng kềnh giống một xe chở mướn đồ đạc di chuyển chỗ ở vì nhà đang không có người ở. Những tin tức trộm cắp được quý vị phổ biến cảnh tỉnh quý vị cao niên ở một mình hay quý bà vừa ly dị, độc thân, kẻ trộm vào được nhà. Trước tiên mang đồ cắp trộm ra xe, chúng thấy quý bà mặc đồ ngủ mỏng tanh, hấp dẫn thu hút, các nạn nhân sẽ có thể còn bị mất cái quý giá ngàn vàng nữa. Vì vậy, tôi có lời khuyên những vị ở và sống neo đơn nhứt là giới phụ nữ lại có tài sản, nhà cao cửa rộng phải mua một hệ thống báo động hiện đại và ký hợp đồng với cảnh sát phát hiện những kẻ xâm nhập gia cư bất hợp pháp.

Sở dĩ nữ tiến sĩ Khoa Trưởng Xã Hội Học của Harvard, đứng bên cạnh tôi chưa mua hệ thống đó vì ở nhà luôn có ít nhứt là sáu người có đến ba người lớn từ mười tám trở lên nên bà Khoa Trưởng xem thường, không sợ trộm cắp. Vì mùa bãi trường các con cháu đi chơi xa, bà ở nhà một mình, tôi là chồng đang ở đây, may đêm đó có mặt tôi tại nhà bà và cứu bà. Nói quý vị đừng cười, với sắc đẹp của bà hiện nay dù đã có bảy con, tuổi chưa tới năm mươi vì bà sanh hai lần sanh đôi là có bốn con rồi, lai rai thêm ba con nữa. Nếu một mình bà ở trong ngôi nhà khá sang rộng, bốn tên cướp xâm nhập vào bắt bà trước nhứt họ không bầu bà già hoa hậu mà chúng mần thịt bà. Còn chuyện mang đồ vật tính sau hay chúng đã cướp được cái ngàn vàng của bà rồi thì chúng phải trốn thoát nhanh và có thể chúng giết luôn bà hay bốn thanh niên cũng dày xéo thân xác làm cho bà tắt thở. Vì vậy, quý vị ở neo đơn mà có tài sản đừng ngại tốn kém phải luôn tính xa bảo đảm an toàn cho mình. Mọi người vỗ tay cười vui hoan nghênh ý kiến hay, tiến sĩ Andre nói tiếp:

- Nhân có vợ tôi, tiến sĩ Khoa Trưởng Xã Hội Học của Viện đại học Harvard là chứng nhân của vụ trộm cách đây hai tối ở nhà bà, cùng quận với viện đại học Harvard, quý vị có thể hỏi thêm về vụ trộm. Hiếu xoay nhanh qua đề tài khác:

- Trong lúc dạy học và làm Khoa Trưởng bà có viết một tập hồi ký, tự thuật cuộc đời của bà bị một tên lưu manh con của đại gia giàu có vào hàng tốp của một tỉnh ở Việt Nam. Từ dụ dỗ đến cưỡng bức làm nô lệ tình dục cho hắn, may cho bà chỉ bị một tên chúa đảng hãm hại bà. Khi nó ra đi khỏi phòng trọ là nó khoá cửa nhốt tù bà. Hắn là tên đầu sõ của một bọn cướp giựt lưu manh, lại nghiện rượu và nghiện ma tuý nên chuyện tình dục của hắn gần như bất lực nên bà không có bầu. Quý vị nhứt là quý bà đọc tác phẩm này không khỏi khóc thương hại một thanh nữ vừa tròn mười tám tuổi, là hoa hậu, do các bạn bầu, có thể nói là đẹp nhứt ở một trường trung học lớn nhứt của tỉnh, lại con nhà giàu trí thức và thêm học giỏi. Trong lớp chỉ thua tôi và nhiều bài thi bà còn có điểm cao hơn tôi, thuộc loại học sinh xuất sắc của lớp và của cả khối cùng lớp.

Tình tiết éo le bi thảm của cuộc đời bà từ lúc mười tám tuổi đến hai mươi mốt hai mươi hai tuổi, bà tự tử không thành, đau thập tử nhứt sanh không chết... Nói đến đây, Hiếu xin phép ra xe lấy hai mươi cuốn sách xin tặng mỗi nhà báo một tập, nếu thiếu, quý vị cho địa chỉ tôi sẽ gởi sau hay tới tại văn phòng làm việc của bà xã tôi tại Viện đai học Harvard. Dù chưa được phổ biến sâu rộng vì chúng tôi bận nhiều chuyện gia đình mà in lần đầu ba triệu tập, nay chỉ còn vài trăm ngàn tập chúng tôi để dành Ra Mắt Sách tại Mỹ và tặng thân hữu. Trong lúc tôi đi lấy sách tặng quý vị, quý vị tha hồ phỏng vấn tiến sĩ Thu Vân về chuyện trộm bị bắt hay là về cuộc đời của bà hay về cuốn sách.

Quý vị cứ hỏi thoải mái, tôi ra xe lấy sách và gọi MacDonald mang đến năm mươi hamburger Big Mac và nước ngọt xin mời quý vị dùng.

Vợ chồng tôi xin phép ông Viện Trưởng cho chúng tôi có dịp tiếp xúc với truyền thông báo chí vì tập hồi ký đã dịch sang Việt Ngữ, Áo Ngữ vài tháng nữa sẽ có bản dịch ra Pháp Ngữ và ngôn ngữ Tây Ban Nha. Chúng tôi bán sách nhằm trích ra giúp Hội từ thiện quốc tế cứu giúp phụ nữ có hoàn cảnh như vợ tôi hay tệ nạn buôn người hay nạn mại dâm... Có ông cựu Khoa Trưởng đàn anh của tôi đang giữ chức Phó chủ tịch Hội từ thiện này, hiện có mặt tại đây.

Tôi xin phép đi lấy sách và gọi MacDonald mang thức ăn tới, quý vị thoải mái hỏi vợ tôi hỏi đàn anh tôi và cả tôi về nhiều vấn đề mà quý vị quan tâm. Anh mời em tiếp anh trả lời báo chí, Thu Vân nói cám ơn chồng.

Cuộc họp báo chủ đề là nói về vụ tiến sĩ Andre bắt tên trộm khá độc đáo mà các nhà báo lại hỏi nhiều về cuốn Hồi Ký, tác giả Thu Vân cho biết tự in và xuất bản ba triệu cuốn tại Mỹ. Hai vợ chồng vừa về Việt Nam ra mắt bản dịch tiếng Việt, bán đến mấy ngàn số trong một buổi bán sách tại một tỉnh miền tây của Việt Nam lập kỷ lục từ xưa tới nay chưa có một tác phẩm nào bán chạy như thế tại Thủ đô Hà Nội hay Sài Gòn, nay một tỉnh lẻ mà bán được nhiều sách như thế. Một số tiền lớn thu được, chúng tôi chia đôi cho việc xây dựng khu đại học xá đầu tiên ở Việt Nam và trường trung học Hoàng Diệu mà vợ chồng tôi đã từng theo học. Chúng tôi cũng bắt chước hai đại học xá của Yale và Harvard, dù còn thua xa sự quy mô của hai đại học xá ở Mỹ. Nhưng, sẽ là đại học xá đứng đầu Việt Nam và vùng Đông Nam Á. Chúng tôi dự trù còn có hai buổi Ra Mắt Sách tại Việt Nam, tổ chức ở Viện đại học Hà Nội có Thủ Tướng và Nội Các của ông và ngoại giao đoàn tham dự vào trưa thứ bảy. Sáng chúa nhựt hôm sau, chúng tôi tổ chức tại Viện đại học Sài Gòn, Thủ đô của chế độ cũ.

Tiền thu được qua hai buổi Ra Mắt Sách, chúng tôi tặng hết cho hai nơi mà mọi chi phí từ Mỹ bay về, tiền in sách, chi phí ăn ở và các chi phí khác, chúng tôi cũng không lấy lại. Còn Ra Mắt Sách các nơi khác trên thế giới nhằm gây quỹ cho Hội từ thiện cứu giúp phụ nữ, chúng tôi cũng chỉ lấy phân nữa, số tiền bán sách được dùng trả tiền in sách và và vài chi phí nhỏ khác. Còn lại bao nhiêu chúng tôi cũng tặng hết cho nơi tổ chức như Viện đại học hay bịnh viện, chúng tôi dự trù tổ chức mùa hè năm tới ít nhứt cũng có cả chục quốc gia.

Có ký giả hỏi về cuộc đời, tác giả cho biết quá bi thảm ô nhục, may không chết và bà tự lột xác có chồng cưới đàng hoàng. Quý vị thử tưởng tượng tôi mới học hết lớp mười hai, tiếng Anh ít ỏi. Năm hai mươi hai tuổi, tôi có chồng trước là người Mỹ, nhờ nói chuyện với nhau hàng ngày và anh giúp dạy tôi tại gia về ngôn ngữ Anh Mỹ. Chồng còn cho phép tôi được đi học dù đã có con với anh, tôi phải vừa học vất vả vừa nuôi con nhỏ còn làm nội trợ lo cơm nước vì chồng Mỹ của tôi vừa dạy hai trường Yale và Harvard cũng quá bận rộn. Qua bốn năm học trối chết, tôi đỗ BA, sau đó vài năm tôi lấy được MA và mất thêm vài năm nữa tôi đậu bằng PhD về Xã Hội Học. Thời điểm đó, tôi có con thứ ba với chồng tôi, anh Robert. Tôi xin dạy về Xã Hội học tại đại học Harvard và vài năm sau, tôi thay bà Khoa Trưởng về hưu. Chẳng may, chồng tôi bị tai nạn khủng khiếp trong khu Viện đại học Harvard khi chúng tôi khám bịnh xong, anh Robert đi ra trước tôi đi ra sau.

Mấy năm sau, anh Andre vợ là tiến sĩ Caroline, gốc Áo có phục vụ trong đoàn nghiên cứu quốc tế của Harvard và của Yale, chết về bịnh ung thư, chôn cất tại Cần Thơ có Thủ Tướng Việt Nam đến chia buồn và có tràng hoa phúng điếu. Dù Thủ tướng với tư cách cá nhân cũng là chuyện khó tin mà có thật, một Thủ Tướng chính phủ dự lễ tang của một công dân mới của Việt Nam. Ai cũng nghĩ, không biết có đúng không, ông Thủ Tướng muốn thuyết phục chồng tôi bỏ chuyện Bộ Công An Hà Nội tổ chức ám sát chồng Caroline là tiến sĩ Andre. May hai vợ chồng và cả nhà không bị chết thảm khốc vì bốn tên mật vụ của Bộ công an vượt rào vào gần tới nhà bị công an địa phương bắn gãy chân, tên thứ năm bị bắt sống. Công an địa phương tịch thu được mười súng với năm tiểu liên AK 47 và năm súng lục cùng trong một cái túi xách có hơn mười thỏi thuốc nổ TNT.

Nay vị Thủ Tướng đã nhận tiến sĩ Andre làm con nuôi, mọi chuyện xấu xa bẩn thỉu muốn sát hại cả gia đình chồng tôi với mười khẩu súng và một túi chất nổ, nay đã là quá khứ đã tan biến theo thời gian, chồng tôi nói như vậy.

Một chuyện tình cũng khá ly kỳ, tôi không ngại ngùng nói thật nói hết cho quý vị thông cảm vợ chồng tôi cũng có một tình sử éo le, lâm ly bi đát, con đường tình khúc khuỷu quanh co, nay lại vô cùng hạnh phúc, quý vị đọc tập hồi ký do chính tôi viết, sẽ hiểu hết tình tiết khá dài dòng.

Chồng trước tôi chết vài năm, kế vợ anh Andre chết vài tháng, mẹ vợ của anh Andre thấy gà trống nuôi tám con, nhứt là hai bé gái mới sanh chưa được một tuần, mẹ đã mất. Bà biết chúng tôi từng thầm yêu nhau từ lúc chưa tốt nghiệp trung học. Nay, tôi, có người chồng chết vài năm, con rể bà, vợ chết mới một tháng, nếu chúng tôi xáp lại và yêu nhau lấy nhau, chúng tôi không vi phạm pháp luật và cả luật đạo của đạo Công Giáo chúng tôi. Nhưng búa rìu dư luận sẽ không tha anh Andre, tha hồ mà chửi kể cả gia tộc anh và gia tộc vợ Caroline, vợ vừa sanh một cặp con gái có mấy ngày thì qua đời. Không lo nuôi con mồ côi mẹ mà lại cưới vợ dù là tình xưa nghĩa cũ trước chị Caroline.

Mẹ vợ anh Andre hiểu điều đó, bà muốn cho hai chúng tôi tác hợp thành vợ chồng chánh thức có phép hôn phối của đạo Công Giáo. Bà còn mời Đức Cha Chánh Xứ của nhà thờ Chánh Toà thủ đô Vienne của nước Áo đã từng chủ lễ hôn phối chị Caroline và anh Andre tại Vienne. Nay, Cha sang Mỹ đồng chủ tế với Cha Chánh Xứ một họ đạo gần Harvard cho tôi và anh Andre thì dư luận xỏ xiên sẽ xẹp xuống mà chúng tôi cũng không quan tâm vì có mẹ vợ chủ hôn cho chàng rể cưới vợ mới để phụ với bà nuôi hai cháu vừa mới lọt lòng mẹ chưa được một tuần, mẹ đã ra đi.

Tôi có nhiệm vụ thế chức năng làm mẹ của chị Caroline, chăm sóc hai con như là con ruột của tôi từ bé nhỏ để chúng tạm quên mồ côi mẹ từ mấy ngày tuổi.

Quý vị đừng cười, nhiều người ngưỡng phục anh Andre tài giỏi về y khoa về ngoại giao, về tay không bắt sống ba tên cướp có vũ khí và nay bắt sống tên trộm khó tin mà có thật. Riêng tôi bái phục anh Andre có cái gen quá đặc biệt, đụng bà nào cũng sanh đôi, chị Caroline sanh đôi lần đầu hai trai, tôi sanh đôi lần đầu cũng với anh Andre cũng hai trai. Trước khi chết chị Caroline cũng sanh đôi hai gái. Khi đám cưới chánh thức giữa tôi và anh Andre đã qua đúng mười tháng sau tôi cũng sanh hai gái. Đối với tôi, qua hai bà vợ, sanh bốn lần đã có tám con, tài thật, ghê thật, Thu Vân vừa nói vừa nhăn mặt làm mọi người cười rộ và xin quý vị cho chồng tôi một tràng pháo tay. Cả mấy chục người cười to và hoan hô anh Andre có tài sanh mười hai con với hai bà vợ, cộng với ba con riêng của vợ. Tính chung, anh Andre có mười lăm đứa con, chồng tôi quá tài. Tôi xin phép vỗ tay và cúi đầu bái phục chồng tôi. Xin quý vị cho thêm một tràng pháo tay nữa, chồng tôi đang đi vào, tôi ký sách tặng quý nhà báo mà chúng tôi trân trọng quý mến.

Bây giờ chúng tôi, gọi theo anh Andre, bố Viện Trưởng và phu nhân cùng quý vị đàn anh đàn chị của chúng tôi và quý nhà báo về ngơi nghỉ. Xin quý vị đọc tập Hồi Ký của tôi xong quý vị có thể đặt câu hỏi qua điện thoại, email hay đến văn phòng Khoa Trưởng của tôi tại Viện đại học Harvard, tha hồ quý vị hỏi vì có nhiều tình tiết ly kỳ khó tin mà có thật.

Tôi xin đại diện cho chồng tôi là tiến sĩ Andre vô cùng biết ơn bố Viện Trưởng, quý vị đồng nghiệp đàn anh đàn chị của chúng tôi và đặc biệt giới truyền thông báo chí cứ nhắc đến tập hồi ký, chúng tôi bán được thêm sách thì quỹ từ thiện quốc tế giúp phụ nữ trên thế giới sẽ được nuôi dưỡng. Chúng tôi có thêm tiền giúp giới phụ phụ nữ nạn nhân, trong đó có công của quý nhà báo rất lớn đã có sự đóng góp cao quý của quý vị dù gián tiếp.

Chúng tôi xin đa tạ tất cả, xin chấm dứt buổi họp báo. Cả mấy chục người vỗ tay hoan nghênh bà Khoa Trưởng có đủ thứ tài mà lại vừa đẹp dù có bảy con. Đang ngấp nghé tuổi năm mươi vừa đông con, vừa can đảm nói hết đời tư buồn thảm ô nhục của mình. Bà cảnh tỉnh giới phụ nữ phải luôn can đảm tiến về phía trước mới thoát được mọi hoàn cảnh khó khăn ô nhục trong cuộc sống thường bị trù dập nhiều nạn nhân phụ nữ khắp thế giới này.

Bà Viện Trưởng đến ôm Thu Vân và khen nức nở, bà luôn mến nể hai vợ chồng Thu Vân luôn nêu gương tốt cho đời. Chúng ta, chiều gặp lại, Thu Vân ngồi kế tôi nghe. Thu Vân dạ vâng và nói chúng con xin cám ơn bố mẹ.

Mọi người ra về hết chỉ còn lại hai ông bà cựu Khoa Trưởng đàn anh của Andre và vợ chồng Andre, ông Viện Trưởng hết lời ca ngợi sự thông minh khéo léo của hai vợ chồng Andre.

Đề tài họp báo chỉ có vụ bắt tên trộm khá độc đáo mà vợ chồng Andre lồng vô nhiều vấn đề quan trọng vô cùng khéo léo, đặc biệt là giới thiệu tập Hồi ký của tiến sĩ Thu Vân, tôi tin sẽ còn được bán chạy lâu dài tại Mỹ và trên thế giới.

Ngày hôm sau, nhận được điện thoại của ông Thủ Tướng bố nuôi của Andre gọi từ Hà Nội khen vụ bắt trộm và vụ giới thiệu tập Hồi ký của Thu Vân thật hay thật khéo léo, ông Đại Sứ và bà Phó Đại Sứ Việt Nam ở Mỹ cũng gọi điện thoại khen. Bố của Josephine Tổng Lãnh Sự Áo tại Saigon cũng gọi điện thoại, ông Bộ Trưởng Y Tế Indonesia, Nigeria, Brazil đều gọi điện thoại chúc mừng. Riêng ông Bộ Trưởng Indonesia cứ tưởng Hiếu còn ở Việt Nam, nay biết về Mỹ, ông nói sẽ gởi biếu hai trăm con tôm hùm ăn mừng đãi khách. Hiếu xin gởi địa chỉ ở Mỹ một trăm con thôi và gởi về Việt Nam một trăm con vì một hay hai tuần nữa, hai vợ chồng bay về Việt Nam Ra Mắt Sách tại Hà Nội và Sài Gòn. Hiếu nói:

- Chúng tôi dự trù bay qua thăm anh chị và chúng tôi sẽ bay về Mỹ trước ngày tựu trường. Andre nhắc anh chị có con cháu theo học ngành Y cho chúng sang du học Mỹ ở Yale, tôi giúp dễ dàng, kể cả nơi ăn ở xe cộ.

Cả nước hay tin một giáo sư tiến sĩ gốc Việt Nam bắt được tên trộm một cách khá độc đáo tại Mỹ, rất vui và mọi người khoe cho nhau biết tin.

Chiều thứ sáu, Hiếu cùng vợ về lại Harvard, sáng hôm sau dẫn vợ ra phố mua hệ thống báo động xịn nhứt và điền đơn gởi xin vào hệ thống báo động trực tiếp với cảnh sát. Hệ thống báo động này có cả camera chụp hình từ ngoài và cả trong nhà. Một camera lộ ra ngoài và có đường dây bí mật đưa vào một màn hình lớn trong phòng ngủ và còn báo động qua máy điện thoại. Mọi chuyện xong xuôi, chiều thứ bảy. Hiếu chở vợ vào văn phòng lo giúp vợ giải quyết mọi chuyện. Còn về Việt Nam gần ba tuần Ra Mắt Sách hai nơi Hà Nội và Sàigòn. Và còn bay qua Indonesia thăm viếng, cám ơn ông bà Bộ trưởng Y tế, ở chơi vài ngày, bay về lại Việt Nam tiễn đưa hai gia đình thông gia Pháp Úc về nước. Sau một tuần, đại gia đình Hiếu bay về Mỹ lần này có thêm mẹ Bạch Mai đưa con sang Mỹ học.

Công việc tại văn phòng Khoa trưởng Xã hội học ở Harvard, nhẹ nhàng gấp chục lần của Phân khoa Y học của Hiếu. Giúp vợ giải quyết vấn đề hành chánh, làm chốc lát xong hết. Hiếu nói mời gia đình bà chánh văn phòng và mời hai vợ chồng anh sinh viên giữ nhà đến ăn chiều tại nhà hàng Tàu đúng sáu giờ.

Còn thì giờ, Hiếu nói anh lái xe đến viếng mộ anh Robert, một người bạn kính mến của anh và là người chồng tốt của em. Thu Vân rưng rưng nước mắt nói:

- Không có anh Robert làm sao em có tương lai tốt đẹp ngày hôm nay, kể cả anh nữa. Anh Robert cưới em đã giúp anh giải quyết chuyện lẹo tẹo với em vô cùng tốt đẹp. Hiếu vội đến tiệm hoa gần nghĩa trang mua một bình hoa tươi mang đến đặt trên phần mộ kính viếng anh Robert. Cả hai vợ chồng ở khu nghĩa trang gần nửa tiếng, lái xe đến nhà hàng Tàu, Hiếu đặt sáu món ăn ngon nhứt của nhà hàng, ngồi đợi. Hiếu gọi cho một chai bia Heineken và một dĩa tôm rang hành làm món đưa cay trong lúc còn hai mươi phút nữa mới đúng sáu giờ.

Hai vợ chồng cùng uống một chai bia vì Hiếu còn lái xe nên san sẻ với vợ một ít cho thêm an toàn. Hiếu nói, anh uống bia sẽ nóng máy sớm về nhà tắm xong làm thêm một chai bia nữa với vài hột gà la cót và hột gà sống, tha hồ cho em lái tàu chạy suốt đêm, anh cũng đủ sức theo tài công. Thu Vân cười, chuyện em lái tàu đưa anh cùng về bến mơ với em quá dễ. Từ nay em xả láng không còn cữ kiêng gì nữa, biết chắc là đang thụ thai rồi, em có kiêng cữ cũng bằng thừa:

- Hiếu gật đầu đồng ý. Hai vợ chồng đang uống bia gần hết chai và bàn chuyện phòng the, giường chiếu, hai gia đình đã đến, tất cả mười người. Hiếu mời mọi người ngồi và gọi bưng thức ăn ra. Đang ăn, Hiếu đề nghị, tôi sẽ đặt mì xào khô với tôm thịt và cải bẹ xanh, sáng mai hai gia đình chỉ hâm nóng, ăn điểm tâm, tôi đặt mười phần, chúng tôi bốn phần cho bốn người và bà chánh sáu người sáu phần. Nói xong có nhân viên phục vụ mang hết thức ăn đủ sáu món, Hiếu nói tôi đặt thêm mười phần mì xào tôm thịt cải bẹ xanh, cho vào ba bịt, hai bịt hai phần và một bịt sáu phần. Người phục dạ vâng và mang nước ngọt cho mỗi người, ai thích uống loại nào, đặt luôn. Hiếu hỏi tiếp, thức ăn tráng miệng có gì ngoài cam, người phục vụ cho biết có ba bốn thứ chè, người ngoại quốc thích sâm hổ lượng, Hiếu đặt thêm mười phần tráng miệng sâm hổ lượng.

Đang ăn, bà chánh văn phòng nói, gia đình tôi có theo dõi cuộc phỏng vấn của báo chí, hai giáo sư trả lời hay quá. Em sinh viên Y khoa cũng nói:

- Hai vợ chồng em cũng có theo dõi suốt buổi phỏng vấn, thấy cô trả lời báo chí quá tuyệt vời. Em đoán, sáng thứ hai cô vào làm việc, thế nào giáo sư Viện Trưởng cũng mời cô lên khen vì em tin cả Khoa của cô, chắc chắn ai có xem cũng khen cô vừa đẹp vừa duyên dáng đối đáp với các nhà báo vô cùng sắc bén. Từ họp báo về vụ chồng cô bắt tên trộm, cô lái qua giới thiệu tập hồi ký vô cùng độc đáo, chắc chắn sách sẽ còn bán chạy nhiều nữa. Cô còn nhạy bén vừa trả lời chuyện này móc sang chuyện khác thật thú vị. Cô còn giới thiệu Hội từ thiện của thầy cô cứu giúp phụ nữ trong nạn buôn người và nạn bị làm nô lệ tình, quả thật cô xứng đáng là Khoa Trưởng ngành xã hội học. Tôi có cảm nhận, ngày mai cũng là ngày đầu tuần, các Khoa Trưởng thường có buổi họp đặc biệt với ông Viện Trưởng. Tôi đoán ông Viện trưởng sẽ vinh danh cô trước các vị Khoa Trưởng khác. Thu Vân cám ơn:

- Nếu có cuộc họp như em nói, cô mời thêm vị Phó Khoa trưởng cùng tham dự vì cô và thầy phải bay về Việt Nam Ra Mắt Sách tại hai Viện đại học lớn nhứt của Việt Nam có cả Thủ Tướng chánh phủ và Nội Các của ông và tất cả ngoại giao đoàn tại Thủ đô Việt Nam tham dự.

Sáng sớm thứ hai, Hiếu đưa Thu Vân ra máy bay có mang theo một túi thịt kho trứng mang về Harvard dành ăn cho cả tuần và có thể bay về Việt Nam vào tối thứ sáu.

Quả thật, khi tiến sĩ vào làm việc sáng thứ hai, bà chánh văn phòng cho biết có điện thoại của văn phòng Viện Trưởng mời giáo sư đi họp lúc mười giờ tại văn phòng Viện trưởng. Bà chánh văn phòng có mời giáo sư Phó Khoa Trưởng cùng đi họp.

Vừa vào phòng họp trước mười lăm phút đã thấy có giáo sư Viện trưởng đang nói điện thoại. Thu Vân và ông Phó cúi đầu chào và xuống chỗ ngồi dành cho chánh phó Khoa Trưởng. Giáo sư Viện trưởng nói xong đi đến bắt tay hai vị chánh phó Phân Khoa Xã Hội, ông khen phân khoa xã hội đến sớm nhứt, ông tiếp:

- Trưa thứ sáu khi đài truyền hình CNN và nhiều đài khác loan tin có cuộc họp báo đặc biệt về bắt tên trộm của một Khoa Trưởng Y khoa của Yale về ngủ ở nhà vợ cũng là giáo sư Khoa trưởng xã hội học của viện đại học Harvard. Hể đến đầu giờ các đài đều có loan tin này mời khán giả theo dõi vì đây là một vụ bắt tên trộm vô cùng độc đáo, từ trước tới nay chưa hề có vụ bắt tên trộm như thế. Đài CNN còn cho biết, tiến sĩ Andre từng nổi tiếng khi đi công tác nghiên cứu của đại học Yale, chỉ có tay không, tiến sĩ Andre đã hạ gục ba tên cướp, còn tịch thu được vũ khí, đặc biệt cứu thoát bác sĩ Bộ Trưởng Y khoa của Indonesia. Nay lại bắt kẻ trộm rất độc đáo tại Mỹ.

Giáo sư viện trưởng nói, vì là TV quốc gia nên cả nước theo dõi và ai cũng khen giáo sư khoa trưởng xã hội học vừa xinh đẹp vừa có tài hùng biện và khôn khéo lái sang giới thiệu sách và giới thiệu Hội từ thiện cứu giúp phụ nữ mà cô từng là nạn nhân nên viết hết sự thật, trần trụi của vụ cô bị bắt làm nô lệ tình dục một tên vô lại gần ba năm. Chúng tôi nghe rất cảm động, bà xã tôi khóc khen giáo sư bảo tôi mời cô và các giáo sư khoa trưởng đưa luôn bà xã tham dự. Đúng mười hai giờ, bà xã tôi có đặt thức ăn nhà hàng mang tới chủ yếu là đãi giáo sư. Thu Vân cũng rưng rưng nước mắt, tôi nghe bà quý mến làm tôi quá xúc cảm, không cầm được nước mắt, tôi cũng xin đa tạ giáo sư Viện Trưởng và cho phép con gọi bằng bố, ông gặt đầu đồng ý.

Khi các vị Khoa Trưởng và phu nhân hoặc phu quân đến đông đủ, ông viện trưởng chậm rãi nói:

- Buổi họp hôm nay, mục đích chính là tôi mời quý vị Khoa trưởng và phu nhân hay phu quân nhằm giới thiệu viện đại học Harvard có nữ Khoa trưởng Thu Vân vừa xinh đẹp lại đông con, có đến bảy cháu vừa có tài hùng biện đối đáp với các nhà báo quốc tế và quốc nội vô cùng sắc bén lịch lãm và rất khôn khéo. Giáo sư Viện trưởng hỏi các vị Khoa trưởng có theo dõi cuộc phỏng vấn đặc biệt tại Viện đại học Yale, trưa thứ sáu? Hầu hết nói có vì các hệ thống TV có loan báo đến tiến sĩ Khoa Trưởng Xã Hội học của Harvard nên chúng tôi theo dõi. Ông Viện trưởng tán thành:

- Anh nói đúng quá, vợ chồng tôi theo dõi cũng vì tin bắt tên trộm mà thu hút có liên quan đến Harvard chúng ta nên hết sức chú ý lắng nghe. Từ vụ tiến sĩ Andre, chồng của tiến sĩ Thu Vân bắt tên trộm vô cùng độc đáo. Nếu chỉ có thế thì không có buổi họp sáng nay và chính bà xã tôi đi đặt thức ăn đãi tất cả mọi người mà đặc biệt là đãi tiến sĩ Thu Vân. Mọi người nói lớn:

- Thế là chúng tôi được ăn theo tiến sĩ Thu Vân, vỗ tay hoan nghênh. Giáo sư Viện trưởng nói tiến sĩ Thu Vân quá cảm xúc thấy Harvard có sự quý mến đặc biệt nên tiến sĩ Thu Vân xin phép gọi vợ chồng tôi là bố mẹ nuôi vì tiến sĩ chưa tới năm mươi lớn con đầu lòng của chúng tôi chừng hai tuổi. Tôi chấp nhận tiến sĩ Thu Vân làm con nuôi vợ chồng tôi kể từ hôm nay. Mọi người vỗ tay hoan nghênh và giáo sư Viện trưởng có con nuôi xinh đẹp và tài giỏi chắc chúng tôi sẽ có hai bữa tiệc ăn mừng của ông bà Viện trưởng và cô con nuôi. Thu Vân đưa tay xin nói:

- Thưa bố phần con xin chấp nhận và đãi tại nhà hàng lớn nữa vì vợ chồng con quá hạnh phúc có cha mẹ giàu lòng từ ái và qúy vị giáo sư kính mến có lòng hào phóng. Mọi người vỗ tay tán thưởng, giáo sư viện trưởng nói tiếp con gái tôi đồng ý tổ chức giới thiệu cha mẹ nuôi thì tôi cũng tổ chức tiệc đàng hoàng mời hết các vị khoa trưởng và Phó Khoa trưởng kể cả phối ngẫu nữa. Lại thêm một tràng pháo tay hoan nghênh. Ông giới thiệu con nuôi của ông nói về tình sử của con với chồng Robert và chồng hiện nay là Andre đang là khoa trưởng phân khoa lớn nhứt của Yale có gần mười ngàn nhân viên, bố đã nghe qua mà chưa đầy đủ.

- Thu Vân thưa bố mẹ và quý vị, cuộc đời ô nhục đau khổ của tôi qua hồi ký, tôi còn nhờ chồng tôi anh Robert edit và anh nói:

- Bạn Hiếu của em, với tài thiên phú, về văn phạm ngữ pháp Anh văn còn cừ khôi hơn anh. Anh edit rồi, anh chuyển cho tiến sĩ Andre đọc, không ai nghĩ một người Việt Nam, không có học Anh văn trường lớp mà tự học lại giỏi đến thế. Chồng tôi, anh Robert muốn thử tài coi xem thế nào. Anh chuyển tập Hồi ký cho anh Andre, lại bị sửa đến cả hai chục lỗi văn phạm hay câu văn không rõ ràng, chấm phết chưa thật đúng. Anh Andre sửa lại chuyển lại anh Robert, không ngờ, anh Andre sửa đúng vì anh Robert cũng nhờ vài bạn coi xem anh đã sửa rồi và anh Andre còn sửa lại mà anh ta không phải là người Mỹ. Bạn anh Robert góp ý:

- Anh chàng này sửa đúng vì mình là người Mỹ quen viết như thế lại sai căn bản mà không chú ý. Vì vậy, tôi xin giới thiệu với quý vị thử đọc xem, tôi sẽ kính biếu quý vị mỗi vị một cuốn tôi cho nhân viên mang đến văn phòng có chữ ký của tôi và của chồng tôi để làm kỷ niệm. Mọi người vỗ tay hoan nghênh. Tôi mới nói mở đầu và Thu Vân hỏi bố con giới thiệu tập Hồi ký như vậy, bố thấy thế nào? Bố còn tôn con là sư phụ, từ chuyện chính chưa nói hết mà đã lái qua chuyện giới thiệu sách.

Thu Vân chấp hai tay cúi đầu xin lỗi bố con không dám nhận bố làm đệ tử, chính con mới là đệ tử chân truyền của bố. Mọi người cùng cười, Thu Vân chép miệng:

- Tôi xin cám ơn mọi người và đa tạ bố. Con xin phép bố, con nói cái tôi đáng ghét là câu chuyện tình của con với người chồng quá cố mà con tôn là sư phụ. Anh Robert lớn hơn con gần mười lăm tuổi, con học tiếng Mỹ từ anh. Quý vị biết, tôi vừa học cấp ba trung học ở Việt Nam, tiếng Anh chỉ là đong đếm từng chữ vì là một ngoại ngữ, học rất ít.

Khi tôi gặp lại anh Andre, sau gần ba năm tôi bị nhốt trong phòng. Tên khốn nạn hại đời tôi đi hút á phiện mà lại còn nhậu cả ngày vì hắn đang là thủ lãnh của một nhóm du đảng cướp giựt trên đường phố ở Sài Gòn cung phụng tiền bạc cho hắn. Hắn còn lấy tiền của tôi, cha mẹ từ Sóc Trăng gởi lên cho tôi trả tiền nhà tiền ăn đi học, hắn còn mê đỏ đen thua sạch. Về nhà bảo tôi viết thư xin cha mẹ thêm tiền chi tiêu vì học đại học phải mua nhiều sách vở, tôi cự không đồng ý xin thêm tiền. Tối hắn về nhà trong cơn say xỉn hắn đánh tôi thập tử nhứt sinh, khi tôi chịu viết thư xin tiền, hắn mới hết đánh.

Tôi quyết tâm trốn cũng để dấu đủ tiền đi một cuốc tắc xi, tắc xi vừa ngừng, đám đệ tử ba bốn thằng con nít chừng mười hai mười ba tuổi ào lại lôi kéo tôi vô nhà. Lúc đó tôi đã xuống cân, bắt đầu yếu vì ăn uống thiếu thốn và hành hạ phải lo phục vụ tẩm quất cho hắn cả mấy tiếng mỗi đêm, khi hắn ngủ, tôi mới được tự do khóc.

Lần khác, khi tôi trốn ra tới đường cũng bị bắt lại. Về đến nhà hắn khoá cửa, trói tôi lại hắn cỡi hết quần áo tôi ra, hắn lấy dây thắt lưng của hắn đánh tôi liên tục cả chục phút, hắn mệt hắn ngưng tay, mình mẫy tôi bầm xây xát trùm lum và có nhiều nơi chảy máu, hắn cởi trói. Tôi đi tắm xong dùng muối xát vào các vết bầm và chảy máu, mặc quần áo vào bụng lại đói, hết cơm gạo, hắn nói sẽ mua gạo cho tôi nấu cơm ăn với nước mắm không có món ăn gì khác. Mãi gần ba năm chịu khổ hình bị giam cầm trong phòng không được đi ra ngoài.

Tình cờ, một buổi trưa hắn vừa say thuốc vừa có mùi rượu nực nồng, hắn lên cầu thang vừa về tới phòng, lấy chìa khoá ra mở cửa thì hắn ngã bất tỉnh, chìa khoá văng sát vào cửa. Tôi thò tay, nhờ tay ốm tong teo, lấy được chìa khoá, tôi chỉ vặn nhẹ cửa mở ra. Đây là cơ hội bằng vàng, tôi chỉ có một bộ quần áo sạch mặc vào thoát ra khỏi cửa, lật đật đi nhanh ra lộ, may có một tắc xi chạy đến tôi ngoắc chiếc tắc xi tấp vào lề. Tôi vội mở cửa bước lên xe vừa chạy, có ba bốn tên nhóc con chạy tới định bắt tôi lại như mấy lần trước. Đoạn này trong hồi ký không nói rõ, phớt qua, còn phần sau thế nào tôi có viết đầy đủ.

Một ngày đẹp trời, anh Andre dẫn gia đình ba má vợ và vợ anh, chị Caroline đi dạo chơi, gặp nhà có để bán cây trồng ăn trái.

Tôi mang thân tàn ma dại về báo cô bố mẹ lo thuốc chửa trị và bồi dưỡng được cả tuần, tôi cũng hơi khoẻ lại, đang ngồi trên võng đu đưa và tự hứa sẽ tự tử thêm lần nữa cho chết, hết cảnh ô nhục một gia đình giàu có nổi tiếng.

Tôi có viết, mối tình năm xưa vì tôi nhát không tỏ với anh và anh Andre cũng đã thầm yêu trộm nhớ tôi từ lớp mười, đoạn tình sử này có trong hồi ký...

Đến lúc, anh Andre thú nhận tội ngoại tình với vợ, chị Caroline, đang ở Harvard, anh sắp đi công tác cho Harvard ba năm và có mời anh Robert chứng kiến vụ tội ngoại tình và nói thẳng với anh Robert là Andre chỉ gặp Thu Vân có vài ngày là Thu Vân có bầu sanh đôi hai trai. Nếu anh Robert đồng ý cưới người phụ nữ đã có hai con thì tôi sẽ hết lòng giới thiệu cho anh.

Rất bái phục anh Robert, anh trả lời liền, tôi đã có vợ hơn mười năm muốn có con mà cô Jane không cho tôi con. Nay bạn gái Andre rất nhạy sanh con, tôi không chê mà tôi càng mê thích vì thành chồng vợ nếu tôi có con là lỗi không con là tại Jane. Anh Andre quá mừng, tôi có chồng Mỹ ở xa Việt Nam và giúp anh thoát tội ngoại tình. Thánh nữ Caroline nói với anh Robert:

- Để anh tránh tiếng về Việt Nam cưới vợ đã con riêng và cũng giúp Andre tránh luôn tội ngoại tình và chị chấp nhận nuôi hai con của tôi với Andre như là con ruột của chị. Thật trên đời này không có thánh nữ thứ hai như chị Caroline. Anh Robert lớn hơn tôi nhiều, nên tôi với anh sống chung gần cả chục năm anh chỉ giúp tôi sanh cho anh ba con, một trai hai gái, đủ cho anh vui thích.

Còn tôi với Andre với mối tình vụng trộm chỉ gần nhau mấy đêm tôi có triệu chứng có thai. Tôi hứa có con xong tôi trả lại anh cho chị Caroline.

Tới đây Thu Vân nói, thưa quý vị chịu khó nhín chút thì giờ đọc hết cuốn hồi ký của tôi rồi có dịp chúng ta bàn thêm chi tiết. Tôi thấy mọi người đã đói qua một giờ rồi. Thu Vân nói lớn:

- Con xin cám ơn mẹ vì con mà mẹ phải lo cho mọi người bữa ăn trưa ngon miệng này, xin phép bố mẹ, con xin mời mọi người ngồi vào bàn ăn, một tràng pháo tay tán thành vang lên.

Nói là buổi họp do giáo sư Viện trưởng triệu tập, kỳ thật là buổi vinh danh tiến sĩ Khoa trưởng Xã Hội học, có tiệc mừng do phu nhân ông Viện trưởng khoản đãi, cũng là dịp để cho quý vị Khoa trưởng và phu nhân đến nghe tiến sĩ giới thiệu cuốn hồi ký của mình. Tan tiệc, Thu vân về sau, có dịp lại ôm phu nhân giáo sư Viện Trưởng và nói:

- Mẹ và bố thương quý con, con vô cùng đội ơn bố mẹ vì cuộc đời con đã bị ô nhục tột cùng đau khổ chìm tận đáy bùn đen lúc mới mười tám tuổi, mà Chúa còn thương cứu vớt con khỏi chết mấy lần. Dù chuyện xa xưa, cách hơn ba mươi năm mà nay khi con nghĩ, nhớ lại vẫn rùng mình. Con vô cùng có phước đức ông bà cho con gặp anh Andre rồi gặp anh Robert. Nay lại gặp lại anh Andre đã giúp con có nhiều hạnh phúc, tươi vui trở lại tránh mang bịnh tâm thần và may mắn con sanh năm lần mà có bảy đứa con, lại vui thêm với đàn con ngoan hiếu hạnh và học giỏi. Mẹ có biết không?

- Con bị bắt làm nô lệ tình dục, may tên khốn kiếp là chúa đảng nên nó chiếm thân xác con chỉ một mình nó. Một cái may khác nữa, nó nghiện ngập say xỉn tối ngày và tình dục của nó quá yếu nên con không có con với tên khốn kiếp. Nếu con có con với hắn thì làm sao con lập lại cuộc đời tốt đẹp như ngày hôm nay.

Mẹ gật đầu, con nói đúng, mẹ thông cảm lại càng thương mến con nhiều. Thu Vân nói với mẹ, với đồng lương của con hiện tại đã xài không hết. Vì vậy con bán sách từ đây về sau dành phần nhiều xung vào quỹ từ thiện cứu giúp những phụ nữ lâm vào hoàn cảnh như con, thoát cảnh đời ô nhục nghiệt ngã này.

Bà Viện trưởng ôm siết Thu Vân và hôn, con có tấm lòng nhân ái cao cả nên Chúa và Mẹ Maria sẽ soi sáng cho con vững bước trên đường phục vụ tha nhân và đại gia đình con ngập tràn hạnh phục và có sự tôn kính yêu thương của mọi người. Thu Vân một lần nữa cám ơn mẹ nuôi:

- Con và chồng con sẽ bay về Việt Nam Ra Mắt Sách tại Thủ đô Hà nội và Thủ đô của chế độ cũ Sài Gòn. Kế tiếp chúng con đi Indonedia vài ngày thăm ông bà bộ trưởng Bộ Y Tế. Trở lại Việt Nam chúng con sẽ đưa đại gia đình chúng con về Mỹ trước ngày khai giảng niên học mới ít nhứt một tuần.

Cả hai tuần nay, con phải vào văn phòng làm việc cả ngày thứ bảy và sáng chúa nhựt, có chồng con qua thăm cũng giúp con giải quyết công việc hành chánh thêm nhanh, nay đã xong hết. Con đợi chồng con làm xong chúng con phải bay về Việt Nam Ra Mắt Sách giúp hai viện đại học lớn nhứt của Việt Nam mà thiếu đủ mọi thứ, chúng con sẽ giúp hai viện đại học xây thêm rộng thư viện và mua thêm sách. Còn viện đại học Cần Thơ nơi chồng con học trường Y, chúng con đã giúp lần đầu hơn hai triệu và còn vận động cho đủ hai mươi triệu USD xây một đại học xá cho sinh viên, chúng con bắt chước theo mô hình của hai Viện đại học nổi tiếng thế giới là Harvard và Yale. Dù khiêm nhường so với Harvard, Yale mà đại học xá này to đẹp tiện nghi nhứt Việt Nam.

Phu nhân ông Viện Trưởng khen Thu Vân luôn nghĩ đến giúp đỡ phụ nữ, nay giúp cả sinh viên với châm ngôn là mình vì mọi người nên mọi trợ giúp của vợ chồng luôn tiến tới rất đáng nể. Thu Vân từ giả mẹ ra về mang theo một tâm tư tình cảm tốt đẹp với bố mẹ nuôi và đồng nghiệp.

Hiếu, đi làm việc về thấy có một thùng quà từ Indonesia biết là tôm hùm, mang vào nhà, lấy ra hai hộp biếu ông viện trưởng và ông cựu Khoa Trưởng Y Học. Vừa thay quần áo xong, có điện thoại, bóc lên nghe:

- Nghe tiếng vợ gọi, khoe là trong một buổi họp đặc biệt tại văn phòng Viện Trưởng khen em nức nở, phu nhân Viện Trưởng khen em không tiếc lời, bà đặt những món ăn ngon mục đích là đãi em và đãi luôn các Khoa trưởng cùng đi họp. Thu Vân kể hết cho chồng nghe, giáo sư Viện trưởng lớn hơn mình mười sáu tuổi, em xin phép giáo sư cho em làm con nuôi, ông gật đầu, em bắt chước anh đó, chinh tâm như thượng sách. Hiếu nói liền, sao em nói nghe dễ thương quá:

- Anh sẽ gởi cho giáo sư Viện trưởng hai bọc tôm hùm, em thưa với hai ông bà, nghe em được ông hoan hỉ chấp nhận em làm con nuôi, nói chồng em cũng xin làm con nuôi chánh thức không phải con nuôi ăn theo vợ. Anh gởi liền hôm nay ra mắt bố mẹ, Thu Vân nói:

- Chồng em còn có tuyệt chiêu chinh tâm như thượng sách, tối nay em bay qua thưởng anh nghe. Em gọi liền phu nhân Viện trưởng nói với bà:

- Chồng con cũng xin làm con bố mẹ chánh thức không phải làm con nuôi ăn theo vợ. Bà cười ngất. Thu Vân tiếp, để ra mắt bố mẹ, anh vừa gởi bố mẹ hai bọc tôm hùm kính biếu, bà nói:

- Hai vợ chồng con quá dễ thương, nói mẹ ba cám ơn con Hiếu. Thu Vân dạ vâng.

Em thu xếp đồ đạc bay qua anh, chuyến bay đến Yale lúc bảy giờ tối nay, em muốn gần anh để được anh luôn bảo vệ, chăm sóc và cưng yêu em. Em ở nhà một mình vừa sợ vừa nhớ anh nên em mang đồ đạc về Việt Nam qua ở đây đợi anh làm xong công việc, chúng mình bay về Việt Nam tại Connecticut, anh bút vé trước nghe anh. Em nhớ thương anh, em sẽ mua thịt quay, vài món ăn mang qua ăn tối và điểm tâm sáng mai, anh bồi thường sự mất mát của em mấy ngày nay.

- Cái gì khó còn chuyện bồi thường thiệt hại cho em bốn ngày qua không khó, anh dư sức qua cầu, Thu vân nói:

- Em cám ơn anh, thôi anh vào phòng nghỉ một chút rồi đi làm đến chiều ra đón em. Em biết anh trưa nay về nhà nghỉ vì em gọi ở văn phòng cho biết. Cả đêm hôm qua anh thức làm việc cho xong những việc gấp để anh con về Việt Nam Ra Mắt Sách. Anh cực quá, em càng yêu, ai bảo cái gì anh cũng giỏi nên cực thân.

Đón Thu Vân tại phi trường, trên đường ra xe, Hiếu nói, ba ngày nữa chúng mình bay về Việt Nam, anh bút vé rồi, em đừng báo cho Việt Nam biết, chúng mình về đến Sài Gòn thuê xe tắc xi đi thẳng về Cần Thơ làm một cú bất ngờ, làm ba má Caroline và bố mẹ mình thêm vui.

Hiếu đã lấy ra năm con tôm hùm, mang vào văn phòng biếu cho bà chánh văn phòng ba con buổi làm việc chiều nay, dành hai con biếu cho hai vợ chồng anh sinh viên giúp việc, còn năm con, Hiếu và vợ ăn cho đến ngày về Việt Nam. Số tôm hùm còn lại khá nhiều, Hiếu cho hết vào tủ đá nhỏ sẽ ăn sau.

Chuyến bay về Việt Nam, khu ghế VIP vắng khách chỉ có mấy người nên hai vợ chồng lại càng thêm thoải mái gần nhau, nằm nói chuyện một chút là ngủ một giấc ngon lành không cần ăn uống gì hết. Giựt mình thức dậy khi máy bay đáp xuống Đài Loan, đổi chuyến bay về Việt Nam, ngủ một giấc trên mười tiếng nên rất khoẻ. Đợi chuyến đi về Việt Nam mất hơn hai tiếng, hai vợ chồng cũng đói đi vào nhà hàng ăn bít tết và mỗi người một tô súp măng cua rất ngon, miếng bít tết lớn nhứt và có thêm một dĩa phờ răng phờ ray. Thu Vân ăn miếng bít tết tổ chảng không hết, Hiếu cũng xực hết kể cả dĩa khoai chiên, cũng khá no. Trông Hiếu khoẻ như không phải đi máy bay xa đã mất hơn mười sáu tiếng, còn phải mất thêm vài giờ nữa mới tới Việt Nam.

Nhờ có quá cảnh, đổi máy bay về Việt Nam và có một bữa ăn trưa quá ngon. Qua chuyến bay khác cũng vào giờ ăn trưa, khi cất cánh xong, tiếp viên dọn ra hai phần ăn quá nhiều, Hiếu gọi cho thêm một lon bia và một lon coca. Thu Vân mới ăn ở nhà hàng, nay ăn thêm coi bộ "dội", chỉ ăn những món nhẹ như súp, vài con tôm trong món mì xào tôm thịt và uống coca. Hiếu uống hết lon bia cũng vừa ăn hết phần ăn của mình, còn phần ăn của Thu Vân còn nguyên, dù no, Hiếu còn ăn thêm dễ dàng nếu uống thêm một lon bia. Hiếu nói với Thu Vân, hôm nay anh phá giới vì nhìn em sao thấy em đẹp quá như hoa hậu hoàn vũ. Anh vừa uống bia tại nhà hàng cách đây hơn hai tiếng, bây giờ vừa uống hết một lon bia. Còn phần ăn của em, anh cố ăn hết và phải có bia hộ tống, nằm ngủ thêm một giấc, chừng nào tới Sài Gòn, em đánh thức anh dậy nghe. Tối ông chủ vựa than còn mần việc.

Thu Vân hứ một tiếng và nói em ngủ trước nghen! Thu Vân quay mặt chỗ khác tránh bóng đèn ngủ nhanh vì đang có bầu, đi xa cũng mệt. Hiếu độc ẩm và từ từ ăn hết phần ăn của vợ, bụng căng vào toi lết rửa mặt cho mát, về lại chỗ ngồi kéo ghế dài ra, đánh một giấc gần ba tiếng, vợ báo, máy bay sắp đáp xuống phi trường.

Đi ra cổng có hàng chục tài xế tắc xi bao quanh mời đi về nhà. Hiếu thấy có chiếc xe mới và rộng đến hỏi có đi về Cần Thơ được không? May anh này vốn quê ở Cần Thơ, anh nói liền tôi quê ở Cần Thơ khu xóm Cả Đài. Hiếu làm quen và hỏi từ đây về Cần thơ bao nhiêu, anh cho giá và nói nếu cô thầy cho phép đón vợ em mới cưới mấy tháng mà em chưa có dịp về nhà vợ cũng ở Cần Thơ gần khu chợ nổi Cái Răng. Nếu cô thầy cho phép đón vợ em cùng về Cần Thơ, chúng em ở lại Cần Thơ chơi thêm vài ngày, em xin tiền xe một nửa cũng dư thừa đổ xăng. Nhà em ở đường Hậu Giang nên đi về Cần Thơ cũng rất thuận đường. Vợ chồng tôi nghe anh nói quá dễ thương, chúng tôi trả tiền nguyên giá anh nói và tặng anh một trăm đô để vợ chồng anh mua quà biếu cho hai gia đình. Anh tài xế chấp tay cúi đầu cám ơn, vội lấy hai va vali cho vào cóp xe, mở cửa cho hai ông bà lên xe. Hiếu nói:

- Vợ chồng tôi ngồi băng sau, ghế trước để cho vợ anh ngồi, anh tài xế lại cám ơn. Lên xe, chạy thẳng về nhà rước đón vợ.

Anh bảo vợ thay đồ gấp, đi về quê thăm gia đình có ông Việt kiều cho tiền anh và cho phép anh rước em về quê Cần Thơ vì hai ông bà Việt Kiều cũng về Cần Thơ. Vợ vào thay quần áo nhanh, anh tài xế gom quần áo anh và của vợ cho vào túi xách rất nhanh. Nắm tay vợ dẫn ra xe, vợ anh chào hai cô thầy xong lên xe, chạy về Cần Thơ.

Vừa đến nhà cũng khoảng tám giờ tối, Hiếu bấm chuông, anh quản gia ra mở cổng cúi đầu chào kính, bà vợ cũng biết có ông bà chủ về bất ngờ, cũng chạy ra chào kính và tiếp chồng mang hai va ly vào. Hiếu biếu một trăm đô và trả đủ số tiền của cuốc xe và nói:

- Anh có cạt cho tôi một cái cạt có số phôn, khi nào tôi về Sài Gòn sẽ gọi báo anh trước đón tôi về Cần Thơ. Anh tài xế cầm tấm danh thiếp đưa hai tay cho Hiếu và nói vợ chồng chúng em đội ơn cô thầy. Chúng tôi làm một cú bất ngờ vì lái xe về thăm nhà mà xe của hảng.

Trong nhà vừa thoáng thấy vợ chồng Hiếu, hai con lớn chạy nhanh nói:

- Có bố mẹ về, chúng con mừng quá, nhớ bố mẹ quá. Thu Vân hôn hai con nắm hai tay hai đứa con nhỏ, Hiếu nắm con một tay, bồng một đứa, đi nhanh vào nhà, ông bà và hai chị vú mang hai con nhỏ nhứt ra chào mừng bố mẹ. Hai con về quá bất ngờ không báo trước, ba má trông hai con từng giờ từng ngày. Thỉnh thoảng bố vợ của con gọi hỏi má có biết tin hai con chừng nào về. Ông bà coi bộ nhớ con gái dữ quá. Bà bảo Thu Vân gọi điện thoại mời bố mẹ ngày mai lên chơi.

Thu Vân dạ vâng và nói hai con cám ơn ba má rất nhiều lúc nào cũng thương chúng con và chịu cực khổ với cháu ngoại, Thu Vân chạy ôm hôn mẹ và cúi đầu một lần nữa chào ba. Bà nói, chị vú dọn cơm cho hai con ăn.

- Hiếu thưa cám ơn ba má, chúng con ăn trên máy bay no rồi và gặp lại ba má chúng con cảm thấy no thêm, quá sung sướng hạnh phúc được ba má thương yêu.

Cả nhà quá vui, bên nhà anh chị tư chị ba biết tin Hiếu mới về, vội chạy qua thăm hỏi. Hiếu nói vợ chồng về Mỹ bù đầu bù cổ, em phải vào phòng cả thứ bảy chúa nhựt và cả tối nữa làm cho xong các việc mới dù về nhà ở chơi hai tuần và cũng làm một chuyến về bất ngờ không báo trước, may gặp anh tài xế gốc Cần Thơ, nhà ở xóm Cả Đài.

- Chúng em rất vui gặp lại gia đình, mọi chuyện làm ở Yale, Harvard, càng ngày càng có thêm uy tín. Anh chị ba, anh chị tư quá vui gặp lại hai em. Hiếu nói:

- Sáng mai chúng em mời hai gia đình qua ăn sáng và anh chị nói em kính lời thăm hai bác và mời hai bác qua ăn sáng với anh chị em mình. Để hai em đi nghỉ vì đi dường xa và khác múi giờ chắc mệt nhiều, Thu Vân ôm hai chị tiễn ra về.

Hai vợ chồng ôm hôn bốn con nhỏ và nắm tay hai con lớn, Thu Vân xin phép ba má, tối nay cho phép sáu đứa con qua ngủ phòng con. Chúng con nhớ con quá trời nên về đến Mỹ là phải làm ngày đêm cho xong việc mới về thăm con được. Bà báo hai chị vú, đưa hết sáu cháu cho ba mẹ nó chăm sóc đêm nay, cho hai chị tự do đêm nay. Bà nói để cho hai con đi tắm thay quần áo, lo chăm sóc các con.

Tắm xong, Thu Vân lại bồng con cho bú, cả hai bú chép miệng tỏ vẻ vui mừng vì vắng bú sữa mẹ hơn một tuần, chúng ngủ liền.

Thu Vân lại bóc điện thoại gọi về nhà gặp mẹ, mẹ nói hai con về quá vui. Vợ chồng con về bất ngờ quá, nhà có bốn năm chục nem chua, bạn của bố biếu, để mẹ bảo chị bếp làm hai con gà rô ti liền. Sáng sớm bố mẹ lên Cần Thơ thăm hai con và cháu ngoại. Bố mẹ lên tới Cần Thơ khoảng trước tám giờ, gọi tắc xi đưa về nhà, các con khỏi đón tại bến xe. Nếu ở nhà không còn bánh mì, nhờ chú quản gia mua bánh mì cho gia đình mình ăn sáng, nhớ mời gia đình anh chị các con. Thu Vân nói:

- Con cám ơn bố mẹ, hẹn mai có bố mẹ ăn sáng với đại gia đình. Hiếu đi ra vườn đặt thử năm cái lọp không có thức ăn gì hết coi ngày mai có cá không? Và đi rong hết khu nhà vườn coi có gì lạ không, mất cả nửa tiếng, Thu Vân trông sao không thấy chồng đi tắm, thấy Hiếu cầm đèn pin biết chồng đi quan sát nhà vườn coi ban đêm có đèn đủ sáng không và coi có gì đáng chú ý. Thu Vân biết tính chồng luôn cẩn thận về an toàn cho gia đình, nhà cửa, rất đáng thương. Thu Vân nói:

- Ngày mai bố mẹ lên sớm trước tám giờ tới bến xe, có mang theo mấy chục nem chua cho chàng rể nhậu. Mẹ có bảo chị bếp lo làm hai con gà rô ti tối nay, mai mang lên ăn sáng với gia đình. Hiếu nói tội nghiệp bố mẹ lúc nào cũng thương yêu chúng mình. Em báo tin có thai thì mẹ bố lại càng vui mừng vì muốn chúng mình có nhiều con. Thu Vân nói em phục tài anh, cái gì anh đoán cũng đúng, mẹ muốn em sanh con càng nhiều mẹ mới bỏ được cái nhà vườn ở Sóc Trăng mà bay qua Mỹ ở với chúng mình. Hiếu nói tiếp:

- Dù mẹ nói đến Cần Thơ đi tắc xi, con rể khỏi đón, Hiếu nói bố mẹ nói vậy, nhưng anh phải đi đón mới là con có hiếu thảo. Thu Vân nói:

- Em cũng theo anh nữa, em cho con bú xong, thay quần áo cùng anh đi đón bố mẹ. Hiếu chạy sang qua phòng hai chị vú, gọi qua phòng Hiếu trông sáu cháu vì hai vợ chồng chạy ra bến xe đón bố mẹ từ Sóc Trăng đến nhà. Các cháu còn ngủ ngon, một chị xuống bếp nấu nước pha trà xong, nấu thêm nước sôi pha cà phê cho gia đình uống. Hai vợ chồng lên xe lái ra gần tới bến chưa bảy giờ rưỡi, Hiếu nói còn sớm, anh quẹo vào chợ mua mười ổ bánh mì, chạy ra bến xe cũng chưa tới tám giờ.

Vừa đến bến xe, một chiếc xe đò từ Sóc Trăng cũng vừa tắp vào lề đường cho hành khách xuống, Hiếu cũng vào đậu phía sau, Thu Vân vội mở cửa đi nhanh lại xe đón bố mẹ. Hai ông bà mang khệ nệ đủ thứ thức ăn. Hiếu trông thấy vội chạy lại tiếp vợ, chào mừng bố mẹ và dành cái túi nặng, đi nhanh lại xe, bố mẹ và Thu Vân cũng vừa đến, Hiếu mở cửa sẵn, Hiếu hối lên xe lái ra liền tránh chỗ cho xe khác vào đậu.

Về đến nhà cả sáu cháu ngoại hai chị vú ra đón ông bà ngoại. Hiếu bảo hai chị vú vào bếp nướng lại gà rô ti và xắt lát bánh mì, dọn lên phòng khách, dọn cho hai chục chén dĩa, có khoảng hai mươi người ăn sáng.

Bố mẹ vào nhà có ba má ra chào đón, Hiếu vội vào tủ lấy ba con tôm hùm đã rả đá từ tối. Nhờ hai chị vú và cả chị bếp, Hiếu nói chị bếp, xắt tôm hùm xào mì, Hiếu đã trụng mì rồi. Chị bếp nói, cậu lên nhà lo tiếp khách để ba chị em tôi lo xào mì và nướng lại cho nóng gà rô ti và bánh mì.

Đúng chín giờ mọi người đến đông đủ. Vợ chồng Hiếu kính cẩn chào quý bậc trưởng thượng và báo cáo mới về đến nhà tám giờ tối hôm nay. Nay vợ chồng chúng con muốn có bữa ăn sáng sốt dẽo, chiều nhậu với cá nướng, con có đặt thử lọp không mồi, nếu cá nhiều thì thế nào cũng có cá chui vô, không được cá thì con dùng mồi nhử chúng chắc chắn cũng có cá nướng, ai cũng nói chốc nữa theo cháu Hiếu coi xem đổ lọp ra làm sao.

Quý vị ăn sáng xong cùng đi ra vườn chơi cho mau tiêu hoá. Các anh chị của Hiếu, phải ăn nhanh còn đi làm. Thu Vân gọi một chị vú mang ra hai cái thùng và dẫn hai cháu lớn coi bố nó đổ lọp bắt cá, mỗi cái lọp cũng được năm sáu con cá lóc dư thừa nướng ăn chiều nay. Như vậy, cá lóc sanh sản nhiều ở cái rảnh này, đặt lọp không mồi vẫn có cá. Trước khi cả gia đình chúng con đi về Mỹ, con tập cho mấy thằng con trai chận nước hai đầu rảnh tác cho cạn mới dễ bắt cá, con sẽ làm khô mang về Mỹ cho các con biết ăn khô ngon rất đặc biệt mà các con sẽ thích. Thu Vân nói:

- Anh Hiếu nói có lý, mình bắt cá lớn cho cá nhỏ tiến lên. Mùa mưa nhiều khi nước ngập lên cao cá trườn lên khỏi bờ tìm đường đi mà không có đủ nước thì cá sẽ chết làm mồi cho kiến cho ruồi, anh Hiếu nói với con như vậy, cách đề phòng cá lớn đào thoát của Hiếu rất đúng.

Hiếu tuyển lại cũng được mười sáu con cá lóc lớn. Hiếu nói chiều nay mình nướng bằng vỉ để lấy đầu và ruột cá nấu canh chua với bông sua đũa, cá lóc kho tiêu và món bông điên điển và bông súng bóp xổi cũng tạm đủ và có nem chua nhậu lai rai nữa. Chúng con muốn chiều nay đãi cá lóc của chúng con nuôi cách tự nhiên giống hệt chúng sống trong thiên nhiên, khác với cách nuôi thúc cho ăn thêm thức ăn chế biến sẵn, cá mau lớn thịt thiếu độ dai và ngọt giống như ăn gà công nghiệp và gà nuôi đi bộ vậy. Hiếu sẽ còn mời thêm ông bà thông gia công an chiều đến ăn cơm với gia đình.

Ăn cơm trưa xong, mọi người nghỉ ngơi, đến hai giờ, chị bếp lại lo bữa ăn chiều, Hiếu gọi hai chị vú tiếp làm cá và còn hái bông sua đũa, bông súng, bông điên điển, rau thơm. Hiếu kéo rộng lên thấy có hai con cá lóc chết, Hiếu bảo hai chị vú làm hai con cá chết để riêng ra nhờ chị bếp ướp muối phơi khô kể cả đầu cá. Hiếu chạy ra chợ mua thêm vài ký khô bò và năm ký khô cá sặc, năm ký lô thịt ba rọi, năm ký lô thịt nạc, năm vỉ trứng, bốn năm ký dưa leo. Và Hiếu vào chợ cá thấy có bán nhiều ốc cua mà về chiều mấy ông bà ngồi bán nài nỉ mua mảo hết sẽ bán rẻ, Hiếu mua luôn hai thùng đầy cho mỗi thứ và một thùng ếch nhái, chất đầy xe chạy về nhà, thả hết xuống rảnh nuôi cá lóc và ao nuôi cá đen. Còn thịt cho hết vào tủ đông đá để dành, ngày mai có món thịt kho trứng và còn thêm có cá, thịt sẽ chạy ra mua thịt heo mới trong ngày.

Đến năm giờ, có khách lai rai đến, Hiếu nhờ chị bếp nướng cho bốn con khô cá sặc và luộc chừng nửa ký thịt ba rọi, xé khô nhỏ ra và xắt thịt ba rọi mỏng để trộn làm gõi xoài tượng. Hiếu nhờ anh quản gia hái ba trái xoài tượng, nhờ hai chị vú bằm xắt nhỏ ra trộn để sẵn đó, hái cho một nắm rau răm và ớt chín đỏ cũng xắt nhỏ để Hiếu trổ tài làm món gõi xoài tượng lần đầu coi có ăn bắt không.

Nếu ngon tha hồ mà đãi khách món gõi độc đáo này cho các thông gia Pháp, Úc và ba má Áo thưởng thức. Mọi thứ làm xong để riêng, Hiếu vào phòng mời ba má, bố mẹ và vợ xuống bếp coi xem Hiếu trổ tài làm món gõi này. Thu Vân cùng hai con lớn đi theo mẹ coi bố làm món gõi. Mọi người đổ dồn mắt nhìn coi Hiếu làm món gõi này mà chưa thấy vì món gõi xoài tượng chỉ có vùng quê có trồng nhiều xoài tượng người ta mới làm gõi với tôm khô thịt ba rọi hay chỉ với khô cá sặc hoặc khô cá lóc. Nay Hiếu biết loáng thoáng, chế biến thêm có thịt ba rọi có khô cá sặc trộn chung. Trước tiên, cho vào một tô thật to đủ đựng hết nguyên liệu đã chuẩn bị sẵn. Hiếu lấy khô sặc nướng trộn với thịt ba rọi, cho thêm đường và rưới thêm một chút nước mắm ngon vào thịt ba rọi, trộn đều, Hiếu lấy hết xoài tượng trộn vào. Xong rồi Hiếu thêm một vài muỗng đường và một ít nước mắm trộn đều cho thấm xoài thấm thịt và xoài tượng còn khô sặc xé nhỏ đã ngấm vào các món khác. Hiếu gắp ăn thử và hai con ăn thử, mặn, ngọt, chua thế nào, hai con chỉ biết nói ngon. Hiếu bảo chị vú lấy cho mỗi người lớn một cái dĩa nhỏ, Hiếu gắp ra dĩa một ít cho thêm rau răm và ớt, nói ăn càng cay, càng ngon. Hiếu cũng bảo chị bếp và chị vú cũng ăn thử coi xem món gõi ngon dở thế nào có đủ chua, ngọt không? Ai cũng nói như vậy là quá ngon xứng đáng là sếp cút trứ danh rồi. Quý khách mời, anh chị ba chị tư dẫn theo các con qua chơi với hai em.

Ba dĩa gõi bưng lên, trên gõi có một lớp rau răm dày và vung lên như đỉnh núi và trên cùng có ớt đỏ làm cho dĩa gõi thêm hấp dẫn còn có một dĩa ớt hỉm cạnh bên. Ăn gõi này càng cay càng ngon và uống Martell XO và có một ly nước dừa chửa lửa nữa thì hết ý. Mọi người ai cũng nói trong đời mới ăn món gõi xoài tượng độc đáo này, sao ngon quá dùng chất đưa cay thì ngon tuyệt vời.

Hiếu bày gõi trên ba dĩa chỉ cho chị bếp và chị vú xem, phái đoàn đi du lịch về, ba chị làm giúp món này đãi khách quý. Tôi chỉ có nêm nếm đúng gu đàn ông thích, ba chị cũng có một dĩa nhỏ ăn thử. Hai đứa con của Hiếu cũng chạy lại ngoại xin ăn và các con của anh ba, tư cũng chạy bà xin ăn cho biết.

Thế là ba dĩa to sầm ăn qua một cái vèo hết sạch. Ông bà sui công an hỏi anh có học ai làm chỉ anh? Hiếu thành thật khai báo, trong đời cũng chỉ mới ăn lần đầu cũng học lóm thấy hàng xóm có món ăn này, còn là con nít có ai cho mình ăn đâu vì món nhậu. Tôi nhớ loáng thoáng và tự chế biến, còn cách trưng bày dĩa gõi là tôi học bà xã tôi. Bố của Trung, anh của Hiếu nói:

- Món nhậu này mà đãi vua chúa chắc chắn cũng được khen, nếu vua có công chúa xinh đẹp như cháu Thu Vân cũng sẽ gã công chúa cho anh chàng bán than có món ăn ngon độc đáo này. Đến món ăn cá nướng có rưới thêm mỡ hành lại càng thêm ngon, cuống với rau dưa leo, chấm nước mắm me thật cay và một chén nước mắm ít cay cạnh bên.

Má Caroline gọi chị bếp và chị vú cùng kéo thêm bàn ăn chung cho vui. Mọi người ăn chung rất vui và hạnh phúc. Ông thông gia công an nói với Hiếu, mai tôi mang qua một thùng Martell XO để anh Hiếu đãi mấy ông Mỹ, Pháp, Úc nói chừng nào uống hết rượu mới được rời khỏi Cần Thơ. Hiếu nói:

- Có rượu ngon, tôi chuẩn bị làm một con bò có thêm món bò thui mà các anh tây thực dân năm xưa thích ăn món này. Nay có hai sui gia Pháp, Úc, bố mẹ Mỹ Philip-Jane cũng thích món ăn đó. Tôi sẽ mời các giáo sư trường Y và phu nhân mà tôi thọ giáo năm xưa, còn anh chị ba, anh chị tư có bạn bè mời đến chung vui và còn mời gia đình ông bà Tổng Lãnh Sự Áo...

Thế nào, tôi cũng có món gõi xoài tượng đưa cay, Hiếu nói anh sui công an, tôi có trồng đến tám cây xoài tượng anh sui tiếp ăn hộ. Mọi người vỗ tay thế thì anh Hiếu và chị Thu Vân sắp có thêm con, anh sui nói. Hiếu tiếp:

- Cũng nhờ cái vụ bắt tên trộm mà báo chí khuấy lên rùm beng. Vợ tôi không dám ở nhà một mình dù có đặt hệ thống báo động tối tân hay có nhờ nhân viên ngủ mà vợ tôi vẫn còn sợ ở một mình. Chỉ tin tôi dù có trộm cướp gì cũng không sợ nên bay qua nhà ở Yale hoài vì vậy mà có bầu sớm. Cũng may, sanh lần tới tính ra cũng được mười ba tháng, tránh được tiếng bà Khoa trưởng xinh đẹp gần năm mươi, già rồi mà còn ham vui đẻ chữa liền tù tì. Cả nhà cười vang. Hiếu đã thành thật khai báo, xoài tượng bố mẹ cho con giống tốt nhiều trái quá, vợ con chỉ tiếc xoài tượng ngon mà chị ba chị tư chê nên vợ con mua mảo hết đó ạ!

Cả nhà lại cười vang, ăn món cá nướng cũng hết sạch. Uống thêm rượu, nói chuyện nhiều cho mau tiêu mới ăn cơm. Cá kho tiêu cũng lên bếp như canh chua cho thật nóng ăn mới bắt có đủ ngò gai, ngò om, húng quế, rau tần dày lá và ớt đỏ rất cay. Trên mặt nước canh chua còn thấy có tóp mỡ, lại thêm béo, ngon. Cơm nóng, canh chua nóng, cá kho tiêu cũng nóng ăn rất hấp dẫn lại còn có thêm món bóp xổi bông điên điển và bông súng, chấm nước cá kho ăn thật tuyệt. Dù no, mọi người thấy canh chua sao hấp dẫn qúa, mỗi người cũng ăn thêm một chén cơm. Đến uống trà lại thêm ăn mè láu, bánh pía bố mẹ Hiếu mang từ Sóc Trăng lên.

Vợ chồng Hiếu xin mời quý bác, chú thím và anh chị dự tiệc vui đón phái đoàn du lịch về, chiều chúa nhựt tuần này.

Tuần tới thứ bảy Ra Mắt Sách ở Hà Nội, chúa nhựt ở Sài Gòn và sau đó về Cần thơ và đại gia đình chúng con về Mỹ. Sở dĩ, chúng con tổ chức gấp rút như vậy là vì sau buổi Ra Mắt Sách ở Sài Gòn, hai gia đình thông gia Pháp và Úc, chiều thứ hai bay về nước.

Hiếu cho biết, phái đoàn trong Nam ra Hà Nội khoảng ba chục người, xin ông Viện trưởng bút mười lăm phòng, chúng tôi thanh toán tiền nong chỉ ở có đêm thứ sáu. Thứ bảy ra mắt sách xong là bay vào Sài Gòn, sáng hôm sau chúa nhựt Ra Mắt Sách tại Viện đại học Sài Gòn.

Chúng con mời thầy cô, chú thím Tín, hai bác, anh chị thông gia, con sẽ mời bố mẹ Hưng ở Sóc Trăng, anh chị Trai, anh chị ba, anh chị tư và gia đình chúng con và các khách quý của con cho đủ ba mươi người.

Ông Viện Trưởng Hà Nội cho con biết, ông Thủ Tướng mời phái đoàn đến ở nhà khách chánh phủ có đến hai mươi phòng và cơ ngơi rộng thênh thang có cả chục chiếc xe để đón đưa khách. Tối thứ sáu ông bà Thủ Tướng đãi tiệc lớn có mời tất cả các ông Bộ Trưởng và ngoại giao đoàn, ông cũng muốn giới thiệu việc làm từ thiện của nhóm quốc tế sáu người, nay có bốn người lên chào quan khách. Đặc biệt Thủ Tướng muốn giới thiệu một nữ lưu Việt Nam đang là Khoa Trưởng tại viện đại học Harvard vừa xuất bản tập Hồi Ký tự thuật về cuộc đời của bà, Hiếu chuyển ngữ sang tiếng Việt. Thủ tướng sẽ nhiệt tình giới thiệu tiến sĩ Thu Vân, nay bà có ước nguyện là bán được sách là tặng cho hội từ thiện quốc tế giúp phụ nữ và các viện đại học hay bệnh viện đứng ra tổ chức. Ngày thứ bảy có buổi Ra Mắt Sách tại Viện đại học Hà Nội, tác giả sẽ ký tặng sách nguyên bản bằng tiếng Anh cho ngoại giao đoàn. Còn ra mắt sách, là bản chuyển ngữ tiếng Việt do tiến sĩ Andre Trần Trọng Hiếu dịch. Tất cả số tiền bán sách lần này tặng hết cho viện đại học, còn chi phí in sách, vé máy bay và ăn ở đều do tiền túi của tác giả. Thủ Tướng nói:

- Chúng tôi thấy nghĩa cử một phụ nữ quá cao đẹp nên tôi mời về nhà khách chánh phủ ở và có bữa tiệc hôm nay. Ông Viện trưởng cho Hiếu biết đại khái như vậy nên Hiếu ra Hà Nội sớm để cho phái đoàn có công xa đưa đón đi du ngoạn quanh Thủ đô Hà Nội. Viện đại học có tổ chức ăn trưa tại phòng khách của Viện, có đông đủ các vị Khoa Trưởng và phu nhân cùng nhân viên của văn phòng Viện. Ăn xong đi dạo thêm vài tiếng rồi về phòng nghỉ đúng bảy giờ nhập tiệc. Hiếu nói, tôi muốn anh chị thông gia công an và ông bà cựu Bí Thư nên đi, tôi trực tiếp giới thiệu với ông Thủ tướng và Bộ Trưởng công an để dễ làm việc. Thầy khoa trưởng nói Hiếu có cách giới thiệu hay, nhắc các con chụp hình.

Tối thứ bảy, chiếc xe chở đoàn du lịch về đến nhà cũng gần mười giờ nên mọi người lo đi tắm và đi ngủ. Con trai trưởng báo cáo với ba, mọi người đã ăn cơm chiều rồi cũng tại quán Đồng Quê mà mẹ có viết trong tập Hồi Ký về buổi ăn kỷ niệm nhớ đời với ba, ăn xong chạy về đây. Bố khen các con rất giỏi biết giới thiệu ba má và ông bà ngoại từng có ăn ở nhà hàng Đồng Quê.

Chiếc xe du lịch chở Bạch Mai về nhà, bạn trai khỏi đưa, đi đường xa hai tuần nên ai tới nhà cũng oải gân. Hiếu và Thu Vân chào đón mọi người và hẹn nhau đến sáng mai ăn điểm tâm sẽ nói nhiều.

Sau một đêm ngon giấc, mới sáu giờ, các vị lớn tuổi đã thức đông đủ. Riêng Hiếu thức từ năm giờ, xuống bếp lo nấu nước pha trà và cà phê cho vào bình thuỷ giữ nóng. Thức uống và bánh ngọt mang lên bàn ăn, Hiếu tiếp tục mang ra khỏi tủ lạnh hai mươi quả trứng, chừng một ký lạp xưởng và một chục ổ bánh mì lớn. Hai vợ chồng thông gia Pháp, thấy nhà bếp đèn sáng trưng và bóng dáng ông sui nên đi xuống xem. Cả ba vui mừng bắt tay nhau, hai ông bà cùng nói, chúng tôi bái phục anh sui cái gì cũng giỏi,nhanh gọn nữa

Trên bếp nồi thịt kho trứng mà lần này còn có cá lóc đang đun, chờ sôi, bên cạnh một nồi nước đang sôi. Hai ông bà sui lặng lẻ đứng xem cách anh sui làm bếp sao thấy quá siêu, sếp cút thứ thiệt nổi tiếng cũng có thể chào thua. Anh đổ nước sôi vào cái tô lớn đựng lạp xưởng còn nguyên nhằm cho vỏ lạp xưởng mềm và cũng thật sạch mới xắt lác. Chị bếp qua sớm lo làm bếp, dành xắt lạp xưởng. Hiếu nói, lở tay tôi xắt lát xong là tới phần chị gọi một chị vú xuống phụ chị lo ăn sáng nay. Hiếu xắt lạp xưởng nhanh như cắt, hai ông bà sui trông thấy cách làm nhanh gọn của Hiếu lại càng thêm ngưỡng mộ. Hiếu nhắc chị bếp chiên lạp xưởng trước cho chín, nêm nếm cho vừa ăn mới đập trứng cho vào chảo trộn đều, nhắc xuống bếp nêm nếm lại, nhớ phải thật nhiều hành củ và lá cũng như tiêu. Chị nướng mười ổ bánh mì cũng xắt lác dầy đưa lên bàn thêm xì dầu, tiêu ớt. Hiếu nói tôi giao bếp lại cho chị. Hiếu nắm tay anh sui hỏi chuyến du lịch có vui không?.

- Hai ông bà cùng nói, trong đời vợ chồng tôi đi hàng bao nhiêu trăm lần du lịch nhiều nước trên giới mà chưa hề có cuộc du lịch nào quá vui như lần này. Chúng tôi tận hưởng các món ăn ngon của người Việt, còn cảnh đẹp thì vô vàn tha hồ mà quay phim chụp hình. Ông bà khen hai con trai lớn và bạn gái quá xuất sắc, lanh lẹ, giao thiệp khôn khéo.

Bốn cháu đã dạy con gái chúng tôi là con dâu tương lai của anh chị cách du lịch làm cho mọi người hài lòng và xử thế giao tiếp lịch lãm.

Lên đến bàn ăn đã thấy có cà phê, trà đã pha sẵn trong bình thuỷ giữ nóng, hai ông bà lại càng thêm ngưỡng phục. Hiếu rót cà phê ra tách mời hai ông bà sui, cạnh bên có đường sữa tuỳ nghi theo sở thích. Ba người vừa uống vài ngụm cà phê, thì tất cả quý ông bà đều ra bàn ăn gặp nhau chào hỏi. Hiếu rót cà phê ra tách còn bóc khói mời mọi người. Thu Vân cũng ra đứng cạnh chồng cúi đầu chào mọi người, lấy mè láu ra khoe và nói:

- Bố mẹ, từ Sóc Trăng mang lên hôm kia cùng với nhiều nem chua nhậu rất bắt, gia đình chúng con kính mời quý bác nhậu sương sương trưa nay. Chiều quý bác sẽ có món gõi nhậu hết ý, chồng con tự biên tự diễn mà chính sếp cút mới ăn lần đầu như cả gia đình con cũng chưa bao giờ thưởng thức. Má của Caroline nói:

- Vợ quảng cáo cho chồng như vậy rất tuyệt chiêu, chiều nay quý vị có dịp thưởng thức món gõi cực ngon đó. Con rể của tôi nó muốn chào hàng món ăn mới với bố mẹ Philip, hai thông gia Pháp, Úc. Nếu quý vị khen ngon thì phải ở lại đây thêm hai tuần rồi chúng ta chia tay. Chúng tôi và ông bà Philiip về Mỹ, quý vị về Pháp về Úc sẽ nhớ mãi món gõi này. Thu Vân lấy từng miếng mè láu mời quý bà trước sau mời quý ông vừa uống cà phê ăn mè láu đến uống trà có bánh pía cũng là bánh đặc biệt của Sóc Trăng.

Hiếu nói ăn sáng có hai món, trứng chiên với lạp xưởng cũng từ Sóc Trăng mang lên đãi quý vị. Món thịt kho trứng lại có thêm cá lóc, coi có ngon không?. Nếu mọi người thấy ngon thì một chốc con đặt lọp sẽ có nhiều cá lóc, con sẽ có sếp cút của đại gia đình sẽ kho ngon hơn con. Món thịt kho trứng có thêm cá lóc, thịt cá lóc ăn vừa ngọt vừa bùi lại béo vì kho chung với thịt heo. Hiếu gọi nhà bếp mang thức ăn lên, món nào cũng bóc khói rất hấp dẫn. Thu Vân múc ra một phần thịt kho có trứng và một khứa cá lóc mang lại cho ba má Caroline, kế tiếp Thu Vân cũng làm như vậy cho bố Philip, dĩa thứ ba cho bố mẹ chồng. Còn Hiếu lo cho bố mẹ Sóc Trăng, hai gia đình thông gia, anh chị hai. Hiếu nói:

- Con kho có hai con cá lóc để mọi người ăn thử, nếu kho thịt trứng có cá lóc mà ăn ngon. Chiều nay em nhờ chị hai kho luôn mười con cá lóc, mình lấy mười cái đầu nấu canh chua, quý vị đã có ăn canh chua bông sua đũa, bông súng, bông điên điển, nay đổi qua canh chua nấu với rau muống. Ngày mai nấu canh với bạc hà, giá, cà chua đậu bắp. Con muốn có món súp kiểu Việt Nam thường là canh chua, có nhiều thứ rau phụ vào nên ăn rất bắt.

- Hiếu nói, sau ăn sáng, em và anh hai lái xe điện chở hết người lớn đi vài vòng và ghé nhà anh Trung thăm hai bác, các con ra đây ăn sau. Em có gọi hai bác bên nhà, em nói xe điện chạy hai vòng rồi sẽ đến nhà thăm bác. Bên nhà con đã ăn sáng uống trà cà phê xong rồi, chỉ ghé nhà thăm hai bác thôi. Bác trai nói, hai bác chờ vì anh chị của con đã đi làm hồi tám giờ rưỡi.

Các con đã thấy người lớn ăn xong hết rồi, lên đi xe điện sang nhà bác chơi, chúng ra bàn ăn đông đủ hết, chị bếp cũng pha sẵn cà phê trà và thức ăn bày lên bàn trông quá hấp dẫn và bụng lại đói, lúc đó đã qua chín giờ rồi. Tất cả vui mừng, bụng đói mà gặp thức ăn quá ngon, ăn sạch hết. Đứa con nào ăn được miếng cá lóc kho nói ngon kỳ lạ làm sao, chúng sẽ nhờ cô hai kho giống vậy để ngày mai ăn sáng. Mỗi đứa phải ăn một khứa cá lóc kho, một cái trứng và một cục thịt kho nữa, chúng ăn mới no. Cô hai nói, các con yên chí, mấy đứa lớn đã thấy cách đặt lọp của bố, trong lọp có vài con nhái, trùn bỏ trong lọp dụ cá lóc vào. Các con nhờ anh quản gia tìm giúp hai thứ mồi đó hoặc các cháu câu có cá con cho vào thùng nước, cá phải sống cho vào lọp, cá con bơi trong lọp sẽ dụ cá lóc vào ăn mồi. Hai cháu lớn vỗ tay khen cao kiến của cô hai.

Tất cả lớn nhỏ đều đi ra ao câu cá, bắt được mấy chục con cá con chỉ trong mười phút. Chúng ngưng câu cá theo ba anh trai lớn ra xem cách đặt lọp, mỗi đứa đặt ba cái lọp và còn thi đua coi ai bắt được nhiều cá. Ba anh em nghéo tay nhau, thế là chỉ trong mười lăm phút, chín cái lọp đặt xong, mỗi cái lọp cho vào bốn năm con cá nhỏ, có con nhỏ quá, chui ra ngoài được. Các con đứng trên bờ nghe thấy cá lóc rượt mồi chạy dợn sóng và nghe tiếng đớp mồi của cá lóc. Chúng vỗ tay hò reo vì trong đời mới biết cá đớp mồi ra sao.

Các con trở lại tiếp tục câu cá quá nhiều, cá nhỏ thả lại. Hai xe điện chạy trở về thấy các con reo hò câu cá và khoe được nhiều cá. Tất cả xuống xe ở lại chơi với các cháu. Hai cháu lớn mời quý ông bà ở lại đây, hai con mang ra đây hai quày dừa uống nước và dồn hai thùng cá mang vào bếp đưa cho cô hai. Cô nói:

- Trưa nay chúng ta kho thêm một nồi kho tiêu cá nhỏ, còn cá lớn ướp muối để chiên lại có thêm một món ăn lạ miệng. Hiếu thấy cá nhiều, xớt ra một phần mang qua nhà bác ba và một phần cho gia đình cô tư để các chị vú làm món kho cho gia đình. Còn một phần đem vào bếp, cô hai cũng nhờ hai chị vú làm tiếp và sẽ muối hết buổi chiều, cá đã đủ cho buổi ăn trưa. Mấy cháu gái lớn thấy chị vú làm một thùng cá khá vất vả. Con của ông bà giám đốc công an dù được cha mẹ cưng nhưng vụ đánh vẫy cá cũng rành sáu câu. Bạch Mai ngồi xuống, xăng tay áo, lấy dao đánh vẫy cá còn muốn nhanh hơn hai chị vú. Hai cô con dâu trưởng, thấy cũng vui. Khi cầm con cá rớt lên rớt xuống, đánh vẫy đưa con cá tới lui qua lại, chật vật đánh vẫy được một con cá thì bằng người quen việc đánh được cả chục con. Chị vú gốc Sóc Trăng nói:

- Hai cô tập rữa cá dễ hơn, thử làm xem và nói làm cá rữa cá không có bao tay thì tanh lắm. Nhưng các cô nói có dầu thơm thoa tay nhiều lần nó sẽ bớt hôi, chiều tắm rửa tay nữa thì mới hết mùi tanh. Các cô thử rửa cá xem sao, vào bếp lấy rỗ lấy thêm thùng, thau đựng nước rửa cá, hai cô dâu Pháp và Úc thấy các chị gái làm cá rữa cá cũng cảm thấy cần học hỏi. Quý vị cao niên từ trên nhà trông xuống thấy các con cháu mình cùng với các chị vú làm cái gì coi bộ vui quá, mọi người xuống xem. Hai ông bà Pháp và Úc thấy con mình cũng tập rữa cá trông rất dễ thương, khen con ngoan. Hiếu đi xuống bảo các con gom lại vẫy, đầu ruột cá, cho vào một cái xô, ba sẽ cho vịt ăn. Ba chỉ loại lá các con bóp xoa trong lòng bàn tay mới hết tanh. Các con rữa tay cả chục lần với xà bông mùi tanh cá vẫn còn phảng phất và tắm hai ba ngày mới hết hẵn mùi tanh.

Vì vậy, làm bếp hay nói cụ thể làm cá là phải có mang bao tay. Nay các con làm tay trần, cá còn ít để hai chị vú làm và Hiếu nói hai chị lựa cá nào nhỏ quá cứ chặt ra làm đôi làm ba cho vào xô cho vịt ăn mau lớn. Tất cả các con rữa tay ba bốn lần rồi ngữi bàn tay vẫn còn mùi tanh. Các con muốn hết mùi tanh chắc phải tốn nửa chai dầu thơm.

Các con theo ba cho các con học thêm cách nuôi vịt, cho vịt ăn, các con vào nhà gọi hết anh chị em ra xem coi vịt ăn cho biết. Năm cô vừa đi vào nhà vừa ngữi tay sao thấy còn mùi tanh cá, đưa tay cho người yêu ngữi cũng lắc đầu, nói cá ăn ngon thật sao làm cá quá vất vả và tanh quá chừng. Các cô mời bố mẹ và các em ra xem coi bố cho vịt ăn. Thế là nhiều người ra xem Hiếu cho vịt ăn, Hiếu có mang bao tay, bóc từng nắm rải ra cho vịt ăn, chúng cùng tranh nhau dành ăn, Hiếu ném chỗ này một nắm, chỗ kia một nắm, vịt ở góc nào trong chuồng cũng có thức ăn. Hoạt cảnh coi vịt tranh ăn rất vui mắt. Hiếu nói:

- Ba chừa một ít vẫy cá, ruột cá và luôn rữa xô dưới ao, các con sẽ thấy cá cũng tranh dành ăn, ba đem lại chỗ mình thường ngồi câu, dụ cho cá về khu này càng nhiều mình mới dễ câu. Cá chạy về dành mồi khơi khơi sát mặt nước trong thấy càng vui thêm. Có đứa la lớn có hai ba con cá to quá cũng chạy lại dành mồi.

Chỉ một buổi sáng nay, các con chứng kiến hay học thêm cách đặt lọp bắt cá, làm cá, xem vịt, cá tranh ăn cùng các sinh hoạt ở miền quê chỗ nào cũng diễn ra tương tự như vậy. Còn hàng trăm cảnh của dân quê khổ cực quanh ăn chỉ lo cho cái ăn cái mặc mà sức khoẻ của họ phú thác cho Trời.

Các mùa hè tới, các con có về đây vui chơi, các con là bác sĩ cứu người, các con nhớ tổ chức hai ngày khám bịnh cấp thuốc, cấp thức ăn tại chỗ có thêm phong bì để có tiền mua thêm thuốc. Dân quê thời nào, chế độ nào cũng đều khổ, thiếu thốn. Cái hố phân chia giai cấp giàu nghèo ở các nước chưa phát triển rất to rộng. Các con phải có tình nhân ái cao mới giúp được người nghèo dù cá nhân, giúp ít, nhưng nhiều người đều đóng góp như thế thì cứu giúp dân nghèo rất cụ thể.

Các con cùng bố vào nhà, chặt dừa ra uống tha hồ mà kể chuyện vui trong hai tuần du lịch. Ông bà sui gia Pháp tha hồ mà nói tiếng Tây với bố ở Sóc Trăng và bố hẹn khi hai con Ra Mắt Sách ở Pháp, bố mẹ sẽ cùng qua thăm gia đình ông bà. Hai ông bà Pháp rất hoan nghênh, sang Pháp mọi người ở nhà tôi, ông bà Philip, hai ông bà, ông bà thông gia và vợ chồng tôi, mới có bốn phòng, còn dư một phòng ngủ vì các con đi du học xa hết nên chúng ta tha hồ vui nói chuyện và nhậu mỗi ngày. Tôi biết cái gu của các ông bà người Việt lớn tuổi đều thích uống Martell hay rượu chát là phải sản xuất ở Bordeaux, giống gu của tôi nên tha hồ mà chén.

Tôi dự trù tổ chức Ra Mắt Sách ở Pháp một thứ bảy và chúa nhựt, tổ chức nơi khác vào tuần kế tiếp cũng hai nơi, bay qua Phi Châu mình tổ chức cũng giống vậy, cũng mất chừng mười ngày có bốn lần, trong hơn ba tuần, chúng ta có tám lần Ra Mắt Sách cũng tạm đủ. Vài tháng tới sách dịch tiếng Tây Ban Nha xong, chúng ta sẽ tổ chức cũng hai ngày liên tiếp, cùng nhau bay về Mỹ. Thứ bảy sau tổ chức ở Mexico cũng hai buổi vì anh chị sui bận làm việc. Ông De Champ nói:

- Anh chị Philip và vợ chồng tôi không có đi làm nên cố gắng liên lạc ở Mỹ, tổ chức thêm vài tuần các thành phố lớn như New York, Washington DC., Los Angeles, Florida cũng mất hai tuần. Chúng ta tạm nghỉ Ra Mắt Sách, vợ chồng De Champ bay về Pháp.

Buổi cơm chiều nhằm thứ sáu, Hiếu có mời ông bà Tổng Lãnh Sự Áo từ Sài Gòn xuống Sóc Trăng ở lại Cần Thơ ăn cơm xong sẽ về Sóc Trăng. Hiếu mời anh chị Trai và đón đưa giúp ông bà cựu Bí Thư Hưng. Hiếu cho biết chiều thứ sáu này có một món gõi đặc biệt đãi mọi người và món thịt kho trứng nay có thêm cá lóc nữa.

Chín cái lọp của ba con trai lớn của vợ chồng Hiếu thi đua đặt bắt cá coi đứa nào có cá nhiều. Em của hai đứa sanh đôi, lọp được gần hai chục con chỉ bắt cá lớn được mười ba con, còn hai anh cũng sanh đôi, bắt được mười hai con. Với hai mươi lăm con cá lóc, chị hai tuyển chọn mười con cá lóc lớn nhứt nhờ hai chị vú, chị bếp làm giúp để mười cái đầu nấu canh chua rau muống. Có thịt kho trứng với mười con cá lóc lớn phải kho hai nồi vì có gần cả trăm hột vịt. Chị hai gọi hết cháu gái cháu dâu xuống phụ bếp lo bóc vỏ trứng, hái các loại rau thơm. Và hái rau muống, đi theo chị quản gia cắt rau muống vì phải lội xuống nước về lặt lấy đọt và phần non, cũng như các cháu gái hái bông điên điển, bông súng ở giữa ao, bơi xuồng ra hái kể cả cây điên điển nghiêng ra xa bờ ao phải hái bông bằng xuồng. Mọi thức ăn chị hai nói:

- Hai món nhậu có nem chua, gõi xoài tượng, còn ăn cơm với hai nồi canh chua rau muống với mười đầu ruột cá cũng đủ làm cho nước canh thêm ngọt, một món phụ khác là bông súng và bông điên điển bóp xổi chấm nước thịt kho cũng ngon miệng. Chị hai còn nói với các cháu:

- Cô cháu mình làm ít món ăn mà món nào cũng nhiều, Hiếu dự định làm gõi với mười lăm trái xoài tượng hai ký khô cá lóc, một ký thịt ba rọi. Cô hai có nhờ chị bếp làm mấy cái bếp dã chiến ngoài nhà bếp khi thịt chín đem hai nồi thịt kho ra ngoài cho hột vịt vô trước và cá vô sau. Mọi thứ chín cứ để trên lò có than làm nồi thịt nóng thêm rền, mềm thắm nước dừa, cá thịt thêm ngon ngọt mà có vị bùi nữa. Với cái bếp ga có bốn lò dành hai bếp cho hai nồi canh chua và hai nồi cơm. Thức ăn ít món nên phải làm nhiều, khách và gia đình trên dưới bốn mươi người nên phải che lều trước sân rộng có trang hoàng thêm đèn màu, có mở băng nhạc nữa. Chặt cả chục quày dừa, lấy nước cho vào bình có nạo thêm cái cho vào tủ lạnh, nhiệm vụ của đám con trai lo luôn dựng bạt xếp bàn ghế.

Một tiệc chiều này dù nhỏ, chỉ vài món ăn mà chị hai nói toàn món ăn ngon lạ miệng sẽ làm cho mọi người vui thích. Các ông sống ở nước ngoài lần đầu tiên thưởng thức một bữa ăn ngon do con cháu của các bậc trưởng thượng lo hết và chị hai là sếp cút chánh có hai phụ tá là Hiếu và chị bếp. Ông sui công an nói:

- Ông sẽ mang đến một kết Martell XO đãi khách chiều thứ sáu. Hiếu bảo các con dựng bạt chiều nay chắc chắn, ăn uống xong cứ để vậy, chúng ta còn tổ chức một buổi tiệc từ giả Cần Thơ sang Mỹ lại hoành tráng đông người hơn, chúng ta phải dựng thêm một hay hai tấm bạt nữa mới đủ chỗ. Hiếu thấy chiều nay cũng có đến khoảng bốn chục người, nảy ra ý kiến nướng thêm mười lăm con tôm hùm. Mỗi con tôm hùm cắt ra làm ba khúc, mỗi người ăn cho "thơm râu" nhậu thêm mở đầu bữa cơm chiều vì món nem chua người nước ngoài chưa quen ăn. Kế tiếp món nhậu chủ lực, món gõi xoài tượng với khô cá lóc, chị hai trộn đến hai thau lớn tha hồ cho mấy cháu ăn chơi, món ăn lạ do phụ tá sếp cút chế biến. Chị hai còn nói: - Các cháu nhớ đem món ăn ra cúng má Caroline, má các cháu khi có mang đứa con nào cũng đều nói với ba con mua xoài tượng ăn. Từ đó ba con biết má các con có bầu là thèm xoài tượng, cúng má các con có thêm một khúc tôm hùm, canh chua rau muống và món thịt kho. Các cháu báo cho chị quản gia biết, khi tan tiệc nhớ mang đồ cúng vào nhà hâm nóng lại ăn.

Chiều nay đại gia đình ăn gần mộ má, các cháu ra vườn cắt hoa để cúng một bình hoa mới, các loài hoa đó cũng có công sức má các cháu vun trồng. Mỗi cháu đốt một nén hương cho má, cầu nguyện má phù hộ cho các con có nhiều sức khoẻ và học thành tài để phục vụ gia đình và xã hội.

Ba má Caroline do Hiếu thông dịch, nghe cô hai nhắc nhở cúng má khi nào có tiệc tùng các con ra mộ cúng cũng là điều tốt làm cho ba má Caroline xúc động nhớ đến con, chết sớm mới vừa tròn bốn mươi bốn tuổi. Các cháu ngoại cũng xúc cảm chảy nước mắt, đến hai cô dâu Pháp, Úc cũng khóc.

Hai đứa con trai đầu lòng của Hiếu sanh ở Áo và hai đứa con sanh ở Bạc Liêu có tính tình và phong cách làm việc nhanh nhẹn tháo vát giống bố Hiếu nên mọi thứ thường diễn tiến tốt đẹp theo ý muốn.

Hai cô dâu Pháp, Áo rất mê ý trung nhân mà hai cô yêu và cố học hỏi phong tục tập quán của người Việt, người Áo để hai cô cố bắt chước. Kỳ này, về Mỹ ở chung nhà với bố mẹ chồng tha hồ hỏi và học thêm tiếng Việt thông thường. Hơn nữa có thêm một cô bạn dâu nhỏ hơn, gốc Việt cũng ở chung nhà và ba mẹ nói các con dâu từ hai mươi bốn trở lên mới được ngủ chung với người tình còn thời gian tổ chức lễ cưới ở Việt Nam, Pháp hay Úc tính sau.

Ba cô dâu tương lai hiểu ý ba mẹ. Nếu gần gũi sớm có con sớm sẽ trở ngại chuyện học, khi có cao học hay sắp có bằng cao học có con cũng không sao. Nếu muốn lấy tiến sĩ mất khoảng ba năm sưu khảo học nhiều, nay có con sẽ lấy tiến sĩ trể một hai năm cũng được và còn có chồng tiếp giúp tìm tài liệu cho luận án, cũng đỡ mất thêm thời giờ. Các dâu rể và sui gia hai bên đã thảo luận như vậy, các con trai và con gái phải nghe theo, chấp hành đúng sự xếp đặt của ba mẹ hai bên.

Trong bữa ăn chiều nay, Hiếu thông báo với quý bác chú thím và ba má, con có thông báo với ông Viện trưởng đại học Hà Nội và cả Sàigòn, con đóng góp năm ngàn USD cho mỗi nơi lo cho bữa ăn trưa nhẹ cho quan khách và mọi người tham dự. Con nói là phái đoàn ra Hà Nội có khoảng bốn mươi người, một ngàn cuốn sách dịch và ba chục cuốn nguyên bản tiếng Anh. Phái đoàn của tác giả và dịch giả có các thân hào nhân sĩ trí thức ủng hộ tập Hồi Ký cùng ra Hà Nội với gia đình tác giả và dịch giả. Các con của tác giả sẽ bán và trao sách tận tay người nhận và tất cả số tiền bán sách giao hết cho thủ quỹ của Viện đại học Hà Nội. Khi kết thúc buổi Ra Mắt Sách, thủ quỹ của Viện công bố tiền bán sách được bao nhiêu cho mọi người biết. Viện đại học ở Sài gòn cũng vậy.

Thứ năm tuần tới, chúng ta bay ra Hà Nội có xe chánh phủ đón, mình đi từ Cần Thơ sau khi ăn sáng, đến Sài gòn, mình ăn trưa tại nhà hàng Thanh Thế. Hai giờ ra phi trường, bốn giờ tới Hà Nội có xe của văn phòng chánh phủ đón đưa về nhà khách chánh phủ dành cho phái đoàn hai ngày thứ năm, thứ sáu. Bảy giờ tối thứ năm, Viện đại học có bữa tiệc đãi phái đoàn tại nhà hàng. Tối thứ sáu có dạ yến của chánh phủ có đông đủ thành viên Nội Các, Ngoại Giao Đoàn và giới truyền thông báo chí trong ngoài nước.

Sau khi Ra Mắt Sách từ mười giờ sáng thứ bảy, ăn trưa tại chỗ tổ chức. Chúng ta trở về Sài Gòn chuyến bay ba giờ. Mười giờ sáng chúa nhựt Ra Mắt Sách và ăn trưa tại chỗ xong mình có chiếc xe buýt của công ty du lịch đón về Cần Thơ. Chiều chúa nhựt ở Sài Gòn anh chị thông gia Pháp và Úc có chuyến bay về nước, hai cô con gái còn ở lại sẽ bay về Mỹ cùng gia đình tuần sau chuẩn bị cho ngày nhập học, trước hơn tuần.

Thú thật với quý bác chú thím và gia đình, con có quyết tâm làm cho người Hà Nội và Nội Các chánh phủ thấy dân miền Nam rất phóng khoáng, nhân ái có đầu óc cầu tiến không bảo thủ, có tinh thần mình vì mọi người. Con nói với ông Viện Trưởng bút hai mươi phòng cho bốn mươi người, con trả tiền phòng và ăn uống tự túc. Ông Viện Trưởng báo cáo trực tiếp với Thủ Tướng và ông ra lệnh Viện đại học phải có tiệc đãi chúng ta và nói chánh phủ lo hết chỗ ngủ, có xe chánh phủ đưa đón và có dạ yến của chánh phủ mới hách Ngoài Nội Các còn có cả ngoại giao đoàn và truyền thông báo chí quốc nội và quốc tế. Con đề nghị thím Tín nói tiếng Pháp chị tư con nói tiếng Anh và anh Bernard nói tiếng Việt làm mọi người lé mắt chơi. Ở Sài Gòn cũng như vậy.

Bây giờ con đề nghị thành phần phái đoàn của chúng ta đem chuông đi đấm ở xứ Bắc Hà. Có đủ thành phần cựu trào, cựu bí thư và phó bí thư như bố mẹ nuôi ở Sóc Trăng, hai bác ở Cần Thơ, chú thím Tín, thầy cô cựu Khoa Trưởng trường Y, anh chị Giám Đốc công an, bố mẹ nuôi Mỹ, thông gia Pháp, Úc và đại gia đình chúng con, vợ chồng con và năm con lớn. Như vậy, con sẽ báo lại thay vì đi ba mươi người đi ra Hà Nội, nay đi bốn chục người, gồm có hai mươi tám vị thân hào nhân sĩ cao niên, giáo sư tiến sĩ gồm có Việt, Áo, Pháp, Úc và thanh niên thanh nữ có đến sáu cô cậu sắp ra trường bác sĩ chuyên khoa và bốn cô cậu đang học cao học và tiến sĩ đều là con ruột và con dâu của tác giả và dịch giả.

Mình giới thiệu cho xôm tới bến luôn, có cơ hội là mình sử dụng hết mức luôn. Riêng con giới thiệu ngoài bà cao niên nói tiếng Pháp như gió như chim hót và MC nói tiếng Anh cũng là giáo sư tiến sĩ Khoa Trưởng Sư Phạm Viện đại học Cần Thơ. Và MC nói tiếng Việt mới đáng nể là gốc người Áo cũng là tiến sĩ Y, Khoa Trưởng đại học Y Cần Thơ nơi đào tạo tiến sĩ Trần Trọng Hiếu nay nổi danh thế giới. Có thầy Khoa Trưởng nay về hưu là thầy của tiến sĩ Hiếu cũng theo ủng hộ học trò mình.

Ba MC giới thiệu ba má vợ trước là đại thương gia người Áo có kinh doanh ở Sài Gòn trước năm 1975. Bố mẹ vợ sau là kỷ sư Canh nông của chế độ cũ nay là một đại gia ở Sóc Trăng, có vườn ươn cây hàng chục hecta. Mẹ ruột và bố dượng, tiến sĩ kinh tế dạy tại đại học Thủ đô Vienne, nay về hưu, chọn Cần Thơ làm quê hương thứ hai. Thiếu tướng giám đốc công an thành phố Cần Thơ cùng là thông gia trong tương lai gần với tác giả và dịch giả, ông bà Tín là nhà thầu khoán lớn ở Cần thơ. Tiến sĩ Josephine gốc Áo là bạn chí thân với vợ quá cố của tiến sĩ Hiếu, cùng chồng là bác sĩ Trai, giám đốc bịnh viện đa khoa Sóc Trăng. Anh ruột và chị dâu của dịch giả là bác sĩ Giám đốc Y Tế Cần Thơ, Giám đốc bịnh viện đa khoa Cần Thơ, là bịnh viện lớn nhứt đồng bằng sông Cửu Long. Chị cả và chồng là tiến sĩ Nhân Chủng học ở Viên đại học thủ đô Áo nay về hưu sống tại Cần Thơ. Chị kế, tiến sĩ ngôn ngữ học, Hiệu trưởng đại học Sư Phạm Cần Thơ, anh rễ tiến sĩ & bác sĩ Y khoa, Khoa trưởng đại học Y Cần Thơ. Con còn giới thiệu tiếp:

- Trong thành phần Hội từ thiện cứu giúp phụ nữ trên thế giới về tệ nạn buôn người, nộ lệ tình dục, bạo lực gia đình... Tiến sĩ Philip Chủ Tịch Ban Quản Trị, ông là cựu tỷ phú Mỹ, có sáu bằng tiến sĩ chuyên khoa và biết hơn mười thứ tiếng nước ngoài, bà vợ là tiến sĩ Jane, từng là Khoa Trưởng Xã Hội Học Harvard, tiền nhiệm của tiến sĩ Thu Vân với chức Thủ Quỹ. Còn tiến sĩ George Phó Chủ tịch Ban Quản trị không có mặt trong phái đoàn bốn mươi người của chúng tôi. Có hai thông gia của tác giả và dịch giả là người Pháp, cựu Đại sứ Pháp tại Mỹ, nay về hưu, người thông gia thứ hai là một đại thương gia người Úc. Hai MC trẻ là chị ruột của dịch giả, tiến sĩ ngôn ngữ học, Khoa Trưởng Sư Phạm Cần Thơ và giáo sư tiến sĩ Bernard, gốc người Áo vừa là anh rể vừa anh vợ của dịch giả, đang là Khoa Trưởng đại học Y Khoa Cần Thơ. MC có tuổi là phu nhân của ông thầu khoán, người thân của tiến sĩ Hiếu.

Mọi người vỗ tay hoan hô nhiệt liệt và có người nói, đại gia đình của tiến sĩ Hiếu đều là khoa bảng trí thức, tiêu biểu của miền Tây.

MC Bernard xin lỗi giới thiệu hơi dài dòng một chút để quý vị rõ tác giả Thu Vân sống trong một môi trường của gia đình trí thức giàu có của bên mình và bên chồng nên không ngại ngùng nói thật nói hết cảnh ô nhục đau khổ của tác giả. Một phụ nữ Việt Nam bị kẻ lưu manh băng đảng bắt làm nô lệ tình dục gần suốt ba năm. Tác giả sẽ trình bày bằng tiếng Anh vắn tắt có bà thím tôi tóm lược tiếng Pháp vì thấy có nhiều nhà báo Pháp và dịch giả cũng là chồng của tác giả, nói tiếng Việt. Xin mời tiến sĩ Thu Vân tác giả tập hồi ký viết hết sự thật trần trụi những chuỗi ngày đau thương ô nhục nhứt trong cuộc đời của tác giả lên bục.

Từ dưới hội trường lên sân khấu, tiến sĩ Thu Vân khoan thai chậm rãi đi có chồng cùng đi theo. Tác giả và dịch giả cúi đầu chào quan khách. Mọi người khen con gái miền Nam cực kỳ đẹp, cũng đến tuổi bốn chín, có hai lần sinh đôi với hai đời chồng mà còn xinh đẹp đài trang như thế này, tội nghiệp một đoá trà mi hương sắc vẹn toàn mà bị bắt làm nô lệ tình dục lúc 18 tuổi.

Tác giả với giọng nói trầm ấm thanh thoát và cúi đầu một lần nữa. Khi vừa nói kính chào Thủ Tướng chánh phủ và quý thành viên Nội các cùng các nhà ngoại giao, truyền thông báo chí và kính chào ông Viện trưởng đại học quốc gia tại Hà nội cùng tất cả quan khách, mọi người vỗ tay nhiệt liệt vang dội. Đợi thông dịch ngắn gọn ra tiếng Pháp, tiếng Anh xong. Thu Vân nói, con xin phép Thủ Tướng và tất cả quý vị cho con nói tiếng Anh vì tác phẩm con viết bằng ngôn ngữ Anh và chồng con cũng là dịch giả chuyển ngữ tiếng Việt. Thưa quý vị báo chí muốn phỏng vấn biết thêm chi tiết chúng tôi xin mời đến nhà chúng tôi ở Cần Thơ, vợ chồng tôi còn ở Cần Thơ trên mười ngày sẽ bay về Mỹ lo công việc giáo dục, hay quý vị gọi điện thoại phỏng vấn cũng được nhưng không đầy đủ vì nói qua điện thoại không thể nói lâu.

Bây giờ tôi xin phép nói tóm gọn tập Hồi Ký bằng tiếng Anh, chồng tôi chuyển sang tiếng Việt. Như cái máy Thu Vân thao thao kể lại thời học trò thầm yêu trộm nhớ chồng hiện tại làm sao, dẫn đến bị dụ dỗ trước, sau bị bắt làm nô lệ tình. Tình cờ, may mắn trốn thoát, quá ô nhục và đau ốm nặng tự tử bất thành và bịnh nặng nhiều lần không chết và gặp lại bạn học cũ, đến lúc có chồng Mỹ có ba con chồng chết.

Từ lớp mươi hai tiếng Anh tôi đong đếm từng chữ, quý vị tưởng tượng một người con gái từ 18 đến 21 tuổi bị giam hãm như một tội phạm đại hình bị khoá nhốt trong phòng, thân tàn ma dại, chờ chết. Tôi cố gắng với muôn vàn khó khăn học tiếng Anh tại trường và với chồng. Tôi rị mọ vừa sanh nuôi con vừa đi học, đậu được cử nhân, tôi quá mừng. Tôi tự nhũ, không lẽ ngưng học ở đây và cũng chẳng cần đi làm mưu sinh vì chồng Mỹ của tôi có hai bằng tiến sĩ, tiền lương vài trăm ngàn một tháng thừa sức nuôi tôi và nuôi các con. Nhưng, tôi quyết chí học để quên sự ô nhục của đời mình, lấy được bằng cao học mà Việt Nam gọi là bằng thạc sĩ thật vất vả. Nhờ có chồng động viên giúp tìm tài liệu, lấy cao học xong. Tôi cảm thấy mình phải vươn lên càng cao càng tốt làm gương cho các thiếu nữ, nạn nhân của nạn buôn người, nô lệ tình dục, hay lầm đường lạc lối sa vào con đường mại dâm. Muốn trở lại con đường ngay lẽ phải, chánh đạo là phải học nghề nghiệp hay văn hoá để mưu sinh mới hy vọng thoát cảnh ô nhục lầm than đau khổ đã trải qua. Chỉ có học nghề hay học chữ nghĩa càng cao càng làm lại cuộc đời tốt đẹp như tôi ngày nay.

Mọi người nhiệt liệt vỗ tay hoan nghênh. Vì vậy, tôi thảo luận với chồng nhờ chồng cố gắng tìm giúp tài liệu tại các thư viện mà tôi cần tham khảo. Chồng tôi đồng ý, lúc bấy giờ tôi đang mang thai đứa con thứ ba. Vừa mang bầu vừa đi học tiếp lấy bằng tiến sĩ về xã hôi học, nay là Khoa Trưởng Phân Khoa xã Hội Học của Viện đại học Harvard. Cả hội trường vỗ tay hoan nghênh nhiệt liệt.

Đã là Khoa Trưởng tiền lương trên năm trăm ngàn đô một năm mà tôi cũng chưa chịu dừng học hỏi nghiên cứu thêm. Tôi thảo luận với chồng về việc viết lại cuộc đời mình, chồng hoan nghinh, ôm hôn và khen tôi có ý chí vươn lên.

Tôi bạo phổi, tôi thử viết hồi ký được gần hai trăm trang đưa cho chồng xem, anh khen nức nở, khuyến khích viết tiếp có anh sửa giúp cú pháp văn phạm. Khi tập hồi ký viết xong, chồng có sửa chửa thật kỹ. Anh âm thầm, không cho tôi biết, anh gởi cho tiến sĩ Andre Hiếu edit lại văn phạm. Anh Hiếu sửa lại hàng chục chỗ làm chồng và các bạn đồng nghiệp của anh cũng đều khen tiến sĩ Andre quá siêu vì anh là người Việt Nam mà dám sửa lại hai ba tiến sĩ Mỹ đã sửa rồi. Anh Hiếu nói, những người Mỹ quen nói sai văn phạm mà họ không chú ý nên gặp một tiến sĩ Việt, không học ngôn ngữ Anh chánh quy chỉ học lóm lại có kiến thức quảng bác sâu rộng về văn phạm tiếng Anh vạch rõ cái sai lầm các bạn và chồng tôi lại càng ngưỡng mộ.

Về việc in sách, theo lời đề nghị của tiến sĩ Hiếu, lúc bấy giờ chưa là chồng tôi, không thông qua nhà phát hành, nếu họ in phát hành, tiền bán sách họ lấy nhích hơn năm mươi phần trăm. Anh Hiếu nói, mình phải gan mà ông bà mình nói có gan mới làm giàu. Dù có đủ tiền in ba triệu cuốn lấy một lần, nhưng mình phải khôn nói là lấy dần và nói với nhà in:

- Chúng tôi in ba triệu cuốn, tự phát hành nên không có chỗ chứa, lần đầu tôi lấy năm trăm ngàn cuốn bán xong, in tiếp. Nếu sách bán không được, không in thêm thì Hiếu chịu bồi thường cho nhà in vài chục ngàn, nhà in chịu ký hợp đồng. Sách lấy ra chưa tròn một tuần bán hết sạch, dù chưa có quảng cáo chánh thức và có cho hoa hồng nhà sách tối đa có mười hai hoặc mười lăm phần trăm. Thấy chắc ăn, sách quá hót, chưa quảng cáo nhiều mà đã như thế. Hiếu in tiếp hết hai triệu rưỡi còn lại và xin cho gởi ở nhà in sẽ lấy dần tại nhà sách trong một năm.

Sách càng in nhiều giá thành càng thấp, một cuốn sách tiền in chưa tới năm đô mà mình bán hai mươi tám đô. Khi có nhu cầu nhà sách síp binh giúp, tác giả sẽ trả tiền gởi. Còn lại vài trăm ngàn cuốn bán chưa hết mà đã thu về gần năm mươi triệu đô đã trừ hết mọi chi phí. Sách còn lại chúng tôi bán trực tiếp nên không tốn tiền hoa hồng. Như ngày mai có ba mươi cuốn nguyên bản chữ Anh bán lấy tiền đô cũng tặng hết cho Viện đại học Hà Nội. Thu Vân xin phép chấm dứt để dịch giả là chồng tôi nói tiếng Việt thêm các chi tiết. Cả hội trường. vỗ tay vang dội hoan nghênh nhiệt liệt.

Hiếu cũng kính thưa Thủ Tướng và tất cả quý vị hiện diện, tác giả Thu Vân đã nói bán chưa hết ba triệu tập hồi ký mà thu về gần năm mươi triệu đô. Với tiền bán sách cộng tiền làm việc của tôi có trên mười năm tích luỹ cũng được trên trăm triệu. Chúng tôi chia đều cho các con từ lớn nhứt đến mới sanh mấy tháng mỗi cháu bốn triệu đô. Với mười sáu con của chúng tôi cũng phải có đến sáu mươi tám triệu. Còn lại một số ít chúng tôi giữ lại tiêu xài và phục vụ từ thiện nhứt là từ hoàn cảnh ô nhục nhức nhối như vợ tôi nên có mới có hội từ thiện quốc tế ra đời. Hội do bố mẹ Philip và Jane giữ chức chủ tịch và thủ quỹ, tôi giữ chức Tổng Thư Ký, vị Phó Chủ Tịch tiến sĩ George bận việc ở Mỹ nên không có mặt hôm nay, chúng tôi sẽ mời thêm vài vị nữa giúp sức.

Vì vậy, về gia đình chúng tôi lo xong cho các con, nay chỉ dùng hết sức mình phục vụ cho tha nhân, như buổi Ra Mắt Sách lần đầu tiên ở tỉnh lẻ Sóc Trăng bán cả ngàn quyển sách trong một buổi được vài trăm triệu đồng và bốn chục ngàn đô la chúng tôi chia đôi: Hội từ thiện quốc tế và trường trung học Hoàng Diệu, Sóc Trăng mà hai vợ chồng tôi học cùng lớp cấp hai, cấp ba. Tiền in sách và mọi chi phí chúng tôi không lấy lại. Ngày thứ bảy Ra Mắt Sách tại Viện đại học quốc gia Hà Nội, chúng tôi bán sách bao nhiêu tiền cũng giao nộp hết cho thủ quỹ của Viện, chi phí mua vé máy bay cho phái đoàn bốn mươi người từ trong Nam bay ra đây cũng như chi phí ăn ở chúng tôi cũng tự túc. Thủ tướng nghe tin như vậy, tôi đoán mới có dạ yến này, chúng tôi vô cùng cảm động và hàm ơn Thủ Tướng và quý vị tham dự.

Từ nay, vợ chồng tôi đi làm việc tới đâu đều có tiền công và chúng tôi cho số trương mục gởi thẳng đến hội từ thiện. Chúng tôi đã có lương hoặc tiền hưu ở Mỹ thừa sức lo cho cá nhân và mười thân nhân cao niên trong gia đình tôi. Tôi cũng xin hứa với Ngài Thủ Tướng và ông giáo sư viện trưởng đại học Hà Nội, khi hảng sản xuất máy tối tân hiện đại nhứt về khám nghiệm một lúc đủ hết mọi chứng mình trong cơ thể kể cả xét nghiệm máu, phân, nước tiểu, X-Ray. Mỗi máy trị giá khoảng hai triệu đô, nhưng muốn sử dụng phải có chuyên viên, máy đó sử dụng vô cùng khó khăn vì chuyên viên quá ít ỏi và ở xa. Ngoài chi phí ăn ở, vé máy bay, còn phải trả công nhiều chục ngàn đô la, có khi lên cả trăm ngàn đô mới sử dụng máy được. Mua máy đã đắt mà tìm người sử dụng lại cực kỳ khó khăn tốn kém. Chúng tôi sẽ mua tặng Viện Đại học Quốc gia Hà Nội, mọi chi phí chúng tôi lo hết.

- Xin quý vị cố gắng vận động nhân viên dưới quyền và mọi người thân quen mua tập hồi ký cũng nên chuẩn bị giấy hay khăn lau nước mắt vì chuyện quá thật, đau khổ tột cùng của một nạn nhân bị bắt làm nô lệ tình dục. Quý vị vừa có tấm lòng giúp Viện đại học tại Thủ đô Việt Nam ngang hàng với các đại học lớn và nổi tiếng trên thế giới khi có dồi dào ngân sách phát triển thêm trường ốc và phương tiện tốt cho giảng dạy.

Lần Ra Mắt Sách này chúng tôi chỉ mang theo được một ngàn cuốn và với sức ủng hộ của sinh viên và đồng bào mọi giới, chúng tôi sẽ gởi biếu sách thêm và chỉ có một nơi bán duy nhứt là Viện đại học phân phối xuống các phân khoa, tránh gởi bán tại hiệu sách vì phải có tiền hoa hồng. Chúng tôi cầu mong ngân quỹ của Viện đại học Hà Nội càng dồi dào càng tốt. Thủ Tướng chánh phủ và tất cả mọi người nhiệt liệt vỗ tay tán thưởng.

Khi vợ chồng tôi đã mua hai máy định bịnh tối tân, cái máy đầu tiên tôi hiến tặng trường Y của Viện đại học Cần Thơ, là nơi tôi xuất thân, với tinh thần đền ơn đáp nghĩa. Cái máy thứ hai, tôi đặt tại nhà tôi ở Cần Thơ để phục vụ cho gia đình và bố mẹ nuôi từ Hà Nội vào thăm đại gia đình chúng tôi cũng là lúc bố đã về hưu, con tiếp sức với gia đình với tổ chức lo phục vụ chăm sóc sức khoẻ nhiệt tình cho bố mẹ. Mọi người vỗ tay hoan nghênh. Hiếu nói tiếp:

- Hai máy đặt ở Cần Thơ, tôi đã trả hết tiền rồi mà phải đợi hai năm mới có máy. Cái máy thứ ba và thứ tư sau hai năm hai cái máy đầu. Khi trường Y Cần Thơ có máy, từ Mỹ tôi bay về chỉ dẫn căn bản để các bác sĩ đã tốt nghiệp hay là đang học năm thứ sáu trường Y Cần Thơ sẽ đến dự thính và học sử dụng máy này bắt buộc phải giỏi tiếng Anh. Lúc đó trường Y Hà Nội, Sài gòn sẽ cử bác sĩ giỏi về học cũng phải mất một hay hai năm vì phải thực tập nhiều mới thật nhuần nhuyễn. Khi có máy thứ ba đặt ở Viện đại học Hà Nội máy thứ tư đặt ở Viện đại học Sài gòn, hai Viện đã có bác sĩ chuyên viên sử dụng máy vừa thực tập vừa nghiên cứu thêm cũng như dạy phần căn bản cho các khoá kế tiếp.

Tôi có dịp đi giảng dạy nhiều nước đặc biệt ở Á Châu, tôi sẽ giới thiệu ở Việt Nam có nhiều chuyên viên biết sử dụng máy định bịnh tối tân đến giúp giảng dạy lấy thù lao thấp một tuần chừng năm tới bảy chục ngàn đô thay vì mời chuyên viên từ Mỹ hoặc Âu châu cũng rất khó vì rất hiếm chuyên viên. Tôi biết họ tính thù lao một tuần từ một trăm đến hai trăm ngàn đô, chuyên viên Việt Nam nên phục vụ vùng Đông Nam Á hay cả Á Châu, di chuyển gần, với giá hữu nghị cũng làm nở mặt mày người Việt. Một cái máy huấn luyện cho năm sáu bác sĩ, tối thiểu chỉ học căn bản cũng phải hai tuần. Một cái máy khám và định bịnh bằng một lúc đến gần cả hai chục bác sĩ chuyên khoa khám bịnh nên mới trả thù lao đắt như thế. Chúng tôi xin nhường máy vi âm cho quý vị và Viện đại học. Ngày mai, tác giả và dịch giả sẽ nói nhiều về tập hồi ký vô cùng độc đáo hấp dẫn, xin mời quý vị tham dự cho thêm trang trọng.

Con xin chào Ngài Thủ Tướng và toàn thể quý vị. Tất cả mọi người đứng lên vỗ tay hoan hô bác sĩ Trần Trọng Hiếu trình bày nổi lòng của mình muốn cứu giúp xã hội và bây giờ đặt trọng tâm giúp Viện đại học Hà Nội.

Buổi Ra Mắt Sách tập Hồi Ký qua dịch thuật sang ngôn ngữ Việt do tiến sĩ Trần Trong Hiếu, Khoa Trưởng Y Học của Viện Đại học Yale cũng ở Mỹ với sự chủ toạ của Thủ Tướng chánh phủ. Một sự kiện chưa từng có ở Việt Nam, thu hút khách tham dự đến trên ba ngàn người, đại giảng đường của viện đại học Hà Nội với sức chứa tối đa một ngàn hai trăm chỗ ngồi, Ban tổ chức xin phép khai mạc trể nửa giờ, tập trung tất cả nhân viên, lấy hết ghế trong các phòng học hơn hai ngàn ghế và che thêm sáu tấm bạt lớn cũng như đặt thêm loa phóng thanh ở ngoài cho người tham dự theo dõi.

Mở đầu buổi Ra Mắt Sách, Thủ tướng trân trọng giới thiệu phái đoàn bốn mươi thân hào nhân sĩ gồm có cựu Bí thư và Phó Bí thư tỉnh uỷ Sóc Trăng, Cần Thơ, nhiều Khoa Trưởng của viện đại học Cần Thơ, có thông gia Pháp, Úc, cả đại gia đình của tác giả và dịch giả có nhiều tiến sĩ và cả gia đình của dịch giả có gần mười tiến sĩ, trí thức khoa bảng tiêu biểu của miền Tây Nam Bộ.

Thủ Tướng chậm rãi nói:

- Tất cả số tiền bán sách và ủng hộ của quý vị đều được sung vào quỹ của Viện đại học. Tất cả chi phí vé máy bay và ăn ở, vợ chồng tác giả đều tự túc và còn biếu cho Ban tổ chức năm ngàn đô để lo buổi ăn trưa hôm nay cho tất cả mọi người tham dự. Vợ chồng tác giả còn hứa sẽ gây quỹ cho Viện một tỷ đồng qua vụ bán sách và đóng góp của mọi người. Ngoài ra Viện đại học Hà Nội sẽ còn nhận biếu tặng của hai tiến sĩ máy định bịnh tối tân hiện đại nhứt của thế giới với giá mua khoảng hai triệu đô la. Tiến sĩ dịch giả còn hứa huấn luyện giúp bác sĩ giỏi của Viện biết sự dụng máy vì máy này sử dụng thành thạo rất khó khăn vì một lần máy khám và định bịnh cho một người bằng gần hai mươi bác sĩ chuyên khoa cùng làm một lúc mà thời gian rất ngắn và chính xác hơn con người.

Tiến sĩ dịch giả là con nuôi của tôi nói sẽ về giúp cho viện đại học Hà Nội hoàn toàn tự nguyện và chỗ ăn ở có bố nuôi lo. Cả đại giảng đường trong ngoài đều vỗ tay vang động cả một vùng rộng lớn. Thủ tướng vừa ngưng hai nữ MC duyên dáng một cao niên nói tiếng Pháp nghe thanh thoát như chim hót còn hơn những xướng ngôn viên Pháp trên hệ thống ra dô của Pháp và Anh ngữ do MC trẻ hiện là giáo sư tiến sĩ Khoa Trưởng đại học sư phạm Cần Thơ, là chị ruột của tiến sĩ Hiếu. MC tiếng Việt là người Áo, tiến sĩ Y học Bernard, mới đáng nói, hiện là giáo sư tiến sĩ Khoa Trưởng trường đại học Y khoa Cần Thơ, là anh rể cũng là anh vợ của tiến sĩ dịch giả vì hai chị em người Việt lấy hai anh em người Áo. Tất cả mọi người vỗ tay tán thưởng, một đại gia đình khoa bảng giàu sang. Ông Thủ Tướng nói vui với Bernard, hôm nay MC tiếng Việt thất nghiệp, trong ngoài giảng đường vỗ tay tiếp.

Kế tiếp, ông Thủ Tướng nói, để tránh mất thì giờ cho mọi người tham dự. Tôi xin thay mặt Ban tổ chức giới thiệu tiến sĩ Thu Vân, tác giả tập Hồi Ký nguyên tác bằng Anh ngữ, đang là Khoa trưởng Xã hội học của Harvard, được chồng là tiến sĩ Trần Trọng Hiếu hiện là Khoa Trưởng Phân khoa Y Học của Yale, một phân khoa lớn nhất của Yale, là dịch giả tuyệt tác hồi ký này. Thủ tướng vừa ngưng, hai MC Pháp Anh tóm lược xong. Thủ tướng nói, chúng tôi xin mời mọi người đứng lên vỗ tay chào mừng hai tiến sĩ là ân nhân của Viện đại học Hà Nội, ông lại bắt tay tiến sĩ Thu Vân và con nuôi tiến sĩ Hiếu, Thủ tướng xin phép rút lui. Tất cả vỗ tay hoan nghênh tán thưởng Thủ Tướng Chánh Phủ.

Tác giả cúi đầu chào, cả đại giảng đường vỗ tay tán thưởng. Thu Vân nói:

- Chúng con xin kính chào Ngài Thủ Tướng và phu nhân cùng tất cả quan khách tham dự buổi Ra Mắt Sách hôm nay. Chúng con xin chân thành cảm tạ tấm chân tình của bố mẹ nuôi của chồng con đã hết lòng giúp đỡ chúng con tại Thủ đô ngàn văn hiến của Việt Nam. Chồng con lấy lại danh dự không phải là kẻ phản động lưu manh mà bị người ta toan tính âm mưu giết với năm mật vụ chuyên nghiệp được trang bị súng tiểu liên và súng lục, chưa hết còn mang theo hơn mười thỏi chất nổ TNT. Người ta không phải giết một mình tiến sĩ Hiếu mà giết cả vợ con và thiêu huỷ cả tài sản nhà cửa, thật một âm mưu vô cùng độc ác dã man mọi rợ. Nay chúng con muốn trình trước Ngài Thủ Tướng và mọi người hiện diện, chốc nữa báo chí quốc tế có vặn hỏi chúng con chuyện ruồi bu năm trước, chúng tôi cương quyết từ chối để tránh tiếng người dân Việt khỏi bị nhục trước dư luận quốc tế khơi dậy. Chuyện tàn nhẫn, độc ác đó của quá khứ chúng tôi quyết chôn vùi. Cả đại giảng đường vỗ tay tán thưởng. Chúng tôi xin cám ơn quý vị và xin hai nữ lưu MC không dịch ra tiếng nước ngoài, tôi xin phép nói nhỏ với Ngài Thủ Tướng và tất cả quý vị, nếu quý vị có con cháu học giỏi mà cũng phải giỏi tiếng Anh muốn du học hai Viện đại học Harvard và Yale, học phí cao trên một trăm ngàn năm, chúng tôi là Khoa trưởng có quyền đề nghị giảm học phí và gặp con em nhà nghèo mà học giỏi, vợ chồng tôi sẽ bảo trợ tiền học phí kể cả ăn ở nữa. Tôi nghĩ Việt Nam muốn vươn lên ngang hàng với các nước tân tiến, ngành giáo dục vô cùng quan trọng cho nên càng giúp sinh viên du học càng nhiều càng tốt với điều kiện là phải trở về quê cha đất tổ phục vụ. Ở quê nhà phải có chánh sách đãi ngộ xứng đáng dù lương không cao bằng lương nước ngoài, cách sử dụng nhân tài trong nước không phải theo lối mòn xưa hồng hơn chuyên. Quý vị thử tưởng tượng tiền lương của tôi trên nửa triệu đô một năm, chồng tôi trên cả triệu đô năm chưa kể dạy thêm. Tuổi về hưu non là mười lăm năm, hưởng nửa lương và hưu đúng tuổi từ hai mươi năm phục vụ trở lên được hưởng tiền hưu cao gần bằng lúc đi làm việc. Không giới hạn tuổi hưu bắt buộc như ở Việt Nam, còn minh mẫn làm việc tốt, nghỉ hưu đến tám mươi cũng được.

Năm nay, chúng tôi tiết kiệm, chúng tôi sẽ biếu tiền túi cho Viện đại học Hà Nội, Sài Gòn và Cần Thơ, mỗi Viện năm trăm ngàn đô làm quà Tết của chúng tôi mà chúng tôi lại có yêu cầu, biểu quý vị giáo sư phải gấp đôi gấp ba nhân viên văn phòng vì quý vị đó bán phổi mới đươc lãnh lương. Cả hội trường đứng lên vỗ tay hoan nghênh.

Thu Vân tóm gọn nội dung tập Hồi ký trong vài phút và xin mời quý vị ủng hộ mua sách giúp quỹ Viện đại học, quý vị sẽ hiểu tường tận hơn. Tôi xin phép giới thiệu chồng tôi là dịch giả tập hồi ký cũng nói ngắn gọn, dành thì giờ mua sách sau hơn một tiếng đến mười hai giờ rưỡi xin mời quý vị dùng bữa trưa do Ban Tổ Chức mời, có hàng chục bàn để thức ăn và nước uống, mỗi vị một phần. Sau nửa tiếng, chúng tôi dành khoảng một tiếng giải đáp thắc mắc. Vì đông quá quý vị viết câu hỏi và mảnh giấy có trên các bàn ăn, có Ban Tổ chức đến nhận, câu hỏi nào trước chúng tôi trả lời trước, đến đúng ba giờ chúng rời đây ra phi trường bay về Sài Gòn chuẩn bị ngày mai Ra Mắt Sách tại Viện Đại học Sài Gòn.

Xin mời dịch giả nói ngắn gọn, tác giả hôn chồng và đi xuống đến cúi đầu chào Thủ Tướng, quan khách và đến ôm cám ơn mẹ đến tham dự động viên tinh thần chúng con. Cả giảng đường lại vang tiếng vỗ tay. Dịch giả nói ngắn gọn, tác giả dịch sát nghĩa bản nguyên tác Anh ngữ và xin quý vị đọc sách mới hiểu rõ vì một câu chuyện buồn đau khổ mấy chục năm thuật lại cả ngày cũng chưa hết. Quý vị nên mua sách và ghi tên đóng tiền mua sách trước, nếu hôm nay thiếu sách, Ban tổ chức sẽ có sách trong tuần tới, quý vị chịu khó đến Viện lấy sách và quý vị ở ngoài Thủ đô thì Ban tổ chức sẽ gởi qua bưu điện. Tôi chỉ có bấy nhiêu lời, xin cám ơn tất cả quý vị. Chúng tôi xin nhắc lại quý vị mua sách đến mười hai giờ rưỡi xin mời dùng bữa trưa và buổi vấn đáp giữa chúng tôi và quý vị sẽ chấm dứt đúng ba giờ.

Trong thời gian trao đổi ý kiến với khách tham dự còn được đúng một giờ rưỡi. Các nhà báo quốc tế cứ moi chuyện vụ gia đình tiến sĩ Andre Hiếu bị mưu sát ở Cần Thơ. Tiến sĩ Andre nói chuyện cũ mấy năm trước, tôi có họp báo rồi, nay xin xếp chuyện đó vào quá khứ, chúng tôi xin mọi người nên quên. Một nhà báo hỏi tiếng Việt, vụ âm mưu giết tiến sĩ Hiếu năm xưa chúng ta nên quên, mà kẻ ra lệnh cấp dưới giết cả gia đình tiến sĩ Andre Hiếu, nay chỉ cho về hưu với cấp chức cũ, lương hưu đầy đủ, như vậy thiếu công bằng. Chánh phủ muốn tha tội ở tù rục xương người đứng đầu âm mưu giết người tài và lương thiện của đất nước, phải lột hết chức tước dù là cựu và cắt hết hưu bổng cũng như có lời xin lỗi chánh thức với đại gia đình tiến sĩ Hiếu. Hiếu xin cắt ngang câu hỏi, báo chí có quyền hỏi, nhưng chúng tôi muốn quên chuyện xấu xa tầm phào của quá khứ và câu hỏi này ngoài thẩm quyền của tôi mà là của chánh phủ. Chúng tôi xin phép chấm dứt phần vấn đáp vì quý vị cứ hỏi chuyện đời xưa mà chúng tôi muốn quên, gợi chuyện cũ chỉ làm cho bố tôi thêm nhức nhối. Chúng tôi xin cám ơn tất cả quý vị, quý vị đã mua hết sách, ai muốn mua xin ghi danh, tuần tới có sách, chúng tôi hy vọng Viện đại học sẽ bán sách được một tỷ đồng. Tất cả mọi người vỗ tay hoan hỉ.

Thủ Tướng mời Ban Tổ Chức và phái đoàn của vợ chồng tác giả vào phòng trong ngồi uống nước chuyện trò tâm tình với nhau cho vui thêm thông cảm trước khi quý vị rời nơi đây. Chuyện phải có kỷ luật thêm với đại tướng

Bộ Trưởng Công An, nay báo chí nêu lên giúp tôi có lý do đề nghị khai trừ ra khỏi đảng, cắt mọi hưu bổng. Ông Thủ Tướng biết lỗi của chánh phủ để bên công an lộng hành lạm quyền, nay tôi sẽ đặc cách tăng quân hàm đặc biệt cho Thiếu tướng công an Phương lên Trung tướng đã gíup con tôi thoát nạn mưu sát, tôi sẽ mời Trung Tướng đại diện cho nhóm công an lương thiện đạo đức gốc người miền Nam giữ chức Thứ trưởng Bộ Công An. Nay lột hết cấp chức hưu, cho họ thành một người dân bình thường. Thủ tướng bắt tay từng thành viên và nói thiện ác đáo đầu chung hữu báo, cao phi viễn tẩu giả nan tàng - Lưới trời dù rộng, kẻ ác vẫn không thoát.

Khi bắt tay Thiếu Tướng công an, Thủ Tướng nói rất nhỏ, tôi biết anh là người can đảm dám đương đầu với cấp trên vì tính lương thiện đạo đức của anh, không sợ mất chức. Nay tôi sẽ đề nghị đặc cách thăng cấp cho anh và cất nhắc cho anh giữ chức Thứ Trưởng Công An đặc trách Miền Nam từ Quảng Trị tới Cà Mau, chức này chưa có. Tôi đề nghị đặt ra chức vụ mới vì tôi biết anh cho chức to cở mấy ra Hà Nội làm việc anh cũng không vui. Sở dĩ tôi đặt ra chức thứ trưởng cho Bộ công an để anh là người góc miền Nam chân chính lương thiện kiểm soát các sở công an hiện nay đều cán bộ miền Bắc nhứt là vùng Thanh Nghệ Tĩnh từ chức lớn giám đốc ở tỉnh thành trở xuống cho thấy chánh phủ biết hết việc làm cậy quyền cậy thế của phe thắng cuộc. Nay có một Trung tướng công an gương mẫu gốc miền Nam giám sát họ thì họ phải chùng bước lo sợ. Vài năm nữa trước nhiệm kỳ hai chấm dứt, tôi sẽ đề nghị cho anh lên thượng tướng khi về hưu, anh có quyền lợi cao thêm. Thiếu tướng đứng thế nghiêm chào Thủ tướng và cúi đầu cám ơn Thủ Tướng. Thủ Tướng ra về và phái đoàn cũng từ giả ông Viện Trưởng và nhân viên lên xe đi ra phi trường.

Buổi Ra Mắt Sách ở Sài Gòn bán hơn một ngàn năm trăm cuốn thu được gần bảy trăm triệu đồng. Tác giả hứa sẽ gởi sách thêm bán gây quỹ cho đạt một tỷ đồng nhằm giúp ngân quỹ của Viện. Sau ăn trưa phái đoàn cũng chuẩn bị trở về Cần Thơ, Hiếu tìm một tài xế tắc xi biết tiếng Anh và nói lộ trình từ Viện đại học đi một vòng xung quanh vùng Sài gòn và chạy vào Chợ lớn mất đúng một tiếng. Anh đưa lên phi trường Tân Sơn Nhứt hai gia đình bạn tôi, gồm có bốn người anh tính coi bao nhiêu tiền. Sau khi tài xế suy nghĩ tính tiền cuốc này trên một tiếng là bao nhiêu tiền, Hiếu nói tôi biếu thêm anh hai lần tiền anh tính cuốc xe và anh chạy thêm nửa tiếng nữa cho hai gia đình bạn mới tới Việt Nam lần đầu biết cảnh nội ô Sài Gòn. Vì lên phi trường sớm trước bốn năm giờ cũng tội nghiệp chờ đợi lâu. Hai gia đình cho biết giờ nào mấy bay cất cánh để anh liệu đưa đến phi trường trước hai tiếng. Hiếu nói anh tài xế vừa tiếng Việt vừa tiếng Anh trước mặt hai gia đình và Hiếu xin phép ghi số xe. Trả tiền xong, hai gia đình từ giả hai con gái lên tắc xi trước.

Xe buýt chạy về tới Cần Thơ mới hơn năm giờ. Con trai lấy xe lái đưa hai ông bà Thiếu tướng và cô con gái về nhà, bà nói chúng ta có chuyến đi Hà Nội vô cùng thú vị và tương lai nghề nghiệp của chồng rực sáng. Bữa chiều ở nhà, con gái nói con quá hãnh diện được làm dâu nhà bác Hiếu. Năm con trai trong chuyến đi du lịch có cá tính gần giống nhau, giống bố Hiếu rất tháo vát nhanh nhẹn và luôn lễ phép tươi cười. Bạn trai của con không phải là con bác Hiếu, là con của bố Robert và mẹ Thu Vân mà anh sống vui chơi với mấy anh em con bác Hiếu, anh cũng nhiễm lây tính làm việc chu đáo siêng năng của bốn con trai của bác Hiếu. Con nghĩ, con gái mà làm dâu nhà bác Hiếu như là trúng số độc đắc, con của hai bác đến tuổi mười tám là làm chủ một trương mục ngân hàng bốn triệu đô, tự lo ăn học mà phải học giỏi. Năm anh em trai lớn trong gia đình đều là sinh viên ưu tú, bốn anh lớn nhứt trong gia đình, hai anh trai còn vài năm nữa đã xong chương trình học chuyên về ung thư mất đúng mười bốn năm. Hai chị dâu cũng đã tốt nghiệp bác sĩ về nhi khoa và phụ khoa. Hai chị cho biết đợi lấy xong bằng bác sĩ về ung thư, hai anh vừa dạy học vừa chuyên trị ung thư của hai viện đại học Harvard và Yale, tiền lương cũng trên một trăm ngàn một tháng, còn hai chị lương cũng trên bốn trăm ngàn một năm. Lương của đại học danh tiếng Harvard và Yale là mức lương dành cho các bác sĩ đã học tại Viện với mức lương ưu đãi gấp ba bốn lần ở các đại học khác. Bố giữ chức Khoa Trưởng Y Học của Yale, lương tháng gần tám trăm ngàn chưa trừ thuế, đóng thuế lợi tức một phần ba, lãnh ra cũng trên nửa triệu. Anh bạn trai con nói:

- Con cố gắng học thật giỏi, trường sẽ mời lại dạy học, lương ban đầu cũng trên trăm ngàn và lương sẽ tăng dần mỗi năm, anh còn nói cái hàng rào cản của con là Anh ngữ. Vì vậy, con sẽ ở chung với chị gốc Pháp và Úc, một chị học kinh tế một chị học ngành ngoại giao cả hai nối nghiệp theo nghề của bố. Còn bạn của con đang học luật thấy con học Y, từ Harvard anh cũng đổi sang học Y như con tại Yale để giúp con vì anh học Y trước con, con mất một năm học trường Y Cần Thơ. Nay con học lại năm thứ nhứt của bốn năm dự bị Y khoa, may là con học đại học lúc mười bảy tuổi nay vừa đến mười tám tuổi. Anh bạn nói con ở chung với hai chị biết thêm giọng Úc, còn chị gốc Pháp sanh đẻ ở Mỹ nên giọng như người Mỹ. Con nói tiếng Mỹ hàng ngày ở nhà vào trường học tiếng Mỹ nữa thì sự tiến bộ nhanh lắm và anh còn nói từ nào con chưa hiểu hỏi, anh sẽ giải nghĩa giúp. Bạch Mai nói với mẹ ba:

- Con vừa trúng số, gia đình mình có hai bố con đều trúng số độc đắc.

- Bố gật đầu, con nói đúng. Vì vậy mình luôn giữ đạo đức lương thiện, nhờ bố không sợ nguy hiểm giúp bố Hiếu của con nên nay ba và con đều trúng số độc đắc. Buổi cơm gia đình rất vui, sau mấy ngày ra Hà Nội và về Sài Gòn cũng tương đối có mệt chút chút mà lại ngủ quá ngon giấc.

Năm tới hai chị gốc Pháp và Úc cũng học xong Thạc sĩ được phép ngủ chung với bạn trai và cũng sẽ mau sanh con vì có gene của bố Hiếu đụng tới phụ nữ là có con nhanh. Lúc bấy giờ phòng con có một mình, con xin lãnh lo hai em gái đang học tiểu học ngủ chung với con cho vui, ba chị em ngủ một giường to, hai em cùng con nói Anh giúp con mau tiến bộ. Ba má gật đầu, như thế lại hay, con có đóng góp cho gia đình lo cho hai em mồ côi mẹ sớm.

Ngày hôm sau cả nhà nghỉ xả hơi. Hiếu bảo con, lo đi mua nhái ở khu chợ cá Cần Thơ, tối đặt hết mười cái lọp, đặt liên tiếp ba bốn ngày nhờ chị bếp, vợ anh quản gia và chị vú gốc Việt làm khô cá lóc đem về Mỹ để dành cho gia đình dùng làm thức ăn thêm lạ miệng và gợi nhớ nhiều về nhà vườn Cần Thơ.

Các con ăn bánh pía, mè láu là nhớ quê hương Sóc Trăng của ba mẹ. Cuối tuần, thứ bảy này về Sóc Trăng chuẩn bị cho ngày chúa nhựt phát quà khám bịnh cho bà con tại quê nhà Bố Thảo và tuần sau nữa về Núi Sam.

Hiếu bảo hai anh chị lớn dẫn hết các em ra nhà may quen may cho mỗi đứa một quần áo trắng của ngành Y để các con đứng phát thuốc phát quà cho thêm long trọng. Cả nhà mình đi hết chỉ để hai chị vú ở nhà trông nom sáu đứa nhỏ nhứt và chị vú bên nhà cô hai đem ba em qua nhà chơi chung với sáu cháu và ba chị vú ở nhà tự do muốn làm gì thì làm tha hồ mà ăn cá.

Liên tiếp bốn ngày, sau khi ăn sáng, năm anh trai, gọi các em ra xem các anh đổ lọp và các chị lớn mang ra nhiều thùng đựng cá. Trung bình mỗi lọp được năm sáu con cá lớn cũng có vài con chết vì đặt lọp từ buổi chiều sớm và mãi đến chín giờ sáng mới đổ vì cá vô nhiều và chóp lọp sát gần mặt nước nên cá tranh nhau ngớp thở, con nào yếu sức là chết ngộp. Hiếu nói các con làm như vậy vì tất cả cá chết làm khô sẽ ăn ngon hơn cá sống làm khô. Cá sống rộng lại, cá nhỏ còn khoẻ thả lại hết. Cá chết lớn nhỏ đều làm khô hết, qua bốn ngày cá khô cũng trên năm sáu chục con. Còn cá sống lớn cũng trên bốn mươi con. Hiếu bảo các con thả lại rảnh nuôi cá, như cá giống chừng sáu con cá lớn, hè năm tới cả gia đình về lại có cá lóc nhiều hoặc nhiều hơn năm nay. Ba mướn người đến đào sâu thêm chừng năm tấc lấy bùn sình đắp vào các gốc cây ăn trái như là bón phân làm cho cây thêm vững gốc và cây sẽ sai trái, trồng thêm rau muống rau ngổ, mua thêm óc thêm cua, ếch nhái thả chung xuống khu nuôi cá lóc cũng giúp cá có thêm thức ăn. Cá phải dùng sức rượt bắt mồi nên giúp thịt cá thêm săn chắt, không phải cách nuôi cá thương mại mỗi ngày thả thức ăn xuống, cá ăn mau lớn nên thịt cá nhão hơn cá sống tự nhiên. Các con học thêm cách nuôi cá, không tốn tiền nhiều mua thức ăn vì nuôi cá để dùng trong gia đình nên không phải nuôi thúc.

Hiếu bảo con lựa bắt cho mỗi gia đình một cặp cá lớn cho ba gia đình: Thầy Khoa Trưởng, chú thím Tín, anh chị giám đốc công an, chừa bảy cặp mang về Sóc Trăng biếu bố mẹ nuôi, anh chị Trai, Ý Sáu, gia đình chị vú, gia đình chị Ngọc Mai, hai cặp cho bố mẹ. Chị hai tiếp lời Hiếu:

- Lần này, có thì giờ, các đầu cá lóc cũng làm khô luôn ăn cũng rất ngon. Chị hai nhờ mấy cháu đưa ra chợ mua thức ăn. Ba cháu lớn có cả người yêu và em học lớp tám lớp mười cũng xin theo cô hai cho biết cách mua thức ăn tại chợ. Đi xe Van lớn, cô hai nói, cô sẽ chế biến vài món ăn lạ cho các cháu thưởng thức, coi xem các cháu có thích không? Bố mẹ các cháu thì mê thích cũng như cô hai coi xem món ăn đó là quốc hồn quốc tuý của người Việt.

- Cô hai mua ba ký lô ba khía, hai chục đầu khô cá lóc, ba ký lô cá sặc, hai ký lô dưa mắm, một ký lô mắm cá sặc, vài ký thịt ba rọi, thịt nạc, sáu vỉ trứng vịt, giá sống, rau dừa. Cô hai lựa rau dừa có cọng dài có rễ dài để còn làm giống, chỉ ăn phần non, phần già có rễ làm giống rất tốt, cô hai giải thích.

- Thấy có cua, óc, ếch nhái cô hai mua luôn hai thùng, ếch nhái để riêng, cua óc chung một thùng. Các cháu lần đầu thấy cô hai mua những thức ăn mà các cháu chưa từng ăn, chỉ có ăn qua món gõi xoài tượng với khô cá sặc, không ngon bằng trộn với khô cá lóc. Trộn với khô cá sặc còn chút ít mùi tanh của cá. Cô hai thấy có bán nhiều quày thốt nốt, cô hỏi và trả giá mua mảo hết, cả trăm trái.

- Các cháu không biết trái cây gì, cô hai nói, chỉ quê chồng trước của cô ở Châu Đốc mới có loại trái thốt nốt này, uống rất ngon.

Hôm nay, các cháu uống thấy ngon tuần tới mình về Châu Đốc tha hồ mà uống. Các cháu nói, hôm nay đi chợ với cô hai các cháu biết Việt Nam mình có nhiều thứ trái cây, rau, thức ăn mà cở tỷ phú của Mỹ cũng chào thua. Tuần tới cô hai đãi các cháu ăn đặc biệt mắm, còn có thịt chuột đồng chỉ ăn lúa và cỏ non nên thịt rất ngon mà dân quê gọi là thịt gà đồng quê. Cô hai giải thích:

- Các cháu ăn lần đầu kém ngon, cứ tưởng là chuột nhà, chuột cống, mình ghẻ lở. Loại chuột ăn thức ăn ngoài ruộng tinh khiết hơn thức ăn của heo của gà vịt nuôi. Thức ăn nuôi sống như bò trâu mà bò trâu ăn cả cỏ già, non đều ăn ráo còn chuột chỉ ăn cỏ non, ăn lúa mới sạ, mới cấy hay lúa vừa có hột nên thịt chuột rất ngon.

Về Châu Đốc, Núi Sam cô hai cho chúng cháu ăn thử cho biết. Nếu các bạn Mỹ của các cháu nghe kể ăn thịt chuột chắc chúng nổi da gà rùng mình ghê sợ. Cô hai nói, hôm nay cô đãi các cháu, món ăn chơi bánh lọt đậu đỏ nước cốt dừa, xong rồi cô cháu mình đi về, các cháu xuống bếp coi xem cô chế biến những món ăn mới cho bữa trưa nay. Các cháu dạ vâng, mỗi cháu một ly lại có thêm nước đá bàu, các cháu ăn rất thích khen quá ngon. Trưa mai, cô dạy các cháu làm món ăn này tại nhà mình đãi mấy ông bà Mỹ, Pháp, Úc, Áo ăn cho biết món ăn mới. Các cháu vỗ tay hoan nghênh, các cháu cố học, về Mỹ làm cho gia đình ăn. Cô hai mua nguyên liệu bột gạo, bột năn, bột báng, đậu đỏ cho các cháu mang về Mỹ.

Cô cháu lên xe, thấy còn sớm, cô hai bảo cháu lái xe ra bến Ninh Kiều cho các cháu biết buổi sáng rất nhộn nhịp buôn bán, nên con lộ dọc Bến Ninh, có một đoạn gần chợ bị cấm xe chạy, mãi qua mười hai giờ mới cho xe lưu thông lại. Từ Bến Ninh chạy vào đại lộ Hoà Bình cũng không xa cho tới đài phát thanh Cần Thơ. Chạy trở lại vòng qua nhà thờ chánh toà, quán ăn Vĩnh Ký chuyên các món đặc sản đồng quê nổi tiếng nhứt của Cần Thơ, chạy qua đường Nguyễn Trải, hướng cầu Bình Thuỷ về nhà. Các cháu về thay đồ xong xuống bếp phụ giúp coi cô chế biến các thức ăn mới. Sáng một món mới, chiều có hai món ăn mới khác.

- Các cháu gái nghe cô hai nói, khoái quá. Các con về khoe với bố mẹ:

- Cô mua nào cua ốc, ếch nhái, ba khía, mắm, dưa mắm, khô và đầu khô, có cả trái thốt nốt nữa. Cô cho chúng con ăn món ăn đậu đỏ bánh lọt sao ngon quá. Cô hai thấy các con khen ngon, cô nói với các chị con.

- Ngày mai coi cô hai làm bánh lọt đậu đỏ đãi cả nhà, về Mỹ làm món này cho gia đình lại càng nhớ Cần Thơ và nhớ cô hai nữa, nghe hai con nói, Hiếu tự nhiên chảy nước mắt. Ba mẹ con ngạc nhiên và Thu Vân hỏi lý do tại sao anh khóc:

- Chị hai đi ở đợ nuôi một người bịnh cả một vùng Núi Sam mà ai cũng sợ không dám nuôi bịnh lao bất trị chờ chết là một thứ bịnh dễ lây nhiễm qua đương hô hấp. Dù lương gắp ba lương các công việc tay chân khác. Chị hai liều mình hy sinh vào giúp việc, có tiền lương cao nuôi cả gia đình và sửa sang lại nhà cửa không ọp ẹp như trước. Anh có tiền mua xe đạp mới đi học trường Hoàng Diệu.

Bây giờ nghe con nói cô hai sẽ chỉ các cháu gái làm những món ăn lạ mà các cháu chưa từng ăn qua để về Mỹ làm các món ăn cho gia đình. Anh quá thương chị coi chị hai là người mẹ thứ hai của anh. Nhờ có chị hai mà ba anh chị em của anh mới hãnh diện sống với đời hết còn mặc cảm mang tên gia đình Trần Minh khố chuối ở Bố Thảo. Hai bé còn nói tiếp:

- Cô hai còn hứa với các cháu tuần tới về Châu Đốc sẽ cho chúng con ăn thịt chuột đồng coi ngon làm sao mà dân quê còn mê thích hơn ăn thịt gà. Hiếu nói:

- Cô hai nói đúng. Thịt chuột ngon lắm, công chúa Thu Vân hồi nhỏ có ăn thịt chuột chưa?

- Dạ chưa, Thu Vân đáp. Lần này anh ăn thử coi có còn mê ăn thịt chuột không và chắc chắn là chỉ thua mê em thôi hè! Thu Vân nói:

- Lại nịnh đầm, tối có thưởng, hai con hỏi mẹ thưởng gì, mẹ thưởng bố con một cái bánh píá tổ chản, ăn hoài không hết, hai con đâu có biết nghĩa bóng nghĩa gió gì cũng cứ cười. Bố nói cái bánh pía của mẹ hai con ngon dễ sợ, nghe tới đó hai con vội chạy ra chơi vui hơn. Hiếu ôm hôn vợ và nói cái bánh pía của em sao ngon ngọt tuyệt vời ăn hoài không chán, càng ăn càng mê thích. Thu Vân ôm chồng hôn và nói coi bộ hôm nay, anh vui quá nên nịnh vợ tới bến, tối nay em thưởng anh đúp không sợ bầu bì gì cả, có con thứ mười một chẳng sao, chẳng có mắc cở gì ráo, không thèm nghe thiên hạ xì xầm, già mà ham vui.

Bữa cơm trưa có món đầu khô chưng với thịt bằm và trứng vịt, nhiều tiêu gừng, ăn kèm với xoài tượng xắt thành sợi. Bữa ăn chiều có cả gia đình Bạch Mai, ba má vợ anh ba và đủ bốn chị em, có canh chua rau muống với đầu khô cá lóc và cả chục bộ ruột của cá lóc làm khô. Món ba khía trộn với thịt ba rọi với nhiều vỏ chanh xắt mỏng và nhiều ớt, có dành phần ít ớt cho những vị ít ăn cay. Ngoài ra còn món cá lóc kho với trứng thịt heo, cá lóc, món này lúc nào cũng có để các cháu ăn sáng với bánh mì rất bắt. Bữa ăn trưa, sếp cút Bố Thảo làm cho mọi người ngạc nhiên, món khô đầu cá lóc chưng. Vì vậy cô hai bảo các chị làm cá lóc, cắt mở banh đầu cá lóc phơi mới mau khô, đem về Mỹ cho sếp cút Hiếu chế biến món đầu khô thêm vài món nữa mà Hiếu có ăn qua, bây giờ làm lại cho các con ăn. Ai cũng khen món ăn mới hấp dẫn, nhậu rồi đến ăn cơm mà với món này quá bắt. Cả nhà lại khen hai món mới, ba khía và canh chua đầu khô cá lóc sao mà đậm đà ngon dễ sợ. Chị hai nói:

- Chiều mai còn có món ăn độc đáo khác, người Việt ăn rất thích mà mấy ông tây bà đầm chưa ăn thử, tập cho quen cũng sẽ mê đó là món mắm kho ăn với rau ghém. Có đủ bông súng, bông điên điển, rau dừa, rau nhúc, dưa leo bằm, có thêm ruột cây chuối xắt lát mỏng trộn với dừa cứng cạy nạo thành lát. Mỗi người ăn phải có hai chén, một chén đựng cơm và một chén đựng rau ghém, rưới nước mắm kho lên, nặn chanh, thêm ớt thêm rau răm và lua xong rau mới ăn cơm tiếp theo. Món mắm kho ăn kèm với rau mới đủ bộ, mới ngon nên có tiếng là Mắm Và Rau (chữ Và ở đây là động từ, có nghĩa là lua là ăn, không phải và là giới từ). Muốn có nồi mắm thêm ngon, kho mắm là phải có cà tím, đậu bắp sẽ làm cho nước kho mắm mới lền và thêm ngọt. Chị hai còn nói tiếp:

- Vì sợ ông tây bà đầm ăn mắm kho không được, chị sẽ nấu món cá thịt kho có nhiều nước, cũng kho với nước dừa để ăn với rau ghém cho biết thêm món rau có trộn thêm dừa nạo, ruột cây chuối xắt hay chặt cây chuối con, cũng là món rau đặc biệt của người Việt Nam. Chị hai nói còn nói:

- Chị tập anh hai ăn món mắm kho mấy lần anh mới thấy ngon và mới mê chị hai là muốn ở Việt Nam cho tới ngày Chúa gọi về. Cả nhà vỗ tay cười, Hiếu hỏi anh hai có đúng vậy không, anh gật đầu. Hiếu nhờ anh hai giải thích, mắm ăn thế nào vì nặng mùi, sợ kém vệ sinh, mùi vị ra sao, anh nói bằng tiếng Anh cho quý ông tây bà đầm thử món ăn này. Nếu chào thua thì có món khác và ăn thử với rau ghém đặc biệt ngon ra sao?. Anh đã có cảm nhận ăn mắm và đã ăn qua nhiều lần nên bây giờ ăn thấy ngon và bố dượng cũng có ăn mắm có lẽ bố cũng không thích lắm mà ăn được. Bữa cơm chiều còn mời thêm thầy cô của Hiếu và chú thím Tín, ông bà sui công an. Món rau ghém chị hai làm thiếu xoài tượng, dưa leo bằm, Hiếu bổ sung lại càng làm thêm cho món rau ghém thêm ngon và phải có nhiều rau răm xắt nhỏ, rải lên trên rau ghém vừa làm cho dĩa ghém thêm màu sắc trong cách trưng bày các món trên dĩa. Trên rau răm còn xắt thêm một vài trái ớt đỏ hay cắm vài trái ớt đỏ thêm đẹp mắt. Bữa cơm chiều vì ăn mắm và rau phải ăn chậm nên Hiếu có đặt thêm ba bếp ga trên bàn ăn để ba nồi mắm kho luôn nóng vì nguội sẽ tanh, ăn mất ngon, kể cả canh chua, cá khô tộ cũng vậy nếu có bếp ga làm cho món ăn nóng liên tục thêm ngon.

Cả bảy gia đình sum họp ăn luôn hai bữa, bữa trước có món ba khía trộn với thịt ba rọi luộc và đầu khô cá lóc nấu canh chua rau muống, có mùi khô rất đặc biệt đậm đà và đãi thức uống cũng đặc biệt là nước thốt nốt hâm nóng, uống quá ngon. Bữa ăn chiều ăn tráng miệng có món đậu đỏ bánh lọt và nước cốt dừa cùng với nước đá bàu, ai cũng khen món ăn này quá độc đáo rất tuyệt. Ăn lâu nên các cụ và ba anh em trẻ của Hiếu và anh giám đốc công an cưa hết một chai Martell XO. Trước kia, với số khách như vậy chỉ uống nửa chai. Hiếu nổi hứng nói:

- Thưa ba má, bố mẹ, con đã học lóm chị hai thêm mấy món ăn và con sẽ làm đãi ba má, bố mẹ tại đất Mỹ. Má nói má biết tài con rể má cái gì học lóm rồi biến chế đủ thứ hầm bà lằng lại ăn ngon mới đáng khen. Má thấy chị hai của con bảo mấy chị làm khô đầu cá lóc, đem về Mỹ, con làm món chưng hay món canh chua coi bộ dễ làm mà lại ngon nữa. Con có nói:

- Hai chị vú ráng chú ý học cách chế biến thức ăn của chị hai rồi mang về Mỹ thành món ăn của chính mình chế biến vì ở Mỹ đâu có các món độc đáo này mà hai nơi ở gần Harvard và Yale, con chưa thấy có gia đình người Việt sinh sống.

Hai buổi chiều, các gia đình thân nhứt ở Cần Thơ của gia đình Hiếu đến nhà vườn được chị hai đãi những món ăn chưa từng biết hay có ăn qua hồi còn bé. Nay có dịp ăn lại món ba khía, đầu khô cá lóc chưng, đầu khô cá lóc nấu canh chua, mắm kho ăn với rau ghém, sao ngon quá. Các ông tây bà đầm thấy ông tiến sĩ Áo có vợ Việt ăn tự nhiên không thấy nặng mùi hôi thúi gì cả. Ba má Caroline, ông bà Philip-Jane, thập thò muốn ăn thử coi xem hương vị ra sao mà chưa dám gắp. Hiếu thấy bốn cụ còn rụt rè, trong món ba khía có thịt ba rọi, Hiếu dùng đũa khác gắp cho mỗi vị một miếng thịt ba rọi, mời ăn thử, cả bốn vị nói ngon đậm đà vì nước ba khía, chanh ớt đường đã hoà quyện trong miếng thịt, hai cụ ăn thấy ngon uống một ngụm Martell lại thấy có cái gì đó làm tăng thêm vị ngon ngọt. Hai ông mời hai bà chỉ liếm môi sẽ thấy miếng thịt ba rọi thêm đậm đà. Kế tiếp bốn vị cao niên ăn thêm vài miếng thịt ba rọi và Hiếu có gắp thêm chút phần còn dính thịt ba khía quý cụ lại khen ngon. Qua bữa ăn có đầu khô chưng với thịt bằm và trứng, các cụ ăn thấy ngon vì đầu mắm chưng không nặng mùi chỉ thấy có mùi hơi lạ. Hiếu xẻ cho mỗi cụ một ít thịt bằm, trứng và nửa cái má đầu khô cá lóc và Hiếu còn gắp thêm một vài lát xoài tượng xắt thành sợi để trong chén riêng của mỗi vị. Hiếu mời bố mẹ, ba má ăn thử hết các thứ một lúc coi xem sao. Bố Philip vỗ tay cái bép, quá ngon nghe Andre. Cả bốn ông bà đều nói món này coi dễ làm mà ăn ngon lạ miệng quá. Hiếu thưa bốn cụ về Mỹ, con đãi quý cụ dễ dàng. Chị hai con làm cho con mấy chục đầu khô, mình mang hết về Mỹ. Món canh chua thay vì nấu với rau, chị hai của Hiếu đổi ý, đầu khô nấu với bắp chuối hột mà không dùng chất chua của me mà dùng chất chua của xoài sống loại chua, ăn luôn xác xoài chua rất bùi và chua nhẹ.

Món canh chua đầu khô cá lóc và bắp chuối vô cùng độc đáo, ai ăn cũng khen nức nở, Hiếu gắp cho bốn cụ hai người một cái đầu và một ruột cá, các cụ nói, từng đi ăn nhà hàng nổi tiếng trên thế giới chưa có món ngon như thế. Còn các ông bà gốc Việt và hai ông gốc Áo có vợ Việt cả chục năm ăn quá nhiều món ăn Việt cũng có cảm nhận ngon lạ miệng hơn các món khác, cũng hai người một cái đầu và bộ ruột cá. Còn lại sáu cái đầu và sáu bộ ruột. Hai anh cả, mỗi dĩa hai đầu và ruột, lấy dao xẻ nhỏ ra để cho các em và hai chị vú mỗi người ăn cho biết, ai cũng khen món quá lạ quá độc đáo và quá ngon. Cô hai nghe mấy cháu khen ngon cũng vui, cho biết ruột cá lóc nay mai, cô sẽ làm ruột muối sương và cô chiên có thêm sả ớt chắc các cháu mê thích lắm. Các cháu vỗ tay hoan nghênh, cô hai tiếp:

- Các cháu muốn có món ăn ngon cứ mùa hè mỗi năm về đây cô sẽ cho các cháu thêm nhiều món ăn lạ nữa. Thím Tín nghe, góp vui, cô hai dụ các cháu về đây đông cho vui, ông bà cũng vui lây và có các món ăn ngon dài dài.

Bữa ăn chiều với món mắm kho, giới người Việt và hai ông Áo có vợ Việt thì rất hoan hỉ có món ăn lạ miệng. Còn lại bốn cụ coi bộ găng với món ăn nặng mùi. Nhưng thấy mấy dĩa ghém trưng bày đẹp mắt và có đủ thứ rau, bông điên điển, bông súng, rau nhúc, rau dừa, ruột cây chuối non xắt lác mỏng, dưa leo bằm, xoài sống bằm cùng dừa nạo trộn chung. Trên cùng có rau răm và cắm ba trái ớt to chín đỏ, một dĩa rau ghém có đủ ngũ sắc vô cùng đẹp mắt và hấp dẫn. Với sáu dĩa trên một bàn dài rất hài hoà đẹp mắt, có bốn cái bếp ga làm cho nồi mắm kho luôn nóng trong nồi có thịt heo, đầu cá lóc, nước mắm kho có nhiều sả phi tỏi hành bay mùi nặng mà lại thơm. Cạnh các dĩa rau ghém có dĩa cá lóc thái mỏng, tôm càng cũng xắt mỏng, thịt bò xắt mỏng và mực tươi xắt mỏng, ăn thêm.

Cô hai các cháu mời mọi người coi cô hai thực hiện món ăn và cô nói cô bắt chước một nhà hàng lớn trên Sài Gòn. Nay thực hành, tất cả các món trên dĩa gắp cho ra tô vừa đủ ăn, trên cho thêm tí bún, rau ghém, múc nước mắm trong nồi đang sôi cho vào tô, nếu ai thích ăn các món không cần chín lắm cứ để vậy một hai phút cho thức ăn sống chín tái ăn rất ngon. Còn quý vị muốn chín thêm, thật chín thì dùng cái dá múc nước mắm cho thêm đầy tô rồi chắc nước vô nồi trở lại. Nước trong nồi đang sôi múc đổ vào tô lần nữa vừa đủ, để vài phút cho nguội, tất cả các thức ăn sống, bây giờ hoàn toàn chín trăm phần trăm. Chị hai nói:

- Cậu út nhanh tay làm cho các cụ chưa ăn lần nào làm thật ít coi các cụ có ăn được không và hiện tại mùi mắm không còn nặng như lúc ban đầu. Phần bên nữ chị hai lo, mấy cháu lớn lo cho mấy em. Bốn cụ chưa từng thấy món ăn lạ kỳ cục này. Thịt cá tôm mực sao quá đậm đà, khi các cụ ăn đến món rau ghém rất lạ miệng và ngon làm sao khó diễn tả. Các cụ thử nêm nước mắm kho dù còn mùi nhưng ăn lại quá ngon. Hiếu thấy vậy, lấy một cái tô khác cho các thứ thịt cá tôm mực vô, cho rau ghém lên trên, đổ cho ngập nước chừng một phút, chắc bớt nước vô nồi cho vào tô cụ vừa ăn gần hết. Ba cụ còn lại cũng làm như vậy, thịt chưa chín hết lại ăn càng ngọt mà không có bún nên các cụ ăn chậm chậm cũng hết, các cụ ông thấy quá vui uống cũng kha khá. Các cháu quá vui nói vang rần:

- Cô hai có món ăn này, sao mà ngon quá, chắc chắn chúng con về thăm cô dượng hai và các anh chị thường không phải đợi tới hè thì lâu quá. Chúng con có thể thăm cô dượng mùa Noel hay giữa hai khoá của năm học thường nghỉ hai ba tuần, chúng con bay về Cần Thơ ăn cho đã rồi trở qua Mỹ. Cô hai nói:

- Các ao cá của ba mẹ các cháu có nhiều cá, cô dượng bắt cá lên làm mắm làm khô chắc chắn vệ sinh hơn mình đi mua ở chợ, bảo đảm ăn an toàn hơn và các cháu mang về Mỹ làm các món ăn ngon đãi ông bà ba mẹ. Các cháu vổ tay khen cô hai quá tài. Các con thích các món ăn bình dân đồng quê mang qua Mỹ thì bạn Mỹ của chúng con cũng phải chào thua. Vì chúng bạn Mỹ đâu dám ăn sợ đủ thứ hết, chúng con tha hồ ăn thoải mái. Cả nhà vỗ tay khen, các cháu quá thông minh giống hệt bố mẹ. Một chai Martell XO hôm nay cũng uống hết.

Đến tráng miệng có món đậu đỏ bánh lọt nước cốt dừa và nước đá bàu. Người bán có ít nước cốt dừa, còn cô hai cho nhiều nước cốt lại càng thêm béo thêm ngon. Ai cũng khen món chè đậu đỏ bánh lọt ngon quá. Cũng như món uống muốn ngon miệng, cô hai nổi lên bếp ga, bảo mấy cháu chặt thốt nốt đổ nước vào nồi cho nước thốt nốt có mùi thơm dậy sóc luôn. Không cần nấu sôi, miễn nóng bóc khói là được, mỗi người uống một ly thấy sao đã quá, ngon quá, lưỡi tăng tăng. Cô hai cho biết:

- Tuần tới các cháu đi Châu Đốc, vào Núi Sam uống nước thốt nốt thả cửa, họ đựng trong ống tre cũng đã đun nóng, gánh đi bán xa nước thốt nốt nguội nhưng còn mùi khói uống rất ngon. Chưa hết cô hai còn cho các cháu ăn bánh bò làm bằng đường thốt nốt và còn ăn sống mắm cá trèn mắm thái với thịt ba rọi luộc và ăn thịt chuột đồng, coi xem các cháu thích món nào nhứt.

Trước khi các cháu về Việt Nam báo trước chừng một tuần, cô hai lo chuẩn bị hết cho các món ăn các cháu ưa thích. Cả bàn vỗ tay, có vị nói, khen cô hai có cách dụ các cháu hay quá, có thể ngôi nhà này ngập tiếng cười, mẹ các cháu đang an giấc nằm ngoài kia, ngày nào cũng có các món ăn ngon cúng mẹ.

Bữa ăn chiều chấm dứt, Hiếu bảo hai con trai cả lựa một cặp cá lóc lớn biếu cho thầy khoa trưởng, ông bà giám đốc công an và chú thím Tín phải hai cặp vì gia đình đông. Chú thím Tín lại ôm vợ chồng Hiếu nói, cám ơn hai cháu lúc nào cũng nhớ đến gia đình chú thím, hai cháu đã làm vẻ vang cho dòng họ và cho cả nước.

Hiếu bảo các con cứ rỉ rả còn ở đây, đặt lọp bắt cá lóc lớn để ăn và làm khô. Từ nay, mình ăn cá lóc, khi làm cá chừa cái đầu lại muối phơi khô ăn lại ngon hơn là đầu cá làm các món khác mà chẳng có bao nhiêu thịt cá.

Cả năm nữa mình mới về quê nghỉ hè, cả năm cá tha hồ mà sanh sản và lớn. Khi gia đình mình về Mỹ, ba có nhờ bác phụ trách các ao nuôi cá, ba có gởi tiền cho bác mướn người đào hay nhờ các sinh viên đào mình trả công như mướn người ngoài vì sinh viên Việt Nam nghèo như ba nghèo năm xưa. Mình giúp họ có thêm tiền mua sách vở cho mùa tựu trường tới. Ba bảo đào sâu thêm chừng năm tấc cái rảnh nuôi cá lóc này, nhứt là ở giữa rảnh, dùng đất sình đào đó tủ vào các gốc cây cho thêm vững chắc cũng như mình bón thêm phân có đất mới.

Dù mưa đã giảm, mình hứng nước mưa tối đa và thiếu nước phải bơm nước vào cho thật đầy các ao và đường rảnh này, cá mới mau lớn và sanh sản. Hiếu cũng nhờ anh lo chăn nuôi gia cầm và cá mướn người làm con heo lớn nhứt. Mình lấy thịt xẻ mỏng phơi khô mình đem về Mỹ có thêm thịt heo khô trong các bữa ăn cho các con ở Harvard vì không có đầu bếp các con tự lo nấu nướng. Có sẵn thịt heo khô, giúp các con nhiều trong khâu chế biến thức ăn khỏi phải mua lắc nhắc.

Nhờ cô hai kho hai nồi thịt trứng, chừng nào ăn múc ra hâm lại cho cá lóc vào đã ướp nước mắm, đường, hành lá hành cũ cho thật thấm, sôi lên vài phút, cá chín, thịt thêm mềm, ăn thêm ghém hoặc xoài tượng, dưa leo bằm rất ngon. Hiếu nói:

- Các con nhớ mang về Sóc Trăng cho bố nuôi của ba, bác Trai và ông bà ngoại chừng năm ký thịt và cho chị vú vài ký thịt và cho bà sáu một cái xường heo và vài ký thịt. Thịt còn lại cũng nhiều vì con heo lớn nhứt hơn trăm ký lô heo hơi, lấy thịt, mỡ cũng trên dưới bảy chục ký trừ xương ra. Cái đầu cho gia đình anh chị lo ao cá và bếp, cho vợ chồng anh quản gia nguyên một đùi trước. Còn lồng heo nhờ chị bếp luộc hết cho vào tủ lạnh khi công tác xong ở Bố Thảo trở về có món lòng heo ăn khá hấp dẫn.

Còn hai ngày nữa tới ngày về Sóc Trăng có công tác từ thiện khám bịnh phát thuốc và tặng quà mỗi người lớn hai trăm và mỗi trẻ em một trăm. Hiếu bảo các con đi mua bao thơ và lấy áo trắng y tế về mặc cho ba mẹ xem sau giờ cơm trưa nay. Còn bố mẹ và hai em nhỏ đi ngân hàng lãnh tiền, trưa nay các con bỏ vô phong bì. Con dâu mới xin ba mẹ cho con trai và con dâu theo ba mẹ bảo vệ. Thế là xe của ba mẹ đi lãnh tiền ngân hàng sáu người, xe kia cũng đi sáu người lấy áo trắng y tế và mua bốn ngàn bao thơ. Ba mẹ xách theo hai túi lớn cho hai con mang tiền. Con dâu biết ba mẹ lãnh nhiều tiền mặt đến mấy triệu nhiều quá, xin bố cho xe cảnh sát chạy đến ngân hàng và hộ tống về nhà.

Mọi việc xong hết, ba mẹ gọi con dâu khen nức nở, nói con dâu của ba xứng đáng là con giám đốc công an biết phòng xa sợ tại ngân hàng kẻ gian biết có khách hàng lãnh nhiều tiền mặt chặn đường cướp giật. Hiếu nói, ba thiếu cảnh giác.

Ăn cơm trưa xong, ba bảo năm con trai và năm bạn gái vô phong bì loại phong bì hai trăm đồng, một ngàn năm trăm phong bì và phong bì một trăm đồng năm trăm cái. Như vậy, lần này dùng hai ngàn cái, còn hai ngàn cái phong bì dành cho chuyến đi Núi Sam tuần tới. Con trai cả cũng lanh trí, biết ba vô phong bì hai loại tiền khác nhau, nên cũng mua hai thứ phong bì lớn nhỏ khác nhau. Ba khen con trai quá thông minh, ba không dặn mà con làm đúng ý ba.

Trưa thứ sáu, cả nhà về Sóc Trăng chuẩn bị cho ngày mai khám bịnh tặng quà cho xã Bố Thảo. Hiếu dặn năm con trai lớn lo cắt thịt heo mang về Sóc trăng sáu phần, mỗi phần chừng ba ký và ba cặp cá lóc, cho vào một xô có nước. Ba cặp cá lóc biếu bố nuôi, bố mẹ và anh chị Trai. Còn sáu phần thịt heo, ngoài ba gia đình biếu cá còn biếu thêm thịt heo, biếu Ý sáu, chị vú mang về gia đình và chị Ngọc Mai. Các con làm theo ý ba, thiếu xe, con dâu xin bố công an giúp một xe van, có tài xế công an như là hộ tống đoàn từ thiện. Ăn cơm xong, tất cả gia đình kể cả gia đình ông bà ngoại, cô hai, ông bà nội, bố mẹ Philip- Jane. Hai chị vú đưa hết các cháu về Sóc Trăng. Sáu cháu nhỏ và hai chị vú ở nhà ông bà ngoại, còn lại ở nhà anh cô tư và nhà ông bà nội, nhà cô hai. Vợ chồng Hiếu cũng về ở nhà ông bà ngoại. Chị vú Sóc Trăng được về nhà thăm gia đình sáng sớm chúa nhựt, cả nhà đi Cà Mau, sáng thứ hai về Bạc Liêu và sáng thứ tư về lại Cần Thơ.

Buổi khám bịnh phát thuốc và tặng quà cho bà con xã Bố Thảo cũng thành công có khoảng một ngàn năm trăm người lớn tham dự và có chừng hai trăm trẻ em đang bịnh cũng xin khám, đa số là bị thương tay chân vì ham đá banh. Mỗi em được khám bịnh, xức thuốc băng bó và tặng mỗi em một phong bình một trăm và mỗi bịnh nhân lớn tuổi nhận phòng bì hai trăm đồng.

Buổi khám bịnh rất nhanh vì có bác sĩ Trai, anh bị Ba Trung , anh Bernard và năm con của Hiếu đều là bác sĩ, đến mười một giờ rưỡi, công tác từ thiện hoàn tất, số thuốc đặt công ty dược đưa đến, còn lại cũng khá nhiều, Hiếu gởi cho anh Trai tặng cho những bịnh nhân nghèo khi đến bịnh viện tỉnh Sóc Trăng.

Hiếu đã thấy mười một giờ sắp hết người khám bịnh, nhờ anh Bernard nhắc lại bố mẹ nuôi là anh chị đến đón, xuống Bãi Xàu ăn cơm trưa lúc trước mười hai giờ và Hiếu nói anh chị tư chạy xuống bãi Xàu đặt món ăn nào cũng được và nên có món đuông, luôn tiện đón bố mẹ nuôi.

Bây giờ Hiếu vừa khám bịnh xong thấy đến mười một giờ rưỡi mời mọi người chạy xuống Bãi Xàu ăn trưa. Cái đặc biệt làm cho mọi người thích thú thấy mười hai con và dâu của Hiếu đều mặc áo trắng y tế mới tinh, đội mũ trắng có in hình chữ thập đỏ, trông rất đẹp mắt.

Thứ sáu tuần sau đến Châu Đốc vào Núi Sam ở khách sạn cũ, sáng thứ bảy phát quà khám bịnh có chị Lệ Thuỷ giúp mua thuốc, có thêm bác sĩ Y tá giúp khám bịnh cùng với các con của Hiếu. Hiếu gọi điện thoai báo cho bác sĩ Lệ Thuỷ, hiện là giám đốc bịnh viện đa khoa Châu Đốc, thay thế chồng đã về hưu hai năm, bác sĩ Lệ Thuỷ còn hơn một năm nữa cũng về hưu. Hiếu nói tiếp:

- Vợ chồng em sẽ giúp anh chị có cuộc sống về hưu thoải mái vì chị em mình cùng quê Sóc Sờ Bai Sóc Trăng. Vợ sau của em cũng là người Sóc Trăng cùng học chung lớp cấp ba với em tại trường Hoàng Diệu. Bác sĩ Lệ Thuỷ chúc hai em của chị luôn hạnh phúc và sanh nhiều con. Em cám ơn chị chúc chúng em hạnh phúc và con đông, cả hai em đã có tất cả mười sáu con. Bác sĩ Lệ Thuỷ nói:

- À ra thế, chị tôn em làm sư phụ có tài sanh con lập kỷ lục của tỉnh Sóc Trăng. Hiếu nói chương trình về Châu Đốc:

- Sáng khám bịnh phát quà cho bệnh nhân, chiều thứ bảy ăn cơm tại Châu Đốc nhờ chị Lệ Thuỷ đặt bàn mời hết các bác sĩ và phu nhân cùng với các y tá nhân viên cả bịnh viện, chị nói giúp là có gia đình em từ Mỹ về cả gia đình, mời ăn cơm cho vui. Em có khoảng ba bàn chị thêm bao nhiêu bàn cũng được, chị nhờ anh mua giúp rượu ngon Martell XO chừng năm chai và nhà hàng có bia, tha hồ uống. Vợ chồng em rất vui mừng, coi chị còn nhớ một người đến khám thai còn trẻ, nay là tiến sĩ nổi tiếng ở Mỹ cũng là người Sóc Trăng.

Anh chị đừng sợ tốn kém, chúng em thừa sức đãi hai chục bàn, mời đủ hai chục bàn lại càng vui, mời luôn các bác sĩ và phu nhân đang làm việc ở các huyện về đây chung vui với gia đình em. Năm con em là bác sĩ hai đứa chuyên khoa ung thư. Hiếu nói luôn, em nhờ chị đặt mua hai mươi cây thốt nốt em đem về Cần Thơ trồng thử, coi xem cây có sống tốt không, cây càng lớn càng tốt dễ trồng và chị mua giúp thêm năm chục cây phượng vĩ, hai loại cây này không cần gấp, khi nào chở xuống chị gọi điện thoại cho chị hai em biết, mở cửa cổng cho xe vào như kỳ trước. Cây càng lớn càng tốt, giá mắc em cũng mua, chị đừng ngại, em gởi trước chị hai chục ngàn đô, tiền mua còn dư chị giữ làm quà cho các cháu, còn thiếu, em bù thêm. Còn cơm chiều thứ bảy, em nói riêng với chị, em sẽ tặng mỗi nhân viên của bệnh viện một trăm, em đổi tiền Việt mang theo. Chúng em muốn làm cho chị thêm uy tín, có hai em ở Sóc Trăng cùng quê của chị đến thăm và đãi cơm chỉ có thế thôi.

Chị Lệ Thuỷ nói cám ơn vợ chồng em, chị mua giúp một triệu tiền thuốc phát dư chị mang về bịnh viện cấp cho bịnh nhân nghèo. Hiếu nói, em rất vui mừng chị giúp cho bịnh nhân nghèo, em sẽ gởi cho chị thêm hai chục ngàn đô nữa. Anh chị thấy bịnh nhân nào quá nghèo không tiền mua thuốc chị cứ cho, coi như tiền chị, chúng em không dám có thắc mắc gì hết, chúng em kính mến anh chị. Hiếu cho biết, tối thứ sáu cả phái đoàn chúng em ở chỗ khách sạn cũ và ăn cơm ở đó, nếu anh chị có rảnh chạy vô chơi và ăn cơm chiều với chúng em. Chị Lệ Thuỷ nói:

- Chị hỏi lại chồng chị, anh đã về hưu nên cũng có nhiều thì giờ rảnh hơn chị, sẽ cho em biết sau. Sáng thứ bảy chị em mình gặp lại, chị sẽ cho em biết vụ cơm chiều thứ bảy tổ chức ở nhà hàng nào. Cho em biết trong hai ngày nữa, số người tham dự để em còn chuẩn bị. Còn vụ mua cây thốt nốt, chị sẽ mời hai bác sĩ của huyện Tri Tôn và Tịnh Biên, hai nơi có trồng nhiều cây thốt nốt hơn bất cứ nơi nào trên đất nước Việt Nam. Hai bác sĩ có dự tiệc, chị nói nhờ giúp tìm mua cây thốt nốt cao to phải khỏi đầu và phượng vĩ tha hồ mà mua cây to như kỳ trước tại Núi Sam, lúc này chắc còn rẻ nữa vì năm nay mưa nhiều, phượng vĩ tốt lắm.

Trưa thứ sáu, chuyến đi Châu Đốc không có hai chị vú và sáu cháu nhỏ. Mười hai giờ đã đến Châu Đốc, cả bốn xe dừng tại quán Bảy Bồng, ăn cơm với món lươn canh chua bắp chuối, cá kết chiên tươi, cá trèn kho tộ, gỏi ngó sen tôm thịt. Mỗi thứ bốn phần, chị Hai còn nói ăn tráng miệng bánh bò đường Thốt Nốt. Chi hai nói quán ăn có thể mua chiên giúp chừng ba chục con chuột đồng, chừng ba giờ các cháu đến lấy. Cô tiếp viên nói:

- Hiện quán chúng em có nuôi chuột bán cho khách hàng. Bây giờ cho các cháu tôi đến xem chỗ nuôi được không?

- Dạ được, để em cho người hướng dẫn vì đang cho chuột ăn lúa xem rất vui mắt. Cô hai nói, các cháu nào muốn biết chuột đồng ra sao theo cô đi xem cho biết. Cô có đặt ba mươi con chuột rô ti, ba giờ đến lấy mang về khách sạn cho các cháu ăn thử coi xem có ngon bằng thịt gà rô ti không? Các cháu vỗ tay hoan nghênh cô hai và người lớn cũng đi xem cho biết vì phải đợi nửa giờ mới có thức ăn.

Đến chuồng nuôi chuột trong một chuồng rộng chín mét vuông, có lưới dây kẽm bao quanh cao trên hai mét, có cây gát ngang dọc cho chuột leo trèo và lá che mưa và có chỗ chuột sanh đẽ, nuôi toàn cỏ non và lúa hạt và các chậu nước trong chuồng luôn đầy. Tại đây có nhiều người đến xem, chuột không sợ còn đưa râu ra chuồng như xin ăn, du khách có thể ném chuối vào cái lỗ có nắp đậy kín, chuối có bên ngoài chuồng cả quày đang chín vàng.

Mỗi đứa cháu của cô hai ném một trái chuối mỗi chỗ khác nhau trong chuồng cho chuột tranh dành ăn rất vui mắt. Xem xong chuồng nuôi chuột, trở về bàn cô nói: - Các cháu thấy lông chuột mướt ửng vàng trong rất sạch sẽ, con nào cũng mập ú rô ti ăn rất ngon. Trưa nay, cháu nào lái xe đưa cô hai đến đây lấy thịt chuột rô ti đem về khách sạn ăn khơi khơi cho biết. Nếu thấy ngon, bận về Cần Thơ mình đặt chừng một trăm con về nướng hoặc chiên nóng lại ăn với bánh mì cũng bắt hay ăn với rau dưa trong bữa cơm.

Lần này cô hai mua nhiều khô cá lóc, cá sặc bổi, mắm thái, cá trèn, cá sặc cho các cháu mang về Mỹ. Ba các cháu làm sếp cút cho các cháu và gia đình ăn cũng sẽ hấp dẫn lắm. Lần tới, các cháu về Cần Thơ, cô chuẩn bị trước sẽ bắt cá nuôi của bố, cô làm khô làm mắm cho các cháu mang về Mỹ, khỏi phải mua. Các cháu ăn khô mắm hoài sẽ nhớ cô và nhớ quê hương Việt Nam. Mọi người vỗ tay hoan nghênh lời nói chân tình của cô hai các cháu.

Các cháu nói từ xưa tới bây giờ, chúng cháu chưa biết ăn lươn ăn thịt chuột nay biết nhờ cô hai đó, chúng cháu cám ơn cô hai. Trước khi gia đình trở về Mỹ, cô hai nói, sẽ mua lươn về nhà cô làm ba món đãi các cháu, các cháu sẽ mê ngay. Món lươn nướng cho chín vàng kho với mắm, canh chua lươn và món lươn xào sả ớt ngon hết sẩy. Bà ngoại các cháu nói, cô hai cứ cho các cháu ăn các thức ăn đặc sản của quê hương thường xuyên. Chắc như bắp chúng sẽ về Việt Nam hàng năm ít nhứt một lần ở chơi lâu, ăn cho đã miệng vì cô hai có tài nấu ăn quá siêu, rất đáng khen, các cháu vỗ tay.

Sau buổi khám bịnh phát thuốc tặng quà tại quê chồng trước của cô hai, Núi Sam Châu Đốc, từ ngày ba Cường chồng cô hai mất đến nay cũng trải qua gần ba mươi năm, cũng có cả trên hai mươi lần, trung bình trên một ngàn người tham dự mỗi lần. Lần này ngoài tặng quà cho bà con đến khám bịnh khám bịnh phát thuốc tặng quà, Hiếu cùng vợ và vợ chồng anh Hai biếu cho bà con dòng họ của anh ba Cường mỗi người hai phong bì, mỗi phong bì hai trăm đồng có khoảng trên dưới ba mươi người. Hiếu cho biết vì gia đình đều sống ở nước ngoài nên cũng vắng về đây, còn chị của tôi là vợ của anh ba Cường, nếu có ở Cần Thơ thế nào chị cùng chồng con về Núi Sam dự lễ giỗ của anh Ba Cường.

Hiếu đại diện đại gia đình xin cám ơn gia đình bà con dòng họ của anh ba Cường mà chúng tôi kính yêu nhớ thương anh. Hiếu và anh chị hai bắt tay từ giả và ra xe về khách sạn ăn trưa, chiều ăn nhà hàng.

Đại gia đình, đi du lịch rừng tràm Trà Sư từ sáng tới chiều chúa nhựt, các con của Hiếu rất thích, còn người lớn đã có đi qua rồi.

Chiều về Núi Sam, có đặt nhà hàng nấu cháo gà với ba con gà xé phay trộn gõi bắp chuối, nếu không có bắp chuối trộn với cải bắp cũng được. Mọi người tắm xong, thay quần áo cùng xuống đường đi một vòng tham quan, thả bộ xuống đầu bờ, lên viếng chùa Tây An quá to và đẹp được xếp vào di sản văn hoá của quốc gia. Đi vào miếu Bà Chúa Xứ dù tối không phải mùa Vía Bà mà bà con từ các tỉnh xa cũng về chiêm bái chật kín trong ngoài Miếu. Không ở lâu được vì mùi khói nhang lan ra ngoài làm cho người nước ngoài không chịu nổi mùi khói, cùng nhau lên lăng Thoại Ngọc Hầu nghỉ mát ngắm xem cảnh buổi tối tại khu vực này, đèn sáng choang như ban ngày. Nhìn lên núi cũng có am, miếu hay những nơi tu dưỡng tại gia cũng có ánh đèn còn các nơi rừng núi thiếu ánh đèn thật âm u huyền bí. Sáng thứ hai trả phòng và Hiếu nói mình đi chơi một vòng qua Tân Châu, nơi đây là cái nôi nuôi tằm dệt tơ lụa của miền Nam Việt Nam cho các con coi cảnh người dân còn làm thủ công và đi viếng vài hợp tác xã có máy dệt lụa nhưng chưa quy mô, rất nhỏ.

Sau đó trở lại thị xã Châu Đốc cũng phải qua phà Châu Giang như bận đi, nhưng, có dịp ngừng ở xã Châu Giang. Hiếu hướng dẫn mọi người xem đồng bào Chăm đang dệt lụa, coi cho biết và có thể mua làm kỷ niệm các món thủ công mỹ nghệ làm bằng tơ lụa, khăn, nón, khăn quàng cổ, xà rong, một loại khăn to kết dính thành vòng tròn, một lọại quần của dân Chăm và nhiều sắc dân khác trên thế giới.

Đến mười một giờ, xe qua phà chạy thẳng ra chợ Châu Đốc coi các quày hàng bán mắm và cô hai mua mỗi thứ năm ký, cá sặc, cá trèn, cá lóc, mắm thái và dưa mắm. Các cháu đi bộ nhanh một vòng nhà lòng chợ, thấy người buôn kẻ bán ì xèo, nhiều thứt là các loại khô, mắm, các loại trái cây và có nhiều quày bán nước thốt nốt có bán cả quày trái nữa. Các cháu uống nước thốt nốt xong, còn mua thêm nhiều ly nước thốt nốt mang cho quý cụ ngồi trên xe. Mọi người lên xe trực chỉ quán ăn Bảy Bồng.

Cô hai thấy các cháu khen món thịt chuột rô ti và bánh bò đường thốt nốt, cô hai đặt mỗi thứ một trăm. Ăn trưa, Hiếu mời quý vị cao niên ăn thử món lẩu mắm với bún chỉ một món thôi, gồm có tôm càng và cá lóc xắt lát, thịt bò tái, thịt heo nấu ninh và có rau ghém dưa leo giá sống, rau muống chẻ, bông súng, bông điên điển, tần ô, cải bẹ... Cô hai gọi điện thoại đặt trước, cô chỉ gợi ý mà nhà hàng nên làm món lẩu phải thật ngon lấy tiếng, nhớ làm hai thứ nước lẩu vì người nước ngoài không ăn được nước lẩu mắm. Vì vậy phải có nước lẩu theo kiểu Việt Nam vì kiểu Thái cay chua quá cũng khó ăn, cho hai mươi bốn thực khách, đúng mười hai giờ trưa thứ hai, ăn xong lấy luôn một trăm cái bánh bò đường thốt nốt, một trăm con chuột rôti.

Cô tiếp tân dạ vang, biết gặp khách sộp mà lại quen đến đây ăn nên cô dặn đầu bếp nấu thật ngon và cô tặng cho bốn dĩa ngó sen tôm thịt làm món nhậu, mang ra trước. Cái chiêu câu khách của các nhà hàng quán ăn là tặng thêm món nhậu thì chắc chắn khách phải uống rượu nhiều, sẽ lấy lại vốn. Còn mời khách một tua rượu thì khách thế nào cũng gọi thêm món nhậu mà thực khách lại vui sẽ còn đến ăn dài dài. Quý cụ lớn tuổi mà là người nước ngoài, ban đầu còn ngại ăn lẩu mắm, sau cũng ăn thử lại thấy ngon và không nặng mùi như mắm kho. Một bữa ăn khá lạ miệng đối với người nước ngoài. Ăn xong gần hai giờ, Hiếu nói chúng ta chạy về nhà phải qua thành phố Long Xuyên của tỉnh An Giang.

Xe Hiếu dẫn đầu bảo các xe sau chạy một vòng thành phố Long Xuyên cho các con biết, thành phố có ba mặt, hai mặt giáp sông và một mặt là đất liền có đường chạy về Cần Thơ, Kiên Giang và Châu Đốc.

Về tới nhà gần năm giờ, ai cũng thấm mệt vội đi tắm và nghỉ ngơi, Hiếu còn sung gọi điện thoại mời anh sui công an, bố mẹ Khoa Trưởng, hai bác nhạc gia của Trung và anh chị ba, anh chị tư, chiều bảy giờ mời ăn chuột rôti chỉ có một món nhậu và món cơm có thịt kho trứng. Vì mới về tới không làm kịp thức ăn. Chiều mai sẽ có món lươn nấu ba món, canh chua, kho mắm và xào sả ớt. Ngày mai có mời thêm chú thím Tin, thứ hai tuần tới gia đình về Mỹ trước ngày khai giảng đúng một tuần.

Hiếu cho anh ba, anh tư biết, chiều thứ sáu em sẽ làm một con heo và một con bò, em làm tiệc, anh chị ba mời thêm nhân viên thân tín chừng mười người, chị tư mời các cô thầy của trường Sư phạm. Anh tư mời hết giáo sư trường Y củng như nhân viên văn phòng. Em mời gia đình ông Tổng Lãnh Sự, bố mẹ vợ Sóc Trăng, bố mẹ Hưng và anh chị Trai. Hiếu nhờ anh Trai đón ông bà bố nuôi.

Chiều thứ hai ăn thịt chuột, gần cả trăm con sợ để qua hôm sau ăn mất ngon, nên ăn liền trong ngày. Thịt chuột gặp nhà hàng chuyên bán các món ăn đặc sản nên có cách ướp thật thơm thật ngon ướp ngũ vị hương hành tỏi, bột ngọt đủ các cái thơm nực nồng khi cho vào chảo chiên lại với một ít bơ thơm hấp dẫn quá. Bà ngoại nhắc các cháu đem thịt chuột và bánh bò ra mời mẹ về ăn.

Bữa ăn chiều, món chuột rôti ở Cần Thơ cũng có mà chưa có nhà hàng nào bán, như ở Châu Đốc. Nhà hàng còn nuôi trong lồng rất vệ sinh, đầy đủ thức ăn nên chuột con nào con nấy mập ú, có người ngại hay sợ chuột dơ bẩn, thấy cách nhà hàng nuôi chuột còn sạch hơn nuôi gà vịt nên ăn sẽ mạnh miệng hơn. Các vị lớn tuổi ăn tối đa hai con, các con của Hiếu có đứa ăn đến bốn con, ba con. Ông bà ngoại nói các cháu mê ăn thịt chuột, mê ăn mắm ăn khô là phải về thăm cô hai thường xuyên. Ngày mai cô hai còn cho ăn lươn ba món, chắc cũng mê nữa, đây cũng là món ăn đặc sản của Miền Tây. Chiều cô hai nói:

- Nước cốt dừa để ăn với bánh bò đường thốt nốt, cô hai sẽ đun sôi nước cốt dừa cho bảo đảm thêm vệ sinh, các cháu ăn nhiều nước cốt dừa cho hết chiều nay càng làm cho bánh bò thêm ngon. Ngày mai còn bánh bò cô sẽ thắng nước cốt dừa khác, chúng ta đề phòng nước cốt dừa cũ có thể "phá bụng", cẩn thận cho chắc ăn kể cả bánh bò cô cũng hấp lại cho nóng vừa ăn ngon vừa bảo đảm vệ sinh. Có cháu nói lớn, nay cô hai quá cẩn thận như là bác sĩ. Cả nhà cười vui.

Ban đầu tưởng chỉ hai món là chuột rô ti và cá kho thịt trứng, nay Hiếu thêm hai món nữa có gõi xoài tượng khô cá lóc và rau muống luộc, nhờ chị bếp nướng hai con khô cá lóc. Mấy cháu lớn hái chừng mười trái xoài tượng làm gõi khô cá lóc. Hái rau muống ở gần giữa hồ rau non ăn mới ngon, hái rau thơm nhứt là rau răm, rau húng, ớt chín, chục trái chanh to. Có thêm món rau muống luộc dùng nước rau luộc thay món súp nêm nếm bột ngọt nước mắm cho vừa ăn và nặn thêm chanh. Thấy bảy giờ tối quá, Hiếu mời đến sớm, dời lại sáu giờ bắt đầu nhậu lai rai, chỉ có ông bà cựu Khoa Trưởng và ông bà sui công an là ở hơi xa một chút. Còn bốn anh chị em Hiếu ở liền kề nhau, ăn lúc nào cũng được. Hiếu còn nhờ chị hai cho vào hủ mắm thái, mắm cá trèn, mỗi thứ nửa ký và khô cá lóc cá sặc mỗi thứ cũng chừng nửa ký làm quà cho hai gia đình thầy Khoa Trưởng và ông bà sui công an. Hiếu nhắc chiều nay và chiều thứ ba thứ tư các con đặt lọp bắt cá lóc làm khô phơi được ba nắng cũng khá khô mang về Mỹ.

Tối thứ bảy có tiệc lớn, ba làm một con heo, một con bò vào chiều thứ sáu, mình còn ăn hai ngày thứ bảy và chúa nhựt. Trưa thứ hai, có xe đưa lên Sài gòn về Mỹ. Lần này, mình phải lên sân bay sớm trước ba giờ để còn ký gởi hành lý vì mang thức ăn nhiều. Chị hai nói, chị sẽ muối chừng mười lăm hai chục ký thịt heo mang về Mỹ ăn cũng được lâu. Gia đình mình đi đông mỗi người có một va ly quần áo và mang thêm một thùng thức ăn, ràng chung với nhau cũng được cả trăm ký, nay mình ràng thêm mỗi người chừng năm ký trở lại thì tha hồ mang thức ăn về Mỹ. Thức ăn phải gói thật kỷ, còn các loại mắm chị đóng thùng riêng sợ nó bể ra, hôi thúi tùm lum.

Chị hai bàn với cậu mợ út, tiệc chiều thứ bảy, có đến hai trăm người, mình làm thịt bò bốn món: cháo đầu bò, bò thui, bò lúc lắc có rau ăn ít ngán và món bò nướng ngói cũng lạ mắt cho nhiều thực khách. Con cháu mình đông, ngồi nướng chừng bốn cháu thì thừa sức đãi mọi người, mình không sợ làm không kịp vì thịt bò thui mình đã làm trước. Một con bò lớn thịt nhiều lắm, còn xương sườn, thịt còn lại, dùng chừng mười ký dành cho bữa ăn chiều chúa nhựt. Hiếu nói:

- Tối thứ sáu chị hai chặt ra trước các phần quà biếu cho vào tủ lạnh riêng bên nhà chị, sáng đem biếu thầy khoa trưởng, ông sui công an và chú thím Tín. Ba phần ở Sóc Trăng, tối thứ bảy bác sĩ Trai về Sóc Trăng có bố mẹ nuôi cùng đi, em gởi quà luôn.

Còn phần quà của bố mẹ Thu Vân, chị hai nói sẽ cho vào tủ đá vì ông bà còn muốn đưa gia đình lên Sài Gòn, trở về ngủ lại một đêm sáng thứ ba, anh chị hai đưa về Sóc Trăng, anh chị ở Sóc Trăng chơi vài ngày. Hiếu nói:

- Chị tính quá hay, em nghe lời chị. Mình làm chừng sáu bếp bò nướng ngói, chị cắt chừng một chục cục mỡ, ghim vô đũa xoa vào ngói nướng thịt bò có vẻ còn đẹp mắt hơn là chế mỡ nước vào miếng ngói. Em sẽ nhờ các em sinh viên trường Y cùng lớp với em trai, con của chị bếp lo chiêu đãi mọi người. Ngoài rượu mạnh, em còn bốn chai, em có đặt mười lăm thùng bia và mười két nước ngọt, loại hai mươi bốn chai một két và bốn cây nước đá. Họ sẽ chở đến nhà, anh quản gia sẽ cho vào hai thùng, mỗi thùng với hai cây nước đá, chỉ chặt ra làm tư, cho vào mỗi thùng chừng năm két mỗi thứ. Khi quan khách đến đông đủ, bia nước ngọt mang ra đãi khách, cho thêm bia và nước ngọt vào thùng ướp lạnh tiếp.

Mọi chuyện tính đâu vào đó, Hiếu nhờ chị hai đi chợ mua thùng đựng quà mang về Mỹ, chiều thứ năm đóng thùng trước, còn khô ở nhà làm và thịt heo muối phải đến trưa chúa nhựt đóng thùng sau.

Một chiều thứ bảy tưng bừng tại nhà vườn Cần Thơ, các cháu quá vui kết thúc kỳ nghỉ hè đầy ắp kỷ niệm yêu thương của đại gia đình và bà con thân quen. Có trên hai trăm người tham dự, đa số là ngành Y và Sư Phạm. Anh chị ba mời hết các bác sĩ của bịnh viện đa khoa, anh tư của Hiếu mời các giáo sư trường Y và các sinh viên trưởng lớp, chị tư của Hiếu cũng mời hết giáo sư và phối ngẫu cũng giống như anh chị ba, anh tư. Gia đình chú Tín cũng đến đông đủ. Từ xa tham dự dạ tiệc, có bác sĩ Lệ Thuỷ Giám đốc bệnh viện toàn khoa Châu Đốc và chồng con. Từ Sóc Trăng lên có gia đình bố nuôi của Hiếu, gia đình bác sĩ Trai và ông bà Tổng Lãnh Sự Áo từ Sài Gòn đã đến Sóc Trăng từ chiều thứ sáu.

Ông bà Tổng Lãnh Sự dự trù, sau dạ tiệc thứ bảy, ngủ lại ở nhà Hiếu và có cả ngày chúa nhựt tâm tình với ba má Caroline vì biết đến mùa hè năm sau, gia đình Hiếu mới trở về Cần Thơ.

Caroline mất ông bà quá đau buồn nên gia đình ông Tổng Lãnh Sự và vợ chồng Josephine ở lại an ủi tâm tình với ba má của Caroline, người bạn chí thân của Josephine từ Áo và sang Việt Nam. Caroline làm mai Josephine với bác sĩ Trai. Caroline mất sớm ở tuổi bốn mươi bốn. Hiếu sắp xếp gia đình Josephne cùng ba con ở một phòng lớn. Hiếu cũng có mời một số ký giả Việt Nam từ Sài Gòn xuống tham dự và giúp công bố cho một số chuyện làm trong tương lai. Chúng tôi về hưu ở tuổi dưới năm mươi lăm, chưa già, con khoẻ, còn làm ra tiền để phục vụ xã hội. Một điều quan trọng khác, về ngành Y, vợ chồng tôi biếu tặng cho trường đại học Y khoa Hà Nội, Sài Gòn và Cần Thơ, cái thứ tư và thứ năm là chúng tôi biếu tặng cho bệnh viện đa khoa Châu Đốc và tại nhà này mỗi nơi một cái máy khám định, khám bịnh hiện đại tối tân nhất hiện nay giá thị trường khoảng $2 triệu USD. Quý vị biết, ngay bịnh viện đa khoa lớn nhứt Miền Tây là bệnh viện đa khoa Cần Thơ lại do chị dâu tôi làm Giám Đốc mà tôi chưa đặt ưu tiên hàng đầu biếu tặng máy định bịnh, phải chờ đợt khác.

Tôi lại chọn bịnh viện đa khoa Châu Đốc - tỉnh Châu Đốc đã mất tên, nay chỉ còn là một thành phố ngang cấp với huyện. Tại sao, vợ chồng tôi chọn bịnh viện đa khoa Châu Đốc mà không chọn bịnh viện đa khoa Cần Thơ biếu tặng, có lý do.

Chúng tôi muốn đền ơn đáp nghĩa anh rể chúng tôi là anh Ba Cường đã quá cố. Anh là con của bác sĩ Trần Văn Nu, gốc Núi Sam Châu Đốc, đại ân nhân của gia đình đại bần cố nông chúng tôi được nhiều người dân Bố Thảo, Sóc Trăng gọi gia đình Trần Minh Khố Chuối, nghèo tận mạng. Nhờ sự nhiệt tình giúp đỡ của anh ba Cường mà gia đình chúng tôi, anh chị ba, anh tư là anh rể và tôi đều là bác sĩ y khoa, chị tư tôi, tiến sĩ ngôn ngữ học, Khoa trương đại học sư phạm Cần Thơ.

Hơn nữa bịnh viện đa khoa Châu Đốc năm xưa là một bịnh viện cấp tỉnh, bố anh ba Cường tốt nghiệp bác sĩ Y Khoa Paris Pháp quốc, có vợ là con gái rượu của một ông Bộ trưởng trong Nội Các lúc bấy giờ, thập niên 1930-1950 mà bố anh ba Cường không vui thích phục vụ ở Sài Gòn mà lại xin về phục vụ tại tỉnh nhà của mình trong cương vị là Trưởng Ty Y Tế tỉnh Châu Đốc kiêm Giám Đốc bệnh viện đa khoa Châu Đốc.

Trong thời gian này, bác sĩ Nu có xây cất ngôi nhà nghỉ mát trên đỉnh Núi Sam mà người ta đồn thổi là ngôi biệt thự ma hay ngôi nhà ma cho tới tận bây giờ (2023). Hàng năm nhứt là ngày giỗ anh ba Cường, chị hai tôi trên danh nghĩa là vợ chánh thức của anh ba Cường và gia đình về Núi Sam tham dự lễ giỗ của anh và chúng tôi tổ chức mỗi năm ít nhứt một lần ở Núi Sam khám bịnh phát thuốc và tặng quà mà mấy năm gần đây có anh chị Lệ Thủy đều là bác sĩ, dưới quyền có nhiều bác sĩ, y tá, cùng lo tiếp chúng tôi giúp khám bịnh phát thuốc. Tỉnh Châu Đốc cũ, nay là thành phố Châu Đốc là quê hương ân tình của chúng tôi.

Qua bịnh ung thư của vợ tôi, tôi càng quý trọng sự sống của các bịnh nhân khi đã vướng phải cái bịnh quái ác giết người này. Sơ khởi chúng tôi biếu tặng bịnh viện đa khoa Cần Thơ một triệu đô để xây cất một bịnh viện ung thư hiện đại, chừng một hai trăm giường, có đủ tiện nghi và phải dành đất cất thêm vì bịnh viện ung thư càng tân tiến hiện đại càng thu hút những bịnh nhân ở xa sẽ về đây trị bịnh. Chúng tôi sẽ tặng Sở Y Tế và bịnh viện đa khoa Cần Thơ ba ngàn tập Hồi Ký của tiến sĩ Thu Vân do tôi chuyên ngữ sang chữ Việt bán gây quỷ thêm cho nhu cầu mua trang thiết bị càng tối tân càng giúp cho bịnh nhân dễ lành bịnh. Nếu cứu không được thì khi ra đi cũng không đau đớn như trường hợp vợ tôi. Mọi người vỗ tay hoan nghênh.

Em xin chị ba đừng buồn tại sao chúng em tặng máy khám bịnh hiện đại cho Châu Đốc mà không cho bịnh viện Cần Thơ do chị dâu làm Giám Đốc, nay chúng em "bù lổ" tặng tiền xây cất bịnh viện ung bướu cho Cần Thơ có nghĩa là cho cả Miền Tây. Mọi người nhiệt liệt vỗ tay hoan nghênh.

Hiếu trầm giọng, thú thật với quý vị ngành Y vì tôi nổi tiếng và có bằng tiến sĩ Y khoa tối ưu của Viện đại học Yale cấp và nay là Khoa Trưởng Y Học của viện bao gồm cả chục bịnh viện và đại học Y khoa, có gần mười ngàn nhân viên, trách nhiệm nặng nề. tiền lương một tháng của tôi bằng anh tư Bernard cũng là Khoa Trưởng Y Khoa lãnh cả thế kỷ. Nói thế, chúng tôi lại vô cùng kính trọng bác sĩ phục vụ tại Việt Nam vì lương tâm chức nghiệp, lương y như từ mẫu mà tiền lương lại quá thấp vì nước ta còn nghèo nên mọi người phải hy sinh. Vì thế, cá nhân tôi sẽ còn phải đóng góp thêm cho trường Y Cần Thơ và bịnh viện đa khoa Cần thơ.

Trường Y Cần Thơ khi máy định bịnh về, cha con chúng tôi từ Mỹ bay về lắp ráp và tình nguyện chỉ dẫn các khoá học của Trường Y về cách sử dụng, mà điều cần thiết phải là bác sĩ giỏi tiếng Anh mới sử dụng máy được. Trường Y Cần Thơ chuẩn bị sẵn sàng cho việc huấn luyện sử dụng máy, học lý thuyết trước và khi có máy mới thực tập được và giúp cho bịnh viện đa khoa có bác sĩ hiểu biết về bịnh ung thư dù chưa thành bác sĩ chuyên khoa ung thư phải về Sài Gòn hay Hà Nội học.

Hai con trai tôi mùa hè năm tới trình luận án tiến sĩ về bịnh ung thư, một ở Viện Harvard, một đứa ở Viện Yale sẽ về Cần Thơ dạy mà không lấy thù lao vì tiền thù lao ở Harvard và Yale cao lắm và từ Mỹ về Việt Nam lại càng tốn kém. Vì vậy chỉ có dạy không có thù lao thì trường Y Cần Thơ mới vui. Tất cả mọi người vỗ tay hoan nghênh.

Một buổi chiều đáng ghi nhớ, có đông đủ bà con dòng họ cũng như đa số ngành Y, chủ nhà trình bày lý do buổi tiệc có thể gọi nói là tiệc từ giả Cần

Thơ và hai ngày nữa bay về Mỹ lo công việc khai giảng niên học mới. Hiếu nói:

- Tôi là Khoa Trưởng trường Y học của Yale và vợ tôi là Khoa Trưởng Xã Hội Học của Harvard. Khi về hưu vợ chồng chúng tôi sẽ về sống tại ngôi nhà này, chết cũng tại đây và an táng cũng tại đây, nằm dưới bãi cỏ xanh và hoa mười giờ gần sát nơi quý vị đang dự tiệc. Hiện vợ trước của tôi đang nằm chờ chào đón chúng tôi và ba má, bên ngoại cũng như bên nội đã quy hoạch có chỗ nghỉ ngơi an giấc. Vợ trước Caroline của tôi, tối nay cũng về tham dự với vợ chồng chúng tôi. Kế tiếp tôi muốn nói cho rõ, vợ chồng tôi sống cuộc đời về chiều, nghỉ hưu tại Cần Thơ mà sinh quán ở Sóc Trăng nên chúng tôi thường chú ý vào ngành y tế của hai tỉnh Cần Thơ và Sóc Trăng và tỉnh hay gọi là thành phố Châu Đốc quê của đại ân nhân của gia đình tôi, anh ba Cường Núi Sam.

Chúng tôi mang nợ ba địa phương này nên chúng trợ giúp sơ khởi như vừa trình bày và chúng tôi còn sức làm ra tiền như đi dạy học tại nhiều nước chúng tôi cống hiến hết cho ngành y và ngành xã hội lo giúp giới phụ nữ. Sở dĩ chúng tôi không còn tha thiết kiếm thêm tiền vì tiền hưu toàn phần của chúng tôi đủ cung ứng sinh hoạt cho đại gia đình chúng tôi cho đến ngày xa lìa trần thế.

Kế tiếp tôi xin trình diện năm đôi uyên ương, con trai của chúng tôi và các bạn gái, mùa hè năm tới chúng tôi sẽ tổ chức năm đám cưới trong ba tuần tại đây.

Trong hai tuần chúng tôi dự trù lắp ráp xong ba máy định bịnh ở nhà tôi, trường Y Cần Thơ và bịnh viện Châu Đốc. Hè năm sau, chúng tôi còn dành một tuần lắp ráp máy tại trường Y Hà Nội và một tuần lắp ráp tại trường Y Sài Gòn, bốn tuần sau đó cũng học lý thuyết căn bản phải về học tại trường Y Cần Thơ trong vòng một tháng.

Chúng tôi sẽ in những tài liệu có hình mẫu dẫn giải phát cho mỗi học viên nghiên cứu trước và học lý thuyết xong phải có sự hiểu biết tổng quát cũng như đối chứng tài liệu với máy đã có. Các học viên phải tự học rất nhiều dựa theo tài liệu toàn bằng Anh ngữ. Chúng tôi còn thì giờ ở Việt Nam chừng một tháng, tôi mời các học viên của Hà Nội, Sài Gòn, Châu đốc và trường Y Cần Thơ đến nhà tôi thực tập cho quen vì máy có trục trặc hư hỏng chúng tôi có thể sửa chửa được hay chúng tôi gọi công ty từ Mỹ qua sửa chửa.

Các học viên chưa rành không nên tự mở máy ra sử dụng rủi hư lại càng phiền phức, thà hư máy ở nhà tôi không sao cả, tôi chấp nhận. Như vậy đợt đầu ba cha con chúng tôi tự nguyện vừa hướng dẫn lý thuyết và giúp thực tập chỉ sử dụng một máy tại nhà tôi. Học lý thuyết ở trường Y, thực tập tại nhà tôi, chỗ ăn ngủ tại nhà tôi, tôi mướn bếp lo cơm nước cho quý vị đúng một tháng mà học viên khỏi phải đóng góp gì cả, chúng tôi bao hết. Mọi người vỗ tay tán thưởng.

Có người xì xầm, bác sĩ Hiếu có tấm lòng bồ tát cao đẹp như thế, trên đời này làm sao có người thứ hai mà người ta còn đem lòng ghen ghét, kỳ thị muốn giết hết cả gia đình quả thật trời cao có mắt, người hiền gặp lành.

Hiếu mời mọi người nâng ly chúc mừng sức khoẻ và hẹn mùa hè năm tới mời quý vị chuẩn bị ăn tiệc cưới, xin quý vị đừng mang quà cưới và có thể mang một bó hoa nhỏ, các con tôi sẽ đặt lên mộ mẹ Caroline báo tin ngày thành hôn chánh thức của các con. Quý vị tặng chỉ có thể hoa hay không chúng tôi cũng thật sự vui mừng rồi vì quý vị bỏ thì giờ quý báu cuối tuần đến tham dự tiệc cưới.

Bây giờ, xin mời quý vị thưởng thức một cuộc diễn hành bỏ túi kiểu hoàng gia đột xuất bất ngờ vui vui mà bảy đứa con trai của chúng tôi vừa xin phép vợ chồng tôi. Bác sĩ Bernard tiếp tục chuyển ngữ sang tiếng Áo và tiếng Anh vì có bà Philip và ba má cùng ông bà Tổng Lãnh Sự Áo.

Các cháu lại to nhỏ với hai bà ngoại của chúng thế nào tôi không rõ, xin mời quý vị nhìn từ trong nhà có bà được hai cháu trai vòng tay bà ngồi trên hai tay của chúng trên đầu có một vòng hoa hái trong vườn nhà như làm vương miện, bà thứ hai cũng y chang như vậy. Bà ngoại da trắng mũi cao có vẽ bề thế ngồi trên tay hai cháu trai to như lực sĩ cũng là hai bác sĩ chuyên khoa ung thư của Harvard và Yale, đi trước. Hai tay của bà muốn giữ thêm chặt, nắm vai hai cháu ngoại, phía sau có hai thiếu nữ mặc áo dài màu sắc sặc sỡ trông rất đẹp mắt. Một bà khác nhỏ nhắn đẹp lão cũng được hai cháu ngoại tương đối vóc dáng nhỏ hơn hai cháu ngoại đi trước. Hai cháu là hai bác sĩ chuyên khoa tim và phổi của Viện đại học Yale, làm vòng tay cho bà ngoại ngồi thoải mái mà bà có gốc Sóc Sờ Bai Sóc Trăng. Đi theo sau lại có hai thiếu nữ da trắng tóc vàng, mắt xanh, mặc đầm, Âu phục, cũng theo hộ tống. Mẫu hậu thứ ba là bà nội các cháu cũng có hai cháu trai cung nghinh và hai ý trung nhân hai cháu mặc áo dài tha thướt đi sau với bó hoa tươi thắm trên tay.

Hai Mẫu Hậu vừa đến các bàn tiệc, một cậu con trai là một bác sĩ tương lai sắp xong mười một năm căn bản Y khoa và chuẩn bị học chuyên khoa về mắt tại Yale, cũng vai u thịt bắp có dẫn theo một thiếu nữ xinh đẹp phụ nhĩ với ba, ba gật đầu. Cô thiếu nữ giúp nâng tay ba lên, Hiếu, hai chân choàng qua hai bên cổ, cậu con trai nắm chặt hai chân ba, đứng lên một cách dễ dàng vì bố nhỏ nhắn hơn con. Mẹ Thu Vân đi theo một bên nắm tay chồng và con dâu một bên nắm tay ba. Cả bốn người cũng ung dung đến chào quan khách. Mọi người vỗ tay liên tục rất vui rất náo nhiệt có cuộc diễn hành bỏ túi vô cùng ngoạn mục độc đáo chưa từng có bất cứ ở đâu. Ai cũng khen, từ xưa tới bây giờ, chưa bao giờ thấy có vụ cung nghinh Mẫu Hậu và Hoàng Đế quá vui như chiều hôm nay, các nhà báo tha hồ mà chụp hình.

Sau khi các cháu đưa bà ngoại, bà nội và ba đi một vòng quanh các bàn tiệc rồi đi thẳng đến phần mộ Caroline, mỗi người đốt một nén hương thơm cắm lên phần mộ, đã có nhiều món ăn như trong bữa tiệc đã bày biện cúng người quá cố.

Mọi người đang vui cười, nay thấy cảnh mẹ thương con, chồng thương vợ và con kính yêu tưởng nhớ mẹ của gia đình Hiếu, nhiều bà không cầm được nước mắt. Mẫu Hậu, vợ chồng Hoàng Đế cùng các cháu ngoại, nội trở lại bàn tiệc với đầm đìa nước mắt. Hiếu nói:

- Trước khi quý vị rời nơi đây xin quý vị cùng đại gia đình chúng tôi hãy cạn ly đầy, kế tiếp là uống trà ăn bánh pía, mè láu của Sóc Trăng do anh chị Trai-Josephine mang đến, gia đình chúng tôi kính chúc quý vị ra về vui vẻ và bình an.

Hè năm sau, cả hai đứa con trai trưởng của người mẹ quá cố Caroline đã tốt nghiệp ra trường với bằng tiến sĩ y khoa chuyên khoa ung thư đậu hạng tối ưu được cả hai viện đại học Harvard và Yale, có sự trùng hợp ngẫu nhiên, giữ lại trong môn dạy về bịnh ung thư tại trường đại học y khoa và là bác sĩ chuyên khoa ung thư tại bịnh viện. Với tiền lương căn bản suýt soát nhau của hai Viện của một giáo sư bác sĩ chuyên khoa ung thư của trường Y khoa và của bịnh viện, cộng chung gần một triệu đô năm đầu tiên, mỗi năm đều có tăng lương. Cả vợ của hai cháu cũng là con của mẹ Thu Vân có cha là Robert, con lai mà cha mẹ đều đẹp nên hai con dâu của bác sĩ Hiếu như là hai Hoa Hậu hoàn vũ và cũng là bác sĩ chuyên về sản khoa và nhi khoa đều phục tại hai bịnh viện của Harvard và Yale, tiền lương cũng trên dưới bốn trăm ngàn năm.

Còn con trai thứ năm chuyên khoa xương, đã học xong bảy năm về căn bản Y khoa tổng quát, niên học tới sẽ thực tập tại bịnh viện. Nếu đậu văn bằng tiến sĩ về bịnh lý của xương cũng sẽ được Viện Yale giữ lại (đang thiếu) vừa dạy học vừa trị bịnh, còn người bạn gái đã có gia đình hứa hôn, con gái duy nhứt của trung tướng công an đang giữ chức vụ ngang hàng thứ trưởng, đặc trách giám sát ngành công An từ Quảng Trị tới Cà Mau, có văn phòng chánh tại Sài Gòn. Con trai thứ năm thấy bốn anh làm đám cưới nên cũng xin đặc cách cho bạn gái (gốc Úc) vừa đậu cử nhân thay vì phải là thạc sĩ mới được phép sống chung phòng và xin cho tổ chức đám cưới cùng năm với bốn anh, vợ ở tuổi hai mươi hai, chồng hai mươi bốn, cả bố mẹ hai bên đều đồng thuận.

Cô vợ của người anh gốc Pháp, đã đỗ thạc sĩ, đang học lấy bằng tiến sĩ ngoại giao nối nghiệp bố, sanh con trai đầu lòng nên chuyện lấy bằng tiến sĩ phải chậm lại một hai năm. Người em kế cũng lấy bằng tiến sĩ về tim, còn anh về phổi, cũng đã sanh một con gái, vợ gốc Úc cũng đang học bằng tiến sĩ về kinh tế & thương mại có con nhỏ nên thi lấy bằng tiến sĩ cũng bị chậm lại một hai năm. ăm. Sắp ra trường với bằng bác sĩ phụ khoa, Bạch Mai là con duy nhứt của ông Trung tướng công An. Ông bà vô cùng vui mừng vì ông bà chỉ có một mụn con gái duy nhứt nên mong con sanh càng sớm có nhiều con càng hạnh phúc có dịp gần gũi cháu.

Bản dịch tập Hồi Ký sang tiếng Pháp đã in xong. Hiếu đã ký hợp đồng với nhà in một triệu tập, lấy trước năm trăm ngàn tập bán hết sẽ in tiếp năm trăm ngàn tập sau vào đầu năm tới và trễ nhứt mùa hè năm tới, nếu không thực hiện đúng hợp đồng sẽ bồi thường cho nhà in một số tiền... Khi ký bản hợp đồng với nhà in, chủ nhân lại có bà con với ông sui gái cũng thuộc dòng dõi qúy tộc Pháp xa xưa nên có giá tiền in đặc biệt.

Nhân có lễ nghỉ cuối tuần đến ba ngày hai vợ chồng cùng hai con và cháu ngoại của ông bà sui, rời Hoa Kỳ trước một ngày nghỉ cuối tuần và về sau ngày nghỉ thêm một ngày bay sang Paris. Như vậy, gia đình Hiếu có đúng năm ngày ở Paris để hai thông gia bàn thảo về tổ chức Ra Mắt Sách ít nhứt ba nơi tại Pháp trong mùa Giáng Sinh cuối năm nay, còn gần ba tháng nữa. Đồng thời, Hiếu thảo luận về việc tổ chức đám cưới cho hai con vào mùa hè năm tới tại Cần Thơ.

Hiếu đề nghị bà con hay bạn thân tham dự đám cưới hai con từ Paris đến Cần Thơ hai con lo mua vé máy bay và mọi thứ cần thiết khi ở Việt Nam có tua du lịch trong hai tuần, hai con lo hết. Ông bà sui gái quá vui mừng gặp cháu ngoại đã hơn một tuổi và con gái đang ốm nghén cũng được vài tháng và đã ghi danh theo học tiến sĩ về bang giao quốc tế, nối nghiệp bố, hai ông bà lại càng vui thêm, dù con có phải bị học chậm lại một vài năm không sao. Con rể đã vừa là giáo sư dạy đại học Y vừa là bác sĩ chuyên khoa tim mạch của bịnh viện Yale. Trừ thuế rồi, con rể cũng lãnh khoảng trên bốn trăm ngàn đô một năm mà lại ở nhà ba má chồng nữa, khỏi tốn tiền ăn ở và mướn vú em. Hiếu nói vui:

- Hai con có thể mua một trăm vé máy bay cho bà con từ Paris sang Việt Nam không sợ hai con thiếu nợ. Ông bà thông gia quá vui nói, cám ơn anh chị sui đã lo cho con dâu. Ông sui gái nói:

- Tôi vừa thoáng nghĩ, vợ chồng tôi lo tổ chức Ra Mắt Sách và nhân đó làm đám cưới hai con tại Paris chiều thứ bảy, mình có cơ hội giới thiệu sáng chúa nhựt hôm sau tổ chức Ra Mắt Sách tại đại học Y Paris. Anh sui mời giáo sư cựu Khoa Trưởng trường Y Cần Thơ, cũng là cựu học viên của trường này và bác sĩ cựu Bộ Trưởng Y Tế Nigeria cũng là cựu học viên của đại học Y Paris lên phát biểu thật là hấp dẫn. Tôi cũng có mời năm sáu gia đình đang làm báo tại Paris dự tiệc cưới và nhờ giúp loan tin ngắn trên báo là hôm sau có Ra mắt Sách tập hồi ký dịch ra Pháp ngữ. Hiếu vỗ tay tán thành và nói:

- Ý kiến của anh sui tuyệt vời, nhân tiện nhờ bác sĩ cựu Bộ trưởng Y Tế Nigeria đứng ra tổ chức Ra Mắt Sách ở Nigeria và vài nước gốc thuộc địa cũ của Pháp ở Phi Châu, tổ chức ra mắt sách tại Paris ngày hôm sau chắc chắn thu hút khách. Trước đó anh sui cũng đăng giúp quảng cáo Ra mắt Sách vào hai cuối tuần. Trước ngày Ra Mắt Sách tại Paris một ngày có báo loan tin về vụ này, sẽ thu hút nhiều người ở Paris hay các tỉnh lân cận muốn đến "coi mắt" nữ tác giả và mua sách. Chúng ta tặng cho trường Y nửa số tiền bán sách. Hai ông sui bàn luận có vẽ tâm đầu ý hợp. Ông sui gái nói:

- Chiều nay tại nhà hàng trên dòng sông Seine giữa Paris, tôi đã mời khoảng năm chục người cùng ngành ngoại giao với tôi trong đó, có hai ông cựu Ngoại Trưởng và năm mươi người nữa là bà con dòng họ, báo chí thân, giới Y khoa Paris và có bác sĩ Khoa Trưởng trường Y để anh chị sui giới thiệu luôn ba buổi Ra Mắt Sách vào dịp Noel năm nay.

Sau tiệc trên dòng sông Seine giữa Thủ đô Paris, vợ chồng quen biết thêm nhiều nhà ngoại giao và có một số nhà ngoại giao đã theo dõi buổi trình bày luận án tiến sĩ về bang giao quốc tế của Hiếu lên phát biểu ngợi khen Hiếu vô cùng can đảm dám nói cuộc chiến thắng của Việt cộng xâm chiếm được miền Nam là may mắn lịch sử không phải là cuộc chiến thắng vĩ đại thần thánh như sự tuyên truyền của nhà cầm quyền Hà Nội. Sau chúng tôi có theo dõi báo đài về cuộc họp báo của tiến sĩ tại Yale về vụ tiến sĩ và gia đình bị mưu sát hụt, chúng tôi thật sự không ngạc nhiên vì người ta kỳ thị muốn trả thù. Nay gia đình tiến sĩ với mười sáu đứa con, các con của tiến sĩ có gien học giỏi của cả bố lẫn mẹ nên chúng mới ra trường Y mà đã gia nhập vào các bác sĩ chuyên khoa ung thư hàng đầu thế giới.

Một ông cựu Ngoại Trưởng Pháp thứ hai cũng phát biểu chân tình:

- Bạn tôi là một nhà ngoại giao kỳ cựu của nước Pháp lại có cơ may làm thông gia với hai ông bà tiến sĩ thật vô cùng quý hoá. Tôi đã có đọc tập Hồi ký nguyên bản tiếng Anh của bà cũng là tiến sĩ Khoa Trưởng Xã Hội Học của Harvard, chúng tôi vô cùng ngưỡng mộ hai ông bà.

Thú thiệt, người Việt theo tôi biết còn đầu óc thủ cựu không cởi mở như Pháp, Mỹ mà bà tiến sĩ lại vô cùng can đảm nói lên tất cả sự thật về cuộc đời của mình phải trải qua ba năm làm nô lệ tình dục của một tên lưu manh du đảng. Và với vốn tiếng Anh ít ỏi mà tiến sĩ Thu Vân quyết học vượt qua đoạt được văn bằng tiến sĩ tại Mỹ thật vô cùng cao đẹp cho một gương hiếu học tuyệt vời. Bây giờ còn viết hồi ký về cuộc đời ô nhục của mình, sách bán chạy như tôm tươi ở Mỹ. Nay có ông bạn tôi, là thông gia với hai tiến sĩ đứng ra chuyển sang Pháp ngữ, tôi nghĩ sách sẽ bán chạy tại Pháp và tại các quốc gia từng xem ngôn ngữ Pháp là ngôn ngữ chính của nước, ông cựu Bộ Trưởng Ngoại Giao Pháp còn nói tiếp, ông rất hân hạnh được hạnh ngộ cùng hai tiến sĩ. Hiếu xin đáp lời quý vị cựu ngoại trưởng:

- Cám ơn và xin phép được đứng lên cùng vợ, con và dâu cả cháu nội cúi đầu chào mọi người làm cho cả mười bàn tiệc càng vui hẳn lên. Hiếu cám ơn tất cả quan khách và xin mời tham dự buổi Ra Mắt Sách đầu tiên bằng Pháp ngữ do anh sui DeChamp dịch lại nguyên tác Anh ngữ của vợ tôi tại Đại học Y Khoa Paris sau tiệc cưới hai cháu một ngày. Tình cờ có một ca sĩ Pháp đã nổi tiếng lại nghe câu chuyện của bàn tiệc, ông qua xin phép hát tặng tất cả mọi người và đặc biệt tặng gia đình tiến sĩ Andre mà ông hân hạnh có qua Việt Nam tham dự buổi trình bày về ba chứng bịnh tại đại học Y Cần thơ, lúc đó ông mới vào đại học vài năm, nay qua tuổi bốn mươi. Tôi quá ngưỡng mộ tiến sĩ Andre thời chưa nổi tiếng gì hết mà nói tiếng Anh quá tuyệt vời khi trả lời một nhà báo Mỹ. Ông nói, để cho các buổi Ra Mắt Sách thêm hấp dẫn thu hút tôi tự nguyện mang theo cây guitare vừa đệm đàn vừa hát. Nay tôi xin hát tặng mọi người bản Dòng Sông Xanh, Danube Bleu vì chúng ta đang ngồi trên nhà hàng nổi đang trôi trên một dòng sông Seine hạnh phúc. Hiếu xin nói lời cám ơn và cầm chai rượu Martell Cordon Bleu nổi tiếng của Pháp rót vào một ly mời ca sĩ uống thấm giọng chắc chắn sẽ đưa hồn của chúng tôi bập bềnh trên dòng nước xanh thẳm tràn đầy niềm vui và hạnh phúc.

Ca sĩ hoan nghênh uống liền một hớp, vừa đàn và cất giọng hát trầm ấm truyền cảm làm cho cả thực khách trên nhà hàng, có đến trên ba trăm người, có hệ thống âm thanh cả hai tầng của nhà hàng tình cờ thưởng thức một bản nhạc hay cũng trên một dòng sông vô cùng cảm khái vui thích. Hết bản nhạc, một tràng pháo tay vang dội lên trên hai bờ sông Seine. Ca sĩ quảng cáo cho buổi Ra Mắt Sách tại Paris vào dịp Noel sắp tới, ông sẽ tự nguyện hát tặng nữa, tác giả đến bắt tay:

- Cám ơn, ca sĩ lại thêm nổi hứng xin hát tặng thêm một bản nhạc trong phim Histoire d'un Amour, mọi người rất hân hoan ca ngợi ca sĩ. Chủ nhà hàng nổi sau đó có ký hợp đồng mời ca sĩ này đến trình diễn mỗi tối thứ sáu và thứ bảy.

Tác giả tập Hồi ký lên máy vi âm phát biểu bằng tiếng Pháp và nói nhờ có con dâu dạy tiếng Pháp, tôi và chồng tôi biết bập bẹ xin nói tiếng Pháp có sai xin quý vị bỏ qua, mọi người vỗ tay tán đồng mà còn khen tác giả mới học tiếng Pháp mà dám nói tiếng Pháp trước giới trí thức khoa bảng Pháp thật đáng hoan nghênh. Mọi người đều khen dù tác giả bị nạn khổ đau cùng cực và đã sanh tám con, đang đi vào tuổi ngũ thập tri thiên mệnh mà sắc đẹp thời con gái vẫn còn như một bông hoa biết nói và có hương thơm ngào ngạt qua tập hồi ký bất hủ thời danh. Thu Vân tâm tình:

- Sống ở đời không gì bằng phải sống lương thiện, đạo đức luôn cầu tiến và dám nhận chân sự thật đời mình.

Trong tập hồi ký tôi đã nói hết, nói thật, lột tả hết sự bẩn thỉu khốn nạn của con người sở khanh xấu xa tán tận lương tâm hại người khác. Đời con gái của tôi lúc mới mười tám tuổi còn ngây thơ khờ dại họ dìm tôi xuống bùn đen, tôi phải tự đứng vươn lên và có quới nhân chồng trước và chồng hiện tại hỗ trợ giúp tôi với quyết tâm phải có văn bằng văn hoá cao để làm lại cuộc đời.

Qua cuốn tự truyện dưới dạng hồi ký quý vị đọc và ủng hộ cổ động giúp chúng tôi bán được nhiều sách, có nghĩa là quý vị cùng đồng hành giúp giới phụ nữ chân yếu tay mềm, như bị nạn buôn người, bị cưỡng bức tình dục hay bị chồng ngược đãi như con sen hay bị chôn vùi vào con đường mại dâm nhơ nhuốc tội lỗi mà không có chỗ nương tựa cứu thoát. Vì vậy, chúng tôi cùng với bốn tiến sĩ người Mỹ thành lập Hội thiện nguyện cứu các phụ nữ nạn nhân trên khắp thế giới với khả năng gây quỹ và tiền túi đóng góp của chúng tôi được sáu chục triệu đô mà mục tiêu của Hội chúng tôi cố gắng gây quỹ lên đúng trăm triệu mới đủ thiết đặt nhiều văn phòng cứu giúp phụ nữ nạn nhân tại nhiều nước trên thế giới. Ngay tại Paris, chúng tôi cũng sẽ đặt một văn phòng vừa dành riêng cho nước Pháp và còn trợ giúp các nạn nhân các nước lân bang, chúng tôi mời anh chị sui của chúng tôi đã về hưu vào Ban quản trị cũng như điều hành văn phòng tại Pháp và Âu Châu.

Chúng tôi xin phép, khi nhà hàng nổi cập bến, vợ chồng chúng tôi và vợ chồng anh chị sui tôi lên trước, sẽ ngồi ký tặng sách có chữ ký của dịch giả và tác giả, như là món quà của vợ chồng chúng tôi từ Mỹ sang ra mắt quý vị, người Paris yêu quý của chúng tôi.

Mọi người vỗ tay tán thưởng, ông thông gia cũng đứng lên nói:

- Tôi vừa gọi về nhà nhờ con cháu giúp mang ra nhà hàng trên bờ ba trăm cuốn hồi ký bản Pháp ngữ. Ông thông gia của Hiếu còn nói, chúng tôi sẽ tổ chức đám cưới cho con gái đã có bằng Cao học Bang giao quốc tế của đại học Yale. Cháu đang học lấy bằng tiến sĩ và nguyện vọng của cháu là nối nghiệp tôi, tất cả mọi người vỗ tay tán thưởng. Chồng cháu hiện là giáo sư của đại học Yale và là bác sĩ điều trị chuyên khoa về Xương cũng nối nghiệp cha, anh thông gia André Trần Trọng Hiếu. Chúng tôi dự trù tổ chức đám cưới hai cháu vào chiều thứ bảy, dịp gần Noel năm nay và hôm sau Ra Mắt Sách tại trường đại học Y Khoa Paris, tiền bán sách thu được, tác giả hiến tặng một nửa cho trường là Ban tổ chức, một nửa tác giả giữ lại cho các chi phí và in ấn cũng như sẽ in tác phẩm thêm bản dịch ngôn ngữ Tây Ban Nha. Hai buổi tổ chức thứ bảy và chúa nhựt tuần kế tiếp, một ở Bordeaux, một ở Lyon cũng chọn đại học Y là nơi tổ chức Ra Mắt Sách. Mọi người vỗ tay hoan nghênh và nói chúng tôi sẽ tham dự.

Một bữa tiệc quá vui và có nhiều ý nghĩa. Sáng hôm sau, ông bà sui gái hướng dẫn ông bà sui trai và gia đình con gái đi viếng Tour Eiffel và nhiều di tích lịch sử khác trong Thủ Đô Paris, chiều về ăn cơm nhà. Ngày kế tiếp đi viếng Lourdes và ăn chiều rất sớm tại nhà hàng, sau đó đưa gia đình thông gia và con cháu ra phi trường Charles De Gaule, trở về Mỹ chuyến bay tám giờ tối tại Paris.

Ngày Lễ Giáng Sinh Noel sắp đến, Hiếu sắp xếp cho các con nghỉ sớm đưa gia đình đi sang Paris sớm có nhiều thì giời tham quan du ngoạn Paris và các tỉnh lân cận, hai chị vú và các con nhỏ cùng ba má, ông bố Philip và mẹ Jane đi sang Paris trước cả tuần. Ông bà thông gia từ Úc cũng qua Paris trước ngày cưới cũng cả tuần. Từ Việt Nam, có gia đình anh chị hai, chị ba, chị tư, ông bà cựu Khoa Trưởng Y, chú thím Tín, anh chị Trai, ông bà bố nuôi Sóc Trăng, ông bà sui công an và bố mẹ vợ Hiếu cùng đi một chuyến sang Paris trước ngày cưới và Ra Mắt Sách cũng cả tuần. Ông bà cựu Bộ Trưởng Nigeria và Brazil cũng đến Paris sớm. Hai ông bà nhạc của anh ba và ông bà nội vì lớn tuổi đang đau yếu nên không đi xa được. Ba má Hiếu còn mời gia đình bác sĩ Đức 73 phú Yên, Cha chánh Xứ nhà thờ Chánh Toà Vienne tham dự. Cha Chánh Xứ cho biết, mọi chuyện đi máy may và chỗ ở, Cha sẽ đến bạn của cha cũng là Chánh Xứ một nhà thờ lớn trong nội thành Paris. Cha tự lo và còn mời thêm Cha Chánh Xứ ở Paris cùng đến dự, hai Cha có lời chúc lành và có lời cầu nguyện cho tiệc cưới.

Cả họ nhà trai khoảng năm mươi người từ Việt Nam, Mỹ, Úc, Nigeria, Brazil, Áo đến Paris. Chú rể và cô dâu về Paris sớm thuê khách sạn gần nhà hai mươi lăm phòng và dự phòng thêm năm phòng, mướn sáu chiếc xe van suốt một tuần.

Bà con bên sui gái nói, từ xưa tới nay chưa có một đám cưới nào lớn như đám cưới con gái ông bà, tổ chức giữa Thủ Đô hoa lệ Paris, giá sinh hoạt vô cùng đắt đỏ mà thằng con rể chịu chơi đã thưa với bố mẹ vợ, con sẽ chi hết tháng lương của con hai trăm ngàn đô thiếu con thêm và còn nói:

- Con quá vui mừng vợ con nói đang ốm nghén sẽ có đứa con thứ hai và sanh trước lễ cưới tại Cần Thơ gần ba tháng vào mùa hè năm tới. Ông bà nhạc nghe con rể nói con gái sanh thêm lại càng vui quên hết mọi mệt nhọc trong vòng mười ngày tổ chức đám cưới cho con và thêm ba lần Ra Mắt Sách nữa thật quá bận rộn. Ông đã gọi nhà in gởi cho hai đại học Y ở Lyon và Bordeaux, mỗi nơi một trăm ngàn tập và trường Y Paris hai trăm ngàn tập.

Ông nói mời đến bốn trăm thiệp có nhiều người độc thân, có chừng bảy trăm người thông báo tham dự. Trong phong bì, bố có viết một mảnh giấy xin quý vị đi tham dự tiệc cưới không mang tặng quà cáp gì hết, nếu quý vị có ngại, xin tặng cho một bó hoa nhỏ hay đăng trên báo chúc mừng là quá đẹp rồi. Cũng rất may mắn nhà hàng này tại Paris, giá đắt nhứt mà cũng sang trọng rộng lớn nhứt có cả một khu vườn to rộng kê được bốn năm chục bàn, còn trong nhà chỉ chứa tối đa bốn chục bàn, ông chủ nhà hàng nói từ xưa tới nay trên ba mươi năm tôi chưa hề biết có một đám cưới nào sang trọng đông đảo như thế này. Tôi sẽ có giá đặc biệt bớt 20% để chúc mừng cô dâu chú rể.

Bố có mời cả ông bà Khoa Trưởng Trường Y Lyon và Bordeaux. Ông Khoa Trưởng ở Bordeaux dự trù mua hai chục két rượu vang ngon của Bordeaux làm quà cho tiệc cưới. Ông giám đốc hỏi ông mua làm chi nhiều vậy, ông nói tôi muốn làm quà cưới con gái của ông cựu Đại Sứ Pháp và tiến sĩ Andre đang là Khoa trưởng Y Học Yale mà gốc anh ta là người Việt. Ông vỗ tay nói:

- Cách đây hai mươi mấy ba chục năm, tôi có biếu cho ông Andre hai lần khi chưa là bác sĩ và sau làm trưởng đoàn nghiên cứu Y học quốc tế của Yale, tôi cũng có tặng hai trăm chai Bordeaux vì bác sĩ André mê thích uống rượu vang của tôi cũng giúp công ty một dạng quảng cáo tốt tại Việt Nam. Lần này, tôi biếu sáu chục két rượu vang Bordeaux thượng hảo hạng, ông Khoa Trưởng khỏi phải mua, tôi xin mời thêm hai vị phụ tá tôi có cả vợ, chúng tôi đi sáu người, gia đình ông Khoa Trưởng có thể đi bốn người cho đủ mười người.

Ông giám đốc hảng rượu vang Bordeaux còn nói, nhờ ông Khoa trưởng nói giúp:

- Sau buổi Ra Mắt Sách tại Trường Y xong, tôi mời hết phái đoàn của ông bà tiến sĩ André ăn bữa trưa do công ty rượu tôi đãi và xin mua một trăm cuốn sách với giá một trăm ngàn đô để tặng cho nhân viên vì tôi vô cùng hâm mộ hai ông bà tiến sĩ này. Bố nghe tin ông chủ hảng rượu vang Bordeaux nổi tiếng thế giới ủng hộ một trăm ngàn đô và sáu chục két rượu vang Bordeaux thứ ngon nhứt để đãi trong tiệc cưới, bố quá vui mừng. Ông ấy còn nói:

- Ông sẽ shipping thẳng cho nhà hàng. Sau tiệc, rượu còn lại, chúng ta mang về nhà. Ông cũng có nói thêm, ông sẽ mua giúp tám chục chai champagne ngon nổi tiếng của công ty bạn, thế nào cũng có giảm giá hay tặng bao nhiêu, bán bao nhiêu có hoá đơn tính sau. Tám chục chai champagne cũng gởi thẳng đến nhà hàng, ông nhờ họ ướp lạnh trước. Như vậy, khâu rượu chúng ta có đủ hết, nhà hàng chỉ cung cấp nước ngọt, con phải báo trước cho nhà hàng biết, chúng ta có rượu làm quà biếu gởi trực tiếp đến nhà hàng, nếu không nói trước họ tính thêm tiền khui rượu.

Con rể thưa với bố, bố cứ đặt món ăn nào thuộc giới thượng lưu ưa thích, bố đừng sợ tốn kém, con chỉ có làm đám cưới với vợ con chỉ một lần trong đời tại Paris.

- Cô vợ nói vui, anh mà léng phéng với ai thì em xé xác rồi làm gì có đám cưới lần hai tại Paris. Bố mẹ cười, chàng rể đến ôm hôn vợ và hôn con.

Đám cưới tại nhà hàng lại có thêm hai ba chục nhà báo thấy có nhiều chúc mừng đăng trên báo và có quảng cáo ba buổi Ra mắt Sách tiếp theo, chúa nhựt tuần này tại trường đại học Y Khoa Paris và thứ bảy chúa nhựt tuần tới ở Bordeaux và Lyon cũng tại trường đại học Y Khoa. Các ký giả gọi xin tham dự tiệc cưới vì Thủ Đô Paris từ xưa tới nay chưa có tiệc cưới nào sang trọng hoành tráng vĩ đại như thế. Tám chục bàn kín hết, không thừa một chỗ, còn thiếu mấy chỗ, các nhà báo ngồi chung với nhau.

Một điều đặc biệt, tiệc cưới có đến ba MC từ Việt Nam sang, một người nói tiếng Pháp, một người nói tiếng Anh và một MC nói tiếng Việt lại là người Áo, tiến sĩ Y Khoa Khoa Trưởng Y Khoa đại học Cần Thơ, là anh vợ của sui trai. Còn Mc nói tiếng Anh là tiến sĩ ngôn ngữ học, hiện là Khoa Trưởng Đại học Sư Phạm Cần Thơ, là chị ruột của ông sui trai và nói tiếng Pháp, một phụ nữ lớn tuổi thiếm của ông bà sui trai. Một dàn phù dâu phù rể, đa số là em của cô dâu và chú rể có đến hai mươi người.

Khi tiệc sắp bắt đầu, cả ba MC giới thiệu chương trình, tiếng Pháp trước, kế tiếng Việt và tiếng Anh. Với giọng thanh tao lảnh lót của vị cao niên nói tiếng Pháp không thua kém các cô xướng ngôn viên trẻ của tivi và radio ở Paris. Cả tám trăm quan khách nhiệt liệt vỗ tay tán thưởng MC gốc Việt mà nói tiếng Pháp quá siêu, đốn tim người Pháp. Kế tiếp một người gốc Áo nói tiếng Việt cũng rất tuyệt vời và MC nói tiếng Anh tuổi trung niên, trên bốn mươi mà giọng tiếng Anh như cô gái Anh hai ba mươi lại là người Việt. Cả ba MC đã làm cho quan khách hết lòng khen Ban Tổ Chức khéo chọn MC. Kế tiếp hai Đức Cha người Áo và Pháp cùng cầu nguyện và chúc lành quan khách trong tiệc cưới.

MC xin phép giới thiệu thành phần phái đoàn họ nhà trai từ Việt Nam, Mỹ, Úc, Áo Nigeria, Brazil. Cô dâu xin phép giới thiệu bên họ nhà gái có Ông Bộ Trưởng Ngoại Giao Pháp và phu nhân cùng hai ông cựu Ngoại Trưởng và phu nhân và giới chức ngoại giao đồng nghiệp với bố cô dâu...

Tiệc cưới hôm nay còn những vị vừa khách quý vừa ân nhân của chúng tôi, từ xa về tham dự, giáo sư Khoa Trưởng trường Y và phu nhân của Bordeaux và Lyon. Đặc biệt có ông Giám đốc và hai phụ tá công ty rượu vang Bordeaux cùng ba vị phu nhân đến tham dự với quà cưới vô cùng cao quý với tám trăm trai rượu vang thượng hảo hảng, ngon nhứt của công ty đãi quan khách tối hôm nay. Cả nhà hàng vỗ tay hoan nghênh vang dội. Cô dâu cũng là MC bên nhà gái, nói tiếp:

- Bordeaux đã nổi tiếng rượu vang ngon trên khắp thế giới mà công ty rượu vang này còn có lòng hào hiệp nói chiều thứ bảy tuần tới Ra Mắt Sách tại trường đại học y khoa Bordeaux, ông gởi tiền mua trước một trăm tập hồi ký để tặng cho nhân viên và ông ký check gởi cho Ban Tổ Chức một trăm ngàn đô. Cả nhà hàng lại vang tiếng vỗ tay hoan nghênh và cô dâu mời sáu vị trong công ty rượu vang Bordeax đứng lên cho mọi quan khách chiêm ngưỡng, lại thêm một tràng pháo tay tán thưởng. Cô dâu cười tươi và nói, công ty rượu vang Bordeaux qua ông giám đốc mua giúp một công ty bạn chuyên sản xuất loại champagne thượng hảo hạng cung cấp tiệc cưới tám mươi chai, công ty bạn biếu bốn mươi chai chỉ tính tiền có bốn mươi chai, cả tám chục bàn có dịp vỗ tay thêm vui hào hứng.

- Nhà hàng đã ướp lạnh suốt một ngày qua, cô dâu nói, chốc nữa nhập tiệc khi MC mời xin tám mươi bàn cùng lúc khui champagne, chúng ta nghe như tám mươi tiếng pháo nổ vang chào mừng đám cưới của vợ chồng chúng tôi.

Con xin cám ơn tất cả quý ông bà và ba vị MC trưởng thượng của vợ chồng chúng tôi, tôi xin nhường máy vi âm cho MC. Cả tám trăm quan khách lại vỗ tay khen con gái rượu của ông bà cựu Đại Sứ sao khôn ngoan giỏi quá.

Sau khi ông bà sui gái sui trai lên phát biểu ai cũng chú ý bà sui trai sao tài giỏi quá mà là lại một tuyệt sắc giai nhân dù năm nay gần đúng năm mươi tuổi có tám đứa con mà sao vóc dáng và diện mạo như cô gái ba mươi.

Bà sui trai xin phép nói gia thế và mối tình của cô với người chồng hiện tại, từ tuổi học trò lớp mười, mười một, mười hai có mối tình học trò thầm yêu trộm nhớ mà không dám thố lộ mãi sau này, người thì chồng chết, người thì vợ chết và trước đó đã hứa hôn làm sui nên con chúng tôi thành nghĩa vợ chồng mà cả hai đứa, mỗi cháu có hai con. Nay vợ chồng tôi là ông sui lại lấy bà sui cũng khá vui và cũng khá hi hữu, tất cả mọi người cười vang. Và anh chồng tôi có tài mới khiếp đụng tôi sơ sơ đã cho tôi một cặp con trai và đụng tiếp sanh thêm một cặp gái lại còn vớt lần chót thêm một đứa con trai nay mới hơn một tuổi. Tôi sanh sáu lần kể cả ba lần người chồng trước, có đến tám con, quý vị có nể chồng tôi không?. Nếu quý vị nể xin cho chồng tôi một tràng pháo tay, cả tám chục bàn đều đứng lên vỗ tay khen ngợi bác sĩ André quá tài. Chưa hết, chồng tôi còn có tài hơn nhiều người đàn ông khác, anh có đời vợ trước gốc Áo, cũng hai lần sanh đôi và bốn lần sanh khác có tám con, cộng chung hiện chúng tôi có mười sáu đứa con kể luôn ba con riêng của tôi có chồng người Mỹ.

Nay chúng tôi làm sui là đứa con thứ năm còn mười một cháu đang học đại học, trung học, tiểu học và còn nằm trong nôi. Mười sáu đứa con chúng tôi lớn lên có chồng có vợ thành ba mươi hai người và khi vợ chồng chúng tôi lên hàng tám chắc chúng tôi có con cháu và chắt có thể vượt con số trăm. Ngẫm nghĩ kỹ lại chồng tôi quả thật đại tài sanh con cháu cả trăm đứa, cả nhà hàng như dậy sóng, bà sui trai nói chuyện quá vui.

Vì vậy, quý vị muốn biết đại gia đình chúng tôi, ngoài bố mẹ, ba má, anh chị em ruột, thân bằng quyến thuộc và mười sáu con của chúng tôi, xin mời quý vị tham gia buổi Ra Mắt Sách của chúng tôi, bản dịch chữ Pháp do anh sui gái của chúng tôi dịch. Sách chúng tôi bán được sẽ tặng một nửa cho trường đại học Y khoa Paris. Ngoài ra trong buổi Ra Mắt Sách có hai cựu học viên tiến sĩ Y khoa của trường Y Paris, một là bác sĩ cựu Bộ Trưởng Nigeria và một cựu Khoa trưởng Trường đại học Y khoa Cần Thơ sẽ có phát biểu về ngôi trường Y khoa Paris và có liên quan với tập hồi ký chuyển ngữ qua tiếng Pháp. Còn buổi tổ chức Ra Mắt Sách ở Bordeaux, chúng tôi xin mời ông giám đốc công ty rượu vang Bordeaux có nhận định về chúng tôi về tập hồi ký. Còn Ra Mắt Sách ở Lyon , chúng mời hai vị cựu tiến sĩ Y khoa Paris tiếp giúp Ban Tổ chức nhận định giá trị trung thực của tập hồi ký.

Ông Bộ Trưởng ngoại giao Pháp lên bục có lời phát biểu chân tình:

- Tiến sĩ tác giả quá thông minh từ buổi tiệc cưới con trai, giới thiệu đại gia đình mình, tác giả chuyển sang giới thiệu ba buổi Ra Mắt Sách tại ba trường đại học Y khoa đều có biếu tặng lại cho ba trường nửa số tiền bán sách tại mỗi nơi, cũng phải vài trăm ngàn đô. Đó là một nghĩa cử rất đáng trân quý, chúng tôi là người Pháp rất ngưỡng mộ tiến sĩ và tiến sĩ có một con dâu giống mẹ chồng tính thông minh đáng khen. Bộ Ngoại Giao cũng đang cần tuyển thêm chuyên viên làm việc ở Việt Nam hay ở Mỹ. Cháu nộp đơn tôi cứu xét liền, cháu có bằng Cao học về Bang Giao Quốc Tế tại đại học nổi tiếng thế giới Yale và cháu đã ghi danh học tiến sĩ để nối nghiệp ngành ngoại giao của bố, tôi khen cháu và chúc cháu luôn hạnh phúc bên chồng tài danh Y khoa của Yale.

Bố cô dâu lên cám ơn ông Bộ Trưởng Ngoại giao và nói suốt cuộc đời tôi hơn ba mươi năm trong ngành ngoại giao Pháp. Nay con tôi quyết chí nối nghiệp, gia đình chúng tôi vô cùng hạnh phúc vì con giống cha nhà có phúc. Tuần tới, cha con tôi lên Bộ Ngoại giao nộp đơn cho đúng thủ tục vì cháu sẽ còn sanh thêm con nhỏ và cũng có thể cháu trình luận án tiến sĩ về ngành ngoại giao xong mới xin đi làm việc chánh thức. Bây giờ cháu xin làm nhân viên ngoại giao dự bị không lương, có tiếng vỗ tay hoan nghênh.

Buổi Ra Mắt Sách bản dịch chữ Pháp tập Hồi ký của tiến sĩ Thu Vân có trên ba ngàn người tham dự, đa số là giới nữ lưu khoa bảng, trí thức ở Paris và vùng lân cận đến tham dự chật kín trong ngoài của đại giảng đường đại học Y Khoa Paris. Cũng với bộ ba MC duyên dáng của tiệc cưới nay sang tham dự tổ chức Ra Mắt Sách tại trường Y Paris. Giáo sư khoa Trưởng lên mở đầu buổi Ra Mắt Sách và ông giới thiệu tiếp hai người bạn đồng nghiệp từ Việt Nam và Nigeria là cựu nghiên cứu sinh lấy bằng tiến sĩ Y Khoa tại trường này. Ông Khoa Trưởng mời đứng lên hai cựu nghiên cứu sinh của trường Y Paris với bằng tiến sĩ Y khoa do trường Y Paris cấp, cách nay trên ba mươi năm. Ba MC giới thiệu tiểu sử vắn tắt của hai vị. Hai vị tiến sĩ nay đã về hưu nhớ trường Y Paris đến đây tham dự Ra Mắt Sách của một nữ lưu nổi tiếng gốc Việt, hiện là Khoa Trưởng Xã Hội Học của Harvard, tác giả của tập Hồi ký nguyên bản tiếng Anh. Nay được ông cựu Đại sứ Pháp tại Mỹ, là thông gia với tác giả chuyển ngữ sang tiếng Pháp. Cả trong ngoài hội trường vang dậy tiếng hoan hô chào mừng tác giả và dịch giả.

Ba Mc mời tác giả và dịch giả cùng phu quân và phu nhân lên trình diện mọi người. Bốn người cúi đầu chào mọi người tham dự được tán thưởng nhiệt liệt qua hai ba đợt vỗ tay kéo dài. Tiến sĩ Andre, chồng của tác giả giới thiệu ngắn gọn và xin phép nói tiếng Pháp do con dâu ở cùng nhà hướng dẫn bố. Dù nói vậy, tiến sĩ André cũng thao thao nói tiếng Pháp một cách trơn tru gãy gọn làm cho cử toạ vỗ tay hoan nghênh nhiệt liệt và tiến sĩ nói tôi cũng là người đọc bản thảo và sửa giúp ngữ pháp của tập Hồi Ký và có viết lời giới thiệu bằng Anh ngữ trong tập Hồi Ký. Và người bậc thầy của tôi về Pháp ngữ, là thông gia chúng tôi có tiệc cưới hai con chúng tôi tối hôm qua, chuyển ngữ sang tiếng Pháp, thật sát nghĩa với câu chuyện thật của cuộc đời vợ tôi. Nay tôi xin giới thiệu dịch giả sang Pháp ngữ, xin mời anh sui.

MC giới thiệu dịch giả cũng đã có bằng tiến sĩ ngoại giao và phục vụ trong ngành ngoại giao Pháp hơn ba mươi năm nay đã về hưu và ông còn dịch tác phẩm này sang tiếng Tây Ban Nha và cũng Ra Mắt Sách tại Tây Ban Nha và nhiều nước sử dụng tiếng Tây Ban Nha trong tương lai gần.

MC đang giới thiệu dịch giả, từ ngoài đi vào đại giảng đường có hai Đức Cha cao niên đang là Chánh Xứ ở Vienne, Áo và tại Paris, cả đại giảng đường đứng lên vỗ tay hoan nghênh chào đón và MC mời hai Cha lên trên bục nói vài lời.

Cha ở Paris nói, dịch giả và cả gia đình là con chiên họ đạo chúng tôi, tôi đến chúc phúc lành buổi Ra Mắt Sách thành công . Cả đại giảng đường vang tiếng huýt sáo hoan hô và Cha chánh Xứ nhà thờ chánh toà Thủ đô Vienne phát biểu tiếp:

- Sở dĩ từ nước Áo tôi đến Paris từ sáng hôm qua dự lễ cưới con trai của một tín hữu Công Giáo vô cùng ngoan đạo, tiến sĩ André. Chính tôi làm phép cưới người vợ trước của tiến sĩ tại nhà thờ chánh toà tại Vienne và tôi cũng làm phép lễ cưới lần hai sau khi vợ mất vì bịnh ung thư, tại một nhà thờ công giáo gần viện đại học Harvard. Cuộc hôn nhân hợp pháp thánh thiện giữa tiến sĩ André và tiến sĩ Thu Vân, tác giả của tập hồi ký đầy nước mắt, cũng đã goá bụa hơn ba năm. Tiến sĩ tác giả cũng là một con chiên vô cùng ngoan đạo từ Việt Nam sang Mỹ định cư. Vì vậy từ nước Áo, tôi bay qua đây cũng xin ủng hộ mười ngàn đô buổi Ra Mắt Sách hôm nay và tôi xin mua mang về Áo sơ khởi mười cuốn, tôi xin ký check mệnh giá mười ngàn ba trăm đô. Và hai chúng tôi phải về nhà thờ dự lễ mười hai giờ chúa nhựt và đến bốn giờ chiều, tôi bay về Áo.

Tôi chân thành mời quý vị nhứt là tín hữu Công Giáo giúp cổ động và mua sách ủng hộ, tôi có đọc qua tác phẩm nguyên tác tiếng Anh, tôi cũng không cầm được nước mắt xót thương cho một con chiên Công Giáo bị kẻ vô đạo đức dày xéo thân xác tiến sĩ khi mới mười tám tuổi. Nhờ có đức tin Chúa và mẹ Maria và hồng ân Thiên Chúa cứu thoát cô thoát vòng ô nhục. Và soi sáng tâm hồn thêm thông minh, từ tiếng Anh yếu kém như không biết gì và vươn lên đoạt được văn bằng tiến sĩ của Harvard và nay, là Khoa Trưởng ngành xã hội mà là trường cô đã học từ BA, MA đến Ph.D. Cô chưa chịu dừng bước quyết tiến lên và vô cùng can đảm viết lên những cảnh đời ô nhục đau khổ tột cùng của một thiếu nữ mới có mười tám đến hai mươi mốt tuổi. Tôi biết, tập hồi ký của tiến sĩ Thu Vân in lần đầu tiên tại Mỹ ba triệu cuốn bán trong vòng sáu tháng trên hai triệu mà không có các buổi Ra Mắt Sách như ở Pháp. Nay còn vài chục ngàn tập tiếng Anh dùng để biếu tặng các thư viện và nhà thờ.

Xin phép quý vị, chúng tôi phải đi ngay về Nhà Thờ dự lễ trưa chúa nhựt, chúng tôi xin chúc hai con chiên ngoan đạo tác giả và dịch giả sẽ thành công rực rỡ trong ba buổi Ra Mắt Sách tại Paris, Bordeaux và Lyon vào thứ bảy và chúa nhựt tới. Xin chúc tất cả quý vị tích cực ủng hộ buổi Ra Mắt Sách hôm nay, luôn bình an hạnh phúc trong tình yêu thương của Chúa và của Đức Mẹ Maria. Mọi người đứng lên vổ tay tán thưởng tiễn hai Cha trở lại nhà thờ.

Ba MC đều nói Cha Chánh Xứ Vienne và Paris đã nói hết ý nghĩa buổi Ra Mắt Sách hôm nay. Ban Tổ Chức cũng xin thông báo, trước khi Ra Mắt Sách tại đây, ông Giám đốc công ty rượu vang Bordeaux đã vừa tặng vừa mua một trăm cuốn sách với một trăm ngàn đô, ông còn có nhã ý mời Ban Tổ Chức Ra Mắt Sách dự một bữa ăn trưa trước khi bay qua Lyon Ra Mắt Sách sáng chúa nhựt, tuần tới. Xin mời tất cả quý vị giải lao có nước ngọt, paté chaud, Sandwich và quý vị đến nhận sách tại mười lăm bàn. Nếu quý vị biếu tặng thêm xin cho biết quý danh, Ban Tổ Chức sẽ đăng trên báo cám ơn quý vị. Tiền bán sách và ủng hộ của quý vị hôm nay, sau khi chấm dứt buổi Ra Mắt Sách, tác giả ký lại tấm check bằng nửa số tiền thu được, còn check của quý vị tác giả sẽ gởi vào ngân hàng sau. Sau hơn một tiếng mua sách và nghỉ giải lao, tác giả và dịch giả xin dành hơn một tiếng trả lời những câu hỏi của báo chí và tất cả quý vị tham dự.

Trong dịp này, Ban Tổ Chức giới thiệu tiến sĩ Philip Chủ tịch Hội và phu nhân, tiến sĩ Jane Thủ quỹ Ban Quản Trị Hội từ thiện quốc tế cứu giúp phụ nữ có vài lời trình bày ý nghĩa của Hội:

- Sở dĩ Hội này được phát triển là sau khi cuốn Hồi ký của Tiến sĩ Thu Vân ra mắt độc giả tại Mỹ về hoàn cảnh bi thương ô nhục tột cùng của giới phụ nữ bị nạn buôn người xuyên quốc gia, bị bắt làm nô lệ tình dục, nạn mại dâm, nạn bạo hành trong gia đình...Với sự đóng góp tích cực của tác giả Thu Vân, tiến sĩ đã từng trải qua ba năm nghiệt ngã và may cho tiến sĩ chỉ bị có một tên khốn kiếp, là chúa đảng, độc quyền hãm hại, còn bao phụ nữ khác không những một tên mà nhiều tên khốn kiếp dày xéo thân xác.

Tất cả số tiền bán sách và ủng hộ trong buổi Ra Mắt Sách, tác giả tặng một nửa cho nơi tổ chức, thường là trường học Y Khoa hay tại bịnh viện. Tiến sĩ lấy một nửa, trừ chi phí in ấn và vận chuyển, còn lại bao nhiêu tác giả tặng hết cho quỹ từ thiện. Tác giả từng nói trong khi đi làm công tác từ thiện, Viện đại học Harvard vẫn trả lương tháng cho tiến sĩ trên bốn trăm ngàn chưa trừ thuế lợi tức, thừa giúp cho cuộc sống của tác giả và nuôi dưỡng tám đứa con kể cả con riêng của chồng trước. Tính chung hai ông bà tác giả và dịch giả bản tiếng Việt bán chạy như tôm tươi ở Việt Nam, có con chung là mười sáu cháu. Cả trong ngoài đại giảng đường vỗ tay hoan nghênh vang dội.

Ông Chủ Tịch Ban Quản Trị giới thiệu tiến sĩ Jane, thủ quỹ cho biết. qua sự đóng góp ban đầu rất tích cực của tiến sĩ André và vợ quá cố của tiến sĩ, hội được thành hình. Vợ mất một thời gian, tiến sĩ André làm lễ cưới với tiến sĩ Thu Vân, chồng mất khá lâu. Từ thời điểm đó, Hội chúng tôi khởi sắc, vợ chồng chúng tôi dùng uy tín cá nhân đi vận động gây quỹ được hơn năm mươi triệu và sự đóng góp tích cực của hai tiến sĩ André và Thu Vân và bạn bè. Hiện quỹ từ thiện này đã gởi vào ngân hàng trên sáu mươi triệu đô mà chúng tôi nhắm cái đích phải có một trăm triệu đô mới xứng đáng là quỹ từ thiện quốc tế cứu giúp phụ nữ.

Chúng tôi cũng đã có thảo luận với ông cựu Đại Sứ là thông gia với hai tiến sĩ André và Thu Vân thuê lại một phần đất nhà của ông bà xây một văn phòng làm việc và nhiều phòng trợ giúp phụ nữ nạn nhân tại Pháp về huấn nghệ hay giúp tiền tiếp tục học đai học làm lại cuộc đời mới và giúp lại nuôi sống hội. Chúng tôi cũng đã có mời ông cựu Đại Sứ đã về hưu, có nhiều thì giờ rồi rảnh đứng trong Ban Quản Trị và kiêm Giám đốc văn phòng của hội tại Pháp và cùng với văn phòng tại Áo là đại diện cho cả Châu Âu vì mở nhiều văn phòng thêm tốn kém. Tại bất cứ quốc gia nào có những phụ nữ nạn nhân với những trường hợp kể trên, chúng tôi cử người bay đến giúp tại chỗ.

Sau buổi Ra Mắt Sách kết thúc, vừa tiền bán sách vừa tiền ủng hộ gần bảy trăm ngàn đô la. Tiến sĩ Thu Vân ký một cái check ba trăm năm chục ngàn gởi lại trường đại học y khoa Paris trước sự chứng kiến của giới truyền thông báo chí và nhiều người tham dự còn ở lại tới giây phút cuối.

Đến thứ bảy tuần sau có buổi Ra Mắt Sách tại Bordeaux, cả đại gia đình và bà con từ Mỹ, Việt Nam sang và hai ông bà sui tại Pháp lên đến bốn mươi hai người đi xe lửa tốc hành từ Paris đến Bordeaux, từ sáng thứ năm, có đặt phòng ở khách sạn. Có xe buýt đến đón tận nhà ga Bordeaux về khách sạn, ngủ hai đêm thứ năm và thứ sáu. Ông Giám Đốc hảng rượu vang Bordeaux, thay vì mời ăn trưa thứ bảy mà nay mời ăn chiều thứ sáu tại nhà hàng sang trọng nhứt của thành phố Bordeaux do công ty thết đãi chừng hai trăm khách đa số là nhân viên đang làm việc cho hảng và các vị dân cử, chánh quyền tỉnh. Ông cho ông cựu Đại Sứ biết:

- Ông mua thêm một trăm cuốn ba ngàn đô tặng nhân viên vì sách viết quá hay, ai đọc cũng cảm thương cho tác giả, không giữ được nước mắt, ông còn nói:

- Công ty tặng cho buổi Ra Mắt Sách một trăm ngàn và một trăm ngàn cho quỹ từ thiện cứu giúp phụ nữ. Ngoài ra công ty sẽ bán giúp cho tác giả một ngàn quyển để tại phòng trưng bày sản phẩm của công ty và xin trả tiền trước. Thế là chưa đến ngày Ra Mắt Sách tại Bordeaux mà đã bán trước được một ngàn cuốn hồi ký, thêm một trăm ngàn đô biếu tặng.

Cả phái đoàn thuê luôn chiếc xe của khách sạn chở phái đoàn đi tham quan các danh lam thắng cảnh của thành phố Bordeaux. Tỉnh Bordeaux là cái nôi sản xuất rượu chát và rượu champagne nổi tiếng của Pháp. Ông giám đốc hảng rượu vang giúp đỡ cho Ban Tổ Chức còn nhắc nhở ông cựu đại sứ nên đưa phái đoàn đến viếng thăm gần thành phố Bordeaux có đến mấy chục công ty xí nghiệp, mỗi công ty đến viếng, họ có chiêu đãi rượu, một hình thức giới thiệu sản phẩm và quảng cáo. Mỗi nơi ghé thăm nên tặng một cuốn sách có chữ ký của tiến sĩ tác giả nguyên bản gốc tiếng Anh, tiến sĩ viết lời tựa và tiến sĩ dịch giả Pháp ngữ, thế nào cũng thu hút thêm khách tham dự Ra Mắt Sách chiều thứ bảy và các công ty cũng có mua sách tặng cho nhân viên và cũng có thể biếu tặng thêm tiền cho Ban Tổ Chức.

Quả đúng người ta thường nói dân tộc Pháp là một dân tộc yêu chuộng văn chương chữ nghĩa, thích đọc sách. Phái đoàn ghé hảng xưởng nào cũng đều vừa đặt mua sách vừa ủng hộ trên mười ngàn cuốn hồi ký và tặng dữ cho Hội từ thiện hơn ba trăm ngàn và còn hứa nhắc nhở nhân viên đến tham dự Buổi Ra Mắt Sách sáng thứ bảy tại trường Y Khoa Bordeaux.

Buổi Ra Mắt Sách tại Bordeaux vô cùng thành công, thu cả tiền bán sách và tiền các công ty rượu vang và nhiều xí nghiệp lớn biếu tặng hơn một triệu ba trăm ngàn ngàn đô có trên bốn ngàn người dự, hơn cả buổi Ra Mắt Sách tại Paris vì là buổi Ra Mắt Sách đầu tiên. Tại Bordeaux sách bán gấp năm lần ở Paris và thu chung vừa bán sách vừa tặng dữ lên gấp đôi ở Paris, được suýt soát một triệu tư. Buổi dạ tiệc có nhiều đại gia, các giám đốc các công ty, xí nghiệp nói vì là cuối năm đã kết toán sổ sách. Và còn hứa với Hội từ thiện khoảng tháng ba tháng tư năm tới, đến đây tổ chức một buổi gây quỹ giúp cho hội từ thiện quốc tế vì các công ty xí nghiệp biếu tặng cho hội từ thiện được trừ tiền thuế nên việc ủng hộ hàng triệu Mỹ kim của một công ty là chuyện thường mà các công ty thường ủng hộ khi có lời. Mỗi người trong phái đoàn được biếu tặng một chai champagne và hai chai rượu vang đều là loại cao cấp thượng hảo hạng đắt giá nhứt.

Buổi Ra Mắt Sách ở Lyon cũng thu vào sắp xỉ tám trăm ngàn đô, bán gần ba ngàn tập Hồi Ký và cũng giống như các tiệm bán sách ở Paris, Bordeaux, đều có gởi các tiệm sách ở Lyon cho họ hai trăm cuốn bán thử với hoa hồng 20%. Hết sách họ sẽ mua thêm.

Tất cả phái đoàn từ Việt Nam và Mỹ, sáng thứ ba từ giả Paris về lại quê hương, mọi người đều mang trong lòng một sự vui sướng tột cùng thấy cách xử sự của người dân Pháp yêu chuộng văn chương như thế nào. Ông cựu Bí Thư tỉnh uỷ Sóc Trăng nói:

- Hồi thời trai trẻ, tôi được học chương trình Pháp và Việt xen nhau lúc tiểu học. Lên học bảy năm trung học hoàn toàn chương trình Pháp, tôi học lịch sử, địa lý nước Pháp như người Pháp. Nay có dịp đi sang dự đám cưới con của vợ chồng Hiếu biết "Thủ đô ánh sáng" Paris, biết tua Eiffel, biết dòng sông Seine, biết nhiều thứ và biết cả cái nôi sản xuất các loại rượu nho Bordeaux, biết thành phố Lyon xinh đẹp nổi tiếng. Vợ chồng ông vô cùng biết ơn vợ chồng Hiếu đã cho chúng tôi hai tuần sống ở nước Pháp mà tôi từng mơ ước và kể cả nước Mỹ Hiếu đã lo cho vợ chồng tôi vài lần đi tham quan hàng chục tiểu bang rộng lớn và giàu có.

Thú thiệt tôi mê nước Pháp hơn nước Mỹ dù đế quốc Pháp từng đô hộ nước Việt trên tám mươi năm. Nhưng, tôi đã bị văn hoá, văn chương Pháp ngự trị trong tôi từ thời thanh niên nay có dịp chiêm nghiệm thực tế qua ba buổi Ra Mắt Sách mới nhận chân được đa số người dân Pháp cũng vì vấn đề cơm áo gạo tiền làm cho họ luôn bận tâm mà vẫn luôn dành thì giờ đọc sách. Còn người Việt mình chừng nào mới ham đọc sách báo như người Nhựt, Pháp, Mỹ... Khi nào người dân Việt ham đọc sách dưới dạng online hay sách in như ở Pháp, Nhựt, Mỹ mà mỗi lần Ra Mắt Sách có hàng ngàn hay nhiều ngàn người tham dự, ngoài mua sách còn tặng thêm hiện kim cho Ban Tổ Chức và tác giả. Dân Việt mình phải có tinh thần cầu tiến vì học ở nhà trường chưa đủ mà phải đọc thêm sách nữa.

Bà con từ Việt Nam sang Pháp khá đông chỉ có thầy cựu Khoa Trưởng trường Y Cần Thơ biết nhiều về nước Pháp vì thầy có du học ở tại Paris nhiều năm, người thứ hai cũng có biết nước Pháp qua vài lần du lịch là tiến sĩ Josephine. Còn lại, bố mẹ Thu Vân, chú thím Tín, chị hai, anh chị ba, anh chị tư, bác sĩ Trai, ông bà thông gia gốc Công An đều đến Pháp lần đầu tiên, rất mê thích.

Vì nghỉ phép không quá mười ngày, hai ông bà thông gia gốc công an Việt Nam của vợ chồng Hiếu sau tiệc cưới và buổi Ra Mắt Sách đầu tiên tại Paris phải trở về nước ngay. Sáng hôm sau, vợ chồng Hiếu cùng hai con và cháu ngoại đưa hai ông bà ra phi trường Charles De Gaulle bay về Việt Nam. Hai ông bà Bộ Trưởng Y Tế Nigeria và Brazil cũng bay về nước sau buổi Ra Mắt Sách tại Paris.

Cũng trong dịp ra mắt sách tại Paris, hai ông cựu Bộ Trưởng Brazil và Nigeria cũng được giới thiệu gây sự chú ý của mọi người từ xa xôi cũng bay đến Paris tham dự buổi Ra Mắt Sách đầu tiên tại Pháp. Bác sĩ cựu Bộ Trưởng Y Tế Nigeria và bác sĩ cựu Khoa Trưởng Y Khoa Cần Thơ cùng học chung lớp tại đại học Y Khoa Paris. Nay, có dịp thăm lại ngôi trường xưa sau gần nửa thế kỷ, hai ông với cảm xúc chân thành phát biểu làm cho mọi người tham dự vô cùng ngưỡng mộ sự thuỷ chung của hai cựu nghiên cứu sinh đối với trường Y Paris. Trong ngoài đại giảng đường đồng loạt đứng lên chào mừng hoan hô vang dội cũng làm cho hai vị cựu nghiên cứu sinh của trường Y Paris vô cùng hãnh diện và cảm mến. Trong các buổi ra mắt sách, MC giới thiệu, từ Việt Nam có ông bà cựu Bí Thư tỉnh Uỷ Sóc Trăng Sóc Trăng, ông cũng từng học trường tây ở Sài Gòn, là bố mẹ nuôi của tiến sĩ Andre và Thu Vân. Kế tiếp giới thiệu ông tây bà đầm Việt Nam đã từng học trường tây ở Sài Gòn hiện bà đầm làm MC nói tiếng Pháp trong nhóm ba MC. Ông bà thân phụ mẫu của tác giả, ông cũng gốc học chương trình Pháp và là kỹ sư nông nghiệp tại Việt Nam mà được giảng dạy bằng tiếng Pháp. Còn ông bà thông gia của con trai thứ năm, đang là Trung Tướng ngành Công An đang làm việc tại Sài Gòn. Hai ông bà đại thương gia người Áo là nhạc gia của tiến sĩ André, đời vợ trước, hiện đang sống với con rể và con ruột tại Cần Thơ. MC mời tất cả mọi người vừa giới thiệu đứng lên chào mọi người được cả trong ngoài đại giảng đường vỗ tay hoan hô.

Đến phần giới thiệu gia thế của tác giả làm cho mọi người tham gia buổi Ra Mắt Sách biết rõ thêm tác giả, gia đình phu quân của tác giả và gia đình thông gia cựu Đại Sứ Pháp tại Mỹ lại càng ngưỡng mộ tác giả và hai dịch giả tiếng Việt và tiếng Pháp. Dịch giả tiếng Việt còn là người sửa giúp cú pháp văn phạm Anh văn trong nguyên tác và còn có viết lời giới thiệu tập Hồi Ký. Hiện tác giả và chồng có chung mười sáu đứa con, năm con đầu đã có gia đình, thành mười thành viên, có đến bảy tiến sĩ Y khoa và một cô dâu cũng sắp có bằng tiến sĩ Y Khoa. Và anh chị ruột cùng chồng hay vợ cũng đều là tiến sĩ Y khoa hay tiến sĩ ngôn ngữ học đang làm việc tại Cần Thơ, ông anh rể thứ hai là giáo sư tiến sĩ nhân chủng học đại học Vienne nay đã về hưu và sống tại nhà vợ ở Cần Thơ. Tất cả mọi người đồng loạt đứng lên vỗ tay vang dội chào mừng đại gia đình khoa bảng trí thức đáng ngưỡng mộ và tác giả Thu Vân với một tác phẩm chân thật nổi tiếng nhằm cảnh báo với xã hội, đại chúng, nạn buôn người, bắt phụ nữ làm nô lệ tình dục...

Dư luận cả nước Pháp như sóng dậy, từ thành thị đến thôn quê đâu đâu cũng bàn luận về tác phẩm hồi ký của tiến sĩ Thu Vân. Hàng ngàn nhà sách khắp nước Pháp ùn ùn đặt hàng.

Hai ông bà sui gái và sui trai thảo luận, muốn gởi sách nhanh là phải gởi ngay tại nhà in nên hai ông phải đến gặp ông giám đốc cũng là chủ nhân của nhà in có thể nói là nhà in lớn nhứt của Paris để bàn luận cách gởi sách cho các tỉnh khắp nước Pháp và nhiều nước lân bang, càng nhanh càng tốt vì chậm trễ không khí hâm mộ tác phẩm sẽ hạ thấp xuống theo thời gian.

Ông Giám Đốc là bạn thân của ông sui gái từ hồi học lấy văn bằng cử nhân và sau đó ông học Cao học thương mại và về nối nghiệp gia đình quán xuyến nhà in. Còn ông sui của Hiếu tiếp tục học lấy tiến sĩ Ngoại Giao và vào làm việc trong ngành ngoại giao thường ở nước ngoài. Nay về hưu hai người bạn thân năm xưa có dịp gần gũi nhau thường xuyên.

Sau khi biết rõ tác giả và chồng của tác giả từ Mỹ sang, là nhân tài của thế giới, ông Giám đốc vô cùng hoan hỉ tiếp xúc và xin lỗi bạn vì hai vợ chồng bận làm việc cả tuần tại Anh nên không về dự đám cưới được và nghe bạn bè khen bạn tổ chức đám cưới thật long trọng linh đình có cả Thủ tướng và nhiều Bộ Trửng tham dự. Ai cũng nói trong đời mới đi dự một tiệc cưới của một người công dân bình thường mà vô cùng hoành tráng có một không hai tại Thủ đô Paris.

- Ông Giám đốc còn khen tiến sĩ Andre đã nổi tiếng mới hai mươi hai tuổi là bác sĩ Y khoa và hai mươi bốn tuổi là trưởng đoàn nghiên cứu quốc tế về bịnh sốt rét của Viện đại học Harvard nổi tiếng ở Mỹ và thế giới. Bác sĩ còn nổi tiếng tay không hạ gục ba tên cướp. có võ trang tại Indonesia và tại Mỹ có cách bắt trộm bằng cách treo tay tên trộm trên cửa gọi cảnh sát địu về bót. Tôi còn biết, tiến sĩ Andre bị bộ công an Hà Nội dù là nhân tài của nước Việt Nam mà có gốc gác là con của tử sĩ của chế độ cũ họ cũng kỳ thị là phải giết tiến sĩ và kể luôn gia đình. Tiến sĩ đã hoá giải vô cùng xuất sắc. Hiếu nói:

- Xin cám ơn ông, mọi việc ông kể gần đúng hết. Ông giám đốc nói tiếp:

- Hàng chục tờ báo lớn kể cả tivi tại Thủ đô Paris đều có nói rõ về tài năng của một bác sĩ trẻ có thể nói là trẻ nhứt thế giới và còn tường thuật buổi họp báo của ông ở Indonesia và ở Mỹ nữa. Hiếu đến bắt tay lần nữa và nói cám ơn ông. Hiếu vào đề ngay:

- Trước khi gia đình chúng tôi rời Paris về Mỹ, tôi sẽ mở một cuộc họp báo nhỏ tại nhà hàng nơi tổ chức tiệc cưới con chúng tôi nhằm giúp phổ biến tin tức về ba buổi Ra Mắt Sách cuốn hồi ký tại Paris, Bordeaux và Lyon. Và qua báo chí, chúng tôi thông báo chung, sẽ gởi lần đầu hai trăm cuốn hồi ký đến tất cả nhà sách trên nước Pháp và các nước khác muốn bán giúp tác phẩm đã có gởi địa chỉ cho chúng tôi. Nay, để sớm nhận được sách nên gởi thẳng về nhà in với địa chỉ...hoa hồng cho việc bán sách là 20%. Bán hết sách trả hết tiền, nhà in sẽ gởi tiếp hai trăm cuốn khác hay muốn nhà in gởi hơn hai trăm cuốn cho biết trước, gởi trong nước Pháp chỉ vài ngày và các nước khác có thể cả tuần. Trừ mọi chi phí, tác giả gởi một nửa tiền bán sách xung vào quỹ cứu giúp phụ nữ nạn nhân bị bắt là nô lệ tình dục, nạn buôn người...

Hội chúng tôi vừa ký một tấm check một trăm ngàn đô để xây dựng cơ sở trên một thửa đất nhỏ thuê tại Paris. Hội đã có giấy phép hoạt động bất vụ lợi. Những tặng dữ của các công ty xí nghiệp giúp Hội đều được miễn trừ thuế. Hội bắt đầu hoạt động vào đầu tháng tới khi đã thuê mướn nhân viên, khôngchờ xây cất xong, mà đặt văn phòng tạm tại nhà của ông giám đốc cơ sở tại Paris. Hiếu tóm tắc công tác sắp tới của Hội tại Paris và Hiếu mời ông giám đốc nhà in tham gia vì trưởng cơ sở tại Paris là bạn của ông, cựu Đại Sứ Pháp và Hội còn mời ông Trưởng cơ sở Paris vào Ban Quản Trị kiểm soát tiếp công việc làm của hội trên thế giới. Hiếu nói tiếp:

- Chúng tôi xin ông giúp cho nhân viên làm thêm ngoài giờ, mỗi tối hay chiều, làm thêm chừng hai tiếng, tiền trả cho nhân viên, ông quyết định giúp, chúng tôi sẽ ứng tiền trước cho ông chi trả. Hiện chúng tôi có hơn năm trăm địa chỉ các tiệm bán sách đang đặt hàng. Tôi sẽ gởi danh sách ngay hôm nay và kèm mẫu hoá đơn nhận sách và thanh toán tiền, cũng như thư của tác giả và dịch giả nói rõ lý do sử dụng số tiền bán sách vào việc gì. Hiếu còn nói tiếp, qua ba buổi bán sách và gởi các tiệm bán sách lớn nhỏ trên nước Pháp có thể hết số sách một triệu cuốn, tôi xin trả hết, ông giúp in thêm một triệu cuốn nữa, tôi cũng xin gởi trước luôn tiền in. Ông Giám đốc nói:

- Tôi chưa từng gặp một khách hàng nào như tiến sĩ André, vô cùng mau mắn và tính toán trước như thần, tôi xin bớt 10% tiền in để đóng góp vào quỹ từ thiện. Ông Giám đốc nói, tôi mời hết gia đình ông và gia đình bạn tôi chiều nay đến tại nhà hàng đãi tiệc cưới tuần qua cùng chúng tôi dùng một buổi ăn chiều thân mật. Ông cho biết luôn, tôi sẽ mời chừng ba bốn chục nhà báo và đài truyền hình tại Paris tham dự, ông còn cho biết, con trai và dâu là ký giả nổi tiếng tại Paris sẽ mời giúp chúng ta cùng tham dự tiệc và lồng luôn trong buổi họp báo. Hai ông sui đứng lên bắt tay cám ơn.

- Thế là chúng tôi trúng số độc đắc vừa in sách giảm giá, vừa dự tiệc và vừa có cuộc họp báo vô cùng cần thiết quảng bá tin tức. Ông giám đốc nhà in còn nói:

- Nhân chiều nay có tiệc, tác giả và dịch giả mang theo hai trăm cuốn sách quý vị ký tặng cho các nhà báo và nhân viên của nhà in chúng ta cũng có nhiều điều lợi nữa vừa ra mắt làm thân quen vừa giới thiệu sách rất hữu hiệu. Với hai chục bàn ăn, nhân viên của nhà in chiếm tám bàn, hai bàn dành cho ký giả và mười bàn còn lại dành cho khách mời và gia đình tiến sĩ Hiếu.

Ông giám đốc nhà in trình bày lý do của buổi tiệc chiều nay là nhà in chào mừng thân chủ in sách lại là thông gia với bạn thân của tôi là tiến sĩ ngoại giao DeChamp, sau mấy chục năm gặp lại. Ông giám đốc giới thiệu một phái đoàn đại diện gia tộc của tiến sĩ André trên ba mươi người từ Việt Nam và Mỹ sang dự tiệc cưới của con gái bạn tôi, còn hai ngày nữa về lại quê hương nên tôi mời tiệc thân mật chiều nay.

Qua ba buổi Ra Mắt Sách tại Paris, Bordeaux, Lyon đều thành công vượt bực, tác giả và dịch giả tặng lại ba nơi tổ chức một nửa số tiền bán sách và tiền ủng hộ Buổi Ra Mắt Sách. Số tiền còn lại sau khi trừ mọi chi phí in ấn, phát hành và tiền quảng cáo... tác giả tặng hết cho quỹ từ thiện quốc tế cứu giúp phụ nữ.

Một chốc nữa đây, ông tiến sĩ Chủ tịch và bà tiến sĩ Thủ quỹ của Ban Quản Trị điều hành ký giao lại cho ông bạn DeChamp năm trăm ngàn xây cất văn phòng làm việc trên đất của ông không lấy tiền thuê đất tại nội thành Paris. Tôi thấy nghĩa cử cao đẹp của mọi người nên tôi cũng tặng lại tác giả 10% tiền in một triệu cuốn nữa. Tiền in đầu tiên một triệu cuốn mới bán hơn một trăm ngàn cuốn mà tác giả đã trả hết, tôi vô cùng cảm phục tác giả và dịch giả. Nay có nhu cầu của hơn năm trăm tiệm bán sách mua sách và nay mai có thể lên cả ngàn tiệm bán sách trên cả nước Pháp và các lân bang.

Sách đang hót, ăn khách sau ba buổi Ra Mắt Sách và nhờ có sự tiếp giúp của giới truyền thông báo chí hỗ trợ phổ biến tin tức. Tác giả muốn mời một số nhà báo đến dự tiệc với phái đoàn của tác giả trước khi trở về nước đi làm việc. Tôi nhờ con tôi mời các quý vị báo giới dự luôn cho thêm vui và quý vị muốn phỏng vấn, tác giả và dịch giả sẵn lòng và còn ký tặng sách quý vị, có ba chữ ký: tác giả, dịch giả và tiến sĩ Andre viết lời giới thiệu tác phẩm. Riêng nhà in chúng tôi cũng cần chừng bốn chục người giúp đóng thùng gởi đi các tiệm bán sách có đặt hàng trong một hai tối vì sách đang hót, cần có bán tại các tiệm bán sách. Tác giả nói sẽ trả thêm tiền làm phụ trội ngoài giờ. Ông chủ nhà in nói:

- Tôi đề nghị, nếu các anh chị em làm việc ở nhà in thấy có thể giúp được mà không nhận thù lao bằng tiền mà tác giả cũng sẽ biếu tặng quý bạn một cuốn sách như báo giới. Cả tám chục nhân viên đều giơ tay tình nguyện vào đóng thùng tối mai, sáng hôm sau gởi đi liền...

Trên một bàn dài, trưng bày hai trăm cuốn sách, tác giả ngồi bìa trái, ngồi giữa, tiến sĩ Andre là người phát hành sách, Khoa Trưởng Y Học Viện đại học Yale, người viết lời tựa cho tập hồi ký, cũng là chồng của tác giả. Cạnh bên chồng là tiến sĩ cựu Đại sứ Pháp tại Mỹ, là thông gia với hai vợ chồng tác giả, đại diện chánh thức của Hội từ thiện quốc tế cứu giúp phụ nữ nạn nhân làm nô lệ tình dục tại Pháp.

Hiếu sợ thiếu sách, bảo hai con trai chạy về nhà lấy thêm một trăm cuốn nữa. Hiếu nói nhỏ với ông chủ nhà in mời mọi người uống rượu nhăm nhi hay nước giải khát. Mỗi vị sẽ được tặng một tập hồi ký có ba chữ ký của ba người đang ngồi trên bàn trước mặt quý vị.

Sau khi nhận sách xong, chúng tôi mời quý vị nghe ba diễn giả sẽ trình bày ý nghĩa của việc bán sách gây quỹ cho nơi tổ chức và cho quỹ từ thiện. Tôi cũng có mời tiến sĩ chủ tịch và Thủ quỹ của Hội từ thiện quốc tế có vài lời tâm tình và báo cáo công tác và tiền quỹ đang có...

Chúng ta nhập tiệc và sau tiệc quý vị truyền thông báo chí muốn phỏng vấn ba vị trách nhiệm về quyển Hồi Ký, cứ tự nhiên.

Sách được chuyển từ tác giả bản chánh ký, sang chồng, trách nhiệm phát hành cũng là dịch giả bản tiếng Việt và chữ ký thứ ba của tiến sĩ De Champ, dịch giả Pháp ngữ. Ba người làm việc như một cổ máy rất nhanh, các con của tác giả mang từng cuốn sách trịnh trọng đưa hai tay từng vị. Sách tặng còn thiếu mười vị. Hiếu xin lỗi, trong chừng mười phút nữa, sẽ có thêm sách, chúng tôi ký tặng tiếp và tặng cho nhà hàng mười cuốn làm quà, lần đầu tiên vợ chồng tôi và cả đại gia đình được thưởng thức những món ăn ngon tại nước Pháp, chúng tôi xin chúc nhà hàng ăn nên làm ra và phát đạt không ngừng. Ông cựu Bí Thư Sóc Trăng, bấm tay ông cựu Khoa Trưởng nói nhỏ:

- Thằng con chúng ta nó khôn quá trời, nó tâng bốc nhà hàng có giới truyền thông báo chí chứng kiến là một hình thức quảng cáo cho nhà hàng rất tốt. Thế nào nhà hàng cũng có tặng dữ cho hội từ thiện. Ông Bí thư nói vừa dứt lời.

- Ông chủ nhà hàng lên phát biểu xin đóng góp cho quỹ từ thiện một trăm ngàn đô. Cả nhà hàng vỗ tay tán thưởng vang dội. Cả ba người ký xong hết một trăm cuốn hồi ký mới mang tới, ba người đi ra khỏi bàn, mang hai mươi cuốn đến tặng quý vị chưa nhận sách và tặng tận tay ông chủ nhà hàng. Tất cả mọi người thấy cử chỉ nhỏ của ba người là một nghĩa cử lớn, gây chú ý cho các thực khách các bàn ăn khác gần đó. Có người hỏi có còn sách không họ sẽ mua ủng hộ. Hiếu nói cám ơn, chúng tôi còn tám mươi cuốn có cả chữ ký của chúng tôi, sách đang để trên bàn. Nếu quý vị quý mến tác giả và dịch giả cũng như hội từ thiện ủng hộ mua sách, chúng tôi cho con chúng tôi mang đến trao tận tay quý vị và quý vị cho địa chỉ, chúng tôi gởi receipt quý vị có thể xin trừ thuế vì hội có giấy hoạt động tại Pháp bất vụ lợi cũng như tất cả cả các quốc gia khác.

Trong lúc Hiếu nói với một thực khách, ông chủ nhà hàng lanh trí mở hết các loa phóng thanh các phòng ăn khác, cho nên có nhiều thực khách đến mua sách và tặng cho quỹ từ thiện từ năm ngàn đến năm chục ngàn, tám chục cuốn bán rất nhanh hết sạch và thu thêm trên bốn trăm ngàn đô, cộng với một trăm ngàn của ông chủ nhà hàng thành ra vừa đi dự tiệc mời vừa thu vào trên nửa triệu đô. Hiếu xin đại diện cho Quỹ từ thiện quốc tế xin cám ơn quý vị đã nhiệt tình ủng hộ. Chốc nữa hai vị tiến sĩ chủ tịch và thủ quỹ của hội báo cáo mọi việc. Bây giờ, Hiếu nói với ông chủ nhà in, quý khách bụng cũng cồn cào rồi. Ông chủ nhà in nói nhà hàng cho mang thức ăn ra bàn.

Buổi tiệc vô cùng vui và với ba trăm cuốn sách thu trên nửa triệu đô cũng như có người đóng thùng sách buổi tối mà không nhận tiền thù lao. Tan tiệc cũng gần mười giờ tối.

Hiếu thấy chú tài xế coi bộ đi cả ngày cũng mỏi mệt, Hiếu nói để Hiếu lái, chú ra sau nghỉ, ông sui ngồi băng trước với Hiếu.

Xe rẽ vào một con đường hơi vắng, thấy trước đầu xe chừng hơn một trăm thước có một đám đông năm sáu tên đàn ông ra giữa đường đang đánh đấm túi bụi vào một người, xe tới gần. Hiếu thấy một phụ nữ loã lồ đang vùng vẫy la hét chống đỡ. Hiếu hiểu ngay có chuyện cần cứu giúp người phụ nữ, Hiếu mở đèn pha bóp kèn in ỏi và chạy xấn tới đám đông, có tên gần đầu xe, Hiếu tính nhanh đụng vào tên này cho hắn té bắt sống sẽ phanh ra manh mối. Thiếu nữ không còn mảnh quần áo che thân nằm dài giữa lộ, các xe sau chay tới, các con của Hiếu cũng biết chuyện vây bắt thêm hai tên đang núp gần đó. Thu Vân vội cởi áo khoác đưa chồng choàng cho thiếu nữ, đèn xe bốn chiếc chiếu vào thiếu nữ.

Hiếu vội mở bóp cứu thương xịt thuốc sát trùng và lấy băng những vết thương trên cổ trên vai, vừa băng hết các cuốn băng mà vẫn còn thiếu băng vì quá nhiều vết thương khắp cả người. Hiếu cho thiếu nữ uống một viên thuốc cầm máu và đợi xe cứu thương và cảnh sát tới. Trong lúc Hiếu đến băng cho nạn nhân, ông sui gái gọi cho cảnh sát và xin có xe cứu thương. Ba bốn xe cảnh sát đến hỏi nhanh nạn nhân và đưa ngay lên xe cấp cứu chở về bịnh viện, một xe cứu thương khác chở một tên tội phạm bị xe đụng té cũng có thương tích nhẹ, bị còng tay ra trước, chở về bịnh viện.

Qua vài lời nói của nạn nhân, cảnh sát biết ngay đám khốn kiếp hiếp tập thể một cô gái mới có mười bảy tuổi vừa đậu tú tài một. Ông trưởng nhóm cảnh sát nói:

- Tôi biết có nhiều nhà báo đang dự tiệc, chúng tôi có thông báo mời họ đến đồn cảnh sát gần nhà hàng phỏng vấn một chuyện về một đám hiếp dâm tập thể bị bắt đến ba tên thật hy hữu của một bác sĩ từng nổi tiếng bắt cướp bắt trộm nổi tiếng trên thế giới. Các nhà báo biết là ai bắt được tội phạm hiếp dâm tập thể rồi, hẹn mười phút nữa có mặt tại đồn cảnh sát. Giới truyền hình gọi người quay phim đang trực tại đài chạy tới đồn cảnh sát.

Một cuộc họp báo gần giữa khuya có đông đủ báo giới dự tiệc chưa về còn ở nhà hàng nhậu tiếp, chạy đến đồn cảnh sát thấy ông cảnh sát trưởng giới thiệu tiến sĩ André cùng các con bắt sống ba tên hiếp dâm tập thể, còn ba tên chạy thoát và thế nào cũng bị bắt nay mai. Ông cảnh sát trưởng nói:

- Tôi xin bái phục tiến sĩ André là một bác sĩ thiên tài Y Khoa, nay còn là một thiên tài bắt trộm cướp, hiếp dâm, có một không hai trên thế giới.

Ông cảnh sát trưởng mời tiến sĩ André tường thuật vụ bắt một nhóm hiếp dâm chưa từng có và cứu một nạn nhân thoát chết vì bọn côn đồ này đang hành hạ đánh đập dã man. Cô thiếu nữ nạn nhân can đảm lê lết trần truồng ra đường kêu cứu và đầu tóc còn ướt đẫm vì bọn côn đồ một tên vừa hiếp xong xịt nước rửa ráy cho nạn nhân và sẽ có một tên khác dùng khăn lau khô sẽ hiếp tiếp. May nhờ có nước làm cho nạn nhân tỉnh nên quyết lê lết chạy ra giữa lộ kêu cứu.

Tình cờ, bác sĩ André chạy gần đến chỗ đông người đang ở giữa đường đang đánh túi bụi vào một người nên xe chạy chậm lại và càng đến gần lại thấy một thiếu nữ loã thể máu me đầy người kêu cứu. Bác sĩ André nói tiếp:

- Tôi biết chuyện gì đã xảy ra nên tôi quyết bắt sống một tên sẽ phanh ra hết mọi chuyện, tôi lủi xe vào một tên gần đầu xe nhứt, hắn té xuống, các tên khác vội né tránh hai bên đường, ba xe sau chạy tới cũng pha đèn sáng rực, thấy bọn côn đồ, năm con trai tôi đều là bác sĩ ở viện đại học Harvard và Yale của Mỹ và cũng có học võ thuật. Chúng thấy có thiếu nữ nằm giữa đường mà không có quần áo che che thân. Các con tôi cũng hiểu chuyện gì xảy ra cho nạn nhân, thấy còn mấy tên núp sau sau gốc cây quan sát. Năm anh em chúng cùng lúc chạy vòng ra sau lưng vây bắt sống thêm hai tên. Tên nằm trên đường vì hắn bị trặt chân, không gãy chân. cũng đành chịu bị bắt. Ông thông gia gọi cảnh sát báo cáo cảnh thiếu nữ loã thể nằm giữa đường máu me bê bết toàn thân và có bắt sống ba tên tôi phạm tại hiện trường. Vì vậy, nhân viên trực thừa lệnh cảnh sát trưởng mời báo giới đến trụ sở cảnh sát sẽ có cuộc họp báo sốt dẽo.

Trước báo giới, ba tên tội phạm khai là bắt cô nữ sinh từ mười giờ sáng vì gia đình cô ở cùng xóm nên biết cô giờ nào đi học hay đi chợ. Nay thấy cô đi một mình nên chúng rủ nhau cả sáu tên bắt cô dẫn vào chỗ vắng có cây cối um tùm và ở đó có vòi nước, có dây và vòi phun nước tưới cây. Sáu đứa bắt cô này dù dãy dụa kêu cứu bị chúng bịt miệng và cũng là khu vắng mà cũng gần con đường chính chạy ngang qua xóm. Cả sáu tên đều có hiếp qua mỗi đứa hai lần, nạn nhân mê man nên chúng xịt nước rửa cho sạch sẽ và làm cho nạn nhân tỉnh, chúng luân sẽ phiên hiếp tiếp. Nạn nhân quá khôn, dù tỉnh cô vẫn nhắm nghiền mắt, chúng tôi tưởng cô chưa tỉnh có phần lơ là. Cô ta cố dùng hết sức còn lại vụt đứng dậy chạy lê lết ra đường kêu cứu cũng đã tối quá rồi nên không có xe chạy qua lại. Cô vẫn quyết liệt chống cự, đánh lại chúng tôi ở giữa đường nên chúng tôi mới đánh cô ta. Qua các lời khai của ba tên, biết rõ ba tên chạy thoát có thể bị bắt trong đêm nay hay ngày mai.

Hiếu xin phép ông cảnh sát trưởng mời báo giới đến thăm nạn nhân coi tỉnh hay chưa, báo, đài chụp hình quay phim. Hiếu nói lớn:

- Cô có tỉnh mở mắt ra chào báo giới. Hiếu nói tiếp, hội từ thiện của chúng tôi sẽ lo hết mọi tốn phí và sẽ lo giúp cô ăn học ở bậc đại học, chúng tôi giúp hết. Khi có gia đình đến thăm, cô nói để cô nằm bịnh viện đến khi nào chửa thật lành các vết thương. Tôi sẽ đến đóng tiền cho cô nằm bịnh viện hai tuần, chưa thiệt hết, chúng tôi sẽ cho cô ở lại bịnh viện tiếp, hội chúng tôi sẽ đưa cô về nhà.

Nạn nhân, mở mắt gụt gặt đầu và chảy nước mắt mà không nói thành lời. Hiếu thấy quá tội nghiệp, vội móc bóp lấy tập sách ký tặng cho cô mười ngàn mỹ kim và nói đây là tiền riêng của tôi, còn hội từ thiện sẽ còn giúp cô nhiều hơn.

Các ký giả Pháp nói với mọi người trong bịnh viện và cảnh sát đứng quanh:

- Bác sĩ André quả là tấm gương nhân ái cao quý, một nhân tài và thiên tài của thế giới chỉ biết giúp đời. Chúng tôi hứa sẽ giúp phổ biến tin tức Hội từ thiện của bác sĩ André, đặc biệt hôm nay, ca giúp nạn nhân bị cưỡng hiếp đầu tiên tại Pháp.

Chúng tôi vừa được biết giám đốc điều hành trụ sở của Hội tại Paris là cựu Đại Sứ Pháp, chúng tôi lại càng quan tâm giúp phổ biến tin tức của hội. Mọi người vỗ tay hoan nghênh. Bác sĩ André xin phép bắt tay nạn nhân và coi xem thân nhiệt nạn nhân ra sao. Nạn nhân cố gắng đưa hai tay nắm tay ân nhân, dù một tay bị gãy phải băng bột. Bác sĩ André nói thân nhiệt của cô còn nóng, tôi sẽ đề nghị bịnh viện cho thêm thuốc giảm nhiệt và cô phải uống sữa thật nhiều trong đêm nay khi cô thức. Sáng mai cũng cố gắng uống nhiều sữa và ăn cháo loảng trọn ngày. Ngày hôm sau ăn gì cũng được, cô có tiền lẻ, thèm món ăn gì nhờ các cô y tá mua giúp, tôi chỉ có hơn một trăm, tôi đưa hết cho cô bỏ túi. Tôi ký hai chi phiếu mỗi cái năm trăm cô biếu cho hai toán y tá thường trực giúp cô. Tôi sẽ viết một mảnh giấy xác nhận là tôi có khám thân nhiệt cô và có dặn dò cách ăn uống của cô, đưa cho cô y tá trình lại bác sĩ điều trị tuỳ theo cách trị bịnh của ông ta. Khi cô mạnh, cô có đạo Công Giáo nên đi nhà thờ thường để cho tâm hồn cô khuây khoả. Cô có quyết học bằng tiến sĩ chúng tôi sẽ lo hết mọi tốn phí từ tiền trường đến tiền ăn ở, sách vở, nghĩa là chúng tôi lo cho cô từ A đến Z làm lại cuộc đời. Cô đi làm việc có tiền giúp lại người khác như chúng tôi giúp cô.

Nghe đến đâu, cô gái càng chảy thêm nhiều nước mắt. Hiếu nói gần mười hai giờ khuya, chúng tôi xin chúc cô mau lành bịnh, cô giữ danh thiếp của tôi, địa chỉ và tel ở Paris tôi có viết phía sau là văn phòng của hội. Cô có gặp trở ngại, hội chúng tôi giúp. Cô nói hộ, mai bố mẹ vào thăm cô nói vợ chồng tôi và phái đoàn chúng tôi ngày mốt về Mỹ và Việt Nam. Xin chúc hai ông bà luôn vui vẻ hạnh phúc vì nhờ hồng phúc của Thiên Chúa giúp cô thoát nạn và cô sẽ làm lại cuộc đời tốt hơn. Cô thiếu nữ cố gắng nói cám ơn và đưa hai tay bắt tay tiến sĩ Hiếu.

Sáng hôm sau trên nhiều tờ báo lớn của Paris đều có đăng tấm ảnh với cái bắt tay của nạn nhân với bác sĩ André, Khoa Trưởng Y Học của đại học Yale - Mỹ, nổi tiếng trên thế giới và ba bốn đài truyền hình loan tin và quay cảnh tặng sách của vợ, và buổi họp báo tường thuật vụ bắt kẻ hiếp dâm và tại bịnh viện.

Những hình ảnh trung thực sống động đã tác động mạnh làm dư luận thêm quan tâm, có cả chục đại công ty hứa ủng hội và hàng trăm cá nhân hay các công ty xí nghiệp nhỏ cũng ủng hộ, cho biết số tiền ủng hộ, hẹn cho nhân viên đến nhận check vì Hội mới có chi nhánh tại Paris nay qua vụ bắt được ba tên hiếp dâm. Công tác mở đầu cho ngày khai trương cứu trợ một nạn nhân mười bảy tuổi giúp cho học đến tiến sĩ nếu nạn nhân muốn, hội sẽ bao hết mọi chi phí.

Dân Pháp rất ngưỡng mộ tinh thần nhân ái của Hội, ông giám đốc chi nhánh Paris vừa trả lời điện thoại vừa ghi số tiền hứa đóng góp và con nghe ghi giúp bố tên công ty, địa chị, số điện thoại. Hai bố con vừa nghe điện thoại, bố nói con ghi những gì cần thiết. Tới giờ ăn trưa tổng kết các công ty hứa tặng cho hội hơn hai triệu hai EURO và từ đây tới chiều sẽ còn nhiều.

Hiếu đề nghị bố Philip và mẹ Jane ở lại tuần sau sẽ về Mỹ để giúp anh sui DeChamp đi cám ơn các công ty hứa tặng dữ và nhận check cũng như cấp biên lai để công ty khai trừ thuế.

Cả buổi chiều, mọi người không đi đâu hết, ngồi quanh hai điện thoại nghe các cá nhân, công ty xí nghiệp tiếp tục đổ tiền vào hội lên đến gần năm triệu Ơ Rô. Ông DeChamp quá vui mừng khoe với bạn giám đốc nhà in mời giúp hai con làm ngành truyền thông ra nhà hàng ăn hôm qua chiều nay ra ăn tiếp.

Ông De Champ gọi ra nhà hàng đặt bốn bàn, chủ nhà hàng nói, tôi tặng thêm sáu bàn vì tối hôm qua, báo đài ở Paris đồng loạt loan tin quý vị có nghĩa cử quá đẹp bắt sống ba tên lưu manh hiếp dâm và còn hứa giúp nuôi cô gái ăn học đến tiến sĩ, mọi chi phí tại bịnh viện đều được thanh toán trước. Bác sĩ André còn biếu cho nạn nhân mười ngàn tiền túi và còn cho tiền buộc boa cho các cô y tá chăm sóc. Nhiều đại gia muốn giúp hội có nói với tôi mời quý vị ra nhà hàng họ sẽ mua sách và giúp quỹ từ thiện. Quý vị chiều đi ăn, nhớ mang theo biên nhận tiền để họ khai thuế, chừng một ngàn cuốn sách, tôi sẽ vận động các đại gia mua ủng hộ mà còn biếu tặng thêm, nhớ ở nhà ký sách trước ra nhà hàng khỏi ký.

Thế là cũng là một chuyện ngẫu nhiên đâm ra nổi tiếng đáng kể và quỹ từ thiện sẽ có thêm cả nhiều triệu Ơ Rô. Cả nhà quá vui mừng khen ông giám đốc chi nhánh Paris, ngoài tiền quỹ của hội. Nay thu thêm khoảng một triệu rưỡi và sẽ còn thu thêm năm ba triệu nữa, không nạp vô quỹ trung ương xung hết vào quỹ của chi nhánh Paris. Chừng nào trung ương khai thuế chi nhánh gởi bản báo cáo tổng hết như quỹ riêng của chi nhánh ở Pháp vận động được. Còn tiền bán sách tại nhà hàng để cho tác giả giữ chi tiêu in sách.

Một ngày còn ở Pháp, ông bà Philip đi theo ông DeChamp đến những công ty lớn gần nhà, còn những vị ở Việt Nam, ngày mai cùng rời Paris như gia đình Hiếu về Mỹ. Con dâu của vợ chồng Hiếu cùng chồng hướng dẫn hết gia đình, trên hai mươi người đi tham quan nhiều danh lam thắng cảnh của Thủ đô Paris. Mọi người rất vui, ông cựu Khoa Trưởng trường Y Cần Thơ nói với ông cựu Bí Thư Sóc Trăng và mọi người lắng nghe:

- Thú thật với anh, hồi trước, tôi có học bổng du học tại Paris ba năm để lấy tiến sĩ chuyên khoa về bịnh tim, tiền trợ cấp đủ để trang trải tiền ăn ở và ngày nghỉ cuối tuần còn phải ôn bài làm gì có chuyện đi tham quan nơi này nơi nọ như ngày hôm nay. Tôi quá vui và cám ơn vợ chồng Hiếu đã luôn nghĩ đến vợ chồng già chúng tôi. Tiền hưu của tôi là Khoa Trưởng của trường Y một năm chưa bằng tiền lương một ngày của Hiếu. May là ở Việt Nam sinh hoạt khá thấp so với Pháp Mỹ nên cũng đủ sống qua ngày. Ba năm tôi sống ở Paris có đi đến tham quan Tour Eiffel hai ba lần gì đó cùng đi với bạn học, có anh cựu Bộ trưởng Y tế Nigeria và vài nơi khác mà chưa hề đi du ngoạn dòng sông Seine thơ mộng, là cột sống của Thủ đô Paris.

Ba người đến một công ty có thể nói là đang phất lên rất nhanh và thuộc đại công ty lớn nhứt nhì của Thủ Đô Paris. Vừa bước vào văn phòng, gặp ông Chủ Tịch Hội Đồng Điều Hành công ty, nhận diện ngay người bạn cũ, ông Philip đến bắt tay và giới thiệu bà Jane là vợ của ông và tiến sĩ De Champ Giám Đốc Điều Hành cơ sở của Hội từ thiện tại Paris. Ông chủ công ty, nói liền:

- Anh Philip, anh còn sống thật à! Xin lỗi năm xưa nghe anh uống thuốc tự tử vì anh khai phá sản. Chúng ta là bạn thân nhau, khi nghe tin anh phá sản, tôi còn nợ anh hai triệu đô, nay trả lại anh hai triệu Ơ Rô, không có trả tiền lời nghe. Ông Chủ Tịch đại công ty nói:

- Hôm nay anh đi với ông De Champ, tôi có nghe biết danh tánh ông, đã có vài lần tôi có đến toà Đại sứ Pháp ở Hoa Thịnh Đốn chào hỏi ông. Anh Philip, bây giờ làm gì trong Hội từ Thiện. Ông Philip thuật lại mọi diễn biến trong cuộc đời của ông, tôi dự định tự tử lần cuối mà chắc chắn tự tử là phải chết. Vợ tôi ly dị tôi khi tôi khai phá sản, bốn con tôi theo mẹ, bỏ tôi hết.

May tôi gặp cô Jane cùng học một trường với tôi, dưới tôi hai lớp, cô đang là Khoa Trưởng Xã Hội Học của Harvard, động lòng thương tôi vì hồi xưa cô thầm yêu trộm nhớ tôi mà tôi giả nai, làm ngơ. Nay cô tự nguyện nuôi tôi suốt đời, bạn nghĩ coi trên đời này làm gì có người có tiền lương nửa triệu năm lại yêu một anh chàng khố rách áo tơi mà cô chưa biết tôi sắp tự tử. Vì vậy, tôi muốn chết mà không thể chết vì tấm chân tình của người vợ yêu quý - cô Jane. Hôm nay, trời xui đất khiến gặp bạn cũ, hồi xưa tôi và Roger là bạn thân nhứt của tôi tại Pháp, chúng tôi ăn chơi xả láng. Nay tôi gặp bà Jane tôi đã "quy y" theo bà cho trọn đời hết kiếp trần ai này. Ông Philip kể vụ thành lập hội từ thiện và qua tập Hồi Ký của người bạn nối nghiệp Jane làm Khoa Trưởng ở Harvard và vụ bắt ba tên dâm tặc tối hôm qua. Ông chủ tịch công ty nói:

- Từ nãy giờ, tôi làm mất thì giờ của ba vị nhiều, tôi xin bồi thường bằng cách đóng góp ngay hôm nay hai triệu Ơ Rô để giúp cơ sở Paris chưa khai trương mà đã tỏ rõ lòng nhân ái cao cả cứu giúp nạn nhân. Năm tới, công ty của chúng tôi không giúp cơ sở từ thiện nào khác mà giúp cho quỹ tại Pháp năm triệu Ơ Rô và có thể giúp dài dài, còn các hội từ thiện khác cũng giúp đại khái tượng trưng thôi. Ông chủ tịch hỏi:

- Cả phái đoàn của anh có bao nhiêu người còn ở đây hay về Mỹ rồi. Ông Philip nói, ngày mai anh em chúng tôi chia tay về Mỹ và về Việt Nam. Vợ chồng tôi còn ở lại Paris thêm một tuần, cùng ông DeChamp đi đến các công ty thông báo ủng hộ cho Hội. Ông Roger hỏi ông DeChamp có mang danh sách các công ty hứa giúp hội tôi cho nhân viên gọi mời họ đến dự dạ tiệc tôi đãi tối nay, họ sẽ ký check tặng cho Hội luôn. Bạn Philip, bà xã và vợ chồng ông DeChamp mình có thì giờ đi ăn mỗi tối tha hồ mà kể chuyện xưa. Ông Roger nói với ông DeChamp:

- Tôi với bạn Philip thân nhau còn hơn anh em ruột, nay gặp vợ chồng bạn, tôi đãi luôn một tuần. Còn những nơi nào hứa biếu tặng hội, mở tiệc mời họ đến mua sách và ký check tặng luôn, ba vị khỏi đến từng nơi mất thì giờ.

Ông DeChamp nói, Hội của chúng tôi vô cùng biết ơn ông Roger. Khi trụ sở hội xây cất xong, chúng tôi mời ông Thủ Tướng và ông cùng với ông Philip cắt băng khánh thành:

- Ồ nếu thế lại càng tốt, tôi với ông Thủ Tướng cũng là bạn thân nữa. Ông Roger nói tiếp:

- Tôi mời phái đoàn của quý anh, tôi dành bốn bàn, tôi sẽ mời thêm chừng bốn chục bàn nữa và mời ông Thủ Tướng và Nội Các, nếu chiều nay, Nội các không có họp hành thì chắc chắn quý vị đó sẽ tham dự. Xin mang theo chừng một ngàn hay hai ngàn sách, tôi giúp giới thiệu bán giúp cho tác giả. Tôi rất ngưỡng mộ muốn mua sách biếu cho hai vợ chồng tác giả có lòng thương người vô bờ bến. Anh DeChamp về gởi cho công ty tôi một ngàn cuốn và phái đoàn mang theo ít nhứt một ngàn cuốn nữa, có chữ ký của ba người càng tốt. Anh DeChamp về ký trước, còn hai ông bà tác giả cũng nên ký trước.

Khi tôi giới thiệu quan khách và ông bạn Philip của tôi thì vợ chồng tác giả ký tiếp vì ký hai ngàn cuốn khá mất nhiều thì giờ. Ông chủ tịch nói tiếp:

- Tiệc vẫn đãi tại nhà hàng mà quý bạn ăn tối hôm qua, thay vì tôi mời đi ăn trưa nay vì có hẹn khách, chiều nay chúng ta gặp nhau. Tôi đang có một ít rượu Martell Cordon Bleu, tôi xin biếu ông DeChamp một két, bạn Philip và phái đoàn ba két làm quà mang về Mỹ, tôi cho nhân viên mang ra xe của ông DeChamp. Ba bạn đi ăn trưa rồi về nhà nghỉ và ông DeChamp nhớ ký tên vào sách trước để ông có thì giờ lo giúp cho hội.

Ông bà Philip và ông DeChampne từ giả ông Roger ra về. Thấy còn sớm, ông DeChamp nói chúng ta trở về nhà ăn trưa và chúng ta nhậu cho đã vì mới đến có một chỗ đã trúng mánh, Hội của chúng ta được tặng đến hai triệu Ơ Rô và chiều nay có Thủ Tướng và Nội Các Pháp tham dự lại càng hách cho Hội.

Về đến nhà, bà vợ ra hỏi, ba người mới đi hơn hai tiếng lại về rồi. Ông DeChamp ôm hôn vợ và nói, mới đến một công ty mà Hội đã được tặng hai triệu và chiều nay còn đi dự dạ tiệc có cả Thủ Tướng tham dự nữa, ông bà Philip và anh quá vui mừng về nhà ăn trưa do bà đãi thì càng tuyệt vời nữa. Bà nói liền:

- Trưa nay chúng ta ăn steak kiểu Pháp không phải kiểu Mỹ, anh chị Philip thử so sánh coi, có Martell cordon bleu đưa cay chắc hai ông quắc cần câu, tôi và chị Jane tha hồ mà ăn. Ông bà Philip cám ơn và đi vào phòng thay quần áo, ông DeChamp gọi anh quản gia bảo ra xe mang vào phòng khách bốn két rượu.

Ông DeChamp vội bốc điện thoại gọi cho con gái, bảo thu xếp chuyến đi du ngoạn về sớm vì chiều dự dạ tiệc có cả Thủ tướng tham dự, có đến năm trăm quan khách. Sách cần ký trước hai ngàn cuốn sách chiều bán trong dạ tiệc và có sách trong bao kiếng đặc biệt biếu tặng ông Thủ Tướng, Nội Các và ông đại gia ủng hộ cho hội. Sáng nay, mới đi đến một đại công ty đã có ký tặng cho hội hai triệu Ơ Rô, chiều nay sẽ còn nhiều hơn. Phải về sớm, con đưa các phụ nữ ra thẩm mỹ diện trang điểm cho tới bến luôn ra mắt Thủ tướng và quan khách. Con gái dạ vâng mà mọi người ngồi trong xe đều nghe rõ hai bố con nói chuyện với nhau. Ai cũng vui mừng và nói, sau giờ ăn trưa, đi vòng trở về nhà cũng có vài di tích lịch sử, chúng ta vào xem và về đến nhà khoảng ba giờ.

Vợ chồng Hiếu vội ký trước chừng hai trăm cuốn, cùng nhau đi tắm xong và Hiếu lái xe đưa vợ đi ra thẩm mỹ viện gần nhà mà các cô bác, các chị đang làm tóc và trang điểm cho thêm đẹp. Còn một ghế trống, Thu Vân vào ngồi nói cho cô thợ làm tóc theo ý mình cũng như trang điểm thế nào. Hiếu chạy ra tiệm mua giấy kiếng gói sách tặng chừng một trăm cuốn, đủ màu sắc: xanh, đỏ, hồng, trắng, vàng và mỗi cuốn sách có mẩu giấy điền tên người nhận và thêm một cái nơ to cũng đủ màu sắc, mang về nhà cho các con gói sách đã ký tên đủ ba người, dán mẩu giấy người nhận còn để trống. Khi trao cho ai thì điền tên vào.

Chiều nay tác giả Thu Vân làm đẹp thấy trẻ lại hai ba mươi tuổi vừa đến nhà hàng, mọi người đều hướng mắt nhìn. Có người nói, chiều nay sao có hoa hậu hoàn vũ lọt vào đây và sau họ biết đó là tác giả tập hồi ký đầy nước đau thương của tác giả, mọi người thêm nể trọng ngưỡng mộ.

Dạ tiệc tại nhà hàng hôm qua các nhà báo đã dự rồi, hôm nay được mời nữa vì có Thủ Tướng cùng Nội Các tham dự vinh danh hội từ thiện cứu giúp phụ nữ do đại gia tỷ phú Roger tổ chức. Ký giả báo đài chiếm hết sáu bàn, phái đoàn của tác giả có bốn bàn, còn lại bốn mươi bàn mời hầu hết những chủ nhân, giám đốc công ty xí nghiệp và những nhà tai mắt, trí thức của Paris và trên một trăm nhân viên thuộc công ty của ông Roger cùng tham dự một dạ tiệc rất đặc biệt.

Đây là dạ tiệc nhằm vinh danh Hội từ thiện, tác giả tập hồi ký và cách bắt sống ba tên dâm tặc và cứu giúp nạn nhân mà báo đài có tường thuật đầy đủ hôm nay.

Khi mở đầu dạ tiệc, ông Roger, ngoài những ý nghĩa nói trên, ông còn nói sau hơn ba mươi năm, tôi hân hạnh gặp lại người bạn xưa. Nghe tin ông đã tự tử tại Mỹ, nay vẫn còn sống, tôi quá vui mừng. Tôi còn nợ hai triệu đô la, nay tôi trả lại ông hai triệu Ơ Rô và ông bạn tôi đang là chủ tịch Ban Quan Trị Hội từ thiện quốc tế này. Trụ sở mới tại Pháp đang xây cất do ông cựu Đại sứ Pháp đã về hưu làm giám đốc cơ sở tại Paris. Năm nay, công ty tôi xin biếu tặng cơ sở Paris hai triệu Ơ Rô và năm tới, nếu công ty hanh thông ăn nên làm ra, công ty chúng tôi sẽ biếu tặng cho trụ sở Paris khoảng năm triệu nữa vì qua vụ bắt ba tên dâm tạc đêm qua làm cho chúng tôi vô cùng ngượng phục, trụ sở mới cần có nhiều tiền mới giúp làm thêm đẹp cho xã hội Pháp.

Xin phép ông Thủ Tướng và quý vị, tôi xin giới thiệu người bạn thân mà tôi còn mang nợ, anh Philip, đã có sáu bằng tiến sĩ chuyên khoa, biết hơn mười ngoại ngữ, anh là một trong hai mươi nhà tỷ phú Mỹ có vài chục tỷ trở lên vào thời điểm xa xưa đó. Vì tin bạn, dùng tiền công ty tài trợ mua súng đạn nhằm lật đổ chánh phủ tại một nước ở Nam Mỹ. Cả công ty đại diện cho công ty mẹ của anh Philip bị đóng cửa, vì gây thương vong trong mấy năm nội chiến, hàng chục ngàn người chết. Khi đưa ra toà, công ty mẹ ở Mỹ liên tới chịu trách nhiệm, ngoài tịch thu hết tài sản tại Nam Mỹ còn phạt đại công ty có trụ sở chánh ở Mỹ, quy ra tiền cho mỗi người chết thành tiền gần bốn mươi tỷ đô.

Tôi xin giới thiệu bạn tôi tiến sĩ Philip và vợ là tiến sĩ Jane cả hai là người Mỹ. Thủ tướng chánh phủ và cả nhà hàng vỗ tay vang động. Hai ông bà cúi đầu chào và nói vài cám ơn Thủ Tướng và quan khách đến tham dự qua lời mời của Roger.

Kế tiếp, ông Roger giới thiệu tập Hồi ký bi thương của một nữ tác giả hiện là tiến sĩ Khoa Trưởng Xã Hội Hội Học của Harvard. Đây là tập hồi ký viết lại cuộc đời đau thương đầy nước mắt của tác giả cũng là nguyên nhân có Hội từ thiện quốc tế cứu giúp phụ nữ nạn nhân như thiếu nữ đã bị cưỡng hiếp mà tối hôm qua chồng và các con tác giả cứu nạn nhân thoát chết và còn bắt được ba tên dâm tặc khốn kiếp. Ông Roger giới thiệu tác giả và chồng, tiến sĩ André đang là Khoa trưởng Y Khoa của viện đại học Yale, người trách nhiệm chửa giúp bản thảo đúng ngữ pháp, văn phạm Anh và có viết lời giới thiệu tập Hồi ký. Còn người thứ ba là dịch giả tiếng Pháp, ông DeChamp, tiến sĩ ngoại giao cựu Đại Sứ Pháp tại Mỹ, nay về hưu và đang giữ chức giám đốc điều hành cơ sở từ thiện quốc tế tại Pháp. Xin mời ba vị lên trình bày về cuốn hồi ký trước và chúng tôi mời thêm anh chị Philip cùng nói về ý nghĩa của Hội từ thiện quốc tế của quý vị. Ông nói tiếp:

- Tối hôm qua, xe tiến sĩ André lái xe đi đầu trong đoàn bốn chiếc. Vừa đến con đường vắng, từ xa thấy có nhiều người đang ở giữa đường và đang đánh ai đó. Ông chẳng hề sợ sệt lái xe tới gần thấy có một thiếu nữ loả thể, máu me loang xuống đường bị năm sáu tên thanh niên vây đánh túi bụi, cô này kêu la cầu cứu. Tiến sĩ André linh cảm chuyện chẳng lành cho thiếu nữ. Tiến sĩ quyết giải cứu pha đèn bóp còi xe in ỏi và thấy có tên gần đầu xe, ông quyết bắt sống tên này vội lái xe chạy tới ủi mạnh tên này té nằm trên đường, các tên khác chạy ra hai bên. Bà vợ ngồi trên xe thấy rõ cảnh thiếu nữ nạn nhân không có mảnh vải che thân, vội cởi áo khoác ngoài đưa cho chồng dùng che thân cho nạn nhân.

Ba xe sau chạy tới cũng pha đèn, dừng xe lại, năm con trai hai ông bà tác giả cùng nhảy xuống tiếp cứu nạn nhân. Năm con trai của tác giả cũng là năm bác sĩ và rất khỏe mạnh có biết võ và thấy các kẻ xấu còn núp sau các thân cây sát đường, năm anh em chạy nhanh bọc hậu chận bắt được hai tên. Trong lúc đó, ông DeChamp đã gọi cảnh sát và nói phải có xe cứu thương vì có người bị thương nặng máu me đầy người.

Đến đây tôi đã nói nhiều, ông Thủ tướng cũng như tất cả quý vị muốn nghe tác giả, dịch giả và người trong cuộc trình bày rõ ràng. Ông nói tiếp xin mời quý vị lên bục.

Tác giả Thu Vân đi lên bục trước, mọi người vỗ tay và nức nở khen tác giả thuộc hàng tuyệt thế giai nhân trâm anh thế phiệt, dù cũng đã biết cô có đến tám đứa con cũng đang vào tuổi năm mươi mà nhan sắc vẫn còn xuân sắc, có sức hút như là hoa hậu hoàn vũ. Kế đến là chồng tác giả, tiến sĩ André nổi tiếng trên thế giới ngoài y học, còn nổi tiếng là giới trí thức khoa bảng tay không vẫn hạ gục và bắt sống ba tên cướp với đầy đủ hung khí, súng và mã tấu tại Indonesia. Tiến sĩ André bắt một kẻ trộm tại Mỹ vô tiền khoán hậu bằng cách treo tay tên cướp trên cửa sắt và gọi cảnh sát đến bắt đưa về bót. Nay cũng bắt ba dâm tặc tại Paris cũng vô cùng độc đáo. Người thứ ba gốc Pháp, tiến sĩ Ngoại giao, cựu Đại sứ Pháp tại Mỹ, hiện về nghỉ hưu cũng là thông gia với tác giả.

Cả ba cúi đầu chào Thủ Tướng và quan khách, mọi người vỗ tay chào mừng. Tác giả xin phép nói trước mở đầu vài câu tiếng Anh và xin phép nói tiếng Pháp có sai xin quý vị bỏ qua vì vợ chồng tôi mới học tiếng Pháp qua con dâu chúng tôi, là con gái của anh sui là dịch giả Pháp ngữ, khi nào tôi bí tôi chêm sang tiếng Anh, mọi người vui cười hoan hô.

Gương mặt tác giả đanh lại tỏ vẽ u buồn vừa thuật cuộc đời của tác giả, vừa thi đậu như tú tài hai như của Pháp. Tôi bị lừa vào cảnh bị bắt làm nô lệ tình dục cho một tên lưu manh khốn kiếp suốt ba năm từ mười tám đến hai mươi mốt tuổi. Tôi may hơn cô thiếu nữ mười bảy tối hôm qua, tôi chỉ bị một tên chúa đảng cướp giựt bắt giam cầm đày đoạ, làm nô lệ tình dục chỉ một mình hắn. Còn tội nghiệp nạn nhân tối hôm qua, cô bị đến sáu tên khốn kiếp hãm hiếp và đánh đập đến bất tỉnh, loả thể nằm giữa lộ, rất đáng thương. Nếu cô ta chịu đi học tôi sẽ giúp cô sang du học Mỹ tại Harvard hoặc Yale, vợ chồng tôi bao hết mọi chi phí từ nay cho cô học đến lấy bằng tiến sĩ. Nếu cô ở Pháp đi học thì quỹ từ thiện sẽ bảo trợ giúp cô tiếp tục học cho đến nơi đến chốn. Còn sang học ở Mỹ, chúng tôi dùng tiền túi bảo trợ cô học. Nếu cô không muốn học tiếp ở Mỹ thì chúng tôi giúp cô trở về Pháp. Cả nhà hàng vỗ tay hoan nghênh. Tác giả tâm tình cuộc đời của con người thật có nhiều éo le, đau khổ. Tôi vốn là con của gia đình giàu có trí thức ở một tỉnh của miền Nam Việt Nam, học giỏi chỉ sau chồng tôi hiện nay tại một trường trung học. Các bạn nói đùa, tôi là hoa khôi của trường, không biết có đúng không?. Nhiều người nói đúng và rất đúng ngay cả bây giờ cũng có thể Hoa Hậu của Paris.

Thu Vân cười và nói lời cám ơn quý vị đã tâng bốc cho tôi đi tàu bay giấy, tôi thấy mát mặt ghê. Mọi người lại vỗ tay khen tác giả nói rất dí dỏm.

Ở đời đâu có ai học được chữ ngờ, thay vì tôi thi vô Y Khoa, có thể thành bác sĩ. Cuộc đời khốn nạn đau khổ của tôi ập đến như vũ bão dìm tôi xuống bùn đen ô nhục. May tôi trốn thoát, tự tử bất thành, đau đủ thứ bịnh kể cả bịnh tâm thần mà vẫn chưa chết và ân nhân là bạn cũ của cứu giúp tôi khỏi chết về tự tử lần thứ hai. Nay là chồng đứng bên cạnh tôi, chồng tôi quá tài cho tôi sanh hai lần sanh đôi và sanh lần khác nữa. Chuyện tình của chúng tôi vô cùng éo le, lúc bấy giờ anh đã có vợ và vợ sắp sanh tại quê hương Áo. Chuyện tình quá khúc khuỷu quanh co, dài lắm, quý vị nên đọc trong hồi ký, tôi có thuật lại rõ. Chính chồng hiện nay cũng là ân nhân giới thiệu một giáo sư Mỹ vừa ly dị vợ xong qua Việt Nam coi mắt tôi và xin cưới tôi. Anh phải thú thật với vợ với chồng muốn cưới tôi, tôi với anh có hai đứa con riêng. Vợ anh tha thứ bỏ qua và xin hai con riêng của chồng làm con ruột của mình nữa để cho tôi không còn bận bịu vì hai con sanh đôi. Người chồng Mỹ vô cùng cao thượng biết hoàn cảnh éo le đầy ngang trái của tôi, anh nói biết như thế lại càng yêu tôi nhiều hơn. Anh chồng Mỹ nuôi tôi đi học, tôi còn nuôi con, nội trợ cho gia đình quá bận rộn. Tôi học từ từ cũng đậu BA, MA và PhD. và chúng tôi có ba con với anh chồng bị xe đụng chết trước mặt tôi. Sau ba năm để tang chồng, tôi vẫn đi dạy và lên làm Khoa Trưởng. Thật quá bất ngờ, tiến sĩ André đang là Khoa Trưởng Y học của Yale, vợ đau ung thư anh hết lòng chạy chửa mà không cứu sống chị. Sau đó chính mẹ vợ chồng tôi hiện giờ khuyến khích như là làm mai mối tổ chức đám cưới cho chúng tôi. Vợ trước của André có hai lần sanh đôi, có tất cả tám con trước khi chị Caroline qua đời. Bây giờ chúng tôi có chung con là mười sáu cháu. Cả nhà hàng vỗ tay vang dội nhiều chập khen tiến sĩ André quá giỏi, có hai bà vợ đều là hoa khôi của đại học và trung học, thông minh học giỏi đều có bằng tiến sĩ, lại sanh con đông, mỗi bà có tám con, mỗi bà hai lần sanh đôi, tiến sĩ Andé tài thật.

Tác giả xin phép nhường lời cho chồng, anh sui và xin nói thêm, có sự hiện diện của Ngài Thủ Tướng và quan khách, chúng tôi ký tặng mỗi quý vị một cuốn hồi ký để giữ kỷ niệm buổi gặp mặt vui vẻ tốt đẹp hôm nay.

Sau khi ba vị tác giả, dịch giả và người trách nhiệm phát hành sách trình bày về Hội từ thiện và về sách xong. Tỷ phú Roger mời ông Bà Philip và Jane lên báo cáo công tác và số tiền hiện có trong quỹ của Hội từ thiện thế giới giúp phụ nữ.

Mọi việc xong, ông tỷ phú Roger nói, công ty tôi đã hứa tặng cho chi nhánh là cơ sở từ thiện tại Paris hai triệu Ơ Rô, công ty mua ủng hộ tác giả một ngàn cuốn hồi ký với giá một trăm ngàn, tôi xin gởi tấm séc hai triệu cho Chủ tịch Ban Quan Trị và ông Giám đốc cơ sở Paris và một trăm ngàn cho tác giả và tiến sĩ André. Xin mời quý vị lên nhận, receipt xin gởi sau, nhân viên kế toán của chúng tôi ghi vào sổ sách để khai thuế. Quý vị nhất là các CEO, tổng giám đốc, giám đốc các công ty xí nghiệp muốn mua sách hay tặng dữ cho hội từ thiện xin thông báo cho cơ sở Paris sẽ mang sách đến công ty hay gởi qua bưu điện.

Ông Thủ Tướng lên phát biểu, tiến sĩ Roger quả là một mạnh thường quân của Paris đã xung phong ủng hộ tác giả và cơ sở từ thiện Paris. Với cương vị Thủ Tướng chánh phủ, chúng tôi vô cùng ngưỡng mộ cử chỉ cao đẹp của quý hội và tác giả tập hồi ký, tôi hứa khi cơ sở Paris xây mới xong, tôi sẽ nhân danh chánh phủ đến cùng Hội dự lễ khai trương. Nay, chánh phủ xin gởi tặng hai trăm ngàn cho cơ sở Paris và mua một ngàn cuốn sách gởi cho các Bộ tặng cho những nhân viên phụ nữ cũng với giá một trăm ngàn, cả nhà hàng vỗ tay hoan nghênh nhiệt liệt. Ông tỷ phú Roger nhờ các con của tác giả mang sách đến tặng cho từng quý vị. Tiến sĩ André nói, xin mời Thủ Tướng đứng lại cùng với ông tỷ phú mạnh thường quân Roger, ân nhân của Hội. Chúng tôi Ban tổ chức, tác giả, và dịch giả kính tặng cuốn sách đặc biệt của tác giả. Con gái của ông DeChamp mang lên hai cuốn sách có giấy bọc đẹp có cái nơ lớn nữa ngoài bao kiếng, tác giả Thu Vân, đưa hai tay kính tặng Thủ Tướng và ông tỷ phú Roger cả nhà hàng vỗ tay vang dậy. Trong lúc các con của tác giả đến từng bàn trao từng người mỗi người có một cuốn với chữ ký tặng của tác giả, dịch giả và người trách nhiệm in ấn phát hành sách. Sau mười lăm phút trao tặng sách cho hơn năm trăm quan khách xong.

- Ông Roger nói, kính mời Thủ tướng và quan khách nâng ly chúc bình an cho nhau. Năm chục chai champagne khui cùng lúc nổ vang với ba đợt vỗ tay hoan hỉ dự tiệc. Ông tỷ phú mời mọi người cùng dự tiệc vui hôm nay và cho biết quý vị nào muốn mua sách hay tặng dữ cho hội có thể lên bục phát biểu hay ngồi tại chỗ giơ tay lên, có Ban tổ chức đến ghi danh và công bố qua máy phóng thanh.

Trong suốt dạ tiệc có khoảng năm mươi người đại diện công ty xí nghiệp ghi danh ủng hộ, một công ty ủng hộ một triệu Ơ Rô, sáu công ty ủng hộ năm trăm ngàn Ơ Rô, các công ty còn lại ủng hộ từ năm ngàn đến hai trăm ngàn, với số tiền ủng hộ cho cơ sở từ thiện tại Paris xấp xỉ sáu triệu Ơ Rô và tiền bán sách gần năm ngàn cuốn trên sáu trăm ngàn Ơ Rô.

Đây là một dạ tiệc chưa từng có ở Thủ đô Paris với sự thành công vô cùng rực rỡ về bán sách và tiền ủng hộ cho một cơ sở từ thiện cũng có một chưa có hai tại Thủ đô Paris.

Tan dạ tiệc, mọi người về nhà quá vui mừng, không ngờ quá thành công ngoài sự mong ước.

Hiếu nói để cùng chung vui, con xin biếu mỗi gia đình một chai Martell Cordon bleu, năm ngàn Ơ Rô và ba MC mỗi vị mười ngàn. Bây giờ, con trao tiền và rượu, còn tập Hồi ký Pháp ngữ quý vị muốn lấy mấy cuốn làm quà biếu tuỳ nghi. Riêng phần của anh Trai chị Josephine, nhờ anh chị tư mang hộ, còn phần anh chị sui công an xin anh chị ba mang hộ. Còn phần của ông bà sui bên Úc, con dâu mang hộ về Mỹ gởi sau hay gởi hôm nay cũng tiện. Con dâu lấy hai cuốn sách, một chai rượu và tấm séc năm ngàn Ơ Rô gởi cho hai người bạn của bố ở Nigeria và Brazil, mỗi người một phần như vậy.

Sáng mai, chiều mình mới lên máy bay, sáng hai con mang ra bưu điện gởi. Còn anh sui với công anh dịch, vợ chồng tôi kính biếu lại anh chị một trăm ngàn Ơ Rô, xin anh chị không nên từ chối vì đây là công sức chung của chúng ta.

Trưa mai, chúng ta mời hai ông bà Roger và ông bà chủ nhà in ăn một bữa chia tay. Các người lớn đi ăn với khách còn các con, ba mẹ cho năm ngàn muốn ăn gì cũng được, hoàn toàn tự do. Chúng ta có mười tám vị cùng với bốn vị khách là hai mươi hai người. Con thấy ăn steak thì tiện lợi và nhanh nữa, mọi người đồng ý. Hiếu hỏi anh sui ở gần đây tiệm ăn nào nổi tiếng nhứt, mình đặt trước, đúng mười hai giờ trưa mai mình đến ăn. Nhờ anh sui mời hai khách quý cùng phu nhân đến ăn trưa.

Mọi chuyện bàn bạc xong, ai về phòng nấy. Các vị lớn tuổi ngủ trong nhà chính, còn nhà dã chiến thuê để ngoài sân cỏ cũng có đầy đủ máy sưởi ấm vì trời Paris vào dịp mùa Noel rất lạnh, may mà đêm có tiệc lại không tuyết, tối nay tuyết nhiều. Tất cả người lớn đều ngủ trong nhà lớn cho thêm ấm. Chịu chật một chút, ba chị em gái và má Caroline cùng ngủ một phòng, bố Caroline cùng anh hai, anh ba, anh tư ngủ chung một phòng, tiết kiệm được hai phòng đủ cho mọi người lớn ngủ trong nhà, tránh cái giá lạnh khắc nghiệt tối nay. Hiếu nói con muốn mọi người ở trong nhà tha hồ mà chuyện trò. Con pha trà, pha cà phê và còn ăn cháo khuya để có dịp ngắm tuyết rơi nữa, bà con ở Việt Nam ít có dịp thấy tuyết.

- Mọi người khen Hiếu có ý kiến hay, má của Caroline nói với con rể, má ở Việt Nam lâu quá nên cũng chưa ngắm tuyết như ở Áo. Còn ở Mỹ, nhà kín cổng cao tường, ban đêm ba má ngủ một mạch cho tới sáng. Ban ngày thỉnh thoảng cũng có tuyết rơi, nhưng bận vui đùa với cháu ngoại nên cũng quên ngắm tuyết. Đêm nay có tuyết nhiều, xung quanh nhà đèn sáng choang, chúng ta mặc thêm quần áo ấm, đội mũ ra ngoài đi vài vòng dưới các đợt tuyết rơi. Trong lúc tuyết đang rơi ít lạnh hơn tuyết ngưng rơi và tuyết sẽ đóng băng thành đá đi dễ bị trơn trợt.

Còn tuyết đang rơi đi dưới tuyết có cái thú vị cảm giác khá đặc biệt. Hồi tôi còn đi học trung học ở Áo, tôi rất thích đi bộ dưới tuyết cả giờ, còn bây giờ chỉ dám đội tuyết năm mươi phút cũng đã là nhiều. Quý vị ở Việt Nam chưa biết tuyết, đêm nay sẽ thấy tuyết rơi, sờ mó tuyết, còn đi dưới tuyết đang rơi cho biết.

Mới mười giờ tuyết đã rơi liên tục, mọi người trang bị thêm đồ ấm, mang bao tay, đội nón. Tất cả các vị khách trong nhà kéo hết ra ngoài xem tuyết. Các cháu cũng chưa ngủ, vội đi đến dìu các cụ đi dưới tuyết cho biết có các cháu nắm tay giữ không để té rất nguy hiểm cho người cao niên. Ông bí thư quá vui, nói:

- Trong đời mình gần tám mươi tuổi mới có dịp trải nghiệm đi dưới tuyết. Quý bà cũng thích đi dưới tuyết chỉ lo ngại bị trơn trợt té. Bây giờ có các cháu trai lẫn gái đã quá từng trải đi trượt tuyết nên giúp dìu quý cụ đi mà không sợ trợt ngã.

Mọi người vui chơi với tuyết hơn nửa giờ, cũng thấm mệt và lạnh nên vào nhà, đã thấy vợ chồng Hiếu bưng lên bàn một nồi cháo nóng còn để trên bếp, có thịt heo và tôm khô kho tiêu ăn cháo quá bắt. Vừa ở ngoài tuyết lạnh vào nhà đã ấm lại còn ăn cháo nóng ngon làm sao. Các cháu bên nhà dã chiến cũng chạy qua ăn cháo. Hiếu đã dự trù trước, nấu cả hai nồi cháo lớn và kho cũng hai nồi lớn tha hồ mà các con ăn cháo nóng.

Mọi người đều khen sếp cút Hiếu và phụ bếp Thu Vân làm món cháo trắng ăn với thịt và tôm khô kho tiêu quá ngon hấp dẫn trong lúc bụng đang đói và lạnh, ăn lại càng thêm ngon hơn tiệc tại nhà hàng lớn hồi ban chiều. Ăn cháo xong, còn ăn mè láu bánh pía uống trà và cà phê nóng thật quá tuyệt vời. Hai ông bà sui của Hiếu cũng chạy ra cùng ăn với mọi người và nói:

- Anh sui tôi cái gì cũng giỏi kể cả là sếp cút rất trứ danh vì biết rõ thời điểm có nhu cầu của dạ dày, đáp ứng đúng lúc, chúng ta ăn cháo trắng với thịt và tôm khô kho tiêu, vợ chồng tôi sẽ nhớ mãi món ăn này của anh chị sui. Cả nhà vỗ tay tán thành lời tâm tình của ông bà chủ nhà. Ăn cháo xong, các cháu dọn dẹp đâu vào đó, còn nấu thêm nước sôi pha thêm trà và cà phê luôn nóng, mang ra thêm bánh ngọt có cả mè láu, bánh pía của anh chị sui mang từ Việt Nam về, nay vẫn còn.

Bữa ăn trưa với khách quý, Hiếu đại diện bố Philip và mọi người cám ơn nhà mạnh thường quân tỷ phú Roger, bảo trợ nhiệt tình trụ sở mới của Hội từ thiện tại Paris cũng như có ông giúp giới thiệu tập Hồi ký, Qua một buổi bán sách tại nhà hàng, chúng tôi đủ tiền chi trả in ấn và chi phí linh tinh. Hiếu cũng nói lời cám ơn ông bà chủ nhà in, có con làm trong ngành truyền thông mời giúp các nhà báo hết lòng hỗ trợ Hội từ thiện và giảm tiền in sách đáng kể, chúng tôi rất đa tạ.

Xin thưa quý vị, đến đầu mùa hè năm tới, chúng tôi có tổ chức đám cưới tại Việt Nam cho năm đứa con trai lớn và hai con gái cùng lúc làm lễ cưới tại nhà thờ và tại nhà chúng tôi ở Cần Thơ. Chúng tôi kính mời quý vị bay qua dự để biết thêm một nước Việt Nam có trên tám mươi năm thuộc địa của Pháp. Nay đã trỗi dậy thay đổi hoàn toàn mới mà nền văn hoá Pháp luôn ngự trị trong lòng người Việt chúng tôi. Điển hình trong phái đoàn của chúng tôi từ Việt Nam sang, từng học trường Pháp nay thích nói tiếng Pháp như ông cựu Bí Thư Sóc Trăng, bác sĩ cựu Khoa Trưởng, ngoài học trường tây ở Sài Gòn còn du học tại Paris có gần bốn năm nghiên cứu lấy bằng tiến sĩ y khoa về bịnh tim tại đại học Y Paris. Chú thím Tín cả hai ông bà đều học trường Pháp nay là nhà thầu lớn của tỉnh Cần Thơ. Con xin mời chú thím, bố mẹ, và thầy cô bắt tay một lần nữa quý vị khách quý. Con xin mời bố đại diện cho phái đoàn mời hai gia đình ân nhân của Hội sang thăm viếng Hội chúng ta tại Sóc Trăng và dự lễ cưới các cháu tại Cần Thơ.

Bố của Hiếu bật máy tiếng Pháp ra nói với giọng thiết tha mời hai gia đình sang thăm viếng trụ sở của Hội từ thiện tại Sóc Trăng, thầy cựu Khoa Trưởng và tiến sĩ Bernard đang là Khoa Trưởng trường đại học Y Khoa Cần Thơ cũng mời hai gia đình qua thăm viếng Việt Nam và thăm trường đại học Y khoa Cần Thơ.

Thím Tín với giọng nói ngọt ngào truyền cảm đại diện gia đình Hiếu mời quý vị ân nhân qua dự các đám cưới con trai của của vợ chồng André. Hiếu cũng đứng lên cho biết hai gia đình ân nhân của chúng tôi tham dự lễ cưới năm con trai chúng tôi và cả hai cô con gái lớn của chúng tôi nữa, thay vì chúng tôi tổ chức kéo dài ba cuối tuần. Quý vị ân nhân tham dự, chúng tôi sẽ rút ngắn lại các ngày lễ cưới của cả bảy con trai và gái chỉ có hai ngày thứ bảy chủ nhựt vì quý vị đâu ở chơi lâu được. Quý vị chỉ cần qua trước một ngày dự tất cả đám cưới hai ngày sau đó, chúng tôi có tua hướng dẫn quý vị tham quan nhiều tỉnh miền quê và nhiều thắng cảnh, nổi tiếng của Việt Nam.

Chuyến đi Việt Nam của quý vị chỉ tối đa mười ngày mà quý vị dự luôn một lúc bảy đám cưới, còn lại cả một tuần dành cho du ngoạn và vài giờ ghé thăm trụ sở đầu tiên của Hội tại Sóc Trăng. Cả hai ông nói:

- Chương trình tiến sĩ Andre vạch ra thật quá hấp dẫn, chúng tôi biết thêm một quốc gia xa lơ xa lắc mà có những nhân tài nổi tiếng trên khắp thế giới, như tiến sĩ Andre, tiến sĩ Thu Vân làm vẻ vang cho cả nước Việt Nam. Chúng tôi cố gắng thu xếp sang Việt Nam một chuyến, không ở lâu mười ngày thì ở chơi với quý vị một tuần cũng vẫn tốt thôi.

Cả bàn tiệc vỗ tay hoan nghênh ông tỷ phú Roger. Sau đó, Hiếu trình với gia đình ân nhân, còn thì giờ chúng tôi chạy vào bịnh viện thăm nạn nhân. Tỷ phú Roger nghe vậy, nói, phái đoàn của quý ông quá tốt đối với một nạn nhân người Paris chúng tôi. Tôi xin phép ký một tấm séc năm chục ngàn Ơ Rô, phái đoàn làm quà mang đến tặng lại cho nạn nhân lại có thêm nhiều ý nghĩa. Hiếu cám ơn ông bà tỷ phú Roger, phái đoàn ra xe đi đến bịnh viện. Vừa vào bịnh viện đến phòng đặc biệt dành cho nạn nhân, gặp ông giám đốc bịnh viện. Ông giám đốc nhận ra tiến sĩ André vì có xem báo và tivi, ông nói với André:

- Tấm séc trả chi phí cho bịnh viện, tôi xin trả lại cho ông. Bịnh viện chúng tôi sẽ trị miễn phí cho nạn nhân đến khi nào thật lành bịnh. Hiếu nói liền, tôi sẽ ký một tấm séc khác bằng số tiền của tấm séc trước, bác sĩ giám đốc bảo tài vụ của bịnh viện huỷ bỏ dùm tôi. May có bố mẹ nạn nhân đang có mặt tại phòng riêng của nạn nhân, bác sĩ giám đốc mời phái đến viếng thăm. Vừa trông thấy tiến sĩ Andre, nạn nhân đưa hai lên chào đón và hai hàng nước mắt tuông trào:

- Mọi người rất cảm động, tội nghiệp cho nạn nhân mới có mười bảy tuổi. Bố mẹ nạn cũng chạy lại ôm hai vợ chồng tiến sĩ Andre vừa nói vừa khóc không có xe đến cứu giúp kịp thì con gái tôi nay đã không còn sống trên thế gian này.

Hiếu nói, tôi là một bác sĩ vợ tôi là nhà xã hội học cũng là nạn nhân gần giống như cháu mà nay là tiến sĩ xã hội học, Khoa trưởng phân khoa xã hội của Yale. Vì vậy, cháu noi gương tiến sĩ, phải học giỏi làm lại cuộc đời, có tiền nhiều sẽ giúp lại người khác như chúng tôi đang thực hiện. Hiếu gọi con bảo ra xe lấy ba quyển hồi ký, một quyển đặc biệt cho cháu đang nằm dưỡng bịnh, đọc và suy nghĩ, bỏ hết mặc cảm, quá khứ đau buồn ô nhục và mạnh dạn tiến lên. Cần gì có địa chỉ tác giả trong sách cứ gọi, chúng tôi còn giúp cháu nếu cháu phải chịu khó học, chúng tôi sẽ bảo trợ cho cháu học đến thành tài, tiến sĩ, bác sĩ... Tại bịnh viện có bác sĩ giám đốc, gởi trả lại tôi bốn mươi ngàn tiền viện phí. Nay tôi xin biếu gia đình cháu và một vị tỷ phú biết chúng tôi đến thăm nạn nhân có ký biếu cho nạn nhân và gia đình năm mươi ngàn Ơ Rô. Như vậy, gia đình và nạn nhân có hai tấm séc bốn mươi và năm mươi ngàn Ơ Rô, tác giả và dịch giả tập hồi ký và tôi sẽ ký tặng cho cháu một cuốn, gia đình một cuốn và một cuốn kính biếu bác sĩ giám đốc. Chiều nay phải đoàn chúng tôi trở về Mỹ và về Việt Nam.

Dù tay và chân có bị gãy của cháu, bó bột nay cũng hết đau nhức, đang hồi phục. Cháu lại khóc ngất vì quá sung sướng có đại ân nhân giúp gia đình đang túng quẩn, hai bố mẹ cháu cũng khóc cầm hai tấm séc cả hai tay đều rung vì có một số tiền quá lớn thay đổi được cuộc sống của gia đình. Sau khi ký tặng ba cuốn sách xong, mọi người lần lượt đến bắt tay cháu đang trị dưỡng và bố mẹ cháu. Ông giám đốc bịnh viện cám ơn phái đoàn từ xa xôi đến đây cứu giúp một nạn nhân đáng thương.

Lên xe về đến nhà, Hiếu nói chúng ta về phòng nằm nghỉ chừng hai tiếng, cùng nhau ra phi trường hai chuyến bay cách nhau hai tiếng, có dịp chuyện trò thêm cho vui. Ông bà bảo con gái ra tiệm mua mấy chục phần ăn, gồm pa tê sô, bánh croissant có thêm pa tê, jambon, xúc xít và vài cái bánh ngọt mang ra phi trường ngồi đợi máy bay ăn lót dạ.

Một dấu ấn khó quên cho cả đại gia đình vợ chồng Hiếu, ông bà Philip-Jane tỏ bày tình cảm sâu đậm với vợ chồng Hiếu qua chuyến đi sang Pháp lần này và gặp lại bạn cũ năm xưa là bạn cùng nhau vui thú biết bao nhứt dạ đế vương. Nay Roger vẫn còn trụ vững trên xã hội, còn vợ con còn sự nghiệp làm ăn lớn và còn quen biết nhiều, kể cả Thủ Tướng chánh phủ còn mời đi ăn cũng khá dễ dàng. Qủa thật tiền vàng với sự vạn năng sức bật của nó, đúng với câu có tiền mua tiên cũng được. Hai ông bà Philip nắm tay nhau đến nhóm chuẩn bị bay về Việt Nam, thấy có vợ chồng André đang bịn rịn với bố mẹ, từ giả con về quê Sóc Trăng, đợi đến mùa hè năm tới gặp lại các con cháu về làm đám cưới tại quê nhà.

Hai ông bà cất tiếng chào mọi người và nói vợ chồng tôi thấy vợ chồng con trai luôn gặp may mắn tốt số, chuyện gì có André nhúng tay vào đều thành công, đại thành công, chúng tôi quá vui mừng. Tôi nhận thấy, chúng ta sẽ đi vận động tiếp cho đủ một trăm triệu cho quỹ từ thiện thì vợ chồng tôi sẽ rút lui ẩn dật ở Việt Nam cho đến ngày mãn phần. Ông bà ôm hai vợ chồng André mà rươm rướm nước mắt, ông nói hai con cho phép bố mẹ về sống với hai con tại Cần Thơ. Vợ chồng André vô cùng sung sướng và nói:

- Chúng con hết lòng thương yêu bố mẹ và sẽ phụng dưỡng cho đến giây phút cuối đời. Bố Philip nói, thế là từ mùa hè năm tới về dự đám cưới của cả bảy cháu, bố mẹ sẽ về ở luôn tại nhà con ở Cần Thơ, bố mẹ đưa tiền cho con xây cất thêm ở phía sau thêm vài căn và tất cả đều cơi thêm một tầng vì càng ngày con càng có nhiều khách, nhiều cháu nội ngoại, khi tập trung hết về Cần Thơ có đủ chỗ ở cho con cháu ở quanh quẩn chúng ta cho thêm vui tuổi già.

Hiếu quá xúc cảm bật khóc, con xem bố như cha ruột của con. Con sẽ làm theo ý bố, ở phía sau, con xây thêm mỗi bên phải sáu hay bảy tám phòng, cơi lầu chúng ta có trên dưới ba mươi phòng như một khách sạn mini, nóc bằng, cũng là nơi con sẽ làm một vườn hoa lan quanh bên rìa nóc bằng. Chúng ta có thể đãi tiệc chừng vài chục bàn trên nóc bằng, có quày rượu, cà phê có dụng cụ tập thể dục... nhà kho ở dưới cũng dùng làm phòng ngủ, nhà kho dời ra gần chuồng trại nuôi gia súc. Chú Tín về Cần Thơ chạy qua nhà giúp con, phá bỏ hết cấu trúc cũ chỉ chừa phần nào có thể còn sử dụng được như hệ thống điện nước, các toi lết... Cái nền phải làm thật kiên cố vì mình ngoài cơi thêm một tầng, sân phía trước hai dãy giữ nguyên trạng. Nhà sau làm hình chữ U, phần ra vườn hoa không có xây cất để trống, trên làm luôn nóc bằng là chỗ lý tưởng để quày rượu cà phê và một tivi lớn vì ở đó thấy rõ nhiều phía, gần bao quanh hết khu nhà vườn.

Phần sau có ba mươi phòng, các con bắt chước ba má đẻ con nhiều, ông bà nội, ngoại cũng dư sức cho chúng ở và ăn, bao từ A đến Z. Mọi người cảm thấy vui lây, vỗ tay hoan hô. Con sẽ gởi bản vẽ sơ thảo về chú qua email, chú tính ngay, mướn kiến trúc sư vẽ lại. Xin phép xây cất liền cho xong trong vòng năm sáu tháng vì mùa hè đại gia đình sẽ về và các ông bà sui cũng đến. Nếu có tỷ phú Roger và ông bà chủ nhà in sang, thế nào con cũng có cách vận động giúp cho việc xây dựng đại học xá có thêm vài triệu. Chú Tín coi xem đầu ngoài chúng ta xây hai phòng đặc biệt, rộng phải gấp rưỡi các phòng khác và cả hai lầu cũng giống y như vậy, có được bốn phòng VIP. Năm tới hai ông bà Roger và chủ nhà in hai phòng trên dưới. Chú Tín nói, cháu Hiếu tính toán quá nhanh và quá hợp lý, trong lúc xin phép, chú mua trước vật liệu.

Đây là một công trình xây cất lớn mà thời gian có năm sáu tháng, phải sắp xếp thi công hợp lý, chú sẽ thuê toán làm nền ngày lẫn đêm vì nền làm phải có đủ thời gian cho xi măng thật chết thật chắt, mới xây phần trên, cũng phải đợi xây phần dưới xong, may có đường nước gần chú sử dụng nước tối đa làm cho xi măng chắt thêm, mới xây hai phần kế tiếp.

Để cho công việc thi công nhanh, chú sẽ tuyển hai ê kíp làm hai ca ngày và đêm mới chắc hoàn tất trong vòng bốn tháng phần xây cất. Phần nội thất rất lắc nhắc mất nhiều thì giờ, cháu giúp đặt hàng bên Ý bên Nhựt các thứ quý hiếm đắt tiền trang bị cho bốn phòng VIP. Các phòng còn lại nếu mua hàng ngoại quốc, cháu cũng phải mua trước như ở Ý vì chuyển đến Cần Thơ cũng mất nhiều tháng còn đồ dùng của Nhật cũng tốt và chuyển vận nhanh hơn và rẻ hơn đồ dùng nội thất của Ý. Hiếu vội móc bóp ký một tấm séc một trăm ngàn đô trao cho chú Tín về mua vật liệu trước và xin phép xây cất ngay vài ngày tới.

Mới nói tới đây các con lại báo chuyến bay của bố mẹ về Connecticut còn nửa tiếng nữa cất cánh, vợ chồng vội bắt tay từ giả và ôm bố mẹ hôn, đi nhanh lại nơi kiểm soát hành lý và vé, lên cầu thang, may mắn, máy bay đi ghé qua Connecticut đậu sát bên, thiên hạ đang xếp hàng, gia đình Hiếu đi hạng VIP lên máy bay sau cũng tốt thôi. Chiếc máy bay về cho hành khách xuống

Massachusetts cất cánh sau đó một tiếng, một số các con Hiếu học ở Harvard không về theo bố.

Sáu con nhỏ thấy bố mẹ và ông bà ngoại về chúng rất vui. Bốn đứa hai mẹ sanh đôi, nay cũng biết đứng vịn thành ghế, hai anh chị lớn đang học lớp bảy và lớp chín, ở chung phòng với ông bà ngoại, có giường ngủ riêng có bàn học riêng, có tấm chắn ánh sáng sang phòng ông bà ngoại. Bốn bé còn nằm trong giường trẻ con rộng hơn nằm trong nôi, khi nào mẹ sang thì bốn trẻ được vào phòng ngủ với ba mẹ. Chỉ có Ba thì bốn trẻ ngủ cùng phòng với chị vú. Nay chúng cũng lớn, Hiếu giao chị người Áo lo chăm sóc chính cho bốn trẻ. Còn chị vú gốc Sóc Trăng thì lo bếp núc cơm nước. Còn cơm chiều có Hiếu về phụ và thức ăn Hiếu mua mang về. Ngày nghỉ cuối tuần có vợ bay qua, Hiếu cho tiền, hai chị vú đi xe buýt đến chợ mua sắm hay ăn vặt, trưa hoặc chiều về nhà nên hai chị vú không buồn lo và thường ông chủ hay bà chủ cho thêm tiền.

Nếu muốn gởi tiền về nhà giúp gia đình, Hiếu chỉ cách gởi. Nay các chị lãnh lương tháng cứ cất để dành, đến hè về Việt Nam, xin phép về thăm gia đình cả tháng cũng được. Mỗi người Hiếu có mua cho một cái hộp sắt nhỏ để cất tiền hay nữ trang, có khoá cẩn thận. Hai chị vú lại quý mến nhau, người nói tiếng Việt, giúp người Áo học tiếng Việt và chị học lại tiếng Áo nên cả hai nói được tiếng Việt và tiếng Áo. Chị vú Sóc Trăng còn chỉ giúp ông bà ngoại tiếng Việt nên bây giờ ông bà nghe và nói tiếng Việt cũng khá, cả nhà không có trở ngại ngôn ngữ lại càng thêm vui.

Trụ sở của Hội từ thiện quốc tế tại Pháp đang có trong quỹ hơn mười triệu Ơ Rô nên không cần quỹ trung ương tài trợ, tự túc vững vàng. Ông giám đốc DeChamp ký trả lại quỹ trung ương năm trăm ngàn đã giúp cho việc xây cất trụ sở, ông nói, trung ương còn giúp nhiều cơ sở khác chưa tạo được quỹ riêng tại địa phương.

Đến lễ Phục Sinh năm tới sẽ tổ chức lễ khai trương cơ sở từ thiện tại Pháp quy mô có mời Thủ Tướng và Nội Các đến dự lễ chứng kiến. Chỉ trong một thời gian ngắn mà tại Pháp Hội đã thành hình và phát triển quá nhanh và quỹ tự có đủ sức hoạt động tự túc mà chưa cần quỹ trung ương tài trợ. Ba dãy nhà cất theo hình U của cơ sở sắp hoàn tất, mỗi dãy năm phòng, sơ khởi có mười lăm phòng. Tương lai khi có nhiều học viên sẽ cơi thêm một tầng lầu. Ở trung tâm, ở giữa mười lăm phòng một ngôi nhà hai tầng, có sáu phòng, tầng trên dành cho giám đốc, phó giám đốc và tổng thư ký. Ba phòng từng dưới, phòng tài vụ, có tủ sắt, phòng hành chánh có nhiều tủ đựng hồ sơ căn bản của cơ sở và một phòng khách tiếp tân. Còn khoảng đất trống chiều dài hơn hai mươi thước, rộng hơn mười thước, dự trù cất làm hội trường.

Giấy phép xây cất mười lăm phòng thành ba mươi phòng, cấu trúc nền móng phải xây được thêm một tầng, nay chưa có nhiều học viên cho nên chưa xây vội và dành ngân khoản chủ yếu lo giúp thiết thực cụ thể học viên phải có một nghề nuôi thân khi ra khỏi đây.

Các nghề căn bản dạy văn hoá, chống nạn mù chữ, nấu ăn, làm bánh, may cắt, giữ trẻ. Còn dự trù dạy kế toán và sử dụng máy vi tính cho những học viên có trình độ học vấn đã học từ cấp hai trở lên. Trong chương trình huấn nghệ, khi đào tạo học viên có tay nghề, cơ sở phải có thơ gởi đến các cơ sở kinh doanh giới thiệu tìm việc làm. Được nhận việc, học viên ký nhận mượn một số tiền của cơ sở lo cho bản thân khi nào có lương vững vàng cố định sẽ trả lại tiền mượn của cơ sở. Nếu công việc làm vững chắc, lương khá, cơ sở cũng rất cần sự đóng góp hảo tâm của các cựu học viên để có thêm tiền giúp quỹ cho các thế hệ sau.

Hiếu nhận được thư của cơ sở Paris cho biết công việc làm như vậy, Hiếu mời hai ông bà, ông là cựu Khoa Trưởng đàn anh của Hiếu và Hiếu tiếp nối.

Trên danh nghĩa lập Hội từ thiện quốc tế, công ty của ông đã đóng hai triệu ủng hộ rồi. Với cương vị CEO của đại công ty làm tay chân giả, quá bận rộn trong công việc sản xuất và lắp ráp tay chân giả và nhiều bộ phận giả khác trong cơ thể khi nhận được nhu cầu đặt hàng. Trụ sở chính tại Mỹ đã có nhiều chi nhánh ở Á Châu và Nam Mỹ, nay muốn đặt một chi nhánh tại Paris.

Dịp may đã đến, Hội từ thiện mở cơ sở tại Paris thì quá tiện lợi, mời ông giám đốc cơ sở từ thiện kiêm nhiệm chi nhánh lắp ráp tay chân giả tại Pháp và đại diện cho cả lục địa Âu Châu. Ông giám đốc cơ sở từ thiện tại Pháp là cựu đại sứ Pháp ở Mỹ lại là thông gia với Andre. Ông George có đề nghị:

- Trước mắt, chi nhánh lắp ráp mướn luôn năm phòng một dãy để làm nơi lắp ráp tay chân giả và có mở lớp huấn luyện lắp ráp ưu tiên dành co các học viên của cơ sở từ thiện. Như vậy, các học viên cơ sở từ thiện không có tự ti mặc cảm, được tuyển học nghề sẽ có lương cố định càng ngày càng cao theo đúng luật lao động. Có sự cộng tác của chi nhánh lắp ráp tại Âu Châu sẽ giúp rất nhiều tài chánh cho cơ sở từ thiện. Chỉ cho thuê năm phòng chưa có học viên thừa trang trải mọi tốn phí của cơ sở từ thiện.

- Khi chi nhánh Paris của công ty có nhiều khách hàng, công ty sẽ bỏ tiền xây thêm một tầng cho năm phòng để cho nhân viên làm việc ở trên. Năm phòng tầng dưới là nơi chứa các tay chân giả từ Mỹ hay các nước Á Châu, trong đó có chi nhánh tại Việt Nam đã có xưởng sản xuất sản phẩm với giá thành rẻ hơn ở Mỹ gởi qua, sẽ cạnh tranh với các công ty sản xuất tay chân giả ở Âu Châu và Phi Châu. Ông Phó Chủ tịch nói với ông bà Philip và vợ chồng Hiếu như vậy.

Chúng ta coi như anh em trong một gia đình. Tôi có để tên Andre đóng góp năm triệu mua cổ phần, tới nay qua hơn mười năm vốn lời hơn mười lăm triệu. Tôi lấy năm triệu của tôi ra trước, sau vài tháng Hiếu rút bớt ra năm triệu, còn lại gần bảy triệu tiếp tục đầu tư mua cổ phần. Tôi đã đưa tên Andre vào danh sách Cố vấn của đại công ty cho nên mình mua cổ phần thêm hay rút bớt dễ dàng hơn người ngoài. Khi Andre về hưu tôi sẽ đề nghị mời Andre làm phụ tá tôi đặc trách vùng Á Châu mà ở Việt Nam có hai cơ xưởng vừa sản xuất vừa lắp ráp, giá thành rẻ dưới một nửa sản phẩm sản xuất tại Mỹ, Andre còn đi thanh sát hai chi nhánh ở Indonesia, Philipine. Ông Philip nói:

- Bạn quá tốt với con trai tôi, vợ chồng Andre, có thêm tiền sẽ nuôi vợ chồng tôi suốt đời tại Việt Nam và an táng tại Việt Nam trong phần nghĩa trang nhỏ của gia đình chỉ có khoảng mười người, trước sân nhà Andre ở Cần Thơ. Ông Philip tiếp:

- Vợ chồng Andre sẽ tổ chức đám cưới năm con trai và hai con gái vào đầu mùa hè tại Cần Thơ chỉ có hai ngày thứ bảy và chúa nhựt vì có hai tỷ phú ở Pháp sang dự không có nhiều thì giờ, để dành ít ngày cho hai ông có chuyến du lịch Việt Nam như Vịnh Hạ Long, Đà Nẵng, Nha Trang, Vũng Tàu và về Sài Gòn có chuyến bay về Pháp cùng với Giám đốc cơ sở từ thiện Paris. Nếu vợ chồng bạn thu xếp được thời giờ nên cùng bay qua Paris, kết nối với đại công ty của ông tỷ phú có hàng trăm công ty xí nghiệp vệ tinh khắp Âu Châu, Phi Châu và Nam Mỹ, lồng thêm sản phẩm lắp ráp tay chân giả, hai bên đều có lợi. Ông George nói:

- Anh Philip quá cao kiến, tôi sẽ làm theo anh, cố gắng bay qua Pháp và Việt Nam. Tôi hỏi thật, anh chị Philip quyết ở chung với gia đình con trai Andre sống và chết chôn cất tại Cần Thơ. Như vậy, hai ngôi mồ liền kề nhau xây trên một thế đất khá đẹp, tôi có dịp đưa đám tang vào nghĩa trang, tình cờ gặp ngôi mộ, hai anh chị sống chết có nhau. Nay, hai anh chị sẽ không an táng tại Mỹ, thay vì bán cho người khác vừa rẻ vừa mất thì giờ. Tôi sẽ mua lại hai phần mồ chỉ sang tên và làm lại tên mới. Tôi xin gởi hai anh chị hai trăm ngàn, nếu thiếu anh chị ráng chịu nghe. Bố Philip nói với con Andre:

- Lấy chai rượu mạnh, ba chúng ta làm một ly cho ấm lòng vì bạn của bố hôm nay nói cái gì cũng hay, bố quá sung sướng hạnh phúc có người bạn tuyệt vời. Ông bạn của Philip còn nói tiếp:

- Bây giờ, tôi quá bận không giúp gì thêm cho Hội, tôi biếu tặng thêm một triệu cho quỹ trung ương và một triệu cho quỹ tại trụ sở Paris để làm quen và mời anh sui của Andre thay chỗ tôi và mời bà xã của ông giữ chức Phó Chủ Tịch II. Andre cũng vậy giữ chức Tổng Thư Ký và bà xã làm Phó Tổng Thư Ký. Người này bận có người khác thay thế. Cả ba cảm thấy hài lòng ý kiến hay của ông Phó Chủ tịch George. Andre cho biết:

- Tôi sẽ gởi email cho thông gia tôi biết buổi họp của chúng ta và mời anh qua Mỹ cùng họp với chúng ta về tương lai, có ngày anh qua Mỹ tôi sẽ gọi mời niên trưởng tôi họp và bàn giao công việc.

Hiếu thảo sẵn bản hợp đồng như đã bàn, gởi cho niên trưởng đọc trước, thêm bớt, chỉnh lại, đợi anh DeChamp qua trao cho anh đọc trước khi có cuộc họp chính thức tại nhà Andre ở Connecticut.

Từ Paris bay sang, hai ông bà DeChamp đến Connecticut chiều tối thứ sáu vì biết có bà sui cũng bay qua chiều thứ sáu. Sáng chúa nhựt có buổi họp tại nhà Andre lúc mười giờ và sau đó cả nhà kể cả ba má Caroline và tất cả các con cháu, bốn cháu nhỏ nhứt, chị vú cùng đi ăn cơm Tàu.

Ông Giám đốc cơ sở từ thiện Paris mời hai ông bà George thu xếp qua Paris cho ý kiến năm phòng liên tiếp, phòng nào không cần có vách ngăn để phòng thêm rộng. Theo bản vẽ đều có toi lết riêng kể cả lầu cũng vậy, vì từ chỗ làm việc biến sang nhà ở cũng tiện. Ông DeChamp nói:

- Tôi đề nghị ông CEO đại công ty chân tay giả lắp ráp tại Mỹ cần mở cửa ra vào riêng cho tiện, không đi chung cửa bên cơ sở từ thiện, tôi chỉ chỉnh sửa lại bản vẽ trước khi thi công làm cổng ra vào, tôi sẽ giới thiệu giới tài phiệt ở Paris và đặc biệt là ông tỷ phú rất hào sản và là bạn thân của ông Philip. Khi ông sang Pháp nên mời ông bà Philip đi cho vui, ở nhà tôi và công trình xây dựng cơ sở từ thiện trên đất nhà của tôi mà hội không phải trả tiền thuê đất.

Ông DeChamp vừa biết thêm bạn mới và nhận nhiệm vụ Phó chủ tịch của hội từ thiện quốc tế, kiêm nhiệm giám đốc cơ sở Paris và nhận một triệu đô cho riêng quỹ của Paris và trung ương cũng có một triệu đô nữa. Buổi họp kéo dài chỉ hơn một tiếng, cả ba gia đình cùng uống trà và bàn nhiều chuyện về thời sự quốc tế. Hiếu nói với con dâu Pháp biết bố mẹ thích món ăn gì của Tàu, con và chồng con ra nhà hàng trước đặt thức ăn, đặt trên mười món, còn thừa mình còn to go.

Hiếu gọi hai đứa con trai đưa ông bà ngoại và các em cùng hai chị vú đi đến nhà hàng trước. Bố mẹ và sáu người lớn sẽ tiếp đi sau, Hiếu mời hai ông bà thông gia đi theo xe của ông niên trưởng có dịp tìm hiểu thêm, còn Hiếu chở bố mẹ Philip. Bận về Hiếu chở hai thông gia về, niên trưởng khỏi phải đưa về nhà.

Theo lời mời, hai ông bà CEO đại công ty sản xuất và lắp ráp chân tay giả cùng hai ông bà Philip bay sang Paris, xem lại bản vẽ và chỉnh sửa cũng mở thêm cửa ra vào riêng cho công ty và năm phòng này cửa quay mặt ngược ra parking không quay cửa ra vào văn phòng chánh như bản vẽ. Như vậy thay đổi luôn vị trí toilet ngược chiều của năm phòng cho công ty thuê. Cùng chung một thửa đất, hai cơ sở có hai công việc biệt lập nhau.

Sang Pháp, ông Philip và ông CEO George kể như hàng ngày, buổi chiều nào cũng ăn cơm chung, bàn chuyện làm ăn hai ông tỏ vẽ tâm đầu ý hợp, các doanh nghiệp của tỷ phú Roger nay quảng cáo có thêm mặt hàng tay chân giả và cơ ngơi lắp ráp hoàn chỉnh miễn phí lắp ráp một năm đầu thu hút khách hàng và cả bảo hành một năm. Vì vậy, phải có chuyên viên hướng dẫn nhân viên lắp ráp mới dễ bán chân tay giả. Công việc này, bác sĩ Andre là bậc thầy, Ông Philip nói:

- Mình tổ chức một khoá tập huấn chừng ba ngày tại Paris, các doanh nghiệp có bán chân tay giả của đại công ty của Roger khắp nơi trên thế giới cử nhân viên về học qua sự chỉ dẫn và thực tập tại phòng họp của ông Roger. Thứ sáu học hoàn toàn lý thuyết và hai ngày thứ bảy chúa nhựt chuyên về thực tập.

Tôi nghĩ, bác sĩ Andre đứng trên sân khấu hướng dẫn và biểu diễn từng động tác, có người thạo việc đến từ học viên, chỉ giúp thêm, khoá tập huấn chừng năm chục người, mỗi tháng tổ chức một lần hay hai lần. Nếu hội trường rộng, có thể tổ chức trên năm chục người, hai học viên luân phiên thực tập. Còn học viên ở Pháp, mình chọn các học viên nữ của cơ sở từ thiện vì việc lắp ráp tay chân giả thích hợp cho giới phụ nữ khéo tay làm năng suất còn cao hơn nam giới.

Ông Philip đề nghị mời bác sĩ Andre qua tập huấn cho chừng vài chục nhân viên của công ty của ông Roger, làm thêm ngoài giờ ban đêm. Bác sĩ Andre dành hai ngày thứ bảy chúa nhựt hướng dẫn nhân viên nồng cốt của cơ sở lắp ráp tay chân giả, phụ nữ càng tốt. Đó là cán bộ trụ cột về lắp ráp giúp bác sĩ Andre thuyết giảng trên bục và lắp ráp mẫu để ai đã có học qua chỉ giúp lại các học viên thực tập cho thật đúng. Ba người bạn bàn thảo thêm chi tiết trong các bữa ăn kể cả ông DeChamp. Chỉ trong ba ngày thứ sáu thứ bảy và chúa nhựt đã xong công việc. Trưa thứ hai, hai ông bà CEO bay về Mỹ và để hai ông bà Philip ở lại chơi thêm một tuần và giúp ý kiến cho ông DeChamp về xây cất mười lăm phòng.

Ông Philip nói công ty của ông Roger tổ chức tập huấn nghề lắp ráp tay chân giả, mình cho ông ta thuê cho nhân viên ở xa về học mấy ngày và nhiều khoá, cơ sở cũng lấy lại một số tiền cũng bộn. Ông Philip đề nghị:

- Năm phòng ngang, cơi luôn lầu hay cả mười lăm phòng đều cơi lên lầu và ông CEO công tay chân tay giả chịu tốn phí cho năm phòng lầu. Cơ sở từ thiện của mình chỉ phải trả cho mười phòng tầng trên. Cơ sở xây hai tầng lại càng thu hút mọi người, nhứt là ông Thủ Tướng đến khánh thành cũng có thể chánh phủ sẽ trợ giúp thêm tài chánh cho cơ sở từ thiện tư nhân đồ sộ hoành tráng như là khuyến khích cùng đồng hành với chánh phủ giúp xã hội.

Ông DeChamp nói ông Philip có ý kiến hay. Ngày hôm sau, hai ông gặp thầu khoán nói thay vì xây chỉ có tầng trệt, nếu ông thầu khoán xây luôn mười lăm phòng từng trên tính giá hữu nghị giúp cho cơ sở từ thiện bất vụ lợi của chúng tôi, thời gian cũng gần như xây chỉ xây từng trệt, đổ mống nền trước từng dãy, xây từng trệt xong hết, sẽ xây lầu. Nếu ông tính giá hữu nghị và phải mua vật liệu và mướn thêm thợ, Hội sẽ ứng trước cho ông một nửa, gần xong ứng thêm và hoàn tất ngày nào trả tiền hết liền ngày đó. Ông thầu khoán cũng thông cảm, tôi chỉ lấy giá mỗi căn tầng lầu bằng 60% tầng dưới vì khỏi phải làm nền mống.

Ông làm xong ba mươi phòng này tiền bạc xong xuôi, chúng tôi sẽ còn xây tiếp văn phòng cũng hai tầng và một hội trường ở trung tâm có các phòng làm việc. Riêng năm phòng đầu gần parking sẽ xây ưu tiên, trên năm lầu xây giống như các phòng ở tầng trệt và vách ngăn riêng biệt từng phòng. Tầng dưới, năm phòng, giữa phòng một và hai không có vách ngăn, phòng bốn và năm cũng vậy. Tôi sẽ nhờ kiến trúc sư sửa lại bản vẽ một chi tiết nhỏ đó, đồng thời cửa năm phòng dưới quay ra hướng parking, không quay vào trung tâm như tất cả các phòng khác và toi lết thay đổi chỗ tránh cửa ra vào. Ông CEO công ty chân tay giả hỏi:

- Năm lầu cơi thêm khoảng bao nhiêu, ông DeChamp đáp khoảng một trăm năm chục ngàn trở lại. Ông CEO nói tôi ký thêm cho Hội từ thiện Paris hai trăm ngàn đô như trả trước tiền thuê trong mười năm. Nếu công ty tiếp tục giữ làm việc sẽ ký hợp đồng khác với Hội cũng giữ năm phòng dưới công ty cũng thuê mướn mười năm cũng trả tiền trước giúp cho cơ sở từ thiện của chúng ta sáng lập. Tôi bận việc của công ty nay anh DeChamp thay tôi công việc của Hội chắc chắn tiến triển nhanh, tôi vô cùng biết ơn.

Chúng ta có bốn cặp, Andre trẻ nhứt, anh chị Philip, anh chị DeChamp và vợ chồng tôi. Cả bốn gia đình chúng ta kết hợp làm ăn và nay có thêm ông tỷ phú Roger cũng giúp công ty tay chân giả nữa, chúng ta sẽ ăn nên làm ra. Tôi đề nghị mời anh DeChamp làm phó chủ tịch thay thế tôi, và kiêm chức tổng giám đốc các cơ sở ở châu Âu và Phi châu, và cả trụ sở đặt tại Paris.

Còn anh Philip cũng cần có danh nghĩa trong công ty để công ty đài thọ cho anh chị thêm một ít tiền chi phí và tôi ứng trước mỗi người hai triệu rưỡi mà tôi đã lấy lại của Andre để mua cổ phần ưu đãi của công ty. Khi Andre đại diện ở Á Châu cũng có tiền công tác phí khi đi đây đó, ngoài tiền lương tháng đủ chi tiêu. Đặc biệt là có lời cao hơn các cổ đông vì là thành viên của Hội Đồng Quản Trị đại diện cho một khu vực rộng lớn.

Trên lầu chỉ làm văn phòng, ba phòng. Hai phòng còn lại trang hoàng làm phòng ở dành riêng cho khách phương xa, phải có một phòng cho giám thị kể cả vợ con ở hẳn đây như là quản gia lo hết công việc của công ty dưới sự giám sát điều hành của ông giám đốc chi nhánh Âu Châu. Để cho dễ làm việc và có tiền lương hai đầu, anh chồng với nhiệm vụ quản gia, chị vợ lo khâu vệ sinh cho mười phòng cũng như lo nấu trà pha cà phê khi có khách viếng. Cái phòng đặc biệt dành cho khách phương xa như anh chị Philip hay vợ chồng tôi muốn sang làm việc hay thăm anh chị anh DeChamp, tỷ phú Roger. Chúng tôi có chỗ ở đàng hoàng không phải ở khách sạn cũng có mua xe để làm việc.

Đầu tiên chỉ có một anh quản gia, nếu có nhiều khách hàng phải lo chuyên chở, đóng bao bì gởi đi xa phải mướn thêm nhân viên đặt dưới quyền anh quản gia. Còn việc văn phòng kế toán, ban đầu chúng ta thuê mỗi khâu một người, khi có công việc nhiều phải tăng thêm nhân viên.

Bên cơ sở từ thiện có học viên ngoan, phục thiện có khả năng cho họ tập sự công việc kế toán nhỏ. Dần dần lên kế toán quy mô và công việc hành chánh văn phòng cũng như thu xếp hồ sơ cũng phải học, thực tập, tiền lương không thua kém công chức cùng công việc. Nhưng làm việc cho công ty tư nhân, việc nhiều, lời nhiều mọi người được tăng lương hàng năm hay có tiền thưởng đặc biệt mà công chức thì không có. Và cũng có trường hợp công ty không lời phải bù lỗ chi phí, nhân viên có thể giảm xuống hay giảm lương và phải thực thi đúng luật lao động và qua hợp đồng làm việc phải có thông báo cho nghỉ việc hay giảm lương.

Dù việc thuê mướn nhân viên chưa tiến hành và sắp sửa làm việc, cần phải có luật sư riêng của hảng, của chi nhánh, cơ sở... Vì các nước văn minh, tự do, dân chủ có cả một rừng luật bảo vệ cho quyền lợi của mọi người. Không có luật rừng như các nước còn yếu kém về dân chủ tự do và bình đẳng cho mọi người trước pháp luật. Chưa nói các nước độc tài có nền tư pháp què quặt, nhiều trường hợp bản án đã được sắp xếp trước khi Toà tuyên án.

Cơ sở từ thiện chưa khai trương, dù đã có giấy phép hoạt động và được cả Thủ Tướng Chánh Phủ Pháp hoan nghênh và hỗ trợ cả hàng trăm ngàn Ơ Rô để giúp xây dựng cơ sở và hoạt động ngay càng sớm càng tốt. Chưa khai trương mà Hội đã thật sự cứu giúp cho thiếu nữ mới mười bảy tuổi bị sáu tên dâm tặc cùng cư ngụ trong cùng một khu vực, hãm hiếp tập thể. Khi thiếu nữ chạy trốn bị vây bắt đánh đập tàn nhẫn, máu me đầy người nằm bất tỉnh giữa lộ không có một mảnh vải che thân. May mắn có bác sĩ Andre quốc tịch Mỹ và Việt Nam, là tổng thư ký của hội từ thiện cứu giúp phụ nữ và đã gầy dựng trụ sở của Hội từ thiện tại Paris. Vì công trình xây dựng cơ sở chưa xong mà có gần bốn chục trường hợp thương tâm vì bị cưỡng ép tình dục hay bị bạo hành trong gia đình cần có nơi nương tựa chờ luật pháp giải quyết. Còn có hàng trăm vụ mại dâm, đứng đường mà cảnh sát muốn gởi vào lò phục hồi nhân phẩm vì phòng giam của cảnh sát không còn chỗ. Ông giám đốc nêu lý do cơ sở chưa xây xong và việc phục hồi nhân phẩm của gái buôn hương bán phấn có Bộ Xã hội phụ trách. Còn hội sẽ cứu giúp những gái bán dâm bị ép buộc hay mua đi bán lại đến bịnh hoạn không tiền chữa trị. Hội cứu giúp một thời gian ngắn hay dài hạn, sẽ chuyển qua cơ quan Y tế hay Bộ Xã hội.

Hiện nay việc xây dựng cơ sở chưa xong, Cơ sở Paris có trình về trung ương mướn hai cái nhà tiền chế chỉ giúp chừng năm chục người trở xuống, chờ đợi cơ sở xây dựng xong mới nhận tiếp. Cơ sở Paris dành một phòng cho nạn nhân bị cưỡng hiếp tập thể, không du học sang Mỹ và hẹn khi tốt nghiệp bốn năm đại học ở Pháp và muốn tiến lên lấy bằng tiến sĩ như tác giả trong tập Hồi ký, chừng đó gõ cửa Hội hay gia đình đại ân nhân bác sĩ Andre.

Thiếu nữ nạn nhân Antoinnette đầu tiên của Hội cứu giúp. Cô và gia đình thỉnh cầu Hội cho tạm trú khi cô học hết đại học bốn năm, rồi tính sau ra đi làm hay còn học nữa hay xin qua Mỹ du học. Ngay bây giờ, nạn nhân phải xa gia đình bốn năm để cho bà con xóm riềng quên tai nạn đau khổ ô nhục năm xưa. Chừng đó Hội cho phép cô trở về với gia đình dù bây giờ có cả trăm ngàn của bác sĩ đại ân nhân và nhà tỷ phú Roger tặng cho nạn nhân và gia đình dù nhà cửa xây dựng lại khang trang rộng lớn hơn xưa.

Ba mẹ của nạn nhân nói Hội đã ra tay cứu độ cho con gái tôi, chúng tôi phải có nghĩa vụ đền đáp. Nhờ có tiền cứu giúp của các đại ân nhân, chúng tôi dành tiền mua cho con một chiếc xe Peugeot mới cho con đi học ít nguy hiểm và có phương tiện giúp Hội trong những ngày đầu còn thiếu phương xe cộ và nhân viên. Sau giờ học, con gái tôi tiếp giúp ông giám đốc công việc văn phòng hay mua sắm văn phòng phẩm hay Hội có thể sử dụng xe, ngoài giờ đi học, đang làm việc tại văn phòng hay tại phòng ở. Cháu Antoinnette tiếp lời bố:

- Con sẽ giúp ông giám đốc tìm chừng ba cô nữa, tuổi còn nhỏ càng tốt và phải có trình độ học vấn "sơ gồng đe" hay đang học đại học sẽ là nhân viên nồng cốt giúp lại Hội, như sẽ giúp việc lắp ráp tay chân giả mà cơ sở Hội cho công ty đó mướn mà chúng tôi nghe lén biết được. Hội của mình phải là một trung tâm lắp ráp tốt vì ở ngay kho tay chân giả. Tôi còn nghe danh tiếng đại ân nhân bác sĩ Andre là bậc thầy chỉ dẫn các bác sĩ ở Á Châu rất nổi tiếng trên thế giới khâu lắp ráp tay chân giả. Hội của mình cũng mở cửa hàng bán tay chân giả và lắp ráp tại Paris cũng như có quày bán sách tập Hồi Ký cạnh các tay chân giả, hội chỉ nhận một nửa giá bán và một nửa giao hoàn lại cho tác giả. Ông DeChamp nói:

- Con gái của ông bà lại có cùng tên với con gái tôi, lại càng thêm quý mến, vợ chồng tôi coi như là con nuôi nếu hai ông bà cho phép. Bố mẹ chấp hai tay và rưng rưng nước mắt nói lời cám ơn, Antoinnette lại ôm hôn mẹ nuôi. Ông giám đốc nói con Antoinette chưa qua mười tám tuổi mà con có ý nghĩ quá cao siêu sẽ giúp hội ở tương lai. Khi tôi về hưu bên Hội từ thiện, lúc đó con đã thành tài, bố sẽ giao hết cơ sở cho con quán xuyến. Ông nói:

- Tôi tiên đoán con chúng ta sẽ đi theo con đường của tác giả tập Hồi ký, con sẽ giàu sang phú quý cũng có bằng tiến sĩ như ai, làm lại cuộc đời mới vô cùng cao đẹp lại còn giúp xã hội và giới phụ nữ thêm thăng hoa cuộc sống.

Ngày mai, bố ký văn thư bổ nhiệm con làm chánh văn phòng cho bố cả hai cơ sở của Hội và công ty lắp ráp tay chân giả, có tiền lương hai đầu khá lớn, giúp bố mẹ ngẫng mặt với đời, nhứt là tại địa phương.

Khi có vợ chồng bác sĩ Andre sang Pháp, bố mẹ Antoinette nên tổ chức một bữa ăn trưa tại nhà. Tôi sẽ mời hết thành phần Ban quản trị Hội từ thiện và tỷ phú Roger đến dự làm cho con gái tôi thêm nở mày nở mặt, không mặc cảm nữa bị người đời khinh chê thế này thế nọ. Con gái Antoinnette chị bảo trợ cho con học tới tiến sĩ không khó khăn gì cả, chị con có tiền lương bốn trăm ngàn đô năm, chồng Antoinette hơn nửa triệu.

Cả trường Y và bịnh viện lớn của Yale có đủ cả chục bệnh viện chuyên khoa quanh đó, mấy ngàn giường bịnh. Mà ông bà và con gái có biết ai đang điều hành công việc đó?. Mỗi năm thu về cho ngân sách nhà trường mấy tỷ bạc, nên ông Khoa Trưởng Phân Khoa Y học, tiền lương gần hai triệu một năm chưa trừ thuế. Đó là bác sĩ Andre, đại ân nhân của con, ông thật lòng yêu thương con. Nếu con học giỏi ngoan hiền như vợ ông ta, thì chắc chắn ông sẽ ngắm nghía tìm dâu, mà bố thấy con chịu đi du học ở nhà ông như cung điện của vua chúa ở Âu Châu hồi xưa. Có thể ông sẽ tìm cách giới thiệu một trong hai cậu con trai trạc tuổi con làm quen, nếu có duyên thành vợ chồng, không duyên thì thành bạn, gia đinh đó sẽ giúp con có việc làm lương cao như chị con mới ra trường.

Đến đầu mùa hè này, bố mẹ và ông bà tỷ phú Roger sẽ đi Việt Nam, ngủ nhà của ông bà Andre tại tỉnh Cần Thơ, dự bảy đám cưới con của ông bà chỉ tổ chức có hai ngày thứ bảy chúa nhựt. Ông Andre dành chừng một tuần cho phái đoàn Pháp đi du lịch khắp nước Việt Nam. Thời điểm đó, con đã ghi tên vào đại học rồi, gặp chị Antoinette tại Việt Nam sẽ hướng dẫn con học Y như thế nào mà học ở trường của ông bố chồng, con học giỏi, chắc chắn sẽ dễ dàng thành công vì cả gia đình đó có hơn một chục bác sĩ kể cả dâu rể. Bác sĩ Andre thường nói, các con học nghề nào cũng tốt mà nghề y như cha truyền con nối và ảnh hưởng đến dâu rể nữa. Quan niệm của Andre nghề Y giúp bản thân và gia đình trước, chính Andre đã hai lần cưới hai ba vợ xinh đẹp đều là tiến sĩ.

- Thưa bố, Antoinette nói, con chưa dám nghĩ tới đó, sang Việt Nam lần này, nhằm nghỉ hè, con đi theo bố mẹ được mười ngày vui tại một đất nước mà mình chưa biết, như là con trúng số độc đắc rồi. Antoinnette nói tiếp:

- Con xin cám ơn bố mẹ cho con biết rõ nếu con học lấy tiến sĩ về ngành y thì tương lai của con vô cùng sáng lạn. Con học xong lấy BA ở Pháp và con phải học về Anh Ngữ cho khá nữa mới hy vọng sang Mỹ học Y khoa suôn sẻ.

Chuyện đó còn xa, ngay bây giờ con phải giúp bố, ban ngày khi không đến trường và tối, con qua văn phòng con giải quyết mọi việc, sáng bố thấy trên bàn bố, con đã làm được những gì. Bố nói, con gái bố quá khôn ngoan có giọng chân tình trong đó, bố Andre mà nghe con nói khôn ngoan ngon ngọt như thế thì con đã đốn tim bố con rồi và bố sẽ tìm cơ hội cho con đốn tim luôn con trai của ông bà Andre, mọi người cùng cười vui vẻ.

Ngày sau, cả cơ sở ngỡ ngàng, Antoinnette còn là học viên mà ông giám đốc bổ nhiệm giữ luôn hai chức Chánh văn phòng của hai cơ sở riêng biệt nhưng cùng chung một chỗ. Trong giấy bổ nhiệm có ghi rõ, công việc ban đầu còn ít nên kiêm nhiệm hai cơ sở, khi có công việc nhiều phải tách ra cho hai người. Công ty và cơ sở từ thiện thông cảm Antoinnette đang học đại học khá bận giờ học, ban ngày làm không hết tối phải làm cho hết việc trong ngày. Chánh phòng lại mới mua xe riêng đi học về văn phòng cũng nhanh và dùng xe riêng của cá nhân sử dụng cho công ty và cơ sở, mua xe còn phải mướn người lái mà công việc chưa có nhiều.

Ông bà Roger mỗi chiều hết giờ làm việc lái xe đến nhà ông DeChamp mời cả nhà đi ăn cho thêm vui. Ông DeChamp mới kể việc ông phỏng vấn và trắc nghiệm nạn nhân bị hiếp đêm thứ bảy, cách nay không lâu. Nay hồi phục về trú ngụ trong dãy nhà tiền chế mà cơ sở từ thiện thuê bao, cho đến mùa hè mới cất xong đủ ba chục phòng kể cả tầng lầu cũng khởi công cùng lúc với từng trệt. Và may mắn có công ty chân tay giả và lắp ráp thuê bao luôn mười phòng và trả tiền trước rộng rãi cho cả mười năm, đủ chi phí cho việc xây cất. Tôi trắc nghiệm cháu Antoinnette, nạn nhân đêm thứ bảy, giúp cháu có tiền học đại học mà cơ sở từ thiện không cần giúp đỡ gì thêm. Cháu tên là Antoinnette cùng tên với con gái tôi lại càng tìm cách cho cháu đứng lên như tác giả tập Hồi Ký quá bi thương.

Cháu còn mặc cảm, không muốn về nhà còn sợ sáu tên tội phạm xúi hay thuê kẻ khác trả thù, nên cháu sợ. Cháu sẽ hết lòng phục vụ cơ sở vì cháu nhờ có tiền của ông Roger và Andre cho nên cha mẹ cháu sửa rộng lại nhà và mua xe cho con đi học thêm an toàn. Cháu tự nguyện cho cơ sở sử dụng xe của cháu lúc ban đầu vì chưa có mua xe. Cháu nói quá dễ thương công việc văn phòng làm ban ngày không hết tranh thủ làm thêm ban đêm. Cháu có quyết tâm học xong bốn năm tại Pháp và xin gia đình Andre trợ giúp cho cháu học ngành Y tại trường Y mà Andre đang quản trị cùng với nhiều cơ sở bệnh viện của Yale. Ông còn nói:

- Cháu có ý nghĩ dùng cơ sở từ thiện mở trung tâm tập huấn lắp ráp tay chân giả miễn phí giúp cho các học viên có tiền hoa hồng từng sản phẩm. Cơ sở cho mướn chỗ dạy lắp ráp chân tay giả và ăn ở do cơ sở lo hết sẽ thêm quỹ cho cơ sở. Cháu còn đề nghị bán cả chân tay giả, và sách Hồi ký bán các nhà sách khắp nơi và bán tại chỗ mà tác giả hứa tặng hết tiền bán sách tại chỗ cho cơ sở và sách bán xa sẽ có hoa hồng cho cơ sở.

Hai ông bà Roger và Philip rất vui, về sau DeChamp có cháu Antoinnette nối nghiệp, cơ sở từ thiện tại Pháp sẽ vững vàng như bàn thạch. Các cơ sở từ thiện khắp nơi cũng có thể bàn giao lại cho Antoinnette khi anh DeChamp tuổi cao, đi xa khó khăn.

Hiện tại cơ sở, có tiền quỹ hơn mười triệu Ơ Rô cũng thừa sử dụng chừng năm mười năm, có sử dụng giúp đỡ thiết thực thì các ông ty và các nhà hảo tâm sẽ có thêm tặng dữ cho Hội từ thiện. Ông Philip gợi ý:

- Nhờ Antoinnette tìm trong số các cô trẻ có học vấn tú tài một hay tú tài hai hoặc đang học đại học càng tốt, Hội bảo trợ học bốn năm lấy bằng kế toán, khi học căn bản năm thứ nhứt, Hội hay công ty tuyển dụng cho làm việc như Antoinette, làm ngày không đủ tranh thủ làm đêm. Khi có gia đình thì phải ở ngoài, tối vào làm việc xong thì về nhà, cũng giúp cho lãnh hai đầu lương kế toán cũng có cuộc sống đầy đủ làm gương cho những học viên khác. Ông DeChamp nói:

- Ý kiến của anh Philip rất hay, tôi nhờ Antoinnette giúp tìm giúp mà phải hai người, dự phòng hai cơ sở có nhiều công việc hay có cô nghỉ thì phải còn người thay thế.

Từ Pháp về, bố Philip kể hết mọi chuyện cho vợ chồng Andre rõ công tác tại Pháp kể như ổn và bạn DeChamp tìm được người kế thừa, chính thiếu nữ nạn nhân bị hiếp tập thể, cháu có tư chất thông và hiếu học, bạn Dechamp đã tuyển cho cô ta làm chánh phòng cho cả hai cơ sở, ban ngày bận nhiều giờ học thì tối giải quyết cho xong, cô xin ở lại trong phòng dành cho các học viên. Có thuê hai mươi nhà tiền chế cho bốn mươi người tạm trú, thường ở ngắn ngày phải đợi pháp luật xét xử. Các học viên có nhà cửa hay có gia đình chồng con thì họ trở về, còn ai vô gia cư mình phải huấn nghệ tiếp.

Nay, cơ sở Paris tập trung vào nghề lắp ráp tay chân giả vừa giúp công ty vừa giúp cơ sở có thêm thu nhập cũng như học viên có tay nghề lắp ráp được hưởng tiền công trực tiếp theo sản phẩm, có thể họ tự nuôi sống. Hiếu nói vợ chồng tôi phải bay qua Paris giúp chỉ dẫn họ lắp ráp cho thuần thục họ có thể là huấn luyện viên giúp cho nhân viên của ông Roger, có hưởng tiền công. Bố Philip nói, ông CEO của công ty và ông DeChamp cũng có ý kiến là mời con qua giúp chừng ba bốn ngày cuối tuần, tập huấn cả ngày thứ bảy chúa nhựt và tối thêm vài tiếng thực hành nữa.

Thứ hai con có thể về Mỹ đi làm hoặc có về tới sáng sớm thứ hai, buổi chiều thứ hai vào văn phòng làm việc cũng OK.

Hiếu nói, chúng con có thể thu xếp sang Pháp tối thứ năm, làm việc luôn ngày đêm suốt thứ sáu, thứ bảy và chúa nhựt, con bay về Mỹ đến trưa thứ hai có mặt ở Mỹ và buổi chiều vào văn phòng làm việc.

Con đi Pháp sẽ mời ông CEO và bố cùng đi đông tạo thêm khí thế. Bố mẹ có thể từ Pháp đi chu du vài tháng gây quỹ cho Hội từ thiện xem ra sao.

Con có dự kiến, khi trung tâm Paris khai trương rầm rộ thành công, Bố có thể bàn giao chức Chủ tịch Ban Quản Trị cho ông DeChamp ông có chánh văn phòng có kế toán chuyên ngành học thì làm việc đúng pháp luật. Khi con về hưu sẽ sống ở Việt Nam còn bố mẹ muốn về Việt Nam trước con vài năm lại càng tốt hay ở đây với con, cũng có máy kiểm tra sức khoẻ về Viêt Nam cũng có. Bố mẹ sống cùng chúng con thì khỏi phải lo gì hết, kể cả sức khoẻ của người cao niên như bố mẹ, chúng con phải luôn chăm sóc chu đáo.

Chúng con về hưu còn rất trẻ mới qua tuổi năm mươi lăm mà con đã thừa hai mươi năm phục vụ Yale nên lương hưu cao bảo bọc hết các bố mẹ ruột, bố mẹ vợ, bố mẹ nuôi và anh chị hai của con, cứ sáng tiệc nhỏ chiều tiệc lớn. Hàng tuần di du lịch đồng quê hay đi tắm biển không có trở ngại gì hết, được bố mẹ yêu thương, chúng con phải đền ơn đáp nghĩa lại.

Thỉnh thoảng chúng ta du lịch Indonesia, Nhựt, Hàn Thái, đi và về gần, còn đi Mỹ và Âu Châu, hành trình quá xa, các cụ đi thêm mệt mõi và các cụ cũng đã quá quen thuộc di du lịch nhiều rồi, nay du lịch các nước mới, gần Việt Nam và thưởng thức các món ăn ngon lạ miệng. Ông Philip và cô Jane gục gặc đầu vui thích.

Thời gian qua nhanh, gần đến hè, tổ chức đám cưới cho các con, Hiếu đã gởi Thiệp cưới trước hơn ba tháng. Những vị khách quý ở Mỹ, Pháp, Úc, Nigeria, Brazil, Indonesia và bố nuôi cựu Thủ Tướng Việt Nam nay về hưu đều có hồi âm tham dự. Hiếu có viết thêm một cái nốt, chỉ cần biết đi mấy người, ăn ở tại nhà Hiếu có xây thêm mấy chục phòng, khách mời ở chung càng thêm vui.

Theo chương trình dự kiến, quý khách, ăn ở mấy ngày cũng được, có đầu bếp lo và có dành sáu ngày đi du lịch Thủ đô Hà Nội đi máy bay từ Sài gòn, có xe đưa về khu du lịch Hạ Long, ngủ tại Vịnh Hạ Long một đêm, trưa hôm sau về Hà Nội, bay thẳng về Đà Nẵng ngủ một đêm cũng ở chơi cho tới chiều bay về Nha Trang cũng ngủ lại một đêm. Từ đây về Cần Thơ đi bằng đường bộ, ngủ tại Mũi Né một đêm, về Vũng Tàu ngủ một đêm, chiều hôm sau đến Sai gòn ngủ một đêm tại khách sạn năm sao Continental, chiều ăn bò bảy món Ánh Hồng...

Trên đường về Cần Thơ, trưa ăn cá nướng trui, canh chua cá bông lau, cá rô kho tộ, tôm càng nướng, gõi ngó sen tôm thịt tại quán Đồng Quê. Ăn xong chạy về nhà Cần Thơ nghỉ trưa, tối ăn nhà hàng nổi Mê Kông, có mời thêm khách chánh quyền và công an Thành phố và tỉnh Cần thơ, sở Y tế tỉnh, bịnh viện tỉnh, các giáo sư hai trường đại học sư phạm và Y khoa. Thực khách khoảng hai trăm hai chục người, bao luôn hai tầng trên, lòng tàu nhà hàng chỉ còn chưa tới năm sáu bàn dành cho khách lạ.

Chương trình từ đi du lịch cho tới đãi khách trên nhà hàng nổi, Hiếu giao hết cho năm con trai lớn và phối ngẫu phân công lo chu toàn, bố đổi tiền Việt

Nam mỗi con giữ hai triệu chi tiêu các cái trong sáu ngày du lịch và nếu thiếu các con dùng tiền đô, bố sẽ bồi hoàn lại sau. Còn trả tiền nhà hàng nổi bố lo hết. Ông sui công an đóng góp dạ tiệc trên nhà hàng nổi ba két Martell XO đãi quan khách cũng đủ, còn bia, nước ngọt thì nhà hàng lo, có ca nhạc giúp vui. Những gia đình ở Pháp, Mỹ và Úc, ở lại Cần thơ thêm một ngày, sẽ có tua đi tham quan du ngoạn chợ nổi Cái Răng và đến ăn trưa tại khu sinh thái của một chủ nhân con đại điền chủ năm xưa cho con du học Pháp trên sáu năm, có vợ Pháp, về Việt Nam mở văn phòng luật sư tại Sài Gòn, thập niên 60.

Sau bảy lăm, nhờ có thân nhân theo cách mạng làm lớn nên bao che cho ông về vui thú điền viên và an cư lạc nghiệp nơi mảnh đất quê hương của gia tộc.

Hiếu nói điện thoại với bác chủ gia trang, phái đoàn của cháu lần này có nhiều khách quý Pháp, Mỹ, Úc, Nigeria, Brazil, Indonesia và đại gia đình cháu, khoảng trên dưới bảy chục người. Bác cho năm con vịt xiêm nấu cháo với món xé phay, các lóc nướng trui chừng bốn mươi con, chuẩn bị nhiều rượu do bác cất và bác giúp thuê một chiếc tàu hay ghe lớn thật an toàn, chi phí thuê mướn tàu, ghe con chịu. Bác nói chỉ hai món cháu đặt nhiều như thế ăn cũng đủ no.

Bác muốn chiêu đãi khách Pháp của bác, nay tha hồ mà nói tiếng Tây cho đã, bác biếu một con bò non chỉ có làm món bê thui hay bò nướng kiểu Pháp, nếu cháu có rượu cô nhác Pháp mang thêm vài chai thì quá tuyệt, Hiếu nói:

- Cháu mang theo ba chai Martell cordon bleu. Ông chủ trang trại vỗ tay hoan nghênh, cả mấy chục năm nay, bác chưa thấy mặt mũi loại rượu cao cấp đó. Nay như bác trúng số, bác chỉ tính tiền cho nhân viên phục vụ, còn thức ăn miễn phí hết. Hiếu thật vui vừa nói vừa cười:

- Con xin lỗi, bác quá chịu chơi đúng là công tử nhà giàu. Con biếu riêng cho bác để dành nhăm nhi nhớ cô đào Pháp của bác, con kính biếu bác hai chai Martell XO và một chai Martell Cordon bleu, ông chủ trang trại nói:

- Như vậy, bác bán thức ăn quá lời rồi, bác còn nghĩ làm thêm một món thức ăn gì nữa, bác sẽ mời chính quyền xã cùng đến ăn chứng kiến cho phe ta tha hồ nói tiếng nước ngoài không sao cả. Hiếu nói, bác cao kiến quá hay.

Cháu sẽ thông báo cho hai ông bà tỷ phú thứ dữ của Pháp, kể cả Thủ Tướng Pháp cũng là bạn thân của ông nữa. Bác nhớ viết quảng cáo bằng chữ Pháp hay có thêm chữ Anh, đưa cho khách của cháu, nói là muốn đến ăn các món đồng quê Việt Nam, từ Cần Thơ gọi bác sẽ cho ghe, tàu ra đón tại Bến Ninh Kiều. Vợ con là tác giả tập hồi ký viết bằng tiếng Anh, nay có bản dịch tiếng Pháp rất đặc sắc mà dịch giả là tiến sĩ ngoại giao từng giữ chức vụ đại sứ Pháp tại Mỹ và bây giờ là thông gia với vợ chồng cháu. Nếu bác muốn trở lại Paris thăm lần cuối của cuộc đời bác, cháu bao hết vé may bay và nơi ăn chỗ ở có anh chị sui lo chu toàn, nhà rộng giữa Paris, có hai con đều không có ở nhà với bố mẹ. Luật sư Tâm nói:

- Hiếu, cháu còn chịu chơi hơn bác, chúng mình giống nhau quá, dân Nam Kỳ quốc mà phải không Hiếu?. Dạ thưa bác rất phải, Hiếu đáp.

- Bác nhận cháu là con nuôi của bác nên bác bao ăn thả dàn mà khỏi phải trả tiền, thật hạnh phúc cho con, Hiếu nói.

- Cháu là nhà khoa bảng có nhiều bằng tiến sĩ và là bác sĩ nổi tiếng trên thế giới mà xin làm con nuôi ông già hết xí qúach này, như bác trúng số độc đắc của Mỹ lên mấy trăm triệu đô la, bác quá hạnh phúc. Tối nay bác chỉ nhớ đến con nuôi nhớ bồ cũ ở Pháp, nay cũng có cháu ngoại nội cũng gần tám mươi như bố. Bố sẽ thả hồn vào cảnh thiên thai đi đến Paris, gặp lại người yêu, tuyệt vời quá!.

Sau, một ngày dự đám cưới, đúng tám giờ có chiếc ghe lớn có gắn hai máy đuôi tôm nên chạy rất nhanh, đưa phái đoàn đến chơi vùng chợ nổi Cái Răng, ở đó ăn sáng và đến nhà bố trước mười giờ cho các cháu câu cá hay kéo lưới bắt cá lên nướng ăn với muối ớt, đúng chỉ số của dân quê, cho thêm vui và hái trái cây ăn thoải mái. Bố đãi nước dừa xiêm, dừa lửa ở đây ngon ngọt nổi tiếng coi xem dừa bố ngọt hay dừa con ngọt hơn. Nếu dừa nhà bố ngọt hơn dừa nhà con, bác tặng luôn cho con chừng hai mươi cây đang ươn đã có đủ lá để trồng rồi. Hiếu khoe:

- Bố vợ con cũng dân trường tây ở Sài gòn và tốt nghiệp kỹ sư canh nông thời còn dạy tiếng Pháp. Bố vợ giúp con xây dựng nhà vườn, đem cây giống từ Bố Thảo, Sóc Trăng lên Cần Thơ mướn người trồng giúp. Nay nhà vườn có hàng ngàn cây ăn trái và các cây khác làm tăng thêm đẹp cho cảnh thiên nhiên như hoa phượng vĩ hàng trăm cây, khu rừng tràm nho nhỏ, rừng tre, khu cây bằng lăng hoa tím chừng hai mươi cây kể cả cây thốt nốt nữa. Có hai xe điện chạy trong khu nhà vườn của bốn anh chị em ruột ở liền kề nhau trên ba chục mẫu tây, con có nhiều hồ nuôi cá đen, cá trắng, cá lóc nuôi riêng trong các rảnh cây ăn trái nên quanh năm con chẳng phải mua cá ở chợ, trại bò heo mỗi thứ trên chục con, gà vịt cũng nhiều. Hiếu khoe tiếp:

- Còn vài năm nữa, con về hưu ở tuổi năm mươi lăm sẽ ở khu nhà vườn Cần Thơ. Hôm nào bố mẹ muốn xem trong cơ thể người cao niên lục phủ ngũ tạng, chỗ nào thiếu chất gì hay bị bịnh gì máy chỉ rõ để mình chửa trị cho đúng, bố mẹ biết khu nhà vườn của con chỉ phục vụ cho dòng họ, thân hữu...

- Bố hiểu con rồi, để cho khách quý về hết bố mẹ và gia đình sẽ lên thăm vợ chồng con, coi xem vườn nhà con còn thiếu giống cây trái nào mà bố có, con cho người vào nhà lấy mang về trồng.

Hai bố con nói chuyện cả tiếng, Thu Vân nằm trên đùi chồng nghe hết câu chuyện hai bố con nói chuyện với nhau coi bộ tâm đắc dữ. Thu Vân kéo chồng nằm xuống, anh thật tốt số đi đâu cũng có người nhiệt tình giúp. Em thưởng anh ngay bây giờ nghe, chúng mình đi tắm.

Thế là trận chiến diễn ra khá ngoạn mục vì cũng đã ba bốn ngày hai người không có đánh xáp lá cà nên trận chiến có chất lượng cao. Cả hai vào tắm thay quần áo ra tiếp khách. Hiếu thuật lại ngày du ngoạn khu chợ nổi Cái Răng, ăn sáng trên ghe thuyền lắc lư vì sống nhấp nhô do ghe tàu dập dìu chạy xuôi ngược. Sau đó vào tham quan một khu nhà vườn sinh thái là của một cựu luật sư ở Sài Gòn, từng tốt nghiệp tiến sĩ luật ở Paris, có vợ đầm.

Ông về nước bị kẹt không trở qua Pháp được và gia đình bên Pháp không cho bà đi Việt Nam theo chồng vì là lúc chiến tranh quá ác liệt. Lúc bấy giờ, hầu hết các Pháp kiều, bỏ của chạy lấy người chạy về Pháp. Hơn nữa bà là người thừa kế duy nhứt vì là con một nên bắt buộc phải xa chồng, gia đình cho học tiếp lấy bằng tiến sĩ luật và gặp mối tình mới với một doanh nhân người Paris.

Bà nhờ Bộ Ngoại Giao Pháp nạp đơn tại toà án Việt Nam xin ly dị huỷ hôn thú với người chồng Việt Nam. Nay cả hai đều có cháu nội cháu ngoại vì tuổi đang vào con đường tuổi già sắp xa trần thế.

Ông chủ nhà vườn nhận Andre làm con nuôi, ông đãi phái đoàn của chúng ta ba bốn món đều miễn phí. Ông còn nói để nhớ mối tình với bà đầm Pháp, gia đình bà có trang trại ở nhà quê cách Paris gần cả trăm cây số. Khi hai người về thăm nhà, gia đình thường có món bê nướng. Nay cũng tặng một con bò non cũng nướng để nhớ lại Paris và mối tình đầu năm xưa.

Bà tỷ phú Roger như choáng váng, nghe Hiếu nói, có linh cảm là bạn tình cũ, tim đập dồn dập, không lẽ trời xuôi đất khiến dung rủi cho bà tương phùng với người yêu, lại gặp người yêu năm xưa có những kỷ niệm thời tuổi trẻ gần giống những gì như Hiếu thuật lại. Cả đêm bà trằn trọc không ngủ được trông mau đến sáng đi du ngoạn nhà vườn và ăn trưa có bò non nướng ngoài trời mà bà cũng vắng ăn món này hơn nửa thế kỷ rồi, có người tình cũ không rủ cũng đến chăng? Nếu có xảy ra quả duyên kỳ ngộ của hai bạn trẻ gặp lại nhau khi tuổi về chiều.

Ghe vừa cập bến, ông chủ nhà vườn rất lịch sự, diện Âu phục, thắc cà vạt rất đẹp lão đến tận cầu đón khách lên nhà. Vừa gặp, bà Roger quá xúc cảm chạy đến ôm luật sư Tâm mà cả phái đoàn kể cả chồng bà vô cùng ngạc nhiên có cảnh trùng phùng thật đẹp của hai người bạn trẻ từng yêu nhau, là vợ chồng có hôn phú tại Paris. Nay gặp lại nhau sau hơn nửa thế kỷ vô cùng bất ngờ hy hữu, cả hai đều có cháu nội cháu ngoại.

Bà rất tự nhiên nói với mọi người tôi với anh Tâm đã yêu nhau còn học đại học luật khoa, anh học trên tôi hai lớp, chúng tôi yêu nhau khi tôi có bằng cử nhân, anh Tâm cũng hoàn tất chương trình tiến sĩ, đang viết luận án, chúng tôi làm lễ cưới tại nhà thờ. Anh Tâm có lệnh gọi về nước phục vụ, tôi và anh xa nhau từ đó đến nay cũng trên năm mươi ba năm. Tôi xin ly dị với anh Tâm vì đã yêu anh Roger cũng tổ chức lễ cưới. Bà Roger quay qua xin lỗi chồng và luật sư Tâm cũng xin lỗi ông Roger vì hơn nửa thế kỷ gặp lại nhau trong tình anh em bạn hữu không phải là tình vợ chồng.

Luật sư Tâm xin phép phái đoàn cho chụp một vài tấm hình kỷ niệm, tôi mời vợ tôi cùng ra chụp hình để hai bà đứng giữa, tôi và anh Roger đứng hai bên và phái đoàn đứng bao quanh. Một tấm hình khác chỉ hai cặp chúng tôi, luật sư Tâm đề nghị, mọi người vỗ tay hoan nghinh. Đến trước bàn ăn có hàng chục thau chậu mới, có nước lọc sạch, có khăn, xà bông, mọi người lau mặt lau tay, có bàn phấn để cho mấy cô mấy bà làm đẹp. Đầu bàn ăn có những bình nước dừa tươi, có ly có nước đá và muối bọt và muỗng. Có người đứng rót cho thêm một cục nước đá và ít muối, ai muốn uống thêm tự do thoải mái. Đứng tụm năm tụm ba nói chuyện vui cười. Bỗng nghe ông Tâm mời mọi người ngồi và tiếp tục nước dừa giải khát và xin nghe tôi thông báo bằng tiếng Pháp và tôi xin phép cất dấu tiếng Việt như năm xưa tôi du học ở Pháp vậy.

Ông xin chào mừng tất cả mọi người, tiệc mừng hôm nay là mới có đứa con nuôi, bác sĩ Andre Hiếu và cả ma đàm Hiếu nếu ma đàm cho phép, Thu Vân cùng nắm tay chồng đứng lên cúi đầu chào bố, mọi người vỗ tay hoan hô. Ông Tâm trầm giọng xuống như quay về dĩ vãng. Nếu tôi biết có Elizabeth, người bạn gái Paris, chắc tôi phải làm đến năm con bò đãi liên tục mấy ngày luôn cho thoả lòng gặp bạn cũ năm xưa. Tôi chỉ làm thịt một con bò non và năm con vịt xiêm, nay tôi tăng thêm năm con vịt xiêm rất ngon đãi ông bà Roger. Nếu hai ông bà còn ở lại Cần Thơ thêm nhiều ngày, mỗi ngày tôi mở tiệc làm thịt một con bò một con heo mời mọi người cùng ăn chung vui với chúng tôi.

Chuyện đời sao có cơ duyên trùng phùng hiếm quý như thế này. Riêng tôi hy vọng còn sống thọ để còn ôn nhớ kỷ niệm xưa quá tuyệt vời của tôi trên đất nước Pháp vĩ đại mà tôi đã bỏ quên con tim ở đó. Mọi người vỗ tay và khen quả thật ông già gân rất thâm thuý. Bây giờ, quá khứ chúng ta tạm dẹp qua một bên, xin mời quý vị cùng thưởng thức một thứ rượu do tôi cất rất vệ sinh tinh khiết và sau đó tôi mời ông bà Roger, con trai Hiếu của tôi cũng có vài lời tâm sự rồi chúng ta ăn bê thui trước, ăn cá lóc nướng trui và ăn cháo vịt với gõi vịt cuối cùng.

Hiếu xin phép giới thiệu với bố và mọi người, vợ con có viết một tập Hồi ký bằng Anh ngữ, có anh sui của con chuyển qua Pháp ngữ, chúng con có mang theo đây kính tặng bố như là lễ ra mắt với bố, mọi người vỗ tay reo vui. Hiếu nói tiếp:

- Thành phần trong phái đoàn có nhiều quốc tịch và đều thông thạo tiếng Pháp, nên buổi tiệc hôm nay chúng ta sử dụng tiếng Pháp. Luật sư Tâm vỗ tay, tán thưởng, bố tưởng đâu quên hết tiếng Pháp, vừa gặp lại Elizabeth, tiếng Pháp chạy dồn về nên bố mới nói tiếng Pháp được vì người ta cấm nói tiếng nước ngoài ngoại trừ tiếng Nga, tiếng Tàu. Hiếu lần lượt giới thiệu hết mọi người.

Luật sư Tâm tươi cười chào mừng tất cả mọi người và xin cám ơn tất cả quý ông bà từ xa về đây và chứng kiến cảnh trùng phùng hiếm hoi sau hơn nửa thế kỷ gặp lại. Tôi xin cám ơn Elizabeth mang lại tiếng Pháp cho tôi, nói cho đã cái miệng để nhớ nước Pháp nhớ lại mỹ nữ Pháp, Elizabeth đã từng đốn tim tôi tại giữa Paris hoa lệ. Mọi người vỗ tay hoan nghênh. Hiếu giới thiệu tiếp:

- Ông bà tỷ phú Roger, đã nghe bố tôi vừa trút hết tâm sự ngổn ngang. Ông Roger tiếp lời:

- Trái đất quả thật tròn, sau năm mươi ba năm, một chu kỳ quay lại trùng khớp với chuyện tình năm xưa như là giấc mộng. Nay tôi không biết nói gì hơn xin cám ơn anh Tâm và gia đình có bữa tiệc mừng con nuôi mới và luôn là tiệc trùng phùng hội ngộ giữa anh và người bạn gái Elizabeth năm xưa, tôi cũng vui lây.

Cá nhân tôi không có tiệc mừng đãi anh vì ngày mai chúng tôi phải về Pháp. Tôi xin gởi biếu lại anh một trăm ngàn Ơ Rô và vợ tôi cũng biếu anh một trăm ngàn Ơ Rô ghi lại dấu ấn kỷ niệm buổi trùng phùng vô cùng hy hữu, độc đáo này.

- Ngày mai Hiếu đưa luật sư Tâm lên Sài Gòn nhân chúng tôi đi về Pháp, tôi nhờ Hiếu chuyển hai trăm ngàn Ơ Rô biếu tặng anh Tâm. Luật sư Tâm nói:

- Tôi xa Sài gòn hơn bốn chục năm. Bây giờ tôi nói tiếng Tây với người nước ngoài có chánh quyền địa phương nghe mà họ chẳng biết gì hết nên không sợ chụp mũ phản động. Nếu tôi ở Sài gòn sau 1975, chắc tôi không còn sống tới ngày hôm nay vì chế độ mới dị ứng với giới trí thức chế độ cũ. Tôi cũng bị trù dập hay bị đày ải vào các trại tập trung cải tạo hay làm liều trốn thoát thiên đường cộng sản, vượt biên có thể chết trên biển cả...

Tôi quá vui gặp lại quý vị và xin phép đi theo con tôi khi nào đưa hai ông bà Roger và quý khách về nước. Ông Roger nói như thế lại càng hay, chúng tôi chuyển qua account của ông Tâm tại ngân hàng Pháp tại Sài Gòn. Bà Roger nói:

- Chồng tôi đã nói với anh Tâm hết lời. Năm xưa, anh Tâm bỏ quên con tim tại Paris, tôi phải giữ, nay tôi mang con tim của anh trả lại anh tại quê nhà của anh. Mọi người cùng hoan hô cười vui, các cháu thấy sao mấy ông bà già nói về tình cũ sao quá đẹp, nên thơ thú vị.

Sau cả tuần du ngoạn nhiều danh lam thắng cảnh từ Nam ra Bắc. Khách ở xa lần lượt trở về nước. Trên đường về Paris, ông bà thông gia của Andre tâm sự với ông bà tỷ phú Roger:

- Tôi đã bảy mươi tuổi, trong ngành ngoại giao của Pháp gần ba mươi năm, về hưu, tôi đã từng đi phục vụ trong các toà đại sứ hay các lãnh sự quán của Pháp của nhiều nước trong năm châu. Thế mà, chỉ có một món ăn trong tiệc cưới tại Cần Thơ cho tôi một ấn tượng tốt đẹp về văn hoá ẩm thực của Việt Nam. Anh sui tôi nói, đó là một món ăn bình dân của người Việt, nhứt là trong giỗ chạp, cúng kiến ngày Tết hay các bữa ăn gia đình đông người tôi thấy lạ nhứt và ngon miệng nhứt đối với tôi. Thịt heo kho với trứng gà, trứng vịt mà tôi đã có ăn qua, nay món thịt kho trứng lại có thêm cá, anh sui tôi nói:

- Cá đen có cá lóc thường kho chung với thịt heo và trứng vì cá lóc thịt chắc hơn các loại cá trắng và cá da trơn, không vẫy. Cả mùa hè mấy tháng, gia đình anh sui thường có món bình dân đãi thật ngon, cá lóc nướng trui. Các rảnh nuôi cá lóc không còn cá lớn nên nghĩ ra, cái ao nuôi cá trắng gồm các loại cá da trơn như cá tra, cá vồ, cá ba sa, cá trắng có vãy như cá he, cá chài, mè dinh, các loại cá có nhiều mỡ, kho chung với thịt và trứng chắc con hơn kho với cá lóc.

Dù sao thịt cá lóc cũng khô, không mỡ như cá trắng. Thấy ao cá trắng càng ngày càng lớn nhiều quá, thay vì kéo lưới bắt đưa ra chợ bán, ao thêm rộng, đỡ tốn nhiều thức ăn, muốn cho cá nhỏ mau lớn phải bắt ăn bớt cá lớn. Anh sui tôi nghĩ ra là bắt cá trắng kho chung với thịt trứng, ăn thử, nếu ngon không thua kho với cá lóc thì tiếp tục. Anh bảo các con kéo lưới bắt mỗi thứ cá chừng mười con, nồi kho thịt trứng, kho chung với ba loại cá khác nhau. Kho chung với thịt heo và trứng, cá trắng lại ăn ngon ngọt và thơm hơn kho với cá lóc. Chỉ có khuyết điểm, cá kho cùng lúc với thịt và trứng khá lâu, múc ra tô cá thường bị nát như cá he, cá mè dinh, mè dảnh, cá da trơn. Để khắc phục khuyết điểm đó, cá trắng nói chung cũng ướp cùng gia vị với thịt cũng kho với nước dừa tươi như kho thịt trứng, kho riêng các nồi cá trắng để lửa thấp hơn nồi kho thịt trứng.

Khi nồi thịt kho trứng thật chín, thật thấm nước kho, múc ra ăn, trên cùng để nguyên con he, cá mè, cá chài và múc nước thịt kho rưới lên cá, cho thêm hành hương xắt nhỏ, không có cho tiêu mà cho ớt xắt nhỏ hay ớt bột, phải để riêng, ai thích ăn cay tự cho thêm vào. Tô hay dĩa thịt kho cá trứng bưng ra bàn ăn, ai cũng tưởng cá kho chung với thịt trứng cùng nồi về bắt chước kho chung cả ba thì chắc chắn cá trắng bị nát, không con nguyên vẹn, trông không đẹp mắt.

Ông DeChamp hào hứng kể món ăn cuối cùng trong tiệc cưới món kho thịt cá trứng ăn với bánh mì nóng thật quá ngon tuyệt cú mèo. Bánh mì chấm với nước thịt cá trứng kho cũng đã quá ngon miệng. Tất cả mọi khách quý, cả ngàn người, ăn nhiều món thịt bò, thịt heo, hải sản, tôm hùm đủ hết bụng đã no mà chủ nhà còn tiếp đãi một món ăn cuối cùng lại là món ăn quá bình dân tầm thường sẽ "ế" làm giá trị buổi tiệc vô cùng hoành tráng, sang trọng này bị bể. Kể cả khách Việt Nam ai cũng từng có ăn qua món kho thịt trứng hay kho với cá lóc, nay lại kho với cá trắng. Thực khách cũng thử ăn xem sao mà chủ nhà lại đãi món ăn tréo ngoe này. Đầu tiên, thực khách chỉ dám húp thử chút nước thịt kho coi xem sao, thấy nước kho quá ngon, gắp thịt, một miếng cá và cắt một phần của quả trứng kho, ăn từng món trước, vị kho giống nhau mỗi thứ kho lại có cái ngon đặc trưng của nó. Sau cùng ăn thử thịt cá trứng vừa một miếng ăn và có rưới thêm nước kho ăn cùng lúc và thêm một mẩu nhỏ bánh mì sao ngon lạ lùng. Ban đầu chỉ tưởng ăn một miếng là chán ngấy, sau lại ăn tiếp năm sáu miếng ăn lớn hơn, bụng đã quá căng mà miệng muốn ăn thêm. Ông DeChamp nói:

- Tôi có hỏi vài người Việt ngồi cùng bàn, ai cũng nói chúng tôi mới thưởng thức món kho chung ba thứ như thế này, sao lạ miệng, ngon quá dù bụng đã no. Nếu bụng đang đói, ăn chắc chắn sẽ còn ngon thêm nhiều. Anh sui tôi nói:

- Lần tới, qua Paris, anh chị sui tôi sẽ chỉ cách cho chúng tôi chế biến món ăn để trong tủ lạnh, ăn cả tuần, chỉ có hăm nóng là ăn ngon, đỡ phải tốn công nhiều trong bữa ăn sáng hay các bữa ăn khác trong ngày. Nước dùng chấm với với rau, cà tô mát, dưa leo... ăn rất bắt. Bà Roger nói:

- Khi nào có thông gia ông bà qua nhà, cho tôi biết cùng học cách kho thịt trứng, cá, cả ba món hay chỉ có hai món kho chung thịt heo và trứng cũng OK, ông Roger nói tiếp:

- Tôi đã đi du lịch nhiều nước trên thế giới, lần này đi du lịch Việt Nam, dù quá ít ngày mà các chỗ dừng chân qua đêm đều có bãi cát trắng mịn, tắm biển quá tốt. Còn các món ăn chỗ nào cũng ngon, rất lạ miệng và hấp dẫn như món ăn thịt bò bảy món, hay cá lóc nướng trui, vịt xiêm nấu cháo và gõi vịt, món ăn nào cũng ngon. Ông Roger nhìn bà và cười nói:

- Bà đã nói trả lại con tim cho anh Tâm, năm tới chúng ta sẽ dành hai tuần đi du lịch Việt Nam, bà muốn qua xin lại con tim khô héo đó, tôi cho quyền bà tự do thoái mái. Bà vừa cười vừa nói:

- Anh có can đảm cho em qua Việt Nam xin lại con tim khô héo đó, chắc em chỉ có xào với hẹ cho anh nhậu thôi ạ! Mọi người cùng cười rất vui.

Trên đường đưa bố nuôi lên Sài Gòn để bay về Hà Nội, đang còn giữ chức vụ Thủ Tướng một năm nữa mới hết nhiệm kỳ. Hiếu nói, con có lên thăm thú nhiều lần cái biệt thự nghỉ mát của Bác Sĩ Trần Văn Nu là bố chồng của chị hai con mà báo chí thêu dệt là ngôi biệt thự ma vì từ sau ngày giải phóng, ngôi biệt thự bỏ hoang không người ở. Trước đó chỉ có chị của con cùng chồng là anh Ba Cường, con trai của bác sĩ Nu, anh đang là luật sư toà thượng thẩm Sài gòn sắp được Bộ Tư Pháp chế độ cũ bổ nhiệm làm Chánh Án một toà án sơ thẩm hay toà án rộng quyền của một tỉnh. Ba má anh Ba Cường phát hiện anh bị lao mãn tính mà không có thứ thuốc nào diệt chết con vi trùng Koch mới lạ này. Con một đại gia lại là một trí thức khoa bảng luật sư ở một mình trên ngôi biệt thự sang. Bên chánh quyền cũ và bên cách mạng thấy sao chuyện lạ lùng đều có cho nhân viên tình báo theo dõi. Bên cách mạng còn bố trí người theo dõi chặt chẽ vì bên gia đình Ba Cường mướn đến ba bốn người tại địa phương đều cán bộ giỏi còn trẻ mà cũng chỉ dám ở có vài tháng xin nghỉ, dù tiền lương gấp ba lương lao động hàng ngày cực khổ hơn nhiều. Suốt ngày cứ ở cạnh người chờ chết và sợ lây vi trùng lao. Ở Núi Sam ai cũng biết bịnh lao không có thuốc chửa nên phải mướn người giúp việc ở xa và chị hai con muốn hy sinh đời chị cứu giúp ba anh chị em con có tiền học trung và đại học mới mong thoát cảnh nghèo cùng cực bữa cháo bữa rau. Hiếu kể hết sự hy sinh vô bến của chị và sự quý trọng của anh rể đối với vợ...

Bố đã biết sơ lược tình nhân ái của anh rể con vô cùng cao quý, trên thế gian tìm người thứ hai cũng rất khó. Hiếu tiếp lời:

- Gia đình nghèo cùng cực của chúng con phất lên từ lúc đó, hết còn bữa cháo bữa rau nữa. Nay con muốn phục hoạt ngôi biệt đó, tránh mang tiếng ngôi biệt thự ma. Chị hai con trên danh nghĩa là dâu của ông bác sĩ Trần Văn Nu xin mua lại ngôi biệt thự với giá tượng trưng. Ngôi biệt thự là nhà vô chủ, chánh quyền tịch thu và Sở du lịch Angiang tốn bao tiền của mở cơ sở kinh doanh qua hai ba hình thức khác nhau đều thua lỗ nặng. Nếu tỉnh uỷ An Giang cho chị em con mua lại, chúng con sẽ làm điểm du lịch trên đỉnh Núi Sam, có thác nước nhân tạo, có hồ nuôi cá, mỗi năm con mua cá đen, ngoại trừ cá lóc hàng tấn thả xuống ao nuôi chỉ phục vụ du khách đến câu giải trí và bắt được cá tha hồ nấu nướng ăn tại chỗ. Nơi ăn ngoài trời thơ mộng và có điều kiện bắt buộc, không được đốt lá, cành cây, than nướng cá dễ gây hoả hoạn, cháy rừng mà chúng con sẽ giúp có bếp ga nướng cũng miễn phí.

Còn trong nhà chính, cấu trúc xây dựng gần cả trăm năm vẫn còn tốt, chúng con chỉ tân trang sửa làm nhà nghỉ dưỡng cho gia đình chúng con, tìm bà con ruột thịt của gia đình anh Ba Cường tại Núi Sam làm quản gia. Chúng con sẽ xây thêm chừng năm phòng như khách sạn năm sao, cho mướn đắt gấp ba gấp năm lần các khách sạn khác tại Núi Sam, tránh tiếng dành khách của các khách sạn vì số lượng ít phòng và giá quá cao chỉ có đại gia bự hay người nước ngoài muốn trải nghiệm ngủ trên đỉnh núi nên phải tốn nhiều tiền, giúp cho gia đình quản gia.

Còn chuyện khai thác điểm du lịch cũng hoàn toàn miễn phí. Chúng con cho vào mỗi đợt tối đa năm mươi du khách trong hai hay ba tiếng. Ngày ba đợt đi câu cá, có thác nước nhân tạo, ngắm cảnh đẹp thiên nhiên, có đặt vài cái ống ngắm sang đất Miên, và vùng bảy núi cho thuê rẻ. Mục đích nhằm thu hút du khách khi Núi Sam có tháp treo lên gần đỉnh núi càng thêm thu hút khách, chúng tôi giúp lại ngành du lịch tỉnh. Trước kia, tại điểm du lịch này có khai thác thương mại đều lỗ, mất trắng tay. Bố nuôi nói:

- Con dám hy sinh bỏ ra năm triệu đô chỉ phục hoạt ngôi biệt nghỉ mát sang trọng tránh tiếng ngôi biệt thự ma. Và làm điểm du lịch giúp cho tháp treo có thêm khách, gián tiếp thu hút khách du lịch lên đỉnh núi Sam, có nơi ngắm cảnh lý tưởng và câu cá trên đỉnh núi cũng tạo thêm một ấn tượng. Bố sẽ giúp giới thiệu con với tỉnh uỷ An Giang, sở du lịch và sở nhà đất của tỉnh coi xem đề nghị của con có hợp với tỉnh An Giang không?.

Về đến Hà Nội bố sẽ gọi điện thoại cho An Giang biết, con nuôi của tôi có liên hệ với chủ ngôi biệt thự của bác sĩ Trần Văn Nu muốn phục hoạt lại cho gia đình và tỉnh An Giang có thêm điểm du lịch mới trên đỉnh núi Sam. Đồng thời, bố cũng gởi văn thư nói rõ ý nghĩ của con dám bỏ ra năm triệu đô, An Giang làm gì có đến năm triệu đô chỉ tân trang ngôi biệt thự bỏ hoang và kinh doanh cách nào theo kiểu nhà nước cầm chắc mất vốn như mấy lần trước.

Chỉ mấy ngày sau, khi Thủ Tướng về Hà Nội, tỉnh uỷ An Giang có cử ông giám đốc sở du lịch đến gặp bác sĩ Hiếu tại nhà Cần Thơ, xin hẹn ngày họp mặt tại An Giang có đông đủ Uỷ Ban Nhân Dân tỉnh và Ban Bí Thư để bàn về sự phục hoạt ngôi biệt thự của bác sĩ Nu trên đỉnh Núi Sam. Đồng thời cũng là một điểm du lịch khả thi rất thu hút du khách mà Sở du lịch tỉnh chẳng có đầu tư tiền của gì hết. Bác sĩ Hiếu còn yêu cầu, tỉnh An Giang mời ông giám đốc sở Y tế và bà bác sĩ giám đốc bệnh viện toàn khoa Châu Đốc cùng tham dự vì tôi là một bác sĩ ở Mỹ tôi muốn giúp ngành y tế của Châu Đốc.

Ngày họp mặt sẽ diễn ra thứ sáu tuần này, Hiếu và đại gia đình chừng bốn mươi người sẽ tham dự. Chúng tôi xin mời tất cả thành uỷ và uỷ ban nhân dân tỉnh dự một tiệc sau buổi họp thân tình vào chiều thứ bảy tại trung tâm thành phố Châu Đốc, có gia đình hậu duệ của Bác sĩ Nu từ Núi Sam cũng ra tham dự.

Chúng tôi dự kiến, trọn ngày thứ bảy, khám bịnh phát thuốc, tặng quà cho dân nghèo ở Núi Sam. Công tác này, gia đình chúng tôi thường thực hiện hàng chục lần tại Núi Sam là quê hương của anh rể nay đã mất, anh cứu giúp gia đình tôi quá nghèo ở Bố Thảo Sóc Trăng. Chúng tôi đền ơn đáp nghĩa Núi Sam đã sản sinh một người trí thức có lòng nhân ái cao cả giúp người nghèo.

Nay cũng vậy, nếu con dâu của bác sĩ Nu được giao hoàn ngôi biệt thự sang trọng có một không hai ở trên các đỉnh núi trên toàn quốc. Chúng tôi cũng tổ chức khám bịnh, phát thuốc và tặng quà, chúng tôi sẽ thực hiện quy mô hơn các năm trước. Tôi tin rằng xã Vĩnh Tế - Núi Sam sẽ hoan nghênh chánh quyền An Giang có cử đẹp giao hoàn ngôi biệt thự trên đỉnh Núi Sam cho dâu của Bác sĩ Nu. Đồng bào xã Vĩnh tế - Núi Sam cả tỉnh Châu Đốc cũ nhớ mãi nghĩa cử này.

Tân trang lại ngôi biệt thự và xây dựng thêm khoảng một năm và phải hoàn thành trước mùa mưa năm tới. Tại khu vực này trở thành điểm du lịch của tỉnh và ngôi biệt thự chỉ có sử dụng một nguồn nước mưa duy nhứt, nên chúng tôi phải xây thêm hồ chứa nước. Các hồ nước cũ phải nạo vét làm sạch lòng hồ và còn phải xây cao thêm sẽ chứa được nhiều nước. Xây thêm hồ chứa nước thải, chất bẩn và thanh lọc thành nước sạch tái sử dụng trong tưới tắm bông hoa cây kiểng.

Trong buổi họp, các điều kiện hai bên nêu ra đều thông qua nhanh chóng. Hiếu cũng trình với ông Bí Thư và Hội Đồng Nhân Dân tỉnh:

- Tôi có hứa biếu cho bịnh viện toàn khoa Châu Đốc một máy tối tân khám bịnh mà các nước lân bang như Thái, Miến Điện, Cao Miên, Lào, Indonesia, Malaysia... chưa có, giá đắt trên hai triệu đô và sử dụng khó phải đào tạo chuyên viên lành nghề rất tốn kém. Nay tôi mua tặng bệnh viện đa khoa Châu Đốc cái máy định bịnh này, tôi bao hết công lắp ráp và chỉ dẫn sử dụng là tôi muốn đền ơn Châu đốc đã sản sinh ra anh ba Cường, một đại ân nhân của gia đình tôi. Tôi xin nói thật:

- Ban Bí Thư và Hội Đồng Nhân Dân tỉnh An Giang không tài nào có dư tiền cả trên năm bảy triệu đô la tân trang và xây dựng thêm cho ngôi biệt thự của bác sĩ Nu mà khai thác kinh doanh cầm chắc cái lỗ. Nay quý vị giao hoàn ngôi biệt bỏ hoang mang danh là biệt thư ma cho con dâu bác sĩ Nu, tức là chị ruột tôi. Tôi giúp chị tân trang và xây dựng mới cho ngôi biệt thư này hết mang tiếng ngôi biệt thư ma mà còn thành điểm du dịch thu hút trên đỉnh Núi Sam cũng là cách gián tiếp giúp ngành du lịch tỉnh có thêm khách du lịch đến Núi Sam chi tiêu. Chúng tôi chỉ có ý nghĩ đơn giản đó, nay quý vị không còn xét nét điều này điều nọ, cá nhân tôi khi về hưu lúc năm mươi lăm tuổi, tôi về

Cần Thơ sống mà vẫn lãnh tiền hưu Mỹ, sẽ có dư tiền, tôi sẽ giúp An Giang phát triển ngành Y. Nếu ngay bây giờ, đại học An Giang xin phép mở thêm đại học Y, tôi biếu cho Viện Đại học An Giang hai trăm ngàn đô chỉ xây dựng giảng đường, lớp học, văn phòng làm việc. Thành phần giáo sư giảng dạy nổi tiếng ở nước ngoài mà là người Việt, tám cha con tôi, ngoài bác sĩ y khoa còn là tiến sĩ y học chuyên khoa về bịnh ung thư, gan, tim, phổi, xương, sản khoa và nhi khoa tại hai Viện Đại học nổi tiếng thế giới là Harvard và Yale của Mỹ sẽ giúp dạy miễn phí. Với thành phần giáo sư y khoa như vậy cũng chưa đủ, gia đình chúng tôi chúng tôi sẽ giúp thêm như anh ruột tôi cũng là một tiến sĩ y khoa hiện giám đốc sở y tế Cần Thơ, chị dâu tôi đang là bác sĩ giám đốc bệnh viện toàn khoa Cần Thơ. Ông anh rể tôi đang là Khoa trưởng đại học Y Cần Thơ. Bác sĩ Lệ Thủy cùng lớp với anh chị tôi cũng là giám đốc bệnh viện toàn khoa Châu Đốc. Mời các qúy vị đó vào trong thành phần giảng huấn cùng với nhiều bác sĩ chuyên khoa của An Giang Châu đốc thì cũng tạm đủ mà tiền xây dựng cơ sở mới chánh phủ không phải bỏ ra, may ra chánh phủ sẽ có thể chấp thuận. Nếu quý vị xin phép có trục trặc, bố nuôi tôi, đương kim Thủ Tướng còn hơn một năm nữa ông về hưu, tôi có thể giúp An Giang bay ra Hà Nội vận động hậu trường, hy vọng thành công. Còn tiền trả cho giáo sư nổi tiếng ở nước ngoài mỗi tiếng mấy chục ngàn đô, trường Y An Giang mới mở tiền đâu mà trả cho bác sĩ, chúng tôi tự nguyện dạy học không lấy thù lao chỉ cần thu xếp giờ dạy phải liên tiếp một hoặc hai tuần trong lúc chúng tôi ở Mỹ nghĩ lễ Giáng Sinh, Phục sinh hay nghỉ hè, không ảnh hưởng cho trường chúng tôi đang làm việc ở Mỹ.

Ông Viện Trưởng đại học Angiang vừa nghe đã phác thảo ngay kế hoạch trình Ban Bí Thư và Uỷ Ban Tỉnh và có cả mô hình trường Y An Giang và ghi rõ có tư nhân tài trợ xây cất. Bác sĩ Hiếu nói, khi trường Y An Giang thành hình, tôi sẽ mua tặng cho trường Y An Giang một máy định bịnh tối tân giúp sinh viên rất nhiều trong tương lai.

Tôi đã hứa giúp bịnh viện đa khoa Châu Đốc một máy định bịnh vì tôi muốn đền ơn đáp nghĩa quê hương của anh rể tôi và bố anh là bác sĩ Nu từng là trưởng ty Y tế và giám đốc bịnh viện đa khoa Châu Đốc. Và ý nghĩ thứ hai, tôi muốn bịnh viện đa khoa Châu Đốc có máy định bịnh tối tân thu hút đại gia Cam bốt qua xin khám bịnh với chi phí cao giúp thêm tài chánh cho bịnh viện. Còn bịnh viện Long Xuyên tôi chưa nghĩ tới vì là bịnh viện lớn và giàu hơn bịnh viện Châu Đốc và tôi tự nguyện giúp viện đại học An Giang khi xin phép có thêm phân khoa Y học đào tạo bác sĩ Y khoa song hành với Viện đại học Cần Thơ dù khiêm nhường hơn Cần Thơ. Ông Bí Thư nói:

- Tỉnh An Giang chúng tôi rất cảm kích trước lời nói chân thành của bác sĩ Hiếu muốn giúp tỉnh An Giang. Nhân danh tỉnh, tôi biếu tặng cho con dâu bác sĩ Nu thêm một mẫu ngoài khuôn viên đất của ngôi biệt thự. Bác sĩ có thể xây hệ thống thác nước nhân tạo thêm xa, xây hồ chứa nước mới và nuôi cá cũng như có chỗ xây thêm một hội trường làm điểm giao lưu văn hoá. Tại đây, có trình diễn đờn cà tài tử, có tân nhạc và có biểu diễn các vũ điệu dân gian kể cả Campuchia, Chămpa nhằm thu hút du khách đến Núi Sam. Thảo luận sự giao hoàn ngôi biệt thự của bác sĩ Trần Văn Nu cho con dâu của ông kể như xong, bản hợp đồng chánh thức giữa Sở nhà đất tỉnh An Giang và dâu của bác sĩ Nu sẽ ký vào thứ ba tới.

Bác sĩ Hiếu nói tiếp:

- Để giúp bác sĩ Lệ Thủy trực tiếp biếu tặng thuốc hay bịnh viện phí các bệnh nhân nghèo mà không cần phải qua thủ tục hành chánh trình lên cấp trên rất mất thì giờ. Tôi biếu tặng riêng cho bác sĩ Lệ Thuỷ hai chục ngàn đô, chị mua giúp thuốc trị bịnh thông dụng dự trữ riêng tại nhà hộ sinh của vợ chồng chị, không để cùng kho thuốc của bịnh viện, dễ gây hiểu lầm.

Chị muốn cho bệnh nhân nào mà chị thấy cần phải giúp. Khi nào bác sĩ Lệ Thuỷ chi hết số tiền em biếu chị, gọi điện thoại, em sẽ gởi giúp chị thêm có tiền làm việc từ thiện. Hôm nay thứ sáu, chị Lệ Thuỷ giúp em liên lạc với các lò heo quay ở Núi Sam. Nếu có mười lò quay càng tốt, mỗi lò quay cho ngày chúa nhựt bốn con heo quây. Các lò quay phải đặt bàn chặt thịt heo tại chỗ khám bịnh, ít nhứt cũng hai ba người chặt thành từng miếng nhỏ vừa ăn, có người của Ban Tổ Chức gắp vào dĩa cùng với một ổ bánh mì, nửa trái dưa leo, ớt chín và một cái bánh bò đường thốt nốt và một chai nước ngọt và một chai nước lọc. Mỗi phần ăn chỉ như vậy, chúng tôi dự trù cho năm ngàn phần ăn. Nếu còn dư, chiều thứ bảy, chị mang về bịnh viện Châu Đốc cho các bệnh nhân, người nuôi...

Riêng quà mỗi phong bì một trăm đồng Ban Tổ Chức giúp cho bà con đến khám bịnh có thêm tiền mua thêm thuốc trị bịnh. Phần mua thuốc phát cho bịnh nhân chị lấy tiền em biếu mười ngàn đô mua thuốc, thuốc còn lại chị đem về nhà hay nhà bảo sanh cất giữ dành giúp cho bệnh nhân nghèo. Còn đặt bốn chục con heo quay, năm ngàn ổ bánh mì, mua bánh bò, dưa leo, ớt, nước uống và chừng hai trăm chai xì dầu, em sẽ trả lại chị chiều thứ bảy trong bữa tiệc lớn ăn mừng chánh quyền An Giang giao hoàn ngôi biệt thự của bác sĩ Nu cho con dâu của ông. Chánh quyền còn tặng thêm một mẫu đất đá núi quanh ngôi biệt thự để xây dựng những hồ chứa nước, hội trường, thác nước nhân tạo và hồ nuôi cá... biến thành điểm du lịch đặc biệt trên đỉnh Núi Sam.

Ban tổ chức chúng tôi kính mời Ban Bí Thư, Uỷ Ban Tỉnh và các Ban ngành của tỉnh tham dự dạ tiệc, tối thứ bảy tại Châu Đốc, quý vị tham dự chỉ gọi điện thoại ghi danh với văn phòng bác sĩ Lệ Thuỷ từ tối nay đến chiều thứ bảy để chúng tôi dự trù các bàn tiệc. Chúng tôi cũng đã có liên lạc với Tri Tôn xin mời ban vũ dân gian của người Khờ Me là Vũ điệu Lâm Thôn - Vũ Chămpa và Ban đờn ca tài tử Châu Đốc và Ban Văn nghệ của Thành Phố Châu Đốc giúp cho phần mở đầu cho thêm vui nhộn. Khách từ Long Xuyên lên chúng tôi không có giới hạn chỉ xin biết số người tham dự. May là nhà hàng chỉ có năm trăm chỗ ngồi trong nhà và sân sau rất rộng có thể đặt thêm trên năm mươi bàn ngoài trời có căng mắc đèn sáng rực. Có những vị trong phái đoàn chúng tôi phải đi làm ngày thứ hai thì cần về sớm tối chúa nhựt hoặc sáng sớm thứ hai. Còn gia đình chúng tôi từ Mỹ từ Cần Thơ, Sóc Trăng lên đây sẽ đi du ngoạn trọn ngày thứ hai trong vùng Thất Sơn. Sáng thứ ba trên đường về Cần Thơ chúng tôi xin phép đến văn phòng Sở Nhà Đất đọc lại và ký hợp đồng.

Trong vòng một tuần chúng tôi mời các kiến trúc sư, kỹ sư vẽ từng khu vực thi công cùng làm một lúc, tất cả công nhân phục vụ xây dựng không được sử dụng các giếng nước sẵn có vì nước chỉ phục vụ cho việc xây dựng, sợ thiếu nước sẽ làm chậm trễ, phải xong trước mùa mưa và các ao hồ cũ phải vét nạo sạch sâu.

Ông Bí Thư nói, sáng thứ ba ký hợp đồng xong:

- Ban Bí Thư và Ủy Ban Tỉnh mời phái đoàn của bác sĩ Hiếu dự cơm trưa với chúng tôi cho thêm đậm tình thâm giao. Hiếu cám ơn nhận lời và mời quý vị lãnh đạo Ban Bí Thư và Ủy Ban Nhân Tỉnh An giang đi đến nhà tôi, tôi sẽ giúp quý vị biết trong cơ thể mình, bộ phận nào cần phải điều trị hay thiếu chất gì cần phải bổ sung. Bản tổng kết từ trong máy in ra tiếng Anh, quý vị giữ làm hồ sơ bịnh lý cá nhân rất cần thiết. Một ngày, tôi chỉ có thể phục vụ tối đa sáu người. Nếu muốn làm cho mười hai người quý vị ngủ tại nhà tôi có thừa phòng cho quý vị và cơm ăn ngày ba bữa, chúng tôi cũng lo hết miễn sao quý vị hài lòng chúng tôi rất vui.

Dịp Tết Dương lịch và nghỉ lễ Giáng Sinh, chúng tôi có hai tuần nghỉ, sẽ bay về Việt Nam và đến Châu Đốc coi chuyện thi công trên đỉnh Núi Sam đã đi tới đâu, đến mùa mưa vào cuối tháng tư tháng năm âm lịch, công việc xây dựng ngoài trời cố gắng hoàn tất, còn trong nội thất của biệt thự và hội trường hay phòng ngủ vẫn làm trong lúc mùa mưa cũng ít trở ngại, không sợ thiếu nước.

Buổi phát quà khi khám bịnh và còn được đãi ăn hậu hỉ, người dân Núi Sam lại càng vui mừng được thông báo là chánh quyền tỉnh An Giang giao hoàn ngôi biệt thự của bác sĩ Nu lại cho con dâu của bác sĩ. Tân trang lại làm điểm du lịch cho tỉnh thu hút khách lên du ngoạn có thác nước có hồ nuôi cá, có biểu diễn văn nghệ đờn ca tài tử thường xuyên. Và cũng có tổ chức những buổi văn nghệ tân nhạc có biểu diễn vũ điệu Lâm Thôn của người dân gốc Khơ me của hai huyện Tri Tôn Tịnh biên, vũ dân gian của người Chăm của các huyện Châu phú, An Phú và Tân châu. Cả năm đầu các buổi văn nghệ đều miễn phí, còn số người câu cá cũng miễn phí bắt được cá nướng hay nấu ăn tại chỗ mà mỗi lần câu như vậy tối đa hai tiếng và chỉ năm mươi người trở lại, ngày hai xuất, sáng và chiều. Thứ bảy chúa nhựt sẽ có thêm xuất thứ ba. Cần câu và mồi trùn cũng có sẵn tại hồ nuôi cá không phải chi trả thuê mướn, có ghế ngồi dưới dù che nắng...

Ngày khám bịnh phát quà với mười bàn rộng lớn, cách nhau chừng một mét, khách nhận quà thức ăn, xếp mười hàng vào lấy thức ăn đủ no cho buổi trưa. Còn chỗ khám bịnh cách xa chỗ nhận thức ăn cũng trên dưới mười mét vừa được khám bịnh vừa nhận thuốc, nhận quà phong bì mà còn nhận thêm phần ăn có nhân viên Ban Tổ chức mang thức ăn đến tận nơi khám bịnh trao.

Cách phục vụ cho người dân Núi Sam vô cùng long trọng làm mọi người nức lòng khen ngợi Ban tổ chức quá chu đáo.

Sau buổi khám bịnh, phát quà và nhận thức ăn cũng chỉ tặng gần bốn ngàn người, còn dư năm con heo quay và năm trăm ổ bánh mì, Hiếu biếu lại gia đình thân tộc của anh ba Cường hai con heo quây và hai trăm ổ bánh mì. Còn ba con heo quay, ba trăm ổ bánh mì, Hiếu biếu lại bác sĩ Lệ Thuỷ để biếu nhân viên trong bịnh viện hay bịnh nhân.

Đại gia đình Hiếu cũng ngủ lại tại khách sạn Victory ở Núi Sam thêm đêm chúa nhựt. Gia đình anh ba, chị tư của Hiếu cũng như bác sĩ Trai và ông bà cựu Bí Thư Sóc Trăng phải về sớm vì ngày thứ hai là ngày làm việc. Từ giả Núi Sam từ ba giờ chiều chúa nhựt, chỉ mang theo các phần ăn dành cho mọi người. Lên xe vừa chạy vừa ăn cũng no đến Sóc Trăng mới hơn tám giờ tối, còn về Cần thơ cũng vừa qua sáu giờ chiều.

Cả ngày thứ hai, mọi người đi cáp treo lên đỉnh Núi Cấm của Thất Sơn du ngoạn thật là cơ hội mọi người lên đỉnh núi cao nhứt của bảy Núi, có ao hồ nuôi cá kiểng, hoa sen hoa súng tuyệt đẹp, đi loanh quanh cũng hơn ba tiếng, xuống núi chạy vào Tri tôn, ăn bò nướng và gà hấp lá chúc ăn rất ngon miệng. Thịt bò của huyện Tri Tôn do đa số người Miên nuôi, có thịt ngon ngọt mà người ta so sánh thịt bò Tri Tôn với thịt bò ngon Kobê của Nhựt.

Ăn xong, từ Tri Tôn chạy xuống Long Xuyên gần hơn nhiều so với con đường đi từ Núi Sam đến Long Xuyên. Ngủ lại Long Xuyên một đêm và cũng đi ăn tại một nhà hàng danh tiếng của tỉnh, đặc biệt món tôm càng nướng và gõi tôm càng, cũng có món canh chua bạc hà với cá ba sa, cá rô kho tộ và cá kết chiên dòn ăn với xoài bằm rất hấp dẫn.

Sáng hôm sau ký hợp đồng với sở nhà đất và Ban Bí Thư mời phái đoàn ăn trưa trước khi về Cần Thơ. Ông Bí Thư thật lòng khen bác sĩ Hiếu, lãnh vực nào bác sĩ cũng đều giỏi hết, Thủ tướng chánh phủ đã nói với tôi như vậy, nên bác sĩ giàu sang là chuyện hiển nhiên rất lôgíc. Ông Bí Thư nói:

- Nhân viên dưới quyền biết một ít về gia thế của bác sĩ Hiếu lại vô cùng ngưỡng mộ. Chúng tôi biết rõ cái ác độc của sự phân biệt, kỳ thị giữa chế độ này đến chế độ khác. Nếu người ta ám sát chết bác sĩ Hiếu hay cả gia đình thì bây giờ làm gì có một gia đình Việt Nam đã làm rạng danh cho tổ quốc Việt Nam trên thế giới. Với gia đình đông con, mười sáu cháu mà bảy con lớn đã là bảy bác sĩ chuyên khoa đang phục vụ hai đại học nổi tiếng Mỹ Harvard, Yale nổi tiếng trên thế giới. Chín con nhỏ đang lần lượt vào đại học mà các cháu muốn nối nghiệp cha, có thể vào ngành Y phải trên một nửa và khi các cháu có phối ngẫu cũng sẽ có nhiều cô dâu chú rể cũng ngành Y. Chúng tôi ước tính gia đình bác sĩ Hiếu có ít nhứt hai mươi bác sĩ chuyên khoa.

Vì ngưỡng mộ, Ban Bí Thư và Uỷ Ban Tỉnh biếu tặng cho khu biệt thư của Bác sĩ Nu thêm một mẫu đất núi hiếm quý để thuận tiện làm thác nước càng dài càng rộng thêm đẹp cảnh quan và xây thêm các cấu trúc khác. Tôi rất hoan nghênh tinh thần của dân quê Miền Tây luôn có tinh thần mình vì mọi người, không biết kỳ thị, điển hình là gia đình bác sĩ Hiếu. Tôi lại còn thán phục, được tin, bác sĩ Hiếu còn giúp sáu người tổ chức ám sát mình nay già yếu bịnh tật và gia đình một thượng tướng Thứ trưởng công an chủ mưu chính vụ ám sát. Khi mọi việc được phơi bày ra ánh sáng, Tướng thứ trưởng bị cho về hưu, cuộc điều tra đang tiến hành, bỗng nhiên cựu thứ trưởng công an buồn tình "nhảy lầu" gọi là trượt té lầu chết không kịp ngáp. Nay với gia đình đông con nheo nhóc, bác sĩ Hiếu có gởi biếu mười ngàn đô la, Bác sĩ Hiếu đốn tim cấp lãnh đạo chúng tôi từ tỉnh đến trung ương, ai cũng quý mến bác sĩ.

Sự thành công của buổi khám bịnh, phát thuốc và còn tặng hiện kim, thức ăn cho người khám bịnh cho bốn ngàn người. Bốn ngàn người dân cũng nhận thêm phần thức ăn no bụng và phong bì lì xì, một ấn tượng sâu sắc về ngày kỷ niệm, chánh quyền tỉnh An Giang giao hoàn lại ngôi biệt thự của bác sĩ Nu cho con dâu ông làm chủ và giúp tỉnh An Giang có thêm điểm du lịch thu hút khách.

Mới qua mùa hè lại đến lễ Giáng sinh và Tết dương lịch, vợ chồng Hiếu cùng gia đình năm con lớn và ông bà Philip bay về Việt Nam trong hai tuần. Nghỉ ở nhà Cần Thơ một ngày, hôm sau mời bố mẹ, anh chị hai, anh chị ba và anh chị tư cùng đi Núi Sam, coi xem công trình xây cất đã đi đến đâu. Việc thi công tiến khá nhanh, những cấu trúc cơ bản như xây thêm hồ to hơn các hồ trước, các lạch nước làm suối và trên đầu nguồn suối cũng có xây thêm hồ chứa nước đầu thác, có hệ thống máy bơm khá mạnh từ hồ lớn đến hồ đầu thác cũng cả trăm mét, tất cả các đường dẫn nước làm suối đều có tráng xi măng tránh nước bị thẩm thấu, tiết kiệm nước tối đa. Trên bờ rảnh đường thác nước trồng nhiều loại hoa mười giờ trên các mảng đất nhân tạo làm cho thác nước thêm đẹp với màu đỏ màu tím, màu vàng của loài hoa này và cả đèn màu khi về đêm rất thu hút du khách nhàn du.

Nhà thầu nội thất cũng đồng hành thi công, xây hội trường chứa được chừng một trăm năm mươi đến hai trăm người và có thể ngồi các băng gỗ, xi măng ngoài hội trường. Cái lo nhất khi có khách đông là nước các cầu tiêu cũng rất tốn kém nên thường tổ chức vào mùa mưa lại ít khách và đặc biệt lo tổ chức văn nghệ vui chơi trong trọn tháng giêng âm lịch có Tết Nguyên Đán và rằm thượng ngươn tháng giêng phải mở cửa phục vụ.

Từ tháng hai đến tháng tư âm lịch có thể tạm ngưng hoạt động cũng là thời gian nuôi cá cho thêm mau lớn. Khi từ tháng năm đến tháng chín âm lịch thường xuyên mở cửa vì cây cối, bông hoa tốt tươi, là mùa mưa. Từ trên cao dọc theo ranh giới của thác, lựa chỗ có đất có cát và xây cao thêm gần hai mét trồng bao quanh những cây phượng vĩ ra hoa đỏ khoe sắc trưa hè rất đẹp mắt và cũng chỉ trồng vài chục cây thành hai hàng dài bao hai cạnh sườn của dòng suối và trồng xen kẽ với các cây dừa lửa dừa xiêm trong những ô vuông, cao hơn mặt đất đá trên một mét, vừa làm cây cảnh vừa cung cấp trái bán cho khách du lịch, khoảng bốn năm mươi cây, cây giống nhà vườn Cần Thơ cung cấp.

Hiếu đưa gia đình đến phủ thờ của gia đình bác sĩ Nu thắp nhang tất cả các bàn thờ và có mua thức ăn từ quán Bảy Bồng trong nội ô thành phố Châu đốc, tổ chức ăn trưa với gia đình và nhờ mời Ủy Ban Xã và nhóm đờn ca tài tử của Núi Sam đến bàn thảo khai thác thương mại. Sau một năm cho mọi du khách tự do thoải mái tham quan và tham dự văn nghệ miễn phí. Chủ biệt thự giúp phí tổn cho nghệ sĩ của quê nhà khi biểu diễn cho du khách thưởng thức văn nghệ vào hai ngày cuối tuần. Khi có khách vào thưởng thức đông bán vé do ban đờn ca tài tử trách nhiệm gây quỹ cho mình. Xã giúp về mặt an ninh đặc biệt cho hai ngày cuối tuần có nhiều du khách, chủ biệt thự sẽ tài trợ cho nhân viên an ninh làm nhiệm vụ tuần tra chặt chẽ. Uỷ Ban nhân dân xã và ban đờn ca tài tử vô cùng cảm kích nghĩa cử cao đẹp của chủ ngôi biệt thự sang trọng. Việc bán vé cho vào tham quan và câu cá, trong tương lai giao hết cho xã Vĩnh Tế bán vé thu về cho qũy của xã. Mua cá thêm hàng năm là tiền của chủ nhân ngôi biệt thự, cả tấn cá cho tất cả cho các hồ có trồng hoa sen bông súng, rau muống, rau nhúc, lục bình, không thả cá hai hồ chuyên chứa nước sạch để bơm lên phục vụ cho người trong biệt thự và năm phòng ngủ VIP.

Khi nào xây thêm các hồ mới xong, bơm nước các hồ cũ sang, sẽ nạo vét sạch bùn đất cát và xây cao thêm chừng hơn một mét cho ba cái hồ nước cũ và tu bổ cho thêm chắc chắn, trên bờ hồ xây to trong rộng ra đủ để nhiều cây dù và ghế ngồi câu cá, xung quanh hồ có hàng rào lưới sắt cao cả thước, tránh tai nạn trợt té ra khỏi bờ hồ. Hiếu lại nhắc các chủ thầu ai có sáng kiến làm nhanh vững chắc mà đẹp sẽ có phần thưởng hiện kim.

Các hạng mục xây dựng nhỏ thuê mướn các nhà thầu nhỏ, giúp họ. Mỗi hạng mục xây dựng đều độc lập nhau: xây hồ mới, nạo vét và xây cao thêm các hồ cũ, làm thác nước và xây một hồ chứa nước trên đầu nguồn thác. Công trình xây nhà làm hội trường, xây năm phòng ngủ theo tiêu chuẩn tiện nghi nội thất như khách sạn năm sao. Và tân trang lại nội thất, vứt bỏ những cái cũ thay toàn cái mới và đồ hiệu nhập khẩu từ Nhật và Ý và hai phòng nhỏ cạnh biệt thư dành cho quản gia và đầu bếp cũng làm mới và rộng lớn hơn.

Có tất cả sáu công trình khác nhau, chỉ có xây dựng hồ mới, làm thác nước, xây dựng hội trường cần nhiều nhân công hoàn thành càng sớm càng tốt. Sử dụng chỗ xây năm phòng ngủ tạm cất một dãy nhà kho cho các công trình có chỗ cất giữ riêng biệt và đóng góp tiền mướn một người giữ an ninh nhà kho, nhứt là về đêm.

Tới lễ Phục sinh vợ chồng Hiếu bay về Việt Nam ở mười ngày. Đến quan sát theo dõi thi công, mọi chuyện đều diễn tiến suôn sẽ, trồng được năm chục cây phượng vĩ đang ra hoa và khoảng năm mươi cây dừa lửa mang từ nhà vườn Cần Thơ cũng đã bén rễ tốt tươi trong các bồn to đủ đất phân cho cây phát triển, chỉ còn hai tháng nữa vào mùa mưa suốt sáu tháng, coi xem các hồ nước được bao nhiêu, nếu đầy trên nửa hồ thì quá lý tưởng. Hiếu còn đặt mua hai trăm cây hoa mai đang có hoa, đất núi Sam rất thích hợp cho loài hoa này. Hoa mai trồng gần khu năm phòng VIP, trồng trong một cái sân xây trên đá cả trăm mét vuông. Một sân hoa mai khác gần hồ nuôi cá cũng cùng diện tích, mai đã trồng xong và bén rễ rất tốt tươi. Dừa, phượng vĩ cũng trồng xong trong mùa nắng. Hồ nuôi cá kể như xong phần nền, đang xây tường bao quanh hồ cao một mét rưỡi và cả lưới sắt bao quanh cũng phải xong trước mùa mưa.

Hiếu cũng có đến nhà anh ba Cường thắp nhang và cúng một con heo quay, chị Lệ Thuỷ còn mua thêm bánh hỏi, tôm càng, rau dưa. Trước cúng anh Ba Cường thịt heo quay bánh hỏi và tôm càng nướng, sau vợ chồng Hiếu mời gia tộc anh ba Cường có gia đình chị Ngọc Mai cùng về thăm gia đình và gia đình chị Lệ Thủy cùng tham dự.

Hiếu đưa tiền cho gia đình là cháu của anh Ba Cường mua năm con bò và bốn con heo nuôi từ đây đến mùa hè làm thịt, chừng năm tháng, người nuôi giữ lại một con bò đực và một con cái để giống và heo cũng vậy. Hiếu cho biết nếu công trình xong sớm thì làm tiệc khai trương đầu mùa hè. Nếu chưa hoàn tất thì tiệc khai trương giữa mùa hè hay cuối mùa hè, không thể để qua tháng khác vì Tết Nguyên Đán sắp tới sẽ mở cửa cho du khách tham quan du ngoạn.

Tiệc khai trương có mời Thủ Tướng Chánh Phủ, ông bà Bộ trưởng Y Tế Indonesia, các quý vị Bí Thư và Chủ Tịch Uỷ Ban Nhân Dân An Giang, Cần Thơ, Sóc Trăng, mời đại diện các dân tộc Chăm, Khơ me, Tàu và mời chánh quyền tỉnh Ta Keo...

Ngày đầu đãi quan khách từ xa, ngày kế đãi bà con của cả xã Vĩnh Tế, có ca nhạc, đờn ca tài tử, múa Lam Thôn, múa dân gian của dân tộc Chăm. Mời rộng rãi ngành truyền thông báo chí trong nước và quốc tế. Các nhà báo được cư ngụ tại khách sạn sang trọng của Núi Sam và ăn uống đều được mời miễn phí.

Ông bộ trưởng Y tế Indonesia cho biết sẽ tham dự và gởi trực tiếp cho bệnh viện đa khoa Châu Đốc năm trăm con tôm hùm giúp bác sĩ Andre đãi quan khách. Ông Tỉnh Trưởng Ta Keo của xứ Chùa Tháp đã thông báo tham dự và có mang theo Ban vũ Lâm Thôn của tỉnh khoảng hai mươi người, chỉ xin hai ngày thứ bảy chúa nhựt lo giúp chỗ ăn ở, không phải trả thù lao cho Ban vũ.

Hiếu có nhờ chú thím Tín thường đến quan sát và đôn đốc các nhà thầu cố gắng hoàn tất sớm, có Thủ Tướng từ Hà Nội vào dự lễ khai trương và hoàn thành trể thì Thủ Tướng sẽ hết nhiệm kỳ và nghỉ hưu từ tháng mười. Mục đích Hiếu mời ông Tỉnh Trưởng Ta keo là nhằm giới thiệu máy khám bịnh tối tân tại bịnh viện Châu Đốc và chính bác sĩ Hiếu phụ trách khám bịnh cho ông bà Tỉnh Trưởng, một hình thức quảng cáo rất hay giúp bịnh viện Châu Đốc có khách đại gia từ Kampuchia sang.

Sau lễ phục sinh, các công trình hoàn thành từ 80 đến 90%, Hiếu đã soạn thư mời tiếng Việt, tiếng Pháp và tiếng Anh. Ba MC vẫn là thím Tín, tiến sĩ bác sĩ Bernard Khoa trưởng Y Học Cần Thơ và vợ là giáo sư tiến sĩ Tuyết Trinh Khoa trưởng đại học Sư Phạm Cần Thơ. Hiếu còn chinh phục nhân tâm Thủ Tướng, ông Tỉnh Trưởng Tà Keo, kính biếu mỗi vị hai mươi con tôm hùm. Quý vị Bí Thư và Chủ Tịch tỉnh mỗi vị mười con tôm hùm, chị Lệ Thuỷ cũng hai mươi con và bữa tiệc đãi thứ bảy, cũng có món tôm hùm xào spaghetti của Ý, thịt bò thui, bò xào lá dang, thịt heo kho trứng ăn với bánh mì, có thêm món gõi xoài tượng với thịt ba rọi và khô cá lóc. Ngày chúa nhựt cũng y chang như vậy. Khâu nấu bếp phụ trách các món ăn khoảng hai mươi người và có thêm ba mươi phụ bếp. Các bàn, ghế Hiếu mượn ở Miếu bà Chúa Xứ, giúp xe đưa lên núi cùng với nhiều dây đèn màu và Hiếu cũng đóng góp Ban Quý Tế Miếu Bà năm ngàn đô cho khâu vận chuyển bàn ghế và giăng mắc đèn màu.

Hiếu đã mua một máy phát điện khá to, những máy bơm nước, phun nước cũng mướn thợ làm trước, cũng như các đường dây điện vào nhà ở, hội trường, phòng VIP. Hiếu dự trù tổ chức lễ khai trương vào đầu tháng tám dương lịch mà từ cuối tháng sáu, vợ chồng Hiếu phải về trước hơn tháng để duyệt xét lại các công trình và thanh toán tiền công trình nào đã hoàn tất.

Vừa nghỉ hè, cả gia đình bay về Cần Thơ, mọi người thấy có trồng năm mươi cây thốt nốt xanh tốt tại khu đất có pha cát mới tạo sự thích hợp thổ nhưỡng cây thốt nốt. Cát, phải thuê mướn một xà lan chở và có xe chở đến nhà vườn pha trộn với đất phù sa trồng cây thốt nốt, dù rất tốn kém và mua cây thốt nốt phải to, cao khỏi đầu người. Nay thốt nốt bén rễ tốt tươi trên thế đất cao thành một khu riêng biệt và một trăm cây bằng lăng mua từ Rừng lá Hàm Tân trồng thành một khu cạnh cây thốt nốt, vài trăm cây tràm trồng vùng đất thấp cạnh đó và có hàng trăm bụi tre làm thành một vòng rào ngoài, còn dừa làm hàng rào trong, cạnh nhà vườn tiếp giáp với đất của người khác, là nơi quy tụ chim cò có chỗ cư ngụ càng ngày càng nhiều. Vì vậy, Hiếu phải đặt thêm máy phun nước tại các ao nuôi cá đuổi chim cò ăn cá nuôi. Xung quanh ao nuôi cá còn trồng các loại rau quả như bầu, bí đao, khổ qua, dưa leo có làm dàn cho chúng leo, xa bờ đến hai mét, dưới còn thả rau muống, rau nhúc và đặt thêm một ít cành cây gọi là "chà" dưới các dàn dây leo làm nơi trú ẩn và sanh sản cho cá và có chỗ an toàn tránh chim cò, nhứt là chàng bè, cồng cọc có thể bơi trên ao ăn cá.

Về đến nhà vườn ở Cần Thơ, Hiếu rất hài lòng và sung sướng cùng vợ thường nắm tay dạo quanh vườn hay ngồi lên xe điện cùng với các con nhỏ dạo quanh khu nhà vườn, cảm thấy lâng lâng trong lòng quá vui. Hiếu bảo các con đặt chừng năm cái lọp, qua đêm, sáng ra bắt cá, Tất cả năm lọp, cá vào quá nhiều, mỗi cái mấy chục con lớn nhỏ, cá nhỏ còn sống thả xuống mương rảnh lại, chỉ bắt cá lóc lớn, còn sống thì rộng lại để ăn dần, các con cá lớn nhỏ đã chết đều làm khô để dành ăn.

Mỗi buổi chiều, Hiếu có tổ chức ăn trong gia đình đều có đông đủ bốn gia đình anh chị em, ông bà cựu Khoa trưởng trường Y, chú thím Tín và gia đình thông gia công an. Các con dâu và con gái lớn của Hiếu nay cũng biết làm món ăn thông thường nên cũng giúp chị bếp đỡ vất vả. Sau một ngày ở Cần Thơ, Hiếu mướn người làm một con heo lớn, tối có thêm món cháo lòng.

Ở Cần Thơ nghỉ ngơi hai ngày, Hiếu mời hết mọi người có cả bố mẹ vợ từ Sóc Trăng lên cùng đi về Châu Đốc, Hiếu bảo con lấy nguyên đùi sau và năm ký thịt rời, mang lên Châu Đốc biếu gia đình chị Lệ Thuỷ. Hiếu xem chị Lệ

Thuỷ như là chị ruột của mình nên vợ chồng chị luôn hết lòng trợ giúp Hiếu mọi thứ khi Hiếu về Châu Đốc. Vì là ngày chúa nhựt nên anh chị ba, chị tư cùng lên Châu Đốc với em mình duyệt xét các công trình xây dựng, thác nước, hồ chứa nước nuôi cá rộng lớn nhứt. Giữa hồ có một tảng đá lớn vẫn để nguyên, xung quanh móc sâu lấy cát đưa ra ngoài, lòng hồ khá sâu, trên bờ hồ cũng đúc một cái bệ rộng hai mét, có hàng rào lưới sắt bao quanh. Dưới đáy hồ có xây những ô vuông chứa đất và phân cứt bò để trồng hoa sen, bông súng. Cạnh tảng đá giữa hồ có một máy phun nước lên cao ba bốn mét và có hệ thống đèn màu trông rất đẹp mắt nên thơ. Tất cả những gì Hiếu muốn làm, chưa xong hay đã xong, Thu Vân theo dõi tiếp Hiếu trên một xấp giấy Hiếu đã hoạch định trước.

Hiếu cho chạy thử máy phát điện và mở hết các hệ thống điện từ các ao đến hội trường, phòng ngủ VIP và ngôi biệt thự trong ngoài. Thử hệ thống nước và nước bẩn chạy về một cái hồ thanh lọc chất bẩn, xây chắc chắn, nước sạch dẫn qua một cái hồ khác để tái sử dụng tưới bông hoa, cây trồng và dội rửa nhà vệ sinh. Còn chất thải rắn và phân cũng được đưa qua một hồ khác sẽ được thiêu đốt thành than dùng vào khâu bón cây trồng. Tất cả đều được hệ thống hoá, có hai máy phát điện, máy lớn chạy ban đêm và máy nhỏ hơn chạy ban ngày, có nhà kho chứa xăng dầu được xây ngầm dưới sâu để phòng hoả hoạn và thiết lập một hệ thống phòng chửa cháy tối tân nhứt như ở Mỹ mà ở Việt Nam, các đại gia chưa có.

Vợ chồng chị Lệ Thuỷ cho biết có chuẩn bị buổi ăn trưa trên khu biệt thự với tôm càng nướng ăn với bún, thịt heo quay ăn với bánh mì, lại còn có mắm thái ăn với thịt ba rọi luộc, có bia, nước ngọt, nước lọc, rau, dưa leo, khế, chuối chát, tỏi ớt đủ hết. Các xe chạy thẳng lên khu biệt thự, nay có làm thêm một tầng, tầng dưới đậu được mười lăm chiếc xe hơi lớn và nhỏ, tầng trên đậu được hai mươi hai chiếc xe nhỏ... và có dành chỗ cho hai ba chục xe gắn máy. Như vậy quá chu đáo, ai cũng nức nở khen Hiếu có sự tính toán trước siêu việt. Mấy chục cây phượng vĩ, có hàng chục cây trổ hoa lần đầu, mùa hè năm tới các cây phượng vĩ sẽ trổ hoa hết.

Bữa ăn trưa lại có món mắm thái ăn với thịt ba rọi và bún cùng rau dưa, khế chuối chát. Các con Hiếu ít có dịp ăn món này nên chúng ăn hết sạch, tiếp ăn tới món thịt quay, tôm càng nướng. Hiếu có mang theo hai chục cái võng, bảo các con căng ra cho quý vị lớn tuổi có võng nằm nghỉ trưa. Hiếu nói các cái võng này sẽ cất lại trong ngôi biệt thự dành cho tương lai, cũng như Hiếu có mang theo sáu bảy chiếc chiếu ny lông cho các cháu nghỉ trưa. Các con Hiếu nói, trưa nay chúng cháu cám ơn cô Lệ Thuỷ cho chúng cháu ăn món mắm thái quá ngon và uống bia quá bắt, chúng cháu quắc cần câu xin phép thăng chừng một tiếng.

- Cô Lệ Thuỷ nói, các cháu ngủ thức dậy, cô sẽ đãi uống nước thốt nốt và ăn bánh bò đường thốt nốt và quý vị về Cần Thơ ngày mai còn đi làm việc. Tất cả bà con còn ở lại Châu Đốc, ngủ tại nhà cô và cạnh bên còn có khách sạn, mình không sợ thiếu chỗ ngủ. Chiều mình thuê bốn năm chiếc tam bản và cô có chuẩn bị cả phao cứu nạn. mình thả tam bản trôi đến các miệng đáy mua tôm càng hay cá ba sa, cá vồ, cá he vừa bắt còn nhảy soi sói, nướng ăn tại chỗ. Cô có mang theo rau dưa, ớt, nước mắm me, muối ớt và chanh, ai muốn ăn nước mắm me hay muối ớt chanh, cách nào cũng ngon. Hiếu nói có mang theo một chai Martell cordon bleu và chị Lệ Thủy có mang năm bình nước thốt nốt, nước lọc lại có nước đá ướp lạnh.

Bác sĩ Lệ Thuỷ cho biết, chương trình du ngoạn bằng xuồng tam bản và các món ăn tối, cô Lệ Thuỷ còn nói còn mời Ban đờn ca tài tử cả chục nghệ sĩ biểu diễn nghệ thuật ca cổ của miền Tây để cho các cháu thưởng thức cho biết. Năm sáu chiếc tam bản nhỏ của mình ở hai bên chiếc tam bản to của ban nhạc ở giữa, có dây buộc nối nhau thành một khối lại càng an toàn không sợ lật tam bản khi có tàu lớn chạy gần. Bernard và Trung nghe bạn Lệ Thuỷ phác hoạ chương trình du ngoạn và ăn trên sông sao hấp dẫn quá, chúng tôi sẽ ở lại vui chơi đến chín giờ rưỡi tối xin lên bờ và lái xe về luôn Cần Thơ, sáng đi làm trể vài tiếng không sao.

Một buổi ăn trên sông nước ở Châu Đốc còn độc đáo hơn ngồi trên nhà hàng nổi Cửu Long ở Cần Thơ. Thầy Khoa trưởng khen bác sĩ Lệ Thuỷ có óc tổ chức tuyệt vời, tối ngủ tại nhà bác sĩ Lệ Thuỷ, ăn sáng xong, gia đình trở lại khu biệt thự.

Để chinh phục các nhà thầu và công nhân, Hiếu mua hai con heo quay chặt nhỏ vừa miếng ăn, một trăm ổ bánh mì, mười kết bia, hai mươi kết nước ngọt và hai cây nước đá, mang lên chỗ xây dựng. Hiếu mời tất cả chủ thầu lại nói, tôi biếu tặng quý ông thực phẩm để quý ông chia điều từng công nhân nói quà của quý ông biếu cho công nhân ăn lấy thảo. Thứ bảy tới tôi lên xem lại coi chỗ nào cần tu bổ thì phải làm nhanh. Chỉ còn mấy tháng nữa đến ngày tổ chức lễ khánh thành và khai trương, có Thủ tướng chánh phủ, nhiều bí thư tỉnh và khách nước ngoài tham dự. Nếu được khen tôi có phong bì tưởng thưởng các công nhân.

Toán xây hồ mới xong, sẽ giữ nước có đủ tiêu dùng. Những cái hồ cũ, nay tân trang xây bờ hồ cao thêm một mét rưỡi cũng có lưới sắt chừng một mét bao quanh và phải vét sạch hết cây cỏ mục ở đáy hồ, những chỗ chưa chạm đá, lấy hết cát, đất cho vào các cái khuôn tròn hoặc vuông trồng dừa, phượng vĩ và hoa mai, phơi hồ vài ngày. Khi có mưa, xả nước hồ lớn xuống các hồ nhỏ. Các hồ nhỏ cũng xây thêm những cái khuôn ở đáy hồ, cho phân cứt bò và đất để trồng bông súng, hoa sen, trên mặt các khuôn cũng có cho đá cục nhỏ trên mặt khuôn nhằm giữ đất phân ít bị thoát ra ngoài. Các hồ nhỏ đang khô trồng bông súng hoa sen rất thuận tiện. Hiếu nhờ gia đình các cháu của anh ba Cường mua hàng ngàn cây hoa sen và bông súng có gốc rể tốt và màu sắc đẹp, trồng trong vòng một tuần và trồng tăng cường trên hồ lớn.

Chiều thứ sáu, gia đình Hiếu đã đến Núi Sam và thắp nhang bàn thờ anh rể - Ba Cường và quay lại khách sạn Victory ngủ tối thứ sáu và sáng thứ bảy lên núi thật sớm khi các công nhân chưa làm việc. Người giữ kho vội mở cổng cho gia đình Hiếu vào khu vực xây dựng. Chỗ nào còn thiếu, cần làm thêm, nhứt là trồng hoa trong những cái bốc vuông dài, rộng chừng hai tấc rưỡi, không cản lối đi để rải rác sát hàng rào, trồng những loài hoa dễ trồng, nhứt là hoa mười giờ. Hiếu có nhắc gia đình anh Ba Cường tìm cho vài em trai phụ trách trồng trong một trăm các bốc rải rác trên các bờ hồ, các cháu có sáng kiến muốn trồng loại hoa nào cũng được miễn dễ trồng, ít chăm sóc và hoa có màu sắc đẹp, Hiếu nói:

- Đây là ngôi biệt thự của dòng họ Trần - anh ba Cường - các cháu trồng hoa cho đẹp để anh Ba Cường và cha mẹ là ông bà bác sĩ Trần Văn Nu có hồn vía về đây thấy dòng họ của ông cũng có công đóng góp. Hiếu trao cho em trai mua hoa, mua phân và công trồng ba triệu và nhờ các cháu làm xong trong mùa mưa này, đỡ phải tưới.

Sáng thứ bảy, lên núi sớm, dù hoa chưa trồng, khâu mướn đúc các cái bốc trồng hoa đã làm xong kể cả sơn ngũ sắc, từ các màu riêng biệt: đỏ, trắng, xanh, vàng, tím, mang lên để cạnh hồ và thấy có nhiều đóng phân vừa có lá cây, cứt bò và đất đã trộn cũng đưa lên đầy đủ. Hiếu yên tâm, tới ngày khánh khánh, mọi thứ sẽ diễn tiến tốt đẹp. Hiếu dự trù sau ngày khánh thành khai trương ngôi biệt thự không còn hoang tàn vắng chủ, mang tiếng là ngôi biệt thư ma mà là một ngôi biệt thự cực kỳ xinh đẹp. Một biệt thự biết làm đẹp khoe hương sắc với đời mà trở thành điểm thu hút khách du lịch có đủ hết cây cảnh, bông hoa quanh năm. Có sân khấu trình diễn nghệ thuật, có phòng ngủ năm sao, có ao nuôi cá, câu cá, có thác nước róc rách, có hồ bằng kiếng nuôi cá Koi, có lồng nuôi chim... Ai có đi kính viếng bà Chúa Xứ hay tham quan các danh lam thắng cảnh ở Núi Sam sẽ không bỏ lở cơ hội đến viếng điểm du lịch này. Các cảnh quan bao quanh dành cho đại chúng, một năm đầu hoàn toàn miễn phí và số lượng người vào thưởng ngoạn cùng câu cá chỉ khoảng hai giờ và mỗi đợt chừng năm chục người. Các năm sau sẽ có thu lệ phí cho quỹ của xã Vĩnh Tế và hội trường trình diễn nghệ thuật do Ban đờn ca tài tử xã Vĩnh Tế khai thác bán vé. Còn lại năm phòng VIP là thuộc quyền sở hữu riêng tư của chủ cùng với ngôi biệt thư này. Gia đình ở lại Núi Sam vài ngày, ban ngày lên núi, mang theo thức ăn trưa và đi dã ngoại thể thao xuống lên núi qua các con đường từ ngôi biệt thự xuống tận chân núi, xuống vùng chợ Bến Đá, vùng Đá Chẹt, vùng Bến Vựa. Tối ngủ và ăn tại khách sạn Victory, mỗi ngày có mang thức ăn trưa lên núi cho mấy chục công nhân khi thì mắm thái ăn với thịt ba rọi và bún rau, khi mua thịt heo quay ăn với bánh mì và còn có bia, nước ngọt, bánh bò đường thốt nốt làm cho công nhân rất vui làm tích cực thêm vì sự ưu ái của một gia đình giàu sang quý phái tốt bụng. Khi các công nhân ăn trưa xong, Hiếu hỏi anh em có bịnh gì lại cho ông khám và cấp thuốc hay viết toa cho tiền mua thuốc và vợ con của các công nhân, ông cũng giúp như vậy. Có công nhân khai bịnh cho vợ con đang ở nhà, Hiếu cũng cho tiền về mua thuốc điều trị. Nếu bịnh nặng, bác sĩ Hiếu viết giấy giới thiệu ra bệnh viện Châu Đốc điều trị hoàn toàn miễn phí. Công đức giúp người nghèo, tiếng lành đồn xa của bác sĩ Hiếu vang khắp vùng Thất Sơn, cả nước và lan toả qua các tỉnh biên giới với Cam Bốt.

Trong tầm ngắm của bác sĩ Hiếu và tiến sĩ Thu Vân muốn giúp thực tế dẹp bỏ hay ngăn chặn giúp nhà nước triệt hạ tệ nạn buôn người và bán phụ nữ Việt Nam kể cả con gái vị thành niên sang Trung quốc làm nô lệ tình dục, thật rất đáng thương, cũng thật đáng xấu hổ cho dân tộc Việt. Hiếu có trình với bố nuôi - Thủ Tướng Chánh phủ. Ông hứa với Hiếu và gia đình, nếu Hội từ thiện của Hiếu triển khai công tác tiếp sức với chánh quyền diệt nạn buôn người ở vùng biên giới, đó là một điểm son to lớn của gia đình Hiếu.

Khi gia đình Hiếu đến Hà Nội, chánh phủ sẽ cấp cho Hiếu hai chiếc xe loại mười sáu chỗ ngồi và một xe dành cho công an chìm theo hộ tống giữ gìn an ninh lên vùng biên giới Việt Trung. Hiếu xin bố giới thiệu chừng hai ba luật sư có lòng nhân ái và phải dấn thân phục vụ cho lẽ phải, biết tiếng Hoa lại càng tốt, Hiếu nói. Các luật sư và công an theo hai xe, con sẽ bao hết mọi thứ.

Con muốn công việc ngăn chặn hay diệt được nạn buôn người, mình phải có luật sư giỏi sang tận Trung quốc giúp đưa tội phạm ra toà lãnh án, chi phí cho luật sư qũy từ thiện của chúng con sẽ tài trợ. Con sẽ mời một luật sư giỏi làm cố vấn cho văn phòng từ thiện nay dời đến Lào Cai, mời luật sư và cựu viên chức công an về hưu tại địa phương càng thuận tiện giúp văn phòng ở Lào Cai, được trả lương tháng.

Có ý nghĩ đó, nên Hiếu tổ chức chuyến đi thực tế giúp cho văn phòng từ thiện và cũng là chuyến du lịch các tỉnh miền Bắc vùng biên giới Việt Trung, coi có giúp thực tế cho đồng bào dân tộc vùng biên giới và tìm hiểu thêm cội nguồn dân tộc. Chuyến đi thực tế khoảng mười ngày.

Hiếu trình hết ý nghĩ với Thủ Tướng, sự tiếp tay của hội từ thiện muốn làm sạch nạn buôn người ở biên giới, Thủ Tướng khen nức nở, con có lòng nhân ái bao la, bố thật ngưỡng mộ con. Phái đoàn của con trên ba mươi thành viên và toán công an chìm và ba luật sư đi trên ba chiếc xe chở được gần năm mươi người, bố cho thêm hai xe lớn chở thuốc thông dụng có hai dược sĩ và bốn dược tá chuyên lo phát thuốc tiếp giúp con, chánh phủ lo mọi chi phí.

- Phái đoàn của con có cả chục bác sĩ tài giỏi khám bịnh phát thuốc và cho toa mua thuốc cho dân nghèo vùng biên giới. Nhờ vậy, mình kêu gọi dân quê tiếp tay diệt trừ nạn buôn người, Hiếu tiếp lời.

Nếu chính quyền được cung cấp tin chính xác bắt những tên đầu sỏ mối lái, con có phần thưởng, cho người cung cấp tin từ năm chục ngàn đến một triệu tuỳ trường hợp, con còn cho toa bịnh nhân mua thuốc, biếu mỗi toa thuốc một vài trăm đồng. Hiếu nói con cám ơn bố giúp chúng con hoàn thành ước nguyện của đời vợ chồng chúng con là không đội trời chung đám tội phạm buôn người xuyên quốc gia, cưỡng bức phụ nữ làm nô lệ tình dục...

Văn phòng Thủ Tướng có văn bản gởi các tỉnh có biên giới dài với Trung quốc: Lai Châu, Lào Cai, Hà Giang, Cao Bằng, Lạng Sơn, Quảng Ninh (Móng Cái). Một phái đoàn bác sĩ trên mười người, quốc tịch Hoa Kỳ và bác sĩ Tổng Thư Ký Hội từ thiện quốc tế cứu giúp phụ nữ nạn nhân bị làm nô lệ tình dục và nạn buôn người. Tất cả nhóm bác sĩ và Hội từ thiện khoảng ba mươi người có cả gốc Việt ở miền đồng bằng sông Cửu Long sẽ đến mỗi tỉnh một ngày khám bịnh phát thuốc và cấp toa cho bịnh nhân. Các loại thuốc thông thường, chánh phủ tặng miễn phí. Phái đoàn bác sĩ quốc tế sẽ có những phần thưởng xứng đáng cho những đồng bào tố giác kẻ chủ mưu, đầu mối và các tay buôn bắt phụ nữ Việt Nam bán sang Trung quốc. Văn phòng chánh phủ ấn định rõ ràng ngày đầu tiên sẽ khám tại một huyện của Lào Cai, cùng ranh giới với Lai Châu, ngày thứ hai tại Hà Giang, địa điểm sát vùng biên giới với Trung quốc và ngày thứ ba đến tỉnh Cao Bằng.

Từ Cao Bằng đưa phái đoàn cùng toán công an và ba luật sư của chánh phủ cắt cử theo phái đoàn về Thủ đô Hà Nội do tỉnh Cao Bằng trách nhiệm. Tại mỗi tỉnh phải bố trí ít nhứt một đại đội biên phòng và công an giữ gìn trật tự an ninh tại nơi khám bịnh phát thuốc và công an chuẩn bị sẵn sàng phương tiện bắt nhốt những tội phạm nguy hiểm xuyên quốc gia. Các tỉnh có sở Y tế cũng nên cung cấp thêm thuốc miễn phí cho bệnh nhân và cử bác sĩ, dược sĩ làm việc với phái đoàn.

Riêng tỉnh Lào Cai chuẩn bị giúp cho một chỗ rộng rãi làm văn phòng đại diện Hội Từ Thiện cứu giúp phụ nữ, tìm một vị giám đốc, theo gợi ý của bác sĩ Tổng Thư Ký, vị giám đốc phải giỏi Anh ngữ vì mọi tài liệu, giao dịch với trung ương phải dùng tiếng Anh và một ngoại ngữ khác là tiếng Pháp, như trường hợp văn phòng ở tỉnh Sóc Trăng, ông cựu Bí Thư tỉnh giỏi tiếng Pháp, lương căn bản từ năm chục triệu đồng một tháng trở lên và nhiều quyền lợi khác. Văn phòng lúc ban đầu chỉ cần năm người, một giám đốc, một Phó, hai nhân viên và một luật sư phải thông thạo Hoa ngữ, Anh hoặc Pháp ngữ vì ít người phải làm việc nhiều vì là hội từ thiện, phải biết một trong hai ngoại ngữ Pháp, hoặc Anh và cả tiếng Hoa nữa, tiêu chuẩn tuyển người rất cao, ưu tiên dành cho các cựu Bí Thư, Chủ Tịch hay cựu Giám Đốc Y tế, cựu giám đốc công an, quyền lợi nhiều, tuổi từ bảy mươi lăm trở xuống và có đầy đủ sức khoẻ sẽ công tác qua lại cả sáu tỉnh biên giới. Lào Cai ưu tiên tuyển người, nếu Lào Cai không có người, chưa đủ, các tỉnh khác có thể giới thiệu người vào giúp và ăn ở tại văn phòng.

Trong văn bản của Văn phòng Thủ Tướng có phụ chú cho biết có tiến sĩ Thu Vân cùng đi với phái đoàn, tác giả tập Hồi Ký viết bằng tiếng Anh vang danh trên thế giới và có bản dịch chữ Việt, tặng cho mỗi tỉnh hai chục cuốn và Bộ đội biên phòng hai mươi cuốn.

Cả sáu tỉnh biên giới, từ trong chánh quyền đến dân chúng đều nao nức đoán tiếp phái đoàn từ Thủ đô đến công tác dù ngắn ngủi nhưng là bước đầu căn bản, có văn phòng làm việc về từ thiện cứu giúp phụ nữ đặt tại Lào Cai. Lần này, phái đoàn từ thiện chỉ có thời giờ công tác tại ba tỉnh Lai Châu, Lào Cai, Hà Giang. Công việc tiến hành tốt đẹp, các tỉnh sẽ tiếp đón long trọng, cả phái đoàn được ở nhà khách của tỉnh do tỉnh phục vụ ẩm thực.

Sáng sớm hôm sau, tỉnh Lao Cai có cho thêm một xe tải thuốc thông dụng, có mười y và dược tá, một dược sĩ, năm bác sĩ phụ trách khám bịnh tại một địa điểm trên tỉnh Lai Châu cách hơn ba mươi cây số địa điểm chính cùng với chín bác sĩ của phái đoàn từ Hoa Kỳ. Mỗi bịnh nhân được khám bịnh, phát thuốc uống thông thường và thuốc bổ còn được biếu thêm tiền mua thuốc có toa bác sĩ cấp. Toán Lai Châu phát từ tám giờ sáng đến ba giờ chấm dứt, có tám trăm bịnh nhân. Toán bên Lào Cai là toán chính, khám được trên hai ngàn tám trăm người, ngoài chín bác sĩ còn có trên hai chục người phụ giúp phát thuốc của Hà Nội làm việc như máy, bịnh nhân cũng được biếu tiền mua thuốc theo toa bác sĩ cấp, đến hai giờ trưa chấm dứt để còn thì giờ qua tỉnh Hà Giang. Tối, phái đoàn Hà Nội cũng được tỉnh Hà giang chiêu đãi cơm chiều và ở nhà khách của tỉnh. Sáng hôm sau sẽ khám bịnh sớm, cũng tám giờ sáng, tỉnh Hà Giang cấp thêm hai xe thuốc mười bác sĩ và hai mươi y dược tá và một dược sĩ phụ trách tại một địa điểm sát biên giới.

Vùng này là nơi có nhiều trại giam các phụ nữ bị bắt nhốt đợi bán sang Trung quốc, có một đại đội lính biên phòng bảo vệ an ninh xa và một trung đội công an sắc phục và ngụy trang thường phục đều có vũ khí, bảo vệ an ninh gần. Toán thứ hai là toán chánh của trung ương lại đặt gần trung tâm đầu não các trại tập trung buôn người ẩn trong rừng núi. Nơi đây, tỉnh bố trí hai đại đội lính biên phòng giữ an ninh từ xa, một đại đội công an mặc sắc phục rất ít và mặc nguỵ trang thường phục rất nhiều. Tập trung từng điểm nhỏ trang bị cả đại liên tiểu liên vì nơi đây thường xảy ra các vụ chạm súng giữa lính biên phòng Việt Nam và Tàu, đám thổ phỉ tội phạm buôn người. Tỉnh còn có kế hoạch cho cả trực thăng dùng chuyển quân tiếp viện.

Từ tám giờ sáng làm việc tới mười hai giờ trưa đã khám bịnh cho hơn hai ngàn người, quá mệt nghỉ ăn trưa nửa tiếng mới làm tiếp cho đến hai giờ. Đồng bào truyền tin cho nhau, từ các buôn làng xa cũng cố về khám bịnh lãnh thuốc mà lãnh được tiền bằng số tiền đi làm công nhiều tháng. Trong số đồng bào bịnh nhân còn có khoảng ba mươi tên thổ phỉ hay lính biên phòng của Trung quốc len lỏi trong nhóm hàng mấy trăm người bịnh, chúng có trang bị súng ngắn và súng tiểu liên bá xếp, giấu kín trong người. Thấy các toán công an và phái đoàn bác sĩ đang ăn, công an bảo vệ có phần lơ đểnh. Cả ba chục tên thổ phỉ, biệt kích Tàu đồng loạt hô xung phong bắn chết hết năm công an mang sắc phục. Chúng nổ súng vang dội làm cho các công an chỉ có võ trang súng lục, mặc thường phục nằm xuống đất tránh đạn hay cố chạy thoát, tìm cách phản công. Bọn thổ phỉ chia hai toán, một toán chừng tám tên, dí súng sau lưng lùa hết phái đoàn phát thuốc về sát biên giới, cách trên hai trăm mét. Toán sau hơn hai mươi tên có nhiều tiểu liên và lựu đạn, chúng ném lựu đạn bừa bãi ra sau chặn đường tiếp viện của lính biên phòng đang chạy tới.

Trong lúc bên kia khu lán trại nhốt hàng trăm phụ nữ Việt Nam. Bọn thổ phỉ có cả súng cối 82 ly chúng pháo kích nả chặn đường viện binh. Cả phái đoàn bác sĩ có cả phụ nữ Pháp Úc và nhiều bác sĩ trẻ đẹp của Việt Nam. Bọn thổ phỉ tại các lán trung ương reo hò vui mừng vang dội khi chúng bắt được cả phụ nữa mắt xanh tóc vàng, nhóm chỉ huy quá hồ hởi phấn khởi bắt được của quý tha hồ mà hành lạc.

Chúng dồn phụ nữ qua phòng có hơn ba chục thằng thổ phỉ luôn túc trực, đợi bắt được phụ nữ mới, chúng thay phiên hành lạc xong mới đem giam vào một lán khác. Còn cái lán đặc biệt này như là nhà tiếp tân, nhà khách để các thổ phỉ chúng đã chọn trước, tha hồ mà hành lạc. Cả ba chục thằng thổ phỉ khốn kiếp thấy gái xinh có cả người tóc vàng. Chúng quá sung sướng, tưởng bở, chúng không e sợ gì cả vì chúng quá đông và có lính bảo vệ nữa thì hàng chục phụ nữ có nhằm nhò gì mà sợ. Còn toán đàn ông gần ba chục người, chúng canh gác thật cẩn thận đến hàng chục tên có súng tiểu liên và súng lục luôn theo dõi. dù đã bị buộc tay thúc ké ra sau trong đó có cả chục công an cũng đều bị bắt trói như các bác sĩ trẻ. Chỉ có bác sĩ Hiếu nói được tiếng Tàu, bác sĩ xin cứu đồng bọn của chúng bị thương tay, máu ra xối xả. Bác sĩ Hiếu rút túi cứu thương ra lấy thuốc cầm máu và băng lại vết thương. Tên được cứu giúp luôn nói "hẩu léng, tố chìa", và không cho buộc tay thúc ké bác sĩ Hiếu như những người đàn ông khác. Tên này còn nắm tay bác sĩ Hiếu dẫn đến hai ba tên khác cũng bị thương, Hiếu cũng giúp và trong đầu thoáng nghĩ, đây là cơ hội bằng vàng sẽ cướp súng và tiêu diệt chúng tự giải thoát cho nhóm. Trong túi cứu tương có lưỡi lam và một cái kéo nhỏ, Hiếu làm bộ lại băng tay con, lén cắt dây con và trao cho nó một lưỡi lam lén cắt hết dây trói cho năm anh em và còn cắt cho hai ba anh công an làm như mệt nằm xuống gạch.

Hiếu lại gần một tên thổ phỉ đang bị chảy máu ở ngón tay, Hiếu ra dấu đến băng, tên này gật đầu, Hiếu lại gần, tên này vừa đưa tay ra Hiếu băng, chụp cây AK 47 Hiếu lên cò nả chết tên này tại chỗ và lia thêm hết một băng đạn chết thêm mấy tên và có cả mấy tên bị thương, nằm một đống và Hiếu hô xung phong. Cả nhóm đã hoàn toàn cắt hết dây buộc trói thúc ké. Nghe Hiếu hô xung phong, chạy nhanh đến lấy súng mấy tên chết và mấy tên bị thương quăng súng và cả nhóm có đầy đủ vũ khí tha hồ mà ria tứ tung, có thêm hàng chục tên thổ phỉ chết.

Tất cả đàn ông đã có vũ khí mà đi lùng bắt sống mấy chục tên và mở tung sáu bảy các lán trại giải thoát cho hơn ba trăm nạn nhân trong có có đến mấy chục cháu gái vị thành thành có cháu mới chín mười tuổi bị hiếp nằm lê lết máu me khô dính đầy người hai chân không đi đứng được. Các bác sĩ trẻ vác các em chạy ra các chiếc trực thăng đổ quân tiếp viện, xin chở giúp về bịnh viện, ai cũng thương các trẻ em Việt Nam bị làm nhục, trần truồng dù không phải nhiệm vụ. Các trực thăng quân sự cũng giúp tản thương thêm hai chục phụ nữ đi đứng không được, không mảnh vải che thân. Con của Hiếu trẻ khoẻ cỏng các phụ nữ mang ra trực thăng. Cả tỉnh Hà Giang hay tin chấn động nầy vừa vui mừng giải thoát gần bốn trăm nạn nhân và đốt sạch hàng mấy chục lán trại, vừa thêm căm thù thổ phỉ và biệt kích Tàu chủ mưu trong vụ buôn bán phụ nữ sang Tàu.

Một đại đội biệt kích Việt Nam tiếp viện đầu tiên, mai phục, chặn đường rút lui trốn chạy của đám thổ phỉ về đất Tàu. Khi trực thăng tản thương và không tản thương bay ra khỏi hiện trường, đại đội biệt kích dàn hàng ngang đi về đất Việt và gọi máy bộ đàm với hai đại đội biệt kích từ trong đất Việt Nam. càn quyét đốt hết lán trại chúng cất rải rác ẩn nấp trong rừng, hai đại đội biệt kích tịch thu hàng chục tấn gạo và nhiều thực phẩm như mì gói, tôm khô lạp xưởng, bột ngọt... Giải thoát thêm nhiều phụ nữ bị bắt giam cầm, cũng như tịch thu hơn năm mươi súng các loại, bắt sống được năm mươi tên đang đau không chạy thoát được, còn gần trăm tên chạy về đất Tàu cũng bị tóm gọn. Ba đại đội biệt kích hẹn điểm gặp nhau tại khu khám bịnh, bên đất Việt Nam.

Các cô gái Việt Nam toàn là bác sĩ Y khoa của Harvard và Yale và một phụ nữ Pháp, một phụ nữ Úc cũng hạ sát bốn tên thổ phỉ canh giữ họ và bắn xối xả vào phòng có ba mươi tên đang nằm chờ hành lạc, không có tên nào dám chạy ra khỏi phòng, có thêm ba tên chết và một tên bị thương tại lối phòng nam sang phòng nữ. Khi nghe có tiếng súng nổ bên phòng giam phụ nữ, Hiếu biết có biến mới nhanh chóng cướp súng được cây AK 47 có luôn hai băng đạn quá đã, tức tốc Hiếu ria gần hết băng bạn có bốn tên chết tại chỗ và Hiếu hô xung phong các con trai và mấy anh công an đã cắt trói, chạy nhanh đến lấy AK và cứ ria thoải mái hạ gục thêm hàng chục tên khác. Trong lúc đó, nghe có tiếng trực thăng bay tới tiếp cứu các anh công an lại càng hăng vừa rượt bắn và vừa bắt sống trói gô lai gần ba mươi tên phỉ.

Cùng thời điểm lịch sử đó. bên phòng nữ nổ súng trước thu hút đám phỉ chạy qua tiếp cứu trại nữ. Thời gian quý hiếm đó cũng kích động thêm tinh thần Hiếu phải ra tay cướp súng ngay lập tức. Trước đó vài phút, con dâu của Hiếu là con một trung tướng công an không biết sợ chết cũng giả bộ đưa tình mơn trớn làm cho tên thổ phỉ cười khoái trá híp mắt, Bạch Mai tự nhũ cơ hội bằng vàng, như hai tay còn bị trói, mẹ chồng đã lén cắt dây rồi. Dùng hết sức chụp lấy khẩu súng, thấy con dâu chưa lấy được súng mẹ chồng phải xông lên tiếp giúp. Khi Bạch Mai lấy được súng ria vào hai chân tên này ngã gục, ba tên khác khiếp đảm, chưa hoàn hồn, Bạch Mai ria tiếp vào ba tên ba hướng khác nhau, cả ba cũng ngã gục, các chị chồng của Bạch Mai chạy đến lấy thêm ba cây AK nữa, cả ba chỉ dùng súng bắn lên trời báo động và bắn vào cửa phòng các tên dâm ô chờ hành lạc. Khi cướp được súng và Bạch Mai hô xung phong tất cả phụ nữ đã bị bắt trước trong đó có cả nữ công an và nữ bộ đội cùng hợp đồng tác chiến, đến trói bốn tên thổ phỉ bị bác sĩ Bạch Mai bắn hạ. Bốn khẩu AK nhắm vào cửa thông qua giữa phòng giam nam nữ bắn hạ thêm bốn tên từ bên phòng nam có cả chục tên chạy qua tiếp ứng, ba tên chết tại chỗ và thêm bốn tên khác bị thương. Cũng ngộ, có sự trùng khớp ngẫu nhiên, bố chồng của Bạch Mai cũng đã cướp được súng và cũng hô xung phong giống con dâu khi cướp được súng cũng hô xung phong diệt hết bọn thổ phỉ có vũ khí tại hai trại trung ương. Còn trong phòng chờ hành lạc, có gần ba mươi tên chưa chết hay bị thương, đều được các anh công an bắt trọn gói, có anh công an có mang theo còng cứ hai tên phỉ đeo chung một đồng hồ số 8 và đám còn lại bị trói thúc ké rất kỹ, dồn chúng vào gốc, có hai anh công an canh giữ. Nhóm bị bắt trói bên phòng nam và xung quanh có gần bốn mươi tên, công an gom tất cả vũ khí trong khu vực có trên trăm khẩu đủ loại súng, có cả hai súng cối 82 ly và đại liên, trung, tiểu liên, súng lục, lựu đạn, mìn, chất nổ chất thành đống. Công an tỉnh cho hai ba xe vào chở vũ khí và năm sáu xe tải vào chở hết đồ đạc, nồi niêu soong chảo và gạo trên hai mươi tấn và vô số mì gói, hàng trăm ký lạp xưởng, tôm khô, muối nước mắm và hàng trăm bộ quân phục biên phòng Việt, biên phòng tàu còn mới nguyên trong thùng. Các chiến lợi phẩm thu được lập biên bản, toán công an Hà Nội có cắt cử nhân viên theo đoàn xe chiến lợi phẩm hàng chục chiếc kể vũ khí chất nổ cũng chở hết về Sở Công An Hà Giang. Có hai xe công an mở đèn dẫn đầu và sau gần cả chục xe chiến lợi phẩm, cũng có hai xe công an cơ động trang bị đại liên hộ tống phía sau. Khi ba đại đội biệt kích về bắt tay được với nhóm bác sĩ, lục soát hết khu vực này tịch thu nhiều tủ sắt, đưa ra ngoài, dùng súng bắn ổ khoá và lấy búa đập bể cửa tủ, hàng đống vòng vàng, hột xoàn rơi ra từ các hộp thiết trong tủ sắt, mấy chục triệu nhân dân tệ, mấy chục triệu đồng Việt Nam và có cả hàng mấy chục ngàn đô la, Ơ Rô (euro)... Tất cả quý kim làm biên bản và dùng một tấm ny lông chắc và to gói lại. Hiếu rất cẩn thận nhờ ba ông đại đội trưởng ký tên vào một tờ giấy cũng có chữ ký đại diện của toán công An Hà Nội và chữ ký của Hiếu dán lên dây buộc về gói tiền bạc vàng ngọc chuyển theo xe của Ông Chủ Tịch tỉnh ra tận hiện trường quan sát. Ông vô cùng khâm phục phái đoàn và toán nữ gồm sáu người có ba bác sĩ ba tiến sĩ của Viện đại học Harvard và Yale đã xứng danh con cháu bà Trưng bà Triệu trong đó có hai công dân Pháp và Úc, nay là công dân Việt Nam.

Hiếu xin thông báo với tỉnh Cao Bằng, ngày mai không đến công tác được vì Hà Giang có tổ chức mừng chiến thắng của phái đoàn và Hiếu bốc điện thoại báo cáo cho bố.

Thủ Tướng chánh phủ cho biết, có chỉ thị tỉnh Hà Giang tổ chức sáng mai lúc mười giờ, phái đoàn chánh phủ và ngoại giao đoàn cùng giới truyền thông trong ngoài nước do Thủ Tướng hướng dẫn đến dự lễ tưởng thưởng, trao tặng huân chương cao quý nhứt và Bằng Khen cấp nhà nước và có chỉ thị các lãnh đạo tỉnh về dự.

Ba nhân vật được tưởng thưởng đầu tiên là tiến sĩ bác sĩ Y khoa Trần Trọng Hiếu, bác sĩ Bạch Mai, tiến sĩ Thu Vân. Bác sĩ trưởng Phái Đoàn là anh hùng, tay không cướp súng quân phỉ và hạ sát bốn tên chết tại trại giam nam và gây thương tích hàng chục tên khác. Tịch thu chiến lợi phẩm hàng trăm vũ khí từ súng lục đến trung đại liên và súng cối 82 ly của Trung Quốc cùng mìn lựu đạn, chất nổ hàng mấy chục thùng, mấy chục tấn gạo và nhiều thực phẩm khác. Ngoài ra, còn có, mấy trăm bộ quân trang biệt kích trung quốc và nhiều quân dụng và nhiều tiền trong nước và quốc tế, một khối lớn vòng vàng, kim cương... Các công an Hà Nội còn khám phá một hầm chứa vũ khí do một tên chỉ, có thêm gần hai trăm vũ khí vừa cộng đồng và cá nhân. Đây có thể là âm mưu trữ vũ khí đạn dược cho ngày nào có chiến tranh biên giới chúng sẽ sử dụng. Cả phái đoàn của bác sĩ Hiếu bắt sống trên trăm tên phỉ và hạ sát tại hiện trường bốn mươi tên phỉ thiêu huỷ hết lán trại, chỉ còn các lán trại hay văn phòng xây dựng kiên cố để cho bộ độ biên phòng của ta trú đóng. Bộ đội biên phòng cũng bắt sống cả trăm tên phỉ trên đường chạy về đất Tàu.

Chỉ mới giải thoát tại khu lán trại trung ương đã giải thoát gần bốn trăm nạn nhân phụ nữ Việt Nam trong đó có cả nữ công an và nữ bội đội bị bắt cóc. Theo tin tức vừa khai thác còn có hàng chục các lán giam cầm phụ nữ rải rác khắp khu rừng hàng mấy chục cây số vuông. Bộ đội biên phòng cần đóng quân lại lục soát và đốt hết lán trại sẽ tịch thu thêm nhiều vũ khí quân trang quân dụng và lương thực và còn giải thoát thêm nhiều phụ mà các tên thổ phỉ dành làm của riêng cho từng lán trại của chúng.

Bản tuyên dương công trạng bác sĩ Trần Trọng Hiếu và cả phái đoàn lên trình diện, đứng một hàng ngang vô cùng khí thế lẫm liệt. Thủ Tướng và cả khán đài đứng lên cùng trên dưới mười ngàn đồng bào vỗ tay tán thưởng vang dội cả một góc trời. Bảng tuyên dương công trạng thứ hai với sáu phụ nữ: ba bác sĩ chuyên khoa của Yale và ba tiến sĩ của Harvard và Yale được Ban Tổ Chức mời lên khán đài tuyên dương công trạng. Bác sĩ Bạch Mai là con dâu của tiến sĩ Thu Vân, mẹ chồng không sợ nguy hiểm lén cắt trói cho con dâu Bạch Mai vì là phụ nữ trẻ nhứt và cùng ngồi gần trước mặt mẹ chồng tiến sĩ Thu Vân.

Theo bản tuyên dương công trạng, Bác sĩ Bạch Mai tay vẫn để sau lưng như còn bị trói đi lại tên phỉ đứng cạnh giả bộ lẳng lơ bắt chuyện làm quen làm cho tên phỉ vui cười, híp hai mắt lại. Đây là cơ may ngàn năm một thuở, Bác sĩ Bạch Mai nhanh như cắt chụp lấy khẩu AK 47, đang dằn co chưa lấy được, mẹ chồng vội ném lưỡi lam lại cho các con cắt dây trói, bà lao lên nhanh tiếp sức con dâu, bà nắm được một tay tên phỉ bị hắn đấm bầm một bên khoé mắt và tay bị đánh đau bà dùng hết sức cố giữ chặt một tay tên phỉ. Bác sĩ Bạch Mai cướp lấy được súng AK 47 liền nả mấy phát vào chân vào đùi tên phỉ ngã gục xuống nền nhà. Bác sĩ Bạch Mai hô xung phong cướp tinh thần giặc phỉ và nả liên tiếp mấy loạt đạn vào ba tên đứng canh gác ba góc trại giam, chúng đều bị thương té gục. Các chị em phụ nữ bị bắt trước cũng nhảy ra tiếp sức với hai nữ bác sĩ và hai nữ tiến sĩ người Pháp và Úc, là con dâu của tiến sĩ Thu Vân, lấy súng và trói thúc ké cả bốn tên phỉ dù chúng bị thương. Các nữ tướng với bốn khẩu AK trung quốc chỉ nhắm vào một điểm, cửa thông qua hai phòng, có nhiều tên phỉ từ nhà giam nam chạy qua tiếp cứu trại giam nữ chỉ có ăn đạn AK. Bốn tên phỉ mang súng chết tại cửa, nhiều tên phỉ khác bị thương. Bốn chị bộ đội và công an bò lại lấy thêm bốn khẩu AK nữa, bác sĩ Bạch Mai nả thêm một tràng đạn trên cao yểm trợ tinh thần các chiến binh nữ gan dạ. Trong khi trại nam cũng hô xung phong, bên trại nữ ngưng bắn tại cửa thông qua hai trại giam sợ trúng phe mình, các chiến binh nữ quá xuất sắc biết cả chiến thuật tác chiến.

Cả một rừng người vỗ tay tán thưởng long trời lở đất và nói các anh thư con cháu bà Trưng bà Triệu viết thêm trang sử oai hùng cho dân tộc Việt. Thủ Tướng vỗ tay khen thưởng lâu nhứt và Thủ Tướng gọi trung tướng tổng giám đốc công an miền Nam, nhắc đi theo Thủ Tướng cùng các Bí thư sáu tỉnh biên thuỳ Việt-Trung khi đến tưởng thưởng các anh hùng xuất sắc của chúng ta, trong đó có ông bà sui và con gái của Trung tướng.

Đồng bào lại càng nhiệt liệt vỗ tay tán thưởng khi MC giới thiệu sáu phụ nữ con cháu bà Trưng Bà Triệu, cùng một gia đình, là con ruột và con dâu của nữ tiến sĩ Thu Vân đang là Khoa Trưởng Xã Hội Học và chồng tiến sĩ bác sĩ Y

Khoa Trần Trọng Hiếu cũng đang là Khoa Trưởng Y Học Yale cùng các con và công an trung ương diệt hết đám thổ phỉ ở trại giam chánh và xung quanh.

Bảng tuyên dương thứ ba dành cho các công an, tài xế, bác sĩ, dược sĩ và dược tá trung ương cùng hai xe thuốc và ba luật sư, cũng một hàng dài phía sau cùng là đại diện ba đại đội biệt kích.

Riêng bảng tuyên dương của mười công an và tài xế công an được tuyên dương cũng có huân chương và mỗi công an viên được thăng một cấp và được thưởng nguyên một tháng lương và các luật sư và nhóm y khoa theo hai xe thuốc cũng có tưởng thưởng của Ban Tổ Chức và Bộ Y tế sẽ có thêm phần thưởng nữa. Ba đại đội biệt kích với chiến thuật tốc chiến tốc thắng, chặn đường rút lui của thổ phỉ chạy về đất tàu. Với thành tích, bắt sống trên hai trăm tên phỉ và bắn chết tại hiện trường cũng hàng trăm tên khác, tịch thu thêm ba kho vũ khí tại ba nơi cách xa nhau vài cây số trong lán trại được nguỵ trang trong những bụi rậm. Có trên hai trăm ba chục súng đủ loại, có sáu khẩu súng cối 82 ly hàng chục đại liên thượng liên, cả trăm khẩu AK 47 và trên bốn mươi súng trường bá đỏ, súng lục K54 cả chục tấn đạn cùng lựu đạn, mìn chất nổ, quân trang quân dụng vô số kể. Chưa kể, trực thăng đưa biệt kích tiếp viện còn vận chuyển về bịnh viện Hà Giang mấy chục nạn nhân máu me đầy người, các em bé loả lồ và nhiều phụ nữ không mảnh vải che thân quá thê thảm thương tâm.

Tin tình báo vừa khai thác, cho biết là khu vực mấy chục cây số vuông này, có thể là điểm chiến thuật được cài đặt trước khi có chiến tranh biên giới nổ ra. Vì vậy, giới tình báo nói cần phải lục soát thật kỹ vùng này và đặt thêm các đồn bót, các chốt và làm tuyến phòng thủ liên hoàn thật vững chắc. Có hệ thống giao thông hào và mìn bẫy chống xe tăng... ít nhứt quân số phải từ cấp tiểu đoàn cộng trở lên mới đủ sức phòng thủ chống quân xâm lược.

Sau khi Thủ Tướng và sáu ông bí thư các tỉnh biên giới tưởng thưởng ba đại đội Biên phòng. Đại tướng Bộ Trưởng Quốc cũng tuyên bố là đề nghị với chánh phủ tưởng thưởng mỗi chiến binh của ba đại đại biệt kích một tháng lương và thăng một cấp tại chiến trường. Cả khán đài và đồng bào cùng đứng lên vỗ tay vang dậy. Những chiến sĩ và phi công trực thăng cũng được tưởng thưởng như những chiến sĩ Biệt kích.

Sau lễ tuyên dương chào mừng chiến thắng vẻ vang nhứt trong thời bình của Việt Nam. Thủ Tướng lại bắt tay cả gia đình bác sĩ Trần Trọng Hiếu và ông đến bắt tay khen ngợi hết lời tiến sĩ Thu Vân, nếu bọn phỉ thấy tiến sĩ cắt dây trói cho con dâu, chúng có thể bắn chết tại chỗ, làm gương cho người khác sợ. Tiến sĩ vô cùng can đảm tiếp sức con dâu giựt súng tên thổ phỉ mà tiến sĩ bị thương mặt và tay vẫn cố gắng nắm chặt một tay tên phỉ để con dâu cướp được súng, tiến sĩ Thu Vân xứng đáng là anh thư nước Việt làm vẻ vang cho phụ nữ Việt Nam. Thủ tướng đến ôm bác sĩ Bạch Mai và bố cũng ôm hôn con và khen ngợi gương can đảm của con. Thủ Tướng nói cháu quả là bậc anh thư có một không hai làm rạng danh giới phụ nữ Việt Nam dám liều thân cướp súng mà còn có lòng thương người không bắn chết tên phỉ mà chị bắn chân.

Bác sẽ đề nghị với Hội Đồng Chánh Phủ cho bố cháu thăng thêm một cấp vì sanh con nối nghiệp cha làm rạng danh ngành công an nhân dân. Bác còn đề nghị hai vợ chồng cháu Bạch Mai sẽ có nhà ở cao cấp tại Hà Nội, chánh phủ biếu tặng. Mời hai vợ chồng cháu có giờ dạy tại đại học Y khoa Hà Nội, bác sẽ còn đề nghị hai cháu nắm giữ những chức vụ cao cấp trong ngành Y, đó là hình thức tưởng thưởng cháu và chồng cháu. Chánh phủ còn cho phép hai cháu về Mỹ tiếp tục dạy học ít giờ hơn trước vì dành nhiều thì giờ phục vụ quê hương đất nước. Vì tiền lương ở Việt Nam thua xa của nước Mỹ, nhưng giá sinh hoạt lại rẻ hơn ở Mỹ nhiều lắm, các cháu phải có sự hy sinh lớn mới đóng góp cho quê hương mình.

Khi đến bắt tay con nuôi, bác sĩ Trần Trọng Hiếu, Thủ Tướng giới thiệu với sáu ông Bí Thư sáu tỉnh biên giới. Các đồng chí đã biết thiên tài bẩm sinh về y khoa của con trai tôi, mới hai mươi hai tuổi đã đậu đặc cách bác sĩ Y khoa, hạng tối ưu và Thủ Khoa qua mặt các đàn anh đàn chị học trên hai ba lớp. Thiên tài bộc lộ thêm khi con trai tôi đảm trách trưởng đoàn nghiên cứu quốc tế có mười bác sĩ chuyên viên tài giỏi quốc tế trong các chương trình nghiên cứu Y khoa suốt sáu năm của hai viện đại học nổi tiếng trên thế giới là Harvard và Yale. Hết nghiên cứu, con trai tôi lại còn ngon lành lấy ba bằng tiến sĩ y khoa và ngoại giao danh giá của Harvard và Yale, còn có ba bằng tiến sĩ danh dự của viện đại học Hà Nội, Sài Gòn và Cần Thơ. Hiện bác sĩ Hiếu đang là Khoa Trưởng Y khoa của Yale, tiền lương mỗi tháng trên tám trăm ngàn đô bằng tiền lương của tôi gần cả trăm năm. Bác sĩ Hiếu cùng vợ trong ban sáng lập Hội từ thiện quốc tế cứu giúp phụ nữ bị bắt làm nô lệ tình dục, hay nạn buôn người như vụ mới đây, có gần bốn trăm phụ nữ Việt cần trợ giúp về y tế, tâm thần và cuộc sống.

Hội sẽ biếu cho mỗi người kể cả em nhỏ mỗi người một ngàn và giúp trả hết viện phí cho những nạn nhân cần chữa trị tại các bịnh viện. Bác sĩ Hiếu có trình với đồng chí Bí Thư và Chủ Tịch Tỉnh Lào Cai sẽ khai trương một văn phòng đại diện cho Hội từ thiện quốc tế. Ngoài tiền biếu một ngàn đồng mỗi nạn nhân, các nạn nhân muốn làm lại cuộc đời cứ đến văn phòng chánh thức tại Lào Cai, Hội sẽ giúp cho học nghề hay học văn hoá.

Ông Thủ Tướng nói, tôi sắp về hưu, tôi xin gởi gắm con trai tôi và gia đình cũng như Hội từ thiện được sự giúp đỡ của các đồng chí tại tỉnh nhà. Cả sáu ông bí thư đều hứa sẽ nhiệt tình giúp Hội từ thiện trong mọi công tác cứu người giúp đời. Ông Thủ Tướng nói tiếp:

- Mùa hè tới đây, khoảng đầu tháng tám, tôi có bay về Châu Đốc dự lễ khai trương điểm du lịch của bác sĩ Hiếu và thu phí tại điểm này đều do Uỷ Ban Nhân Dân xã và ban đờn ca tài tử của xã thu. Bác sĩ Hiếu bỏ ra trên bảy triệu đô chỉ muốn đánh tan dư luận đồn đải ngôi biệt thự xinh đẹp mang danh là ngôi biệt thư ma. Sáu đồng chí muốn đến tham dự ủng hộ bác sĩ Hiếu, liên lạc với văn phòng chánh phủ ghi tên đi cùng chuyến bay với tôi. Sáu ông bí thư đều cúi đầu cám ơn.

Có một ông ngoài sáu mươi, người dân tộc Thái nắm tay con trai Hiếu khẩn khoản xin cho gặp bác sĩ thiên tài cứu giúp bố đã trên tám mươi, đang bịnh:

- Hồi tối, bố tôi có nằm chiêm bao thần linh mách bảo nói muốn chửa hết bịnh phải gặp thầy thuốc thiên tài có mặt ngày mai tại Hà Giang. Khẩn cầu mời cho được và Cụ sẽ hiến tặng hai bảo vật vô giá và chỉ chỗ khai quật trong nhà một báu vật khác mà Cụ dấu kín chỉ có tôi biết, vợ con không ai biết. Nhà tôi cách biên giới Việt Trung trên ba mươi cây số và cách thành phố Hà Giang gần mười cây số phải giữ an ninh tối đa cho phái đoàn vì quân thổ phỉ do Tàu nuôi dưỡng luôn tìm cách sát hại phái đoàn không những ở vùng biên giới mà ngay quê hương của bác sĩ cũng có gián điệp tàu. Bố tôi nhắc nhở kỹ bác sĩ phải đề phòng tối đa, con Hiếu cám ơn vị cao niên nhắc nhở vấn đề an ninh, ông tiếp:

- Để bảo đảm an ninh cho phái đoàn, bác sĩ nếu ở đêm nên mời công an hay bộ đội ít nhứt một đại đội, Cụ cho phép tôi giết một con bò và một con heo đãi phái đoàn của bác sĩ và đại đội theo bảo vệ bác sĩ. Thấy ông cao niên nài nỉ khẩn thiết, con trai trình lại mọi chuyện cho bố Hiếu nghe.

Bố Hiếu đồng ý đến khám bịnh ông Cụ, Hiếu mời ông bà sui công An cùng theo gia đình đến nhà bịnh nhân. Và ông sui xin Sở công an tỉnh cho bốn xe công an theo lo bảo vệ an ninh để giúp cứu một bịnh nhân đang đau nặng. Ai cũng quý trọng sự hiếu thảo của con đối với cha đang đau nặng khẩn thiết mời phái đoàn đến nhà chửa bịnh cho ông cụ và nhận báu vật.

Cả phái đoàn đến gặp ông cao niên, ông cúi đầu chào kính và nói hết điềm chiêm bao mà ông bố kể lại, hình dáng bác sĩ thiên tài giống như bác sĩ. Ông cao niên đề nghị, chút nữa, khi đến nhà, chúng ta đứng hết ngoài cửa để tôi dẫn bác sĩ đến gặp bố tôi dù Cụ đã tám mươi hai tuổi đang đau nặng và rất sáng suốt hỏi thử Cụ có phải thần linh đã hướng dẫn Cụ gặp bác sĩ thiên tài, có giống với bác sĩ này không? Mọi người chỉ cười thầm làm gì có chuyện như chuyện thần tiên.

Khi đến nhà, người con nói lớn, hôm nay có bác sĩ đến khám bịnh bố, mọi người đứng ngoài, Hiếu và ông con đi trước, đi sau có ông sui công An và hai đệ tử có mang súng tiểu liên đề phòng bất trắc. Ông Cụ nghe con báo có bác sĩ đến khám bịnh, ông bật ngồi dậy, vén mùng lên, ngồi đợi. Ông Cụ nói lớn tôi mới gặp bác sĩ tối hôm qua, bác sĩ có nhớ tôi không? Hiếu đang ú ớ và nói cháu cám ơn cụ. Để cháu khám bịnh Cụ trước rồi sẽ nói chuyện sau, đo huyết áp thấy lên xuống bất thường đột ngột và tim mạch nhảy cũng lộn xộn. Cháu xin biếu Cụ hai trăm ngàn và phải đưa ngay bác vào bịnh viện cứu cấp, cháu xin bên công an đưa cụ đi ngay vào bịnh viện toàn khoa của tỉnh sợ chậm trễ rất nguy hiểm. Cụ mang theo đồ dùng cần thiết cho Cụ, cứ xin ở phòng sang trọng tiện nghi nhứt, một chút cháu sẽ đến bịnh thăm Cụ. Bây giờ Cụ chỉ có năm phút nói chuyện với cháu.

Cụ chỉ xuống đất, bảo con dở tấm cót lên, có ánh sáng từ dưới đất chiếu sáng lung linh, Cụ nói với con lấy cái hai ly ngọc biếu cho bác sĩ. Hai ly ngọc gói qua nhiều lớp giấy, khi mở hết giấy cả căn phòng sáng rực mà ở ngoài cả phái đoàn cũng thấy có ánh sáng xuyên qua các khe cửa và đến tận nóc nhà.

Ông Cụ chỉ tiếp, con đem hết tấm cót ra ngoài, sát vách nhà, có ván bao quanh, cũng toát ra ánh sáng từ mặt đất như chạy qua lại. Hai chén ngọc, Cụ cho vào một túi nhung trao hai tay cho bác sĩ Hiếu, Hiếu cúi đầu cám ơn Cụ. Người con moi từ dưới đất lên một cái hộp kiếng trong có cái nõ thần từ thời An Dương Vương, Cụ suy đoán như vậy. Nay Cụ cũng cho Hiếu, cái nõ thần, Cụ nói vì báu vật thiêng liêng Tổ Quốc có thể bác sĩ sẽ biếu tặng lại cho kho tàng của quốc gia bảo quản nghiêm nhặt hơn tại tư gia vì mộng làm bá chủ của nước lớn rất mê muốn chiếm đoạt cái báu vật này. Chúng sẽ tìm cách giết bác sĩ của nhân loại mà tôi được Thần Linh mách bảo. Hiếu cúi đầu đa tạ và xin thưa cháu không dám nhận là bác sĩ của nhân loại, Cụ uống ngụm nước lấy hơi và nói tiếp:

- Nếu trước đây gián điệp ngoại bang biết chắc tôi đang giữ thì mạng sống của tôi cũng không còn cho tới nay gặp bác sĩ thiên tài. Tôi xin biếu tặng hết cho bác sĩ rồi tôi có chết tôi cũng qúa sung sướng vui mừng nơi chín suối. Lúc bấy giờ cả phái đoàn vào phòng đều nghe lời nói chân tình của một ông Cụ tám mươi hai tuổi gần đất xa trời và nhìn thấy hai báu vật đang toả sáng khắp trong nhà. Ông Cụ nắm tay bác sĩ Hiếu và nói:

- Bác sĩ là đại ân nhân cứu tôi sống, Thần linh nói với tôi như vậy. Tôi có đề nghị hai chung ngọc và Nõ Thần, nay là của bác sĩ, không còn là của tôi hay bất cứ ai nữa. Bác sĩ nên giữ hai chung ngọc để hai vợ chồng và đàn con cháu sẽ mãi mãi giàu sang phú quý vì bác sĩ có "đức trọng quỷ thần kinh". Bác sĩ giữ hai chung ngọc làm vật gia bảo sẽ được nhiều phước lộc mà trời đất đã an bày. Còn cái Nõ Thần là biểu tượng của quốc gia dân tộc, vĩ đại lắm, bác sĩ trao lại chánh phủ để cho Nhà Nước bảo vệ giữ gìn cho quê hương Tổ Quốc và tránh bớt nguy hiểm cho bác sĩ vì gián điệp của ngoại bang có khắp nơi trong nước.

Ông Cụ có vẽ mệt, Hiếu chích cho Cụ một mũi thuốc khoẻ và xin anh Sui cho xe công an chở gấp ông Cụ đến Bịnh Viện cứu cấp, phải nhanh sợ Cụ trao hết báu vật cho tôi thì Cụ không còn tha thiết sống. Hiếu viết giấy giới thiệu và định bịnh xin cho ở phòng tiện nghi hạng nhứt của Bịnh viện, tôi sẽ vào thanh toán hết mọi chi phí. Cụ nói tiếp, Thần linh vừa mách bảo trong đầu tôi, xin bác sĩ cứu hết gia đình con cháu tôi phải ra ngay khỏi nhà này vì chúng đã thấy có ánh sáng toả ra ngoài rồi. Thế nào chúng cũng đưa quân đến cướp và thấy báu vật không còn chúng sẽ giết con cháu tôi và đốt nhà. Chúng ta ra đi ngay, Thần linh vừa thúc dục. Mọi người vô cùng bàng hoàng bán tín bán nghi. Nhưng Hiếu có cảm giác như có hồn của anh rể cũng về nói trong đầu Hiếu giống như vậy. Hiếu nói ngay: - Gia đình thu hết tiền của quý kim và vài bộ quần áo càng nhanh càng tốt ra đi ngay. Hiếu đề nghị là để các công an ẩn lại hai ba nhà dân gần đó. Mọi người ra đi, ông Cụ chấp hai tay cúi đầu xin cứu gia đình thoát chết. Trung tướng công an báo trực tiếp đến Thủ Tướng xin ra lệnh cho máy bay chiến đấu lên bao vùng vì ông tướng tiên đoán bọn gián điệp sẽ dùng trực thăng đến đánh cướp bảo vật. Thủ tướng nghe có lý, vội ra lệnh trực tiếp tư lệnh không quân đang đóng quân tại Hà Giang cho hai chiến đấu cơ lên bao vùng và cho toạ độ rõ ràng và phải bay thật cao để cho trực thăng không phát hiện vì trực thăng phải bay thật thấp tránh tầm kiểm soát của ra đa và sẽ từ hướng trong rừng bay ra. Thủ Tướng còn ra lệnh, nếu trực thăng của quân thổ phỉ mượn đất Trung quốc bay sang và bay trở về, cách biên giới vài cây số, khu trục ta cũng cứ bắn hạ và có trực thăng chở biệt kích chúng ta đến thu nhặt chiến lợi phẩm. Lệnh của Thủ Tướng vừa ban hành, chánh quyền tỉnh báo động đỏ cho toàn tỉnh đề phòng quân xâm lược xâm nhập.

Tất cả mọi người, chỉ để lại công an sẽ đi chuyến sau, lên xe đi gắp, lên xe, đưa Cụ khẩn cấp vào bệnh viện ngay, trễ một phút là thêm sự nguy hiểm cho Cụ. Xe công an dẫn đầu có bác sĩ Hiếu và ông Cụ có pha đèn chạy khẩn cấp đưa Cụ ngay vào phòng cứu cấp. Ai cũng nghe danh bác sĩ Hiếu biết rõ mặt mũi bác sĩ Hiếu qua tivi sáng nay tại buổi lễ vĩ đại nhứt của tỉnh Hà Giang mọi người rất nễ phục. Ông Cụ nói, bác sĩ Hiếu, gián điệp Trung quốc biết tôi trao hai báu vật cho bác sĩ, thế nào gián điệp Tàu cũng thanh toán tàn sát gia đình ông. Đến bệnh viện, Hiếu nói ngay với bác sĩ trực, tám con tôi đều là bác sĩ, có mặt tại đây, chúng tôi sẽ giúp bác sĩ phải cứu cấp ngay trễ chừng một giờ thì ông Cụ có thể sẽ qua đời. Ngay bây giờ cho tôi hai chai nước biển và cũng có cho thêm vài thứ thuốc cứu cấp và hồi sinh. Bác sĩ cho phép tôi vô ngay hai chai nước biển hai tay, con tôi sẽ thay các y tá, bác sĩ cho một máy thở ngay giúp Cụ.

Bác sĩ Hiếu kê toa ngay giúp bác sĩ trực và nói xin lỗi tôi đã dành quyền trị bịnh của bác sĩ vì tôi đã có đo huyết áp và cả tim mạch rồi tôi biết rõ Cụ bị bịnh gì. Bây giờ giới Y Khoa có bổn phận chăm sóc sức khoẻ, dành lại sự sống cho Cụ. Cụ là đại ân nhân của dân tộc Việt Nam cụ bảo quản an toàn mấy chục năm bảo vật của quốc gia dân tộc. Bác sĩ trực còn trẻ đã nghe biết bác sĩ Andre Hiếu nổi tiếng trên thế giới và nói:

- Tôi vô cùng ngưỡng mộ bác sĩ Andre Hiếu. Bệnh nhân này, bác sĩ và các con của bác sĩ tự do điều trị giúp bịnh viện chúng tôi, tôi cần phải học hỏi cách điều trị của bác sĩ Andre. Nếu cần làm xét nghiệm hay cần thứ thuốc gì, bác sĩ cứ cho tôi biết, sẽ được cung cấp ngay. Nay, tôi xin làm học trò của bác sĩ nhân tài của thế giới. Hiếu cười và nói:

- Nếu bác sĩ giỏi tiếng Anh tôi sẽ xin cấp học bổng cho bác sĩ năm năm du học Hoa Kỳ lấy thêm bằng chuyên khoa và tiến sĩ Y Khoa. Bác sĩ trẻ bật nói tiếng Anh với Hiếu và các con. Bác sĩ Hiếu nói liền:

- Bác sĩ viết tên họ cho tôi sẽ trình cho Thủ Tướng biết ngay tối nay. Gia đình chúng tôi bảo trợ hết học phí và ăn ở còn biếu bác sĩ mỗi tháng vài ngàn đô tiêu vặt tại Mỹ. Bác sĩ trực phòng cấp cứu chấp tay xá dài và nói sư phụ giúp con, hiện con còn độc thân nên không vướng mắc chuyện gia đình vợ con. Như vậy lại càng tốt cho bác sĩ.

Tôi đến văn phòng thanh toán tiền và xin đóng trước một tháng vì bịnh của cụ còn kéo dài thời gian. Nếu tôi xin cho Cụ cùng theo bác sĩ sang Mỹ trị bịnh cho Cụ và bác sĩ ở nhà tôi như bác sĩ theo chăm sóc bệnh nhân lại càng dễ xin VISA và bác sĩ lại giỏi tiếng Anh, cơ may cả hai được Mỹ cho nhập cảnh do tôi bảo trợ cho hai vị và thủ tục xin cho bác sĩ ở lại Mỹ du học lại càng dễ dàng.

Hiếu thấy Cụ tươi tắn và có nhựa sống. Bác sĩ Hiếu nói:

- Tôi sẽ biếu cho gia đình ông Cụ hai chục triệu đồng mua phố lầu gần các đồn công an ở cho thêm an ninh, chúng tôi sẽ gởi gắm công an tiếp giữ gìn an ninh cho Cụ và gia đình. Nay có bác sĩ, nếu chưa ở riêng hay có nhà riêng mà cần phòng ở, tôi xin ông Cụ cho phép tôi xây thêm một phòng riêng cho bác sĩ ở như là người trực tiếp chăm sóc Cụ cho đến khi bác sĩ đi du học Mỹ và cùng đi với Cụ sang Mỹ giúp Cụ điều trị thêm một thời gian. Hiếu nói:

- Ngày mai ra ca trực, bác sĩ giúp tìm mua một gấp một căn phố lầu, trên ở, dưới vừa ở vừa buôn bán làm sinh kế, phải dọn dời chỗ ở càng sớm càng tốt vì gián điệp ngoại bang sẽ tìm hỏi thăm sức khoẻ cả gia đình Cụ. Còn tiền Cụ nằm bịnh viện bao lâu, tốn kém bao nhiêu tôi sẽ đài thọ hết. Cả nhà sụp xuống quỳ lạy cám ơn bác sĩ thiên tài mà ông Cụ trông đợi. Nay Cụ đã gặp bác sĩ thiên tài trao hết báu vật Cụ có ra đi Cụ cũng mãn nguyện. Hiếu nói, Cụ gặp tôi tối nay nếu trễ đến ngày mai Cụ cũng có thể ra đi rồi.

- Mọi người đang nói chuyện trong bịnh viện, bổng tại văn phòng trực phòng cấp cứu mở ti vi cho mọi người nghe theo dõi tin tức thời sự nóng bổng máy bay chiến đấu khu trục quân ta bắn hạ bốn chiếc trực thăng của quân phỉ, hai chiếc trực thả chừng hai tiểu đội nhảy xuống xung quanh nhà cụ Lĩnh thấy không còn bảo vật chúng ném chất nổ giết sạch gia đình nếu không di tản trước và đốt nhà. Chúng đã đốt nhà cụ Lĩnh, các thổ phỉ vừa lên lại trực thăng bay lên cao chưa tới trăm thước, có hai khu trục từ trên mây đâm xuống bắn cháy hai chiếc trực thăng, dân quân ào tới bắt sống tám tên bị bỏng và mười tám tên đều bị chết cháy. Hai chiếc trực thăng bay sau yểm trợ, thấy cảnh hai chiếc bị bắn hạ vội quay đầu bay về căn cứ bên Trung quốc, hai chiếc khu trục cũng rượt bắn cháy luôn hai chiếc chỉ có tám người kể cả phi công, bắt sống được hai tên phi công và môt tên chỉ huy của đám giặc cướp này, năm tên chết cháy. Hai chiếc khu trục rời vị trí, bốn chiếc trực thăng của biệt kích nhảy xuống bắt còng thúc ké ba tên thổ phỉ, thu nhặt hết chiến lợi phẩm kể cả xác năm tên đã chết, bay trở về căn cứ an toàn.

Sở dĩ thành công to lớn và vô cùng nhanh chóng, Thủ Tướng chánh phủ nghe báo rõ từ trung tướng công an và con nuôi nên ông ra lệnh cho các vị tư lệnh thành lập ngay toán xung kích chịu trách nhiệm trong cuộc hành quân khẩn trương đột xuất ban tối. Vì vậy, đã góp phần thành công vinh quang này nên cũng được tưởng thưởng mỗi chiến binh một tháng lương, thăng một cấp tại mặt trận và một huân chương từ đồng đến bạc và vàng tuỳ theo cấp chức nhiệm vụ. Riêng dân quân vây bắt mười tám tên giặc mỗi người được thưởng ba ngàn đồng.

Ba giờ trưa, ngày mai sẽ có cuộc họp báo quốc tế tại Thủ đô Hà Nội. Thủ Tướng xin mời bác sĩ Hiếu và con dâu điều hợp chương trình họp báo và tất cả gia đình Hiếu trong đó có bố mẹ ruột của tiến sĩ Thu Vân và hai tiến sĩ Philip và Jane là Chủ Tịch và Thủ quỹ của Hội Đồng Quản Trị của Hội từ thiện quốc tế cứu giúp phụ nữ bị cưỡng bức làm nô lệ tình dục. Tất cả Hôi từ thiện được ngồi hàng ghế trên với công an và luật sư, bác sĩ, dược sĩ, y dược tá theo hai xe chở thuốc cùng tài xế đều có đeo bản tên ghi nhiệm vụ rõ ràng để được vinh danh. Hai chiếc trực thăng bị bắn hạ trên lãnh thổ Việt Nam và tịch thu trên hai mươi khẩu súng tiểu liên và đại liên, róc kết cháy còn vỏ có chữ tàu trên hai chiếc trực thăng cũng đều nhặt hết mang ra trưng bày. Còn chiến lợi phẩm của Biệt kích cũng sẽ trưng bày bên cạnh chiến lợi phẩm của phái đoàn thiện nguyện trong đó có công đóng góp mười công an Hà Nội theo giúp đỡ phái đoàn về mặt an ninh, toán công an thứ hai giúp buổi tối gần hai mươi công an Hà Giang.

Cả đêm từ Hà Giang hàng chục phi cơ vận tải quân sự chở hết chiến lợi phẩm kể cả lương thực và hàng trăm tấn gạo về Hà Nội. Sau lễ, gạo và thực phẩm tịch thu sẽ biếu tặng cho trung tâm nuôi trẻ mồ côi. Có đến hàng trăm bộ quân phục mới cáu cạnh của lực lượng biệt kích tàu, Việt chưa sử dụng và nhiều điện đài, dao găm mã tấu, lựu đạn, mìn, chất nổ đều được tập trung tại nơi trưng bày suốt cả đêm và hết cả buổi sáng. Thủ Tướng ra lệnh cho Bộ quốc phòng thi hành công tác khẩn cấp như thời chiến tranh đưa chiến lợi phẩm về Hà Nội trưng bày và đã hoàn thành xuất sắc.

Chánh Văn Phòng Thủ tướng có công điện khẩn gởi mời các Bí Thư và Chủ Tịch Uỷ Ban Nhân dân tỉnh và thành phố khắp Miền Bắc về tham dự. Trưởng Ban Tổ Chức là Ban Bí Thư Thành Uỷ và Uỷ Ban Nhân dân Thủ đô Hà Nội. Ngoài MC của Ban tổ chức, Thủ Tướng còn chỉ định thêm ba MC biết rõ hai sự kiện lịch sử tại Hà Giang: tiến sĩ Thu Vân và hai bác sĩ chuyên khoa về ung thư của Harvard và Yale sẽ chuyển ngữ sang tiếng Anh, tiếng Pháp và diễn giải thêm chi tiết hai sự kiện lịch sử tại Hà Giang.

Trong một công hàm gởi cho chánh phủ Trung quốc, chánh phủ Việt Nam tường trình từng chi tiết và chỉ nói quân thổ phỉ buôn bán phụ nữ xuất phát từ lãnh thổ Trung quốc và bốn chiếc trực thăng cũng bay từ Trung quốc xâm nhập lãnh thổ Việt sâu hơn ba mươi cây và còn đốt nhà dân cho nên bị hai máy bay khu trục Việt Nam bắn hạ hai chiếc trên lãnh thổ Việt cách biên giới khoảng ba mươi cây số và hai chiếc khác bay về Trung quốc cũng bị bắn hạ, cách biên giới Hoa Việt gần một cây số. Yêu cầu chánh phủ Trung quốc phải có biện pháp thích đáng với đám thổ phỉ bắt phụ nữ Việt Nam bán cho dân Trung quốc, có căn cứ trong lãnh thổ Trung Quốc và được trang bị toàn súng sản xuất tại trung quốc từ súng cối, đại liên, thượng, tiểu liên, súng trường, súng lục, lựu đạn, chất nổ mìn đều có nhãn hiệu Trung quốc.

Trong công hàm, rất dễ hiểu không dám lên án thẳng chánh quyền Trung quốc mà chỉ nói đó là đám thổ phỉ toàn người nói tiếng Hoa và có căn cứ trên lãnh thổ Trung quốc. Bốn trực thăng cũng bay từ lãnh thổ Trung quốc xâm nhập vào lãnh thổ Việt Nam. Đám thổ phỉ bị bắt thành thật khai báo toàn lính biên phòng người Hoa. Công hàm còn kê khai ra bao nhiêu thổ phỉ chết tại chỗ và bị bắt nhốt tù chờ lãnh án cũng như tịch thu hàng trăm tấn gạo, vô số lương thực khác, trên hai trăm súng các loại và nhiều tấn đạn, lựu đạn, mìn, chất nổ TNT... và xác hai chiếc trực thăng trên lãnh thổ, còn hai chiếc khác cũng bị bắn cháy trên lãnh thổ Trung quốc, Biệt kích Việt Nam để lại hai xác trực thăng cho Trung quốc đến quan sát tại hiện trường.

Công hàm đã gởi cho chánh phủ Trung quốc và Đại sứ quán Trung quốc tại Hà Nội. Trong vòng hai mươi bốn giờ chờ đợi, nếu chưa có công hàm phúc đáp thì chánh phủ Hà Nội sẽ dịch ra ngoại ngữ phổ biến trên toàn thế giới.

Tham dự lễ mừng chiến thắng xong có cuộc họp báo tại chỗ, Đại Sứ Trung Quốc gương mặt tiu nghỉu, đi cúi mặt xuống không vênh váo như các buổi lễ trước đây.

Đặc biệt trong buổi lễ, được gắn lon thăng cấp tại mặt trân có ba đại đội biệt kích buổi sáng và một đại đội biệt kích lập thành tích buổi tối thu nhặt chiến lợi thẩm bắt sống thổ phỉ hai chiếc trực thăng cháy trên lãnh thổ Trung quốc. Và các phi công trực thăng, khu trục, tất cả hai toán công an và dân quân có công cũng được đứng vào vị trí được tưởng thưởng. Đặc biệt có trung tướng công an từ miền Nam Thủ Tướng gọi ra bắc tiếp sức với phái đoàn từ thiện mà có con gái ông trong phái đoàn cũng là một bác sĩ tại đại học Yale. Trung tướng giúp điều hành di tản khẩn trương thân nhân của Cụ Lĩnh thoát bị thiêu sống và báo cáo mọi diễn tiến sắp xảy mà thần linh đã mách báo trước cho cụ Lĩnh và Trung Tướng còn đề nghị với Thủ Tướng biện pháp diệt địch phải nhanh chóng mở cuộc hành quân khẩn cấp triệt hạ bọn phỉ. Với công trạng đó, Trung tướng được ân thưởng đặc cách thăng cấp thượng tướng cũng là một vị thượng tướng công an gốc miền Nam đầu tiên sau ngày giải phóng đến thời điểm đó và được thưởng thêm một huân chương vàng chỉ không có tưởng thưởng một tháng lương như các sĩ quan và binh sĩ.

Sau buổi lễ mừng chiến thắng, Hiếu xin phép cho phái đoàn bay về Cần Thơ tổ chức một buổi mừng chiến thắng tại địa phương và hai ngày sau, gia đình Hiếu bay ra Hà Nội trao tặng lại chiếc Nõ Thần cho Bảo Tàng Viện Quốc gia vì bảo vật thiêng liêng của Tổ Quốc. Thú Tướng rất vui và nói, con giữ hai chung ngọc làm vật gia bảo rất đúng, con trao nõ thần là quốc bảo của Tổ Quốc, con xứng đáng con cưng của Tổ Quốc Việt Nam, bố khen con.

Bảo vật Nõ Thần sẽ được đóng thêm hộp sắt có khoá kỹ lưỡng và hai ba lần khoá chống mất cấp. Hiếu nói lần tới con ra Hà Nội con sẽ tặng cho Bảo Tàng Viện thêm một cái khoá điện tử vô cùng an toàn. Thủ Tướng lại khen Hiếu vô cùng cẩn thận, bố cho con và phái đoàn đi máy bay chánh phủ về Sài Gòn ngay tối nay, có trực thăng bóc gia đình con về Cần Thơ. Về Cần Thơ, thượng tướng công an ra lệnh công an thành phố Cần Thơ có trách nhiệm lo an ninh canh gác ngày đêm tại nhà Hiếu nên mặc thường phục. Chúng ta phải bảo vệ tối đa Chiếc Nõ Thần quốc bảo của Việt Nam chống quân xâm lược bất cứ từ đâu đến. Hiếu xin phép tiếp lời bố:

- Hai ngày nữa trên đường về Mỹ, gia đình con đi từ Hà Nội vào buổi tối, buổi sáng con trao chiếc Nõ Thần cho Bảo Tàng Viện Quốc Gia. Bố giúp con tìm mua kiếng chống đạn, cao năm tấc, rộng hai tấc, con về Cần Thơ đặt thợ làm khung kiếng, con cho cái khung kiếng hiện giờ của Cụ Lĩnh dù Cụ tự làm cách đây mấy chục năm nay vẫn còn tốt, con vẫn muốn phải có thêm một lớp kiếng nữa cho thêm an toàn. Thủ Tướng nói:

- Con có ý giống bố, kiếng xe bố cũng là loại kiếng chống đạn mua ở bên Nhựt. Bố ra lệnh văn phòng chánh phủ đặt mua ngay tối nay tại Nhật gửi thẳng về nhà con ở Cần Thơ, Toà đại sứ ta tại Nhật dùng phương tiện Ngoại Giao Đoàn gởi trong vòng hai mươi bốn tiếng về đến Cần Thơ có được không hay cho nhân viên đi máy bay khẩn cấp về Sài Gòn và có trực thăng đưa ngay về Cần Thơ. Nếu ở Hà Nội tìm mua được loại kiếng này thì tối nay con mang theo thì quá tuyệt vời. Trong lúc hai bố con thảo luận thì nhân viên báo cáo hình như hồn thiêng sông núi giúp bố con mình có bốn tấm kiếng chống đạn, chiều cao năm tấc, ngang hai tấc. Nhân viên đã mua rồi sẽ mang đến ngay đây chừng nửa tiếng nữa. Bây giờ mới năm giờ, bố cho mời thợ làm kiếng và mang dụng cụ đến ngay đây làm khung. Phái đoàn của con đi máy bay riêng của chánh phủ, con đợi làm xong cho Chiếc Nõ Thần vào, có khoá cẩn thận, con mang về quê hương Miền Tây khoe với mọi người và con có tổ chức họp báo cho bọn xâm lược nễ sợ dân tộc ta có thêm sức mạnh bảo vệ Tổ Quốc Việt Nam mà chúng đừng hòng có tà tâm cướp được đất nước Việt Nam nữa như mấy ngàn năm trước.

Con ra xe lấy mang vô hai bảo vật để chính bố mở ra cho mọi người thấy ánh sáng huyền hoặc của báu vật và con xin phép bố con rữa sạch hai cái chung ngọc rót rượu ngon Martell cordon bleu vào một cái chung thường và chung ngọc, bố mẹ nhắm rượu, trong chung thường trước và rượu trong chung ngọc sau và so sánh ngay. Kế tiếp bố mẹ ruột vợ con và bố mẹ nuôi Philip và Jane Chủ Tịch và Thủ Quỹ Hội Đồng Quản Trị từ thiện quốc tế, hai tiến sĩ đi vòng quanh thế giới xin được nhiều triệu đô cho quỹ tăng thêm cho đủ một trăm triệu và bắt đầu hoạt động mạnh. Vụ ở Hà giang Hội còn phải giúp các nạn nhân làm lại cuộc đời.

Mọi người vỗ tay hoan nghênh. Sau cùng, con rót đầy hai ly để cho vợ chồng con và hai ông bà sui gia uống trước, vì có tính cách gia đình các con ruột và con dâu lần lượt uống hết hai chung rượu. Con sẽ rữa ly sạch, rót rượu cho các ông uống không sợ bị lây bịnh gì hết và cũng rữa sạch rót hai ly cho quý bà cũng vẫn kiểu cách uống chung tập thể. Còn khách e sợ uống tập thể thì phải chờ đợi sau.

- Thưa bố, con nói cách thức chúng ta chiêm ngưỡng Quốc Bảo Chiếc Nõ Thần và uống rượu bằng chung ngọc để kích thích thêm lòng yêu nước của mọi người. Thủ Tướng khen con quá thông minh làm vừa lòng mọi người trong phòng tiếp tân, hơn tám mươi người. Hiếu xin phép, tắt bớt đèn, mời bố mở hộp sắt đựng hai chung ngọc mà mọi người hồi nãy đã biết, nay xem lại thật kỹ. Một làn ánh sáng xanh huyền diệu, đẹp mắt làm sáng cả gian phòng mọi người vỗ tay hoan hô. Hiếu rót ra một chút rượu để cho bố có cảm giác lâng lâng như bay bổng theo anh sáng của hai chung ngọc. Bố uống xong hớp rượu, Hiếu đưa lên một cái hộp sắt khá nặng to lớn hơn gắp ba bốn lần hộp sắt đựng hai chung ngọc, Hiếu cắt dây ràng buộc chung quanh. chưa mở hộp ra đã có hàng loạt tia sáng toả ra như Nõ Thần bắn ra hàng trăm mũi tên cùng một lúc, cả phòng nhiệt liệt và hô lớn đúng là bảo vật quốc của nước ta.

Từ trong chiếc Nõ Thần cứ bắn ra tia sáng từng đợt như bắn tên vậy. Mọi người khoái quá, Hiếu mời hai ông thợ lại đo kích thước xong. Hiếu xin phép đóng hộp lại và mời mọi người uống thêm Martell cordon bleu quá sang trọng. Hiếu nhờ nhân viên cho thêm ly và bảo con ra xe lấy thêm hai chai Martell cordon bleu mà Hiếu nói, bạn biết tôi thích rượu này nên mua biếu tôi, nay tôi xin tặng lại quý vị. Các cụ nhà ta thường nói: rượu ngon không có bạn hiền, không mua, không phải không tiền không mua. Vì hai chung rượu này vợ chồng tôi mang theo người kể như chúng tôi thường có hiệp cẩn giao bôi chung rượu ngọc. Nhiều người nhảy tưng lên nói, bác sĩ đại tài và chịu chơi hết cở. Ông bà Thủ Tướng khen con mình sao giỏi quá cái gì cũng giỏi dù đã ở chung có mười sáu con nay sống hạnh phúc giao bôi như hồi trẻ, bố phục con sát đất cả khán phòng lại reo vui. Ba chai rượu hết sạch, Hiếu cũng mời nhân viên phục vụ chia nhau nhấm mỗi người một ít.

Bà Thủ Tướng nói:

- Quý vị có thấy không, khi ba chung rượu rót đầy, hai chung ngọc có phát ra ánh sáng lung linh như quý vị đốt an côn nướng khô mực vậy. Tuy ánh sáng huyền diệu đó không bằng ánh sáng của an côn. Tôi thử một chút xíu rượu trong chung thường thấy có mùi thơm phảng phất và nồng quá, khi tôi uống chung rượu ngọc thấy chất nồng còn rất ít và rất kỳ lạ rượu lại ngọt hơn và trên miệng chung toả một ra ánh sáng xanh phơn phớt quá đẹp.

Tôi là phụ nữ uống chậm rãi hơn quý ông, xin lỗi tôi cảm nhận và chứng kiến chung ngọc sẽ đem lại hạnh phúc cho giai nhân Thu Vân bên nhà bác học thiên tài Trần Trọng Hiếu, cả phòng vỗ tay tán thưởng hai con nuôi của mình. Thu Vân vội chạy lại ôm mẹ hôn má, Hiếu cũng đến cúi đầu chào cám ơn mẹ.

Vì có lời chúc của bà Thủ Tướng nên Hội Đồng Nội Các ra quyết định gọi bác sĩ Trần Trọng Hiếu và vợ tiến sĩ Thu Vân là nhân tài cũa đất nước chưa đủ. Nay chánh phủ phong tặng danh xưng cho đôi uyên ương Thu Vân và Trần Trọng Hiếu là hai nhà bác học của đất nước Việt Nam và mời vào Hội Đồng Cố Vấn chánh phủ Việt Nam. Cả phòng lại vang dội tiếng reo hò và chúc mừng hai nhà bác học Việt Nam rất xứng danh.

Hai thợ hàn nói chúng con có diễm phúc được uống rượu chung ngọc của nhà bác học, chúng con xin không lấy tiền công và xin đóng cho quỹ từ thiện tiền công của hai chúng con tích luỹ mấy tháng được hai ngàn đồng xin dâng tặng hết cho quỹ từ thiện. Cả hội trường hoan hô nhiệt liệt. Bà tiến sĩ Thủ quỹ của Hội từ thiện quốc tế đứng lên lại gần hai ông thợ nhận tiền mặt. Bà tiến sĩ Thủ quỹ cấp biên lai để khai thuế và bà nói:

- Với số tiền hai ngàn đồng bằng mấy tháng lương của hai anh. Nhưng so với các đại công ty quốc tế biểu tặng hàng triệu Mỹ kim, thì mẫu người của hai anh thợ người Việt còn trân quý hơn bạc triệu đô vì tấm lòng cao cả của hai anh thật quý hoá của ít mà lòng nhiều như người Việt Nam thường nói. Thu Vân dịch ra tiếng Việt cả phòng vỗ tay hoan hô.

Bà nói tiếp theo tôi tiên đoán sáu tỉnh biên giới với Tàu, khám phá mới một chỗ mà có gần bốn trăm nạn nhân. Tôi phỏng đoán sẽ có hàng ngàn người nữa sẽ được khám phá tại sáu tỉnh biên giới với Tàu, chưa nói bên đất Tàu chắc còn đông hơn. Chúng ta nhờ luật sư sang Tàu kiện lên toà xin án lệnh trục xuất tất cả phụ nữ Việt hay các nước khác phải có án lệnh trục xuất hết mà chánh quyền các tỉnh của Tàu phải cung cấp phương tiện đưa các nạn nhân về nước hay họ can đảm nhờ Hội chúng gíup mua vé máy bay hay thuê xe đi đường bộ, Hội chúng tôi sẵn sàng đáp ứng công tác từ thiện vĩ đại này. Cả phòng vỗ tay vang dội.

Bà tiến sĩ Jane xuống giọng, quý vị thương gia hay bất cứ người Việt nào cũng nên đóng tiền bạc thêm cho chi nhánh Hội tại Lào Cai sắp khai trương, chúng tôi từ Mỹ bay sang dự. Chỉ mới có gần bốn trăm nạn nhân đáng thương Hội sẽ chi ra bạc tỷ cứu giúp những nạn nhân vì vậy cần sự giúp đỡ của người trong nước tặng dữ trực tiếp cho văn phòng Lào Cai và trong tương lai, chúng ta thấy có sự tích cực của người trong nước lá lành đùm lá tả tơi. Chúng tôi sẽ mở thêm cơ sở nữa tại Lai Châu, Hà Giang, Cao Bằng, Móng Cái. Cả phòng khen bà Mỹ biết những câu ca dao của Việt Nam và hứa sẽ đóng góp và kêu gọi các đại gia nên đóng góp mà còn được trừ thuế và bà giới thiệu tiến sĩ Philip Chủ Tịch Hội Đồng Quản Trị, người có uy tín và có công quyên góp suốt hai năm tại nhiều nước khắp năm châu được chín mươi lăm triệu đô và vợ chồng tiến sĩ Andre và Thu Vân đóng góp tiền riêng của mình năm triệu đô. Cả phòng vỗ tay.

Tiến sĩ Philip đứng lên và nói tiến sĩ sẽ dự khai trương cơ sở Lào Cai và có thể tiến sĩ sẽ đến các tỉnh biên thùy còn lại xin phép mở văn phòng nhỏ hơn Lào Cai, nếu có sự tiếp sức của bà con, Hội sẽ nâng tầm năm văn phòng thành cơ sở cứu giúp nạn nhân tại địa phương.

Hiếu mời cả phái đoàn đứng lên từ giả và xin về Cần Thơ và hai ngày nữa sẽ trở lại Hà Nội. Và từ đây, buổi tối có chuyến bay về Mỹ mà chúng tôi đã bút vé rồi.

Văn phòng Thủ Tướng gọi sân bay, chuẩn bị sẵn sàng nửa tiếng nữa sẽ chở phái đoàn từ thiện bay về Sài Gòn, có trực thăng bốc đưa về Cần Thơ ngay trong đêm. Hiếu đến ôm hôn bố và cúi đầu chào mẹ, các con Hiếu đều khoanh cúi đầu chào ông bà Thủ Tướng và mọi người. Đúng là gia giáo nghiêm của hai ông bà tiến sĩ Hiếu và Thu Vân. Bố mẹ Hiếu cũng rất chu đáo có nhân viên mang biếu cho mỗi người một túi thức ăn và hai chai nước lọc để lên máy bay ăn tối.

Về đến phi trường Tân Sơn Nhất mới tám giờ rưỡi có phi công đến mời lên trực thăng về Cần Thơ đáp tại vườn nhà của Hiếu, ông sui công an thả trải sáng cho phi cơ trực thăng đáp an toàn.

Mọi người vào nhà thấy có đông đủ bà con ruột thịt kể cả hai ông bí thư tỉnh và Thành phố và hai ông chủ tịch, hai thiếu tướng giám đốc công an cũng hiện diện cùng đại gia đình Hiếu. Có cả ông bà cựu bí thư Sóc Trăng và vợ chồng bác sĩ Trai, ông bà cựu Khoa trưởng Y Học và gia đình chú thím Tín. Còn cả nhiều công nhân viên, sinh viên và kẻ thường dân hiếu kỳ cũng vào tham dự.

Hiếu có linh cảm nói nhỏ với ông sui:

- Chúng ta lập kế bắt hết các ổ gián điệp Tàu tại Cần Thơ, anh cho bốn anh công an có vũ khí có còng, ẩn trước trong phòng phải kín đáo đã vào phòng không được đi ra vô sẽ lộ mục tiêu, trong phòng có đủ tiện nghi và có bốn túi thức ăn và bốn chai bia và nước uống có trong tủ lạnh, tránh gây tiếng động làm như phòng không có ai ở, cửa luôn khép kín mà không khoá. Hiếu lấy ba chai rượu Martell Cordon bleu và Hiếu cũng nói y chang cách tổ chức ở nhà khách phủ Thủ Tướng tại Hà Nội. Hiếu mời ông cựu bí thư Sóc Trăng và ông cựu Khoa Trưởng thầy của Hiếu. Ông Khoa trưởng mở hộp đựng hai chung ngọc từ trong hộp toả ánh sáng cả phòng khách, Hiếu mời rượu đợt đầu xong và Hiếu nói lớn đây bảo vật quốc gia mà Tàu rất muốn lấy mà lấy không được:

- Chúng cho đến bốn trực thăng và gần ba mươi tên biệt kích vào nhà cụ Lĩnh cướp báu vật và may mắn Cụ đã trao tôi trước giờ biệt kích sẽ chớp nhoáng cướp bảo vật và đốt nhà và tàn sát hết gia đình cụ Lĩnh, anh ba Cường nói như vậy.

Trong cơn mơ của tôi trùng hợp với Thần linh mách bảo Cụ Lĩnh cũng y chang như vậy. Có anh sui công an theo hộ tống đoàn có bốn xe công an, các chiến sĩ công an ở lại, xe trống chở hết con cháu Cụ Lĩnh khoảng mười hai người đi khẩn cấp ra khỏi nhà. Một chiếc xe dành riêng cho Cụ Lĩnh và tôi đưa đến bịnh viện tỉnh Hà Giang. Tôi ra sức cùng các con tôi cứu được Cụ Lĩnh thoát tay tử thần, nếu trễ chừng một tiếng chưa tới bịnh viện cứu cấp thì cụ Lĩnh đã qua đời. Trong đầu như tiếng nói của anh rể tôi là anh Ba Cường thúc hối phải đi nhanh biệt kích Tàu sẽ đến đây cướp báu vật trong chốc lát và còn đốt nhà, giết sạch gia đình cụ Lĩnh. Hiếu ngưng lại mời bố, cựu bí thư Sóc Trăng mở bảo vật quốc gia Chiếc Nõ Thần. Vừa lấy bao vải bên ngoài từ trong hai hộp một luồng ánh xanh huyền diệu bắn ra hàng trăm tia sáng như hàng trăm mũi tên bắn vào quân thù. Những tia sáng đó phát từng đợt như lấy tên bắn tiếp. Cả trong nhà và ngoài vỗ tay reo và có người nói từ đây giặc Tàu đừng mong cướp được đất của tổ tiên.

Hiếu và Thu Vân trịnh trọng mời bố mẹ Caroline uống đầu tiên chung ngọc, coi xem hai chung rượu có gì khác biệt, mời bố mẹ và quý ông bí thư chủ tỉnh uống rượu và xem kỹ hai chung đựng cùng một thứ rượu mà hương vị sẽ khác nhau thế nào. Cả một trăm hai chục người cũng đều được uống lần thứ hai vì lần đầu chưa chú ý nhiều. Hiếu mời uống hai chung rượu khác nhau cũng cùng một thứ rượu. Mọi người quan tâm chú ý nói là rượu trong chung ngọc có mùi thơm đặc biệt và ngọt hơn và miệng chung ngọc có làn ánh sáng xanh rất quyến rủ. Mọi người đồng ý nhận xét của hai chung đựng cùng một thứ rượu, bà Thủ Tướng cũng có nhận xét y chang.

Thật tình cờ một nữ tình báo đứng gần hai anh chàng khá bô trai bổng nghe họ nói tiếng Tàu, biết là gián điệp tàu đã trà trộn vào đây, vội báo cho Thủ trưởng và ông báo ngay cho Thượng Tướng có biện pháp đề phòng đối phó. Hiếu mời mọi người ra sân ăn cháo bò vừa mới nấu xong và nói lớn tôi để hai bảo vật lộ thiên như vậy cho hồn thiêng của hiền thê Caroline và anh hai thân thương của chúng em về chứng kiến ba báu vật và gìn giữ cho thật an toàn. Đó là cách nói của Hiếu, nhử bọn gián điệp Tàu vào rọ.

Một tên đi trước như đi tìm chỗ tiểu, khi tên thứ hai đến bắt tay, cả hai cùng nhau chạy nhanh lấy hai cái hộp sắt mà Hiếu đã khoá kỹ dưới bàn. Làm sao chúng lấy ra được. Trong phòng bốn nhân viên tình báo xông ra chỉa súng bắt còng ngay và ngoài sân thấy đổ bể nổ súng loạn cào cào mọi người chạy tán loạn, để may cứu hai tên chạy thoát. Bốn tên ngoài sân vừa đồng loạt bắn chạy thoát thân, vừa ra khỏi hàng rào bị đánh ngã quỵ và bị tước súng và bị còng tay ngay và sáu tên lái xe hai bánh chạy trốn cũng bị tóm hết. Cũng may chúng bắn chỉ thiên nhằm tạo hoảng loạn để chúng trà trộn thoát thân, chỉ có hai người đứng gần chúng bị bắn trúng tay và hàng chục bị trầy xước mặt mày tay chân, năm cha con Hiếu vội dùng thuốc sát trùng và xức thuốc băng lại ngay, có người rách áo quần vì chen lấn chạy vướng bàn ghế, không đáng kể. Những tên gián điệp bị công an bắt còng xong khai thác liền.

Những tên lái xe tự nguyện chỉ chỗ nhà chứa gián điệp ở trung tâm thành phố Cần Thơ, là hai toà nhà villa xây cất theo kiểu Pháp thật sang trọng tuyệt đẹp. Công an bao vây luôn hai nhà cách nhau chừng năm trăm mét, bắt một nhà sáu người có cả nam lẫn nữ và một nhà có đến tám người đều là phụ nữ có sáu gái mại dâm hai người phục vụ nấu nướng, đều bị còng đưa hết về trại giam trong Sở để có nhân viên điều tra thẩm vấn từng người. Còn nhà của tội phạm dùng ống khoá của Sở công an khoá lại và dán gấy niêm phong. Ai lảng vảng, lại gần hay đến mở cửa nhà sẽ bị bắt ngay vì công an chìm đang lẩn quẩn canh giữ hai ngôi biệt thự này. Mười hai tên bị bắt tại hiện trường, đưa về Sở công an cũng giam riêng phòng khác. Các trinh sát công an được bố trí dày đặc hai đầu đường dẫn vào hai nhà này. Từ sáng đến tối bắt thêm mười lăm tên nữa.

Bộ Công An hay tin vội cử thêm hai mươi trinh sát có kinh nghiệm và giỏi tiếng Tàu vào tiếp sức với hai Sở Công An Cần Thơ, Hậu Giang và Bộ còn ra lịnh trên toàn quốc các Sở công an có nhiệm vụ khẩn trương và hệ trọng cố bắt hết các ổ gián điệp và rà soát lại tất cả các cơ sở làm ăn buôn bán của người Hoa thường có bà con từ Trung quốc sang thăm hay có khách lạ đến cơ sở làm ăn.

Hai Sở Công An Thành Phố Cần Thơ và Tỉnh Hậu Giang, chia các đối tượng gián điệp ra làm đôi, khẩn trương điều tra ngày đêm cấp tốc thẩm vấn nhanh phanh phui ra manh mối thật khẩn trương. Các cơ sở của chúng còn lỏng lẻo sơ hở, bắt thêm năm sáu chục tên gián điệp khác đa số gốc Hoa hay cả có người buôn bán làm ăn hay thường la cà ăn nhậu với chúng, bắt hết điều tra. Hai Sở Công An Hậu Giang và thành phố Cần Thơ được tưởng thưởng mỗi Sở hai triệu đồng bồi dưỡng các nhân viên có công bắt sống gián điệp. Còn việc tưởng thưởng công trạng sẽ có sau.

Chỉ trong vòng một tuần bắt thêm mấy trăm người Hoa bị tình nghi làm gián điệp. Riêng tỉnh An Giang có đến bốn mươi tên, Rạch Giá, Cà Mau Bạc Liêu, Sóc Trăng, mỗi tỉnh từ mười lăm đến hai mươi tên. Vĩnh Long, Mỹ Tho, Gò công đều có bắt được những tên tình nghi gián điệp dù không nhiều, đa số gốc tàu. Hiếu báo cáo với Thủ Tướng vụ bắt gián điệp tàu lần này vô cùng nghiêm trọng.

Thế nào Tàu cũng mời bố sang thăm viếng. Chúng có cách giết bố dù Bộ Chính Trị hay Tổng Bí Thư có nài ép bố sang "chầu", gọi là thăm viếng Trung quốc, bố báo cáo bịnh không đi và xin từ chức sớm mấy tháng. Con biếu bố một trăm ngàn đô để bố dưỡng già. Ngày con họp báo con có mời tất cả các toà tổng sự ngoại giao đang có văn phòng tại Sài gòn cả báo chí quốc tế quốc nội cũng được mời ăn trưa luôn tại nhà hàng Phong Dinh Lầu, con đặt năm chục bàn. Bố chỉ định ông Chủ Tịch Thành phố Cần Thơ đứng ra tổ chức và giới thiệu con và thượng tướng công an Tổng giám đốc công an Miền Nam, trình bày hết mọi góc cạnh từ vụ tiễu trừ đám thổ phỉ bắt phụ nữ Việt Nam bán qua biên giới Tàu tại Hà Giang và vụ cướp báu vật của Việt Nam tại nhà con ở Cần Thơ. Và phăng ra manh mối bắt hàng trăm gián điệp nói giỏi tiếng Tàu mà không biết do lệnh ở đâu. Chúng tôi nhờ báo chí gióng lên tiếng nói báo động với thế giới. Hội từ thiện quốc tế chúng tôi sẽ giúp các nạn nhân đáng thương làm lại cuộc đời. Những nhà đạo đức, các hội từ thiện quốc tế và các chánh phủ lương thiện, dân chủ trên thế giới phải cùng nhau hợp tác tiêu diệt đám thổ phỉ buôn người, cưỡng bức phụ nữ làm nô lệ tình dục, nhất là tại biên giới Trung quốc hiện nay.

Thủ Tướng nhỏ nhẹ nói dễ thương làm sao, bố nghe lời con. Vì con mà bố bị giũa rồi, bố không sợ chết và bố chỉ còn mấy tháng hết nhiệm kỳ. Bố xin về hưu và qua Mỹ ở chơi với con vài tháng gọi là thư giản thể xác và tinh thần. Hiếu cám ơn bố nghe lời con.

Trong buổi họp báo, Thượng tướng công an trình bày tổng quát mà tư lệnh chiến trường ở Hà Giang và tại Cần Thơ là Bác sĩ Andre Hiếu, ông nói tiếng Việt có hai phụ tá chuyển ngữ tiếng Anh tiếng Pháp cũng là Tư lệnh phó chiến trường tại Hà Giang của tiến sĩ Andre. Mọi người vỗ tay hoan nghênh, Hiếu đứng giữa và hai tư lệnh phó đứng hai bên cũng là phụ nữ vô cùng xinh đẹp, vợ, tiến sĩ Thu Vân đang là Khoa Trưởng Xã Hội Học Harvard và phụ nữ trẻ là dâu của hai ông bà tiến sĩ Andre và Thu Vân cũng là bác sĩ Y khoa tại đại học Yale, là nữ anh thư cướp súng thổ phỉ góp phần chiến thắng cho cuộc phản công tự vệ.

Điều đặc biệt bác sĩ Bạch Mai là con gái duy nhứt của thượng tướng công an vừa nói thêm chi tiết vừa thông dịch tiếng Anh làm cho cả nhà hàng muốn vỡ toang với tiếng vỗ tay hoan nghênh vang dậy.

Khi các gián điệp được cởi khăn bịt mắt ra và tay vẫn bị còng trình diện quan khách, Hiếu nói tiếng Tàu hỏi có phải các anh là người Hoa từ trung quốc sangViệt Nam, cả sáu tên đều gật đầu và bảo họ có lời chào quan khách và báo giới bằng tiếng Hoa, họ cúi đầu chào và nói một tràng tiếng quan thoại. Thế là màn trình diện gián điệp rất độc đáo xong, Hiếu ra hiệu dắt các gián điệp gốc Tàu từ trung quốc qua về nhà giam. Các ký giả hỏi bằng tiếng Anh, bác sĩ Bạch Mai chuyển ngữ qua tiếng Việt, ký giả hỏi bằng tiếng Pháp tiến sĩ Thu Vân chuyển ngữ sang tiếng Việt và tiến sĩ Thu Vân nắm vững câu hỏi, xin phép trả lời luôn bằng tiếng Pháp cái nào không biết rõ để chồng trả lời bằng tiếng Việt, tiến sĩ Thu Vân chuyển sang tiếng Pháp. Về các câu hỏi tiếng Anh bác sĩ Bạch Mai biết rõ, trả lời bằng tiếng Anh trước và chuyển ngữ sang tiếng Việt rất duyên dáng dễ thương. Một câu hỏi càng làm cho mọi người càng thêm nễ phục bác sĩ Bạch Mai, có phải bác sĩ là người đầu tiên vô cùng can đảm cướp giựt súng AK 47 của một tên thổ phỉ đang đứng canh giữ trại tù nữ. Bạch Mai trả lời:

- Đúng mà người phụ nữ can đảm hơn tôi là bà mẹ chồng tôi, không có bà cả nhóm phụ nữ chúng đều bị giết sạch, bà khéo léo giả bộ mệt gục vào lưng tôi và bà lén cắt hết dây buộc tay tôi sau lưng. Tôi biết tôi phải làm gì, tôi đóng kịch nhăn nhó như đau bụng đứng lên đi lại tên thổ phỉ như xin phép đi cầu, gần hắn tôi giả bộ cười tình làm cho hắn mê mệt cười híp mắt. Cơ hội bằng vàng, tôi nhảy chụp giựt súng hắn đang mang trên vai, hắn quá mạnh, tôi giựt chưa được vô cùng nguy hiểm mẹ chồng ném lưỡi lam cho các chị và vội lao vào nắm một tay tên phỉ bị hắn gạt mạnh và đánh vào mặt vào tay mẹ tôi, bà liều chết ôm chặt một tay hắn, tôi dùng hết sức mình giựt mạnh súng về tay tôi, tôi liền kéo đạn lên nòng bắn luôn bốn phát vào hai chân, hắn ngã quỵ. Tôi hô lớn xung phong, ba tên phỉ khác đứng ba góc gác là tay mơ, hắn có lẽ chết lặng trong cả phút nên tôi có thì giờ quay súng qua bắn hạ cả ba tên phỉ đứng canh gác ở ba góc phòng. Tôi bắn họ mà sợ họ chết vì bác sĩ chỉ muốn cứu người không giết người. Cả nhà hàng vỗ tay tán thưởng, tôi chỉ nả vào chân chúng, may các viên đạn tôi bắn ra đều có mắt chỉ nhắm vào chân, ba trên ngã quỵ các chị tôi và các chị bị bắt trước ào ra trói gô bốn tên phỉ lại, có hàng chục chị đứng canh giữ. Chúng tôi có bốn khẩu AK bắn vào cửa có hơn ba mươi tên chờ tới phiên hành lạc, nay chờ về âm phủ. Cả nhà hàng có dịp thêm cười vui vỗ tay tán thưởng. Một bọn cả chục tên vừa mở cửa thông thương hai lán giam nam nữ, chúng tôi có cả bốn khẩu AK tập trung hoả lực có bốn tên phỉ chết tại chỗ và nhiều tên khác bị thương. Trong lúc bên trại nam bố cũng xung phong và tiếng súng vang dội, chúng tôi chia hai nhóm canh cửa buồn, lâu lâu bắn vài phát làm cho bọn phỉ ở trong không dám chạy túa ra. Tiến sĩ Thu Vân thuật lại hết từ lúc bác sĩ Bạch Mai giựt súng, hô xung phong và bên trại nam cũng hô xung phung... Bạch Mai nói tiếp:

Chúng tôi đại thắng, lán giam nữ, mẹ chồng có công đầu tôi chỉ là người thứ hai, còn lán giam nam bố chồng tôi là Tư lệnh chiến trường vô cùng dũng cảm, tả xông hữu đột cùng với gần hai mươi tay súng của phe ta tha hồ bắn, hạ sát trên bốn mươi tên phỉ gây thương tích và bắt sống cả trăm tên nữa. Còn chiến lợi phẩm tịch thu thì vô số kể, phá tung hết các lán giam giải phóng gần bốn trăm phụ nữ Việt có hàng chục em trên dưới mười tuổi máu me dính khô đầy người, Và có khoảng ba chục em gái vị thành niên có em còn trần truồng rất đáng thương. Đây là tội ác tày trời dã man tàn bạo mà nhà nước Trung hoa dung túng họ, lại cấp hay bán cho chúng cả súng máy, quân trang quân dụng và cả máy bay trực thăng nữa. Vì vậy chúng tôi kêu gọi báo giới trên toàn thế giới báo động cho nhân loại biết tội ác trời không dung, đất không tha bọn buôn người tàn bạo tại biên giới Việt Hoa có trực thăng và vũ khí toàn xuất xứ từ nước Tàu. Danh sách chiến lợi phẩm do phái đoàn cứu giúp phụ nữ quốc tế có chữ ký ba nhà sáng lập ký: tiến sĩ Philip, Chủ Tịch Hội Đồng Quản Trị - Tổng Thư Ký, tiến sĩ Andre Tran Trong Hiếu và Thủ Quỹ, tiến sĩ Jane đều hiện diện ngày bị thổ phỉ bắt tại Hà Giang.

Trình bày diễn tiến bằng tiếng Anh xong, tiến sĩ Bạch Mai chuyển ngữ sang tiếng Việt làm cho mọi người Việt gần như nín thở nghe từng lời nói mạch lạc rõ ràng của bác sĩ Bạch Mai. Ở Cần thơ ai cũng biết bác sĩ là con gái rượu duy nhất của Thượng Tướng Công an, từng giữ chức vụ giám đốc sở công an thành phố Cần Thơ nhiều năm. Có người nói hổ phụ sanh hổ tử, thật quá đúng đối với Bác sĩ Bạch Mai. Bác sĩ Bạch Mai, con dâu thứ năm của hai tiến sĩ Andre và Thu Vân, một trong ba nhân vật làm nên lịch sử vẻ vang cho dân tộc Việt Nam tại Hà Giang về vụ huỷ diệt cơ sở lớn nhứt vùng biên giới Bắc Giang và nước Tàu, giải thoát gần bốn trăm phụ nữ và trẻ vị thành niên toàn là phụ nữ.

Người phụ nữ làm vẻ vang cho phụ nữ Việt Nam là mẹ chồng tôi, tiến sĩ Thu Vân hiện là Khoa Trưởng Xã Hội Học Harvard. Nhờ có mẹ, tôi mới đủ can đảm xông vào chỗ chết cướp giựt súng. Chuyện đại gia đình bác sĩ Andre tiêu diệt đám thổ phỉ cực kỳ độc ác tại Hà Giang. Bố chồng tôi đã có trình bày hai lần rồi tại Hà Giang và tại Hà Nội. Vì còn ít thì giờ để bố tôi, tiến sĩ Andre trình bày vụ triệt hạ gián điệp tàu và cứu sống toàn gia đinh Cụ Lĩnh cũng như bảo vệ thành công ba bảo vật vừa mời xảy ra ngày hôm qua tại nhà bố mẹ tôi có sự hiện diện của hàng trăm người mời ăn cơm chiều đã chứng kiến cảnh bố chồng và bố ruột hợp đồng tác chiến bắt sống tại hiện trường sáu tên gián điệp từ Trung quốc sang.

Chúng khai từng trú ngụ với cấp chỉ huy của chúng tại toà tổng lãnh sự Trung quốc ở Sài Gòn. Quý vị muốn rõ hay hỏi toà tổng lãnh sự Tàu coi xem họ trả lời ra sao?. Cả nhà hàng hiểu thâm ý quá siêu của hậu duệ Bác sĩ Bạch Mai. Các tên gián điệp này khai, chúng ở trong toà tổng lãnh Tàu một thời gian, sau chúng về Cần Thơ làm chủ hai ngôi biệt thự.

Vì vậy, tại hai ngôi nhà này bắt sống thêm mười lăm tên đều là người Việt gốc hoa, chưa kể có mười bốn tên đang ở trong toà biệt thự này, có đến sáu gái mại dâm, đều bị bắt. Chỉ một ngày hôm qua, công an đã bắt gọn hai nơi lên con số kỷ lục bốn mươi mốt tên gián điệp chính thức và các tên liên hệ. Trong đó chúng thuê mướn sáu lái xe hai bánh toàn người gốc hoa tại địa phương, nhờ khai báo nhanh, công an mới vây bắt hơn ba mươi tên khác tại hai ngôi biệt. Chuyện này, bố chồng và bố ruột tôi, tuân hành sự phối hợp chặt chẽ theo chỉ thị của Thủ Tướng chính phủ nên phá hỏng hoàn toàn âm mưu của gián điệp ngoại bang cướp ba báu vật, thiêng liêng nhứt là cây Nõ Thần là bảo vật quốc gia. Chúng tôi tin tưởng từ đây về sau dù là nước lớn bá quyền không thể chiếm được nước Việt Nam anh hùng. Cả nhà hàng bật đứng lên vỗ tay hoan hô.

Tới đây, bác sĩ Bạch Mai cám ơn cử toạ lắng nghe và tôi xin chuyển qua mẹ chồng nói tóm gọn bằng Tiếng Pháp giúp các cơ quan truyền thông Pháp và sau cùng là nhân vật số một là tiến sĩ Andre Hiếu có sự đồng hành của bố ruột có nhiệm vụ theo sát giúp bố chồng trong công tác bảo vệ an ninh tuyệt đối quốc bảo cây Nõ Thần từ thời vua An Dương Vương lập quốc để lại.

Xin chào quý vị, tôi xin phép chấm dứt phần tôi trình bày, quý vị muốn biết thêm xin sau buổi họp báo kết thúc. Con xin mời mẹ tóm gọn qua Pháp ngữ.

Tiến sĩ Thu Vân, nắm tay chồng kéo lại đứng gần và hôn nhẹ vào má, tiến sĩ đưa tay hai vợ chồng lên và dõng dạt nói:

- Đây mới là người hùng trong hai vụ triệt hạ cơ sở đầu nào của thổ phỉ và vụ bảo vệ thành công báu vật và quốc bảo chiếc Nõ Thân và được Hội đồng chánh phủ phong danh là nhà bác học đại tài của Việt Nam và được mời vào Hội Đồng Cố Vấn của chánh phủ và may mắn tôi được ăn theo chồng. Hiếu quay hôn vợ và nói cám ơn. Cả nhà hàng tha hồ mà vỗ tay vang dậy chúc mừng hai nhà bác học Việt Nam mới tinh.

Sau năm phút, tiến sĩ Thu Vân xin phép trao lại máy vi âm và tiến sĩ mời con dâu lên đứng cạnh bố chuyển ngữ sang tiếng Anh và mẹ chuyển ngữ sang tiếng Pháp. Bác sĩ Trần Trọng Hiếu cúi đầu chào đồng bào Việt Nam thân kính của chúng con, dù sinh sống và thành công ở nước ngoài. Nhưng chúng con luôn hướng về quê hương Việt Nam. Dù có người trong chánh quyền không ưa, ghét bỏ không chấp nhận chúng con vì có cha là tử sĩ của chế độ cũ. Nhưng, chúng con không bao giờ có ý nghĩ vong ân phản bội và xa quê hương yêu quý của chúng ta. Cả nhà hàng đồng loạt đứng lên vỗ tay tán thưởng lời yêu nước chân tình của một nhân tài xuất chúng đã thành công vĩ đại ở nước ngoài.

Đợi tràng pháo tay chấm dứt và thông dịch ngắn gọn của con và vợ. Hiếu trình bày quý vị đã biết quá rõ sau ba lần họp báo về vụ hội từ thiện cứu giúp phụ nữ quốc tế có tiến sĩ Philip Chủ Tịch và tiến sĩ Jane Thủ quỹ của Hội đều hiện diện trong vụ cả phái đoàn từ thiện đều bắt nhốt hai phòng nam nữ khác nhau, chúng tôi chờ chết. Tôi có cơ may cướp được súng ở nhà giam nam và con dâu tôi cũng cướp được súng ở nhà giam nữ. Cả hai bố con cùng nả những phát súng đầu tiên và cùng hô xung phong. Thế là chỉ trong mấy phút ngắn ngủi, những tên thổ phỉ trong hai nhà giam nam nữ đều phải đền tội ác dã man trời không dung đất không tha bọn phỉ lòng lang dạ thú đó. Con tôi vừa trình bày xong và hai lần họp báo tại Hà Giang và Hà Nội, tôi đã có trình bày rồi.

Nay tôi chỉ kể vắn tắc thôi, xin phép nói trọng điểm của họp báo hôm nay là vụ bắt được gián điệp quốc tế muốn cướp quốc bảo nước Việt Nam, Chiếc Nõ Thần của tổ tiên Việt Nam để chúng thoả mãn mộng bá quyền nước lớn xâm lược các nước nhỏ mà nước Việt Nam lại có võ khí siêu phàm giữ an toàn đất nước là Quốc bảo Chiếc Nõ Thần. Chúng tôi xin mời quý nhà báo quốc tế cùng theo máy bay với chúng tôi ra Thủ đô Hà Nội chứng kiến lễ dâng hiến Quốc Bảo Chiếc Nõ Thần cho Viện bảo tàng quốc gia, đúng mười một giờ sáng mai có Thủ Tướng Chánh Phủ chủ toạ. Nhân dịp này, tôi xin phép Thủ Tướng mở bao vải ngoài và dở hộp sắt ra để quý vị chiêm ngưỡng Quốc Bảo linh thiêng, quý vị sẽ thấy ánh sáng lung linh huyền diệu lần chót rồi được Thủ Tướng chánh phủ niêm phong lại và Viện Bảo Tàng Quốc Gia có trách nhiệm bảo vệ vô cùng cẩn mật vì bọn gián điệp ngoại bang muốn cướp đoạt mà bị chúng tôi chỉ là dân thường đã hai lần bẻ gãy âm mưu của chúng, kẻ tự xưng là bá quyền nước lớn, lại sẽ còn muốn cướp giựt nữa.

Chúng tôi tôn kính quốc bảo Chiếc Nõ Thần của dân tộc Việt Nam có từ ngày lập quốc thời Vua An Dương Vương thịnh trị và bị lưu lạc qua bao thế hệ và cuối cùng cụ Lĩnh ở Hà Giang tình cờ phát hiện trong một cái hố sâu nhờ có hào quang lan toả khi Cụ đào hóc trồng sắn - khoai mì. Cụ hết lòng sống chết với quốc bảo Chiếc Nõ Thần. Qua một giấc chiêm bao, Cụ đau nhiều, nghèo quá thiếu thuốc trị bịnh chờ chết, có vị thần linh có dẫn một thầy thuốc mà thần linh nói với Cụ Lĩnh, đây là thầy thuốc, tâng bốc tôi quá tôi không dám nói lại, sẽ cứu Cụ hết bịnh. Và là người Cụ sẽ tín nhiệm trao các báu vật cho bác sĩ lưu giữ. Người đồng hành với tôi là Trung tướng công an nay là Thượng Tướng công an, ra Bắc thăm con gái trong phái đoàn từ thiện quốc tế của chúng tôi. Hội dự định đặt một văn phòng vừa làm cơ sở cho hội tại Lào Cai cứu giúp phụ nữ nạn nhân cả sáu tỉnh biên giới, Lai Châu, Lào Cai, Hà Giang, Cao Bằng, Lạng Sơn, Quảng Ninh. Thượng Tướng biết rõ sự kiện xảy ra từ nhà Cụ Lĩnh cho tới Thượng Tướng cùng tôi hiệp sức cứu sống gia đình Cụ Lĩnh, cho đến chúng tôi lập mưu để khơi khơi Chiếc Nõ Thần trên bàn các báu vật giữa nhà không canh giữ.

Trước khi quý vị nghe tường trình mọi diễn tiến bắt gián điệp của Thượng tướng Phương, chúng tôi xin mời quý vị cùng đứng lên và cùng chúng tôi hô vang: Việt Nam muôn năm ba lần. Cả nhà hàng đồng loạt đứng lên cùng nhà bác học Andre Hiếu hô to: Việt Nam Muôn Năm ba lần và vỗ tay thêm ba chập nữa tạo khí thế hân hoan cao độ. Cách cổ vỏ tinh thần yêu nước này của nhà bác học Hiếu cũng là lần đầu tiên trong cuộc họp báo quan trọng tại Việt Nam.

Thượng Tướng Phương nói sơ qua vụ cụ Lĩnh ở Hà Giang nằm mộng, thần linh dẫn đến giới thiệu một bác sĩ đại tài sẽ chửa lành bịnh cho Cụ. Cụ nói Cụ trao cho Bác sĩ để bác sĩ làm của gia bảo hay biếu lại Nhà nước lưu giữ cẩn trọng vì là một quốc bảo thiêng liêng của Tổ Quốc.

Đang bận cứu Cụ Lĩnh ở bệnh viện, có tin cho biết, có hai trực thăng lạ đáp xuống nhà Cụ Lĩnh thấy mới có dấu đào bới chúng biết bảo vật đã lấy ra khỏi nhà này rồi chúng ném chất cháy cho cháy rụi nhà Cụ. Chúng lên trực thăng vừa bay lên bị hai chiếc khu trục của ta bao vùng từ trên mây đâm xuống bắn cháy, dân quân gần đó lại bao vây bắt sống những tên bị thương và có hơn chục tên đã chết cháy. Hai chiếc trực thăng bay phía sau yểm trợ, chúng thấy cảnh hải hùng vội bay trở lại đất Tàu, hai khu trục không buông tha cũng bắn cháy luôn, tịch thu thêm một số súng rơi ra khỏi trực thăng và trở về căn cứ tại Hà Giang.

Vụ bắt gián điệp tàu ở nhà bác sĩ Hiếu đã có hồn anh rể của bác sĩ Hiếu báo mộng nên hai chúng tôi bàn bạc có kế hoạch nhử gián điệp hốt hết, bắt tại hiện trường sáu tên gián điệp quốc tế gốc Tàu, sáu tên lái xe người Việt gốc Hoa. Công an thành phố Cần Thơ còn vây bắt liền tại hai nhà là nơi trú ngụ của sáu điệp viên tàu, mười bốn tên trong đó có sáu gái điếm chắc là của quý của sáu tên điệp viên gian ác. Các trinh sát công an cả ngày hôm sau bắt thêm mười lăm tên nữa toàn người Việt gốc Hoa.

Bộ Công An ra lệnh tất cả các tỉnh mở chiến dịch lùng bắt gián điệp Tàu. Riêng tỉnh An Giang có bốn mươi tên toàn gốc hoa, là tỉnh bắt được gián điệp nhiều nhất trên toàn quốc. Ngành công an tại các tỉnh trên cả nước hốt hơn hai trăm tên tình nghi làm gián điệp cho tàu, đang điều tra và thanh lọc, sẽ đưa ra toà luận tội xét xử. Trước khi chấm dứt buổi họp báo, Thượng Tướng nói:

- Tôi xin thông báo cho quý vị thấy một nghĩa cử vô cùng cao đẹp của một nhà bác học gốc tỉnh Sóc Trăng, miền Nam Việt Nam, khi chữa trị khẩn cấp Cụ Lĩnh tại bịnh viện tỉnh Hà Giang, hay tin nhà và chuồng bò của Cụ Lĩnh bị bọn lưu manh ngoại quốc đốt cháy rụi và mấy con bò của Cụ, tài sản quý giá của gia đình Cụ cũng bị thiêu sống. Nhà bác học Andre Hiếu có tình nhân ái bao la nói với con cụ Lĩnh, tôi dùng tiền túi biếu gia đình Cụ Lĩnh hai trăm triệu mua nhà mới ở trong thành phố Hà Giang và nên ở gần đồn hay cơ sở công an cho an toàn hơn. Nhà bác học còn nói, mọi chi phí nằm bịnh viện bao lâu, ông cũng đài thọ trả hết.

Nhà bác học còn hứa sẽ vận động đưa Cụ Lĩnh sang Mỹ trị bịnh tiếp và bồi dưỡng cho Cụ đã hơn ba mươi năm Cụ quên mình chỉ bảo tồn bảo vật quốc gia Cây Nõ Thần dù Cụ dù có hy sinh tánh mạng cụ cũng an vui. Nhà bác học cảm kích tấm lòng yêu nước của Cụ nên xuất tiền riêng của ông bao hết mọi thứ cho Cụ và cả con cháu nữa. Cả nhà hàng đồng loạt đứng lên hoan hô cổ vũ tinh thần yêu nước của Cụ Lĩnh và hoan hô tấm lòng hào hiệp của nhà bác học Andre Hiếu.

- Bác sĩ Hiếu nói, chuyến bay ngày mai bay ra Hà Nội, còn chỗ chúng tôi dành ưu tiên cho ký giả ngoại quốc, Cần Thơ, nếu còn dư tôi mời tất cả ký giả gốc miền Nam cùng đi ra Bắc thực hiện phóng sự thu hình sự kiện lịch sử có một không hai tại đất nước chúng ta. Gia đình tôi bao hết tiền ở khách sạn và ăn ở tại Hà Nội và sáng hôm sau, chúng tôi cũng xin mua vé biếu cho tất cả các ký giả trở về Nam. Xin quý vị ghi tên ngay bây giờ, chúng tôi hỏi máy bay của chánh phủ có đủ chỗ cho chúng ta hay không? Bác sĩ Hiếu giới thiệu con trai mình nói bằng tiếng Anh tiếng Pháp, ký giả quốc tế và quốc nội phải ghi tên ngay.

Cả nhà hàng vỗ tay vang vội hoan hô tinh thần phục vụ hết lòng của gia đình nhà bác học Trần Trọng Hiếu và tiến sĩ Thu Vân. Chỉ cái tin bao ăn cho ký giả và mua vé máy bay cho các ký giả trở về Nam cũng là một tin lớn.

Bác sĩ Hiếu cũng loan báo khi về Mỹ chúng tôi sẽ xin phép Giáo sư Viện Trưởng Yale và Harvard mở ra hai cuộc họp báo nữa. Chúng tôi sẽ mời Bộ Ngoại giao Mỹ, các toà đại sứ và đặc biệt có đông đủ toà đại sứ Việt Nam từ Washington DC về dự ở Yale ngày thứ bảy và hôm sau dự tại Harvard do tiến sĩ Khoa Trưởng Xã Hội Học Harvard là thuyết trình viên chính. Ngoài ra chúng tôi có mời ông cựu Đại Sứ Pháp tại Mỹ, nay đương kim Phó chủ tịch Hội đồng quản trị Hội từ thiện quốc tế là một trong bốn nhà lãnh đạo nồng cốt. Trong sự kiện lịch sử cả phái đoàn từ thiện bị quân thổ phỉ bao vây bắt giữ, chỉ có ông Phó Chủ Tịch đang làm việc ở Paris không có mặt mà ông có con gái cũng là một tiến sĩ ngoại giao của Yale cùng bị bắt chung với chúng tôi và con gái của một thương gia ở Úc cũng có bằng tiến sĩ kinh tế của Yale cũng bị bắt cùng đoàn chờ chết như chúng tôi, ba mẹ cháu sẽ qua tham dự hai buổi họp báo và thăm con gái.

Trên thế giới hay tin chấn động về nạn buôn người, cưỡng ép phụ nữ làm nô lệ tình dục tại vùng biên giới tỉnh Hà Giang của Việt Nam với Trung quốc thuộc tỉnh Vân Nam và Quảng Tây, giải thoát mới một địa điểm có gần bốn trăm phụ nữ Việt Nam bị bắt giam chờ chuyển qua trung quốc, trong đó có gần năm mươi em tuổi vị thành niên và có mười em trên dưới mười tuổi mình mẩy dính đầy máu me khô, cả người còn trần truồng thật vô cùng man rợ khủng khiếp.

Bọn thổ phỉ có trên mấy trăm vũ khí các loại do tàu sản xuất bị tịch thu và liên quan đến vụ này có cả bốn chiếc trực thăng cùng nơi xuất xứ từ đất Tàu xâm phạm chủ quyền Việt Nam bị bắn cháy.

Ông Viện Trưởng trường Yale sẽ cấp cho tiến sĩ Andre một trăm ngàn để lo buổi tổ chức họp báo và tặng các bác sĩ, tiến sĩ ngoại giao và tiến sĩ kinh tế có trong phái đoàn từ thiện quốc tế bị thổ phỉ bắt giữ, một triệu đô bồi dưỡng. Viện Đại học Harvard cũng trợ cấp tương tự như vậy giao cho tiến sĩ Khoa Trưởng Xã Hội Học tự do sử dụng.

Cả hai buổi họp báo có hàng trăm đại diện ngoại giao của các nước tại Thủ đô Hoa Thịnh Đốn đến tham dự chỉ thiếu vắng các nhà ngoại giao Trung quốc lặng mất tiêu. Hai viện đại học Yale và Harvard đã nổi tiếng trên thế giới lại càng thêm nổi tiếng vì đã đào tạo những bác sĩ ưu tú những tiến sĩ xuất sắc mà lại càng nổi tiếng về lòng nhân ái cứu người và đã góp công giải thoát gần bốn trăm phụ nữ bị giam cầm sẽ chuyển qua Trung quốc bán làm nô lệ tình dục hay bán vào các động mại dâm thật vô cùng dã man tàn ác.

Đặc biệt trong cả hai cuộc họp báo, tiến sĩ Andre đều trưng bày những bức ảnh chụp các chiến lợi phẩm trên hai trăm súng các loại, hơn một trăm tấn gạo cùng vô số quân trang quân dụng đều sản xuất từ Trung quốc, có cả hình trên hai trăm tên thổ phỉ bị còng bị trói tay đã bị bắt giữ, và hình mọi người trong phái đoàn thiện nguyện. Quan trọng có hai báu vật chụp hình tại các buổi họp báo ở Việt Nam là Chiếc Nõ Thần là quốc bảo của dân tộc Việt Nam và hai cái chung ngọc, nay là tài sản của hai nhà bác học Việt Nam tiến sĩ Andre và tiến sĩ Thu Vân.

Nói đến đây bác sĩ Andre gọi con mang hai cái chung ngọc đựng trong một cái hộp sắt, bốn mặt kiếng trông suốt, có một bao nhung màu lá cây bao lại. Khi lấy cái bao nhung ra khỏi hộp, một luồng sáng xanh lung linh kỳ diệu toả ra đến tận trần nhà, mọi người cùng ồ lên ngạc nhiên một cách thích thú. Bác sĩ Andre nói vì thời gian và phải giữ vệ sinh công cộng, chúng tôi xin rót vào hai chung ngọc và chung ly thường để quý vị thấy màu sắc và mùi vị rượu rất nhẹ mát và thơm ngọt trong chung ngọc, có sự khác biệt rõ rệt với cùng một loại rượu rót ra hai ly khác nhau. Xin quý vị cùng uống với phu nhân một lần uống được hai người. Và nếu quý vị thân hay quen biết không ngại uống cùng một ly thì một chung ngọc cũng được năm bảy người, hết chung rượu ngọc, chúng tôi rữa sạch và lau khô cho chung kế tiếp, chừng nửa tiếng cũng vài trăm vị nhưng chưa hết quan khách, xin vị quý thông cảm. Đầu tiên, Ban Tổ Chức xin mời ông bà Viện Trưởng uống cùng một ly ngọc và uống ly thường trước riêng ly với phu nhân cũng OK vì ly thường có khá nhiều, ly thường uống rồi, Ban Tổ chức cho vào thùng nước sôi luộc và lau khô để sử dụng kế tiếp. Quý vị uống rượu ly thường trước và uống chung ngọc sau để có dịp thấy sự khác biệt, so sánh nhất là chú ý có ánh sáng lung linh trong chung ngọc, uống thấy quá ngon...

Kế tiếp tôi kính mời ngoại giao đoàn, sau đó chúng tôi xin mời quý vị giáo sư Viện đại học Yale và còn thì giờ chúng tôi mời quý vị thưởng thức cái hương hoa ngon ngọt của rượu trong chung ngọc để ghi dấu ấn kỷ niệm không bao giờ quên. Sau đó là phần ăn trưa sẽ ngon miệng hơn do Viện đại học Yale, Harvard mời quan khách ăn trưa tại chỗ họp báo, có các con tôi và các bạn lo phục vụ cho tất cả quý vị.

Quý vị muốn phỏng vấn, tìm hiểu thêm hai sự kiện quan trọng là vụ chúng tôi phản công chống thổ phỉ bằng cách giựt súng bắn chết các thổ phỉ trong hai phòng giam nam nữ riêng biệt. Sự kiện kế tiếp là vụ chúng tôi may mắn có người trao Cây Nõ Thần bảo vật quốc gia và hai chung ngọc này cũng như công an Việt Nam bắt gọn gián điệp Tàu tại nhiều tỉnh ở Việt Nam. Các con tôi đều là bác sĩ hay chuyên khoa đang dạy tại hai Viện đại học danh tiếng Yale và Harvard. Tiến sĩ Philip Chủ tịch và tiến sĩ Jane thủ quỹ trong Hội đồng quản trị Hội từ thiện quốc tế cứu giúp phụ nữ bị nạn buôn người trên thế giới cũng gặp nạn cùng với gia đình chúng tôi. Qúy vị có thể hỏi bất cứ ai trên mười người có mặt ở Hà Giang và tại Cần Thơ sẽ giúp quý vị hiểu rõ.

Ở Mỹ cũng có môt nhận xét như ở Việt Nam, chung rượu ngọc, rượu uống vừa mát vừa ít nồng và thơm ngon ngọt hơn ly thường. Trên mặt rượu có một màn như khói sương toả sáng xanh nhạt. Ông Viện Trưởng phát biểu:

- Trong đời ông chưa từng thấy có cách uống rựou lạ kỳ như tiến sĩ Andre tổ chức hôm nay. Chung ngọc uống rượu thêm thơm ngon ngọt nữa. Vì vậy, vợ chồng tôi muốn tận hưởng sự sung sướng thêm nhiều lần nữa sẽ mời tiến sĩ Andre và Thu Vân thường đến nhà ăn tiệc dài dài và nhớ mang theo hai chung ngọc, báu vật hiếm có trên thế gian. Ông Viện Trưởng nói tiếp:

- Hôm nay, quý vị đã nhậu trước mà được uống rượu bằng chung ngọc tha hồ mà ăn ngon, chúng tôi sợ thiếu có đặt thêm hai trăm phần nữa, quý vị có một ngày vui được uống rượu bằng chung ngọc. Khi ra về, quý vị thấy còn nhiều phần ăn dư, quý vị cứ tự nhiên lấy mang về ăn tiếp. Mọi người vỗ tay hoan hô thầy trò ông Viện Trưởng Yale chịu chơi.

Ngày hôm sau, chúa nhựt tại Harvard tiến sĩ Thu Vân có mời Cha Chánh cha phó và thầy sáu đến làm phép chúc lành chúc cho buổi họp báo. Quý Cha đã từng là chủ lễ phép hôn phối tôi và chồng tôi, tiến sĩ Thu Vân nói. Chúng tôi nhớ ơn quý Ngài mãi mãi. Tiến sĩ Thu Vân vui cười:

- Thưa với quý Cha, thầy Viện Trưởng và mọi người, con có công gì đâu, chỉ dám cắt dây cho con dâu làm bộ đau bụng đi ngoài đến tên thổ phỉ như xin phép đi cầu. Con bị chỉa súng hỏi tiếng Tàu, con dâu tôi đâu có hiểu biết. Con chỉ nhe răng cười tình cầu duyên làm tên thổ phỉ mê mệt, cười híp mắt.

Thế là cơ hội ngàn năm một thuở, con tôi nhảy vào giựt súng, đang giằng co. Tôi vội ném lưỡi lam cho các con cắt dây trói cho mọi người và nhảy vào ôm chặt một tay tên thổ phỉ, hắn gạt mạnh và đánh vào mặt vào tay tôi. Tôi liều chết ghì một tay hắn, con dâu tôi cướp đoạt được súng và hô xung phong cả nhà giam nữ đều hô xung phong, con tôi không dám bắn chết vì trong đầu luôn nghĩ thầy thuốc chỉ có cứu người không giết người. Cả hội trường hoan hô vang dội, con tôi chỉ bắn mấy phát vào chân tên này sụm xuống. Nương đà chiến thắng con tôi nả vào chân ba tên đang gác như mất hồn, là tay mơ, ba tên đều ngã quỵ. Các chị của con và các chị bị bắt trước cùng ào tới đè chúng xuống trói thúc ké dù bị thương.

Xin thưa, tôi chỉ giúp có bấy nhiêu, công lớn là công của con dâu tôi xin giới thiệu với Cha, thầy Viện Trưởng và quý vị. Con dâu bác sĩ Bạch Mai đang làm việc tại Viện đại học Yale, cả hội trường đứng lên vỗ tay hoan hô vang dội. Còn người can đảm xứng danh anh hùng giựt súng thành công ngay từ giây phút đầu của một tên thổ phỉ, là chồng tôi, tiến sĩ Andre đang là Khoa Trưởng Y Học của Yale và là tổng thư ký Hội từ thiện cứu giúp phụ nên thế giới.

Khi anh giựt được súng, anh bắn tên gần anh nhất chết tại chỗ và hô vang xung phong như con dâu bên nhà giam nữ. Tiếng hô vang xung phong và cả phòng giam đều cùng hô to gây kinh hoàng hoang mang cho thổ phỉ. Anh và các con cùng các anh công an có thêm súng bắn xối xả hạ thêm cả mấy chục tên phỉ nữa trong trại giam.

Tôi trình bày vắn tắt như thế cũng tạm đủ, quý vị truyền thông báo chí muốn biết thêm chi tiết xin hỏi bác sĩ Bạch Mai và các chị của bác sĩ hoặc hỏi bên trại gam nam, bất cứ ai có mặt cũng rõ.

Về quốc bảo của Việt Nam Cây Nõ Thần qua bao ngàn năm âm thầm trong bóng tối ẩn tích, nay xuất hiện cùng lúc với hai chung ngọc cũng có mấy ngàn năm lịch sử, tôi cũng sẽ kể vắn tắt. Cụ Lĩnh biếu tặng cho tiến sĩ Andre hai cái chung ngọc và quốc bảo Cây Nõ Thần, sự kiện này có đầy đủ trên các tấm hình và qua nhiều lần họp báo. Quý vị muốn rõ xin phỏng vấn tiến sĩ Andre.

Chúng tôi muốn dành nhiều thì giờ để quý vị nhìn rõ hai báu vật chung ngọc và qúy vị có dịp uống rượu trong chung ngọc khác với uống chung ly thường. Chúng tôi có cách uống rượu nhanh để cho hơn năm trăm quý vị đều được thưởng thức cùng một thứ rượu mà hai chung ngọc và ly thường có màu sắc, hương vị khác nhau và rượu trong chung ngọc lại lấp lánh ánh sáng xanh lung linh trên mặt rượu và uống thật ngon thật hấp dẫn tuyệt vời.

Tôi xin phép mời quý Cha và Thầy sáu uống rượu cùng chung ngọc. Chung ngọc thứ hai xin mời Thầy Viện trưởng và phu nhân. Kế tiếp, quý vị ngoại giao đoàn, báo chí và quý vị đồng nghiệp với tôi và quý vị khác. Sau mỗi vị uống, có nhân viên Ban tổ chức dùng khăn giấy lau sạch miệng chung ngọc. Sau cùng xin mời qúy vị ăn trưa. Ban tổ chức chúng tôi tin rằng quý vị uống rượu ngon qua ly thường và chung ngọc cũng đã lâng lâng khoái cảm, ăn trưa lại càng ngon miệng thêm nữa. Thầy Viện Trưởng và đại học Harvard có cho tiền Ban Tổ Chức mua thực phẩm đãi quý vị trưa nay, quý vị có thể ăn hai phần hoặc ăn một phần và mang về một phần. Chúng con xin biếu thêm Cha hai mươi phần mang về Nhà Thờ cho các con chiên đang phục vụ thờ phượng Chúa. Mọi người hoan hô tinh thần ngoan đạo của con chiên tiến sĩ Thu Vân.

Thấm thoát, thời gian qua nhanh, đến mùa hè, cả gia đình về lại Việt Nam. Ở Cần Thơ chỉ một ngày, hôm sau, đại gia đình kéo róc về Núi Sam và lên xem lại các công trình ngoài, nội thất ngôi biệt thự, mọi công trình đã làm đúng theo bản vẽ. Hiếu quá vui, gọi anh quản gia, nhờ mời gọi các nhà thầu cùng ăn chiều nay tại quán Bảy Bồng ở thành phố Châu Đốc. Hiếu quan sát, đo kích thước các chỗ để bàn ghế, tủ giường, còn mền gối và năm giường ngủ thường mua tại địa phương cho các phòng trong nội thất để có chỗ nghỉ ngơi hay ngủ lại đêm và đặt mua chung cho nội thất và năm phòng VIP toàn đồ nhập từ Nhật cũng phải mất từ hai tuần mới có. Hiếu tính nhanh, khi có đồ nhập về các đồ dùng mua tại địa phương sẽ cho phòng anh quản gia và phòng bồi bếp kể cả "nhà hát" mini cũng rất cần... Hiếu mua ngay tám tủ lạnh lớn và hai tủ lạnh nhỏ cho hai phòng quản gia và bồi bếp, trưa từ chợ Châu đốc chở vào. Năm tủ lạnh cho năm phòng VIP, hai tủ cho biệt thự và một cho nhà hát.

Hiếu bảo các con cho hệ thống điện kích hoạt xem sao, coi hết hệ thống đèn có đúng với thiết kế không và hệ thống nhà tắm cầu tiêu đều mua đồ Nhật, đặt hàng trước khi Hiếu trở về Mỹ. Dùng địa chỉ một ông thầu tại chợ Châu Đốc nhận hàng và mang vào đặt đủ hết các phòng trong nội thất, kể cả năm phòng VIP, nhà hát và phòng của quản gia và bồi bếp. Tất cả đều có tiện nghi đầy đủ như ở nước ngoài. Nhà hát có toi lết cho nam nữ riêng.

Cái quan trọng nhứt mà Hiếu quan tâm là chất thải nhà cầu toi lết phải dẫn đến một cái hố đào sâu xây chắc chắn, có nắp đậy. Từ đây có máy thanh lọc chất nước và chất rắn riêng. Chất rắn được đốt thành than dùng trộn với đất, lá cành cây khô làm phân bón các cây trồng trên mặt đất và nước thanh lọc sạch được tưới tắm các cây trồng, bông hoa cây kiểng...

Dưới hồ hoa sen bông súng có bông nở đều khắp, bông mười giờ nở rộ thật đẹp. Các dây trầu bà lá to, lá nhỏ bò leo trên hàng rào, trông khá đẹp mắt, các buội chuối, cây đu đủ khá lớn. Những cây phượng vĩ đã lên cao và hè năm tới sẽ có hoa đỏ tươi thắm. Vườn rau chín mét vuông có đủ các thứ rau thơm, cải bẹ xanh, ớt, cà chua, sả, dưa leo đều có trồng. Trong hồ còn có trồng một chòm cây điên điển, ra hoa vàng rất đẹp và ong bướm lượn quanh làm rớt phấn hoa, cá trồi lên mặt nước đớp mồi, các giề rau muống rau nhúc, lục bình cũng có rải rác trong các hồ nuôi cá. Hiếu gởi tiền lại cho anh quản gia mua cả trăm ký lô các loại cá đen, chỉ trừ cá lóc dữ và háo ăn sẽ ăn hết cá con. Mùa cá linh vừa qua, anh quản gia cũng thả vài thùng cá linh thử coi chúng có sanh sản trong ao?

Các con câu thử lại dính nhiều cá nhứt là cá rô phi, đều thả lại xuống hồ và còn rãi thêm cám tấm làm mồi cho cá ăn mau lớn. Hiện nay đang là mùa mưa có nhiều nước cho đến ngày khánh thành khai trương ngôi biệt thự và điểm du lịch, cá sẽ lớn tha hồ cho quan khách câu cá trên đỉnh núi mới có kỷ niệm ấn tượng tuyệt vời. Vợ chồng chị hai của Hiếu sẽ về ở ngôi biệt thự này, các con còn ở lại ngôi nhà cũ. Khi chúng có gia đình sẽ ra riêng thường về ở với cha mẹ trên biệt thự. Ngôi nhà cậu út cất cho chị và cả lô đất vườn chị cũng sang tên lại cho Cậu út.

Bố mẹ ruột Hiếu sẽ ở ngôi nhà chị hai có thêm Ý sáu và người bạn thân của mẹ Hiếu nhà cạnh bên ở xã Bố Thảo cũng về ở chung, nhà rộng thênh thang. Mẹ bảo Hiếu dùng nơi gian nhà chính làm một tịnh xá tu tại gia để cho ba bà có chỗ thờ cúng Phật. Hiếu cũng dọn một chỗ gần sân quần vợt và hồ bơi, xây một ngôi thánh đường nhỏ chỉ có sáu mươi chỗ ngồi và có rước Cha Phó đến làm chủ lễ vào lúc bốn giờ chiều chúa nhựt mỗi tuần. Sau đó, gia đình có làm bữa cơm chiều đãi Cha, thầy sáu và tất con chiên kế cận có dự lễ.

Nhà vườn Hiếu có thiết đặt một vọng gác do chánh quyền thành phố phụ trách vì vợ chồng Hiếu hiện nay, ngoài là nhà bác học Việt Nam, Cố vấn chánh phủ còn là giáo sư bác sĩ y khoa nổi tiếng khắp thế giới nên chánh quyền phải bảo vệ an ninh ngày đêm. Tại cửa vào, Hiếu có mua từ Mỹ cái máy dò tìm kim khí chất nổ, đặt tại vọng gác, mọi người đi ra vào đều phải đi qua máy. Ngoại trừ gia đình Hiếu, quan khách lớn có thông báo trước, xe được chạy vào sân, an ninh theo dõi.

Đến đầu tháng tám dương lịch, ngày khai trương điểm du lịch và ngôi biệt thự Trần Văn Nu trên đỉnh Núi Sam như là một ngày hội lớn. Bác sĩ Hiếu có ba địa điểm khám bịnh phát thuốc và biếu phần ăn một ổ bánh mì thịt heo quay và một chai nước lọc, một địa điểm tại đầu con đường xe chạy lên đỉnh núi thuộc vùng Đá Chẹt, tại Bến Vựa trên triền núi dưới chân đường lên Bạch Vân Tịnh Xá và địa điểm quan trọng nhứt là tại khuôn viên nhà từ đường của gia phả bác sĩ Trần Văn Nu tại Bến Đá.

Hai điểm Bến Vựa, Đá chẹt mỗi nơi có năm bác sĩ và một xe thuốc cùng hai con heo quây và bốn trăm ổ bánh mì bốn trăm chai nước lọc, do bác sĩ Thu Mai Giám đốc bệnh viện đa khoa Châu Đốc trách nhiệm. Bác sĩ Thu Mai, từ bệnh viện Cần Thơ được bổ nhiệm thay thế bác sĩ Lệ Thủy về hưu. Bác sĩ Thu Mai từng làm tiếp viên khách Sạn Victory ở Núi Sam, sanh trưởng tại Bến Đá. Bác sĩ là cháu của bác sĩ Trần Văn Nu, bà ngoại của bác sĩ là em ruột của bác sĩ Nu. Còn điểm khám bịnh phát thuốc tại khu phủ thờ dòng họ bác sĩ Nu do con trai của bác sĩ Hiếu phụ trách gồm toàn bác sĩ đang phục vụ tại Mỹ. Ngoài hai xe phát thuốc, còn có bốn con heo quay cùng với bánh mì và nước lọc làm phần ăn sáng cho bà con vùng Bến Đá đến khám bịnh, dành riêng một con heo quay cúng trước bàn thờ của anh ba Cường. Anh là con trai trưởng bác sĩ Nu và đã qua đời, ngôi biệt thự của ba anh trên đỉnh núi Sam là nơi chửa bịnh và an dưỡng trên sáu bảy năm. Anh theo vợ về quê tại Bố Thảo Sóc Trăng và chết tại Bố Thảo.

Ngôi biệt thự vắng chủ mang tiếng ngôi biệt thự ma thuộc tỉnh An Giang quản lý và đã trải qua vài lần làm nơi kinh doanh đều thua lỗ chổng gọng, lại bỏ hoang. Nay vợ của Ba Cường từ Sóc Trăng-Cần thơ và em ruột của chị từ Mỹ về làm đơn xin lại, được chánh quyền tỉnh An Giang chấp thuận cho lại vợ ba Cường làm chủ và cấp thêm một mẫu đất núi để nơi đây trở thành một điểm du lịch thu hút du khách. Em trai chị bỏ trên dưới bảy triệu đô la tân trang toàn diện ngôi biệt thự và xây dựng hàng chục công trình hiện đại. Ngôi biệt này như mới xây dựng trông vô cùng đẹp mắt từ cảnh quang bên ngoài, nội thất và năm phòng VIP theo tiêu chuẩn quốc tế của các khách sạn sang trọng nhất.

Phái đoàn Thủ Tướng có tám người, ông bà Thủ Tướng ở riêng một phòng, phòng của gia đình Hiếu bốn người ở sát phòng Thủ Tướng. Sáu người theo Thủ Tướng xuống ở khách sạn Victory hai hoặc ba phòng. Ông Bí Thư và phu nhân tỉnh An Giang một phòng, ông bà bác sĩ cựu Bộ Trưởng Y Tế Indonesia một phòng và một phòng dành cho ông bà Tỉnh Trưởng Tà Keo. Tất cả quan khách còn lại đều nghỉ qua đêm tại khách sạn Victory cũng chiếm hết khu VIP trên dưới hai mươi phòng. Gia đình chú thím Tín, gia đình thầy Khoa Trưởng trường Y, ông bà cựu Bí Thư Sóc Trăng, gia đình bác sĩ Trai cùng ba cháu gia đình anh ba cùng con và bố mẹ cũng ngủ tại khách sạn.

Năm phòng nội thất của biệt thư cũng rộng và khang trang hơn trước dành hết cho gia đình cũng ba mươi người, chỉ có hai cặp con của Hiếu cũng ở khách sạn lo phần ăn uống buổi sáng tại khách sạn trước khi rời Núi Sam ra về. Hai phòng của quản gia và bồi bếp chịu khó về nhà dưới triền núi Sam ở tạm một đêm, sáng lên sớm. Năm phòng trong nhà, bố mẹ Caroline và gia đình Bernard kể cả con bảy người chịu chật một đêm trên núi, bố mẹ và anh chị hai và Ý sáu và bà bạn ở cùng nhà ở chung một phòng, ông bà Philip một phòng, ông bà sui bên Pháp một phòng cùng với với rể con và hai cháu ngoại, ông bà sui bên Úc ở phòng cùng với con và rể và hai cháu. Hiếu lấy hai phòng quản gia và bồi bếp, dành cho các con nam ở một phòng, nữ ở phòng cho vui. Còn nhà hát cũng là chỗ ngủ qua đêm của cận vệ Thủ Tướng và toán an ninh của tỉnh.

Ngày chúa nhựt còn lại đại gia đình, quan khách ra về hết, chỉ còn ông bà cựu Bộ trưởng Y tế Indonesia ở lại với gia đinh Hiếu và theo Hiếu về Cần Thơ còn ở chơi gần cả tuần. Các phòng VIP còn thừa ba phòng, nhà hát trống, sẽ chứa hết đại gia đình, mọi người có trải nghiệm ngủ và câu cá trên đỉnh núi thật quá tuyệt vời, quá vui, thứ ba mới về Cần Thơ.

Ông cựu Bộ Trưởng Y Tế Indonesia có gởi biếu gia đình Hiếu một ngàn con tôm hùm to, gởi về địa chỉ bệnh viện đa khoa Châu đốc năm trăm con và ở nhà Hiếu tại Cần Thơ năm trăm con. Tôm hùm đến trước ngày khánh thành khai trương ba ngày. Hiếu làm danh sách biếu tôm hùm thay vì đãi khách: ông Thủ Tướng mười hai con, sáu người thân cận Thủ Tướng mỗi người bốn con và toán cận vệ hai tiểu đội mỗi người một con. Toán cận vệ đến trước ngủ tại nhà hát có đầy đủ ghế xếp hai đêm thứ sáu và thứ bảy. Một đại đội trinh sát của tỉnh, ở trên chót vót đỉnh tại khu đài quan sát và có hai trực thăng túc trực đề phòng bất trắc. Hai đại đội trinh sát khác bố trí từ triền núi tất cả các con đường mòn lên núi và cấm dân chúng lên núi trọn ngày thứ bảy nếu không có Thư Mời. Ban Chỉ huy bảo vệ Thủ Tướng đặt tại đầu đường xe chạy lên núi.

Ông Tỉnh trưởng Ta Keo cũng được biếu mười hai con tôm hùm, các giới chức cao cấp còn lại mỗi gia đình bốn con. Riêng gia đình bác sĩ Thu Mai, Hiếu biếu tám con và bốn con cho nhà từ đường của anh Ba Cường, trong một cái hộp mười hai con. Chiều thứ bảy, tổ chức đãi Thủ Tướng trên núi cùng với đại gia đình ăn tôm hùm nướng cùng với cá câu, còn cá còn nhỏ thả lại xuống hồ và thêm hai món đặc sản của Núi Sam là thịt bò xào lá dang và món gõi sầu đâu với khô cá lóc và thịt ba rọi cũng là món nhậu với Martell cordon bleu.

Riêng bàn Thủ Tướng có cả ông Bí Thư, Chủ tịch An Giang và phu nhân, ông bà cựu Bộ Trưởng Y tế Indonesia cùng với ba má Caroline và bố mẹ Thu Vân, đủ mười hai người, quý ông dùng ly uống rượu chung ngọc, sau mỗi lần uống, ly được rữa nước nóng và lau khô. Quý bà cùng uống một chung ngọc. Mỗi người uống xong vòng đầu, muốn uống thêm có rượu và ly để sẵn trên bàn, quý bà không uống rựou thì uống nước thốt nốt hăm nóng trong các ống có bếp lửa cạnh bên và có người phục vụ. Hai chung ngọc chuyển sang cho đại gia đình Hiếu cũng mỗi lần uống xong lau miệng chung ngọc và tất cả quan khách và hai tiểu đội cận vệ cũng đều uống rượu bằng chung ngọc đều cảm thấy rượu có làn khói và ánh sáng xanh bay lên, quá thơm ngon ngọt.

Mọi người đã uống qua, hai ly ngọc về bàn các con, chung ngọc lau khô các anh em tha hồ dô dô tới bến. Ba má các cháu cũng đến tham gia với các con thêm vui. Gần tan tiệc, Hiếu mang hai ly ngọc lại, rửa sạch và lau khô tại bàn và Hiếu rót mời ông bà Thủ Tướng và mọi người cùng uống rượu tua chót. Sau cùng đến uống trà cà phê và ăn món bánh làm bằng đường thốt nốt rất đặc biệt. Trên bàn có hai bếp ga một bếp để hâm nóng nước cốt dừa, môt bếp làm cho bánh bò nóng, có người phục vụ, xẻ làm tư mỗi cái bánh và lần đầu mỗi người hai miếng có nước cốt dừa cạnh bên bánh lại có mè đậu phộng rang đăm nhuyễn. Nếu khách muốn uống nước thốt nốt cũng đang bốc khói hay trà cà phê để sẵn trên bàn.

Thủ Tướng và các ông Bí Thư, Chủ tịch tỉnh An Giang ngợi khen, bác sĩ Hiếu đãi tiệc kiểu cách này chỉ có một không hai trên thế gian. Tiệc chấm dứt, Hiếu mời Thủ Tướng và mọi người qua thưởng thức chương trình cổ nhạc đờn ca tài tử của xã Vĩnh Tế và có tăng cường vài nghệ sĩ nổi tiếng. Mọi người hoan hô bác sĩ Hiếu giới thiệu nhạc cổ của dân quê Nam Bộ. Hiếu còn nói:

- Hiếu muốn ban đờn ca tài tử của xã sẽ tổ chức hàng đêm thứ bảy. Nếu hồ chứa nước tiêu dùng mà đầy hay không vơi nhiều thì Hiếu cho Ban đờn ca tài tử xã tổ chức hai đêm nhằm gây quỹ giúp nghệ sĩ nghèo của xã. Ông Bí Thư tỉnh lại bắt tay vợ chồng Hiếu và nhiệt tình khen và nói, hai ông bà có lòng thương giúp người nghèo mà tỉnh chưa làm được. Ông Thủ tướng cũng ngợi khen Hiếu, nhân có lễ khánh thành khai trương ngôi biệt thự mà Hiếu còn tổ chức ba địa điểm khám bịnh phát thuốc và còn tặng mỗi người khám bịnh một phần ăn sáng, tiền mặt để mua thuốc. Ông Thủ tướng nói:

- Cấp nhà nước cũng chưa làm được, bố khen con quá giỏi và thông minh tất cả mọi lãnh vực cho nên vợ chồng con giàu sang hạnh phúc là rất lôgíc. Nhân có bố và hai vị đầu tỉnh An Giang, con có đề nghị gì thêm cho điểm du lịch. Hiếu thưa:

- Các vị bô lão ở đây cho biết, triền núi Sam, cạnh đường xe lên đỉnh, năm xưa nơi đây có một rừng mai vàng hoang dã hàng mấy trăm cây và cách đây khoảng hơn hai mươi năm, người ta thi đua đào bứng không còn một cây, nay thành đất trồng khoai mì, khoai lang hay mảng cầu ta. Vì vậy thổ nhưỡng nơi đây trồng mai vàng rất thích hợp. Nay con muốn tái hiện khu rừng mai vàng trên hai mẫu làm điểm du lịch giúp Sở du lịch An Giang khai thác, hồi xưa đất núi là của nhà nước chẳng ai quan tâm chăm sóc, bây giờ tôi không rõ đất đó có chủ hay của nhà nước?.

Khi xưa, mùa xuân đến mai vàng khoe sắc, người dân địa phương hay từ các làng xã xa đến đây cắt vài cành về chưng mấy ngày Tết. Nay thì nơi đây không còn một bụi mai vàng.

Nếu chánh quyền lấy đất công hay mua lại, tôi sẽ trả tiền mua lại đất trồng chừng năm trăm bụi mai vàng hay nhiều hơn. Tôi tự nguyện tặng quyền khai thác kinh doanh cho Sở du lịch tỉnh, như cất khách sạn chừng vài chục phòng đón khách sang và các cô dâu chú rể có một nơi thanh lịch lý tưởng hưởng tuần trăng mật. Nếu phát triển khấm khá có lời thì Sở du lịch sẽ xây cất thêm và có nhà hàng đón khách đến đây xem cảnh quan rừng mai vàng. Khu sinh hoạt trong các hang động đá một quần cư dơi khổng lồ hàng ngàn con, ở phía trên cao của rừng mai. Sáng sớm, dơi bay đi tìm thức ăn, chiều về, cảnh tưởng đàn dơi đen nghịt che phủ cả mặt trời bằng một màn đen nhung rất gợi cảm vô cùng hấp dẫn. Đây cũng điểm dừng chân của du khách từ xa khi lên đỉnh hay xuống núi, có chỗ nghỉ giải lao, ngắm cảnh.

Hiếu xin tỉnh ra chỉ thị không cho dân bắt dơi ăn thịt, đem ra bán tại chợ Châu Đốc, Hiếu nói tiếp:

- Chúng tôi mướn người lấy hết những cành gai mà người dân dùng làm bẫy bắt dơi và cho thêm thức ăn như chuối chín và các thùng nước uống. Chừng hơn một năm, đàn dơi nơi đây sinh sôi phát triển càng nhiều, cảnh quan lại càng đẹp sẽ thu hút khách du lịch thuê phòng tại đây xem hoạt cảnh nhộn nhịp. Sáng dơi bay đi tìm thức ăn khắp bốn phương trời, chiều về tổ ấm lại có bồi dưỡng.

Đến mùa xuân mai vàng nở và mùa hè có hoa phượng vĩ bao quanh rừng mai vàng khoe sắc thắm tươi cũng là dịp thu hút du khách. Thủ tướng vỗ tay khen:

- Ý kiến con trai tôi quá hay, giúp thiết thực ngành du lịch tỉnh, hai ông đầu tỉnh bàn bạc lại coi xem. Hiếu cho biết, khu đất này nằm sát ngã ba đường lái xe lên núi, rộng trên hai mẫu, tôi còn có ý muốn trồng thêm khoảng một trăm cây thốt nốt và không ngại tốn kém, mua thốt nốt giống tốt trên đất Miên những cây to cao ba bốn thước trồng dọc theo hàng rào nghĩa trang và làm rào giữa hang dơi và rừng mai vàng, hai mặt trồng thốt nốt như hình chữ L ngược. Còn trồng thêm hàng trăm cây phượng vĩ và dừa làm tăng vẽ đẹp của rừng mai. Giữa rừng mai làm một con đường chạy lên hang dơi rộng ba mét tráng xi măng, phần giữa đường dành cho người đi bộ chiếm một mét rưỡi, hai bên đường đi bộ trồng hoa mười giờ và các loài hoa dễ trồng khác và dành hai con đường bên ngoài cạnh rừng mai làm hai đường cho xe điện chạy lên xuống hang dơi. Có điểm dừng cũng dành một nơi làm một công viên mini có cất một quán lợp tranh có bán nước giải khát là chỗ ngồi nghỉ chân và cũng là nơi gần hang dơi tha hồ mà ngắm nhìn cảnh sinh hoạt của dơi còn ở lại trong hang và nghe rõ âm thanh lạ lẫm của chúng. Ban ngày dơi còn ít, nếu chiều tối tha hồ mà nghe âm thanh ríu rít hỗn tạp của dơi sau một ngày "lao động" tìm mồi, tối về tổ ấm tíu tít bên đàn con. Hiếu nói tiếp:

- Khi hai vị đầu tỉnh xuống núi nên dừng xe lại xem, đất cát rất thích hợp trồng cây thốt nốt sẽ làm tăng cảnh quan thơ mộng.

Rừng mai vàng bao quanh bằng cây hoa phượng vĩ, thốt nốt, dừa và mảng cầu dai vì thổ nhưỡng nơi đây trồng rất thích hợp các loại cây này. Dù ít, nhưng cũng điểm tô thêm màu sắc thơ mộng cho rừng mai. Hai ông đầu tỉnh An Giang hứa sẽ ghé lại xem trên đường về thành phố Long Xuyên. Nếu là đất công rất dễ, chúng ta chỉ trợ giúp người đang ở có tiền di dời chỗ cư trú đi nơi khác. Nếu đất có đóng thuế đất đầy đủ thì chúng ta có cách thương lượng với gia chủ sẽ tốn kém nhiều hơn và mất thì giờ. Hiếu nói:

- Thành thật từ đáy lòng vì tỉnh An Giang hào hiệp cho chúng tôi lại ngôi biệt thự bỏ hoang, càng ngày càng xuống cấp. Chúng tôi làm lại mới tất cả và còn xây dựng thêm thật đẹp có nơi câu cá trên đỉnh núi, nhà hát, nhà ngũ VIP năm sao. Suối chảy ngoằn ngoè róc rách quanh năm, có giăng mắc đèn màu, có hệ thống tân tiến dẫn nước từ hồ bơm lên khi không có trời mưa.

Nay gia đình chúng tôi sẽ quyết tâm xây dựng một rừng mai vàng thơ mộng để cho tỉnh khai thác thương mại du lịch, chắc chắn sẽ thu hút vì là điểm dừng lên đỉnh núi có điểm du lịch sang đẹp trên đỉnh núi. Từ rừng mai vàng đi đến Đầu Bờ rất gần, có miếu Bà Chúa Xứ, chùa Tây An, Lăng Thoại Ngọc Hầu, những nơi này thu hút hàng triệu du khách hàng năm mà khách sạn ở rừng mai vàng lại không ồn ào, là nơi thư giản tuyệt vời. Tôi tiên đoán công ty du lịch kinh doanh chắc chắn sẽ có lời nhiều không phải bỏ công của ra khai thác ngôi biệt thự của bác sĩ Nu chỉ có lổ. Nay, chúng tôi giúp công ty du lịch lấy lại uy tín và lợi nhuận.

Hai ông đầu tỉnh gục gặt đầu hứa sẽ cho bác sĩ Hiếu biết trong tuần.

Ông Thủ Tướng và đoàn tuỳ tùng từ giả lên hai trực thăng bay về Sài Gòn và có chuyên cơ của Thủ Tướng bay về Thủ đô Hà Nội và quan khách cũng ra về. Buổi chiều, đại gia đình Hiếu và ông bà cựu Bộ Y Tế Indonesia ra hồ câu cá, được nhiều cá rô phi to nướng ăn cùng với tôm hùm cuống bánh tráng chỉ có một món ăn duy nhứt. Ông bà cựu Bộ trưởng Y Tế Indonesia, ông bà cựu bí thư Sóc Trăng, gia đình ông cựu Khoa Trưởng đại học Y, chú thím Tín, bố mẹ Philip, ông bà sui Pháp, Úc và sui công an, gia đình anh chị ba, chị tư thêm vui. Còn gia đình anh chị hai và các con ở lại, Bố mẹ Hiếu cũng ở lại đây. Tuần tới gia đình Hiếu lên Núi Sam chơi và coi xem khu rừng mai vàng đi tới đâu. Hiếu thưa với ba má Caroline:

- Nếu rừng mai vàng thành hình, con sẽ đặt tên Rừng Mai Vàng Trần Thu Ca. Chị ba hỏi chú út đặt tên Trần Thu Ca có ý nghĩa gì?. Hiếu cười lớn và nói:

- Trần Thu Ca có nghĩa là Trần Trọng Hiếu-Nguyễn Thị Thu Vân và Maria Caroline. Cả nhà vui cười, má Caroline nói, nếu Caroline biết con còn nhớ thương chắc chắn nó sẽ theo phù hộ chồng nó luôn bình an hạnh phúc và giàu sang phú quý. Mọi người rất vui, nhưng có cái gì nghèn nghẹn trong lòng. Vì thiếu vắng Caroline, một phụ nữ Áo thông minh vui tính, hào hiệp, rộng rãi và có tinh thần sống vì chồng con, gia đình và mọi người, chẳng may mất sớm rất đáng thương.

Chị hai hỏi còn khu biệt thự của gia đình mình đặt tên gì, Hiếu nói chị hai cho phép, em xin đặt tên:

- Biệt Thự Trần Gia Trang. Mọi người vỗ tay và nói có nhiều ý nghĩa rất hay. Trong bữa ăn chiều chúa nhựt rất vui. Con trai trưởng có mua một máy chiếu phim và máy hát Karoke kính biếu cô Hai. Tối nay cũng khai trương hai phương tiện giải trí này để cho cô dượng hai và gia đình giải trí. Cả nhà nói chuyện vui, uống trà uống cà phê và đến mười giờ lại có màn ăn cháo đậu đỏ nước cốt dừa với dưa mắm và cá kho tiêu, câu được ban trưa. Mọi người xem một phim cao bồi thời Mỹ mới lập quốc, mất một tiếng, dành một tiếng hát Karoke rất vui.

Sáng hôm sau, thức hơi trưa, ăn sáng qua loa các vị cao niên đi bộ ngắm cảnh và lên đầu suối thấy có một cái hồ khá rộng chứa nước làm suối nhân tạo, quanh hồ nước, tráng xi măng và phía ngoài có trồng nhiều hoa rừng và nhiều loại hoa dễ trồng cũng khá đẹp mắt. Đi sang qua khu có đài quan sát và có chỗ cho trực thăng đậu, khá rộng, có thể đậu một lúc bốn chiếc. Trước năm bảy lăm nơi đây có đặt hai khẩu đại bác một trăm lẻ năm ly. Quý cụ đi vòng quanh khu biệt thự cũng khá mệt mỏi chân về lại nhà nằm võng ngơi nghỉ. Khi quý cụ đi du ngoạn quanh ngôi biệt thự, các cháu trẻ rủ nhau đi bộ xuống chợ Bến Đá như tập thể dục đi bộ cho thêm khoẻ dẻo sức. Các cháu còn mang theo bốn năm cái bao đựng trái thốt nốt mang lên cho ông bà cô bác uống, trước khi hạ san. Mấy cháu chặt cho mỗi vị một trái thốt nốt uống giải khát, lại ra hồ ngắm cảnh đến tận địa phận tỉnh Ta Keo của Miên và vùng bảy núi. Nhiều cụ lên nằm võng đu đưa cũng rất thú vị. Đến mười một giờ, Hiếu mời mọi người ra xe đi ăn cơm trưa tại quán Bảy Bồng xong, chạy về Cần Thơ. Chị hai đã đặt trước các món ăn và đặt thêm một trăm con chuột rô ti, ăn tại chỗ chừng ba mươi con. Còn lại xin cho vô hộp mang về Cần Thơ.

Từ biệt thự Trần Gia Trang chạy xuống núi, xe Hiếu đi đầu, dừng lại vùng đất, nếu may mắn thực hiện được khu rừng mai vàng. Mời mọi người xuống xe quan sát chừng năm phút. Hiếu nói nơi này rộng hơn hai mẫu, nếu thực hiện được rừng mai vàng có tên là Rừng Mai Vàng Trần Thu Ca. Ai cũng khen chỗ này là vùng ngã ba vừa lên núi vừa đi ra khu di tích lịch sử lại rất gần và qua vùng Đá Chẹt đến chợ Bến Đá chưa tới ba cây số.

Đến quán Bảy Bồng biết khách quý và quen nên có mời khách uống nước thốt nốt đang đun.

Trong lúc chờ đợi món ăn, để quý ông nhậu lai rai, Thu Vân mời mấy bà sui và mấy cô bác, chị ra chợ Châu Đốc xem cảnh buôn bán đặc sản của địa phương, các loại khô, mắm hàng chục loại tha hồ mà chọn mua. Thu Vân bảo các con mua mỗi thứ một vài ký mang về Cần Thơ để dành dùng. Quý bà nắm tay nhau đi một vòng quanh chợ và hẹn gặp tại Bồ Đề Đạo Tràng. Quý bà ở Pháp ở Úc, Mỹ, Áo cảm thấy quá vui đi bộ dạo quanh chợ Châu Đốc cũng là dịp cho mọi người buôn bán và khách du lịch chiêm ngưỡng vẽ quý phái, trang sức rực rỡ trông rất bắt mắt xinh đẹp. Mọi cặp mắt đều đổ dồn về quý ba và có bốn cậu con trai to cao đẹp mã đi theo bảo vệ. Điểm hẹn lên xe là bên cạnh Bồ Đề Đạo Tràng cũng là điểm thu hút khách du lịch, hành hương đến chiêm bái. Quý bà đi vào trong nơi thờ phượng Phật một vòng rồi ra xe ngay chạy về quán Bảy Bồng.

Mọi người ăn xong đi vệ sinh, rửa mặt nhanh ra xe trực chỉ về Cần Thơ. Ba giờ đã đến nhà, ai cũng mệt vào phòng nghỉ ngủ cho lại sức. Ngày mai, các gia đình ở Pháp, Úc về trước. Còn các gia đình ở Sài Gòn và Sóc Trăng, cũng nghỉ chừng nửa tiếng chạy về Sài Gòn, Sóc Trăng để đi làm việc ngày hôm sau.

Gia đình Hiếu cùng ông bà Philip dự trù theo ông bà cựu Bộ trưởng Y tế Indonesia đi du lịch Indonesia.

Đến Indonesia, cả gia đình Hiếu đều đông đủ: ba má Caroline, bố mẹ Thu Vân, ông bà Philip và tất cả các con và dâu. Cộng chung lại, gia đình Hiếu có ba mươi hai người. Ông cựu Bộ Trưởng nhắc nhở, Hiếu và các con không bút phòng khách sạn mà mời đến nghỉ tại nhà mát của gia đình ông, sát bờ biển và sau lưng là một dãi núi thấp có cảnh trí rất đẹp. Nhà mát to rộng có đến hai mươi phòng vì hàng năm, ông đều có tổ chức nghỉ hè cho đại công ty xuất cảng tôm hùm to từ sáu pound trở lên, nổi tiếng trên thế giới. Nay ông về hưu mặt chánh quyền mà cũng về hưu không còn chức CEO, Chủ Tịch Hội đồng quản trị, ông chỉ còn là cổ đông có nhiều chục ngàn cổ phiếu.

Công ty ông sáng lập có Ban quản trị mới biếu tặng khu nhà nghỉ mát cả một mẫu tây, có hồ bơi lớn nước ngọt, ba sân quần vợt, một sân bóng rổ, một sân bóng chuyền và một nhà lợp tranh rất đẹp để năm bàn pingpong, ba bàn bi da kiểu Pháp, hai bàn bi da kiểu Mỹ và nhiều dụng cụ tập thể dục. Cạnh bên nhà thể thao có ba bốn quày rượu, giải khát và một nhà ăn khang trang với sức chứa cả trăm chỗ ngồi, có hai đầu bếp nấu thức ăn tây và thức ăn địa phương.

Khi cả gia đình Hiếu biết chỗ ở một tuần của gia đình quá rộng rãi tiện nghi, Hiếu gọi điện thoại mời anh chị ba và anh chị tư phải cố thu xếp xin nghỉ một tuần theo gia đình em sang tắm biển Indonesia. Hiếu còn nhắc anh tư mời gia đình anh Trai, chú thím Tín, ông bố cựu Bí Thư Sóc Trăng, ông bà nhạc anh ba. Còn bố mẹ, đang đau và anh chị hai bận việc vì về ở nhà mới, nên không đi Indonesia được.

Mọi người được mời gọi đều thu xếp đi dự hết, cộng chung gần tám chục người. Ông bà cựu Bộ Trưởng biết rõ số lượng người tham dự thông báo cho gia đình chuẩn bị tại nhà mát cho chu đáo và ông còn căn dặn coi lại chiếc du thuyền sang trọng chở được tám chục người để đi chơi các hòn đảo gần Thủ đô Djakarta và năm chiếc ca nô nhỏ dùng trong môn lướt ván trên biển. Ba bốn tháng nay ông không sử dụng bây giờ phải kiểm tra lại máy móc.

Hiếu nghĩ, ông cựu bộ trưởng chỉ vào hàng triệu phú, có tài sản trên trăm triệu đô. Nhưng, nay biết ông cựu Bộ trưởng thuộc hàng tỷ phú nổi tiếng của Indonesia. Hiếu có hứa với ông cựu Bộ trưởng, Hiếu sẽ biếu một máy định bịnh hiện đại nhứt và vợ chồng Hiếu sẽ đến nhà ông ở vài tuần, mùa hè năm tới để giúp huấn luyện cách sử dụng cho bác sĩ riêng của gia đình và ba cháu nội, ngoại của ông cũng là bác sĩ đang phục vụ tại Thủ đô Indonesia.

Đại gia đình Hiếu có một tuần du lịch Indonesia vô cùng thú vị, ấn tượng, hàng ngày có tắm biển, có bơi trong hồ nước ngọt. Các con trai và dâu cũng thích tập tành môn trượt ván, có mời huấn luyện viên chỉ dẫn ngày đầu. Qua ngày thứ hai các cháu trai đều sử dụng thành thạo chỉ lại cho vợ, cũng đi trượt ván được. Các cháu tổ chức thi đua coi cặp nào về nhứt, bố thưởng một chai Martell cordon bleu. Cả đại gia đình có dịp thưởng thức môn trượt ván trên nước biển khó hơn lướt ván trên sông vì biển luôn có sóng nhỏ hoặc lớn còn nước sông tĩnh lặng hơn. Ngoài các cháu còn tổ chức chơi bóng rỗ bóng chuyền. Còn chơi bida và bóng bàn dành cho các cụ ưu tiên và các cháu nhỏ lại thích bơi vì hồ bơi quá tân tiến, quá đẹp. Vợ chồng Hiếu ngày nào cũng xuống bơi và dạy các cháu bơi, Hiếu còn mời hai huấn luyện nam nữ dạy bơi cho mọi người. Chỉ sau một tuần, ai chưa biết bơi cũng đã biết cách bơi căn bản như thế nào. Về tập bơi tiếp cả năm mới là tay bơi giỏi. Vợ chồng biểu diễn cách bơi cho các cháu, Thu Vân chỉ có hai cách bơi ếch và bơi sải. Còn Hiếu biết đủ bốn thế bơi của môn bơi quốc tế. Ngoài cách bơi sải, bơi ếch, còn cách bơi bướm và bơi ngữa. Các anh chị Hiếu vô cùng ngạc nhiên, không hiểu em mình học bơi hồi nào vì Sóc Trăng không có hồ bơi thời Hiếu học cấp ba. Hơn nữa gạo không còn đủ ăn làm sao đua đòi học bơi. Nhờ có huấn luyện viên nhiệt tình chỉ dẫn, các con của anh ba, anh tư và anh Trai cũng biết căn bản các thế bơi. Về nhà phải tự tập, rèn luyện thường xuyên mới trở thành tay bơi khá, phải tập từ hồi còn nhỏ mới hy vọng thành tay bơi cừ khôi.

Một tuần qua nhanh, đại gia đình Hiếu từ giả thủ đô Indonesia, ông bà cựu bộ trưởng, hai con và ba cháu nội, ngoại còn quyến luyến gia đình Hiếu đưa tiễn tận sân bay. Ông bộ trưởng nói:

- Mùa hè năm tới, Bác sĩ Andre và phu nhân đến giúp ráp máy và huấn luyện bác sĩ riêng của gia đình và hai cháu nội, một cháu tốt nghiệp Y khoa bác sĩ năm nay và một cháu năm tới sẽ làm đệ tử bác sĩ Andre học cách sử dụng máy khám định bịnh tân tiến nhứt hiện nay. Tôi nghe nói hai cháu lớn của bác sĩ Andre cũng là chuyên viên về lắp ráp và sử dụng máy tối tân này. Ba cha con cùng phối ngẫu hay có cháu, từ Mỹ sang đây. Ba bố con lo lấp ráp máy, gia đình vui chơi với gia đình chúng tôi và ở nhà tại Thủ đô cũng tắm biển, bơi lội hồ tắm của gia đình cũng khá lớn. Khi nào lắp ráp xong mời đại gia đình Hiếu ở Việt Nam sang Indonesia chơi, tắm biển, câu cá ngoài biển. Ít nhứt cũng phải hai tuần, có thì giờ đi du lịch vài thành phố nổi tiếng của nước tôi. Mọi chi phí từ Mỹ, Pháp, Úc và Việt Nam sang, tôi có thư ký lo hết. Hiếu nói, ba cha con tôi và gia đình từ Mỹ bay sang đây, lắp ráp xong là đến phần học và thực hành chừng một tuần nữa. Sau đó sẽ đi du lịch nhiều đảo lớn của Indonesia có nhiều danh lam thắng cảnh đẹp tuyệt vời. Cá nhân tôi thích ra khơi câu cá, câu tôm tha hồ mà tận hưởng hạnh phúc. Xin anh bộ trưởng cho phép tôi mời sui gia bên Pháp, Úc, và cả đại gia đình ở Việt Nam, năm nay xấp xỉ tám chục người, năm tới có thể lên trên trăm người. Ông cựu bộ trưởng vỗ tay hoan nghênh, càng nhiều ở chơi lâu càng thêm vui.

Hiếu dự trù mời gia đình ba cậu em vợ, nay đều có con, mời thêm gia đình chị Ngọc Mai, gia đình bác sĩ Lệ Thuỷ, gia đình con trai của anh sui bên Pháp. Còn anh sui ở Úc chỉ có một đứa con gái duy nhứt, anh sui công an lần nay cũng tham gia, ông Thượng Tướng cũng chỉ còn hai năm nữa cũng về hưu. Hiếu còn mời bố nuôi cựu Thủ Tướng đã về hưu cùng đi du lịch Indonesia và cùng vài con cháu. Hiếu ước tính lên một trăm ba chục người tham gia cuộc du lịch xứ ngàn đảo Indonesia.

Đang vui chơi trượt ván với các con, lên bờ lại nằm nghỉ kế bên vợ, đang thiu thiu ngủ, vợ cho biết ông bí thư tỉnh An Giang muốn nói chuyện với anh về vụ anh muốn làm khu rừng mai vàng tại triền Núi Sam. Vợ đưa điện thoại cho Hiếu tiếp chuyện với ông bí thư. Ông cho biết, khu đất kể cả các vồ đá hang dơi lên trên ba mẫu, tỉnh sẽ cấp giấy phép cho bác sĩ làm sở hữu chủ, chịu mọi tốn phí xây dựng cho khu vực, trong đó có hang dơi tạo thành một điểm du lịch thu hút khách. Sở du lịch tỉnh cũng muốn xây cất nhà hàng khách sạn khai thác thương mại. Hai bên đều có lợi. Đất của cả núi Sam là đất công nên rất dễ di dời tám gia đình đang định cư và hai am cóc đi nơi khác. Sở Nhà Đất cho biết đã thương lượng với các gia đình sẽ trợ giúp cho mỗi gia đình cả chục triệu dời đi nơi khác. Với số tiền đó, các gia đình thừa mua hay xây dựng một ngôi nhà mới và còn dư tiền làm vốn buôn bán, ai cũng ký giấy tự nguyện với số tiền trợ cấp hậu hỉ đó. Tôi nghĩ, chánh quyền nhúng tay vào vụ trợ cấp cho họ di dời nhanh và không mè nheo khi biết là tiền của tư nhân. Hiếu nói gia đình chúng tôi rất cám ơn ông bí thư. Chúng tôi đang du lịch Indonesia, cuối tuần này về Việt Nam. Thứ hai hay thứ ba tuần sau, chúng tôi sẽ lên Long Xuyên xin gặp hai ông đầu tỉnh và hai ông giám đốc sở nhà đất và sở du lịch. Tôi xin phép mời ông bà bí thư và đầu tỉnh cùng với gia đình hai ông Sở Nhà đất và Sở du lịch dùng cơm trưa tại Long Xuyên. Xin ông bí thư giúp cho nhân viên đặt nhà hàng nào ông thường đến ăn. Gia đình tôi có ba bàn, còn ông bí thư đặt bao nhiêu bàn cũng được, ăn chiều thứ ba là tiện lợi nhứt, chúng tôi ngủ một đêm tại Long Xuyên, sáng hôm sau lên Núi Sam.

Tôi vừa thảo luận với ông bạn tôi, cựu Bộ Trưởng Y Tế Indonesia, mùa hè năm tới gia đình chúng tôi sẽ du lịch Indonesia hai tuần, chúng tôi kính mời gia đình hai ông đầu tỉnh kể cả con nữa và hai ông bà của Sở nhà đất và sở du lịch, chúng tôi có mời gia đình cựu Thủ Tướng càng đông thật vui. Không phải chỉ có nhứt dạ đế vương mà các đại gia vui hưởng bằng tiền túi mà cả phái đoàn hơn một trăm người Việt có cả hai tuần đế vương mà chúng ta không tốn gì hết kể cả tiền mua vé máy bay. Chúng tôi đang hưởng ngày đêm đế vương bên gia đình tại Indonesia. Tôi cứ tưởng ông bác sĩ cựu bộ trưởng y tế giàu cở triệu phú vài trăm triệu đô, nay tôi biết rõ ông là một trong mười tỷ phú Indonesia có tài sản trên mười tỷ đô. Tôi là người ân cứu thoát ông bị một đám cướp phục kích bắt ông chuộc mạng. Ông chỉ bị thương ở vai. Vì vậy, tôi có tổ chức những sự kiện quan trọng ở Mỹ, Pháp, Áo và Việt Nam, mời, hai ông bà đều đến tham dự.

Buổi gặp gỡ với hai ông đầu tỉnh, tôi cũng xin biếu mỗi vị hai mươi con tôm hùm và hai ông sở nhà đất, du lịch mỗi người mười con. Còn lại bốn mươi con, tôi tổ chức ăn trên núi. Hiếu nhấn mạnh, tôi chỉ muốn làm đẹp cho Núi Sam là quê hương của anh rể, nhờ anh báo mộng mà ở Mỹ tôi có một toà lâu đài như vua chúa của Âu Châu thời xa xưa và vụ Cái Nõ Thần, chung ngọc hay vụ bắt gián điệp tàu ở tại nhà tôi, anh rể tôi đều báo trước. Nếu không có hương hồn anh theo giúp tôi thì làm sao tôi biết hiểm nguy mà đề phòng. Thật tình, tôi là khoa học gia không thích duy tâm mà phải thực tế. Nhưng các chuyện anh hai tôi báo mộng, tôi chỉ bó tay, chịu thua, không thể giải thích. Vì vậy, tỉnh An Giang có xây dựng phục vụ công ích tại Núi Sam, tôi sẵn sàng đóng góp. Ông bí thư nói:

- À ra thế, tới bây tôi mới biết lý do tại sao bác sĩ bỏ ra một số tiền lớn gần cả chục triệu đô chỉ có mục đích là phục hoạt lại ngôi biệt thự bỏ hoang và nay muốn giúp Sở du lịch lấy lại tiền lổ là khai thác ngôi biệt thự trên núi năm xưa. Ông bí thư nói tôi sẽ mời thêm chừng năm bàn để chúng ta cùng công bố vụ xây dựng Rừng Mai Vàng, tỉnh tặng đất và được quyền khai thác thương mại, để đánh tan dư luận đồn đoán là chánh quyền ăn hối lộ. Ông bí thư xin ngưng và hẹn gặp lại chiều thứ ba tới tại thành phố Long Xuyên.

Hiếu có giấy phép và ưu đãi miễn luôn thuế thổ trạch với mảnh đất núi ba mẫu thiết lập vườn mai vàng khi các gia đình di dời hết và thu hoạch hoa màu. Hiếu mướn cày xới phơi đất và mua phân cứt bò và tro làm phân lót trồng mai, xung quanh khu đất rào bằng dây kẽm gai, đào thêm giếng, xây thêm hồ trữ nước từ trên cao đổ xuống dùng tưới cây qua hệ thống tưới hiện đại, ít tốn nước tốn công vì được tự động hoá mà cả tỉnh chưa có nơi nào thực hiện công trình tốn kém này.

Sau một năm trồng được năm trăm cây mai vàng, khắp nơi đem đến bán vì Hiếu có đăng báo tìm loại bông to và đã ra bông ít nhứt một lần. Ông tỉnh trưởng Ta Keo biếu tặng bác sĩ Hiếu cả trăm cây thốt nốt cao đến ba bốn mét, một trăm cây dừa cũng cao khỏi đầu người mà ông nói nước ngon nhứt, hai con bò đực và hai con bò cái thuộc giống tốt. Ông cho hàng chục xe tải chuyển qua tặng đến tận Núi Sam. Ông nói, ông xin đóng góp Rừng Mai Vàng mới xây dựng. Trước đó Hiếu mua giúp cho bịnh viện Ta Keo với giá rẻ một máy khám bịnh tân tiến mà ở Cam bốt chỉ có một cái máy duy nhất. Bố con Hiếu bỏ ra cả tuần lắp ráp. Hiếu còn hứa sẽ đào tạo cho tỉnh Ta Keo ba bác sĩ biết sử dụng máy và thực tập cùng loại máy của Ta Keo tại nhà Hiếu, Hiếu bao cả ăn ở đến khi sử dụng máy nhuần nhuyễn sẽ về nước và Hiếu sẽ cấp giấy chứng nhận. Bác sĩ Hiếu và ông tỉnh trưởng đã thân nhau với sự giao tiếp có qua có lại mới toại lòng nhau.

Tất cả các cây trồng kể cả hàng trăm cây hoa phượng vĩ cả cây xoài, mấy chục cây mảng cầu dai, đu đủ. Tất cả cây trồng trong dịp mùa mưa và có phân lót đầy đủ, các cây sống tốt. Tết nguyên đán năm đó, tất cả cây mai vàng đồng loạt nở hoa rất xinh đẹp và Sở du lịch đang xây cất nhà hàng khách sạn thu hút du khách dịp Tết năm tới. Hiếu cất trên cùng rừng mai vàng một cái nhà cho nhân viên chăm sóc rừng mai ở cùng với gia đình. Có dành chỗ để vài bàn bán nước giải khát, thức ăn lặt vặt du khách đi lên hay xuống núi có nơi nghỉ chân dành cho người đi bộ. Có năm chiếc võng nằm nghỉ thoải mái còn thưởng thức nhạc bô lê rô và ca cổ.

Các ông bí thư, chủ tịch tỉnh, giám đốc sở du lịch và sở nhà đất từng liên hệ với bác sĩ Hiếu đều khen nức nở và nói:

- Bác sĩ Hiếu đúng là dân chơi công tử Nam Kỳ có trí tuệ, không giống công tử Bạc Liêu chỉ đua đòi ăn chơi đến tán gia bại sản. Chỉ có xây dựng rừng mai vàng Trần Thu Ca đúng một năm là có hoa mai vàng nở rực rỡ, có hoa phượng vĩ chừng hơn hai chục cây, dừa cao ba mét sắp có trái, thốt nốt cao trên bốn mét. Các loại cây ăn trái khác như mảng cầu dai, đu đủ, xoài cũng tốt tươi, trồng toàn cây lớn.

Trước khi trồng mai và cây trồng khác, cả ba mẫu đất núi dốc cao phải cải tạo độ dốc thấp xuống và còn phải có hai hồ chận giữ nước lại tiêu dùng trong mùa nắng. Xây hai hồ nước lớn ngang rừng mai, nối tiếp nhau bằng hai con rảnh nước theo đường dốc núi, rộng hai mét, dài năm trăm mét kết nối với hai hồ sâu hai mét, rộng mười mét, dài hai mươi mét. Đất lấy từ cát đất đào xây hồ, hai rảnh dọc, rải đều lên vùng đất thấp làm cao lên chận bớt đường nước chảy siết khi có mưa lớn và nhiều từ trên cao đổ xuống. Hồ chứa nước rộng thứ nhứt đầy thì còn hồ thứ hai ở dưới giữ lại hết. Hai hồ đều tráng xi măng tránh nước bị thẩm thấu vào đất cát. Nước ngập đầy hồ dưới có hệ thống mở nước từ từ thoát xuống đường có cống rảnh công cộng, trên diện tích trồng mai cũng có rảnh sâu vài tất và rộng năm tất nhằm chặn bớt xói mòn đất và nước từ các rảnh nhỏ chảy ra hai rảnh lớn và dẫn đến hai hồ lớn. Hai hồ lớn trong rừng mai có nuôi cá đen, trồng bông súng hoa sen, lục bình rau muống rau nhúc, các cây cỏ dại sống trên mặt nước đều được trồng rải rác đều khắp hai hồ lớn, có bốn xuồng ba lá loại nhỏ chỉ chở hai người. Chủ vườn mai để cho sở du lịch bán vé cho khách bơi thuyền trên hồ và bán vé câu cá. Sau một năm thay đổi hồ câu cá tránh khai thác hai hồ cùng lúc cá không sinh sản kịp. Biết được tin này, sở du lịch vô cùng hoan hỉ, khai thác cả câu cá, bơi xuồng trên hồ triền núi, kể cả ban đêm thu hút các cặp tình nhân thuê khách sạn ăn uống tại đây và bơi xuồng trên hồ rất rô măng tíc. Cá trong các hồ là cá của chủ rừng mai vàng, công nhân viên sở du lịch và người ngoài không ai được bắt bằng cách này cách khác, sẽ bị phạt nặng. Chỉ cho khách du lịch câu giải trí hay câu được cá có quyền nấu ăn vì có mua vé của sở du lịch và không được câu những nơi khác, chỉ được quyền câu một hồ lớn, có thể dùng xuồng ba lá ngồi câu.

Sau một năm xây dựng, bác sĩ Hiếu tổ chức khánh thành có mời cựu Thủ Tướng, ông bà Tỉnh Trưởng Ta Keo và cả phái đoàn năm mươi người có nhiều viên chức trong Nội Các từ thủ đô Pnom Penh và ca sỉ vũ công nổi tiếng của Cam Bốt biểu diễn nhạc cổ truyền của người Khơ me hai đêm thứ bảy tại rừng mai vàng, tối chúa nhựt tại nhà hát trên đỉnh núi của Vườn Tao Ngộ Trần Gia Trang. Chủ nhân rừng mai vàng Trần Thu Ca mời hai vị đầu tỉnh của các tỉnh vùng Hậu giang về tham dự, đã đặt trên bốn mươi phòng VIP trọn một khu biệt lập của khách sạn Victory, một đêm.

Gần đường lên đỉnh núi có một bãi cát đá trống trên một ngàn mét vuông, đối diện với Rừng Mai Vàng, chỉ ngăn cách bằng con đường xe chạy lên núi. Bác sĩ Hiếu xin tỉnh An Giang cho phép sử dụng nơi đây, đã khai thác đá cát từ lâu. Nay dùng cát tại khu vực san bằng mặt phẳng tráng xi măng, xây dựng một nhà hát với tên gọi Nhà hát Trần Văn Cường, lợp tranh hoặc lá cho thêm thơ mộng có sân khấu khá rộng để các vũ đoàn có đủ chỗ biểu diễn. Nhà hát có sức chứa khoảng tám trăm chỗ ngồi. Hai hàng ghế đầu VIP, ghế có nệm dầy, năm hàng ghế sau, ghế nệm mỏng và còn lại toàn ghế sắt có niềng dính nhau từng hàng. Có hệ thống quạt máy, màng phông sân khấu kể cả chỗ thay quần áo của nam nữ nghệ sĩ riêng biệt và cả toi lết riêng của hai giới.

Chủ nhân tự nguyện xây cất trang bị đầy đủ phương tiện, điện nước có làm một hệ thống máng xối và hồ chứa nước để tiêu dùng, hai bên hông nhà hát cũng có xây hai hồ chứa nước mưa từ trên cao đổ xuống và có vòi bơm nước chửa cháy. Trong hồ cũng có nuôi một ít cá để chúng ăn hết lăng quăng không sanh muỗi, thả lục bình và bông súng hoa sen làm cho nhà hát thêm hấp dẫn. Chủ nhân Rừng Mai Vàng ký giấy hiến tặng cho sở du lịch tỉnh khai thác thương mại sau buổi trình diễn văn nghệ và mỗi năm xin Sở du dịch cho Rừng Mai Vàng Trần Thu Ca sử dụng, tối đa bốn ngày. Mọi chi phí tu sửa cho nhà hát Rừng Mai Vàng Trần Thu Ca từ ngày hiến tặng cho sở du lịch về sau do sở trách nhiệm. Mặt khác khách sạn và nhà hàng tại rừng mai vàng xin đặt tên Rừng Mai Vàng Trần Thu Ca. Sở du lịch cho biết công trình xây cất của tỉnh chậm chạp vì phải qua nhiều thủ tục, ít nhứt cũng hai năm nữa. Nay khai thác trước nhà hát Trần Văn Cường có quán ăn, có chỗ giữ xe cho khách đi bộ thư giản lên dốc núi. Có đặt văn phòng, bán vé cho Rừng Mai Vàng, Sở du lịch sẽ đào một cái giếng sâu lấy nước sạch phục vụ cho quán ăn.

Sau buổi lễ khánh thành công trình Rừng Mai Vàng, có gần mười ông đầu tỉnh về tham dự đều khen nhiệt liệt bác sĩ Trần Trọng Hiếu vì muốn đền ơn đáp nghĩa người anh rể Ba Cường, một học sinh ưu tú nhứt trường Tây Chasseloup Laubat, học giỏi hơn cả học sinh gốc Pháp và học luật cũng chiếm ưu hạng, ra trường vừa hết thời gian tập sự chuẩn bị nhận công tác cao cấp của Bộ Tư Pháp. Ba má phát hiện con cưng mình bị bịnh lao bất trị, bịnh viện Pháp Grall-Đồn Đất cũng từ chối không chửa trị nữa. Ba Cường có cha là bác sĩ Trần Văn Nu ở Núi Sam là con đại gia, du học Pháp và phục vụ với chức Trưởng ty Y tế Châu Đốc kiêm giám đốc bịnh viện đa khoa của tỉnh. Bác sĩ Nu bỏ ra cả ngàn cây vàng xây dựng biệt thự nghỉ mát trên đỉnh Núi Sam, sau mấy chục năm biến thiên thay đổi, nay trở lại con dâu của ông bà quản trị.

Khi hai vợ chồng Hiếu-Thu Vân về hưu, sẽ sống tại nhà vườn Cần Thơ trong lúc còn trẻ khoẻ ở tuổi 55, với đàn con chung 16 đứa, 8 trai, 8 gái. Sáu con lớn nhứt đã tốt nghiệp và sắp tốt nghiệp đại học vừa lập gia đình, năm con nhỏ nhứt sắp vào nhà trẻ và mẫu giáo, hai con đang học tiểu học, ba con đang học đại học và trung học.

Hai vợ chồng Hiếu đã bàn tính sẽ đưa bảy đứa con nhỏ nhứt về sống ở Việt Nam với đại gia đình có ông bà ngoại gốc Áo, ông bà ngoại Sóc Trăng, ông bà nội, bố mẹ nuôi Philip-Jane, hai chị vú, vợ chồng anh quản gia và vợ chồng anh phụ trách chăn nuôi và làm bếp. Cộng chung đã trên 20 người cùng sống chung tại nhà vườn Trần Thu Ca & Family Garden, sẽ làm cho ông bà thêm vui với nhiều cháu nhỏ. Còn chuyện học thêm Anh ngữ, cha mẹ chúng có chương trình dạy song ngữ cho các con. Đến trung học cấp ba, chúng sẽ được chuyển trường sang Mỹ học, chuẩn bị vào đại học Yale hay Harvard.

Còn nhà ở gần trường Harvard đã giao cho vợ chồng con trai lớn cả hai là bác sĩ đang dạy học và làm việc cho Harvard. Nhà gần đại học Yale cũng giao cho vợ chồng con trai lớn, cả hai cũng là bác sĩ đang dạy và làm việc cho Yale. Hiếu bảo các con ở hai nhà có công mẹ gầy dựng, chọn một chỗ tốt trong nhà không cần lớn đủ để một cái bàn nhỏ có một chân dung mẹ Caroline và luôn có một bình hoa tươi và một lư hương nhưng không đốt nhang trong nhà cũng như chỉ cúng bánh trái và ba tách nước lọc. Còn nhà của mẹ Thu Vân cũng giao cho hai con đang học Harvard ở và cho bạn cùng trường se hai phòng với giá tượng trưng. Các em đang học ở Yale hay Harvard cùng ở chung với anh chị. Những đứa chưa có nhà, ba mẹ cho thêm tiền xây nhà riêng khi trưởng thành... Với sự sắp xếp chu đáo của hai con làm cho ông bà ngoại, nội an tâm, tránh cảnh cha mẹ mất con cái kiện thưa, chém giết nhau tranh giành tài sản của cha mẹ để lại.

Hiện còn nhà ở Thủ đô Vienne chưa có con cháu ở, là ngôi nhà kỷ niệm của Caroline, Hiếu không bao giờ bán nên Hiếu cho Hội từ thiện quốc tế thuê với giá hữu nghị nhằm giữ ngôi nhà cho con cháu sau này về ở. Giải quyết nhà của cô Jane ở gần Harvard cũng vậy, cô cho vợ chồng Hiếu cũng phải cho Hội từ thiện quốc tế thuê giá rẻ để chò các con lớn có gia đình cũng có thể về ở trong tương lai.

Dù nay sống giàu sang và nổi tiếng, Hiếu vẫn luôn nhớ tình nghĩa và công ơn của anh ba Cường, và chị hai Mai Hạnh đã hết lòng hy sinh trợ giúp vực dậy gia đình, các em đi học đến nơi đến chốn. Chị cả của bác sĩ Hiếu không sợ hiểm nguy bị lây bịnh, cứ nhắm mắt làm người ở đợ có tiền công cao giúp gia đình. Hiếu còn nhờ hồn thiêng của anh rể qua giấc chiêm bao, giúp Hiếu sở hữu một dinh thự như cung điện vua chúa tại Mỹ, nay trị giá hai ba chục triệu đô và giúp nhiều lần thoát hiểm.

Vì thế, Hiếu có quyết tâm đền ơn ông anh rể trí thức, sanh quán Núi Sam nên không tiếc tiền tân trang lại ngôi biệt thự do bố anh Cường xây dựng. Nay, Hiếu xây thêm rừng mai vàng và nhà hát Trần Văn Cường. Mỗi năm Hiếu tổ chức ba ngày khám bịnh phát thuốc và phát quà tại nhà từ đường của gia đình Ba Cường: ngày giỗ Ba Cường, ngày cận Tết Nguyên đán và ngày gần ngày lễ vía Bà Chúa Xứ và là dịp sử dụng nhà hát Trần Văn Cường có ca nhạc và đãi ăn miễn phí...

Thời gian qua nhanh, bác sĩ Hiếu xin về hưu sau hai mươi lăm năm phục vụ tại Viện đại học Yale và về ở chung với vợ đúng hai năm gần Viện đại học Harvard, đợi chờ tiến sĩ Thu Vân qua hai mươi năm phục vụ tại Viện đại học Harvard cũng xin về hưu sớm. Tại hai viện đại học danh tiếng này đã long trọng tổ chức hai bữa tiệc chia tay hai Khoa Trưởng, tiễn hai tiến sĩ về quê hương an hưởng tuổi hưu.

Về lại quê hương, vợ chồng Hiếu cùng hưởng thành quả sau hơn hai mươi năm xây dựng vườn cây ăn trái, nay cây trái sum suê ăn không hết, các ao nuôi cá sanh sản nhiều, làm thức ăn dư thừa phải bán bớt mỗi năm vài lần. Bò, heo, gà vịt, nhiều quá cũng phải bán bớt hàng năm. Tại nhà vườn Cần Thơ nay cũng có tên mới là nhà vườn Trần Thu Ca trên một tấm bảng to, dưới có hình vẽ chỉ có đầu và khuôn mặt của ba tiến sĩ Trần Trọng Hiếu, Thu Vân và Caroline.

Tại nhà vườn Trần Thu Ca ở Cần Thơ có cả một đại gia đình Hiếu gồm những vị cao niên từ tám mươi đến chín mươi, chỉ có vợ chồng Hiếu trẻ nhứt dù cũng lớn tuổi và thâm niên trong sự nghiệp mới được nghỉ hưu, hưởng hưu bổng gần bằng tiền lương khi tại chức.

Vợ chồng Hiếu nuôi dưỡng và chăm sóc sức khoẻ cả đại gia đình gần 20 người. Hiếu thuê thêm một nữ y tá lo phục vụ cho mười vị cao niên.

Để làm vui lòng ba mẹ Caroline muốn con Caroline sẽ có phối ngẫu với các con của các bạn thân như Josephine đang ở Sóc Trăng, Martine và Roselyn ở Áo để truyền thống dân tộc Áo và tình bạn thâm giao của Caroline và các bạn luôn được nuôi dưỡng, kể cả Bernard cũng nên làm sui với gia đình Josephine... Hiếu tán thành ý kiến của mẹ. Chính mẹ đã có liên lạc với các vị cao niên như ba má Josephine, ông bà chủ nhà hàng và tiệm may ở Áo có các cháu ngoại tạo điều kiện cho các cháu làm quen, tiếp xúc nếu chúng có duyên sẽ thành vợ chồng, ông bà ngoại sẽ không mất nhà của Caroline ở Áo và người Áo không bị mất cội nguồn dân tộc... Vì vậy, về hưu, vợ chồng Hiếu còn có trách nhiệm thu xếp tổ chức các đám cưới với con của Josephine và con hai người bạn của Caroline ở Áo...

Bố nuôi, cựu Thủ Tướng hay tin vợ chồng Hiếu về hưu, từ Hà Nội bay vào thăm và có xe đưa từ Sài Gòn xuống Cần Thơ, gây cho vợ chồng Hiếu một bất ngờ thích thú. Ông bà cựu Thủ Tướng ở chơi với gia đình Hiếu đến mười ngày vì ông bà muốn đi Núi Sam và sang Cam Bốt xã giao với ông Tỉnh trưởng Ta Keo và Thủ Tướng chánh phủ.

- Hiếu nói với bố quá dễ. Nhà Vua Cam bốt vừa tặng cho con một chiếc trực thăng Alouette của Pháp, con đã xây xi măng một bãi đáp trong nhà vườn tránh bớt bụi bặm, có nhà dành cho trực thăng tránh mưa bão và trên đỉnh Núi Sam gần đài quan sát của tỉnh cũng đã có sẵn một sân trực thăng có sức chứa bốn chiếc, xây trước năm 1975.

Bố đi Núi Sam ở chơi vài ngày, con gởi điện tín và gọi điện thoại báo tin cho tỉnh An Giang cũng như Takeo biết bố muốn bay đến Ta Keo hay Pnom Penh, tránh ngộ nhận và con thông báo là trực thăng của con sơn màu trắng...

Quốc Vương Cam bốt ưu ái tặng trực thăng Pháp hiện đại nhứt vì con có kính biếu bệnh viện Hoàng gia máy định bịnh mới nhứt và con còn qua Pnom Penh cùng với hai con trai lắp ráp và huấn luyện cho ba bốn bác sĩ của bịnh viện cách điều hành máy. Con còn có đề nghị với Nhà Vua và Thủ tướng cho bốn bác sĩ đến nhà Hiếu thực tập, nếu có hư máy của Hiếu sẽ dễ chỉnh sửa hay gọi chuyên viên từ Mỹ sang. Nơi ăn ở Hiếu bao hết cho hai tuần, hy vọng sẽ lành nghề. Nếu sử dụng có bị trục trặc gọi Hiếu sang giúp...

Nhà Vua và Thủ Tướng nghe bác sĩ Hiếu trình bày như vậy. Nhà Vua và Thủ Tướng rất cảm kích đến ôm Hiếu và bắt tay tiến sĩ Thu Vân. Nhà Vua bàn với Thủ Tướng Viện đại học Hoàng Gia sẽ tặng bằng tiến sĩ danh dự của Viện đại học Hoàng Gia cho vợ chồng Hiếu và hai con có vợ cũng là tiến sĩ y khoa đang dạy học và làm việc tại Viện đại học nổi tiếng thế giới là Yale và Harvard của Mỹ. Hoàng gia và chánh phủ còn mời gia đình tiến sĩ Hiếu ở lại chơi thêm một vài ngày để Viện đại học Hoàng Gia tổ chức trao bằng tiến sĩ danh dự do Quốc Vương và Thủ Tướng tận tay trao bằng trước ngoại giao đoàn cùng với tất cả các giáo sư tại Pnom Penh và các Viện trưởng, Khoa trưởng ở các tỉnh trên toàn quốc về dự. Tối hôm đó có yến tiệc do hoàng gia thết đãi.

Nhân sự kiện này, Tiến sĩ Thu Vân xin cho trực thăng bay về Cần Thơ lấy một trăm tập hồi ký bản dịch tiếng Pháp, bản dịch tiếng Việt và năm chục cuốn nguyên bản Anh Ngữ kính biếu Nhà Vua và chánh phủ. Nhà vua và Thủ Tướng vỗ tay hoan nghênh:

- Thủ tướng ra lệnh Bộ ngoại giao làm thủ tục xin phép cho hai chiếc trực thăng lớn của hoàng gia bay đến sân bay Cần Thơ chở sách và chở thân nhân của gia đình tiến sĩ Hiếu đến Pnom Penh dự lễ trao bằng tiến sĩ danh dự và dự dạ yến do nhà Nhà Vua và Chánh phủ khoản đải. Bộ ngoại giao Việt Nam nhận được yêu cầu khẩn cũng chấp thuận.

Ông cựu Thủ tướng biết rõ sự thân mật giữa tiến sĩ Hiếu và nhà Vua Cam bốt cũng như với Thủ Tướng chánh phủ và tỉnh trưởng Ta Keo nên có đề nghị với Bộ Chánh Trị của đảng cho phép Thủ tướng chánh phủ mời tiến sĩ Trần Trọng Hiếu giữ chức Đặc sứ ngoại giao với chánh phủ Cam bốt nhằm biết rõ âm mưu thâm độc Trung quốc muốn đặt những căn cứ quân sự quan trọng trên đất Miên nhằm dòm ngó Việt Nam. Ông Tổng Bí Thư hoan nghênh ý kiến hay.

Cuộc đi đến Thủ đô Pnom Penh của cựu Thủ Tướng thăm xã giao là một sự thăm dò chính thức, thấy nhà vua cả hoàng gia và Thủ Tướng chánh phủ đều xem tiến sĩ Hiếu là đại ân nhân, quốc khách của Cam bốt.

Về lại nhà Hiếu, hai ông bà cựu Thủ tướng được Hiếu sử dụng máy khám định bịnh và còn kính biếu bố mẹ hai mươi ngàn đô tiêu xài. Cựu Thủ Tướng quá xúc động ôm Hiếu và nói tụi nó quá tàn ác chỉ muốn giết được con là đã giết chết một thiên tài của đất nước Việt Nam và có lòng nhân ái bao la vô bờ bến. Bố nói thật với con:

- Bố kêu gọi lòng yêu nước của con cùng với bố, chánh phủ, đối với giặc Tàu, bề ngoài là cùng đảng tình đồng chí hữu hảo. Nhưng, trong lòng, họ tự coi là gốc đại hán, bá quyền nước lớn luôn có âm mưu thôn tính các nước nhỏ lân bang. Tương tự như người Mỹ gốc da trắng tự coi là giống dân thượng đẳng kỳ thị các sắc dân khác. Lúc nào họ cũng muốn ăn trên ngồi chốc, may nước Mỹ còn có luật pháp chế ngự còn tàu thì không. Bộ chánh trị của đảng muốn mời con làm đặc sứ ngoại giao với Cam Bốt, nhưng e ngại con có lý do từ chối vì con không thích liên hệ với các đảng chánh trị dù ở Mỹ hay Việt Nam. Vì vậy, chánh phủ sẽ mời con giữ chức vụ đặc sứ ngang hàng với cấp chức bộ trưởng chỉ làm việc trực tiếp với Thủ Tướng chánh phủ và bộ trưởng ngoại giao, nếu con muốn công khai hay bí mật là quyền của con. Hiếu thưa:

- Con rất cám ơn bố, vật chất con chẳng có thiếu chi, chức vụ trong chánh quyền con không bao giờ mơ ước, con chỉ muốn làm việc từ thiện và dùng y học giúp đời giúp tha nhân. Đã về hưu với tuổi còn trẻ, con biết giá trị của quyền chức, tiền bạc, con chỉ muốn vui thú cảnh điền viên với gia đình vì đời con thời niên thiếu đã quá khổ khi vừa chào đời trong thời kỳ chiến tranh khốc liệt và cha tử trận khi con mới ba tuổi.

- Thú thật với bố, nếu con ham tiền ham chức thì con có thể làm việc đến bảy tám mươi tuổi mới về hưu. Bố thương con nói rõ là kêu gọi lòng yêu nước của con, để con suy nghĩ lại, và bổng lộc của con nếu có, xin gởi hết đến cơ sở hội từ thiện quốc tế cứu giúp phụ nữ nạn nhân bị cưỡng bức làm nô lệ tình dục tại Lào Cai và cả sáu tỉnh biên giới với Tàu, từ tây sang đông: Lai Châu, Lào Cai, Hà Giang, Cao Bằng, Lạng Sơn và Móng Cái. Ông bố khen con nức nở, con có lòng nhân ái bao la, con không cần tiền lương mà chánh phủ phải trả, con lại cho hết cơ sở từ thiện ở Lào Cai. Bố sẽ đề nghị thêm bằng hai lần tiền lương nữa giúp cho công tác từ thiện dồi dào thêm.

Tối, hai vợ chồng Hiếu thảo luận với nhau, nếu từ chối có thể bị chụp mũ, con của tử sĩ chế độ cũ không có lòng yêu nước, yêu chế độ... Và sáng hôm sau, ông bà cựu Thủ Tướng lên Sài gòn để về Hà Nội, bố đi xe riêng của tỉnh uỷ, vợ chồng Hiếu anh chị ba, anh chị tư cùng đi một xe Van. Anh ba lái, đưa tiễn ông cựu thủ tướng cùng phu nhân. Có dịp, sáu anh chị em thảo luận tỉ mỉ từng chi tiết cái lợi cái hại về vụ nhận hay không chức vụ Đặc sứ ngoai giao. Kết luận, tốt nhứt nhận giữ chức vụ Đặc Sứ ngoại giao phụ trách đất nước Cam Bốt trong bí mật, chỉ có Thủ Tướng và Bộ Ngoại Giao biết để dễ làm việc đó là công việc tình báo cần bảo mật...

Hiếu đề nghị với hai ông anh là Hiếu sẽ đề xuất với Thủ Tướng Cam Bốt mời hai anh và hai chị dạy ngành Y và văn khoa tại thủ đô, anh chị sang Pnom Penh cùng vui hưởng sự trọng vọng của hoàng gia đối với chúng ta. Em sẽ gởi tiền cho chánh phủ Cam Bốt mua giúp một chiếc trực thăng lớn hơn chiếc Alouette của Pháp chở cả chục người và bay nhanh và xa, từ Cần Thơ bay thẳng tới Pnom Penh rất dễ dàng. Em nhờ phi công hoàng gia dạy em trước, loại trực thăng lớn có hai phi công một chánh một phụ, em làm phi công phụ vài tháng em sẽ đổi làm phi công chánh chừng vài tuần nhuần nhuyễn sẽ nộp đơn xin lấy bằng lái trực thăng của hoàng gia và chuyển đổi lấy bằng quốc tế, em sẽ lái được ở Việt Nam. Khi em có bằng lái trực thăng rồi, em sẽ hướng dẫn hai anh lái và xin thi tại Pnom Penh vì họ sử dụng tiếng Pháp trong các bài thi, anh em mình không gặp trở ngại và ba anh em mình thi kể như là đậu.

Nhưng mình phải lái cho thật an toàn và hàng năm tu bổ mình lên Pnom Penh đưa Bộ Tư Lệnh hoàng gia giúp. Chị tư nói:

- Cậu út tính như vậy rất hay. Hiếu nói tiếp:

- Chị tư nghĩ coi hồi chị em mình thi đậu vào trường Hoàng Diệu là vô cùng hạnh phúc trong lúc gia đình quá nghèo, bữa cháo bữa rau, mẹ để dành mấy năm cũng không đủ tiền mua xe đạp cũ, em đèo chị đi học. Nhờ chị hai đi ở đợ, anh ba có xe hơi, mua được nhà ở Cần Thơ học đại học, còn em có xe đạp mới khi học lớp mười hai chị tư có xe honda. Gia đình mình bắt đầu lên hương từ khi chị hai hy sinh cả cuộc con gái của chị.

Riêng em phất lên khi em học trường Y năm thứ ba và được Caroline thương yêu giúp em tất cả, em mới ngẫng mặt với đời, tay em mới hết rung khi chạm vào Caroline. Rất tiếc Caroline chết sớm nên em quyết mua thêm một chiếc thăng đặt tên Caroline để em có cảm giác lúc nào cũng ở cạnh Caroline và chiếc trực thăng thứ hai em đặt tên Thu Vân là một người vợ tuyệt vời đang sống với em, san sẻ ngọt bùi cay đắng, hạnh phúc với em cho hết kiếp này.

Chiếc trực thăng đặt tên người chết em không lo sợ gì hết, và về tâm linh, Caroline lúc nào cũng yêu em và bảo bọc an toàn cho vợ chồng em, kể cả ông anh rể đã từng ứng mộng giúp em nhiều lần. Em suốt đời nhớ ơn Caroline vực dậy cuộc đời em và bây giờ em có Thu Vân bên cạnh em vô cùng an vui hạnh phúc giàu sang.

Hồi xưa, lúc nhỏ, em thèm một cây cà rem hay một gói xôi bắp đến nhỏ dải, chỉ có nuốt bọt mà lầm lũi đi xa. Nay em nhớ lại ngậm ngùi chua xót một thời đã qua. Thu Vân muốn đánh tan không khí buồn dĩ vãng của chồng, Thu Vân nói:

- Tại anh làm phách khinh em không dám nhìn em, em đá chân anh mà anh giả ngơ không biết. Nếu anh nói yêu em thì anh có cà kem xôi bắp ăn thêm mỗi ngày. Cả xe cùng cười vui.

Khi anh yêu Thu Vân có dịp anh đưa em vào quán ăn Đồng Quê và Caroline cũng có ăn quán này vài lần, anh muốn "hấp hôn" lại với Thu Vân, em mời anh chị ăn thoải mái. Nay, anh chị em mình vào ăn, để em, anh chàng bán than xấu trai nhát gái nhớ lại hoa khôi Áo đã từ bỏ thế gian và một hoa khôi Sóc Trăng hiện hữu làm cuộc sống của em thêm thăng hoa, hạnh phúc. Chị Minh Tâm vỗ tay khen chú út hôm nay rômantic quá chắc em Thu Vân lại càng mê mệt. Thu Vân nói:

- Em và chị Caroline đã mê anh chàng bán than quá xá, tối nay chỉ có em còn mệt với anh Hiếu nữa có phải không? Hiếu nói ngay, đúng trăm phần trăm.

Tối hôm đó, Hiếu gọi điện thoại thưa với bố con đồng ý giữ chức đặc sứ ngoại giao với Cam bốt trong âm thầm bí mật, không công khai. Vài ngày nữa con sẽ bay đi Pnom Penh tặng cho quỹ trùng tu Đế Thiên Đế Thích năm trăm ngàn đô, cho cơ sở từ thiện giúp phụ nữ nạn nhân bị bắt làm nô lệ tình dục như ở Việt Nam năm trăm ngàn. Con muốn chinh tâm họ trước, con sẽ cúng cho các ngôi chùa Miên thêm một trăm ngàn đô nữa. Con sẽ đốn tim hoàng gia và chánh phủ Cam bốt sau này con nói gì họ cũng chú ý lắng nghe.

Với lòng nhân ái tự nhiên của con mua tặng cho bịnh viện hoàng gia cái máy định bịnh tân tiến, con đã được tặng lại một chiếc trực thăng Alouette của Pháp chỉ chở tối đa hai người cùng với phi công. Con sẽ nhờ hoàng gia mua giúp một chiếc trực thăng khác lớn bay xa trên năm trăm cây số cũng sơn màu trắng con xin phép chánh phủ Việt Nam cho phép bay, từ Cần Thơ-Châu Đốc-Ta Keo-Pnom Penh-Sài gòn- Sóc Trăng... Con phải tìm cách gần gũi họ, anh chị và vợ chồng con đều có bằng tiến sĩ xin dạy các trường đại học của Cam bốt, họ sẽ trọng vọng con thêm lên. Thủ Tướng khen, con có dự tính như vậy rất tốt.

Cựu thủ tướng gọi lên văn phòng và xin gặp ông Tổng Bí Thư, ông trình bày, Hiếu đã thu phục nhân tâm như thế nào với hoàng gia và chánh phủ Cam bốt. Khi Hiếu nhận làm Đặc sứ ngoại giao, Hiếu còn chinh tâm vi thượng sách, ông cựu thủ tướng báo cáo cách đốn tim hoàng gia và chánh phủ. Hiếu có nói những văn phòng của cơ sở từ thiện quốc tế ở Cam bốt, Hiếu sẽ giúp tiền mở ra như ở Lào Cai, một cái ở Ta keo, một ở Shihanoukville, nơi mà quân đội Trung hoa đang đầu tư. Hiếu sẽ giúp cho tình báo Việt cài người vào văn phòng từ thiện vừa giúp cho dân vừa theo dõi công tác tình báo. Người của phe ta dĩ nhiên đã phải biết tiếng Miên, phải biết thêm tiếng Pháp, Anh, Tàu, bác sĩ Hiếu đích thân phỏng vấn vì biết nhiều ngoại ngữ như vậy dễ tiếp xúc với mọi nhân viên ngoại giao đoàn tại Cam Bốt và tiền lương sẽ cao gấp năm hay hơn theo mức lương chánh thức cấp bộ trưởng của Việt Nam và nhiều quyền lợi khác vì là hội từ thiện quốc tế.

Bác sĩ Hiếu còn nói sẽ mở văn phòng cho Hội từ thiện ở Thái Lan cũng sẽ tổ chức y như ở Cam Bốt và Hiếu xin hết lòng giúp chánh phủ trong năm năm vì bác sĩ ở Cần Thơ đi Pnom Penh và Bangkok rất gần. Bác sĩ Hiếu sẽ bỏ tiền túi mua nhà ở Bangkok và Pnom Pênh vì sẽ có nhiều giờ dạy Y khoa, Hiếu và gia đình Hiếu đi dạy tại hai quốc gia này không thường xuyên chỉ cần nhà hai phòng. Nay có thêm nhu cầu, Hiếu sẽ mua nhà từ bốn phòng trở lên và cho ngành tình báo ở như thuê mướn lại của giáo sư Hiếu. Bác sĩ Hiếu sẽ trả tiền lương hay ngành tình báo bao vụ trả lương cho nhân viên. Khi bác sĩ Hiếu không còn dạy học nữa, ngành tình báo có quyền mua lại nhà với giá gốc, mà khi còn dạy học, các nhân viên tình báo ở không tính chi phí gì hết. Ông Tổng Bí Thư nói:

- Từ xưa tới giờ, tôi chưa từng gặp ai có tinh thần phục vụ quốc gia dân tộc cao đẹp như vậy và lòng nhân ái bao la, ông Tổng Bí Thư nhờ ông cựu thủ tướng mời hai vợ chồng bác sĩ Hiếu gặp vợ chồng ông và vợ chồng đồng chí tại tư dinh tôi. Chúng ta vừa ăn cơm vừa bàn luận thêm mọi việc vào chiều thứ sáu tuần này. Sáng thứ bảy, tôi sẽ giúp phương tiện đưa vợ chồng Hiếu đi thăm cơ sở từ thiện ở Lào Cai và chiều thứ bảy, Thủ tướng chánh phủ có dạ tiệc thết đãi vợ chồng bác sĩ và có Hội đồng chánh phủ và các vị bộ trưởng cùng tham dự.

Lần này ra Hà Nội chỉ có hai vợ chồng không phải lo lắng gì cả. Trọn ngày chúa nhựt, ông bà cựu thủ tướng cùng vợ chồng Hiếu thăm viếng Vịnh Hạ Long và năm giờ chiều vợ chồng Hiếu bay về Sài Gòn và có trực thăng đưa về Cần Thơ.

Về hưu, vợ chồng Hiếu có nhiều thì giờ lo chăm sóc nhà vườn và thường xuyên lên Núi Sam thăm gia đình chị hai, họ tộc anh Ba Cường và Vườn Tao Ngộ Trần Gia Trang. Xuống núi đến Rừng Mai Vàng Trần Thu Ca. Mỗi tháng, Hiếu đều có tổ chức cho quý cụ đi du ngoạn Sài Gòn, Vũng Tàu, Suối Tiên hay các tỉnh miền Tây. Và mỗi năm đi Indonesia nghỉ hè chừng một hai tuần hay du lịch nhiều nước ở Á Châu và Âu Châu có Áo và Pháp...

Khi có trách nhiệm trong công tác đặc sứ ngoại giao, ngoài giờ dạy học ở Nam Vang, Hiếu còn dành thì giờ đến vùng Sihoukville, Đế Thiên, Đế Thích, Battambang thăm dân cho biết sự tình và kiểm soát các cơ sở từ thiện của Hội quốc tế. Ở Cam bốt có biên giới chung với ba nước Việt Nam, Thái Lan và Lào và nạn buôn người cưỡng bức làm nô lệ tình dục tại biên giới Cam Bốt và Thái Lan vô cùng trầm trọng, Hội còn phải giúp đỡ nhiều hơn.

Hiếu có tờ trình gởi lên chánh quyền Cam Bốt xin giúp cấp thêm chỗ rộng rãi to lớn hơn hiện tại tại vùng Battambang mới thành lập thêm cơ sở thứ tư tại Cambốt. Hội mướn thêm nhân viên chuyên chăm sóc sức khoẻ, dạy nghề và chống nạn mù chữ. Thủ tướng Cam bốt đọc tờ trình của tiến sĩ Andre vô cùng cảm kích công tác xã hội cứu giúp phụ nữ và hứa sẽ cấp thêm phương tiện, cho hội thêm một xe nữa cho mỗi cơ sở để chở các nạn nhân và cấp thêm kinh phí cho Hội.

Thủ tướng lại còn cảm kích thêm nữa vì mới nhận của tiến sĩ Andre hai mươi bốn con tôm hùm to lớn, Thủ Tướng trực tiếp gọi điện thoại cám ơn tiến sĩ Andre và mời tiến sĩ và phu nhân hay người trong gia đình tuần tới sang Pnom Pênh dự yến do chánh phủ mời và nhận chiếc máy bay trực thăng thứ hai cũng do hoàng gia Cam Bốt tặng có thêm phương tiện qua lại nhanh chóng dễ dàng. Tiến sĩ Andre và gia đình sẽ ở lại thêm ít nhứt hai tuần thực tập lái trực thăng và xin thi lấy bằng lái do ngành không quân cấp và xin chuyển đổi qua bằng quốc tế sẽ lái được tại Việt Nam.

Nhân dịp này, tiến sĩ phối hợp với Viện đại học Hoàng gia để cho gia đình sáu tiến sĩ thuyết giảng các đề tài Y học hiện đại, vợ, các con Hiếu cũng sẽ thuyết giảng những đề tài Y học, xã hội và văn hoá giúp thêm kiến thức cho sinh viên tại Pnom Pênh. Thủ Tướng vô cùng hân hoan tiếp nhận lời đề nghị của tiến sĩ Andre. Thủ tướng nói:

- Tiến sĩ và gia đình sang dạy học mà không nhận thù lao và còn hứa năm tới sẽ thuyết giảng bằng tiếng mẹ đẻ của dân tộc Khơ Me. Thủ tướng đứng lên bắt tay cả gia đình Andre và nói:

- Tiến sĩ Andre và gia đình quả thật là ân nhân của đất nước Cam Bốt. Vì vậy, mỗi cuối tuần, chánh phủ và Viện đại học sẽ có dạ tiệc đãi gia đình và tiến sĩ có thể cho hai chiếc trực thăng về mời thêm gia đình, anh chị ruột của tiến sĩ sang dự tiệc càng đông càng vui.

Nhân dịp nói chuyện rất cởi mở, Hiếu nói chúng tôi sang dạy học, Viện đại học phải thuê khách sạn cho tốn kém, tôi muốn mua một cái villa đẹp tại Thủ đô, có ít nhứt năm sáu phòng ngủ, giá cao không quan trọng miễn là nhà đẹp có đủ tiện nghi. Chúng tôi không phải tân trang, dù cả triệu đô tôi cũng vui vẻ mua. Thủ tướng nói:

- Tưởng tiến sĩ muốn chuyện gì lớn, còn nhà chánh phủ sẽ tặng, tiến sĩ có tiền giúp thêm các cơ sở từ thiện của Hội. Tôi nghĩ từ đây đến cuối tuần, có thể sáu tiến sĩ có nhà mới và vườn rộng tha hồ mà trồng hoa, cây ăn trái. Các chi tiết này, Hiếu đều báo cho Thủ Tướng và Bộ Trưởng Ngoại Giao và xin lo tìm giúp hai vợ chồng làm quản gia, tình báo giỏi, phải nói thông thạo tiếng Miên, tiếng Pháp và tiếng Tàu. Con sẽ thường mời các giới chức cao cấp của các toà đại sứ và nhứt là giới tài phiệt, ngoại giao tàu và hai anh chị quản gia biết cách cày đặt các máy nghe lén.

Hiếu rất khôn khéo không muốn trưc tiếp dính đến chánh trị. Hiếu trình bày với Thủ Tướng chánh phủ:

- Còn cá nhân con phải lo nhiều cho các cơ sở từ thiện và dạy học. Thủ tướng đồng ý giải pháp này tế nhị mà rất hay.

Chỉ qua hai tuần, ba cha con lái trực thăng thành thạo, có tài liệu của công ty sản xuất và có thể gởi trực tiếp công ty tại Pháp mua các phụ tùng thay thế. Ba cha con thi lấy bằng phi công trực thăng tại Pnom Penh. Hiếu cũng viết đơn xin với bộ giao thông và ngành hàng không Việt Nam, hai chiếc trực thăng chỉ bay đến Sài Gòn, Sóc Trăng và bay qua Miên các tỉnh Takeo, Battambang và Pnom Pênh. Trên lãnh thổ Cam Bốt, ngành hàng không cho phép hai chiếc trực thăng của tiến sĩ muốn đáp bất cứ tỉnh nào cũng được chỉ phải báo trước ít nhứt ba tiếng để tránh gây tai nạn và không có tốn phí nào cả.

Chiều thứ bảy tuần này, ông Viện trưởng cho biết sẽ giúp gia đình tiến sĩ Andre tổ chức ăn tân gia, ông dự trù có ba trăm quan khách tham dự, ý kiến của Thủ Tướng muốn như vậy. Thức ăn đặt nhà hàng sang trọng nhứt, ba loại rượu Pháp, Martell cordon bleu, rượu chát và champagne bàn ghế cho dạ tiệc cũng như làm sân khấu, giăng mắc những dãy đèn màu, âm thanh ánh sáng, ngoài vườn còn có đặt thêm sáu toi lét dã chiến. Trong nội thất, từ hệ thống điện nước, toi lết kể cả máy giặt. máy sấy, tủ giường, nệm gối, bàn ghế, salon... toàn là đồ mới đều do Sở Nội dịch của văn phòng Thủ Tướng mua sắm phải hoàn tất trước chiều thứ sáu. Có một đêm và một ngày thứ bảy cho máy lạnh, quạt máy, cửa các phòng ngủ đều mở toang để cho mùi nước vôi, nước sơn và thuốc sát trùng không còn trong nội thất vì tối thứ bảy có dạ tiệc và cả gia đình Hiếu đang ở dạy học và gia đại gia đình Hiếu ở Việt Nam và Hiếu có mời ông bà ông bà cựu Thủ Tướng, ông bà sui bên Pháp, Úc bay thẳng đến thủ đô Pnom Pênh. Thủ Tướng Cam bốt còn giúp cho thêm năm chiếc trực thăng bay đến phi trường Cần Thơ đón bà con và khách mời bốn mươi người. Sở Nội dịch còn thuê thêm mười nhà tiền chế, mỗi nhà có hai phòng, rất tiện nghi để có đủ chỗ nghỉ ngơi.

Mọi người trong đại gia đình đều tấm tắt khen Hiếu có số hên đi đến đâu cũng đều gặp may mắn. Ngôi biệt thự, có lầu, trên bốn phòng, dưới bốn phòng rộng đẹp như khách sạn năm sao.

Được biết, ngôi biệt thự này của một đại tài phiệt Pháp vi phạm luật pháp trầm trọng tại Cam Bốt bị toà án kết án nặng. Ông ta bỏ của chạy lấy người, về Pháp, bỏ lại ngôi biệt thự và bị Nhà Nước tịch thu. Nay chánh phủ tặng lại cho tiến sĩ Andre và gia đình. Biệt thự sang trọng này có một khu vườn trên một mẫu tây, bỏ hoang phế hơn một năm nên sở nội dịch phải cho nhân viên phát quang và xịt thuốc diệt muỗi luôn hai ngày. Trong vườn có hồ bơi, sân quần vợt và cả một ao sen to nuôi cá, rộng bốn trăm mét vuông, dưới ao đang có nhiều cá lớn vì hơn một năm không có ai dám đụng tới bất cứ cái gì của ngôi biệt thự này.

Cựu Thủ Tướng Việt Nam nói với Thủ Tướng Cam Bốt, tiến sĩ Andre tài giỏi đủ mọi mặt, là một nhân tài của Việt Nam và thế giới mà tội nghiệp cho Andre giỏi quá người ta cũng ghét. Trong bộ công an Việt Nam, có một thượng tướng có âm mưu giết tiến sĩ Andre. Nhưng tiến sĩ Andre quả có tài siêu phàm, hoá giải được hết và tên tướng công an phải đền tội chết. Cũng từ đó, tôi nhận Andre làm con nuôi, Thủ Tướng Cam bốt nghe cựu thủ Tướng Việt Nam nói về Andre lại càng thêm ngưỡng mộ.

Sau dạ tiệc, Hiếu đưa bố mẹ về phòng ngủ, Hiếu phụ nhĩ với bố Thủ Tướng, ai cũng biết bộ ngoại giao cũng có một bộ phận làm tình báo, gián điệp. Nay con có nhà riêng con muốn giúp ngành tình báo theo dõi Tàu thật chặt chẽ, bố nói ngành tình báo phải có người giỏi, con sẽ bố trí như người giúp việc hay làm tài xế, có nhà ở đầy đủ tiện nghi với cái nhà ba phòng rất rộng, dành cho bồi bếp, tài xế. Con cho nhân viên sở mật vụ tình báo mình ở, con sẽ cung cấp cho cả thức ăn khô và có ao nuôi cá tha hồ mà bắt. Con sẽ nuôi một bày vịt, bày gà, vài con heo vài con bò giống như con làm ở Cần Thơ. Vì vậy mới cần bốn người giúp việc ngôi biệt thự này. Bố của Hiếu nói, bố biết con nhiệt tình giúp ngành tình báo mình. Bố sẽ kể cho Thủ Tướng và Bộ Trưởng ngoại giao biết cách thức Hiếu có tầm nhìn xa. Chánh phủ còn muốn Hiếu sang Bangkok cũng làm theo cung cách ở Cam Bốt, cũng đi dạy học mở văn phòng từ thiện, ngành tình báo cài người vào... Hiếu nói, con giúp ngành tình báo nước mình bằng cách đó mà con thấy hữu hiệu hơn là con trực tiếp. Bố nói liền, ý kiến quá tốt quá hay, cả Bộ Chánh Trị đều ngưỡng mộ con.

Mọi công việc ở Cam bốt đều tiến triển tốt đẹp tại Pnom Pênh, ba cha con lái hai chiếc trực thăng về sau một ngày làm việc. Hai chiếc trực thăng có bãi đáp trong nhà vườn có nhà che mưa nắng.

Hiếu dự trù tổ chức một dạ tiệc tại nhà vào tối thứ bảy tuần tới, có mời ông bà bác sĩ cựu Bộ Trưởng Y tế Indonesia, ông gởi tặng một ngàn con tôm hùm giúp đãi tiệc, ông bà Thủ Tướng Cam Bốt, ông bà Tỉnh Trưởng Ta Keo, ông bà cựu Thủ Tướng Việt Nam, ông bà Tổng Lãnh Sự Áo, Pháp, Úc, ông bà sui bên Pháp, bên Úc kể cả gia đình hai bạn thân của Caroline và hai vợ chồng bác sĩ, thời sinh viên ở Áo, quá si mê Caroline bị Caroline đuổi ra khỏi nhà. Nay xin đến thăm mộ Caroline và biết đâu cũng sẽ làm sui với Hiếu và vợ quá cố Caroline. Hiếu xin phép mua vé tặng cho mười người từ Áo sang. Mời hết hai ông đầu tỉnh và phu nhân của mười một tỉnh và thành phố lớn của miền tây. Riêng tại Châu Đốc mời thêm gia đình bác sĩ Thu Mai, bác sĩ Lệ Thuỷ. Mời thêm hai ông bà giám đốc Sở nhà đất và du lịch An Giang, ban giảng huấn đại học Y và Sư Phạm Cần Thơ cũng như nhân viên bác sĩ của Sở Y Tế và bệnh viện toàn khoa Cần Thơ, các ông bà Viện Trưởng, Khoa Trưởng của Viện đại học Cần thơ... Ngoài ra còn có các người thân nhứt của gia đình từng theo gia đình Hiếu.

Mc chính là anh chị tư của Hiếu dùng ba ngôn ngữ Anh Pháp Việt.

Hiếu và Thu Vân ngỏ lời chào mừng quan khách và nói lý do của dạ tiệc nhằm báo ngày vợ chồng Hiếu đã về hưu từ Mỹ về sống và chết ở Việt Nam cũng tại ngôi nhà vườn Trần Thu Ca này.

Kế tiếp có lời phát biểu của cựu Thủ Tướng Việt Nam, bố nuôi của tiến sĩ Trần Trọng Hiếu, phát biểu của ông Thủ Tướng Cam Bốt, ông cựu bộ trưởng Y tế Indonesia, ông tỉnh trưởng Ta Keo, ông Bí Thư Cần Thơ, Sóc Trăng và An Giang. Văn nghệ có Ban vũ Lâm Thôn của Sóc Trăng, Trà Vinh, ban đờn ca tài tử Bạc Liêu, ban văn nghệ tân nhạc Cần Thơ. Tiệc sẽ khai diễn đúng năm giờ vì phải ăn sớm để cho ông Thủ Tướng, ông Tỉnh trường Ta Keo về lại Cam bốt. Có nhiều ban văn nghệ biểu diễn và có chiếu đoạn phim ngắn: các gia đình từ Áo, Mỹ, Sóc Trăng về an dưỡng tuổi già và chết cũng được chôn cất tại đây trong một nghĩa trang có Caroline đã xung phong đi tiên phuông.

Tối, quan khách còn ở lại sau cùng sẽ có món cháo lòng heo trước khi chấm dứt chương trình văn nghệ.

Cuộc sống của đại gia đình Trọng Hiếu - Thu Vân đi vào lộ đồ bình an với nhiều danh vọng giàu sang được mọi người trọng vọng, trút bỏ hết cơ cực của gia đình bần hàn Trần Minh khố chuối của xã Bố Thảo năm xưa.

Để đánh dấu ngày hai vợ chồng Trần Trọng Hiếu và Nguyễn thị Thu Vân về hưu bỏ hết danh lợi sự nghiệp tại Hoa Kỳ với tuổi đời 55, trở về quê hương Việt Nam sống cảnh vui thú điền viên. Hai vợ chồng cùng phát tâm nhân ái tặng quà tại các bịnh viện Châu Đốc, Cần Thơ, Sóc Trăng, trường đại học Y khoa Cần Thơ, trường trung học Hoàng Diệu Sóc trăng, Nhà thờ Chánh Toà Sóc Trăng, Nhà thờ Chánh Toà Cần Thơ và bịnh viện Sản Khoa Caroline, Sóc Trăng.

Hai trường đại học Y Khoa và Hoàng Diệu, mỗi giáo sư được 50 ngàn đồng và mỗi trường 10 ngàn đô giúp quỹ của trường. Bốn bịnh viện (kể cả bịnh viện sản khoa Caroline dù nằm trong bịnh viện đa khoa Sóc Trăng) mỗi bịnh viện cũng được tặng 10 ngàn đô. Các bác sĩ, y tá và nhân viên bịnh viện mỗi người 300 đồng và mỗi bịnh nhân đang điều trị 100 đồng.

Đặc biệt đối với quý thầy cô dạy lớp mười hai trường Hoàng Diệu mà hai cựu học sinh đã theo học, kính biếu mỗi vị một triệu đồng, các bạn cùng lớp mỗi người 200 ngàn đồng. Còn xã nhà Bố Thảo, hai tiến sĩ Thu Vân và Trọng Hiếu biếu tặng mỗi gia đình 200 đồng, Uỷ Ban hành chánh xã nửa triệu đồng do ông xã trưởng chia đều cho mỗi người trong uỷ ban và mỗi ấp cũng được biếu 50,000 đồng.

Dù nghỉ hưu, hàng năm vợ chồng Trọng Hiếu và Thu Vân cũng được nhiều Viện đại học quốc gia trên thế giới như: Áo, Pháp, Đức, Ba Lan, Nigeria, Brazil, Indonesia, Thái Lan, Cam Bốt...và hai Viện đại học Harvard và Yale của Mỹ mời đến thuyết giảng những đề tài về y khoa xã hội nóng bỏng với tiền thù lao kếch sù, từ vài chục ngàn đến trăm ngàn đô mỗi lần thuyết giảng. Hai nhà trí thức Việt Nam đều cống hiến hết tiền thù lao vào quỹ từ thiện quốc tế cứu giúp phụ nữ nạn nhân bị cưỡng bức tình dục, buôn người, bị cưỡng ép vào các động mại dâm, bạo hành gia đình... Nghĩa cử của hai công dân miền Tây Nam bộ rất đáng trân trọng nêu gương tốt cho hậu duệ ./.

HẾT

BẠT

Trường đời dạy cho ta biết bao bài học cay đắng và những lúc an vui hạnh phúc. Câu chuyện tình trên đỉnh Núi Sam là có thật ít người biết. Tiếp theo là những hư cấu, giả tưởng.

Cái nôi của dân tộc Việt ở miền Bắc Việt Nam và dần dần lan rộng vào miền Trung thành cư dân mới. Qua cuộc nội chiến thời Trịnh Nguyễn phân tranh lại càng thúc đẩy quân Nam cần mở mang bờ cõi vào miền Nam để củng cố vị thế vững chắc của mình chống quân phương Bắc.

Đây là cơ hội có cuộc Nam tiến mở mang thêm bờ cõi vĩ đại nhất của dân tộc Việt. Quân miền Nam qua nhiều thời kỳ, điển hình vua chúa Việt gã công chúa Huyền Trân, Ngọc Vạn, được vua chúa Chiêm Thành cắt đất đền ơn và dần dần cuộc trường chinh Nam tiến với quân hùng tướng giỏi

đánh chiếm lãnh thổ Champa và tiến đến xoá tên vương quốc Champa trên bản đồ thế giới.

Ông cha ta chưa chịu dừng bước Nam Tiến và cơ may đến, ông cha ta nhân cơ hội nội chiến của xứ Chùa Tháp và vùng Thuỷ Chân Lạp - Miên Hạ và vùng cao, hai anh em ruột của vua chúa Cam bốt họ Nặc hiềm khích tạo thành cuộc nội chiến trầm trọng. Quân của vùng Hạ, tiếp giáp với đế quốc Việt Nam, trong lúc yếu thế cầu viện quân Nam tiếp cứu tránh bị quân Miên thượng tiêu diệt.

Thời vàng son, quân Nam thiện chiến đánh đâu thắng đó tiêu diệt một đế quốc Champa hùng mạnh. Quân Xiêm La-Thái Lan đã hai lần xâm nhập vào Việt Nam bị đánh bại ở phía Tây Sài Gòn và vùng biên giới. Đến lúc cuộc Nam tiến có thêm cơ may, tiếp giúp quân Miên Hạ đánh đuổi quân miên thượng trở lại vùng cao. Quân Miên Hạ cắt một phần đất ở vùng đồng bằng sông Cửu Long đền ơn quân Nam chiến thắng quân Miên thượng.

Thế mà có một lãnh tụ đảng cộng sản Việt Nam, chưa biết lịch sử cuộc Nam tiến oai hùng chiếm thêm đất đai bờ cõi mà miền Bắc chỉ có co cụm phòng thủ không dám có cuộc Bắc tiến. Ông đã tuyên bố một câu làm cho dân miền Nam nhớ đời. Đại ý, ông nói, dù là đảng viên kỳ cựu gốc miền Nam oai hùng, có thành tích vĩ đại cũng không thể giữ chức Tổng Bí Thư đảng mà Tổng Bí Thư Đảng phải là người miền Bắc hay ít nhứt gốc miền Trung. Một lời tuyên bố đáng nguyền rũa, kỳ thị Nam Bắc quá rõ ràng.

Nếu không có Pháp đặt nền đô hộ cai trị nước Việt, biết đâu cả nước Cam Bốt cũng cùng chung số phận như nước Chiêm Thành và vùng đất Thuỷ Chân Lập mà miền Bắc chẳng có công gì cho miền Nam mở mang bờ cõi như hiện nay.

Nhờ cuộc Nam tiến mà cả một vùng đồng bằng sông Cửu Long phì nhiêu màu mỡ nhứt nước, chạy dài từ tỉnh Long An đến mũi Cà Mau. Công của ai mở mang bờ cõi?

Dân miền Bắc tiến vào miền Trung thời Trịnh Nguyễn phân tranh. Miền Bắc từ sông Gianh trở ra vùng biên giới Việt Trung là đất đai của miền Bắc. Từ sông Gianh xuôi Nam định hình như là một quốc giả non trẻ nên phải mở mang bờ cõi. Dân miền Nam xuất phát từ miền Trung, như cả tỉnh Châu Đốc năm xưa. Đến thời của Ngài Thoại Ngọc Hầu, quê Quảng Nam đào Kinh Vĩnh Tế, có phong trào di dân rầm rộ từ quê hương của Ngài Thoại Ngọc Hầu và các tỉnh khác của miền Trung. Di dân vào vùng đất mới vô cùng màu mỡ sinh cư lập nghiệp, hình thành một thời kỳ thịnh vượng của miền Nam Việt Nam, không lệ thuộc miền Bắc.

Nước Việt bị nhà cầm quyền miền Bắc trước năm 1954 cấu kết với chánh phủ thực dân Pháp chia cắt thành hai quốc gia độc lập, riêng biệt theo hai thể chế quốc gia và cộng sản suốt hai mươi năm lịch sử (1954 - 1975).

Dân miền Bắc chính hiệu không có cuộc di dân nào ghi trong lịch sử vào Nam thời kỳ phôi thai mới định hình vùng châu thổ sông Cửu Long.

Sau này, Hiệp định Giơ Neo 1954, chia cắt đất nước mới có cuộc di cư lịch sử thành một cao trào tìm tự do dân chủ của dân miền Bắc cũng kể như di dân vào miền Nam trên tám trăm ngàn người.

Dân gốc Bắc chính hiệu, người bình dân nói "Bắc Kỳ chín nút" hoà đồng với dân miền Nam, tạo thêm sinh khí cho miền Nam dân giàu nước mạnh, vươn lên thịnh vượng, dân chúng thêm an cư lạc nghiệp. Thời điểm đó Thủ đô Sài Gòn được nhiều nước trên thế giới tôn vinh là Hòn Ngọc Viễn Đông.

Dân gốc Bắc từ sau ngày cưỡng chiếm được miền Nam tự do, 1975 - có tên gọi là Bắc Kỳ hai nút chỉ có ăn hại đái nát miền Nam, lại ồ ạt vào miền Nam tự do giàu đẹp sinh cư lập nghiệp.

Người dân và cán bộ gốc Bắc tự coi mình là người thắng cuộc, thượng đẳng, đỉnh cao trí tuệ, có đầu óc kỳ thị người dân địa phương miền Nam hiền lành cởi mở là một sai lầm cần phải gột rửa sạch mới mong đưa Việt Nam thành con rồng Châu Á giàu mạnh mọi mặt.

Việt Nam với dân tộc ba miền Bắc Trung Nam cùng một gốc Mẹ Âu Cơ, mỗi miền có đặc tính khác biệt kể cả phong tục tập quán cần phải hội nhập, đoàn kết thành một khối mới hy vọng đưa Việt Nam theo kịp đà văn minh, tự do dân chủ trên thế giới.

Nói về đảng cộng sản Việt Nam, chức quyền cao nhất nước là chức Tổng bí thư không phải chỉ dành riêng cho người cộng sản gốc Bắc hay gốc Trung mà người miền Nam lại không có quyền giữ chức Tổng Bí Thư. Ai có tư tưởng coi người gốc miền Bắc là giống người thượng đẳng tài giỏi hơn miền Nam là có một tư duy nong cạn và là sự nghịch lý ngu xuẩn. Trái lại, chính người dân miền Nam thuần tuý có thêm dòng máu của Champa, Miên, Tàu và sau này có thêm Pháp và Mỹ, một sự lai giống tự nhiên có thể nói dân gốc Nam Kỳ Lục Tỉnh thông minh và cởi mở hơn dân gốc Bắc và lại có công đầu mở mang bờ cõi về phía Nam.

CHUYỆN TÌNH TRÊN ĐỈNH NÚI với những mối tình cao đẹp trong tập truyện này cũng là dân miền Nam chân chính dựng xây lòng nhân ái, biết hy sinh, phục thiện với sự chân tình cởi mở vị tha bác ái giúp đời. Tinh thần mình vì mọi người được sự chắt chiu nuôi dưỡng, không ích kỷ, kỳ thị thù vặt nên dân Miền Nam vững bước luôn tiến về phía trước./.

Sacramento - Ngày từ phụ 18 tháng 6 năm 2023

Anh Phương Trần Văn

VÀI DÒNG VỀ TÁC GIẢ

Anh Phương Trần Văn Ngà sanh năm 1935 tại ấp Bà Bài - Vĩnh Nguơn, Châu Phú - Châu Đốc

Bút hiệu thường sử dụng tại Việt Nam & Hoa Kỳ:

Trần Văn - Năm Voi - Bảo Bình - Thiên Lôi - Anh Phương

Nhà giáo thi hành lệnh tổng động viên nhập ngũ

Khoá 13 Ấp Chiến Lược - Liên Trường Võ Khoa Thủ Đức 1962

Phục vụ ngành Chiến Tranh Chánh Trị - Thông Tin Báo Chí:

Trung Đoàn 33 - Sư Đoàn 21 Bộ Binh

Bộ Tư Lệnh Quân Đoàn IV & Vùng IV Chiến Thuật

Tổng Cục Chiến Tranh Chánh Trị - Khối Thông Tin & Giao Tế Dân Sự - Trưởng Phòng Tâm Lý Chiến-Biệt Khu Thủ Đô

Cộng tác với nhiều nhựt báo Việt Ngữ & nhựt báo Nhật Bản

Tù cộng sản từ năm 1975 đến 1985 từ Nam ra Bắc trở về Nam

Định cư tại Hoa Kỳ diện HO từ năm 1993

TÁC PHẨM XUẤT BẢN TẠI HOA KỲ:

* Chuyện Đồng Quê I - 1999 * Chuyện Đồng Quê II - 2014

* Theo Chân Binh Đoàn 692 - 2011* Theo chân Binh Đoàn 2021

* Trung Tướng Đặng Văn Quang Vinh Quang & Đau Khổ - 2012 * Trung Tướng Đặng Văn Quang Vinh Quang & Đau Khổ 2013 * Thế Giới Quanh Ta - 2019 * Thế Giới Quanh Ta - 2021

* Hồi Ký - Công Tử Nhà Quê Bà Bài - 2020

Chuyện Tình Trên Đỉnh Núi trọn bộ ba tập

* Tập I: Tiếng Gọi Tình Yêu - 2022

* Tập II: Đường Tình Khúc Khuỷu - 2022

* Tập III: Tình Yêu Muôn Thuở - 2023

Chủ nhiệm Chủ Bút tạp chí Tiếng Vang USA tại Sacramento (2000 - 2007)

Chủ trương nhà xuất bản Tiếng Vang USA (1999 - 2023)

Tái bản tác phẩm bất hủ Chú Tư Cầu của Lê Xuyên (2005)

www.ingramcontent.com/pod-product-compliance
Lightning Source LLC
LaVergne TN
LVHW010637051026
849532LV00001B/90